"실용" 한자어 5개 국어 대조사전

Practical Comparative Dictionary of
Sino-Korean Vocabulary in Five Languages

實用 漢字詞彙五國語言對照詞典
実用 漢字語彙五カ国語対照辞典

Từ điển đối chiếu từ vựng Hán tự thực dụng năm ngôn ngữ

도서출판 **ㅌ**

"실용" 한자어 5개 국어 대조사전

Practical Comparative Dictionary of Sino-Korean Vocabulary in Five Languages

實用 漢字詞彙五國語言對照詞典
実用 漢字語彙五カ国語対照辞典

Từ điển đối chiếu từ vựng Hán tự thực dụng năm ngôn ngữ

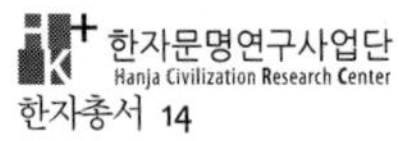한자문명연구사업단
Hanja Civilization Research Center
한자총서 14

"실용" 한자어 5개 국어 대조 사전(한·중·일·베·영)

초판 1쇄 인쇄 2025년 4월 30일
초판 1쇄 발행 2025년 4월 30일

주편: 하영삼(河永三), 신근영(辛勤英), 등응렬(鄧應烈), 하화진(何華珍)
펴낸이 정혜정
펴낸곳 도서출판 3
표지디자인·편집 김형준

출판등록 2013년 7월 4일(제2020-000015호)
주소 부산광역시 금정구 중앙대로 1929번길 48
전화 070-7737-6738
팩스 051-751-6738
전자우편 3publication … gmail.com

ISBN: 979-11-87746-94-2(93720)

제목: "실용" 한자어 5개 국어 대조사전(한·중·일·베·영)

A Practical Comparative Dictionary of Chinese Characters(Hanja) Vocabulary in Five Languages: Sino-Korean, Chinese, Sino-Japanese, Sino-Vietnamese, and English

주편: 하영삼(河永三), 신근영(辛勤英), 등응렬(鄧應烈), 하화진(何華珍)

This work was supported by the Ministry of Education of the Republic of Korea and the National Research Foundation of Korea(NRF-2018S1A6A3A02043603)

This work was supported by the Major Project of the China's National Social Science Fund "Re-collating of Vietnamese Hanzi Chu Nom Resources and Materials as well as Research on Special Topics Related"(17ZDA308)

○ 편찬위원회

[한국]
주편: 하영삼(河永三) 신근영(辛勤英)
편찬: 남미영(南美英), 박준원(朴畯遠), 신세리(申世利), 임현열(林玄烈), 최승은(崔升銀), 하강진(河岡震), 황연[중](黃娟)
[중국]
주편: 등응렬(鄧應烈), 하화진(何華珍)
편찬: 온민(溫敏), 이우(李宇), 이천(李倩), 장앵보[베](張櫻寶), 정흠미(丁鑫美), 진덕유[베](陳德裕), 황시금(黃詩琴)

編輯委員會(按名字的漢語拼音順序排序)
[韓方]
主編: 河永三 辛勤英
編委: 崔升銀、河岡震、黃娟[中]、林玄烈、南美英、朴畯遠、申世利
[中方]
主編: 鄧應烈、何華珍
編委: 陳德裕[越]、丁鑫美、黃詩琴、李倩、李宇、溫敏、張櫻宝[越]

Editorial Board(Sorted by Latin Alphabet of the Transliteration)
[Korean Side]
Editor-in-Chief: HA Young-sam, SHIN Geun-young
Editors: CHOI Seung-eun, HA Kang-jin, HUANG Juan [C], NAM Mi-young, PARK Joon-won, SHIN Se-ri, YIM Hyun-yeol
[Chinese Side]
Editors-in-Chief: DENG Yinglie, HE Huazhen
Editors: DING Xinmei, HUANG Shiqin, HUYNH Duc Du [V], LI Qian, LI Yu, TRUONG Anh Buu [V], WEN Min

01

목차
머리말
일러두기

목차

Table of Contents

目錄

目次

Mục lục

머리말

한자는 이른 시기에 중국의 주변 국가로 전해져 한자 문화권을 형성하였다. 한자 문화권은 보통 중국, 한국, 일본, 베트남을 지칭하지만, 더 넓은 의미에서 다음의 부분까지 포함할 수 있다.

-한국의 한국어
-중국의 중국어 표준어(보통화＝普通話, 만다린)와 그 방언
-일본의 일본어
-베트남의 베트남어(옛: 월남어＝越南語)
-싱가포르의 화어(華語＝중국어)
-세계 각지에 흩어져 사는 한자 문화권 이민자들이 사용하는 모국어

이러한 언어 중에서 중국어, 화어, 일본어는 여전히 한자를 사용하지만 우리 한국어와 베트남어는 과거에는 한자를 사용했으나 현재는 자국의 문자를 주로 사용한다. 물론 현재 대한민국은 여전히 제한된 범위에서 한자를 사용하고 있다. 예컨대, 주민등록증 등에서는 한글과 한자로 해당 이름을 동시에 표시하고 학술논문이나 전문 서적 및 일부 법률 용어와 국어사전 등에서도 한자로 동음이의어를 구별한다. 베트남은 1945년부터 한자와 육서(六書) 원리에 따라 만들어진 남자(喃字＝쯔놈＝Chữ Nôm)를 사용하지 않고 라틴 알파벳 철자의 국어자(꾸옥응으, Quốc ngữ)를 전면적으로 사용하지만, 문화역사 유적 및 선조의 사당에서는 여전히 한자와 남자의 흔적을 볼 수 있다.

현재 중국, 싱가포르는 간체자(간화자)를 사용하고 있으며, 일본은 번체자를 기본으로 하되 일부 일본식 약자를 함께 사용한다. 대만(臺灣), 홍콩(香港), 마카오(澳門)는 한국과 베트남(越南)이 고대에 사용했던 방식과 마찬가지로 번체자를 사용한다.

한자는 중국 주변 국가에서 사용되면서 중국을 넘어선 국제적인 문자가 되었다. 예로부터 한자문화권 각국에서는 한자를 기초로 한 한자 어휘를 대량으로 사용하였는데, 인명·지명을 포함한 고유명사는 모두 각자의 언어에 따라 한자 고대 음운규칙에 따른 정확한 대역음을 이용하여 번역하였다. 이러한 대역음이 바로 한한음/조한음(韓漢音/朝漢音), 한화음(漢和音), 한월음(漢越音)이다. 한자 문화권의 언어 간에 한자를 통해 독음을 변환하는 번역 방법이 바로 '형역'(形譯, Morpho-Translation)이며 '전자'(轉字, Hanja-Transliteration)라고도 하는데, 현대 중국어의 발음대로 순음역(純音譯, Pure Transliteration Phoneme)을 하지는 않았다. 이런 한자문화권의 독특한 한자를 기초로 하는 일자일음(一字一音)의 형역 방법은 지금도 이렇게 해야 하며 앞으로도 계속 이렇게 해야 할 것이다.

한자 문화권에서 각종 언어를 항상 예전과 같이 '형역(形譯)'을 사용하면 번역문을 정확하게 대응시킬 수 있다. 이렇게 하면 고대와 현대 번역의 표준화, 통일성 및 일관성을 이룰 수 있으며, 이를 통해

해당 국가의 사람들이 고유 명사를 포함한 한자의 의미를 더 잘 이해할 수 있고, 한자 문화권의 다른 언어가 중국어와 점차 동화되는 것을 피할 수 있다. 이는 한자 문화권에서 언어 번역의 만고불변(萬古不變)의 원칙이며, 한자 문화권 각국의 어휘를 서로 번역하는 기교성(奇巧性)과 미묘성(微妙性)을 나타낸다. 그렇지 않으면 번역에 혼란을 초래할 수 있어 한우충동(汗牛充棟)의 참고서(參考書)가 필요하게 될 것이다.

한국 경성(慶星)대학의 한국한자연구소와 중국 정주(鄭州)대학의 중화한자문명연구센터의 전문가들이 공동으로 편찬한 이 사전은 한자 연구의 국제 협력 증진에 큰 힘이 될 것이며, 한국에서 먼저 출판되고 앞으로 중국 및 기타 지역에서 순차적으로 출판할 계획을 갖고 있다. 이 사전이 폭넓은 독자층, 특히 한자 문화권의 각종 언어 수준 시험에 참가한 독자들 및 한자 연구자들에게 도움을 주어 그들에게 없어서는 안 될 도구서가 되어 좋은 성과를 거두기를 바란다.

이러한 사전은 세계 각국에서 거의 출판된 적이 없는 처음으로 시도되는 공동 작업이라 미흡한 점이 많을 것이다. 또한 "실용"이라는 제목에서처럼 엄격한 사전의 형식을 지킨 것이 아니라 "한자문화권의 한자 대역"이라는 목적과 "이들 문화권의 사용자 편의"를 적극 반영하여 올림자 선정 등에서 느슨한 형태의 사전임도 함께 밝혀둔다. 이 조그만 성과에 대한 독자들의 귀중한 의견을 진심으로 기다리며, 독자 여러분의 거침없는 비평이 사전의 내용을 더욱 완벽하게 발전시키는 데 도움이 될 것이며, 이를 적극 반영하여 지속적으로 내용을 증보해 갈 것임을 약속드린다.

"실용" 한자어 5개 국어 대조 사전 편집팀

2025년 3월 20일

Preface

Chinese characters have been transmitted to neighboring countries of China since ancient times, forming the Chinese character cultural sphere. The languages of this cultural sphere are as follows:

Korean language in Korea
Standard Chinese(Putonghua/Mandarin) and its dialects in China
Japanese language in Japan
Vietnamese language in Vietnam(formerly: Yuenanese language＝越南語)
Huayu(華語＝Chinese) in Singapore
Native languages used by immigrants from the Chinese character cultural sphere scattered around the world

Among these languages, Chinese, Huayu, and Japanese still use Chinese characters, but Korean and Vietnamese, which used Chinese characters in the past, now primarily use their own writing systems. Of course, South Korea still uses Chinese characters to a limited extent. For example, resident registration cards still display names in both Hangul and Chinese characters simultaneously, and Chinese characters are also used to distinguish homonyms in academic papers, specialized books, some legal terminology, and Korean dictionaries. Vietnam completely adopted its national writing system using Latin alphabetic spelling in 1945, abandoning Chinese characters and Chữ Nôm(喃字＝Chữ Nôm), which was created based on the Six Principles of Chinese character formation. However, traces of Chinese characters and Chữ Nôm can still be seen in cultural historical sites and ancestral shrines.

Currently, China and Singapore use simplified characters, while Japan uses traditional characters as a base but also employs some Japanese-style abbreviated characters. Taiwan, Hong Kong, and Macau in China use traditional characters, just as Korea and Vietnam did in ancient times.

Chinese characters became an international writing system as they were used in countries surrounding China. From ancient times, each country in the Chinese character cultural sphere used a large number of Chinese character vocabulary based on Chinese characters. Proper nouns, including personal names and place names, were all translated using exact corresponding sounds according to the ancient phonological rules of Chinese characters in accordance with their respective languages. These corresponding sounds are precisely the Korean-Chinese sounds(韓漢音/朝漢音), Japanese-Chinese sounds(漢和音), and Vietnamese-Chinese sounds(漢越音). The translation method of converting sounds between languages in the Chinese character cultural sphere through Chinese characters is called "morpho-translation"(形譯) or "Hanja-transliteration"(轉

字), but it did not follow pure phonetic transliteration(純音譯) according to modern Chinese pronunciation. This unique method of morpho-translation in the Chinese character cultural sphere, based on the principle of one character one sound, should continue to be used this way now and in the future.

If the traditional morpho-translation method is consistently used for various languages in the Chinese character cultural sphere, translated texts can be accurately matched. This enables standardization, uniformity, and consistency between ancient and modern translations, allowing people in the respective countries to better understand the meanings of Chinese characters, including proper nouns, and preventing the gradual assimilation of other languages in the Chinese character cultural sphere with Chinese. This is an unchanging principle of language translation in the Chinese character cultural sphere, demonstrating the ingenuity and subtlety of translating vocabulary between countries in this sphere. Otherwise, confusion in translation could arise, necessitating an overwhelming number of reference books.

This dictionary, jointly compiled by experts from the Center for the Study for Chinese Characters in Korea(CSCCK) at Kyungsung University in Korea and the Center for Chinese Character Civilization Research at Zhengzhou University in China, will greatly contribute to promoting international cooperation in Chinese character research. It is planned to be published first in Korea, with subsequent publications scheduled for China and other regions. We hope this dictionary will serve as an indispensable reference tool for a wide readership, particularly for readers participating in various language proficiency examinations within the Chinese character cultural sphere and Chinese character researchers, achieving favorable results.

Such a dictionary has rarely been published anywhere in the world, representing a pioneering collaborative endeavor that will inevitably have many shortcomings. Furthermore, as indicated by the title "Practical," this dictionary does not strictly adhere to the formal structure of traditional dictionaries, but rather actively reflects the purpose of "Chinese character translation within the Chinese character cultural sphere" and "user convenience for those in these cultural regions," adopting a more flexible dictionary format in areas such as headword selection, which we hereby clarify. We sincerely await readers' valuable opinions on this modest achievement, and readers' candid criticism will help further perfect the dictionary's content. We promise to actively incorporate such feedback and continuously expand and improve the dictionary's content.

The Editorial Team of the "Practical" Chinese Character 5-Language Comparative Dictionary

March 20, 2025

前言

漢字自古以來傳播到中國的鄰國，形成了漢字文化圈。漢字文化圈的語言如下：

韓國的韓國語
中國的標準語（普通話，即國語）及其方言
日本的日本語
越南的越南語（舊稱：越南語）
新加坡的華語（即中文）
世界各地散居的漢字文化圈移民所使用的母語

在這些語言中，中文、華語和日語仍然使用漢字，但我們的韓語和越南語過去使用漢字，現在則主要使用本國文字。當然，現在的大韓民國仍然在有限範圍內使用漢字。例如，居民登記證仍然同時用韓文和漢字顯示相應的名字，學術論文、專業書籍以及部分法律術語和國語辭典等也使用漢字區分同音異義詞。越南在1945年全面採用拉丁字母拼寫的國語字，不再使用漢字和根據六書原理創造的喃字（Chữ Nôm），但在文化歷史遺跡和祖先祠堂仍然可以看到漢字和喃字的痕跡。目前，中國、新加坡使用簡體字（簡化字），日本以繁體字爲基礎，但同時使用一些日式簡體字。中國的台灣、香港、澳門使用繁體字，就像韓國和越南在古代使用的方式一樣。

漢字在中國周邊國家使用時成爲國際文字。自古以來，漢字文化圈各國大量使用以漢字爲基礎的漢字詞彙，包括人名、地名在內的專有名詞，都根據各自的語言，利用漢字古代音韻規則下的準確對應音進行翻譯。這些對應音正是韓漢音/朝漢音、漢和音、漢越音。漢字文化圈的語言之間通過漢字轉換音的翻譯方法就是「形譯」，也稱爲「轉字」，而不是按照現代中文發音進行純音譯。漢字文化圈這種獨特的以漢字爲基礎的一字一音形譯方法，現在仍應如此，未來也應當繼續如此。

在漢字文化圈中，如果各種語言一直像以前一樣使用形譯，就能夠準確對應翻譯文本。這樣可以實現古代和現代翻譯的標準化、統一性和一致性，使相關國家的人們能夠更好地理解包括專有名詞在內的漢字意義，並避免漢字文化圈的其他語言逐漸與中文同化。這是漢字文化圈中語言翻譯的萬古不變原則，體現了漢字文化圈各國詞彙相互翻譯的奇巧性和微妙性。否則，可能會導致翻譯混亂，需要汗牛充棟的參考書。

韓國慶星大學韓國漢字研究所與中國鄭州大學中華漢字文明研究中心的專家們聯合編撰的這部詞典，將极大地促進漢字研究的國際合作，計划首先在韓國出版，今后將在中國及其他地區陸續出版。我們希望這部詞典能够爲廣大讀者，特別是參加漢字文化圈各類語言水平考試的讀者以及漢字研究者提供帮助，成爲他們不可或缺的工具書，取得良好成效。

這樣的詞典在世界各國幾乎從未出版過，是首次嘗試的合作項目，必然存在諸多不足之處。此外，正如"實用"這一標題所示，本詞典并未嚴格遵循傳統詞典的編撰格式，而是積极体現"漢字文化圈的漢字對譯"這一目的和"便于這些文化圈使用者使用"的理念，在詞條選擇等方面采用了較爲灵活的編撰形式，特此說明。我們眞誠期待讀者們對這一微薄成果提出宝貴意見，讀者們的坦率批評將有助于詞典內容的進一步完善，我們承諾將積极采納這些意見，持續充實和改進詞典內容。

"實用"漢字語五國語言對照辭典編輯組

2025年3月20日

はじめに

　漢字は古代から中國の隣國に伝わり、漢字文化圏を形成してきました。漢字文化圏の言語は以下の通りです。

　　韓國の韓國語
　　中國の標準語（普通話＝マンダリン）とその方言
　　日本の日本語
　　ベトナムのベトナム語（旧：越南語）
　　シンガポールの華語（中國語）
　　世界各地に散らばる漢字文化圏からの移民が使用する母國語

　これらの言語のうち、中國語、華語、日本語は依然として漢字を使用していますが、韓國語とベトナム語は過去には漢字を使用していたものの、現在は主に自國の文字を使用しています。もちろん、現在の大韓民國では依然として限られた範囲で漢字を使用しています。例えば、住民登録証ではハングルと漢字で該当する名前を同時に表示し、學術論文や專門書籍および一部の法律用語や國語辞典などでも漢字で同音異義語を區別しています。ベトナムは1945年に漢字と六書の原理に基づいて作られた喃字（チュノム＝Chữ Nôm）を使用せず、ラテンアルファベット綴りの國語文字を全面的に使用するようになりましたが、文化史跡や祖先の祠堂では依然として漢字と喃字の痕跡を見ることができます。

　現在、中國、シンガポールは簡体字（簡化字）を使用しており、日本は繁体字を基本としながらも一部日本式の略字を併用しています。中國の台湾、香港、マカオは韓國とベトナムが古代に使用していた方式と同様に繁体字を使用しています。

　漢字は中國周辺國で使用されることで國際的な文字となりました。古くから漢字文化圏の各國では漢字を基礎とした漢字語彙を大量に使用しましたが、人名・地名を含む固有名詞はすべて各自の言語に從って漢字古代音韻規則による正確な對応音を用いて翻譯しました。このような對応音がまさに韓漢音/朝漢音、漢和音、漢越音です。漢字文化圏の言語間で漢字を通じて音を変換する翻譯方法が「形譯」（Morpho-Translation）であり、「轉字」（Hanja-Transliteration）とも呼ばれますが、現代中國語の發音通りの純音譯（Pure Transliteration Phoneme）ではありませんでした。このような漢字文化圏の獨特な漢字を基礎とする一字一音の形譯方法は今もこのようにすべきであり、今後も繼續してこのようにすべきでしょう。

　漢字文化圏で各種言語を常に昔のように形譯を使用すれば、翻譯文を正確に對応させることができます。こうすることで古代と現代の翻譯の標準化、統一性および一貫性を達成でき、これを通じて該当國の人々が固有名詞を含む漢字の意味をより良く理解でき、漢字文化圏の他の言語が中國語と徐々に同化するのを避けることができます。これは漢字文化圏における言語翻譯の万古不変の原則であり、漢字文化圏各國の語彙を互いに翻譯する奇巧性と微妙性を表しています。そうでなければ翻譯に混亂をきたす可能性があり、汗牛充棟の參考書が必要になるでしょう。

　韓國慶星大學韓國漢字研究所と中國鄭州大學中華漢字文明研究センターの專門家らが共同で編纂したこの辭典は、漢字研究の國際協力促進に大きく寄与するものであり、韓國で先行出版された後、中國およびその他の地域で順次出版する計畫を有している。この辭典が幅廣い讀者層、特に漢字文化圏の各種言語レベル試驗に参加する讀者および漢字研究者にとって有益となり、彼らにとって欠くことのできない工具書として良好な成果を収めることを期待している。

　このような辭典は世界各國でほとんど出版されたことのない初の試みとなる共同作業であるため、不備な点が多々あることと思われる。また、「實用」という題名が示すように、嚴格な辭典の形式を保持したものではなく、「漢字文化圏の漢字對譯」という目的と「これらの文化圏の使用者の利便性」を積極的に反映し、見出し字選定などにおいて柔軟な形態の辭典であることも併せて明記しておく。このささやかな成果に對する讀者諸氏の貴重なご意見を心よりお待ちしており、讀者の皆様の率直な批評が辭典の內容をより完璧に發展させるのに役立つものであり、これを積極的に反映して継續的に內容を增補していくことをお約束する。

「實用」漢字語5カ國語對照辭典編集チーム
2025年3月20日

Chữ Hán đã được truyền từ thời cổ đại đến các quốc gia láng giềng của Trung Quốc, hình thành nên khu vực văn hóa chữ Hán. Các ngôn ngữ thuộc khu vực văn hóa chữ Hán như sau:

Tiếng Hàn Quốc ở Hàn Quốc

Tiếng phổ thông(Putonghua, tiếng Quan Thoại) và các phương ngữ của nó ở Trung Quốc

Tiếng Nhật ở Nhật Bản

Tiếng Việt ở Việt Nam(trước đây gọi là: Việt Nam ngữ=越南語)

Tiếng Hoa(華語=tiếng Trung) ở Singapore

Tiếng mẹ đẻ được sử dụng bởi người di cư từ khu vực văn hóa chữ Hán sống rải rác khắp thế giới

Trong số các ngôn ngữ này, tiếng Trung, tiếng Hoa và tiếng Nhật vẫn sử dụng chữ Hán, nhưng tiếng Hàn và tiếng Việt của chúng ta, từng sử dụng chữ Hán trong quá khứ, hiện nay chủ yếu sử dụng chữ viết của quốc gia mình. Tất nhiên, Đại Hàn Dân Quốc hiện vẫn sử dụng chữ Hán trong phạm vi hạn chế. Ví dụ, trên thẻ đăng ký cư trú vẫn hiển thị tên bằng cả chữ Hàn và chữ Hán cùng lúc, và chữ Hán cũng được sử dụng để phân biệt từ đồng âm khác nghĩa trong các bài báo học thuật, sách chuyên ngành và một số thuật ngữ pháp lý và từ điển tiếng Hàn. Việt Nam đã áp dụng hoàn toàn hệ thống chữ viết quốc gia sử dụng chữ cái La-tinh vào năm 1945, không còn sử dụng chữ Hán và chữ Nôm(喃字=Chữ Nôm), được tạo ra dựa trên nguyên lý Lục thư. Tuy nhiên, dấu vết của chữ Hán và chữ Nôm vẫn có thể thấy tại các di tích lịch sử văn hóa và đền thờ tổ tiên.

Hiện tại, Trung Quốc và Singapore sử dụng chữ Hán giản thể(giản hóa tự), trong khi Nhật Bản sử dụng chữ Hán phồn thể làm nền tảng nhưng cũng sử dụng một số chữ viết tắt kiểu Nhật. Đài Loan, Hồng Kông và Ma Cao ở Trung Quốc sử dụng chữ Hán phồn thể, giống như cách Hàn Quốc và Việt Nam đã sử dụng trong thời cổ đại.

Chữ Hán đã trở thành hệ thống chữ viết quốc tế khi được sử dụng ở các quốc gia xung quanh Trung Quốc. Từ thời xưa, mỗi quốc gia trong khu vực văn hóa chữ Hán đã sử dụng số lượng lớn từ vựng chữ Hán dựa trên chữ Hán. Danh từ riêng, bao gồm tên người và địa danh, đều được dịch bằng cách sử dụng âm đối ứng chính xác theo quy tắc âm vận cổ đại của chữ Hán phù hợp với ngôn ngữ riêng của họ. Những âm đối ứng này chính là âm Hán-Hàn(韓漢音/朝漢音), âm Hán-Nhật(漢和音),

và âm Hán-Việt(漢越音). Phương pháp dịch thuật chuyển đổi âm giữa các ngôn ngữ trong khu vực văn hóa chữ Hán thông qua chữ Hán được gọi là "hình dịch"(形譯, Morpho-Translation) hoặc "chuyển tự Hán"(轉字, Hanja-Transliteration), nhưng không theo phiên âm thuần túy(純音譯, Pure Transliteration Phoneme) theo cách phát âm tiếng Trung hiện đại. Phương pháp hình dịch độc đáo này trong khu vực văn hóa chữ Hán, dựa trên nguyên tắc một chữ một âm, nên tiếp tục được sử dụng như vậy hiện nay và trong tương lai.

Nếu phương pháp hình dịch truyền thống được sử dụng một cách nhất quán cho các ngôn ngữ khác nhau trong khu vực văn hóa chữ Hán, các văn bản dịch có thể được đối chiếu chính xác. Điều này cho phép tiêu chuẩn hóa, thống nhất và nhất quán giữa các bản dịch cổ đại và hiện đại, giúp người dân ở các quốc gia tương ứng hiểu rõ hơn ý nghĩa của chữ Hán, bao gồm cả danh từ riêng, và ngăn chặn sự đồng hóa dần dần của các ngôn ngữ khác trong khu vực văn hóa chữ Hán với tiếng Trung. Đây là nguyên tắc bất biến trong dịch thuật ngôn ngữ trong khu vực văn hóa chữ Hán, thể hiện sự khéo léo và tinh tế của việc dịch từ vựng giữa các quốc gia trong khu vực này. Nếu không, có thể gây ra nhầm lẫn trong dịch thuật, đòi hỏi một số lượng lớn sách tham khảo.

Cuốn từ điển này được biên soạn chung bởi các chuyên gia từ Viện Nghiên cứu Hán tự Hàn Quốc thuộc Đại học Kyungsung (Hàn Quốc) và Trung tâm Nghiên cứu Văn minh Hán tự Trung Hoa thuộc Đại học Trịnh Châu (Trung Quốc), sẽ có tác dụng to lớn trong việc thúc đẩy hợp tác quốc tế trong nghiên cứu Hán tự. Cuốn từ điển sẽ được xuất bản đầu tiên tại Hàn Quốc và có kế hoạch xuất bản tuần tự tại Trung Quốc cũng như các khu vực khác trong tương lai. Chúng tôi hy vọng rằng cuốn từ điển này sẽ hữu ích cho tầng lớp độc giả rộng rãi, đặc biệt là những độc giả tham gia các kỳ thi trình độ ngôn ngữ trong vùng văn hóa Hán tự và các nhà nghiên cứu Hán tự, trở thành công cụ tham khảo không thể thiếu đối với họ và đạt được những thành quả tốt đẹp.

Loại từ điển như thế này hầu như chưa từng được xuất bản ở các nước trên thế giới, đây là công việc hợp tác được thử nghiệm lần đầu tiên nên chắc chắn sẽ có nhiều điểm thiếu sót. Đồng thời, như tiêu đề "Thực dụng" thể hiện, từ điển này không tuân thủ nghiêm ngặt format của từ điển truyền thống mà tích cực phản ánh mục đích "đối dịch Hán tự trong vùng văn hóa Hán tự" và "sự tiện lợi cho người sử dụng trong các vùng văn hóa này", áp dụng hình thức từ điển linh hoạt trong việc lựa chọn từ mục, điều này cũng xin được làm rõ. Chúng tôi chân thành mong đợi những ý kiến quý báu của độc giả đối với thành quả nhỏ bé này, những phê bình thẳng thắn của quý độc giả sẽ giúp phát triển nội dung từ điển ngày càng hoàn thiện hơn, và chúng tôi cam kết sẽ tích cực phản ánh điều này để liên tục bổ sung nội dung.

Ban biên tập Từ điển Đối chiếu 5 Ngôn ngữ Chữ Hán "Thực dụng"

Ngày 20 tháng 3 năm 2025

일러두기

1. 사전 본문

- 본 사전은 한국어 표제어를 기점으로 하여, 이에 대응하는 중국어, 일본어, 베트남어의 한자어를 대조하여 수록하였다. 만약 해당 언어에서 한자어가 사용되지 않을 경우에는 그 언어의 고유어로 제시하였다.
- 사전 본문의 각 표제어 항목은 다음과 같다: 한국어 표제어와 한자 표기, 중국어 한자 표기와 병음, 일본어 표제어와 가나 표기, 베트남어의 한자/쯔놈 표기와 베트남어 로마자 표기, 그리고 영어 뜻풀이이다. 자세한 사항은 [표1]과 같다.

[표1] 표제어 항목의 기호 설명

기호	한국어 설명	中文说明	English Description
[ ]	한국식 한자어	韓國式漢字寫法	Korean Hanja Word Writing
[－]	한자 없는 한국 고유어	無漢字韓語固有詞	No Hanja Korean Vernacular Word
( )	중국 한자어	中國式漢字寫法	Chinese Hanzi Word Writing
)~<	중국 표준어 주음	漢語拼音注音	Notation of Chinese Pinyin
< >	일본식 한자어	日本式漢字寫法	Japanese Kanji Word Writing
>~{	일본 가나(假名) 주음	日本假名注音	Japanese Kana Notation
{ }	베트남식 한자 쯔놈	越南式漢喃字寫法	Vietnamese Chu Han Nom Word Writing
◇	베트남어와 영어 간의 구분 기호	越南語和英語分隔符	Vietnamese and English separator
|	뜻은 같으나 다른 쓰기의 구분 기호	意思相同寫法不同區分符	Separator with same meaning and different ways of writing
;	다른 의미의 구분 기호	不同意思的分隔符	Separators with different meanings

2. 각 언어별 표기 설명

- 본 사전은 한국어, 중국어, 일본어, 베트남 등 4종 언어에서 사용되는 주요 어휘를 한자어 중심으로 대역하고 영어를 첨가한 "5개 국어 한자어 대조사전"이다. 이 사전에서 사용된 주요 내용을 요약하면 다음과 같다

1. 한국어 표제어

- 모든 단어의 한국어 표현은 한국 측 편찬 팀의 책임 하에 세심한 선택을 거쳤다. 절대다수는 한자어
  이나 다음과 같이 소수의 고유어 또는 한자어와 고유어의 혼합어도 포함되었다.

감 [─] (柿子) shìzi <柿> かき {果蓏} quả hồng ◇ persimmon

빨간 색 [빨간 色] (大紅色) dàhóng sè <眞っ赤> まっか {籲湛} đỏ thẫm ◇ deeply red

- 한자어와 고유어가 모두 수록될 경우 다음과 같이 수록 위치를 달리 하여 배치했다.

계란 [鷄卵] [鷄蛋] jīdàn <鷄卵> けいらん {口鵶} trứng gà ◇ hen's egg

달걀 [─] [蛋] dàn <卵> たまご {口} trứng ◇ egg

2. 한국어 한자어

- 한국어 한자어는 다음과 같이 [ ]에 넣어 두었다.

의지 [依持] (依靠)

의지 [意志] (意志)

- 한국어 고유어는 [─]로 표시되어 한자 표기법이 없음을 나타냈다. 예를 들면 다음과 같다.

동생 [─] (弟妹)

- 해당 단어가 서양 외래어일 때, 다음과 같이 원문을 [ ]에 넣어 두었다.

헬리콥터 [helicopter]

- 고유어와 한자어의 혼용일 경우 다음과 같이 쓴다.

민속놀이 [民俗놀이]

- 고유어와 외래어의 혼용일 경우 다음과 같이 쓴다.

가죽재킷 [가죽jacket]

- 한자어와 외래어의 혼용일 경우 다음과 같이 쓴다.

냉각수탱크 [冷却水tank]

- 한자어가 아닌 표제어가 영어일 때는 어원을 표시하지 않으며, 기타 외국어는 위첨자(superscript) 로
  해당 어원을 표시한다.

(i) [프] 프랑스어:

고무 [gomme[프]] (橡皮)

(ii) [포] 포르투갈어:

빵 [pão[포]] (包子)

(iii) [일] 일본어:

가나 [かな[일]] (假名)

(iv) [튀] 튀르키예:

튀르키예 [Türkiye[튀]] (土耳其)

- 한자어 표기 한자는 일률적으로 다음처럼 한국에서 사용하는 한자로 표기했다.

한국어 한자	중국어, 일본어 한자
爲/眞/青/淸/絕/椶/巖	為/真/青/清/絶/棕/岩

- 일부 한국어의 한자어가 다른 표기법을 갑고 있을 때는 다음과 같이 기호로 구분한다.

　　발분망식 [發憤忘食|發奮忘食]

　　난간 [欄干|欄杆]

　　영수 [領收|領受]

　- 한글 자모표는 [부록 1]을 참조하면 된다.

3. 중국어

- 중국 대륙의 간화자(간체자)를 사용한다.

4. 한어 병음

- 중국에서 공식적으로 발표한 "한어병음 자모표"를 채택하여 한자어 다음에 병기했다. 한어 병음표는 [부록 2]를 참조하면 된다.

- 한어병음은 단지 주음 도구일 뿐 서면 언어가 아니기 때문에 다음과 같이 모두 소문자를 사용했다.

　　(韓國) hánguó

　　(中國) zhōngguó

- 한어병음은 단어에 따라 띄어쓰기를 하지만, 띄어쓰기 방법이 모두 동일한 것은 아니다.

　　(双方) shuāngfāng

　　(双子叶) shuāng zǐyè

5. 일본어

- 일본어는 한자와 가나(假名)을 혼용하여 쓴 경우, 다음처럼 그 원래의 한자 표기법을 존중했다.

　　각기 [各其] (各自) gèzì <其れ其れ> それそれ…

- 일본어 단어에서 두 가지 이상의 표기법이 존재할 경우 다음처럼 '|'로 구분하여 표기했다.

　　<瓦斯|ガス> gas

　　<棋譜|碁譜> きふ

　　<車兩|車輌|車輛> しゃりょう

- 일본어에 여러 가지 번역이 존재할 경우, 다음처럼 ';'로 구분했다.

　　<零; ゼロ> れい; zero

6. 일본어 주음

- 일본어의 주음은 다음과 같이 가나(假名)로 주음할 수도 있고, 로마자(羅馬字)로 주음할 수도 있다.

　　<對等> たいとう(taitō)

　　<氷河地形> ひょうがちけい(hyōgacikei)

- 일본어 로마자(羅馬字)표는 [부록 3]을 참조하면 된다.

7. 베트남 한자 쯔놈

- 과거에는 어떤 베트남어 음절에 상관없이 한자나 쯔놈 또는 한자와 쯔놈의 혼합 형식으로 쓸 수 있었다. 이 글자들은 규범화된 적이 없고, 보통 한 글자에 여러 가지 표기가 존재한다.
- 베트남어의 표제어가 단음절어로 번역될 때 일부는 여러 가지의 쯔놈이 존재하는데. 이들 글자에 대해서는 다음처럼 구분 부호 없이 나열했다.

　　붉다 [一] (紅的) hóng de ＜赤い＞ あかい {蘥寬荃蘥纝赭燩覦蠹} đỏ ◇ red

- 베트남 표제어가 다음절어로 번역될 때 존재하는 여러 가지의 쯔놈은 다음과 같이 '|' 부호를 사용하여 구분했다.

　　빨개지다 [一] (臉紅) liǎnhóng ＜赤らめる＞ あからめる {蘥秞|寬秞|荃秞|蘥秞|纝秞|赭秞|燩秞|覦秞|蠹秞} đỏ mặt ◇ blush

- 베트남 표제어에 여러 가지 대역어가 있을 때 다음처럼 ';'로 구분했다.

　　사지 [沙紙|砂紙] (沙紙) shā zhǐ ＜サンドペーパー＞ sandpaper {織搭; 緒釜} giấy ráp; giấy nhám ◇ sandpaper
　　낙담 [落膽] (气馁) qì'něi ＜落胆＞ らくたん {儺悉; 懺儺|懭儺} nản lòng; chán nản ◇ depressed; discouraged

- 쯔놈 한자는 국어자(꾸옥응으, Quốc ngữ) 앞에 배치했다.

　　{燈口|畑炸} đèn pin ◇ flashlight

- 현대 베트남어는 이전의 쯔놈을 다음과 같은 세 가지 형식으로 표기할 수 있다.

　　(i) 전체를 한자로 쓴 경우:
　　수사 [數詞] …{數詞} số từ
　　인도주의 [人道主義] … {主義人道} chủ nghĩa nhân đạo
　　(ii) 전체를 쯔놈으로 쓴 경우:
　　일단 [一旦] … {爻路|爻額|爻殆} một lần
　　구월 [九月] … {腩尨} tháng Chín
　　(iii) 한자와 쯔놈을 혼합한 경우:
　　야외활동 [野外活動] … {活動開盃} hoạt động ngoài trời
　　한국어 [韓國語] … {啫韓國} tiếng Hàn Quốc

8. 베트남어 국어자(꾸옥응으, Quốc ngữ)

- 베트남어 국어자는 현대 베트남어 라틴 알파벳으로 표기된 베트남어 어휘이다. 베트남 자모표는 [부록 4]를 참조하면 된다.
- /-i/로 끝나는 베트남어 알파벳은 때때로 /-y/로 표기되기도 하고, 같은 상황도 있는데, 모두 습관적인 표기 형식을 사용한다.

9. 영어 뜻풀이

영어 뜻풀이는 베트남 국어자 뒤에 '◇'로 구분하여 표제어의 기본적인 의미를 나타냈다.

4. 부록

"부록"에서는 한자 문화권의 네 가지 언어(중국어, 한국어, 일본어, 베트남어)의 라틴 문자 표기법을
소개하여 독자들이 각 언어의 한자어 발음을 정확히 익힐 수 있도록 했다.

[부록 1] 가나다순 및 한글 자모의 병음(가나다順及韓文字母拼寫, 가나다 Sorting and Korean Latin
　　Transliteration)
[부록 2] 한어 병음(漢語拼音, Chinese Pinyin)
[부록 3] 오십음도(五十音圖) 및 일본 로마자(羅馬字) 표기(五十音圖及日文拉丁拼寫, Japanese Syllabary
　　Table and Romaji)
[부록 4] 베트남어 자모표(越南語字母表, Vietnamese Alphabet)

02

본문

ㄱ g

가가대소 [呵呵大笑] (呵呵大笑) hēhē dàxiào <呵呵大笑> かかたいしょう {嘆爽快} cười sảng khoái ◊ laughing a ringing laugh; having a hearty laugh

가각 [苛刻] (苛刻) kēkè <こっ酷い> こっぴどい {苛刻} hà khắc ◊ harsh

가각 [街角] (街角) jiējiǎo <街角> まちかど {船庸} góc phố ◊ street corner

가감법 [加減法] (加减法) jiā jiǎnfǎ <加減法> かげんほう {加減法} gia giảm pháp ◊ addition and subtraction

가격 [價格] (价格) jiàgé <価格> かかく {價錢} giá tiền ◊ price

가격조정 [價格調整] (价格调整) jiàgé tiáozhěng <価格調整> かかくちょうせい {調整價} điều chỉnh giá ◊ price adjustment

가격표 [價格表] (价格表) jiàgé biǎo <価格表> かかくひょう {表價} biểu giá ◊ price list

가결 [可決] (可决) kě jué <可決> かけつ {可決} khả quyết ◊ determinable

가경지 [可耕地] (可耕地) kěgēngdì <可耕地> かこうち {塿疇體耕作} đất có thể canh tác ◊ arable land

가계 [家計] (家计) jiā jì <家計> かけい {家計} gia kế ◊ household

가곡 [歌曲] (歌曲) gēqǔ <歌曲> かきょく {歌曲} ca khúc ◊ song

가곡집 [歌曲集] (歌曲集) gēqǔ jí <歌曲集> かきょくしゅう {冊排喀} sách bài hát ◊ songbook

가공 [加工] (加工) jiāgōng <加工> かこう {加工} gia công ◊ processing

가공비 [加工費] (加工费) jiāgōng fèi <加工費> かこうひ {加工費} gia công phí ◊ processing fee

가공선 [架空線] (架空线) jiàkōng xiàn <架空線> かくうせん {架空線} giá không tuyến ◊ overhead wires

가공지 [加工紙] (加工纸) jiāgōng zhǐ <加工紙> かこうし {縛唵加工} giấy đã gia công ◊ processed paper

가공품 [加工品] (加工品) jiāgōng pǐn <加工品> かこうひん {加工品} gia công phẩm ◊ processed products

가관측성 [可觀測性] (可观测性) kěguān cè xìng <可觀測性> かかんそくせい {可能觀察} khả năng quan sát ◊ observability

가교 [架橋] (架桥) jiàqiáo <橋を架ける> はしをかける {搬橋} nối cầu ◊ bridge construction

가구 [家具|傢俱] (家具) jiājù <家具> かぐ {椎內室} đồ nội thất ◊ furniture

가구점 [家具店] (家具店) jiājù diàn <家具屋> かぐや {鞄眈椎內室} cửa hàng đồ nội thất ◊ furniture store

가극 [歌劇] (歌剧) gējù <歌劇> かげき {歌劇} ca kịch ◊ opera

가극단 [歌劇團] (歌剧团) gējù tuán <歌劇団> かげきだん {團歌劇} đoàn ca kịch ◊ opera troupe

가금 [家禽] (家禽) jiāqín <家禽> かきん {家禽} gia cầm ◊ poultry

가금농장 [家禽農場] (养鸡场) yǎngjīchǎng <養鶏場> ようけいじょう {莊寨家禽} trang trại gia cầm ◊ poultry farm

가깝다 [一] (近) jìn <近く> ちかく {貼昕} gần ◊ near

가끔 [一] (偶尔) ǒu'ěr <偶に> たまに {嘯倜} thỉnh thoảng ◊ occasionally

가나 [かな^일] (假名) jiǎmíng <仮名> かな {假名} giả danh ◊ kana

가난한 사람 [一] (穷人) qióngrén <窮民> きゅうみん {窮人} cùng nhân ◊ poor people

가내 [家內] (家内) jiā nèi <家內> かない {家內} gia nội ◊ one's family; my wife

가내하인 [家內下人] (家中用人) jiā zhōng yōngrén <召使い> めしつかい {家僕} gia bộc ◊ domestic servant

가는 끈 [一] (细绳) xì shéng <紐> ひも {績繩|線繩} dây thừng ◊ thin string

가능 [可能] (可能) kěnéng <可能> かのう {可能} khả năng ◊ possible

가능성 [可能性] (可能性) kěnéngxìng <可能性> かのうせい {性可能} tính khả năng ◊ possibility

가능한 한 [可能한 限] (尽可能) jìnkěnéng <出来るだけ> できるだけ {饎嬈饎醉} càng nhiều càng tốt ◊ as much as possible

가단 [歌壇] (歌坛) gētán <歌壇> かだん {歌壇} ca đàn ◊ circle of singers

가단성 [可鍛性] (可锻性) kě duàn xìng <可鍛性> かたんせい {性錙體爀锝} tính có thể rèn được ◊ forgeability

가담항설 [街談巷說] (街谈巷议) jiē tán xiàng yì <街談巷語> がいだんこうご {魃訑疍蹯庯} tin đồn trên đường phố ◊ street gossips and idle rumors; hearsay

가도 [街道] (街道) jiēdào <街道> かいどう {蹯庯} đường phố ◊ street

가도교 [架道橋] (架道桥) jiàdào qiáo <架道橋> かどうきょう {橋趬蹯鍱} cầu vượt đường sắt ◊ railroad bridges

가독성 [可讀性] (可读性) kě dòu xìng <可読性> かどくせい {性禠讀} tính dễ đọc ◊ readability

가동 [可動] (可动) kě dòng <可動> かどう {可動} khả động ◊ mobile

가동교 [可動橋] (活动桥) huódòng qiáo <可動橋> かどうきょう {橋移動} cầu di động ◊ movable bridge

가동식천장 [可動式天障] (移动天花板) yídòng tiānhuābǎn <可動式天井> かどうしきてんじょう {座移動} trần di động ◊ movable ceilings

가두 [街頭] (街头) jiētóu <街頭> がいとう {鋬疍蹯} ở trên đường ◊ at street

가득하다 [一] (迷漫) mímàn <迷漫> めいまん {迷漫} mê mạn ◊ misty; full of

가든 스타일 [garden style] (园林风格) yuánlín fēnggé <庭園樣式> ていえんようしき {風格磷壋} phong cách sân vườn ◊ garden style

가랑비 [一] (毛毛雨) máomáoyǔ <霧雨> きりさめ {霤瀆} mưa phùn ◊ drizzle

가랫노 [가랫櫓] (铁锹式划桨) tiěxiān shì huájiǎng <シャベルパドリング> shovel paddling {欄鏟} chèo xẻng ◊ shovel like paddling

가련하다 [可憐하다] (可怜) kělián <可怜> かれい {罪孼} tội nghiệp ◊ wretched

가로 [街路] (街路) jiē lù <街路> がいろ {街路} nhai lộ ◊ street road

가로 지르다 [一] (横穿) héngchuān <横切って>

よこぎって {穿過} xuyên qua ◊ across

가로눕다 [一] (横卧) héng wò <横たわる> よこたわる {哦駿} ngả lưng ◊ lie down

가로등 [街路燈] (路灯) lùdēng <街灯> がいとう {簻熺} đèn đường ◊ street light

가로수 [街路樹] (行道树) xíngdàoshù <街路樹> がいろじゅ {核鮛塓蹄} cây xanh ven đường ◊ roadside trees

가로폭 [가로幅] (横向宽度) héngxiàng kuāndù <横幅> よこはば {艒蘱} chiều rộng ◊ width

가루 [一] (细粉) xì fěn <粉> こな {粹} bột ◊ powder

가르치다 [一] (教) jiào <教える> おしえる {吪} dạy ◊ teach

가리다 [一] (遮盖) zhēgài <覆い> おおい {迭} che ◊ cover

가맹 [加盟] (加盟) jiāméng <加盟> かめい {加入} gia nhập ◊ accession

가면 [假面] (假面具) jiǎmiànjù <仮面> かめん {糆衊糆僠} mặt nạ ◊ face mask

가명 [假名] (伪名) wěi míng <偽名> ぎめい {偽名} ngụy danh ◊ false name; alias; pseudo name

가모 [假冒] (假冒) jiǎmào <仮冒> かぼう {假冒} giả mạo ◊ counterfeit; personate; fake

가무 [歌舞] (歌舞) gēwǔ <歌舞> かぶ {歌糵} ca múa ◊ singing and dancing

가무연 [歌舞宴] (歌舞宴) gēwǔ yàn <歌舞宴> かぶえん {歌舞宴} ca vũ yến ◊ singing and dancing feast

가뭄 [一] (干旱) gānhàn <旱魃> かんばつ {乾旱} can hạn ◊ drought

가미 [加味] (加味) jiā wèi <加味> かみ {加味} gia vị ◊ add flavor

가발 [假髮] (假发) jiǎfà <仮髪> かはつ {部鼉假} bộ tóc giả ◊ wig

가방 [一] (包袋) bāodài <鞄> かばん {襭} túi ◊ bag; pouch

가법 [加法] (加法) jiāfǎ <加法> かほう {加法} gia pháp ◊ addition

가법 [家法] (家法) jiā fǎ <家法> かほう {家法} gia pháp ◊ domestic discipline

가벼운 [一] (轻的) qīng de <軽い> かるい {輶�} nhẹ nhàng ◊ light

가변저항 [可變抵抗] (变阻) biàn zǔ <可变抵抗> かへんていこう {變阻} biến trở ◊ varistor

가변적 [可變的] (可变的) kěbiàn de <可变的> かへんてき {可變} khả biến ◊ variable

가보 [家寶] (家宝) jiā bǎo <家宝> かほう {家寶} gia bảo ◊ family treasure

가보 [家譜] (家谱) jiāpǔ <家譜> かふ {家譜} gia phổ ◊ genealogy

가복 [家僕] (家仆) jiā pú <家僕> かぼく {家僕} gia bộc ◊ family servant

가부 [家父] (家父) jiāfù <家父> かふ {家父} gia phụ ◊ father

가부장 [家父長] (家父长) jiāfù zhǎng <家父長> かふちょう {家長} gia trưởng ◊ parents; patriarch

가부키 [歌舞伎|かぶき일] (歌舞伎) gēwǔjì <歌舞伎> かぶき {歌舞伎} ca vũ kỹ ◊ kabuki, Japanese music drama performed by male actors wearing makeup mainly in white and red

가분 [可分] (可分) kě fēn <可分> かぶん {可分} khả phân ◊ divisible; separable

가분성 [可分性] (可分性) kě fēn xìng <可分性> かぶんせい {性可分} tính khả phân ◊ severability

가사 [歌詞] (歌词) gēcí <歌詞> かし {唖排歌} lời bài ca ◊ lyrics; words of a song

가사 [家事] (家事) jiā shì <家事> かじ {家事} gia sự ◊ housekeeping

가사 [袈裟] (袈裟) jiāshā <袈裟> けさ {袈裟} cà sa ◊ cassock

가사 [假使] (假使) jiǎshǐ <若し> もし {假使} giả sử ◊ if

가산 [家産] (家产) jiāchǎn <家産> かさん {家産} gia sản ◊ family property

가산 [假山] (假山) jiǎshān <仮山> かざん {岗假} núi giả ◊ rockery; rockwork

가상 [假想] (假想) jiǎxiǎng <仮想> かそう {假想} giả tưởng ◊ imagination

가상 [假象] (假象) jiǎxiàng <仮象> かしょう {假象} giả tượng ◊ pseudo image

가서 [家書] (家书) jiā shū <家書> かしょ {家書} gia thư ◊ letter

가석방 [假釋放] (假释) jiǎshì <仮釈放> かりしゃくほう {假釋放} giả thích phóng ◊ false release

가설 [假設] (假设) jiǎshè <仮設> かせつ {假設} giả thiết ◊ assumption; that if

가설 [假說] (假说) jiǎshuō <仮説> かせつ {假說} giả thuyết ◊ hypothesis

가성 [歌聲] (歌声) gēshēng <歌声> うたごえ {啫歌; 喠嗒} tiếng ca; giọng hát ◊ singing voice

가성 [假性] (假性) jiǎ xìng <仮性> かせい {假性} giả tính ◊ pseudoness

가성대 [假聲帶] (假声带) jiǎ shēngdài <仮声带> かせいたい {假聲帶} giả thanh đới ◊ falsetto

가성문 [假聲門] (假声门) jiǎ shēngmén <仮声門> かせいもん {假聲門} giả thanh môn ◊ false glottis

가소물 [可塑物] (可塑物) kě sù wù <可塑物> かそぶつ {可塑物} khả tố vật ◊ plastics

가소성 [可塑性] (可塑性) kěsùxìng <可塑性> かせい {性紗} tính dẻo ◊ plasticity

가속 [加速] (加速) jiāsù <加速> かそく {加速} gia tốc ◊ accelerate; hasten

가속 [家屬] (家属) jiāshǔ <家属> かぞく {家屬} gia thuộc ◊ family member

가속도 [加速度] (加速度) jiāsùdù <加速度> かそくど {加速度} gia tốc độ ◊ acceleration

가속페달 [加速 pedal] (加速踏板) jiāsù tàbǎn <アクセルペダル> accelerate pedal {盤踏增速} bàn đạp tăng tốc ◊ accelerate pedal

가속화 [加速化] (加快) jiākuài <速まる> はやまる {增速} tăng tốc ◊ expedite

가솔린 [gasoline] (汽油) qìyóu <ガソリン> gasoline {咮} xăng ◊ gasoline

가수 [歌手] (歌手) gēshǒu <歌手> かしゅ {歌士} ca sĩ ◊ singer

가수 [加數] (加数) jiā shǔ <加数> かすう {加數} gia số ◊ addend

가수 [假數] (假数) jiǎ shǔ <仮数> かすう {假數} giả số ◊ false numbers

가수 [假睡] (假睡) jiǎ shuì <仮睡> かすい {假睡} giả thụy ◊ fake sleep

가수분해 [加水分解] (水解) shuǐjiě <加水分解> かすいぶんかい {水解} thùy giải ◊ hydrolysis

가숙 [家塾] (家塾) jiā shú <家塾> かじゅく {家塾} gia thục ◊ family tutory

가스 [gas] (煤气) méiqì <瓦斯|ガス> gas {爨焌} hơi đốt ◊ gas

가슴 [－] (胸) xiōng <胸> むね {脏} ngực ◊ mind

가슴속 [－] (胸中) xiōngzhōng <胸中> きょうちゅう {蘣心智} trong tâm trí ◊ in mind

가슴이 아프다 [－] (心感觉痛) xīn gǎnjué tòng <心痛> しんつう {澈疠恼} nỗi đau buồn ◊ heartache

가슴털 [－] (胸毛) xiōng máo <胸毛> むなげ {氈脏} lông ngực ◊ chest hair

가시광선 [可視光線] (可视光线) kě shì guāngxiàn <可視光線> かしこうせん {映爝聡筧} ánh sáng nhìn thấy được ◊ visible light

가시화 [可視化] (可视化) kěshìhuà <可視化> かしか {可視化} khả thị hóa ◊ visualization

가실 [家室] (家室) jiāshì <家室> かしつ {家室} gia thất ◊ wife

가압여과기 [加壓濾過器] (加压过滤器) jiāyā guòlǜ qì <加压濾過器> かあつろかき {部綠壓率} bộ lọc áp suất ◊ pressure filter

가애하다 [可愛하다] (可爱) kě'ài <可愛> かわいい {可愛} khả ái ◊ lovely

가업 [家業] (家业) jiāyè <家業> かぎょう {家業} gia nghiệp ◊ possessions

가업계승 [家業繼承] (继承事业) jìchéng shìyè <家業継承> かぎょうけいしょう {繼業} kế nghiệp ◊ possessions succeeding

가역 [可逆] (可逆) kěnì <可逆> かぎゃく {可逆} khả nghịch ◊ reversible

가연 [可燃] (可燃) kěrán <可燃> かねん {可燃} khả nhiên ◊ combustible

가연물 [可燃物] (可燃物) kěrán wù <可燃物> かねんぶつ {可燃物} khả nhiên vật ◊ combustible

가연성 [可燃性] (可燃性) kěránxìng <可燃性> かねんせい {性褐烃} tính dễ cháy ◊ combustibility

가열기 [加熱器] (加热器) jiārè qì <加熱器> かねつき {檀夕燥} máy làm nóng ◊ heater

가열멸균 [加熱滅菌] (加热灭菌) jiārè mièjūn <加熱滅菌> かねつきめっきん {去蟲加熱} khử trùng gia nhiệt ◊ heat sterilization

가영 [歌詠] (歌咏) gēyǒng <歌詠> かえい {歌詠} ca vịnh ◊ sing and praise

가옥 [家屋] (家屋) jiāwū <家屋> かおく {㝎耷} nhà ở ◊ dwelling house

가요 [歌謠] (歌谣) gēyáo <歌謠> かよう {歌謠} ca dao ◊ song; ballad

가용 [家用] (家用) jiā yòng <家用> かよう {家用} gia dụng ◊ home-use; home application

가용 [可用] (可用) kě yòng <可用> かよう {可用} khả dụng ◊ available

가용물 [可溶物] (可溶物) kěróng wù <可溶物> かようぶつ {可溶物} khả dung vật ◊ solubles

가용성 [可溶性] (可溶性) kěróng xíng <可溶性> かようせい {性可溶} tính khả dung ◊ solubility

가용화 [可溶化] (可溶化) kěróng huá <可溶化> かようか {性和散㪺} tính hòa tan được ◊ solubilization

가운 [家運] (家运) jiā yùn <家運> かうん {家運} gia vận ◊ family luck

가운데 [一] (中) zhōng <真ん中> まんなか {正中} chính trung ◊ middle

가을 [一] (秋天) qiūtiān <秋> あき {晉秋|暴秋} mùa thu ◊ autumn

가을작물 [가을作物] (秋作物) qiū zuòwù <秋作物> あきさくもつ {核種晉秋} cây trồng mùa thu ◊ autumn harvested crops

가을추제 [가을祝祭] (庆祝秋收) qìngzhù qiūshōu <秋祭り> あきまつり {禮會晉秋} lễ hội mùa thu ◊ autumn festivals

가의 [可疑] (可疑) kěyí <可疑する> かぎする {可疑} khả nghi ◊ suspicious

가이드 [guide] (引导人) yǐndǎo rén <ガイド> guide {向引員} hướng dẫn viên ◊ guide person

가인 [歌人] (歌人) gē rén <歌人> かじん {歌人} ca nhân ◊ singer

가인 [佳人] (佳人) jiārén <佳人> かじん {佳人} giai nhân ◊ beautiful woman

가인 [家人] (家人) jiārén <家人> かじん {家人} gia nhân ◊ family member

가인재자 [佳人才子] (佳人才子) jiārén cáizǐ <佳人才子> かじんさいし {佳人才子} giai nhân tài tử ◊ talented people

가입 [加入] (加入) jiārù <加入> かにゅう {加入} gia nhập ◊ join

가작 [佳作] (佳作) jiāzuò <佳作> かさく {佳作} giai tác ◊ masterpiece

가장 [一] (最) zuì <最も> もっとも {一} nhất ◊ most

가장 [家長] (家长) jiāzhǎng <家長> かちょう {父兄} phụ huynh ◊ parents

가장 [假裝] (假装) jiǎzhuāng <仮裝> かそう {假裝} giả trang ◊ pretend; make believe

가재 [家財] (家财) jiā cái <家財> かざい {家財} gia tài ◊ family wealth

가전 [家傳] (家传) jiāchuán <家伝> かでん {家傳} gia truyền ◊ handed down from the older generations of the family

가전제품 [家電製品] (家电产品) jiā diàn chǎnpǐn <家電製品> かでんせいひん {設備家用} thiết bị gia dụng ◊ home appliances

가절 [佳節] (佳节) jiājié <佳節> かせつ {佳節} giai tiết ◊ happy festival

가정 [家庭] (家庭) jiātíng <家庭> かてい {家庭} gia đình ◊ family

가정 [家政] (家政) jiā zhèng <家政> かせい {家政} gia chính ◊ house keeping

가정 [假定] (假定) jiǎdìng <仮定> かてい {假定}

가정 [假定] (假定) jiǎ dìng <假定> かてい {假定}
giả định ◊ assume

가정교육 [家庭敎育] (家教) jiā jiào <家庭敎育>
かていきょういく {敎育家庭} giáo dục gia đình
◊ family education

가정극 [家庭劇] (家庭剧) jiātíng jù <家庭劇> か
ていげき {家庭劇} gia đình kịch ◊ family drama

가정부 [家政婦] (家庭妇女) jiātíng fùnǚ <家政婦>
かせいふ {婆管家} bà quản gia ◊ housekeeper

가정상비약 [家庭常備藥] (家庭常备药) jiātíng
cháng bèi yào <家庭常備藥> かていじょうびや
く {藥家用常} thuốc gia dụng thường ◊
household medicines

가정식 요리 [家庭式料理] (家常便饭) jiācháng
biànfàn <家庭式料理> かていしきりょうり
{飰飯常朝} bữa ăn thường ngày ◊ home-cooked
meals

가정오수 [家庭汚水] (家庭污水) jiātíng wūshuǐ <
家庭汚水> かていおすい {渃汰生活} nước
thải sinh hoạt ◊ domestic sewage wastewater

가정용품 [家庭用品] (家居用品) jiā jū yòngpǐn <
家庭用品> かていようひん {貹貨家品} hàng
hóa gia dụng ◊ household products

가정주부 [家庭主婦] (家庭主妇) jiātíng zhǔfù <家
庭主婦> かていしゅふ {內助姤} nội trợ nhà ◊
housewife

가정학 [家政學] (家政学) jiāzhèngxué <家政学>
かせいがく {家政學} gia chính học ◊ home
economics

가제 [歌題] (歌题) gē tí <歌題> かだい {歌題}
ca đề ◊ song title

가제 [家祭] (家祭) jiā zhài <家祭> いえまつり
{家祭} gia tế ◊ offer sacrifice in a family

가제 [假題] (临时标题) línshí biāotí <仮題> かだ
い {標題暫時} tiêu đề tạm thời ◊ tentative title

가조시간 [可照時間] (可照时数) kě zhào shí shǔ <
可照時間> かしょうじかん {晛照曤} giờ chiếu
nắng ◊ duration of possible sunshine

가족 [家族] (家族) jiāzú <家族> かぞく {家族}
gia tộc ◊ clan

가죽재킷 [가죽 jacket] (皮夹克) píjiā kè <革ジャ
ケット> かわ jacket {襖㩵裰} áo khoác da ◊
leather jacket

가중 [家中] (家中) jiā zhōng <家中> かちゅう
{家中} gia trung ◊ at home

가증스럽다 [可憎스럽다] (可憎) kězēng <憎い>
にくい {岶慉} đáng ghét ◊ detestable

가지치기 가위 [－] (修枝剪) xiū zhī jiǎn <剪定鋏>

가집 [歌集] (歌集) gē jí <歌集> かしゅう {歌集}
ca tập ◊ songbook

가짜 꽃 [－] (假花) jiǎ huā <造花> ぞうか {花人
造} hoa nhân tạo ◊ artificial flowers

가짜 상품 [가짜商品] (假货) jiǎhuò <偽物> にせ
もの {貹貨假冒} hàng hóa giả mạo ◊ forgery

가짜의 [－] (假的) jiǎ de <偽造の> ぎぞうの {假
冒; 假㩵} giả mạo; giả dối ◊ false; pseudo

가차 [假借] (假借) jiǎjiè <仮借> かしゃく {假借}
giả tá ◊ borrowing a *Hanja* with the same
pronunciation to write a similar-sounding word

가창 [歌唱] (歌唱) gēchàng <歌唱> かしょう {歌
唱} ca xướng ◊ sing

가청음 [可聽音] (可听音) kě tīng yīn <可聽音>
かちょうおん {可聽音} khả thính âm ◊ audible
sound

가촌 [街村] (街村) jiē cūn <街村> がいそん {街
村} nhai thôn ◊ towns and villages

가축 [家畜] (家畜) jiāchù <家畜> かちく {家畜}
gia súc ◊ livestock

가축병원 [家畜病院] (家畜医院) jiāchù yīyuàn <
家畜病院> かちくびょういん {病院饋饢}
bệnh viện chăn nuôi ◊ livestock hospitals

가치 [價値] (价值) jiàzhí <価値> かち {價値} giá
trị ◊ value

가치관 [價値觀] (价值观) jiàzhíguān <価値観>
かちかん {價値觀} giá trị quan ◊ sense of values

가치론 [價値論] (价值论) jiàzhí lún <価値論> か
ちろん {價値論} giá trị luận ◊ axiology; theory of
value

가탄제 [加炭劑] (加炭剂) jiā tàn jì <炭素剤> た
んそざい {質燶} chất than ◊ charcoal additive

가품 [佳品] (佳品) jiā pǐn <佳品> かひん {佳品}
giai phẩm ◊ great product; masterpiece

가풍 [歌風] (歌风) gē fēng <歌風> かふう {歌風}
ca phong ◊ singing style

가풍 [家風] (家风) jiā fēng <家風> かふう {家風}
gia phong ◊ family tradition

가해 [加害] (加害) jiāhài <加害> かがい {加害}
gia hại ◊ injure

가향 [家鄉] (家乡) jiāxiāng <家鄉> かきょう {雎
鄉} quê hương ◊ hometown

가형 [家兄] (家兄) jiāxiōng <家兄> かけい {家
兄} gia huynh ◊ my elder brother

가혹 [苛酷] (苛刻) kēkè <苛酷> かこく {苛刻}
hà khắc ◊ harsh

가화 [佳話] (佳话) jiāhuà <佳話> かわ {佳話} giai thoại ◊ good story

가황제 [加黃劑] (加磺剂) jiā huáng jì <スルホン添加剤> sulfon てんかざい {質硫磺} chất lưu huỳnh ◊ sulfonation agent

가효 [佳肴|嘉肴] (佳肴) jiāyáo <佳肴> かこう {網貽} món ngon ◊ delicacies

가훈 [家訓] (家训) jiāxùn <家訓> かくん {家訓} gia huấn ◊ family motto

각 지역 [各地域] (各区) gè qū <各地区> かくちく {各區域} các khu vực ◊ each district

각가속도 [角加速度] (角加速度) jiǎo jiāsùdù <角加速度> かくかそくど {加速斺} gia tốc góc ◊ angular acceleration

각각 [各各] (每个) měi gè <各々> おのおの {每爻} mỗi một ◊ each one

각계 [各界] (各界) gèjiè <各界> かっかい {各界} các giới ◊ different circles

각고 [刻苦] (刻苦) kèkǔ <刻苦> こっく {刻苦} khắc khổ ◊ assiduous

각고정려 [刻苦精勵] (刻苦精励) kèkǔ jīng lì <刻苦精励> こっくせいれい {刻苦精勵} khắc khổ tinh lệ ◊ working diligently enduring hardships; hard work; making a strenuous effort

각골명심 [刻骨銘心] (刻骨铭心) kègǔ míng xīn <刻骨銘心> こくこつめいしん {刻骨銘心} khắc cốt minh tâm ◊ unforgettable; be remembered deeply in mind

각괄호 [角括弧] (方括号) fāng kuòhào <角括弧> かくがっこ {抂斺} ngoặc vuông ◊ square brackets

각구 [各句] (各句) gè gōu <各句> かくく {各句} các câu ◊ each sentence

각국 [各國] (各国) gèguó <諸国> しょこく {各釂} các nước ◊ each nation

각권 [各卷] (各卷) gè juǎn <各巻> かくかん {各卷} các quyển ◊ each volume

각급 [各級] (各级) gèjí <各級> かくきゅう {各級} các cấp ◊ all levels of

각기 [各其] (各自) gèzì <其れ其れ> それぞれ {相鷹} tương ứng ◊ each

각기 [脚氣] (脚气) jiǎoqì <脚気> かっけ {脚氣} cước khí ◊ dermatophytosis

각기병 [脚氣病] (脚气病) jiǎoqì bìng <脚気病> かっけびょう {脚氣病} cước khí bệnh ◊ beriberi

각도 [角度] (角度) jiǎodù <角度> かくど {斺船} góc ◊ angle

각도기 [角度器] (量角器) liángjiǎoqì <分度器> ぶんどき {抧𨂍斺|芺𨂍船} thước đo góc ◊ protractor

각력 [角力] (角力) juélì <角力> すもう {爭強} tranh cường ◊ compete for power

각력암 [角礫巖] (角砾岩) jiǎo lìyán <角礫岩> かくれきがん {角礫巖} giác lịch nham ◊ breccia

각료 [閣僚] (阁僚) gé liáo <閣僚> かくりょう {部長} bộ trưởng ◊ ministers

각막 [角膜] (角膜) jiǎomó <角膜> かくまく {角膜} giác mạc ◊ cornea

각막염 [角膜炎] (角膜炎) jiǎomóyán <角膜炎> かくまくえん {炎角膜} viêm giác mạc ◊ keratitis

각방 [各方] (各方) gè fāng <各方> かくかた {各方} các phương ◊ parties

각방 [各房] (各自的房间) gèzì de fángjiān <其れ其れの部屋> それぞれのへや {各房自躺} các phòng tự mình ◊ parties

각별 [各別] (格外) géwài <取り分け> とりわけ {特別} đặc biệt ◊ especially

각본 [脚本] (脚本) jiǎoběn <脚本> きゃくほん {脚本} cước bản ◊ script; screenplay

각본 [刻本] (刻本) kèběn <刻本> こくほん {刻本} khắc bản ◊ block-printed edition

각석 [刻石] (刻石) kè shí <刻石> こくせき {刻石} khắc thạch ◊ carved stone

각선미 [脚線美] (脚线美) jiǎo xiàn měi <脚線美> きゃくせんび {脚線美} cước tuyến mỹ ◊ beauty of slender female legs

각성 [覺醒] (觉醒) juéxǐng <覚醒> かくせい {賦趡|懴賦|賦趏} thức dậy ◊ awakening

각속도 [角速度] (角速度) jiǎosùdù <角速度> かくそくど {速度斺} tốc độ góc ◊ angular velocity

각양 [各樣] (各样) gèyàng <各様> かくよう {各樣} các dạng ◊ various

각양각색 [各樣各色] (各式各样) gè shì gèyàng <色色> いろいろ {多樣; 略饒} đa dạng; khác nhau ◊ miscellaneous; various

각오 [覺悟] (觉悟) juéwù <覚悟> かくご {覺悟} giác ngộ ◊ consciousness; mental preparedness

각운 [脚韻] (脚韵) jiǎo yùn <韻律> いんりつ {韻律} vận luật ◊ rhyme

각운동 [角運動] (角运动) jiǎo yùndòng <角運動> かくうんどう {轉動斺} chuyển động góc ◊ angular motion

각원 [閣員] (阁员) gé yuán <閣員> かくいん {閣員} các viên ◊ cabinet members

각인 [刻印] (刻印) kèyìn <刻印> こくいん {刻印} khắc ấn ◊ engraving

각인각양 [各人各樣] (各人各样) gèrén gèyàng <各人各樣> かくじんかくよう {各人各樣} các nhân các dạng ◊ different people

각자 [各自] (各自) gèzì <各自> かくじ {各自} các tự ◊ each; respective

각자 [刻字] (刻字) kè zì <刻字> こくじ {刻字} khắc tự ◊ carving

각적 [角笛] (角笛) jiǎo dí <角笛> つのぶえ {角笛} giác địch ◊ shofar

각종 [各種] (各种) gèzhǒng <各種> かくしゅ {嗨類} mọi loại ◊ every kind

각종 차량 [各種車輛] (各类车辆) gèlèi chēliàng <各類車両> かくるいしゃりょう {車輌} xe pháo ◊ different vehicles

각주 [脚註|脚注] (注脚) zhùjiǎo <脚注> きゃくちゅう {註脚} chú cước ◊ footnote

각주구검 [刻舟求劍] (刻舟求剑) kè zhōu qiú jiàn <刻舟> こくしゅう {刻舟求劍} khắc châu cầu kiếm ◊ take measures without considering changes in circumstances

각지 [各地] (各地) gèdì <各地> かくち {各地} các địa ◊ around

각질 [角質] (角质) jiǎozhì <角質> かくしつ {角質} giác chất ◊ horniness; keratin

각질층 [角質層] (角质层) jiǎozhìcéng <角質層> かくしつそう {層表皮} tầng biểu bì ◊ stratum corneum

각질화 [角質化] (角质化) jiǎozhì huā <角質化> かくしつか {角質化} giác chất hóa ◊ keratinization

각파 [各派] (各派) gè pài <各派> かくは {各派} các phái ◊ factions

각하 [閣下] (阁下) géxià <閣下> かっか {閣下} các hạ ◊ your excellency

각혈 [咯血] (咯血) gē xuè <咯血> かっけつ {咯血} lạc huyết ◊ hemoptysis

간격 [間隔] (间隔) jiàngé <間隔> かんかく {間隔} gian cách ◊ interval

간결 [簡潔] (简洁) jiǎnjié <簡潔> かんけつ {簡潔} giản khiết ◊ succinct

간결성 [簡潔性] (简洁性) jiǎn jié xìng <簡潔性> かんけつせい {性簡潔} tính giản khiết ◊ simplicity

간계 [奸計] (奸计) jiānjì <奸計> かんけい {奸計} gian kế ◊ treacherous schemes

간고 [艱苦] (艰苦) jiānkǔ <艱苦> かんく {艱苦} gian khổ ◊ arduous; hard

간과 [干戈] (干戈) gāngē <干戈> かんか {干戈} can qua ◊ weapon; arms

간교 [奸巧] (奸巧) jiān qiǎo <奸巧> かんこう {奸巧} gian xảo ◊ treacherous

간구 [懇求] (恳求) kěnqiú <懇求> こんきゅう {懇求} khẩn cầu ◊ plead

간균 [桿菌] (杆菌) gǎnjūn <桿菌> かんきん {直菌} trực khuẩn ◊ bacillus

간극 [間隙] (隔阂) géhé <隔たる> へだたる {絵隔} xa cách ◊ be distant

간난 [艱難] (艰难) jiānnán <艱難> かんなん {艱難} gian nan ◊ tough; difficult

간난신고 [艱難辛苦] (艰辛) jiānxīn <艱難辛苦> かんなんしんく {囍瘸|薄呷} một cách khó khăn ◊ hardships

간농양 [肝膿瘍] (肝脓肿) gān nóngzhǒng <肝膿瘍> かんのうよう {肝膿瘍} can nùng dương ◊ liver abscess

간단 [簡單] (简单) jiǎndān <簡單> かんたん {單簡} đơn giản ◊ simple

간단히 [簡單히] (简单地) jiǎndān de <簡単に> かんたんに {爻格單簡} một cách đơn giản ◊ simple

간담 [肝膽] (肝胆) gān dǎn <肝胆> かんたん {肝膽} can đảm ◊ hepatobiliary

간담 [懇談] (恳谈) kěn tán <懇談> こんだん {懇談} khẩn đàm ◊ earnest talks

간담상조 [肝膽相照] (肝胆相照) gān dǎn xiāng zhào <肝胆相照> かんたんそうしょう {肝膽相照} can đảm tương chiếu ◊ show total devotion to somebody

간담회 [懇談會] (座谈会) zuòtánhuì <懇談会> こんだんかい {禮會略嘻} lễ hội trò chuyện ◊ talkfest

간대 [懇待] (恳待) kěn dài <懇待> こんたい {懇待} khẩn đãi ◊ hospitality

간독 [簡牘] (简牍) jiǎn dú <簡牘> かんどく {簡牘} giản độc ◊ bamboo slips book

간독성 [肝毒性] (肝毒性) gān dúxìng <肝毒性> かんどくせい {毒性吁} độc tính gan ◊ liver toxicity

간동맥 [肝動脈] (肝动脉) gān dòngmài <肝動脈> かんどうみゃく {肝動脈} can động mạch ◊ hepatic artery

간략 [簡略] (简略) jiǎnlüè <簡略> かんりゃく {簡略} giản lược ◊ briefly

간류 [幹流] (干流) gànliú <幹流> かんりゅう {幹流} cán lưu ◊ mainstream

간망 [懇望] (恳望) kěn wàng <懇望> こんもう {懇望} khẩn vọng ◊ entreaty; earnest request

간명 [簡明] (简明) jiǎnmíng <簡明> かんめい {簡明} giản minh ◊ concise

간벽문 [間壁門] (隔墙门) gé qiáng mén <間仕切りドア> まじきり door {軻根} cửa ngăn ◊ partition wall door

간병 [看病] (看病) kànbìng <看病> かんびょう {勘病} khám bệnh ◊ see a doctor

간본 [刊本] (刊本) kān běn <刊本> かんぽん {刊本} san bản ◊ publications

간부 [幹部] (干部) gànbù <幹部> かんぶ {幹部} cán bộ ◊ cadre

간부 [姦夫] (奸夫) jiānfū <姦夫> かんぷ {姦夫} gian phu ◊ intrigant; adulterer

간비대 [肝肥大] (肝肥大) gān féidà <肝肥大> かんひだい {唉蘇貼吁} nở to của gan ◊ hepatic hypertrophy

간사 [幹事] (干事) gànshi <幹事> かんじ {幹事} cán sự ◊ executive secretary

간사 [姦邪] (奸邪) jiānxié <姦邪> かんじゃ {姦邪} gian tà ◊ treacherous

간사 [姦詐] (奸诈) jiānzhà <姦詐> かんさ {姦詐} gian trá ◊ treacherous

간상 [姦商] (奸商) jiānshāng <姦商> かんしょう {姦商} gian thương ◊ profiteer

간선 [幹線] (干线) gànxiàn <幹線> かんせん {線正} tuyến chính ◊ main line

간선도로 [幹線道路] (干线道路) gànxiàn dàolù <幹線道路> かんせんどうろ {躇正} đường chính ◊ main roads

간섭 [干涉] (干涉) gānshè <干涉> かんしょう {干涉} can thiệp ◊ interfere; stick one's nose into something

간섭계 [干涉計] (干涉仪) gānshèyí <干涉計> かんしょうけい {交搓計} giao thoa kế ◊ interferometer

간섭상 [干涉像] (干涉图像) gānshè túxiàng <干涉像> かんしょうぞう {形影交搓} hình ảnh giao thoa ◊ interference image

간세 [姦細] (奸细) jiānxi <姦細> かんさい {姦細} gian tế ◊ spies

간소화 [簡素化] (简化) jiǎnhuà <簡素化> たんじゅんか {單簡化} đơn giản hóa ◊ simplification

간수 [看守] (看守) kānshǒu <看守> かんしゅ {看守} khán thủ ◊ watchman

간식 [間食] (点心) diǎnxin <間食> かんしょく {點心} điểm tâm ◊ dim sum; snacking

간신 [奸臣] (奸臣) jiānchén <奸臣> かんしん {奸臣} gian thần ◊ treacherous court official

간심 [奸心] (坏心眼) gān xīn <悪意> あくい {悉醜} lòng xấu ◊ evil intention; malice

간악 [奸惡] (奸恶) jiān'è <奸惡> かんあく {奸惡} gian ác ◊ turpitude

간암 [肝癌] (肝癌) gān'ái <肝癌> かんがん {癰疽吁} ung thư gan ◊ liver cancer; hepatoma

간약 [簡約] (简约) jiǎnyuē <簡約> かんやく {簡約} giản ước ◊ simple

간염 [肝炎] (肝炎) gānyán <肝炎> かんえん {肝炎} can viêm ◊ hepatitis

간요 [肝要] (至关重要) zhì guān zhòngyào <肝要> かんよう {極關重} cực quan trọng ◊ extremely important; essential; vital; crucial

간요 [簡要] (简要) jiǎnyào <簡潔> かんけつ {縆縷} ngắn gọn ◊ brief; concise

간유 [肝油] (肝油) gān yóu <肝油> かんゆ {肝油} can du ◊ cod liver oil

간음 [姦淫] (奸淫) jiānyín <姦淫> かんいん {姦淫} gian dâm ◊ adultery

간음죄 [姦淫罪] (奸淫罪) jiānyín zuì <姦淫罪> かんいんざい {姦淫罪} gian dâm tội ◊ adultery crime

간이화 [簡易化] (简易化) jiǎnyìhuà <簡易化> かんいか {簡易化} giản dị hóa ◊ simplification

간잎 [肝잎] (肝叶) gān yè <肝葉> かんよう {莄吁} lá gan ◊ hepatic valve

간작 [間作] (间作) jiànzuò <間作> かんさく {間作} gian tác ◊ intercropping

간장 [간醬] (酱油) jiàngyóu <醤油> しょうゆ {渃醬} nước tương ◊ soy sauce

간장 [肝臟] (肝脏) gānzàng <肝臟> かんぞう {肝臟} can tạng ◊ liver

간장주사액 [肝臟注射液] (肝脏注射液) gānzàng zhùshè yè <肝臟注射液> かんぞうちゅうしゃえき {癰挄吁} thuốc tiêm gan ◊ liver injection

간적 [奸賊] (奸卅) jiānzéi <奸卅> かんぞく {奸賊} gian tặc ◊ traitors

간절 [懇切] (恳切) kěnqiè <懇切> こんせつ {眈切他切} tha thiết ◊ earnest; sincere

간접 [間接] (间接) jiànjiē <間接> かんせつ {間接} gian tiếp ◊ indirect

간접가열 [間接加熱] (间接加热) jiànjiē jiārè <間

接加熱> かんせつかねつ {炡焙間接} sưởi ấm gián tiếp ◊ indirect heating

간접경쟁 [間接競爭] (间接竞争) jiànjiē jìngzhēng <間接競争> かんせつきょうそう {競争間接} cạnh tranh gián tiếp ◊ indirect competition

간접목적어 [間接目的語] (间接宾语) jiànjiē bīnyǔ <間接目的語> かんせつもくてきご {賓語間接} tân ngữ gián tiếp ◊ indirect object

간접연소 [間接燃燒] (间接燃烧) jiànjiē ránshāo <間接燃燒> かんせつねんしょう {燋烓間接} đốt cháy gián tiếp ◊ indirect combustion

간접전달 [間接傳達] (间接传递) jiànjiē chuándì <間接伝達> かんせつでんたつ {傳遞間接} truyền đệ gián tiếp ◊ indirect transmission

간접조작 [間接操作] (间接操作) jiànjiē cāozuò <間接操作> かんせつそうさ {活動間接} hoạt động gián tiếp ◊ indirect operation

간접측량 [間接測量] (间接测量) jiànjiē cèliáng <間接測定> かんせつそくてい {瑶䠌間接} phép đo gián tiếp ◊ indirect measurement

간접흡연 [間接吸煙] (被动吸烟) bèidòng xīyān <受動吸煙> しゅどうきゅうえん {唿菜受動} hút thuốc thụ động ◊ passive smoking

간정 [姦情] (奸情) jiānqíng <姦情> かんじょう {姦情} gian tình ◊ amour; intrigue

간주 [間柱] (间柱) jiān zhù <間柱> まばしら {間柱} gian trụ ◊ interstitial columns

간주 [間奏] (间奏) jiān zòu <間奏> かんそう {曲拡曲扞} khúc chen ◊ intermezzo

간주 [看做] (看成) kànchéng <見なす> みなす {貼如} xem như ◊ regard as

간주곡 [間奏曲] (间奏曲) jiān zòu qū <間奏曲> かんそうきょく {曲中間} khúc trung gian ◊ interlude music; intermezzo

간지 [干支] (干支) gānzhī <干支> かんし {干支} canh chi ◊ Heavenly Stems and Earthly Branches

간질환 [肝疾患] (肝病) gānbìng <肝疾患> かんしっかん {病肝} bệnh gan ◊ liver disease

간첩 [間諜] (间谍) jiàndié <間諜> かんちょう {間諜} gian điệp ◊ spy

간첩죄 [間諜罪] (间谍罪) jiàndié zuì <間諜罪> かんちょうざい {間諜罪} gian điệp tội ◊ espionage

간청 [懇請] (恳请) kěnqǐng <懇請> こんせい {懇請} khẩn thỉnh ◊ urge

간친 [懇親] (恳亲) kěn qīn <懇親> こんしん {懇親} khẩn thân ◊ friendship; intimacy

간친회 [懇親會] (聚会) jùhuì <懇親会> こんしんかい {懇親會} khẩn thân hội ◊ affectionate meetings

간통 [姦通] (奸通) jiān tōng <姦通> かんつう {姦通} gian thông ◊ adultery

간통죄 [姦通罪] (通奸罪) tōngjiān zuì <姦通罪> かんつうざい {姦通罪} gian thông tội ◊ adultery

간파 [看破] (看破) kànpò <看破> かんぱ {眤透} nhìn thấu ◊ penetration; penetrating; detecting

간판 [看板] (招牌) zhāopai <看板> かんばん {匾} biển ◊ signboard

간편 [簡便] (简便) jiǎnbiàn <簡便> かんべん {簡便} giản tiện ◊ easy; simple and convenient

간편성 [簡便性] (简便性) jiǎnbiàn xìng <手軽だ> てがるだ {性褊扛} tính dễ dàng ◊ simplicity

간폐 [肝肺] (肝肺) gān fèi <肝肺> かんぱい {肝肺} can phế ◊ liver and lung

간헐천 [間歇泉] (间歇泉) jiànxiē quán <間歇泉> かんけつせん {間歇泉} gian tiết tuyền ◊ geyser

간호 [看護] (护理) hùlǐ <看護> かんご {眄瞓} săn sóc ◊ nursing

간호사 [看護師] (护士) hùshi <看護婦> かんごふ {醫佐} y tá ◊ nurse

간호학 [看護學] (护理学) hùlǐ xué <看護学> かんごがく {看護學} khán hộ học ◊ nursing theory

간흡충 [肝吸蟲] (肝吸虫) gānxīchóng <肝吸虫> かんきゅうちゅう {肝吸蟲} can hấp trùng ◊ liver flukes

갈고리 [一] (钩) gōu <フック> hook {籿} móc ◊ hook

갈근 [葛根] (葛根) gégēn <葛根> かっこん {葛根} cát căn ◊ Pueraria

갈라지다 [一] (裂开) lièkāi <割れる> われる {豏礲} phá vỡ ◊ break

갈리지다 [一] (分开) fēnkāi <分開> ぶんかい {分開} phân khai ◊ separate

갈림길 [一] (岔路) chàlù <十字路> じゅうじろ {交路} giao lộ ◊ crossroads

갈망 [渴望] (渴望) kěwàng <渴望> かつぼう {渴望} khát vọng ◊ yearn

갈매기 [一] (海鸥) hǎi'ōu <鴎> かもめ {海鷗} hải âu ◊ seagull

갈반병 [褐斑病] (褐斑病) hè bān bìng <褐斑病> かっぱんびょう {褐斑病} hạt ban bệnh ◊ brown spot disease

갈비탕 [갈비湯] (排骨汤) páigǔ tāng <スペアリブスープ> spare rib soup {杸腈} súp sườn ◊ pork ribs soup

갈색 [褐色] (棕色) zōngsè <茶色> ちゃいろ {楬} nâu ◊ brown

갈색토 [褐色土] (褐色土) hèsè tǔ <褐色土> かっしょくど {堨楬} đất nâu ◊ brown earth

갈수 [渴水] (渴水) kě shuǐ <渴水> かっすい {渴水} khát thủy ◊ thirsty for water

갈수위 [渴水位] (枯水位) kū shuǐwèi <渴水位> かっすいい {樏湝姑} mực nước khô ◊ low water level; droughty water level; DWL

갈증 [渴症] (干渴) gānkě <渇き> かわき {渴} khát ◊ thirst

갈채 [喝采] (喝彩) hècǎi <喝采> かっさい {拭㧊} vỗ tay ◊ applause

갈철광 [褐鐵鑛] (褐铁矿) hè tiěkuàng <褐鉄鉱> かってっこう {褐鐵鑛} hạt thiết khoáng ◊ limonite

갈탄 [褐炭] (褐炭) hè tàn <褐炭> かったん {褐炭} hạt thán ◊ brown charcoal

갈파 [喝破] (喝破) hē pò <喝破> かっぱ {宣言} tuyên ngôn ◊ proclamation

갈포 [葛布] (葛布) gébù <葛布> くずふ {葛布} cát bố ◊ hemp cloth

감 [一] (柿子) shìzi <柿> かき {果莊} quả hồng ◊ persimmon

감가 [減價] (减价) jiǎnjià <減価> げんか {減價} giảm giá ◊ on sale

감가상각 [減價償却] (折旧) zhéjiù <減価償却> げんかしょうきゃく {事跌價} sự sụt giá ◊ depreciation

감가율 [減價率] (减价率) jiǎnjià lù <削減率> さくげんりつ {比例減價} tỷ lệ giảm giá ◊ price reduction

감각 [感覺] (感觉) gǎnjué <感覚> かんかく {感覺} cảm giác ◊ feeling

감각기 [感覺器] (感觉器) gǎnjuéqì <感覚器> かんかくき {感覺器} cảm giác khí ◊ sensors

감각기관 [感覺器官] (感觉器官) gǎnjué qìguān <感覚器官> かんかくきかん {機關感覺} cơ quan cảm giác ◊ sensory organs

감각점 [感覺點] (感觉点) gǎnjué diǎn <感覚点> かんかくてん {感覺點} cảm giác điểm ◊ sense point

감개 [感慨] (感慨) gǎnkǎi <感慨> かんがい {感慨} cảm khái ◊ lament; sentiment

감격 [感激] (感激) gǎnjī <感激> かんげき {感激} cảm khích ◊ grateful

감경 [減輕] (减轻) jiǎnqīng <減軽> げんけい {減輕} giảm khinh ◊ reduction

감고 [監考] (监考) jiānkǎo <監考> かんこう {睍試} coi thi ◊ invigilate

감과 [坩堝] (坩埚) gānguō <坩堝> るつぼ {坩堝} kham qua ◊ crucible

감관 [感官] (感官) gǎnguān <感官> かんかん {感官} cảm quan ◊ sense organ

감광 [感光] (感光) gǎnguāng <感光> かんこう {感光} cảm quang ◊ light-sensitive

감광계 [感光計] (感光仪) gǎnguāng yí <感光計> かんこうけい {感光計} cảm quang kế ◊ sensitometer

감광도 [感光度] (感光度) gǎnguāng dù <感光度> かんこうど {度感光} độ cảm quang ◊ photo sensibility

감광지 [感光紙] (感光纸) gǎnguāng zhǐ <感光紙> かんこうし {感光紙} cảm quang chỉ ◊ photosensitive paper

감광판 [感光板] (感光板) gǎnguāng bǎn <感光板> かんこうばん {感光板} cảm quang bản ◊ photosensitive plate

감귤 [柑橘] (柑橘) gānjú <柑橘> かんきつ {柑橘} cam quít ◊ orange

감금 [監禁] (监禁) jiānjìn <監禁> かんきん {鞌囚} ở tù ◊ imprisonment

감기 [感氣] (感冒) gǎnmào <風邪> かぜ {感冷} cảm lạnh ◊ catch cold

감도 [感度] (灵敏度) língmǐndù <感度> かんど {感度} cảm độ ◊ sensitivity

감독 [監督] (监督) jiāndū <監督> かんとく {監督} giám đốc ◊ supervise

감독권 [監督權] (监管权) jiānguǎn quán <監督権> かんとくけん {監督權} giám đốc quyền ◊ right to supervision

감동 [感動] (感动) gǎndòng <感動> かんどう {感動} cảm động ◊ move

감동시키다 [感動시키다] (打动) dǎdòng <感動させる> かんどうさせる {打動} đả động ◊ touched; moved

감람 [橄欖] (橄榄) gǎnlǎn <橄欖> かんらん {橄欖} cảm lãm ◊ olive

감람석 [橄欖石] (橄榄石) gǎnlǎnshí <橄欖石> かんらんせき {橄欖石} cảm lãm thạch ◊ olivine

감람암 [橄欖巖] (橄榄岩) gǎnlǎnyán <橄欖岩> かんらんがん {橄欖巖} cảm lãm nham ◊ peridotite

감량 [感量] (感量) gǎn liáng <感量> かんりょう

{感量} cảm lượng ◊ sensibility

감량 [減量] (減量) jiǎn liáng <減量> げんりょう {減量} giảm lượng ◊ reduce

감로 [甘露] (甘露) gān lù <甘露> かんろ {甘露} cam lộ ◊ nectar; honeydew

감로수 [甘露水] (甘露水) gānlùshuǐ <甘露水> かんろすい {渚甘露} nước cam lộ ◊ sweet dew

감리 [監理] (監理) jiān lǐ <監理> かんり {監理} giám lý ◊ supervision

감리기간 [監理期間] (監督期) jiāndū qī <監理期間> かんりきかん {時間監察} thời gian giám sát ◊ period of supervising

감면 [減免] (減免) jiǎnmiǎn <減免> げんめん {減免} giảm miễn ◊ tax abatement

감명 [感銘] (感铭) gǎn míng <感銘> かんめい {感銘} cảm minh ◊ deep impression

감모 [減耗] (減耗) jiǎn hào <減耗> げんもう {減耗} giảm háo ◊ depletion

감모율 [減耗率] (減耗率) jiǎn hào lǜ <減耗率> げんもうりつ {比例減消耗} tỷ lệ giảm tiêu hao ◊ consumption reduction rate

감미 [甘味] (甘味) gānwèi <甘味> あまみ {甘味} cam vị ◊ sweet

감미료 [甘味料] (甜味剂) tiánwèijì <甘味料> かんみりょう {質扤} chất ngọt ◊ sweetener

감방 [監房] (監房) jiānfáng <監獄> かんごく {宛囚|茹囚} nhà tù ◊ prison

감법 [減法] (減法) jiǎnfǎ <減法> げんぽう {減法} giảm pháp ◊ subtraction

감별 [鑑別] (鉴别) jiànbié <鑑みる> かんがみる {鑑別} giám biệt ◊ authenticate

감별 [鑑別師] (鉴定师) jiàndìngshī <鑑定士> かんがみる {㐱鑑別} người giám biết ◊ judge; appraiseride; ntification professional

감복 [感服] (感服) gǎn fú <感服> かんぷく {感服} cảm phục ◊ convincing

감사 [敢死] (敢死) gǎn sǐ <敢死> かんし {敢死} cảm tử ◊ dare to die

감사 [感謝] (感谢) gǎnxiè <感謝> かんしゃ {感謝} cảm tạ ◊ thank

감사 [監査] (監查) jiānchá <監査> かんさ {監査} giám tra ◊ audit

감사 [監事] (監事) jiān shì <監事> かんじ {監事} giám sự ◊ supervisor

감사관 [監査官] (审计官) shěnjì guān <監査官> かんさかん {檢算員} kiểm toán viên ◊ auditor

감사절 [感謝節] (感恩节) gǎn'ēn jié <感謝祭> かんしゃさい {禮謝恩} lễ tạ ơn ◊ thanksgiving

감산 [減算] (減法) jiǎnfǎ <引き算> ひきざん {法除} phép trừ ◊ subtraction

감상 [感傷] (伤感) shānggǎn <感傷> かんしょう {傷感} thương cảm ◊ sentimentality

감상 [感想] (感想) gǎnxiǎng <感想> かんそう {感想} cảm tưởng ◊ feelings

감상 [鑑賞] (鉴赏) jiànshǎng <鑑賞> かんしょう {鑑賞} giám thưởng ◊ appreciation

감상문 [感想文] (感想文) gǎnxiǎng wén <感想文> かんそうぶん {感想文} cảm tưởng văn ◊ written description of one's thoughts

감상회 [鑑賞會] (鉴赏会) jiànshǎng huì <鑑賞会> かんしょうかい {㬉鑑定} buổi giám định ◊ appreciation meeting

감성 [感性] (感性) gǎnxìng <感性> かんせい {感性} cảm tính ◊ sensibility

감성 [減省] (减省) jiǎn shěng <減省> げんしょう {省減} tỉnh giảm ◊ economization

감성지수 [感性指數] (感性指数) gǎnxìng <感性指数> かんせいしすう {指數感性} chỉ số cảm tính ◊ sensibility index; sensory index

감세 [減稅] (減税) jiǎnshuì <減税> げんぜい {減税} giảm thuế ◊ tax reduction

감소 [減少] (減少) jiǎnshǎo <減少> げんしょう {減少} giảm thiểu ◊ decrease

감소계수 [減少係數] (缩减系数) suōjiǎn xìshù <減少系数> げんしょうけいすう {係數減} hệ số giảm ◊ reduction coefficient

감소율 [減少率] (減少率) jiǎnshǎo lǜ <縮小率> しゅくしょうりつ {比例減} tỷ lệ giảm ◊ rate of reduction

감속 [減速] (減速) jiǎnsù <減速> げんそく {減速} giảm tốc ◊ decelerate

감쇠 [減衰] (衰减) shuāijiǎn <減衰> げんすい {衰減} suy giảm ◊ attenuation

감쇠율 [減衰率] (衰减率) shuāijiǎn lǜ <減衰率> げんすいりつ {比例退} tỷ lệ thối ◊ rate of decay

감쇠지수 [減衰指數] (衰减指数) shuāijiǎn zhǐshù <減衰指数> げんすいしすう {指數衰減} chỉ số suy giảm ◊ attenuation index

감수 [甘受] (甘受) gān shòu <甘受> かんじゅ {甘受} cam thụ ◊ accept

감수 [感受] (感受) gǎnshòu <感受> かんじゅ {感受} cảm thụ ◊ feeling

감수 [監修] (监修) jiān xiū <監修> かんしゅう {監修} giám tu ◊ supervision

감수 [減數] (减数) jiǎn shǔ <减数> げんすう {減數} giảm số ◊ subtrahend

감수성 [感受性] (感受性) gǎnshòu xìng <感受性> かんじゅせい {性敏感} tính mẫn cảm ◊ receptivity

감시 [監視] (监视) jiānshì <監視> かんし {監視} giám sát ◊ surveillance

감시관찰 [監視觀察] (监控观察) jiānkòng guānchá <監控觀察> かんこうかんさつ {監察} giám sát ◊ monitoring and observation

감시국 [監視局] (监测站) jiāncè zhàn <監視局> かんしきょく {站嘟喉} trạm răn bảo ◊ monitoring station

감시망 [監視網] (监测网) jiāncè wǎng <監視網> かんしもう {絟縄監察} mạng lưới giám sát ◊ monitoring network

감시원 [監視員] (救生员) jiùshēngyuán <監視員> かんしいん {監視員} giám thị viên ◊ monitor

감시탑 [監視塔] (瞭望塔) liàowàng tǎ <監視塔> かんしとう {塔更} tháp canh ◊ lifeguard tower

감식 [鑑識] (鉴识) jiàn shí <鑑識> かんしき {鑑識} giám thức ◊ discernment

감심 [甘心] (甘心) gānxīn <甘心> かんしん {甘心} cam tâm ◊ willingly

감심 [感心] (感心) gǎn xīn <感心> かんしん {感心} cảm tâm ◊ sentimental

감압 [減壓] (减压) jiǎnyā <减压> げんあつ {減壓} giảm áp ◊ decompression

감액 [減額] (减额) jiǎn é <減額> げんがく {減額} giảm ngạch ◊ reduction

감언 [甘言] (甘言) gān yán <甘言> かんげん {甘言} cam ngôn ◊ cajolery

감염 [感染] (感染) gǎnrǎn <感染> かんせん {感染} cảm nhiễm ◊ infect

감옥 [監獄] (监狱) jiānyù <監獄> かんごく {㝫監} nhà giam ◊ jailhouse

감우 [甘雨] (甘雨) gān yǔ <甘雨> かんう {甘雨} cam vũ ◊ good rain after a long drought

감원 [減員] (减员) jiǎnyuán <減員> げんいん {裁人} tài nhân ◊ downsizing workers

감은 [感恩] (感恩) gǎn'ēn <感恩> かんおん {感恩} cám ân ◊ thanksgiving; grateful

감응 [感應] (感应) gǎnyìng <感应> かんおう {感應} cảm ứng ◊ induction

감자 [一] (马铃薯) mǎlíngshǔ <じゃが芋; 馬鈴薯> じゃがいも; ばれいしょ {蘍西} khoai tây ◊ potato

감자 [甘蔗] (甘蔗) gānzhe <甘蔗> かんしゃ {甘蔗} cam giá ◊ sugar cane

감자 [減資] (减资) jiǎn zī <減資> げんし {減資} giảm tư ◊ capital reduction

감자당 [甘蔗糖] (蔗糖) zhètáng <甘蔗糖> かんしょとう {糖樸} đường mía ◊ cane sugar

감적 [疳積] (疳积) gān jī <疳積> かんしゃく {疳積} cam tích ◊ malnutrition

감전 [感電] (电感) diàngǎn <感電> かんでん {嚗撱電|搗撝電} va chạm điện ◊ electrical inductance

감정 [感情] (感情) gǎnqíng <感情> かんじょう {感情} cảm tình ◊ affection; emotions

감정 [鑑定] (鉴定) jiàndìng <鑑定> かんてい {鑑定} giám định ◊ appraisal

감정서 [鑑定書] (鉴定书) jiàndìng shū <鑑定書> かんていしょ {書鑑定} thư giám định ◊ testimonials

감죄 [減罪] (减罪) jiǎn zuì <減罪> げんざい {減罪} giảm tội ◊ crime mitigation

감주 [甘酒] (甜酒) tiánjiǔ <甘酒> あまざけ {醋㲉} rượu ngọt ◊ sweet wine made from fermented rice

감지기 [感知器] (传感器) chuángǎnqì <探知器> たんちき {部感變} bộ cảm biến ◊ sensor

감차 [甘茶] (甘茶) gān chá <甘茶> あまちゃ {甘茶} cam trà ◊ sweet tea; sweet rice wine

감찰 [監察] (监察) jiānchá <監察> かんさつ {監察} giám sát ◊ monitor

감채 [減債] (减债) jiǎn zhài <減債> げんさい {減債} giảm trái ◊ bond reduction

감천 [甘泉] (甘泉) gānquán <甘泉> かんせん {甘泉} cam tuyền ◊ sweet spring water; fountain

감초 [甘草] (甘草) gāncǎo <甘草> かんぞう {甘草} cam thảo ◊ licorice

감촉 [感觸] (感触) gǎn chù <感触> かんしょく {感觸} cảm xúc ◊ feeling

감축 [減縮] (裁减) cáijiǎn <減る> へる {裁減} tài giảm ◊ cut down

감탄 [感嘆|感歎] (感叹) gǎntàn <感歎> かんたん {感歎} cảm thán ◊ sigh; exclamation

감탄문 [感歎文] (感叹句) gǎntàn jù <感歎文> かんたんぶん {句感歎} câu cảm thán ◊ exclamatory sentence; exclamation

감탄부호 [感歎符號] (感叹符) gǎntàn fú <感歎符> かんたんふ {感歎符} cảm thán phù ◊ exclamation sign

감탄사 [感歎詞] (感叹词) gǎntàn cí <感歎詞> か

ㄴ탄사 {嘆詞} thán từ ◊ interjection

감퇴 [減退] (减退) jiǎntùi <減退> げんたい {減退} giảm thoái ◊ loss; retreat

감형 [減刑] (减刑) jiǎnxíng <減刑> げんけい {減刑} giảm hình ◊ reduce penalty; commutation

감호 [監護] (监护) jiānhù <監護> かんご {監護} giám hộ ◊ wardship

감호 [減號] (减号) jiǎnhào <減号> げんごう {晒除} dấu trừ ◊ minus sign

감화 [感化] (感化) gǎnhuà <感化> かんか {感化} cảm hóa ◊ moralization; inspiration

감화원 [感化院] (改造所) gǎizàosuǒ <感化院> かんかいん {感化院} cảm hóa viện ◊ reformatory

갑각류 [甲殼類] (甲壳类) jiǎqiàolèi <甲殼類> こうかくるい {甲殼類} giáp xác loại ◊ crustaceans

갑골 [甲骨] (甲骨) jiǎ gǔ <甲骨> かぶとこつ {甲骨} giáp cốt ◊ oracle bones

갑문 [閘門] (闸门) zhámén <閘門> こうもん {閘門} sạp môn ◊ water sluice gate

갑방 [甲方] (甲方) jiǎ fāng <甲方> こうかた {牘阿} phía A ◊ party A

갑상선 [甲狀腺] (甲状腺) jiǎzhuàngxiàn <甲狀腺> こうじょうせん {甲狀腺} giáp trạng tuyến ◊ thyroid gland

갑을 [甲乙] (甲乙) jiǎ yǐ <甲乙> こうおつ {甲乙} giáp ất ◊ A and B

갑자기 [一] (突然) tūrán <突然> とつぜん {突然} đột nhiên ◊ suddenly

갑주 [甲冑] (甲冑) jiǎ zhòu <甲冑> こうちゅう {甲冑} giáp trụ ◊ armor

갑충 [甲蟲] (甲虫) jiǎchóng <甲虫> こうちゅう {蜋翅胆} bọ cánh cứng ◊ beetle

갑판 [甲板] (甲板) jiǎbǎn <甲板> かんばん {觚} boong ◊ deck

값지다 [一] (值钱) zhíqián <貴重> きちょう {貴價} quý giá ◊ valuable

강 [江] (河) hé <川> かわ {瀧韽} sông ◊ river

강간 [強姦] (强奸) qiángjiān <強姦> ごうかん {強淫} cưỡng dâm ◊ rape

강개 [慷慨] (慷慨) kāngkǎi <慷慨> こうがい {慷慨} khảng khái ◊ generosity

강건 [剛健|強健] (强健) qiángjiàn <強健> きょうけん {牗嘆} mạnh mẽ ◊ robust

강경 [講經] (讲经) jiǎng jīng <講経> こうきょう {講經} giảng kinh ◊ sermon

강경 [強勁] (强劲) qiángjìng <強い> つよい {牗嘆} mạnh mẽ ◊ powerful

강경 [強硬] (强硬) qiángyìng <強硬> きょうこう {強硬} cường ngạnh ◊ tough

강공 [強攻] (强攻) qiánggōng <強攻> きょうこう {強攻} cường công ◊ assault

강관 [鋼管] (钢管) gāngguǎn <鋼管> こうかん {鋼管} cương quản ◊ steel tube

강괴 [鋼塊] (钢块) gāng kuài <スチールブロック> steel block {塊�} khối thép ◊ ingot steel

강구 [鋼球] (钢球) gāng qiú <鋼球> こうきゅう {鋼球} cương cầu ◊ steel ball

강구 [講究] (讲究) jiǎngjiu <講究> こうきゅう {講究} giảng cứu ◊ pay particular attention to

강구조 [鋼構造] (钢结构) gāng jiégòu <鋼構造> はがねこうぞう {結構鏭} kết cấu thép ◊ steel structure

강국 [強國] (强国) qiángguó <強国> きょうこく {強國} cường quốc ◊ great power

강권 [強權] (强权) qiángquán <強権> きょうけん {強權} cường quyền ◊ powerful sovereign

강급 [降級] (降级) jiàngjí <降級> こうきゅう {降級} giáng cấp ◊ downgrade

강기 [剛氣] (刚气) gāng qì <剛気> ごうき {剛氣} cương khí ◊ rigidity

강기 [綱紀] (纲纪) gāngjì <綱紀> こうき {綱紀} cương kỷ ◊ discipline; law and order

강기슭 [江기슭] (江边) jiāngbiān <川辺> かわべ {墘滝} bờ sông ◊ river bank

강단 [講壇] (讲坛) jiǎngtán <講壇> こうだん {講壇} giảng đàn ◊ tribune

강담 [講談] (讲谈) jiǎng tán <講談> こうだん {講談} giảng đàm ◊ storytelling

강당 [講堂] (礼堂) lǐtáng <講堂> こうどう {講堂} giảng đường ◊ lecture hall

강대 [強大] (强大) qiángdà <強大> きょうだい {強大} cường đại ◊ powerful

강도 [剛度] (刚度) gāngdù <剛度> ごうど {剛度} cương độ ◊ stiffness

강도 [講道] (讲道) jiǎngdào <講道> こうどう {講道} giảng đạo ◊ sermon

강도 [強盜] (强盗) qiángdào <強盗> ごうとう {強盗} cường đạo ◊ bandit

강도 [強度] (强度) qiángdù <強度> きょうど {強度} cường độ ◊ intensity

강도단 [強盜團] (强盗团) qiángdào tuán <強盗団> ごうとうだん {攣翳} bọn cướp ◊ bandit squad

강독 [講讀] (讲读) jiǎng dòu <講読> こうどく {講讀} giảng độc ◊ lecture and read

강둑 [江둑] (江堤) jiāng dī <河堤> かわつつみ {堤鞠} đê sông ◊ river bank

강등 [降等] (降等) jiàng děng <降下> こうか {降級} giáng cấp ◊ descending

강력 [強力] (强力) qiánglì <強力> きょうりょく {強力} cường lực ◊ strong

강력히 [強力히] (用劲) yòng jìn <強力に> きょうりょくに {𢞆格𪟼嘆} một cách mạnh mẽ ◊ strong

강렬 [強烈] (强烈) qiángliè <激しい> はげしい {劇烈} kịch liệt ◊ vehement

강령 [綱領] (纲领) gānglǐng <綱領> こうりょう {綱領} cương lĩnh ◊ program

강류 [江流] (江流) jiāngliú <江流> こうりゅう {江流} giang lưu ◊ river flow

강림 [降臨] (降临) jiànglín <降臨> こうりん {降臨} giáng lâm ◊ befall

강목 [綱目] (纲目) gāng mù <綱目> こうもく {綱目} cương mục ◊ compendium

강무 [講武] (讲武) jiǎng wǔ <講武> こうぶ {講武} giảng võ ◊ speaking of martial arts

강물 [江물] (江水) jiāngshuǐ <川の水> かわのみず {渚瀧} nước sông ◊ river water

강바닥 [江바닥] (河面) hémiàn <川の面> かわのめん {柄瀧} mặt sông ◊ river surface

강박 [強迫] (强迫) qiǎngpò <強迫> きょうはく {強迫} cưỡng bách ◊ compel; force

강변 [江邊] (江畔) jiāngpàn <川辺> かわべ {坡瀧} bờ sông ◊ river bank

강변로 [江邊路] (江边路) jiāngbiān lù <江辺路> えべろ {塘塡瀧} đường ven sông ◊ riverside road

강복 [降服] (降服) xiángfú <降服> こうふく {降服} giáng phục ◊ surrender

강분 [薑粉] (姜粉) jiāng fěn <生姜パウダー> しょうが powder {粋蕲|粋鞴} bột gừng ◊ ginger powder

강사 [講師] (讲师) jiǎngshī <講師> こうし {講師} giảng sư ◊ lecturer

강산 [江山] (江山) jiāngshān <江山> こうざん {江山} giang sơn ◊ country land; rivers and mountains; territory

강산 [強酸] (强酸) jiàng suān <強酸> きょうさん {強酸} cường toan ◊ strong acid

강생 [降生] (降生) jiàngshēng <降生> こうせい {降生} giáng sinh ◊ be born

강석 [講席] (讲席) jiǎng xí <講席> こうせき {講席} giảng tịch ◊ place to give lecture

강선 [鋼線] (钢线) gāng xiàn <鋼線> こうせん {鋼線} cương tuyến ◊ steel wire

강설 [講說] (讲说) jiǎng shuō <講說> こうせつ {講說} giảng thuyết ◊ lecture

강설 [降雪] (降雪) jiàngxuě <降雪> こうせつ {雪䨯} tuyết rơi ◊ snowfall

강설량 [降雪量] (降雪量) jiàngxuě liáng <降雪量> こうせつりょう {降雪量} giáng tuyết lượng ◊ amount of snowfall

강성 [剛性] (刚性) gāngxìng <剛性> ごうせい {剛性} cương tính ◊ rigid

강성 [強盛] (强盛) qiángshèng <強盛> きょうせい {強盛} cường thịnh ◊ strong

강세 [降世] (降世) jiàng shì <降世> こうせい {降世} giáng thế ◊ be born

강세 [強勢] (强势) jiàng shì <強勢> きょうせい {強勢} cường thế ◊ stress

강수 [降水] (降水) jiàngshuǐ <降水> こうすい {降水} giáng thủy ◊ precipitation

강수량 [降水量] (降水量) jiàngshuǐliàng <降水量> こうすいりょう {降水量} giáng thủy lượng ◊ amount of raining; precipitation

강술하다 [講述하다] (讲述) jiǎngshù <語る> かたる {述㐌} thuật lại ◊ tell

강습 [講習] (讲习) jiǎngxí <講習> こうしゅう {講習} giảng tập ◊ lecture and study

강심제 [強心劑] (强心剂) qiángxīnjì <強心剤> きょうしんざい {質強心} chất cường tâm ◊ cardiotonic

강아지 [一] (小狗) xiǎogǒu <子犬> こいぬ {狾㹠} chó con ◊ puppy

강안 [江岸] (江岸) jiāng'àn <江岸> えきし {江岸} giang ngạn ◊ riverbank

강압 [強壓] (强压) jiàng yā <強圧> きょうあつ {強壓} cưỡng ép ◊ strong pressure

강약 [強弱] (强弱) qiángruò <強弱> きょうじゃく {𪟼瘦} mạnh yếu ◊ strength

강어귀 [江어귀] (江口) jiāngkǒu <河口> かわくち {𫲈瀧} cửa sông ◊ estuary

강역 [疆域] (疆域) jiāngyù <疆域> きょういき {疆域} cương vực ◊ territory

강연 [講演] (演讲) yǎnjiǎng <講演> こうえん {講演} giảng diễn ◊ speech

강연회 [講演會] (演讲会) yǎnjiǎng huì <講演会> こうえんかい {講演會} giảng diễn hội ◊ lectures

강옥 [鋼玉] (刚玉) gāngyù <鋼玉> こうぎょく {鋼玉} cương ngọc ◊ corundum

강옥석 [鋼玉石] (刚玉) gāngyù <鋼玉石> こうぎょく {鋼玉石} cương ngọc thạch ◊ corundum

강요 [綱要] (纲要) gāngyào <綱要> こうよう {綱要} cương yếu ◊ outline

강요 [強要] (强求) qiǎngqiú <強要> きょうよう {強制} cưỡng chế ◊ coercion

강우 [降雨] (降雨) jiàngyǔ <降雨> こうう {降雨} giáng vũ ◊ rainfall

강우기 [降雨期] (降雨季) jiàngyǔjì <降雨期> こ ううき {降雨期} giáng vũ kỳ ◊ rainfall period

강우량 [降雨量] (降雨量) jiàngyǔliàng <降雨量> こ ううりょう {量霤} lượng mưa ◊ amount of rainfall

강원자 [講演者] (讲演者) jiǎngyǎn zhě <講演者> こうえんしゃ {講員} giảng viên ◊ lecturer; speaker

강을 따라 [江을 따라] (沿河) yán hé <川沿い> かわぞい {踦蹺軻} dọc theo sông ◊ along the river

강의 [剛毅] (刚毅) gāngyì <剛毅> ごうき {剛毅} cương nghị ◊ fortitude

강의 [講義] (讲课) jiǎngkè <講義> こうぎ {排講} bài giảng ◊ lecture

강의실 [講義室] (演讲室) yǎnjiǎng shì <講義室> こうぎしつ {房講吚} phòng giảng dạy ◊ lecture hall; lecture room

각의평가 [講義評價] (教学评价) jiàoxué píngjià < 講義評価> こうぎひょうか {扜價講吚} đánh giá giảng dạy ◊ teaching evaluation

강자 [強者] (强者) jiàng zhě <強者> きょうしゃ {強者} cường giả ◊ strong

강장 [腔腸] (腔肠) qiāng cháng <腔腸> こうちょ う {腔腸} xoang tràng ◊ coelenter

강재 [鋼材] (钢材) gāngcái <鋼材> こうざい {鋼材} cương tài ◊ steel

강적 [強敵] (强敌) jiàng dí <強敵> きょうてき {強敵} cường địch ◊ strong enemy; powerful enemy

강점 [強點] (强项) qiángxiàng <強み> つよみ {點嬶} điểm mạnh ◊ strengths

강제 [鋼製] (钢制) gāng zhì <鋼製> こうせい {鋼製} cương chế ◊ steel

강제 [強制] (强制) qiángzhì <強制> きょうせい {強制} cưỡng chế ◊ compulsion

강제근로 [強制勤勞] (强制性工作) qiángzhì xìng gōngzuò <強制勤労> きょうせいきんろう {工 役扒揰} công việc bắt buộc ◊ mandatory work

강제력 [強制力] (强制力) qiángzhì lì <強制力> りょく {強制力} cường chế lực ◊ coercive force

강제통풍 [強制通風] (强制通风) qiángzhì tōngfēng <強制通風> きょうせいつうふう {通 壐強逼} thông gió cưỡng bức ◊ forced draft

강조 [強調] (强调) qiángdiào <強調> きょうちょ う {抝猛} nhấn mạnh ◊ emphasize

강좌 [講座] (讲座) jiǎngzuò <講座> こうざ {講 座} giảng tọa ◊ lecture

강직 [剛直] (刚直) gāngzhí <剛直> ごうちょく {剛直} cương trực ◊ upright and outspoken

강직 [降職] (降职) jiàng zhí <降職> こうしょく {降職} giáng chức ◊ demotion

강진 [強震] (强震) qiángzhèn <強震> きょうしん {強震} cường chấn ◊ strong earthquakes

강철 [鋼鐵] (钢铁) gāngtiě <鋼鉄> こうてつ {鐽} thép ◊ steel

강철관 [鋼鐵管] (钢管) gāngguǎn <鋼鉄管> こう てつかん {鋼鐵管} cương thiết quản ◊ steel pipes

강탈 [強奪] (强夺) jiàng duó <強奪> ごうだつ {繫拗} cướp ◊ force; plunder; robbery

강판 [鋼板] (钢板) gāngbǎn <鋼板> こうばん {鋼板} cương bản ◊ steel sheet

강평 [講評] (讲评) jiǎngpíng <講評> こうひょう {講評} giảng bình ◊ evaluation

강폭 [強暴] (强暴) qiángbào <強暴> きょうぼう {強暴} cường bạo ◊ violent; outrage; rape

강풍 [強風] (大风) dàfēng <強風> きょうふう {雫嬶旈|雫鷛旈} cơn gió mạnh ◊ gale

강하 [江河] (江河) jiāng hé <江河> こうが {江河} giang hà ◊ potamic; river

강하 [降下] (降下) jiàngxià <降下> こうか {降下} giáng hạ ◊ descend

강하다 [強하다] (强) jiàng <強い> つよい {旈} mạnh ◊ strong

강행 [強行] (强行) qiángxíng <強行> きょうこう {強行} cường hành ◊ forced

강호 [強豪] (强豪) jiàng háo <強豪> きょうごう {強豪} cường hào ◊ strong tyrant

강화 [講和] (讲和) jiǎnghé <講和> こうわ {講和} hòa bình ◊ make peace with

강화 [強化] (强化) qiánghuà <強化> きょうか {強化} cường hóa ◊ aggrandizement

같은 [一] (同样的) tóngyàng de <同じ> おなじ {軦} giống ◊ same

개 [一] (狗) gǒu <犬> いぬ {狭} chó ◊ dog

개 [個] (个) gè <個> こ {怤} cái ◊ piece

개간 [開墾] (开垦) kāikěn <開墾> かいこん {開墾} khai khẩn ◊ reclamation

개과자신 [改過自新] (改过自新) gǎiguò zìxīn <改過自新> かいかじしん {改過自新} cải quá tự tân ◊ live a new life

개과천선 [改過遷善] (改邪归正) gǎi xié guī zhēng <改心者> かいしんしゃ {改邪歸正} cải tà quy chính ◊ clean up one's act

개관 [概觀] (概观) gàiguān <概観> がいかん {概觀} khái quan ◊ overview

개괄 [概括] (概括) gàikuò <概括> がいかつ {總括} tổng quát ◊ generalize

개괄력 [概括力] (概括力) gàikuòlì <統括> とうかつ {勹總括} sức tổng quát ◊ generalization

개구리 [一] (青蛙) qīngwā <蛙> かわず {蟆} ếch ◊ frog

개국 [開國] (开国) kāiguó <開国> かいこく {立國} lập quốc ◊ found a country

개국 [開局] (开局) kāijú <開局> かいきょく {開局} khai cục ◊ start; establishment

개국공신 [開國功臣] (开国元勋) kāiguó yuánxūn <開国の元勲> かいこくのげんくん {功臣開國} công thần khai quốc ◊ found a country

개념 [概念] (概念) gàiniàn <概念> がいねん {概念} khái niệm ◊ concept

개념론 [概念論] (概念论) gàiniànlùn <概念論> がいねんろん {概念論} khái niệm luận ◊ conceptualism

개똥지빠귀 [一] (画眉鸟) huàméi niǎo <鶫> つぐみ {鴝畫眉} chim họa mi ◊ thrush

개략 [概略] (概略) gài lüè <概略> がいりゃく {概略} khái lược ◊ outline

개량 [改良] (改良) gǎiliáng <改良> かいりょう {改良} cải lương ◊ improve

개량품 [改良品] (改良品) gǎiliáng pǐn <改良品> かいりょうひん {改良品} cải lương phẩm ◊ improvements

개론 [概論] (概论) gàilùn <概論> がいろん {概論} khái luận ◊ conspectus

개론서 [概論書] (总体介绍) zǒngtǐ jièshào <概略の本> がいりゃくのほん {冊概略} sách khái lược ◊ conspectus

개막 [開幕] (开幕) kāimù <開幕> かいまく {開幕} khai màn ◊ opening ceremony

개막식 [開幕式] (开幕式) kāimùshì <開会式> かいかいしき {禮開幕} lễ khai mạc ◊ opening ceremony

개명 [改名] (改名) gǎimíng <改名> かいめい {改名} cải danh ◊ rename

개명 [開明] (开明) kāimíng <開明> かいめい {開明} khai minh ◊ enlightened

개문 [開門] (开门) kāimén <開門> かいもん {開門} khai môn ◊ open the door

개미 [一] (蚂蚁) mǎyǐ <蟻> あり {蟻} kiến ◊ ant

개발 [開發] (开发) kāifā <開発> かいはつ {開發} khai phát ◊ exploitation

개발계획 [開發計劃] (发展规划) fāzhǎn guīhuà <開発計画> かいはつけいかく {規劃發展} quy hoạch phát triển ◊ development of planning

개발단계 [開發段階] (发展阶段) fāzhǎn jiēduàn <開発段階> かいはつだんかい {階段發展} giai đoạn phát triển ◊ development stage

개발업자 [開發業者] (开发商) kāifā shāng <開発者> かいはつしゃ {姰發展} nhà phát triển ◊ developers

개방 [開放] (开放) kāifàng <開放> かいほう {開放} khai phóng ◊ opening up outside

개변 [改變] (改变) gǎibiàn <改变> かいへん {改變} cải biến ◊ change

개별 [個別] (个别) gèbié <個別> こべつ {個別} cá biệt ◊ individual

개복술 [開腹術] (剖腹术) pōufù shù <開腹術> かいふくじゅつ {開腹術} khai phúc thuật ◊ laparotomy

개봉 [開封] (开封) kāifēng <開封> かいふう {開封} khai phong ◊ unseal

개산 [概算] (概算) gài suàn <概算> がいさん {概算} khái toán ◊ approximate calculation

개선 [改善] (改善) gǎishàn <改善> かいぜん {改善} cải thiện ◊ improve

개선 [改選] (改选) gǎixuǎn <改選> かいせん {改選} cải tuyển ◊ reelection

개선 [疥癬] (疥癣) jiè xuǎn <疥癬> かいせん {疥癬} giới tiển ◊ scabies

개선 [凱旋] (凯旋) kǎixuán <凱旋> がいせん {凱還} khải hoàn ◊ triumphant

개선가 [凱旋歌] (凯歌) kǎigē <凱歌> がいか {凱歌} khải ca ◊ triumphant songs

개선문 [凱旋門] (凯旋门) kǎixuánmén <凱旋門> がいせんもん {凱還門} khải hoàn môn ◊ triumphal arch

개선장군 [凱旋將軍] (凯旋将军) kǎixuán jiāngjūn <凱旋將軍> がいせんしょうぐん {大將戰勝} đại tướng chiến thắng ◊ triumphal general

개설 [概說] (概说) gài shuō <概説> がいせつ {概說} khái thuyết ◊ a summary

개설 [開設] (开设) kāishè <開設> かいせつ {鞠} mở ◊ open

개성 [改姓] (改姓) gǎi xìng <改姓> かいせい {改姓} cải tính ◊ change one's surname

개성 [個性] (个性) gèxìng <個性> こせい {個性} cá tính ◊ personality

개수 [改修] (改修) gǎi xiū <改修> かいしゅう {改修} cải tu ◊ renovation; rebuild

개술 [概述] (概述) gàishù <概述> がいじゅつ {概述} khái thuật ◊ overview

개시 [開始] (开始) kāishǐ <開始> かいし {開始} khai thùy ◊ begin

개신 [改新] (改新) gǎi xīn <改新> かいしん {改新} cải tân ◊ reformation

개썰매끌기 [一] (狗拉雪橇) gǒu lā xuěqiāo <犬橇滑り> いぬぞりすべり {車踔雪狖攟} xe trượt tuyết chó kéo ◊ dog sledding

개악 [改惡] (改恶) gǎi è <改悪> かいあく {改惡} cải ác ◊ deterioration

개안 [開眼] (开眼) kāiyǎn <開眼> かいがん {覺悟} giác ngộ ◊ enlightenment; spiritual awakening; opening one's eyes to

개업 [開業] (开业) kāiyè <開業> かいぎょう {開業} khai nghiệp ◊ business opening

개역 [改易] (改易) gǎiyì <改易> かいえき {改易} cải dị ◊ change

개연성 [蓋然性] (盖然性) gài rán xìng <蓋然性> がいぜんせい {確率} xác suất ◊ probability

개열 [開裂] (开裂) kāiliè <開裂> かいれつ {裂開} liệt khai ◊ crack

개요 [概要] (概要) gài yào <概要> がいよう {概要} khái yếu ◊ outline

개음절 [開音節] (开音节) kāi yīnjié <開音節> かいおんせつ {開音節} khai âm tiết ◊ open syllables

개의 [介意] (介意) jièyì <気にする> きにする {抵觸㘩} để trong tim ◊ mind

개인 [個人] (个人) gèrén <個人> こじん {個人} cá nhân ◊ individual

개인상 [個人賞] (个人奖) gèrén jiǎng <個人賞> こじんしょう {個人賞} cá nhân thưởng ◊ personal rewards

개인성 [個人性] (个性) gèxìng <個人性> こじんせい {性個人} tính cá nhân ◊ personality

개인위생 [個人衛生] (个人卫生) gèrén wèishēng <個人衛生> こじんえいせい {衛生個人} vệ sinh cá nhân ◊ personal hygiene

개인재산 [個人財産] (私人财产) sīrén cáichǎn <私財> しざい {財産積} tài sản riêng ◊ private property

개입 [介入] (介入) jièrù <介入> かいにゅう {介入} giới nhập ◊ intervention

개작 [改作] (改作) gǎi zuō <改作> かいさく {改作} cải tác ◊ remake

개장 [改葬] (改葬) gǎi zàng <改葬> かいそう {改葬} cải táng ◊ reburied

개장 [改裝] (改装) gǎizhuāng <改裝> かいそう {改裝} cải trang ◊ refit

개장 [開場] (开场) kāichǎng <開場> かいじょう {開幕} khai mạc ◊ opening; starting

개장 [開張] (开张) kāizhāng <開張> かいちょう {開張} khai trương ◊ open a shop

개전 [開展] (开展) kāizhǎn <展開> てんかい {開展} khai triển ◊ develop

개전 [開戰] (开战) kāizhàn <開戦> かいせん {開戰} khai chiến ◊ begin a war

개점 [開店] (开店) kāidiàn <開店> かいてん {開店} khai điểm ◊ open a store

개점 시간 [開店時間] (开店时间) kāidiàn shíjiān <開店時間> かいてんじかん {時間闌犇} thời gian mở cửa ◊ opening hours

개정 [改定] (改定) gǎi dìng <改定> かいてい {改定} cải định ◊ revision

개정 [改訂] (改订) gǎidìng <改訂> かいてい {改訂} cải đính ◊ revise

개정 [改正] (改正) gǎizhèng <改正> かいせい {改正} cải chính ◊ correct

개정판 [改訂版] (修订版) xiūdìngbǎn <改訂版> かいていばん {改訂版} cải đính bản ◊ revised version

개제 [改題] (改题) gǎi tí <改題> かいだい {改題} cải đề ◊ retitle

개조 [改造] (改造) gǎizào <改造> かいぞう {改造} cải tạo ◊ remodel

개조 [改組] (改组) gǎizǔ <改組> かいそ {改組} cải tổ ◊ reshuffle

개종 [改宗] (改宗) gǎi zōng <改宗> かいしゅう {轉醼} chuyển đổi ◊ conversion

개진 [改進] (改进) gǎijìn <改進> かいしん {改進} cải tiến ◊ improvement

개진 [開進] (开进) kāi jìn <開進> かいしん {趓} vào ◊ bump into

개착 [開鑿] (开凿) kāizáo <開鑿> かいさく {開鑿} khai tạc ◊ digging

개찰구 [改札口] (检票口) jiǎn piào kǒu <改札口> かいさつくち {閱察脈} cổng soát vé ◊ ticket barrier; ticket gate

개창 [疥瘡] (疥疮) jièchuāng <疥瘡> はたけ {疥瘡} giới sang ◊ scabies

개창 [開創] (开创) kāichuàng <開創> かいそう {開創} khai sáng ◊ create

개척 [開拓] (开拓) kāituò <開拓> かいたく {開拓} khai thác ◊ exploit

개체 [個體] (个体) gètǐ <個體> こたい {個人} cá nhân ◊ individual

개최 [開催] (举办) jǔbàn <開催> かいさい {組織} tổ chức ◊ hold a meeting

개축 [改築] (改建) gǎijiàn <改築> かいちく {改造} cải tạo ◊ rebuild; remodeling

개칭 [改稱] (改称) gǎichēng <改称> かいしょう {改稱} cải xưng ◊ rename

개탄 [慨歎|慨嘆] (慨叹) kǎitàn <慨嘆> がいたん {蹟} tiếc ◊ regret

개통 [開通] (开通) kāitōng <開通> かいつう {開通} khai thông ◊ open up

개판 [改版] (改版) gǎibǎn <改版> かいはん {改版} cải bản ◊ revised edition of a publication; revision

개편 [改編] (改编) gǎibiān <改編> かいへん {改編} cải biên ◊ adaptation

개폐기 [開閉器] (开闭器) kāi bì qì <開閉器> かいへいき {用具耦破} dụng cụ mở chai ◊ opener device

개표 [開票] (点票) diǎn piào <開票する> かいひょうする {檢票} kiểm phiếu ◊ ballot counting

개학 [開學] (开学) kāixué <開学> かいがく {開場} khai trường ◊ start of school

개항 [開港] (开港) kāi gǎng <開港> かいこう {開港} khai cảng ◊ open a port

개헌 [改憲] (改宪) gǎi xiàn <改憲> かいけん {改憲} cải hiến ◊ constitutional amendment

개혁 [改革] (改革) gǎigé <改革> かいかく {改革} cải cách ◊ reform

개혁개방 [改革開放] (改革开放) gǎigé kāifàng <改革開放> かいかくかいほう {改革闌幇} cải cách mở cửa ◊ reform and opening up

개화 [開花] (开花) kāihuā <開花> かいか {開花} khai hoa ◊ flowering

개화 [開化] (开化) kāihuà <開化> かいか {開化} khai hóa ◊ civilized

개화기 [開花期] (开花期) kāihuā qī <開花期> かいかき {開花期} khai hoa kỳ ◊ anthesis; flowering season

개화기 [開化期] (启蒙时期) qǐméng shíqī <開化期> かいかき {開化期} khai hóa kỳ ◊ enlightenment

개황 [概況] (概况) gàikuàng <概況> がいきょう {概況} khái huống ◊ survey; general situation; outlook; overview

개황 [開荒] (开荒) kāihuāng <開墾> かいこん {開荒} khai hoang ◊ open up wasteland; reclamation

개회 [開會] (开会) kāihuì <開会> かいかい {開會} khai hội ◊ have a meeting

개회향 [개茴香] (山茴香) shān huíxiāng <山茴香> やまういきょう {野茴香} dã hồi hương ◊ fennel

개흉술 [開胸術] (开胸术) kāi xiōng shù <開胸術> かいきょうじゅつ {開胸術} khai hung thuật ◊ thoracotomy

객관 [客觀] (客观) kèguān <客観> きゃっかん {客觀} khách quan ◊ objective

객관성 [客觀性] (客观性) kèguānxìng <客観性> きゃっかんせい {性客觀} tính khách quan ◊ objectivity

객관적 [客觀的] (客观的) kèguān de <客観的> きゃっかんてき {客觀} khách quan ◊ objective

객상 [客商] (客商) kè shāng <客商> きゃくしょう {客商} khách thương ◊ merchant

객석 [客席] (客席) kè xí <客席> きゃくせき {客席} khách tịch ◊ guest seat

객실 [客室] (客房) kèfáng <客室> きゃくしつ {房客} phòng khách ◊ guest room

객실번호 [客室番號] (房间号) fángjiān háo <部屋番号> へやばんごう {數房} số phòng ◊ room number

객실키 [客室 key] (房间钥匙) fángjiān yàoshi <部屋鍵> へやかぎ {鈸銙房|匙銙房} chìa khóa phòng ◊ room key

객점 [客店] (客店) kèdiàn <客店> きゃくてん {客店} khách điếm ◊ inn

객주 [客主] (客主) kè zhǔ <客主> きゃくぬし {客主} khách chủ ◊ guest-host

객지 [客地] (客地) kè dì <客地> かくち {墻客} đất khách ◊ a strange place

객차 [客車] (客车) kèchē <客車> きゃくしゃ {車客} xe khách ◊ passenger car

갱내조명 [坑內照明] (坑内照明) kēng nèi

zhàomíng <坑内照明> こうないしょうめい {照爛燵塄} chiếu sáng trong hố ◊ pit lighting

갱년기 [更年期] (更年期) gēngniánqī <更年期> こうねんき {更年期} canh niên kỳ ◊ menopause

갱도 [坑道] (坑道) kēngdào <坑道> こうどう {塘垎} đường hầm ◊ tunnel

갱생 [更生] (更生) gēngshēng <更生> こうせい {更生} canh sinh ◊ rehabilitation

갱신 [更新] (更新) gēngxīn <更新> こうしん {更新} canh tân ◊ update

갱신주기 [更新週期] (更新周期) gēngxīn zhōuqī <更新週期> こうしんしゅうき {週期及日} chu kỳ cập nhật ◊ regeneration interval

거국일치 [舉國一致] (举国一致) jǔguó yīzhì <舉国一致> きょこくいっち {舉國一致} cử quốc nhất trí ◊ unity of the whole nation

거꾸로 [－] (逆倒) nìdǎo <逆さ> さかさ {亂逆} lộn ngược ◊ upside down

거대 [巨大] (巨大) jùdà <巨大> きょだい {巨大} cự đại ◊ huge

거대도시 [巨大都市] (特大都市) tèdà dūshì <巨大都市> きょだいとし {超都市} siêu đô thị ◊ megalopolis

거동 [舉動] (举动) jǔdòng <舉動> きょどう {舉動} cử động ◊ comportment

거동 [去冬] (去冬) qùdōng <去る冬> さるふゆ {瞥冬薢邂} mùa đông năm ngoái ◊ last winter

거듭 [－] (一再) yīzài <度重> たびかさ {啦粿} lặp lại ◊ repeated

거래 [去來] (去来) qù lái <去来> きょらい {去來} khứ lai ◊ last coming

거류 [居留] (居留) jūliú <居留> きょりゅう {居留} cư lưu ◊ reside

거리 [－] (街) jiē <通り> とうり {蹹庸|蹹舖} đường phố ◊ street

거리 [距離] (距离) jùlí <距離> きょり {距離} cự ly ◊ distance

거마 [車馬] (车马) chēmǎ <車馬> しゃば {車馬} xa mã ◊ carriages and horses

거마비 [車馬費] (车马费) chēmǎ fèi <車馬賃> しゃばちん {車馬費} xa mã phí ◊ carfare; transportation expenses

거만 [巨萬] (成千上万) chéng qiān shàngwàn <巨万> きょまん {行飳} hàng ngàn ◊ plenty

거목 [巨木] (巨木) jù mù <巨木> きょぼく {核扄} cây lớn ◊ giant wood

거민 [居民] (居民) jūmín <居民> きょみん {居民} cư dân ◊ inhabitant

거병 [舉兵] (举兵) jǔ bīng <舉兵> きょへい {舉兵} cử binh ◊ raise troops

거보 [巨步] (巨步) jù bù <巨步> きょほ {巨步} cự bộ ◊ giant stride

거부 [巨富] (巨富) jùfù <巨富> きょふ {巨富} cự phú ◊ huge wealth; nabobism

거부 [拒否] (拒否) jù fǒu <拒否> きょひ {辭咥|辭挳} từ chối ◊ denied

거산 [巨山] (巨山) jù shān <巨山> きょざん {岗弱} núi lớn ◊ giant mountain

거상 [巨商] (巨商) jù shāng <巨商> きょしょう {巨商} cự thương ◊ giant merchant

거성 [去聲] (去声) qùshēng <去声> きょせい {去聲} khứ thanh ◊ falling tone; 4th tone of Standard Chinese; *qusheng*

거소 [居所] (居所) jūsuǒ <居所> きょしょ {居所} cư sở ◊ residence

거수 [巨樹] (巨树) jù shù <巨樹> きょじゅ {巨樹} cự thụ ◊ giant trees

거슬러 올라가다 [－] (追溯) zhuīsù <遡る> さかのぼる {追逆徠} truy ngược lại ◊ traced back

거식 [舉式] (举式) jǔ shì <舉式> きょしき {舉式} cử thức ◊ holding a ceremony; wedding ceremony

거실 [居室] (客厅) kètīng <居間> いま {房客} phòng khách ◊ living room

거안사위 [居安思危] (居安思危) jū ān sī wēi <居安思危> きょあんしき {居安思危} cư an tư nguy ◊ be prepared for danger in times of peace

거액 [巨額] (巨额) jù'é <巨額> きょがく {巨額} cự ngạch ◊ huge

거울상 [거울像] (镜中像) jìngzhōngxiàng <ミラーリング> mirroring {影齨羁} ảnh trong gương ◊ mirroring image

거위 [鉅偉] (宏伟) hóngwěi <雄大> ゆうだい {唪嚧} lộng lẫy ◊ grand

거의 [－] (几乎) jīhū <もう少しで> もうすこしで {幾乎} cơ hồ ◊ almost

거인 [舉人] (举人) jǔrén <舉人> きょじん {舉人} cử nhân ◊ ancient examiner

거인 [巨人] (巨人) jùrén <巨人> きょじん {巨人} cự nhân ◊ giant

거장 [巨匠] (巨匠) jùjiàng <巨匠> きょしょう {大師} đại sư ◊ maestro

거절 [拒絕] (拒绝) jù jué <拒絕> きょぜつ {拒絕} cự tuyệt ◊ refuse

거점 [據點] (据点) jùdiǎn <拠点> きょてん {據

點} cứ điểm ◊ stronghold

거주 [居住] (居住) jūzhù <居住> きょじゅう {居住} cư trú ◊ reside; dwelling

거주민 [居住民] (居住民) jūzhùmín <居住民> きょじゅうみん {居住民} cư trú dân ◊ residents

거주소 [居住所] (住宅) zhùzhái <居住所> きょじゅうしょ {居住所} cư trú sở ◊ residence

거주인구 [居住人口] (居住人口) jūzhù rénkǒu <定住人口> ていじゅうじんこう {民數居住} dân số cư trú ◊ resident population

거주지 [居住地] (居住地) jūzhù dì <居住地> きょじゅうち {坭居住} nơi cư trú ◊ place of residence

거지 [ㅡ] (乞丐) qǐgài <乞丐> こつがい {馭咹吀} người ăn xin ◊ beggar

거지 [擧止] (举止) jǔzhǐ <挙止> きょし {擧止} cử chỉ ◊ behavior

거처 [居處] (居处) jūchù <居処> いどころ {居處} cư xứ ◊ whereabouts

거칠다 [ㅡ] (粗糙) cūcāo <粗い> あらい {粗} thô ◊ rough

거택 [居宅] (居宅) jū zhái <居宅> きょたく {居宅} cư trạch ◊ residence

거품 [ㅡ] (泡泡) pāo pāo <バブル> bubble {琫琫} bong bóng ◊ bubble

거행 [擧行] (举行) jǔxíng <挙行> きょこう {擧行} cử hành ◊ hold; carry out

걱정 [ㅡ] (挂念) guàniàn <心配> しんぱい {慮懒|忙懒} lo lắng ◊ worry

건 [腱] (肌腱) jījiàn <腱> けん {肋} gân ◊ tendon

건강 [健康] (健康) jiànkāng <健康> けんこう {殳睢|飭劸} sức khỏe ◊ health

건강 [乾薑] (干姜) gān jiāng <干姜> かんきょう {乾薑; 蔪枯} can khương; gừng khô ◊ dried ginger

건강진단 [健康診斷] (体格检查) tǐgé jiǎnchá <健康診察> けんこうしんさつ {勘殳睢} khám sức khỏe ◊ medical examination

건고 [乾枯] (干枯) gānkū <乾枯> かんこ {乾枯} càn khô ◊ withered

건곤 [乾坤] (乾坤) qiánkūn <乾坤> けんこん {乾坤} càn khôn ◊ heaven and earth

건구온도계 [乾球溫度計] (干球温度计) qián qiú wēndùjì <乾球温度計> かんきゅうおんどけい {熱計乾球} nhiệt kế can cầu ◊ dry bulb thermometer

건국 [建國] (建国) jiàn guó <建国> けんこく {建國} kiến quốc ◊ set up a country

건국이념 [建國理念] (建国理念) jiàn guó lǐniàn <建国理念> けんこくりねん {理念建國} lý niệm kiến quốc ◊ idea of nationhood

건군 [建軍] (建军) jiàn jūn <建軍> けんぐん {建軍} kiến quân ◊ build an army

건량 [乾糧] (干粮) gānliáng <干物> かんぶつ {糧枯} lương khô ◊ dry food

건류 [乾溜] (干馏) gānliú <乾溜> かんりゅう {蒸拮} chưng cất ◊ dry distillation

건립 [建立] (建立) jiànlì <建立> こんりゅう {建立} kiến lập ◊ establish

건망 [健忘] (健忘) jiànwàng <健忘> けんぼう {健忘} kiện vong ◊ forgetfulness

건망증 [健忘症] (健忘症) jiànwàng zhēng <健忘症> けんぼうしょう {症眣智悏} chứng mất trí nhớ ◊ amnesia

건명 [件名] (件名) jiàn míng <件名> けんめい {件名} kiện danh ◊ subject; title

건물 [建物] (建筑物) jiànzhùwù <建物> たてもの {座�} tòa nhà ◊ building

건물 [乾物] (干货) gān huò <干し物> ほしもの {哫飰枯} thức ăn khô ◊ dried food

건반 [鍵盤] (键盘) jiànpán <鍵盤> けんばん {盤桭} bàn phím ◊ keyboard

건배 [乾杯] (干杯) gānbēi <乾杯> かんぱい {泮戦|泮礶} cạn chén ◊ cheers

건생식물 [乾生植物] (旱生植物) hàn shēng zhíwù <乾生植物> いぬいせいしょくぶつ {核㕸旱} cây chịu hạn ◊ xerand

건설 [建設] (建设) jiànshè <建設> けんせつ {黫踭} xây dựng ◊ construction

건설단계 [建設段階] (建设阶段) jiànshè jiēduàn <建設段階> けんせつだんかい {階段施工} giai đoạn thi công ◊ construction phase

건설비 [建設費] (建设费) jiànshè fèi <建設費> けんせつひ {支費黫踭} chi phí xây dựng ◊ construction cost

건설소음 [建設騷音] (建设噪音) jiànshè zàoyīn <建設騷音> けんせつそうおん {嗜嗢黫踭} tiếng ồn xây dựng ◊ construction noise

건설역학 [建設力學] (建筑力学) jiànzhù lìxué <建築力学> けんちくりきがく {機學建築} cơ học kiến trúc ◊ constructive mechanics

건성피부 [乾性皮膚] (皮肤干燥) pífū gānzào <乾燥肌> かんそうはだ {皮多枯} da khô ◊ dry

건식법 [乾式法] (干法) gān fǎ <乾式法> かんし

きほう {過程乾式} quá trình can thức ◊ dry process

건식처리 [乾式處理] (干式处理) gān shì chǔlǐ <乾式處理> かんしきしょり {製變乾式} chế biến can thức ◊ dry treatment

건식충돌 [乾式衝突] (干式撞击) gān shì zhuàngjī <乾式衝突> かんしきしょうとつ {作動乾式} tác động can thức ◊ dry impingement

건식혼합기 [乾式混合機] (干式混合机) gān shì hùnhé jī <乾式混合機> かんしきこんごうき {攪攪乾式} máy trộn can thức ◊ dry mixer

건식흡수법 [乾式吸收法] (干式吸收) gān shì xīshōu <乾式吸收法> かんしききゅうしゅうほう {吸收乾式} hấp thu can thức ◊ dry-type absorption

건육 [乾肉] (干肉) gān ròu <乾肉> ほしし {乾肉} càn nhục ◊ dried meat

건의 [建議] (建议) jiànyì <建議> けんぎ {抱意|揹意} gợi ý ◊ proposal

건장 [健壯] (健壮) jiànzhuàng <健やか> すこやか {劫猛|劫猛} khỏe mạnh ◊ healthy

건재 [健在] (健在) jiànzài <健在> けんざい {健在} kiến tại ◊ in good health; alive well

건전 [健全] (健全) jiànquán <健全> けんぜん {健全} kiện toàn ◊ healthy; sound

건전지 [乾電池] (干电池) gān diànchí <乾電池> かんでんち {乾電池} can điện trì ◊ dry cell battery

건조 [建造] (建造) jiànzào <建造> けんぞう {建造} kiến tạo ◊ build up

건조 [乾燥] (干燥) gānzào <乾燥> かんそう {炕} khô ◊ dry

건조기 [乾燥機] (干燥机) gānzàojī <乾燥機> かんそうき {攪炕} máy sấy ◊ dryer

건조기준 [乾燥基準] (干燥标准) gānzào biāozhǔn <乾燥基準> かんそうきじゅん {標準炕枯} tiêu chuẩn sấy khô ◊ dry base

건조로 [乾燥爐] (干燥炉) gānzào lú <乾燥炉> かんそうろ {爐歹枯} lò làm khô ◊ drying furnace

건조용량 [乾燥容量] (干燥能力) gānzào nénglì <乾燥容量> かんそうようりょう {能力炕枯} năng lực sấy khô ◊ drying capacities

건조장치 [乾燥裝置] (干燥设备) gānzào shèbèi <乾燥裝置> かんそうそうち {設備炕枯} thiết bị sấy khô ◊ drying equipment

건조중량 [乾燥重量] (干燥重量) gānzào zhòngliàng <乾燥重量> かんそうじゅうりょう {重量炕} trọng lượng khô ◊ dry weight

건조증기 [乾燥蒸汽] (干蒸汽) gān zhēngqì <乾燥蒸汽> かんそうじょうき {稝渚炕} hơi nước khô ◊ dry steam

건조폐기물 [乾燥廢棄物] (干废物) gān fèiwù <乾燥廢棄物> かんそうはいきぶつ {質汰炕} chất thải khô ◊ dry waste

건조효율 [乾燥效率] (干燥效率) gānzào xiàolù <乾燥效率> かんそうこうりつ {效果炕枯} hiệu quả sấy khô ◊ drying efficiency

건채 [乾菜] (干菜) gāncài <乾菜> かんさい {乾茱} càn thái ◊ dried vegetables

건초 [乾草] (干草) gāncǎo <干し草> ほしくさ {秸枯} cỏ khô ◊ hay

건초염 [腱鞘炎] (腱鞘炎) jiànqiàoyán <腱鞘炎> けんしょうえん {腱鞘炎} kiện sao viêm ◊ tenosynovitis

건축 [建築] (建筑) jiànzhù <建築> けんちく {建築} kiến trúc ◊ building

건축가 [建築家] (建筑家) jiànzhùjiā <建築家> けんちくか {建築師} kiến trúc sư ◊ architect

건축면적 [建築面積] (建筑面积) jiànzhù miànjī <建坪> たてつぼ {面積棧} diện tích sàn ◊ floor area

건축밀도 [建築密度] (建筑物密度) jiànzhùwù mìdù <建築密度> けんちくみつど {密度艬婷} mật độ xây dựng ◊ building density

건축비용 [建築費用] (建筑费用) jiànzhù fèiyòng <建築費用> けんちくひよう {支費艬婷} chi phí xây dựng ◊ expenditure on construction

건축사 [建築士] (建筑师) jiànzhùshī <建築士> けんちくし {建築師} kiến trúc sư ◊ architects

건축설계 [建築設計] (建筑设计) jiànzhù shèjì <建築設計> けんちくせっけい {設計建築} thiết kế kiến trúc ◊ architectural design

건축스타일 [建築 style] (建筑风格) jiànzhù fēnggé <建築樣式> けんちくようしき {風格建築} phong cách kiến trúc ◊ architecture styles

건축음향 [建築音響] (建筑声学) jiànzhù shēngxué <建築音響> けんちくおんきょう {音學建築} âm học kiến trúc ◊ architectural acoustics

건축자재 [建築資材] (建材) jiàncái <建築資材> けんちくしざい {物料磋婷} vật liệu xây dựng ◊ materials

건축재 [建築材] (建筑木材) jiànzhù mùcái <建築材> けんちくざい {建築材} kiến trúc tài ◊ building timber

건축폐기물 [建築廢棄物] (建筑废料) jiànzhù fèiliào <建築廃棄物> けんちくはいきぶつ {質汰釅踭} chất thải xây dựng ◊ building debris

건축학 [建築學] (建筑学) jiànzhùxué <建築学> けんちく {建築學} kiến trúc học ◊ architecture

건칠 [乾漆] (干漆) gān qī <乾漆> かんしつ {髹捱炻} sơn mài khô ◊ dry lacquer

건포도 [乾葡萄] (葡萄干) pútaogān <干し葡萄> ほしぶどう {薵枯} nho khô ◊ raisin

걷어차다 [一] (踢开) tī kāi <蹴る> ける {踍} đá ◊ kick

걸다 [一] (挂上) guà shàng <掛ける> かける {撩} treo ◊ hang

걸물 [傑物] (杰物) jié wù <傑物> けつぶつ {傑物} kiệt vật ◊ great person; distinguished person

걸상 [걸牀] (凳子) dèngzi <腰掛け> こしかけ {兀斗} ghế đẩu ◊ stool

걸식 [乞食] (乞食) qǐshí <乞食> こじき {乞食} khất thực ◊ begging

걸음 [一] (步伐) bùfá <ステップ> step {跳} bước ◊ step

걸작 [傑作] (杰作) jiézuò <傑作> けっさく {傑作} kiệt tác ◊ masterpiece

걸출 [傑出] (杰出) jiéchū <傑出> けっしゅつ {傑出} kiệt xuất ◊ outstanding

검 [劍] (剑) jiàn <劍> けん {劍} kiếm ◊ sword

검객 [劍客] (剑客) jiànkè <劍客> けんかく {劍客} kiếm khách ◊ swordsman

검거 [檢擧] (检举) jiǎnjǔ <検挙> けんきょ {檢擧} kiểm cử ◊ arrest; roundup inspection

검극 [劍戟] (剑戟) jiàn jǐ <劍戟> けんげき {劍戟} kiếm kích ◊ arms; swordplay

검뇨 [檢尿] (检尿) jiǎn niào <検尿> けんにょう {檢尿} kiểm niệu ◊ urine test

검당계 [檢糖計] (糖量计) táng liáng jì <検糖計> けんとうけい {檢糖計} kiểm đường kế ◊ sugar meter

검도 [劍道] (剑道) jiàn dào <劍道> けんどう {劍道} giám đạo ◊ swords martial art

검룡 [劍龍] (剑龙) jiàn lóng <剣竜> けんりゅう {劍龍} kiếm long ◊ stegosaurus

검법 [劍法] (剑法) jiàn fǎ <劍法> けんぽう {劍法} kiếm pháp ◊ swordsmanship

검사 [檢査] (检查) jiǎnchá <検査> けんさ {檢査} kiểm tra ◊ inspection; examination

검사 [檢事] (检事) jiǎn shì <検事> けんじ {檢事} kiểm sự ◊ public prosecutor

검사 [劍士] (剑士) jiàn shì <劍士> けんし {劍士} kiếm sĩ ◊ swordsman

검사관 [檢査官] (检查官) jiǎnchá guān <検査官> けんさかん {檢査官} kiểm tra quan ◊ prosecutor

검사범주 [檢事範疇] (检验范围) jiǎnyàn fànwéi <検事範疇> けんじはんちゅう {範圍檢查} phạm vi kiểm tra ◊ examination category

검사통로 [檢事通路] (检查通道) jiǎnchá tōngdào <検事通路> けんじつうろ {瀝檢查} kênh kiểm tra ◊ inspection walkway

검사확인 [檢査確認] (检查确认) jiǎnchá quèrèn <検査確認> けんさかくにん {登檢} đăng kiểm ◊ check to confirm

검산 [檢算] (检算) jiǎn suàn <検算> けんざん {檢算} kiểm toán ◊ calculation

검색 [檢索] (检索) jiǎnsuǒ <検索> けんさく {檢索} kiểm sách ◊ retrieval; search

검수 [檢收] (验收) yànshōu <検収> けんしゅう {執認} chấp nhận ◊ acceptance inspection; receipt and inspection

검술 [劍術] (剑术) jiànshù <劍術> けんじゅつ {劍術} kiếm thuật ◊ fencing; swordplay

검시 [檢屍] (检尸) jiǎn shī <検屍> けんし {檢屍} kiểm thi ◊ autopsy

검압기 [檢壓器] (检压器) jiǎn yā qì <検圧器> けんあつき {檢壓器} kiểm áp khí ◊ voltage detectors

검약 [儉約] (俭约) jiǎn yāo <倹約> けんやく {儉約} kiệm ước ◊ frugal

검역 [檢疫] (检疫) jiǎnyì <検疫> けんえき {檢疫} kiểm dịch ◊ quarantine

검역관 [檢疫官] (检疫官) jiǎnyì guān <検疫官> けんえきかん {檢疫官} kiểm dịch quan ◊ quarantine officer

검열 [檢閱] (检阅) jiǎnyuè <検閲> けんえつ {檢閱} kiểm duyệt ◊ review; parade

검은 [一] (黑的) hēi de <黒い> くろい {矗} đen ◊ black

검은색 [검은色] (黑色) hēisè <黒色> こくしょく {眸矗} màu đen ◊ black color

검자 [檢字] (检字) jiǎn zì <検字> けんじ {檢字} kiểm tự ◊ stroke-count indexing

검전기 [檢電器] (验电器) yàndiànqì <検電器> けんでんき {檢電器} kiểm điện khí ◊ rheoscope

검정 [檢定] (检定) jiǎndìng <検定> けんてい {檢定} kiểm định ◊ verification

검증 [檢證] (检证) jiǎn zhèng <検証> けんしょう

{檢證} kiểm chứng ◊ inspection

검진 [檢診] (检诊) jiǎn zhěn <検診> けんしん {檢診} kiểm chẩn ◊ health screening

검차 [檢車] (检车) jiǎn chē <検車> けんしゃ {檢車} kiểm xa ◊ vehicle inspection

검차원 [檢車員] (检车员) jiǎn chē yuán <車両検査員> しゃりょうけんさいん {軌淸査車} người thanh tra xe ◊ vehicle inspector

검찰 [檢察] (检察) jiǎnchá <検察> けんさつ {檢察} kiểm sát ◊ procuratorial

검찰관 [檢察官] (检察官) jiǎncháguān <検察官> けんさつかん {公訴官} công tố viên ◊ prosecutor

검찰청 [檢察廳] (检察院) jiǎncháyuàn <検察庁> けんさつかん {公訴院} công tố viện ◊ public prosecutors office

검출 [檢出] (检出) jiǎn chū <検出> けんしゅつ {檢出} kiểm xuất ◊ check out

검출기 [檢出器] (检测器) jiǎncèqì <検出器> けんしゅつき {檯撨} máy dò ◊ detector

검토 [檢討] (检讨) jiǎntǎo <検討> けんとう {檢討} kiểm thảo ◊ study; self-criticism

검표 [檢票] (检票) jiǎnpiào <検札> けんさつ {檢查牌} kiểm tra vé ◊ ticket inspection

검호 [劍豪] (剑豪) jiàn háo <剣豪> けんごう {劍豪} kiểm hào ◊ great swordsman

겁약 [怯弱] (怯弱) qièruò <怯弱> きょうじゃく {怯弱} khiếp nhược ◊ cowardice

겁이 많다 [怯이많다] (胆小) dǎnxiǎo <臆病> おくびょう {慣悒|贁悒|貲悒|倠憶|慣憶} hèn nhát ◊ cowardice

겁쟁이 [怯쟁이] (胆小鬼) dǎnxiǎoguǐ <臆病者> おくびょうしゃ {軏悒肝|得憶吓} người nhát gan ◊ coward

게시물 [揭示物] (发表的文章) fābiǎo de wénzhāng <投稿> とうこう {排扣} bài viết ◊ posting; contribution

게시판 [揭示板] (公告板) gōnggào bǎn <掲示板> けいじばん {榜通報} bảng thông báo ◊ bulletin board

게우다 [-] (吐) tǔ <吐く> はく {嘔嗎} mửa ◊ vomit

게으름뱅이 [-] (懒汉) lǎnhàn <無精|不精> ぶしょう {懶怴} lười biếng ◊ indolence

게이트회로 [gate 回路] (门电路) mén diànlù <ゲート回路> gate かいろ {脈轉} mạch cửa ◊ gate circuit

게자리 [-] (巨蟹座) jùxièzuò <巨蟹宮> きょかいきゅう {北蟹} Bắc Giải ◊ Cancer

게재 [揭載] (揭载) jiēzǎi <掲載> けいさい {登达|登連} đăng trên ◊ publication in a periodical

겨울 [-] (冬天) dōngtiān <冬> とう {蟄冬|暴冬} mùa đông ◊ winter

겨울방학 [겨울放學] (寒假) hánjià <冬休み> ふゆやすみ {期俤冬} kỳ nghỉ đông ◊ winter vacation

격검 [擊劍] (击剑) jījiàn <撃剣> げっけん {擊劍} kích kiếm ◊ fencing

격년 [隔年] (隔年) gé nián <隔年> かくねん {隔年} cách niên ◊ every other year

격노 [激怒] (激怒) jīnù <激怒> げきど {激怒} kích nộ ◊ irritate

격동 [激動] (激动) jīdòng <激動> げきどう {激動} kích động ◊ agitated

격랑 [激浪] (激浪) jī làng <激浪> げきろう {激浪} khích lãng ◊ torrent

격려 [激勵] (激励) jīlì <激励> げきれい {勸激} khuyến khích ◊ inspirit; encourage

격렬 [激烈] (激烈) jīliè <激烈> げきれつ {激烈} kịch liệt ◊ intense

격류 [激流] (激流) jīliú <激流> げきりゅう {激流} khích lưu ◊ riptide

격리 [隔離] (隔离) gélí <隔離> かくり {隔離} cách ly ◊ isolation

격리병실 [隔離病室] (隔离病房) gélí bìngfáng <隔離病棟> かくりびょうとう {房病隔離} phòng bệnh cách ly ◊ isolation ward

격리사 [隔離舍] (隔离房) gélí fáng <隔離舍> かくりしゃ {妸隔離} nhà cách ly ◊ isolation house

격리압력 [隔離壓力] (隔离压力) gélí yālì <隔離壓力> かくりあつりょく {孤立壓力} cô lập áp lực ◊ isolation pressure

격리장치 [隔離裝置] (隔离装置) gélí zhuāngzhì <隔離裝置> かくりそうち {設備隔離} thiết bị cách ly ◊ isolation device

격막 [膈膜] (膈膜) gé mó <隔膜> かくまく {肌橫} cơ hoành ◊ diaphragm

격문 [檄文] (檄文) xíwén <檄文> げきぶん {檄文} hịch văn ◊ official denunciation of the enemy

격발 [激發] (激发) jīfā <激発> げきはつ {激發} khích phát ◊ excite

격벽 [隔壁] (隔壁) gébì <隔壁> かくへき {隔壁} cách bích ◊ barrier wall; bulkhead; partition

격변 [激變] (激变) jī biàn <激变> げきへん {激

變} khích biến ◊ upheaval

격분 [激忿] (激愤) jīfèn <激憤> げきふん {激憤} kích phẫn ◊ indignant

격세 [隔世] (隔世) géshì <隔世> かくせい {隔世} cách thế ◊ separation of ages; being of a different age

격쇄 [擊碎] (击碎) jī suì <擊碎> げきさい {擊碎} kích toái ◊ smashing

격식 [格式] (格式) géshì <格式> かくしき {格式} cách thức ◊ format

격실 [隔室] (隔室) gé shì <隔室> へだたしつ {隔室} cách thất ◊ compartments

격앙 [激昂] (激昂) jǐ'áng <激昂> げっこう {激昂} khích ngang ◊ passionate

격언 [格言] (格言) géyán <格言> かくげん {格言} cách ngôn ◊ maxim

격외 [格外] (格外) géwài <格外> かくがい {非常} phi thường ◊ nonstandard; extraordinary; particularly

격월 [隔月] (隔月) gé yuè <隔月> かくげつ {隔朐} cách tháng ◊ every other month

격일 [隔日] (隔日) gérì <隔日> かくじつ {隔日} cách nhật ◊ every other day

격자 [格子] (格子) gézi <格子> こうし {纙} lưới ◊ lattice

격자간격 [格子間隔] (格子间距) gézi jiān jù <格子間隔> こうしかんかく {曠隔纙} khoảng cách lưới ◊ lattice spacing

격전 [激戰] (激战) jīzhàn <激戰> げきせん {激戰} kích chiến ◊ fierce battle

격절 [隔絕] (隔绝) géjué <隔絕> かくぜつ {隔絕} cách tuyệt ◊ isolated

격정 [激情] (激情) jīqíng <激情> げきじょう {激情} khích tình ◊ fervor

격조 [格調] (格调) gédiào <格調> かくちょう {格調} cách điệu ◊ style

격주 [隔週] (隔周) gé zhōu <隔週> かくしゅう {隔週} cách chu ◊ every other week

격차 [格差] (等级差) děngjí chā <格差> かくさ {點紗} điểm kém ◊ qualitative difference; disparity;

격차 [隔差] (差隔) chāgé <距離> きょり {壤隔|曠隔} khoảng cách ◊ rank difference

격추 [擊墜] (击落) jīluò <擊墜> げきつい {摯粦} bắn rơi ◊ shoot down

격침 [擊沈] (击沉) jīchén <擊沈> げきちん {擊沈} kích trầm ◊ sink a ship

격퇴 [擊退] (击退) jītùi <擊退> げきたい {擊退} kích thoái ◊ repulse; repel

격투 [格鬪] (格斗) gédòu <格鬪技> かくとうぎ {陣捫瓶瑾} trận đánh tay đôi ◊ combat sports

격투 [激鬪] (激鬪) jī dòu <激鬪> げきとう {激鬪} khích đấu ◊ fierce fighting

격파 [擊破] (击破) jī pò <擊破> げきは {擊破} kích phá ◊ break

격화 [激化] (激化) jīhuà <激化> げきか {激化} kích hóa ◊ become acute; intensify

격화소양 [隔靴搔癢] (隔靴搔痒) gé xuē sāoyǎng <隔靴搔痒> かくかそうよう {隔靴搔癢} cách ngoa tao dương ◊ scratching the boots to ease itching; being frustrated

겪다 [一] (遭受) zāoshòu <苦しむ> くるしむ {罶挪} chịu đựng ◊ suffer

견강 [堅剛|堅強] (坚强) jiānqiáng <強い> つよい {堅強} kiên cường ◊ strong

견강부회 [牽強附會] (牵强附会) qiānqiǎng fùhuì <牽強附会> けんきょうふかい {牽強附會} khiên cường phụ hội ◊ far-fetched doing; irrelevant comparison

견경하다 [堅硬하다] (坚硬) jiānyìng <硬い> かたい {鬚} rắn ◊ solid; tough

견고 [堅固] (坚固) jiāngù <堅固> けんご {堅固} kiên cố ◊ sturdy; firm

견과 [堅果] (坚果) jiānguǒ <ナッツ> nuts {籺棍} hạt dẻ ◊ nut

견관절 [肩關節] (肩关节) jiān guānjié <肩関節> かたかんせつ {肩關節} kiên quan tiết ◊ shoulder joint

견루 [堅壘] (坚垒) jiān lěi <堅壘> けんるい {堅壘} kiên lũy ◊ stronghold

견문 [見聞] (见闻) jiànwén <見聞> けんぶん {見聞} kiến văn ◊ see and hear

견본 [見本] (样本) yàngběn <見本> みほん {模} mẫu ◊ specimen

견본 [絹本] (绢本) juàn běn <絹本> けんぽん {絹本} quyên bản ◊ silk books

견본책 [見本冊] (货样) huò yàng <商品サンプル> しょうひん sample {模眅貨} mẫu hàng hóa ◊ product samples

견사 [繭絲] (茧丝) jiǎn sī <繭糸> けんし {繭絲} kiền ty ◊ cocoon threads

견사 [絹絲] (绢丝) juàn sī <絹糸> けんし {絹絲} quyên ty ◊ silk thread

견습 [見習] (见习) jiànxí <見習> みならい {試差} thí sai ◊ noviciate

견습생 [見習生] (实习生) shíxísheng <見習い> みならい {敫學雲} người học nghề ◊ apprentice

견식 [見識] (见识) jiànshi <見識> けんしき {見識} kiến thức ◊ knowledge

견실 [堅實] (坚实) jiānshí <堅実> けんじつ {堅實} kiên thực ◊ solid

견우화 [牽牛花] (牵牛花) qiānniúhuā <朝顔> あさがお {牽牛花} khiên ngưu hoa ◊ morning glory

견원 [犬猿] (犬猿) quǎn yuán <犬猿> けんえん {犬猿} khuyển viên ◊ cats and dogs; bad relationship

견유 [犬儒] (犬儒) quǎn rú <犬儒> けんじゅ {犬儒} khuyển nho ◊ cynic

견의 [堅毅] (坚毅) jiānyì <堅毅> けんたけし {堅毅} kiên nghị ◊ fortitude

견인 [堅忍] (坚忍) jiānrěn <堅忍> けんにん {堅忍} kiên nhẫn ◊ perseverance

견인 [牽引] (牵引) qiānyǐn <牽引> けんいん {牽引} khiên dẫn ◊ traction

견인기관차 [牽引機關車] (牵引机关车) qiānyǐn jīguānchē <牽引機関車> けんいんきかんしゃ {檻攜車載} máy kéo xe tải ◊ towing mechanism vehicle

견인능력 [牽引能力] (牵引力) qiānyǐnlì <牽引能力> けんいんのうりょく {能力攜} năng lực kéo ◊ towing capacity

견인불발 [堅忍不拔] (坚忍不拔) jiānrěn bù bá <堅忍不抜> けんにんふばつ {堅忍不拔} kiên nhẫn bất bạt ◊ fortitudinous

견장 [肩章] (肩章) jiānzhāng <肩章> けんしょう {肩章} kiên chương ◊ epaulet

견적 [見積] (报价单) bàojià dān <見積書> みつもりしょ {報價} báo giá ◊ quotation

견정 [堅定] (坚定) jiāndìng <堅定> けんてい {堅定} kiên định ◊ firm

견제 [牽制] (牵制) qiānzhì <牽制> けんせい {牽制} khiên chế ◊ distract; tie up

견지 [堅持] (坚持) jiānchí <堅持> けんじ {堅持} kiên trì ◊ persevere; hang on

견치 [犬齒] (犬齿) quǎnchǐ <犬歯> けんし {犬齒} khuyển xỉ ◊ canine tooth

견포 [絹布] (绢布) juàn bù <絹布> けんぷ {絹布} quyên bố ◊ silk cloth

견학 [見學] (参观学习) cānguān xuéxí <見学> けんがく {檢查} kiểm tra ◊ inspection

견해 [見解] (见解) jiànjiě <見解> けんかい {見解} kiến giải ◊ opinion

결과 [結果] (结果) jiēguǒ <結果> けっか {結果} kết quả ◊ outcome; result

결과보고서 [結果報告書] (结果报告) jiēguǒ bàogào <結果報告書> けっかほうこくしょ {報告結果} báo cáo kết quả ◊ result report

결구 [結句] (结句) jiē gōu <結句> けっく {結句} kết cú ◊ sentence conclusion

결국 [結局] (结局) jiéjú <結局> けっきょく {結局} kết cục ◊ finale

결근 [缺勤] (缺勤) quēqín <欠勤> けっきん {缺勤} khuyết cần ◊ absence

결단 [決斷] (决断) juéduàn <決断> けつだん {決斷} quyết đoán ◊ resolve

결당 [結黨] (结党) jiē dǎng <結党> けっとう {結黨} kết đảng ◊ form aclique; formation of a political party

결렬 [決裂] (决裂) juéliè <決裂> けつれつ {分析} phân tích ◊ breakdown

결로 [結露] (结露) jiē lù <結露> けつろ {凝汁} ngưng tụ ◊ dew condensation

결론 [結論] (结论) jiélùn <結論> けつろん {結論} kết luận ◊ conclusion

결막 [結膜] (结膜) jiémó <結膜> けつまく {結膜} kết mạc ◊ conjunctiva

결막염 [結膜炎] (结膜炎) jiémóyán <結膜炎> けつまくえん {結膜炎} kết mạc viêm ◊ conjunctivitis

결말 [結末] (收场) shōuchǎng <結末> けつまつ {得解決} được giải quyết ◊ be settled

결맹 [結盟] (结盟) jiéméng <結盟> けつめい {結盟} kết minh ◊ ally

결백 [潔白] (洁白) jiébái <潔白> けっぱく {潔白} khiết bạch ◊ whiteness

결벽 [潔癖] (洁癖) jiépǐ <潔癖> けっぺき {潔癖} khiết tích ◊ cleanliness

결벽증 [潔癖症] (洁癖) jiépǐ <潔癖症> けっぺきしょう {病瀝泄} bệnh sạch sẽ ◊ cleanliness obsession

결별 [訣別] (诀别) juébié <訣別> けつべつ {訣別} quyết biệt ◊ last parting

결빙 [結氷] (结冰) jiébīng <氷が張る> こおりがはる {揀冰} đóng băng ◊ icing

결빙방지제 [結氷防止劑] (防冻物质) fángdòng wùzhì <結氷防止劑> けっぴょうぼうしざい {質㺩凍} chất chống đông ◊ antifreeze substance

결사 [結社] (结社) jiéshè <結社> けっしゃ {結社} kết xã ◊ set association

결사 [決死] (决死) jué sǐ <決死> けっし {決死} quyết tử ◊ desperate

결산 [決算] (决算) juésuàn <決算> けっさん {決算} quyết toán ◊ final accounts

결석 [結石] (结石) jiéshí <結石> けっせき {結石} kết thạch ◊ calculus

결석 [缺席] (缺席) quēxí <欠席> けっせき {缺席} khuyết tịch ◊ absent

결선 [決選] (决选) jué xuǎn <決選> けっせん {決選} quyết tuyển ◊ final election; general election; runoff

결성 [結成] (结成) jiéchéng <結成> けっせい {結成} kết thành ◊ form; forge

결손 [缺損] (缺损) quēsǔn <欠損> けっそん {缺損} khuyết tổn ◊ defect

결승 [決勝] (决胜) juéshèng <決勝> けっしょう {決勝} quyết thắng ◊ contest decision; finals

결심 [決心] (决心) juéxīn <決心> けっしん {決心} quyết tâm ◊ resolution

결어 [結語] (结语) jiéyǔ <結語> けつご {結語} kết ngữ ◊ epilogue; conclusion

결여 [缺如] (缺乏) quēfá <欠乏> けつぼう {少} thiếu ◊ shortage

결연 [決然] (决然) jué rán <決然> けつぜん {決然} quyết nhiên ◊ decidedly

결원 [結怨] (结怨) jiéyuàn <結怨> けつおん {結怨} kết oán ◊ grudges

결의 [結義] (结义) jiéyì <結義> けつぎ {結義} kết nghĩa ◊ sworn fellows

결의 [決意] (决意) juéyì <決意> けつい {堅決} kiên quyết ◊ determined

결의 [決議] (决议) juéyì <決議> けつぎ {決議} quyết nghị ◊ resolution

결전 [決戰] (决战) juézhàn <決戰> けっせん {決戰} quyết chiến ◊ decisive battle; deciding match

결절 [結節] (结节) jiéjié <結節> けっせつ {結節} kết tiết ◊ nodus; nubble

결점 [缺點] (缺点) quēdiǎn <欠点> けってん {缺點} khuyết điểm ◊ shortcoming

결정 [結晶] (结晶) jiéjīng <結晶> けっしょう {結晶} kết tinh ◊ crystallized

결정 [決定] (决策) juécè <決定> けってい {決定} quyết định ◊ strategic decision

결정예측 [決定豫測] (确定性预测) quèdìngxìng yùcè <決定予測> けっていよそく {預報確定} dự báo xác định ◊ deterministic forecast

결정체 [結晶體] (结晶体) jiéjīngtǐ <結晶体> け っしょうたい {結晶體} kết tinh thể ◊ crystalline

결정하다 [決定하다] (决定) juédìng <決める> きめる {決定} quyết định ◊ decide

결정학 [結晶學] (结晶学) jiéjīngxué <結晶学> け っしょうがく {晶體學} tinh thể học ◊ crystallography

결정핵 [結晶核] (晶核) jīng hé <結晶核> けっし ょうかく {核仁晶體} hạt nhân tinh thể ◊ crystal nuclei

결코 [ー] (决不) juébù <決して> けっして {空包 暴} không bao giờ ◊ never

결탁 [結託] (串通) chuàntōng <結託> けったく {通同} thông đồng ◊ collusion

결투 [決鬪] (决斗) juédòu <決鬪> けっとう {決 鬪} quyết đấu ◊ duel; shoot-out

결핍 [缺乏] (欠缺) qiànquē <欠乏> けつぼう {欠 缺} khiếm khuyết ◊ lack

결함 [缺陷] (缺陷) quēxiàn <欠陥> けっかん {缺 陷} khuyết hãm ◊ flaw

결합 [結合] (结合) jiéhé <結合> けつごう {結合} kết hợp ◊ combine

결합재 [結合材] (粘接材料) zhānjiē cáiliào <結合 材> けつごうざい {物料連結} vật liệu liên kết ◊ bonding material

결핵 [結核] (结核) jiéhé <結核> けっかく {癆病} lao bệnh ◊ tuberculosis

결행 [決行] (决行) juéxíng <決行> けっこう {決 ソ} quyết làm ◊ doing with resolve; carrying out

결혼 [結婚] (结婚) jiéhūn <結婚> けっこん {結 婚} kết hôn ◊ marry; marriage

결혼기념일 [結婚紀念日] (结婚纪念日) jiéhūn jìniànrì <結婚紀念日> けっこんきねんび {卵紀 念結婚} ngày kỷ niệm kết hôn ◊ wedding day

결혼식 [結婚式] (结婚仪式) jiéhūn yíshì <結婚式> けっこんしき {佶蟶} đám cưới ◊ wedding

결혼잔치 [結婚잔치] (喜酒) xǐjiǔ <結婚披露宴> けっこんひろうえん {醋嬡} tiệc cưới ◊ wedding feast

겸병 [兼倂] (并合) bìng hé <兼倂> けんぺい {倂合} tính hợp ◊ uniting; annexation

겸비 [兼備] (兼备) jiānbèi <兼備> けんび {兼備} kiêm bị ◊ both

겸손 [謙遜] (谦逊) qiānxùn <謙遜> けんそん {謙 遜} khiêm tốn ◊ humility

겸양 [謙讓] (谦让) qiānràng <謙讓> けんじょう {謙讓} khiêm nhường ◊ humble; modest

겸업 [兼業] (兼业) jiān yè <兼業> けんぎょう

{兼業} kiêm nghiệp ◊ sideline; side business

경영 [兼營] (兼营) jiānyíng <兼营> けんえい {兼營} kiêm dinh ◊ operating concurrently; carrying on simultaneously

경용 [兼用] (兼用) jiān yòng <兼用> けんよう {組合} tổ hợp ◊ combination

경유 [兼有] (兼有) jiān yǒu <兼有> けんゆう {兼有} kiêm hữu ◊ both; having both

경임 [兼任] (兼任) jiānrèn <兼任> けんにん {兼任} kiêm nhiệm ◊ hold two jobs

경전 [兼全] (兼全) jiān quán <兼全> けんぜん {兼全} kiêm toàn ◊ equipped all

경직 [兼職] (兼职) jiānzhí <兼職> けんしょく {兼職} kiêm chức ◊ part-time

경칭 [謙稱] (谦称) qiān chèn <謙称> けんしょう {謙稱} khiêm xưng ◊ call modestly

경허 [謙虛] (谦虚) qiānxū <謙虛> けんきょ {謙虛} khiêm hư ◊ modest

경가극 [輕歌劇] (轻歌剧) qīng gējù <輕歌劇> けいかげき {輕歌劇} khinh ca kịch ◊ operetta

경각 [警覺] (警觉) jǐngjué <警觉> けいかく {警覺} cảnh giác ◊ vigilance

경각 [頃刻] (顷刻) qǐngkè <頃刻> けいこく {頃刻} khoảnh khắc ◊ an instant

경각간 [頃刻間] (顷刻间) qǐngkèjiān <頃刻間> けいこくかん {頃刻間} khoảnh khắc gian ◊ in an instant

경각심 [警覺心] (警惕心) jǐngtìxīn <警戒心> けいかいしん {悉警覺} lòng cảnh giác ◊ wariness

경개 [梗概] (梗概) gěnggài <梗概> こうがい {特点正} đặc điểm chính ◊ outline

경개 [更改] (更改) gēnggǎi <更改> こうかい {更改} canh cải ◊ change

경거망동 [輕舉妄動] (轻举妄动) qīng jǔ wàngdòng <輕舉妄動> けいきょもうどう {憬佇} liều lĩnh ◊ act recklessly; act rashly and blindly

경결 [硬結] (硬结) yìng jiē <硬結> こうけつ {硬結} ngạnh kết ◊ hard knot

경계 [警戒] (警戒) jǐngjiè <警戒> けいかい {警戒} cảnh giới ◊ alert

경계 [境界] (境界) jìngjiè <境界> きょうかい {境界} cảnh giới ◊ boundary

경계면농도 [境界面濃度] (界面浓度) jièmiàn nóngdù <境界面濃度> きょうかいめんのうど {濃度交面} nông độ giao diện ◊ interfacial concentration

경계면면적 [境界面面積] (界面面积) jièmiàn miànjī <境界面面積> きょうかいめんめんせき {面積交面} diện tích giao diện ◊ interfacial area

경계선 [警戒線] (警戒线) jǐng jièxiàn <警戒線> けいかいせん {警戒線} cảnh giới tuyến ◊ warning line; police

경계선 [境界線] (边界线) biānjièxiàn <境界線> きょうかいせん {邊界線} biên giới tuyến ◊ boundaries

경계심 [警戒心] (戒心) jièxīn <警戒心> けいかいしん {事警覺} sự cảnh giác ◊ wariness

경고 [警告] (警告) jǐnggào <警告> けいこく {警告} cảnh cáo ◊ warn

경고등 [警告燈] (警示灯) jǐngshì dēng <警光灯> けいこうとう {韹警報} đèn cảnh báo ◊ lights

경골 [鯨骨] (鲸骨) jīng gǔ <鯨骨> げいこつ {鯨骨} kình cốt ◊ whalebone

경골 [脛骨] (胫骨) jìnggǔ <脛骨> けいこつ {脛骨} hình cốt ◊ tibia

경공업 [輕工業] (轻工业) qīnggōngyè <輕工業> けいこうぎょう {輕工業} khinh công nghiệp ◊ light industry

경과 [經過] (经过) jīngguò <経過> けいか {經過} kinh qua ◊ elapse

경관 [景觀] (景观) jǐngguān <景観> けいかん {景觀} cảnh quan ◊ landscape

경관 [警官] (警官) jǐngguān <警官> けいかん {警官} cảnh quan ◊ police officer

경관다양성 [景觀多樣性] (景观多样性) jǐngguān duōyàngxing <景観多様性> けいかんたようせい {事多樣景觀} sự đa dạng cảnh quan ◊ landscape diversity

경관미학 [景觀美學] (景观美学) jǐngguān měixué <景観美学> けいかんびがく {美學景觀} mỹ học cảnh quan ◊ landscape aesthetics

경구 [耕具] (耕具) gēng jù <耕具> こうぐ {耕具} canh cụ ◊ cultivation tools

경구 [警句] (警句) jǐngjù <警句> けいく {警句} cảnh cú ◊ epigram

경국 [傾國] (倾国) qīng guó <傾国> けいこく {傾國} khuynh quốc ◊ all the country

경극 [京劇] (京剧) jīngjù <京劇> きょうげき {京劇} Kinh kịch ◊ Peking opera

경근 [頸筋] (颈筋) jīng jīn <頸筋> くびすじ {頸筋} cảnh cân ◊ cervical muscles

경금속 [輕金屬] (轻金属) qīng jīnshǔ <軽金属> けいきんぞく {輕金屬} khinh kim thuộc ◊ light metal

경기 [京畿] (京畿) jīngjī <京畿> けいき {京畿} kinh ky ◊ territories in the vicinity of the imperial palace

경기 [景氣] (景气) jǐngqì <景気> けいき {景氣} cảnh khí ◊ good business

경기 [競技] (竞技) jìngjì <競技> きょうぎ {競技} cạnh kỹ ◊ athletic match

경기 [競起] (竞起) jìng qǐ <競起> きおい {競起} cạnh khởi ◊ race up

경기구 [輕氣球] (氢气球) qīngqì qiú <軽気球> けいききゅう {輕氣球} khinh khí cầu ◊ light balloons; hydrogen balloon

경기장 [競技場] (体育场) tǐyùchǎng <競技場> きょうぎじょう {塲運動} sân vận động ◊ stadium

경내 [境內] (境内) jìngnèi <境内> きょうない {境內} cảnh nội ◊ domestic

경년 [經年] (经年) jīngnián <経年> けいねん {過 𡗶𢆥} qua nhiều năm ◊ passing of years; lapse of time; aging

경년변동 [經年變動] (经年变化) jīngnián biànhuà <経年変化> けいねんへんか {𢚸𢷮過𡗶𢆥} thay đổi qua nhiều năm ◊ change over the years

경농 [耕農] (耕农) gēng nóng <耕農> こうのう {耕農} canh nông ◊ cultivators

경도 [經度] (经度) jīngdù <経度> けいど {經度} kinh độ ◊ longitude

경도 [傾倒] (倾倒) qīngdǎo <傾倒> けいとう {傾倒} khuynh đảo ◊ admiration

경도 [硬度] (硬度) yìngdù <硬度> こうど {度𡎢} độ cứng ◊ hardness

경락 [經絡] (经络) jīngluò <経絡> けいらく {經絡} kinh lạc ◊ meridian

경락지압 [經絡指壓] (经络按压) jīngluò ànyā <経絡指圧> けいらくしあつ {壓經} áp kinh ◊ meridian press

경량 [輕量] (轻量) qīng liáng <軽量> けいりょう {輕量} khinh lượng ◊ lightweight

경력 [經歷] (经历) jīnglì <経歴> けいれき {經歷} kinh lịch ◊ experienced

경련 [痙攣] (痉挛) jìngluán <痙攣> けいれん {𨁪迭} co giật ◊ spasm

경례 [敬禮] (敬礼) jìnglǐ <敬礼> けいれい {敬禮} kính lễ ◊ salute

경로 [敬老] (敬老) jìnglǎo <敬老> けいろう {敬老} kính lão ◊ elderly respecting

경륜 [經綸] (经纶) jīng lún <経綸> けいりん {經綸} kinh luận ◊ statecraft; state policy

경마 [競馬] (赛马) sàimǎ <競馬> けいば {踋駁|㨂駁} đua ngựa ◊ horse race

경마장 [競馬場] (赛马场) sài mǎ cháng <競馬場> けいばじょう {場踋駁|場㨂駁} trường đua ngựa ◊ racecourse

경만 [輕慢] (轻慢) qīngmàn <軽慢> けいまん {輕慢} khinh mạn ◊ treat slightly

경매 [競買] (拍卖) pāimài <競売> きょうばい {鬪價} đấu giá ◊ auction

경멸 [輕蔑] (轻蔑) qīngmiè <軽蔑> けいべつ {輕蔑} khinh miệt ◊ disdain; contempt

경모 [敬慕] (敬慕) jìng mù <敬慕> けいぼ {敬慕} kính mộ ◊ admiration

경무 [警務] (警务) jǐng wù <警務> けいむ {警務} cảnh vụ ◊ police

경문 [經文] (经文) jīngwén <経文> きょうもん {經文} kinh văn ◊ scripture

경물 [景物] (景物) jǐngwù <景物> けいぶつ {景物} cảnh vật ◊ scenery

경미 [輕微] (轻微) qīngwēi <軽微> けいび {輕微} khinh vy ◊ slight

경미손실 [輕微損失] (轻微损失) qīngwēi sǔnshī <軽微な損失> けいびなそんしつ {損失𪪏} tổn thất nhỏ ◊ minor loss

경박 [輕薄] (轻薄) qīngbó <軽薄> けいはく {輕薄} khinh bạc ◊ frivolity; levity

경보 [警報] (警报) jǐngbào <警報> けいほう {警報} cảnh báo ◊ alert

경보장치 [警報裝置] (警报装置) jǐngbào zhuāngzhì <警報装置> けいほうそうち {設備報動} thiết bị báo động ◊ alarm device

경보전략 [警報戰略] (警报战略) jǐngbào zhànlüè <警報戦略> けいほうせんりゃく {戰略警報} chiến lược cảnh báo ◊ alert strategy

경복 [敬服] (敬佩) jìngpèi <敬佩> たかしはい {感慕} cảm mộ ◊ admire

경비 [經費] (经费) jīngfèi <経費> けいひ {經費} kinh phí ◊ budget

경비 [警備] (警备) jǐngbèi <警備> けいび {警備} cảnh bị ◊ guard

경비대 [警備隊] (卫队) wèiduì <警備隊> けいびたい {隊保衛} đội bảo vệ ◊ garrison; armed escort

경비원 [警備員] (警卫) jǐngwèi <警備員> けいびいん {𠊛保衛} người bảo vệ ◊ security guard

경비행기 [輕飛行機] (轻型飞机) qīngxíng fēijī <軽飛行機> けいひこうき {𣛠𩙻𨎟} máy bay nhẹ ◊ light aircraft

경사 [傾斜] (倾斜) qīngxié <傾斜> けいしゃ {傾斜} khuynh tà ◊ incline

경사 [慶事] (喜事) xǐshì <慶事> けいじ {禮會} lễ hội ◊ festive

경사도 [傾斜度] (倾斜度) qīngxiédù <傾斜度> けいしゃど {度欟} độ nghiêng ◊ inclination

경삿날 [慶事날] (庆祝日) qìngzhù rì <祝日> しゅくじつ {邺紀念} ngày kỷ niệm ◊ celebrating day

경상 [經常] (经常) jīngcháng <経常> けいじょう {常} thường ◊ often; ordinary

경상 [景象] (景象) jǐngxiàng <景象> けいしょう {景象} cảnh tượng ◊ scene; spectacle

경상 [輕傷] (轻伤) qīngshāng <軽傷> けいしょう {輕傷} khinh thương ◊ flesh wound

경색 [景色] (景色) jǐngsè <景色> けしき {景色} cảnh sắc ◊ scenery

경서 [經書] (经书) jīngshū <経書> けいしょ {經書} kinh thư ◊ scriptures

경성 [京城] (京城) jīngchéng <京城> けいせい {京城} kinh thành ◊ capital city

경성 [警醒] (警醒) jǐngxǐng <警醒> けいせい {警醒} cảnh tỉnh ◊ alert

경성 [硬性] (硬性) yìngxing <硬性> こうせい {硬性} ngạnh tính ◊ stiff

경성경국 [傾城傾國] (倾城倾国) qīngchéng qīngguó <傾城傾国> けいせいけいこく {傾城傾國} khuynh thành khuynh quốc ◊ alluring the city and the country; extremely beautiful

경솔 [輕率] (轻率) qīngshuài <軽率> けいそつ {輕率} khinh suất ◊ imprudent

경승지 [景勝地] (景胜地) jǐng shèngdì <景勝地> けいしょうち {埊勝景} nơi thắng cảnh ◊ picturesque scenery

경시 [輕視] (轻视) qīngshì <軽視> けいし {輕視} khinh thị ◊ despise

경식 [輕食] (小吃) xiǎochī <軽食> けいしょく {餶瓶} bữa quà ◊ snack

경심동백 [驚心動魄] (惊心动魄) jīngxīn dòng pò <驚心動魄> きょうしんどうはく {驚心動魄} kinh tâm động phách ◊ thrilling

경악 [驚愕] (惊愕) jīng'è <驚愕> きょうがく {驚愕} kinh ngạc ◊ consternation

경애 [敬愛] (敬爱) jìng'ài <敬愛> けいあい {敬愛} kính ái ◊ beloved

경영 [經營] (经营) jīngyíng <経営> けいえい {經營} kinh dinh ◊ business

경외 [敬畏] (崇敬) chóngjìng <畏敬> いけい {悉敬重} lòng kính trọng ◊ reverence

경외 [境外] (境外) jìng wài <境外> さかいそと {境外} cảnh ngoại ◊ outside the border

경우 [境遇] (场合) chǎnghé <境遇> きょうぐう {場合} trường hợp ◊ occasion

경운기 [耕耘機] (耕耘机) gēngyúnjī <耕運機> こううんき {檲掫} máy xới ◊ cultivator

경위 [經緯] (经纬) jīngwěi <経緯> けいい {經緯} kinh vĩ ◊ latitude and longitude

경유 [經由] (经由) jīngyóu <経由> けいゆ {經由} kinh do ◊ by way of

경유 [鯨油] (鲸油) jīng yóu <鯨油> げいゆ {油鯏獮} dầu cá voi ◊ whale oil

경유 [輕油] (轻油) qīng yóu <軽油> けいゆ {輕油} khinh dầu ◊ light oil; diesel fuel; gas oil

경의 [敬意] (敬意) jìngyì <敬意> けいい {敬意} kính ý ◊ respect

경이 [驚異] (惊异) jīngyì <驚異> きょうい {驚異} kinh dị ◊ amazement

경이감 [驚異感] (惊异感) jīngyìgǎn <驚異感> きょういかん {驚異感} kinh dị cảm ◊ amazement sense

경작 [耕作] (耕作) gēngzuò <耕作> こうさく {耕作} canh tác ◊ tillage

경작농 [耕作農] (耕作农) gēngzuò nóng <耕作農> こうさくのう {耕作農} canh tác nông ◊ cultivating farmer

경작농장 [耕作農場] (耕作农场) gēngzuò nóngchǎng <耕作農場> こうさくのうじょう {莊寨種揪} trang trại trồng trọt ◊ crop farm

경작지 [耕作地] (耕地) gēngdì <耕作地> こうさくち {塯耕作} đất canh tác ◊ arable land; cultivated land

경쟁 [競爭] (竞争) jìngzhēng <競争> きょうそう {競爭} cạnh tranh ◊ compete

경쟁시장 [競爭市場] (竞争市场) jìngzhēng shìchǎng <競爭市場> せり争しじょう {市場競爭} thị trường cạnh tranh ◊ competition market

경쟁입찰 [競爭入札] (招投标) zhāo tóubiāo <入札> にゅうさつ {啟} thầu ◊ bidding

경적 [勁敵] (劲敌) jìngdí <勁敵> けいてき {勁敵} kính địch ◊ formidable foe; rival

경적 [輕敵] (轻敌) qīngdí <軽敵> けいてき {輕敵} khinh địch ◊ underestimate the enemy

경전 [耕田] (耕田) gēngtián <耕田> こうでん {耕田} canh điền ◊ plough

경전 [經典] (经典) jīngdiǎn <経典> きょうてん

{經典} kinh điển ◊ classic

경정 [更正] (更正) gēngzhèng <更正> こうせい {改正} cải chính ◊ correct

경정 [敬呈] (敬呈) jìng chéng <敬呈> けいてい {敬呈} kính trình ◊ offer respectfully

경제 [經濟] (经济) jīngjì <经济> けいざい {經濟} kinh tế ◊ economy

경제가치 [經濟價值] (经济价值) jīngjì jiàzhí <经济价值> けいざいかち {價值經濟} giá trị kinh tế ◊ economic value

경제개입 [經濟介入] (经济干预) jīngjì gānyù <经济介入> けいざいかいにゅう {干涉經濟} can thiệp kinh tế ◊ economic intervention

경제계획 [經濟計劃] (经济计划) jīngjì jihuà <经济计画> けいざいけいかく {計劃經濟} kế hoạch kinh tế ◊ economic planning

경제고갈 [經濟枯渴] (经济耗竭) jīngjì hào jié <经济的枯渴> けいざいてきこかつ {衰減經濟} suy giảm kinh tế ◊ economic depletion

경제고려 [經濟考慮] (经济考虑) jīngjì kǎolǜ <经济考慮> けいざいこうりょ {斤撤經濟} cân nhắc kinh tế ◊ economic consideration

경제구역 [經濟區域] (经济圈) jīngjì juān <经济区域> けいざいくいき {綾經濟} vòng kinh tế ◊ economic zoning

경제목표 [經濟目標] (经济目标) jīngjì mùbiāo <经济目标> けいざいもくひょう {目標經濟} mục tiêu kinh tế ◊ economic end

경제발전 [經濟發展] (经济发展) jīngjì fāzhǎn <经济发展> けいざいはってん {發展經濟} phát triển kinh tế ◊ economic development

경제복구 [經濟復舊] (经济复原) jīngjì fùyuán <经济復旧> けいざいふっきゅう {復回經濟} phục hồi kinh tế ◊ economic recovery

경제생태학 [經濟生態學] (经济生态学) jīngjì shēngtàixué <经济生态学> けいざいせいたいがく {生態經濟} sinh thái kinh tế ◊ economical ecology

경제성 [經濟性] (经济性) jīngjì xìng <经济性> けいざいせい {經濟性} kinh tế tính ◊ economical efficiency

경제성장 [經濟成長] (经济成长) jīngjì chéngzhǎng <经济成长> けいざいせいちょう {增長經濟} tăng trưởng kinh tế ◊ economic development

경제속도 [經濟速度] (经济速度) jīngjì sùdù <经济速度> けいざいそくど {速度經濟} tốc độ kinh tế ◊ economic velocity

경제손실 [經濟損失] (经济损失) jīngjì sǔnshī <经济损失> けいざいそんしつ {賠害經濟} thiệt hại kinh tế ◊ economic loss

경제수단 [經濟手段] (经济手段) jīngjì shǒuduàn <经济手段> けいざいしゅだん {方便經濟} phương tiện kinh tế ◊ economic means

경제수명 [經濟壽命] (经济寿命) jīngjì shòumìng <经济寿命> けいざいじゅみょう {㠊耟經濟} đời sống kinh tế ◊ economical life

경제수지 [經濟收支] (经济平衡) jīngjì pínghéng <经济收支> けいざいしゅうし {桿斤經濟} cán cân kinh tế ◊ economic balance

경제요인 [經濟要因] (经济因素) jīngjì yīnsù <经济要因> けいざいよういん {要素經濟} yếu tố kinh tế ◊ economic factor

경제원칙 [經濟原則] (经济原则) jīngjì yuánzé <经济原则> けいざいげんそく {原則經濟} nguyên tắc kinh tế ◊ economic principle

경제이익 [經濟利益] (经济利益) jīngjì lìyì <经济利益> けいざいりえき {財利} tài lợi ◊ economic benefit

경제자극 [經濟刺激] (经济刺激) jīngjì cìjī <经济刺激> けいざいしげき {激刺經濟} kích thích kinh tế ◊ economic stimulation

경제정책 [經濟政策] (经济政策) jīngjì zhèngcè <经济政策> けいざいせいさく {政策經濟} chính sách kinh tế ◊ economic policy

경제조건 [經濟條件] (经济条件) jīngjì tiáojiàn <经济条件> けいざいじょうけん {條件經濟} điều kiện kinh tế ◊ economic condition

경제주의 [經濟主義] (经济主义) jīngjì zhǔyì <经济主义> けいざいしゅぎ {主義經濟} chủ nghĩa kinh tế ◊ economism

경제지질학 [經濟地質學] (经济地质) jīngjì dìzhì <经济地质学> けいざいちしつがく {地質學經濟} địa chất học kinh tế ◊ economic geology

경제평가 [經濟評價] (经济评价) jīngjì píngjià <经济评价> けいざいひょうか {捛價經濟} đánh giá kinh tế ◊ economic evaluation

경제학 [經濟學] (经济学) jīngjìxué <经济学> けいざいがく {經濟學} kinh tế học ◊ economics

경제효율 [經濟效率] (经济效率) jīngjì xiàolù <经济效率> けいざいこうりつ {效果經濟} hiệu quả kinh tế ◊ economic efficiency

경조 [輕佻] (轻佻) qīngtiāo <轻佻> けいちょう {輕佻} khinh khiêu ◊ frivolous

경조사 [慶弔事] (红白喜事) hóng bái xǐshì <慶弔의 事; 冠婚葬祭> けいちょうのこと; かんこんそうさい {紅白喜事} hồng bạch hỉ sự ◊ celebrating and mourning event; congratulations and condolences

경종 [警鐘] (警钟) jǐngzhōng <警鐘> けいしょう {警鐘} cảnh chung ◊ alarm bell

경주 [競走] (竞走) jìngzǒu <競走> きょうそう {競走} cạnh tẩu ◊ walking

경중 [敬重] (敬重) jìngzhòng <敬重> けいちょう {敬重} kính trọng ◊ revere

경중 [輕重] (轻重) qīngzhòng <輕重> けいじゅう {輕重} khinh trọng ◊ seriousness

경증 [輕症] (轻症) qīng zhēng <輕症> けいしょう {輕症} khinh chứng ◊ minor illness

경지 [境地] (境地) jìngdì <境地> きょうち {境地} cảnh địa ◊ circumstances

경지보호림 [耕地保護林] (耕地保护林) gēngdì bǎohù lín <耕地保護林> こうちほごりん {橚保衛墭耕作} rừng bảo vệ đất canh tác ◊ arable land protected forest

경직 [硬直] (僵化) jiānghuà <硬直> こうちょく {膻找} cứng nhắc ◊ rigidity

경질 [更迭] (更迭) gēngdié <更迭> こうてつ {更迭} canh điệt ◊ change

경찰 [警察] (警察) jǐngchá <警察> けいさつ {警察} cảnh sát ◊ police

경찰견 [警察犬] (警犬) jǐng quǎn <警察犬> けいさつけん {狹警察} chó cảnh sát ◊ police dog

경찰관 [警察官] (警官) jǐngguān <警官> けいかん {士官警察} sĩ quan cảnh sát ◊ police officer; policeman

경찰부대 [警察部隊] (警察部队) jǐngchá bùduì <警察部隊> けいさつぶたい {公力} công lực ◊ police force

경찰서 [警察署] (警察局) jǐngchájú <警察署> けいさつしょ {站警察} trạm cảnh sát ◊ police station

경찰제복 [警察制服] (警服) jǐngfú <警察制服> けいさつせいふく {警服} cảnh phục ◊ police uniform

경찰청 [警察廳] (警察厅) jǐngchátīng <警察廳> けいさつちょう {部警察} bộ cảnh sát ◊ national police agency

경천동지 [驚天動地] (惊天动地) jīng tiān dòng dì <驚天動地> きょうてんどうち {驚天動地} kinh thiên động địa ◊ world shaking

경청 [傾聽] (倾听) qīngtīng <耳を傾ける> みみをかたむける {聰睯} lắng nghe ◊ hearken

경추 [頸椎] (颈椎) jǐngzhuī <頸椎> けいつい {頸椎} cảnh trùy ◊ cervical vertebra

경추뼈 [頸椎뼈] (颈椎骨) jǐngzhuī gǔ <頸骨> けいこつ {齰肬|齰肬} xương cổ ◊ tibia

경축 [慶祝] (庆祝) qìngzhù <慶祝> けいしゅく {慶祝} khánh chúc ◊ celebrate

경치 [景致] (景致) jǐngzhì <景致> けいち {景致} cảnh trí ◊ scenery

경쾌 [輕快] (轻快) qīngkuài <輕快> けいかい {輕快; 輶嫌|珥瓙} khinh khoái; nhẹ nhàng ◊ brisk; light

경쾌감 [輕快感] (轻快感) qīngkuài gǎn <輕快感> けいかいかん {愑鱳映爌} niềm vui ánh sáng ◊ joy sense

경탄 [驚歎|驚嘆] (惊叹) jīngtàn <驚嘆> きょうたん {自晦} tự hối ◊ wonder

경풍 [驚風] (惊风) jīngfēng <驚風> きょうふう {驚風} kinh phong ◊ convulsions

경하 [慶賀] (庆贺) qìnghè <慶賀> けいが {慶賀} khánh hạ ◊ celebrate

경해 [驚駭] (惊骇) jīnghài <驚駭> きょうがい {愕然} ngạc nhiên ◊ surprise

경향 [傾向] (倾向) qīngxiàng <傾向> けいこう {傾向} khuynh hướng ◊ tendency

격험 [經驗] (经验) jīngyàn <經驗> けいけん {經驗} kinh nghiệm ◊ experience

경형 [輕型] (轻型) qīngxíng <輕型> けいがた {輕型} khinh hình ◊ light

경호 [警護] (警护) jǐng hù <警護> けいご {警護} cảnh hộ ◊ escort

경호원 [警護員] (警卫员) jǐngwèiyuán <警護> けいご {衛士} vệ sĩ ◊ bodyguard

경혼 [驚魂] (惊魂) jīnghún <驚懼> きょうく {驚魂} kinh hồn ◊ frighten; shock

경화 [硬化] (硬化) yìnghuà <硬化> こうか {豐化} cứng hóa ◊ harden

경화제 [硬化劑] (硬化剂) yìnghuà jì <硬化劑> こうかざい {質豐化} chất cứng hóa ◊ hardener

경황 [驚惶] (惊慌) jīnghuāng <驚き狼狽える> おどろきうろたえる {驚惶} kinh hoàng ◊ panic

경희 [驚喜] (惊喜) jīngxǐ <驚喜> きょうき {驚喜} kinh hỷ ◊ surprise

계곡 [溪谷] (溪谷) xīgǔ <溪谷> けいこく {碰壟|嵷壟|嵷壟} thung lũng ◊ valley

계관 [桂冠] (桂冠) guìguān <桂冠> けいかん {桂

冠} quế quan ◊ laureate

계급 [階級] (阶级) jiējí <階級> かいきゅう {階級} giai cấp ◊ class

계급장 [階級章] (军衔标志) jūnxián biāozhì <階級章> かいきゅうしょう {級號} cấp hiệu ◊ rank sign

계기 [計器] (计器) jì qì <計器> けいき {計器} kế khí ◊ meter

계기 [契機] (契机) qìjī <契機> けいき {契機} khế cơ ◊ opportunity

계기판 [計器板] (表盘) biǎopán <計器板> けいきばん {榜調遣} bảng điều khiển ◊ gauge panel

계단 [階段] (阶段) jiēduàn <階段> かいだん {階段} giai đoạn ◊ stage

계란 [鷄卵] (鸡蛋) jīdàn <鷄卵> けいらん {羅鵪} trứng gà ◊ hen's egg

계란채 [鷄卵菜] (鸡卵菜) jī luǎn cài <鷄卵野菜炒め> けいらんやさいいため {網羅鵪} món trứng gà ◊ egg dish

계략 [計略] (计谋) jìmóu <計略> けいりゃく {計略} kế lược ◊ stratagem

계량 [計量] (计量) jìliàng <計量> けいりょう {計量} kế lượng ◊ measure

계량기 [計量器] (计量器) jìliàng qì <計量器> けいりょうき {恡郿蠰} cái đo nặng ◊ weigher

계량분석 [計量分析] (计量分析) jìliàng fēnxī <計量分析> けいりょうぶんせき {分析數料} phân tích số liệu ◊ metric analysis

계량스푼 [計量 spoon] (量匙) liáng chí <計量スプーン> けいりょう spoon {鑲郿} muỗng đo ◊ measuring spoon

계량용기 [計量容器] (称重壶) chèn chóng hú <計量ジャグ> けいりょう jug {鑷斤} cúp cân ◊ measuring cup

계량컵 [計量 cup] (量杯) liángbēi <計量カップ> けいりょう cup {玿郿} cốc đo ◊ measuring cup

계면 [界面] (界面) jièmiàn <界面> かいめん {界面} giới diện ◊ interface

계모 [繼母] (继母) jìmǔ <継母> ままはは {繼母} kế mẫu ◊ stepmother

계몽 [啓蒙] (启蒙) qǐméng <啓蒙> けいもう {夕爛爛} làm sáng tỏ ◊ enlighten

계발 [啓發] (启发) qǐfā <啓蒙> けいもう {覺悟} giác ngộ ◊ enlightenment

계보 [系譜] (系谱) jì pǔ <系譜> けいふ {系譜} hệ phổ ◊ pedigree

계부 [繼父] (继父) jìfù <継父> けいふ {奚燫} bố dượng ◊ stepfather

계사 [繼嗣] (继嗣) jì sì <継嗣> けいし {繼嗣} kế tự ◊ successor

계산 [計算] (计算) jìsuàn <計算> けいさん {計算; 誹算|恭算|併算} kế toán; tính toán ◊ compute; calculate

계산기 [計算器] (计算器) jìsuànqì <電卓> でんたく {槵誹} máy tính ◊ calculator

계산원 [計算員] (出纳员) chūnàyuán <出納係> すいとうかかり {收銀} thu ngân ◊ cashier

계석 [界石] (界石) jiè shí <界石> かいせき {界石} giới thạch ◊ boundary stone

계선 [界線] (界线) jièxiàn <界線> かいせん {界線} giới tuyến ◊ boundaries

계선주 [繫船柱] (系泊柱) jì bó zhù <係船柱> けいせんはしら {楛掃踞} cột neo đậu ◊ bollard

계속 [繼續] (继续) jìxù <続ける> つづける {接續} tiếp tục ◊ continue

계수 [係數] (系数) xìshù <係數> けいすう {係數} hệ số ◊ coefficient

계수기 [計數器] (计数仪) jìshù yí <計数器> けいすうき {計數器} kế số khí ◊ counter

계수나무꽃 [桂樹나무꽃] (桂花) guìhuā <木犀の花> もくせいのはな {花桂} hoa quế ◊ osmanthus

계승하다 [繼承하다] (继承) jìchéng <継承する> けいしょうする {繼承} kế thừa ◊ inherit

계시 [啓示] (启示) qǐshì <啓示> けいじ {啓示} khởi thị ◊ revelation

계시록 [啓示錄] (启示录) qǐshìlù <啓示錄> けいじろく {啓示錄} khởi thị lục ◊ revelation

계약 [契約] (合同) hétong <契約> けいやく {合同} hợp đồng ◊ contract

계약서 [契約書] (合同书) hétong shū <契約書> けいやくしょ {署合同} tờ hợp đồng ◊ contract document

계약조건 [契約條件] (合同条件) hétong tiáojiàn <契約條件> けいやくじょうけん {條件合同} điều kiện hợp đồng ◊ condition of contract

계엄 [戒嚴] (戒严) jièyán <戒嚴> かいげん {戒嚴} giới nghiêm ◊ martial law

계엄령 [戒嚴令] (戒严令) jièyánlìng <戒嚴令> かいげんれい {戒嚴令} giới nghiêm lịnh ◊ martial law

계열 [系列] (系列) xìliè <系列> けいれつ {系列} hệ liệt ◊ series

계율 [戒律] (戒律) jièlǜ <戒律> かいりつ {戒律}

giới luật ◊ commandment

계전기 [繼電器] (继电器) jìdiànqì <継電器> けいでんき {繼電器} kế điện khí ◊ relays

계절 [季節] (季节) jìjié <季節> きせつ {瞥努霧} mùa ◊ seasons

계절성호수 [季節性湖水] (季节性湖泊) jìjiéxìng húpō <季節性湖水> きせつせいこすい {湖蹺瞥} hồ theo mùa ◊ ephemeral lake

계절풍 [季節風] (季节风) jìjié fēng <季節風> きせつふう {曡季節} gió quý tiết ◊ seasonal winds

계좌 [計座] (账户) zhànghù <勘定> かんじょう {財款} tài khoản ◊ account

계좌번호 [計座番號] (账号) zhànghào <口座番号> こうざばんごう {數財款} số tài khoản ◊ account number

계책 [計策] (计策) jìcè <謀計> ぼうけい {謀計} mưu kế ◊ plan; scheme

계층 [階層] (阶层) jiēcéng <階層> かいそう {階層} giai tằng ◊ hierarchy

계통 [系統] (系统) xìtǒng <系統> けいとう {系統} hệ thống ◊ system

계피 [桂皮] (桂皮) guìpí <桂皮> けいひ {桂皮} quế bì ◊ cinnamon

계합 [契合] (契合) qìhé <契合> けいごう {契合} khế hợp ◊ fit with

계혈석 [鷄血石] (鸡血石) jīxuèshí <鶏血石> けいけっせき {血石} huyết thạch ◊ bloodstone

계획 [計劃] (计划) jìhuà <計画> けいかく {計劃} kế hoạch ◊ plan

계획경제 [計劃經濟] (指令经济) zhǐlìng jīngjì <計画経済> けいかくけいざい {經濟指揮} kinh tế chỉ huy ◊ command economy

계획인구 [計劃人口] (预计人口) yùjì rénkǒu <計画人口> けいかくじんこう {民數預見} dân số dự kiến ◊ design population

고가 [高價] (高价) gāojià <高価> こうか {高價} cao giá ◊ high price

고가 [古歌] (古歌) gǔ gē <古歌> こか {古歌} cổ ca ◊ old songs

고가교 [高架橋] (高架桥) gāojiàqiáo <高架橋> こうかきょう {高架橋} cao giá kiều ◊ viaduct

고가도로 [高架道路] (高架道路) gāo jià dàolù <高架道路> こうかどうろ {蹺让高} đường trên cao ◊ overpass

고가방음 [高歌放吟] (高歌放吟) gāogē fàng yín <高歌放吟> こうかほうぎん {高歌放吟} cao ca phóng ngâm ◊ singing at the top of one's voice

고가상품 [高價商品] (贵重商品) guìzhòng shāngpǐn <高価商品> こうかしょうひん {貴貨} quý hóa ◊ valuable merchandise

고가선 [高架線] (高架线) gāo jià xiàn <高架線> こうかせん {高架線} cao giá tuyến ◊ overhead wires

고가철도 [高架鐵道] (高架铁道) gāo jià tiědào <高架鉄道> こうかてつどう {蹺鏷让高} đường sắt trên cao ◊ elevated railway

고갈 [枯渴] (枯渴) kū kě <枯渴> こかつ {枯} khô ◊ exhaustion

고객 [顧客] (顾客) gùkè <顧客> こきゃく {顧客} cố khách ◊ customer

고결 [高潔] (高洁) gāojié <高潔> こうけつ {高潔} cao khiết ◊ noble

고고 [考古] (考古) kǎogǔ <考古> こうこ {考古} khảo cổ ◊ archaeology

고고영정 [孤苦零丁] (孤苦零丁) gū kǔ líng dīng <孤苦零丁> こくれいてい {孤苦零丁} cô khổ linh đinh ◊ alone and sole

고고학 [考古學] (考古学) kǎogǔxué <考古学> こうこがく {考古學} khảo cổ học ◊ science of archaeology

고곡 [古曲] (古曲) gǔ qū <古曲> こきょく {古曲} cổ khúc ◊ ancient songs

고골 [枯骨] (枯骨) kū gǔ <枯骨> ここつ {枯骨} khô cốt ◊ remaining bones after decay of a corpse; dead bones

고공 [高空] (高空) gāokōng <高空> こうくう {高空} cao không ◊ high altitude

고교 [高校] (高校) gāoxiào <高校> こうこう {塲中學} trường trung học ◊ high school

고구 [故舊] (故旧) gùjiù <故旧> こきゅう {故舊} cố cựu ◊ old acquaintance

고구 [考究] (考究) kǎojiū <考究> こうきゅう {考究} khảo cứu ◊ consideration; deliberation; scrutiny; sophisticated

고구마 [－] (红薯) hóngshǔ <薩摩芋> さつまいも {蕎葡|蕎莨|蕎榔} khoai lang ◊ sweet potato

고구마구이 [－] (烤白薯) kǎo báishǔ <焼き芋> やきいも {蕎榔爛} khoai lang nướng ◊ baked sweet potato

고국 [故國] (故国) gùguó <故国> ここく {故國} cố quốc ◊ homeland

고군 [孤軍] (孤军) gū jūn <孤軍> こぐん {孤軍} cô quân ◊ forlorn force; lone army

고군분투 [孤軍奮鬪] (孤军奋斗) gū jūn fèndòu <

孤軍奮鬪> こぐんふんとう {戰鬪乄輪} chiến đấu một mình ◊ lone struggling army

고궁 [古宮] (古宫) gǔgōng <古宮> こきゅう {古宮} cổ cung ◊ ancient palace

고궁 [故宮] (故宫) gùgōng <故宮> こきゅう {故宮} Cố Cung ◊ Forbidden City

고귀 [高貴] (高贵) gāoguì <高貴> こうき {高貴} cao quý ◊ noble

고금 [古今] (古今) gǔjīn <古今> ここん {古今} cổ kim ◊ ancient and modern

고급 [高級] (高级) gāojí <高級> こうきゅう {高級} cao cấp ◊ senior

고급품 [高級品] (高级用品) gāojí yòngpǐn <高級品> こうきゅうひん {超品} siêu phẩm ◊ super product; premium supplies

고기 [一] (肉) ròu <肉> にく {䑏䑖} thịt ◊ meat

고기갈고리 [一] (肉钩) ròu gōu <肉フック> にく hook {狌䑖} móc thịt ◊ meat hook

고기압 [高氣壓] (高气压) gāo qìyā <高気圧> こうきあつ {高氣壓} cao khí áp ◊ anticyclone

고기후학 [古氣候學] (古气候学) gǔ qìhòuxué <古気候学> こきこうがく {古氣候學} cổ khí hậu học ◊ paleoclimatology

고난 [苦難] (苦难) kǔnàn <苦難> くなん {苦難} đau khổ ◊ misery

고뇌 [苦惱] (苦恼) kǔnǎo <苦惱> くのう {苦惱} khổ não ◊ distress

고당 [高堂] (高堂) gāo táng <高堂> こうどう {高堂} cao đường ◊ high hall

고대 [高大] (高大) gāodà <高大> こうだい {高大} cao đại ◊ tall

고대 [古代] (古代) gǔdài <古代> こだい {古代} cổ đại ◊ ancient times

고대사 [古代史] (古代史) gǔdàishǐ <古代史> こだいし {古史} cổ sử ◊ ancient history

고대화포 [古代火砲] (古代火炮) gǔdài huǒpào <古代火砲> こだいかほう {神攻} thần công ◊ ancient artillery

고도 [高度] (高度) gāodù <高度> こうど {度高} độ cao ◊ altitude; height

고도 [古刀] (古刀) gǔ dāo <古刀> ことう {古刀} cổ đao ◊ ancient sword

고도 [古都] (古都) gǔdū <古都> こと {古都} cổ đô ◊ ancient city

고독 [孤獨] (孤单) gū dān <一人> ひとり {乄輪|乄喻} một mình ◊ alone

고독감 [孤獨感] (孤独感) gūdú gǎn <孤独感>

どくかん {孤獨感} cô độc cảm ◊ loneliness

고동기 [古銅器] (古铜器皿) gǔ tóngqì mǐn <古銅器> こどうき {古銅器} cổ đồng khí ◊ ancient bronze

고두 [叩頭] (叩头) kòutóu <叩頭> こうとう {叩頭} khấu đầu ◊ kowtow

고등 [高等] (高等) gāoděng <高等> こうとう {高等} cao đẳng ◊ higher

고등어 [一] (鲭鱼) qīng yú <鯖> さば {魚參䰇|魚參鮍} cá thu ◊ mackerel

고락 [苦樂] (苦乐) kǔ lè <苦楽> くらく {苦樂} khổ nhạc ◊ bittersweet

고래 [一] (鲸鱼) jīngyú <鯨> くじら {魚參獦} cá voi ◊ whale

고량 [考量] (考虑) kǎolǜ <考量> こうりょう {考量} khảo lượng ◊ consideration

고려 [高麗] (高丽) gāolí <高麗> こうらい {高麗} Cao Lệ ◊ ancient Korea

고려 [顧慮] (顾虑) gùlǜ <顧慮> こりょ {顧慮} cố lự ◊ concern

고려 [考慮] (考虑) kǎolǜ <考慮> こうりょ {眈瞭|眈察} xem xét ◊ consideration

고려석 [高麗石] (高丽石) gāolí shí <高麗石> こうらいせき {高麗石} Cao Lệ thạch ◊ goryeolite

고령 [高齡] (高龄) gāolíng <高齡> こうれい {高齡} cao linh ◊ advanced age

고령수당 [高齡手當] (高龄津贴) gāolíng jīntiē <高齡手当> こうれいてあて {錢恤老} tiền tuất lão ◊ elderly allowance

고령자 [高齡者] (老年人) lǎoniánrén <高齡者> こうれいしゃ {駅高齡} người cao linh ◊ elderly

고령화 [高齡化] (老龄化) lǎolínghuà <高齡化> こうれいか {高齡化} cao linh hóa ◊ ageing of population

고론 [高論] (高论) gāolùn <高論> こうろん {高論} cao luận ◊ intelligent opinion; your esteemed opinion

고루 [鼓樓] (鼓楼) gǔlóu <鼓楼> ころう {鼓樓} cổ lâu ◊ drum tower

고리 [高利] (高利) gāolì <高利> こうり {高利} cao lợi ◊ high interest

고리 [故里] (故里) gùlǐ <故里> こり {故里} cố lí ◊ hometown

고리대 [高利貸] (高利贷) gāolìdài <高利貸> こうりかし {高利貸} cao lợi thái ◊ usury; dear money

고립 [孤立] (孤立) gū lì <孤立> こりつ {孤立}

고 립 ◊ isolated

고립무원 [孤立無援] (孤立无援) gū lì wú yuán <孤立無援> こりつむえん {孤立無援} cô lập vô viện ◊ isolated and helpless; alone and unassisted

고립어 [孤立語] (孤立语) gūlìyǔ <孤立語> こりつご {孤立語} cô lập ngữ ◊ isolated

고막 [鼓膜] (鼓膜) gǔmó <鼓膜> こまく {炭耳} màng nhĩ ◊ eardrum

고막염 [鼓膜炎] (鼓膜炎) gǔmó yán <鼓膜炎> こまくえん {鼓膜炎} cổ mạc viêm ◊ myringitis

고명 [古名] (古名) gǔ míng <古名> こみょう {古名} cổ danh ◊ ancient name

고모 [姑母] (姑母) gūmù <伯母> おば {姨} dì ◊ aunt

고목 [古木] (古木) gǔ mù <古木> こぼく {古木} cổ mộc ◊ ancient wood

고목 [枯木] (枯木) kūmù <枯木> こぼく {枯木} khô mộc ◊ dead wood

고묘 [古廟] (古庙) gǔ miào <古廟> こびょう {古廟} cổ miếu ◊ ancient temples

고묘 [古墓] (古墓) gǔmù <古墓> こぼ {古墓} cổ mộ ◊ ancient tomb

고무 [gomme ㅍ] (橡皮) xiàngpí <護謨> ゴム {膠榜|膏葯} cao su ◊ rubber

고무 [鼓舞] (鼓舞) gǔwǔ <鼓舞> こぶ {鼓舞} cổ vũ ◊ invigorate

고무밴드 [gomme ㅍ band] (橡皮筋) xiàngpíjīn <輪護謨> わゴム {綫膠榜} dây cao su ◊ rubber band

고문 [古文] (古文) gǔwén <古文> こぶん {古文} cổ văn ◊ classical literature

고문 [顧問] (顾问) gùwèn <顧問> こもん {顧問} cổ vấn ◊ consultant

고문 [拷問] (拷问) kǎowèn <拷問> ごうもん {拷問} khảo vấn ◊ question via torture

고물 [古物] (古物) gǔwù <古物> こぶつ {古物} cổ vật ◊ antique

고물상 [古物商] (古董商) gǔdǒng shāng <古物商> こぶつしょう {古物商} cổ vật thương ◊ antiquities dealer

고미 [苦味] (苦味) kǔwèi <苦味> にがみ {苦味} khổ vị ◊ bitter taste

고민 [苦悶] (苦闷) kǔmèn <苦悶> くもん {苦悶} khổ muộn ◊ depressed; anguish

고발 [告發] (告发) gàofā <告発> こくはつ {告發} cáo phát ◊ inform against

고배 [苦杯] (苦杯) kǔ bēi <苦杯> くはい {苦杯} khổ bôi ◊ bitter cup; bitter experience; bitter defeat

고백 [告白] (告白) gàobái <告白> こくはく {告白} cáo bạch ◊ confession

고법 [古法] (古法) gǔ fǎ <古法> こほう {古法} cổ pháp ◊ paleo-law

고별 [告別] (告別) gàobié <告別> こくべつ {告別} cáo biệt ◊ farewell

고본 [稿本] (稿本) gǎoběn <稿本> こうほん {稿本} cảo bản ◊ manuscript

고본 [古本] (古本) gǔ běn <古本> ふるほん {古本} cổ bản ◊ old book

고부 [姑婦] (婆媳) póxí <嫁姑> よめしゅうとめ {媖鯏吧琨姻} mẹ chồng và con dâu ◊ mother-in-law and daughter-in-law

고분 [古墳] (古墓) gǔmù <古墓> ふるはか {古墓} cổ mộ ◊ ancient tomb

고분자 [高分子] (高分子) gāofēnzǐ <高分子> こうぶんし {高分子} cao phân tử ◊ macromolecule

고비 [古碑] (古碑) gǔ bēi <古碑> いにしえひ {古碑} cổ bi ◊ ancient monuments

고삐 [ー] (缰绳) jiāngshéng <手綱> たづな {韁馭} cương ngựa ◊ bridle

고사 [高射] (高射) gāo shè <高射> こうしゃ {高射} cao xạ ◊ anti-aircraft

고사 [古祠] (古祠) gǔ cí <古祠> こし {古祠} cổ từ ◊ ancient shrine

고사 [古史] (古史) gǔshǐ <古史> こし {古史} cổ sử ◊ ancient history

고사 [古寺] (古寺) gǔ sì <古寺> こじ {古寺} cổ tự ◊ ancient temple

고사 [故事] (故事) gùshì <故事> こじ {故事} cổ sự ◊ tale; story

고사 [考查] (考查) kǎochá <考查> こうさ {考查} khảo tra ◊ investigation; examination

고사내력 [故事來歷] (故事由来) gùshì yóulái <故事来歴> こじらいれき {源裕歷史} nguồn gốc lịch sử ◊ origin and history; particulars

고사포 [高射砲] (高射炮) gāoshèpào <高射砲> こうしゃほう {高射砲} cao xạ pháo ◊ antiaircraft gun

고사하다 [固辭하다] (更不用说) gēng bùyòngshuō <断る> ことわる {儚吶嶙|荐吶嶙} đừng nói đến ◊ say nothing of

고산 [高山] (高山) gāoshān <高山> こうざん {峝高} núi cao ◊ high mountain

고산 [孤山] (孤山) gū shān <孤山> こざん {孤山} cô sơn ◊ solitary mountain

고산기상학 [高山氣象學] (高山气象学) gāoshān qìxiàngxué <山气候学> やまきこうがく {氣象學岗高} khí tượng học núi cao ◊ mountain meteorology

고산병 [高山病] (高原反应) gāoyuán fǎnyìng <高山病> こうざんびょう {高山病} cao sơn bệnh ◊ mountain sickness

고산유수 [高山流水] (高山流水) gāoshān liúshuǐ <高山流水> こうざんりゅうすい {高山流水} cao sơn lưu thủy ◊ high mountains and running water; the beauty of nature

고상 [高尙] (高尚) gāoshàng <高尚> こうしょう {高尙} cao thượng ◊ lofty; noble; refined; advanced

고색 [古色] (古色) gǔ sè <古色> こしょく {古色} cổ sắc ◊ antique

고생 [苦生] (苦痛) kǔtòng <苦痛> くつう {苦痛} khổ thống ◊ bitterness

고생대 [古生代] (古生代) gǔshēngdài <古生代> こせいだい {古生} cổ sinh ◊ paleozoic

고생물 [古生物] (古生物) gǔshēngwù <古生物> ふるしょうぶつ {古生物} cổ sinh vật ◊ paleontology

고서 [古書] (古书) gǔshū <古書> こしょ {古書} cổ thư ◊ ancient book

고석 [古昔] (古昔) gǔ xī <古昔> こせき {古昔} cổ tích ◊ ancient times

고성 [高聲] (高声) gāoshēng <高声> こうせい {高聲} cao thanh ◊ high-pitched voice

고성 [孤城] (孤城) gū chéng <孤城> こじょう {孤城} cô thành ◊ solitary castle; solitary city surrounded by enemy

고성 [古城] (古城) gǔchéng <古城> こじょう {古城} cổ thành ◊ old castle

고소 [告訴] (告诉) gàosù <告訴> こくそ {告訴} cáo tố ◊ accusation; complaint; charge; tell

고소 [苦笑] (苦笑) kǔxiào <苦笑> くしょう {苦笑} khổ tiếu ◊ bitter smile; wry smile

고소공포증 [高所恐怖症] (恐高症) kǒnggāozhèng <高所恐怖症> こうしょきょうふしょう {症憚堅高} chứng sợ nơi cao ◊ fear of heights; acrophobia

고소인 [告訴人] (原告) yuángào <告訴人> こくそにん {戭訴告} người tố cáo ◊ complainant; plaintiff

고속 [古俗] (古俗) gǔ sú <古俗> こぞく {古俗} cổ tục ◊ old custom

고속기류 [高速氣流] (高速气流) gāosù qìliú <高速空气流> こうそくくうきりゅう {霩空氣高速} luồng không khí cao tốc ◊ high speed air flow

고속도 [高速度] (高速) gāosù <高速度> こうそくど {速度高} tốc độ cao ◊ high speed

고속도로 [高速道路] (高速道路) gāosù dàolù <高速道路> こうそくどうろ {蹥高速} đường cao tốc ◊ expressway

고속보트 [高速 boat] (高速船) gāosù chuán <高速ボート> こうそく boat {艢高速} tàu cao tốc ◊ speed boating

고속열차 [高速列車] (高速列车) gāosù lièchē <高速列車> こうそくれっしゃ {艢高速} tàu cao tốc ◊ high-speed train

고수 [高手] (高手) gāoshǒu <高手> たかて {高手} cao thủ ◊ master

고수 [鼓手] (鼓手) gǔshǒu <鼓手> こしゅ {鼓手} cổ thủ ◊ drummer

고수 [固守] (固守) gùshǒu <固守> こしゅ {固守} cố thủ ◊ stick to

고승 [高僧] (高僧) gāosēng <高僧> こうそう {高僧} cao tăng ◊ eminent monk

고시 [告示] (告示) gàoshi <告示> こくじ {告示} cáo thị ◊ notify

고시 [古詩] (古诗) gǔshī <古詩> こし {古詩} cổ thi ◊ ancient poems

고시 [古時] (古时) gǔshí <古時> こじ {古時} cổ thì ◊ ancient times

고시 [考試] (考试) kǎoshì <考試> こうし {期試} kỳ thi ◊ examination; test

고시원 [考試院] (考试自习室) kǎoshì zìxíshì <試驗自習室> しけんじしゅうしつ {房學溫試} phòng học ôn thi ◊ exam study room

고식 [古式] (古式) gǔ shì <古式> こしき {古式} cổ thức ◊ archaic

고심 [苦心] (苦心) kǔxīn <苦心> くしん {苦心} siêng năng ◊ painstaking

고아 [高雅] (高雅) gāoyǎ <高雅> こうが {高雅} cao nhã ◊ refined; elegant

고아 [孤兒] (孤儿) gūr <孤児> こじ {孤兒} cô nhi ◊ orphan

고아원 [孤兒院] (孤儿院) gū'éryuàn <孤児院> こじいん {孤兒院} cô nhi viện ◊ orphanage

고악 [古樂] (古乐) gǔ yuè <古楽> こがく {古樂} cổ nhạc ◊ ancient music

고안 [孤雁] (孤雁) gū yàn <孤雁> こがん {孤雁} cô nhạn ◊ solitary wild goose

고압 [高壓] (高压) gāoyā <高压> こうあつ {高壓} cao áp ◊ high pressure

고압계 [高壓計] (高压表) gāoyā biǎo <高压计> こうあつけい {高壓計} cao áp kế ◊ hyperbarometer

고압선 [高壓線] (高压线) gāoyāxiàn <高压線> こうあつせん {高壓線} cao áp tuyến ◊ high-voltage lines

고압전력 [高壓電力] (高压电) gāoyādiàn <高压電力> こうあつでんりょく {電壓高; 高勢} điện áp cao; cao thế ◊ high voltage power

고액 [高額] (高额) gāo'é <高額> こうがく {高額} cao ngạch ◊ high price

고약 [膏藥] (膏药) gāoyao <膏藥> こうやく {膏藥} cao dược ◊ plaster

고양이 [一] (猫儿) māor <猫> ねこ {貓} mèo ◊ cat

고언 [古言] (古言) gǔ yán <古言> こげん {古言} cổ ngôn ◊ ancient sayings

고언 [古諺] (古谚) gǔyàn <古諺> こげん {古諺} cổ ngạn ◊ old proverb

고언 [苦言] (苦言) kǔ yán <苦言> くげん {苦言} khổ ngôn ◊ exhortation

고역 [苦役] (苦役) kǔyì <苦役> くえき {苦役} khổ dịch ◊ hard labor

고열 [高熱] (高热) gāorè <高熱> こうねつ {烽高} sốt cao ◊ high fever

고열이 나다 [高熱이 나다] (发高烧) fā gāoshāo <高熱が出る> こうねつがでる {暴熱} bạo nhiệt ◊ high fever

고영 [孤影] (孤影) gū yǐng <孤影> こえい {孤影} cô ảnh ◊ solitary shadow

고온 [高溫] (高温) gāowēn <高温> こうおん {熱度高} nhiệt độ cao ◊ high temperature

고온계 [高溫計] (高温计) gāowēn jì <高温計> こうおんけい {高溫計} cao ôn kế ◊ pyrometer

고왕금래 [古往今來] (古往今来) gǔ wǎng jīn lái <古往今来> こおうこんらい {古往今來} cổ vãng kim lai ◊ passing ages; since time immemorial; in all ages; since antiquity

고요 [古謠] (古谣) gǔ yáo <古謠> こよう {古謠} cổ dao ◊ ancient ballads

고용 [雇傭] (雇佣) gùyōng <雇傭> こよう {雇傭} cố dong ◊ employment

고용 [雇用] (雇用) gùyòng <雇用> こよう {選用} tuyển dụng ◊ employment

고용자 [雇傭者] (雇佣者) gùyōng zhě <雇員> こいん {人員} nhân viên ◊ employee

고용주 [雇用主] (雇主) gùzhǔ <雇い主> やといぬし {馭雇主} người cố chủ ◊ employer

고용하다 [雇用하다] (雇佣) gùyōng <雇う> やとう {喊} thuê ◊ hire

고우 [故友] (故知) gùzhī <古い友人> ふるいゆうじん {故知} cố tri ◊ old friend

고운 [孤雲] (孤云) gū yún <孤雲> こうん {孤雲} cô vân ◊ solitary cloud

고원 [高原] (高原) gāoyuán <高原> こうげん {高原} cao nguyên ◊ plateau

고월 [孤月] (孤月) gū yuè <孤月> こげつ {孤月} cô nguyệt ◊ solitary moon

고위도 [高緯度] (高纬度) gāowěidù <高緯度> こういど {度高緯} vĩ độ cao ◊ high latitudes

고유 [固有] (固有) gùyǒu <固有> こゆう {固有} cố hữu ◊ inherent

고음 [高音] (高音) gāoyīn <高音> こうおん {高音} cao âm ◊ treble

고의 [故意] (故意) gùyì <故意> こい {故意} cố ý ◊ intention

고인 [古人] (古人) gǔrén <古人> こじん {古人} cổ nhân ◊ ancients; ancient people

고인 [故人] (故人) gùrén <故人> こじん {故人} cố nhân ◊ old friend

고임금 [高賃金] (高薪) gāoxīn <高賃金> こうちんぎん {糧高} lương cao ◊ high salary

고장 [故障] (故障) gùzhàng <故障> こしょう {阻礙} trở ngại ◊ hindrance

고적 [孤寂] (孤寂) gū jì <孤寂> こじゃく {孤寂} cô tịch ◊ loneliness

고적 [古籍] (古籍) gǔjí <古籍> こせき {古籍} cổ tịch ◊ ancient books

고적 [古跡] (古迹) gǔjì <古跡> こせき {古跡} cổ tích ◊ historic monuments

고적운 [高積雲] (高积云) gāojīyún <高積雲> こうせきうん {高積雲} cao tích vân ◊ altocumulus

고전 [古傳] (古传) gǔchuán <古伝> こでん {古傳} cổ truyền ◊ traditionally circulated

고전 [古典] (古典) gǔdiǎn <古典> こてん {古典} cổ điển ◊ classical

고전 [苦戰] (苦战) kǔzhàn <苦戰> くせん {苦戰} khổ chiến ◊ struggled

고전압 [高電壓] (高电压) gāo diànyā <高電壓> こうでんあつ {高勢} cao thế ◊ high electric tension; high electrical pressure

고전어 [古典語] (古言) gǔ yán <古典語> こてん

ご {古典語} cổ điển ngữ ◊ classical language

고전장 [古戰場] (古战场) gǔ zhànchǎng <古戰場> こせんじょう {古戰場} cổ chiến trường ◊ ancient battlefields

고전주의 [古典主義] (古典主义) gǔdiǎn zhǔyì <古典主義> こてんしゅぎ {主義古典} chủ nghĩa cổ điển ◊ classicism

고점 [高點] (高点) gāo diǎn <高点> こうてん {高點} cao điểm ◊ high point

고정 [固定] (固定) gùdìng <固定> こてい {固定} cố định ◊ fixed

고정 [故情] (故情) gù qíng <故情> こじょう {故情} cố tình ◊ nostalgia

고정관념 [固定觀念] (固定观念) gùdìng guānniàn <固定觀念> こていかんねん {觀念固定} quan niệm cố định ◊ fixed ideas

고정기초 [固定基礎] (固定基础) gùdìng jīchǔ <固定基礎> こていきそ {壤壞固定} nền móng cố định ◊ fixed foundation

고정불변 [固定不變] (一成不变) yī chéng bùbiàn <固定不变> こていふへん {空勢織爨} không thể thay đổi ◊ unalterable

고정비용 [固定費用] (固定费用) gùdìng fèiyòng <固定費用> こていひよう {費用固定} phí dụng cố định ◊ fixed fee

고정수입 [固定收入] (固定收入) gùdìng shōurù <固定收入> こていしゅうにゅう {收入固定} thu nhập cố định ◊ fixed income

고정예산 [固定豫算] (固定豫算) gùdìng yù suàn <固定予算> こていよさん {計算固定} tính toán cố định ◊ fixed budget

고정원가 [固定原價] (固定成本) gùdìng chéngběn <固定原価> こていげんか {支費固定} chi phí cố định ◊ fixed cost

고정투자 [固定投資] (固定投资) gùdìng tóuzī <固定投資> こていとうし {投資固定} đầu tư cố định ◊ fixed investment

고정화 [固定化] (固定化) gùdìng huā <固定化> こていか {固定化} cố định hóa ◊ immobilization

고조 [高潮] (高潮) gāocháo <高潮> たかしお {高潮} cao triều ◊ high tide

고조 [古調] (古调) gǔ diào <古調> いにしえちょう {古調} cổ điệu ◊ archaic tunes

고조선 [古朝鮮] (古朝鲜) gǔ cháoxiǎn <古朝鮮> ふるちょうせん {古朝鮮} cổ Triều Tiên ◊ ancient Korea

고조시 [高潮時] (涨潮时) zhǎngcháo shí <高潮時>

こうちょうじ {時高潮} thời cao triều ◊ at the climax

고주 [孤舟] (孤舟) gū zhōu <孤舟> こしゅう {孤舟} cô chu ◊ solitary boat

고주 [苦酒] (苦酒) kǔ jiǔ <苦酒> からざけ {苦酒} khổ tửu ◊ bitter wine; vinegar

고주파 [高周波] (高频) gāopín <高周波> たかちかは {高周波} cao chu ba ◊ high frequency

고죽 [苦竹] (苦竹) kǔzhú <苦竹> にがたけ {苦竹} khổ trúc ◊ bitter bamboo

고지 [高地] (高地) gāodì <高地> こうち {高地} cao địa ◊ high ground; highlands

고지 [告知] (告知) gàozhī <告知> こくち {告知} cáo tri ◊ inform

고지 [故地] (故地) gùdì <故地> こち {故地} cố địa ◊ homeland

고지서 [告知書] (通知书) tōngzhīshū <告知書> こくちしょ {告知書} cáo tri thư ◊ notice

고지판 [告知板] (公告板) gōnggào bǎn <告知板> こくちばん {告知板} cáo tri bản ◊ inform boards

고질 [痼疾] (痼疾) gùjí <痼疾> こしつ {痼疾} cố tật ◊ diseases

고집 [固執] (固执) gùzhí <固執> こしつ {固執} bướng bỉnh ◊ stubborn

고집벽 [固執癖] (太倔) tài juè <強情過ぎる> ごうじょうすぎる {過礏秉} quá bướng bỉnh ◊ too stubborn

고집불통 [固執不通] (死心眼) sǐxīn yǎn <固執> こしつ|こしゅう {固執} cố chấp ◊ stubborn; clinging to; adherence

고차원 [高次元] (高维) gāowéi <高次元> こうじげん {高次元} cao thứ nguyên ◊ high dimension

고착 [固着] (固着) gù zhe <固着> こちゃく {固着} cố trước ◊ fixation

고찰 [古刹] (古刹) gǔchà <古刹> こさつ {古刹} cổ sát ◊ ancient temple

고찰 [考察] (考察) kǎochá <考察> こうさつ {考察} khảo sát ◊ inspect

고체 [古體] (古体) gǔ tǐ <古体> こたい {古體} cổ thể ◊ paleophysia

고체 [固體] (固体) gùtǐ <固体> こたい {固體} cố thể ◊ solid

고초 [苦楚] (苦楚) kǔchǔ <苦楚> くそ {苦楚} khổ sở ◊ bitterness

고추씨 [－] (辣椒种子) làjiāo zhǒngzi <辛子の種> からしのしゅ {核椒|籹椒} hạt tiêu ◊ mustard seed

고추장 [고추醬] (辣椒酱) làjiāo jiàng <コチュジャン> 고추장 {醬橻} tương ớt ◊ chili paste

고출력 [高出力] (大功率) dàgōng lǜ <高出力> たかいでりょく {效率高} hiệu suất cao ◊ high output

고충 [苦衷] (苦衷) kǔzhōng <苦衷> くちゅう {疼苦} đau khổ ◊ distress

고취 [鼓吹] (鼓吹) gǔchuī <鼓吹> こすい {鼓吹} cổ xuy ◊ preach

고층 [高層] (高层) gāocéng <高層> こうそう {級蓮} cấp trên ◊ senior

고층기상학 [高層氣象學] (高空气象学) gāokōng qìxiàngxué <高層気象学> こうそうきしょうがく {氣象學高層} khí tượng học cao tặng ◊ aerology

고층운 [高層雲] (高层云) gāocéng yún <高層雲> こうそううん {高層雲} cao tằng vân ◊ altostratus

고치다 [一] (修好) xiūhǎo <直る> なおる {銲掍} hàn gắn ◊ heal

고칭 [古稱] (古称) gǔ chèn <古称> こしょう {古稱} cổ xưng ◊ old name

고탑 [古塔] (古塔) gǔtǎ <古塔> ことう {古塔} cổ tháp ◊ ancient pagodas

고택 [古宅] (古宅) gǔ zhái <古宅> こたく {古宅} cổ trạch ◊ ancient mansions

고통 [苦痛] (苦痛) kǔtòng <苦痛> くつう {疴疽疴瘤} đau đớn ◊ pain

고풍 [古風] (古风) gǔfēng <古風> こふう {古風} cổ phong ◊ ancientry

고학 [苦學] (苦学) kǔ xué <苦学> くがく {苦學} khổ học ◊ study hard

고한 [苦寒] (苦寒) kǔhán <苦寒> くかん {苦寒} khổ hàn ◊ bitter chill

고해 [苦海] (苦海) kǔhǎi <苦海> くかい {苦海} khổ hải ◊ bitter sea

고행 [苦行] (苦行) kǔxíng <苦行> くぎょう {苦行} khổ hạnh ◊ asceticism

고향 [故鄉] (故乡) gùxiāng <故郷> こきょう {故鄉} cố hương ◊ hometown

고향땅 [故鄉땅] (故土) gùtǔ <故土> こど {故土} cố thổ ◊ native land

고혈압 [高血壓] (高血压) gāoxuèyā <高血压> こうけつあつ {高血壓} cao huyết áp ◊ hypertension

고혈압증 [高血壓症] (高血压症) gāoxuèyā zhēng <高血压症> こうけつあつしょう {病血壓高} bệnh huyết áp cao ◊ high blood pressure

고형 [固形] (固形) gù xíng <固形> こけい {固形} cố hình ◊ solid

고형화 [固形化] (固形化) gù xíng huā <固形化> こけいか {固形化} cố hình hóa ◊ solidification

고혹 [蠱惑] (蛊惑) gǔhuò <蠱惑> こわく {蠱惑} cổ hoặc ◊ fascination

고혼 [孤魂] (孤魂) gū hún <孤魂> こだましい {孤魂} cô hồn ◊ solitary soul

고화 [古畫] (古画) gǔ huà <古画> こが {古畫} cổ họa ◊ ancient painting

고환 [睾丸] (睾丸) gāowán <睾丸> こうがん {睾丸} cao hoàn ◊ testicles

고환염 [睾丸炎] (睾丸炎) gāowán yán <睾丸炎> こうがんえん {睾丸炎} cao hoàn viêm ◊ orchitis

고황 [苦況] (苦况) kǔkuàng <苦況> くきょう {苦況} khổ huống ◊ difficult situation; hardship

고효율 [高效率] (高效) gāoxiào <高效率> こうこうりつ {效果高} hiệu quả cao ◊ highly efficient

고훈 [古訓] (古训) gǔxùn <古訓> こくん {古訓} cổ huấn ◊ ancient precepts

곡경 [曲徑] (曲径) qū jìng <曲路> きょくろ {曲徑} khúc kính ◊ winding path

곡면 [曲面] (曲面) qūmiàn <曲面> きょくめん {曲面} khúc diện ◊ curved surface

곡물 [穀物] (谷物) gǔwù <穀類> こくるい {褐粑} hạt ◊ grains

곡물자급도 [穀物自給度] (谷物自给程度) gǔwù zìjǐ chéngdù <穀物自給度> こくもつじきゅうど {自供給五穀} tự cung cấp ngũ cốc ◊ grain self-sufficiency

곡사 [曲射] (曲射) qū shè <曲射> きょくしゃ {曲射} khúc xạ ◊ curved shot

곡사포 [曲射砲] (曲射炮) qūshèpào <曲射砲> きょくしゃほう {曲射砲} khúc xạ pháo ◊ howitzer; high-angle gun

곡선 [曲線] (曲线) qūxiàn <曲線> きょくせん {曲線} khúc tuyến ◊ curve

곡식 [穀食] (谷食) gǔ shí <穀食> こくしょく {穀食} cốc thực ◊ cereal diet

곡식위기 [穀食危機] (粮食危机) liángshi wēijī <穀食危機> こくしょくきき {恐慌糧食} khủng hoảng lương thực ◊ food crisis

곡예 [曲藝] (杂技) zájì <曲芸> きょくげい {術躙蹦} thuật nhào lộn ◊ acrobatics

곡예술 [曲藝術] (杂技表演) zájì biǎoyǎn <曲藝術> きょくげいじゅつ {表演躙蹦} biểu diễn nhào lộn ◊ acrobatics

곡절 [曲折] (曲折) qūzhé <曲折> きょくせつ {曲折} khúc triết ◊ tortuous

곡직 [曲直] (曲直) qūzhí <曲直> きょくちょく {曲直} khúc trực ◊ right or wrong

곡직불문 [曲直不問] (曲直不问) qūzhí bù wèn <曲直不問> きょくちょくふもん {曲直不問} khúc trực bất vấn ◊ no matter right or wrong

곡창 [穀倉] (谷仓) gǔcāng <穀倉> こくぐら {穀倉} cốc thảng ◊ cereal barn

곡해 [曲解] (曲解) qūjiě <曲解> きょっかい {曲解} khúc giải ◊ misconstruction; misunderstanding; perversion; contortion

곤경에 빠지다 [困境에 빠지다] (落难) luònàn <苦境に陥る> くきょうにおちいる {落難} lạc nạn ◊ be in trouble

곤고 [困苦] (困苦) kùnkǔ <困苦> こんく {困苦} khốn khổ ◊ hardship

곤궁 [困窮] (穷困潦倒) qióngkùn liáodǎo <困窮> こんきゅう {秘窘} bí quẫn ◊ be penniless and frustrated

곤란 [困難] (困难) kùnnan <困難> こんなん {艱繫} khó khăn ◊ difficulty

곤봉 [棍棒] (棍棒) gùnbàng <棍棒> こんぼう {棍} côn ◊ cudgel

곤충 [昆蟲] (昆虫) kūnchóng <昆虫> こんちゅう {昆蟲} côn trùng ◊ insect

곤충병리학 [昆蟲病理學] (昆虫病理学) kūnchóng bìnglǐxué <昆虫病理学> こんちゅうびょうりがく {病理學昆蟲} bệnh lý học côn trùng ◊ insect pathology

곤충생리학 [昆蟲生理學] (昆虫生理学) kūnchóng shēnglǐxué <昆虫生理学> こんちゅうせいりがく {生理學昆蟲} sinh lý học côn trùng ◊ insect physiology

곤충표본 [昆蟲標本] (昆虫标本) kūnchóng biāoběn <昆虫标本> こんちゅうひょうほん {模物昆蟲} mẫu vật côn trùng ◊ insect specimen

곤혹 [困惑] (困惑) kùnhuò <困惑> こんわく {困惑} khốn hoặc ◊ confused

곧 [一] (即将) jíjiāng <もう直ぐ> もうすぐ {嚴劚} sớm ◊ soon

골 [goal] (球门) qiúmén <ゴール> goal {球門} cầu môn ◊ goal; goalmouth

골각공예 [骨刻工藝] (刻骨工艺) kègǔ gōngyì <骨刻技術> ほねきりぎじゅつ {藝刻髑} nghề khắc xương ◊ bone carving technology

골각기 [骨刻器] (刻骨工具) kègǔ gōngjù <骨切り器> ほねきりき {工具刻髑} công cụ khắc xương ◊ bone engraver

골간 [骨幹] (骨干) gǔgàn <骨幹> こっかん {骨幹} cốt cán ◊ diaphysis

골격 [骨格] (骨格) gǔ gé <骨格> こっかく {骨格} cốt ◊ skeleton

골결핵 [骨結核] (骨痨) gǔ láo <骨結核> ほねけっかく {骨痨} cốt lao ◊ tuberculosis

골계 [滑稽] (滑稽) huájī <滑稽> こっけい {滑稽} hoạt kê ◊ comical

골계극 [滑稽劇] (滑稽剧) huájījù <滑稽劇> こっけいげき {劇滑稽} kịch hoạt kê ◊ farce

골관절 [骨關節] (骨关节) gǔ guānjié <骨関節> こつかんせつ {骨關節} cốt quan tiết ◊ osteoarticulation

골동 [骨董] (骨董) gǔ dǒng <骨董> こっとう {骨董} cốt đổng ◊ antique

골동품 [骨董品] (古董) gǔdǒng <骨董品> こっとうひん {古董} cổ đổng ◊ antique

골동품 가게 [骨董品가게] (古董店) gǔdǒng diàn <骨董屋> こっとうや {鞉阢橇古} cửa hàng đồ cổ ◊ antique shop

골막 [骨膜] (骨膜) gǔmó <骨膜> こつまく {骨膜} cốt mạc ◊ periosteum

골막염 [骨膜炎] (骨膜炎) gǔmó yán <骨膜炎> こつまくえん {骨膜炎} cốt mạc viêm ◊ periostitis

골목 [一] (胡同) hútòng <胡同> こどう {胡同} hồ đồng ◊ alley; lane

골반 [骨盤] (骨盆) gǔ pán <骨盤> こつばん {骨盤} cốt bàn ◊ pelvis

골분 [骨粉] (骨粉) gǔfěn <骨粉> こっぷん {骨粉} cốt phấn ◊ bone meal

골세포 [骨細胞] (骨细胞) gǔ xìbāo <骨細胞> こつさいぼう {骨細胞} cốt tế bào ◊ osteocytes

골수 [骨髓] (骨髓) gǔsuǐ <骨髓> こつずい {骨髓} cốt tủy ◊ marrow

골수병 [骨髓病] (骨髓病) gǔsuǐ bìng <骨髓病> こつずいびょう {髓病} tủy bệnh ◊ bone marrow disease

골수염 [骨髓炎] (骨髓炎) gǔsuǐ yán <骨髓炎> こつずいえん {髓炎} tủy viêm ◊ bone marrow inflammation

골육 [骨肉] (骨肉) gǔròu <骨肉> こつにく {骨肉} cốt nhục ◊ flesh and blood; blood relation

골육지친 [骨肉之親] (骨肉之亲) gǔròu zhī qīn <骨肉之親> こつにくのしん {骨肉之親} cốt

nhục chi thân ◊ flesh and blood relative

골절 [骨折] (骨折) gǔzhé <骨折> こっせつ {骰髓} gãy xương ◊ fracture

골조직 [骨組織] (骨组织) gǔ zǔzhī <骨組織> こつそしき {膜髓} mô xương ◊ bone tissue

골질 [骨質] (骨质) gǔ zhì <骨質> こっしつ {骨質} cốt chất ◊ sclerotin; substance of bone

골탄 [骨炭] (骨炭) gǔ tàn <骨炭> こったん {骨炭} cốt thán ◊ bone charcoal

골학 [骨學] (骨学) gǔ xué <骨学> こつがく {科髓} khoa xương ◊ osteology; orthopedics

골회 [骨灰] (骨灰) gǔhuī <骨灰> こっかい {骨灰} cốt hôi ◊ cremains

곰 [－] (熊) xióng <熊> くま {鱗獺} gấu ◊ bear

곰곰이 생각하다 [－] (思前想后) sī qián xiǎng hòu <熟考> じゅっこう {推懺辥|推忭辥} suy nghĩ tốt ◊ ponder over

곱절 [－] (加倍) jiābèi <倍加> ばいか {鎔瑋} gấp đôi ◊ doubling

공 [－] (球) qiú <球> たま {果球} quả cầu ◊ a ball

공 [空] (零) líng <零; ゼロ> れい; zero {空} không ◊ zero

공각 [空殼] (空壳) kōng qiào <空殻> あきがら {空殻} không xác ◊ empty shells

공간 [空間] (空间) kōngjiān <空間> くうかん {空間} không gian ◊ space

공간분포 [空間分布] (空间分布) kōngjiān fēnbù <空間分布> くうかんぶんぷ {分布空間} phân bố không gian ◊ spatial distribution

공간상관성 [空間相關性] (空间相关性) kōngjiān xiāngguānxìng <空間相関性> くうかんそうかんせい {相關性空間} tương quan tính không gian ◊ spatial correlation

공간평균 [空間平均] (空间平均) kōngjiān píngjūn <空間平均> くうかんへいきん {中平空間} trung bình không gian ◊ spatial average

공간활용 [空間活用] (空间应用) kōngjiān yìngyòng <空間活用> くうかんかつよう {應用空間} ứng dụng không gian ◊ spatial application

공갈 [恐喝] (恐吓) kǒnghè <恐喝> きょうかつ {恐喝} khủng hát ◊ menace; intimidate

공감 [共感] (共感) gòng gǎn <共感> きょうかん {共感} cộng cảm ◊ empathy

공개 [公開] (公开) gōngkāi <公開> こうかい {公開} công cộng ◊ public

공개서한 [公開書翰] (公开信) gōngkāixìn <公開状> こうかいじょう {書吓} thư ngỏ ◊ open

letter

공격 [攻擊] (攻击) gōngjī <攻撃> こうげき {攻撃} công kích ◊ attack

공격력 [攻擊力] (攻击力) gōngjī lì <攻撃力> こうげきりょく {攻撃力} công kích lực ◊ attack

공겸 [恭謙] (恭谦) gōng qiān <恭謙> きょうけん {恭謙} cung khiêm ◊ be humble

공경 [公卿] (公卿) gōngqīng <公卿> くぎょう {公卿} công khanh ◊ senior court official

공경 [恭敬] (恭敬) gōngjìng <恭敬> きょうけい {恭敬} cung kính ◊ respectful

공고 [公告] (公告) gōnggào <公告> こうこく {公告} công cáo ◊ announcement

공고 [鞏固] (巩固) gōnggù <鞏固> きょうこ {鞏固} cùng cố ◊ consolidate; solidify

공공 [公共] (公共) gōnggòng <公共> こうきょう {公共} công cộng ◊ public

공공기관 [公共機關] (公共机关) gōnggòng jīguān <公共機関> こうきょうきかん {任所公共} nhiệm sở công cộng ◊ public institution

공공복지 [公共福祉] (公共福利) gōnggòng fúlì <厚生> こうせい {福利公共} phúc lợi công cộng ◊ public welfare

공공부문 [公共部門] (公共部门) gōnggòng bùmén <公共部門> こうきょうぶもん {嘲公共} ngành công cộng ◊ public sector

공공인식 [公共認識] (公众意识) gōngzhòng yìshí <公共認識> こうきょうにんしき {認識共同} nhận thức cộng đồng ◊ public awareness

공공장소 [公共場所] (公共场所) gōnggòng chǎngsuǒ <公共場所> こうきょうばしょ {堭公共} nơi công cộng ◊ public places

공공재산 [公共財産] (公共财产) gōnggòng cáichǎn <公共財産> こうきょうざいさん {公産} công sản ◊ public property

공공재해 [公共災害] (公害) gōnghài <公共災害> こうきょうさいがい {災害公共} tai hại công cộng ◊ public disaster

공과 [工科] (工科) gōngkē <工科> こうか {工科} công khoa ◊ technical parliament

공과 [功過] (功过) gōng guò <功過> こうか {功過} công quá ◊ merits and demerits

공관 [公館] (公馆) gōngguǎn <公館> こうかん {公館} công quán ◊ mansion

공구 [工具] (工具) gōngjù <工具> こうぐ {工具} công cụ ◊ tool

공구 [恐懼] (恐惧) kǒngjù <恐懼> きょうく {恐

懼} khủng cụ ◊ being struck with awe

공구강 [工具鋼] (工具钢) gōngjù gāng <工具鋼> こうぐこう {工具鋼} công cụ cương ◊ tool steel

공국 [公國] (公国) gōng guó <公国> こうこく {公國} công quốc ◊ principality

공군 [空軍] (空军) kōngjūn <空軍> くうぐん {空軍} không quân ◊ air force

공권 [公權] (公权) gōng quán <公權> こうけん {公權} công quyền ◊ public rights

공극 [空隙] (空隙) kòngxì <空隙> くうげき {空隙} không khích ◊ vacant space; aperture; gap

공극도 [空隙度] (空隙度) kòngxì dù <空隙度> くうげきど {度粞} độ rỗng ◊ porosity

공금 [公金] (公款) gōngkuǎn <公金> こうきん {公櫃} công quĩ ◊ public funds

공금 [貢金] (贡金) gòng jīn <貢金> こうきん {貢金} cống kim ◊ gold as tribute

공급 [供給] (供给) gōngjǐ <供給> きょうきゅう {供給} cung cấp ◊ supply

공기 [工期] (工期) gōngqī <工期> こうき {工期} công kỳ ◊ construct duration

공기 [空氣] (空气) kōngqì <空気> くうき {空氣} không khí ◊ air

공기구멍 [空氣구멍] (气孔) qìkǒng <气孔> きこう {氣孔} khí khổng ◊ stoma

공기냉동 [空氣冷凍] (空气冻结) kōngqì dòngjié <空気冷凍> くうきれいとう {空氣揀冰} không khí đóng băng ◊ air freezing

공기밀도 [空氣密度] (空气密度) kōngqì mìdù <空気密度> くうきみつど {密度空氣} mật độ không khí ◊ air density

공기분자 [空氣分子] (空气分子) kōngqì fēnzǐ <空気分子> くうきぶんし {分子空氣} phân tử không khí ◊ air molecule

공기압축기 [空氣壓縮機] (空气压缩机) kōngqì yāsuōjī <空气压縮機> くうきあっしゅくき {榰攝氣} máy nén khí ◊ air compressor; AC

공기역학 [空氣力學] (空气力学) kōngqì lìxué <空気力学> くうきりきがく {氣動學} khí động học ◊ aerodynamics

공기오염 [空氣汚染] (空气污染) kōngqì wūrǎn <空气污染> くうきおせん {污染空氣} ô nhiễm không khí ◊ aerial pollution

공기온도계 [空氣溫度計] (空气温度计) kōngqì wēndùjì <空气温度计> くうきおんどけい {熱計空氣} nhiệt kế không khí ◊ air thermometer

공기정화 [空氣淨化] (空气净化) kōngqì jìnghuà <空気浄化> くうききよしか {濾空氣} lọc không khí ◊ air purify

공기조화 [空氣調和] (空气调节) kōngqì tiáojié <空気調和> くうきちょうわ {調和空氣} điều hòa không khí ◊ air conditioning

공기특성 [空氣特性] (空气特性) kōngqì tèxìng <空気特性> くうきとくせい {特點空氣} đặc điểm không khí ◊ air property

공단 [工團] (工团) gōng tuán <工团> こうだん {工團} công đoàn ◊ syndicates

공단 [公團] (公团) gōng tuán <公团> こうだん {公團} công đoàn ◊ public corporation

공담 [空談] (空谈) kōngtán <空談> くうだん {空談} không đàm ◊ empty talk

공대 [工大] (工大) gōng dà <工大> こうだい {工大} công đại ◊ university of technology

공대공 [空對空] (空对空) kōng duì kōng <空对空> くうたいくう {空對空} không đối không ◊ air-to-air

공대지 [空對地] (空对地) kōng duì dì <空对地> くうたいち {空對地} không đối địa ◊ air-to-ground

공덕 [公德] (公德) gōngdé <公德> こうとく {公德} công đức ◊ social morality

공덕 [功德] (功德) gōngdé <功德> くどく {功德} công đức ◊ merits and virtues

공덕무량 [功德無量] (功德无量) gōngdé wúliàng <功德無量> こうとくむりょう {功德無量} công đức vô lượng ◊ immeasurable merits

공덕심 [公德心] (公德心) gōngdè xīn <公德心> こうとくしん {公德心} công đức tâm ◊ public spirit

공도 [公道] (公道) gōngdào <公道> こうどう {公道} công đạo ◊ fair; equitable

공동 [共同] (共同) gòngtóng <共同> きょうどう {共同} cộng đồng ◊ common

공동 [空洞] (空洞) kōngdòng <空洞> くうどう {空洞} không động ◊ empty

공동경영 [共同經營] (联营) liányíng <共同経営> きょうどうけいえい {聯營} liên dinh ◊ business associates

공동관리 [共同管理] (共同管理) gòngtóng guǎnlǐ <共同管理> きょうどうかんり {共治} cộng trị ◊ co-governance

공동노동 [共同勞動] (共同劳动) gòngtóng láodòng <共同劳动> きょうどうろうどう {共勞} cộng lao ◊ joint labor

공동명의 [共同名義] (联名) liánmíng <共同名義> きょうどうめいぎ {聯名} liên danh ◊ jointly signed

공동묘지 [共同墓地] (公共墓地) gōnggòng mùdì <共同墓地> きょうどうぼち {公墓} công mộ ◊ cemetery

공략 [攻略] (攻略) gōnglüè <攻略> こうりゃく {攻略} công lược ◊ strategy

공력 [功力] (功力) gōnglì <功力> くりき {功力} công lực ◊ effect

공로 [功勞] (功劳) gōngláo <功劳> こうろう {功勞} công lao ◊ merits

공론 [公論] (公论) gōnglùn <公論> こうろん {公論} công luận ◊ public opinion

공론 [空論] (空论) kōng lún <空論> くうろん {空論} không luận ◊ empty theory

공룡 [恐龍] (恐龙) kǒnglóng <恐竜> きょうりゅう {恐龍} khủng long ◊ dinosaur

공리 [公理] (公理) gōnglǐ <公理> こうり {公理} công lý ◊ axiom

공리 [公吏] (公吏) gōng lì <公吏> こうり {公吏} công lại ◊ public officials

공리 [公利] (公利) gōng lì <公利> こうり {公利} công lợi ◊ public interest

공리 [功利] (功利) gōnglì <功利> こうり {功利} công lợi ◊ material gain

공리주의 [功利主義] (功利主义) gōnglì zhǔyì <功利主義> こうりしゅぎ {主義功利} chủ nghĩa công lợi ◊ utilitarianism

공립 [公立] (公立) gōnglì <公立> こうりつ {公立} công lập ◊ public; established and maintained by the government

공립학교 [公立學校] (公立学校) gōnglì xuéxiào <公立学校> こうりつがっこう {塲公立} trường công lập ◊ public school

공맹 [孔孟] (孔孟) kǒng mèng <孔孟> こうもう {孔孟} Khổng Mạnh ◊ Confucius and Mencius

공맹학 [孔孟學] (孔孟之道) kǒng mèngzhīdào <孔孟学> こうもうがく {孔孟學} Khổng Mạnh học ◊ theory of Confucius and Mencius

공명 [功名] (功名) gōngmíng <功名> こうみょう {功名} công danh ◊ fame

공명 [共鳴] (共鳴) gòngmíng <共鳴> きょうめい {共鳴} cộng minh ◊ resonance

공명 [空名] (空名) kōngmíng <空名> くうめい {空名} không danh ◊ empty name

공명정대 [公明正大] (光明正大) guāngmíng zhēng dà <公明正大> こうめいせいだい {光明正大} quang minh chính đại ◊ fair and bright

공명효과 [共鳴效果] (共振效应) gòngzhèn xiàoyìng <共鳴效果> きょうめいこうか {效應共享} hiệu ứng cộng hưởng ◊ resonance effect

공모 [公募] (公募) gōng mù <公募> こうぼ {公募} công mộ ◊ public appeal

공모 [共謀] (同谋) tóngmóu <共謀> きょうぼう {陰謀} âm mưu ◊ conspiracy

공모자 [共謀者] (帮凶) bāngxiōng <共謀者> きょうぼうしゃ {耿陰謀} người âm mưu ◊ conspirators

공묘 [公墓] (公墓) gōngmù <公墓> こうぼ {公墓} công mộ ◊ cemetery

공묘 [孔廟] (孔庙) kǒngmiào <孔廟> こうびょう {孔廟} Khổng miếu ◊ Confucian temple

공무 [公務] (公务) gōngwù <公務> こうむ {公務} công vụ ◊ business

공무원 [公務員] (公务员) gōngwùyuán <公務員> こうむいん {公務員} công vụ viên ◊ public servant

공문 [公文] (公文) gōngwén <公文> こうぶん {公文} công văn ◊ official document

공문 [孔門] (孔门) kǒngmén <孔門> こうもん {孔門} Khổng môn ◊ Confucius school

공문서 [公文書] (公文书) gōngwén shū <公文書> こうぶんしょ {書公文} thư công văn ◊ official documents

공물 [公物] (公物) gōngwù <公物> おおやけぶつ {公物} công vật ◊ public property

공물 [貢物] (贡物) gòng wù <貢物> みつぎもの {貢物} cống vật ◊ tribute

공민 [公民] (公民) gōngmín <公民> こうみん {公民} công dân ◊ citizen

공민권 [公民權] (公民权) gōngmínquán <公民権> こうみんけん {權公民} quyền công dân ◊ citizenship

공방 [攻防] (攻防) gōngfáng <攻防> こうぼう {攻防} công phòng ◊ offense and defense

공배수 [公倍數] (公倍数) gōng bèishù <公倍数> こうばいすう {數公倍} số công bội ◊ common multiple

공범 [共犯] (同犯) tóngfàn <共犯> きょうはん {共犯} cộng phạm ◊ accomplice

공범자 [共犯者] (共犯) gòngfàn <共犯> きょうはん {同夥} đồng lõa ◊ complicity

공법 [工法] (工法) gōng fǎ <工法> こうほう {工

法} công pháp ◊ method of construction; construction method

공법 [公法] (公法) gōngfǎ <公法> こうほう {公法} công pháp ◊ public law

공병 [工兵] (工兵) gōngbīng <工兵> こうへい {工兵} công binh ◊ sapper

공복 [空腹] (空腹) kōngfù <空腹> くうふく {空腹} không phúc ◊ hunger; open web; on an empty stomach

공부 [工夫] (学) xué <勉強; 学ぶ> べんきょう; まなぶ {學習} học tập ◊ learn; study

공부자 [孔夫子] (孔夫子) kǒngfūzǐ <孔夫子> こうふうし {孔夫子} Khổng Phu Tử ◊ Confucius

공분 [公憤] (公愤) gōngfèn <公憤> こうふん {公憤} công phẫn ◊ outrage

공분모 [公分母] (公分母) gōngfēn mǔ <公分母> こうぶんぼ {公分母} công phân mẫu ◊ common denominator

공비 [工費] (工费) gōng fèi <工費> こうひ {工費} công phí ◊ construction cost

공비 [公費] (公费) gōngfèi <公費> こうひ {公費} công phí ◊ public expense

공사 [工事] (工事) gōngshì <工事> こうじ {工事} công sự ◊ fortifications

공사 [公社] (公社) gōngshè <公社> こうしゃ {公社} công xã ◊ commune

공사 [公使] (公使) gōngshǐ <公使> こうし {公使} công sử ◊ envoy; diplomat below the rank of ambassador

공사 [公事] (公事) gōngshì <公事> くじ {公事} công sự ◊ official business

공사 [公私] (公私) gōngsī <公私> こうし {公私} công tư ◊ public and private

공사 [共事] (共事) gòngshì <共事> ともこと {共事} cộng sự ◊ co-operation

공사감독 [工事監督] (督工) dūgōng <工事監督> こうじかんとく {督工} đốc công ◊ overseer

공사기간 [工事期間] (施工工期) shīgōng gōngqī <工事期間> こうじきかん {時間施工} thời gian thi công ◊ construction period

공사비 [工事費] (施工费) shīgōng fèi <工事費> こうじひ {支費蹉竕} chi phí xây dựng ◊ fabrication

공사장 [工事場] (工地) gōngdì <工事場> こうじじょう {工事場} công sự trường ◊ fortified field

공사현장 [工事現場] (工地現場) gōngdì xiànchǎng <工事現場> こうじげんば {工場蹉

竕 | 工場蹉竕} công trường xây dựng ◊ construction site

공산 [共産] (共产) gòng chăn <共産> きょうさん {共産} cộng sản ◊ communist

공산당 [共産黨] (共产党) gòngchǎndǎng <共产党> きょうさんとう {黨共産} đảng cộng sản ◊ communist party

공산주의 [共産主義] (共产主义) gòng chăn zhǔyì <共産主義> きょうさんしゅぎ {主義共産} chủ nghĩa cộng sản ◊ communism

공산주의자 [共産主義者] (共产主义者) gòng chăn zhǔyì zhě <共産主義者> きょうさんしゅぎしゃ {毲共産} người cộng sản ◊ communist

공상 [空想] (空想) kōngxiǎng <空想> くうそう {空想} không tưởng ◊ fantasize; daydream

공상가 [空想家] (空想家) kōngxiǎngjiā <空想家> くうそうか {空想家} không tưởng gia ◊ daydreamer

공상과학소설 [空想科學小說] (科幻小说) kēhuàn xiǎoshuō <空想科学小説> くうそうかがくしょうせつ {小說科學遠想} tiểu thuyết khoa học viễn tưởng ◊ science fiction

공생 [共生] (共生) gòngshēng <共生> きょうせい {共生} cộng sinh ◊ symbiosis

공서 [公署] (公署) gōng shǔ <公署> こうしょ {公署} công thự ◊ public office

공석 [空席] (空缺) kòngquē <空席> くうせき {垈頜} chỗ trống ◊ vacancy; free

공성 [攻城] (攻城) gōng chéng <攻城> こうじょう {攻城} công thành ◊ siege

공세 [攻勢] (攻势) gōngshì <攻勢> こうせい {攻勢} công thế ◊ offensive

공손 [恭遜] (恭敬) gōngjing <恭敬> きょうけい {恭敬} cung kính ◊ respect; reverence; veneration

공수 [攻守] (攻守) gōng shǒu <攻守> こうしゅ {攻守} công thủ ◊ offensive and defensive

공순 [恭順] (恭顺) gōngshùn <恭順> きょうじゅん {恭順} cung thuận ◊ allegiance; obedience; submission

공습 [空襲] (空袭) kōngxí <空襲> くうしゅう {空襲} không tập ◊ air raid

공습경보 [空襲警報] (空袭警报) kōngxí jǐngbào <空襲警報> くうしゅうけいほう {警報空襲} cảnh báo không tập ◊ air raid sirens

공시 [公示] (公示) gōng shì <公示> こうじ {公示} công thị ◊ publicity

공시가격 [公示價格] (牌价) páijià <公示价格>

こうじかかく {比價} tỷ giá ◊ list price; quoted price; nominal quotation

공식 [公式] (公式) gōngshì <公式> こうしき {公式} công thức ◊ formula

공신 [公信] (公信) gōng xìn <公信> きみのぶ {公信} công tín ◊ public trust

공실 [空室] (空室) kōng shì <空室> くうしつ {空室} không thất ◊ vacant room; empty room

공안 [公安] (公安) gōng'ān <公安> こうあん {公安} công an ◊ public security

공약 [公約] (公约) gōngyuē <公約> こうやく {公約} công ước ◊ convention

공약수 [公約數] (公约数) gōngyuēshù <公約数> こうやくすう {公約數} công ước số ◊ common divisor

공양 [供養] (供养) gōngyǎng <供養> くよう {供養} cung dưỡng ◊ support; provide for; sustain

공언 [空言] (空言) kōng yán <空言> くうげん {空言} không ngôn ◊ empty words

공업 [工業] (工业) gōngyè <工業> こうぎょう {工業} công nghiệp ◊ industry

공업 [功業] (功业) gōngyè <功業> こうぎょう {功業} công nghiệp ◊ merit

공업계 [工業界] (工业界) gōngyè jiè <工業界> こうぎょうかい {界工業} giới công nghiệp ◊ industry field

공업도시 [工業都市] (工业城市) gōngyè chéngshì <工業都市> こうぎょうとし {城庸工業} thành phố công nghiệp ◊ industrial city

공업분석 [工業分析] (工业分析) gōngyè fēnxī <工業分析> こうぎょうぶんせき {分析工業} phân tích công nghiệp ◊ proximate analysis

공업용 [工業用] (工业用) gōngyè yòng <工業用> こうぎょうよう {工業用} công nghiệp dụng ◊ for industrial use

공업용수 [工業用水] (工业用水) gōngyè yòngshuǐ <工業用水> こうぎょうようすい {渚工業} nước công nghiệp ◊ industrial water

공업화 [工業化] (工业化) gōngyèhuà <工業化> こうぎょうか {工業化} công nghiệp hóa ◊ industrialization

공역 [公役] (公役) gōng yì <公役> こうえき {公役} công dịch ◊ public service

공역 [共譯] (共译) gòngyì <共訳> きょうやく {同譯} đồng dịch ◊ joint translation

공역 [空域] (空域) kōng yù <空域> くういき {空域} không vực ◊ airspace

공역자 [共譯者] (共译者) gòngyìzhě <共訳者> きょうやくしゃ {趴同譯} người đồng dịch ◊ joint translator; co-translator

공연 [公然] (公然) gōngrán <公然> こうぜん {公然} công nhiên ◊ openly

공연 [公演] (表演) biǎoyǎn <公演> こうえん {寓表演} cuộc biểu diễn ◊ performance

공연예술 [公演藝術] (表演艺术) biǎoyǎn yìshù <芸能> げいのう {藝術表演} nghệ thuật biểu diễn ◊ performing arts

공영 [公營] (公营) gōngyíng <公営> こうえい {公營} công dinh ◊ public

공예 [工藝] (工艺) gōngyì <細工> さいく {藝藝} nghề ◊ trick

공예가 [工藝家] (工艺家) gōngyì jiā <工藝家> こうげいか {藝人} nghệ nhân ◊ craftsman

공예미술 [工藝美術] (工艺美术) gōngyì měishù <工芸美術> こうげいびじゅつ {工藝美術} công nghệ mỹ thuật ◊ arts and crafts

공예품 [工藝品] (工艺品) gōngyìpǐn <工芸品> こうげいひん {工藝品} công nghệ phẩm ◊ handicraft

공용 [公用] (公用) gōngyòng <公用> こうよう {公用} công dụng ◊ public

공용 [功用] (功用) gōngyòng <功用> こうよう {功用} công dụng ◊ function

공용 [供用] (供用) gōng yòng <供用> きょうよう {供用} cung dụng ◊ for use

공용 [共用] (共用) gòngyòng <共用> きょうよう {共用} cộng dụng ◊ share

공용어 [公用語] (官方语言) guānfāng yǔyán <公用語> こうようご {公用語} công dụng ngữ ◊ common terms

공원 [工員] (工员) gōng yuán <工員> こういん {工員} công viên ◊ factory worker

공원 [公園] (公园) gōngyuán <公園> こうえん {公園} công viên ◊ park; garden

공원계획 [公園計劃] (公园规划) gōngyuán guīhuà <公園計画> こうえんけいかく {規劃公園} quy hoạch công viên ◊ planning of park

공유 [公有] (公有) gōngyǒu <公有> こうゆう {公有} công hữu ◊ public

공유 [共有] (共有) gòngyǒu <共有> きょうゆう {共有} cộng hữu ◊ in common

공유림 [公有林] (公有林) gōngyǒu lín <公有林> こうゆうりん {樓公共} rừng công cộng ◊ public forest

공유수면 [公有水面] (公共水面) gōnggòng shuǐmiàn <公有水面> こうゆうすいめん {楯淎公共} mặt nước công cộng ◊ public water surface

공유재산 [公有財産] (公有财产) gōngyǒu cáichǎn <公有財産> こうゆうざいさん {財産社有} tài sản xã hữu ◊ public property

공유지 [公有地] (公共土地) gōnggòng tǔdì <公有地> こうゆうち {墹公共} đất công cộng ◊ communal land

공융점 [共融點] (共融点) gòng róng diǎn <共融点> きょうゆうてん {點共融} điểm cộng dung ◊ melting point

공은 [功恩] (功恩) gōng ēn <功恩> こうおん {功恩} công ân ◊ grace

공의 [公義] (公义) gōng yì <公義> こうぎ {公義} công nghĩa ◊ justice; equity

공의 [公議] (公议) gōngyì <公議> こうぎ {公議} công nghị ◊ ublic opinion; discuss

공익 [公益] (公共利益) gōnggòng lìyì <公共利益> こうきょうりえき {公利} công lợi ◊ public benefit

공익 [共益] (共益) gòng yì <共益> きょうえき {共益} cộng ích ◊ mutual benefits

공인 [公認] (公认) gōngrèn <公認> こうにん {公認} công nhận ◊ publicly accepted

공인 [公印] (公印) gōng yìn <公印> こういん {公印} công ấn ◊ official seal

공임 [工賃] (工资) gōng zī <工賃> こうちん {錢糧} tiền lương ◊ pay; salary

공자 [公子] (公子) gōngzǐ <公子> こうし {公子} công tử ◊ son

공자 [孔子] (孔子) kǒngzǐ <孔子> こうし {孔子} Khổng Tử ◊ Confucius

공작 [公爵] (公爵) gōngjué <公爵> こうしゃく {公爵} công tước ◊ duke

공작 [共作] (共作) gòng zuō <共作> きょうさく {共作} cộng tác ◊ co-production

공작 [孔雀] (孔雀) kǒngquè <孔雀> くじゃく {鴗鴀|鴀瑪} chim công ◊ peacock

공작석 [孔雀石] (孔雀石) kǒngquè shí <孔雀石> くじゃくせき {矽孔雀} đá khổng tước ◊ malachite

공장 [工場] (工场) gōng cháng <工場> こうじょう {工場} công trường ◊ factory

공장 [工匠] (工匠) gōngjiàng <工匠> こうしょう {工匠} công tượng ◊ artisan

공장 [公葬] (公葬) gōng zàng <公葬> こうそう {公葬} công táng ◊ public funeral

공장건물 [工場建物] (厂房) chǎngfáng <工場建物> こうじょうたてもの {廠房} xưởng phòng ◊ workshop

공장소음 [工場騷音] (工厂噪音) gōngchǎng zàoyīn <工場騒音> こうじょうそうおん {嘈嗢夃樏} tiếng ồn nhà máy ◊ factory noise

공재 [共在] (共在) gòng zài <共在> きょうざい {共在} cộng tại ◊ co-existence

공저 [公邸] (公邸) gōng dǐ <公邸> こうてい {公邸} công để ◊ official residence

공저 [共著] (共著) gòng zhe <共著> きょうちょ {共著} cộng trước ◊ co-authored

공적 [公的] (公的) gōng de <公的> こうてき {公的} công đích ◊ public

공적 [功績] (功绩) gōngjì <功績> こうせき {功績} công tích ◊ merit

공적평가 [功績評價] (评功) píng gōng <功績評価> こうせきひょうか {評功} bình công ◊ appraise one's merits

공전 [公電] (公电) gōng diàn <公電> こうでん {公電} công điện ◊ official telegram

공전 [空前] (空前) kōngqián <空前> くうぜん {空前} không tiền ◊ unprecedented

공전 [空戰] (空战) kōngzhàn <空戰> くうせん {空戰} không chiến ◊ air combat

공전 [空轉] (空转) kōng zhuǎn <空転> くうてん {空轉} không chuyển ◊ idling; idle circling

공정 [工程] (工程) gōngchéng <工程> こうてい {工程} công trình ◊ engineering

공정 [公定] (公定) gōng dìng <公定> こうてい {公定} công định ◊ official

공정 [公正] (公正) gōngzhèng <公正> こうせい {公正} công chính ◊ fair; upright

공정가격 [公正價格] (官价) guānjià <公正価格> こうせいかかく {官價} quan giá ◊ official price

공정개발 [工程開發] (工艺开发) gōngyì kāifā <工程開発> こうていかいはつ {發展規程} phát triển quy trình ◊ process development

공정설계 [工程設計] (工艺设计) gōngyì shèjì <工程設計> こうていせっけい {設計規程} thiết kế quy trình ◊ process design

공정장비 [工程裝備] (处理设备) chǔlǐ shèbèi <工程裝備> こうていそうび {設備處理} thiết bị xử lý ◊ process equipment

공정조업 [工程操業] (工艺操作) gōngyì cāozuò <工程操業> こうていそうぎょう {規程運行}

quy trình vận hành ◊ process operation

공정중량 [工程重量] (工程重量) gōngchéng zhòngliàng <工程重量> こうていじゅうりょう {重量技術} trọng lượng kỹ thuật ◊ process weight

공제 [控除] (控除) kòng chú <控除> こうじょ {控除} khống trừ ◊ deduction

공존 [共存] (共存) gòngcún <共存> きょうそん {共存} cộng tồn ◊ coexistence

공존공영 [共存共榮] (共存共荣) gòngcún gòng róng <共存共榮> きょうぞんきょうえい {共存共榮} cộng tồn cộng vinh ◊ co-existence and co-prosperity

공죄 [功罪] (功罪) gōngzuì <功罪> こうざい {功罪} công tội ◊ merits and demerits

공주 [公主] (公主) gōngzhǔ <公主> こうしゅ {公主} công chúa ◊ princess

공중 [公衆] (公众) gōngzhòng <公衆> こうしゅう {公衆} công chúng ◊ public; community

공중 [空中] (空中) kōngzhōng <空中> くうちゅう {空中} không khí ◊ in the air

공중납치 [空中拉致] (劫持) jiéchí <乗っ取る> のっとる {扒哈欖橤} bắt cóc máy bay ◊ hijack

공중누각 [空中樓閣] (空中楼阁) kōngzhōng lóugé <空中楼閣> くうちゅうろうかく {空中樓閣} không trung lâu các ◊ castle in the air

공중도덕 [公衆道德] (公共道德) gōnggòng dàodé <公衆道德> こうしゅうどうとく {道德公共} đạo đức công cộng ◊ public moral

공중보건 [公衆保健] (公共卫生) gōnggòng wèishēng <公衆保健> こうしゅうほけん {醫濟公共} y tế công cộng ◊ public health

공중전 [空中戰] (空中格斗) kōngzhōng gédòu <空中戰> くうちゅうせん {空戰} không chiến ◊ air combat

공중회전 [空中回轉] (翻筋斗) fānjīndǒu <空中回転> くうちゅうかいてん {跙踚躑} nhảy lộn nhào ◊ somersault

공증 [公證] (公证) gōngzhèng <公証> こうしょう {公證} công chứng ◊ notarization

공증인 [公證人] (公证人) gōngzhèngrén <公証人> こうしょうにん {公證人} công chứng nhân ◊ notary

공지 [空地] (空地) kōngdì <空地> くうち {空地} không địa ◊ vacant land; unoccupied ground; empty lot

공직 [公職] (公职) gōngzhí <公職> こうしょく {公職} công chức ◊ public office

공진 [共振] (共振) gòngzhèn <共振> きょうしん {共振} cộng chấn ◊ resonance

공진 진동수 [共振振動數] (共振频率) gòngzhèn pínlǜ <共振振動数> きょうしんしんどうすう {頻數共享} tần số cộng hưởng ◊ resonant frequency

공차 [公差] (公差) gōngchā <公差> こうさ {容差} dung sai ◊ tolerance

공창 [工廠] (工厂) gōngchǎng <工廠> こうしょう {工廠} công xưởng ◊ factory

공채 [公債] (公债) gōngzhài <公債> こうさい {敗公共} nợ công cộng ◊ public debt

공책 [空冊] (笔记本) bǐjìběn <手册> しゅさつ {簸戳剳} sổ ghi chép ◊ notebook

공처 [恐妻] (恐妻) kǒng qī <恐妻> きょうさい {恐妻} khủng thê ◊ fear of wife; submission to one's wife

공처가 [恐妻家] (怕老婆者) pà lǎopó zhě <恐妻家> きょうさいか {恐妻家} khủng thê gia ◊ hen-pecked husband

공청 [公廳] (公厅) gōng tīng <公庁> こうちょう {座如政府} tòa nhà chính phủ ◊ government buildings; public office

공칭 [公稱] (公称) gōngchēng <公称> こうしょう {公稱} công xưng ◊ nominal

공탁 [供託] (存款) cúnkuǎn <供託> きょうたく {錢掎} tiền gửi ◊ deposit of money

공터 [空터] (空地) kōngdì <空き地> あきち {曠薱} khoảng trống ◊ open space

공통 [共通] (共通) gòngtōng <共通> きょうつう {共通} cộng thông ◊ common

공통성 [共通性] (共通性) gòngtōngxing <共通性> きょうつうせい {性共通} tính cộng thông ◊ commonality

공통언어 [共通言語] (共通言语) gòngtōng yányǔ <共通言語> きょうつうげんご {言語衆} ngôn ngữ chung ◊ common language

공판 [公判] (公判) gōngpàn <公判> こうはん {公判} công phán ◊ public verdict

공평 [公平] (公平) gōngpíng <公平> こうへい {公平} công bình ◊ fair; even

공평무사 [公平無私] (公平无私) gōngpíng wúsī <公平無私> こうへいむし {公平無私} công bình vô tư ◊ fairness and selflessness

공포 [公布] (公布) gōngbù <公布> こうふ {公佈} công bố ◊ unveil

공포 [恐怖] (恐怖) kǒngbù <恐怖> きょうふ {恐

怖} khủng phố ◊ terror

공포감 [恐怖感] (恐惧感) kǒngjù gǎn <恐怖感> きょうふかん {恐怖感} khủng phố cảm ◊ a sense of terror

공포증 [恐怖症] (恐怖症) kǒngbùzhèng <恐怖症> きょうふしょう {恐怖症} khủng phố chứng ◊ phobia

공하신년 [恭賀新年] (恭贺新年) gōnghè xīnnián <恭賀新年> きょうがしんねん {祝佣觧黜} chúc mừng năm mới ◊ Happy New Year

공학 [工學] (工程学) gōngchéngxué <工学> こうがく {工程學} công trình học ◊ engineering tech

공학계산 [工學計算] (工程计算) gōngchéng jìsuàn <工学計算> こうがくけいさん {誹算技術} tính toán kỹ thuật ◊ engineering calculation

공학적방법 [工學的方法] (工程方法) gōngchéng fāngfǎ <工学方法> こうがくほうほう {方法技術} phương pháp kỹ thuật ◊ engineering approach

공학제어 [工學制御] (工程控制) gōngchéng kòngzhì <工学制御> こうがくせいぎょ {檢率技術} kiểm soát kỹ thuật ◊ engineering control

공한시 [空閑時] (空闲时) kòngxián shí <暇な時> ひまなとき {時間俐雫} thời gian rảnh rỗi ◊ spare time

공항 [空港] (机场) jīchǎng <空港> くうこう {墭耬|璘耬} sân bay ◊ aerodrome

공해 [公海] (公海) gōnghǎi <公海> こうかい {公海} công hải ◊ high seas

공해 [公害] (公害) gōnghài <公害> こうがい {公害} công hại ◊ pollution

공해질환 [公害疾患] (公害病) gōnghài bìng <公害疾患> こうかいしっかん {病公共} bệnh công cộng ◊ public nuisance disease

공허 [公許] (公许) gōng xǔ <公許> こうきょ {公許} công hứa ◊ public permit

공허 [空虛] (空虚) kōngxū <空虚> くうきょ {空虚} không hư ◊ emptiness

공헌 [貢獻] (贡献) gòngxiàn <貢献> こうけん {貢獻} cống hiến ◊ contribute

공혈 [供血] (供血) gōngxuè <供血> きょうけつ {供血} cung huyết ◊ blood donation; blood supply

공화 [共和] (共和) gònghé <共和> きょうわ {共和} cộng hòa ◊ cooperation; working together

공화국 [共和國] (共和国) gònghéguó <共和国> きょうわこく {醅共和} nước cộng hòa ◊ republic

공화당 [共和黨] (共和党) gònghédǎng <共和党> きょうわとう {共和黨} cộng hòa đảng ◊ republican

공황 [恐慌] (恐慌) kǒnghuāng <恐慌> きょうこう {恐慌} khủng hoảng ◊ panicky

공회 [公會] (公会) gōnghuì <公会> こうかい {公會} công hội ◊ labor union

공후 [公侯] (公侯) gōng hóu <公侯> こうこう {公侯} công hầu ◊ prince

공훈 [功勳] (功勋) gōngxūn <功勲> こうくん {功勳} công huân ◊ meritorious service

공휴 [公休] (公休) gōngxiū <公休> こうきゅう {公休} công hưu ◊ general holidays

공휴일 [公休日] (公共假期) gōnggòng jiàqī <公休日> こうきゅうび {公休日} công hưu nhật ◊ public holidays

과감 [果敢] (果敢) guǒgǎn <果敢> かかん {果敢} quả cảm ◊ courageous

과거 [過去] (过去) guòqù <過去> かこ {過去} quá khứ ◊ past

과거 [科擧] (科举) kējǔ <科举> かきょ {科擧} khoa cử ◊ ancient imperial examination

과거시험 [科擧試驗] (科举考试) kējǔ kǎoshì <科擧試驗> かきょしけん {試擧} thi cử ◊ imperial competitive examination

과격 [過激] (过激) guòjī <過激> かげき {過激} cực đoan ◊ radical

과다 [過多] (过多) guòduō <過多> かた {過多} quá đa ◊ plethora

과다증 [過多症] (超敏反应) chāo mǐn fǎnyìng <過多症> かたしょう {過多症} quá đa chứng ◊ hypersistemia

과다출혈 [過多出血] (失血症) shīxuè zhēng <失血症> しっけつしょう {失血症} thất huyết chứng ◊ hemorhage

과단 [果斷] (果断) guǒduàn <果断> かだん {果斷} quả đoạn ◊ decisive

과단성 [果斷性] (果断性) guǒduàn xing <果断性> かだんせい {性果斷} tính quả đoạn ◊ decisiveness

과당 [果糖] (果糖) guǒtáng <果糖> かとう {果糖} quả đường ◊ fructose

과대 [誇大] (夸大) kuādà <誇大> こだい {誇大} khoa đại ◊ exaggeration

과도 [過度] (过度) guòdù <過度> かど {過度} quá độ ◊ excessive

과도기 [過渡期] (过渡期) guòdù qī <過渡期> かとき {過渡期} quá độ kỳ ◊ transition period

과로 [過勞] (过度疲劳) guòdù píláo <過労> かろ

う {癈攌過樏} mệt mỏi quá mức ◊ excessive fatigue

과로사 [過勞死] (过劳死) guò láo sǐ <過勞死> かろうし {過勞死} quá lao tử ◊ death from overwork

과로손상 [過勞損傷] (劳损) láosǔn <過勞損傷> かろうそんしょう {勞損} lao tổn ◊ strain

과류 [果類] (果类) guò lèi <果物類> くだものるい {類花果} loại hoa quả ◊ fruitage

과립기 [顆粒機] (颗粒机) kēlì jī <顆粒機> かりゅうき {檟攎丸} máy ép viên ◊ granulator

과립연료 [顆粒燃料] (颗粒燃料) kēlì ránliào <顆粒燃料> かりゅうねんりょう {燃料丸攝} nhiên liệu viên nén ◊ granular fuel

과립형 물질 [顆粒型物質] (颗粒物) kēlì wù <粒子物> りゅうしぶつ {物質褐} vật chất hạt ◊ particulate matter; particle matter

과립화 [顆粒化] (颗粒化) kēlì huā <顆粒化> かりゅうか {褐化} hạt hóa ◊ pelletization

과목 [科目] (科目) kēmù <科目> かもく {科目} khoa mục ◊ subjects

과묵 [寡默] (寡默) guǎ mò <寡默> かもく {寡默} quả mặc ◊ silence

과묵하다 [寡默하다] (沉默不语) chénmò bùyǔ <寡默> かもく {噓哒|噓迭} dè dặt ◊ untalkative; quiet; taciturn; reticent

과문 [寡聞] (寡闻) guǎ wén <寡聞> かぶん {寡聞} quả văn ◊ having little knowledge; being ill-informed

과민 [過敏] (过敏) guòmǐn <過敏> かびん {過敏} quá mẫn ◊ allergic

과민증 [過敏症] (过敏症) guòmǐn zhēng <過敏症> かびんしょう {過敏症} quá mẫn chứng ◊ hypersensitivity

과밀 [過密] (过密) guò mì <過密> かみつ {過密} quá mật ◊ too dense

과반수 [過半數] (过半数) guòbàn shǔ <過半数> かはんすう {過半數} quá bán số ◊ majority

과부 [寡婦] (寡妇) guǎfu <寡婦> かふ {寡婦} quả phụ ◊ widow

과부하 [過負荷] (超载) chāozài <過負荷> かふか {過載} quá tải ◊ overload

과분 [過分] (过分) guòfèn <酷い> ひどい {過甃} quá nhiều ◊ excessive

과산화 [過酸化] (过氧化) guò yǎnghuà <過酸化> かさんか {過酸化} quá toan hóa ◊ excessive acidification

과소 [寡少] (寡少) guǎ shǎo <寡少> かしょう {寡少} quả thiểu ◊ not many

과소평가 [過小評價] (低估) dīgū <過小評価> かしょうひょうか {訊價舒} đánh giá thấp ◊ underestimate

과수 [果樹] (果树) guǒshù <果樹> かじゅ {果樹} quả thụ ◊ fruit tree

과수원 [果樹園] (果树园) guǒshùyuán <果樹園> かじゅえん {壏核唵果} vườn cây ăn quả ◊ fruit farm

과실 [果實] (果实) guǒshí <果実> かじつ {曨} trái ◊ fruit

과실 [過失] (过失) guòshī <過失> かしつ {過失} quá thất ◊ gaffe

과실류 [果實類] (水果类) shuǐguǒ lèi <水果類> みずかるい {類鞥核|類鞕核} loại trái cây ◊ fruit category

과실범 [過失犯] (疏忽犯罪) shūhu fànzuì <過失犯> かしつはん {過失犯} quá thất phạm ◊ crime of negligence; careless offense; careless offence

과실주 [果實酒] (果酒) guǒjiǔ <果実酒> かじつしゅ {溜鞥核|醧鞕核} rượu trái cây ◊ fruit wine

과언 [寡言] (寡言) guǎyán <寡言> かげん {寡言} quả ngôn ◊ reticence

과업 [課業] (课业) kèyè <課業> かぎょう {課業} khóa nghiệp ◊ lesson

과연 [果然] (果然) guǒrán <果然> かぜん {果然} quả nhiên ◊ really; as expected

과열기 [過熱器] (过热器) guòrè qì <過熱器> かねつき {過熱器} quá nhiệt khí ◊ superheater

과원 [果園] (果园) guǒyuán <果園> はてえん {果園} quả viên ◊ orchard; fruit ranch

과육 [果肉] (果肉) guǒròu <果肉> かにく {果肉} quả nhục ◊ fruit pulp

과일 [―] (水果) shuǐguǒ <果物> くだもの {鞕鞕蟲曨鞣} trái ◊ fruit

과일바구니 [―] (水果篮) shuǐguǒ lán <果物籠> くだものかご {筶鞥核|笄鞕核} giỏ trái cây ◊ basket of fruit

과일주스 [과일 juice] (水果汁) shuǐguǒzhī <果物ジュース> くだもの juice {澔攞鞥核|澔咿鞕核} nước ép trái cây ◊ fruit juice

과잉 [過剩] (过剩) guòshèng <過剩> かじょう {餘剩} dư thừa ◊ excess

과잉공기 [過剩空氣] (过剩空气) guòshèng kōngqì <過剩空気> かじょうくうき {空氣餘剩} không khí dư thừa ◊ excess air

과잉보상 [過剩補償] (超补偿) chāo bǔcháng <過剩補償> かじょうほしょう {超賠償} siêu bồi thưởng ◊ overcompensation

과자 [菓子] (糕点) gāodiǎn <菓子> かし {炳扨|餅䬾} bánh ngọt ◊ pastry and candy

과장 [課長] (科长) kēzhǎng <課長> かちょう {長房} trưởng phòng ◊ division chief

과장 [誇張] (夸张) kuāzhāng <誇張> こちょう {誇張} khoa trương ◊ exaggeration

과장법 [誇張法] (夸张法) kuāzhāng fǎ <誇張法> こちょうほう {溛誇張} phép khoa trương ◊ hyperbole

과정 [過程] (过程) guòchéng <過程> かてい {過程} quá trình ◊ process

과정 [課程] (课程) kèchéng <課程> かてい {課程} khóa trình ◊ course

과정표 [課程表] (课程表) kèchéngbiāo <課程表> かていひょう {課程表} khóa trình biểu ◊ curriculum

과제 [課題] (课题) kètí <課題> かだい {課題} khóa đề ◊ subject

과종 [果種] (果种) guǒ zhǒng <果種> はてしゅ {稿鞭核} hạt trái cây ◊ fruit seeds

과즙 [果汁] (果汁) guǒzhī <果汁> かじゅう {渚攦鞭核} nước ép trái cây ◊ fruit juice

과찬 [過讚] (过奖) guòjiǎng <過褒> かほう {唔嘰過橰} khen ngợi quá mức ◊ overpraise

과포화 [過飽和] (过饱和) guò bǎohé <過飽和> かほうわ {過飽和} quá bão hòa ◊ supersaturation

과학 [科學] (科学) kēxué <科学> かがく {科學} khoa học ◊ science

과학원 [科學院] (科学院) kēxuéyuàn <科学院> かがくいん {科學院} khoa học viện ◊ academy

과학자 [科學者] (科学家) kēxuéjiā <科学者> かがくしゃ {㺭科學} nhà khoa học ◊ scientist

과학적 [科學的] (科学的) kēxué de <科学的> かがくてき {科學} khoa học ◊ scientific

과학정책 [科學政策] (科学政策) kēxué zhèngcè <科学政策> かがくせいさく {政策科學} chính sách khoa học ◊ science policy

과학화 [科學化] (科学化) kēxué huā <科学化> かがくか {科學化} khoa học hóa ◊ scientific

곽향 [藿香] (藿香) huòxiāng <藿香> かっこう {藿香} hoắc hương ◊ ageratum; bishop-wort; herba agastachis

관개 [灌漑] (灌溉) guàngài <灌漑> かんがい {挑荆|溠曠} tưới ruộng ◊ irrigate

관개농업 [灌漑農業] (灌溉农业) guàngài nóngyè <灌漑農業> かんがいのうぎょう {溠洀農業} tưới tiêu nông nghiệp ◊ irrigation farming

관개저수지 [灌漑貯水池] (灌溉蓄水库) guàngài xùshuǐ kù <灌漑貯水池> かんがいちょすいち {湖濣水利} hồ chứa thủy lợi ◊ reservoir for irrigation

관개조직 [灌漑組織] (灌溉系统) guàngài xitǒng <灌漑組織> かんがいそしき {系統水利} hệ thống thủy lợi ◊ irrigation system

관개지 [灌漑地] (水地) shuǐ dì <灌漑地> かんがいち {壁塢湺} vùng đất nước ◊ irrigated land

관객 [觀客] (观客) guānkè <観客> ちょうしゅう {看者} khán giả ◊ audience; spectators

관계 [官界] (官界) guān jiè <官界> かんかい {官界} quan giới ◊ official sphere

관계 [關係] (关系) guānxi <関係> かんけい {縐關係} mối quan hệ ◊ relationships

관광 [觀光] (旅游) lǚyóu <観光> かんこう {遊歷} du lịch ◊ sightseeing

관광가이드 [觀光 guide] (导游) dǎoyóu <観光ガイド> かんこう guide {向引員遊歷} hướng dẫn viên du lịch ◊ tour guide

관광객 [觀光客] (旅游者) lǚyóuzhě <観光客> かんこうきゃく {客遊歷} khách du lịch ◊ tourist

관광국 [觀光國] (旅游国家) lǚyóu guójiā <観光国> かんこうこく {観光國} quan quang quốc ◊ tourist country

관광단 [觀光團] (旅游团) lǚyóutuán <観光団> かんこうだん {観光團} quan quang đoàn ◊ tours

관광루트 [觀光 route] (观光路线) guānguāng lùxiàn <観光ルート> かんこう route {綫躇參觀} tuyến đường tham quan ◊ itinerary

관광명소 [觀光名所] (旅游景点) lǚyóu jǐngdiǎn <観光名所> かんこうめいしょ {名藍勝景} danh lam thắng cảnh ◊ tourist attraction; nice landscape

관광버스 [觀光 bus] (观光巴士) guānguāng bāshì <観光バス> かんこう bus {車轍參觀} xe buýt tham quan ◊ tourist bus

관광안내소 [觀光案內所] (旅游咨询处) lǚyóu zīxún chǔ <観光案内所> かんこうあんないしょ {諮問遊歷} tư vấn du lịch ◊ tourist information

관광자원 [觀光資源] (旅游资源) lǚyóu zīyuán <観光資源> かんこうしげん {材源遊歷} tài nguyên du lịch ◊ tourism resources

관광정보 [觀光情報] (旅游信息) lǚyóu xìnxī <観

光案内書> かんこうあんないしょ {冊通馗遊歴} sách thông tin du lịch ◊ guide book

관광지 [觀光地] (景区) jǐngqū <景勝地> けいしょうち {堨勝景} nơi thắng cảnh ◊ scenic spot

관광포화 [觀光飽和] (旅游饱和) lǚyóu bǎohé <観光飽和> かんこうほうわ {飽和遊歴} bão hòa du lịch ◊ tourism saturation

관권 [官權] (官权) guān quán <官権> かんけん {官權} quan quyền ◊ bureaucracy

관급 [官給] (政府工资) zhèngfǔ gōngzī <官給> かんきゅう {官糧} quan lương ◊ government salary

관념 [觀念] (观念) guānniàn <観念> かんねん {觀念} quan niệm ◊ concept

관능 [官能] (官能) guānnéng <官能> かんのう {官能} quan năng ◊ function

관대 [寬大] (宽大) kuāndà <寛大> かんだい {寛大} khoan đại ◊ leniency

관람 [觀覽] (观览) guānlǎn <観覧> かんらん {觀覽} quan lãm ◊ viewing

관람석 [觀覽席] (看台) kàntái <観覧席> かんらんせき {看臺} khán đài ◊ tribune; grandstand

관련 [關連] (关连) guānlián <関連> かんれん {關連} quan liên ◊ related

관련계수 [關聯係數] (关联系数) guānlián xìshù <関聯係数> かんれんけいすう {係數相關} hệ số tương quan ◊ coefficient of association

관련사항 [關聯事項] (事宜) shìyí <関係事項> かんけいじこう {問題連關} vấn đề liên quan ◊ matters concerned

관련있다 [關連있다] (有关系) yǒuguān xì <関連有る> かんれんある {齲連關} có liên quan ◊ liaison with

관례 [慣例] (惯例) guànlì <慣例> かんれい {慣例} quán lệ ◊ convention

관례대로 [慣例대로] (照例) zhàolì <例に従う> れいにしたがう {常轞|常川} thường xuyên ◊ routinely

관로 [管路] (管道) guǎndào <管路> かんろ {管路} quản lộ ◊ conduit line; pipeline

관록 [官祿] (官禄) guān lù <官禄> かんしょくとほうろく {官祿} quan lộc ◊ official government rank and salary; government stipend

관료 [官僚] (官僚) guānliáo <官僚> かんりょう {官僚} quan liêu ◊ bureaucratic

관료제 [官僚制] (官僚制) guānliáo zhì <官僚制> かんりょうせい {官僚制} quan liêu chế ◊ bureaucracy

관료주의 [官僚主義] (官僚主义) guānliáo zhǔyì <官僚主義> かんりょうしゅぎ {主義官僚} chủ nghĩa quan liêu ◊ bureaucracy

관리 [官吏] (官吏) guānlì <官吏> かんり {官吏} quan chức chính phủ ◊ government official

관리 [管理] (管理) guǎnlǐ <管理> かんり {管理} quản lý ◊ manage

관리권 [管理權] (管理权) guǎnlǐ quán <管理権> かんりけん {管理權} quản lý quyền ◊ stewardship

관리기관 [管理機關] (管理机关) guǎnlǐ jīguān <管理機関> かんりきかん {機關主管} cơ quan chủ quản ◊ managing organization

관리동 [管理棟] (管理楼) guǎnlǐ lóu <管理棟> かんりとう {座衛管理} tòa nhà quản lý ◊ administrative building

관리법 [管理法] (管理法) guǎnlǐ fǎ <管理法> かんりほう {律管理} luật quản lý ◊ management law

관리비 [管理費] (管理费) guǎnlǐfèi <管理手数料> かんりてすうりょう {費管理} phí quản lý ◊ management fee

관리인 [管理人] (管理人) guǎnlǐ rén <管理人> かんりにん {馭管理} người quản lý ◊ caretaker

관명 [官名] (官名) guānmíng <官名> かんめい {官名} quan danh ◊ official name

관보 [官報] (公报) gōngbào <官報> かんぽう {公報} công báo ◊ official daily gazette

관사 [官舍] (冠词) guàncí <冠詞> かんし {冠詞} quan từ ◊ article

관상 [觀賞] (观赏) guānshǎng <観賞> かんしょう {觀賞} quan thưởng ◊ see and enjoy; admire the view

관상대 [觀象臺] (观景台) guàn jǐng tái <観象台> かんしょうだい {觀象臺} quan tượng đài ◊ observatory

관상식물 [觀賞植物] (观赏植物) guānshǎng zhíwù <観葉植物> かんようしょくぶつ {核景} cây cảnh ◊ ornamental plant

관상어 [觀賞魚] (观赏鱼) guānshǎng yú <観賞魚> かんしょうぎょ {觀賞魚} quan thưởng ngư ◊ ornamental fish

관서 [官署] (官署) guān shǔ <官署> かんしょ {官署} quan thự ◊ government offices

관성 [慣性] (惯性) guànxìng <慣性> かんせい {慣性} quán tính ◊ inertia

관성력 [慣性力] (惯性力) guànxìng lì <慣性力>

かんせいりょく {⽅慣性} sức quán tính ◊ force of inertia

관성바퀴 [慣性바퀴] (惯性轮) guànxìng lún <慣性輪> かんせいりん {輌車慣性} bánh xe quán tính ◊ inertia wheel

관성충돌 [慣性衝突] (惯性冲突) guànxìng chōngtū <慣性衝突> かんせいしょうとつ {衝突慣性} xung đột quán tính ◊ inertial collision

관세 [關稅] (关税) guānshuì <関税> かんぜい {關稅} quan thuế ◊ tariff

관습 [慣習] (习俗) xísú <習俗> ぞくしゅう {俗習} tập tục ◊ custom; usage

관심 [關心] (关心) guānxīn <関心> かんしん {關心} quan tâm ◊ care; concern

관아 [官衙] (官衙) guān yá <官衙> かんが {官衙} quan nha ◊ official building of ancient times; yamun; yamen

관악기 [管樂器] (管乐器) guǎnyuèqì <管楽器> かんがっき {管樂器} quản nhạc khí ◊ wind instrument

관여 [關與] (干预) gānyù <介入> かいにゅう {干渉} can thiệp ◊ intervene

관용 [寬容] (宽容) kuānróng <寬容> かんよう {寬容} khoan dung ◊ tolerance

관용구 [慣用句] (惯用句) guànyòng gōu <慣用句> かんようく {慣用句} câu quán dụng ◊ idiom

관용어 [慣用語] (成语) chéngyǔ <慣用語> かんようご {成語} thành ngữ ◊ idiomatic expressions

관용음 [慣用音] (惯用音) guànyòng yīn <慣用音> かんようおん {慣用音} quán dụng âm ◊ popularly accepted phonetic reading of a *Hanzi*, *Hanja*, *Kanji* or *Chu Han*

관원 [官員] (官员) guānyuán <官員> かんいん {官員} quan viên ◊ officials

관위 [官位] (官位) guānwèi <官位> かんい {官位} quan vị ◊ official position

관음경 [觀音經] (观音经) guānyīn jīng <観音経> かんのんぎょう {観音經} Quan Âm Kinh ◊ Avalokiteshvara Sutra

관인대도 [寬仁大度] (宽仁大度) kuān rén dàdù <寬仁大度> かんじんたいど {寬仁大度} khoan nhân đại độ ◊ generous; benevolent and magnanimous in disposition

관작 [官爵] (官爵) guānjué <官爵> かんしゃく {官爵} quan tước ◊ government post and court rank

관장 [管掌] (掌管) zhǎngguǎn <管掌> かんしょう

{管理} quản lý ◊ taking charge; management

관장 [館長] (馆长) guǎn zhǎng <館長> かんちょう {館長} quán trưởng ◊ director of a library, museum and so on

관장 [灌腸] (灌肠) guàn cháng <灌腸> かんちょう {灌腸} quán trường ◊ enema

관저 [官邸] (官邸) guāndǐ <官邸> かんてい {官邸} quan đế ◊ official residence

관절 [關節] (关节) guānjié <関節> かんせつ {關節} quan tiết ◊ joint

관절염 [關節炎] (关节炎) guānjiéyán <関節炎> かんせつえん {關節炎} quan tiết viêm ◊ arthritis

관점 [觀點] (观点) guāndiǎn <観点> かんてん {觀點} quan điểm ◊ point of view

관제 [官制] (官制) guānzhì <官制> かんせい {官制} quan chế ◊ bureaucracy

관제 [管制] (管制) guānzhì <管制> かんせい {管制} quản chế ◊ control

관제탑 [管制塔] (控制塔) kòngzhì tǎ <管制塔> かんせいとう {塔調遣} tháp điều khiển ◊ control tower

관중 [觀衆] (观众) guānzhòng <観客> かんきゃく {看者} khán giả ◊ audience; spectators

관직 [官職] (官职) guānzhí <官職> かんしょく {官職} quan chức ◊ offices

관찰 [觀察] (观察) guānchá <観察> かんさつ {觀察} quan sát ◊ observe

관찰자 [觀察者] (观察员) guāncháyuán <観察者> かんさつしゃ {觀察員} quan sát viên ◊ observer

관철 [貫徹] (贯彻) guànchè <貫徹> かんてつ {貫徹} quán triệt ◊ implement

관측 [觀測] (观测) guāncè <観測> かんそく {觀測} quan trắc ◊ observation

관측기 [觀測器] (观测仪器) guāncè yíqì <観測器> かんそくき {觀測器} quan trắc khí ◊ observers

관측소 [觀測所] (观测台) guāncètái <観測所> かんそくじょ {臺天文} đài thiên văn ◊ observatory

관치 [官治] (管治) guǎnzhì <官治> かんち {管治} quản trị ◊ governance

관통 [貫通] (贯通) guàntōng <貫通> かんつう {貫通} chuyển đổi ◊ transfixion

관통시키다 [貫通시키다] (打通) dǎtōng <貫通> かんつう {打通} đả thông ◊ get through

관판 [官版] (官版) guān bǎn <官版> かんぱん {官版} quan bản ◊ official edition

관할 [管轄] (管辖) guǎnxiá <管轄> かんかつ {管轄} quản hạt ◊ have jurisdiction over

관할권 [管轄權] (管辖权) guǎnxiá quán <管辖権> かんかつけん {管轄權} quản hạt quyền ◊ jurisdiction

관할지 [管轄地] (管辖地) guǎnxiá dì <管辖地> かんかつち {管轄地} quản hạt địa ◊ place of jurisdiction

관헌 [官憲] (官宪) guān xiàn <官憲> かんけん {機關} cơ quan ◊ authorities

관현악 [管絃樂] (管弦乐) guǎnxiányuè <管絃楽> かんげんがく {管絃樂} quản huyền nhạc ◊ orchestral music

관혼상제 [冠婚喪祭] (婚丧嫁娶) hūn sāng jiàqǔ <冠婚喪祭> かんこんもまつり {冠婚喪祭} quan hôn táng tế ◊ weddings and funerals

관화 [官話] (官话) guānhuà <官話> かんわ {官話} quan thoại ◊ Mandarin; Standard Chinese

관후 [寬厚] (宽厚) kuānhòu <寬厚> かんこう {寬厚} khoan hậu ◊ generous

괄목 [刮目] (刮目) guā mù <刮目> かつもく {刮目} quát mục ◊ impressed

괄목상대 [刮目相對] (刮目相待) guā mù xiāng dài <刮目> かつもく {刮目相待} quát mục tương đãi ◊ watching with keen interest

괄약근 [括約筋] (括约肌) kuòyuējī <括約筋> かつやくきん {括約筋} quát ước cân ◊ sphincters

괄호 [括弧] (括号) kuòhào <括弧> かっこ {抷單} ngoặc đơn ◊ parenthesis

광각 [廣角] (广角) guǎngjiǎo <広角> こうかく {廣角} quảng giác ◊ wide-angle

광견 [狂犬] (狂犬) kuáng quǎn <狂犬> きょうけん {狂犬} cuồng khuyển ◊ mad dog

광견병 [狂犬病] (狂犬病) kuángquǎnbìng <狂犬病> きょうけんびょう {狂犬病} cuồng khuyển bệnh ◊ rabies

광경 [光景] (光景) guāngjǐng <光景> こうけい {光景} cảnh ◊ spectacle; sight; view

광고 [廣告] (广告) guǎnggào <広告> こうこく {廣告} quảng cáo ◊ advertise; ad

광고란 [廣告欄] (广告栏) guǎnggàolán <広告欄> こうこくらん {欄廣告} cột quảng cáo ◊ advertisement column; advertising space

광고주 [廣告主] (广告赞助商) guǎnggào zànzhù shāng <広告主> こうこくぬし {如財助廣告} nhà tài trợ quảng cáo ◊ advertiser; advertising sponsor

광고판 [廣告板] (广告牌) guǎnggàopái <広告板> こうこくばん {廣告板} quảng cáo bản ◊ billboards

광구병 [廣口瓶] (广口瓶) guǎng kǒu píng <広口瓶> ひろくちびん {矴唲釀} chai miệng rộng ◊ wide mouthed bottle

광기 [狂氣] (疯狂) fēngkuáng <狂気> きょうき {癲狂} điên cuồng ◊ crazy

광년 [光年] (光年) guāngnián <光年> こうねん {光年} quang niên ◊ light-year

광대 [廣大] (广大) guǎngdà <広範囲> こうはんい {廣大} quảng đại ◊ extensive

광도 [光度] (亮度) liàngdù <光度> こうど {度燗} độ sáng ◊ luminosity

광도계 [光度計] (亮度计) liàngdù jì <光度計> こうどけい {檟鷴度燗} máy đo độ sáng ◊ stilbmeter; lucimeter

광란 [狂亂] (狂乱) kuángluàn <狂乱> きょうらん {狂亂} cuồng loạn ◊ frenzy

광로 [光路] (光程) guāng chéng <光路> こうろ {光程} quang trình ◊ optical length; optical path; light path; ray path

광림 [光臨] (光临) guānglín <光臨> こうりん {光臨} quang lâm ◊ welcome to; be present

광망 [光芒] (光芒) guāngmáng <光芒> こうぼう {光芒} quang mang ◊ beam of light; radiance

광맥 [鑛脈] (矿脉) kuàngmài <鉱脈> こうみゃく {鑛脈} khoáng mạch ◊ mineral vein

광물 [鑛物] (矿物) kuàngwù <鉱物> こうぶつ {鑛物} khoáng vật ◊ mineral

광물경도 [鑛物硬度] (矿物硬度) kuàngwù yìngdù <鉱物硬度> こうぶつこうど {度豐鑛} độ cứng khoáng ◊ mineral hardness

광물연료 [鑛物燃料] (矿物燃料) kuàngwù ránliào <鉱物燃料> こうぶつねんりょう {燃料鑛石} nhiên liệu khoáng thạch ◊ mineral fuel

광물오염 [鑛物汚染] (矿物污染) kuàngwù wūrǎn <鉱物汚染> こうぶつおせん {污染鑛産} ô nhiễm khoáng sản ◊ mineral pollution

광물유 [鑛物油] (矿物油) kuàngwù yóu <鉱物油> こうぶつゆ {鑛物油} khoáng vật du ◊ toptacle oil

광물자원 [鑛物資源] (矿物资源) kuàngwù zīyuán <鉱物資源> こうぶつしげん {材源鑛産} tài nguyên khoáng sản ◊ mineral resources

광물질 [鑛物質] (矿物质) kuàngwùzhì <鉱物質> こうぶつしつ {鑛物質} khoáng vật chất ◊ protactinium substance

광물학 [鑛物學] (矿物学) kuàngwùxué <鉱物学> こうぶつがく {鑛物學} khoáng vật học ◊

mineralogy

광방사 [光放射] (光辐射) guāngfúshè <光放射> ひかりほうしゃ {輻射光學} bức xạ quang học ◊ light radiation

광범위 [廣範圍] (广范围) guǎng fànwéi <広範囲> こうはんい {鈄麟} rất rộng ◊ wide range

광복 [光復] (光复) guāngfù <光復> こうふく {光復} quang phục ◊ recovery

광분해 [光分解] (光分解) guāng fēnjiě <光分解> ひかりぶんかい {熒光} quang phân ◊ photolysis

광산 [鑛山] (矿山) kuàngshān <鉱山> こうざん {鑛山} khoáng sơn ◊ mine

광산물 [鑛産物] (矿物) kuàngwù <鉱産物> こうさんぶつ {鑛産物} khoáng sản vật ◊ protactinium products

광산자원 [鑛山資源] (矿产资源) kuàngchǎn zīyuán <鉱山資源> こうざんしげん {材源鑛産} tài nguyên khoáng sản ◊ mineral resources

광상곡 [狂想曲] (狂想曲) kuángxiǎngqǔ <狂想曲> きょうそうきょく {狂想曲} cuồng tưởng khúc ◊ rhapsody

광석 [鑛石] (矿石) kuàngshí <鉱石> こうせき {鑛石} khoáng thạch ◊ ore

광선 [光線] (光线) guāngxiàn <光線> こうせん {光線} quang tuyến ◊ ray

광선속 [光線束] (光线束) guāngxiàn shù <光線束> こうせんそく {荃映�} chùm ánh sáng ◊ optical beam; pencil of light rays

광섬유 램프 [光纖維 lamp] (光纤维灯) guāngxiān wéi dēng <光ファイバランプ> ひかり fiber lamp {鎚�紅光} đèn sợi quang ◊ optical fiber lamps

광섬유 케이블 [光纖維 cable] (光缆) guānglǎn <光ファイバーケーブル> ひかり fiber cable {鉛光哈光} cáp quang ◊ optical fiber cable

광속 [光束] (光通量) guāngtōngliàng <光束> こうそく {通量發燭} thông lượng phát sáng ◊ luminous flux

광속 [光速] (光速) guāngsù <光速> こうそく {光速} quang tốc ◊ speed of light

광속도 [光速度] (光速度) guāngsù dù <光速度> こうそくど {速度映燭} tốc độ ánh sáng ◊ speed of light

광신 [狂信] (狂信) kuáng xìn <狂信> きょうしん {狂信} cuồng tín ◊ fanatical faith

광신도 [狂信徒] (狂热信徒) kuángrè xìntú <狂信者> きょうしんしゃ {舣信狂熱} người tin cuồng nhiệt ◊ fanatic; fanatic believer

광신자 [狂信者] (狂热分子) kuángrè fēnzǐ <狂信者> きょうしんしゃ {舣狂信} người cuồng tín ◊ zealotics; zealot

광야 [廣野] (空旷地) kōngkuàng dì <広野> こうや {廣野} quảng dã ◊ spacious field

광양자 [光量子] (光量子) guāng liàngzǐ <光量子> ひかりりょうし {光量子} quang lượng tử ◊ quantum of light

광언 [狂言] (狂言) kuángyán <狂言> きょうげん {狂言} cuồng ngôn ◊ ravings; zealotry

광업 [鑛業] (矿业) kuàngyè <鉱業> こうぎょう {鑛業} khoáng nghiệp ◊ mining

광업권 [鑛業權] (采矿权) cǎikuàng quán <鉱業権> こうぎょうけん {鑛業權} khoáng nghiệp quyền ◊ propanium ownership

광역 [廣域] (广域) guǎng yù <広域> こういき {廣域} quảng vực ◊ wide area

광역분포 [廣域分布] (广域分布的) guǎng yù fēnbù de <広域分布> こういきぶんぷ {分布廳奔} phân bố rộng rãi ◊ eurychoric

광역시 [廣域市] (大城市) dàchéngshì <広域市> こういきし {廣域市} quảng vực thị ◊ metropolitan city

광열 [光熱] (光热) guāng rè <光熱> こうねつ {光熱} quang nhiệt ◊ light and heat

광열 [狂熱] (狂热) kuángrè <狂热> きょうねつ {狂熱} cuồng nhiệt ◊ fanaticism

광우병 [狂牛病] (疯牛病) fēngniúbìng <狂牛病> きょうぎゅうびょう {狂牛病} cuồng ngưu bệnh ◊ crazy cow disease

광원 [光源] (光源) guāngyuán <光源> こうげん {光源} quang nguyên ◊ light source

광음 [光陰] (光阴) guāngyīn <光陰> こういん {光陰} quang âm ◊ time

광음여전 [光陰如箭] (光阴如箭) guāngyīn rú jiàn <光陰如箭> こういんじょぜん {光陰如箭} quang âm như tiễn ◊ time flies

광의 [廣義] (广义) guǎngyì <広義> こうぎ {廣義} quảng nghĩa ◊ generalized meaning

광인 [狂人] (狂人) kuángrén <狂人> きょうじん {狂人} cuồng nhân ◊ madman

광일지구 [曠日持久] (旷日持久) kuàng rì chíjiǔ <曠日持久> こうじつじきゅう {曠日持久} khoáng nhật trì cửu ◊ protracted

광자 [光子] (光子) guāngzǐ <光子> こうし {光子} quang tử ◊ photon

광장 [廣場] (广场) guǎngchǎng <広場> ひろば {廣場} quảng trường ◊ square

광전 [光電] (光电) guāngdiàn <光電> こうでん {光電} quang điện ◊ photoelectric

광전관 [光電管] (光电管) guāngdiàn guǎn <光電管> こうでんかん {光電管} quang điện quản ◊ photocells

광전기흡수 [光電氣吸收] (光电吸收) guāngdiàn xīshōu <光電吸收> こうでんきゅうしゅう {吸收光電} hấp thu quang điện ◊ photoelectric absorption

광전자 [光電子] (光电子) guāngdiànzǐ <光電子> こうでんし {光電子} quang điện tử ◊ photoelectron

광전지 [光電池] (光电池) guāngdiàn chí <光電池> こうでんち {光電池} quang điện trì ◊ photocells

광조 [狂躁] (狂躁) kuángzào <狂躁> きょうそう {狂躁} cuồng táo ◊ mania

광채 [光彩] (光彩) guāngcǎi <光彩> こうさい {光彩} quang thái ◊ luster

광천 [鑛泉] (矿泉) kuàngquán <鉱泉> こうせん {鑛泉} khoáng tuyền ◊ mineral spring

광택 [光澤] (光泽) guāngzé <光沢> こうたく {光澤} quang trạch ◊ luster

광택지 [光澤紙] (光面纸) guāngmiàn zhǐ <光沢紙> こうたくし {光澤紙} quang trạch chỉ ◊ glossy paper

광통신 [光通信] (光通信) guāng tōngxìn <光通信> ひかりつうしん {傳通光學} truyền thông quang học ◊ optical communication

광파 [光波] (光波) guāngbō <光波> こうは {涍映爄} sóng ánh sáng ◊ light wave

광폭 [狂暴] (狂暴) kuángbào <狂暴> きょうぼう {狂暴} cuồng bạo ◊ rampage

광풍 [狂風] (狂风) kuángfēng <狂風> きょうふう {狂風} cuồng phong ◊ gale

광학 [光學] (光学) guāngxué <光学> こうがく {光學} quang học ◊ optics

광학거리 [光學距離] (光学长度) guāngxué chángdù <光学距離> こうがくきょり {艁胰光學} chiều dài quang học ◊ optical length

광학밀도 [光學密度] (光学密度) guāngxué mìdù <光学密度> こうがくみつど {密度光學} mật độ quang học ◊ optical density

광학식 문자인식 [光學式文字認識] (光学文字识别) guāngxué wénzì shíbié <光学式文字认识> こうがくしきもじにんしき {認識文本光學} nhận thức văn bản quang học ◊ optical character recognition; OCR

광학특성 [光學特性] (光学特性) guāngxué tèxìng <光学特性> こうがくとくせい {性質光學} tính chất quang học ◊ optical characteristics

광학현상 [光學現象] (光学现象) guāngxué xiànxiàng <光学现象> こうがくげんしょう {現象光學} hiện tượng quang học ◊ optical phenomenon

광학효과 [光學效果] (光学效应) guāngxué xiàoyìng <光学效果> こうがくこうか {光效} quang hiệu ◊ optical effect

광합성 [光合成] (光合) guāng hé <光合成> こうごうせい {光合} quang hợp ◊ photosynthesis

광합성강도 [光合成強度] (光合强度) guāng hé qiángdù <光合成強度> ひかりごうせいきょうど {強度光合} cường độ quang hợp ◊ photosynthetic intensity

광합성세균 [光合成細菌] (光合细菌) guāng hé xìjūn <光合成細菌> ひかりごうせいさいきん {微菌光合} vi khuẩn quang hợp ◊ photosynthetic bacteria

광합작용 [光合作用] (光合作用) guāng hézuò yòng <光合作用> ひかりがっさくよう {光合作用} quang hợp tác dụng ◊ photosynthesis

광화학 [光化學] (光化学) guānghuàxué <光化学> こうかがく {光化學} quang hóa học ◊ photochemistry

광활 [廣闊] (广阔) guǎngkuò <広い> ひろい {艪奇|艪啳} rộng rãi ◊ spacious

광휘 [光輝] (光辉) guānghuī <光輝> こうき {光輝} quang huy ◊ brilliance

광희 [狂喜] (狂喜) kuángxǐ <狂喜> きょうき {狂喜} cuồng hỷ ◊ ecstasy

괘도 [掛圖] (挂图) guàtú <掛図> かけず {掛圖} quải đồ ◊ wall diagram

괴걸 [怪傑] (怪杰) guài jié <怪傑> かいけつ {怪傑} quái kiệt ◊ geek

괴담 [怪談] (怪谈) guài tán <怪談> かいだん {怪談} quái đàm ◊ strange talk

괴력 [怪力] (怪力) guài lì <怪力> かいりき {怪力} quái lực ◊ magic force

괴뢰 [傀儡] (傀儡) kuǐlěi <傀儡> かいらい {喕晒} bù nhìn ◊ puppet

괴리 [乖離] (乖离) guāi lí <乖離> かいり {乖離} quai ly ◊ estrangement

괴멸 [壞滅] (坏灭) huài miè <壞滅> かいめつ

{壞滅} hoại diệt ◊ annihilation

괴물 [怪物] (怪物) guàiwu <怪物> かいぶつ {怪物} quái vật ◊ monster

괴사 [壞死] (坏死) huàisǐ <壞死> えし {壞死} hoại tử ◊ necrosis

괴수 [怪獸] (怪兽) guàishòu <怪獸> かいじゅう {怪獸} quái thú ◊ monster

괴어 [怪魚] (怪鱼) guài yú <怪魚> かいぎょ {怪魚} quái ngư ◊ mysterious fish; strange fish

괴이 [怪異] (怪异) guàiyì <怪異> かいい {怪異} quái dị ◊ strange; weird

괴인 [怪人] (怪人) guàirén <怪人> かいじん {怪人} quái nhân ◊ kook; strange person

괴저 [壞疽] (坏疽) huàijū <壞疽> えそ {壞疽} hoại thư ◊ gangrene

괴혈병 [壞血病] (坏血病) huàixuèbìng <壞血病> かいけつびょう {壞血病} hoại huyết bệnh ◊ scurvy

교가 [校歌] (校歌) xiàogē <校歌> こうか {校歌} hiệu ca ◊ school song

교각 [橋脚] (桥墩) qiáodūn <橋脚> きょうきゃく {灣艚} bến tàu ◊ pier

교감 [交感] (交感) jiāo gǎn <交感> こうかん {交感} cảm ◊ sympathetic

교감 [校監] (校监) jiào jiān <校監> こうかん {校監} hiệu giám ◊ superintendent

교과과정 [教科課程] (课目) kèmù <カリキュラム> curriculum {課程} khóa trình ◊ course

교과서 [教科書] (教科书) jiàokēshū <教科書> きょうかしょ {冊教科} sách giáo khoa ◊ textbook

교관 [教官] (教官) jiàoguān <教官> きょうかん {教官} giáo quan ◊ instructor

교구 [教區] (教区) jiàoqū <教区> きょうく {教處} giáo xứ ◊ parish

교구 [校具] (校具) jiào jù <校具> こうぐ {校具} hiệu cụ ◊ school supplies

교규 [校規] (校规) xiàoguī <校規> こうき {校規} hiệu quy ◊ school regulations

교기 [校旗] (校旗) jiào qí <校旗> こうき {校旗} hiệu kỳ ◊ school flag

교낭 [膠囊] (胶囊) jiāonáng <膠囊> こうのう {膠囊} giao nang ◊ gelatin capsule

교단 [教團] (教团) jiào tuán <教団> きょうだん {教團} giáo đoàn ◊ Catholic preaching team

교대 [交代] (交班) jiāobān <交代> こうたい {交班} giao ban ◊ change; alternation; shift; relief; taking turns

교도 [教導] (教导) jiàodǎo <教導> きょうどう {教導} giáo đạo ◊ instruction; teaching

교도 [教徒] (教徒) jiàotú <教徒> きょうと {教徒} giáo đồ ◊ religion believer

교두보 [橋頭堡] (桥头堡) qiáotóubǎo <橋頭堡> きょうとうほ {橋頭堡} kiều đầu bảo ◊ bridgehead

교란 [攪亂] (捣乱) dǎoluàn <搅乱> かくらん {捴繃} quấy rối ◊ make trouble

교량 [橋梁] (桥梁) qiáoliáng <橋> はし {橋} cầu ◊ bridge

교량난간 [橋樑欄杆] (桥梁栏杆) qiáoliáng lángān <橋欄杆> はしらんかん {欄杆橋} lan can cầu ◊ bridge railings

교련 [教練] (教练) jiàoliàn <教練> きょうれん {教練} giáo luyện ◊ instructor

교룡 [蛟龍] (蛟龙) jiāolóng <蛟竜> こうりょう {蛟龍} giao long ◊ aquatic dragon

교류 [交流] (交流) jiāoliú <交流> こうりゅう {交流} giao lưu ◊ communication

교류전류 [交流電流] (交流电) jiāoliúdiàn <交流電流> こうりゅうでんりゅう {洄電揪軿} dòng điện xoay chiều ◊ alternating current; AC

교리 [教理] (教理) jiào lǐ <教理> きょうり {教理} giáo lý ◊ fundamental principles of a religion

교만 [驕慢] (骄慢) jiāo màn <驕慢> きょうまん {驕慢} kiêu mạn ◊ arrogance

교맥 [蕎麥] (荞麦) qiáomài <蕎麦> そば {蕎麥} kiều mạch ◊ buckwheat

교명 [校名] (校名) jiào míng <校名> こうめい {校名} hiệu danh ◊ name of a school

교목 [喬木] (乔木) qiáomù <喬木> きょうぼく {喬木} kiều mộc ◊ arbor

교묘 [巧妙] (巧妙) qiǎomiào <巧妙> こうみょう {巧妙} xảo diệu ◊ artful

교무 [校務] (校务) jiào wù <校務> こうむ {校務} hiệu vụ ◊ school affairs

교문 [校門] (校门) jiào mén <校門> こうもん {校門} hiệu môn ◊ school gate

교미 [交尾] (交尾) jiāowěi <交尾> こうび {交尾} giao vĩ ◊ birds' mating

교미기 [交尾期] (交配季节) jiāopèi jìjié <交尾期> こうびき {交尾期} giao vĩ kỳ ◊ mating season

교민 [僑民] (侨民) qiáomín <僑民> きょうみん {僑民} kiều dân ◊ citizens living overseas

교반 [攪拌] (搅拌) jiǎobàn <攪拌> こうはん {攪拌} giảo phan ◊ stirring

교반 건조기 [攪拌乾燥器] (搅拌干燥器) jiǎobàn gānzào qì <搅拌乾燥器> かくはんかんそうき {炒灶炳} khuấy máy sấy ◊ agitated dryer

교배 [交配] (交配) jiāopèi <交配> こうはい {交配} giao phối ◊ copulation; mating

교변 [巧辯] (巧辩) qiǎobiàn <巧弁> たくみべん {巧辯} xảo biện ◊ clever arguments

교병필패 [驕兵必敗] (骄兵必败) jiāo bīng bì bài <驕兵必敗> きょうへいひっぱい {驕兵必敗} kiêu binh tất bại ◊ arrogant army will be defeated

교복 [校服] (校服) xiàofú <学服> こうふく {同服學生} đồng phục học sinh ◊ school uniform

교부 [交付] (交付) jiāofù <交付> こうふ {交賒} giao cho ◊ delivery

교분 [交分] (交情) jiāoqing <親交> しんこう {交情} giao tình ◊ fellowship; intimacy

교사 [教師] (教师) jiàoshī <教師> きょうし {教員} giáo viên ◊ teacher

교사 [教唆] (教唆) jiàosuō <教唆> きょうさ {嗾嗾|唆踞|揪嗾} xúi giục ◊ instigation

교사 [校舍] (校舍) xiàoshè <校舍> こうしゃ {校舍} hiệu xá ◊ schoolhouse

교상 [咬傷] (咬伤) yǎo shāng <咬傷> こうしょう {哏傷} cắn thương ◊ bite wound; bites

교섭 [交涉] (谈判) tánpàn <交涉> こうしょう {交涉} giao thiệp ◊ negotiate

교수 [教授] (教授) jiàoshòu <教授> きょうじゅ {教師} giáo sư ◊ professor

교수 [絞首] (绞首) jiǎo shǒu <絞首> こうしゅ {絞首} giao thủ ◊ strangling

교수 [巧手] (巧手) qiǎoshǒu <巧手> こうしゅ {巧手} xảo thủ ◊ skillful

교수대 [絞首臺] (绞刑架) jiǎoxíng jià <絞首台> こうしゅだい {絞首臺} giao thủ đài ◊ gallows

교수형 [絞首刑] (绞刑处决) jiǎoxíng chǔ jué <絞首刑> こうしゅけい {絞決} giao quyết ◊ put to death by hanging

교실 [教室] (教室) jiàoshì <教室> きょうしつ {房學; 垃學} phòng học; lớp học ◊ classroom

교안 [教案] (教案) jiào'àn <教案> きょうあん {教案} giáo án ◊ teaching plan

교양 [教養] (教养) jiàoyǎng <教養> きょうよう {教養} giáo dưỡng ◊ upbringing

교역 [交易] (交易) jiāoyì <交易> こうえき {交易} giao dị ◊ trade; transaction

교역가치 [交易價值] (交易价值) jiāoyì jiàzhí <交易價值> こうえきかち {交易價值} giao dị giá trị ◊ transaction value

교열 [校閱] (校阅) jiàoyuè <校閱> こうえつ {校閱} hiệu duyệt ◊ proofreading

교외 [郊外] (郊外) jiāowài <郊外> こうがい {外塢|外鄗|外隝} ngoại ô ◊ suburb; outskirts

교외 [校外] (校外) xiàowài <校外> こうがい {校外} hiệu ngoại ◊ off-campus

교외선 [郊外線] (郊外列车) jiāowài lièchē <郊外列車> こうがいれっしゃ {轎外塢} tàu ngoại ô ◊ suburban line

교우 [交友] (交友) jiāoyǒu <交友> こうゆう {交友} giao hữu ◊ make friend; dating

교우 [校友] (校友) xiàoyǒu <校友> こうゆう {校友} hiệu hữu ◊ alumnus

교우회 [校友會] (校友会) xiàoyǒu huì <校友会> こうゆうかい {校友會} hiệu hữu hội ◊ alumni association

교원 [教員] (教员) jiàoyuán <教員> きょういん {教員} giáo viên ◊ teacher

교원병 [膠原病] (胶原病) jiāoyuán bìng <膠原病> こうげんびょう {膠原病} giao nguyên bệnh ◊ collagen disease

교원질 [膠原質] (胶原质) jiāoyuán zhì <膠原質> こうげんしつ {膠原質} giao nguyên chất ◊ collagen

교위 [校尉] (校尉) xiàowèi <校尉> こうい {校尉} hiệu úy ◊ lieutenant

교유 [交遊] (交游) jiāoyóu <交遊> こうゆう {交遊} giao du ◊ socializing

교육 [教育] (教育) jiàoyù <教育> きょういく {教育} giáo dục ◊ education

교육청 [教育廳] (教育厅) jiàoyùtīng <教育省> きょういくしょう {部教育} bộ giáo dục ◊ department of education

교의 [交椅] (扶手椅) fúshǒu yǐ <安楽椅子> あんらくいす {樹扰} ghế bành ◊ armchair

교의 [交誼] (交谊) jiāoyì <交誼> こうぎ {交誼} giao nghị ◊ friendship

교의 [校醫] (校医) jiào yī <校医> こうい {校醫} hiệu y ◊ school physician

교잡 [交雜] (交杂) jiāozá <交雑> こうざつ {辣造} lai tạo ◊ hybridization

교장 [校長] (校长) xiàozhǎng <校長> こうちょう {校長} hiệu trưởng ◊ headmaster

교재 [教材] (教材) jiàocái <教材> きょうざい {教材} giáo tài ◊ teaching materials

교전 [交戰] (交战) jiāozhàn <交戰> こうせん

{交戰} giao chiến ◊ battle; hostilities

교전국 [交戰國] (交战国) jiāozhàn guó <交战国> こうせんこく {交戰國} giao chiến quốc ◊ belligerent

교점 [交點] (交点) jiāodiǎn <交点> こうてん {交點} giao điểm ◊ point of intersection

교정 [交情] (交情) jiāoqing <交情> こうじょう {交情} giao tình ◊ intimacy

교정 [矯正] (矫正) jiǎozhèng <矯正> きょうせい {矯正} kiểu chính ◊ correction

교정 [校訂] (校对) jiàoduì <校訂> こうてい {鐫版印試} sửa bản in thử ◊ proofread

교정 [校正] (校正) jiàozhèng <校正> こうせい {校正} hiệu chính ◊ correction

교제 [交際] (交际) jiāojì <交際> こうさい {交際} giao tế ◊ social intercourse

교제비 [交際費] (交际费) jiāojì fèi <交際費> こうさいひ {交際費} giao tế phí ◊ entertainment expenses

교조 [教條] (教条) jiàotiáo <教条> きょうじょう {教條} giáo điều ◊ doctrinaire

교죄 [絞罪] (绞罪) jiǎo zuì <絞罪> こうざい {絞罪} giảo tội ◊ execution by hanging

교주 [教主] (教主) jiàozhǔ <教主> きょうしゅ {教主} giáo chù ◊ hierarch

교지 [狡智] (狡智) jiǎo zhì <狡智> こうち {狡智} giảo trí ◊ cunning

교직 [交織] (交织) jiāozhī <交織> まぜおり {交織} giao chức ◊ interweaving

교직 [教職] (教职) jiào zhí <教職> きょうしょく {教職} giáo chức ◊ scholastic profession

교직원 [教職員] (教职员) jiàozhíyuán <教職員> きょうしょくいん {教職員} giáo chức viên ◊ school staff

교질 [膠質] (胶质) jiāozhì <膠質> こうしつ {膠質} giao chất ◊ colloid

교차 [交叉] (交叉) jiāochā <交叉> こうさ {交叉} giao xoa ◊ cross

교차로 [交叉路] (交叉路) jiāochā lù <交叉路> こうさろ {交路} giao lộ ◊ crossroad; cross way

교차점 [交叉點] (交叉点) jiāochādiǎn <交差点> こうさてん {交叉點} giao xoa điểm ◊ intersection

교착 [交錯] (交错) jiāocuò <交錯> こうさく {交錯} giao thác ◊ interlace

교착 [膠着] (胶着) jiāozhuó <膠着> こうちゃく {膠着} giao trước ◊ agglutination

교착어 [膠着語] (胶着语) jiāozhuó yǔ <膠着語> こうちゃくご {膠着語} giao trước ngữ ◊ agglutinative language

교체 [交替] (交替) jiāotì <交替> こうたい {交替} giao thế ◊ alternate

교칠 [膠漆] (胶漆) jiāo qī <膠漆> こうしつ {膠漆} giao thất ◊ shellac varnish

교태 [嬌態] (娇态) jiāotài <嬌態> きょうたい {嬌態} kiều thái ◊ delicate

교통 [交通] (交通) jiāotōng <交通> こうつう {交通} giao thông ◊ traffic

교통공해 [交通公害] (交通公害) jiāotōng gōnghài <交通公害> こうつうこうがい {污染交通} ô nhiễm giao thông ◊ traffic nuisance

교통기관 [交通機關] (交通机关) jiāotōng jīguān <交通機關> こうつうきかん {機關交通} cơ quan giao thông ◊ means of transportation; transportation facilities

교통난 [交通難] (交通事故) jiāotōng shìgù <交通難> こうつうなん {災難交通} tai nạn giao thông ◊ traffic accident

교통량 [交通量] (交通量) jiāotōng liáng <交通量> こうつうりょう {流量交通} lưu lượng giao thông ◊ volume of traffic

교통로 [交通路] (交通路线) jiāotōng lùxiàn <交通路> こうつうろ {躪交通} lối giao thông ◊ traffic road

교통비 [交通費] (交通费用) jiāotōngfèi yòng <交通費> こうつうひ {交通費} giao thông phí ◊ travelling expenses

교통사고 [交通事故] (车祸) chēhuò <自動車事故> じどうしゃじこ {災難車輛} tai nạn xe hơi ◊ car accident

교통수단 [交通手段] (交通工具) jiāotōng gōngjù <乗り物> のりもの {方便交通} phương tiện giao thông ◊ vehicle; means of transport

교통순경 [交通巡警] (交通警员) jiāotōng jǐng yuán <交通巡查> こうつうじゅんさ {警察交通} cảnh sát giao thông ◊ traffic police officer

교통오염 [交通汚染] (交通污染) jiāotōng wūrǎn <交通汚染> こうつうおせん {污染交通} ô nhiễm giao thông ◊ traffic pollution

교통체증 [交通滯症] (塞车) sāichē <交通渋滞> こうつうじゅうたい {躪塞交通} ùn tắc giao thông ◊ traffic jam

교파 [教派] (教派) jiàopài <教派> きょうは {教派} giáo phái ◊ sect

교포 [僑胞] (侨胞) qiáobāo <僑胞> きょぼ {僑胞} kiều bào ◊ countrymen residing abroad

교학 [敎學] (教学) jiāoxué <教学> きょうがく {敎學} giáo học ◊ education and learning

교합 [交合] (交合) jiāohé <交合> こうごう {交合} giao hợp ◊ sexual intercourse

교향 [交響] (交响) jiāo xiǎng <交響> こうきょう {交響} giao hưởng ◊ symphony

교향곡 [交響曲] (交响曲) jiāoxiǎngqǔ <交響曲> こうきょうきょく {曲交響} khúc giao hưởng ◊ symphonic music

교향시 [交響詩] (交响诗) jiāo xiǎng shī <交響詩> こうきょうし {交響詩} giao hưởng thi ◊ symphonic poem

교향악 [交響樂] (交响乐) jiāoxiǎngyuè <交響樂> こうきょうがく {交響樂} giao hưởng nhạc ◊ symphony

교형 [絞刑] (绞刑) jiǎoxíng <絞刑> こうけい {絞刑} giảo hình ◊ gallows; hanging

교호 [交好] (交好) jiāo hǎo <交好> こうこう {交好} giao hảo ◊ befriend

교호 [交互] (交互) jiāohù <交互> こうご {交互} giao hỗ ◊ in turn

교화 [敎化] (教化) jiàohuà <教化> きょうか {敎化} giáo hóa ◊ moralize; domesticate; educate

교환 [交換] (交换) jiāohuàn <交換> こうかん {交換} giao hoán ◊ exchange

교환기 [交換機] (交换机) jiāohuànjī <交換機> こうかんき {交換機} giao hoán cơ ◊ switchboard

교환반응 [交換反應] (交换反应) jiāohuàn fǎnyìng <交换反应> こうかんはんのう {反應挬擋} phản ứng trao đổi ◊ exchange reaction

교환회 [交換會] (交流会) jiāoliúhuì <交流会> こうかんかい {禮挬擋} lễ trao đổi ◊ get-together

교활 [狡猾] (狡猾) jiǎohuá <狡い> ずるい {狡譎} xảo quyệt ◊ cunning

교황 [敎皇] (教皇) jiàohuáng <教皇> きょうこう {敎皇} Giáo Hoàng ◊ Pope

교황청 [敎皇廳] (教廷) jiàotíng <教皇庁> きょうこうちょう {座聖} Tòa Thánh ◊ Holy See

교회 [敎會] (教会) jiāohuì <教会> きょうかい {敎會} giáo hội ◊ church; congregation

교회 예배당 [敎會禮拜堂] (教堂) jiàotáng <教会堂> きょうかいどう {聖堂} thánh đường ◊ church

교훈 [敎訓] (教训) jiàoxun <教訓> きょうくん {敎訓} giáo huấn ◊ moralism; lesson

교훈 [校訓] (校训) xiàoxùn <校訓> こうくん {校訓} hiệu huấn ◊ school motto

구가 [謳歌] (讴歌) ōugē <謳歌> おうか {謳歌} âu ca ◊ acura

구간 [舊刊] (旧刊) jiù kān <旧刊> きゅうかん {舊刊} cựu san ◊ older issues

구간 [區間] (区间) qūjiān <区間> くかん {區間} khu gian ◊ section

구강 [口腔] (口腔) kǒuqiāng <口腔> こうこう {口腔} khẩu khang ◊ oral cavity

구강염 [口腔炎] (口腔炎) kǒuqiāng yán <口腔炎> こうこうえん {口腔炎} khẩu khang viêm ◊ stomatitis

구개 [口蓋] (腭) è <口蓋> こうがい {呬喎} vòm miệng ◊ palate

구개골 [口蓋骨] (腭骨) è gǔ <口蓋骨> こうがいこつ {口蓋骨} khẩu cái cốt ◊ oral cranium

구개음 [口蓋音] (腭音) è yīn <口蓋音> こうがいおん {口蓋音} khẩu cái âm ◊ palatal

구거 [溝渠] (沟渠) gōuqú <溝渠> こうきょ {溝渠} câu cừ ◊ ditch

구걸하다 [求乞하다] (乞求) qǐqiú <請い求める> こいもとめる {求吁} cầu xin ◊ beg

구결 [口訣] (口诀) kǒujué <口訣> くけつ {口訣} khẩu quyết ◊ formula

구경 [口徑] (口径) kǒujìng <口径> こうけい {口徑} khẩu kính ◊ caliber

구공 [口供] (口供) kǒugòng <口供> こうきょう {口供} khẩu cung ◊ affidavit; testimony

구교 [舊敎] (旧教) jiùjiào <旧教> きゅうきょう {舊敎} cựu giáo ◊ old religion

구구 [九九] (九九) jiǔ jiǔ <九九> くく {九九} cửu cửu ◊ multiplication table

구구법 [九九法] (乘法表) chéngfǎ biǎo <乗算表> じょうざんひょう {榜猺因} bảng phép nhân ◊ multiplication law

구구표 [九九表] (九九表) jiǔ jiǔ biǎo <九九表> きゅうきゅうひょう {榜九章} bảng cửu chương ◊ multiplication table

구국 [救國] (救国) jiùguó <救国> きゅうこく {救國} cứu quốc ◊ save the country

구균 [球菌] (球菌) qiújūn <球菌> きゅうきん {球菌} cầu khuẩn ◊ coccus

구근 [球根] (球根) qiú gēn <球根> きゅうこん {球根} cầu căn ◊ bulb

구근식물 [球根植物] (球茎植物) qiú jīng zhíwù <球根植物> きゅうこんしょくぶつ {核茨} cây củ ◊ bulb

구금 [拘禁] (拘禁) jūjìn <拘禁> こうきん {拘禁} câu cấm ◊ detention

구급 [救急] (救急) jiù jí <救急> きゅうきゅう {救急} cứu cấp ◊ emergency

구급법 [救急法] (急救法) jíjiù fǎ <救急法> きゅうきゅうほう {漿救急} phép cứu cấp ◊ emergency relief method

구급약 [救急藥] (急救用药) jíjiù yòng yào <救急薬> きゅうきゅうやく {藜救急} thuốc cứu cấp ◊ emergency medicine

구급차 [救急車] (救护车) jiùhùchē <救急車> きゅうきゅうしゃ {車救傷} xe cứu thương ◊ ambulance

구기자 [枸杞子] (枸杞子) gǒuqǐ zǐ <枸杞子> くこし {枸杞子} cẩu kỷ tử ◊ medlar

구난 [救難] (救难) jiù nán <救難> きゅうなん {救難} cứu nan ◊ rescue

구내염 [口內炎] (口内炎) kǒu nèi yán <口内炎> くちないえん {口內炎} khẩu nội viêm ◊ mouth ulcer; stomatitis

구니 [拘泥] (拘泥) jūnì <拘泥> こうでい {拘泥} câu nê ◊ worrying too much about

구답 [口答] (口答) kǒu dā <口答> こうとう {口答} khẩu đáp ◊ oral answer

구도 [舊都] (旧都) jiùdū <旧都> きゅうと {舊都} cựu đô ◊ old capital

구독 [購讀] (预订) yùdìng <購読> こうどく {覯胰限} mua dài hạn ◊ subscription

구동 [驅動] (驱动) qūdòng <駆動> くどう {驅動} khu động ◊ drive

구동력 [驅動力] (驱动力) qūdònglì <驅動力> くどうりょく {驅動力} khu động lực ◊ driving force

구동축 [驅動軸] (传动轴) chuándòngzhóu <驅動軸> くどうじく {軸傳動} trục truyền động ◊ driveshaft

구두 [句讀] (句读) jùdòu <句読> くとう {句讀} cú độc ◊ punctuation

구두 [口頭] (口头) kǒutóu <口頭> こうとう {口頭} khẩu đầu ◊ oral

구두점 [句讀點] (标点符号) biāodiǎn fúhào <句読点> くとうてん {句讀點; 晒句} cú độc điểm; dấu câu ◊ sentence reading period; punctuation

구락부 [俱樂部] (俱乐部) jùlèbù <俱楽部> くらぶ {俱樂部} câu lạc bộ ◊ club

구력 [舊曆] (旧历) jiùlì <旧暦> きゅうれき {舊曆} cựu lịch ◊ old calendar

구령 [口令] (口令) kǒulìng <口令> くちれい {口令} khẩu linh ◊ watchword

구루병 [佝僂病] (佝偻病) gōulóubìng <佝僂病> くるびょう {佝僂病} câu lũ bệnh ◊ rickets

구류 [拘留] (拘留) jūliú <拘留> こうりゅう {拘留} câu lưu ◊ detention

구름 [一] (云朵) yúnduǒ <雲> くも {靈} mây ◊ cloud

구름층 [구름層] (云层) yúncéng <雲の層> くものそう {靈靈} đám mây ◊ cloud layer

구릉 [丘陵] (丘陵) qiūlíng <丘陵> きゅうりょう {丘陵} đồi ◊ hilly

구릉지 [丘陵地] (丘陵地) qiūlíng dì <丘陵地> きゅうりょうち {丘陵地} khâu lăng địa ◊ hilly terrain

구매 [購買] (购买) gòumǎi <購入> こうにゅう {購買} tậu ◊ purchase

구매력 [購買力] (购买力) gòumǎilì <購買力> こうばいりょく {客力} khách lực ◊ purchasing power

구매주문 [購買注文] (采购订单) cǎigòu dìngdān <発注> はっちゅう {撻貥} đặt hàng ◊ order

구면 [球面] (球面) qiúmiàn <球面> きゅうめん {球面} cầu diện ◊ sphere

구면경 [球面鏡] (球面镜) qiúmiàn jìng <球面鏡> きゅうめんきょう {球面鏡} cầu diện kính ◊ spherical mirrors

구명 [究明] (查明) cháming <究明> きゅうめい {査明} tra minh ◊ find out

구명 [救命] (救命) jiùmìng <救命> きゅうめい {救命} cứu mệnh ◊ save someone

구명구 [救命具] (救命器材) jiùmìng qìcái <救命器材> きゅうめいきざい {椪救命} đồ cứu mạng ◊ life-saving equipment

구명부표 [救命浮標] (救生圈) jiùshēngquān <救命ブイ> きゅうめい buoy {漂救生} phao cứu sinh ◊ lifebuoy

구명정 [救命艇] (救生船) jiùshēngchuán <救命艇> きゅうめいてい {船救生} thuyền cứu sinh ◊ lifeboat

구명조끼 [救命조끼] (救生衣) jiùshēngyī <救命胴衣> きゅうめいどうい {襖漂} áo phao ◊ life jacket

구문 [舊聞] (旧闻) jiùwén <旧聞> きゅうぶん {舊聞} cựu văn ◊ old news

구문 [口吻] (口吻) kǒuwěn <口吻> こうふん {口

吻} khẩu vẫn ◊ way of speaking; intimation; snout

구미 [歐美] (欧美) ōu měi <欧美> おうび {歐美} Âu Mỹ ◊ Europe and America

구미화 [歐美化] (洋化) yánghuà <欧米化> おうべいか {洋化} dương hóa ◊ westernization

구민 [區民] (区民) qū mín <区民> くみん {區民} khu dân ◊ residents of the district

구백 [九百] (九百) jiǔ bǎi <九百> きゅうひゃく {尨槑|尨栢} chín trăm ◊ nine hundred

구변 [口辯] (口辩) kǒu biàn <口弁> こうべん {口辯} khẩu biện ◊ oral arguments

구별 [區別] (区别) qūbié <区別> くべつ する {區別} khu biệt ◊ distinguish

구병 [舊兵] (旧兵) jiù bīng <旧兵> きゅうへい {舊兵} cựu binh ◊ old soldiers

구부러지다 [ㅡ] (弄弯) lòng wān <曲がる> まがる {攏弛} uốn cong ◊ bend

구분 [區分] (区分) qūfēn <区分> くぶん {區分} khu phân ◊ distinguish

구비 [具備] (具备) jùbèi <具備> ぐび {具備} cụ bị ◊ possess

구비문학 [口碑文學] (民间文学) mínjiān wénxué <民間文学> みんかんぶんがく {文學民間} văn học dân gian ◊ folk literature

구사 [驅使] (驱使) qūshǐ <駆使> くし {驅使} khu sử ◊ driven

구사일생 [九死一生] (九死一生) jiǔ sǐ yīshēng <九死一生> きゅうしいっしょう {九死一生} cửu tử nhất sinh ◊ a narrow escape

구상 [鉤狀] (钩状) gōu zhuàng <鉤状> かぎなり {鉤狀} câu trạng ◊ hook-shaped

구상 [構想] (构想) gòuxiǎng <構想> こうそう {構想} cấu tưởng ◊ conception

구상유취 [口尙乳臭] (乳臭未干) rǔ chòu wèi gān <乳臭い> ちちくさい {俺徬湩嫩} em bé sữa non ◊ young and inexperienced

구석기 [舊石器] (旧石器) jiù shíqì <旧石器> きゅうせっき {舊石器} cựu thạch khí ◊ paleolith

구설 [口舌] (口舌) kǒushé <口舌> こうぜつ {口舌} khẩu thiệt ◊ manner of speaking; tongue

구성 [構成] (构成) gòuchéng <構成> こうせい {構成} cấu thành ◊ constitute

구성원 [構成員] (组成者) zǔchéng zhě <構成員> こうせいいん {成員} thành viên ◊ member; constituent

구세 [救世] (救世) jiù shì <救世> きゅうせい {救世} cứu thế ◊ salvation

구세계 [舊世界] (旧世界) jiù shìjiè <旧世界> きゅうせかい {舊世界} cựu thế giới ◊ old world

구세군 [救世軍] (救世军) jiùshìjūn <救世軍> きゅうせいぐん {救世軍} cứu thế quân ◊ salvation army

구세주 [救世主] (救世主) jiùshìzhǔ <救世主> きゅうせいしゅ {救世主} cứu thế chủ ◊ savior

구소련 [舊蘇聯] (前苏联) qián sūlián <旧ソ連> きゅうソれん {聯蘇䀡} Liên Xô cũ ◊ former Soviet Union

구속 [拘束] (拘束) jūshù <拘束> こうそく {拘束} hạn chế ◊ restraint

구속 [球速] (球速) qiú sù <球速> きゅうそく {球速} cầu tốc ◊ pitcher's pace; ball speed

구수 [口授] (口授) kǒu shòu <口授> くじゅ {口授} khẩu thụ ◊ dictate

구술 [灸術] (灸术) jiǔ shù <灸術> やいとじゅつ {灸術} cứu thuật ◊ moxibustion

구술 [口述] (口述) kǒushù <口述> こうじゅつ {口述} khẩu thuật ◊ dictate

구술시험 [口述試驗] (口试) kǒushì <口述試験> こうじゅつしけん {口試} khẩu thi ◊ oral exam

구습 [舊習] (旧俗) jiùsú <旧俗> きゅうぞく {舊俗} cựu tục ◊ old fashion

구실 [口實] (口实) kǒushí <口実> こうじつ {口實} khẩu thực ◊ excuse

구심 [求心] (向心) xiàngxīn lì xuè <求心> きゅうしん {向心} hướng tâm ◊ centripetal

구아대륙 [歐亞大陸] (欧亚大陆) ōu yà dàlù <欧亜大陸> おうあたいりく {陸地歐亞} lục địa Âu Á ◊ Eurasian

구애 [求愛] (求爱) qiú'ài <求愛> きゅうあい {求愛} cầu ái ◊ courtship

구약 [舊約] (旧约) jiù yāo <旧約> きゅうやく {舊約} Cựu Ước ◊ Old Testament

구약 [蒟蒻] (魔芋) móyù <蒟蒻> こんにゃく {藈藪} khoai sọ ◊ Amorphophallus konjac

구약구 [蒟蒻球] (魔芋球) móyù qiú <蒟蒻球> こんにゃくだま {蒟蒻球} củ nhược cầu ◊ konjac balls

구약분 [蒟蒻粉] (魔芋粉) móyù fěn <蒟蒻粉> こんにゃくこ {蒟蒻粉} củ nhược phấn ◊ konjac powder

구약성서 [舊約聖書] (旧约圣书) jiùyuē shèngshū <旧約聖書> きゅうやくせいしょ {舊約聖書} Cựu Ước Thánh Thư ◊ Sacred book of Old Testament

구어 [口語] (口语) kǒuyǔ <口語> こうご {口語} khẩu ngữ ◊ colloquial

구어문 [口語文] (口语句) kǒuyǔ gōu <口語文> こうごぶん {句口語} câu khẩu ngữ ◊ spoken language

구어체 [口語體] (俗语) súyǔ <俗語> ぞくご {俗語} tục ngữ ◊ colloquialism

구역 [舊譯] (旧译) jiù yì <旧訳> きゅうやく {舊譯} cựu dịch ◊ old translation

구역 [區域] (区域) qūyù <区域> くいき {區域} khu vực ◊ region

구역별 [區域別] (按地区) àndìqū <分域別> ぶんいきべつ {𨓐分區} theo phân khu ◊ by region

구역오염 [區域汚染] (区域污染) qūyù wūrǎn <区域汚染> くいきおせん {污染區域} ô nhiễm khu vực ◊ area pollution

구우일모 [九牛一毛] (九牛一毛) jiǔ niú yī máo <九牛一毛> きゅうぎゅういちもう {九牛一毛} cửu ngưu nhất mao ◊ a drop in the ocean

구원 [仇怨] (仇怨) chóuyuàn <仇怨> きゅうえん {仇怨} cừu oán ◊ grudge

구원 [久遠] (久远) jiǔyuǎn <久遠> きゅうえん {久遠} cửu viễn ◊ long ago

구원 [救援] (救援) jiùyuán <救援> きゅうえん {救援} cứu viện ◊ rescue

구원 [舊怨] (旧怨) jiùyuàn <旧怨> きゅうえん {愁舊} thù cũ ◊ old grudge

구원병 [救援兵] (增援部队) zēngyuán bùduì <救援兵> きゅうえんへい {救援兵} cứu viện binh ◊ rescuers

구월 [九月] (九月) jiǔyuè <九月> くがつ {𣎃𠃩} tháng Chín ◊ September

구유 [具有] (具有) jùyǒu <具有> ぐゆう {具有} cụ hữu ◊ have

구은 [舊恩] (旧恩) jiù ēn <旧恩> きゅうおん {舊恩} cựu ân ◊ old grace

구인 [救人] (救人) jiù rén <救人> すくいじん {救人} cứu nhân ◊ save person

구인 [蚯蚓] (蚯蚓) qiūyǐn <蚯蚓> みみず {𧋆𧍆|𧋆𧎢} con trùn ◊ earthworm

구입 [購入] (购入) gòu rù <購入> こうにゅう {購入} cấu nhập ◊ purchase

구작 [舊作] (旧作) jiù zuō <旧作> きゅうさく {舊作} cựu tác ◊ old work

구전 [口傳] (口碑) kǒubēi <口伝> こうでん {吘嚍公衆} khen ngợi công chúng ◊ public praise

구점 [句點] (句点) jùdiǎn <句点> くてん {句點} cú điểm ◊ period; full stop

구제 [救濟] (接济) jiējì <救済> きゅうさい {接濟} tiếp tế ◊ aid; help

구제 [舊制] (旧制) jiùzhì <旧制> きゅうせい {舊制} cựu chế ◊ old system

구제역 [口蹄疫] (口蹄疫) kǒutíyì <口蹄疫> こうていえき {口蹄疫} khẩu đề dịch ◊ foot-and-mouth disease

구제품 [救濟品] (救济品) jiùjì pǐn <救済品> きゅうさいひん {救濟品} cứu tế phẩm ◊ relief goods

구조 [構造] (构造) gòuzào <構造> こうぞう {構造} cấu tạo ◊ structure

구조 [救助] (救助) jiùzhù <救助> きゅうじょ {救護} cứu hộ ◊ rescue; bailout

구조물 [構造物] (结构物) jiégòu wù <構造物> こうぞうぶつ {構築} cấu trúc ◊ build

구조선 [救助船] (救援船) jiùyuán chuán <救難船> きゅうなんせん {艚救難} tàu cứu nạn ◊ rescue ship

구조식 [構造式] (结构式) jiégòushì <構造式> こうぞうしき {構造式} cấu tạo thức ◊ structural formula

구조자 [救助者] (救助者) jiùzhù zhě <救助員> きゅうじょいん {救助員} cứu trợ viên ◊ lifeguard

구조재료 [構造材料] (结构材料) jiégòu cáiliào <構造材料> こうぞうざいりょう {構質} cấu chất ◊ structural materials

구조주의 [構造主義] (构造主义) gòuzào zhǔyì <構造主義> こうぞうしゅぎ {主義構造} chủ nghĩa cấu tạo ◊ constructivism

구직 [求職] (求职) qiúzhí <求職> きゅうしょく {求職} cầu chức ◊ job hunting

구차 [苟且] (苟且) gǒuqiě <苟且> こうしょ {苟且} cẩu thả ◊ stopgap; makeshift; temporary

구천 [九泉] (九泉) jiǔquán <九泉> きゅうせん {九泉} cửu tuyền ◊ nether world

구천 [九天] (九重天) jiǔ chóng tiān <九天> きゅうてん {九重} cửu trùng ◊ nine levels in heavens

구체 [具體] (具体) jùtǐ <具体> ぐたい {具體} cụ thể ◊ specific

구체 [球體] (球体) qiútǐ <球体> きゅうたい {球體} cầu thể ◊ sphere

구축 [構築] (构筑) gòuzhù <構築> こうちく {構築𡏦𥩯} cấu trúc xây dựng ◊ building structure

구축 [驅逐] (驱逐) qūzhú <駆逐> くちく {逐出} trục xuất ◊ expulsion

구축함 [驅逐艦] (驱逐舰) qūzhújiàn <駆逐艦> く

ちくかん {驅逐艦} khu trục hạm ◊ destroyer

구출 [救出] (救出) jiùchū <救出> きゅうしゅつ {救器} cứu ra ◊ rescue; extricate; reclaim

구충 [驅蟲] (驱虫) qū chóng <驱虫> くちゅう {驅蟲} khu trùng ◊ deworming

구취 [口臭] (口臭) kǒuchòu <口臭> こうしゅう {口臭; 症瘝噯} khẩu xú; chứng thối mồm ◊ halitosis

구치 [臼齒] (臼齿) jiùchǐ <臼齒> きゅうし {臼齒} cửu xỉ ◊ molar

구치소 [拘置所] (看守所) kānshǒusuǒ <留置場> りゅうちじょう {寨暫監} trại tạm giam ◊ jail cell

구칭 [舊稱] (旧称) jiù chèn <旧称> きゅうしょう {舊稱} cựu xưng ◊ old name

구택 [舊宅] (旧宅) jiùzhái <旧宅> きゅうたく {舊宅} cựu trạch ◊ old house

구토 [嘔吐] (呕吐) ǒutù <嘔吐> おうと {嗽嗎} nôn mửa ◊ vomit

구풍 [颶風] (飓风) jùfēng <颶風> ぐふう {颶風} cụ phong ◊ tornado

구하다 [救하다] (救) jiù <救う> すくう {救} cứu ◊ save

구혈 [灸穴] (灸穴) jiǔ xué <灸穴> きゅうけつ {灸穴} cứu huyệt ◊ moxibustion points

구형 [鉤形] (钩形) gōu xíng <鉤形> かぎなり {鉤形} câu hình ◊ hook shape

구형 [矩形] (矩形) jǔxíng <矩形> くけい {矩形} cụ hình ◊ rectangle

구형 [球形] (球形) qiúxíng <球形> きゅうけい {球形} cầu hình ◊ spherical

구호 [救護] (救护) jiùhù <救護> きゅうご {救護} cứu hộ ◊ rescue; ambulance

구호반 [救護班] (救护班) jiùhù bān <救護班> きゅうごはん {隊救助} đội cứu trợ ◊ relief squad

구획 [區劃] (区划) qūhuà <区画> くかく {區劃} khu hoạch ◊ division

국가 [國歌] (国歌) guógē <国歌> こっか {國歌} quốc ca ◊ national anthem

국가 [國家] (国家) guójiā <国家> こっか {國家} quốc gia ◊ country

국가권력기관 [國家權力機關] (国家权力部门) guójiā quánlì bùmén <国家権力机关> こっかけんりょくきかん {機關權力國家} cơ quan quyền lực quốc gia ◊ state power

국가보조금 [國家補助金] (国家补助金) guójiā bǔzhù jīn <国家補助金> こっかほじょきん {財助如圍} tài trợ nhà nước ◊ domestic subsidy

국가유공자 [國家有功者] (荣誉军人) róngyù jūnrén <名誉軍人> めいよぐんじん {軍人榮譽} quân nhân danh dự ◊ honorary soldier

국가주의 [國家主義] (国家主义) guójiā zhǔyì <国家主義> こっかしゅぎ {主義國家} chủ nghĩa quốc gia ◊ nationalism

국경 [國境] (国境) guójìng <国境> こっきょう {邊界} biên giới ◊ frontier

국경 [國慶] (国庆) guóqìng <国慶> こっけい {國慶} quốc khánh ◊ national day

국경관문 [國境關門] (边境关口) biānjìng guānkǒu <辺境関門> へんきょうかんもん {隘口} ải khẩu ◊ border gate

국경무역 [國境貿易] (边贸) biān mào <国境貿易> こっきょうぼうえき {邊貿} biên mậu ◊ border trade

국경선 [國境線] (国境线) guójìngxiàn <国境線> こっきょうせん {國境線} quốc cảnh tuyến ◊ border

국경요새 [國境要塞] (边境要塞) biānjìng yàosài <国境の要塞> こっきょうのようさい {炮臺邊關} pháo đài biên giới ◊ frontier juncture

국경일 [國慶日] (国庆节) guóqìngjié <建国記念日> けんこくきねんび {禮國慶} lễ quốc khánh ◊ national day

국경촌락 [國境村落] (边境村庄) biānjìng cūnzhuāng <国境村落> こっきょうそんらく {邊邑} biên ấp ◊ border village

국계 [國界] (国界) guójiè <国界> こっかい {國界} quốc giới ◊ national boundaries

국고 [國庫] (国库) guókù <国庫> こっこ {國庫} kho bạc ◊ treasury

국교 [國交] (邦交) bāngjiāo <国交> こっこう {國交} quốc giao ◊ international relations

국교 [國敎] (国教) guójiào <国教> こっきょう {國敎} quốc giáo ◊ state religion

국군 [國軍] (国军) guó jūn <国軍> こくぐん {國軍} quốc quân ◊ national army

국궁 [鞠躬] (鞠躬) jūgōng <鞠躬> きっきゅう {鞠躬} cúc cung ◊ bow

국권 [國權] (国权) guó quán <国権> こっけん {國權} quốc quyền ◊ state rights

국기 [國紀] (国纪) guó jì <国紀> こっき {國紀} quốc kỷ ◊ national regulation

국기 [國旗] (国旗) guóqí <国旗> こっき {國旗} quốc kỳ ◊ national flag

국기게양 [國旗揭揚] (升旗) shēngqí <国旗を掲

げる> こっきをかかげる {上旗} thượng cờ ◊ raise flag

국난 [國難] (国难) guó nán <国難> こくなん {國難} quốc nan ◊ national disaster

국내 [國內] (国内) guónèi <国内> こくない {國內} quốc nội ◊ domestic; inside a country.

국내 [局內] (局内) jú nèi <局内> きょくない {局內} cục nội ◊ intra-office

국내무역 [國內貿易] (国内貿易) guónèi màoyì <国内貿易> こくないぼうえき {內商} nội thương ◊ domestic trade

국내법 [國內法] (国内法) guónèi fǎ <国内法> こくないほう {律國內} luật quốc nội ◊ national law

국내선 [國內線] (国内航班) guónèi hángbān <国内便> こくないびん {轉轍內地} chuyến bay nội địa ◊ domestic flight

국내외 [國內外] (国内外) guónèiwài <国内外> こくないがい {國內外} quốc nội ngoại ◊ at home and abroad

국내총생산 [國內總生産] (国内总生产) guónèi zǒng shēngchǎn <国内総生産> こくないそうせいさん {總産量齣醨} tổng sản lượng trong nước ◊ gross domestic production; GDP

국도 [國道] (国道) guódào <国道> こくどう {國路} quốc lộ ◊ national highway

국력 [國力] (国力) guólì <国力> こくりょく {國力} quốc lực ◊ state power

국리 [國利] (国利) guó lì <国利> こくり {國利} quốc lợi ◊ national interests

국립 [國立] (国立) guólì <国立> こくりつ {國立} quốc lập ◊ national; state-run

국립공원 [國立公園] (国家公园) guójiā gōngyuán <国立公園> こくりつこうえん {壇國家} vườn quốc gia ◊ national park

국립대학 [國立大學] (国立大学) guólìdàxué <国立大学> こくりつだいがく {場大學國立} trường đại học quốc lập ◊ national university

국면 [局面] (局面) júmiàn <局面> きょくめん {局面} cục diện ◊ situation

국모 [國母] (国母) guó mǔ <国母> こくぼ {國母} quốc mẫu ◊ empress; mother of the nation

국무 [國務] (国务) guówù <国務> こくむ {國務} quốc vụ ◊ national affairs

국무원 [國務院] (国务院) guówùyuàn <国務院> こくむいん {會同如醨; 國務院} Hội Đồng Nhà Nước; Quốc Vụ Viện ◊ State Council

국무회의 [國務會議] (国务会议) guówù huìyì <国務会議> こくむかいぎ {會議國務} hội nghị quốc vụ ◊ meeting for affairs of state

국민 [國民] (国民) guómín <国民> こくみん {國民} quốc dân ◊ nationals; countrymen; people of a country

국민경제 [國民經濟)] (国民经济) guómín jīngjì <国民经济> こくみんけいざい {經濟國民} kinh tế quốc dân ◊ national economy

국민수입 [國民收入] (国民收入) guómín shōurù <国民收入> こくみんしゅうにゅう {收入國民} thu nhập quốc dân ◊ national income

국민운동 [國民運動] (国民运动) guómín yùndòng <国民運動> こくみんうんどう {運動國民} vận động quốc dân ◊ national movement

국민총소득 [國民總所得] (国民总所得) guómín zǒng suǒdé <国民総所得> こくみんそうしょとく {總收入國民} tổng thu nhập quốc dân ◊ Gross National Income; GNI

국방 [國防] (国防) guófáng <国防> こくぼう {國防} quốc phòng ◊ national defense

국방공업 [國防工業] (国防工业) guófáng gōngyè <国防工業> こくぼうこうぎょう {工業國防} công nghiệp quốc phòng ◊ national defense industry

국방비 [國防費] (国防费) guófáng fèi <国防費> こくぼうひ {費國防} phí quốc phòng ◊ defense spending

국법 [國法] (国法) guófǎ <国法> こくほう {國法} quốc pháp ◊ national law; state law

국보 [國寶] (国宝) guóbǎo <国宝> こくほう {國寶} quốc bảo ◊ national treasure

국보법 [國保法] (国家安全法) guójiā ānquán fǎ <国家保安法> こっかほうあんほう {律安寧國家} luật an ninh quốc gia ◊ National Security Act

국부 [國父] (国父) guófù <国父> こくふ {國父} quốc phụ ◊ father of the nation

국부 [國富] (国富) guó fù <国富> こくふ {國富} quốc phú ◊ national wealth

국부 [局部] (局部) júbù <局部> きょくぶ {局部} cục bộ ◊ part

국부부식 [局部腐蝕] (局部腐蚀) júbù fǔshí <局部腐蝕> きょくぶふしょく {餕痛局部} ăn mòn cục bộ ◊ local corrosion

국비 [國費] (国费) guó fèi <国費> こくひ {國費} quốc phí ◊ government expenses

국빈 [國賓] (国宾) guóbīn <国賓> こくひん {國賓} quốc tân ◊ state guest

국사 [國事] (国事) guóshì <国事> こくじ {國事} quốc sự ◊ state affairs

국산 [國産] (国产) guóchǎn <国产> こくさん {國産} quốc sản ◊ domestic product

국산품 [國産品] (国产品) guóchǎn pǐn <国产品> こくさんひん {國産品} quốc sản phẩm ◊ home made goods; domestic products

국산화 [國産化] (自产) zì chǎn <国産化> こくさんか {自産} tự sản ◊ self-produced

국상 [國喪] (国丧) guó sāng <国丧> こくそう {國喪} quốc tang ◊ national mourning

국새 [國璽] (国玺) guóxǐ <国璽> こくじ {國璽} quốc tỷ ◊ state seal

국색 [國色] (国色) guó sè <国色> こくしょく {國色} quốc sắc ◊ unparalleled beauty

국서 [國書] (国书) guóshū <国書> こくしょ {國書} quốc thư ◊ credentials

국세 [國勢] (国势) guóshì <国势> こくせい {國勢} quốc thế ◊ national situation

국수 [一] (面条) miàntiáo <麺> めん {麺} mì ◊ noodles

국수 [國粹] (国粹) guó cuì <国粋> こくすい {國粹} quốc túy ◊ national quintessence

국수주의 [國粹主義] (国粹主义) guó cuì zhǔyì <国粋主義> こくすいしゅぎ {主義國粹} chủ nghĩa quốc túy ◊ nationalism

국시 [國是] (国是) guó shì <国是> こくぜ {方針國家} phương châm quốc gia ◊ national motto; national policy

국악 [國樂] (国乐) guóyuè <国楽> こくがく {國樂} quốc nhạc ◊ national music

국어 [國語] (国语) guóyǔ <国語> こくご {國語} quốc ngữ ◊ a national language

국영 [國營] (国营) guóyíng <国営> こくえい {國營} quốc doanh ◊ state-run

국왕 [國王] (国王) guówáng <国王> こくおう {國王} quốc vương ◊ king

국외 [國外] (国外) guówài <国外> こくがい {國外} quốc ngoại ◊ abroad

국외자 [局外者] (局外人) júwài rén <局外者> きょくがいしゃ {外局} ngoài cuộc ◊ outsider

국욕 [國辱] (国辱) guó rǔ <国辱> こくじょく {國辱} quốc nhục ◊ national disgrace; national humiliation

국운 [國運] (国运) guóyùn <国運> こくうん {國運} quốc vận ◊ national fate

국유 [國有] (国有) guóyǒu <国有> こくゆう {國有} quốc hữu ◊ national ownership

국유림 [國有林] (国有林) guóyǒulín <国有林> こくゆうりん {國有林} quốc hữu lâm ◊ state-owned forests

국유지 [國有地] (国有土地) guóyǒu tǔdì <国有地> こくゆうち {國有地} quốc hữu địa ◊ state-owned land

국유화 [國有化] (国有化) guóyǒuhuà <国有化> こくゆうか {國有化} quốc hữu hóa ◊ nationalization

국음 [國音] (国音) guóyīn <国音> こくおん {國音} quốc âm ◊ national phonetics; national language

국익 [國益] (国益) guó yì <国益> こくえき {國益} quốc ích ◊ national interests

국인 [國人] (国人) guórén <国人> くにびと {國人} quốc nhân ◊ national people

국자 [國字] (国字) guó zì <国字> こくじ {國字} quốc tự ◊ a country's own *Hanzi, Hanja, Kanji* or *Chu Han*

국장 [國葬] (国葬) guózàng <国葬> こくそう {國葬} quốc táng ◊ state funeral

국장 [國章] (国徽) guóhuī <国章> こくしょう {國徽} quốc huy ◊ national emblem

국장 [局長] (局长) júzhǎng <局長> きょくちょう {局長} cục trưởng ◊ managing director

국재 [國財] (国财) guó cái <国财> くにざい {國財} quốc tài ◊ national treasures

국적 [國籍] (国籍) guójí <国籍> こくせき {國籍} quốc tịch ◊ nationality

국적 [國賊] (国贼) guózéi <国贼> こくぞく {國賊} quốc tặc ◊ traitor

국적법 [國籍法] (国籍法) guójí fǎ <国籍法> こくせきほう {律國籍} luật quốc tịch ◊ nationality law

국전 [國典] (国典) guó diǎn <国典> こくてん {國典} quốc điển ◊ national codex

국정 [國定] (国定) guó dìng <国定> こくてい {國定} quốc định ◊ nationally decided

국정 [國情] (国情) guóqíng <国情> こくじょう {國情} quốc tình ◊ national conditions

국정 [國政] (国政) guózhèng <国政> こくせい {國政} quốc chính ◊ national politics

국제 [國際] (国际) guójì <国際> こくさい {國際} quốc tế ◊ international

국제 여성의 날 [國際女性의 날] (国际妇女节) guójì fùnǚjié <国際婦人デー> こくさいふじん

Day {朌國際婦女} Ngày Quốc Tế Phụ Nữ ◊ International Women's Day

국제관례 [國際慣例] (国际惯例) guójì guànlì <国際慣例> こくさいかんれい {通例國際} thông lệ quốc tế ◊ international conventions

국제논평 [國際論評] (国际评论) guójì pínglùn <国際論評> こくさいろんぴょう {論評國際} bình luận quốc tế ◊ international review

국제무역 [國際貿易] (国际贸易) guójì màoyì <国際貿易> こくさいぼうえき {商賣國際} thương mại quốc tế ◊ international trade

국제법 [國際法] (国际法) guójìfǎ <国際法> こくさいほう {律國際} luật quốc tế ◊ international law

국제선 [國際線] (国际航班) guójì hángbān <国際便> こくさいびん {轉襷國際} chuyến bay quốc tế ◊ international flight

국제성 [國際性] (国际性) guójìxing <国際性> こくさいせい {性國際} tính quốc tế ◊ internationality

국제수로 [國際水路] (国际水道) guójì shuǐdào <国際水路> こくさいすいろ {源潞國際} nguồn nước quốc tế ◊ international waterways

국제적 [國際的] (国际的) guójì de <国際的> こくさいてき {國際} quốc tế ◊ international

국제항 [國際港] (国际港口) guójì gǎngkǒu <国際港> こくさいこう {港國際} cảng quốc tế ◊ international port

국제화 [國際化] (国际化) guójìhuà <国際化> こくさいか {國際化} quốc tế hóa ◊ internationalization

국조 [國鳥] (国鸟) guó niǎo <国鳥> こくちょう {國鳥} quốc điểu ◊ national bird

국중 [國中] (国中) guózhōng <国中> くになか {國中} quốc trung ◊ national middle school

국채 [國債] (国债) guózhài <国債> こくさい {國債} quốc trái ◊ national debt

국책 [國策] (国策) guócè <国策> こくさく {國策} chính sách ◊ policy

국철 [國鐵] (国铁) guó tiě <国鉄> こくてつ {國鐵} quốc thiết ◊ national railways

국체 [國體] (国体) guótǐ <国体> こくたい {國體} quốc thể ◊ national polity

국치 [國恥] (国耻) guóchǐ <国耻> こくち {國辱} quốc nhục ◊ national humiliation

국토 [國土] (国土) guótǔ <国土> こくど {國土} quốc thổ ◊ country territory; state realm

국폐 [國幣] (国币) guó bì <国幣> こくへい {國幣} quốc tệ ◊ national money; national currency

국풍 [國風] (国风) guó fēng <国風> くにぶり {國風} quốc phong ◊ national style

국학 [國學] (国学) guóxué <国学> こくがく {國學} hán học ◊ national research

국한 [局限] (局限) júxiàn <局限> きょくげん {限制} hạn chế ◊ limit; localize

국헌 [國憲] (国宪) guó xiàn <国憲> こっけん {國憲} quốc hiến ◊ national constitution

국혼 [國魂] (国魂) guó hún <国魂> くにだましい {國魂} quốc hồn ◊ national spirit

국화 [國花] (国花) guóhuā <国花> こっか {國花} quốc hoa ◊ national flower

국화 [國畫] (国画) guóhuà <国画> ごくが {繪畫傳統} hội họa truyền thống ◊ national painting

국화 [菊花] (菊花) júhuā <菊花> きっか {菊花} cúc hoa ◊ chrysanthemum

국화석 [菊花石] (菊花石) júhuā shí <菊花石> きっかせき {菊花石} cúc hoa thạch ◊ chrysanthemum stone

국화전 [菊花展] (菊花展) júhuā zhǎn <菊花展> きっかてん {菊花展} cúc hoa triển ◊ chrysanthemum exhibition

국화판 [菊花瓣] (菊花瓣) júhuā bàn <菊花弁> きっかべん {菊花瓣} cúc hoa biện ◊ chrysanthemum petals

국회 [國會] (国会) guóhuì <国会> こっかい {國會} quốc hội ◊ congress

국회법 [國會法] (议会法案) yìhuì fǎ'àn <国会法> こっかいほう {律國會} luật quốc hội ◊ act of congress

국회의장 [國會議長] (国会主席) guóhuì zhǔxí <国民議会議長> こくみんぎかいぎちょう {主席國會} chủ tịch quốc hội ◊ president of the national assembly

군가 [軍歌] (军歌) jūn gē <軍歌> ぐんか {軍歌} quân ca ◊ war song

군거 [群居] (群居) qúnjū <群居> ぐんきょ {性集體} tính tập thể ◊ gregariousness

군계일학 [群鷄一鶴] (鹤立鸡群) hè lì jī qún <鶴立鶏群> つるりつけいぐん {澈搵岉翂鵰} nổi bật giữa bầy gà ◊ flower of the flock

군공 [軍功] (军功) jūngōng <軍功> ぐんこう {軍功} quân công ◊ military merit

군교 [軍校] (军校) jūnxiào <軍校> ぐんこう {軍校} quân hiệu ◊ military academy

군구 [軍區] (军区) jūnqū <軍区> ぐんく {軍區} quân khu ◊ military region

군국 [軍國] (军国) jūn guó <軍国> ぐんこく {軍國} quân quốc ◊ militaristic

군국주의 [軍國主義] (军国主义) jūn guó zhǔyì <軍国主義> ぐんこくしゅぎ {主義軍國} chủ nghĩa quân quốc ◊ militarism

군권 [君權] (君权) jūnquán <君権> きみけん {君權} quân quyền ◊ sovereignty

군규 [軍規] (军规) jūn guī <軍規> ぐんき {軍規} quân quy ◊ military regulations

군기 [軍機] (军机) jūnjī <軍機> ぐんき {軍機} quân cơ ◊ military secret; military airplane

군기 [軍紀] (军纪) jūn jì <軍紀> ぐんき {軍紀} quân kỷ ◊ military discipline

군기 [軍記] (军记) jūn jì <軍記> ぐんき {軍記} quân ký ◊ military chronicles

군기 [軍旗] (军旗) jūn qí <軍旗> ぐんき {軍旗} quân kỳ ◊ ensign; oriflamme

군기 [軍器] (军械) jūn xiè <軍用兵器> ぐんよう へいき {軍械} quân giới ◊ military ordnance

군단 [軍團] (军团) jūntuán <軍団> ぐんだん {軍團} quân đoàn ◊ army corps

군대 [軍隊] (军队) jūnduì <軍隊> ぐんたい {軍隊} quân đội ◊ army

군대생활 [軍隊生活] (军旅) jūnlǚ <軍隊生活> ぐんたいせいかつ {軍旅} quân lữ ◊ army brigade

군대철수 [軍隊撤收] (收兵) shōubīng <軍隊撤收> ぐんたいてっしゅう {收兵} thu binh ◊ withdraw troops

군대휘장 [軍隊徽章] (军徽) jūn huī <軍隊徽章> ぐんたいきしょう {軍號} quân hiệu ◊ military emblem

군도 [軍刀] (军刀) jūndāo <軍刀> ぐんとう {軍刀} quân đao ◊ saber

군도 [群島] (群岛) qúndǎo <群島> ぐんとう {群島} quần đảo ◊ archipelago

군락 [群落] (群落) qúnluò <群落> ぐんらく {群落} quần lạc ◊ group communities

군량 [軍糧] (军粮) jūnliáng <兵糧> ひょうろう {軍糧} quân lương ◊ military rations

군력 [軍力] (军力) jūnlì <軍力> ぐんりょく {軍力} quân lực ◊ military strength; military force

군례 [軍禮] (军礼) jūn lǐ <軍礼> ぐんれい {軍禮} quân lễ ◊ military salute

군모 [軍帽] (军帽) jūn mào <軍帽> ぐんぼう {軍帽} quân mạo ◊ military caps

군무 [軍務] (军务) jūnwù <軍務> ぐんむ {軍務} quân vụ ◊ military affairs

군민 [軍民] (军民) jūnmín <軍民> ぐんみん {軍民} quân dân ◊ military and civilian

군민 [郡民] (郡民) jùn mín <郡民> ぐんみん {郡民} quận dân ◊ district resident; inhabitant of a county; townspeople

군벌 [軍閥] (军阀) jūnfá <軍閥> ぐんばつ {軍閥} quân phiệt ◊ warlord

군법 [軍法] (军法) jūnfǎ <軍法> ぐんぼう {軍法} quân pháp ◊ military law

군법회의 [軍法會議] (军法会议) jūnfǎ huìyì <軍法会議> ぐんぼうかいぎ {軍法會議} quân pháp hội nghị ◊ court martial

군복 [軍服] (军服) jūnfú <軍服> ぐんぷく {軍裝} quân trang ◊ military uniform

군비 [軍備] (军备) jūnbèi <軍備> ぐんび {軍備} quân bị ◊ armaments; weaponry

군비 [軍費] (军费) jūnfèi <軍費> ぐんぴ {軍費} quân phí ◊ military expenses

군사 [軍師] (军师) jūnshī <軍師> ぐんし {軍師} quân sư ◊ military adviser; strategist; tactician; schemer

군사 [軍士] (军士) jūnshì <軍士> ぐんし {軍士} quân sĩ ◊ sergeant

군사 [軍事] (军事) jūnshì <軍事> ぐんじ {軍事} quân sự ◊ military matters

군사관제 [軍事管制] (军管) jūn guǎn <軍事管制> ぐんじかんせい {軍管} quân quản ◊ military control

군사력 [軍事力] (军事力量) jūnshì lìliàng <軍事力> ぐんじりょく {軍力} quân lực ◊ military strength; military force

군사의무 [軍事義務] (军事义务) jūnshì yìwù <軍事義務> ぐんじぎむ {軍事義務} quân sự nghĩa vụ ◊ military obligation

군사정변 [軍事政變] (兵变) bīngbiàn <軍事政变> ぐんじせいへん {兵變} binh biến ◊ mutiny

군사정보 [軍事情報] (军事情报) jūnshì qíngbào <軍事情報> ぐんじじょうほう {軍報} quân báo ◊ military information; military intelligence

군사훈련 [軍事訓鍊] (军训) jūnxùn <軍事訓練> ぐんじくんれん {訓練軍事} huấn luyện quân sự ◊ military training; military exercise; drill

군산 [群山] (群山) qúnshān <群山> ぐんざん {群山} quần sơn ◊ mountains

군상 [群像] (群像) qún xiàng <群像> ぐんぞう

{鼈影} nhóm ảnh ◊ lively group

군서 [軍書] (军书) jūn shū <軍書> ぐんしょ {軍書} quân thư ◊ military books

군수 [軍需] (军需) jūnxū <軍需> ぐんじゅ {軍需} quân nhu ◊ quartermaster; munitions

군수 [郡守] (郡长) jùn zhǎng <郡長> ぐんちょう {郡長} quận trưởng ◊ prefecture or town chief

군수미 [軍需米] (军需粮) jūnxū liáng <軍需米> ぐんじゅまい {軍需米} quân nhu mễ ◊ army rice

군수품 [軍需品] (军需品) jūnxū pǐn <軍需品> ぐんじゅひん {軍需品} quân nhu phẩm ◊ army materiel

군신 [君臣] (君臣) jūn chén <君臣> くんしん {君臣} quân thần ◊ monarch and his subjects

군악 [軍樂] (军乐) jūn yuè <軍楽> ぐんがく {軍樂} quân nhạc ◊ military music

군악대 [軍樂隊] (军乐队) jūnyuèduì <軍楽隊> ぐんがくたい {軍樂隊} quân nhạc đội ◊ army band

군역 [軍役] (军役) jūn yì <軍役> ぐんえき {軍役} quân dịch ◊ military service

군영 [軍營] (军营) jūnyíng <軍営> ぐんえい {軍寨} quân trại ◊ barracks

군왕 [君王] (君王) jūnwáng <君王> くんのう {君王} quân vương ◊ king

군용 [軍容] (军容) jūn róng <軍容> ぐんよう {軍容} quân dung ◊ discipline, appearance and bearing of a soldier

군용 [軍用] (军用) jūnyòng <軍用> ぐんよう {軍用} quân dụng ◊ for military use

군용견 [軍用犬] (军犬) jūn quǎn <軍用犬> ぐんようけん {軍用犬} quân dụng khuyển ◊ military dogs

군용금 [軍用金] (军需费) jūnxūfèi <軍用金> ぐんようきん {錢軍需} tiền quân nhu ◊ war funds; military chest; campaign fund

군용품 [軍用品] (军工用品) jūn gōng yòngpǐn <軍用品> ぐんようひん {軍用品} quân dụng phẩm ◊ military supplies

군용항로 [軍用航路] (军事航空) jūnshì hángkōng <軍用航路> ぐんようこうろ {航空軍事} hàng không quân sự ◊ military aviation

군웅 [群雄] (群雄) qúnxióng <群雄> ぐんゆう {群雄} quần hùng ◊ rival chiefs; warlords

군위 [軍威] (军威) jūn wēi <軍威> ぐんい {兵威} binh uy ◊ military prestige

군율 [軍律] (军律) jūn lǜ <軍律> ぐんりつ {軍律} quân luật ◊ military discipline

군의 [軍醫] (军医) jūnyī <軍医> ぐんい {軍醫} quân y ◊ military treatment

군의관 [軍醫官] (军医师) jūnyīshī <軍医> ぐんい {軍醫師} quân y sư ◊ military doctor

군인 [軍人] (军人) jūnrén <軍人> ぐんじん {軍人} quân nhân ◊ soldier

군자 [君子] (君子) jūnzǐ <君子> くんし {君子} gentleman ◊ gentleman

군작 [群雀] (群雀) qún qiāo <群雀> むらすずめ {儞鳰鵤} đàn chim sẻ ◊ flock sparrow

군장 [軍裝] (军装) jūnzhuāng <軍装> ぐんそう {軍裝} quân trang ◊ military uniform

군적 [軍籍] (军籍) jūn jí <軍籍> ぐんせき {軍籍} quân tịch ◊ military status

군정 [軍政] (军政) jūnzhèng <軍政> ぐんせい {軍政} quân chính ◊ army and government

군조 [群鳥] (群鸟) qún niǎo <群鳥> ぐんどり {群鳥} quần điểu ◊ flocks of birds

군졸 [軍卒] (军卒) jūn zú <軍卒> ぐんそつ {軍卒} quân tốt ◊ soldiers

군주 [君主] (君主) jūnzhǔ <君主> くんしゅ {君主} quân chủ ◊ monarch

군주 [郡主] (郡主) jùn zhǔ <郡主> ぐんしゅ {郡主} quận chủ ◊ county lord

군주국 [君主國] (君主国) jūnzhǔguó <君主国> くんしゅこく {君主國} quân chủ quốc ◊ monarchy state

군주제 [君主制] (君主制) jūnzhǔzhì <君主制> くんしゅせい {君主制} quân chủ chế ◊ monarchy

군중 [軍中] (军中) jūn zhōng <軍中> ぐんちゅう {軍中} quân trung ◊ in the army

군중 [群衆] (群众) qúnzhòng <群衆> ぐんしゅう {群衆} quần chúng ◊ masses

군집 [群集] (群集) qúnjí <群集> ぐんしゅう {群聚} quần tụ ◊ gathering crowd

군축 [軍縮] (裁军) cáijūn <軍縮> ぐんしゅく {減軍} giảm quân ◊ disarmament

군함 [軍艦] (军舰) jūnjiàn <軍艦> ぐんかん {軍艦} quân hạm ◊ warship

군함 [軍銜] (军衔) jūnxián <軍銜> ぐんくくみ {軍銜} quân hàm ◊ military rank

군항 [軍港] (军港) jūngǎng <軍港> ぐんこう {軍港} quân cảng ◊ military port

군현 [郡縣] (郡县) jùn xiàn <郡県> ぐんけん {郡縣} quận huyện ◊ counties and prefectures

군혼 [群婚] (群婚) qún hūn <群婚> ぐんこん {群婚} quần hôn ◊ group marriage

군화 [軍靴] (军靴) jūn xuē <軍靴> ぐんか {鞜軍用} giày quân dụng ◊ military boots

굳세다 [－] (强) jiàng <強い> つよい {㣿} mạnh ◊ competent

굴곡 [屈曲] (屈曲) qūqū <屈曲> くっきょく {屈曲} flection ◊ flection

굴광성 [屈光性] (屈光性) qū guāng xìng <屈光性> くっこうせい {屈光性} khúc quang tính ◊ phototropism

굴기 [屈起] (崛起) juéqǐ <崛起> くっき {崛起} quật khởi ◊ spring up; grow up

굴복 [屈服] (屈服) qūfú <屈服> くっぷく {屈服} khuất phục ◊ succumb

굴성 [屈性] (屈性) qū xìng <屈性> くっせい {屈性} khuất tính ◊ flexibility

굴슬 [屈膝] (屈膝) qū xī <屈膝> くっしつ {屈膝} khuất tất ◊ knee down

굴신 [屈伸] (屈伸) qū shēn <屈伸> くっしん {屈伸} khuất thân ◊ elasticity

굴열성 [屈熱性] (向热性) xiàng rè xìng <屈熱性> くつねっせい {性向熱} tính hướng nhiệt ◊ thermotropism

굴욕 [屈辱] (屈辱) qūrǔ <屈辱> くつじょく {事夛辱} sự làm nhục ◊ humiliation

굴전성 [屈電性] (向电性) xiàng diàn xìng <屈電性> くつでんせい {性向電} tính hướng điện ◊ electro-tropism

굴절 [屈折] (屈折) qū zhé <屈折> くっせつ {屈折} khuất chiết ◊ inflection; refraction

굴절각 [屈折角] (折射角) zhéshè jiǎo <屈折角> くっせつかく {屈折角} khuất chiết giác ◊ inflection angle

굴절계 [屈折計] (折射计) zhéshè jì <屈折計> くっせつけい {屈折計} khuất chiết kế ◊ refractive meter

굴절률 [屈折率] (折射率) zhéshèlù <屈折率> くっせつりつ {指數曲射} chỉ số khúc xạ ◊ refractive index

굴절면 [屈折面] (折射面) zhéshè miàn <屈折面> くっせつめん {屈折面} khuất chiết diện ◊ inflection surface

굴종 [屈從] (屈从) qūcóng <屈從> くつじゅう {屈從} khuất tùng ◊ subservient

굴진 [掘進] (掘进) jué jìn <掘進> くっしん {掘進} quật tiến ◊ digging forward

굴착 [掘鑿] (掘凿) jué záo <掘削> くっさく {掘鑿} quật tạc ◊ digging out; excavation

굴착기 [掘鑿機] (挖掘机) wājuéjī <掘削機> くっさくき {㯾掘鑿} máy quật tạc ◊ excavator

굶다 [－] (挨饿) ái'è <飢える> うえる {㹞饐} chết đói ◊ starve

굽다 [－] (烘烤) hōngkǎo <焼く> やく {捕爐} bỏ lò ◊ bake

궁고 [窮苦] (穷苦) qióngkǔ <窮苦> きゅうく {窮苦} cùng khổ ◊ poor

궁궐 [宮闕] (宮阙) gōngquè <宮闕> みやけつ {宮闕} cung khuyết ◊ imperial palace

궁극 [窮極] (穷极) qióng jí <窮極> きゅうきょく {窮極} cùng cực ◊ very poor

궁녀 [宮女] (宮女) gōngnǚ <宮女> きゅうじょ {宮女} cung nữ ◊ lady-in-waiting

궁문 [宮門] (宮门) gōng mén <宮門> きゅうもん {宮門} cung môn ◊ palace gate

궁민 [窮民] (穷民) qióng mín <窮民> きゅうみん {窮民} cùng dân ◊ poor people

궁수 [弓手] (弓手) gōng shǒu <弓取り> ゆみとり {弓手} cung thủ ◊ archer

궁술 [弓術] (弓术) gōng shù <弓術> きゅうじゅつ {弓術} cung thuật ◊ archery

궁시 [弓矢] (弓矢) gōng shǐ <弓矢> ゆみや {弓箭} cung tên ◊ bow and arrow

궁실 [宮室] (宮室) gōng shì <宮室> きゅうしつ {宮室} cung thất ◊ palace room

궁전 [弓箭] (弓箭) gōngjiàn <弓箭> きゅうせん {弓箭} cung tiễn ◊ arrow and bow

궁전 [宮殿] (宮殿) gōngdiàn <宮殿> きゅうでん {宮殿} cung điện ◊ palace

궁전수 [弓箭手] (弓箭手) gōngjiàn shǒu <射手> いて {㺑翔弓} người bắn cung ◊ archer; bowman

궁정 [宮廷] (宮廷) gōngtíng <宮廷> きゅうてい {宮廷} cung đình ◊ court

궁중 [宮中] (宮中) gōng zhōng <宮中> きゅうちゅう {宮中} cung trung ◊ imperial court

궁중음악 [宮中音樂] (宮中音乐) gōng zhōng <宮中音楽> きゅうちゅうおんがく {音樂宮中} âm nhạc cung trung ◊ music in the palace

궁지 [窮地] (绝境) juéjìng <窮地> きゅうち {絕境} tuyệt cảnh ◊ extremity; impasse; predicament

궁진 [窮盡] (穷尽) qióngjìn <窮盡> きゅうじん {盡窮} tận cùng ◊ exhausted; end; limit

궁핍 [窮乏] (贫乏) pínfá <貧乏> びんぼう {貧乏} bần phạp ◊ poorness

궁하다 [窮하다] (穷) qióng <貧しい> まずしい {饒} nghèo ◊ poor

궁현 [弓弦] (弓弦) gōngxián <弓弦> ゆづる {弓弦} cung huyền ◊ bowstring

궁형 [弓形] (弓形) gōngxíng <弓形> きゅうけい {弓形} cung hình ◊ arch

권고 [勸告] (劝告) quàngào <勧告> かんこく {勸告} khuyến cáo ◊ expostulate

권농 [勸農] (劝农) quàn nóng <勧農> かんのう {勸農} khuyến nông ◊ persuade farmers

권능 [權能] (权能) quánnéng <権能> けんのう {權能} quyền năng ◊ power

권력 [權力] (权力) quánlì <権力> けんりょく {權力} quyền lực ◊ power

권리 [權利] (权利) quánlì <権利> けんり {權利} quyền lợi ◊ right

권리를 빼앗다 [權利를 빼앗다] (夺权) duóquán <権力奪取> けんりだっしゅ {奪權} đoạt quyền ◊ seize power

권리박탈 [權利剝奪] (剥夺权利) bōduó quánlì <権利剝奪> けんりはくだつ {削權} tước quyền ◊ disfranchise; take right away

권말 [卷末] (卷末) juǎn mò <卷末> かんまつ {卷末} quyển mạt ◊ end of book

권문 [權門] (权门) quán mén <権門> けんもん {權門} quyền môn ◊ powerful family

권문세가 [權門勢家] (权贵) quánguì <権門勢家> けんもんせいか {權貴} quyền quý ◊ dignitary; big shot

권법 [拳法] (拳法) quánfǎ <拳法> けんぽう {拳術} quyền thuật ◊ boxing

권변 [權變] (权变) quánbiàn <権変> けんぺん {權變} quyền biến ◊ adaptability in tactics; acting according to circumstances

권병 [權柄] (权柄) quánbǐng <権柄> けんぺい {權柄} quyền bính ◊ power; authority

권설 [勸說] (劝说) quànshuō <勧説> かんぜい {勸說} khuyến thuyết ◊ persuade

권세 [權勢] (权势) quánshì <権勢> けんせい {權勢} quyền thế ◊ lordliness; puissance

권속 [眷屬] (眷属) juànshǔ <眷属> けんぞく {眷屬} quyền thuộc ◊ dependents

권수 [卷數] (卷数) juǎn shù <卷数> かんすう {卷數} quyển số ◊ number of volumes

권술 [拳術] (拳术) quánshù <拳術> こぶしじゅつ {拳術} quyền thuật ◊ boxing

권술 [權術] (权术) quánshù <権術> けんじゅつ {權術} quyền thuật ◊ power tactics

권양기 [捲揚機] (卷扬机) juǎnyángjī <巻き上げ機> まきあげき {動機攝} động cơ kéo ◊ winch; hauling engine

권언 [勸言] (劝言) quàn yán <勧言> すすむごと {勸言} khuyến ngôn ◊ persuasion

권연 [捲煙] (卷烟) juǎnyān <シガー> cigar {糜莄|菜蘿} thuốc lá ◊ cigar

권위 [權威] (权威) quánwēi <権威> けんい {權威} quyền uy ◊ authority

권위주의 [權威主義] (权威主义) quánwēi zhǔyì <権威主義> けんいしゅぎ {主義權威} chủ nghĩa quyền uy ◊ authoritarianism

권유 [勸誘] (劝诱) quànyòu <勧誘> かんゆう {勸喩} quyền dụ ◊ induce; seduce

권익 [權益] (权益) quányì <権益> けんえき {權益} quyền ích ◊ rights

권적운 [卷積雲] (卷积云) juǎn jīyún <巻積雲> けんせきうん {卷積雲} quyển tích vân ◊ cirrocumulus

권척 [卷尺] (卷尺) juǎnchǐ <巻尺> まきじゃく {弩繰} thước dây ◊ flexible rule; measuring tape

권총 [拳銃] (手枪) shǒuqiāng <ピストル> pistol {銃燹} súng ngắn ◊ pistol

권축 [卷軸] (卷轴) juànzhóu <巻軸> かんじく {卷軸} quyển trục ◊ reel

권층운 [卷層雲] (卷层云) juǎn céngyún <巻層雲> けんそううん {卷層雲} quyển tằng vân ◊ cirrostratus

권태기 [倦怠期] (倦怠期) juàndài qī <倦怠期> けんたいき {倦怠期} quyện đãi kỳ ◊ fatigue period

권토중래 [捲土重來] (卷土重来) juǎn tǔ chónglái <捲土重來> けんどじゅうらい {捲土重來} quyển thổ trùng lai ◊ stage a comeback

권투 [拳鬪] (拳鬪) quán dòu <拳鬪> けんとう {拳鬪} quyền đấu ◊ boxing

권학 [勸學] (劝学) quànxué <勧学> かんがく {勸學} khuyến học ◊ encouraging learning

권한 [權限] (权限) quánxiàn <権限> けんげん {權限} quyền hạn ◊ power; authority

권해 [勸解] (劝解) quànjiě <勧める> すすめる {勸解} khuyến giải ◊ persuasion

권형 [權衡] (权衡) quánhéng <権衡> けんこう {權衡} quyền hành ◊ weigh up

궐련 [卷煙] (卷烟) juǎnyān <タバコ> tabacco {糜莄|菜蘿} thuốc lá ◊ cigarette

궐채 [蕨菜] (蕨菜) juécài <蕨> わらび {蕨茱} quyết thái ◊ bracken

궤계 [詭計] (诡计) guǐjì <詭計> きけい {詭計}

ngụy kế ◊ trick

궤도 [軌道] (轨道) guǐdào <軌道> きどう {軌道} quỹ đạo ◊ orbit

궤도차 [軌道車] (轨道车) guǐdào chē <軌道車> きどうしゃ {軌道車} quỹ đạo xa ◊ rail cars

궤배 [跪拜] (跪拜) guìbài <跪拜> きはい {跪拜} quỵ bái ◊ bow; worshipping on one's knees

궤변 [詭辯] (诡辩) guǐbiàn <詭弁> きべん {詭辯} ngụy biện ◊ sophism

궤변가 [詭辯家] (诡辩家) guǐbiàn jiā <詭弁家> きべんか {詭辯家} ngụy biện gia ◊ sophist

궤양 [潰瘍] (溃疡) kuìyáng <潰瘍> かいよう {痬} loét ◊ ulcer

궤적 [軌跡] (轨迹) guǐjì <軌跡> きせき {軌跡} quỹ tích ◊ trajectory

귀 [一] (耳朵) ěrduo <耳> みみ {聰聵} tai nghe ◊ ear

귀가 [歸家] (归家) guī jiā <帰家> かんや {歸家} quy gia ◊ return home

귀곡 [鬼哭] (鬼哭) guǐ kū <鬼の泣き> おにのなき {魔哭} ma khóc ◊ give dreary cries and screams

귀곡성 [鬼哭聲] (鬼哭声) guǐ kūshēng <鬼の泣き声> おにのなきごえ {嗜哭貼魔} tiếng khóc của ma ◊ dreary crying and screaming

귀교 [貴校] (贵校) guìxiào <貴校> きこう {貴場} quý trường ◊ your honorable school

귀국 [歸國] (归国) guīguó <帰国> きこく {歸國} quy quốc ◊ repatriation

귀금속 [貴金屬] (贵金属) guìjīnshǔ <貴金属> きんぞく {貴金屬} quý kim thuộc ◊ noble metal

귀납 [歸納] (归纳) guīnà <帰納> きのう {歸納} quy nạp ◊ induction

귀녀 [貴女] (贵女) guì nǚ <貴女> きじょ {貴女} quý nữ ◊ noble lady

귀농 [歸農] (归农) guī nóng <帰農> きのう {歸農} quy nông ◊ return to farming; take up farming again

귀댁 [貴宅] (贵宅) guì zhái <貴宅> きたく {貴宅} quý trạch ◊ noble house

귀두 [龜頭] (龟头) guītóu <亀頭> きとう {龜頭} quy đầu ◊ glans penis; balanus

귀로 [歸路] (归途) guītú <帰途> きと {曆粳趨粳版粳版徠} trở lại ◊ returning

귀복 [歸服] (归服) guī fú <帰服> きふく {歸服} quy phục ◊ submission

귀비 [貴妃] (贵妃) guìfēi <貴妃> きひ {貴妃} quý phi ◊ chaise

귀빈 [貴賓] (贵宾) guìbīn <貴賓> きひん {貴賓} quý tân ◊ VIP

귀사 [貴社] (贵公司) guìgōngsī <貴社> きしゃ {貴號} quý hiệu ◊ your company

귀순 [歸順] (归顺) guīshùn <帰順> きじゅん {歸順} quy thuận ◊ submission

귀신 [鬼神] (鬼神) guǐshén <鬼神> きじん {鬼神} quý thần ◊ ghosts

귀인 [貴人] (贵人) guìrén <貴人> きじん {貴人} quý nhân ◊ aristocrat; nobleman

귀일 [歸一] (归一) guī yī <帰一> きいつ {歸一} quy nhất ◊ normalize

귀재 [鬼才] (鬼才) guǐ cái <鬼才> きさい {天才} thiên tài ◊ genius

귀족 [貴族] (贵族) guìzú <貴族> きぞく {貴族} quý tộc ◊ aristocrat

귀중 [貴重] (贵重) guìzhòng <貴重> きちょう {貴重} quý trọng ◊ valuable

귀중품 [貴重品] (贵重物品) guìzhòng wùpǐn <貴重品> きちょうひん {貴物} quý vật ◊ valuable objects

귀천 [貴賤] (贵贱) guìjiàn <貴賤> きせん {貴賤} quý tiện ◊ gentle and simple; lord and roturier

귀하 [貴下] (贵下) guì xià <貴下> きか {貴下} quý hạ ◊ you

귀향 [歸鄉] (回乡) huí xiāng <帰郷> ききょう {回鄉} hồi hương ◊ return to hometown

귀화 [歸化] (归化) guīhuà <帰化> きか {歸化} quy hóa ◊ naturalization

귀화 [鬼火] (鬼火) guǐhuǒ <鬼火> おにび {鬼火} quỷ hỏa ◊ ghost fire; will-o'-the-wisp; ignis fatuus

규격 [規格] (规格) guīgé <規格> きかく {規格} quy cách ◊ specification

규격품 [規格品] (标准品) biāozhǔn pǐn <規格品> きかくひん {規格品} quy cách phẩm ◊ specification products

규격화 [規格化] (规格化) guīgéhuà <規格化> きかくか {規格化} quy cách hóa ◊ normalized

규모 [規模] (规模) guīmó <規模> きぼ {規模} quy mô ◊ scale

규범 [規範] (规范) guīfàn <規範> きはん {規格} quy cách ◊ specification

규사 [硅沙|珪砂] (硅砂) guī shā <硅砂> けいしゃ {硅砂} khuê sa ◊ silica sand

규산 [硅酸] (硅酸) guīsuān <硅酸> けいさん {硅酸} khuê toan ◊ silicic acid

규산염 [硅酸鹽] (硅酸盐) guīsuānyán <硅酸塩>

けいさんえん {硅酸鹽} khuê toan diêm ◊ silicate

규석 [硅石] (硅石) guīshí <硅石> けいせき {硅石} khuê thạch ◊ silica

규소 [硅素] (硅素) guī sù <硅素> けいそ {硅素} khuê tố ◊ silicon

규약 [規約] (规约) guīyuē <規約> きやく {規約} quy ước ◊ protocol

규율 [規律] (规律) guīlǜ <規律> きりつ {規律} quy luật ◊ law; regular pattern

규정 [規程] (规程) guīchéng <規程> きてい {規程} quy trình ◊ regulations

규정 [規定] (规定) guīdìng <規定> きてい {規定} quy định ◊ stipulate

규정제도제정 [規程制度制定] (制定规章制度) zhìdìng guīzhāng zhìdù <規章制度制定> きしょうせいどせいてい {立規} lập quy ◊ formulate rules and regulations

규제 [規制] (规制) guī zhì <規制> きせい {規制} quy chế ◊ regulation

규제기관 [規制機關] (监管机构) jiānguǎn jīgòu <規制機関> きせいきかん {機關管理} cơ quan quản lý ◊ regulatory authority

규조토 [硅藻土] (硅藻土) guīzǎo tǔ <珪藻土> けいそうど {硅藻土} khuê tảo thổ ◊ diatomite

규준 [規準] (规准) guīchuǎn <規制> きせい {規準} quy chuẩn ◊ standard

규칙 [規則] (规则) guīzé <規則> きそく {規則} quy tắc ◊ rules

규탄 [糾彈] (谴责) qiǎnzé <糾弾> きゅうだん {𨖲案} lên án ◊ accuse; blame

규폐 [珪肺] (硅肺) guīfèi <珪肺> けいはい {肺滂坩礫} phế bụi si lịch ◊ quartz lung

규폐증 [珪肺症] (硅肺病) guīfèibìng <珪肺症> けいはいしょう {病染滂坩礫} bệnh nhiễm bụi si lịch ◊ silicosis; pneumoconiosis

규환 [叫喚] (叫唤) jiàohuan <叫喚> きょうかん {叫喚} khiếu hoán ◊ call

균근 [菌根] (菌根) jūn gēn <菌根> きんこん {菌根} khuẩn căn ◊ mycorrhizae

균독 [菌毒] (菌毒) jūn dú <菌毒> きんどく {菌毒} khuẩn độc ◊ bacterial toxins

균등 [均等] (均等) jūnděng <均等> きんとう {均等} quân đẳng ◊ equal

균등분할 [均等分割] (均等分割) jūnděng fēngē <均等分割> きんとうぶんかつ {𢺺調} chia đều ◊ equipartition

균등성 [均等性] (均匀性) jūnyúnxìng <均等性> きんとうせい {性均等} tính quân đẳng ◊ equitability

균류 [菌類] (菌类) jūnlèi <菌類> きんるい {菌類} khuẩn loại ◊ fungus

균사 [菌絲] (菌丝) jūnsī <菌糸> きんし {菌絲} khuẩn ty ◊ mycelium

균세 [均勢] (均势) jūnshì <均勢> ひとしぜい {均勢} quân thế ◊ balance of power; equipollence

균열 [龜裂] (裂缝) lièfèng <亀裂> きれつ {𤷱埋|𤷱𡍚} rạn nứt ◊ crack

균일 [均一] (均一) jūnyī <均一> きんいつ {均一} quân nhất ◊ uniformity

균일도 [均一度] (均匀度) jūnyún dù <均一度> きんいちど {度均一} độ quân nhất ◊ species evenness

균형 [均衡] (均衡) jūnhéng <均衡> きんこう {均衡} quân hành ◊ equilibrium

귤 [橘] (橘子) jú zǐ <椪柑> ぽんかん {橘} quýt ◊ tangerine

귤피 [橘皮] (橘皮) jú pí <橘皮> きがわ {橘皮} quất bì ◊ orange peel

그 [ー] (他) tā <彼> かれ {僟} hắn ◊ he

그 다음 [ー] (其后) qíhòu <以降> いこう {自妬䟕迻} từ đó trở đi ◊ thenceforth

그녀 [그女] (她) tā <彼女> かのじょ {婆氏|姉𡛔} bà ấy, chị ấy ◊ she

그녀들 [그女들] (她们) tāmen <彼女達> かのじょだち {𡞕姑𡛔} họ cô gái ◊ they the girls

그동안 [ー] (在此期间) zài cǐqījiān <その間に> そのあいだに {𨤔期妬} trong khi đó ◊ meanwhile

그들의 [ー] (他们的) tāmen de <彼らの> かれらの {貼𡞕} của họ ◊ their

그래서 [ー] (故而) gù'ér <故に> ゆえに {由妬|由𡨺|由妬} do đó ◊ therefore

그러나 [ー] (但是) dànshì <但し> ただし {雖然} tuy nhiên ◊ however

그릇 [ー] (碗) wǎn <鉢> ばち {缽𥑂} bát ◊ bowl

그리고 [ー] (以及) yǐjí <及び> および {吧靶} và ◊ and

그리스도 [Christ] (基督) jīdū <キリスト|基督> Christ {基督} Cơ Đốc ◊ Christ

그리워하다 [ー] (怀念) huáiniàn <懐念> かいねん {懷念} hoài niệm ◊ miss

그림 [ー] (图形) túxíng <図形> ずけい {圖形} đồ hình ◊ figure; graphic

그림의 떡 [ー] (画饼充饥) huà bǐng chōngjī <画餅> がべい {畫餅充饑} họa bính sung cơ ◊ something useless; feed on illusions

그림자극 [그림자劇] (皮影戏) píyǐngxì <影絵劇> かげええき {影戲} ảnh hí ◊ shadow play

그물 [－] (网) wǎng <網> あみ {網} mạng ◊ net

그자리에서 [－] (就地) jiùdì <その場で> そのばで {在坨} tại chỗ ◊ on the spot

그저께 [－] (前天) qiántiān <一昨日> いっさくにち {昨晷矖} ngày hôm trước ◊ day before yesterday

그중 [그中] (其中) qízhōng <其の中> そのなか {龇姛|齝䃫} trong đó ◊ among

극계 [劇界] (剧界) jù jiè <劇界> げきかい {劇界} kịch giới ◊ drama world

극고 [極苦] (极苦) jí kǔ <極苦> ごっく {極苦} cực khổ ◊ extremely bitter

극광 [極光] (极光) jíguāng <極光> きょっこう {極光} cực quang ◊ aurora

극광대 [極光帶] (极光带) jíguāng dài <極光帶> きょっこうたい {猛帶極光} vành đai cực quang ◊ auroral band

극권 [極圈] (极圈) jí juān <極圈> きょっけん {極圈} cực khuyên ◊ polar circle

극기 [克己] (克己) kèjǐ <克己> こっき {克己} khắc kỷ ◊ self-control

극남 [極南] (极南) jí nán <極南> きょくなん {極南} cực nam ◊ far south

극단 [極端] (极端) jíduān <極端> きょくたん {極端} cực đoan ◊ extreme

극단 [劇壇] (剧坛) jùtán <劇壇> げきだん {劇壇} kịch đàn ◊ theater

극단 [劇團] (剧团) jùtuán <劇団> げきだん {劇團} kịch đoàn ◊ theater troupe

극대 [極大] (极大) jídà <極大> きょくだい {極大} cực đại ◊ maximum; great

극대치 [極大值] (极大值) jí dà zhí <極大値> ごくいろどしょく {極大値} cực đại trị ◊ extremely value

극도 [極度] (极度) jídù <極度> きょくど {極端} cực đoan ◊ extreme

극독 [劇毒] (剧毒) jùdú <劇毒> げきどく {劇毒} kịch độc ◊ highly toxic

극동 [極東] (远东) yuǎndōng <極東> きょくとう {極東} Cực Đông ◊ Far East

극락 [極樂] (极乐) jí lè <極楽> ごくらく {極樂} diễm phúc ◊ bliss

극력 [極力] (极力) jílì <極力> きょくりりょく {極力} cực lực ◊ try hard; strongly

극변 [劇變] (剧变) jùbiàn <激変> げきへん {劇變} kịch biến ◊ upheaval

극복 [克服] (克服) kèfú <克服> こくふく {克服} khắc phục ◊ overcome

극본 [劇本] (剧本) jùběn <脚本> きゃくほん {劇本} kịch bản ◊ script

극북 [極北] (极北) jí běi <極北> きょくほく {極北} cực bắc ◊ far north

극비 [極秘] (绝密) juémì <極秘> ごくひ {秘密} bí mật ◊ confidential

극상 [極上] (极上) jí shàng <極上> ごくじょう {極上} cực thượng ◊ best

극서 [極西] (极西) jí xī <極西> きょくにし {極西} cực tây ◊ extreme west

극성 [極盛] (极盛) jí shèng <極盛> きょくせい {極盛} cực thịnh ◊ highest; heyday

극성 [極性] (极性) jíxìng <極性> きょくせい {極性} cực tính ◊ polarity

극소 [極小] (极小) jíxiǎo <極小> ごくしょう {極小} cực tiểu ◊ minimal

극소량 [極少量] (极少量) jí shǎoliàng <極少量> きょくしょうち {極少量} cực thiểu lượng ◊ very small amounts

극소수 [極少數] (极少数) jí shǎoshù <極少数> ごくしょうすう {甀岁} rất ít ◊ very few

극소치 [極小值] (极小值) jíxiǎo zhí <極小値> きょくせいき {極小値} cực tiểu trị ◊ minimite value

극시 [劇詩] (剧诗) jù shī <劇詩> げきし {劇詩} kịch thi ◊ dramatic poetry

극악 [極惡] (极恶) jí ě <極悪> ごくあく {極惡} cực ác ◊ extremely vicious

극악무도 [極惡無道] (穷凶极恶) qióng xiōng jí ě <極悪非道> ごくあくひどう {極惡無道} cực ác vô đạo ◊ inhuman; heinous; atrocious

극약 [劇藥] (剧药) jù yào <劇薬> げきやく {劇藥} kịch dược ◊ severe medicine

극영화 [劇映畫] (故事片) gùshìpiàn <劇映画> げきえいが {吃傳} phim truyện ◊ film drama; feature film

극작 [劇作] (剧作) jù zuō <劇作> げきさく {劇作} kịch tác ◊ playwriting

극작가 [劇作家] (剧作家) jùzuòjiā <劇作家> げきさっか {劇作家} kịch tác gia ◊ dramatist; playwright

극장 [劇場] (剧场) jùchǎng <劇場> げきじょう {劇場} kịch trường ◊ theater

극저온 [極低溫] (超低温) chāo dīwēn <極低溫>

きょくていおん {熱度極笘} nhiệt độ cực thấp ◊ ultra-low temperature

극점 [極點] (极点) jídiǎn <极点> きょくてん {極點} cực điểm ◊ extreme point

극지 [極地] (极地) jídì <极地> きょくち {極地} Cực Địa ◊ Polar Region

극지방 [極地方] (极地地区) jídì dìqū <極地圈> きょくちけん {壇極地} Vùng Cực Địa ◊ Polar Region

극치 [極致] (极致) jízhì <極致> きょくち {極致} cực trí ◊ extreme

극평 [劇評] (剧评) jù píng <劇評> げきひょう {劇評} kịch bình ◊ drama review

극한 [極寒] (极寒) jí hán <極寒> ごっかん {極寒} cực hàn ◊ extreme coldness

극한 [極限] (极限) jíxiàn <極限> きょくげん {極限} cực hạn ◊ limit

극한값 [極限값] (极限值) jíxiàn zhí <極限価> きょくげんか {値極限} trị cực hạn ◊ limit value

극한농도 [極限濃度] (极限浓度) jíxiàn nóngdù <極限濃度> きょくげんのうど {濃度極限} nồng độ cực hạn ◊ limiting concentration

극한상황 [極限狀況] (极限状态) jíxiàn zhuàngtài <極限狀況> きょくげんじょうきょう {狀態極限} trạng thái cực hạn ◊ limit state

극한온도 [極限溫度] (极限温度) jíxiàn wēndù <極限溫度> きょくげんおんど {熱度極限} nhiệt độ cực hạn ◊ limiting temperature

극한해석 [極限解釋] (极限分析) jíxiàn fēnxī <極限解釈> きょくげんかいしゃく {分析極限} phân tích cực hạn ◊ limit analysis

극형 [極刑] (极刑) jíxíng <極刑> きょっけい {極刑} cực hình ◊ capital punishment

극히 [極히] (极为) jíwéi <非常に> ひじょうに {無窮} vô cùng ◊ extremely

근간 [根幹] (根干) gēn gàn <根幹> こんかん {基礎} cơ sở ◊ basis

근간 [近間] (近间) jìn jiān <近間> ちかま {近間} cận gian ◊ near-term

근거 [根據] (根据) gēnjù <根拠> こんきょ {根據} theo ◊ according to

근거지 [根據地] (根据地) gēnjùdì <根拠地> こんきょち {根據地} căn cứ địa ◊ base

근검 [勤儉] (勤俭) qínjiǎn <勤倹> きんけん {勤儉} cần kiệm ◊ diligent and thrifty

근검절약 [勤儉節約] (节俭) jiéjiǎn <勤儉節約> きんけんせつやく {節儉} tiết kiệm ◊ frugal

근경 [近景] (近景) jìn jǐng <近景> きんけい {近景} cận cảnh ◊ close-up view

근경진균 [根莖真菌] (根茎真菌) gēnjīng zhēnjūn <根茎真菌> こんけいしんきん {菌身茈} khuẩn thân rễ ◊ root and stem fungi

근계 [謹啟] (谨启) jǐn qǐ <謹啓> きんけい {謹啓} cẩn khởi ◊ sincerely yours

근고 [近古] (近古) jìngǔ <近古> きんこ {近古} cận cổ ◊ recent antiquity

근골 [筋骨] (筋骨) jīngǔ <筋骨> きんこつ {構築} cấu trúc ◊ structure

근교 [近郊] (近郊) jìnjiāo <近郊> きんこう {外塢|外鄽|外陽} ngoại ô ◊ outskirts

근기 [近畿] (近畿) jìn jī <近畿> きんき {區域冲囷首都} khu vực xung quanh thủ đô ◊ region around capital city

근년 [近年] (近年) jìnnián <近年> きんねん {近年} cận niên ◊ recent years

근대 [近代] (近代) jìndài <近代> きんだい {近今} cận kim ◊ modern

근대사 [近代史] (近代史) jìndàishǐ <近代史> きんだいし {歷史現代} lịch sử hiện đại ◊ modern history

근대화 [近代化] (近代化) jìndài huā <近代化> きんだいか {近代化} cận đại hóa ◊ modernize

근동 [近東] (近东) jìn dōng <近東> きんとう {近東} Cận Đông ◊ Near East

근로 [勤勞] (勤劳) qínláo <勤労> きんろう {勤劬} cần cù ◊ industrious

근로계약 [勤勞契約] (劳动合同) láodòng hétong <勤労契約> きんろうけいやく {合同勞動} hợp đồng lao động ◊ labor contract

근로대중 [勤勞大衆] (勤劳大众) qínláo dàzhòng <勤労大衆> きんろうだいしゅう {公衆勤劬} công chúng cần cù ◊ industrious public

근로장학 [勤勞獎學] (勤工俭学) qín gōng jiǎn xué <仕事勉強> しごとべんきょう {放學放夕} vừa học vừa làm ◊ work-study

근류 [根瘤] (根瘤) gēn liú <根瘤> こんりゅう {根瘤} căn lựu ◊ root aneurysm

근린 [近鄰] (近邻) jìnlín <近鄰> きんとなり {近鄰} cận lân ◊ neighbor

근면 [勤勉] (勤奋) qínfèn <勤勉> きんべん {勤劬} cần cù ◊ diligent

근무 [勤務] (勤务) qínwù <勤務> きんむ {勤務} cần vụ ◊ service

근무일 [勤務日] (工作日) gōngzuòrì <平日> へい

じつ {昍常} ngày thường ◊ weekday

근본 [根本] (根本) gēnběn <根本> こんぽん {根本} căn bổn ◊ fundamental

근사 [近似] (近似) jìnsì <近似> きんじ {近似} cận tự ◊ approximate

근사치 [近似値] (近似值) jìnsì zhí <近似值> きんじち {近似値} cận tự trị ◊ approximate value

근세 [近世] (近世) jìn shì <近世> きんせい {近世} cận thế ◊ recent times

근시 [近視] (近視) jìnshì <近視> きんし {近視} cận thị ◊ myopia; nearsighted

근시경 [近視鏡] (近視眼镜) jìnshì yǎnjìng <近視鏡> きんしきょう {近視鏡} cận thị kính ◊ myopia glasses

근시안 [近視眼] (近視眼) jìnshì yǎn <近視眼> きんしがん {疾近視} tật cận thị ◊ myopia

근식 [根式] (根式) gēnshì <無理式> むりしき {晒根式} dấu căn thức ◊ radical form

근심 [謹審] (忧愁) yōuchóu <憂愁> ゆうしゅう {愁悶} sầu muộn ◊ melancholy

근심을 풀다 [謹審을 풀다] (解愁) jiě chóu <悩みを解く> なやみをとく {解愁} giải sầu ◊ relieve sorrow

근원 [根源] (根源) gēnyuán <根源> こんげん {根源} căn nguyên ◊ root; resource

근육 [筋肉] (肌肉) jīròu <筋肉> きんにく {肌脒} cơ bắp ◊ muscle

근육긴장 [筋肉緊張] (筋肉紧张) jīn ròu jǐnzhāng <筋肉緊張> きんにくきんちょう {緊張肌脒} khẩn trương cơ bắp ◊ muscle pain

근육통 [肌肉痛] (筋肉痛) jīn ròu tòng <筋肉痛> きんにくつう {疠肌脒} đau cơ bắp ◊ muscle pain

근일 [近日] (近日) jìnrì <近日> きんじつ {近日} cận nhật ◊ recently; near the sun

근일점 [近日點] (近日点) jìnrìdiǎn <近日点> きんじつてん {點近日} điểm cận nhật ◊ perihelion

근절 [根絕] (根除) gēnchú <根絕> こんぜつ {除根} trừ căn ◊ eradicate; uproot

근접전 [近接戰] (近战) jìn zhàn <近接戰> きんせつせん {近戰} cận chiến ◊ close combat

근종 [筋腫] (筋肿) jīn zhǒng <筋腫> きんしゅ {筋腫} cân thũng ◊ swollen tendons

근지수 [根指數] (根指数) gēn zhǐshù <根指数> こんしすう {指數根式} chỉ số căn thức ◊ radical index

근처 [近處] (近处) jìnchù <近所> きんじょ {塎鄰近} vùng lân cận ◊ neighborhood

근치 [根治] (根治) gēnzhì <根治> こんち {根治} căn trị ◊ effect a radical cure

근친 [近親] (近亲) jìnqīn <近親> きんしん {近親} cận thân ◊ close relative

근친상간 [近親相姦] (乱伦) luànlún <近親相姦> きんしんそうかん {亂倫} loạn luân ◊ incest

근친혼 [近親婚] (近亲婚姻) jìnqīn hūnyīn <近親婚> きんしんこん {近親婚} cận thân hôn ◊ consanguineous marriage

근태 [勤怠] (出勤) qín xué <勤怠> きんたい {勤學} cần học ◊ attendance and absence at work or school

근하 [謹賀] (謹賀) jǐn hè <謹賀> きんが {謹賀} cần hạ ◊ congratulations

근하신년 [謹賀新年] (謹賀新年) jǐn hè xīnnián <謹賀新年> きんがしんねん {祝惆觧黇} chúc mừng năm mới ◊ Happy New Year

근학 [勤學] (勤学) qín xué <勤学> きんがく {勤學} cần học ◊ diligent; studying while working

근해 [近海] (近海) jìnhǎi <近海> きんかい {近海} cận hải ◊ offshore

근호 [根號] (根号) gēnhào <根号> こんごう {晒根號} dấu căn hiệu ◊ root symbol

근황 [近況] (近况) jìnkuàng <近況> きんきょう {近況} cận huống ◊ current situation

글자 [글字] (文字) wénzì <文字> もじ {穽扣} chữ viết ◊ written charaters

금가루 [金가루] (金粉) jīn fěn <金粉> きんぷん {金粉} kim phấn ◊ gold powder

금강 [金剛] (金刚) jīngāng <金剛> こんごう {金剛} kim cương ◊ Vajra

금강경 [金剛經] (金刚经) jīngāng jīng <金剛経> こんごうきょう {金剛經} Kim Cương Kinh ◊ Diamond Sutra

금강사 [金剛砂] (金刚砂) jīngāngshā <金剛砂> こんごうしゃ {金剛砂} kim cương sa ◊ emery

금강석 [金剛石] (金刚石) jīngāngshí <金剛石> こんごうせき {金剛石} kim cương thạch ◊ diamond

금고 [今古] (今古) jīn gǔ <今古> きんこ {今古} kim cổ ◊ ancient and present

금고 [金庫] (金库) jīnkù <金庫> きんこ {銀庫} ngân khố ◊ treasury

금고 [禁錮] (禁锢) jìngù <禁錮> きんこ {禁錮} cấm cố ◊ imprison

금관악기 [金管樂器] (铜管乐器) tóng guǎnyuèqì <金管樂器> きんかんがっき {銅樂器} đồng

nhạc cụ ◊ brass

금광 [金光] (金光) jīn guāng <金光> かねみつ {金光} kim quang ◊ golden light

금광 [金鑛] (金矿) jīnkuàng <金鉱> きんこう {鑅鑛} mỏ vàng ◊ gold mine

금군 [禁軍] (禁军) jìnjūn <禁軍> きんぐん {禁軍} cấm quân ◊ forbidden army

금귤 [金橘] (金橘) jīnjú <金柑> きんきつ {金橘} kim quất ◊ kumquat

금기 [金器] (金器) jīn qì <金器> きんき {金器} kim khí ◊ gold

금기 [禁忌] (禁忌) jìnjì <禁忌> きんき {禁忌} cấm kỵ ◊ taboo

금기서화 [琴棋書畫] (琴棋书画) qín qí shūhuà <琴棋書画> きんぎしょが {琴棋書畫} cầm kỳ thư họa ◊ tactics of lute-playing, chess, calligraphy and painting

금난초 [金蘭草] (金兰草) jīnlán cǎo <金蘭草> きんらんそう {金蘭草} kim lan thảo ◊ golden orchid

금낭 [錦囊] (锦囊) jǐnnáng <財囊> ざいのう {錦囊} cẩm nang ◊ embroidered purse

금년 [今年] (今年) jīnnián <今年> ことし {薢陀} năm nay ◊ this year

금년도 [今年度] (今年度) jīnnián dù <今年度> こんねんど {薢薢陀} suốt năm nay ◊ this whole year

금단 [金丹] (金丹) jīn dān <金丹> きんたん {金丹} kim đan ◊ elixir

금단 [禁斷] (禁断) jīn duàn <禁斷> きんだん {被禁} bị cấm ◊ forbidden

금동 [金銅] (金铜) jīn tóng <金銅> こんどう {金銅} kim đồng ◊ gold and copper

금렵 [禁獵] (禁猎) jīn liè <禁猟> きんりょう {禁獵} cấm liệp ◊ no hunting

금령 [禁令] (禁令) jìnlìng <禁令> きんれい {禁令} cấm lệnh ◊ forbiddance

금리 [金利] (利率) lìlǜ <金利> きんり {資率|利率} lãi suất ◊ interest rate

금맥 [金脈] (金脉) jīn mài <金脈> きんみゃく {金脈} kim mạch ◊ golden vein

금메달 [金 medal] (金质牌) jīnzhìpái <金メダル> きん medal {徽章鑛} huy chương vàng ◊ gold medal

금문 [金文] (金文) jīnwén <金文> きんぶん {金文} kim văn ◊ inscriptions on ancient bronze objects

금물 [禁物] (禁物) jīn wù <禁物> きんもつ {禁物} cấm vật ◊ taboo

금박 [金箔] (金箔) jīnbó <金箔> きんぱく {金箔} kim bạc ◊ gold foil

금발 [金髮] (金发) jīnfà <金髪> きんぱつ {金髮} kim phát ◊ blond hair

금방 [金榜] (金榜) jīnbǎng <金榜> きんぼう {金榜} kim bảng ◊ imperial examinations

금붕어 [金붕어] (金鱼) jīnyú <金魚> きんぎょ {魿鑛} cá vàng ◊ goldfish

금사 [金沙] (金沙) jīnshā <金沙> こんさ {金沙} kim sa ◊ golden sands

금상 [金賞] (金奖) jīnjiǎng <金賞> きんしょう {金賞} kim thưởng ◊ gold reward

금상첨화 [錦上添花] (锦上添花) jǐn shàng tiān huā <錦上添花> きんじょうてんか {錦上添花} cẩm thượng thiêm hoa ◊ icing on the cake

금색 [金色] (金色) jīnsè <金色> きんいろ {金色} kim sắc ◊ golden

금생 [今生] (今生) jīnshēng <今生> こんじょう {今生} kim sinh ◊ this life

금서 [禁書] (禁书) jìnshū <禁書> きんしょ {禁書} cấm thư ◊ forbidden book

금석 [今夕] (今夕) jīn xī <今夕> こんゆう {今夕} kim tịch ◊ tonight

금석 [今昔] (今昔) jīnxī <今昔> こんじゃく {今昔} kim tích ◊ past and present

금석 [金石] (金石) jīnshí <金石> かねいし {金石} kim thạch ◊ golden stone

금석문 [金石文] (金石文) jīnshí wén <金石文> きんせきぶん {金石文} kim thạch văn ◊ epigraph on a stone monument

금석학 [金石學] (金石学) jīnshí xué <金石学> きんせきがく {金石學} kim thạch học ◊ epigraphy

금성 [金星] (金星) jīnxīng <金星> きんせい {輊鑛} Sao Vàng ◊ Venus

금성철벽 [金城鐵壁] (铜墙铁壁) tóng qiáng tiě bì <金城鉄壁> きんじょうてっぺき {牆銅牆鏢} tường đồng tường sắt ◊ a bastion of iron

금세 [今世] (今世) jīnshì <今世> こんせ {今世} kim thế ◊ present age

금세기 [今世紀] (今世纪) jīnshì jǐ <今世紀> こんせいき {今世紀} kim thế kỷ ◊ this century

금소 [今宵] (今宵) jīn xiāo <今宵> こよい {㤉㤉} đêm nay ◊ tonight

금속 [金屬] (金属) jīnshǔ <金属> きんぞく {金類} kim loại ◊ metals

금속 [金屬] (金属) jīnshǔ <金属> きんぞく {金

屬} kim thuộc ◊ metal

금속광택 [金屬光澤] (金属光泽) jīnshǔ guāngzé <金属光沢> きんぞくこうたく {映金} ánh kim ◊ metallic luster

금속부식 [金屬腐蝕] (金属腐蚀) jīnshǔ fŭshí <金属腐蝕> きんぞくふしょく {餃痼金類} ăn mòn kim loại ◊ metal corrosion

금속부품 [金屬部品] (金属零件) jīnshǔ língjiàn <金具> かなぐ {附件金類} phụ kiện kim loại ◊ metal fittings

금속온도 [金屬溫度] (金属温度) jīnshǔ wēndù <金属温度> きんぞくおんど {熱度金類} nhiệt độ kim loại ◊ metal temperature

금속전극 [金屬電極] (金属电极) jīnshǔ diànjí <金属電極> きんぞくでんきょく {電極金類} điện cực kim loại ◊ metal electrode

금속중독 [金屬中毒] (金属中毒) jīnshǔ zhòngdú <金属中毒> きんぞくちゅうどく {誤毒金類} ngộ độc kim loại ◊ metallic poisoning

금속판 [金屬板] (金属板) jīnshǔ bǎn <金属板> きんぞくばん {金屬板} kim thuộc bản ◊ sheet metal

금속폐기물 [金屬廢棄物] (金属废物) jīnshǔ fèiwù <金属廃棄物> きんぞくはいきぶつ {質汰金類} chất thải kim loại ◊ metal waste

금속화합물 [金屬化合物] (金属化合物) jīnshǔ huàhéwù <金属化合物> きんぞくかごうぶつ {合質金類} hợp chất kim loại ◊ metal compound

금수 [錦繡] (锦绣) jǐnxiù <錦繡> きんしゅう {錦繡} cẩm tú ◊ beautiful fabric

금수 [禁輸] (禁运) jìnyùn <禁輸> きんゆ {禁運} cẩm vận ◊ embargo

금시 [今時] (今时) jīn shí <今時> いまどき {今時} kim thì ◊ nowadays

금식 [禁食] (禁食) jīn shí <禁食> きんしょく {禁食} cẩm thực ◊ fasting

금액 [金額] (金额) jīn'é <金額> きんがく {金額} kim ngạch ◊ money amount; monetary value

금앵자 [金櫻子] (金樱子) jīn yīng zǐ <金桜子> きんさくらこ {金櫻} kim anh ◊ cherokee rose

금야 [今夜] (今夜) jīnyè <今夜> こんや {砧倉} đêm nay ◊ tonight

금약 [禁藥] (禁药) jīn yào <禁薬> きんやく {禁藥} cẩm dược ◊ prohibition of drugs

금어구 [禁漁區] (禁止捕鱼区) jìnzhǐ bǔyú qū <禁漁区> きんりょうく {禁漁區} cẩm ngư khu ◊ closed fishing zone

금어초 [金魚草] (金鱼草) jīnyúcǎo <金魚草> きんぎょそう {金魚草} kim ngư thảo ◊ snapdragon

금연 [禁煙] (禁烟) jìnyān <禁煙> きんえん {禁烟} cẩm yên ◊ ban on opium-smoking and the opium trade

금연석 [禁煙席] (禁烟座位) jìnyān zuòwèi <禁煙席> きんえんせき {旡禁唹蘱} ghế cẩm hút thuốc ◊ nonsmoking section

금연화 [金蓮花] (金莲花) jīn liánhuā <金蓮花> きんれんか {金蓮花} kim liên hoa ◊ nasturtium

금요일 [金曜日] (星期五) xīngqīwǔ <金曜日> きんようび {次耾} thứ Sáu ◊ Friday

금욕 [禁慾] (禁欲) jìnyù <禁慾> きんよく {禁慾} cẩm dục ◊ abstinence

금월 [今月] (本月) běnyuè <今月> こんげつ {今月} kim nguyệt ◊ this month

금위 [禁衛] (禁卫) jìnwèi <禁衛> きんえい {禁衛} cẩm vệ ◊ praetorian guard; protecting the emperor

금융 [金融] (金融) jīnróng <金融> きんゆう {金融} kim dung ◊ banking; finance

금융계 [金融界] (金融界) jīnróngjiè <金融界> きんゆうかい {金融界} kim dung giới ◊ finance field

금융업 [金融業] (金融服务) jīnróng fúwù <金融業> きんゆうぎょう {金融業} kim dung nghiệp ◊ financial industry

금은 [金銀] (金银) jīnyín <金銀> きんぎん {金銀} kim ngân ◊ gold and silver

금자 [金字] (金字) jīn zì <金字> きんじ {金字} kim tự ◊ gold letters

금자탑 [金字塔] (金字塔) jīnzìtǎ <金字塔> きんじとう {金字塔} Kim Tự Tháp ◊ Pyramid

금잔화 [金盞花] (万寿菊) wànshòujú <金盞花> きんせんか {金盞花} kim trản hoa ◊ calendula

금전 [金殿] (金殿) jīn diàn <金殿> きんでん {金殿} kim điện ◊ golden palace

금전 [金錢] (金钱) jīnqián <金錢> きんせん {錢鉑} tiền bạc ◊ money; cash

금전낭비 [金錢浪費] (浪费金钱) làngfèi jīnqián <金錢浪費> きんせんろうひ {枉錢} uổng tiền ◊ waste of money

금제품 [金製品] (黄金产品) huángjīn chǎnpǐn <金製品> きんせいひん {金製品} kim chế phẩm ◊ goldwork

금제품 [禁制品] (违禁品) wéijìn pǐn <禁制品> きんせいひん {禁制品} cẩm chế phẩm ◊ prohibited products

금족 [禁足] (禁闭) jīn bì <禁足> きんそく {禁閉} cấm bế ◊ confinement

금주 [禁酒] (禁酒) jīn jiǔ <禁酒> きんしゅ {禁酒} cấm tửu ◊ prohibition of alcohol

금지 [禁止] (禁止) jìnzhǐ <禁止> きんし {被禁} bị cấm ◊ prohibited

금지품 [禁止品] (违禁物品) wéijìn wùpǐn <禁止品> きんしひん {禁止品} cấm chỉ phẩm ◊ prohibited items

금패 [金牌] (金牌) jīnpái <金牌> きんぱい {金牌} kim bài ◊ gold medal

금패물 [金佩物] (金装饰品) jīn zhuāngshìpǐn <金裝飾品> きんそうしょくひん {裝置驍} trang trí vàng ◊ golden ornament; golden decoration

금포 [錦袍] (锦袍) jǐn páo <錦袍> きんぽう {錦袍} cẩm bào ◊ brocade robe

금혼식 [金婚式] (金婚庆典) jīn hūn qìngdiǎn <金婚式> きんこんしき {金婚式} kim hôn thức ◊ golden wedding ceremony

금화 [金貨] (金币) jīnbì <金貨> きんか {金幣} kim tệ ◊ gold coin

금황색 [金黃色] (金黄) jīnhuáng <黃金色> こがねいろ {金黃} kim hoàng ◊ golden

금회 [今回] (今回) jīn huí <今回> こんかい {今回} kim hồi ◊ this time

금후 [今後] (今后) jīnhòu <今後> こんご {今後} kim hậu ◊ from now on

급거 [急遽] (急遽) jíjù <急遽> きゅうきょ {急遽} cấp cự ◊ rapid

급격한 [急激한] (急剧) jíjù <突然> とつぜん {突兀} đột ngột ◊ sudden

급류 [急流] (急流) jíliú <急流> きゅうりゅう {急流} cấp lưu ◊ rapids

급박 [急迫] (急迫) jípò <急迫> きゅうはく {急迫} cấp bách ◊ urgent

급변 [急變] (急变) jí biàn <急变> きゅうへん {急變} cấp biến ◊ abrupt change

급병 [急病] (急病) jí bìng <急病> きゅうびょう {急病} cấp bệnh ◊ acute illness

급보 [急報] (急报) jí bào <急報> きゅうほう {急報} cấp báo ◊ urgent report; urgent message

급부 [給付] (给付) jǐfù <給付> きゅうふ {清算} thanh toán ◊ payment

급사 [急死] (猝死) cùsǐ <急逝> きゅうせい {瘁死} đột tử ◊ sudden death

급선무 [急先務] (当务之急) dāng wù zhī jí <急務>

きゅうむ {問題急迫} vấn đề cấp bách ◊ urgent business

급성 [急性] (急性) jíxìng <急性> きゅうせい {急性} cấp tính ◊ acute

급속 [急速] (急速) jísù <急速> きゅうそく {急速} cấp tốc ◊ rapidly

급속혼합 [急速混合] (急速混合) jísù hùnhé <急速混合> きゅうそくこんごう {攙撥} trộn nhanh ◊ rapid mix

급수 [給水] (给水) jǐshuǐ <給水> きゅうすい {給渃} cấp nước ◊ water supply

급수 [級數] (级数) jíshù <级数> きゅうすう {級數} cấp số ◊ theta series

급수가열 [給水加熱] (供水加热) gōngshuǐ jiārè <給水加熱> きゅうすいかねつ {給渃燥} cấp nước nóng ◊ feed water heating

급수관 [給水管] (给水管) jǐshuǐ guǎn <給水管> きゅうすいかん {甕給渃} ống cấp nước ◊ supply pipe

급수시설 [給水施設] (给水系统) jǐshuǐ xìtǒng <給水施設> きゅうすいしせつ {系統給渃} hệ thống cấp nước ◊ water supply system

급수온도 [級水溫度] (供水温度) gōngshuǐ wēndù <級水溫度> きゅうすいおんど {熱度給渃} nhiệt độ cấp nước ◊ feed water temperature

급수전 [給水栓] (给水栓) jǐshuǐ shuān <給水栓> きゅうすいせん {膪渃} vòi nước ◊ hydrant

급수지 [給水池] (供水池) gōngshuǐ chí <給水池> きゅうすいち {給水池} cấp thủy trì ◊ feed pools

급수처리장 [給水處理腸] (给水处理厂) jǐshuǐ chǔlǐ chǎng <給水處理腸> きゅうすいしょりちょう {宱檟處理渃} nhà máy xử lý nước ◊ feedwater treatment plant

급수탑 [給水塔] (水塔) shuǐ tǎ <給水塔> きゅうすいとう {塔給水} tháp cấp thủy ◊ water supply towers

급습 [急襲] (急袭) jí xí <急襲> きゅうしゅう {急襲} cấp tập ◊ assault

급식 [給食] (供食) gōng shí <給食> きゅうしょく {賑餕} cho ăn ◊ feeding

급식소 [給食所] (供食所) gōng shí suǒ <給食所> きゅうしょくしょ {坭賑餕|壂賑唫} nơi cho ăn ◊ feeding post

급양 [給養] (给养) gěi yǎng <給養> きゅうよう {給養} cấp dưỡng ◊ supplies

급용 [急用] (急用) jíyòng <急用> きゅうよう {急用} cấp dụng ◊ emergency

급유기 [給油機] (加油机) jiāyóu jī <給油機> きゅうゆき {給油機} cấp dầu cơ ◊ refueling aircraft

급유선 [給油船] (加油船) jiāyóu chuán <給油船> きゅうゆせん {給油船} cấp dầu thuyền ◊ oiler

급장 [級長] (班长) bānzhǎng <班長> はんちょう {級長} cấp trưởng ◊ class monitor

급전 [給電] (供电) gōng diàn <給電> きゅうでん {給電} cấp điện ◊ electricity supply

급제 [及第] (及第) jídì <及第> きゅうだい {及第} cập đệ ◊ pass an imperial examination

급증 [急增] (激增) jīzēng <激增> げきぞう {增額} tăng gấp ◊ sudden increase

급진 [急進] (急进) jí jìn <急進> きゅうしん {急進} cấp tiến ◊ radical

급하다 [急하다] (急忙) jímáng <急いで> いそいで {錔鑭|蹈噴} vội vàng ◊ hastily

급히 [急히] (着急地) zháojí de <慌ただしく> あわただしく {爻格錔鑭} một cách vội vàng ◊ hastily

급히 가다 [急히 가다] (赶往) gǎnwǎng <急いで> いそいで {錔靶踠|蹈踉踠} vội vã đến ◊ rush to

긍정 [肯定] (肯定) kěnding <肯定> こうてい {肯定} khẳng định ◊ affirmation

긍지 [矜持] (自豪) zìháo <傲慢> ごうまん {悉自重} lòng tự trọng ◊ pride

기각 [棄却] (弃却) qì què <棄却> ききゃく {棄却} khí khước ◊ abandoned

기간 [期間] (期间) qījiān <期間> きかん {期間} kỳ gian ◊ duration

기간산업 [基幹産業] (基干产业) jī gàn chǎnyè <基幹産業> きかんさんぎょう {噯工業骨要} ngành công nghiệp cốt yếu ◊ basic industries

기간연장 [期間延長] (延长期限) yáncháng qīxiàn <期間の延長> きかんのえんちょう {加限} gia hạn ◊ extension of the period

기갈 [飢渴] (饥渴) jīkě <飢渴> きかつ {飢渴} cơ khát ◊ hunger

기감 [技監] (技监) jì jiān <技監> ぎかん {技監} kỹ giám ◊ technical superintendent

기개 [氣槪] (气概) qìgài <気槪> きがい {氣槪} khí khái ◊ spirit

기거 [起居] (起居) qìjū <起居> ききょ {起居} khởi cư ◊ one's daily life; condition; well-being; behavior

기계 [機械] (机械) jīxiè <機械> きかい {機械} cơ giới ◊ machine; machinery

기계 [器械] (器械) qìxiè <器械> きかい {器械} khí giới ◊ apparatus

기계공 [機械工] (机修工) jīxiūgōng <機械修理工> きかいしゅうりこう {僭檻} thợ máy ◊ mechanic

기계교반법 [機械攪拌法] (机械搅拌法) jīxiè jiǎobàn fǎ <機械攪拌法> きかいかくはんほう {溼擶動機} phép trộn động cơ ◊ mechanical agitation process

기계구조 [機械構造] (机械结构) jīxiè jiégòu <機械構造> きかいこうぞう {構築機器} cấu trúc cơ khí ◊ mechanics

기계동력 [機械動力] (机械功率) jīxiè gōnglì <機械動力> きかいどうりょく {功率機器} công suất cơ khí ◊ mechanical power

기계선별 [機械選別] (机械分选) jīxiè fēn xuǎn <機械的選別> きかいてきせんべつ {分類機學} phân loại cơ học ◊ mechanical separation

기계설계 [機械設計] (机械设计) jīxiè shèjì <機械的設計> きかいてきせっけい {設計機器} thiết kế cơ khí ◊ mechanical design

기계성능 [機械性能] (机械性能) jīxièxìng néng <機械性能> きかいせいのう {機性} cơ tính ◊ mechanical behavior; mechanical property

기계소음 [機械騷音] (机械噪声) jīxiè zàoshēng <機械騒音> きかいそうおん {嗜嗢機學} tiếng ồn cơ học ◊ mechanical noise

기계손상 [機械損傷] (机械损伤) jīxiè sǔnshāng <機械損傷> きかいそんしょう {賠害機學} thiệt hại cơ học ◊ mechanical damage

기계손실 [機械損失] (机械损失) jīxiè sǔnshī <機械損失> きかいそんしつ {損失機學} tổn thất cơ học ◊ mechanical loss

기계실 [機械室] (机房) jīfáng <機械室> きかいしつ {機械室} cơ giới thất ◊ mechanical room

기계유 [機械油] (机油) jīyóu <機械油> きかいあぶら {機械油} cơ giới du ◊ machinery oil

기계전이 [機械轉移] (机械迁移) jīxiè qiānyí <機械転移> きかいてんい {移轉機學} di chuyển cơ học ◊ mechanical transference

기계통풍 [機械通風] (机械通风) jīxiè tōngfēng <機械通風> きかいつうふう {通氣機學} thông khí cơ học ◊ mechanical draft

기계화 [機械化] (机械化) jīxièhuà <機械化> きかいか {機械化} cơ giới hóa ◊ mechanization

기계효율성 [機械效率性] (机械效率) jīxiè xiàolǜ <機械效率性> きかいこうりつせい {效果機學} hiệu quả cơ học ◊ mechanical efficiency

기공 [技工] (技工) jìgōng <技工> ぎこう {技工}

기 공 ◊ craft; technique; craftsman; artisan; technician

기공 [奇功] (奇功) jī gōng <奇功> きこう {奇功} kỳ công ◊ miraculous

기공 [起工] (起工) qǐ gōng <起工> きこう {起工} khởi công ◊ start work

기공 [氣功] (气功) qìgōng <気功> きこう {氣功} khí công ◊ chikung; breathing exercise

기관 [機關] (机关) jīguān <機関> きかん {機關} cơ quan ◊ agency; organisation; engine

기관 [奇觀] (奇观) qíguān <奇観> きかん {奇觀} kỳ quan ◊ spectacle

기관 [氣管] (气管) qìguǎn <気管> きかん {氣管} khí quản ◊ trachea

기관 [器官] (器官) qìguān <器官> きかん {器官} khí quan ◊ organ

기관냉각 [機關冷却] (机关冷却) jīguān lěngquè <機関冷却> きかんれいきゃく {機器多黷} cơ khí làm mát ◊ mechanism cooling

기관실 [機關室] (机舱) jīcāng <機関室> きかんしつ {房檻} phòng máy ◊ engine room

기관지 [機關誌] (机关志) jīguān zhì <機関誌> きかんし {機關誌} cơ quan chí ◊ organ chronicles

기관지 [氣管支] (支气管) zhīqìguǎn <気管支> きかんし {氣管支} khí quản chi ◊ tracheal branches

기관총 [機關銃] (机关枪) jīguānqiāng <機関銃> きかんじゅう {機關銃} cơ quan súng ◊ trap guns

기관포 [機關砲] (大炮) dàpào <機関砲> きかんほう {機關砲} cơ quan pháo ◊ machine guns

기괴 [奇怪] (奇怪) qíguài <奇怪> きっかい {奇怪} kỳ quái ◊ strange; weird

기교 [技巧] (技巧) jìqiǎo <技巧> ぎこう {技巧} kỹ xảo ◊ skill

기교가 [技巧家] (巧匠) qiǎojiàng <技巧家> ぎこうか {技巧士} kỹ xảo sĩ ◊ artificer; arcanist

기구 [機構] (机构) jīgòu <機構> きこう {機構} cơ cấu ◊ institution

기구 [祈求] (祈求) qíqiú <祈求> きぐ {祈求} kỳ cầu ◊ pray

기구 [氣球] (气球) qìqiú <気球> ききゅう {氣球} khí cầu ◊ balloon

기구 [器具] (器具) qìjù <器具> きぐ {器具} khí cụ ◊ appliance

기구관측 [氣球觀測] (观测气球) guāncè qìqiú <気球観測> ききゅうかんそく {觀察氣球} quan sát khí cầu ◊ balloon observation

기권 [氣圈] (气圈) qìquān <気圏> きけん {氣圈}

기 khí khuyên ◊ atmosphere

기권 [棄權] (弃权) qìquán <棄権> きけん {舗票彙} bỏ phiếu trắng ◊ abstention

기근 [饑饉] (饥馑) jī jǐn <飢饉> ききん {饑饉} cơ cận ◊ famine

기금 [基金] (基金) jījīn <基金> ききん {基金} cơ kim ◊ funds; foundation

기기분석 [機器分析] (机器分析) jīqì fēnxī <機器分析> ききぶんせき {分析櫃} phân tích máy ◊ analysis by equipment

기녀 [妓女] (妓女) jìnǔ <妓女> ぎじょ {妓女} kỹ nữ ◊ prostitute

기년 [紀年] (纪年) jìnián <紀年> きねん {紀年} kỷ niên ◊ year numbering

기년법 [紀年法] (纪年法) jìnián fǎ <紀年法> きねんほう {律紀年} luật kỷ niên ◊ calendar era; year numbering system

기년학 [紀年學] (纪年学) jìnián xué <紀年学> きねんがく {紀年學} kỷ niên học ◊ chronology

기념 [紀念|記念] (记念) jìniàn <紀念> きねん {紀念} ký niệm ◊ memory

기념관 [紀念館] (纪念馆) jìniànguǎn <記念館> きねんかん {如紀念} nhà kỷ niệm ◊ memorial hall

기념물 [紀念物] (记念物) jìniàn wù <モニュメント> monument {物記念} vật kỷ niệm ◊ monuments

기념비 [紀念碑] (纪念碑) jìniànbēi <記念碑> きねんひ {碑紀念} bia kỷ niệm ◊ monument

기념일 [紀念日] (纪念日) jìniànrì <記念祭> きねんさい {釟紀念} ngày kỷ niệm ◊ anniversary

기념탑 [紀念塔] (纪念塔) jìniàntǎ <記念塔> きねんとう {紀念塔} ký niệm tháp ◊ remembrance tower

기념품 [紀念品] (纪念品) jìniànpǐn <土産物> みやげもの {貤留念} quà lưu niệm ◊ souvenirs

기능 [機能] (功能) gōngnéng <機能> きのう {功能} công năng ◊ function

기능 [技能] (技能) jìnéng <技能> ぎのう {技能} kỹ năng ◊ skill

기능공 [技能工] (技工) jìgōng <技能工> ぎのうこう {技能工} kỹ năng công ◊ skilled workers

기능분류 [機能分類] (功能分类) gōngnéng fēnlèi <機能分類> きのうぶんるい {分類職能} phân loại chức năng ◊ functional classification

기능성 [機能性] (功能性) gōngnéngxìng <機能性> きのうせい {性職能} tính chức năng ◊

functionality

기능성퇴화 [機能性退化] (功能性退化) gōngnéngxìng tuìhuà <機能性退化> きのうせいたいか {衰退性職能} suy thoái tính chức năng ◊ functional obsolescence

기다리다 [一] (等待) děngdài <待つ> まつ {竚跱|踎跱} chờ đợi ◊ await

기단 [起端] (起始) qǐshǐ <始まる> はじまる {起始} khởi thủy ◊ start

기대 [期待] (期盼) qīpàn <期待> きたい {懞跱|懞待} mong đợi ◊ expect

기도 [祈禱] (祈祷) qídǎo <祈禱> きとう {祈禱} kỳ đảo ◊ prayer

기도 [氣道] (气道) qì dào <気道> きどう {氣道} khí đạo ◊ respiratory tract; air duct

기도회 [祈禱會] (祷告会) dǎogào huì <祈禱会> きとうかい {祈禱會} kỳ đảo hội ◊ prayer meetings

기독교 [基督敎] (基督教) jīdūjiào <基督教|キリスト教> Christ きょう {基督教} Cơ Đốc giáo ◊ Christian

기동 [機動] (机动) jīdòng <機動> きどう {機動} cơ động ◊ mobile

기동 [起動] (起动) qǐ dòng <起動> きどう {起動} khởi động ◊ start

기동기 [起動機] (发动机) fādòngjī <起動機> きどうき {起動機} khởi động cơ ◊ starting machine; starter

기동성 [機動性] (机动性) jīdòngxìng <機動性> きどうせい {性機動} tính cơ động ◊ maneuverability

기량 [技倆] (本事) běnshì <手腕> しゅわん {才能} tài năng ◊ skill

기려 [綺麗] (绮丽) qǐlì <綺麗> きれい {辥懞|卒懞} tốt đẹp ◊ beautiful

기력 [氣力] (气力) qìlì <気力> きりょく {氣力} khí lực ◊ pneumatic

기로 [岐路] (岐路) qí lù <岐路> えだみち {岐路} kỳ lộ ◊ crossroads

기록 [記錄] (记录) jìlù <記録> きろく {記錄} ký lục ◊ recording; register

기론 [奇論] (奇论) jī lún <奇論> きろん {奇論} kỳ luận ◊ strange theories

기루 [妓樓] (妓楼) jì lóu <妓楼> ぎろう {妓樓} kỹ lâu ◊ brothel

기류 [氣流] (气流) qìliú <気流> きりゅう {氣流} khí lưu ◊ airflow

기름 [一] (油) yóu <油> あぶら {油} dầu ◊ oil

기름때 [一] (油污) yóuwū <油染みる> あぶらじみる {染油} nhuộm dầu ◊ oil staining

기름지다 [一] (油腻) yóunì <油っ濃い> あぶらこい {膈膈} nhờn ◊ greasy

기린 [麒麟] (长颈鹿) chángjǐnglù <麒麟> きりん {狖高肳} hươu cao cổ ◊ giraffe

기립 [起立] (起立) qǐlì <起立> きりつ {竴蓮} đứng lên ◊ standing up

기마 [騎馬] (骑马) qímǎ <騎馬> きば {騎馬} kỵ mã ◊ horseback riding

기마대 [騎馬隊] (骑兵团) qíbīng tuán <騎馬隊> きばたい {騎馬隊} kỵ mã đội ◊ horse riding team

기마전 [騎馬戰] (骑兵战) qíbīng zhàn <騎馬戰> きばせん {騎馬戰} kỵ mã chiến ◊ horse fighting

기만 [欺瞞] (欺瞒) qīmán <欺瞞> ぎまん {欺瞞} khi man ◊ deceive

기말 [期末] (期末) qī mò <期末> きまつ {期末} kỳ mạt ◊ final; end of term

기명 [記名] (记名) jì míng <記名> きめい {記名} ký danh ◊ register one's name

기명 [器皿] (器皿) qìmǐn <器皿> きべい {器皿} khí mẫn ◊ household utensils

기명수표 [記名手票] (记名支票) jì míng zhīpiào <記名チェック> きめい cheque {名票} danh phiếu ◊ registered cheque

기묘 [奇妙] (奇妙) qímiào <奇妙> きみょう {奇妙} kỳ diệu ◊ wonderful

기문 [奇文] (奇文) jī wén <奇文> きぶん {奇文} kỳ văn ◊ absurd writing

기문 [奇聞] (奇闻) qíwén <奇聞> きぶん {奇聞} kỳ văn ◊ anecdote

기물 [器物] (器物) qìwù <器物> うつわもの {器物} khí vật ◊ container

기미 [氣味] (气味) qìwèi <気味> きみ {味} mùi ◊ smell

기밀 [機密] (机密) jīmì <機密> きみつ {機密} cơ mật ◊ secret; confidential

기밀문서 [機密文書] (机密文件) jīmì wénjiàn <機密文件> きみつぶんけん {秘文} bí văn ◊ secret document

기반 [基盤] (基盘) jīpán <基盤> きばん {基盤} căn cứ ◊ base

기반시설 [基盤施設] (基础设施) jīchǔ shèshī <基盤施設> きばんしせつ {基礎下層} cơ sở hạ tầng ◊ infrastructure

기발 [起發] (起发) qǐ fā <起発> きはつ {起發}

khởi phát ◊ initiation

기백 [氣魄] (气魄) qìpò <気魄> きはく {氣魄} khí phách ◊ boldness

기범선 [機帆船] (机帆船) jīfānchuán <機帆船> きはんせん {機帆船} cơ phàm thuyền ◊ sailboats

기법 [技法] (技法) jìfǎ <技法> ぎほう {技法} kỹ pháp ◊ techniques

기병 [奇兵] (奇兵) qíbīng <奇兵> きへい {奇兵} kỳ binh ◊ ingenious military move

기병 [騎兵] (骑兵) qíbīng <騎兵> きへい {騎兵} kỳ binh ◊ cavalry

기병대 [騎兵隊] (骑兵队) qíbīngduì <騎兵隊> きへいたい {騎兵} kỵ binh ◊ cavalry troop

기보 [棋譜|碁譜] (棋盘) qípán <碁盤> ごばん {盤棋} bàn cờ ◊ chess board

기보법 [記譜法] (记谱法) jì pǔ fǎ <記譜法> きふほう {㳥記譜} phép ghi phổ ◊ music notation

기복 [祈福] (祈福) qí fú <祈り> いのり {祈福} kỳ phước ◊ pray for blessings

기복 [起伏] (起伏) qǐfú <起伏> きふく {踏擩|踏壖|扒壖} nhấp nhô ◊ undulating

기본 [基本] (基本) jīběn <基本> きほん {基本} cơ bản ◊ essential

기본법 [基本法] (基本法) jīběnfǎ <基本法> きほんほう {律基本} luật cơ bản ◊ basic law

기본음 [基本音] (基本声) jīběn shēng <基本音> きほんおん {基本音} cơ bản âm ◊ basic tone

기본이론 [基本理論] (基本理论) jīběn lǐlùn <基本理論> きほんりろん {理說基本} lý thuyết cơ bản ◊ fundamental theory

기봉 [奇峯] (奇峰) jī fēng <奇峰> きみね {奇峰} kỳ phong ◊ grotesque peaks

기봉 [奇逢] (奇逢) jī féng <巡り会う> めぐりあう {奇逢} kỳ phùng ◊ meet by chance

기부 [寄附] (捐赠) juānzèng <寄附> きふ {揀揄} đóng góp ◊ contribution; donate

기부 [欺負] (欺负) qīfu <虐め; 欺く> いじめ; あざむく {抔哩|扒哩} bắt nạt ◊ deceive; delude

기분 [氣分] (心情) xīnqíng <機嫌> きげん {心狀} tâm trạng ◊ mood

기분전환 [氣分轉換] (散心) sànxīn <気晴らし> きばらし {消遣} tiêu khiển ◊ recreation

기뻐하다 [－] (欢欣) huān xīn <喜ぶ> よろこぶ {欣歡} hân hoan ◊ rejoice

기쁨 [－] (开心) kāixīn <喜悦> きえつ {惗𪰂|念惗} niềm vui ◊ joy

기사 [技師] (技师) jìshī <技師> ぎし {技師} kỹ sư ◊ engineer

기사 [騎士] (骑士) qíshì <騎士> きし {騎士} kỵ sĩ ◊ knight

기사회생 [起死回生] (起死回生) qǐ sǐ huí shēng <起死回生> きしかいせい {改死還生} cải tử hoàn sinh ◊ revival from the brink of death; recovering from a hopeless situation

기산점 [起算點] (计算点) jìsuàn diǎn <起算点> きさんてん {起算點} khởi toán điểm ◊ starting point

기상 [氣象] (气象) qìxiàng <気象> きしょう {氣象} khí tượng ◊ meteorology

기상관측소 [氣象觀測所] (气候观测站) qìhòu guāncè zhàn <気象観測所> きしょうかんそくしょ {臺觀察氣象} đài quan sát khí tượng ◊ climate observing station

기상대 [氣象臺] (气象台) qìxiàngtái <気象台> きしょうだい {氣象臺} khí tượng đài ◊ meteorological station

기상도 [氣象圖] (气象云图) qìxiàng yún tú <気象図> きしょうず {氣象圖} khí tượng đồ ◊ weather chart

기상동역학 [氣象動力學] (气象动力学) qìxiàng dònglìxué <気象動力学> きしょうりきがく {動力學氣象} động lực học khí tượng ◊ meteorological dynamics

기상분석 [氣象分析] (气象分析) qìxiàng fēnxī <気象分析> きしょうぶんせき {分析氣象} phân tích khí tượng ◊ meteorological analysis

기상시설 [氣象施設] (气象设施) qìxiàng shèshī <気象施設> きしょうしせつ {基礎氣象} cơ sở khí tượng ◊ atmospheric installation

기상온도 [氣象溫度] (气象温度) qìxiàng wēndù <気象温度> きしょうおんど {熱度氣象} nhiệt độ khí tượng ◊ meteorological temperature

기상요소 [氣象要素] (气象因素) qìxiàng yīnsù <気象要素> きしょうようそ {要素氣象} yếu tố khí tượng ◊ meteorological factor

기상이변 [氣象異變] (气候变异) qìhòu biànyì <気象異変> きしょういへん {氣候不常} khí hậu bất thường ◊ extreme weather events

기상조 [氣象潮] (气象潮) qìxiàng cháo <気象潮> きしょうしお {水潮氣象} thủy triều khí tượng ◊ meteorological tide

기상조건 [氣象條件] (气象条件) qìxiàng tiáojiàn <気象條件> きしょうじょうけん {條件氣象} điều kiện khí tượng ◊ meteorological condition

기상천외 [奇想天外] (异想天开) yì xiǎng tiān kāi <奇想天外> きそうてんがい {奇想天外} kỳ tưởng thiên ngoại ◊ fantastic; bizarre; incredible

기상학 [氣象學] (气象学) qìxiàngxué <気象学> きしょうがく {氣象學} khí tượng học ◊ meteorology

기상환경 [氣象環境] (气象环境) qìxiàng huánjìng <気象環境> きしょうかんきょう {媒場氣象} môi trường khí tượng ◊ atmosphere environment

기상효과 [氣象效果] (气象效果) qìxiàng xiàoguǒ <気象効果> きしょうこうか {效應氣象} hiệu ứng khí tượng ◊ meteorological effect

기색 [起色] (起色) qǐsè <起色> きいろ {起色} khởi sắc ◊ improvement

기색 [氣色] (气色) qìsè <気色> けしき {氣色} khí sắc ◊ face look

기생 [妓生] (歌女) gēnǔ <妓生> ぎせい {姑妈嗒} cô gái hát ◊ singing girl

기생 [寄生] (寄生) jìshēng <寄生> きせい {寄生} ký sinh ◊ parasitism

기생물 [寄生物] (寄生物) jìshēngwù <寄生物> きせいぶつ {寄生物} ký sinh vật ◊ parasite article

기생충 [寄生蟲] (寄生虫) jìshēngchóng <寄生虫> きせいちゅう {寄生蟲} ký sinh trùng ◊ parasite

기선 [汽船] (轮船) lúnchuán <汽船> きせん {軆䆊溚} tàu hơi nước ◊ steamship

기성 [既成] (既成) jì chéng <既成> きせい {既成} ký thành ◊ existing

기성사실 [既成事實] (既成事实) jì chéng shì shí <既成事实> きせいじじつ {既成事實} ký thành sự thực ◊ established fact; fait accompli

기성품 [既成品] (既成品) jì chéng pǐn <既成品> きせいひん {既成品} ký thành phẩm ◊ off-the-shelf products

기세 [氣勢] (气势) qìshì <気勢> きせい {氣勢} khí thế ◊ vigor; ardor

기소 [起訴] (起诉) qǐsù <起訴> きそ {起訴} khởi tố ◊ indict

기소권 [起訴權] (控诉权) kòngsù quán <起訴権> きそけん {訴權} tố quyền ◊ right to sue

기소장 [起訴狀] (起诉书) qǐsùshū <起訴状> きそしょじょう {告狀} cáo trạng ◊ indictment

기수 [基數] (基数) jīshù <基数> きすう {基數} cơ số ◊ radix; cardinal number

기수 [旗手] (旗手) qíshǒu <旗手> きしゅ {旗手} kỳ thủ ◊ flagman

기수 [騎手] (骑手) qíshǒu <騎手> きしゅ {騎手} kỵ thủ ◊ rider

기수사 [基數詞] (基数词) jīshù cí <基数詞> きすうし {詞基數} từ cơ số ◊ cardinal numerals

기숙 [寄宿] (寄宿) jìsù <寄宿> きしゅく {寄宿} ký túc ◊ lodging; boarding

기숙사 [寄宿舍] (宿舍) sùshè <寮> りょう {寄宿舍} ký túc xá ◊ dormitory

기술 [技術] (技术) jìshù <技術> ぎじゅつ {技術} kỹ thuật ◊ technology

기술 [記述] (记述) jìshù <記述> きじゅつ {記述} ký thuật ◊ account

기술공 [技術工] (技术工) jìshù gōng <技術工> ぎじゅつこう {技術工} kỹ thuật công ◊ technician

기술관리자 [技術管理者] (技术管理者) jìshù guǎnlǐ zhě <技術管理者> ぎじゅつかんりしゃ {管理技術} quản lý kỹ thuật ◊ engineering manager

기술사 [奇術師] (魔术师) móshùshī <奇術師> きじゅつし {奇術師} kỳ thuật sư ◊ thaumaturgist

기술서류 [技術書類] (技术文件) jìshù wénjiàn <技術書類> ぎじゅつしょるい {材料技術} tài liệu kỹ thuật ◊ technical dossier

기술지침 [技術指針] (技术指引) jìshù zhǐyǐn <技術ガイド> ぎじゅつ guide {指引技術} chỉ dẫn kỹ thuật ◊ technical guidance

기습 [奇襲] (奇袭) qíxí <奇襲> きしゅう {進攻不礙} tiến công bất ngờ ◊ surprise attack

기식 [氣息] (气息) qìxī <気息> きそく {氣息} khí tức ◊ breath

기신호 [旗信號] (旗信号) qí xìnhào <旗信号> はたしんごう {信號旗} tín hiệu cờ ◊ flag signal

기아 [饑餓] (饥饿) jī'è <飢餓> きが {饑餓} cơ ngã ◊ hunger

기아 [棄兒] (弃儿) qìr <棄児> すてご {棄兒} khí nhi ◊ castaway

기악 [器樂] (器乐) qìyuè <器楽> きがく {器樂} khí nhạc ◊ instrumental music

기압 [氣壓] (气压) qìyā <気圧> きあつ {氣壓} khí áp ◊ atmospheric pressure

기압경향 [氣壓傾向] (气压倾向) qìyā qīngxiàng <気圧傾向> きあつけいこう {趨向氣圈} xu hướng khí quyển ◊ pressure tendency

기압고도 [氣壓高度] (气压高度) qìyā gāodù <気圧高度> きあつこうど {度高氣圈} độ cao khí quyển ◊ pressure altitude

기어코 [ー] (非要) fēi yào <是非> ぜひ {一定础}

nhất định phải ◊ have to

기억 [記憶] (记忆) jìyì <記憶> きおく {記憶} ký ức ◊ memory

기억력 [記憶力] (记忆力) jìyìlì <記憶力> きおくりょく {記憶力} ký ức lực ◊ memory

기억상실 [記憶喪失] (记忆丧失) jìyì sàngshī <記憶喪失> きおくそうしつ {秩智忟} mất trí nhớ ◊ memory loss

기억술 [記憶術] (记忆法) jìyì fǎ <記憶術> きおくじゅつ {記憶術} ký ức thuật ◊ mnemonics

기억하다 [記憶하다] (记住) jìzhu <覚える> おぼえる {忟} nhớ ◊ remember

기언 [奇言] (奇言) jī yán <奇言> きごと {奇言} kỳ ngôn ◊ strange words

기업 [企業] (企业) qǐyè <企業> きぎょう {企業} xí nghiệp ◊ enterprise

기업 [起業] (起业) qǐ yè <起業> きぎょう {起業} khởi nghiệp ◊ start a business

기업가 [企業家] (企业家) qǐyèjiā <企業家> きぎょうか {企業家} xí nghiệp gia ◊ entrepreneur

기업주 [企業主] (企业家) qǐyèjiā <企業主> きぎょうぬし {企業主} xí nghiệp chủ ◊ business owners

기업표준 [企業標準] (企业标准) qǐyè biāozhǔn <企業標準> きぎょうひょうじゅん {標準營業} tiêu chuẩn doanh nghiệp ◊ enterprise standard

기업화 [企業化] (企业化) qǐyèhuà <企業化> きぎょうか {企業化} xí nghiệp hóa ◊ commercialisation

기연 [奇緣] (奇缘) jī yuán <奇緣> きえん {奇緣} kỳ duyên ◊ romance; unusual relationship

기예 [技藝] (技艺) jìyì <技芸> わざげい {技藝} kỳ nghệ ◊ skills

기온 [氣溫] (气温) qìwēn <気温> きおん {熱度空氣} nhiệt độ không khí ◊ air temperature

기와 [一] (瓦片) wǎpiàn <瓦> かわら {厦甀} mái ngói ◊ roof tile

기와꼭대기 [一] (瓦房顶) wǎfángdǐng <瓦屋根> かわらやね {厦甀} mái ngói ◊ tile roof

기왕 [既往] (既往) jìwǎng <既往> きおう {既往} ký vãng ◊ past things

기왕증 [既往症] (既往症) jìwǎng zhēng <既往症> きおうしょう {前史} tiền sử ◊ anamnesis

기요 [機要] (机要) jī yào <機要> きよう {機要} cơ yếu ◊ confidential

기우 [奇遇] (奇遇) qíyù <奇遇> きぐう {奇遇} kỳ ngộ ◊ adventure

기우 [杞憂] (杞忧) qǐ yōu <杞憂> きゆう {杞憂} kỳ ưu ◊ needless fear; unfounded worry

기우제 [祈雨祭] (祈雨仪式) qí yǔ yíshì <祈雨祭> きうさい {祈雨祭} kỳ vũ tế ◊ pray for rain

기원 [紀元] (纪元) jìyuán <紀元> きげん {紀元} kỳ nguyên ◊ era

기원 [祈願] (祈愿) qíyuàn <祈願> きがん {求祝} cầu chúc ◊ wish

기원 [起源] (起源) qǐyuán <起源> きげん {起源} khởi nguyên ◊ origin

기원전 [紀元前] (公元前) gōngyuán qián <紀元前> きげんぜん {齯紀元} trước kỳ nguyên ◊ pre-era

기원후 [紀元後] (公元后) gōngyuán qián <紀元後> きげんご {齯紀元} sau kỳ nguyên ◊ post-era

기율 [紀律] (纪律) jìlǜ <紀律> きりつ {紀律} kỷ luật ◊ discipline

기음 [基音] (基音) jīyīn <基音> きおん {基音} cơ âm ◊ fundamental tone

기음 [氣音] (气音) qì yīn <気音> きおん {氣音} khí âm ◊ breath sounds

기이 [奇異] (奇异) qíyì <奇異> きい {奇羅|奇嶧} kỳ lạ ◊ strange

기익 [機翼] (机翼) jīyì <翼> つばさ {翹槢鸒} cánh máy bay ◊ wing

기인 [基因] (基因) jīyīn <基因> きいん {基因} cơ nhân ◊ gene

기인 [奇人] (奇人) qírén <奇人> きじん {奇人} kỳ nhân ◊ odd fellow; eccentric person

기입 [記入] (填写) tiánxiě <記入> きにゅう {填飽} điền vào ◊ fill out

기자 [記者] (记者) jìzhě <記者> きしゃ {訪員} phóng viên ◊ reporter; journalist

기자단 [記者團] (记者团) jìzhě tuán <記者団> きしゃだん {團訪員} đoàn phóng viên ◊ press corps

기장 [機長] (机长) jīzhǎng <機長> きちょう {機長} cơ trưởng ◊ captain at airplane

기재 [記載] (记载) jìzǎi <記載> きさい {記載} ký tải ◊ record

기재 [奇才] (奇才) qícái <奇才> きさい {奇才} kỳ tài ◊ wizard; very talented person

기저 [基底] (基底) jīdǐ <基底> きてい {基底} cơ để ◊ basis

기저상태 [基底狀態] (基底状态) jīdǐ zhuàngtài <基底狀態> きていじょうたい {狀態基本} trạng thái cơ bản ◊ base load state

기저유량 [基底流量] (基流排放) jī liú páifàng <基

底流量> きていりゅうりょう {泅潊基礎} dòng chảy cơ sở ◊ base flow discharge

기적 [奇跡|奇蹟] (奇迹) qíjì <奇跡> きせき {奇跡} kỳ tích ◊ marvel

기적 [汽笛] (汽笛) qìdí <汽笛> きてき {汽笛} khí địch ◊ whistle

기절 [氣絕] (气绝) qìjué <気絶> きぜつ {氣絕} khí tuyệt ◊ swoon

기점 [起點] (起点) qǐdiǎn <起点> きてん {起點} khởi điểm ◊ starting point

기존 [旣存] (已有) yǐyǒu <既存> きそん {現贈} hiện có ◊ existing

기준 [基準] (基准) jīzhǔn <基準> きじゅん {基準} cơ chuẩn ◊ benchmark

기준면 [基準面] (参考面) cānkǎo miàn <基準面> きじゅんめん {基準面} cơ chuẩn diện ◊ datum surface

기준물질 [基準物質] (参照物) cānzhào wù <基準物質> きじゅんぶっしつ {物参照} vật tham chiếu ◊ reference substance

기준밀도 [基準密度] (参考密度) cānkǎo mìdù <基準密度> きじゅんみつど {密度参照} mật độ tham chiếu ◊ reference density

기준방법 [基準方法] (参考方法) cānkǎo fāngfǎ <基準方法> きじゅんほうほう {方法参考} phương pháp tham khảo ◊ reference method

기준선 [基準線] (参考线) cānkǎo xiàn <基準線> きじゅんせん {基準線} cơ chuẩn tuyến ◊ reference line; base line; baseline; datum line

기준압력 [基準壓力] (基准压力) jīzhǔn yālì <基準壓力> きじゅんあつりょく {壓力参照} áp lực tham chiếu ◊ reference pressure

기준연료 [基準燃料] (标准燃料) biāozhǔn ránliào <基準燃料> きじゅんねんりょう {燃料標準} nhiên liệu tiêu chuẩn ◊ reference fuel

기준점 [基準點] (参考点) cānkǎo diǎn <基準点> きじゅんてん {基準點} cơ chuẩn điểm ◊ reference point; datum point

기중 [器重] (器重) qìzhòng <器重> うつわえ {器重} khí trùng ◊ regard highly

기중기 [起重機] (起重机) qǐzhòngjī <起重機> きじゅうき {起重機} khởi trùng cơ ◊ crane machine

기지 [基地] (基地) jīdì <基地> きち {基礎} cơ sở ◊ base

기지 [機智] (机智) jīzhì <機知> きち {聰明} thông minh ◊ wit; tact

기지 사용권 [基地使用權] (基地使用权) jīdì shǐyòngquán <基地使用権> きちしようけん {權使用基礎} quyền sử dụng cơ sở ◊ right of base use

기직 [機織] (机织) jī zhī <機織> はたおり {機織} cơ chức ◊ weaving by machine

기진맥진 [氣盡脈盡] (精疲力竭) jīng pí lì jié <疲れ果てる> つかれはてる {竭刁|竭飭} kiệt sức ◊ exhausted

기질 [基質] (基质) jīzhì <基質> きしつ {基質} cơ chất ◊ stroma; interstitial substance; ground mass

기질 [氣質] (气质) qìzhì <気質> きしつ {氣質} khí chất ◊ temperament

기차 [其次] (其次) qícì <次ぐ> つぐ {接遞} tiếp theo ◊ come after

기차 [汽車] (火车) huǒchē <汽車> きしゃ {車焰} xe lửa ◊ train

기차역 [汽車驛] (火车站) huǒchēzhàn <鉄道駅> てつどうえき {軔車焰} ga xe lửa ◊ railway station; train station

기체 [氣體] (气体) qìtǐ <気体> きたい {氣體} khí thể ◊ air

기체배출 [氣體排出] (气体排放) qìtǐ páifàng <ガス排出> ガスはいしゅつ {氣汰} khí thải ◊ gaseous emission

기체분자 [氣體分子] (气体分子) qìtǐ fēnzǐ <気体分子> きたいぶんし {分子氣} phân tử khí ◊ gas molecule

기체연료 [氣體燃料] (气体燃料) qìtǐ ránliào <気体燃料> きたいねんりょう {燃料氣} nhiên liệu khí ◊ gas fuel

기체조 [旗體操] (旗体操) qí tǐcāo <旗体操> はたいそう {體育旗} thể dục cờ ◊ flag gymnastics

기체확산 [氣體擴散] (气体扩散) qìtǐ kuòsàn <気体拡散> きたいかくさん {擴散氣} khuếch tán khí ◊ gaseous diffusion

기초 [基礎] (基础) jīchǔ <基礎> きそ {基礎} cơ sở ◊ foundation

기초 [起草] (起草) qǐcǎo <起草> きそう {起草} khởi thảo ◊ drafting

기초단위 [基礎單位] (基本单位) jīběn dānwèi <基礎單位> きそたんい {單位基礎} đơn vị cơ sở ◊ base unit

기초도면 [基礎圖面] (基图) jī tú <基礎図面> きそずめん {基圖} cơ đồ ◊ base diagram

기축 [基軸] (基轴) jī zhóu <基軸> きじく {基軸}

cơ trục ◊ base shaft

기층 [基層] (基层) jīcéng <基層> きそう {基層} cơ tầng ◊ grass roots

기치 [旗幟] (旗帜) qízhì <旗> はた {旗} cờ ◊ flag; banner

기침 [一] (咳嗽) késou <咳> せき {痒} ho ◊ cough

기타 [其他] (其他) qítā <其他> そのほか {略} khác ◊ other

기탁 [寄託] (寄托) jìtuō <寄託> きたく {寄託} ký thác ◊ having spiritual sustenance

기탄 [忌憚] (忌惮) jìdàn <忌憚> きたん {忌憚} ky đạn ◊ fearful

기포 [氣泡] (气泡) qìpào <气泡> きほう {氣泡} khí bào ◊ bubble

기폭 [起爆] (起爆) qǐbào <起爆> きばく {起爆} khởi bộc ◊ initiation

기폭제 [起爆劑] (起爆剂) qǐbào jì <起爆剂> きばくざい {質起爆} chất khởi bộc ◊ initiator

기하 [幾何] (几何) jǐhé <幾何学> きかがく {形學} hình học ◊ geometry

기한 [饑寒] (饥寒) jī hán <飢寒> きかん {饑寒} cơ hàn ◊ hunger and cold

기한 [期限] (期限) qīxiàn <期限> きげん {期限} kỳ hạn ◊ term; deadline

기함 [旗艦] (旗舰) qíjiàn <旗艦> きかん {帥艦} soái hạm ◊ flagship

기행 [紀行] (纪行) jì xíng <紀行> きこう {紀行} kỷ hành ◊ travel notes

기허 [氣虛] (气虚) qìxū <气虚> ききょ {氣虛} khí hư ◊ deficiency of vital energy

기혈 [氣血] (血气) xuèqì <血気> けっき {方胖} sức sống ◊ vigor; ardor; high spirits

기형 [畸形] (畸形) jīxíng <畸形> きけい {畸形} ky hình ◊ malformation

기형아 [畸形兒] (畸形儿) jīxíngr <畸形児> きけいじ {畸形兒} ky hình nhi ◊ deformed enfant

기호 [記號] (记号) jìhao <記号> きごう {記號} ký hiệu ◊ mark

기호 [嗜好] (嗜好) shìhào <嗜好> しこう {所適} sở thích ◊ hobby

기혼 [旣婚] (已婚) yǐhūn <旣婚> きこん {喕結婚} đã kết hôn ◊ married

기화 [氣化] (气化) qì huā <气化> きか {氣化} khí hóa ◊ gasification

기화기 [氣化器] (汽化器) qìhuàqì <气化器> きかき {氣化器} khí hóa khí ◊ vaporizer

기화열 [氣化熱] (汽化热) qìhuà rè <气化热> き

かねつ {氣化熱} khí hóa nhiệt ◊ heat of gasification

기화이초 [奇花異草] (奇花异草) qí huā yì cǎo <奇花異草> きはないくさ {奇花異草} kỳ hoa dị thảo ◊ exotic flowers and plants

기회 [機會] (机会) jīhuì <機会> きかい {機會} cơ hội ◊ opportunity

기회균등 [機會均等] (机会均等) jīhuì jūnděng <機会均等> きかいきんとう {機會均等} cơ hội quân đẳng ◊ opportunity

기획 [企劃] (策划) cèhuà <企画> きかく {立謀} lập mưu ◊ plan

기후 [氣候] (气候) qìhòu <气候> きこう {氣候} khí hậu ◊ climate

기후경제학 [氣候經濟學] (气候经济学) qìhòu jīngjìxué <气候经济学> きこうけいざいがく {經濟學氣候} kinh tế học khí hậu ◊ climatic economics

기후과학 [氣候科學] (气候科学) qìhòu kēxué <气候科学> きこうかがく {科學氣候} khoa học khí hậu ◊ climate science

기후구 [氣候區] (气候区) qìhòu qū <气候区> きこうく {壂氣候} vùng khí hậu ◊ climatic zone

기후도 [氣候圖] (气候图) qìhòu tú <气候図> きこうず {氣候圖} khí hậu đồ ◊ climatic map

기후동향 [氣候動向] (气候趋势) qìhòu chènshì <气候動向> きこうどうこう {趨向氣候} xu hướng khí hậu ◊ climatic trend

기후변동 [氣候變動] (气候变动) qìhòu biàndòng <气候变动> きこうへんどう {變捌氣候} biến đổi khí hậu ◊ climatic fluctuation

기후병리학 [氣候病理學] (气候病理学) qìhòu bìnglǐxué <气候病理学> きこうびょうりがく {病理氣候} bệnh lý khí hậu ◊ climatic pathology

기후요법 [氣候療法] (气候疗法) qìhòu liáofǎ <气候療法> きこうりょうほう {療法氣候} liệu pháp khí hậu ◊ climatology

기후요소 [氣候要素] (气候要素) qìhòu yàosù <气候要素> きこうようそ {要素氣候} yếu tố khí hậu ◊ climatic element

기후응용 [氣候應用] (气候应用) qìhòu yìngyòng <气候应用> きこうおうよう {應用氣候} ứng dụng khí hậu ◊ climate applications

기후자원 [氣候資源] (气候资源) qìhòu zīyuán <气候资源> きこうしげん {材源氣候} tài nguyên khí hậu ◊ climatic resource

기후정보 [氣候情報] (气候信息) qìhòu xìnxī <气

候情報> きこうじょうほう {魃息氣候} tin tức khí hậu ◊ climatological information

기후조건 [氣候條件] (气候条件) qìhòu tiáojiàn <気候条件> きこうじょうけん {條件氣候} điều kiện khí hậu ◊ climatological condition

기후조절 [氣候調節] (气候调节) qìhòu tiáojié <気候調節> きこうちょうせつ {調和氣候} điều hòa khí hậu ◊ climate regulation

기후지수 [氣候指數] (气候指数) qìhòu zhǐshù <気候指数> きこうしすう {指數氣候} chỉ số khí hậu ◊ climatic index

기후지표 [氣候指標] (气候指标) qìhòu zhǐbiāo <気候指標> きこうしひょう {標指氣候} máy chỉ khí hậu ◊ climatic indicator

기후학 [氣候學] (气候学) qìhòuxué <気候学> きこうがく {氣候學} khí hậu học ◊ climatology

기후형 [氣候型] (气候类型) qìhòu lèixíng <気候型> きこうがた {氣候型} khí hậu hình ◊ climatic type

기후확률 [氣候確率] (气候概率) qìhòu gàilù <気候確率> きこうかくりつ {確率氣候} xác suất khí hậu ◊ climatic probability

기휘 [忌諱] (避讳) bìhuì <タブー> taboo {禁忌} cấm kỵ ◊ taboo

긴급 [緊急] (紧急) jǐnjí <緊急> きんきゅう {緊急} khẩn cấp ◊ urgent

긴급조치 [緊急措置] (紧急措施) jǐnjí cuòshī <非常措置> ひじょうそち {辦法緊急} biện pháp khẩn cấp ◊ emergency action

긴밀 [緊密] (紧密) jǐnmì <緊密> きんみつ {緊密} khẩn mật ◊ tightness

긴박 [緊迫] (紧迫) jǐnpò <緊迫> きんぱく {緊迫} khẩn bách ◊ pressing; urgency

긴요 [緊要] (紧要) jǐnyào <緊要> きんよう {緊要} khẩn yếu ◊ critical

긴장 [緊張] (紧张) jǐnzhāng <緊張> きんちょう {緊張} khẩn trương ◊ nervous

긴장감 [緊張感] (紧张感) jǐnzhāng gǎn <緊張感> きんちょうかん {緊張感} khẩn trương cảm ◊ tension feeling

긴장도 [緊張度] (紧张度) jǐnzhāng dù <緊張度> きんちょうど {度緊張} độ khẩn trương ◊ tensity

길 [－] (道路) dàolù <道> どう {蹠} đường ◊ road

길거리 [－] (街头) jiētóu <街頭> がいとう {蹠路} đường lộ ◊ street

길경 [桔梗] (桔梗) jiégěng <桔梗> ききょう {桔梗} cát cánh ◊ Platycodon grandiflorus

길년 [吉年] (吉年) jí nián <吉年> よしとし {吉年} cát niên ◊ auspicious year

길다 [－] (长) cháng <長い> ながい {賤賎} dài ◊ long

길모퉁이 [－] (街角) jiē jiǎo <街角> まちかど {衕庸} góc phố ◊ street corner

길보 [吉報] (吉报) jí bào <吉報> きっぽう {吉報} cát báo ◊ good news

길사 [吉事] (吉事) jí shì <吉事> きちじ {吉事} cát sự ◊ auspicious things

길시 [吉時] (吉时) jí shí <吉時> きつじ {吉時} cát thì ◊ auspicious time

길월 [吉月] (吉月) jí yuè <吉月> きつげつ {吉月} cát nguyệt ◊ auspicious month

길이 [－] (长度) chángdù <長さ> ながさ {軺賎|朝賎} chiều dài ◊ length

길일 [吉日] (吉日) jírì <吉日> きちじつ {吉日} cát nhật ◊ auspicious day

길조 [吉兆] (吉兆) jízhào <吉兆> きっちょう {吉兆} cát triệu ◊ good signs

길흉 [吉凶] (吉凶) jíxiōng <吉凶> きっきょう {吉凶} cát hung ◊ good or bad

깃털 [－] (羽毛) yǔmáo <羽> はね {獬鴣|氎鴣} lông chim ◊ feather

깃털장식 [깃털裝飾] (羽饰) yǔ shì <羽飾り> はねかざり {裝置翹羽} trang trí lông vũ ◊ feather ornament

깊다 [－] (深邃) shēnsuì <深い> ふかい {濛鉋} sâu sắc ◊ profound; deep

깊어지다 [－] (加深) jiāshēn <深める> ふかめる {增強} tăng cường ◊ deepen

깊은 곳 [－] (深处) shēnchù <奥底> おくそこ {坭濛深} nơi sâu thẳm ◊ depth

깊이 [－] (深刻地) shēnkède <深く> ふかく {踵渼} rất sâu ◊ deeply

까지 [一] (截至) jiézhì <まで> まで {蓮瓞} lên đến ◊ up to

깔다 [一] (铺上) pū shàng <敷く> しく {佈置|布置} bố trí ◊ lay

깜깜하다 [一] (黑黢黢) hēi qū qū <真っ暗> まっくら {曜如墨} tối như mực ◊ pitch darkness

깜짝놀라다 [一] (吓一跳) xiàyītiào <びっくり> びっくり {揪輪} giật mình ◊ be scared

깡통따개 [깡筒따개] (开罐器) kāi guàn qì <缶切り> かんきり {用具攜鑰} dụng cụ mở lon ◊ can opener

깨끗하다 [一] (洁净) jiéjìng <清潔> せいけつ {曜} sạch ◊ clean

깨닫다 [一] (领会) lǐnghuì <理解> りかい {推懺|推忖} suy nghĩ ◊ mindset

깨우다 [一] (唤醒) huànxǐng <覚醒> かくせい {趣挲} dậy đi ◊ wake up

꺾기 [一] (折断) zhéduàn <折断> せつだん {蹙魬} phá vỡ ◊ break

꼬마전구 [꼬마電球] (小电珠) xiǎo diàn zhū <豆電球> まめでんきゅう {稠纛弛} hạt đèn nhỏ ◊ bulb in electric torch

꼬치 [一] (串儿) chuànr <串> くし {豻} xiên ◊ skewer

꼭대기층 [꼭대기層] (顶楼) dǐnglóu <最上階> さいじょうかい {座寈偅蓮} tòa nhà phía trên ◊ upper building

꼭두각시 [一] (洋娃娃) yángwáwa <人形> にんぎょう {琨緇} con rối ◊ doll; puppet

꽁꽁 얼다 [一] (冻僵) dòngjiāng <凍える> こごえる {凍冷} đông lạnh ◊ freeze

꽃 [一] (花) huā <花> はな {櫨花|芃花|蒝花} bông hoa ◊ flower

꽃가루 [一] (花粉) huāfěn <花粉> かふん {花粉} hoa phấn ◊ pollen

꽃가루방 [꽃가루房] (花粉房) huāfěn fáng <花粉室> かふんしつ {釀花粉} buồng hoa phấn ◊ pollen chamber

꽃가루배양 [꽃가루培養] (花粉培养) huāfěn péiyǎng <花粉培養> かふんばいよう {培養花粉} bồi dưỡng hoa phấn ◊ pollen cultivation

꽃가루분석 [꽃가루分析] (花粉分析) huāfěn fēnxī <花粉分析> かふんぶんせき {分析花粉} phân tích hoa phấn ◊ pollen analysis

꽃가루전염 [꽃가루傳染] (花粉传染) huāfěn chuánrǎn <花粉伝染> かふんでんせん {傳染花粉} chuyền nhiễm hoa phấn ◊ pollen contagion; pollen infection

꽃구경 [一] (赏花) shǎng huā <花見> はなみ {賞花} thưởng hoa ◊ flower-enjoying

꽃다발 [一] (花束) huāshù <花束> はなたば {絣花} bó hoa ◊ bouquet

꽃등 [꽃燈] (花灯) huādēng <花灯籠> はなどうろう {花燈} hoa đăng ◊ colored festive lantern

꽃집 [一] (花店) huādiàn <花屋> はなや {鞞肮鞞花} cửa hàng bán hoa ◊ florist

꽃철 [一] (花季) huājì <花盛り> はなざかり {督花} mùa hoa ◊ flowering season

꽉 쥐다 [一] (握紧) wò jǐn <確り握る> しっかりにぎる {撚攢|捻紉} nắm chặt ◊ grip tightly

꿀벌 [一] (蜜蜂) mìfēng <蜜蜂> みつばち {蜍} ong ◊ bee

꿈꾸다 [一] (做梦) zuòmèng <夢見る> ゆめみる {瞞} mơ ◊ dreaming

꿩 [一] (锦鸡) jǐnjī <錦鶏> きんけい {錦鶏} cầm kê ◊ golden pheasant

끌어모으다 [一] (招揽) zhāolǎn <引き寄せる> ひきよせる {收嗯} thu hút ◊ attract

끓인 물 [一] (开水) kāishuǐ <煮え湯> にえゆ {渚燔|渚潘|渚燅} nước sôi ◊ boiling water

끝 [一] (终) zhōng <終わる> おわる {結了; 終} kết liễu; chung ◊ end

끝동맥 [끝動脈] (末梢动脉) mòshāo dòngmài <終動脈> しゅうどうみゃく {動脈贖} động mạch cuối ◊ end artery

끝장 [一] (完蛋) wándàn <お仕舞い> おしまい {衾邎} xong rồi ◊ be finished

끼우다 [一] (夹住) jiá zhù <挟む> はさむ {攏} chèn ◊ insert

나그네 [一] (旅客) lǚkè <旅人> たびびと {客遊歷} khách du lịch ◊ traveller

나룻배 [一] (渡船) dùchuán <渡し舟> わたしぶね {灘} phà ◊ ferry boat

나리 [一] (老爷) lǎoye <殿様> とのさま {嘫猁|嘫得} thưa ngài ◊ lord

나머지 [一] (残留) cánliú <残る> のこる {殘餘} tàn dư ◊ remnant

나무 [一] (树) shù <樹木> じゅもく {核} cây ◊ tree

나무그늘 [一] (树阴) shùyīn <木陰> こかげ {瑝核} bóng cây ◊ shade

나무껍질 [一] (树皮) shùpí <樹皮> じゅひ {牖核} vỏ cây ◊ tree bark

나무문 [나무門] (木门) mù mén <木戸> きど {轊棋} cửa gỗ ◊ wooden door

나무상자 [나무箱子] (木盒) mù hé <木製ボックス> もくせい box {盒棋} hộp gỗ ◊ wooden box

나무줄기 [一] (树干) shùgàn <樹幹> じゅかん {身核} thân cây ◊ trunk

나미 [糯米] (糯米) nuòmǐ <糯米> もちごめ {糯米} nhu mễ ◊ glutinous rice

나병 [癩病] (麻风) máfēng <ハンセン病> Hansen びょう {麻風} ma phong ◊ leprosy

나복 [蘿蔔] (萝卜) luóbo <蘿蔔> すずしろ {蘿蔔} la bặc ◊ turnip

나부 [裸婦] (裸妇) luǒ fù <裸婦> らふ {裸婦} lõa phụ ◊ nude woman

나비 [一] (蝴蝶) húdié <蝶> ちょう {蚍蚍} bươm bướm ◊ butterfly

나쁘다 [一] (坏) huài <悪い> わるい {醜} xấu ◊ bad

나쁜사람 [一] (坏人) huàirén <悪者> わるもの {骹㧱|魅㧱} ranh con ◊ rascal

나사 [螺絲] (螺丝) luósī <螺子> ねじ {螺絲} loa ty ◊ screw

나상 [裸像] (裸像) luǒ xiàng <裸像> らぞう {裸像} lõa tượng ◊ nude statue

나선 [螺線] (螺线) luóxiàn <螺線> らせん {螺線} loa tuyến ◊ spiral

나선 [螺旋] (螺旋) luóxuán <螺旋> らせん {螺旋} loa toàn ◊ spiral

나선 [裸線] (裸线) luǒ xiàn <裸線> はだかせん {裸線} lõa tuyến ◊ bare wire

나선상 [螺旋狀] (螺旋状) luóxuán zhuàng <螺旋状> らせんじょう {螺旋狀} loa toàn trạng ◊ spiral

나신 [裸身] (裸身) luǒ shēn <裸身> らしん {裸身} lõa thân ◊ naked

나신상 [裸身像] (裸身像) luǒ shēn xiàng <裸身像> らしんぞう {裸身像} lõa thân tượng ◊ nude statue

나안 [裸眼] (裸眼) luǒ yǎn <裸眼> らがん {裸眼} lõa nhãn ◊ eyesight

나약 [懦弱] (懦弱) nuòruò <懦弱> だじゃく {懪悋|懪悋|懪悋|懪悋|懪悋} hèn nhát ◊ cowardice; listless; weak-willed; languid

나열 [羅列] (罗列) luóliè <羅列> られつ {羅列} la liệt ◊ citation; listing

나자식물 [裸子植物] (裸子植物) luǒ zǐ zhíwù <裸子植物> らししょくぶつ {裸子植物} lõa tử thực vật ◊ gymnosperm

나장 [裸葬] (裸葬) luǒ zàng <裸葬> らそう {裸葬} lõa táng ◊ naked burial

나체 [裸體] (裸体) luǒtǐ <裸体> らたい {裸體} lõa thể ◊ naked

나체상 [裸體像] (裸体像) luǒtǐ xiàng <裸体像> らたいぞう {䫂裸體} tranh lõa thể ◊ nude portraits

나체화 [裸體畫] (裸体画) luǒtǐ huà <裸体画> らたいが {裸體畫} lõa thể họa ◊ nude painting

나침반 [羅針盤] (罗盘) luópán <羅針盤; コンパス> らしんばん; compass {羅盤} la bàn ◊ compass

나침의 [羅針儀] (指南仪) zhǐnán yí <羅針儀> らしんぎ {羅針儀} la châm nghi ◊ compass

나태하다 [懶怠하다] (懒惰) lǎnduò <怠け> なまけ {悚恓} lười biếng ◊ lazy

나팔 [喇叭] (喇叭) lǎba <喇叭> らっぱ {喇叭} lạt bá ◊ horn

나한 [羅漢] (罗汉) luóhàn <羅漢> らかん {羅漢} La Hán ◊ Lohan; Buddhist Arhat

낙과 [落果] (落果) luò guǒ <落果> らっか {落果} lạc quả ◊ fruit drop

낙관 [落款] (落款) luòkuǎn <落款> らっかん {笒記} chữ ký ◊ signature

낙관 [樂觀] (乐观) lèguān <楽観> らっかん {樂觀} lạc quan ◊ optimism

낙농 [酪農] (酪农) lào nóng <酪農> らくのう {酪農} lạc nông ◊ dairy farmer

낙농업 [酪農業] (乳品业) rǔpǐn yè <酪農業> らくのうぎょう {農業浙} nông nghiệp sữa ◊ dairy farming

낙농장 [酪農場] (奶牛场) nǎiniúchǎng <酪農場> らくのうじょう {莊寨補浙} trang trại bò sữa ◊ dairy farm

낙농품 [酪農品] (奶制品) nǎizhìpǐn <乳製品> にゅうせいひん {産品浙} sản phẩm sữa ◊ dairy products

낙담 [落膽] (气馁) qìněi <落胆> らくたん {懺悉; 懺懺|懷懺} nản lòng; chán nản ◊ depressed; discouraged

낙담상혼 [落膽喪魂] (沮丧失魄) jǔsàng shīpò <肝を潰す> きもをつぶす {秩齰肝膽} mất hết can đảm ◊ discouragement

낙뢰 [落雷] (雷击) léijī <雷擊> らいげき {雷擊} lôi kích ◊ lightning strike

낙루 [落淚] (落泪) luòlèi <落淚> らくるい {落淚} lạc lệ ◊ tearing

낙막 [落寞] (落寞) luò mò <寂寞> せきばく {落寞} lạc mạc ◊ solitary; lonely

낙산 [酪酸] (酪酸) lào suān <酪酸> らくさん {酪酸} lạc toan ◊ butanoic acid

낙석 [落石] (落石) luòshí <落石> らくせき {落石} lạc thạch ◊ falling rocks

낙성 [落成] (落成) luòchéng <落成> らくせい {慶成} khánh thành ◊ completed

낙성식 [落成式] (落成典礼) luòchéng diǎnlǐ <落成式> らくせいしき {禮慶成} lễ khánh thành ◊ inauguration

낙세 [落勢] (落势) luò shì <落勢> らくせい {落勢} lạc thế ◊ downtrend; declining

낙소 [酪素] (酪素) lào sù <酪素> らくそ {酪素} lạc tố ◊ casein

낙수 [落水] (滴水) dīshuǐ <水滴> すいてき {潚乿渶} chảy nhỏ giọt ◊ dripping

낙수 [落穗] (落穗) luò suì <落穗> おちぼ {落穗}

낙 tuệ ◊ falling ears

낙엽 [落葉] (落叶) luòyè <落葉> おちば {落葉} lạc diệp ◊ defoliation

낙엽송 [落葉松] (落叶松) luòyèsōng <唐松> からまつ {核樋搑甹} cây thông rụng lá ◊ larch tree

낙엽수 [落葉樹] (落叶树) luòyè shù <落葉樹> らくようじゅ {核搑甹} cây rụng lá ◊ deciduous trees

낙오 [落伍] (落伍) luòwǔ <落伍> らくご {落伍} lạc ngữ ◊ being left behind; dropping out

낙원 [樂園] (乐园) lèyuán <楽園> らくえん {樂園} lạc viên ◊ paradise

낙월 [落月] (落月) luò yuè <落月> らくげつ {楅腠訊} mặt trăng lặn ◊ moonset

낙인 [烙印] (烙印) làoyìn <烙印> らくいん {烙印} lạc ấn ◊ brand; mark

낙일 [落日] (落日) luòrì <落日> らくじつ {楅歪訊} mặt trời lặn ◊ sunset

낙제 [落第] (落第) luòdì <落第> らくだい {落第} lạc đệ ◊ failure in an examination

낙제품 [酪製品] (乳制品) rǔzhìpǐn <酪製品> らくせいひん {産品腑胅} sản phẩm phô mát ◊ cheese products

낙조 [落潮] (落潮) luòcháo <落潮> らくちょう {落潮} lạc triều ◊ falling tide

낙천 [樂天] (乐天) lètiān <楽天> らくてん {樂天} nhạc thiên ◊ optimism

낙타 [駱駝] (骆驼) luòtuo <駱駝> らくだ {駱駝} lạc đà ◊ camel

낙토 [樂土] (乐土) lètǔ <楽土> らくど {樂土} lạc thổ ◊ paradise

낙하 [落下] (落下) luòxià <落下> らっか {落下} lạc hạ ◊ fall

낙하산 [落下傘] (降落伞) jiàngluòsǎn <落下傘> らっかさん {軸踾} dù nhảy ◊ parachute

낙하산병 [落下傘兵] (伞兵) sǎnbīng <空挺兵> くうていへい {傘兵} tản binh ◊ paratrooper

낙화 [落花] (落花) luò huā <落花> らっか {花粖} hoa rơi ◊ falling flowers

낙화생 [落花生] (花生) huāshēng <落花生> らっかせい {豆鳳} đậu phộng ◊ peanut

낙후 [落後] (落后) luòhòu <落後> らくご {落後} lạc hậu ◊ unenlightened; lag behind

낚시 [－] (钓鱼) diàoyú <釣魚> ちょうぎょ {釣魚} điếu ngư ◊ angling; fishing

낚시터 [－] (钓池) diào chí <釣堀> つりぼり {沟鉤魝|泑鉤魝} ao câu cá ◊ fishing pond

낚싯배 [一] (钓艇) diào tǐng <釣船> つりふね {船繑|船鮃} thuyền chài ◊ fishing boat

난각 [卵殼] (卵壳) luǎn qiào <卵殼> らんかく {卵殼} noãn xác ◊ egg shell

난간 [欄干|欄杆] (栏杆) lángān <欄干> らんかん {欄杆} lan can ◊ balustrade

난개발 [亂開發] (过度开发) guòdù kāifā <過剩開発> かじょうかいはつ {開拓過檌} khai thác quá mức ◊ random development; overexploitation

난관 [卵管] (卵管) luǎn guǎn <卵管> らんかん {卵管} noãn quản ◊ fallopian tube

난관 [難關] (难关) nánguān <難関> なんかん {難關} nan quan ◊ difficulties

난국 [蘭菊] (兰菊) lán jú <蘭菊> らんぎく {蘭菊} lan cúc ◊ orchid chrysanthemum

난국 [亂局] (乱局) luàn jú <局面混乱> きょくめんこんらん {亂局} loạn cục ◊ chaos

난국 [難局] (难局) nán jú <難局> なんきょく {情形齲瘻} tình hình khó khăn ◊ difficult situation

난국 [暖國] (暖国) nuǎn guó <暖国> だんごく {暖國} noãn quốc ◊ warm country; warm region

난군 [亂軍] (乱军) luàn jūn <乱軍> らんぐん {亂軍} loạn quân ◊ turbulent army

난기 [暖氣] (暖气) nuǎnqì <暖気> だんき {暖氣} noãn khí ◊ warmth; warm weather

난기류 [亂氣流] (乱气流) luàn qìliú <乱気流> らんきりゅう {亂氣流} loạn khí lưu ◊ turbulence

난대 [暖帶] (温带) wēndài <暖帯> だんたい {温帯} ôn đới ◊ temperate zone

난대림 [暖帶林] (温带森林) wēndài sēnlín <暖帯林> だんたいりん {檌温帶} rừng ôn đới ◊ temperate forest

난도 [難度] (难度) nándù <難度> なんど {難度} nan độ ◊ difficulty

난동 [暖冬] (暖冬) nuǎn dōng <暖冬> だんとう {暖冬} noãn đông ◊ mild winter; warm winter

난로 [暖爐|煖爐] (暖炉) nuǎnlú <煖炉> だんろ {煖爐} noãn lô ◊ simmering oven

난류 [亂流] (乱流) luàn liú <乱流> らんりゅう {亂流} loạn lưu ◊ turbulence

난류 [暖流] (暖流) nuǎnliú <暖流> だんりゅう {暖流} noãn lưu ◊ warm current

난류확산 [暖流擴散] (暖流扩散) nuǎnliú kuòsàn <暖流拡散> だんりゅうかくさん {擴散暖流} khuếch tán noãn lưu ◊ warm current diffusion

난막 [卵膜] (卵膜) luǎn mó <卵膜> らんまく {卵膜} noãn mạc ◊ egg membrane

난문 [難問] (凌乱) líng luàn <難問> なんもん {事緒縄} sự bối rối ◊ perplexity; difficult problem

난문제 [難問題] (难题) nántí <難問題> なんもんだい {問題齲瘻} vấn đề khó khăn ◊ difficult problem or question

난민 [難民] (难民) nànmín <難民> なんみん {難民} nạn dân ◊ refugee

난발 [亂髮] (乱发) luàn fà <乱髪> らんぱつ {亂髮} loạn phát ◊ disheveled hair

난방 [暖房|煖房] (供暖) gōngnuǎn <暖房> だんぼう {炷熔} sưởi ấm ◊ heating supply

난백 [卵白] (卵白) luǎn bái <卵白> らんぱく {卵白} noãn bạch ◊ albumen

난병 [難病] (难病) nán bìng <難病> なんびょう {難病} nan bệnh ◊ incurable disease

난봉 [鸞鳳] (鸾凤) luánfèng <鸞鳳> らんおう {鸞鳳} loan phụng ◊ husband and wife; a married couple; distinguished talents

난분 [卵粉] (卵粉) luǎn fěn <卵粉> らんぷん {卵粉} noãn phấn ◊ egg powder

난사 [亂射] (乱射) luàn shè <乱射> らんしゃ {亂射} loạn xạ ◊ random shooting

난사 [難事] (难事) nán shì <難事> なんじ {難事} nan sự ◊ difficult thing

난산 [難産] (难产) nánchǎn <難産> なんざん {難産} nan sản ◊ dystocia

난살 [亂殺] (乱杀) luàn shā <乱殺> らんさつ {亂殺} loạn sát ◊ killing indiscriminately

난상 [卵狀] (卵状) luǎn zhuàng <卵状> らんじょう {卵狀} noãn trạng ◊ ovoid

난생 [卵生] (卵生) luǎn shēng <卵生> らんせい {卵生} noãn sinh ◊ oviparous

난선 [難船] (难船) nán chuán <難船> なんせん {船被難} thuyền bị nạn ◊ shipwreck

난세 [亂世] (乱世) luànshì <乱世> らんせい {亂世} loạn thế ◊ troubled times; turbulent times

난세포 [卵細胞] (卵细胞) luǎn xìbāo <卵細胞> らんさいぼう {卵胞} noãn bào ◊ oocytes

난소 [卵巢] (卵巢) luǎncháo <卵巣> らんそう {朧睚} buồng trứng ◊ ovary

난소염 [卵巢炎] (卵巢炎) luǎncháo yán <卵巣炎> らんそうえん {卵巣炎} noãn sào viêm ◊ oophoritis

난숙 [爛熟] (烂熟) lànshú <爛熟> らんじゅく {爛熟} lạn thục ◊ full maturity; over-ripeness

난시 [亂視] (散光) sǎnguāng <乱視> らんし {亂視} loạn thị ◊ astigmatism

난신 [亂臣] (乱臣) luàn chén <乱臣> らんしん {亂臣} loạn thần ◊ rebellious minister

난언 [亂言] (乱言) luàn yán <乱言> らんげん|み だれごと {亂言} loạn ngôn ◊ nonsense

난운 [亂雲] (乱云) luàn yún <乱雲> らんうん {亂雲} loạn vân ◊ turbulent clouds

난원형 [卵圓形] (椭圆形) tuǒyuánxíng <卵円形> らんえんがた {卵圓形} noãn viên hình ◊ oval

난이 [難易] (难易) nán yì <難易> なんいど {難易} nan dị ◊ relative difficulty

난이도 [難易度] (难易度) nán yì dù <難易度> なんいど {難易度} nan dị độ ◊ degree of difficulty

난자 [卵子] (卵子) luǎnzǐ <卵子> らんし {卵子} noãn tử ◊ ovum

난자 [難字] (难字) nán zì <難字> なんじ {難字} nan tự ◊ difficult characters

난전 [亂戰] (乱战) luàn zhàn <乱戰> らんせん {亂戰} loạn chiến ◊ chaos war

난제 [難題] (难题) nántí <難題> なんだい {難題} nan đề ◊ puzzle

난죽 [蘭竹] (兰竹) lán zhú <蘭竹> らんちく {蘭竹} lan trúc ◊ orchid and bamboo

난중 [亂中] (乱中) luàn zhōng <乱中> らんちゅう {亂中} loạn trung ◊ in chaos

난처 [難處] (难处) nánchu <難所> なんしょ {艱處} khó xử ◊ difficulties

난초 [蘭草] (兰草) lán cǎo <蘭> らん {蘭草} lan thảo ◊ orchid grass

난태생 [卵胎生] (卵胎生) luǎn tāishēng <卵胎生> らんたいせい {卵胎生} noãn thai sinh ◊ ovoviviparous

난파 [難破] (难破) nán pò <難破> なんぱ {難破} nan phá ◊ hard to break

난파 [暖波] (暖波) nuǎn bō <暖波> ななみ {暖波} noãn ba ◊ warm waves

난포 [卵胞] (卵胞) luǎn bāo <卵胞> らんぽう {卵胞} noãn bào ◊ ovarian follicle

난폭 [亂暴] (粗暴) cūbào <乱暴> らんぼう {粗暴} thô bạo ◊ rough; violent

난폭성 [亂暴性] (粗暴性) cūbàoxìng <荒荒しさ> あらあらしさ {性粗暴} tính thô bạo ◊ roughness

난필 [亂筆] (乱笔) luàn bǐ <乱筆> らんぴつ {亂筆} loạn bút ◊ scribble writing

난해 [難解] (难解) nán jiě <難解> なんかい {難解} nan giải ◊ abstruse

난행도 [難行道] (难行道) nán xíng dào <難行道> なんぎょうどう {難行道} nan hành đạo ◊ difficult road

난형 [卵形] (卵形) luǎnxíng <卵形> らんけい {卵形} noãn hình ◊ oval; egg shape

난황 [卵黃] (卵黄) luǎnhuáng <卵黄> らんおう {卵黄} noãn hoàng ◊ yolk

날리다 [一] (放飞) fàngfēi <飛ばす> とばす {抵糝} để bay ◊ fly

날이 밝다 [一] (天亮) tiānliàng <明ける> あける {平明} bình minh ◊ dawn

날이 어둡다 [一] (天黑) tiānhēi <暮れる> くれる {吞曛} trời tối ◊ get dark

날인 [捺印] (捺印) nà yìn <捺印> なついん {捺印} nại ấn ◊ stamping

날조 [捏造] (捏造) niēzào <捏造> ねつぞう {捏造} niết tạo ◊ feign

날짜 [一] (日子) rìzi <日付> ひづけ {睹胸} ngày tháng ◊ date

낡다 [一] (破旧) pòjiù <古く成る> ふるくなる {淡臅} dột nát ◊ dilapidated

남 [男] (男) nán <男> おとこ {男} nam ◊ man; male

남 [南] (南) nán <南> みなみ {南} nam ◊ south

남겨두다 [一] (搁置) gēzhì <放置> ほうち {抵棘} để lại ◊ set aside

남공 [男工] (男工) nán gōng <男工> だんこう {男工} nam công ◊ male workers

남국 [南國] (南国) nán guó <南国> なんごく {南國} nam quốc ◊ southland

남극 [南極] (南极) nánjí <南極> なんきょく {南極} Nam Cực ◊ South Pole

남극광 [南極光] (南极光) nánjí guāng <南極光> なんきょくこう {南極光} Nam Cực quang ◊ southern aurora

남극권 [南極圈] (南极圈) nánjí juān <南極圈> なんきょくけん {南極圈} Nam Cực khuyên ◊ Antarctic circle

남극성 [南極星] (南极星) nánjí xīng <南極星> なんきょくせい {南極星} Nam Cực Tinh ◊ south pole star

남극점 [南極點] (南极点) nánjídiǎn <南極点> なんきょくてん {南極} Nam Cực ◊ South Pole

남극조약 [南極條約] (南极条约) nánjí tiáoyuē <南極條約> なんきょくじょうやく {協約南極} hiệp ước nam cực ◊ Antarctic Treaty

남극해 [南極海] (南冰洋) nán bīng yáng <南極海> なんきょくかい {湊南極} Biển Nam Cực ◊ Antarctic Sea

남극환경 [南極環境] (南极环境) nánjí huánjìng <南極環境> なんきょくかんきょう {媒場南極} môi trường nam cực ◊ Antarctic environment

남근 [男根] (男根) nán gēn <男根> だんこん {男根} nam căn ◊ penis

남녀 [男女] (男女) nánnǚ <男女> だんじょ {男女} cả hai giới ◊ both sexes

남녀별 [男女別] (按性別) àn xìngbié <男女別> だんじょべつ {男女別} nam nữ biệt ◊ men and women

남단 [南端] (南端) nánduān <南端> なんたん {鼻墳南|嶼贐南} mũi phía nam ◊ southern tip

남동 [南東] (东南) dōngnán <南東> なんとう {東南} đông nam ◊ south-east

남동생 [男동생] (弟弟) dìdi <弟> おとうと {俺㧕㭦㭦} em trai ◊ younger brother

남미 [南美] (南美) nán měi <南米> なんべい {南美} Nam Mỹ ◊ South America

남반구 [南半球] (南半球) nánbànqiú <南半球> みなみはんきゅう {南半球} Nam Bán Cầu ◊ Southern Hemisphere

남방 [南方] (南方) nánfāng <南方> なんぽう {彌南} miền nam ◊ south

남벌 [濫伐] (濫伐) lànfá <濫伐> らんばつ {濫用} lạm dụng ◊ abuse

남보석 [藍寶石] (蓝宝石) lánbǎoshí <藍宝石> あいほうせき {玉藍} ngọc lam ◊ sapphire; turquoise

남복 [男服] (男服) nán fú <男服> おとこふく {男服} nam phục ◊ men's clothing

남본 [藍本] (蓝本) lánběn <藍本> らんぽん {藍本} lam bản ◊ blueprint

남부 [南部] (南部) nánbù <南部> なんぶ {南部} nam bộ ◊ southern

남북 [南北] (南北) nánběi <南北> なんぼく {南北} nam bắc ◊ south and north

남색 [藍色] (蓝色) lánsè <藍色> あいいろ {龗洋} xanh dương ◊ indigo blue; blue

남서 [南西] (西南) xīnán <南西> なんせい {西南} tây nam ◊ south west

남성 [男聲] (男声) nán shēng <男声> だんせい {男聲} nam thanh ◊ male voice

남성 [男性] (男性) nánxìng <男性> だんせい {男性} đực ◊ male

남성미 [男性美] (男性美) nánxìngměi <男性美> だんせいび {男性美} nam tính mỹ ◊ male beauty

남성의류 [男性衣類] (男人衣服) nánrén yīfu <男

性服> だんせいふく {裙襖俾翁} quần áo đàn ông ◊ men's clothing

남수 [男囚] (男囚) nán qiú <男囚> だんしゅう {男囚} nam tù ◊ male prisoner

남아 [男兒] (男儿) nán'ér <男児> だんじ {男兒} đàn ông ◊ manhood

남아시아 [南 Asia] (南亚) nán yà <南アジア> みなみ Asia {南亞} Nam Á ◊ South Asia

남아프리카 [南 Africa] (南非) nánfēi <南アフリカ> みなみ Africa {南非} Nam Phi ◊ South Africa

남용 [濫用] (濫用) lànyòng <濫用> らんよう {濫用} lạm dụng ◊ abuse

남우 [男優] (男演员) nányǎnyuán <男優> だんゆう {男演員} nam diễn viên ◊ actor

남위 [南緯] (南纬) nánwěi <南緯> なんい {南緯} nam vĩ ◊ southern latitude

남유럽 [南 Europe] (南欧) nán ōu <南欧> なんおう {南歐} Nam Âu ◊ Southern Europe

남인 [男人] (男人) nánrén <男性> だんせい {俾翁} đàn ông ◊ male

남자 [男子] (男子) nánzǐ <男> おとこ {得男} người nam ◊ man

남자답다 [男子답다] (有男子气概) yǒu nánzǐ qìgài <男らしい> おとこらしい {雄勇} hùng dũng ◊ manly

남자무용수 [男者舞踊手] (男舞者) nán wǔ zhě <男性ダンサー> だんせい dancer {舞男} vũ nam ◊ male dancer

남자색 [藍紫色] (靛蓝紫) diàn lán zǐ <藍紫色> らんししょく {離襠} xanh tím ◊ blue-violet

남자화장실 [男子化粧室] (男洗手间) nán xǐshǒujiān <男御手洗> おとこおてあらい {㚲衛生男} Nhà Vệ Sinh Nam ◊ Men's Room; Men's

남작 [男爵] (男爵) nánjué <男爵> だんしゃく {男爵} nam tước ◊ baron

남장 [男裝] (男装) nánzhuāng <男装> だんそう {男裝} nam trang ◊ clothing for men

남존여비 [男尊女卑] (男尊女卑) nán zūn nǚ bēi <男尊女卑> だんそんじょひ {男尊女卑} nam tôn nữ ty ◊ male chauvinism

남쪽 [南쪽] (南边) nánbian <南側> みなみがわ {南墳南|嶼贐南} phía nam ◊ south side

남청 [藍青] (蓝青) lán qīng <藍青> らんせい {藍青} lam thanh ◊ blue indigo

남편 [男便] (老公) lǎogōng <夫> おっと {猷煋} chồng ◊ husband

남풍 [南風] (南风) nán fēng <南風> はえ {南風}

nam phong ◊ south wind

남학생 [男學生] (男生) nánshēng <男学生> おとこがくせい {男生} nam sinh ◊ boy student

남향 [南向] (朝南) cháo nán <南向き> みなみむき {向南} hướng nam ◊ south-facing

남회귀선 [南回歸線] (南回归线) nánhuíguīxiàn <南回帰線> みなみかいきせん {冬至線} đông chí tuyến ◊ Tropic of Capricorn

납금 [納金] (交钱) jiāo qián <納金> のうきん {清算} thanh toán ◊ payment

납부 [納付] (缴纳) jiǎonà <納まる> おさまる {搽錢|𨆢錢|𢶒錢} trả tiền ◊ pay

납세 [納稅] (纳税) nàshuì <納税> のうぜい {納稅} nạp thuế ◊ ratepaying

납월 [臘月] (腊月) làyuè <臘月> ろうげつ {臘月} lạp nguyệt ◊ twelfth lunar month

납입 [納入] (纳入) nàrù <納入> のうにゅう {納入} nạp nhập ◊ supply

납지 [蠟紙] (蜡纸) làzhǐ <蝋紙> ろうがみ {蠟紙} lạp chỉ ◊ wax paper

납치 [拉致] (绑架) bǎngjià <拉致> らち {扒㕧} bắt cóc ◊ abduction

납품 [納品] (交货) jiāohuò <納品> のうひん {交贶} giao hàng ◊ delivery

납함 [吶喊] (呐喊) nàhǎn <吶喊> とっかん {㗂噅} tiếng kêu ◊ battle cry; war cry

낫 [一] (镰刀) liándāo <鎌> かま {䋥𢪏|𫍵𢪏} lưỡi hái ◊ sickle

낫토 [納豆] (纳豆) nà dòu <納豆> なっとう {納豆} nạp đậu ◊ natto; fermented soybeans

낭독 [朗讀] (朗读) lǎngdú <朗読> ろうどく {讀熟悉} đọc thuộc lòng ◊ recitation

낭만 [浪漫] (浪漫) làngmàn <浪漫> ろまん {浪漫} lãng mạn ◊ romantic

낭만파 [浪漫派] (浪漫派) làngmàn pài <浪漫派> ろまんは {浪漫派} lãng mạn phái ◊ romantic

낭비 [浪費] (浪费) làngfèi <浪費> ろうひ {浪費} lãng phí ◊ waste

낭송 [朗誦] (朗诵) lǎngsòng <朗誦> ろうしょう {朗誦} lãng tụng ◊ recite

낭자 [狼藉] (狼藉) lángjí <狼藉> ろうぜき {狼藉} lang tạ ◊ mess

낭자군 [娘子軍] (娘子军) niángzǐ jūn <娘子軍> じょうしぐん {娘子軍} nương tử quân ◊ detachment of women

낭종 [囊腫] (囊肿) nángzhǒng <嚢腫> のうしゅ {囊炎} nang viêm ◊ cyst

낭중 [囊中] (囊中) náng zhōng <嚢中> のうちゅう {囊中} nang trung ◊ in the sac

낭패 [狼狽] (狼狈) lángbèi <狼狽> ろうばい {𩑛慫} lúng túng ◊ embarrassed

낭하 [廊下] (廊下) láng xià <廊下> ろうか {廊下} lang hạ ◊ under the porch

낮잠 [一] (午睡) wǔshuì <昼寝> ひるね {眝𥇀} ngủ trưa ◊ nap

낯선사람 [一] (陌生人) mòshēngrén <見知らぬ人> みしらぬひと {𠊛𤳆|得𩅺} người lạ ◊ stranger

내각 [內閣] (内阁) nèigé <内閣> ないかく {內閣} nội các ◊ cabinet

내각 [內角] (内角) nèi jiǎo <内角> ないかく {內角} nội giác ◊ interior angle

내각회의 [內閣會議] (内阁会议) nèigé huìyì <閣議> かくぎ {局𢶢內閣} cuộc họp nội các ◊ cabinet meeting

내강외유 [內剛外柔] (内刚外柔) nèi gāng wài róu <内剛外柔> ないごうがいじゅう {內剛外柔} nội cương ngoại nhu ◊ rigid on the inside and soft on the outside

내객 [來客] (来客) láikè <来客> らいきゃく {來客} lai khách ◊ guest

내거 [來去] (来去) lái qù <来去> らいきょ {來去} lai khứ ◊ come and go

내경 [內徑] (内径) nèi jìng <内径> ないけい {內徑} nội kính ◊ inner diameter

내공 [內功] (内功) nèi gōng <内功> ないこう {內功} nội công ◊ internal strength

내공 [內攻] (内攻) nèi gōng <内攻> ないこう {內攻} nội công ◊ internal disease

내과 [內科] (内科) nèikē <内科> ないか {內科} nội khoa ◊ internal medical department

내과의 [內科醫] (内科医生) nèikē yīshēng <内科医> ないかい {內科醫} nội khoa y ◊ internal medicine

내과피 [內果皮] (内果皮) nèi guǒpí <内果皮> ないかひ {內果皮} nội quả bì ◊ endocarp

내구 [耐久] (耐久) nàijiǔ <耐久> たいきゅう {耐久} nại cửu ◊ durable

내구력 [耐久力] (耐力) nàilì <耐久力> たいきゅうりょく {耐久力} nại cửu lực ◊ durability

내구성 [耐久性] (耐久性) nàijiǔ xìng <耐久性> たいきゅうせい {度𥑥} độ bền ◊ durability

내구성파괴 [耐久性破壞] (耐久破坏) nàijiǔ pòhuài <耐久性破壊> たいきゅうせいはかい

{破毀斡吡} phá hủy bền bỉ ◊ endurance failure

내궁 [內宮] (内宮) nèi gōng <内宮> ないくう {內宮} nội cung ◊ inner palace

내규 [內規] (内规) nèi guī <内規> ないき {內規} nội quy ◊ internal regulations

내년 [來年] (来年) láinián <来年> らいねん {來年} lai niên ◊ next year

내란 [內亂] (内乱) nèiluàn <内乱> ないらん {內亂} nội loạn ◊ civil strife

내려다보다 [－] (瞧不起) qiáobùqǐ <見下す> みくだす {睨常} coi thường ◊ look down on

내력 [來歷] (来历) láilì <来歷> らいれき {來歷} lai lịch ◊ history; career

내륙해풍 [內陸海風] (内陆海风) nèilù hǎifēng <内陸海風> ないりくかいふう {壨淩內地} gió biển nội địa ◊ inland sea wind

내리다 [－] (下车) xiàchē <下車> げしゃ {鄺車} xuống xe ◊ alighting

내리막 [－] (下坡) xiàpō <下り坂> くだりざか {鄺嵼|鄺璊} xuống dốc ◊ downhill

내면 [內面] (内面) nèi miàn <内面> ないめん {內面} nội diện ◊ inside

내무 [內務] (内务) nèiwù <内務> ないむ {內務} nội vụ ◊ internal affairs; domestic affairs

내방 [內房] (内房) nèi fáng <内房> うつぶさ {內房} nội phòng ◊ inner chamber

내법 [內法] (内法) nèi fǎ <内法> うちのり {內法} nội pháp ◊ internal law

내벽 [內壁] (内壁) nèi bì <内壁> ないへき {內壁} nội bích ◊ inner wall

내변 [內邊] (内边) nèi biān <内辺> ないへん {內邊} nội biên ◊ internal side

내병성 [耐病性] (耐病性) nài bìng xìng <耐病性> たいびょうせい {性抗病} tính kháng bệnh ◊ disease tolerance

내복 [內服] (内服) nèifú <内服> ないふく {內服} nội phục ◊ take orally

내복약 [內服藥] (内服药) nèifú yào <内服藥> ないふくやく {內服藥} nội phục dược ◊ take the medicine internally

내부 [內部] (内部) nèibù <内部> ないぶ {內部} nội bộ ◊ interior

내부간첩 [內部間諜] (内奸) nèijiān <内通者> ないつうしゃ {內奸} nội gian ◊ inside traitor; internal traitor

내부감사 [內部監査] (内部审计) nèibù shěnjì <内部監査> ないぶかんさ {檢算內部} kiểm toán nội bộ ◊ internal audit

내부구조 [內部構造] (内部结构) nèibù jiégòu <内部構造> ないぶこうぞう {構築㳰䰜} cấu trúc bên trong ◊ internal structure

내부규칙 [內部規則] (内部规则) nèibù guīzé <内部規則> ないぶきそく {規則內部} quy tắc nội bộ ◊ internal rules

내부기구 [內部機構] (内部机构) nèibù jīgòu <内部機構> ないぶきこう {機構內部} cơ cấu nội bộ ◊ internal organization

내부기준 [內部基準] (内部标准) nèibù biāozhǔn <内部基準> ないぶきじゅん {標準內部} tiêu chuẩn nội bộ ◊ internal standard

내부변환 [內部變換] (内部转换) nèibù zhuǎnhuàn <内部変換> ないぶへんかん {轉䫋內部} chuyển đổi nội bộ ◊ internal conversion

내부오염 [內部汚染] (内部污染) nèibù wūrǎn <内部汚染> ないぶおせん {污染㳰䰜} ô nhiễm bên trong ◊ internal contamination

내부확산 [內部擴散] (内部扩散) nèibù kuòsàn <内部拡散> ないぶかくさん {擴散㳰䰜} khuếch tán bên trong ◊ internal diffusion

내부효율 [內部效率] (内效率) nèi xiàolǜ <内部効率> ないぶこうりつ {效果內部} hiệu quả nội bộ ◊ internal efficiency

내분 [內紛] (内纷) nèi fēn <内紛> ないふん {內紛} nội phân ◊ internal strife

내분비 [內分泌] (内分泌) nèifēnmì <内分泌> ないぶんぴつ {內分泌} nội phân bí ◊ incretion

내분비계 [內分泌系] (内分泌系统) nèifēnmì xìtǒng <内分泌系> ないぶんぴつけい {系統內洩} hệ thống nội tiết ◊ endocrine system

내분비기관 [內分泌器官] (内分泌器官) nèifēnmì qìguān <内分泌器官> ないぶんぴつきかん {機關內洩} cơ quan nội tiết ◊ endocrine organ

내분비질환 [內分泌疾患] (内分泌失调) nèifēnmì shīdiào <内分泌疾患> ないぶんぴつしっかん {繈亂內洩} rối loạn nội tiết ◊ endocrine dyscrasia

내분비학 [內分泌學] (内分泌学) nèifēnmì xué <内分泌科> ないぶんぴつか {內洩} nội tiết ◊ endocrinology

내빈 [來賓] (来宾) láibīn <来賓> らいひん {客} khách ◊ guest

내산 [耐酸] (耐酸) nàisuān <耐酸> たいさん {耐酸} nại toan ◊ acid resistant

내산성 [耐酸性] (耐酸性) nàisuān xìng <耐酸性> たいせいきん {性耐酸} tính nại toan ◊ acid resistance

내상 [內傷] (内伤) nèishāng <内傷> ないしょう {內傷} nội thương ◊ internal

내서 [耐暑] (耐暑) nài shǔ <耐暑> たいしょ {耐暑} nại thử ◊ heat resistance

내선 [內線] (内线) nèi xiàn <内線> ないせん {內線} nội tuyến ◊ indoor wiring

내성 [耐性] (耐性) nàixìng <耐性> たいせい {耐性} nại tính ◊ patience

내성 [內城] (内城) nèichéng <内城> ないじょう {內城} nội thành ◊ inner city

내세 [來世] (来世) láishì <来世> らいせ {來世} lai thế ◊ afterlife

내수 [耐水] (耐水) nài shuǐ <耐水> たいすい {耐水} nại thủy ◊ water resistant

내수 [內需] (内需) nèi xū <内需> ないじゅ {內需} nội nhu ◊ domestic demand

내수성 [耐水性] (防水性能) fáng shuǐxìng néng <耐水性> ないどこ {性耐水} tính nại thủy ◊ water resistance

내쉬다 [－] (吐气) tǔqì <吐息> といき {欷戲} thở dài ◊ sigh

내시경 [內視鏡] (内窥镜) nèikuījìng <内視鏡> たいしょくせい {內視鏡} nội thị kính ◊ endoscopy

내식 [耐蝕] (耐蚀) nài shí <耐蝕> たいしょく {耐蝕} nại thực ◊ corrosion resistant

내실 [內室] (内室) nèishì <内室> ないしつ {內室} nội thất ◊ inner room

내심 [內心] (内心) nèixīn <内心> ないしん {內心} nội tâm ◊ heart; innermost being

내압 [耐壓] (耐压) nài yā <耐圧> たいあつ {耐壓力} chịu áp lực ◊ pressure resistance

내연 [內燃] (内燃) nèi rán <内燃> ないねん {內燃} nội nhiên ◊ internal combustion

내열 [耐熱] (耐热) nàirè <耐熱> たいねつ {耐熱} nại nhiệt ◊ heat resisting

내열강 [耐熱鋼] (耐热钢) nàirè gāng <耐熱鋼> たいねつこう {鎈耐熱} thép chịu nhiệt ◊ heat resistant steel

내염성 [耐鹽性] (耐盐性) nài yán xìng <耐塩性> たいえんせい {性抗醎} tính kháng muối ◊ salt tolerance

내왕 [來往] (来往) láiwǎng <来往> らいおう {來往} lai vãng ◊ coming and going

내외 [內外] (内外) nèiwài <内外> ないがい {內外} nội ngoại ◊ inside and out

내용 [耐用] (耐用) nàiyòng <耐用> たいよう {耐用} nại dụng ◊ durable

내용 [內容] (内容) nèiróng <内容> ないよう {內容} nội dung ◊ content

내용물 [內容物] (内容) nèiróng <内容> ないよう {內容} nội dung ◊ contents; text

내용약 [內用藥] (内用药) nèi yòng yào <内用藥> ないようやく {內用藥} nội dụng dược ◊ internal medications

내우 [內憂] (内忧) nèi yōu <内憂> ないゆう {內憂} nội ưu ◊ internal worries

내월 [來月] (来月) lái yuè <来月> らいげつ {胸蹕} tháng tới ◊ coming month

내응 [內應] (内应) nèi yìng <内応> ないおう {內應} nội ứng ◊ internal response

내의 [內衣] (内衣) nèiyī <下衣> したごろも {內衣} nội y ◊ undergarments

내이 [內耳] (内耳) nèi'ěr <内耳> ないじ {內耳} nội nhĩ ◊ inner ear

내이염 [內耳炎] (内耳炎) nèi'ěr yán <内耳炎> ないじえん {內耳炎} nội nhĩ viêm ◊ labyrinthitis

내인 [內人] (老婆) lǎopó <家内> かない {內人} nội nhân ◊ wife

내인 [內因] (内因) nèi yīn <内因> ないいん {內因} nội nhân ◊ intrinsic causes

내인성중독 [內因性中毒] (内因性中毒) nèi yīn xìng zhòngdú <内因性中毒> ないいんせいちゅうどく {誤毒內在} ngộ độc nội tại ◊ endogenic toxicosis

내일 [來日] (明天) míngtiān <明日> あす {時晨} ngày mai ◊ tomorrow

내장 [內藏] (内藏) nèi cáng <内藏> ないぞう {內藏} nội tàng ◊ built-in

내장 [內臟] (内脏) nèizàng <内臓> ないぞう {內臟} nội tạng ◊ entrails

내재 [內在] (内在) nèizài <内在> ないざい {內在} nội tại ◊ inner; intrinsic

내전 [內殿] (内殿) nèi diàn <内殿> ないでん {內殿} nội điện ◊ inner palace

내전 [內戰] (内战) nèizhàn <内戰> ないせん {內戰} nội chiến ◊ civil war

내절 [內切] (内切) nèiqiē <内切> ないせつ {內切} nội thiết ◊ incision

내점 [來店] (来店) lái diàn <来店> らいてん {琜店} đến tiệm ◊ come to the store

내접 [內接] (内接) nèi jiē <内接> ないせつ {內接} nội tiếp ◊ inscribed

내정 [內情] (内情) nèiqíng <内情> ないじょう

{內情} nội tình ◊ insider

내정 [內政] (内政) nèizhèng <内政> ないせい {內政} nội chính ◊ internal affairs

내조 [內助] (内助) nèi zhù <内助> ないじょ {內助} trợ giúp nội bộ ◊ internal help

내지 [內地] (内地) nèidì <内地> ないち {內地} nội địa ◊ inland

내지화 [內地化] (内地化) nèidì huā <内地化> ないちか {內地化} nội địa hóa ◊ mainlandization

내진 [來診] (来诊) lái zhěn <來診> らいしん {來診} lai chẩn ◊ visiting the clinic

내진 [耐震] (耐震) nài zhèn <耐震> たいしん {耐震} nại chấn ◊ earthquake resistant

내쫓다 [一] (开除) kāichú <追い出す> おいだす {逐出} trục xuất ◊ expel

내채 [內債] (内债) nèi zhài <内債> ないさい {內債} nội trái ◊ domestic debt

내추 [來秋] (来秋) lái qiū <来秋> らいしゅう {暓秋艀燏} mùa thu năm sau ◊ next autumn; next fall

내출혈 [內出血] (内出血) nèichūxuè <内出血> ないしゅっけつ {內出血} nội xuất huyết ◊ hemorrhage

내측 [內側] (内侧) nèi cè <内側> うちがわ {內側} nội trắc ◊ inside

내치 [內治] (内治) nèi zhì <内治> ないち {內治} nội trị ◊ internal governance

내통 [內通] (内通) nèi tōng <内通> ないつう {內通} nội thông ◊ intercom

내표면 [內表面] (内表面) nèi biǎomiàn <内部表面> ないぶひょうめん {皽秨齼齼} bề mặt bên trong ◊ internal surface

내피 [內皮] (内皮) nèipí <内皮> ないひ {內皮} nội bì ◊ endothelium

내한 [耐寒] (耐寒) nàihán <耐寒> たいかん {耐寒} nại hàn ◊ resistant to coldness

내한성 [耐寒性] (耐寒性) nàihán xìng <耐寒性> たいかんせい {性耐寒} tính nại hàn ◊ cold resistance

내항 [內港] (内港) nèi gǎng <内港> ないこう {內港} nội cảng ◊ inner harbor

내해 [內海] (内海) nèi hǎi <内海> うつみ {內海} nội hải ◊ inland inland sea; interior sea; continental sea; enclosed sea

내향 [內向] (内向) nèixiàng <内向> ないこう {內向} nội hướng ◊ introverted

내향성 [內向性] (内向性) nèixiàng xìng <内向性> ないこうせい {性內向} tính nội hướng ◊ introversion

내호흡 [內呼吸] (内呼吸) nèi hūxī <内呼吸> ないこきゅう {內呼吸} nội hô hấp ◊ internal breathing

내홍 [內訌] (内讧) nèihòng <内訌> ないこう {內訌} nội hồng ◊ internal discord; domestic discord

내화 [耐火] (耐火) nàihuǒ <耐火> たいか {耐火} nại hỏa ◊ fire-resistant

내화도 [耐火度] (耐火度) nàihuǒ dù <耐火度> たいかど {耐火度} nại hỏa độ ◊ refractoriness

내화물 [耐火物] (耐火材料) nàihuǒ cáiliào <耐火物質> たいかぶつ {物料齼焐} vật liệu chịu lửa ◊ refractory material

내화물조성 [耐火物組成] (耐火材料成分) nàihuǒ cáiliào chéngfèn <耐火物組成> たいかぶつそせい {成份齼焐} thành phần chịu lửa ◊ refractory composition

내화물파손 [耐火物破損] (耐火材料散裂) nàihuǒ cáiliào sàn liè <耐火物破片> たいかぶつはへん {物料齼焐} vật liệu chịu lửa ◊ refractory spalling

내화성 [耐火性] (耐火性) nàihuǒ xìng <耐火性> たいかせい {性耐火} tính nại hỏa ◊ fire resistance

내화점토 [耐火粘土] (耐火粘土) nàihuǒ nián tǔ <耐火粘土> たいかねんど {塷壋齼焐} đất sét chịu lửa ◊ refractory fireclay

내화특성 [耐火特性] (耐火特性) nàihuǒ tèxìng <耐火特性> たいかとくせい {性瓛烃} tính chống cháy ◊ fire resistance

내환 [內患] (内患) nèi huàn <内患> ないかん {內患} nội hoạn ◊ internal trouble

냄비 [一] (锅) guō <鍋> なべ {垰} nồi ◊ pot

냉각 [冷却] (冷却) lěngquè <冷却> れいきゃく {冷却} lãnh khước ◊ cooling

냉각기관 [冷却機關] (冷却机) lěngquè jī <冷却機関> れいきゃくきかん {機器夛颙} cơ khí làm mát ◊ cooling mechanism

냉각수탱크 [冷却水 tank] (冷却液箱) lěngquè yè xiāng <冷却液タンク> れいきゃくえき tank {液賭渃夛沫} bể chứa nước làm mát ◊ coolant reservoir

냉각액 [冷却液] (冷却液) lěngquè yè <冷却液> れいきゃくき {冷却液} lãnh khước dịch ◊ liquid coolant

냉각제 [冷却劑] (冷却剂) lěngquè jì <冷却剂> れ

いきゃくすい {質冷却} chất lãnh khước ◊ coolant

냉기 [冷氣] (冷气) lěngqì <冷気> れいき {冷氣} lãnh khí ◊ air conditioning

냉담 [冷淡] (冷淡) lěngdàn <冷淡> れいたん {冷淡} lãnh đạm ◊ cold

냉대 [冷待] (冷遇) lěngyù <冷遇> れいぐう {冷遇} lãnh ngộ ◊ cold reception

냉동 [冷凍] (冷冻) lěngdòng <冷凍> れいとう {冷凍} lãnh đông ◊ frozen

냉동고 [冷凍庫] (冷冻库) lěngdòngkù <冷凍庫> れいとうこ {冷凍庫} lãnh đông khố ◊ freezer

냉동기 [冷凍機] (制冷机) zhìlěng jī <冷凍機> れいとうせん {冷凍機} lãnh đông cơ ◊ refrigerator

냉동법 [冷凍法] (冷冻法) lěngdòng fǎ <冷凍法> れいとうほう {方法凍冷} phương pháp đông lạnh ◊ freezing process

냉동선 [冷凍船] (冷藏船) lěngcáng chuán <冷凍船> れいがんし {冷凍船} lãnh đông thuyền ◊ frozen ships

냉동순환 [冷凍循環] (冷冻循环) lěngdòng xúnhuán <冷凍循環> れいとうじゅんかん {週期揀冰} chu kỳ đóng băng ◊ refrigerating cycle

냉동식품 [冷凍食品] (冷冻食品) lěngdòng shípǐn <冷凍食品> れいとうしょくひん {食品凍冷} thực phẩm đông lạnh ◊ frozen food

냉랭하다 [冷冷하다] (冰冷) bīnglěng <冷々> れいれい {冰冷} băng lạnh ◊ cold; chilly

냉면 [冷麵] (冷面) lěngmiàn <冷麵> れいめん {冷麵} lãnh miến ◊ cold noodles

냉방 [冷房] (冷房) lěng fáng <冷房> れいぼう {冷房} lãnh phòng ◊ cold room

냉방설비 [冷房設備] (冷气设备) lěngqì shèbèi <冷房> れいぼう {設備氣冷} thiết bị khí lạnh ◊ cooling

냉병 [冷病] (冷病) lěng bìng <冷病> ひやびょう {冷病} lãnh bệnh ◊ cold sickness

냉소 [冷笑] (冷笑) lěngxiào <冷笑> れいしょう {冷笑} lãnh tiếu ◊ sneer

냉수 [冷水] (冷水) lěngshuǐ <冷水> れいすい {冷水} lãnh thủy ◊ cold water

냉수꼭지 [冷水꼭지] (冷水龙头) lěngshuǐ lóngtóu <冷水タップ> れいすい tap {腤渃冷} vòi nước lạnh ◊ cold faucet

냉열 [冷熱] (冷热) lěng rè <冷熱> れいねつ {冷熱} lãnh nhiệt ◊ hot and cold

냉온 [冷溫] (冷温) lěng wēn <冷温> れいおん {冷溫} lãnh ôn ◊ low temperature

냉온대 [冷溫帶] (寒温带) hán wēndài <冷温帯> れいおんたい {冷溫帶} lãnh ôn đới ◊ cold temperate zone

냉우 [冷雨] (冷雨) lěng yǔ <冷雨> れいう {冷雨} lãnh vũ ◊ cold rain

냉장 [冷藏] (冷藏) lěngcáng <冷蔵> れいぞう {冷藏} lãnh tàng ◊ refrigeration

냉장고 [冷藏庫] (冰箱) bīngxiāng <冷蔵庫> れいぞうこ {櫥冷} tủ lạnh ◊ refrigerator; freezer

냉전 [冷戰] (冷战) lěngzhàn <冷戦> れいせん {冷戰} lãnh chiến ◊ cold war

냉정 [冷靜] (冷静) lěngjìng <冷静> れいせい {冷靜} lãnh tĩnh ◊ calm down

냉조 [冷嘲] (冷嘲) lěng cháo <冷嘲> れいちょう {冷嘲} lãnh trào ◊ cold mockery

냉차 [冷茶] (冷茶) lěng chá <冷茶> れいちゃ {冷茶} lãnh trà ◊ cold tea

냉채 [冷菜] (冷菜) lěngcài <冷菜> れいさい {冷菜} lãnh thái ◊ cold dishes

냉천 [冷泉] (冷泉) lěng quán <冷泉> れいぜい {冷泉} lãnh tuyền ◊ cold spring

냉풍 [冷風] (冷风) lěng fēng <冷風> れいふう {冷風} lãnh phong ◊ cold air

냉풍로 [冷風爐] (冷风炉) lěng fēng lú <冷風炉> れいふうろ {爈炪爐} lò sưởi lạnh ◊ cold blast

냉한 [冷汗] (冷汗) lěnghàn <冷や汗> ひやあせ {冷汗} lãnh hãn ◊ cold sweat

냉해 [冷害] (冷害) lěng hài <冷害> れいがい {冷害} lãnh hại ◊ cold-weather damage to crops

냉혈 [冷血] (冷血) lěng xuè <冷血> れいけつ {冷血} lãnh huyết ◊ cold-bloodedness

냉혹 [冷酷] (冷酷) lěngkù <冷酷> れいこく {殘忍} tàn nhẫn ◊ cruelty

너비 [—] (幅) fú <幅> はば {𢃊𧸝} chiều rộng ◊ width

넓고 좁다 [—] (广狭) guǎng xiá <広狭> こうきょう {𢌌狹} rộng hẹp ◊ wide and narrow

넓고 크다 [—] (广大) guǎngdà <広大> こうだい {𢌌𡘯} rộng lớn ◊ broad; extensive

넓은 의미 [넓은意味] (广义) guǎngyì <広義> こうぎ {意義𢌌} ý nghĩa rộng ◊ wide sense

넓은 지역 [넓은地域] (大面积) dàmiànjī <広い面積> ひろいめんせき {面積𡘯} diện tích lớn ◊ large area

넘다 [—] (穿越) chuānyuè <通り越す> とおりこす {穿𣳔} xuyên qua ◊ go through

넘어 지다 [−] (跌倒) diēdǎo <転ぶ> ころぶ {踜} rớt ◊ fall

네개 [네個] (四个) sì ge <四つ> よっつ {𦊚吒} bốn cái ◊ four

네거리 [−] (十字路) shízì lù <交叉> こうさ {交路} giao lộ ◊ crossing; intersection; crossway

네번 [네番] (四次) sì cì <四回> よんかい {𦊚𠞺} bốn lần ◊ four times

년 [年] (年) nián <年> ねん {𢆥} năm ◊ year

노고 [勞苦] (劳苦) láokǔ <労苦> ろうく {勞苦} lao khổ ◊ toil; hardship

노균병 [露菌病] (露菌病) lù jūn bìng <露菌病> ろきんびょう {病稔沐} bệnh nấm mốc ◊ candidiasis

노기 [怒氣] (怒气) nùqì <怒気> どき {怒氣} nộ khí ◊ anger

노년 [老年] (老年) lǎonián <老年> ろうねん {老年} lão niên ◊ old age

노대 [露臺] (露台) lùtái <露台> ろだい {露臺} lộ đài ◊ balcony

노도 [怒濤] (怒涛) nù tāo <怒涛> どとう {怒濤} nộ đào ◊ surging waves; raging billows

노동 [勞動] (劳动) láodòng <労動> ろうどう {勞動} lao động ◊ labor; work

노동력 [勞動力] (劳动生产力) láodòng shēngchǎnlì <労動生産力> ろろうどうせいさんりょく {能率勞動} năng suất lao động ◊ labor-capacity

노동법 [勞動法] (劳动法) láodòng fǎ <労動法> ろうどうほう {律勞動} luật lao động ◊ labor law

노동복 [勞動服] (劳动服) láodòng fú <労動服> ろうどうふく {勞動服} lao động phục ◊ labor clothes

노동운동 [勞動運動] (工人运动) gōngrén yùndòng <労動運動> ろうどううんどう {工運} công vận ◊ labor movement

노동자 [勞動者] (工人) gōngrén <労動者> ろうどうしゃ {工人} công nhân ◊ worker

노동절 [勞動節] (劳动节) láodòngjié <労動節; メーデー> ろうどうせつ; May Day {𣈜勞動|節勞動} Ngày Lao Động ◊ Labor Day; May Day

노동조합 [勞動組合] (工会组织) gōnghuì zǔzhī <労動組合> ろうどうくみあい {工團} công đoàn ◊ trade union

노란잎 [−] (黄叶) huáng yè <黄葉> こうよう {蔸鐄|蘿鐄} lá vàng ◊ yellow leaves

노래방 [노래房] (卡拉 OK 房) kǎlā OK fáng <空オケ屋> から OK や {房咖囉嗚稽} phòng ca ra ô kê ◊ karaoke

노력 [勞力] (劳力) láolì <労力> ろうりょく {勞力} lao lực ◊ effort; toil; trouble

노력 [努力] (努力) nǔlì <努力> どりょく {努力} nỗ lực ◊ work hard; diligently

노력분려 [努力奮勵] (努力奋励) nǔlì fèn lì <努力奮励> どりょくふんれい {努力奮勵} nỗ lực phấn lệ ◊ making strenuous efforts; exerting oneself

노령 [老齡] (老龄) lǎolíng <老齢> ろうれい {老齡} lão linh ◊ aging

노면 [路面] (路面) lùmiàn <路面> ろめん {路面} lộ diện ◊ pavement

노모 [老母] (老母) lǎo mǔ <老母> ろうぼ {媄𦓅} mẹ già ◊ old mother; aged mother

노무비 [勞務費] (劳务费) láowù fèi <労務費> ろうむひ {支費人工} chi phí nhân công ◊ labor cost

노변 [爐邊] (炉边) lú biān <炉辺> ろへん {爐邊} lô biên ◊ fireside

노병 [老兵] (老兵) lǎobīng <老兵> ろうへい {老兵} lão binh ◊ veteran

노복 [奴僕] (奴仆) núpú <奴僕> どぼく {奴僕} nô bộc ◊ servant

노부 [老夫] (老夫) lǎofū <老夫> ろうふ {老夫} lão phu ◊ old man

노부 [老父] (老父) lǎo fù <老父> ろうふ {老父} lão phụ ◊ old father

노부 [老婦] (老妇) lǎo fù <老婦> ろうふ {老婦} lão phụ ◊ old woman

노비 [奴婢] (奴婢) núbì <奴婢> どひ {奴婢} nô lệ ◊ slaves

노상 [路上] (路上) lùshang <路上> ろじょう {𨖲蹎} trên đường ◊ on the road; on a journey

노선 [路線] (路线) lùxiàn <路線> ろせん {定線} định tuyến ◊ route

노선도 [路線圖] (路线图) lùxiàn tú <路線図> ろせんず {定線圖} định tuyến đồ ◊ road map

노선번호 [路線番號] (路线编号) lùxiàn biānhào <路線番号> ろせんばんごう {數定線} số định tuyến ◊ route number

노성 [老成] (老成) lǎochéng <老成> ろうせい {老成} lão thành ◊ experienced; trained

노성 [怒聲] (怒声) nù shēng <怒声> どせい {怒聲} nộ thanh ◊ angry

노소 [老少] (老少) lǎoshào <老少> ろうしょう {老少} lão thiếu ◊ old and young

노송 [老松] (老松) lǎo sōng <老松> おいまつ {老

松} lão tùng ◊ old pine

노쇠 [老衰] (老衰) lǎo cuī <老衰> ろうすい {老
衰} lão suy ◊ senility

노수 [老手] (老手) lǎoshǒu <老手; 老巧> ろうし
ゅ; ろうこう {期舊} kỳ cựu ◊ veteran; past
master

노수 [老樹] (老树) lǎo shù <老樹> ろうじゅ {老
樹} lão thụ ◊ old trees

노숙 [露宿] (露宿) lùsù <露宿> ろしゅく {露宿}
lộ túc ◊ bivouac

노승 [老僧] (老僧) lǎo sēng <老僧> ろうそう {老
僧} lão tăng ◊ elderly priest

노신 [老臣] (老臣) lǎo chén <老臣> ろうしん {老
臣} lão thần ◊ elderly minister

노야 [老爺] (老爷) lǎoye <老爺> ろうや {老爺}
lão gia ◊ old man

노약 [老若] (老中青) lǎo zhōng qīng <老若> ろう
にゃく {槔祂} già trẻ ◊ young and old; all ages

노약 [老弱] (老弱) lǎo ruò <老弱> ろうじゃく
{老弱} lão nhược ◊ infirmities of old age

노약자 [老弱者] (老弱者) lǎo ruò zhě <老弱者>
ろうじゃくしゃ {駅老弱} người lão nhược ◊
young and old; all ages

노역 [勞役] (劳役) láoyì <劳役> ろうえき {勞役}
lao dịch ◊ penal servitude

노영 [露營] (露营) lùyíng <露营> ろえい {露營}
lộ dinh ◊ bivouac

노예 [奴隸] (奴隶) núlì <奴隸> どれい {奴隸}
nô lệ ◊ slave

노옥 [老屋] (老屋) lǎo wū <老屋> ろうや {老屋}
lão ốc ◊ old house

노우 [老優] (资深演员) zī shēn yǎnyuán <老優> ろ
うゆう {演員期舊} diễn viên kỳ cựu ◊ veteran
actor

노유 [老儒] (老儒) lǎo rú <老儒> ろうじゅ {老儒}
lão nho ◊ old Confucian; elderly Confucian scholar

노유 [老幼] (老幼) lǎo yòu <老幼> ろうよう {老
幼} lão ấu ◊ old and young

노인 [老人] (老人) lǎorén <老人> ろうじん {老
人} lão nhân ◊ old man

노인 [路人] (路人) lùrén <路人> みちと {路人}
lộ nhân ◊ passerby

노인병 [老人病] (老年病) lǎonián bìng <老人病>
ろうじんびょう {老人病} lão nhân bệnh ◊
diseases of the elderly

노인병학과 [老人病學科] (老年病学科) lǎonián
bìng xuékē <老人病学科> ろうじんびょうがつ

か {老科} lão khoa ◊ department of geriatrics

노자 [勞資] (劳资) láozī <劳资> ろうし {勞資}
lao tư ◊ labor and employment.\

노작 [勞作] (劳作) láozuò <劳作> ろうさく {勞
作} lao tác ◊ works

노점 [露點] (露点) lùdiǎn <露点> ろてん {露點}
lộ điểm ◊ dew point

노점 [露店] (摊位) tānwèi <露店> ろてん {肮埠
埌} hàng via hè ◊ street stand

노정 [路程] (路程) lùchéng <路程> ろてい {路程}
lộ trình ◊ journey

노조 [勞組] (工会) gōnghuì <劳组> ろうそ {工
團} công đoàn ◊ labor union

노조 [怒潮] (怒潮) nùcháo <怒潮> どしお {怒潮}
nộ triều ◊ mascaret

노주 [露珠] (露珠) lùzhū <露珠> ろじゅ {露珠}
lộ châu ◊ dewdrop

노처 [老妻] (老妻) lǎo qī <老妻> ろうさい {老妻}
lão thê ◊ old wife

노천 [露天] (露天) lùtiān <露天> ろてん {露天}
lộ thiên ◊ open-air

노천굴 [露天掘] (露天采矿) lùtiān cǎikuàng <露天
掘> ろてんぼり {开拓露天} khai thác lộ thiên ◊
open excavation

노체 [老體] (老体) lǎo tǐ <老体> ろうたい {老體}
lão thể ◊ old body

노출과도 [露出過度] (感光过度) gǎnguāng guòdù
<感光過度> かんこうかど {啡過麗} phơi quá
lâu ◊ overexposed

노출부족 [露出不足] (感光不足) gǎnguāng bùzú <
感光不足> かんこうぶそく {啡過沙} phơi quá
ít ◊ underexposed

노파심 [老婆心] (老婆心) lǎopó xīn <老婆心> ろ
うばしん {老婆心} lão bà tâm ◊ concern;
excessive kindness

노표 [路標] (路标) lùbiāo <路標> ろひょう {匾
指蹄} biển chỉ đường ◊ signpost

노화 [老化] (老化) lǎohuà <老化> ろうか {老化}
lão hóa ◊ aged

노후 [老後] (老后) lǎo hòu <老後> ろうご {老後}
lão hậu ◊ old age

노후 [老朽] (古朽) gǔ xiǔ <老朽> ろうきゅう
{古朽} cổ hủ ◊ ancient and out dated

녹 [鏽] (锈) xiù <錆> さび {銕} gỉ ◊ rust

녹각 [鹿角] (鹿角) lùjiǎo <鹿角> ろっかく {鹿
角} lộc giác ◊ antlers

녹내장 [綠內障] (绿内障) lù nèi zhàng <綠內障>

みどりないしょう {緑內障} lục nội chướng ◊ glaucoma

녹니석 [綠泥石] (绿泥石) lùníshí <綠泥石> りょくでいせき {綠泥石} lục nê thạch ◊ chlorite

녹두 [綠豆] (绿豆) lùdòu <綠豆> りょくとう {豆豉} đậu xanh ◊ mung beans

녹로 [轆轤] (辘轳) lùlu <轆轤> ろくろ {轆轤} lộc lô ◊ windlass

녹림 [綠林] (绿林) lùlín <綠林> りょくりん {綠林} lục lâm ◊ green forest outlaws; greenwood bawcocks

녹비 [綠肥] (绿肥) lùféi <綠肥> りょくひ {綠肥} lục phì ◊ green manure

녹색 [綠色] (绿色) lùsè <綠色> りょくしょく {靘} xanh ◊ green

녹수 [綠樹] (绿树) lùshù <綠樹> りょくじゅ {綠樹} lục thụ ◊ green trees

녹야 [綠野] (绿野) lù yě <綠野> りょくや {綠野} lục dã ◊ green field

녹엽 [綠葉] (绿叶) lùyè <綠葉> みどりば {綠葉} lục diệp ◊ green leaves

녹옥 [綠玉] (绿玉) lù yù <綠玉> りょくぎょく {綠玉} lục ngọc ◊ green jade

녹용 [鹿茸] (鹿茸) lùróng <鹿茸> ろくじょう {鹿茸} lộc nhung ◊ antler

녹음 [錄音] (录音) lùyīn <錄音> ろくおん {覸音} ghi âm ◊ record

녹음기 [錄音器] (录音机) lùyīnjī <錄音器> ろくおんき {欟覸音} máy ghi âm ◊ voice recorder

녹주석 [綠柱石] (绿柱石) lù zhùshí <綠柱石> りょくちゅうせき {綠柱石} lục trụ thạch ◊ beryl

녹지 [綠地] (绿地) lùdì <綠地> りょくち {綠地} lục địa ◊ greenbelt

녹차 [綠茶] (绿茶) lùchá <綠茶> りょくちゃ {綠茶} lục trà ◊ green tea

녹초 [綠草] (绿草) lùcǎo <綠草> りょくそう {綠草} lục thảo ◊ green grass

녹피 [鹿皮] (鹿皮) lù pí <鹿皮> しかがわ {鹿皮} lộc bì ◊ deerskin

녹화 [綠化] (绿化) lùhuà <綠化> りょくか {綠化} lục hóa ◊ tree planting; afforestation

논거 [論據] (论据) lùnjù <論拠> ろんきょ {論據} luận cứ ◊ argument

논공행상 [論功行賞] (论功行赏) lún gōng xíng shǎng <論功行賞> ろんこうこうしょう {論功行賞} luận công hành thưởng ◊ award people according to their contributions

논단 [論斷] (论断) lùnduàn <論斷> ろんだん {論斷} luận đoạn ◊ argument

논단 [論壇] (论坛) lùntán <論壇> ろんだん {演壇} diễn đàn ◊ forum

논리학 [論理學] (逻辑学) luójixué <論理学> ろんりがく {玄學} huyền học ◊ logic

논문 [論文] (论文) lùnwén <論文> ろんぶん {論文} luận văn ◊ thesis

논문집 [論文集] (论文集) lùnwén jí <論文集> ろんぶんしゅう {論文集} luận văn tập ◊ proceedings

논박 [論駁] (辩驳) biànbó <弁駁> べんばく {辯駁} biện bác ◊ refute

논밭 [一] (水田) shuǐtián <水田> すいでん {翅桐薔} cánh đồng lúa ◊ paddy field

논벼 [一] (水稻) shuǐdào <水稻> すいとう {薔} lúa ◊ paddy rice

논설 [論說] (论说) lún shuō <論説> ろんせつ {論說} luận thuyết ◊ discourse

논술 [論述] (论述) lùnshù <論述> ろんじゅつ {論述} luận thuật ◊ treatise

논어 [論語] (论语) lúnyǔ <論語> ろんご {論語} Luân Ngữ ◊ Analects of Confucius

논의 [論議] (论议) lún yì <論議> ろんぎ {論議} luận nghị ◊ arguments

논자 [論者] (论者) lún zhě <論者> ろんしゃ {論者} luận giả ◊ theorist

논쟁 [論爭] (争论) zhēnglùn <争い> あらそい {衝突} xung đột ◊ strife

논전 [論戰] (论战) lùnzhàn <論戰> ろんせん {爭執} tranh chấp ◊ controversy; rencountre

논점 [論點] (论点) lùndiǎn <論点> ろんてん {論點} luận điểm ◊ argument; thesis

논정 [論定] (论定) lún dìng <論定> ろんてい {論定} luận định ◊ confirmation

논제 [論題] (论题) lùntí <論題> ろんだい {論題} luận đề ◊ thesis topics

논조 [論調] (论调) lùndiào <論調> ろんちょう {論調} luận điệu ◊ argument; view

논증 [論證] (论证) lùnzhèng <論証> ろんしょう {論證} luận chứng ◊ argumentation

놀다 [一] (玩) wán <遊ぶ> あそぶ {湔} chơi ◊ play

놀라게하다 [一] (震惊) zhènjīng <驚愕> きょうがく {驚愕} kinh ngạc ◊ astound

놀라다 [一] (绝赞) juézàn <驚く> おどろく {呀嚧; 愕然} lộng lẫy; ngạc nhiên ◊ wonderful;

splendid; magnificent

놀랍다 [一] (惊人) jīngrén <凄絶> せいぜつ {絶啡} tuyệt vời ◊ awesome

놋그릇 [一] (铜碗) tóng wǎn <銅ボウル> どう bowl {鉢銅} bát đồng ◊ copper bowl

농가 [農家] (农家) nóngjiā <農家> のうか {農寨} nông trại ◊ farmhouse

농경 [農耕] (农耕) nónggēng <農耕> のうこう {農耕} nông canh ◊ farming

농경지 [農耕地] (农业用地) nóngyè yòng dì <農耕地> のうこうち {農耕地} nông canh địa ◊ farmland

농공 [農工] (农工) nónggōng <劳農> ろうのう {農工} nông công ◊ agriculture and industry

농공업 [農工業] (农工业) nónggōng yè <農工産業> のうこうさんぎょう {工業農業} công nghiệp nông nghiệp ◊ agro-industry

농과 [農科] (农科) nóng kē <農科> のうか {農科} nông khoa ◊ agricultural science

농구 [籠球] (篮球) lánqiú <バスケットボール> basketball {琫簹} bóng rổ ◊ basketball

농구 [農具] (农具) nóngjù <農具> のうぐ {農具} nông cụ ◊ agricultural tools

농군 [農軍] (农军) nóng jūn <農軍> のうぐん {農軍} nông quân ◊ peasant army

농기계 [農機械] (农机械) nóngjī xiè <農機械> のうきかい {農機械} nông cơ giới ◊ agricultural machinery

농기구 [農機具] (农机具) nóngjī jù <農機具> のうきぐ {農機具} nông cơ cụ ◊ agricultural tools

농노 [農奴] (农奴) nóngnú <農奴> のうど {農奴} nông nô ◊ serf

농단 [壟斷] (垄断) lǒngduàn <壟断> ろうだん {壟斷} lũng đoạn ◊ monopolize

농담 [弄談] (说笑话) shuōxiàohua <冗談> じょうだん {嘟} đùa ◊ joke

농대 [農大] (农大) nóng dà <農大> のうだい {農大} nông đại ◊ agricultural university

농도 [濃度] (浓度) nóngdù <濃度> のうど {濃度} nùng độ ◊ concentration

농도제어 [濃度制御] (浓度控制) nóngdù kòngzhì <濃度制御> のうどせいぎょ {檢率濃度} kiểm soát nồng độ ◊ concentration control

농락하다 [籠絡하다] (玩弄) wánnòng <弄ぶ> もてあそぶ {逦尒} chơi với ◊ playing with

농림 [農林] (农林) nónglín <農林> のうりん {農林} nông lâm ◊ farm and forestry

농립모 [農笠帽] (农用笠帽) nóng yòng lì mào <農業用帽子> のうぎょうようぼうし {籤農民|策農民} nón nông dân ◊ agricultural hat

농막 [農幕] (塑料大棚) sùliào dàpéng <農幕> のうばく {宓鏡茄} nhà kính nhựa ◊ plastic greenhouses; vinyl house

농목 [農牧] (农牧) nóng mù <農牧> のうぼく {農牧} nông mục ◊ agriculture and animal husbandry

농무 [農務] (农务) nóng wù <農務> のうむ {農務} nông vụ ◊ farming

농무 [濃霧] (浓雾) nóngwù <濃霧> のうむ {霜霙韻忄|霜霙貽啴} sương mù dày đặc ◊ dense fog

농민 [農民] (农民) nóngmín <農民> のうみん {農民} nông dân ◊ farmer; peasant

농번 [農繁] (农忙) nóng máng <農繁> のうはん {農業絆搥} nông nghiệp bận rộn ◊ busy farming

농번기 [農繁期] (农忙期) nóngmáng qī <農繁期> のうはんき {蟄絆搥農業} mùa bận rộn nông nghiệp ◊ busy farming season

농부 [農夫] (农夫) nóngfū <農夫> のうふ {農夫} nông phu ◊ farmer

농부 [農婦] (农妇) nóngfù <農婦> のうふ {農婦} nông phụ ◊ farm woman

농사 [農舍] (农舍) nóngshè <農舍> のうしゃ {農舍} nông xá ◊ farmhouse

농사 [農事] (农事) nóngshì <農事> のうじ {農事} nông sự ◊ farming

농사법 [農事法] (农业法) nóngyèfǎ <農事法> のうじほう {律農業} luật nông nghiệp ◊ agricultural methods

농사일 [農事일] (农活) nónghuó <農作業> のうさぎょう {筏峒盎} việc đồng áng ◊ farm work

농산 [農産] (农产) nóng chǎn <農産> のうさん {農産} nông sản ◊ agricultural producing

농산물 [農産物] (农产物) nóng chǎnwù <農産物> のうさんぶつ {農産物} nông sản vật ◊ agricultural goods

농산물시장 [農産物市場] (农市) nóng shì <農産物市場> のうさんぶつしじょう {農市} nông thi ◊ farm market

농산품 [農産品] (农产品) nóngchǎnpǐn <農産品> のうさんひん {農産} nông sản ◊ agricultural products

농서 [農書] (农书) nóng shū <農書> のうしょ {農書} nông thư ◊ agricultural books

농수산 [農水産] (农业渔业) nóngyè yúyè <農水産>

のうすいさん　{農水産} nông thủy sản ◊ agriculture and fisheries

농아 [聾啞] (聋哑) lóngyǎ <聾啞> ろうあ {聾啞} lung á ◊ dumb and deaf

농약 [農藥] (农药) nóngyào <農藥> のうやく {農藥} nông dược ◊ pesticide

농약분해 [農藥分解] (农药降解) nóngyào jiàngjiě <農藥分解> のうやくぶんかい {衰退糱除螻} suy thoái thuốc trừ sâu ◊ pesticide degradation

농약중독 [農藥中毒] (农药中毒) nóngyào zhòngdú <農藥中毒> のうやくちゅうどく {誤毒糱除物害} ngộ độc thuốc trừ vật hại ◊ pesticide poisoning

농업 [農業] (农业) nóngyè <農業> のうぎょう {農業} nông nghiệp ◊ agriculture

농업공해 [農業公害] (农业公害) nóngyè gōnghài <農業公害> のうぎょうこうがい {污染農業} ô nhiễm nông nghiệp ◊ agricultural public nuisance

농업기계 [農業機械] (农业机械) nóngyè jīxiè <農業機械> のうぎょうきかい {檟抹農業} máy móc nông nghiệp ◊ farm machine

농업기술 [農業技術] (农业技术) nóngyè jìshù <農業技術> のうぎょうぎじゅつ {工藝農業} công nghệ nông nghiệp ◊ agricultural technology

농업기후학 [農業氣候學] (农业气候学) nóngyè qìhòuxué <農業気候学> のうぎょうきこうがく {氣候農學} khí hậu nông học ◊ agroclimatology

농업당 [農業黨] (农业党) nóngyè dǎng <農業党> のうぎょうとう {黨農業} đảng nông nghiệp ◊ agrarian party

농업보험 [農業保險] (农业保险) nóngyè bǎoxiǎn <農業保険> のうぎょうほけん {保險農業} bảo hiểm nông nghiệp ◊ agricultural insurance

농업부 [農業部] (农业部) nóngyèbù <農務部> のうむぶ {部農業} bộ nông nghiệp ◊ ministry of agriculture

농업비료 [農業肥料] (农家肥) nóngjiā féi <農業肥料> のうぎょうひりょう {糞圍寨} phân chuồng trại ◊ farm manure

농업산업 [農業産業] (农业生产) nóngyè shēngchǎn <農業産業> のうぎょうさんぎょう {産出農業} sản xuất nông nghiệp ◊ agricultural industry

농업생태학 [農業生態學] (农业生态学) nóngyè shēngtàixué <農業生態学> のうぎょうせいたいがく {農學生態} nông học sinh thái ◊ agricultural ecology; agroecology

농업오수 [農業汚水] (农业污水) nóngyè wūshuǐ <農業汚水> のうぎょうおすい {渚汰農業} nước thải nông nghiệp ◊ agriculture waste water

농업오염 [農業汚染] (农业污染) nóngyè wūrǎn <農業汚染> のうぎょうおせん {污染農業} ô nhiễm nông nghiệp ◊ agricultural pollution

농업입법 [農業立法] (农业立法) nóngyè lìfǎ <農業立法> のうぎょうりっぽう {立法農業} lập pháp nông nghiệp ◊ agricultural legislation

농업자본 [農業資本] (农业资本) nóngyè zīběn <農業資本> のうぎょうしほん {鑞農業|畔農業|胚農業} vốn nông nghiệp ◊ agricultural capital

농업지역 [農業地域] (农业地区) nóngyè dìqū <農業地域> のうぎょうちいき {區域農業} khu vực nông nghiệp ◊ agricultural area

농업폐수 [農業廢水] (农业废水) nóngyè fèishuǐ <農業廃水> のうぎょうはいすい {渚汰農業} nước thải nông nghiệp ◊ agricultural wastewater

농업협동조합 [農業協同組合] (农业协同组合) nóngyè xiétóng zǔhé <農業協同組合> のうぎょうきょうどうくみあい {合作社農業} hợp tác xã nông nghiệp ◊ agricultural collaborative combination

농업환경 [農業環境] (农业环境) nóngyè huánjing <農業環境> のうぎょうかんきょう {媒塲農業} môi trường nông nghiệp ◊ agricultural environment

농업환경학 [農業環境學] (农业环境学) nóngyè huánjìng xué <農業環境学> のうぎょうかんきょうがく {媒塲學農業} môi trường học nông nghiệp ◊ agro-environmental science

농업활동 [農業活動] (农业活动) nóngyè huódòng <農業活動> のうぎょうかつどう {活動農業} hoạt động nông nghiệp ◊ agricultural activity

농열 [濃熱] (浓热) nóng rè <濃熱> のうねつ {濃熱} nùng nhiệt ◊ intense heat

농예 [農藝] (农艺) nóngyì <農芸> のうげい {農藝} nông nghệ ◊ agronomics

농용 [農用] (农用) nóng yòng <農用> のうよう {農用} nông dụng ◊ for agricultural use

농용림 [農用林] (农用林) nóng yòng lín <農用林> のうようりん {檨莊寨} rừng trang trại ◊ farm forests

농용지 [農用地] (农用地) nóng yòng dì <農用地> のうようち {農用地} nông dụng địa ◊ agricultural land

농원 [農園] (农园) nóngyuán <農園> のうえん {農園} nông viên ◊ farm

농인 [農人] (农人) nóngrén <農人> のうにん {農人} nông nhân ◊ farmers

농작 [農作] (农作) nóngzuò <農作> のうさく {農作} nông tác ◊ farming

농작물 [農作物] (农作物) nóngzuòwù <農作物> のうさくもつ {農作物} nông tác vật ◊ cropper

농작물기후 [農作物氣候] (农作物气候) nóngzuòwù qìhòu <農作物気候> のうさくぶつきこう {氣候核穫} khí hậu cây trồng ◊ crop climate

농장 [農場] (农场) nóngchǎng <農場> のうじょう {農場} nông trường ◊ farm

농장 [農莊] (农庄) nóngzhuāng <農莊> のうそう {農莊} nông trang ◊ grange

농장배수 [農場排水] (农田排水) nóngtián páishuǐ <農田排水> のうでんはいすい {脫渃埧農業} thoát nước đất nông nghiệp ◊ effluent from farmland

농정 [農政] (农政) nóng zhèng <農政> のうせい {農政} nông chính ◊ agricultural administration

농지 [農地] (农地) nóng dì <農地> のうち {埧農業} đất nông nghiệp ◊ farmland

농지사용권 [農地使用權] (农地使用权) nóng dì shǐyòngquán <農地使用権> のうちしようけん {權使用埧農業} quyền sử dụng đất nông nghiệp ◊ right of use agricultural land

농차 [濃茶] (浓茶) nóng chá <濃茶> こいちゃ {濃茶} nùng trà ◊ strong tea

농채 [農寨] (农寨) nóng zhài <農園> のうえん {農寨} nông trại ◊ farm village

농촌 [農村] (农村) nóngcūn <農村> のうそん {農村} nông thôn ◊ countryside

농촌거민 [農村居民] (农村居民) nóngcūn jūmín <農村居民> のうそんきょみん {居民農村} cư dân nông thôn ◊ rural resident

농촌환경 [農村環境] (农村环境) nóngcūn huánjìng <農村環境> のうそんかんきょう {媒場農村} môi trường nông thôn ◊ rural environment

농축 [濃縮] (浓缩) nóngsuō <濃縮> のうしゅく {濃縮} nùng súc ◊ concentrate

농축공정 [濃縮工程] (浓缩工艺) nóngsuō gōngyì <濃縮工程> のうしゅくこうてい {過程集中} quá trình tập trung ◊ concentration processes

농축액 [濃縮液] (浓缩液) nóngsuō yè <濃縮液> のうしゅくえき {質泒犲} chất cô đặc ◊ concentrated solution

농축연료 [濃縮燃料] (核燃料) héránliào <濃縮燃料> のうしゅくねんりょう {燃料核仁} nhiên liệu hạt nhân ◊ enriched fuel

농토 [農土] (农土) nóng tǔ <農土> のうど {農土} nông thổ ◊ farmland

농포 [膿疱] (脓疱) nóng pào <膿疱> のうほう {膿疱} nùng bào ◊ pustule

농학 [農學] (农学) nóngxué <農学> のうがく {農學} nông học ◊ agronomy

농학과 [農學科] (农业专业) nóngyè zhuānyè <農学科> のうがくか {科農學} khoa nông học ◊ department of agriculture

농한기 [農閑期] (农闲期) nóng xián qī <農閑期> のうかんき {農閑期} nông nhàn kỳ ◊ farming slack period

농협 [農協] (农协) nóng xié <農協> のうきょう {農協} nông hiệp ◊ agricultural cooperative

농호 [農戶] (农户) nónghù <農家> のうか {農家} nông gia ◊ farmer household

농후 [濃厚] (浓厚) nónghòu <濃厚> のうこう {濃厚} nông hậu ◊ thick and strong

높낮이 [ㅡ] (高低) gāodī <高低> こうてい {高畓} cao thấp ◊ high and low

높은 [ㅡ] (高的) gāo de <高い> たかい {高} cao ◊ high

높이뛰기 [ㅡ] (跳高) tiàogāo <高跳び> たかとび {跳高} khiêu cao ◊ high jump

놓다 [ㅡ] (放手) fàngshǒu <手放す> てばなす {擴灩} buông ra ◊ release

놓치다 [ㅡ] (错过) cuòguò <逃す> のがす {扭踌} thả lỏng ◊ let loose

뇌 [腦] (脑) nǎo <頭脳> ずのう {懺悩} não ◊ brain

뇌경색 [腦硬塞] (脑梗塞) nǎo gěngsè <脳梗塞> のうこうそく {擨岬腦} nhồi máu não ◊ cerebral infarction

뇌고 [牢固] (牢固) láogù <牢固> ろうこ {牢固} lao cố ◊ firm; inflexible

뇌관 [雷管] (雷管) léiguǎn <雷管> らいかん {雷管} lôi quản ◊ detonator

뇌도 [腦圖] (大脑摄影图) dànǎo shèyǐng tú <大脳摂影図> だいのうせつかげず {腦圖} não đồ ◊ brain photography

뇌동 [雷同] (雷同) léitóng <雷同> らいどう {雷同} lôi đồng ◊ identical

뇌력 [腦力] (脑力) nǎolì <脳力> のうりょく {腦力} não lực ◊ brainpower

뇌롱 [牢籠] (牢笼) láolóng <牢篭> ろうかご {牢

籠} lao lung ◊ cage; trap

뇌막 [腦膜] (脑膜) nǎomó <脑膜> のうまく {腦膜} não mạc ◊ meningeal; meningo

뇌막염 [腦膜炎] (脑膜炎) nǎomóyán <脑膜炎> のうまくえん {腦膜炎} não mạc viêm ◊ meningitis

뇌명 [雷鳴] (雷鸣) léimíng <雷鸣> らいめい {雷鳴} lôi minh ◊ thundering

뇌물을 주다 [賂物을 주다] (行贿) xínghuì <贈贿> ぞうわい {賄賂} hối lộ ◊ bribery

뇌병 [腦病] (脑病) nǎo bìng <脑病> のうびょう {腦病} não bệnh ◊ encephalopathy

뇌부 [腦部] (脑部) nǎo bù <脑部> のうぶ {腦部} não bộ ◊ brain

뇌사 [腦死] (脑死) nǎo sǐ <脑死> のうし {腦死} não tử ◊ brain death

뇌성 [雷聲] (雷声) léishēng <雷声> かみなりごえ {靁} sấm ◊ sound of thunder

뇌수 [腦髓] (脑髓) nǎosuǐ <脑髓> のうずい {髓腦} tùy não ◊ brain marrow

뇌신 [雷神] (雷神) léi shén <雷神> らいじん {雷神} lôi thần ◊ Thor

뇌신경 [腦神經] (颅神经) lú shénjīng <脑神経> のうしんけい {腦神經} não thần kinh ◊ cranial nerve

뇌실 [腦室] (脑室) nǎoshì <脑室> のうしつ {腦室} não thất ◊ ventricle

뇌압 [腦壓] (脑压) nǎo yā <脑压> のうあつ {腦壓} não áp ◊ intracerebral pressure

뇌염 [腦炎] (脑炎) nǎoyán <脑炎> のうえん {腦炎} não viêm ◊ encephalitis

뇌우 [雷雨] (雷雨) léiyǔ <雷雨> らいう {雷雨} lôi vũ ◊ thunderstorm

뇌일혈 [腦溢血] (脑溢血) nǎoyìxuè <脑溢血> のういっけつ {腦溢血} não dật huyết ◊ cerebral haemorrhage

뇌장 [腦漿] (脑浆) nǎojiāng <脑漿> のうしょう {腦漿} não tương ◊ brain plasma

뇌전도 [腦電圖] (脑电图) nǎodiàntú <脑電図> のうでんず {腦電圖} não điện đồ ◊ electroencephalogram

뇌조 [雷鳥] (雷鸟) léi niǎo <雷鸟> らいちょう {雷鳥} lôi điểu ◊ thunderbird

뇌졸중 [腦卒中] (脑卒中) nǎo cùzhòng <脑卒中> のうそっちゅう {腦卒中} não tốt trung ◊ stroke

뇌진탕 [腦震盪] (脑震荡) nǎozhèndàng <脑震盪> のうしんとう {腦震盪} não chấn đãng ◊ cerebral concussion

뇌질환 [腦疾患] (头脑病) tóunǎo bìng <頭腦病> ずのうびょう {病腦} bệnh não ◊ mental illness

뇌척수 [腦脊髓] (脑脊髓) nǎo jǐsuǐ <脑脊髓> のうせきずい {腦髓} não tủy ◊ myelencephalon

뇌출혈 [腦出血] (脑出血) nǎochūxuè <脑出血> のうしゅっけつ {出血腦} xuất huyết não ◊ cerebral haemorrhage

뇌충혈 [腦充血] (脑充血) nǎochōngxuè <脑充血> のうじゅうけつ {腦充血} não sung huyết ◊ cerebral congestion

뇌파 [腦波] (脑波) nǎo bō <脑波> のうは {腦波} não ba ◊ brainwave

뇌해 [腦海] (脑海) nǎohǎi <脑海> のうかい {腦海} não hải ◊ brain; mind

뇌혈전 [腦血栓] (脑血栓) nǎo xuèshuān <脑血栓> のうけっせん {腦血栓} não huyết xuyên ◊ cerebral thrombosis

누각 [樓閣] (楼阁) lóugé <楼閣> ろうかく {樓閣} lâu các ◊ pavilion

누각 [鏤刻] (镂刻) lòukè <鏤刻> るこく {鏤刻} lũ khắc ◊ engraving

누계 [累計] (累计) lěijì <累計> るいけい {累計} lũy kế ◊ cumulative

누대 [樓臺] (楼台) lóutái <楼台> ろうだい {樓臺} lâu đài ◊ tower

누두 [漏斗] (漏斗) lòudǒu <漏斗> ろうと {漏斗} lậu đẩu ◊ funnel

누락 [漏落] (疏漏) shūlòu <疎漏> そろう {疏漏} sơ lậu ◊ careless omission

누란지위 [累卵之危] (累卵之危) lěi luǎn zhī wēi <累卵の危うき> るいらんのあやうき {累卵之危} lũy noãn chi nguy ◊ danger of lapping eggs

누리다 [—] (享有) xiǎngyǒu <享有> きょうゆう {享} hưởng ◊ enjoy

누범 [累犯] (累犯) lěifàn <累犯> るいはん {累犯} lũy phạm ◊ repeat offender

누상 [樓上] (楼上) lóushàng <楼上> ろうじょう {樓上} lâu thượng ◊ upstairs

누수 [漏水] (漏水) lòushuǐ <漏水> ろうすい {漏水} lậu thủy ◊ leaking

누수측정 [漏水測定] (測漏) cè lòu <漏水測定> ろうすいそくてい {測漏} trắc lậu ◊ leak detection

누에 [—] (蚕) cán <蚕> かいこ {蠶} tằm ◊ silkworm

누옥 [陋屋] (陋屋) lòu wū <陋屋> ろうおく {陋

屋} lậu ốc ◊ hovel; pigsty; burrow

누적 [累積] (积累) jīlěi <累積> るいせき {積累} tích lũy ◊ accumulation

누적방식 [累積方式] (累积方式) lěijī fāngshì <累積方式> るいせきほうしき {方法積累} phương pháp tích lũy ◊ accumulation mode

누적생산 [累積生産] (累计产量) lěijì chǎnliàng <累積生産> るいせきせいさん {産出積累} sản xuất tích lũy ◊ cumulative production

누전 [漏電] (漏电) lòudiàn <漏電> ろうでん {漏電} lậu điện ◊ creepage

누주 [淚珠] (泪珠) lèizhū <淚珠> なみだたま {浂泺瞇} giọt nước mắt ◊ tear-drop

누증 [累增] (累增) lèi zēng <累增> るいぞう {累增} lũy tăng ◊ accumulation

누진 [累進] (累进) lěijìn <累進> るいしん {累進} lũy tiến ◊ progressive

누추 [陋醜] (简陋) jiǎnlòu <粗末> そまつ {簡陋} giản lậu ◊ shabby

누출 [漏出] (漏出) lòu chū <漏出> ろうしゅつ {漏出} lậu xuất ◊ leakage

누층 [樓層] (楼层) lóucéng <楼層> ろうそう {層樓} tầng lầu ◊ floor; storey

눈 [一] (雪) xuě <雪> ゆき {彐\雪} tuyết ◊ snow

눈꼬리 [一] (眼角) yǎnjiǎo <目尻> めじり {瞔眲} khóe mắt ◊ corners of the eyes

눈꽃 [一] (雪花) xuěhuā <雪> ゆき {雪花} tuyết hoa ◊ snow

눈동자 [눈瞳子] (瞳孔) tóngkǒng <瞳> ひとみ {瞳子} đồng tử ◊ pupil

눈물 [一] (眼泪) yǎnlèi <涙> なみだ {泺瞇; 涙} nước mắt; lệ ◊ tear

눈병 [눈病] (眼病) yǎnbìng <眼病> がんびょう {病瞇} bệnh mắt ◊ eye disease; ophthalmopathy

눈사태 [눈沙汰] (雪崩) xuěbēng <アバランシェ> avalanche {雪蹠} tuyết lở ◊ avalanche

눈썹 [一] (眉须) méixū <眉毛> まゆげ {黿魝\獷黿} lông mày ◊ eyebrows

눈아 [嫩芽] (嫩芽) nèn yá <嫩芽> どんが {幼蕊} ấu nhị ◊ sprout

눈엽 [嫩葉] (嫩叶) nèn yè <嫩葉> どんよう {嫩葉} nộn diệp ◊ new leaves; young leaves

눈측정 [눈測定] (目测) mùcè <目の測定> めの そくてい {鬪由瞇} đo do mắt ◊ eye measurement

뉘우치다 [一] (悔悟) huǐwù <悔悟> かいご {悔恨} hối hận ◊ remorse

느긋한 [一] (轻松) qīngsōng <気安い> きやすい {怅憒} thoải mái ◊ relaxed

느끼다 [一] (觉得) juéde <感じる> かんじる {感別} cảm biết ◊ feel

느낌 [一] (感情) gǎnqíng <気分> きぶん {感覺} cảm giác ◊ feeling

느리다 [一] (缓慢) huǎnmàn <緩慢> かんまん {蹞蹞|寅寅} dần dần ◊ gradual; inactive; slow; sluggish; dull; slack

느슨하다 [一] (松弛) sōngchí <緩める> ゆるめる {乃溿|撋澕} nới lỏng ◊ loosen

늑간근 [肋間筋] (肋间肌) lèijiànjī <肋間筋> ろっかんすじ {肌連朏} cơ liên sườn ◊ intercostal muscles

늑골 [肋骨] (肋骨) lèigǔ <肋骨> ろっこつ {肋骨} lặc cốt ◊ ribs

늑막 [肋膜] (肋膜) lèi mó <肋膜> ろくまく {肋膜} lặc mạc ◊ pleura

늑막염 [肋膜炎] (肋膜炎) lèi mó yán <肋膜炎> ろくまくえん {肋膜炎} lặc mạc viêm ◊ pleurisy

늘 [一] (总是) zǒngshì <いつも> いつも {轞轞|逾逾|喖喖} luôn luôn ◊ always

능 [陵] (陵) líng <御陵> ごりょう {陵} lăng ◊ mausoleum

능동 [能動] (能动) néng dòng <能動> のうどう {能動} năng động ◊ active

능력 [能力] (能力) nénglì <能力> のうりょく {能力} năng lực ◊ ability

능률 [能率] (能率) néng lù <能率> のうりつ {能率} năng suất ◊ efficiency

능묘 [陵墓] (陵墓) língmù <陵墓> りょうぼ {陵墓} lăng mộ ◊ imperial mausoleum

능변 [能辯] (雄辩) xióngbiàn <能弁> のうべん {能辯} năng biện ◊ eloquence; oratory

능변가 [能辯家] (雄辩家) xióngbiàn jiā <能弁家> のうべんか {如能辯} nhà năng biện ◊ orator

능사 [能士] (能士) néng shì <能士> のうし {能士} năng sĩ ◊ talents

능상 [菱狀] (菱状) líng zhuàng <菱状> ひしじょう {菱狀} lăng trạng ◊ rhomboid

능선 [稜線] (棱线) léng xiàn <稜線> りょうせん {稜線} lăng tuyến ◊ mountain ridge

능수 [能手] (能手) néngshǒu <玄人> くろうと {能手} năng thủ ◊ expert

능욕 [凌辱] (凌辱) língrǔ <凌辱> りょうじょく {凌辱} lăng nhục ◊ insults

능운 [凌雲] (凌云) língyún <凌雲> りょううん {凌雲之志} lăng vân chi chí ◊ skyscraping; very high; above the clouds

능원 [陵園] (陵园) língyuán <陵園> りょうえん {陵園} lăng viên ◊ cemetery

능통 [能通] (精晓) jīngxiǎo <精通> せいつう {成綫|成貖} thành thạo ◊ being familiar with; master

능형 [菱形] (菱形) língxíng <菱形> りょうけい {菱形} lăng hình ◊ lozenge

늦가을 [－] (晚秋) wǎn qiū <晚秋> ばんしゅう {曆督秋} cuối mùa thu ◊ late autumn

늦게 열다 [－] (晚开) wǎn kāi <遅咲き> おそざき {哎喝} nở muộn ◊ late bloomer

늦다 [－] (迟到) chídào <遅刻> ちこく {喝}

muộn ◊ late

늦더위 [－] (秋老虎) qiūlǎohǔ <残暑> ざんしょ {熱餘} nhiệt dư ◊ residual heat

늦봄 [－] (暮春) mù chūn <暮春> ぼしゅん {曆督春} cuối mùa xuân ◊ late spring

늦서리 [－] (晚霜) wǎn shuāng <晚霜> ばんそう {霜霻喝} sương giá muộn ◊ late frosts

늦여름 [－] (晚夏) wǎn xià <晚夏> ばんか {曆翍�} cuối mùa hè ◊ late summer

니트장갑 [knit 掌匣] (编织手套) biānzhī shǒutào <ニット手袋> knit てぶくろ {啊瓶縫針} găng tay dệt kim ◊ knitted gloves

다각 [多角] (多角) duōjiǎo <多角> たかく {多角} đa giác ◊ polygonal

다각선 [多角線] (多角线) duō jué xiàn <多角線> たかくせん {蹐多角} đường đa giác ◊ polygonal line

다각형 [多角形] (多角形) duōjiǎoxíng <多角形> たかくけい {多角形} đa giác hình ◊ polygon

다각화 [多角化] (多角化) duōjiǎohuà <多角化> たかくか {多角化} đa giác hóa ◊ polygonalization

다갈색 [茶褐色] (茶褐色) cháhèsè <茶褐色> ちゃかっしょく {橌} nâu ◊ brown

다감 [多感] (多感) duō gǎn <多感> たかん {多感} đa cảm ◊ sensory

다공 [多孔] (多孔) duōkǒng <多孔> たこう {多孔} đa khổng ◊ porous

다과 [茶菓] (茶点) chádiǎn <茶菓> さか {粡糯茶|餅糯茶} bánh kẹo trà ◊ tea confectionery

다과회 [茶果會] (茶话会) cháhuàhuì <茶話会> さわかい {醋茶} tiệc trà ◊ tea party

다관 [茶館] (茶馆) cháguǎn <茶館> さかん {茶館} trà quán ◊ teahouse

다관 [茶罐] (茶叶盒) cháyè hé <茶缶> ちゃかん {盒茶} hộp trà ◊ tea box

다구 [茶具] (茶具) chájù <茶具> ちゃぐ {部咥茶} bộ uống trà ◊ tea set

다국가 [多國家] (多国家) duōguó jiā <多国家> たこっか {多國家} đa quốc gia ◊ multi-country

다국적 [多國籍] (跨国) kuàguó <多国籍> たこくせき {韃國家} xuyên quốc gia ◊ transnational

다극 [多極] (多极) duō jí <多極> たきょく {多極} đa cực ◊ multipolar

다극화 [多極化] (多极化) duōjíhuà <多極化> たきょくか {多極化} đa cực hóa ◊ multipolarity

다급 [多級] (多级) duō jí <多級> たきゅう {多級} đa cấp ◊ multilevel

다급하다 [多急하다] (急促) jícù <急い> いそい {鎾簬|蹈噴} vội vàng ◊ urgent

다기 [茶器] (茶器) chá qì <茶器> ちゃき {茶器} trà khí ◊ tea utensils

다기능 [多技能] (多功能) duōgōngnéng <多機能> たきのう {多職能} đa chức năng ◊ multifunction

다난 [多難] (多难) duō nán <多難> たなん {多難} đa nạn ◊ calamitous; be dogged by bad

다년 [多年] (多年) duōnián <多年> たねん {多年} đa niên ◊ years

다뇨증 [多尿症] (多尿症) duō niào zhēng <多尿症> たにょうしょう {多尿症} đa niệu chứng ◊ polyuria

다능 [多能] (多能) duō néng <多能> たのう {多能} đa năng ◊ versatile

다단 [多端] (多端) duōduān <多端> たたん {多端} đa đoan ◊ many items; multi-ended

다단계 [多段階] (多段阶) duō duàn jiē <多段階> ただんかい {鐃階段} nhiều giai đoạn ◊ multi-stage

다단계합성 [多段階合成] (分步合成) fēn bù héchéng <多段階合成> ただんかいごうせい {總合嚼跳} tổng hợp từng bước ◊ multistep synthesis

다도 [茶道] (茶道) chádào <茶道> さどう {茶道} trà đạo ◊ tea ceremony; tea-making skill

다독 [多讀] (多读) duō dòu <多読> たどく {多讀} đa độc ◊ read much

다량 [多量] (多量) duō liáng <多量> たりょう {多量} đa lượng ◊ large amount; large quantity

다례 [茶禮] (茶礼) chá lǐ <茶礼> ちゃれい {茶禮} trà lễ ◊ tea ceremony

다로 [茶爐] (茶炉) chá lú <茶炉> ちゃろ {茶爐} trà lô ◊ tea stove

다루 [茶樓] (茶楼) chálóu <茶楼> ちゃろう {茶樓} trà lâu ◊ teahouse

다르다 [一] (相差) xiāngchà <異なる> ことなる {略} khác ◊ differ

다른 [一] (别的) bié de <他> ほか [略] khác ◊ other

다리 [一] (桥) qiáo <橋> はし {橋} cầu ◊ bridge

다리가 약하다 [一] (腿脚软弱) tuǐjiǎo ruǎnruò <足弱> あしよわ {蹟瘦} chân yếu ◊ weak legs

다리난간 [다리欄干] (桥梁栏杆) qiáoliáng lángān <橋梁手すり> きょうりょうてすり {欄杆橋}

lan can cầu ◊ bridge railing

다리미판 [다리미板] (熨斗板) yùndǒu bǎn <アイロン台> iron だい {盤礨} bàn ủi ◊ iron plate

다매 [多賣] (多卖) duō mài <多売> たばい {多賣} đa mại ◊ selling in quantity

다목적이용 [多目的利用] (多方利用) duōfāng lìyòng <多目的利用> たもくてきりよう {使用總合} sử dụng tổng hợp ◊ multi-purpose utilization

다방 [茶房] (茶座) cházuò <喫茶店> きっさてん {茹茶} nhà trà ◊ coffee lounge; tea house

다방면 [多方面] (多方) duōfāng <多方面> たほうめん {多方} đa phương ◊ multi-sided

다복 [多福] (多福) duō fú <多福> たふく {多福} đa phước ◊ always blessed

다부 [多夫] (多夫) duō fū <多夫> たふ {多夫} đa phu ◊ polyandry

다사 [多事] (多事) duōshì <多事> たじ {多事} đa sự ◊ eventful

다산 [多産] (多产) duō chǎn <多産> たさん {多産} đa sản ◊ prolific

다소 [茶素] (茶素) chá sù <茶素> ちゃそ {茶素} trà tố ◊ theophylline

다소 [多少] (有点) yǒudiǎn <多少> たしょう {唏} hơi ◊ somewhat

다수 [多愁] (多愁) duō chóu <哀れ気> あわれげ {多愁} đa sầu ◊ sorrowful

다수 [多數] (多数) duōshù <多数> たすう {多數} đa số ◊ majority

다습 [多濕] (多湿) duō shī <多湿> たしつ {澂} ẩm ◊ humid

다신 [多神] (多神) duō shén <多神> たしん {多神} đa thần ◊ poly-God

다신교 [多神敎] (多神教) duō shén jiào <多神教> たしんきょう {多神敎} đa thần giáo ◊ polytheism

다실 [茶室] (茶室) chá shì <茶室> ちゃしつ {茶室} trà thất ◊ tearoom

다심 [多心] (多心) duōxīn <多心> たしん {多心} đa tâm ◊ over-sensitive

다액 [多額] (多额) duō é <多額> たがく {多額} đa ngạch ◊ multiple

다양 [多樣] (多样) duōyàng <多様> たよう {多樣} đa dạng ◊ diverse

다양성 [多樣性] (多样性) duōyàngxìng <多様性> たようせい {性多樣} tính đa dạng ◊ diversity

다양성지표 [多樣性指標] (多样性指数) duōyàngxìng zhǐshù <多様性指標> たようせいし

ひょう {指數多樣} chỉ số đa dạng ◊ diversity index

다언 [多言] (多言) duō yán <多言> たげん {多言} đa ngôn ◊ talkativeness; garrulity; verbosity

다엽 [茶葉] (茶叶) cháyè <茶葉> ちゃば {莵茶} lá trà ◊ tea leaves

다용 [多用] (多用) duō yòng <多用> たよう {多用} đa dụng ◊ multipurpose

다용도어선 [多用途漁船] (多用途渔船) duōyòngtú yúchuán <多目的漁船> たもくてきぎょせん {船鬠鮮多能} thuyền đánh cá đa năng ◊ multipurpose fishing vessel

다우 [多雨] (多雨) duō yǔ <多雨> たう {多雨} đa vũ ◊ raininess; heavy rain

다우지대 [多雨地帶] (多雨带) duō yǔ dài <多雨地带> たうちたい {墫灒|旈霤} vùng mưa ◊ rainy zone

다운로드 [download] (下载) xià zǎi <ダウンロード> download {載韻} tải xuống ◊ download

다원 [多元] (多元) duō yuán <多元> たげん {多元} đa nguyên ◊ multivariant

다육 [多肉] (多肉) duō ròu <多肉> たにく {多肉} đa nhục ◊ succulent; fleshy of a plant or fruit

다음번 [다음番] (下一例) xià yī lì <次の例> つぎのれい {嗙喩接邍} ví dụ tiếp theo ◊ next example

다이너마이트 [dynamite] (导火线药粉) dǎohuǒxiàn yào fěn <導火線粉薬> どうかせんこぐすり {粋糠繗引焰} bột thuốc dây dẫn lửa ◊ fuse powder

다재 [多才] (多才) duō cái <多才> たさい {多才} đa tài ◊ talent

다정 [多情] (多情) duōqíng <多情> たじょう {多情} đa tình ◊ passionate; sentimental

다정다감 [多情多感] (多愁善感) duō chóu shàngǎn <多情多感> たじょうたかん {多感} đa cảm ◊ novelettish; sentimental

다종다양 [多種多樣] (多种多样) duōzhǒng duōyàng <多種多様> たしゅたよう {多種多樣} đa chủng đa dạng ◊ manifold

다중용량 [多重容量] (多次剂量) duōcì jìliàng <多重容量> たじゅうようりょう {嶢料} nhiều liều ◊ multiple dose

다중유전자 [多重遺傳子] (多重遗传子) duōchóng yíchuán zǐ <多重遺伝子> たじゅういでんし {遺傳多重} di truyền đa trùng ◊ multigene

다중이용 [多衆利用] (全面利用) quánmiàn lìyòng

<多衆利用> たしゅうりよう {使用全面} sử dụng toàn diện ◊ multiple utilization

다중효과 [多重效果] (多效) duō xiào <多重效果> たじゅうこうか {多效果} đa hiệu quả ◊ multiple effect

다처 [多妻] (多妻) duō qī <多妻> たさい {多妻} đa thê ◊ polygamy

다층 [多層] (多层) duō céng <多層> たそう {多層} đa tầng ◊ multi-layer

다층림 [多層林] (多层林) duō céng lín <多層林> たそうりん {檨嶢層} rừng nhiều tầng ◊ multi-layer forest; polylayer forest

다탕 [茶湯] (茶汤) chá tāng <茶湯> ちゃとう {茶湯} trà thang ◊ tea infusion

다행 [多幸] (多幸) duō xìng <多幸> たこう {蓬轍} may mắn ◊ fortunately

다혈 [多血] (多血) duō xuè <多血> たけつ {多血} đa huyết ◊ bloody

다형 [多形] (多形) duōxíng <多形> たけい {多形} đa hình ◊ multiformity

다형성 [多形性] (多态性) duō tài xìng <多形性> たけいせい {性多形} tính đa hình ◊ polymorphism

다호 [茶壺] (茶壺) cháhú <茶壷> ちゃつぼ {茶壺} trà hồ ◊ teapot

다화 [茶話] (茶话) chá huà <茶話> ちゃばなし {茶話} trà thoại ◊ chat over tea; tea gossip

다화회 [茶話會] (茶话会) chá huà huì <茶话会> さわかい {醋茶} tiệc trà ◊ tea party

닥치다 [一] (闭嘴) bìzuǐ <黙る> だまる {罨潮|罨嗣} im lặng ◊ be silent

단가 [單價] (单价) dānjià <単価> たんか {單價} đơn giá ◊ unit price

단강 [鍛鋼] (锻钢) duàn gāng <鍛鋼> たんこう {鍛鋼} đoàn cương ◊ forged steel

단거리 [短距離] (短距离) duǎnjùlí <短距離> たんきょり {短距離} đoàn cự ly ◊ short distances

단검 [短劍] (短剑) duǎn jiàn <短劍> たんけん {短劍} đoàn kiếm ◊ sword

단견 [短見] (短见) duǎnjiàn <短見> たんけん {短見} đoàn kiến ◊ short-sighted; narrow view

단결 [團結] (团结) tuánjié <団結> だんけつ {團結} đoàn kết ◊ unite

단결정 [單結晶] (单晶) dānjīng <単結晶> たんけっしょう {單結晶} đơn kết tinh ◊ single crystals

단계 [段階] (阶段) jiēduàn <段階> だんかい {階段} giai đoạn ◊ stage

단곡 [短曲] (短曲) duǎn qū <短曲> たんきょく {短曲} đoàn khúc ◊ short songs

단과대학 [單科大學] (单科大学) dānkē dàxué <単科大学> たんかだいがく {大學單科} đại học đơn khoa ◊ one-faculty university; one-faculty college

단구 [短句] (短句) duǎnjù <短句> たんく {短句} đoàn cú ◊ short phrase

단극 [單極] (单极) dān jí <単極> たんきょく {單極} đơn cực ◊ unipolar

단급 [單級] (单级) dān jí <単級> たんきゅう {單級} đơn cấp ◊ single-grade

단기 [短期] (短期) duǎnqī <短期> たんき {短期} đoàn kỳ ◊ short term

단기 [斷氣] (断气) duànqì <断気> だんき {斷氣} đoạn khí ◊ expire; breathe one's last; gasp one's

단기간 [短期間] (短期间) duǎnqī jiān <短期間> たんきかん {短期間} đoàn kỳ gian ◊ short period

단념 [斷念] (打消) dǎxiāo <断念> だんねん {打消} đả tiêu ◊ give up on; dispel

단단하다 [一] (硬的) yìng de <硬い> かたい {豐塑劂} cứng ◊ hard

단도 [短刀] (短刀) duǎn dāo <短刀> たんとう {短刀} đoàn đao ◊ dagger

단도직입 [單刀直入] (单刀直入) dān dāo zhí rù <単刀直入> たんとうちょくにゅう {單刀直入} đơn đao trực nhập ◊ cut to the chase; come straight to the point

단독 [丹毒] (丹毒) dāndú <丹毒> たんどく {丹毒} đan độc ◊ erysipelas

단독 [單獨] (单独) dāndú <単独> たんどく {單獨} đơn độc ◊ individually

단독주택 [單獨住宅] (单独住宅) dāndú zhùzhái <一戸建ち> いちこたち {座矻別立} tòa nhà biệt lập ◊ detached house; stand-alone house; single-family home

단두 [斷頭] (断头) duàn tóu <断頭> だんとう {斷頭} đoạn đầu ◊ beheading

단두대 [斷頭臺] (断头台) duàntóutái <断頭台> だんとうだい {斷頭臺} đoạn đầu đài ◊ guillotine

단락 [段落] (段落) duànluò <段落> だんらく {段} đoạn ◊ paragraph

단련 [鍛鍊] (锻炼) duànliàn <鍛鍊> たんれん {塹造|陶造} đào tạo ◊ training

단말기 [端末機] (终端机) zhōngduān jī <端末機> たんまつき {端末機} đoan mạt cơ ◊ terminal unit

단말장치 [端末裝置] (端末裝置) duān mò

zhuāngzhì <端末裝置> たんまつそうち {設備
曆} thiết bị cuối ◊ end-of-end device

단맛 [－] (甜味) tiánwèi <甘み> あまみ {𤁰}
ngọt ◊ sweetness

단면 [斷面] (断面) duàn miàn <断面> だんめん
{稇拮|稇揭} mặt cắt ◊ section

단면도 [斷面圖] (断面图) duàn miàn tú <断面図>
だんめんず {疏圖分段} sơ đồ phân đoạn ◊ cross-
sectional view

단명 [短命] (短命) duǎnmìng <短命> たんめい
{短命} đoản mạng ◊ short-lived

단모음 [單母音] (单元音) dānyuán yīn <単母音>
たんぼいん {元音單} nguyên âm đơn ◊
monophthong

단문 [單文] (简单句) jiǎndān gōu <単文> たんぶ
ん {句單} câu đơn ◊ simple sentence

단문 [短文] (短文) duǎn wén <短文> たんぶん
{短文} đoản văn ◊ essay

단발 [短髮] (短发) duǎn fà <ショートヘア> short
hair {蠒媥} tóc ngắn ◊ short hair

단백 [蛋白] (蛋白) dànbái <蛋白> たんぱく {卵
白} noãn bạch ◊ egg albumen

단백뇨 [蛋白尿] (蛋白尿) dànbái niào <蛋白尿>
たんぱくにょう {尿安嗯綿} niệu an bui min ◊
proteinuria

단백요법 [蛋白療法] (蛋白疗法) dànbái liáofǎ <
蛋白療法> たんぱくりょうほう {治療安嗯綿}
trị liệu an bui min ◊ protein therapy

단백유 [蛋白乳] (蛋白乳) dànbái rǔ <蛋白乳> た
んぱくにゅう {湆安嗯綿} sữa an bui min ◊
protein milk

단백질 [蛋白質] (蛋白质) dànbáizhì <蛋白質> た
んぱくしつ {安嗯綿} an bui min ◊ protein

단번 [單番] (一下子) yīxiàzi <単番に> たんばん
に {睍瞵} giây lát ◊ once

단색 [單色] (单色) dānsè <単色> たんしょく {單
色} đơn sắc ◊ monochrome

단서 [端緒] (端绪) duānxù <端緒> たんしょ
{萌緒} manh mối ◊ inkling; clue

단선철도 [單線鐵道] (单轨铁道) dānguǐ tiědào <
単線鉄道> たんせんてつどう {蹐鐸單|塘鉄單}
đường sắt đơn ◊ single track railway

단수 [單數] (单数) dānshù <単数> たんすう {數
單} số đơn ◊ singular

단수 [斷水] (断水) duàn shuǐ <断水> だんすい
{斷水} đoạn thủy ◊ water outage

단순 [單純] (单纯) dānchún <単純> たんじゅん

{單純} đơn thuần ◊ simplicity

단순성 [單純性] (单纯性) dānchúnxìng <単純性>
たんじゅんせい {性簡易} tính giản dị ◊
simplicity

단순소각 [單純燒却] (简单烧毁) jiǎndān shāohuǐ
<単純燒却> たんじゅんしょうきゃく {燌烃單
簡} đốt cháy đơn giản ◊ mass burning

단순히 [單純히] (单纯地) dānchún de <単純に>
たんじゅんに {又格單純} một cách đơn giản ◊
simply

단숨에 [單숨에] (一口气) yīkǒuqì <一気に> いっ
きに {氪咀} hơi thở ◊ one breath

단식 [斷食] (断食) duànshí <断食> だんじき {餃
嚼|哎齋} ăn chay ◊ fasting

단식투쟁 [斷食鬪爭] (绝食) juéshí <ハンガース
トライキ|ハンスト> hunger strike {絕食} tuyệt
thực ◊ fasting; hunger strike

단심 [丹心] (丹心) dānxīn <丹心> たんしん {丹
心} đan tâm ◊ loyalty

단애절벽 [斷崖絕壁] (断崖绝壁) duànyá juébì <断
崖絕壁> だんがいぜっぺき {斷崖絕壁} đoạn
nhai tuyệt bích ◊ cliffs

단야 [短夜] (短夜) duǎn yè <短夜> たんや {峀姬
娍} đêm ngắn ngủi ◊ short nights

단어 [單語] (单词) dāncí <言葉> ことば {詞} từ
◊ word

단어집 [單語集] (单词集) dāncí jí <単語集> たん
ごしゅう {部詞語} bộ từ ngữ ◊ word collection

단언 [斷言] (断言) duànyán <断言> だんげん
{確言} xác ngôn ◊ affirmation

단열 [斷熱材] (隔热材料) gérè cáiliào <断熱材>
だんねつざい {材料隔熱} tài liệu cách nhiệt ◊
heat insulating material

단오 [端午] (端午) duānwǔ <端午> たんご {端午}
Đoan Ngọ ◊ Dragon Boat Festival

단위 [單位] (单位) dānwèi <単位> たんい {單位}
đơn vị ◊ unit

단위공정 [單位工程] (单位工程) dānwèi
gōngchéng <単位元工程> たんいもとこうてい
{技術單位} kỹ thuật đơn vị ◊ unit process

단위조작 [單位操作] (单位操作) dānwèi cāozuò <
単位操作> たんいそうさ {活動單位} hoạt
động đơn vị ◊ unit operation

단일식물 [單一植物] (单一植物) dānyī zhíwù <単
一植物> たんいつしょくぶつ {植物單禮} thực
vật đơn lẻ ◊ single plant

단장 [端莊] (端庄) duānzhuāng <端荘> たんそう

{端莊} đoan trang ◊ dignified
단장 [團長] (团长) tuánzhǎng <団長> だんちょう {團長} đoàn trưởng ◊ delegation head
단장취의 [斷章取義] (断章取义) duàn zhāng qǔ yì <断章取義> だんしょうしゅぎ {斷章取義} đoạn chương thủ nghĩa ◊ quote out of context to suit one's purposes
단절 [斷絕] (断绝) duànjué <断絶> だんぜつ {斷絕} đoạn tuyệt ◊ cut off
단정 [斷定] (果断) guǒduàn de <断定> だんてい {決斷} quyết đoán ◊ affirmative; assertive
단정하다 [端正하다] (端正) duānzhèng <端正> たんせい {莊嚴} trang nghiêm ◊ dignified
단정학 [丹頂鶴] (丹顶鹤) dāndǐnghè <丹頂鶴> たんちょうづる {丹頂鶴} đơn đỉnh hạc ◊ red-crowned cranes
단조 [鍛造] (锻造) duànzào <鍛造> たんぞう {鍛造} đoàn tạo ◊ forging
단조작업 [鍛造作業] (锻造作业) duànzào zuòyè <鍛造作業> たんぞうさぎょう {工𫢩爀|工役爀} công việc rèn ◊ forging operation
단좌 [端坐] (端坐) duānzuò <端坐> たんざ {端坐} đoan tọa ◊ sitting upright
단죄 [斷罪] (断罪) duàn zuì <断罪> だんざい {斷罪} đoạn tội ◊ conviction
단지 [團地] (小区) xiǎoqū <団地> だんち {共同居住} cộng đồng cư trú ◊ residential quarters
단체 [團體] (团体) tuántǐ <団体> だんたい {團體} đoàn thể ◊ organization
단체사진 [團體寫眞] (合影) héyǐng <集合写真> しゅうごうしゃしん {影集體} ảnh tập thể ◊ group photo
단추 [－] (扣子) kòuzi <結び目> むすびめ {鋉} nút ◊ knot
단축 [短縮] (缩短) suōduǎn <短縮> たんしゅく {捽短} rút ngắn ◊ shortening
단축키 [短縮 key] (快捷方式) kuàijié fāngshì <ショートカットキー> shortcut key {椃 捴} phím tắt ◊ shortcut key
단취 [團聚] (团聚) tuánjù <団欒> だんらん {團聚} đoàn tụ ◊ reunion
단층 [單層] (单层) dān céng <単層> たんそう {𫜵單} lớp đơn ◊ monolayer
단층가옥 [單層家屋] (单层房) dāncéng fáng <平屋> ひらや {𫢩𠬠層} nhà một tầng ◊ one-story house
단층대 [斷層帶] (断层带) duàncéng dài <断層帯> だんそうたい {𡏦𢯰𢭸} vùng đứt gãy ◊ faulty zone
단층집 [單層집] (平房) píngfáng <バンガロー> bungalow {𫢩徹} nhà trệt ◊ bungalow
단칸방 [單間房] (单间房) dān jiān fáng <一人部屋> ひとりべや {房單} phòng đơn ◊ single room
단파 [短波] (短波) duǎnbō <短波> たんぱ {𣳔𥐇} sóng ngắn ◊ short wave
단편 [短篇] (短篇) duǎn piān <短篇> たんぺん {短篇} đoản thiên ◊ short story
단평 [短評] (短评) duǎn píng <短評> たんぴょう {短評} đoản bình ◊ short comment
단풍 [丹楓] (红叶) hóngyè <紅葉> もみじ {𦲿𧺃} lá đỏ ◊ maple foliage
단항식 [單項式] (单项式) dānxiàng shì <単項式> たんこうしき {單式} đơn thức ◊ monomial equation
단행본 [單行本] (单行本) dānxíngběn <単行本> たんこうぼん {單行本} đơn hành bản ◊ seperate edition; offprint
단호 [斷乎] (坚决) jiānjué <断乎|断固> だんこ {堅決} kiên quyết ◊ firm; determined; resolute; conclusive
닫다 [－] (关闭) guānbì <閉じる> とじる {拸} đóng ◊ close
달 [－] (月亮) yuèliang <月> つき {𩈘𦝄|𩈘𦝄} mặt trăng ◊ moon
달걀 [－] (蛋) dàn <卵> たまご {𤾓} trứng ◊ egg
달걀죽 [달걀粥] (鸡蛋粥) jīdàn zhōu <卵粥> たまごがゆ {粥𤾓} cháo trứng ◊ egg congee
달관 [達官] (达官) dáguān <高官> こうかん {達官} đạt quan ◊ high ranking official
달구경 [－] (观月) guānyuè <月見> つきみ {䁛𦝄|䁛𦝄} ngắm trăng ◊ full moon admiring; moon viewing
달다 [－] (甜美) tiánměi <甘い> あまい {𠰺𤁘|甜𤁘} ngọt ngào ◊ sweet
달래다 [－] (哄) hòng <丸め込む> まるめこむ {𠯇咄} dỗ ◊ coax
달러 [dollar] (美元) měiyuán <アメリカドル> American dollar {都羅美} Đô la Mỹ ◊ USD
달력 [달曆] (月历) yuèlì <月間カレンダ> げっかん calendar {曆行𦝄} lịch hàng tháng ◊ month calendar
달리 [達理] (达理) dá lǐ <達理> たっしり {達理} đạt lý ◊ know better
달성 [達成] (达成) dáchéng <達成> たっせい {成

就} thành tựu ◊ attainment; achieve

달인 [達人] (达人) dá rén <達人> たつじん {達人} đạt nhân ◊ talent

닭장 [닭欌] (鸡笼) jī lóng <鶏篭> とりかご {鶏籠} kê lồng ◊ chicken coop

담가 [擔架] (担架) dānjià <担架> たんか {擔架} đam giá ◊ stretcher

담갈색 [淡褐色] (淡褐色) dàn hèsè <淡褐色> たんかっしょく {𩇢榬} màu nâu ◊ light brown

담관 [膽管] (胆管) dǎnguǎn <胆管> たんかん {膽管} đảm quản ◊ bile duct

담그다 [ㅡ] (浸泡) jìnpào <浸す> ひたす {泠} ngâm ◊ soak

담낭 [膽囊] (胆囊) dǎnnáng <胆嚢> たんのう {膽囊} đảm nang ◊ gall bladder

담낭염 [膽囊炎] (胆囊炎) dǎnnáng yán <胆嚢炎> たんのうえん {膽囊炎} đảm nang viêm ◊ cholecystitis

담담하다 [淡淡하다] (清淡) qīngdàn <淡々としている> たんたんとしている {�嫌|珥瓖} nhẹ nhàng ◊ light; insipidity

담당 [擔當] (担任) dānrèn <担当> たんとう {擔任} đam nhậm ◊ appointed as

담대심소 [膽大心小] (胆大心细) dǎndà xīnxì <胆大心小> たんだいしんしょう {膽大心小} đảm đại tâm tiểu ◊ bold but cautious

담략 [膽略] (胆略) dǎnlüè <胆略> たんりゃく {膽略} đảm lược ◊ courage and resourcefulness

담력 [膽力] (胆力) dǎnlì <胆力> たんりょく {膽力} đảm lực ◊ boldness; courage; nerve; grit

담록 [淡綠] (淡绿) dàn lǜ <淡緑> たんりょく {淡綠} đạm lục ◊ light green

담론 [談論] (谈论) tánlùn <談論> だんろん {談論} đàm luận ◊ discuss; make words; talk about

담미 [淡味] (淡味) dàn wèi <淡味> たんみ {淡味} đạm vị ◊ light taste

담박 [淡泊] (淡泊) dànbó <淡泊> たんぱく {淡泊} đạm bạc ◊ not seek fame and wealth

담배합 [담배盒] (烟盒) yān hé <シガレット箱> cigarette ばこ {㖔𦼔蔸|盒茱蘿} hộp thuốc lá ◊ cigarette box

담백 [淡白] (淡白) dàn bái <淡白> たんぱく {𤽸涞} trắng nhạt ◊ pale white

담보 [擔保] (保担) bǎo dān <保証> ほしょう {保擔} bảo đam ◊ guarantee

담보권 [擔保權] (担保权) dānbǎo quán <担保権> たんぽけん {保權} bảo quyền ◊ security right

담보인 [擔保人] (担保人) dānbǎo rén <担保人> たんぽにん {保主} bảo chủ ◊ guarantor

담석 [膽石] (胆石) dǎn shí <胆石> たんせき {膽石} đảm thạch ◊ gallstone

담석증 [膽石症] (胆结石) dǎnjiéshí <胆石症> たんせきしょう {膽石症} đảm thạch chứng ◊ cholelithiasis

담석통 [膽石痛] (胆石痛) dǎn shí tòng <胆石痛> たんせきつう {膽石痛} đảm thạch thống ◊ gallstone pain

담소 [談笑] (谈笑) tán xiào <談笑> だんしょう {談笑} đàm tiếu ◊ laughing

담수 [淡水] (淡水) dànshuǐ <淡水> たんすい {渃玑} nước ngọt ◊ freshwater

담수공장 [淡水工場] (淡水工厂) dànshuǐ gōngchǎng <淡水工場> たんすいこうじょう {𣘃欖渃玑} nhà máy nước ngọt ◊ fresh water plant

담수동물 [淡水動物] (淡水动物) dànshuǐ dòngwù <淡水動物> たんすいどうぶつ {動物渃玑} động vật nước ngọt ◊ fresh water animals

담수동물군 [淡水動物群] (淡水动物区系) dànshuǐ dòngwù qū xì <淡水動物群> たんすいどうぶつぐん {動物渃玑} động vật nước ngọt ◊ fresh water fauna

담수면적 [淡水面積] (水库水面) shuǐkù shuǐmiàn <淡水面積> たんすいめんせき {𩈘渃湖潴} mặt nước hồ chứa ◊ reservoir surface

담수생물 [淡水生物] (淡水生物) dànshuǐ shēngwù <淡水生物> たんすいせいぶつ {局𤯨渃玑} cuộc sống nước ngọt ◊ limnobios

담수생물학 [淡水生物學] (淡水生物学) dànshuǐ shēngwùxué <淡水生物学> たんすいせいぶつがく {生學渃玑} sinh học nước ngọt ◊ fresh water biology

담수생태학 [淡水生態學] (淡水生态学) dànshuǐ shēngtàixué <淡水生態学> たんすいせいたいがく {生態渃玑} sinh thái nước ngọt ◊ fresh water ecology

담수악화 [淡水惡化] (淡水恶化) dànshuǐ èhuà <淡水悪化> たんすいあっか {渃玑衰退} nước ngọt suy thoái ◊ fresh water degradation

담수오염 [淡水汚染] (淡水污染) dànshuǐ wūrǎn <淡水汚染> たんすいおせん {污染渃玑} ô nhiễm nước ngọt ◊ fresh water pollution

담수조 [淡水藻] (淡水藻类) dànshuǐ zǎolèi <淡水藻> たんすいそう {淡水藻} đạm thủy tảo ◊ freshwater algae

담수택지 [淡水宅地] (淡水沼泽) dànshuǐ zhǎozé <淡水宅地> たんすいたくち {藻圬濘圯} đầm lầy nước ngọt ◊ fresh water marsh

담수호 [淡水湖] (淡水湖) dànshuǐhú <淡水湖> たんすいこ {淡水湖} đạm thủy hồ ◊ fresh water

담수화 [淡水化] (海水淡化) hǎishuǐ dànhuà <淡水化> たんすいか {淡水化} đạm thủy hóa ◊ desalination

담수환경 [淡水環境] (淡水环境) dànshuǐ huánjìng <淡水環境> たんすいかんきょう {媒塲濘圯} môi trường nước ngọt ◊ fresh water environment

담액 [膽液] (胆液) dǎn yè <胆液> きもえき {膽液} đảm dịch ◊ bile

담임 [擔任] (担任) dānrèn <担任> たんにん {擔任} đam nhậm ◊ homeroom teacher

담장 [담牆] (围墙) wéiqiáng <外囲い> そとがこい {行檪圍迖} hàng rào vây quanh ◊ bounding wall; enclosure

담즙 [膽汁] (胆汁) dǎnzhī <胆汁> たんじゅう {膽汁} đảm trấp ◊ bile; gall

담즙산 [膽汁酸] (胆汁酸) dǎnzhī suān <胆汁酸> たんじゅうさん {膽汁酸} đảm trấp toan ◊ bile acids

담즙울체 [膽汁鬱滯] (胆汁郁积) dǎnzhī yù jī <胆汁鬱滯> たんじゅううったい {症灁膌} chứng ứ mật ◊ cholestasis

담증 [痰症] (痰症) tán zhēng <痰唾> たんつば {痰症} đàm chứng ◊ sputum; phlegm

담천 [痰喘] (痰喘) tán chuǎn <痰喘> たんぜん {痰喘} đàm suyễn ◊ asthma due to excessive phlegm

담판 [談判] (谈判) tánpàn <談判> だんぱん {談判} đàm phán ◊ negotiation

담화 [談話] (谈话) tánhuà <談話> だんわ {談話} đàm thoại ◊ talk

답례 [答禮] (回礼) huílǐ <返礼> へんれい {答禮} đáp lễ. ◊ return gift

답배 [答拜] (答拜) dā bài <答拜> とうはい {拜答} bái đáp ◊ return a visit

답변 [答辯] (答辩) dábiàn <答弁> とうべん {搭唑保衛} trả lời bảo vệ ◊ answer; reply to an accusation

답수 [答數] (答数) dáshù <答数> こたえすう {答數} đáp số ◊ answers

답습 [踏襲] (沿袭) yánxí <踏襲> とうしゅう {遶雕} theo đuôi ◊ following; continuing with; sticking to; observing

답안 [答案] (答案) dá'àn <答案> とうあん {答案} đáp án ◊ answer

답전 [答電] (答电) dā diàn <答電> とうでん {答電} đáp điện ◊ telegraphic answer

답청 [踏青] (踏青) tàqīng <踏青> とうせい {踏青} đạp thanh ◊ outing in spring

답파 [踏破] (踏破) tā pò <踏破> とうは {蹴過|越過} vượt qua ◊ traversing

당 [當] (每) měi <當> とう {每} mỗi ◊ per

당괴 [黨魁] (党魁) dǎngkuí <党首> とうしゅ {頭黨} đầu đảng ◊ party leader

당구 [撞球] (台球) táiqiú <玉撞き> たまつき {嗘遹琲阿} trò chơi bi a ◊ billiards

당국 [當局] (当局) dāngjú <当局> とうきょく {當局} đương cục ◊ authorities

당권 [黨權] (党权) dǎng quán <党権> とうけん {黨權} đảng quyền ◊ party and power

당근 [糖根] (胡萝卜) húluóbo <人参> にんじん {栦矸} cà rốt ◊ carrot

당금 [當今] (当今) dāngjīn <当今> とうぎん {當今} đương kim ◊ nowadays

당기 [當期] (当期) dāng qī <当期> とうき {當期} đương kỳ ◊ current period

당기입단 [當機立斷] (当机立断) dāng jī lì duàn <当機立断> とうきりつだん {當機立斷} đương cơ lập đoạn ◊ grab the bull by the horns

당내 [黨內] (党内) dǎngnèi <党内> とうない {黨內} đảng nội ◊ inside the party

당내 [堂內] (堂内) táng nèi <堂内> どううち {堂內} đường nội ◊ inside the hall

당년 [當年] (当年) dāngnián <当年> とうねん {當年} đương niên ◊ that year

당년초 [當年草] (一年生草) yīniánshēng cǎo <当年草> とうねんそう {當年草} đương niên thảo ◊ grass of the year

당뇨 [糖尿] (糖尿) táng niào <糖尿> とうにょう {糖尿} đường niệu ◊ glycosuria

당뇨병 [糖尿病] (糖尿病) tángniàobìng <糖尿病> とうにょうびょう {病瘯糖} bệnh đái đường ◊ diabetes

당대 [當代] (当代) dāngdài <当代> とうだい {當代} đương đại ◊ contemporary

당도 [糖度] (含糖量) hán táng liáng <糖度> とうど {度含糖} độ hàm đường ◊ sugar content; saccharinity

당돌 [唐突] (唐突) tángtū <唐突> とうとつ {唐突} đường đột ◊ abruptness; sudden

당랑 [螳螂] (螳螂) tángláng <螳螂> かまきり {蟵馭|螂馭} bọ ngựa ◊ mantis

당론 [黨論] (党论) dǎng lún <党論> とうろん {黨論} đảng luận ◊ party theory

당류 [糖類] (糖类) tánglèi <糖類> とうるい {糖類} đường loại ◊ sugars

당무 [黨務] (党务) dǎngwù <党務> とうむ {黨務} đảng vụ ◊ party affairs

당밀 [糖蜜] (糖蜜) tángmì <糖蜜> とうみつ {糖蜜} đường mật ◊ molasses

당번 [當番] (当番) dāng fān <当番> とうばん {當番} đương phiên ◊ being on duty

당벌 [黨閥] (党阀) dǎng fá <党閥> とうばつ {黨閥} đảng phiệt ◊ party factions

당부 [當付] (叮嘱) dīngzhǔ <注意を促す> ちゅういをうながす {找哦} nhắc nhở ◊ repeatedly warn; urge again and again

당분 [糖分] (糖分) táng fēn <糖分> とうぶん {糖} đường ◊ sugar

당사국 [當事國] (当事国) dāngshìguó <当事国> とうじこく {如醽貼各坧} nhà nước của các bên ◊ party

당사자 [當事者] (当事人) dāngshìrén <当事者> とうじしゃ {得當事} người đương sự ◊ persons involved

당삼 [黨參] (党参) dǎngshēn <党参> とうさん {黨参} đảng sâm ◊ radix codonopsitis

당선 [當選] (当选) dāngxuǎn <当選> とうせん {㝵保} được bầu ◊ elected

당세 [當世] (当世) dāngshì <当世> とうせい {當世} đương thế ◊ nowadays

당수 [黨首] (党首) dǎng shǒu <党首> とうしゅ {黨首} đảng thủ ◊ head of the party

당승 [唐僧] (唐僧) tángsēng <唐僧> とうそう {唐僧} Đường Tăng ◊ Bonze Tang

당시 [當時] (当时) dāngshí <当時> とうじ {當時} đương thời ◊ then; at that time

당시 [唐詩] (唐诗) tángshī <唐詩> とうし {唐詩} Đường thi ◊ poetry of Tang Dynasty

당신 [一] (您) nín <貴方> あなた {翁; 婆} ông; bà ◊ you of respect

당신 [當身] (当身) dāng shēn <当身> あてみ {當身} đương thân ◊ you; yourself

당야 [當夜] (当夜) dāngyè <当夜> とうや {當夜} đương dạ ◊ that night; tonight

당연 [當然] (当然) dāngrán <当然> とうぜん {當然} đương nhiên ◊ naturally

당용 [當用] (当用) dāng yòng <当用> とうよう {當用} đương dụng ◊ in utilization

당월 [當月] (当月) dāngyuè <当月> とうげつ {當月} đương nguyệt ◊ at that month

당의 [糖衣] (糖衣) tángyī <糖衣> とうい {質㘷糖} chất bọc đường ◊ sugar coating

당의정 [糖衣錠] (糖衣片) tángyī piān <糖衣錠> とういじょう {糵㘷糖} thuốc bọc đường ◊ sugar coated tablet

당일 [當日] (当日) dāngrì <当日> とうじつ {當日} đương nhật ◊ at that day

당장 [當場] (当场) dāngchǎng <当場> とうじょう {當場} đương trường ◊ on the spot

당적 [黨籍] (党籍) dǎngjí <党籍> とうせき {黨籍} đảng tịch ◊ party registration

당직 [黨職] (党职) dǎng zhí <党職> とうしょく {黨職} đảng chức ◊ party position

당질 [糖質] (糖质) táng zhì <糖質> とうしつ {糖質} đường chất ◊ carbohydrate

당초 [當初] (当初) dāngchū <当初> とうしょ {旴頭} lúc đầu ◊ original

당파 [黨派] (党派) dǎngpài <党派> とうは {黨派} đảng phái ◊ parties

당하다 [當하다] (遭到) zāodào <に遭遇> にそうぐう {被} bị ◊ suffer

당혹 [當惑] (当惑) dāng huò <当惑> とうわく {當惑} đương hoặc ◊ be confused

당화 [糖化] (糖化) táng huā <糖化> とうか {糖化} đường hóa ◊ saccharification

당황 [唐慌] (慌张) huāngzhāng <慌てる> あわてる {慌悜} hoảng sợ ◊ panic

대가 [代價] (代价) dàijià <代価> だいか {代價} đại giá ◊ price to achieve something

대가족 [大家族] (大家族) dàjiā zú <大家族> だいかぞく {家族扁} jia tộc lớn ◊ large family

대각 [大覺] (大觉) dà jiào <大覚> だいかく {大覺} đại giác ◊ great awakening; comprehension

대각선 [對角線] (对角线) duìjiǎoxiàn <対角線> たいかくせん {對角線} đối giác tuyến ◊ diagonal

대간대악 [大奸大惡] (大奸大恶) dà jiān dà è <大奸大恶> だいかんだいあく {大奸大惡} đại gian đại ác ◊ great treachery

대갈 [大喝] (大喝) dà hē <大喝> だいかつ {大喝} đại hát ◊ loud cheers

대강 [大綱] (大纲) dàgāng <大綱> たいこう {大綱} đại cương ◊ outline

대강 [大江] (大江) dà jiāng <大川> おおかわ {瀧

嵲} sông lớn ◊ largr river

대개 [大概] (大概) dàgài <大概> たいがい {大概} đại khái ◊ in general

대결 [對決] (对决) duì jué <对决> たいけつ {對決} đối quyết ◊ showdown; fight to the finish

대경실색 [大驚失色] (大惊失色) dà jīng shīsè <大驚失色> たいきょうしっしょく {大驚失色} đại kinh thất sắc ◊ be terribly alarmed

대계 [大計] (大计) dàjì <大計> たいけい {大計} đại kế ◊ great plans

대고 [大鼓] (大鼓) dàgǔ <大鼓> おおつづみ {大鼓} đại cổ ◊ big drum

대공 [對空] (对空) duì kōng <对空> たいくう {對空} đối không ◊ antiaircraft

대공국 [大公國] (大公国) dàgōng guó <大公国> たいこうこく {大公國} đại công quốc ◊ grand duchy

대공무사 [大公無私] (大公无私) dàgōng wúsī <大公無私> たいこうむし {大公無私} đại công vô tư ◊ selfless

대공포 [對空砲] (高射炮) gāoshèpào <对空砲> たいくうほう {對空砲} đối không pháo ◊ anti-aircraft artillery

대관 [大官] (大官) dà guān <大官> たいかん {大官} đại quan ◊ grand officer

대관 [大觀] (综观) zōngguān <大観> たいかん {綜觀} tổng quan ◊ overview; broad overview; general survey

대관 [戴冠] (戴冠) dài guàn <戴冠> たいかん {戴冠} đới quan ◊ wear a crown

대괄호 [大括弧] (大括号) dà kuòhào <大括弧> だいかっこ {晒挵猷} dấu ngoặc lớn ◊ curly braces

대구 [對句] (对句) duì gōu <对句> ついく {對句} đối cú ◊ verses couplets

대국 [大國] (大国) dàguó <大国> たいこく {大國} đại quốc ◊ big country; power

대국 [大局] (大局) dàjú <大局> たいきょく {大局} đại cục ◊ overall situation

대국 [對局] (对局) duìjú <对局> たいきょく {對局} đối cục ◊ play a game of chess

대군 [大軍] (大军) dàjūn <大軍> たいぐん {大軍} đại quân ◊ army

대군 [大群] (大群) dà qún <大群> たいぐん {佀} đám ◊ hordes

대권 [大權] (大权) dàquán <大权> たいけん {大權} sức mạnh ◊ power

대규모 [大規模] (大规模) dàguīmó <大规模> だいきぼ {大規模} đại quy mô ◊ large scale

대금 [貸金] (贷金) dài jīn <貸金> かしきん {錢賍鯿} tiền cho vay ◊ loans

대기 [大旗] (大旗) dà qí <大旗> おおはた {旗猷} cờ lớn ◊ large flag

대기 [大氣] (大气) dàqì <大気> たいき {大氣} đại khí ◊ atmosphere

대기감시 [大氣監視] (大气监测) dàqì jiāncè <大气監視> たいきかんし {監察氣圈} giám sát khí quyển ◊ atmospheric monitoring

대기과학 [大氣科學] (大气科学) dàqì kēxué <大气科学> たいきかがく {科學氣圈} khoa học khí quyển ◊ atmospheric sciences

대기광 [大氣光] (大气光) dàqì guāng <大气光> たいきこう {映燭氣卷} ánh sáng khí quyển ◊ atmospheric light

대기광학 [大氣光學] (大气光学) dàqì guāngxué <大气光学> たいきこうがく {光學氣圈} quang học khí quyển ◊ atmospheric optics

대기구성 [大氣構成] (大气构成) dàqì gòuchéng <大气構成> たいきこうせい {成份氣圈} thành phần khí quyển ◊ atmosphere composition

대기굴절 [大氣屈折] (大气折射) dàqì zhéshè <大气屈折> たいきくっせつ {曲射氣圈} khúc xạ khí quyển ◊ atmospheric refraction

대기권 [大氣圈] (大气区域) dàqì qūyù <大气圈> たいきけん {區域氣圈} khu vực khí quyển ◊ atmosphere region

대기급류 [大氣急流] (大气湍流) dàqì tuānliú <大气急流> たいききゅうりゅう {擾亂氣圈} nhiễu loạn khí quyển ◊ atmospheric torrent

대기농도 [大氣濃度] (大气浓度) dàqì nóngdù <大气濃度> たいきのうど {濃度氣圈} nồng độ khí quyển ◊ atmospheric concentration

대기만성 [大器晚成] (大器晚成) dàqì wǎn chéng <大器晚成> たいきばんせい {大器晚成} đại khí vãn thành ◊ late bloomer; great talent of late success

대기반응 [大氣反應] (大气反应) dàqì fǎnyìng <大气反応> たいきはんのう {反應氣圈} phản ứng khí quyển ◊ atmospheric reaction

대기변화 [大氣變化] (大气变化) dàqì biànhuà <大气变化> たいきへんか {識黷氣圈} thay đổi khí quyển ◊ atmospheric change

대기복사 [大氣輻射] (大气辐射) dàqì fúshè <大气輻射> たいきふくしゃ {輻射氣圈} bức xạ khí quyển ◊ atmospheric radiation

대기부식 [大氣腐蝕] (大气腐蚀) dàqì fǔshí <大気腐蝕> たいきふしょく {餿病氣圈} ăn mòn khí quyển ◊ corrosion effect of air pollutants

대기습도 [大氣濕度] (大气湿度) dàqì shīdù <大気湿度> たいきしつど {度澄氣圈} độ ẩm khí quyển ◊ atmospheric humidity

대기실 [待機室] (接待室) jiēdàishì <控え室> ひかえしつ {房接賓} phòng tiếp tân ◊ waiting room; anteroom; antechamber

대기압 [大氣壓] (气压) qìyā <气圧> きあつ {壓率氣卷} áp suất khí quyển ◊ atmospheric pressure

대기오염 [大氣汚染] (空气污染) kōngqì wūrǎn <大气汚染> たいきおせん {污染空氣} ô nhiễm không khí ◊ air borne contamination

대기온도 [大氣溫度] (大气温度) dàqì wēndù <大気温度> たいきおんど {熱度氣圈} nhiệt độ khí quyển ◊ atmospheric temperature

대기요법 [大氣療法] (大气疗法) dàqì liáofǎ <大気療法> たいきりょうほう {調治氣圈} điều trị khí quyển ◊ atmospheric therapy

대기운동 [大氣運動] (大气运动) dàqì yùndòng <大気運動> たいきうんどう {轉動氣圈} chuyển động khí quyển ◊ atmospheric motion

대기저항 [大氣抵抗] (大气阻抗力) dàqì zǔkàng lì <大気抵抗> たいきていこう {阻抗氣圈} trở kháng khí quyển ◊ atmospheric resistance

대기질량 [大氣質量] (大气质量) dàqì zhìliàng <大気質量> たいきしつりょう {質量氣圈} chất lượng khí quyển ◊ atmospheric mass

대기측정소 [大氣測定所] (大气测定所) dàqì cèdìng suǒ <大気測定所> たいきそくていしょ {所邮量氣圈} sở đo lường khí quyển ◊ atmospheric monitoring station

대기화학 [大氣化學] (大气化学) dàqì huàxué <大気化学> たいきかがく {化學氣圈} hóa học khí quyển ◊ air chemistry

대기환류 [大氣環流] (大气环流) dàqì huán liú <大気還流> たいきかんりゅう {流通氣圈} lưu thông khí quyển ◊ general circulation of atmosphere

대기흡수 [大氣吸收] (大气吸收) dàqì xīshōu <大気吸収> たいききゅうしゅう {吸收氣圈} hấp thu khí quyển ◊ atmospheric absorption

대길 [大吉] (大吉) dàjí <大吉> だいきちにち {大吉} đại cát ◊ excellent luck; highly auspicious

대길일 [大吉日] (大吉日) dàjírì <大吉日> だいきちにち {大吉日} đại cát nhật ◊ very auspicious day

대나무 [一] (竹子) zhúzi <竹> たけ {箹} tre ◊ bamboo

대내 [對內] (对内) duìnèi <対内> たいない {對內} đối nội ◊ internally

대뇌 [大腦] (大脑) dànǎo <大脳> だいのう {大腦} đại não ◊ cerebrum

대다수 [大多數] (大多数) dàduōshù <大多数> だいたすう {大多數} đại đa số ◊ majority

대단 [大端] (了不起) liǎobuqǐ <凄い> すごい {絕啡} tuyệt vời ◊ amazing

대단결 [大團結] (大团结) dà tuánjié <大団結> だいだんけつ {大團結} đại đoàn kết ◊ grand unity

대단원 [大團圓] (戏剧结局) xìjù jiéjú <大団円> だいだんえん {大團圓} đại đoàn viên ◊ denouement; happy ending

대담 [大膽] (大胆) dàdǎn <大胆> だいたん {肝膽} can đảm ◊ bravely

대담 [對談] (交谈) jiāotán <対談> たいだん {略嗶} trò chuyện ◊ conversations

대답 [對答] (答复) dáfù <答える> こたえる {搭嗋|嘶嗋|捸嗋} trả lời ◊ answer

대대 [大隊] (大队) dàduì <大隊> だいたい {大隊} lữ đoàn ◊ brigade

대대 [代代] (代代) dài dài <代代> だいだい {芪芪} đời đời ◊ from generation to generation

대대장 [大隊長] (大队长) dàduì zhǎng <大隊長> だいたいちょう {大隊長} đại đội trưởng ◊ battalion commander

대도 [大刀] (大刀) dàdāo <大刀> だいとう {大刀} đại đao ◊ broadsword

대도 [大道] (大道) dàdào <大道> だいどう {大道} đại đạo ◊ boulevard

대도 [大都] (大都) dàdū <大都> たいと {大都} đại đô ◊ capital city

대도 [大度] (大度) dàdù <大度> たいど {大度} đại độ ◊ generous

대도시 [大都市] (大都市) dàdūshì <大都市> だいとし {大都市} đại đô thị ◊ metropolis

대도시문제 [大都市問題] (大都市问题) dàdūshì wèntí <大都市問題> だいとしもんだい {問題大都市} vấn đề đại đô thị ◊ metropolitan problem

대동 [大同] (大同) dàtóng <大同> だいどう {大同} đại đồng ◊ great unity

대동맥 [大動脈] (大动脉) dàdòngmài <大動脈> だいどうみゃく {大動脈} đại động mạch ◊ aorta

대동소이 [大同小異] (大同小异) dàtóng xiǎo yì <大同小異> だいどうしょうい {大同小異} đại

동 tiểu dị ◊ similar; be alike expert for slight differences

대두 [大豆] (大豆) dàdòu <大豆> だいず {大豆} đại đậu ◊ soybean

대들보 [大들보] (橫梁) héngliáng <大梁> おおばり {桴昂} xà ngang ◊ crossbeam

대등 [對等] (对等) duìděng <对等> たいとう {對等} đối đẳng ◊ equivalent

대란 [大亂] (大乱) dà luàn <大乱> たいらん {大亂} đại loạn ◊ great chaos

대략 [大略] (大约) dàyuē <大略> たいりゃく {曠} khoảng ◊ approximately

대량 [大量] (大量) dàliàng <大量> たいりょう {數猷} số lớn ◊ great quantity

대량생산 [大量生産] (批量生産) pīliàng shēngchǎn <量産> りょうさん {産出行喇} sản xuất hàng loạt ◊ mass production

대량처리 [大量處理] (大量处理) dàliàng chǔlǐ <大量処理> たいりょうしょり {處理行喇} xử lý hàng loạt ◊ mass treatment

대련 [對聯] (对联) duìlián <对聯> ついれん {對聯} đối liên ◊ couplet

대령 [待令] (待令) dài líng <待令> まちれい {待令} đãi linh ◊ be ordered

대로 [大路] (大路) dàlù <大路> おおじ {大路} đại lộ ◊ avenue

대류 [大類] (大类) dà lèi <大類> おうるい {大類} đại loại ◊ categories

대류 [對流] (对流) duìliú <对流> たいりゅう {對流} đối lưu ◊ convection

대류가속도 [對流加速度] (对流加速) duìliú jiāsù <对流加速度> たいりゅうかそくど {加速對流} gia tốc đối lưu ◊ convective acceleration

대류권 [對流圈] (对流层) duìliúcéng <对流圈> たいりゅうけん {層對流} tầng đối lưu ◊ troposphere

대류속도 [對流速度] (对流速度) duìliú sùdù <对流速度> たいりゅうそくど {速度對流} tốc độ đối lưu ◊ convective velocity

대륙 [大陸] (大陆) dàlù <大陸> たいりく {大陸} đại lục ◊ mainland

대륙붕 [大陸棚] (大陆架) dàlùjià <大陸棚> たいりくだな {墻陸地} thềm lục địa ◊ continental shelf

대륙사면 [大陸斜面] (大陆斜面) dàlù xiémiàn <大陸斜面> たいりくしゃめん {度墻陸地} độ dốc lục địa ◊ continental slope

대륙성 [大陸性] (大陆性) dàlùxìng <大陸性> たいりくせい {性大陸} tính đại lục ◊ continental character

대륙성기후 [大陸性氣候] (大陆性气候) dàlùxìng qìhòu <大陸性気候> たいりくせいきこう {氣候陸地} khí hậu lục địa ◊ continental climate

대륙환경 [大陸環境] (大陆环境) dàlù huánjìng <大陸環境> たいりくかんきょう {媒塲陸地} môi trường lục địa ◊ continental environment

대리 [代理] (代理) dàilǐ <代理> だいり {代理} môi giới ◊ broker

대리상 [代理商] (代理商) dàilǐshāng <代理商> だいりしょう {代理商} đại lý thương ◊ agent dealer

대리석 [大理石] (大理石) dàlǐshí <大理石> だいりせき {砳花} đá hoa ◊ marble

대리인 [代理人] (代理人) dàilǐrén <代理人> だいりにん {得代理} người đại lý ◊ agent

대리자 [代理者] (代理者) dàilǐzhě <代理者> だいりしゃ {代理} đại lý ◊ representative

대리점 [代理店] (代理店) dàilǐ diàn <代理店> だいりてん {姤代理} nhà đại lý ◊ agency shop

대립 [對立] (对立) duìlì <对立> たいりつ {對立} sự chống cự ◊ opposition

대마 [大麻] (大麻) dàmá <大麻> たいま {大麻} đại ma ◊ hemp

대망 [大望] (大望) dà wàng <大望> たいぼう {大望} đại vọng ◊ ambition

대머리 [一] (秃头) tūtóu <秃> はげ {瘑鬜} hói ◊ bald

대면 [對面] (对面) duìmiàn <对面> たいめん {對面} đối diện ◊ opposite side

대명 [待命] (待命) dàimìng <待命> たいめい {待命} đãi mệnh ◊ await orders

대명사 [代名詞] (代词) dàicí <代名詞> だいめいし {代詞} đại từ ◊ pronoun

대모 [代母] (教母) jiào mǔ <代母> だいぼ {媒齒頭} mẹ đỡ đầu ◊ godmother

대모 [玳瑁] (玳瑁) dàimào <玳瑁> たいまい {玳瑁} đại mội ◊ hawksbill

대목 [大木] (大木) dà mù <大木> たいぼく {大木} đại mộc ◊ large wood

대묘 [大廟] (大庙) dà miào <大廟> たいびょう {大廟} đại miếu ◊ big temple

대문 [大門] (大门) dàmén <大門> だいもん {大門} đại môn ◊ gate

대문자 [大文字] (大写) dàxiě <大文字> おおもじ

{芛花} chữ hoa ◊ majuscule character

대물 [貸物] (货物) dài wù <貸物> かしもの {貸物} thải vật ◊ credits

대범 [大凡] (大凡) dàfán <大凡> おおよそ {大凡} đại phàm ◊ generally

대법원 [大法院] (最高法院) zuìgāo fǎyuàn <大法院> たいほういん {大法院} đại pháp viện ◊ grand court

대변 [大便] (大便) dàbiàn <大便> だいべん {大便} đại tiện ◊ bowel movement; feces; stool

대변 [大變] (大变) dà biàn <大变> たいへん {大變} đại biến ◊ big change

대변 [對邊] (对边) duì biān <对边> たいへん {對邊} đối biên ◊ opposite edges

대병 [大兵] (大兵) dàbīng <大兵> たいへい {大兵} đại binh ◊ large army

대병 [大病] (大病) dà bìng <大病> たいびょう {大病} đại bệnh ◊ major illness

대복 [大福] (大福) dà fú <大福> だいふく {大福} đại phước ◊ good fortune; felicity

대본 [臺本] (台本) tái běn <台本> だいほん {臺本} đài bản ◊ libretto

대본영 [大本營] (大本营) dàběnyíng <大本営> だいほんえい {大本營} đại bản dinh ◊ base camp

대부 [貸付] (贷付) dàifù <貸付> かしつけ {借款} tá khoản ◊ borrow money; loan

대부분 [大部分] (大部分) dàbùfen <大半> たいはん {多數} đa số ◊ majority

대불 [大佛] (大佛) dà fú <大仏> だいぶつ {大佛} Đại Phật ◊ Maha Buddha

대비 [大悲] (大悲) dà bēi <大悲> だいひ {大悲} đại bi ◊ great compassion

대비 [對比] (对比) duìbǐ <对比> たいひ {對比} đối tỷ ◊ contrast

대사 [大蛇] (大蛇) dà shé <大蛇> おろち {大蛇} đại xà ◊ python

대사 [大赦] (大赦) dàshè <大赦> たいしゃ {恩赦} ân xá ◊ amnesty

대사 [大師] (大师) dàshī <大師> だいし {大師} đại sư ◊ guru

대사 [大使] (大使) dàshǐ <大使> たいし {大使} đại sử ◊ ambassador

대사 [大事] (大事) dàshì <大事> だいじ {大事} đại sự ◊ event

대사 [代謝] (代谢) dàixiè <代謝> たいしゃ {事撐擺質} sự trao đổi chất ◊ metabolism

대사 [臺詞] (台词) táicí <台詞> せりふ {臺詞} đài từ ◊ spoken lines in a play

대사고 [大事故] (大事故) dàshì gù <大事故> だいじこ {災難猷} tai nạn lớn ◊ major accident

대사관 [大使館] (大使馆) dàshǐguǎn <大使館> たいしかん {大使館} đại sử quán ◊ embassy

대산 [大蒜] (大蒜) dàsuàn <大蒜> にんにく {蓮蕸} củ tỏi ◊ garlic

대상 [大喪] (大丧) dà sāng <大喪> たいそう {大喪} đại táng ◊ great mourning

대상 [大賞] (大赏) dà shǎng <大奖> たいしょう {大賞} đại thưởng ◊ grand prize

대상 [對象] (对象) duìxiàng <对象> たいしょう {對象} đối tượng ◊ object

대서 [大暑] (大暑) dàshǔ <大暑> たいしょ {大暑} đại thử ◊ great heat

대서 [袋鼠] (袋鼠) dàishǔ <袋鼡> ふくろ鼡 {袋鼠} đại thử ◊ kangaroo

대서양 [大西洋] (大西洋) dàxīyáng <大西洋> たいせいよう {大西洋} Đại Tây Dương ◊ Atlantic Ocean

대선 [大選] (大选) dàxuǎn <大選> だいせん {大選} đại tuyển ◊ general election

대설 [大雪] (大雪) dàxuě <大雪> おおゆき {大雪} đại tuyết ◊ heavy snow

대성 [大聲] (大声) dàshēng <大声> おうごえ {大聲} đại thanh ◊ loud

대성 [大姓] (大姓) dà xìng <大姓> おおしょう {大姓} đại tính ◊ your surname

대성공 [大成功] (大成功) dà chénggōng <大成功> だいせいこう {大成功} đại thành công ◊ great success

대성당 [大聖堂] (大教堂) dàjiàotáng <大聖堂> だいせいどう {姰鞥猷} nhà thờ lớn ◊ cathedral

대성통곡 [大聲痛哭] (嚎啕大哭) háotáo dà kū <号泣> ごうきゅう {嘆咀} than thở ◊ lamentation

대세 [大勢] (大势) dà shì <大勢> たいせい {趨向} xu hướng ◊ trend

대소편 [大小便] (大小便) dàxiǎobiàn <大小便> だいしょうべん {大小便} đại tiểu tiện ◊ feces and urine; defecating and urinating

대수 [大壽] (大寿) dàshòu <大寿> おうことぶき {大壽} đại thọ ◊ birthday of the elderly

대수 [大數] (大数) dàshù <大数> たいすう {大數} đại số ◊ large numbers

대수 [大樹] (大树) dà shù <大树> たいじゅ {大樹} đại thụ ◊ big tree

대수 [大水] (大水) dàshuǐ <大水> おおみず {大

水} đại thủy ◊ flood

대수 [代數] (代数) dàishù <代数> だいすう {代數} đại số ◊ algebra

대수 [對手] (对手) duìshǒu <对手> たいしゅ {對手} đối thủ ◊ opponent in combat; rival

대수 [對數] (对数) duìshù <对数> たいすう {對數} đối số ◊ logarithm

대수식 [代數式] (代数式) dàishùshì <代数式> だいすうしき {代數式} đại số thức ◊ algebraic formula

대수층 [帶水層] (含水层) hánshuǐ céng <带水層> たいすいそう {層含渃} tầng ngậm nước ◊ aquifer

대수표 [對數表] (对数表) duìshù biǎo <对数表> たいすうひょう {對數表} đối số biểu ◊ logarithmic table

대승 [大乘] (大乘) dàshèng <大乘> だいじょうてき {大乘} đại thừa ◊ Mahayana

대승 [大勝] (大胜) dà shèng <大勝> だいしょう {大勝} đại thắng ◊ great victory

대식한 [大食漢] (大食汉) dà shí hàn <大食漢> たいしょくかん {儸貪餃} thằng tham ăn ◊ gluttony

대신 [大臣] (大臣) dàchén <大臣> だいじん {大臣} đại thần ◊ minister

대신 [代身] (代身) dài shēn <代身> だいみ {代身} đại thân ◊ substitute

대안 [對岸] (对岸) duì'àn <对岸> たいがん {對岸} đối ngạn ◊ across river

대양 [大洋] (大洋) dàyáng <大洋> たいよう {大洋} đại dương ◊ ocean

대양도 [大洋島] (大洋岛) dàyáng dǎo <大洋島> たいようとう {島大洋} đảo đại dương ◊ ocean island

대양저 [大洋底] (大洋底) dàyáng de <大洋底> たいようてい {𣷭大洋} đáy đại dương ◊ ocean floor

대어 [大漁] (大渔) dà yú <大漁> たいりょう {大漁} đại ngư ◊ big fishing catch; good haul

대업 [大業] (大业) dàyè <大業> たいぎょう {大業} đại nghiệp ◊ great cause; great undertaking

대여 [貸與] (出借) chūjiè <貸与> たいよ {咮鐉朱鵬} cho vay ◊ loan

대역 [大逆] (大逆) dà nì <大逆> だいぎゃく {大逆} đại nghịch ◊ high treason

대역 [代役] (代役) dài yì <代役> だいやく {代役} đại dịch ◊ substitute service

대역죄 [大逆罪] (大逆罪) dà nì zuì <大逆罪> た

いぎゃくざい {大逆罪} đại nghịch tội ◊ crime of high treason

대열 [隊列] (队列) duìliè <隊列> たいれつ {隊列} đội liệt ◊ ranks

대오 [隊伍] (队伍) duìwǔ <隊伍> たいご {隊伍} đội ngũ ◊ contingent

대왕 [大王] (大王) dàwáng <大王> だいおう {大王} đại vương ◊ king

대외 [對外] (对外) duìwài <对外> たいがい {對外} đối ngoại ◊ to foreigns

대외무역 [對外貿易] (外贸) wàimào <对外贸易> たいがいぼうえき {商賣對外} thương mại đối ngoại ◊ foreign trade

대외원조 [對外援助] (外援) wàiyuán <对外援助> たいがいえんじょ {援助對外} viện trợ đối ngoại ◊ foreign aid

대용 [代用] (代用) dài yòng <代用> だいよう {代用} đại dụng ◊ alternative

대용량 [大容量] (大容量) dà róngliàng <大容量> だいようりょう {功率歗} công suất lớn ◊ large capacity

대용유 [代用乳] (代用奶) dài yòng nǎi <代用牛乳> だいようぎゅうにゅう {渡織替} sữa thay thế ◊ substitute milk

대용품 [代用品] (代用品) dài yòngpǐn <代用品> だいようひん {代用品} đại dụng phẩm ◊ substitute

대우 [大愚] (大愚) dà yú <大愚> たいぐ {大愚} đại ngu ◊ foolishness

대우 [大雨] (大雨) dàyǔ <大雨> おおあめ {大雨} đại vũ ◊ heavy rain

대우 [待遇] (待遇) dàiyù <待遇> たいぐう {待遇} đãi ngộ ◊ treatment; reception; service

대우 [對偶] (对偶) duì'ǒu <对偶> たいぐう {對偶} đối ngẫu ◊ duality

대우주 [大宇宙] (大宇宙) dàyǔ zhòu <大宇宙> だいうちゅう {大宇宙} đại vũ trụ ◊ macrocosm

대우탄금 [對牛彈琴] (对牛弹琴) duì niú tánqín <豚に真珠> ぶたにしんじゅ {對牛彈琴} đối ngưu đàn cầm ◊ cast pearls before swine

대원 [大願] (大愿) dà yuàn <大願> だいがん {大願} đại nguyện ◊ great aspiration

대원 [隊員] (队员) duìyuán <隊員> たいいん {球手} cầu thủ ◊ players

대원수 [大元帥] (大元帅) dàyuánshuài <大元帅> だいげんすい {大元帥} đại nguyên súy ◊ generalissimo

대위 [大尉] (大尉) dàwèi <大尉> たいい {大尉} đại úy ◊ senior captain

대유 [大儒] (大儒) dà rú <大儒> たいじゅ {大儒} đại nho ◊ big Confucianism

대은 [大恩] (大恩) dà ēn <大恩> だいおん {大恩} đại ân ◊ great grace

대응 [對應] (应付) yìngfu <対応> たいおう {對應} đối ứng ◊ deal with; corresponding

대응각 [對應角] (对应角) duìyìng jué <对应角> たいおうかく {對應角} đối ứng giác ◊ corresponding angles

대응변 [對應邊] (对应侧) duìyìng cè <対应边> たいおうべ {對應邊} đối ứng biên ◊ corresponding edges

대응상태 [對應狀態] (对应状态) duìyìng zhuàngtài <对应状態> たいおうじょうたい {情狀相應} tình trạng tương ứng ◊ corresponding state

대응온도 [對應溫度] (对应温度) duìyìng wēndù <対応温度> たいおうおんど {熱度相應} nhiệt độ tương ứng ◊ corresponding temperature

대응책 [對應策] (对策) duìcè <对应策> たいおうさく {對策} đối sách ◊ countermeasure

대의 [大疑] (大疑) dà yí <大疑> たいぎ {大疑} đại nghi ◊ great suspicion

대의 [大意] (大意) dàyì <大意> たいい {大意} đại ý ◊ main idea

대의 [大義] (大义) dàyì <大義> たいぎ {大義} đại nghĩa ◊ principles of righteousness

대인 [大人] (大人) dàren <大人> おとな {大人} đại nhân ◊ adult; grown-up

대인물 [大人物] (大人物) dàren wù <大人物> だいじんぶつ {大人物} đại nhân vật ◊ big shot

대임 [大任] (大任) dà rén <大任> おおとう {大任} đại nhậm ◊ great responsibility

대입법 [代入法] (代入法) dàirù fǎ <代入法> だいにゅうほう {代入法} đại nhập pháp ◊ substitution method

대자대비 [大慈大悲] (大慈大悲) dà cí dà bēi <大慈大悲> だいじだいひ {大慈大悲} đại từ đại bi ◊ great compassion and great mercy

대작 [大作] (大作) dàzuò <大作> たいさく {大作} đại tác ◊ masterpiece

대작 [代作] (代笔写) dàibǐ xiě <代作> だいさく {代作} đại tác ◊ ghost-writing

대장 [大腸] (大肠) dàcháng <大腸> だいちょう {大腸} đại trường ◊ large intestine

대장 [隊長] (队长) duìzhǎng <隊長> たいちょう {隊長} đội trưởng ◊ captain

대장군 [大將軍] (大将军) dàjiāngjūn <大将军> だいしょうぐん {大將軍} đại tướng quân ◊ great general

대장염 [大腸炎] (结肠炎) jiéchángyán <大腸炎> だいちょうえん {大腸炎} đại trường viêm ◊ colitis

대저 [大抵] (大抵) dàdǐ <大抵> たいてい {大抵} đại để ◊ ordinarily; usually; generally

대적 [大敵] (大敌) dà dí <大敵> たいてき {大敵} đại địch ◊ archenemy

대적 [對敵] (对敌) duìdí <对敌> たいてき {對敵} đối địch ◊ against enemy

대전 [大典] (大典) dàdiǎn <大典> たいてん {大典} đại điển ◊ grand ceremony

대전 [大全] (大全) dàquán <大全> たいぜん {大全} đại toàn ◊ large collection; complete works

대전 [大戰] (大战) dàzhàn <大戰> たいせん {大戰} đại chiến ◊ war

대전 [對戰] (对战) duì zhàn <对战> たいせん {對戰} đối chiến ◊ competing with

대전제 [大前提] (大前提) dàqiántí <大前提> だいぜんてい {大前提} đại tiền đề ◊ major premise

대전체 [帶電體] (带电体) dàidiàn tǐ <带电体> たいでんたい {帶電體} đới điện thể ◊ electrically charged body

대접 [待接] (款待) kuǎndài <客扱い> きゃくあつかい {款待} khoản đãi ◊ hospitality

대제 [大帝] (大帝) dàdì <大帝> たいてい {大帝} đại đế ◊ great emperor

대조 [對照] (对照) duìzhào <对照> たいしょう {對照} đối chiếu ◊ contrast

대조법 [對照法] (对比法) duìbǐ fǎ <对比法> たいひほう {對照法|對比法} phép so sánh ◊ comparative method

대조표 [對照表] (对照表) duìzhàobiǎo <对照表> たいしょうひょう {榜對照} bảng đối chiếu ◊ comparison table

대종 [大鐘] (大钟) dà zhōng <大鐘> おおがね {大鐘} đại chung ◊ big clock

대좌 [對坐] (对坐) duì zuò <对坐> たいざ {對坐} đối tọa ◊ sit against each other

대죄 [大罪] (大罪) dà zuì <大罪> だいざい {大罪} đại tội ◊ grave sin

대주 [大洲] (大洲) dàzhōu <大洲> たいしゅう {大洲} đại châu ◊ continent

대주 [大主] (大主) dà zhǔ <大主> おおぬし {大主} đại chủ ◊ great lord

대주 [貸主] (贷主) dài zhǔ <貸主> かしぬし {貸主} thải chủ ◊ lender

대주주 [大株主] (大股东) dà gǔdōng <大株主> おおかぶぬし {股東猷} cổ đông lớn ◊ major shareholder

대중 [大衆] (大众) dàzhòng <大衆> たいしゅう {大衆} đại chúng ◊ common people

대중가요 [大衆歌謠] (大众歌谣) dàzhòng gēyáo <大衆歌謠> たいしゅうかよう {排嗒民衆} bài hát dân chúng ◊ popular ballad; folk songs

대중교통 [大衆交通] (公共交通) gōnggòng jiāotōng <公共交通> こうきょうこうつう {交通公共} giao thông công cộng ◊ public transportation

대중매체 [大衆媒體] (公共媒体) gōnggòng méitǐ <大衆媒体> たいしゅうばいたい {傳通公共} truyền thông công cộng ◊ public media

대중성 [大衆性] (大众性) dàzhòng xìng <大衆性> たいしゅうせい {性大衆} tính đại chúng ◊ popularity

대중판 [大衆版] (大众版) dàzhòng bǎn <大衆版> たいしゅうばん {翻版大衆} phiên bản đại chúng ◊ mass version

대중화 [大衆化] (大众化) dàzhònghuà <大衆化> たいしゅうか {大衆化} đại chúng hóa ◊ popularization

대지 [大地] (大地) dàdì <大地> だいち {大地} đại địa ◊ earth; land

대지 [大志] (大志) dàzhì <大志> たいし {大志} đại chí ◊ ambition

대지 [垈地] (场地) chǎngdì <敷地> しきち {地點} địa điểm ◊ site; plot; lot; grounds

대지 [臺地] (台地) táidì <台地> だいち {高原} cao nguyên ◊ plateau

대지여우 [大智如愚] (大智如愚) dà zhì rú yú <大智如愚> だいちじょぐ {大智如愚} đại trí như ngu ◊ wise as foolish; man of great wisdom often appears slow-witted

대지주 [大地主] (大地主) dàdì zhǔ <大地主> おおじぬし {大地主} đại địa chủ ◊ large landowners

대진 [大震] (大震) dà zhèn <大震> たいしん {大震} đại chấn ◊ great earthquake

대질 [對質] (对质) duìzhì <对質> たいしつ {對質} đối chất ◊ confrontation

대차 [貸借] (借贷) jièdài <借出し> かりだし {鶸鴨} vay ◊ loan

대참사 [大慘事] (浩劫) hàojié <慘禍> さんか {慘禍} thảm họa ◊ catastrophe

대책 [對策] (对策) duìcè <对策> たいさく {對策} đối sách ◊ countermeasure

대처 [對處] (对付) duìfù <对处> たいしょ {對付仸} đối phó với ◊ dealing with; coping with

대첩 [大捷] (大捷) dà jié <大捷> たいしょう {大勝} đại thắng ◊ great victory

대체 [大體] (大体) dàtǐ <大体> だいたい {大體} đại thể ◊ in general

대체 [代替] (交替) jiāotì <交互> こうご {鐵替|咎替} thay thế ◊ alternate

대초원 [大草原] (大草原) dàcǎoyuán <草原> そうげん {峒鮚} đồng cỏ ◊ prairie; grassland

대추 [一] (枣) zǎo <棗> なつめ {菓椿躃} quả chà là ◊ date

대출 [貸出] (借出) jièchū <貸出> かしだし {鶸鴨} vay ◊ borrow

대취 [大醉] (大醉) dà zuì <大醉> たいすい {大醉} đại túy ◊ drunk

대치 [對峙] (对峙) duìzhì <对峙> たいじ {對峙} đối trì ◊ confrontation

대칭 [對稱] (对称) duìchèn <对称> たいしょう {對稱} đối xưng ◊ symmetry

대칭축 [對稱軸] (对称轴) duìchènzhóu <对称轴> たいしょうじく {軸對稱} trục đối xứng ◊ axis of symmetry

대통령 [大統領] (总统) zǒngtǒng <大統領> だいとうりょう {總統} tổng thống ◊ president

대통령선거 [大統領選擧] (总统选举) zǒngtǒng xuǎnjǔ <大統領選挙> だいとうりょうせんきょ {保擧總統} bầu cử tổng thống ◊ presidential election

대패 [大敗] (大败) dàbài <大敗> たいはい {大敗} đại bại ◊ defeated

대포 [大砲] (大炮) dàpào <大砲> たいほう {炮} pháo ◊ cannon

대폭 [大幅] (大幅) dà fú <大幅> おおはば {大幅} đại bức ◊ large; drastic; substantially

대표 [代表] (代表) dàibiǎo <代表> だいひょう {代表} đại biểu ◊ representative

대표권 [代表權] (代表权) dàibiǎo quán <代表権> だいひょうけん {代表權} đại biểu quyền ◊ right of representation

대표단 [代表團] (代表团) dàibiǎotuán <代表团> だいひょうだん {代表團} đại biểu đoàn ◊

delegation

대표단단장 [代表團團長] (代表团团长)
dàibiǎotuán tuánzhǎng <代表团团长> だいひょう
だんだんちょう {長團} trưởng đoàn ◊ head of
delegation

대표성 [代表性] (代表性) dàibiǎoxìng <代表性>
だいひょうせい {標表} tiêu biểu ◊
representativeness

대표인 [代表人] (代表人) dàibiǎo rén <代表人>
だいひょうにん {代面} đại diện ◊ representative

대표작 [代表作] (代表作) dàibiǎozuò <代表作>
だいひょうさく {代表作} đại biểu tác ◊ magnum
opus

대풍 [大風] (大风) dàfēng <大風> おおかぜ {大
風} đại phong ◊ gale

대풍 [大豊] (好收成) hǎo shōuchéng <良い収穫>
よいしゅうかく {收獲辭} thu hoạch tốt ◊ fruitful
harvest

대풍작 [大豊作] (大丰收) dàfēngshōu <大豊作>
だいほうさく {收獲歓} thu hoạch lớn ◊ big
harvest

대피 [退避] (退避) tuìbì <退避> たいひ {退避}
thoái ty ◊ evacuation

대필 [代筆] (代笔) dàibǐ <代筆> だいひつ {代筆}
đại bút ◊ ghostwrite

대하 [大河] (大河) dàhé <大河> たいが {大河}
đại hà ◊ large river

대하고루 [大廈高樓] (高楼大厦) gāolóu dàshà <
大廈高楼> たいかこうろう {大廈高樓} đại hạ
cao lâu ◊ large building and lofty tower

대학 [大學] (大学) dàxué <大学> だいがく {大
學} đại học ◊ university

대학교 [大學校] (大学) dàxué <大学> だいがく
{塲大學} trường đại học ◊ university

대학사 [大學士] (大学士) dàxué shì <大学士> だ
いがくし {大學士} đại học sĩ ◊ bachelor's degree

대학생 [大學生] (大学生) dàxuéshēng <大学生>
だいがくせい {學生大學} học sinh đại học ◊
college student; undergraduate

대학수학능력시험 [大學修學能力試驗] (高考)
gāokǎo <大学入試> だいがくにゅうし {期試選
生大學} kỳ thi tuyển sinh đại học ◊ college
entrance examination

대한 [大寒] (大寒) dàhán <大寒> だいかん {大
寒} đại hàn ◊ severe cold; Great Cold, one

대한 [大韓] (大韩) dàhán <大韓> たいかん {大
韓} Đại Hàn ◊ Korea; Korean

대한 [大汗] (大汗) dàhán <大汗> おおあせ {大
汗} đại hãn ◊ sweating profusely

대한 [大旱] (大旱) dà hàn <大旱> たいかん {大
旱} hạn hán lớn ◊ large drought

대한민국 [大韓民國] (大韩民国) dàhán mínguó <
大韓民国> たいかんみんこく {大韓民國} Đại
Hàn Dân Quốc ◊ Republic of Korea; ROK

대한민족 [大韓民族] (大韩民族) dàhán mínzú <大
韓民族> たいかんみんぞく {民族大韓} dân
tộc Đại Hàn ◊ Korean people; Korean nationality

대합실 [待合室] (等候处) děnghòu chǔ <待合室>
まちあいしつ {房竚} phòng chờ ◊ waiting room

대항 [對抗] (对抗) duìkàng <对抗> たいこう {對
抗} đối kháng ◊ antagonism

대해 [大海] (大海) dàhǎi <大海> たいかい {大海}
đại hải ◊ ocean

대해 [大害] (大害) dà hài <大害> たいがい {大
害} đại hại ◊ great harm

대행 [代行] (代行) dàixíng <代行> だいこう {代
行} đại hành ◊ agency

대형 [大形] (大型) dàxíng <大型> おおがた {欼}
lớn ◊ large

대형 [隊形] (队形) duìxíng <隊形> たいけい {隊
形} đội hình ◊ formation

대화 [對話] (对话) duìhuà <对話> たいわ {對話}
đối thoại ◊ dialogue

대환 [大患] (大患) dà huàn <大患> たいかん {大
患} đại hoạn ◊ major illness

대황 [大黃] (大黄) dàhuáng <大黄> だいおう
{大黃} đại hoàng ◊ rheum

대회 [大會] (大会) dàhuì <大会> たいかい {大會}
đại hội ◊ tournament; meeting; rally; conference;
assembly; gathering

대회향 [大茴香] (大茴香) dà huíxiāng <大茴香>
だいういきょう {大茴} đại hồi ◊ fennel

댁내 [宅內] (宅内) zhái nèi <宅内> たくない {宅
內} trạch nội ◊ inside the house

더러운 말 [−] (污言秽语) wū yán huìyǔ <口汚し>
くちよごし {歎呵} hôi miệng ◊ foul mouth

더러운 물건 [더러운 物件] (脏物体) zāng wùtǐ <
汚れ物> よごれもの {椎物瀕} đồ vật bẩn ◊
dirty washing

더빙 [dubbing] (配音) pèiyīn <dubbing> dubbing
{配音} phối âm ◊ dubbing

더욱 더 [−] (更加) gèngjiā <尚一層> なおいっ
そう {貼饍} xem thêm ◊ even more; still more;
furthermore

더하다 [一] (加上) jiāshàng <追加する> ついかする {懸} thêm ◊ add

덕 [德] (德) dé <德> とく {德} đức ◊ virtue

덕망 [德望] (德望) dé wàng <德望> とくぼう {德望} đức vọng ◊ good hope

덕분 [德分] (德分) défèn <德分> とくぶん {德} đức ◊ virtue

덕성 [德性] (德性) déxìng <德性> とくせい {德性} đức ◊ virtue

덕용 [德用] (德用) dé yòng <德用> とくよう {椹適用} đồ thích dụng ◊ economy size; economical

덕육 [德育] (德育) déyù <德育> とくいく {德育} đức dục ◊ moral education

덕의 [德義] (德义) dé yì <德義> とくぎ {道德} đạo đức ◊ morality

덕재 [德才] (德才) décái <才德> さいとく {才德} tài đức ◊ ability and moral integrity

덕정 [德政] (德政) dézhèng <德政> とくせい {德政} đức chính ◊ virtue and politics

덕택 [德澤] (德泽) dé zé <德沢> とくたく {德澤} đức trạch ◊ kindness and charity extended to people

덕행 [德行] (德行) déxíng <德行> とっこう {德行} đức hành ◊ virtue

덩굴식물 [덩굴植物] (藤本植物) téng běn zhíwù <蔓性植物> つるせいしょくぶつ {核躁} cây leo ◊ plant climber

덮다 [一] (覆盖) fùgài <覆う> おうう {这攔} che chắn ◊ cover

덮밥 [一] (盖浇饭) gài jiāo fàn <丼飯> どんぶりめし {鉢餡} bát cơm ◊ bowl of rice

데이터 [data] (数据) shùjù <データ> data {與料} dữ liệu ◊ data

데이터베이스 [data base] (数据基地) shùjù jīdì <データベース> data base {基礎與料} cơ sở dữ liệu ◊ data base

덴마크 [Denmark] (丹麦) dānmài <丹麥> デンマーク {丹麥} Đan Mạch ◊ Denmark

도각 [倒閣] (倒阁) dǎo gé <倒閣> とうかく {倒閣} đảo các ◊ government downfall

도감 [圖鑑] (图鉴) tú jiàn <図鑑> ずかん {圖鑑} đồ giám ◊ illustrated example

도검 [刀劍] (刀剑) dāojiàn <刀劍> とうけん {刀劍} đao kiếm ◊ swords

도공 [刀工] (刀工) dāo gōng <刀工> とうこう {刀工} đao công ◊ knife work

도공 [陶工] (陶工) táogōng <陶工> とうこう {陶工} đào công ◊ potter; ceramist

도관 [導管] (导管) dǎoguǎn <導管> どうかん {導管} đạo quản ◊ catheter

도관 [道觀] (道观) dàoguàn <道観> どうかん {道觀} đạo quan ◊ temples

도관소음 [導管騷音] (管道噪声) guǎndào zàoshēng <導管騷音> どうかんそうおん {嗜嘔甕引|} tiếng ồn ống dẫn ◊ flow noise in ducts

도교 [道教] (道教) dàojiào <道教> どうきょう {道教} đạo giáo ◊ Taoism

도구 [道具] (工具) gōngjù <道具> どうぐ {工具} công cụ ◊ tools

도구 [渡歐] (渡欧) dù ōu <渡欧> とおう {遊歷洲歐} du lịch Châu Âu ◊ traveling to Europe

도구랙 [道具 rack] (工具架) gōngjù jià <工具棚> こうぐたな {架鼓用具} giá đỡ dụng cụ ◊ tool rack

도구상자 [道具箱子] (工具箱) gōngjùxiāng <道具箱> どうぐばこ {盒工具} hộp công cụ ◊ toolbox

도국 [島國] (岛国) dǎoguó <島国> しまぐに {島國} đảo quốc ◊ island country

도금 [鍍金] (镀金) dùjīn <鍍金> ときん {鑛電} mạ điện ◊ gild

도금공업 [鍍金工業] (电镀业) diàndù yè <鍍金工業> ときんこうぎょう {工業鑛電} công nghiệp mạ điện ◊ electroplating industry

도급 [都給] (承包) chéngbāo <請負> うけおい {啖} thầu ◊ contract for work; contracting

도기 [陶器] (陶器) táoqì <陶器> とうき {陶器} đào khí ◊ pottery

도끼 [一] (斧头) fǔtóu <斧> おの {忬繰|吗劗} cái rìu ◊ hatchet; axe

도난 [盗難] (失窃) shīqiè <盗難> とうなん {蛴搬} trộm cắp ◊ theft

도난경보기 [盜難警報器] (防盗报警器) fángdào bàojǐngqì <防犯ベル> ぼうはん bell {報動瑓蛏} báo động chống trộm ◊ burglar alarm

도달 [到達] (到达) dàodá <到達> とうたつ {達躝} đạt tới ◊ reached

도덕 [道德] (道德) dàodé <道德> どうとく {道德} đạo đức ◊ morality

도도 [滔滔] (滔滔) tāotāo <滔滔> とうとう {滔滔} thao thao ◊ surging

도둑 [一] (盗贼) dàozéi <泥棒> どろぼう {仉飴|仉搬} kẻ cắp ◊ thief

도래 [到來] (到来) dàolái <来る> くる {珷} đến ◊ come

도략 [韜略] (韬略) tāolüè <韜略> とうりゃく

{韜略} thao lược ◊ military strategy

도량 [度量] (度量) dùliàng <度量> どりょう {龔} đo ◊ measure

도량형기 [度量衡器] (度量衡) dùliànghéng <度量衡器> どりょうこうき {度量衡} độ lượng hành ◊ weights and measures

도로 [道路] (道路) dàolù <道路> どうろ {大路} đại lộ ◊ road

도로 [徒勞] (徒劳) túláo <徒劳> とろう {無益} vô ích ◊ futile effort

도로건설 [道路建設] (道路建设) dàolù jiànshè <道路工事> どうろこうじ {礎埁踷} xây dựng đường ◊ roadwork

도로관리 [道路管理] (道路管理) dàolù guǎnlǐ <道路管理> どうろかんり {管理踷步} quản lý đường bộ ◊ administration of road

도로생태학 [道路生態學] (公路生态学) gōnglù shēngtàixué <道路生态学> どうろせいたいがく {生態學踷} sinh thái học đường ◊ road ecology

도로온도 [道路溫度] (道路温度) dàolù wēndù <道路温度> どうろおんど {熱度踷} nhiệt độ đường ◊ road temperature

도로청소차 [道路淸掃車] (道路清扫车) dàolù qīngsǎo chē <道路清掃車> どうろせいそうしゃ {檌挟踷} máy quét đường ◊ road sweeper

도로표지 [道路標示] (道路标示) dàolù biāoshì <道路標識> どうろひょうしき {晒踷} dấu đường ◊ road markings

도로표지판 [道路標識板] (道路标识牌) dàolù biāoshípái <道路標識> どうろひょうしき {匨報踷步} biển báo đường bộ ◊ road signs; road marking

도료 [塗料] (涂料) túliào <塗料> とりょう {髟} sơn ◊ paints

도리 [道理] (道理) dàolǐ <道理> どうり {道理} đạo lý ◊ reason

도리어 [一] (反而) fǎn'ér <逆に> ぎゃくに {逆徠} ngược lại ◊ instead

도망 [逃亡] (逃亡) táowáng <逃亡> とうぼう {逃亡} đào vong ◊ go into exile

도매 [都賣] (批发) pīfā <卸売り> おろしうり {齺蚩} bán si ◊ wholesale

도매상인 [都賣商人] (批发商) pīfāshāng <卸売業者> おろしうりぎょうしゃ {趴齺瞵} người bán buôn ◊ wholesale dealer; wholesaler

도매상점 [都賣商店] (批发商店) pīfā shāngdiàn <問屋場> とんやば {店齺瞵} tiệm bán buôn ◊ wholesale store

도면 [圖面] (图面) tú miàn <図面> ずめん {圖面} đồ diện ◊ drawing; illustration

도모 [圖謀] (谋图) móu tú <謀図> はかりごとず {謀圖} mưu đồ ◊ scheme

도문 [盜文] (抄袭) chāoxí <盗文> とうぶん {盜文} đạo văn ◊ plagiarism

도민 [島民] (岛民) dǎo mín <島民> とうみん {趴鞳島} người ở đảo ◊ islander

도박 [賭博] (赌博) dǔbó <賭け金> かけきん {賭博|打博} đánh bạc ◊ bet

도박꾼 [賭博꾼] (赌徒) dǔtú <博徒> ばくと {混鉑} con bạc ◊ gambler

도발 [挑撥] (挑拨) tiǎobō <挑撥> ちょうはつ {挑激} khiêu khích ◊ provocation

도벌 [盜伐] (盗伐) dàofá <盗伐> とうばつ {盜伐} đạo phạt ◊ illegal logging

도보 [徒步] (徒步) túbù <徒步> とほ {挓步} đi bộ ◊ hike

도부 [刀斧] (刀斧) dāo fǔ <刀斧> とうふ {刀籐} dao rìu ◊ knife and ax

도사 [道師] (道师) dào shī <道師> どうし {道師} đạo sư ◊ Taoist master

도사 [道士] (道士) dàoshì <道士> どうし {道士} đạo giáo ◊ master of Taoist community

도상 [刀傷] (刀伤) dāo shāng <刀傷> かたなきず {刀傷} đao thương ◊ cuts

도서 [圖書] (图书) túshū <図書> としょ {冊臟|冊矋} sách vở ◊ books

도서관 [圖書館] (图书馆) túshūguǎn <図書館> としょかん {書院} thư viện ◊ library

도서관 카드 [圖書館 card] (借书证) jièshūzhèng <図書カード> としょ card {吹書院} thẻ thư viện ◊ library card

도선 [導線] (导线) dǎoxiàn <導線> どうせん {導線} đạo tuyến ◊ conducting wire

도선 [渡船] (渡轮) dùlún <フェリー> thuyền ferry {船灐} phà ◊ ferry steamer

도선시설 [渡船施設] (轮渡设施) lúndù shèshī <渡船施設> とせんしせつ {基礎啵} cơ sở phà ◊ ferry facilities

도성 [都城] (都城) dūchéng <都城> みやこのじょう {都城} vốn ◊ capital

도수 [導水] (输送水) shūsòng shuǐ <導水> どうすい {供給渚} cung cấp nước ◊ conveying water

도수 [度數] (度数) dùshu <度> ど {度} độ ◊ degree

도수거 [導水渠] (引水渠) yǐnshuǐqú <導水渠> ど
うすいきょ {灌引洭} mương dẫn nước ◊
aqueduct

도수분포 [度數分布] (数量分布) shùliàng fēnbù
<数量分布> すうりょうぶんぷ {數量分配} số
lượng phân phối ◊ number distribution

도시 [都市] (都市) dūshì <都市> とし {城庸|城
舗|城鋪} thành phố ◊ city

도시 [圖示] (图示) túshì <図示> ずし {圖示} đồ
thị ◊ figure; icon

도시공원 [都市公園] (城市公园) chéngshì
gōngyuán <都市公園> としこうえん {公園城
庸} công viên thành phố ◊ city park

도시관광 [都市觀光] (城市旅游) chéngshì lǚyóu <
都市観光> としかんこう {參觀城庸} tham
quan thành phố ◊ urban tourism

도시권 [都市圏] (城市带) chéngshì dài <都市圏>
としけん {猛帶都市} vành đai đô thị ◊ urban
zone

도시균질성 [都市均質性] (城市均质性) chéngshì
jūnzhì xìng <都市均質性> としきんしつせい
{性同一都市} tính đồng nhất đô thị ◊ urban
homogeneity

도시기후학 [都市氣候學] (城市气候学) chéngshì
qìhòuxué <都市気候学> としきこうがく {氣候
學都市} khí hậu học đô thị ◊ urban climatology

도시농장 [都市農場] (城市农庄) chéngshì
nóngzhuāng <都市農場> としのうじょう {莊寨
都市} trang trại đô thị ◊ city farm

도시락 [一] (盒饭) héfàn <弁当> べんとう {盒糳
|喼餁} hộp cơm ◊ lunch box

도시배수 [都市排水] (城市排水) chéngshì páishuǐ
<都市排水> としはいすい {脱洭都市} thoát
nước đô thị ◊ municipal drainage

도시분류 [都市分類] (城市分类) chéngshì fēnlèi <
都市分類> としぶんるい {分類城庸} phân loại
thành phố ◊ city classification

도시사막 [都市沙漠] (城市沙漠) chéngshì shāmò
<都市沙漠> としさばく {沙漠都市} sa mạc đô
thị ◊ urban desert

도시사회 [都市社會] (城市社区) chéngshì shèqū <
都市社会> とししゃかい {共同都市} cộng
đồng đô thị ◊ urban community

도시생태학 [都市生態學] (城市生态学) chéngshì
shēngtàixué <都市生態学> としせいたいがく
{生態學都市} sinh thái học đô thị ◊ city ecology

도시설계 [都市設計] (城区设计) chéngqū shèjì <
都市設計> としせっけい {設計都市} thiết kế
đô thị ◊ urban design

도시오수 [都市污水] (城市污水) chéngshì wūshuǐ
<都市污水> としおすい {洭汰都市} nước thải
đô thị ◊ town sewage

도시위기 [都市危機] (城市危机) chéngshì wēijī <
都市危機> としきき {恐慌都市} khủng hoảng
đô thị ◊ urban crisis

도시작용 [都市作用] (城市功能) chéngshì
gōngnéng <都市作用> としさよう {職能都市}
chức năng đô thị ◊ urban function

도시주택 [都市住宅] (城镇住宅) chéngzhèn
zhùzhái <都市住宅> としじゅうたく {如鎜市
鎮} nhà ở thị trấn ◊ town house

도시확산 [都市擴散] (城市扩张) chéngshì
kuòzhāng <都市拡散> としかくさん {都市攜
藊} đô thị mở rộng ◊ urban sprawl

도식 [塗飾] (涂饰) túshì <塗装> とそう {髭} sơn
◊ coating

도심 [都心] (都心) dōu xīn <都心> としん {中心
市鎮} trung tâm thị trấn ◊ town center

도안 [圖案] (图案) tú'àn <図案> ずあん {圖案}
đồ án ◊ pattern

도야 [陶冶] (陶冶) táoyě <陶冶> とうや {種挑|
柚挑} trồng trọt ◊ cultivation

도약 [跳躍] (跳跃) tiàoyuè <跳躍> ちょうやく
{踊跎} nhảy ◊ jump

도열병 [稻熱病] (稻热病) dào rèbìng <稻熱病>
いもちびょう {病烊薔} bệnh sốt lúa ◊ rice fever

도영 [倒影] (倒影) dàoyǐng <倒影> とうえい {影
逆} ảnh ngược ◊ reverse image

도예 [陶藝] (陶艺) táoyì <陶芸> とうげい {藝术
塓} nghệ thuật gốm ◊ ceramic art

도움 [一] (帮助) bāngzhù <助け> たすけ {助勘}
trợ giúp ◊ help

도의 [道義] (道义) dàoyì <道義> どうぎ {道義}
đạo đức ◊ moral

도자기 [陶磁器] (陶磁器) táo cí qì <陶磁器> と
うじき {陶磁器} đào từ khí ◊ ceramics

도저히 [到底히] (不管怎样) bùguǎn zěnyàng <全
く> まったく {咄蝴晴} dù sao thì ◊ in any case

도전 [挑戰] (挑战) tiǎozhàn <挑戦> ちょうせん
{挑戰} thách thức ◊ challenge

도제 [徒弟] (徒弟) túdì <徒弟> とてい {徒弟}
đồ đệ ◊ apprentice

도주 [逃走] (逃走) táozǒu <逃走> とうそう {逃
走} đào tẩu ◊ escape; run away

도중 [途中] (半途) bàntú <途中> とちゅう {牧踏} nửa đường ◊ mid-way

도착 [到着] (抵达) dǐdá <到着> とうちゃく {事躔;事躠坭} sự đến; sự tới nơi ◊ arrival

도찰제 [塗擦劑] (涂抹用软膏) túmǒ yòng ruǎngāo <塗る軟膏> ぬるなんこう {糠髍睞揺} thuốc mỡ cho bôi ◊ ointment

도처 [到處] (随处) suíchù <随処> ずいしょ {隨處} tùy xứ ◊ everywhere

도청도설 [道聽塗說] (道听途说) dào tīng tú shuō <道聴塗説> どうちょうとせつ {道聽塗說} đạo thính đồ thuyết ◊ hearsay

도체 [導體] (导体) dǎotǐ <導体> どうたい {導體} đạo thể ◊ conductor

도출 [導出] (导出) dǎochū <導き出す> みちびきだす {載出} tải xuất ◊ unload

도취 [陶醉] (陶醉) táozuì <陶酔> とうすい {被迷惑} bị mê hoặc ◊ being fascinated by

도태 [淘汰] (淘汰) táotài <淘汰> とうた {沙汰} sa thải ◊ eliminate; wash out

도표 [圖表] (图表) túbiǎo <図表> ずひょう {圖表} đồ biểu ◊ chart; diagram

도표화기술 [圖表化技術] (制图技术) zhìtú jìshù <図表化技術> ずひょうかぎじゅつ {技術製圖} kỹ thuật chế đồ ◊ charting techniques

도피 [逃避] (逃避) táobì <逃避> とうひ {趨脱|遁脱} trốn thoát ◊ escape

도하 [渡河] (渡河) dùhé <川渡り> かわわたり {淺滝|過瀧} qua sông ◊ crossing a river

도해 [圖解] (图解) tújiě <図解> ずかい {圖解} đồ giải ◊ diagram

도형 [圖形] (图形) túxíng <図形> ずけい {圖形} đồ hình ◊ graphics

도화 [桃花] (桃花) táohuā <桃花> とうか {桃花} đào hoa ◊ peach blossom

도화 [圖畫] (图画) túhuà <図画> ずが {圖畫} đồ họa ◊ picture

도화 연필 [圖畫鉛筆] (绘画铅笔) huìhuà qiānbǐ <図画鉛筆> ずがえんぴつ {筆鈘腿|筆銙韅|筆銚韅} bút chì vẽ ◊ drawing pencils

도화문자 [圖畫文字] (图画文字) túhuà wénzì <図画文字> ずがもじ {竻象形} chữ tượng hình ◊ picture text

도화선 [導火線] (导火线) dǎohuǒxiàn <導火線> どうかせん {綟引} dây dẫn ◊ fuse

도화책 [圖畫冊] (图画书) túhuà shū <絵本> えほん {冊形} sách hình ◊ picture book

도회 [都會] (都会) dōu huì <都会> とかい {都會} đô hội ◊ metropolis

독감 [毒感] (流感) liú gǎn <インフルエンザ> どくかん {病癢} bệnh cúm ◊ influenza; flu

독거 [獨居] (独居) dú jū <独居> どっきょ {獨居} độc cư ◊ living alone

독경 [讀經] (读经) dòu jīng <読経> どきょう {讀經} đọc kinh ◊ read the scripture

독극물 [毒劇物] (剧毒品) jùdúpǐn <猛毒物> もうどくぶつ {極毒品} cực độc phẩm ◊ drug; narcotics

독기 [毒氣] (毒气) dúqì <毒気> どくけ {毒氣} độc khí ◊ poison gas

독녀 [獨女] (独女) dú nǚ <独女> どくじょ {獨女} độc nữ ◊ single woman; unmarried woman

독단 [獨斷] (独断) dúduàn <独断> どくだん {獨斷} độc đoạn ◊ arbitrary

독단전행 [獨斷專行] (独断专行) dúduàn zhuān xíng <独断専行> どくだんせんこう {獨斷專行} độc đoạn chuyên hành ◊ acting arbitrarily on one's own authority

독려 [督勵] (督励) dū lì <督励> とくれい {促持} thúc đẩy ◊ encouragement; urging

독립 [獨立] (独立) dúlì <独立> どくりつ {獨立} độc lập ◊ independent

독립국 [獨立國] (独立国家) dúlì guójiā <独立国> どくりつこく {獨立國} độc lập quốc ◊ independent state

독립군 [獨立軍] (独立军) dúlì jūn <独立軍> どくりつぐん {獨立軍} độc lập quân ◊ independence army

독립어 [獨立語] (独立语) dúlì yǔ <独立語> どくりつご {獨立語} độc lập ngữ ◊ independent language

독목주 [獨木舟] (独木舟) dúmùzhōu <独木舟> まるきぶね {獨木舟} độc mộc châu ◊ canoe

독물 [毒物] (毒物) dúwù <毒物> どくぶつ {毒物} độc vật ◊ poison

독물학 [毒物學] (毒物学) dúwù xué <毒物学> どくぶつがく {毒質學} độc chất học ◊ toxicology

독물학자 [毒物學者] (毒物学家) dúwù xué jiā <毒物学者> どくぶつがくしゃ {妬毒質學} nhà độc chất học ◊ toxicologist

독방 [獨房] (独房) dú fáng <独房> どくぼう {獨房} độc phòng ◊ detached room

독백 [獨白] (独白) dúbái <独白> どくはく {獨白} độc bạch ◊ monologue

독백극 [獨白劇] (独白剧) dúbái jù <独白劇> ど くはくげき {獨話劇} độc thoại kịch ◊ monologue drama

독보 [獨步] (独步) dúbù <独步> どっぽ {獨步} độc bộ ◊ walking alone

독본 [讀本] (读本) dúběn <読本> とくほん {讀本} độc bản ◊ reading textbook

독사 [毒蛇] (毒蛇) dúshé <毒蛇> どくへび {毒蛇} độc xà ◊ viper

독사 [毒死] (毒死) dú sǐ <毒死> どくし {毒死} độc tử ◊ death poison

독산 [禿山] (禿山) tū shān <禿山> はげやま {禿山} thốc sơn ◊ bald mountain

독살 [毒殺] (毒杀) dúshā <毒殺> どくさつ {投毒殺害} đầu độc giết hại ◊ kill by poisoning

독서 [讀書] (读书) dúshū <読書> どくしょ {讀冊} đọc sách ◊ reading a book

독서등 [讀書燈] (阅读灯) yuèdú dēng <読書灯> どくしょとう {耀讀冊} đèn đọc sách ◊ reading light

독선 [毒腺] (毒腺) dúxiàn <毒腺> どくせん {毒腺} độc tuyến ◊ venom gland

독선 [獨善] (独善) dú shàn <独善> どくぜん {獨善} độc thiện ◊ self-righteousness

독설 [毒舌] (毒舌) dúshé <毒舌> どくぜつ {裾疱} lưỡi sắc ◊ wicked tongue; sharp tongue

독성 [毒性] (毒性) dúxìng <毒性> どくせい {毒性} độc tính ◊ toxicity

독성재해 [毒性災害] (中毒灾害) zhòngdú zāihài <毒性災害> どくせいさいがい {慘禍誤毒} thảm họa ngộ độc ◊ toxic hazard

독성폐기물 [毒性廢棄物] (有毒排放物) yǒudú páifàng wù <毒性廃棄物> どくせいはいきぶつ {氣汰毒害} khí thải độc hại ◊ toxic discharge

독성효과 [毒性效果] (毒性效应) dúxìng xiàoyìng <毒性效果> どくせいこうか {作用毒害} tác dụng độc hại ◊ toxic effect

독소 [毒素] (毒素) dúsù <毒素> どくそ {毒質} độc chất ◊ toxin

독송 [讀誦] (读诵) dòu sòng <読誦> とくしょう {讀誦} độc tụng ◊ recitation

독수 [毒手] (毒手) dúshǒu <毒手> どくしゅ {毒手} độc thủ ◊ murderous scheme

독습 [獨習] (独习) dú xí <独習> どくしゅう {獨習} độc tập ◊ self-study

독시 [毒矢] (毒矢) dú shǐ <毒矢> どくや {嶍矢矨毒} mũi tên có độc ◊ poisonous arrow

독신 [獨身] (独身) dúshēn <独身> どくしん {獨身} độc thân ◊ single; celibate

독신 [讀信] (读信) dòu xìn <読信> よみしん {讀書} độc thư ◊ read a letter

독신기숙사 [獨身寄宿舍] (单身宿舍) dānshēn sùshè <独身寮> どくしんりょう {寄宿舍獨身} ký túc xá độc thân ◊ single dormitory

독신자 [獨身者] (单身汉) dānshēnhàn <独り者> ひとりもの {乂軆|乂軃|乂喩} một mình ◊ alone

독아 [毒牙] (毒牙) dú yá <毒牙> どくが {毒牙} độc nha ◊ fang

독악 [毒惡] (毒恶) dú è <毒悪> どくあく {毒惡} độc ác ◊ wickedness

독안 [獨眼] (独眼) dú yǎn <独眼> どくがん {獨眼} độc nhãn ◊ one-eyed

독액 [毒液] (毒液) dúyè <毒液> どくえき {毒液} độc dịch ◊ venom

독약 [毒藥] (毒药) dúyào <毒薬> どくやく {毒藥} độc dược ◊ poison

독언 [獨言] (独言) dú yán <独言> ひとりごと {獨言} độc ngôn ◊ talking to oneself

독자 [獨自] (独自) dúzì <独自> どくじ {獨自} độc tự ◊ alone

독자 [讀者] (读者) dúzhě <読者> どくしゃ {伴讀} bạn độc ◊ reader

독작 [獨酌] (独酌) dú zhuó <独酌> どくしゃく {哐瀟乂軆} uống rượu một mình ◊ drink alone

독재 [獨裁] (专政) zhuānzhèng <独裁> どくさい {獨裁} độc tài ◊ dictatorship

독점 [獨占] (独占) dúzhàn <独占> どくせん {獨權} độc quyền ◊ monopoly

독점경쟁 [獨占競爭] (垄断竞争) lǒngduàn jìngzhēng <独占競争> どくせんきょうそう {競爭獨權} cạnh tranh độc quyền ◊ monopoly competition

독점권 [獨占權] (独家) dújiā <独占权> どくせんけん {獨權} độc quyền ◊ exclusive right; sole right

독존 [獨尊] (独尊) dúzūn <独尊> どくそん {獨尊} độc tôn ◊ domineering

독주 [毒酒] (毒酒) dú jiǔ <毒酒> どくしゅ {毒酒} độc tửu ◊ poisonous liquor

독주 [獨奏] (独奏) dúzòu <独奏> どくそう {獨奏} độc tấu ◊ solo

독주자 [獨奏者] (独奏者) dúzòu zhě <独奏者> どくそうしゃ {臥獨奏} người độc tấu ◊ soloist

독질 [毒質] (毒质) dú zhì <毒質> どくしつ {毒質} độc chất ◊ poisons

독창 [獨唱] (独唱) dúchàng <独唱> どくしょう {獨唱} độc xướng ◊ solo

독창 [獨創] (独创) dúchuàng <独創> どくそう {獨創} độc sáng ◊ original creation

독창력 [獨創力] (独创力) dúchuàng lì <独創力> どくそうりょく {獨創力} độc sáng lực ◊ ingenuity

독창성 [獨創性] (独创性) dúchuàngxìng <独創性> どくそうせい {事獨到} sự độc đáo ◊ ingenuity

독초 [毒草] (毒草) dú cǎo <毒草> どくそう {毒草} độc thảo ◊ poisonous weeds

독촉 [督促] (督促) dūcù <督促> とくそく {敦促} đôn thúc ◊ urge to complete a task

독충 [毒蟲] (毒虫) dú chóng <毒虫> どくむし {毒蟲} độc trùng ◊ poisonous insect

독특 [獨特] (独到) dúdào <ユニーク> unique {獨到} độc đáo ◊ unique

독파 [讀破] (读破) dòu pò <読破> どくは {讀破} độc phá ◊ read through

독품 [毒品] (毒品) dúpǐn <毒品> どくひん {毒品} độc phẩm ◊ drug; narcotics

독하다 [毒하다] (狠毒) hěndú <悪毒> あくどく {毒惡} độc ác ◊ malicious

독학 [督學] (督学) dūxué <督学> とくがく {督學} đốc học ◊ inspectors

독학 [獨學] (独自学习) dú xué <独学> どくがく {自學} tự học ◊ self-taught

독학 [篤學] (笃学) dǔxué <篤学> とくがく {篤學} đốc học ◊ love of learning

독해 [毒害] (毒害) dúhài <毒害> どくがい {毒害} độc hại ◊ kill with poison

독해 [讀解] (读解) dòu jiě <読解> どっかい {讀解} độc giải ◊ reading comprehension

독행 [獨行] (独行) dúxíng <独行> どっこう {獨行} độc hành ◊ travelling alone; solitary journey

독혈증 [毒血症] (毒血症) dú xuè zhēng <毒血症> どっけつしょう {毒血症} độc huyết chứng ◊ toxemia

독후감 [讀後感] (读后感) dúhòugǎn <読後感> どくごかん {讀後感} độc hậu cảm ◊ impressions after reading

돈 [ㅡ] (钱) qián <御金> おかね {錢} tiền ◊ money

돈궤 [돈櫃] (钱盒) qián hé <銭入れ> ぜにいれ {囬錢鏾} ví tiền xu ◊ coin purse

돈모 [豚毛] (豚毛) tún máo <豚毛> ぶたげ {毧獵} lông heo ◊ pork hair

돈오 [頓悟] (顿悟) dùnwù <頓悟> とんご {頓悟} đốn ngộ ◊ epiphany

돈육 [豚肉] (豚肉) tún ròu <豚肉> ぶたにく {豚肉} đồn nhục ◊ pork meat

돈을 낭비하다 [돈을 浪費하다] (挥金如土) huī jīn rú tǔ <金遣いの荒い> かねずかいのあらい {銷錢浪費} tiêu tiền lãng phí ◊ wasteful of money

돈을 벌다 [ㅡ] (赚钱) zhuànqián <稼ぐ> かせぐ {儉錢} kiếm tiền ◊ earn money

돈후 [敦厚] (敦厚) dūnhòu <敦厚> とんこう {敦厚} đôn hậu ◊ sincerity and kindheartedness; honesty and simplicity

돌격 [突擊] (冲啊) chōngfēng <突撃> とつげき {進攻} tấn công ◊ attack; charge

돌기 [突起] (突起) tūqǐ <突起> とっき {嵑黜} nhô ra ◊ protuberance

돌다 [ㅡ] (转动) zhuǎndòng <回る> まわる {揿} xoay ◊ turn

돌려주다 [ㅡ] (归还) guīhuán <戻す> もどす {𨔾粿|趨粿|䟢粿|䟢徠} trở lại ◊ revert

돌멩이 [ㅡ] (石头) shítou <石> いし {硶} đá ◊ stone

돌발 [突發] (突发) tūfā <突発> とっぱつ {突發} đột phát ◊ outburst

돌변 [突變] (突变) tūbiàn <突変> とっへん {突變} đột biến ◊ abrupt

돌비 [돌碑] (石碑) shíbēi <石碑> せきひ {碑硶} bia đá ◊ stone monument

돌비 [突飛] (突飞猛进) tū fēi měngjìn <突飛> とっぴも {突飛猛進} đột phi mãnh tiến ◊ unconventional; extraordinary; advance rapidly

돌아가기 [ㅡ] (重返) chóngfǎn <戻る> もどる {𨔾𧗱|䟢遂|這𧗱|䟢遂|䟢𧗱} trở về ◊ return back

돌아가다 [ㅡ] (回去) huíqu <帰す> きす {𨔾粿|趨粿|䟢粿|䟢徠} trở lại ◊ returning

돌아오다 [ㅡ] (回来) huílai <帰る> かえる {𧗱米} về ◊ return

돌연 [突然] (突然) tūrán <突然> とつぜん {突然} đột nhiên ◊ suddenly

돌올 [突兀] (突兀) tūwù <突兀> とっこつ {突兀} đột ngột ◊ abrupt

돌입 [突入] (突入) tū rù <突入> とつにゅう {突入} đột nhập ◊ breakout

돌진 [突進] (突进) tū jìn <突進> とっしん {突進} đột tiến ◊ rush

돌출 [突出] (突出) tūchū <突出> とっしゅつ {突出} nổi bật ◊ prominent

돌파 [突破] (突破) tūpò <突破> とっぱ {突破} đột phá ◊ breakthrough

돌파구 [突破口] (突破口) tūpòkǒu <突破口> とっぱくち {突破口} đột phá khẩu ◊ breakthrough

돌풍 [突風] (大暴风) dà bàofēng <突風> とっぷう {雺飄猷} cơn bão lớn ◊ gale

돕다 [－] (帮助) bāngzhù <助ける> たすける {助鞔|助揰} trợ giúp ◊ help

동 [東] (东) dōng <東> ひがし {東} đông ◊ east

동 [棟] (栋) dòng <棟> むね {座宬} tòa nhà ◊ a building

동가 [同價] (同价) tóng jià <同価> どうか {同價} đồng giá ◊ same price

동감 [動感] (动感) dònggǎn <動感> どうかん {動感} động cảm ◊ sense of motion

동감 [同感] (同感) tónggǎn <同感> どうかん {同感} đồng cảm ◊ sympathy; fellow feeling

동갑 [同甲] (同岁) tóng suì <同庚|同甲> どうこう {巽轕} cùng tuổi ◊ same age

동거 [同居] (同居) tóngjū <同居> どうきょ {同居} đồng cư ◊ cohabit

동결 [凍結] (冻结) dòngjié <凍結> とうけつ {凍冷} đông lạnh ◊ freeze

동경 [憧憬] (憧憬) chōngjǐng <憧憬> しょうけい {憧憬} sung cảnh ◊ yearning; aspiration; adoration longing

동경 [東經] (东经) dōngjīng <東経> とうけい {東經} đông kinh ◊ east longitude

동경 [銅鏡] (铜镜) tóng jìng <銅鏡> どうきょう {銅鏡} đồng kính ◊ bronze mirror

동계 [冬季] (冬季) dōngjì <冬季> とうき {冬季} đông quý ◊ winter

동고동락 [同苦同樂] (同甘共苦) tóng gān gòng kǔ <苦楽を共に> くらくをともに {同甘共苦} đồng cam cộng khổ ◊ stick together in good and bad times

동공 [瞳孔] (瞳孔) tóngkǒng <瞳孔> どうこう {瞳孔} đồng khổng ◊ eye pupil

동과 [冬瓜] (冬瓜) dōngguā <冬瓜> とうが {冬瓜} đông qua ◊ wax gourd

동광 [銅鑛] (铜矿) tóngkuàng <銅鉱> どうこう {銅鑛} đồng khoáng ◊ copper ore

동교 [東郊] (东郊) dōng jiāo <東郊> とうこう {東郊} đông giao ◊ eastern suburbs

동굴 [洞窟] (洞窟) dòngkū <洞窟> どうくつ {窨塔谘谽} hang ◊ cave

동권 [同權] (同权) tóng quán <同権> どうけん {同權} đồng quyền ◊ equal rights

동근 [同根] (同根) tóng gēn <同根> どうこん {同根} đồng căn ◊ homoroot; same origin

동급 [同級] (同级) tóngjí <同級> どうきゅう {同級} đồng cấp ◊ same level

동급생 [同級生] (同班同学) tóngbān tóngxué <同級生> どうきゅうせい {伴粦竝} bạn cùng lớp ◊ classmate

동기 [動機] (动机) dòngjī <動機> どうき {動機} động cơ ◊ motivation

동기 [同期] (同届) tóngjiè <同期> どうき {同課} đồng khóa ◊ same year in class

동기생 [同期生] (同届生) tóngjiè shēng <同期生> どうきせい {伴同課} bạn đồng khóa ◊ classmate of same year in class

동남 [童男] (童男) tóngnán <童男> おぐな {童男} đồng nam ◊ young boy

동남동녀 [童男童女] (童男童女) tóngnán tóngnǔ <童男童女> どうなんどうじょ {童男童女} đồng nam đồng nữ ◊ young boys and girls

동년 [同年] (同年) tóngnián <同年> どうねん {同年} đồng niên ◊ same year

동년배 [同年輩] (同辈人) tóngbèi rén <同年輩> どうねんぱい {歃巽轕} người cùng tuổi ◊ persons of the same age

동당 [同黨] (同党) tóngdǎng <同党> どうとう {同黨} đồng đảng ◊ accomplice

동독 [東獨] (东德) dōng dé <東独> とうとく {東德} Đông Đức ◊ East Germany

동라 [銅鑼] (铜锣) tóng luó <銅鑼> どら {銅鑼} đồng la ◊ gong

동력 [動力] (动力) dònglì <動力> どうりょく {動力} động lực ◊ impetus

동력설비 [動力設備] (动力设备) dònglì shèbèi <動力設備> どうりょくせつび {設備動力} thiết bị động lực ◊ power equipment

동력학 [動力學] (动力学) dònglìxué <動力学> どうりょくがく {動力學} động lực học ◊ dynamics

동료 [同僚] (同僚) tóngliáo <同僚> どうりょう {同業} đồng nghiệp ◊ colleague

동류 [同類] (同类) tónglèi <同類> どうるい {同類} đồng loại ◊ similar

동류항 [同類項] (同类项) tónglèi xiàng <同類項> どうるいこう {同類項} đồng loại hạng ◊ like-for-like; similar terms

동맥 [動脈] (动脉) dòngmài <動脈> どうみゃく {動脈} động mạch ◊ arteries

동맥혈 [動脈血] (动脉血) dòngmài xuè <動脈血> どうみゃくけつ {弟動脈} máu động mạch huyết ◊ arterial blood

동맹 [同盟] (同盟) tóngméng <同盟> どうめい {同盟} đồng minh ◊ alliance

동맹국 [同盟國] (同盟国) tóngméngguó <同盟国> どうめいこく {圖同盟} nước đồng minh ◊ allied nations

동메달 [銅 medal] (铜牌) tóngpái <銅メダル> どう medal {徽章銅} huy chương đồng ◊ bronze medal

동면 [冬眠] (冬眠) dōngmián <冬眠> とうみん {冬眠} đông miên ◊ hibernation

동명 [同名] (同名) tóngmíng <同名> どうめい {同名} đồng danh ◊ homonymous

동명이인 [同名異人] (同名异人) tóngmíng yìrén <同名異人> どうめいいじん {同名異人} đồng danh dị nhân ◊ namesake; person with the same name

동물 [動物] (动物) dòngwù <動物> どうぶつ {動物} động vật ◊ animal

동물건강 [動物健康] (动物健康) dòngwù jiànkāng <動物健康> どうぶつけんこう {飭劾動物} sức khỏe động vật ◊ animal health

동물군락 [動物群落] (动物群落) dòngwù qúnluò <動物群落> どうぶつぐんらく {共同動物} cộng đồng động vật ◊ zoobiocenose; animal community

동물밀도 [動物密度] (动物密度) dòngwù mìdù <動物密度> どうぶつみつど {密度動物} mật độ động vật ◊ animal density

동물상 [動物相] (动物系) dòngwù xì <動物相> どうぶつしょう {系動物} hệ động vật ◊ fauna

동물성식품 [動物性食品] (动物产品) dòngwù chǎnpǐn <動物性食品> どうぶつせいしょくひん {産品動物} sản phẩm động vật ◊ animal product

동물원 [動物園] (动物园) dòngwùyuán <動物園> どうぶつえん {壜獸} vườn thú ◊ zoo

동물학 [動物學] (动物学) dòngwùxué <動物学> どうぶつがく {動物學} động vật học ◊ zoology

동반 [同伴] (同伴) tóngbàn <同伴> どうはん {同伴} đồng bạn ◊ companion

동반자 [同伴者] (同伴人) tóngbànrén <同伴者> どうはんしゃ {伴同行} bạn đồng hành ◊ companion

동방 [東方] (东方) dōngfāng <東方> とうほう {東方} orient ◊ orient

동방 [洞房] (洞房) dòngfáng <洞房> ほらぼう {洞房} động phòng ◊ bridal chamber

동백꽃 [冬柏꽃] (茶花) cháhuā <茶花> ちゃばな {茶花} trà hoa ◊ camellia

동병상련 [同病相憐] (同病相怜) tóng bìng xiāng lián <同病相憐れむ|同病相哀れむ> どうびょうあいあわれむ {同病相憐} đồng bệnh tương liên ◊ fellow sufferers sympathize with each other

동북 [東北] (东北) dōngběi <東北> とうほく {東北} đông bắc ◊ northeast

동분서주 [東奔西走] (东奔西走) dōng bēn xī zǒu <東奔西走> とうほんせいそう {東奔西走} đông bôn tây tẩu ◊ busying oneself about something; being on the move

동사 [凍死] (冻死) dòngsǐ <凍死> とうし {揀冰殊斃} đóng băng đến chết ◊ freeze death

동사 [動詞] (动词) dòngcí <動詞> どうし {動詞} động từ ◊ verb

동상 [銅像] (铜像) tóngxiàng <銅像> どうぞう {銅像} đồng tượng ◊ bronze statue

동상이몽 [同牀異夢] (同床异梦) tóng chuáng yì mèng <同床異夢> どうしょういむ {同床異夢} đồng sàng dị mộng ◊ same bed, different dreams

동생 [一] (弟妹) dìmèi <弟妹> ていまい {俺甥媜媂} em trai em gái ◊ younger brother or sister

동서 [東西] (东西) dōngxī <東西> ひがしにし {東西} đông tây ◊ east and west

동성 [同性] (同性) tóngxìng <同性> どうせい {同性} đồng tính ◊ omorphism

동성 [同姓] (同姓) tóng xìng <同姓> どうせい {同姓} đồng tính ◊ same family name; same surname

동시 [同時] (同时) tóngshí <同時> どうじ {同時} đồng thì ◊ meantime

동시대 [同時代] (同代) tóng dài <同時代> どうじだい {同代} đồng đại ◊ contemporary

동식물 [動植物] (动植物) dòngzhíwù <動植物> どうしょくぶつ {動植物} động thực vật ◊ animals and plants

동심 [同心] (同心) tóngxīn <同心> どうしん {同心} đồng tâm ◊ concentric

동심 [童心] (童心) tóngxīn <童心> どうしん {童心} đồng tâm ◊ childlike innocence

동심협력 [同心協力] (同心协力) tóngxīn xiélì <同心協力> どうしんきょうりょく {同心協力} đồng tâm hiệp lực ◊ concentric cooperation

동아 [東亞] (东亚) dōngyà <東亜> とうあ {東亞} Đông Á ◊ East Asia

동업 [同業] (同业) tóngyè <同業> どうぎょう {同業} liên ngân hàng ◊ interbank

동요 [動搖] (动摇) dòng yáo <動搖> どうよう {動搖} động dao ◊ shaking; trembling

동요 [童謠] (童谣) tóngyáo <童謠> どうよう {童謠} đồng dao ◊ children song

동원 [動員] (动员) dòngyuán <動員> どういん {動員} động viên ◊ mobilization

동위원소 [同位元素] (同位素) tóngwèisù <同位元素> どういげんそ {同位素} đồng vị tố ◊ isotope

동유럽 [東 Europe] (东欧) dōng ōu <東欧> とうおう {東歐} Đông Âu ◊ Eastern Europe

동음 [同音] (同音) tóngyīn <同音> どうおん {同音} đồng âm ◊ unison

동의 [動議] (动议) dòngyì <動議> どうぎ {動議} động nghị ◊ motion

동의 [同意] (同意) tóngyì <同意> どうい {同意} đồng ý ◊ agree

동의 [同義] (同义) tóngyì <同義> どうぎ {同義} đồng nghĩa ◊ synonymy; synonymous

동인 [動因] (动因) dòngyīn <動因> どういん {動因} động nhân ◊ motivation

동일 [同一] (同一) tóngyī <同一> どういち {同一} đồng nhất ◊ same

동일성 [同一性] (同一性) tóngyī xìng <同一性> どういつせい {性同一} tính đồng nhất ◊ identity

동자 [童子] (童子) tóngzǐ <童子> どうじ {孩祕|都祕} đứa trẻ ◊ lad; boy; kid

동작 [動作] (动作) dòngzuò <動作> どうさ {動作} động tác ◊ action

동전 [銅錢] (硬币) yìngbì <銅錢> どうせん {銅錢} đồng tiền ◊ coins

동전지갑 [銅錢紙匣] (零钱包) língqián bāo <小钱入れ> こぜにいれ {囬錢鑱} ví tiền xu ◊ moneybags; coin purse

동정 [同情] (同情) tóngqíng <同情> どうじょう {同情} đồng tình ◊ sympathize

동정 [童貞] (童贞) tóngzhēn <童貞> どうてい {童貞} đồng trinh ◊ virginity

동조 [同調] (同调) tóngdiào <同調> どうちょう {相同} tương đồng ◊ onformity; alignment; agreement; sympathy

동족 [同族] (同族) tóng zú <同族> どうぞく {同族} đồng tộc ◊ same race

동지 [冬至] (冬至) dōngzhì <冬至> とうじ {冬至} đông chí ◊ winter solstice

동지 [同志] (同志) tóngzhì <同志> どうし {同志} đồng chí ◊ comrade

동질 [同質] (同质) tóng zhì <同質> どうしつ {同質} đồng chất ◊ homogeneous

동쪽 [東쪽] (东边) dōngbian <東側> ひがしがわ {壜東|牘東} phía đông ◊ east side

동창 [同窓] (同窗) tóngchuāng <同窓> どうそう {伴粼拉} bạn cùng lớp ◊ classmate

동창회 [同窓會] (同窗会) tóngchuāng huì <同窓会> どうそうかい {同窓會} đồng song hội ◊ classmate reunion; classmate association

동춘 [冬春] (冬春) dōng chūn <冬春> とうしゅん {冬春} đông xuân ◊ winter and spring

동태 [動態] (动态) dòngtài <動態> どうたい {能動} năng động ◊ dynamic

동판 [銅版] (铜版) tóng bǎn <銅版> どうはん {銅版} đồng bản ◊ copperplate

동포 [同胞] (同胞) tóngbāo <同胞> どうほう {同胞} đồng bào ◊ compatriot

동행 [同行] (同行) tóngháng <同行> どうこう {同行} đồng hành ◊ accompany

동향 [動向] (动向) dòngxiàng <動向> どうこう {動向} động hướng ◊ trend; tendency; movement

동향 [同鄉] (同乡) tóngxiāng <同鄉> どうきょう {同鄉} đồng hương ◊ fellow home towner

동향집 [東向집] (朝东) cháo dōng <東向き> ひがしむき {如向東} nhà hướng đông ◊ eastbound house

동혈 [洞穴] (洞穴) dòngxué <洞穴> どうけつ {洞穴} động huyệt ◊ cave

동형 [同形] (同形) tóng xíng <同形> どうけい {同形} đồng hình ◊ homomorphic

동화 [動畫] (动画) dònghuà <動画> どうが {動畫} động họa ◊ animation

동화 [同化] (同化) tónghuà <同化> どうか {同化} đồng hóa ◊ assimilation

동화 [童話] (童话) tónghuà <童話> どうわ {童話} đồng thoại ◊ fairy tale

동화능력 [同化能力] (同化能力) tónghuà nénglì <同化能力> どうかのうりょく {能力同化} năng lực đồng hóa ◊ assimilative capacity

돛 [—] (船帆) chuánfān <帆> ほ {船帆} thuyền buồm ◊ sail

돛대 [—] (桅杆) wéigān <帆柱> ほばしら {榾虒} cột buồm ◊ mast

돼지새끼 [－] (小猪) xiǎo zhū ＜子豚＞ こぶた {猪猦} lợn con ◊ piglet

되다 [－] (成为) biànchéng ＜成る＞ なる {變成} biến thành ◊ become

되찾다 [－] (追回) zhuīhuí ＜取り戻す＞ とりもどす {追回} truy hồi ◊ recover; replevy

된장 [된醬] (酱) jiàng ＜味噌＞ みそ {喠醰} dằm đậm ◊ miso

두개 [頭蓋] (头盖) tóugài ＜頭蓋＞ ずがい {髑髏} sọ ◊ cranium

두개골 [頭蓋骨] (头盖骨) tóugàigǔ ＜頭蓋骨＞ ずがいこつ {髑髏|髑髑} xương sọ ◊ skull

두건 [頭巾] (头巾) tóujīn ＜頭巾＞ ずきん {頭巾} đầu cân ◊ turban

두견 [杜鵑] (杜鹃) dùjuān ＜杜鵑＞ とけん {杜鵑} đỗ quyên ◊ cuckoo

두견화 [杜鵑花] (杜鹃花) dùjuānhuā ＜杜鵑花＞ とけんか {櫨花杜鵑} bông hoa đỗ quyên ◊ azalea

두골 [頭骨] (头骨) tóugǔ ＜頭骨＞ とうこつ {頭骨} đầu cốt ◊ skull

두께 [－] (厚度) hòudù ＜厚み＞ あつみ {度釁} độ dày ◊ thickness

두뇌 [頭腦] (头脑) tóunǎo ＜頭腦＞ ずのう {頭腦} đầu não ◊ brain

두드러기 [－] (荨麻疹) qiánmázhěn ＜蕁麻疹＞ じんましん {蕁麻疹} tầm ma chẩn ◊ hives; nettle rash; urticaria

두령 [頭領] (头领) tóulǐng ＜頭領＞ とうりょう {頭領} đầu lĩnh ◊ chieftains

두류 [豆類] (豆类) dòulèi ＜豆類＞ まめるい {豆類} đậu loại ◊ legume

두목 [頭目] (头目) tóumù ＜頭目＞ とうもく {頭目} đầu mục ◊ ringleader

두묘 [痘苗] (痘苗) dòumiáo ＜痘苗＞ とうびょう {痘苗} đậu miêu ◊ vaccine

두발 [頭髮] (头发) tóufa ＜頭髮＞ とうはつ {鬒} tóc ◊ hair

두발염색 [頭髮染色] (染发) rǎn fà ＜毛染め＞ けぞめ {染鬒} nhuộm tóc ◊ dyed

두배 [두倍] (两倍) liǎng bèi ＜二倍＞ にばい {佁頟} hai lần ◊ twice

두부 [豆腐] (豆腐) dòufu ＜豆腐＞ とうふ {豆腐} đậu hủ ◊ bean curd

두부 [頭部] (头部) tóu bù ＜頭部＞ とうぶ {頭部} đầu bộ ◊ head

두손 [－] (两手) liǎngshǒu ＜両手＞ りょうて {兩手} lưỡng thủ ◊ both hands

두운 [頭韻] (头韵) tóu yùn ＜頭韻＞ とういん {頭韻} đầu vận ◊ alliteration

두유 [豆乳] (豆浆) dòujiāng ＜豆乳＞ とうにゅう {浙豆蕶} sữa đậu nành ◊ soy milk

두유 [豆油] (豆油) dòuyóu ＜豆油＞ まめあぶら {豆油} đậu du ◊ soybean oil

두절 [杜絶] (杜绝) dùjué ＜杜絶＞ とぜつ {杜絶} đỗ tuyệt ◊ put an end to

두주 [頭註] (头注) tóu zhù ＜頭註＞ とうちゅう {頭註} đầu chú ◊ header

두찬 [杜撰] (杜撰) dùzhuàn ＜杜撰＞ ずさん {杜撰} đỗ soạn ◊ fabricate

두창 [痘瘡] (痘疮) dòu chuāng ＜痘瘡＞ とうそう {痘瘡} đậu sang ◊ acne

두통 [頭痛] (头痛) tóutòng ＜頭痛＞ ずつう {症癥頭} chứng nhức đầu ◊ headache

두피 [頭皮] (头皮) tóupí ＜頭皮＞ とうひ {頭皮} đầu bì ◊ scalp

둑 [－] (堤) dī ＜堤防＞ ていぼう {堤} đê ◊ dike

둔각 [鈍角] (钝角) dùnjiǎo ＜鈍角＞ どんかく {鈍角} độn giác ◊ obtuse angle

둔감 [鈍感] (钝感) dùn gǎn ＜鈍感＞ どんかん {鈍感} độn cảm ◊ insensitive

둔기 [鈍器] (钝器) dùn qì ＜鈍器＞ どんき {鈍器} độn khí ◊ blunt instrument

둔부 [臀部] (臀部) túnbù ＜臀部＞ でんぶ {朦腑} mông đít ◊ buttocks

둔하다 [鈍하다] (迟钝) chídùn ＜鈍い＞ にぶい {蹢蹰|蹢臈} chậm chạp ◊ slow

둘째 [－] (第二) dì èr ＜二番目＞ にばんめ {次亡} thứ hai ◊ second

둥둥 뜨다 [－] (漂浮) piāofú ＜漂う＞ ただよう {澁湝} nổi ◊ float

둥지를 틀다 [－] (筑巢) zhù cháo ＜営巣＞ えいそう {夕塱} làm tổ ◊ nesting

뒤 [－] (后) hòu ＜後ろ＞ うしろ {陵輳幾蚯儝} sau ◊ behind

뒤축 [－] (后跟) hòu gēn ＜踵＞ かかと {蹭蹟} gót chân ◊ heel of foot

뒷바퀴 [－] (后轮) hòu lún ＜後輪＞ こうりん {軿陵} bánh sau ◊ rear wheel

뒷좌석 [뒷座席] (后座) hòu zuò ＜後部座席＞ こうぶざせき {虺魠|訐饢} ghế sau ◊ pillion

득도 [得道] (得道) dédào ＜得道＞ とくどう {得道} đắc đạo ◊ enlightenment

득리 [得利] (得利) dé lì ＜得利＞ とくり {得利}

đắc lợi ◊ enrichment

득의 [得意] (得意) déyì <得意> とくい {得意} đắc ý ◊ pleased with oneself; be proud

득의양양 [得意揚揚] (得意扬扬) déyì yáng yáng <意気揚揚> いきようよう {揚揚得意} dương dương đắc ý ◊ triumphant

득점 [得點] (得分) défēn <得点> とくてん {鼮點勝} ghi điểm thắng ◊ score

득표 [得票] (得票) dépiào <得票> とくひょう {得票} đắc phiếu ◊ number of votes polled; poll votes

득표율 [得票率] (得票率) dépiàolǜ <得票率> とくひょう {比例票保} tỷ lệ phiếu bầu ◊ percentage of votes

들리다 [ー] (听得见) tīng de jiàn <聞こえる> きこえる {䎺䏦得} có nghe được ◊ hear

들어 가다 [ー] (进入) jìnrù <入る> はいる {迻卧} đi vào ◊ enter

들원숭이 [ー] (野猿) yě yuán <野猿> やえん {猑荒野} khỉ hoang dã ◊ wild monkey

들창 [듣窓] (后窗) hòu chuāng <裏窓> うらまど {䦚楸𡎝𣂐|𢨪楸櫝𢖯} cửa sổ phía sau ◊ back window

등 [ー] (背部) bèibù <背中> せなか {䏝} lưng ◊ back

등가 [等價] (等价) děngjià <等価> とうか {等價} đẳng giá ◊ equivalence

등가물 [等價物] (等价物) děngjià wù <等価物> とうかぶつ {等價物} đẳng giá vật ◊ equivalents

등가반경 [等價半徑] (等价半径) děngjià bànjìng <等価半径> とうかはんけい {半徑相當} bán kính tương đương ◊ equivalent radius

등가온도 [等價溫度] (等效温度) děng xiào wēndù <等価温度> とうかりおんど {熱度相當} nhiệt độ tương đương ◊ equivalent temperature

등가이론 [等價理論] (等价理论) děngjià lǐlùn <等価理論> とうかりろん {理說相當} lý thuyết tương đương ◊ equivalence theory

등가직경 [等價直徑] (等价直径) děngjià zhíjìng <等価直径> とうかちょっけい {踷陘相當} đường kính tương đương ◊ equivalent diameter

등각 [等角] (等角) děng jué <等角> とうかく {等角} đẳng giác ◊ equal angles

등거리 [等距離] (等距离) děngjù lí <等距離> とうきょり {等距離} đẳng cự ly ◊ equidistance

등고 [登高] (登高) dēng gāo <登高> とうこう {登高} đăng cao ◊ climbing heights

등고선 [等高線] (等高线) děng gāo xiàn <等高線> とうこうせん {等高線} đẳng cao tuyến ◊ contour

등교의 [籐交椅] (藤椅) téngyǐ <籐椅子> とういす {凭籠拂} ghế mây đan ◊ rattan chair

등교하다 [登校하다] (去上学) qùshàngxué <通学する> つうがくする {迻學} đi học ◊ go to school

등급 [等級] (等级) děngjí <等級> とうきゅう {等級} đẳng cấp ◊ grade

등기 [登記] (登记) dēngjì <登記> とうき {登記} đăng ký ◊ check in; register

등기소 [登記所] (注册处) zhùcè chǔ <登記所> とうきしょ {登記所} đăng ký sở ◊ registry

등기우편 [登記郵便] (挂号邮件) guàhào yóujiàn <書留郵便> かきとめゆうびん {書保擔} thư bảo đảm ◊ registered mail

등단 [登壇] (登坛) dēng tán <登壇> とうだん {登壇} đăng đàn ◊ ascend to the altar

등대 [燈臺] (灯塔) dēngtǎ <灯台> とうだい {海燈} hải đăng ◊ lighthouse

등대지기 [燈臺지기] (灯塔看守人) dēngtǎ kānshǒu rén <灯台守> とうだいもり {𠊛㣙院海燈} người giữ ngọn hải đăng ◊ lighthouse keeper

등량 [等量] (等量) děng liáng <等量> とうりょう {等量} đẳng lượng ◊ equivalent

등록 [登錄] (登录) dēnglù <登録> とうろく {登錄} đăng lục ◊ login

등롱 [燈籠] (灯笼) dēnglóng <灯篭> とうろう {燈籠} đăng lung ◊ lantern

등루 [登樓] (登楼) dēng lóu <登楼> とうろう {登樓} đăng lâu ◊ climbing a tower; going up a tall building

등반 [登攀] (攀登) pāndēng <登攀> とはん {寮} leo ◊ climbing; ascending

등변 [等邊] (等边) děng biān <等辺> とうへん {等邊} đẳng biên ◊ equal sides; equilateral

등본 [謄本] (誊本) téng běn <謄本> とうほん {本抄} bản sao ◊ copy

등분 [等分] (等分) děngfēn <等分> とうぶん {平等} bình đẳng ◊ equal

등불 [燈불] (明灯) míng dēng <灯> あかり {燈爛} đèn sáng ◊ bright lamp

등비 [等比] (等比) děng bǐ <等比> とうひ {等比} đẳng tỷ ◊ geometric

등산 [登山] (登山) dēngshān <登山> とざん {登山} đăng sơn ◊ mountaineering

등산객 [登山客] (登山者) dēngshān zhě <登山客>

とざんきゃく {登山客} đăng sơn khách ◊ mountaineer

등산로 [登山路] (登山路) dēngshān lù <登山路> とざんろ {踳門登山} đường mòn đăng sơn ◊ hiking trails

등산모 [登山帽] (登山帽) dēngshān mào <登山帽> とざんぼう {楳登山} mũ đăng sơn ◊ mountaineering hats

등산화 [登山靴] (登山靴) dēngshān xuē <登山靴> とざんぐつ {鞳蹽岗} giày leo núi ◊ mountaineering boots

등성 [登城] (登城) dēng chéng <登城> とじょう {蹽樓臺} leo lâu đài ◊ attendance at a castle

등식 [等式] (等式) děngshì <等式> とうしき {等式} đẳng thức ◊ equality

등심선 [等深線] (等深线) děng shēn xiàn <等深線> とうしんせん {等深線} đẳng thâm tuyến ◊ isobath

등압 [等壓] (等压) děng yā <等圧> とうあつ {等壓} đẳng áp ◊ isobar

등압선 [等壓線] (等压线) děngyāxiàn <等圧線> とうあつせん {等壓線} đẳng áp tuyến ◊ isopiestic line

등에 짊어지다 [－] (背负) bēifù <背負> せおう {背負} bối phụ ◊ carry on back

등온 [等溫] (等温) děngwēn <等温> とうおん {等熱} đẳng nhiệt ◊ isotherm

등온선 [等溫線] (等温线) děngwēn xiàn <等温線> とうおんせん {等溫線} đẳng ôn tuyến ◊ isothermal curve

등온조절기 [等溫調節器] (恒温调节器) héngwēn tiáojiéqì <等温調節器> とうおんちょうせつき {梿調整熱度} đồ điều chỉnh nhiệt độ ◊ constant temperature regulator

등온층 [等溫層] (等温层) děngwēn céng <等温層> とうおんそう {等熱層} đẳng nhiệt tầng ◊ isothermal layer

등용 [登用] (登用) dēng yòng <登用> とうよう {登用} đăng dụng ◊ appointment

등제 [登第] (登第) dēng dì <登第> とうだい {登第} đăng đệ ◊ pass the imperial examinations

등줄기 [－] (脊背) jǐbèi <背筋> せすじ {梢骿䯋} cột sống lưng ◊ back spine

등질 [等質] (等质) děng zhì <等質> とうしつ {等質} đẳng chất ◊ homogeneous

등차급수 [等差級數] (等差级数) děng chā jíshù <差分級数> さぶんきゅうすう {級數等差} cấp số đẳng sa ◊ arithmetic progression

등표 [燈標] (灯标) dēng biāo <灯標> あかりひょう {燈標} đăng tiêu ◊ beacons

등표 [等標] (等号) děnghào <等号> とうごう {晒凭} dấu bằng ◊ equal sign

디젤유 [diesel 油] (柴油) cháiyóu <ディーゼル燃料> diesel ねんりょう {燃料呧鞭} nhiên liệu đi sen ◊ diesel fuel

디지털사진 [digital 寫眞] (数码照片) shùmǎ zhàopiàn <デジタル写真> digital しゃしん {影技術數} ảnh kỹ thuật số ◊ digital photo

디지털화 [digital 化] (数据化) shùjùhuà <デジタル化> digital か {數化} số hóa ◊ digitization

디지털회로 [digital 回路] (数字电路) shùzì diànlù <ディジタル回路> digital かいろ {脈技術數} mạch kỹ thuật số ◊ digital circuit

따라서 [－] (从而) cóng'ér <彼れに由って> それによって {由㛐|由㛯|由妵} do đó ◊ thereby

따르다 [－] (跟随) gēnsuí <従う> したがう {遵邊|遵蹺} tuân theo ◊ obey according to

따르면 [－] (按照) ànzhào <に従って> にしたがって {邊} theo ◊ according to

딱따구리 [－] (啄木鸟) zhuómùniǎo <啄木鳥> きつつき {鴠拈蜒} chim gõ kiến ◊ woodpecker

땀 [－] (汗水) hànshuǐ <汗> あせ {泦洓|泦㵋} mồ hôi ◊ sweat

땀과다증 [땀過多症] (汗过多症) hàn'guòduō zhēng <多汗症> たかんしょう {病泦㵋過鼇} bệnh mồ hôi quá nhiều ◊ hyperhidrosis

땅 [－] (土地) tǔdì <土地> とち {墥} đất ◊ land

때까치 [－] (伯劳鸟) bóláo niǎo <鵙> もず {鴠百聲} chim bách thanh ◊ shrike

때문에 [－] (由于) yóuyú <為に> ために {蟶爲|蠰爲|蠰爲} bởi vì ◊ for; because of

떠나다 [－] (离去) líqù <去る> さる {逷瑰|逷䰄} rời khỏi ◊ leave

떠들다 [－] (吵闹) chǎonào <騒ぐ> さわぐ {掿嗢吇|掑嗢吇} gây ồn ào ◊ make noise

떠받치다 [－] (架起) jià qǐ <架かる> かかる {撩} treo ◊ hang

떠오르다 [－] (升起) shēngqǐ <昇る> のぼる {蓮 lên ◊ go up

떨다 [－] (晃动) huàngdòng <揺れる> ゆれる {籂} lắc ◊ shake

떨어지다 [－] (滴下) dī xià <垂らす> たらす {停止} đình chỉ ◊ suspend

떼다 [－] (摘下) zhāixià <外す> はずす {擈} cởi ◊ unfasten

또 [－] (加之) jiāzhī <他に> ほかに {㱖娑|欣牧} hơn nữa ◊ besides

또렷 [－] (清晰) qīngxī <明快> めいかい {燣燦|糯姝|燣㷿|燣姝} rõ ràng ◊ clarity

똑똑하다 [－] (机灵) jīling <賢い> かしこい {坤} khôn ◊ smart

똑바로 [－] (耿直) gěngzhí <率直> そっちょく {正直} chính trực ◊ upright

뛰어난 [－] (出众) chūzhòng <秀でる> ひいでる {出色} xuất sắc ◊ outstanding

뛰어난 업적 [뛰어난業績] (业绩斐然) yèjì fěirán <傑出した業績> けっしゅつしたぎょうせき {成績澀搚} thành tích nổi bật ◊ outstanding achievement

뜻밖에 [－] (竟然) jìngrán <意外と> いがいと {不覺} bất giác ◊ unexpectedly

띠강 [띠鋼] (带钢) dài gāng <ストリップスチール> strip steel {繡鎈} dải thép ◊ band steel

ㄹ 1

라고 말하면 [－] (如果说) rúguǒ shuō <と言われれば> といわれれば {叮呐忊} nếu nói là ◊ if it is said

라고 할 수 있다 [－] (堪称) kānchēng <と呼べる> とよべる {齒體嚕忊} có thể gọi là ◊ can be called

라디오공학 [radio 工學] (无线电工学) wúxiàndiàn gōng xué <ラジオ工学> radio こうがく {工學無線} công học vô tuyến ◊ radio engineering

라디오방송 [radio 放送] (无线电广播) wúxiàndiàn guǎngbō <ラジオ放送> radio ほうそう {發涛無線} phát sóng vô tuyến ◊ radio broadcasting

라디오송신기 [radio 送信機] (无线电收发机) wúxiàndiàn shōufā jī <ラジオ送信機> radio そうしんき {部收發無線} bộ thu phát vô tuyến ◊ radio transmitter

라디오수신 [radio 受信] (收电台播音) shōu diàntái hōyīn <ラジオ受信> radio じゅしん {收聲} thu thanh ◊ receive radio

라디오천문학 [radio 天文學] (无线电天文学) wúxiàndiàn tiānwénxué <ラジオ天文学> radio てんもんがく {天文學無線} thiên văn học vô tuyến ◊ radio astronomy

라면 [ラーメン^일] (拉面) lāmiàn <ラーメン> lamian {粋紅} mì sợi ◊ ramen noodles

라이트 톤 [light tone] (轻声) qīngshēng <ライトトーン> light tone {輕聲} khinh thanh ◊ light tone of Standard Chinese; *qingsheng*

램프 [lamp] (灯) dēng <ランプ> lamp {鐙烸畑} đèn ◊ lamps

러시아어 [Russia 語] (俄语) éyǔ <露西亜語|ロシア語> Россия ご {嗒俄} tiếng Nga ◊ Russian language

레이아웃 [layout] (布局) bùjú <レイアウト> layout {佈置} bố trí ◊ layout

렌즈 [lens] (透镜) tòujìng <レンズ> lens {透鏡} thấu kính ◊ lens

로드 [load] (导入) dǎorù <導入> どうにゅう {載入} tải nhập ◊ load

로비 [lobby] (大堂) dàtáng <ロビー> lobby {大堂} đại đường ◊ lobby

로션 [lotion] (乳液) rǔyè <乳液> にゅうえき {瞨養胗} kem dưỡng da ◊ lotion

로스쿨 [law school] (法学院) fǎxuéyuàn <法学院> ほうがくいん {塲律學} trường luật học ◊ law school

류머티즘 [rheumatism] (风湿症) fēngshī zhèng <リウマチ> rheumatism {痹濕} tê thấp ◊ rheumatism

리드 [lead] (领先) lǐngxiān <先立つ> さきだつ {引|躋進步} dẫn tới tiến bộ ◊ leading; advance

리듬 [rithm] (节奏) jiézòu <節奏> せっそう {節奏} tiết tấu ◊ rhythm

마개 [一] (塞子) sāizi <栓> せん {鐬} phích ◊ plug

마경 [馬耕] (马耕) mǎ gēng <馬耕> ばこう {馬耕} mã canh ◊ horse ploughing

마경 [魔境] (魔境) mó jìng <魔境> まきょう {魔境} ma cảnh ◊ demonic realm

마광 [磨光] (磨光) móguāng <磨光> まこう {捫煒} đánh bóng ◊ burnish

마구 [馬具] (马具) mǎjù <馬具> ばぐ {馬具} mã cụ ◊ harness

마구간 [馬廏間] (马厩) mǎ jiù <馬小屋> うまごや {房駿} phòng ngựa ◊ stable room

마굴 [魔窟] (魔窟) mókū <魔の巣窟> まのそうくつ {窖魔} hang ma ◊ devil's cave

마기 [馬技] (马技) mǎ jì <馬技> うまわざ {馬技} mã kỹ ◊ equestrian skills

마녀 [魔女] (魔女) mó nǚ <魔女> まじょ {魔女} ma nữ ◊ witch

마노 [瑪瑙] (玛瑙) mǎnǎo <瑪瑙> めのう {瑪瑙} mã não ◊ agate

마당 [一] (院子) yuànzi <庭> にわ {壇} vườn ◊ garden

마도 [魔道] (魔道) mó dào <魔道> まどう {魔道} ma đạo ◊ magic

마량 [馬糧] (马粮) mǎ liáng <馬糧> ばりょう {馬糧} mã lương ◊ horse food

마력 [馬力] (马力) mǎlì <馬力> ばりき {馬力} mã lực ◊ horsepower

마력 [魔力] (魔力) mólì <魔力> まりょく {魔力} ma lực ◊ magic

마련 [磨練] (磨练) móliàn <磨練> まれん {磨練} ma luyện ◊ training hard

마르다 [一] (干涸) gānhé <干上がる> ひあがる {夕煒} làm khô ◊ dry up

마른 [一] (干枯) gānkū <乾いた> かわいた {梏} khô ◊ dry

마른잎 [一] (枯叶) kū yè <枯れ葉> かれは {荒梏} lá khô ◊ dead leaves

마멸 [磨滅] (磨灭) mómiè <磨滅> まめつ {磨滅} ma diệt ◊ defacement; abrasion

마모 [磨耗] (磨耗) móhào <磨耗> まもう {磨耗} ma háo ◊ abrasion

마모검사 [磨耗檢查] (磨损检查) mósǔn jiǎnchá <摩損検査> まそんけんさ {檢查耗病} kiểm tra hao mòn ◊ abrasion inspection

마모저항 [磨耗抵抗] (抗磨蚀能力) kàng móshí nénglì <抗摩耗能力> こうまもうのうりょく {能力操癀病} năng lực chống mài mòn ◊ abrasion resistance

마모흔적 [磨耗痕迹] (磨蚀痕迹) móshí hénjì <磨り跡> すりあと {晒癀病} dấu mài mòn ◊ abrasion mark

마목 [痲木] (麻木) mámù <痺れ> しびれ {痳木} ma mộc ◊ numbness

마물 [魔物] (魔物) mó wù <魔物> まもの {魔物} ma vật ◊ goblin; apparition

마방 [馬房] (马房) mǎfáng <馬房> ばぼう {馬房} mã phòng ◊ stable for horse

마법 [魔法] (魔法) mófǎ <魔法> まほう {魔術} ma thuật ◊ magic

마부 [馬夫] (马夫) mǎfū <馬夫> ばふ {馬夫} mã phu ◊ groom

마분 [馬糞] (马粪) mǎ fèn <馬糞> ばふん {馬糞} mã phân ◊ horse dung

마비 [痲痹|痲痺] (麻痹) mábì <麻痺> まひ {癀裂} tê liệt ◊ paralysis

마성 [魔性] (魔性) mó xìng <魔性> ましょう {魔性} ma tính ◊ devilishness

마술 [馬術] (马术) mǎshù <馬術> ばじゅつ {馬術} mã thuật ◊ equestrian

마술 [魔術] (魔术) móshù <魔術> まじゅつ {魔術} ma thuật ◊ magic

마스코트 [mascot] (吉祥物) jíxiángwù <マスコット> mascot {靈物} linh vật ◊ mascot

마스크 [mask] (口罩) kǒuzhào <マスク> mask {口裝} khẩu trang ◊ mask; gauze mask

마시다 [一] (饮) yǐn <飲む> のむ {旺喡} uống ◊ drink

마신 [魔神] (魔神) mó shén <魔神> まじん {魔神} ma thần ◊ devil; evil spirit; genie

마안 [馬鞍] (马鞍) mǎ'ān <馬鞍> うまぐら {馬鞍} mã yên ◊ saddle

마약 [痲藥] (麻醉品) mázuìpǐn <麻薬> まやく {糵麻醉} thuốc ma túy ◊ drugs

마왕 [魔王] (魔王) mówáng <魔王> まおう {魔王} ma vương ◊ devil king of the demons

마우스 [mouse] (鼠标) shǔbiāo <マウス> mouse {琨狁} con chuột ◊ mouse

마유 [馬乳] (马奶) mǎ nǎi <馬乳> ばにゅう {浹駮} sữa ngựa ◊ mare's milk

마육 [馬肉] (马肉) mǎ ròu <馬肉> ばにく {[illegible]駁} thịt ngựa ◊ horsemeat

마음 [一] (胸怀) xiōnghuái <心> こころ {心智} tâm trí ◊ mind

마음속 [一] (心坎) xīnkǎn <心の内> こころのうち {戁悥} trong lòng ◊ bottom of one's heart

마작 [痲雀] (麻将) májiàng <麻雀> まあじゃん {麻雀} mạt chược ◊ mahjong

마장 [馬場] (马场) mǎ cháng <馬場> ばば {馬塲} mã trường ◊ horse race course

마제 [馬蹄] (马蹄) mǎtí <馬蹄> ばてい {馬蹄} mã đề ◊ horseshoe

마제 [磨製] (磨制) mó zhì <磨製> ませい {磨製} ma chế ◊ grinding

마제석 [馬蹄石] (马蹄石) mǎtí shí <馬蹄石> ばていせき {馬蹄石} mã đề thạch ◊ horseshoe stones

마제초 [馬蹄草] (马蹄草) mǎtí cǎo <馬蹄草> ばていそう {馬蹄草} mã đề thảo ◊ membranaceous marshmarigold herb

마지막 [一] (终末) zhōngmò <終末> しゅうまつ {窮} cùng ◊ end; close; conclusion; termination

마진 [痲疹] (麻疹) mázhěn <麻疹> ましん {麻疹} ma chẩn ◊ measles

마차 [馬車] (马车) mǎchē <馬車> ばしゃ {車駮} xe ngựa ◊ carriage

마찬가지 [一] (一样) yīyàng <同じ> おなじ {如囤|如丕} như vậy ◊ same

마찰 [摩擦] (摩擦) mócā <摩擦> まさつ {摩擦} ma sát ◊ friction

마찰 계수 [摩擦係數] (摩擦系数) mócā xìshù <摩擦係数> まさつけいすう {係數摩擦} hệ số ma sát ◊ coefficient of friction

마찰력 [摩擦力] (摩擦力) mócālì <摩擦力> まさつりょく {摩擦力} ma sát lực ◊ frictional force

마찰손실 [摩擦損失] (摩擦损失) mócā sǔnshī <摩擦損失> まさつそんしつ {損耗摩擦} tổn hao ma sát ◊ friction loss

마찰열 [摩擦熱] (摩擦热) mócā rè <摩擦熱> まさつねつ {摩擦熱} ma sát nhiệt ◊ frictional heat

마찰음 [摩擦音] (摩擦音) mócā yīn <摩擦音> まさつおん {摩擦音} ma sát âm ◊ friction rub

마천루 [摩天樓] (摩天楼) mótiānlóu <摩天楼> まてんろう {妸擿呑} nhà chọc trời ◊ skyscraper

마취 [痲醉] (痲醉) mázuì <麻酔> ますい {搲迷|搲䢅} gây mê ◊ anaesthesia

마취과의사 [痲醉科醫師] (麻醉师) mázuìshī <麻酔科医> ますいかい {博士搲迷} bác sĩ gây mê ◊ anesthesiologist

마취약 [痲醉藥] (麻药) máyào <麻酔薬> ますいやく {糵迷} thuốc mê ◊ narcotic; anesthetic

마침내 [一] (到底) dàodǐ <最終的に> さいしゅうてきに {曆窮|檜窮|贈窮|聡窮} cuối cùng ◊ finally

마케팅 [marketing] (营销) yíngxiāo <マーケティング> marketing {接市} tiếp thị ◊ marketing

마크 [mark] (印记) yìnjì <印> しるし {訥} nốt ◊ mark

마피 [馬皮] (马皮) mǎ pí <馬皮> うまがわ {馬皮} mã bì ◊ horse skin

마호가니 [mahogany] (红木) hóngmù <マホガニー> mahogany {紅木} hồng mộc ◊ mahogany

마황 [痲黃] (麻黄) máhuáng <麻黄> まおう {麻黃} ma hoàng ◊ ephedra

막내 [一] (幺儿子) yāo érzi <末っ子> すえっこ {琨乳|琨屼} con út ◊ youngest child

막다른 골목 [一] (死胡同) sǐhútòng <行き止まり> ゆきどまり {㘍不} ngõ cụt ◊ dead end

막대 [莫大] (莫大) mòdà <莫大> ばくだい {鱻扇|鱻詛|蘇猷|蘓瓲|檕猷} to lớn ◊ vast; huge; immense; enormous

막론 [莫論] (无论) wúlùn <無論> むろん {無論} vô luận ◊ regardless

막료 [幕僚] (幕僚) mùliáo <幕僚> ばくりょう {官員} quan viên ◊ staff; staff officer

막역지우 [莫逆之友] (莫逆之友) mò nì zhī yǒu <莫逆の友> ばくぎゃくのとも {莫逆之友} mạc nghịch chi hữu ◊ close friend; bosom friend

막연 [漠然] (漠然) mòrán <漠然> ばくぜん {漠然} mạc nhiên ◊ indifferently

막중 [莫重] (重大) zhòngdà <重要な> じゅうような {關重} quan trọng ◊ major

막히다 [一] (堵塞) dǔsè <塞がる> ふさがる {被攝} bị chặn ◊ be blocked

만 [萬] (万) wàn <万> まん {萬; 迈酐} vạn; mười ngàn ◊ ten thousand

만가 [挽歌] (挽歌) wǎngē <哀歌> あいか {挽歌} vãn ca ◊ elegy

만감 [萬感] (万感) wàn gǎn <万感> ばんかん {萬感} vạn cảm ◊ all feelings

만개 [滿開] (盛开) shèngkāi <満開> まんかい {飜花} ra hoa ◊ full blossom

만고 [萬古] (万古) wàn gǔ <万古> ばんこ {萬古} vạn cổ ◊ perpetuity; eternity; eternal

만고불변 [萬古不變] (万古不变) wàn gǔ bùbiàn <万古不易> ばんこふえき {萬古不變} vạn cổ bất biến ◊ unchanging eternally

만고상청 [萬古常青] (万古长青) wàn gǔ cháng qīng <永遠に続く> えいえんにつづく {萬古長青} vạn cổ trường thanh ◊ eternal longevity; last forever

만고천추 [萬古千秋] (万古千秋) wàn gǔ qiānqiū <万古千秋> ばんこせんしゅう {萬古千秋} vạn cổ thiên thu ◊ through the ages

만곡 [彎曲] (弯曲) wānqū <彎曲> わんきょく {彎曲} loan khúc ◊ curved

만곡손실 [彎曲損失] (弯曲损耗) wānqū sǔnhào <彎曲消耗> わんきょくしょうもう {損失攞} tổn thất uốn ◊ bend loss

만구 [挽救] (挽救) wǎnjiù <挽救> ひき救 {挽救} vãn cứu ◊ save; rescue

만국 [萬國] (万国) wànguó <万国> ばんこく {萬國} vạn quốc ◊ all countries in the world; universal

만기 [滿期] (到期) dàoqī <期限切れ> きげんぎれ {及期} cập kì ◊ maturity; updated

만기시간 [滿期時間] (残余时间) cányú shíjiān <残り時間> のこりじかん {時間醹粠} thời gian còn lại ◊ time to expiration

만나다 [一] (遇见) yùjiàn <会う> あう {邂逅} gặp ◊ meet

만난 [萬難] (万难) wànnán <万難> ばんなん {萬難} vạn nan ◊ extremely difficult

만내 [灣內] (湾内) wān nèi <湾内> わんない {鎽業} ở vịnh ◊ inside bay

만년 [萬年] (万年) wànnián <万年> まんねん {萬年} vạn niên ◊ all ages; eternity; ten thousand years

만년설 [萬年雪] (万年雪) wànnián xuě <万年雪> まんねんゆき {萬年雪} vạn niên tuyết ◊ perpetual snow

만년청 [萬年青] (万年青) wànniánqīng <万年青> おもと {萬年青} vạn niên thanh ◊ Rohdea japonica; Nippon lily; lily of China

만년필 [萬年筆] (钢笔) gāngbǐ <万年筆> まんねんひつ {筆櫶} bút máy ◊ fountain pen

만능 [萬能] (万能) wànnéng <万能> ばんのう {萬能} vạn năng ◊ universal

만단 [萬端] (万端) wàn duān <万端> ばんたん {萬端} vạn đoan ◊ everything

만담 [漫談] (漫谈) màn tán <漫談> まんだん {漫談} mạn đàm ◊ talk about; causerie

만담가 [漫談家] (漫谈家) màn tán jiā <漫談家> まんだんか {漫談家} mạn đàm gia ◊ comic talker

만대 [萬代] (万代) wàndài <万代> ばんだい {萬代} vạn đại ◊ generation after generation; forever

만두 [饅頭] (饺子) jiǎozi <饅頭> まんじゅう {餅包} bánh bao ◊ dumplings with fillings; steamed bun

만둣국 [饅頭국] (饺子汤) jiǎozi tāng <餃子スープ> ぎょうざ soup {杴水餃} súp thủi cảo ◊ dumpling soup

만류 [挽留] (挽留) wǎnliú <挽留> ひきとめ {挽留} vãn lưu ◊ keep one staying

만리장성 [萬里長城] (万里长城) wànlǐ chángchéng <万里の長城> ばんりのちょうじょう {萬里長城} Vạn Lý Trường Thành ◊ Great Wall of China

만만세 [萬萬歲] (万万岁) wàn wànsuì <万万歳> まんまんさい {萬萬歲; 闓闓醂} vạn vạn tuế; muôn muôn năm ◊ long long live; hooray

만목황량 [滿目荒涼] (满目荒凉) mǎnmù huāngliáng <満目荒涼> まんもくこうりょう {滿目荒涼} mãn mục hoang lương ◊ all nature being bleak and desolate; desolation

만무일실 [萬無一失] (万无一失) wàn wú yī shī <万全を期す> ばんぜんをきす {空勢差悧} không thể sai lầm ◊ infallible

만물 [萬物] (万物) wànwù <万物> ばんぶつ {萬物} vạn vật ◊ everything

만반 [萬般] (万般) wànbān <万般> ばんぱん {畢畸} tất cả ◊ all things

만병 [萬病] (万病) wàn bìng <万病> まんびょう {萬病} vạn bệnh ◊ all diseases

만보 [漫步] (漫步) mànbù <漫步> まんぽ {漫步} mạn bộ ◊ stroll

만복 [萬福] (万福) wàn fú <万福> ばんぷく {萬福} vạn phúc ◊ eternal happiness

만분 [萬分] (万分) wànfēn <万分> まんふん {萬分} vạn phân ◊ extremely

만사 [萬事] (万事) wànshì <万事> ばんじ {萬事} vạn sự ◊ everything

만사 [萬死] (万死) wàn sǐ <万死> ばんし {萬死} vạn tử ◊ certain death

만사여의 [萬事如意] (万事如意) wànshì rúyì <万事如意> ばんじにょい {萬事如意} vạn sự như ý ◊ good luck

만산 [滿山] (满山) mǎn shān <满山> みつやま {滿山} mãn sơn ◊ all over mountains

만상 [萬象] (万象) wànxiàng <万象> ばんしょう {萬象} vạn tượng ◊ every phenomenon

만생 [蔓生] (蔓生) mán shēng <蔓生> まんせい {蔓生} mạn sinh ◊ creeping

만선 [萬善] (万善) wàn shàn <万善> まんぜん {萬善} vạn thiện ◊ all goodness; all good deeds

만성 [慢性] (慢性) mànxìng <慢性> まんせい {慢性} mạn tính ◊ chronic

만성독성 [慢性毒性] (慢性毒性) mànxìng dúxìng <慢性毒性> まんせいどくせい {毒性慢性} độc tính mãn tính ◊ chronic toxicity

만성병 [慢性病] (慢性病) mànxìngbìng <慢性病> まんせいびょう {滯病} trệ bệnh ◊ chronic

만세 [萬世] (万世) wànshì <万世> ばんせい {萬世} vạn thế ◊ all ages; forever

만세 [萬歲] (万岁) wànsuì <万才> ばんざい {萬歲} vạn tuế ◊ long live

만세불역 [萬世不易] (万世不易) wànshì bù yì <万世不易> ばんせいふえき {萬世不易} vạn thế bất dị ◊ eternity; perpetuity

만수무강 [萬壽無疆] (万寿无疆) wàn shòu wú jiāng <万寿無疆> じゅふくむきょう {萬壽無疆} vạn thọ vô cương ◊ longevity and boundless fortune

만수천산 [萬水千山] (万水千山) wàn shuǐ qiān shān <万水千山> ばんすいせんざん {萬水千山} vạn thủy thiên sơn ◊ thousands of rivers and mountains

만신창이 [滿身創痍] (满身创痍) mǎnshēn chuāng yí <满身創痍> まんしんそうい {滿身創痍} mãn thân sang di ◊ full body wound

만연 [蔓延] (蔓延) mànyán <蔓延> まんえん {蔓延} mạn duyên ◊ spread

만원 [滿員] (满员) mǎnyuán <满员> まんいん {滿} mãn ◊ full house

만원 [萬圓] (一万元) yī wàn yuán <一万円> いちまんえん {萬銅} vạn đồng ◊ ten thousand *won, yuan, yen, dong*

만월 [滿月] (满月) mǎnyuè <满月> まんげつ {胅輪胅圖} trăng tròn ◊ full moon

만유 [漫遊] (漫游) mànyóu <漫遊> まんゆう {漫遊} mạn du ◊ roam

만유 [萬有] (万有) wàn yǒu <万有> ばんゆう {萬有} vạn hữu ◊ all things

만유인력 [萬有引力] (万有引力) wàn yǒu yǐnlì <万有引力> ばんゆういんりょく {萬有引力} vạn hữu dẫn lực ◊ universal gravitation

만의 [滿意] (满意) mǎnyì <满意> まんい {遂意} toại ý ◊ content; be satisfied

만이 [蠻夷] (蛮夷) mányí <蛮夷> ばんい {臥蠻狛} người man rợ ◊ barbarian

만인 [蠻人] (蛮人) mán rén <蛮人> ばんじん {臥野蠻} người dã man ◊ savage; barbarian; aboriginal

만인 [萬人] (万人) wàn rén <万人> まんにん {萬人} vạn nhân ◊ all people; everybody

만일 [萬一] (万一) wàn yī <万一> まんいち {萬一} trong trường hợp ◊ in case of

만자천홍 [萬紫千紅] (万紫千红) wàn zǐ qiān hóng <多彩> たさい {萬紫千紅} vạn tử thiên hồng ◊ colorful; varicolored

만장일치 [滿場一致] (满场一致) mǎn cháng yīzhì <满场一致> まんじょういっち {滿場一致} mãn trường nhất trí ◊ unanimous consent; unanimous agreement

만전 [萬全] (万全) wànquán <万全> ばんぜん {萬全} vạn toàn ◊ all out

만점 [滿點] (满分) mǎn fēn <满点> まんてん {滿點} mãn điểm ◊ full points; full marks

만조 [滿潮] (满潮) mǎn cháo <满潮> まんちょう {水潮高} thủy triều cao ◊ high tide

만족 [蠻族] (蛮族) mán zú <蛮族> ばんぞく {蠻族} man tộc ◊ barbarians

만족 [滿足] (满足) mǎnzú <满足> まんぞく {滿足} mãn túc ◊ satisfy

만족감 [滿足感] (满足感) mǎnzú gǎn <满足感> まんぞくかん {滿足感} mãn túc cảm ◊ satisfaction

만족시키다 [滿足시키다] (使满足) shǐ mǎnzú <满たす> みたす {賖妥滿} cho thỏa mãn ◊ satisfy

만주문자 [滿洲文字] (满文) mǎnwén <满州語> まんしゅうご {孖滿洲} chữ Mãn Châu ◊ Manchu alphabet

만태 [萬態] (百态) bǎi tài <百态> ひゃくたい {百態} bách thái ◊ variety

만화 [漫畫] (漫画) mànhuà <漫画> まんが {漫畫} mạn họa ◊ cartoon

만화책 [漫畫冊] (漫画册) mànhuà cè <漫画本> まんがほん {傳𬹜} truyện tranh ◊ comic book

만회 [挽回] (挽回) wǎnhuí <挽回> ばんかい {救術} cứu về ◊ getting back; save

맏아들 [ㅡ] (长子) zhǎngzǐ <長男> ちょうなん {琨𦓿咳|琨𦓿咳|琨𫅜𣢏} con trai cả ◊ eldest son

맏형 [맏兄] (大哥) dàgē <長兄> ちょうけい {英𣢏|英歌} anh cả ◊ eldest brother

말권 [末卷] (末卷) mò juǎn <末卷> まっかん {末卷} mạt quyển ◊ final volume

말기 [末期] (末期) mòqī <末期> まっき {末期} mạt kỳ ◊ last phase

말년 [末年] (末年) mònián <末年> まつねん {末年} mạt niên ◊ last years

말다툼 [ㅡ] (狡辩) jiǎobiàn <狡弁> ずるべん {狡辯} xảo biện ◊ quibble; chicanery

말단 [末端] (末端) mòduān <末端> まったん {末端} mạt đoan ◊ extremity

말대 [末代] (末代) mòdài <末代> まつだい {末代} mạt đại ◊ last generations

말로 [末路] (末路) mòlù <末路> まつろ {末路} mạt lộ ◊ dead end

말미 [末尾] (末尾) mòwěi <末尾> まつび {末尾} mạt vĩ ◊ end

말살 [抹殺] (抹杀) mǒshā <抹殺> まっさつ {抹殺} gạch đi ◊ obliterate

말세 [末世] (末世) mòshì <末世> まっせ {末世} mạt thế ◊ last phase of an age

말솜씨 [ㅡ] (口才) kǒucái <弁舌> べんぜつ {才雄辯} tài hùng biện ◊ speech

말엽 [末葉] (末叶) mòyè <末葉> ばつよう {末葉} mạt diệp ◊ end of an era

말위 [末位] (末位) mò wèi <最下位> さいかい {末位} mạt vị ◊ last figure

말일 [末日] (末日) mòrì <末日> まつじつ {末日} mạt nhật ◊ doomsday

말초 [末梢] (末梢) mòshāo <末梢> まっしょう {外邊} ngoại biên ◊ tip end; terminal; ending; periphery

말투 [말套] (口气) kǒuqì <口調> くちょう {�調} giọng điệu ◊ one's speaking character; manner of talking

말하다 [ㅡ] (说话) shuōhuà <話す> はなす {吶} nói ◊ speak

맑은비 [ㅡ] (晴雨) qíng yǔ <晴雨> せいう {𩅹曬} mưa nắng ◊ sunny rain

맛보다 [ㅡ] (品尝) pǐncháng <試食> ししょく {䑙} nếm ◊ taste

망각 [忘却] (忘却) wàngquè <忘却> ぼうきゃく {忘却} vong khước ◊ forget

망국 [亡國] (亡国) wángguó <亡国> ぼうこく {秩𡓃} mất nước ◊ subjugate a nation

망년 [忘年] (忘年) wàng nián <忘年> ぼうねん {忘年} vong niên ◊ year-end party

망년회 [忘年會] (忘年会) wàng niánhuì <忘年会> ぼうねんかい {忘年會} vong niên hội ◊ year-end party

망념 [妄念] (妄念) wàngniàn <妄念> もうねん {妄念} vọng niệm ◊ obstructive thought; fantastic idea

망동 [妄動] (妄动) wàngdòng <妄動> もうどう {妄動} vọng động ◊ act rashly

망라 [網羅] (网罗) wǎngluó <網羅> もうら {包𨁪|包䶥|包𩯀|包𩙍} bao gồm ◊ covering

망량 [魍魎] (魍魉) wǎngliǎng <魍魎> もうりょう {魍魎} võng lượng ◊ spirits and goblins

망령 [亡靈] (亡灵) wánglíng <亡霊> ぼうれい {亡靈} vong linh ◊ undead

망막 [網膜] (网膜) wǎngmó <網膜> もうまく {網膜} võng mạc ◊ retina

망막염 [網膜炎] (网膜炎) wǎngmóyán <網膜炎> もうまくえん {網膜炎} võng mạc viêm ◊ omentitis

망망하다 [茫茫하다] (茫茫) mángmáng <茫々> ぼうぼう {洢𬗪𪗧} rộng ◊ vast; boundless; extensive

망매 [亡妹] (亡妹) wáng mèi <亡妹> ぼうまい {亡妹} vong muội ◊ dead younger sister

망명 [亡命] (亡命) wángmìng <亡命> ぼうめい {亡命} vong mệnh ◊ flee; fleeing from one's country; seeking asylum

망모 [亡母] (亡母) wáng mǔ <亡母> ぼうぼ {亡母} vong mẫu ◊ dead mother

망부 [亡夫] (亡夫) wáng fū <亡夫> ぼうふ {亡夫} vong phu ◊ late husband

망부 [亡父] (亡父) wáng fù <亡父> ぼうふ {𤳆吒過故} người cha quá cố ◊ late father

망상 [網狀] (网状) wǎng zhuàng <網状> もうじょう {網狀} võng trạng ◊ net like

망상 [妄想] (妄想) wàngxiǎng <妄想> もうそう {幻想} ảo tưởng ◊ delusion

망설 [妄說] (妄说) wàngshuō <妄説> もうせつ

망 {妄說} vọng thuyết ◊ fallacy

망신 [妄信] (妄信) wàng xìn <妄信> もうしん {妄信} vọng tín ◊ blind acceptance; blind belief; credulity

망실 [亡失] (亡失) wáng shī <亡失> ぼうしつ {亡失} vong thất ◊ be lost; be missing

망아 [忘我] (忘我) wàngwǒ <忘我> ぼうが {忘我} vong ngã ◊ ecstasy

망양보뢰 [亡羊補牢] (亡羊补牢) wáng yáng bǔ láo <亡羊補牢> ぼうようほろう {亡羊補牢} vong dương bổ lao ◊ close the stable door after the horse has bolted

망어 [妄語] (妄语) wàngyǔ <妄語> もうご {妄語} vọng ngữ ◊ falsehood; lie

망언 [妄言] (妄言) wàngyán <妄言> ぼうげん {妄言} vọng ngôn ◊ rash remark; thoughtless words; falsehood

망연 [茫然] (茫然) mángrán <漠然> ばくぜん {酩酊|疵汪} choáng váng ◊ have no knowledge in

망원 [望遠] (望远) wàng yuǎn <望遠> ぼうえん {遠望} viễn vọng ◊ look in distance

망원경 [望遠鏡] (望远镜) wàngyuǎnjìng <望遠鏡> ぼうえんきょう {遠鏡} viễn kính ◊ telescope

망월 [望月] (望月) wàngyuè <望月> もちずき {望月} vọng nguyệt ◊ full moon

망은 [忘恩] (忘恩) wàng ēn <忘恩> ぼうおん {忘恩} vong ân ◊ ingratitude

망일 [望日] (望日) wàngrì <望日> もちにち {望日} vọng nhật ◊ fifteenth day of a lunar month

망자 [亡者] (亡者) wángzhě <亡者> もうじゃ {𣩳殟} người chết ◊ dead

망족 [望族] (望族) wàngzú <望族> もちぞく {望族} vọng tộc ◊ distinguished family

망처 [亡妻] (亡妻) wáng qī <亡妻> ぼうさい {亡妻} vong thê ◊ late wife

망평 [妄評] (妄评) wàng píng <妄評> ぼうひょう {妄評} vọng bình ◊ unfair criticism; abusive remarks

망향 [望鄉] (望乡) wàng xiāng <望鄉> ぼうきょう {㦬婀|㦬茹} nhớ nhà ◊ homesickness

망형 [亡兄] (亡兄) wáng xiōng <亡兄> ぼうけい {亡兄} vong huynh ◊ late brother

망혼 [亡魂] (亡魂) wánghún <亡魂> ぼうこん {亡魂} vong hồn ◊ dead soul

맞은편 [맞은便] (对面) duìmiàn <向う> むこう {對面} đối diện ◊ opposite side

맞춤법 [맞춤法] (正写法) zhèngxiě fǎ <正書法>

せいしょほう {蹊正寫} phép chính tả ◊ orthography

매가 [買價] (买价) mǎijià <買価> ばいか {買價} mãi giá ◊ purchase price

매개 [媒介] (媒介) méijiè <媒介> ばいかい {媒介} môi giới ◊ medium

매개물 [媒介物] (媒介物) méijiè wù <媒介物> ばいかいぶつ {物媒介} vật môi giới ◊ carrier; medium; agency

매개변수 [媒介變數] (参数) cānshù <通数> つうすう {通數} thông số ◊ parameter

매국 [賣國] (卖国) màiguó <売国> ばいこく {𧩙圍} bán nước ◊ traitorous

매국노 [賣國奴] (卖国贼) màiguózéi <売国奴> ばいこくど {仉𧩙圍} kẻ bán nước ◊ traitors

매끄럽다 [-] (通顺) tōngshùn <口達> くちたっ {流啡} lưu loát ◊ eloquent; talkative; fluent

매년 [每年] (每年) měinián <每年> まいとし {㦗䔒} hàng năm ◊ annual

매듭 [-] (结) jiē <結び目> むすびめ {繫} nút ◊ knot

매력 [魅力] (魅力) mèilì <魅力> みりょく {魅力} mị lực ◊ charm; attractive

매료 [魅了] (着迷) zháomí <魅了> みりょう {啗} hút ◊ charm; fascination

매료되다 [魅了되다] (痴迷) chīmí <魅了> みりょう {癡迷} si mê ◊ obsessed

매립 [埋立] (填埋) tián mái <埋め立て> うめたて {塤搿} chôn vùi ◊ reclamation

매립분해 [埋立分解] (填埋分解) tián mái fēnjiě <埋立分解> うめたてぶんかい {分離瀾薆} phân ly bãi rác ◊ landfill degradation

매립현상 [埋立現象] (嵌入现象) qiànrù xiànxiàng <嵌入現象> かんにゅうげんしょう {現象淢} hiện tượng nhúng ◊ inlaying or embedding phenomenon

매매 [賣買] (买卖) mǎimài <売買> ばいばい {買賣} mãi mại ◊ buying and selling; trade

매머드 [mammoth] (猛犸象) gǔ xiàng <マンモス> mammoth {猛獁噮; 猛古} voi ma mút; voi cổ ◊ mammoth; ancient elephant

매몰 [埋沒] (埋没) máimò <埋没> まいぼつ {埋沒} chôn ◊ buried

매번 [每番] (每遍) měibiàn <每度> まいど {每殢} mỗi lần ◊ every

매복 [埋伏] (埋伏) máifú <埋伏> まいふく {埋伏} mai phục ◊ ambush

매부 [妹夫] (妹夫) mèifu <義弟> ぎてい {俺駃} em chồng ◊ brother-in-law

매상 [賣上] (促销) cùxiāo <売り上げ> うりあげ {齢撻} bán cất ◊ sales

매연 [煤煙] (煤烟) méi yān <煤煙> ばいえん {煤煙} môi yên ◊ soot

매우 [ー] (极) jí <非常に> ひじょうに {踤} rất ◊ very

매운탕 [매운湯] (辣汤) là tāng <辛いスープ> つらい soup {椕蕿} súp cay ◊ spicy soup

매월 [每月] (每月) měiyuè <毎月> まいつき {每脁} mỗi tháng ◊ monthly

매음 [賣淫] (卖淫) màiyín <売淫> ばいいん {賣淫} mại dâm ◊ prostitution

매일 [每日] (每天) měitiān <毎日> まいにち {每馹} mỗi ngày ◊ every day

매일밤 [每日밤] (每晚) měi wǎn <毎晩> まいばん {每蹎} mỗi đêm ◊ per night

매일아침 [每日아침] (每天早晨) měitiān zǎochén <毎朝> まいあさ {每�糊} mỗi buổi sáng ◊ every morning

매자 [媒子] (媒子) méi zǐ <媒子> なかだちこ {媒子} môi tử ◊ matchmakers

매장 [埋藏] (埋藏) máicáng <埋蔵> まいぞう {埋藏} mai tàng ◊ having underground deposits

매장 [埋葬] (埋葬) máizàng <埋葬> まいそう {埋葬} mai táng ◊ bury

매장량 [埋藏量] (储藏量) chǔcáng liáng <埋蔵量> まいぞうりょう {埋藏量} mai tàng lượng ◊ deposit volume; reserves

매점 [賣店] (卖店) mài diàn <売店> ばいてん {賣店} mại điếm ◊ sell shop

매주 [買主] (买主) mǎizhǔ <買主> かいぬし {買主} mãi chủ ◊ buyer

매주 [賣主] (卖主) màizhǔ <売主> うりぬし {賣主} mại chủ ◊ seller

매주 [每週] (每周) měizhōu <毎週> まいしゅう {每旬} mỗi tuần ◊ weekly

매진 [邁進] (迈进) màijìn <邁進> まいしん {邁進} mại tiến ◊ strive forward

매체 [媒體] (媒体) méitǐ <媒体> ばいたい {媒體} môi thể ◊ media

매춘 [賣春] (卖春) màichūn <売春> ばいしゅん {賣春} mại xuân ◊ prostitution

매칭 [matching] (匹配) pǐpèi <マッチング> matching {符合尒} phù hợp với ◊ matching

매표 [買票] (买票) mǎipiào <買票> かいひょう {買票} mãi phiếu ◊ buy ticket

매표 [賣票] (售票) shòupiào <切符売り> きっぷうり {齢漂} bán vé ◊ selling tickets

매표구 [賣票口] (售票口) shòupiào kǒu <切符売り口> きっぷうりくち {𨷯㯲齢漂} cửa sổ bán vé ◊ ticket outlets

매표원 [賣票員] (售票员) shòupiàoyuán <出札係> しゅっさつがかり {𠊛齢派} người bán vé ◊ conductor; ticket seller

매혈 [賣血] (卖血) mài xuè <売血> ばいけつ {賣血} mại huyết ◊ blood selling

매혹 [魅惑] (魅惑) mèihuò <魅惑> みわく {惓擔} quyến rũ ◊ attraction; fascination; lure

매화 [梅花] (梅花) méihuā <梅花> ばいか {花梅} hoa mai ◊ plum blossom

매화원 [梅花園] (梅园) méi yuán <梅園> うめぞの {壦𦼔} vườn mận ◊ plum garden

매회 [每回] (每回) měi huí <毎回> まいかい {每回} mỗi hồi ◊ every time

맥관 [脈管] (脉管) màiguǎn <脈管> みゃっかん {脈管} mạch quản ◊ vascular

맥동 [脈動] (脉动) màidòng <脈動> みゃくどう {脈動} mạch động ◊ pulsation

맥락 [脈絡] (脉络) màiluò <脈絡> みゃくらく {脈絡} mạch lạc ◊ venation

맥류 [麥類] (麦类) mài lèi <麥類> むぎるい {核蕾麳} cây lúa mì ◊ wheat

맥박 [脈搏] (脉搏) màibó <脈拍> みゃくはく {脈} mạch ◊ pulse

맥박계 [脈搏計] (脉冲计) màichōng jì <脈搏計> みゃくはくけい {槚鄘冲} máy đo xung ◊ pulsometer

맥아 [麥芽] (麦芽) màiyá <麦芽> ばくが {麥芽} mạch nha ◊ malt

맥아당 [麥芽糖] (麦芽糖) màiyátáng <麥芽糖> ばくめとう {麥芽糖} mạch nha đường ◊ maltose

맥아음료 [麥芽飲料] (麦芽饮料) màiyá yǐnliào <麦芽飲料> ばくがいんりょう {酴旺麥芽} đồ uống mạch nha ◊ malted drink

맥이 빠지다 [ー] (泄气) xièqì <落ち込み> おちこみ {疓𢫈} ngất xỉu ◊ faintness

맥전 [麥田] (麦田) mài tián <麦畑> むぎばたけ {𦓿垌麳} cánh đồng mì ◊ cornfield

맥주 [麥酒] (麦酒) mài jiǔ <ビール> beer {瀶醉} rượu bia ◊ ale; beer

맥진 [脈診] (脉诊) mài zhěn <脈診> みゃくしん {脈診} mạch chẩn ◊ pulse diagnosis

맨발 [－] (赤足) chìzú <裸足> はだし {蹎空} chân không ◊ barefoot

맹견 [猛犬] (猛犬) měng quǎn <猛犬> もうけん {猛犬} mãnh khuyển ◊ fierce dogs

맹공격 [猛攻擊] (猛攻) měnggōng <猛攻撃> もうこうげき {猛攻} mãnh công ◊ fierce attack; onslaught

맹금 [猛禽] (猛禽) měngqín <猛禽> もうきん {猛禽} mãnh cầm ◊ raptor; bird of prey

맹도견 [盲導犬] (盲导犬) máng dǎo quǎn <盲導犬> もうどうけん {盲導犬} manh đạo khuyển ◊ guide dog

맹독 [猛毒] (猛毒) měng dú <猛毒> もうどく {猛毒} mãnh độc ◊ deadly poison

맹동 [盲動] (盲动) máng dòng <盲動> もうどう {盲動} manh động ◊ blindness

맹력 [猛力] (猛力) měnglì <猛力> もうりき {猛力} mãnh lực ◊ ferocious

맹렬 [猛烈] (猛烈) měngliè <猛烈> もうれつ {猛烈} mãnh liệt ◊ fierce

맹목 [盲目] (盲目) mángmù <盲目> もうもく {盲目} manh mục ◊ blindly

맹사 [猛射] (猛射) měng shè <猛射> もうしゃ {㩫銃猛烈} bắn súng mãnh liệt ◊ withering gunfire

맹세 [盟誓] (宣誓) xuānshì <誓う> ちかう {𠻃} thề ◊ swear

맹수 [猛獸] (猛兽) měngshòu <猛獣> もうじゅう {猛獸} mãnh thú ◊ beast of prey

맹아 [盲啞] (盲哑) máng yā <盲唖> もうあ {眊噤} mù câm ◊ blind and dumb

맹아 [萌芽] (萌芽) méngyá <萌芽> ほうが {萌芽} manh nha ◊ sprout

맹약 [盟約] (盟约) méngyuē <盟約> めいやく {盟約} minh ước ◊ oath; pledge; covenant

맹우 [盟友] (盟友) méngyǒu <盟友> めいゆう {盟友} minh hữu ◊ ally

맹위 [猛威] (猛威) měng wēi <猛威> もうい {猛威} mãnh uy ◊ mighty

맹인 [盲人] (盲人) mángrén <盲人> もうじん {𠊛眊} người mù ◊ blindman

맹자 [孟子] (孟子) mèngzǐ <孟子> もうし {孟子} Mạnh Tử ◊ Mencius

맹장 [盲腸] (盲肠) mángcháng <盲腸> もうちょう {盲腸} manh trường ◊ caecum

맹장 [猛將] (猛将) měngjiàng <猛将> もうしょう {猛將} mãnh tướng ◊ brave general

맹점 [盲點] (盲点) mángdiǎn <盲点> もうてん {盲點} manh điểm ◊ blind spot

맹주 [盟主] (盟主) méng zhǔ <盟主> めいしゅ {盟主} minh chủ ◊ alliance leader

맹진 [猛進] (猛进) měngjìn <猛進> もうしん {猛進} mãnh tiến ◊ leap forward

맹호 [猛虎] (猛虎) měnghǔ <猛虎> もうこ {猛虎} mãnh hổ ◊ fierce tiger

맹화 [猛火] (猛火) měng huǒ <猛火> もうか {猛火} mãnh hỏa ◊ raging fire

머리말 [－] (前言) qiányán <前書き> まえがき {唓哜|唓序} lời tựa ◊ forewords

머리카락 [－] (头发) tóufa <頭髪> とうはつ {鬔} tóc ◊ hair

머무르다 [－] (待在) dàizài <停留> ていりゅう {凝於} ngừng ở ◊ stay

먹다 [－] (吃) chī <食べる> たべる {飭咹粎} ăn ◊ eat

먹다 남은 것 [－] (吃剩的) chī shèng de <食べ残し> たべのこし {𩛷飰剩} thức ăn thừa ◊ leftover food

먹물 [墨물] (墨汁) mòzhī <墨汁> ぼくじゅう {墨} mực ◊ Chinese ink

먹여 살리다 [－] (养活) yǎnghuo <扶養> ふよう {㯲抹|𣘃抹} trồng trọt ◊ cultivate

멈추다 [－] (止步) zhǐbù <止める> とめる {𨀎𨁡} dừng lại ◊ stop

메뉴 [－] (菜单) càidān <メニュー> menu {命單} mệnh đơn ◊ menu

메달 [medal] (奖章) jiǎngzhāng <褒章> ほうしょう {徽章} huy chương ◊ medal

메모 [memo] (备忘) bèi wàng <備忘> びぼう {抧呚|吒㧅|㤇㧅} nhắc nhở ◊ memo

메모지 [memo 紙] (便条纸) biàntiáo zhǐ <付箋紙> ふせんし {綈𧡊注} giấy ghi chú ◊ note paper; sticky paper slip; sticky note

메시지 [message] (留言) liúyán <メッセージ> message {留筆} lưu bút ◊ leave a message

메아리 [－] (回响) huíxiǎng <響く> ひびく {𠻀喙|哚豫|𠻀豫} vang dội ◊ resound

메이크업 [makeup] (化妆) huàzhuāng <化粧> けしょう {妝點|粧點} trang điểm ◊ makeup

메인요리 [main 料理] (主菜) zhǔcài <主菜> しゅさい {𦁋正} món chính ◊ main course

며느리 [－] (媳妇儿) xífur <お嫁> およめ {妯} dâu ◊ daughter-in-law

멱 [冪] (幂) mì <累乗> るいじょう {累乘} lũy thừa ◊ power; exponent

멱수 [冪數] (冪数) mì shǔ <冪数> べきすう {冪數} mạc số ◊ power in maths

면관 [免官] (免官) miǎn guān <免官> めんかん {免官} miễn quan ◊ dismissal

면관 [免冠] (免冠) miǎn guàn <脱帽> だつぼう {空撽幞} không đội mũ ◊ without cap

면담 [面談] (面谈) miàntán <面談> めんだん {面談} diện đàm ◊ interview

면대 [面對] (面对) miànduì <直面> ちょくめん {當頭} đương đầu ◊ confront; facing

면도 [面刀] (刮脸) guāliǎn <顔そり> かおそり {剗鬚} cạo râu ◊ shave

면도기 [面刀器] (剃须刀) tìxūdāo <髭剃り> ひげそり {刂剒|刂剘|刀剒} dao cạo ◊ razor; shaver

면려 [勉勵] (勉励) miǎnlì <激励> げきれい {勉勵} miễn lệ ◊ encourage

면면 [綿綿] (绵长) miáncháng <綿長> めんちょう {綿長} miên trường ◊ extending long

면모 [面貌] (面貌) miànmào <面貌> めんぼう {面貌} diện mạo ◊ face appearance; looks

면목 [面目] (面目) miànmù <面目> めんぼく {面目} mặt ◊ face

면밀 [綿密] (绵密) miánmì <綿密> めんみつ {綿密} miên mật ◊ careful; scrupulous; thorough

면봉 [綿棒] (绵棒) mián bàng <綿棒> めんぼう {綿棒} miên bổng ◊ cotton swab; cotton sticks

면사 [綿絲] (棉纱) miánshā <綿糸> めんし {紕櫨} sợi bông ◊ cotton thread; cotton yarn

면세 [免稅] (免税) miǎnshuì <免税> めんぜい {免稅} miễn thuế ◊ tax-free

면세점 [免稅店] (免税店) miǎnshuì diàn <免税店> めんぜいてん {靼䪆免稅} cửa hàng miễn thuế ◊ duty-free shop

면세품 [免稅品] (免税品) miǎnshuì pǐn <免税品> めんぜいひん {免稅品} miễn thuế phẩm ◊ duty-free commodity

면양 [緜羊] (绵羊) miányáng <羊> ひつじ {犺} cừu ◊ sheep

면역 [免役] (免役) miǎn yì <免役> めんえき {免役} miễn dịch ◊ exemption from military service

면역 [免疫] (免疫) miǎnyì <免疫> めんえき {免疫} miễn dịch ◊ immunity

면역성 [免疫性] (免疫性) miǎnyì xìng <免疫性> めんえきせい {性免疫} tính miễn dịch ◊ immunity

면역원 [免疫原] (免疫原) miǎnyì yuán <免疫原> めんえきばら {免疫原} miễn dịch nguyên ◊ immunogen

면의 [綿衣] (棉衣) mián yī <綿衣> わたぎぬ {襖襪} áo bông ◊ cotton clothes

면적 [面積] (面积) miànjī <面積> めんせき {面積} diện tích ◊ area

면적평균 [面積平均] (平均面积) píngjūn miànjī <平均面積> へいきんめんせき {面積中平} diện tích trung bình ◊ area average

면전 [面前] (面前) miàn qián <面前> めんぜん {面前} diện tiền ◊ front

면접 [面接] (面接) miàn jiē <面接> めんせつ {面接} diện tiếp ◊ interview

면제 [免除] (免除) miǎnchú <免除> めんじょ {免除} miễn trừ ◊ dispense

면제품 [綿製品] (棉制品) mián zhìpǐn <綿製品> めんせいひん {綿製品} miên chế phẩm ◊ cotton products

면죄 [免罪] (免罪) miǎn zuì <免罪> めんざい {免罪} miễn tội ◊ acquittal

면직 [免職] (免职) miǎnzhí <免職> めんしょく {免職} miễn chức ◊ dismissal; removal

면책 [免責] (免责) miǎn zé <免責> めんせき {免責} miễn trách ◊ exemption

면포 [綿布] (棉布) miánbù <木綿> もめん {䏶櫨} vải bông ◊ cotton cloth

면허 [免許] (免许) miǎn xǔ <免許> めんきょ {免許} miễn hứa ◊ exempt

면허증 [免許證] (执照) zhízhào <免許証> めんきょしょう {緢瑱} giấy phép ◊ licence

면회 [面會] (会面) huìmiàn <会う> あう {邂逅} gặp ◊ meet

면회시간 [面會時間] (探视时间) tànshì shíjiān <面会時間> めんかいじかん {晛喋} giờ thăm ◊ visiting hours

멸균 [滅菌] (灭菌) mièjūn <滅菌> めっきん {去蟲} khử trùng ◊ sterile

멸망 [滅亡] (灭亡) mièwáng <滅亡> めつぼう {滅亡} diệt vong ◊ perish

멸살 [滅殺] (灭杀) miè shā <滅殺> めっさつ {滅殺} diệt sát ◊ extermination

멸시 [蔑視] (蔑视) mièshì <蔑視> めつし {蔑視} miệt thị ◊ scorn

멸실 [滅失] (失灭) shīmiè <滅失> めっしつ {失滅} thất diệt ◊ loss

멸절 [滅絕] (灭绝) mièjué <滅絕> めつぜつ {滅絕} diệt tuyệt ◊ extinguish; become extinct

멸종 [滅種] (灭种) mièzhǒng <絶滅> ぜつめつ

{絶種} tuyệt chủng ◊ extinction

명가 [名家] (名家) míngjiā <名家> めいか {名家} nổi danh ◊ famous

명가수 [名歌手] (著名歌手) zhùmíng gēshǒu <名歌手> めいかしゅ {名歌手} danh ca thủ ◊ famous singers

명각 [銘刻] (铭刻) míngkè <銘刻> めいこく {銘刻} minh khắc ◊ engrave

명감 [明鑑] (明鉴) míng jiàn <明鑑> めいかん {明鑒} minh giám ◊ explicit example for reference

명감 [銘感] (铭感) míng gǎn <銘感> めいかん {銘感} minh cảm ◊ deeply grateful

명거 [明渠] (明沟) míng gōu <明渠> めいきょ {瀰洭} mương mở ◊ open ditch

명검 [名劍] (名剑) míng jiàn <名劍> めいけん {名劍} danh kiếm ◊ famous sword

명견 [名犬] (名犬) míng quǎn <名犬> めいけん {名犬} danh khuyển ◊ famous dogs

명경 [明鏡] (明镜) míngjìng <明鏡> めいきょう {明鏡} minh kính ◊ mirror

명곡 [名曲] (名曲) míngqǔ <名曲> めいきょく {傑作} kiệt tác ◊ masterpiece

명공 [名工] (名工) míng gōng <名工> めいこう {名工} danh công ◊ famous workers

명군 [明君] (明君) míng jūn <明君> めいくん {明君} minh quân ◊ wise ruler

명근 [命根] (命根) mìnggēn <命根> めいこん {命根} mệnh căn ◊ fate; life

명금 [鳴禽] (鸣禽) míngqín <鳴禽> めいきん {鳴禽} minh cầm ◊ songbird; oscine

명기 [銘記] (铭记) míngjì <銘記> めいき {銘記} minh ký ◊ remember

명년 [明年] (明年) míngnián <明年> みょうねん {䄀蹕} năm tới ◊ next year

명달 [明達] (明达) míngdá <明達> めいたつ {明達} minh đạt ◊ sensible; understanding

명덕 [明德] (明德) míngdé <明德> めいとく {明德} minh đức ◊ illustrious virtue

명랑 [明朗] (开朗) kāilǎng <明るい> あかるい {䥯歷|㦬㦬|憿㦬|憿歷} vui vẻ ◊ cheerful; cheerfulness

명령 [冥靈] (冥灵) míng líng <冥靈> めいれい {冥靈} minh linh ◊ spirit in hades

명령 [螟蛉] (螟蛉) míng líng <螟蛉> めいれい {螟蛉} minh linh ◊ bollworm

명령 [命令] (命令) mìnglìng <命令> めいれい {令} lệnh ◊ command

명령어 [命令語] (祈使词) qí shǐ cí <命令語> めいれいご {命令語} mệnh linh ngữ ◊ imperative word

명론 [名論] (名论) míng lún <名論> めいろん {名論} danh luận ◊ nomenclature theory

명료 [明瞭] (明了) míngliǎo <明瞭> めいりょう {燎燦} rõ ràng ◊ clear; distinct; obvious

명류 [名流] (名流) míngliú <名流> めいりゅう {名流} danh lưu ◊ celebrity

명리 [名利] (名利) mínglì <名利> みょうり {名利} danh lợi ◊ fame and fortune

명마 [名馬] (名马) míng mǎ <名馬> めいば {名馬} danh mã ◊ famous horses

명망 [名望] (名望) míngwàng <名望> めいぼう {名望} danh vọng ◊ fame; reputation

명맥 [命脈] (命脉) mìngmài <命脈> めいみゃく {命脈} mệnh mạch ◊ lifeline; vitals

명명백백 [明明白白] (明明白白) míngmíng báibái <明々白々> めいめいはくはく {明明白白} minh minh bạch bạch ◊ plain; very clear

명목 [名目] (名目) míngmù <名目> めいもく {名目} tên ◊ names

명목가격 [名目價格] (名义价格) míngyì jiàgé <呼値> よびね {名價} danh giá ◊ nominal price

명문 [名門] (名门) míngmén <名門> めいもん {名門} danh môn ◊ door

명문 [名文] (名文) míng wén <名文> めいぶん {名文} danh văn ◊ famous text

명문 [名聞] (名闻) míng wén <名聞> みょうもん {名聞} danh văn ◊ fame; reputation

명문 [明文] (明文) míngwén <明文> あきふみ {明文} minh văn ◊ plaintext

명문 [銘文] (铭文) míngwén <銘文> めいぶん {銘文} minh văn ◊ inscription

명물 [名物] (名物) míng wù <名物> めいぶつ {名物} danh vật ◊ famous things

명미 [明媚] (明媚) míngmèi <明媚> めいび {明媚} minh mị ◊ nice and bright

명민 [明敏] (明敏) míng mǐn <明敏> めいびん {明敏} minh mẫn ◊ ntelligence; discernment

명백 [明白] (明白) míngbai <透き通った> すきとうった {囍邂} trong suốt ◊ clear; obvious

명복 [冥福] (冥福) míngfú <冥福> めいふく {靈魂} linh hồn ◊ souls

명부 [名簿] (名册) míngcè <名簿> めいぼ {名冊} danh sách ◊ name list

명부 [冥府] (冥府) míngfǔ <冥府> めいふ {冥府}

minh phủ ◊ hades

명분 [名分] (名分) míngfèn <名分> めいぶん {義務道德} nghĩa vụ đạo đức ◊ moral duty; moral obligations

명불허전 [名不虛傳] (名不虚传) míng bù xū chuán <名不虚伝> めいふきょでん {名不虚傳} danh bất hư truyền ◊ live up to one's reputation

명사 [名詞] (名词) míngcí <名詞> めいし {名詞} danh từ ◊ noun

명사 [名師] (名师) míngshī <名師> めいし {名師} danh sư ◊ famous master

명사 [名士] (名士) míngshì <名士> めいし {名士} danh sĩ ◊ personality; toff; socialite

명사형 [名詞形] (名词形) míngcí xíng <名詞形> めいしけい {名詞形} danh từ hình ◊ nominalization

명산 [名産] (名产) míngchǎn <名産> めいさん {名産} danh sản ◊ famous product

명산 [名山] (名山) míngshān <名山> めいざん {名山} danh sơn ◊ famous mountains

명상 [瞑想|冥想] (冥想) míngxiǎng <瞑想> めいそう {瞑想} minh tưởng ◊ meditation

명상가 [瞑想家] (冥想家) míngxiǎng jiā <瞑想家> めいそうか {趴瞑想} người minh tưởng ◊ meditator; meditation practitioner

명상곡 [瞑想曲] (冥想曲) míngxiǎng qū <瞑想曲> めいそうきょく {瞑想曲} minh tưởng khúc ◊ fantasy song

명성 [名聲] (名声) míngshēng <名声> めいせい {名聲} danh thanh ◊ fame

명세 [明細] (明细) míngxì <明細> めいさい {明細} minh tế ◊ item

명세서 [明細書] (详细书) xiángxì shū <明細書> めいさいしょ {冊枝節} sách chi tiết ◊ detail list

명세표 [明細表] (明细表) míngxì biǎo <明細表> めいさいひょう {榜枝節} bảng chi tiết ◊ wage detail list

명소 [名所] (著名景点) zhùmíng jǐngdiǎn <名所> めいしょ {地點澈嗒} địa điểm nổi tiếng ◊ attractions

명수 [名手] (名手) míngshǒu <名手> めい丨ゅ {名手} danh thủ ◊ master; expert

명승 [名僧] (名僧) míng sēng <名僧> めいそう {名僧} danh tăng ◊ famous monk

명승 [名勝] (名胜) míngshèng <名勝> めいしょう {勝景} thắng cảnh ◊ scenic spots

명시 [明示] (明示) míngshì <明示> めいじ {明示}

minh thị ◊ specification

명실 [名實] (名实) míngshí <名実> めいじつ {名實} danh thực ◊ nominally and virtually

명실상부하다 [名實相符하다] (名副其实) míng fù qíshí <名実共に> めいじつともに {名啫符合亼饒} danh tiếng phù hợp với nhau ◊ be worthy of the name

명심 [銘心] (铭心) míng xīn <銘心> めいしん {銘心} minh tâm ◊ imprint; be remembered with deep gratitude

명심하다 [銘心하다] (谨记) jǐnjì <謹記> きんき {珍重} trân trọng ◊ respectfully

명암 [明暗] (明暗) míng àn <明暗> めいあん {明暗} minh ám ◊ light and shade

명야 [明夜] (明夜) míng yè <明夜> みょうや {明夜} minh dạ ◊ tomorrow night

명언 [名言] (名言) míngyán <名言> めいげん {名言} danh ngôn ◊ saying; logion

명예 [名譽] (名誉) míngyù <名誉> めいよ {名譽} danh dự ◊ reputation

명예칭호 [名譽稱號] (荣誉称号) róngyù chēnghào <名誉称号> めいよしょうごう {名號名譽} danh hiệu danh dự ◊ honorable title

명왕성 [冥王星] (冥王星) míngwángxīng <冥王星> めいおうせい {輠閻王} Sao Diêm Vương ◊ Pluto

명운 [命運] (命运) mìngyùn <命運> めいうん {運命} vận mệnh ◊ destiny

명월 [明月] (明月) míngyuè <明月> めいげつ {明月} minh nguyệt ◊ bright moon

명유 [名儒] (名儒) míng rú <名儒> めいじゅ {名儒} danh nho ◊ famous scholar

명의 [名醫] (名医) míngyī <名医> めいい {博士} bác sĩ nổi tiếng ◊ doctor

명의 [名義] (名义) míngyì <名義> めいぎ {名義} danh nghĩa ◊ in someone's name

명인 [名人] (名人) míngrén <名人> めいじん {名人} danh nhân ◊ celebrity

명작 [名作] (名作) míngzuò <名作> めいさく {名作} danh tác ◊ masterpiece

명장 [名將] (名将) míngjiàng <名将> めいしょう {名將} danh tướng ◊ famous generals

명장 [名匠] (名匠) míng jiàng <名匠> めいしょう {名匠} danh tượng ◊ virtuoso

명저 [名著] (名著) míngzhù <名著> めいちょ {名著} danh trước ◊ masterpiece

명절 [名節] (名节) míngjié <名節> めいせつ {名節} tên lễ hội ◊ joy festival

명제 [命題] (命題) mìngtí <命題> めいだい {命題} mệnh đề ◇ proposition

명주 [名綢] (绸子) chóuzi <絹> きぬ {絎繒} vải lụa ◇ silk

명주 [明珠] (明珠) míngzhū <明珠> めいしゅ {明珠} minh châu ◇ bright pearl

명주 [明主] (明主) míng zhǔ <明主> めいしゅ {明主} minh chủ ◇ wise ruler

명중 [命中] (命中) mìngzhòng <命中> めいちゅう {命中} mệnh trúng ◇ hitting the mark

명지 [明智] (明智) míngzhì <明智> めいち {明智} minh trí ◇ wise

명찰 [明察] (明察) míngchá <明察> めいさつ {明察} minh sát ◇ discernment

명책 [名冊] (名册) míngcè <名冊> めいさつ {名冊} danh sách ◇ register

명철 [明哲] (明哲) míng zhé <明哲> めいてつ {明哲} minh triết ◇ wisdom

명철보신 [明哲保身] (明哲保身) míng zhé bǎo shēn <明哲保身> めいてつほしん {明哲保身} minh triết bảo thân ◇ wisdom and self-protection

명칭 [名稱] (名称) míngchēng <名稱> めいしょう {名稱} danh xưng ◇ name

명쾌하다 [明快하다] (干脆) gāncuì <あっさりした> あっさりした {剴括|剴闊} dứt khoát ◇ simply

명품 [名品] (名品) míng pǐn <名品> めいひん {名品} danh phẩm ◇ masterpieces

명함 [名銜] (名片) míngpiàn <名刺> めいし {名帖} danh thiếp ◇ business card

명해 [明解] (明解) míng jiě <明解> めいかい {明解} minh giải ◇ clear understanding

명확 [明確] (明确) míngquè <明確> めいかく {燴燤|糩眜|燴眜|燴眜} rõ ràng ◇ clarify; reaffirm; explicit

명확하게 하다 [明确하게 하다] (交代) jiāodài <澄ます> すます {交代} giao đại ◇ make clear

몇 개 [몇個] (几个) jǐge <幾つ> いくつ {包憑} bao nhiêu ◇ how many

몇 마리 [一] (数只) shǔ zhī <数匹> すうひき {爻罪|爻匹} một vài ◇ a few pieces

몇 척 [몇隻] (几艘) jǐ sōu <数隻> すうせき {爻數艚} một số tàu ◇ several vessels

모계 [謀計] (计谋) jì móu <謀計> ぼうけい {謀計} mưu kế ◇ conspiracy

모계 [母系] (母系) mǔxì <母系> ぼけい {母系} mẫu hệ ◇ matriarchal

모공 [毛孔] (毛孔) máokǒng <毛孔> けあな {皮孔} bì khổng ◇ pore

모교 [母校] (母校) mǔxiào <母校> ぼこう {母校} mẫu hiệu ◇ almamater; one's old school

모국 [母國] (母国) mǔ guó <母国> ぼこく {母國} mẫu quốc ◇ home country; motherland

모국어 [母國語] (母语) mǔyǔ <母国語> ぼこくご {嗜媄蜓} tiếng mẹ đẻ ◇ mother tongue

모권 [母權] (母权) mǔ quán <母権> ぼけん {母權} mẫu quyền ◇ matriarchy

모권제 [母權制] (母权制) mǔquánzhì <母権制> ぼけんせい {母權制} mẫu quyền chế ◇ matriarchy system

모근 [毛根] (毛根) máo gēn <毛根> もうこん {毛根} mao căn ◇ hair roots

모금 [募金] (募金) mù jīn <募金> ぼきん {募金} mộ kim ◇ fundraising

모낭 [毛囊] (毛囊) máo náng <毛嚢> もうのう {嚢毛} nang mao ◇ follicles; hair follicle

모내기 [一] (插秧) chāyāng <田植え> たうえ {種薔} trồng lúa ◇ rice planting

모년 [暮年] (暮年) mùnián <暮年> ぼねん {暮年} mộ niên ◇ old age; chair days

모니터 [monitor] (显示器) xiǎnshìqì <モニター> monitor {部顯示} bộ hiển thị ◇ monitor

모니터 화면 [monitor 畫面] (显示器屏幕) xiǎnshìqì píngmù <ディスプレイ> display {幪形部顯示} màn hình bộ hiển thị ◇ monitor screen

모독 [冒瀆] (冒犯) màofàn <冒瀆> ぼうとく {冒犯} mạo phạm ◇ offend; trespass against; violate

모든 [一] (所有) suǒ yǒu <全て|惣て|総て|凡て|渾て> すべて {畢崎|悉狱} tất cả ◇ every

모란 [牡丹] (牡丹) mǔdan <牡丹> ぼたん {牡丹} mẫu đơn ◇ peony

모래사장 [모래沙場] (海滩) hǎitān <砂浜> すなはま {壪誃|壪垰|壪壖} bãi cát ◇ sand beach

모래언덕 [一] (沙丘) shāqiū <砂丘> さきゅう {壋誃|壋垰|壋壖} cồn cát ◇ dune

모략 [謀略] (谋略) móulüè <謀略> ぼうりゃく {謀略} mưu lược ◇ strategy

모려 [牡蠣] (牡蛎) mǔlì <牡蠣> かき {牡蠣} mẫu lệ ◇ oyster

모멸 [侮蔑] (污蔑) wūmiè <中傷> ちゅうしょう {誣控} vu khống ◇ slander

모바일 문자 메시지 [mobile 文字 message] (手机短信) shǒu jī duǎn xìn <携帯メッセージ> けいたい message {馳喂移動|信喂移動} tin nhắn di

동 ◇ mobile message

모반 [謀反] (谋反) móufǎn <謀反> むほん {澎亂} nổi loạn ◇ rebellion

모발 [毛髮] (毛发) máofà <毛髮> もうはつ {鬘} tóc ◇ hair

모방 [模倣] (模仿) mófǎng <模倣> もほう {抔謨|扠着} bắt chước ◇ imitate

모범 [模範] (模范) mófàn <模範> もはん {模範} mô phạm ◇ paradigm; model

모병 [募兵] (募兵) mù bīng <募兵> ぼへい {募兵} mộ binh ◇ recruit soldier

모본 [模本] (模本) mó běn <手本> てほん {模本} mô bản ◇ templates

모사 [摹寫] (摹写) móxiě <摹寫> もしゃ {摹寫} mô tả ◇ copying

모사 [謀士] (谋士) móushì <謀士> ぼうし {謀士} mưu sĩ ◇ conspirators

모살 [謀殺] (谋杀) móushā <謀殺> ぼうさつ {謀殺} mưu sát ◇ murder

모색 [摸索] (摸索) mōsuo <摸索> もさく {摸} mò ◇ grope

모색 [暮色] (暮色) mùsè <暮色> ぼしょく {暮色} mộ sắc ◇ twilight

모선 [母船] (母船) mǔ chuán <母船> ぼせん {艪媄} tàu mẹ ◇ parent ship

모성 [母性] (母性) mǔ xìng <母性> ぼせい {母性} mẫu tính ◇ maternal instinct

모세관 [毛細管] (毛细管) máo xì guǎn <毛細管> もうさいかん {毛細管} mao tế quản ◇ capillary

모세포 [母細胞] (母细胞) mǔ xìbāo <母細胞> ぼさいぼう {母細胞} mẫu tế bào ◇ parent cells

모손 [耗損] (耗损) hàosǔn <損耗> そんもう {耗損} háo tổn ◇ lose

모수 [母數] (分母) fēnmǔ <母数> ぼすう {母數} mẫu số ◇ denominator

모순 [矛盾] (矛盾) máodùn <矛盾> むじゅん {矛盾} mâu thuẫn ◇ contradiction

모스크 [mosque] (清真寺) qīngzhēnsì <モスク> mosque {㑎禦回敎} nhà thờ hồi giáo ◇ mosque

모습 [一] (样子) yàngzi <樣子> ようす {放開|皮外} bề ngoài ◇ appearance

모시 [某時] (某时) mǒu shí <某時> ぼうじ {某時} mỗ thì ◇ sometime

모식 [模式] (模式) móshì <模式> もしき {模式} mô thức ◇ mode

모양 [模樣] (模样) móyàng <形状> けいじょう {形樣} hình dạng ◇ shape

모옥 [茅屋] (茅屋) máoshè <茅舍> ぼうしゃ {茄羿|茹箏|茹箏} nhà tranh ◇ thatched cottage; hovel

모욕 [侮辱] (侮辱) wǔrǔ <侮辱> ぶじょく {侮辱} vũ nhục ◇ insult

모월 [某月] (某月) mǒu yuè <某月> ぼうげつ {某月} mỗ nguyệt ◇ a certain month

모으다 [一] (收集起来) shōují qǐlai <集める> あつめる {收拾} thu thập ◇ gather

모음 [母音] (元音) yuányīn <母音> ぼいん {元音} nguyên âm ◇ vowel

모의 [模擬] (模拟) mónǐ <模擬> もぎ {模擬} mô nghĩ ◇ imitation

모의시험 [模擬試驗] (模拟试验) mónǐ shìyàn <模型試驗> もけいしけん {試驗模仿} thí nghiệm mô phỏng ◇ model test

모자 [帽子] (帽子) màozi <帽子> ぼうし {幞} mũ ◇ hat; cap

모재 [母材] (母材料) mǔ cáiliào <母材> ぼざい {物料正} vật liệu chính ◇ parent material

모전 [毛氈] (毛毡) máozhān <毛氈> もうせん {毛氈} mao chiên ◇ felt

모종 [苗種] (秧苗) yāngmiáo <苗> なえ {核種} cây giống ◇ seedling

모집 [募集] (募集) mùjí <募集> ぼしゅう {募集} mộ tập ◇ raise; collect

모집기간 [募集期間] (募集期间) mùjí qījiān <募集期間> ぼしゅうきかん {期選用} kỳ tuyển dụng ◇ recruiting period

모친 [母親] (母亲) mǔqīn <母親> ははおや {母親} mẫu thân ◇ mother

모칭 [冒稱] (冒称) mào chèn <冒稱> ぼうしょう {冒稱} mạo xưng ◇ arrogate to oneself

모태 [母胎] (母胎) mǔ tāi <母胎> ぼたい {脆琨|胎琨} dạ con ◇ womb

모포 [毛布] (毛毯) máotǎn <絨毯> じゅうたん {毯} thảm ◇ carpet

모필 [毛筆] (毛笔) máobǐ <筆> ふで {筆氈} bút lông ◇ brush for writing

모험 [冒險] (冒险) màoxiǎn <冒險> ぼうけん {冒險} mạo hiểm ◇ venture

모험정신 [冒險精神] (冒险精神) màoxiǎn jīngshén <冒險精神> ぼうけんせいしん {飄零} phiêu linh ◇ adventure spirit

모형 [模型|模形] (模型) móxíng <模型> もけい {模型} mô hình ◇ model

모형제작 [模型製作] (模型制作) móxíng zhìzuò <

模型制作> もけいせいさく {夕模型} làm mô hình ◊ model making

모호 [模糊] (模糊) móhu <模糊> もこ {模糊} mô hồ ◊ obscure

모후 [母后] (母后) mǔ hòu <母后> ぼこう {母后} mẫu hậu ◊ empress mother; empress dowager

목가 [牧歌] (牧歌) mùgē <牧歌> ぼっか {牧歌} mục ca ◊ pastoral

목각 [木刻] (木刻) mùkè <木刻> もっこく {木刻} mộc khắc ◊ wood engraving

목간 [木簡] (木简) mù jiǎn <木簡> もっかん {木簡} mộc giản ◊ wooden tablets

목걸이 [－] (项链) xiàngliàn <首飾り> くびかざり {絆紇} chuỗi hạt ◊ necklace

목검 [木劍] (木剑) mù jiàn <木剣> ぼっけん {木劍} mộc kiếm ◊ wooden sword

목격 [目擊] (目击) mùjī <目撃> もくげき {證見} chứng kiến ◊ witnessed

목격자 [目擊者] (见证) jiànzhèng <目撃者> もくげきしゃ {見證} kiến chứng ◊ witness

목공 [木工] (木工) mùgōng <木工> もっこう {僊木} thợ mộc ◊ woodworker; carpenter

목공접착제 [木工接着劑] (木工胶) mùgōng jiāo <木工用接着剤> もっこうようせっちゃくざい {漻撊榠|膠撊榠} keo dán gỗ ◊ wood glue

목관악기 [木管樂器] (木管乐器) mù guǎnyuèqì <木管楽器> もっかんがっき {樂器木管} nhạc cụ mộc quản ◊ woodwind

목교 [木橋] (木桥) mù qiáo <木橋> もっきょう {木橋} mộc kiều ◊ wooden bridge

목근 [木槿] (木槿) mùjǐn <木槿> むくげ {木槿} mộc cẩn ◊ hibiscus

목금 [木琴] (木琴) mùqín <木琴> もっきん {木琴} mộc cầm ◊ xylophone

목도 [木刀] (木刀) mù dāo <木刀> ぼくとう {木刀} mộc đao ◊ wooden sword

목동 [牧童] (牧童) mùtóng <牧童> ぼくどう {牧童} mục đồng ◊ cowboy

목란 [木蘭] (木兰) mùlán <木蘭> もくらん {木蘭} mộc lan ◊ magnolia

목록 [目錄] (目录) mùlù <目録> もくろく {目錄} mục lục ◊ catalog; directory

목마 [木馬] (木马) mùmǎ <木馬> もくば {木馬} mộc mã ◊ wooden horse

목마르다 [－] (渴) kě <渇く> かわく {渴} khát ◊ thirsty

목면 [木棉] (木棉) mùmián <木棉> もめん {木棉} mộc miên ◊ kapok

목민 [牧民] (牧民) mùmín <牧民> ぼくみん {牧民} mục dân ◊ shepherd

목방 [木房] (木房) mù fáng <木房> きぶさ {木房} mộc phòng ◊ wooden house

목배 [木杯] (木杯) mù bēi <木杯> もくはい {木杯} mộc bôi ◊ wooden cups

목사 [牧師] (牧师) mùshī <牧師> ぼくし {牧師} mục sư ◊ priest

목상 [木像] (木像) mù xiàng <木像> もくぞう {木像} mộc tượng ◊ wooden statues

목설 [木屑] (木屑) mùxiè <木屑> きくず {捫榠} mùn gỗ ◊ sawdust

목섬유 [木纖維] (木纤维) mù xiānwéi <木質纖維> もくしつせんい {絍榠} sợi gỗ ◊ xylon

목성 [木星] (木星) mùxīng <木星> もくせい {輕木; 木星} Sao Mộc; Mộc Tinh ◊ Jupiter

목수 [木手] (木匠) mùjiàng <大工> だいく {僊木} thợ mộc ◊ carpenter

목양 [牧羊] (牧羊) mùyáng <牧羊> ぼくよう {牧羊} mục dương ◊ shepherd

목양견 [牧羊犬] (牧羊犬) mùyáng quǎn <牧羊犬> ぼくようけん {牧羊犬} mục dương khuyển ◊ sheepdog

목어 [木魚] (木鱼) mùyú <木魚> もくぎょ {木魚} mộc ngư ◊ wooden fish

목요일 [木曜日] (星期四) xīngqīsì <木曜日> もくようび {次𨑮} thứ Năm ◊ Thursday

목욕 [沐浴] (沐浴) mùyù <沐浴> もくよく {泚淑} tắm ◊ bathe

목욕장 [沐浴場] (浴场) yùchǎng <浴場> よくじょう {湼淑} bãi tắm ◊ bathing grounds

목욕탕 [沐浴堂] (沐浴堂) mùyù táng <風呂場> ふろば {宛浸} nhà tắm ◊ bathroom

목우 [木偶] (木偶) mù'ǒu <人形> にんぎょう {木偶} mộc ngẫu ◊ puppet

목우 [牧牛] (牧牛) mù niú <牧牛> ぼくぎゅう {犋犊} chăn trâu ◊ cattle grazing; pasturing cattle

목이 [木耳] (木耳) mù'ěr <木耳> きくらげ {木耳} mộc nhĩ ◊ fungi

목인 [牧人] (牧人) mùrén <牧人> ぼくじん {牧人} mục nhân ◊ shepherd

목장 [木匠] (木匠) mùjiàng <木匠> もくしょう {木匠} mộc tượng ◊ carpenter

목장 [牧場] (牧场) mùchǎng <牧場> ぼくじょう {牧場} mục trường ◊ ranch

목재 [木材] (木材) mùcái <木材> もくざい {榠}

gỗ ◊ lumber

목재상 [木材商] (木材经销商) mùcái jīngxiāoshāng <木材商> もくざいしょう {木材商} mộc tài thương ◊ timber merchants

목재업 [木材業] (木材行业) mùcái hángyè <木材業> もくざいぎょう {木材業} mộc tài nghiệp ◊ lumbering

목재자원 [木材資源] (木材资源) mùcái zīyuán <木材資源> もくざいしげん {材源棋} tài nguyên gỗ ◊ timber source

목재착색제 [木材着色劑] (木材着色剂) mùcái zhuósè jì <木材着色剂> もくざいちゃくしょくざい {質鲑棋} chất màu gỗ ◊ woodstain

목적 [目的] (目的) mùdì <目的> もくてき {目的} mục đích ◊ objective

목적격 [目的格] (宾格) bīn gé <目的格> もくてきかく {目的格} mục đích cách ◊ objective case

목적격조사 [目的格助詞] (目的格助词) mùdì gé zhùcí <目的格助詞> もくてきかくじょし {助詞格目的} trợ từ cách mục đích ◊ destinative particle

목적어 [目的語] (宾语) bīnyǔ <目的語> もくてきご {目的語} mục đích ngữ ◊ object word

목적지 [目的地] (目的地) mùdìdì <目的地> もくてきち {坻璣} chỗ đến ◊ destination

목전 [目前] (目前) mùqián <目前> もくぜん {目前} mục tiền ◊ currently; for the moment; at present

목정 [木釘] (木钉) mù dīng <木釘> きくぎ {木釘} mộc đính ◊ wooden peg; dowel

목제 [木製] (木制) mùzhì <木製> もくせい {木製} mộc chế ◊ wooden

목제품 [木製品] (木制品) mùzhì pǐn <木製品> もくせいひん {木製品} mộc chế phẩm ◊ woodwork

목조 [木雕] (木雕) mù diāo <木彫> もくちょう {木雕} mộc điêu ◊ woodcarving

목지관리 [牧地管理] (牧地管理) mùdì guǎnlǐ <牧畜地管理> ぼくちくちかんり {管理峒鞊} quản lý đồng cỏ ◊ range management

목질 [木質] (木质) mùzhì <木質> もくしつ {木質} mộc chất ◊ woody

목질부 [木質部] (木质部) mùzhìbù <木質部> もくしつぶ {質棋} chất gỗ ◊ xylem

목차 [目次] (目次) mù cì <目次> もくじ {目次} mục thứ ◊ contents

목책 [木柵] (木栅) mùzhà <木柵> もくさく {木柵} mộc sách ◊ paling

목척 [木尺] (木尺) mù chě <木尺> きじゃく {木尺} mộc xích ◊ wooden ruler

목초 [牧草] (牧草) mùcǎo <牧草> ぼくそう {鞊峒} cỏ đồng ◊ herbage; pasture; grass

목초지 [牧草地] (牧草地) mùcǎodì <牧草地> ぼくそうち {峒鞊|峒鞊} đồng cỏ ◊ grassland; meadow

목축 [牧畜] (游牧) yóumù <牧畜> ぼくちく {饒鱲} chăn nuôi ◊ animal husbandry

목축민 [牧畜民] (游牧民) yóumùmín <牧畜民> ぼくちくみん {馱饒鱲} người chăn nuôi ◊ herdsman

목축업 [牧畜業] (畜牧业) xùmùyè <牧畜業> ぼくちくぎょう {牧畜業} mục súc nghiệp ◊ animal husbandry

목축업자 [牧畜業者] (牧场主) mùchǎngzhǔ <牧場主> ぼくじょうしゅ {主牧場} chủ mục trường ◊ rancher; cattleman

목탄 [木炭] (木炭) mùtàn <木炭> もくたん {木炭} mộc thán ◊ charcoal

목탄화 [木炭畫] (炭画) tàn huà <木炭画> もくたんが {炭畫} thán họa ◊ charcoal painting

목판 [木板] (木板) mùbǎn <木板> もくはん {木板} mộc bản ◊ plank

목표 [目標] (目标) mùbiāo <目標> もくひょう {目標} mục tiêu ◊ target

목피 [木皮] (木皮) mù pí <木皮> もくひ {木皮} mộc bì ◊ wood bark

목하 [目下] (目下) mùxià <目前> もくぜん {現在} hiện tại ◊ now; present

목화 [木花] (棉花) miánhua <綿> わた {櫠花|朮花|蕗花} bông hoa ◊ cotton

목화석 [木化石] (树木化石) shùmù huàshí <木化石> もくかせき {木化石} mộc hóa thạch ◊ fossil wood

몰두 [沒頭] (专心) zhuānxīn <没頭> ぼっとう {覼迷|瞎迷} mải mê ◊ engrossed

몰락 [沒落] (没落) mòluò <没落> ぼつらく {沒落} một lạc ◊ decline

몰수 [沒收] (没收) mòshōu <没収> ぼっしゅう {攦收} tịch thu ◊ confiscation

몰아내다 [一] (驱赶) qūgǎn <駆る> かる {逐出} trục xuất ◊ drive away

몰약 [沒藥] (没药) mòyào <没薬> もつやく {沒藥} một dược ◊ myrrh

몸 [一] (身躯) shēnqū <身体> しんたい {身體} thân thể ◊ body

몸소 [一] (亲自) qīnzì <自ら> みずから {嫡身}

đích thân ◊ personally

몸차림 [一] (裝束) zhuāngshù <装い> よそおい {裝服} trang phục ◊ attire

몽고 [蒙古] (蒙古) měnggǔ <蒙古> もうこ {蒙古} Mông Cổ ◊ Mongolia

몽고반점 [蒙古斑點] (蒙古斑) měnggǔ bān <蒙古斑> もうこはん {蒙古斑} Mông Cổ ban ◊ Mongolian blue spot; congenital dermal melanocytosis

몽골어 [蒙古語] (蒙古语) měnggǔ yǔ <蒙古語> もうこご {啫蒙古} tiếng Mông Cổ ◊ Mongolian language

몽골인 [蒙古人] (蒙古人) měnggǔ rén <蒙古人> もうこじん {趴蒙古} người Mông Cổ ◊ Mongolian person

몽골인종 [蒙古人種] (蒙古人种) měnggǔ rénzhǒng <蒙古人種> もうこじんしゅ {人種蒙古} nhân chủng Mông Cổ ◊ Mongolian race

몽골족 [蒙古族] (蒙古族) měnggǔ zú <蒙古族> もうこぞく {民族蒙古} dân tộc Mông Cổ ◊ Mongolian nationality

몽매 [蒙昧] (蒙昧) méngmèi <蒙昧> もうまい {蒙昧} mông muội ◊ ignorance

몽매 [夢寐] (梦寐) mèngmèi <夢幻> むげん {夢寐} mộng mị ◊ dreaming

몽상 [夢想] (梦想) mèngxiǎng <夢想> むそう {妣慷} giấc mơ ◊ dream

몽유 [夢遊] (梦游) mèngyóu <夢遊> むゆう {夢遊} mộng du ◊ sleepwalking

몽정 [夢精] (梦遗) mèngyí <夢精> むせい {夢遺} mộng di ◊ wet dream

몽중 [夢中] (梦中) mèng zhōng <夢中> むちゅう {夢中} mộng trung ◊ in a dream

몽환 [夢幻] (梦幻) mènghuàn <夢幻> むげん {矇} mơ ◊ dream; fantasy

묘경 [妙境] (妙境) miào jìng <妙境> みょうきょう {妙境} diệu cảnh ◊ wonderland

묘계 [妙計] (妙计) miàojì <妙計> みょうけい {妙計} diệu kế ◊ ingenious trick; good idea; clever scheme

묘곡 [妙曲] (妙曲) miào qū <妙曲> みょうきょく {妙曲} diệu khúc ◊ wonderful song

묘기 [妙技] (妙技) miào jì <妙技> みょうぎ {妙技} diệu kỹ ◊ exquisite skill; wonderful performance

묘년 [妙年] (妙年) miào nián <若くして> 若くして {妙年} diệu niên ◊ young age

묘당 [廟堂] (庙堂) miàotáng <廟堂> びょうどう {廟堂} miếu đường ◊ temple

묘령 [妙齡] (妙龄) miàolíng <妙齡> みょうれい {轥青春} tuổi thanh xuân ◊ age

묘망 [渺茫] (渺茫) miǎománg <渺茫> びょうぼう {渺茫} diêu mang ◊ uncertain

묘목 [苗木] (苗木) miáo mù <苗木> なえぎ {苗木} miêu mộc ◊ seedling

묘비 [墓碑] (墓碑) mùbēi <墓碑> ぼひ {墓碑} mộ bi ◊ tombstone

묘비명 [墓碑銘] (墓碑铭) mùbēimíng <墓碑銘> ぼひめい {墓碑銘} mộ bi minh ◊ tombstone inscription

묘사 [描寫] (描写) miáoxiě <描写> びょうしゃ {描寫} miêu tả ◊ description

묘사법 [描寫法] (描绘法) miáohuì <描画方法> びょうがほうほう {描寫法} miêu tả pháp ◊ picturing way

묘산 [妙算] (妙算) miào suàn <妙算> みょうさん {妙算} diệu toán ◊ fine calculations

묘상 [苗牀] (苗床) miáochuáng <苗床> なえどこ {苗床} miêu sàng ◊ seedbed

묘석 [墓石] (墓石) mù shí <墓石> はかいし {碑墓} bia mộ ◊ tombstone

묘성 [昴星] (昴星) mǎo xīng <昴星> ぼうせい {昴星} Mão Tinh ◊ Pleiades

묘소 [墓所] (墓所) mù suǒ <墓所> はかしょ {墓所} mộ sở ◊ graveyard

묘수 [妙手] (妙手) miàoshǒu <妙手> みょうしゅ {妙手} diệu thủ ◊ expert

묘수 [妙數] (妙数) miào shǔ <妙数> みょうすう {妙數} diệu số ◊ wonderful number

묘실 [墓室] (墓室) mù shì <墓室> ぼしつ {墓室} mộ thất ◊ burial chamber

묘안 [妙案] (妙案) miào àn <妙案> みょうあん {妙案} diệu án ◊ clever idea

묘안석 [猫眼石] (猫眼石) māoyǎn shí <猫眼石> ねこめいし {猫眼石} miêu nhãn thạch ◊ opal

묘약 [妙藥] (妙药) miào yào <妙薬> みょうやく {妙藥} diệu dược ◊ miracle medicine

묘연 [渺然] (渺然) miǎo rán <渺然> びょうぜん {渺然} diêu nhiên ◊ very vast; boundless; endless

묘용 [妙用] (妙用) miàoyòng <妙用> みょうゆう {妙用} diệu dụng ◊ mysterious influence; trick use

묘우 [廟宇] (庙宇) miàoyǔ <廟宇> びょうう {廟宇} miếu vũ ◊ temple

묘음 [妙音] (妙音) miào yīn <妙音> みょうおん {妙音} diệu âm ◊ wonderful sounds

묘주 [墓主] (墓主) mùzhǔ <墓主> はかぬし {墓
主} mộ chủ ◊ tomb owner

묘지 [錨地] (锚地) máo dì <錨地> びょうち {垇
抯鏰} chỗ thả neo ◊ berth; anchorage

묘지 [墓地] (墓地) mùdì <墓地> ぼち {義地}
nghĩa địa ◊ cemetery

묘지 [墓誌] (墓志) mùzhì <墓誌> ぼし {墓誌}
mộ chí ◊ epitaph

묘지명 [墓誌銘] (墓志铭) mùzhìmíng <墓誌銘>
ぼしめい {墓誌銘} mộ chí minh ◊ epitaph text

묘책 [妙策] (妙策) miào cè <妙策> みょうさく
{妙策} diệu sách ◊ brilliant idea

묘취 [妙趣] (妙趣) miào qù <妙趣> みょうしゅ
{妙趣} diệu thú ◊ fun

묘포 [苗圃] (苗圃) miáo pǔ <苗圃> びょうほ {苗
圃} miêu phố ◊ seedbed; nursery

묘표 [墓標] (墓标) mù biāo <墓標> ぼひょう {碑
墓} bia mộ ◊ tomb markers; gravestone

묘하다 [妙하다] (奇妙) qímiào <奇妙な> きみょ
うな {絶妙} tuyệt diệu ◊ wonderful

묘혈 [墓穴] (墓穴) mùxué <墓穴> ぼけつ {墓穴}
mộ huyệt ◊ grave

묘회 [廟會] (庙会) miàohuì <縁日> えんにち {會
幤} hội chợ ◊ fair

무가 [無價] (无价) wú jià <無価> むか {無價} vô
giá ◊ priceless

무가치 [無價値] (无价值) wú jiàzhí <無価値> む
かち {無價値} vô giá trị ◊ worthlessness

무감 [無感] (无感) wú gǎn <無感> むかん {空感
認} không cảm nhận ◊ imperceptible

무감각 [無感覺] (麻木) mámù <無感覚> むかん
かく {無感覺} vô cảm giác ◊ insensibility

무감지대 [無感地帶] (无感地带) wú gǎn dìdài <無
感地帶> むかんちたい {堝珊空感認} đất đai
không cảm nhận ◊ imperceptible zone

무감지대 [無感地震] (无感地震) wú gǎn dìdài <無
感地震> むかんじしん {動堝空感認} động đất
không cảm nhận ◊ imperceptible earthquake

무강 [無疆] (无疆) wú jiāng <無疆> むぎょう
{無疆} vô cương ◊ boundless

무거 [武擧] (武举) wǔjǔ <武擧> ぶきょ {武擧}
võ cử ◊ ancient exam for recruiting military officials

무검 [舞劍] (舞剑) wǔjiàn <舞劍> まいけん {舞
劍} võ kiếm ◊ sword dance

무겁다 [一] (沉重) chénzhòng <重い> おもい {轟}
nặng ◊ heavy

무고 [誣告] (诬告) wūgào <誣告> ふこく {誣告}

vu cáo ◊ accusation

무고 [無辜] (无辜) wúgū <無辜> むこ {無辜} vô
cô ◊ innocent

무고죄 [誣告罪] (诽谤中伤罪) fěibàng zhòngshāng
zuì <誣告罪> ぶこくざい {誣告罪} vu cáo tội ◊
false accusation

무곡 [舞曲] (舞曲) wǔqǔ <舞曲> ぶきょく {舞曲}
vũ khúc ◊ dance music

무골 [無骨] (无骨) wú gǔ <無骨> ぶこつ {無骨}
vô cốt ◊ boneless

무공 [武功] (武功) wǔgōng <武功> ぶこう {武功}
võ công ◊ martial arts

무공해 [無公害] (无污染) wú wūrǎn <無公害> む
こうがい {無公害} vô công hại ◊ pollution-free

무관 [無冠] (无冠) wú guàn <無冠> むかん {無
冠} vô quan ◊ uncrowned

무관 [武官] (武官) wǔguān <武官> ぶかん {武官}
võ quan ◊ attaché

무관계 [無關係] (无关) wúguān <無関係> むかん
けい {無關} vô quan ◊ irrelevant

무관심 [無關心] (不关心) bùguānxīn <漠然> ば
くぜん {空關心} không quan tâm ◊ indifferent

무궁 [無窮] (无穷) wúqióng <無窮> むきゅう
{無窮} vô cùng ◊ infinitude

무궁무진 [無窮無盡] (无穷尽) wúqióng jìn <無窮
盡> むきゅうじん {無窮盡} vô cùng tận ◊
inexhaustibility

무균 [無菌] (无菌) wú jūn <無菌> むきん {無菌}
vô khuẩn ◊ sterile; asepsis; sterility

무극 [無極] (无极) wújí <無極> むきょく {無極}
vô cực ◊ non-polar

무극 [舞劇] (舞剧) wǔjù <舞劇> まいげき {舞劇}
vũ kịch ◊ dance drama

무근 [無根] (无根) wú gēn <無根> むこん {無根}
vô căn ◊ rootless; groundless

무근거 [無根據] (无根据) wú gēnjù <無根拠> む
こんきょ {無根據} vô căn cứ ◊ unfounded

무기 [無機] (无机) wújī <無機> むき {無機} vô
cơ ◊ inorganic

무기 [武器] (武器) wǔqì <武器> ぶき {武器} võ
khí ◊ weapons; arms

무기고 [武器庫] (武器库) wǔqì kù <武器庫> ぶ
きこ {兵庫} binh khố ◊ armory

무기명 [無記名] (无记名) wújìmíng <無記名> む
きめい {無記名} vô ký danh ◊ anonymous

무기물 [無機物] (无机物) wújīwù <無機物> むき
ぶつ {無機物} vô cơ vật ◊ inorganic substance

무기산 [無機酸] (无机酸) wújī suān <無機酸> むきさん {無機酸} vô cơ toan ◊ inorganic acids

무기수 [無期囚] (终身监禁) zhōngshēn jiānjìn <無期囚> むきしゅう {無期囚} vô kỳ tù ◊ life imprisonment

무기원료 [無機原料] (无机原料) wújī yuánliào <無機原料> むきげんりょう {原料無機} nguyên liệu vô cơ ◊ mineral fuel

무기음 [無氣音] (不送气音) bùsòng qì yīn <無気音> むきおん {無氣音} vô khí âm ◊ no air sound

무기장비 [武器裝備] (武器装备) wǔqì zhuāngbèi <武器裝備> ぶきそうび {兵備} binh bị ◊ weaponry

무기폐수 [無機廢水] (无机废水) wújī fèishuǐ <無機廃水> むきはいすい {洿汰無機} nước thải vô cơ ◊ inorganic drainage

무기형 [無期刑] (无期徒刑) wúqī túxíng <無期刑> むきけい {無期刑} vô kỳ hình ◊ life sentence

무기화합물 [無機化合物] (无机化合物) wújī huàhéwù <無機化合物> むきかごうぶつ {合質無機} hợp chất vô cơ ◊ mineral compound

무난 [無難] (无困难) wúkùnnán <上手く行く> うまくいく {順利} thuận lợi ◊ smoothly

무너지다 [－] (倒塌) dǎotā <倒壊> とうかい {蹭撖|跕批} sụp đổ ◊ collapse

무녀 [巫女] (巫女) wū nǔ <巫女> みこ {媒橤醜侈} mụ già xấu xí ◊ witch

무녀 [舞女] (舞女) wǔ nǔ <舞女> ぶじょ {舞女} vũ nữ ◊ dancing girl

무념 [無念] (无念) wú niàn <無念> むねん {無念} vô niệm ◊ without worries

무능 [無能] (无能) wúnéng <無能> むのう {不力} bất lực ◊ impotent

무능력 [無能力] (无能力) wúnénglì <無能力> むのうりょく {無能力} vô năng lực ◊ incapacitated

무단 [武斷] (武断) wǔduàn <独断> どくだん {武斷} võ đoạn ◊ arbitrary

무단결석 [無斷缺席] (逃学) táoxué <学校をサボる> がっこうを sabo る {逃學} đào học ◊ play truant

무단점유 [無斷占有] (霸占) bàzhàn <無斷占有> むだんせんゆう {霸佔} bá chiếm ◊ occupy

무담보 [無擔保] (无担保) wú dānbǎo <無担保> むたんぽ {無擔保} vô đam bảo ◊ no warranties

무당벌레 [무당벌레] (瓢虫) piáochóng <天道虫> てんとうむし {螳鼉} bọ rùa ◊ ladybug

무당파 [無黨派] (无党派) wúdǎngpài <無党派>

무등우하 {無派} vô phái ◊ nonpartisan

무대 [舞臺] (舞台) wǔtái <舞台> ぶたい {舞臺} vũ đài ◊ stage

무대극 [舞臺劇] (舞台剧) wǔtái jù <舞台劇> ぶたいげき {舞臺劇} vũ đài kịch ◊ stage plays

무대복장 [舞臺服裝] (舞台服装) wǔtái fúzhuāng <舞台服装> ぶたいふくそう {裝服壏坲} trang phục sân khấu ◊ stage costumes

무대위 [舞臺위] (台上) táishàng <壇上> だんじょう {辻壏坲} trên sân khấu ◊ on the stage

무대의상 [舞臺衣裳] (舞台用服) wǔtái yòng fú <舞台衣装> ぶたいいしょう {裝服壏坲} trang phục sân khấu ◊ costume of theatre

무더위 [－] (炎热) yánrè <暑い> あつい {燥} nóng ◊ hot

무덤 [－] (墓) mù <墓> はか {墓} mộ ◊ grave

무도 [無道] (无道) wú dào <無道> ぶどう {無道} vô đạo ◊ without principles of truth and right

무도 [武道] (武道) wǔ dào <武道> ぶどう {武道} võ đạo ◊ martial arts

무도 [舞蹈] (舞蹈) wǔdǎo <舞蹈> ぶとう {舞蹈} vũ đạo ◊ dance

무도장 [舞蹈場] (舞场) wǔchǎng <踊り場> おどりば {舞場} vũ trường ◊ dance hall

무도회 [舞蹈會] (舞会) wǔhuì <舞踏会> ぶとうかい {舞會} vũ hội ◊ dancing party; ball

무량 [無量] (无量) wúliàng <無量> むりょう {無量} vô lượng ◊ measureless

무력 [無力] (无力) wúlì <無力> むりょく {無力} vô lực ◊ impotence

무력 [武力] (武力) wǔlì <武力> ぶりょく {武力} võ lực ◊ force

무렵 [－] (时分) shífēn <其の時> そのとき {臥時點} vào thời điểm ◊ hours

무례 [無禮] (无礼) wúlì <無礼> ぶれい {無禮} vô lễ ◊ rude

무론 [無論|毋論] (无论) wúlùn <無論> むろん {空分別} không phân biệt ◊ certainly; naturally; irrespective of

무료 [無聊] (无聊) wúliáo <無聊> ぶりょう {恬㤴} buồn ◊ boring

무료 [無料] (免费) miǎnfèi <無料> むりょう {免費} miễn phí ◊ gratis

무료진료 [無料診療] (义诊) yìzhěn <無料診療> むりょうしんりょう {義診} nghĩa chẩn ◊ free clinic; volunteer medical consultation

무릎 [－] (膝盖) xīgài <膝頭> ひざがしら {䯊柄}

骸} xương bánh chè ◊ knee-cap

무리 [無理] (无理) wúlǐ <無理> むり {無理} vô lý ◊ unreasonable

무리수 [無理數] (无理数) wúlǐshù <無理数> むりすう {無理數} vô lý số ◊ irrational number

무림 [茂林] (茂林) màolín <茂林> もりん {茂林} mậu lâm ◊ luxuriant forest; dense forest

무명 [無名] (无名) wúmíng <無名> むめい {無名} vô danh ◊ nameless

무명소졸 [無名小卒] (无名小卒) wúmíng xiǎozú <無名小卒> むめいしょうそつ {無名小卒} vô danh tiểu tốt ◊ a nobody

무명지 [無名指] (无名指) wúmíngzhǐ <無名指> むめいし {無名指} vô danh chỉ ◊ ring finger

무모 [無謀] (无谋) wú móu <無謀> むぼう {無謀} không âm mưu ◊ unconspiracy

무미 [無味] (无味) wúwèi <無味> むみ {無味} vô vị ◊ tasteless

무법 [無法] (无法) wúfǎ <無法> むほう {無法} vô pháp ◊ lawlessness

무변 [無邊] (无边) wúbiān <無边> むへん {無邊} vô biên ◊ boundless

무병 [無病] (无病) wú bìng <無病> むびょう {無病} vô bệnh ◊ disease-free

무비 [武備] (武备) wǔ bèi <武備> ぶび {武備} võ bị ◊ armament

무사 [無事] (无事) wú shì <無事> ぶじ {無事} sự không có ◊ nothing

무사 [無私] (无私) wúsī <無私> むし {無私} vô tư ◊ unselfish

무사 [武師] (武师) wǔ shī <武師> たけし {武師} võ sư ◊ martial artist

무사 [武士] (武士) wǔshì <武士> ぶし {武士} chiến binh ◊ warrior

무사 [舞師] (跳舞者) tiàowǔ zhě <舞師> まいし {舞師} vũ sư ◊ dancer

무사 [舞獅] (舞狮) wǔshī <獅子舞> ししまい {舞獅} vũ sư ◊ lion dance

무사려 [無思慮] (无思虑) wú sīlù <無思慮> むしりょ {無思慮} vô tư lự ◊ thoughtlessness; indiscretion; mindlessly

무사히 [無事히] (平安地) píng'ān de <無事に> ぶじに {そ格平安} một cách bình an ◊ safely

무산계급 [無産階級] (无产阶级) wú chǎn jiējí <無産階級> むさんかいきゅう {無産} vô sản ◊ proletarian class

무산소 [無酸素] (无氧) wú yǎng <無酸素> むさんそ {忌氧氣} ky dưỡng khí ◊ anaerobic

무산자 [無産者] (无产者) wúchǎnzhě <無産者> むさんしゃ {駄無産} người vô sản ◊ proletarian

무상 [無常] (无常) wúcháng <無常> むじょう {無常} vô thường ◊ impermanence

무상 [無償] (无偿) wúcháng <無償> むしょう {無償} vô thường ◊ free

무상 [無上] (无上) wúshàng <無上> むじょう {無上} vô thượng ◊ best

무색 [無色] (无色) wúsè <無色> むしょく {無色} vô sắc ◊ colorless

무생물 [無生物] (无生物) wú shēngwù <無生物> むせいぶつ {無生物} vô sinh vật ◊ nonliving matter; inanimate object

무선 [無線] (无线) wúxiàn <無線> むせん {無線} vô tuyến ◊ wireless

무선텔레비전 [無線 television] (无线电视) wúxiàndiàn shì <無線テレビ> むせん television {無綫傳形} vô tuyến truyền hình ◊ terrestrial television

무선파 [無線波] (无线电波) wúxiàndiàn bō <無線波> むせんは {無線波} vô tuyến ba ◊ wireless waves

무설 [霧雪] (雾雪) wù xuě <霧雪> きりゆき {霜雪} sương tuyết ◊ fog and snow

무성 [茂盛] (茂盛) màoshèng <茂る> しげる {裁醉} tươi tốt ◊ lush and flourishing

무성 [無聲] (无声) wúshēng <無声> むせい {無聲} vô thanh ◊ voiceless

무성 [無性] (无性) wúxìng <無性> むしょう {無性} vô tính ◊ asexual

무성생식 [無性生殖] (无性繁殖) wúxìng fánzhí <無性生殖> むしょうせいしょく {生産無性} sinh sản vô tính ◊ agamogenesis

무성음 [無聲音] (轻辅音) qīng fǔyīn <無声音> むせいおん {無聲音} vô thanh âm ◊ no sound

무세 [無稅] (无税) wú shuì <無税> むぜい {無税} vô thuế ◊ duty-free

무수 [無數] (无数) wúshù <無数> むすう {無數} vô số ◊ countless

무수 [無水] (无水) wú shuǐ <無水> むすい {無水} vô thủy ◊ waterless

무숙자 [無宿者] (无家可归) wú jiā kě guī <無宿者> むしゅくもの {駄無宿} người vô túc ◊ homeless

무술 [巫術] (巫术) wūshù <巫術> ふじゅつ {巫術} vu thuật ◊ sorcery

무술 [武術] (武术) wǔshù <武術> ぶじゅつ {武

術} võ thuật ◊ martial arts

무술학교 [武術學校] (武术学校) wǔshù xuéxiào <武術学校> ぶじゅつがっこう {武場} võ trường ◊ martial arts school

무시 [無視] (忽略) hūlüè <無視> むし {拂矑} phớt lờ ◊ disregarding; ignoring

무시무종 [無始無終] (无始无终) wú shǐ wú zhōng <無始無終> むしむじゅう {無始無終} vô thủy vô chung ◊ there is no beginning and no end; everlastingness; eternity

무신론 [無神論] (无神论) wúshénlùn <無神論> むじんろん {無神論} vô thần luận ◊ atheism

무심 [無心] (无心) wúxīn <無心> むしん {空曘 中心} không có trung tâm ◊ centerless

무심코 [無心코] (无意中) wúyìzhōng <無意> むい {空爛|空訓} không biết ◊ unconsciously; unintentionally

무쌍 [無雙] (无双) wúshuāng <無双> むそう {無雙} vô song ◊ peerless

무아 [無我] (无我) wúwǒ <無我> むが {無我} vô ngã ◊ selflessness

무악 [舞樂] (舞乐) wǔ yuè <舞楽> ぶがく {舞樂} vũ nhạc ◊ dance melody

무언 [誣言] (诬言) wū yán <誣言> ぶげん {誣言} vu ngôn ◊ calumny; false accusation; slander

무언 [無言] (无言) wú yán <無言> むごん {塞潮| 安嘲} yên lặng ◊ silence

무언극 [無言劇] (哑剧) yǎjù <無言劇; パントマイム> むごんげき; pantomime {劇唸} kịch câm ◊ pantomime

무역 [貿易] (贸易) màoyì <貿易> ぼうえき {貿易} mậu dị ◊ trade

무역상 [貿易商] (贸易商) màoyì shāng <貿易商> ぼうえきしょう {賭斡|販眸} buôn bán ◊ traders

무역전쟁 [貿易戰爭] (贸易战) màoyì zhàn <貿易戰爭> ぼうえきせんそう {商爭} thương tranh ◊ trade war

무역제재 [貿易制裁] (贸易制裁) màoyì zhìcái <貿易制裁> ぼうえきせいさい {制裁商賣} chế tài thương mại ◊ trade sanction

무역협정 [貿易協定] (贸易协定) màoyì xiédìng <貿易協定> ぼうえききょうてい {商約} thương ước ◊ trade agreement; commercial agreement

무연 [無鉛] (无铅) wú qiān <無鉛> むえん {空鍀} không chì ◊ unleaded

무연 [無煙] (无烟) wú yān <無煙> むえん {無煙} vô yên ◊ smokeless

무연고 [無緣故] (无缘) wúyuán <緣が無い> えんがない {無緣} vô duyên ◊ without causal connection

무연탄 [無煙炭] (无烟煤) wúyānméi <無煙炭> むえんたん {無煙炭} vô yên thán ◊ anthracite

무염 [無鹽] (无盐) wú yán <無塩> むえん {空炑 醐} không ướp muối ◊ unsalted

무예 [武藝] (武艺) wǔyì <武芸> ぶげい {武藝} võ nghệ ◊ martial art

무욕 [無慾] (无欲) wú yù <無欲> むよく {爲他} vị tha ◊ selflessness

무용 [無用] (无用) wúyòng <無用> むよう {無用} vô dụng ◊ useless

무용 [武勇] (武勇) wǔyǒng <武勇> ぶゆう {武勇} võ dũng ◊ heroism

무용 [舞踊] (舞蹈) wǔdǎo <舞踊> ぶよう {蹦糲| 跼揲} nhảy múa ◊ dance

무용학원 [舞踊學院] (舞蹈学院) wǔdǎo xuéyuàn <舞踊学校> ぶようがっこう {學院跳舞} học viện khiêu vũ ◊ dance academy

무우 [無憂] (无忧) wú yōu <無憂> むゆう {無憂} vô ưu ◊ melancholy

무운시 [無韻詩] (无韵诗) wú yùn shī <無韻詩> むいんし {無韻詩} vô vận thi ◊ blank verses; poem with no rhymes

무원 [無援] (无援) wú yuán <無援> むえん {無援} vô viện ◊ unaided

무위 [撫慰] (抚慰) fǔwèi <撫慰> ぶい {撫慰} phủ ủy ◊ soothing; conciliation

무위 [無爲] (无为) wúwéi <無為> むい {無爲} vô vi ◊ idleness

무위도식 [無爲徒食] (游手好闲) yóu shǒu hǎo xián <無為徒食> むいとしょく {游手遊食} du thủ du thực ◊ loafing

무육 [撫育] (抚育) fǔyù <撫育> ぶいく {撫育} phủ dục ◊ care; tending

무의 [巫醫] (巫医) wūyī <巫医> ふい {巫醫} vu y ◊ witch doctor; angakok; conjure man

무의 [無意] (无意) wúyì <無意> むい {無意} vô ý ◊ unintentionally

무의식 [無意識] (无意识) wúyìshí <無意識> むいしき {無意識} vô ý thức ◊ unconscious

무익 [無益] (无益) wúyì <無益> むえき {無益} vô ích ◊ unhelpful

무인 [拇印] (拇指印) mǔzhǐ yìn <拇印> ぼいん {拇印} mẫu ấn ◊ thumbprint

무인 [無人] (无人) wúrén <無人> むじん {無人}

무인 [武人] (武人) wǔ rén <武人> ぶじん {武人} võ nhân ◊ warriors

vô nhân ◊ uninhabited

무인도 [無人島] (荒島) huāngdǎo <無人島> むじんとう {荒島} hoang đảo ◊ desert island

무임승차 [無賃乘車] (搭便車) dābiànchē <便乘> びんじょう {搭車瑋} đi xe boóng ◊ hitchhike

무작위분포 [無作爲分布] (随机分布) suíjī fēnbù <無作為分布> むさくいぶんぷ {分配偶然} phân phối ngẫu nhiên ◊ random distribution

무작위오염 [無作爲汚染] (随机性汚染) suíjīxìng wūrǎn <無作為汚染> むさくいおせん {汚染偶然} ô nhiễm ngẫu nhiên ◊ random pollution

무장 [武將] (武将) wǔjiàng <武将> ぶしょう {武將} võ tướng ◊ general

무장 [武裝] (武装) wǔzhuāng <武装> ぶそう {武裝} võ trang ◊ arm

무적 [無敵] (无敌) wúdí <無敵> むてき {無敵} vô địch ◊ invincibility; champion

무적 [無籍] (无籍) wú jí <無籍> むせき {無籍} vô tịch ◊ stateless; lacking a registered domicile

무적 [霧笛] (雾笛) wù dí <霧笛> むてき {嚧霜霙} còi sương mù ◊ foghorn

무정 [無情] (无情) wúqíng <無情> むじょう {無情} vô tình ◊ heartlessness; ruthless

무정란 [無精卵] (未受精的卵子) wèi shòujīng de luǎnzǐ <無精卵> むせいらん {無精卵} vô tinh noãn ◊ sperm eggs

무정부 [無政府] (无政府) wú zhèngfǔ <無政府> むせいふ {無政府} vô chính phủ ◊ anarchy

무제 [無題] (无题) wútí <無題> むだい {無題} vô đề ◊ untitled

무조건 [無條件] (无条件) wútiáojiàn <無条件> むじょうけん {無條件} vô điều kiện ◊ unconditional

무죄 [無罪] (无罪) wúzuì <無罪> むざい {無罪} vô tội ◊ innocence

무죄화 [無罪禍] (无罪祸) wúzuì huò <無罪禍> むざいか {無罪禍} vô tội họa ◊ innocence

무주 [無主] (无主) wú zhǔ <無主> むしゅ {無主} vô chủ ◊ without owner

무지 [無知] (无知) wúzhī <無知> むち {無知} vô tri ◊ ignorant

무지개 [一] (彩虹) cǎihóng <虹> にじ {霓霓} mống ◊ rainbow

무직 [無職] (无职) wú zhí <無職> むしょく {無職} vô chức ◊ unemployed

무진 [無盡] (无尽) wújìn <無盡> むじん {無盡} vô tận ◊ endless

무진장 [無盡藏] (无穷无尽) wúqióng wújìn <無尽蔵> むじんぞう {無盡} vô tận ◊ endless

무질서 [無秩序] (无秩序) wúzhìxù <無秩序> むちつじょ {無秩序} vô trật tự ◊ disorder

무찌르다 [打敗] (打敗) dǎbài <打ち敗れる> うちゃぶれる {劣敗} liệt bại ◊ defeat

무책 [無策] (无策) wú cè <無策> むさく {無策} vô sách ◊ helpless

무책임 [無責任] (无责任) wú zérèn <無責任> むせきにん {無責任} vô trách nhậm ◊ irresponsibility

무척추동물 [無脊椎動物] (无脊椎动物) wú jǐzhuī dòngwù <無脊椎動物> むせきついどうぶつ {動物空髓骵} động vật không xương sống ◊ invertebrates

무취 [無臭] (无臭) wú chòu <無臭> むしゅう {無臭} vô xú ◊ odorless

무치 [無恥] (无耻) wúchǐ <無恥> むち {無恥} vô sỉ ◊ shameless

무폭력 [無暴力] (非暴力) fēi bàolì <無暴力> むぼうりょく {無暴力} vô bạo lực ◊ no violence

무표정 [無表情] (面无表情) miàn wú biǎoqíng <無表情> むひょうじょう {無表情} vô biểu tình ◊ expressionless

무학 [無學] (无学) wú xué <無学> むがく {無學} vô học ◊ uneducated; ignorant; illiteracy

무학무식 [無學無識] (无学无识) wú xué wú shí <無学無識> むがくむしき {無學無識} vô học vô thức ◊ unlearned, ignorant

무한 [無限] (无限) wúxiàn <無限> むげん {無限} vô hạn ◊ boundless

무한대 [無限大] (无穷大) wúqióng dà <無限大> むげんだい {無極} vô cực ◊ infinitely great

무한량 [無限量] (无限数量) wúxiàn shùliàng <無限量> むげんりょう {無限量} vô hạn lượng ◊ unlimited

무한소 [無限小] (渺小) miǎoxiǎo <無限小> むげんしょう {無限小} vô hạn tiểu ◊ infinitesimal small

무한정 [無限定] (无限定) wúxiàndìng <無限定> むげんてい {無限定} vô hạn định ◊ unlimited

무해 [無害] (无害) wúhài <無害> むがい {無害} vô hại ◊ harmless

무해화원칙 [無害化原則] (无害化原则) wúhài huā yuánzé <無害化原則> むがいかげんそく

{原則無害} nguyên tắc vô hại ◊ principle of innocuity

무허가 [無許可] (未经授权) wèijīng shòuquán <無許可> むきょか {無許可} vô hứa khả ◊ no license

무협 [武俠] (武侠) wǔxiá <武俠> ぶきょう {武俠} võ hiệp ◊ martial arts chivalry

무형 [無形] (无形) wúxíng <無形> むけい {無形} vô hình ◊ invisible

무혼 [無魂] (无魂) wú hún <無魂> むたましい {無魂} vô hồn ◊ soulless

무화과 [無花果] (无花果) wúhuāguǒ <無花果> いちじく {梳} sung ◊ fig

무효 [無效] (无效) wúxiào <無効> むこう {無效} vô hiệu ◊ invalid

무효화 [無效化] (无效化) wúxiào huā <無効化> むこうか {無效化} vô hiệu hóa ◊ disable

묵객 [墨客] (墨客) mòkè <墨客> ぼっかく {墨客} mặc khách ◊ artist; writer; poet

묵계 [默契] (默契) mòqì <黙契> もっけい {默契} mặc khế ◊ tacit understanding

묵과 [默過] (默过) mò guò <黙過> もっか {默過} mặc quá ◊ silence

묵념 [默念] (默念) mòniàn <黙念> もくねん {默念} mặc niệm ◊ meditation

묵독 [默讀] (默读) mòdú <黙読> もくどく {默讀} mặc độc ◊ read silently

묵묵히 [默默히] (默默地) mòmò de <黙々と> もくもくと {潮斯|嘲鐘} lặng lẽ ◊ silently

묵비권 [默秘權] (默秘权) mò mì quán <黙秘権> もくひけん {默秘權} mặc bí quyền ◊ right to remain silent

묵살 [默殺] (默杀) mò shā <黙殺> もくさつ {默殺} mặc sát ◊ ignoring; disregarding

묵상 [默想] (沉思) chénsī <沈思> ちんし {沉吟} trầm ngâm ◊ contemplation

묵색 [墨色] (墨色) mò sè <墨色> すみいろ {墨色} mặc sắc ◊ ink black

묵수 [墨守] (墨守) mò shǒu <墨守> ぼくしゅ {墨守} mặc thủ ◊ adherence to custom

묵연 [默然] (默然) mòrán <黙然> もくぜん {默然} mặc nhiên ◊ silent

묵인 [默認] (默认) mòrèn <黙認> もくにん {默認} mặc nhận ◊ default

묵허 [默許] (默许) mòxǔ <黙許> もっきょ {默許} mặc hứa ◊ tacit permission; tacit consent; connivance

묵화 [墨畫] (墨画) mò huà <墨画> ぼくが {墨畫} mặc họa ◊ India-ink drawing

문 [門] (门) mén <扉> とびら {鞞闌褙} cửa ◊ door

문간 [門間] (门间) mén jiān <門間> かどま {門間} môn gian ◊ between the doors

문건 [文件] (文件) wénjiàn <文件> ぶんけん {文件} văn kiện ◊ document; file

문경 [刎頸] (刎颈) wěn jǐng <刎頸> ふんけい {刎頸} vẫn cảnh ◊ decapitation; cut-throat

문경지교 [刎頸之交] (刎颈之交) wěn jǐng zhī jiāo <刎頸の友> ふんけいのとも {刎頸之交} vẫn cảnh chi giao ◊ inseparable friend; sworn friend

문고 [文庫] (文库) wénkù <文庫> ぶんこ {文庫} văn khố ◊ library

문과 [文科] (文科) wénkē <文科> ぶんか {文科} văn khoa ◊ liberal arts

문관 [文官] (文官) wén guān <文官> ぶんかん {文官} dịch vụ dân sự ◊ civil service

문교 [文教] (文教) wénjiào <文教> ぶんきょう {文敎} văn giáo ◊ culture and education

문구 [文句] (文句) wénjù <文句> もんく {文句} văn cú ◊ phrase; words; expression

문구 [文具] (文具) wénjù <文具> ぶんぐ {文具} văn cụ ◊ stationery

문내 [門內] (门内) mén nèi <門內> かどうち {門內} môn nội ◊ inside the door

문단 [文壇] (文坛) wéntán <文壇> ぶんだん {文壇} văn đàn ◊ literary world

문답 [問答] (问答) wèndá <問答> もんどう {問答} vấn đáp ◊ interlocution

문도 [門徒] (门徒) méntú <門徒> もんと {門徒} môn đồ ◊ disciple; believer

문란 [紊亂] (紊乱) wěnluàn <紊乱> びんらん {紊亂} vặn loạn ◊ disorder

문리 [文理] (文理) wénlǐ <文理> ぶんり {文理} văn lý ◊ humanities and sciences

문맥 [文脈] (文脉) wén mài <文脈> ぶんみゃく {文脈} văn mạch ◊ context

문맹 [文盲] (文盲) wénmáng <文盲> ぶんもう {文盲} văn manh ◊ illiterate

문맹자 [文盲者] (文盲) wénmáng <文盲者> もんもうしゃ {駅文盲} người văn manh ◊ illiterate

문명 [文明] (文明) wénmíng <文明> ぶんめい {文明} văn minh ◊ civilization

문명국 [文明國] (文明国家) wénmíng guójiā <文明国> ぶんめいこく {文明國} văn minh quốc ◊

civilized nation

문묘 [文廟] (文庙) wén miào <文廟> ぶんびょう
{文廟} Văn miếu ◊ Confucian temple

문무 [文武] (文武) wénwǔ <文武> ぶんぶ {文武}
văn võ ◊ civil and military

문무쌍전 [文武雙全] (文武双全) wénwǔ
shuāngquán <文武両道> ぶんぶりょうどう {文
武雙全} văn võ sương toàn ◊ versed in both civil
and military affairs

문물 [文物] (文物) wénwù <文物> ぶんぶつ {文
物} di tích văn hóa ◊ cultural relics

문미 [門楣] (门楣) ménméi <門楣> もんび {門楣}
môn mi ◊ lintel

문방 [文房] (书斋) shūzhāi <文房> ぶんぼう {文
房} văn phòng ◊ office; study

문방구 [文房具] (文具) wénjù <文房具> ぶんぼ
うぐ {文房品} văn phòng phẩm ◊ stationery

문방사보 [文房四寶] (文房四宝) wén fáng sì bǎo
<文房四宝> ぶんぼうしほう {文房四寶} văn
phòng tứ bảo ◊ four tools of writing; brush, ink,
inkstone and paper

문벌 [門閥] (门第) méndì <家柄> いえがら {娶
媄任媄} cha mẹ ◊ parentage

문법 [文法] (语法) yǔfǎ <文法> ぶんぼう {文法}
văn pháp ◊ grammar

문비 [門扉] (门扉) mén fēi <門扉> もんぴ {門扉}
môn phi ◊ doorway

문사 [文詞] (文词) wén cí <文詞> ぶんし {文詞}
văn từ ◊ literary words

문사 [文辭] (文辞) wéncí <文辞> ぶんじ {文辞}
văn từ ◊ diction; language

문서 [文書] (文书) wénshū <文書> ぶんしょ {文
本} tài liệu ◊ document; writing; letter; papers

문식 [文飾] (文饰) wénshì <文飾> ぶんしょく
{文飾} văn sức ◊ ornamentation

문신 [文身] (文身) wénshēn <文身> いれずみ
{文身} văn thân ◊ tattoo

문아 [文雅] (文雅) wényǎ <文雅> ぶんが {文優}
văn nhã ◊ elegant

문안 [文案] (文案) wén'àn <文案> ぶんあん {文
案} văn án ◊ official documents and correspondence

문안 [問安] (问安) wèn'ān <問安> もんあん
{嘲嗨} chào hỏi ◊ greetings

문양 [文樣] (文样) wén yàng <文様> もんよう
{文樣} văn dạng ◊ pattern; design

문어 [文魚] (章鱼) zhāngyú <蛸> たこ {鮑鱲|蛸
鱲|八足} bạch tuộc ◊ octopus

문어 [文語] (文语) wén yǔ <文語> ぶんご {文語}
văn ngữ ◊ literary language

문언 [文言] (文言) wényán <文言> もんごん {文
言} văn ngôn ◊ classical Chinese text

문예 [文藝] (文艺) wényì <文芸> ぶんげい {文
藝} văn nghệ ◊ literature and art

문예가 [文藝家] (文艺家) wényì jiā <文芸家> ぶ
んげいか {文藝士} văn nghệ sĩ ◊ bachelor of arts

문예계 [文藝界] (文艺界) wényì jiè <文化芸術界;
芸苑> ぶんかげいじゅつかい; げいえん {界文
藝} giới văn nghệ ◊ artistic and literary circles

문예학 [文藝學] (文艺学) wényì xué <文芸学> ぶ
んげいがく {文藝學} văn nghệ học ◊ literature

문외 [門外] (门外) mén wài <門外> もんがい
{門外} môn ngoại ◊ outside the door

문외한 [門外漢] (门外汉) ménwàihàn <門外漢>
もんがいかん {骹空專門} người không chuyên
môn ◊ layman

문의하다 [問議하다] (询问) xúnwèn <尋ねる>
たずねる {嗨} hỏi ◊ ask

문인 [文人] (文人) wénrén <文人> ぶんじん {仕
林} sĩ lâm ◊ literati

문자 [文字] (文字) wénzì <文字> もじ {文字}
văn tự ◊ text; characters; script; letter; written words

문자인식 [文字認識] (字符识别) zìfú shíbié <文
字符号識別> もじふごうしきべつ {聰爛文字}
nhận biết văn tự ◊ character recognition

문자학 [文字學] (文字学) wénzixué <文字学> も
じがく {文字學} văn tự học ◊ philology

문장 [文章] (文章) wénzhāng <文章> ぶんしょう
{排扣} bài viết ◊ essay

문장 [紋章] (纹章) wén zhāng <紋章> もんしょう
{紋章} văn chương ◊ crest

문재 [文才] (文才) wén cái <文才> ぶんさい {文
才} văn tài ◊ literary talent

문전 [門前] (门前) ménqián <門前> もんぜん
{門前} môn tiền ◊ in front of the door

문전 [文典] (文典) wén diǎn <文典> ぶんてん
{文典} văn điển ◊ dictionary; grammar

문정 [門庭] (门庭) mén tíng <門庭> もんてい
{門庭} môn đình ◊ doorway

문제 [問題] (问题) wèntí <問題> もんだい {問題}
vấn đề ◊ issue; problems

문죄 [問罪] (问罪) wènzuì <問罪> もんざい {問
罪} vấn tội ◊ denounce; condemn

문중 [門中] (门中) mén zhōng <門中> もんちゅう
{門中} môn trung ◊ in the door

문직 [文職] (文职) wénzhí <文職> ぶんしょく {文職} văn chức ◊ non-military; civil official

문진 [問診] (问诊) wènzhěn <問診> もんしん {問診} vấn chẩn ◊ interview with a doctor

문질 [文質] (文质) wén zhì <文質> ぶんしつ {文質} văn chất ◊ literary quality

문집 [文集] (文集) wénjí <文集> ぶんしゅう {文集} văn tập ◊ collected works

문짝 [門짝] (门扇) mén shàn <門扉> もんぴ {踥軖梗軠} đằng sau cánh cửa ◊ door leaf

문채 [文彩|文采] (文采) wéncǎi <文采> ぶんさい {文采} văn thái ◊ literary grace

문책 [文責] (文责) wén zé <文責> ぶんせき {文責} văn trách ◊ textual responsibility

문체 [文體] (文体) wéntǐ <文体> ぶんたい {文體} văn thể ◊ essay style

문치 [門齒] (门牙) ményá <門歯> もんし {門牙} môn nha ◊ front teeth; incisor

문치 [文治] (文治) wén zhì <文治> ぶんじ {文治} văn trị ◊ civil administration

문턱 [門턱] (门槛) ménkǎn <敷居> しきい {印軖} ngưỡng cửa ◊ threshold

문패 [門牌] (门牌) ménpái <表札> ひょうさつ {牊軖怘軠牕軠軠} tấm cửa ◊ nameplate; doorplate

문풍 [門風] (门风) ménfēng <門風> もんふう {門風} môn phong ◊ tradition of a family; door style

문풍 [文風] (文风) wénfēng <書き振り> かきぶり {文風} văn phong ◊ style of writing

문필 [文筆] (文笔) wénbǐ <文筆> ぶんぴつ {文筆} văn bút ◊ literary activity; writing

문하 [門下] (门下) mén xià <門下> もんか {軖蹺唯} người theo dõi ◊ one's student; one's follower

문하생 [門下生] (门生) ménshēng <門下生> もんかせい {學軜} học trò ◊ disciple

문학 [文學] (文学) wénxué <文学> ぶんがく {文學} văn học ◊ literature

문학가 [文學家] (文学家) wénxuéjiā <文学家> ぶんがくか {文學家} văn học gia ◊ litterateur

문학계 [文學界] (文学界) wénxué jiè <文学界> ぶんがくかい {界文學} giới văn học ◊ literary field

문학관 [文學觀] (文学观) wénxué guàn <文学観> ぶんがくかん {文學觀} văn học quan ◊ literary outlook

문학론 [文學論] (文学理论) wénxué lǐlùn <文学論> ぶんがくろん {文學論} văn học luận ◊ theory of literature

문학사 [文學史] (文学史) wénxuéshǐ <文学史> ぶんがくし {文學史} văn học sử ◊ literature history

문학사 [文學士] (文学学士) wénxué xuéshì <文学士> ぶんがくし {文學士} văn học sĩ ◊ bachelor of arts

문학상 [文學賞] (文学奖) wénxué jiǎng <文学賞> ぶんがくしょう {文學賞} văn học thưởng ◊ literary awards

문학자 [文學者] (文学者) wénxué zhě <文学者> ぶんがくしゃ {軜文學} người văn học ◊ literary scholar

문헌 [文獻] (文献) wénxiàn <文献> ぶんけん {文獻} văn hiến ◊ documentation

문헌학 [文獻學] (文献学) wénxiàn xué <文献学> ぶんけんがく {文獻學} văn hiến học ◊ philology

문호 [門戶] (大门入口) dàmén rùkǒu <門戶> もんこ {屄} cổng ◊ entranceway

문호 [文豪] (文豪) wénháo <文豪> ぶんごう {文豪} văn hào ◊ eminent writer

문화 [文化] (文化) wénhuà <文化> ぶんか {文化} văn hóa ◊ culture

문화권 [文化圈] (文化圈) wénhuàquān <文化圈> ぶんかけん {文化圈} văn hóa khuyên ◊ cultural circle

문화사 [文化史] (文化史) wénhuàshǐ <文化史> ぶんかし {文化史} văn hóa sử ◊ cultural history

문화유산 [文化遺産] (文化遗产) wénhuà yíchǎn <文化遺産> ぶんかいさん {遺産文化} di sản văn hóa ◊ cultural heritage

문화유적지 [文化遺跡地] (文化遗迹地) wénhuà yíjì dì <文化遺跡地> ぶんかいせきち {坴遺産文化} chỗ di sản văn hóa ◊ natural and cultural remains

문화제 [文化祭] (文化节) wénhuà jiē <文化祭> ぶんかさい {禮會文化} lễ hội văn hóa ◊ cultural festivals

묻다 [一] (葬) zàng <葬る> ほうむる {撙墫坃垳} chôn ◊ bury

물 [一] (水) shuǐ <水> みず {渃} nước ◊ water

물가 [一] (岸边) ànbiān <岸辺> きしべ {坡} bờ ◊ shore

물가 [物價] (物价) wùjià <物価> ぶっか {物價} vật giá ◊ prices

물건 [物件] (物件) wùjiàn <物件> ぶっけん {物件} vật kiện ◊ object

물건비 [物件費] (物件费) wùjiàn fèi <物件費> ぶ

っけんひ {支費設備} chi phí thiết bị ◊ cost of equipment

물결 [一] (浪涛) làngtāo <波> なみ {湃} sóng ◊ wave

물고기 [一] (鱼) yú <魚> さかな {魟魛鱛魪} cá ◊ fish

물공급 출구 [물供給出口] (出水口) chūshuǐ kǒu <送水口> そうすいこう {躇供給渚} lối cung cấp nước ◊ water supply outlet

물구나무서기 [一] (倒立) dàolì <逆立つ> さかだつ {蠚鷇} lộn xộn ◊ tousled

물권 [物權] (物权) wù quán <物権> ぶっけん {物權} vật quyền ◊ property rights

물기름 [一] (水油) shuǐ yóu <水油> みずあぶら {油渚} dầu nước ◊ water oil

물량 [物量] (物量) wù liáng <物量> ぶつりょう {物量} vật lượng ◊ amount of material resources

물러서다 [一] (退) tùi <退く> しりぞく {捽捽} rút ◊ withdraw

물론 [勿論] (当然这样) dāngrán zhèyàng <勿論> もちろん {必然} tất nhiên ◊ of course; certainly; naturally

물류 [物流] (物流) wù liú <物流> ぶつりゅう {物流} vật lưu ◊ logistics

물리기초 [物理基礎] (物理基础) wùlǐ jīchǔ <物理基礎> ぶつりきそ {基礎物質} cơ sở vật chất ◊ physical basis

물리기후 [物理氣候] (物理气候) wùlǐ qìhòu <物理気候> ぶつりきこう {氣候物理} khí hậu vật lý ◊ physical climate

물리변화 [物理變化] (物理变化) wùlǐ biànhuà <物理変化> ぶつりへんか {識髏物理} thay đổi vật lý ◊ physical change

물리수학 [物理數學] (物理数学) wùlǐ shùxué <物理数学> ぶつりすうがく {理數} lý số ◊ physics and mathematics

물리자료 [物理資料] (物理数据) wùlǐ shùjù <物理データ> ぶつり data {與料物理} dữ liệu vật lý ◊ physical data

물리적 오염 [物理的汚染] (物理性污染) wùlǐ xìng wūrǎn <物理的汚染> ぶつりてきおせん {污染物理} ô nhiễm vật lý ◊ physical pollution

물리정보 [物理情報] (物理信息) wùlǐ xìnxī <物理情報> ぶつりじょうほう {通魌物理} thông tin vật lý ◊ physical information

물리처리 [物理處理] (物理处理) wùlǐ chǔlǐ <物理処理> ぶつりしょり {處理物理} xử lý vật lý ◊ physical treatment

물리특성 [物理特性] (物理性质) wùlǐ xìngzhì <物理特性> ぶつりとくせい {扨扨} vật lý ◊ physical property

물리풍화 [物理風化] (物理风化) wùlǐ fēnghuà <物理風化> ぶつりふうか {風化物理} phong hóa vật lý ◊ physical weathering

물리학 [物理學] (物理) wùlǐ <物理学> ぶつりがく {物理學} vật lý học ◊ physics

물망초 [勿忘草] (勿忘草) wù wàng cǎo <勿忘草> わすれなぐさ {韑流離} cỏ lưu ly ◊ forget-me-not

물방울 [一] (水滴) shuǐdī <雫|滴> しずく {渶渚} giọt nước ◊ drop of water

물병 [물瓶] (水瓶) shuǐ píng <水瓶> みずがめ {瓶水} bình thủy ◊ water bottle

물산 [物産] (物产) wùchǎn <物産> ぶっさん {物産} vật sản ◊ property; products

물색 [物色] (物色) wùsè <物色> ぶっしょく {物色} vật sắc ◊ looking for; searching for; hunting out; picking out

물성 [物性] (物性) wù xìng <物性> ぶっせい {物性} vật tính ◊ physical properties

물신숭배 [物神崇拜] (拜物) bài wù <物神崇拜> ぶっしんすうはい {拜物} bái vật ◊ fetishism; fetish

물약 [물藥] (液体药) yètǐ yào <液体薬物> えきたいやくぶつ {糵渚|蘇蓮} thuốc lỏng ◊ lotion; liquid medicine

물욕 [物慾] (物欲) wùyù <物欲> ぶつよく {物欲} vật dục ◊ materialism

물자 [物資] (物资) wùzī <物資> ぶっし {物資} vật tư ◊ material

물적 [物的] (物的) wù de <物的> ぶってき {物的} vật đích ◊ material; physical

물종 [物種] (物种) wùzhǒng <物種> ものだね {物種} vật chủng ◊ species

물주 [物主] (物主) wùzhǔ <物主> ものしゅ {物主} vật chủ ◊ owner

물증 [物證] (物证) wùzhèng <物証> ぶっしょう {物證} bằng chứng ◊ evidence

물질 [物質] (物质) wùzhì <物質> ぶっしつ {物質} vật chất ◊ substance

물질순환 [物質循環] (物质循环) wùzhì xúnhuán <物質循環> ぶっしつじゅんかん {流通物質} lưu thông vật chất ◊ material cycle

물질재활용 [物質再活用] (物质再生) wùzhì zàishēng <物質再生> ぶっしつさいせい {再造

物質} tái tạo vật chất ◊ material recycling

물질회수 [物質回收] (物质回收) wùzhì huíshōu <物質回收> ぶっしつかいしゅう {復回質} phục hồi chất ◊ material recovery

물체 [物體] (物体) wùtǐ <物体> ぶったい {物體} đối tượng ◊ object

물품 [物品] (物品) wùpǐn <物品> ぶっぴん {貨} hàng hóa ◊ goods

물화 [物化] (物化) wùhuà <物化> ぶっか {物化} vật hóa ◊ materialize

뭐 [一] (什么) shénme <何> なに {吗𠲷|吗𠲿|丐之} cái gì ◊ what

미각 [味覺] (味觉) wèijué <味覚> みかく {味覺} vị giác ◊ taste

미각기관 [味覺器官] (味觉器官) wèijué qìguān <味覚器官> みかくきかん {機關味覺} cơ quan vị giác ◊ organ of taste

미간지 [未墾地] (未开垦的土地) wèi kāikěn de tǔdì <未墾地> みこんち {未墾地} vị khẩn địa ◊ uncultivated land

미감 [美感] (美感) měigǎn <美感> びかん {美感} mỹ cảm ◊ aesthetic feeling

미감 [味感] (味感) wèi gǎn <味感> みかん {味感} vị cảm ◊ sense of taste

미결 [未決] (未决) wèijué <未決> みけつ {未決} vị quyết ◊ pending

미결정 [未決定] (犹豫不决) yóuyù bù jué <未決定> みけってい {未決定} vị quyết định ◊ undecided

미경 [美景] (美景) měijǐng <美景> びけい {美景} mỹ cảnh ◊ scenic spot

미관 [美觀] (美观) měiguān <美観> びかん {美觀} mỹ quan ◊ beautiful

미광 [微光] (微光) wēi guāng <微光> びこう {黃昏} hoàng hôn ◊ twilight

미국 [美國] (美国) zhōngguó <米国> べいこく {美} Mỹ ◊ America; USA; US

미국인 [美國人] (美国人) zhōngguó rén <米国人> べいこくじん {㹮美} người Mỹ ◊ American person

미궁 [迷宮] (迷宫) mígōng <迷宮> めいきゅう {迷宮} mê cung ◊ maze; labyrinth

미균 [黴菌] (霉菌) méijūn <黴菌> ばいきん {黴菌} my khuẩn ◊ germ; germs; bacteria

미끼 [一] (饵食) ěr shí <餌食> えじき {餵} mồi ◊ prey

미남 [美男] (俊男) jùn nán <美男> びなん {㹮偂翁憡糊} người đàn ông đẹp trai ◊ handsome man

미녀 [美女] (美女) měinǚ <美女> びじょ {美女} mỹ nữ ◊ belle

미덕 [美德] (美德) měi dé <美徳> びとく {美德} mỹ đức ◊ virtue

미등 [尾燈] (尾灯) wěidēng <尾灯> びとう {尾燈} vĩ đăng ◊ taillight

미디어 [media] (媒体) méitǐ <メディア> media {方便} phương tiện ◊ media

미란 [迷亂] (迷乱) míluàn <迷乱> めいらん {迷亂} mê loạn ◊ confusion

미래 [未來] (将来) jiānglái <未来> みらい {將來} tương lai ◊ future

미래파 [未來派] (未来主义) wèilái zhǔyì <未来派> みきは {未來派} vị lai phái ◊ futuristic

미량 [微量] (微量) wēiliàng <微量> びりょう {微量} vy lượng ◊ extremely small quantity

미려 [美麗] (美丽) měilì <美麗> びれい {美麗} mỹ lệ ◊ beautiful

미력 [微力] (微力) wēi lì <微力> びりょく {微力} vy lực ◊ minor strength

미로 [迷路] (迷路) mílù <迷路> めいろ {秩蹓} mất đường ◊ get lost

미록 [麋鹿] (麋鹿) mílù <麋鹿> おおしか {麤鲮膆} nai sừng tấm ◊ elk

미뢰 [味蕾] (味蕾) wèilěi <味蕾> みらい {味蕾} vị lôi ◊ taste bud

미료 [未了] (未了) wèiliǎo <未了> みりょう {未了} vị liễu ◊ not yet completed

미륵 [彌勒] (弥勒) mílè <弥勒> みろく {彌勒} Di Lặc ◊ Maitreya

미립 [微粒] (微粒) wēilì <微粒> びりゅう {微粒} vy lạp ◊ particles

미립자기준 [微粒子基準] (颗粒标准) kēlì biāozhǔn <顆粒標準> かりゅうひょうじゅん {標準稞} tiêu chuẩn hạt ◊ particulate standard

미립자분석 [微粒子分析] (颗粒分析) kēlì fēnxī <顆粒分析> かりゅうぶんせき {分析稞} phân tích hạt ◊ particulate analysis

미립자오염 [微粒子汚染] (颗粒物污染) kēlì wù wūrǎn <顆粒物汚染> かりゅうぶつおせん {污染稞} ô nhiễm hạt ◊ particulate pollution

미립체 [微粒體] (微粒体) wēilìtǐ <微小体> びしょうたい {微模} vi mô ◊ microsome

미만 [未滿] (未满) wèi mǎn <未満> みまん {未滿} vị mãn ◊ less than

미망인 [未亡人] (未亡人) wèiwángrén <未亡人> みぼうじん {未亡人} vị vong nhân ◊ not dead;

미맹 [味盲] (味盲) wèi máng <味盲> みもう {味盲} vị manh ◊ taste blindness

미명 [美名] (美名) měimíng <美名> びめい {美名} mỹ danh ◊ good name

미모 [眉毛] (眉毛) méimao <眉毛> まゆげ {眉毛} my mao ◊ eyebrow

미모 [美貌] (美貌) měimào <美貌> びぼう {美貌} mỹ mạo ◊ good-looking; goodliness

미목수려 [眉目秀麗] (眉目秀丽) méimù xiùlì <眉目秀麗> びもくしゅうれい {眉目秀麗} my mục tú lệ ◊ handsome man; beautiful woman

미몽 [迷夢] (迷梦) mímèng <迷夢> めいむ {迷夢} mê mộng ◊ dream

미묘 [微妙] (微妙) wēimiào <微妙> びみょう {微妙} vi diệu ◊ subtle

미문 [未聞] (未闻) wèi wén <未聞> みもん {未聞} vị văn ◊ unheard

미미 [美味] (美味) měiwèi <美味> びみ {美味} mỹ vị ◊ delicious

미백 [美白] (美白) měi bái <美白> びはく {美白} mỹ bạch ◊ whitening

미분 [微分] (微分) wēifēn <微分> びぶん {微分} vi phân ◊ differential calculus

미분방정식 [微分方程式] (微分方程) wēifēn fāngchéng <微分方程式> びぶんほうていしき {方程微分} phương trình vi phân ◊ differential equation

미분자 [微分子] (微分子) wēifēn zǐ <微分子> びぶんし {微分子} vy phân tử ◊ micromolecules

미사일 [missile] (导弹) dǎodàn <ミサイル> missile {飛彈} phi đạn ◊ missile

미상 [微傷] (微伤) wēi shāng <微傷> びしょう {微傷} vy thương ◊ minor injuries

미상 [未詳] (未详) wèixiáng <未詳> みしょう {空爛|空訓} không biết ◊ unknown

미색 [美色] (美色) měisè <美色> びしょく {美色} mỹ sắc ◊ beauty

미생물 [微生物] (微生物) wēishēngwù <微生物> びせいぶつ {微生物} vi sinh vật ◊ microbe

미생물 군집 [微生物群集] (微牛物群体) wēishēngwù qúntǐ <微生物群集> びせいぶつぐんしゅう {共同微生物} cộng đồng vi sinh vật ◊ microbial population

미생물공학 [微生物工學] (微生物工程) wēishēngwù gōngchéng <微生物工学> びせいぶつこうがく {技術微生物} kỹ thuật vi sinh vật ◊ microbiological engineering

미생물배양 [微生物培養] (微生物培养) wēishēngwù péiyǎng <微生物培養> びせいぶつばいよう {餕秾微生物} nuôi cấy vi sinh vật ◊ microbiological cultivation

미생물분석 [微生物分析] (微生物分析) wēishēngwù fēnxī <微生物分析> びせいぶつぶんせき {分析微生物} phân tích vi sinh vật ◊ microbiological analysis

미생물오염 [微生物汚染] (微生物污染) wēishēngwù wūrǎn <微生物汚染> びせいぶつおせん {污染微生物} ô nhiễm vi sinh vật ◊ microbiological pollution

미생물자원 [微生物資源] (微生物资源) wēishēngwù zīyuán <微生物資源> びせいぶつしげん {材源微生物} tài nguyên vi sinh vật ◊ microbial resources

미생물학 [微生物學] (微生物学) wēishēngwù xué <微生物学> びせいぶつがく {微生物學} vi sinh vật học ◊ microbiology

미성년 [未成年] (未成年) wèichéngnián <未成年> みせいねん {未成年} vị thành niên ◊ underage

미성숙 [未成熟] (未成熟) wèi chéngshú <未成熟> みせいじゅく {未成熟} vị thành thục ◊ immature

미성품 [未成品] (未成品) wèi chéngpǐn <未成品> みせいひん {未成品} vị thành phẩm ◊ unfinished products

미세 [微細] (微细) wēixì <微細> びさい {微細} vi tế ◊ fine; tiny

미세공극 [微細孔隙] (微孔) wēi kǒng <微細孔> びさいこう {超鬝} siêu lỗ ◊ micropore

미세섬유 [微細纖維] (微细纤维) wēixì xiānwéi <微細纖維> びさいせんい {紬弛} sợi nhỏ ◊ fine fiber

미세입자 [微細粒子] (微细颗粒) wēixì kēlì <微粒> びりゅう {褐微模} hạt vi mô ◊ fine particle

미소 [微小] (微小) wēixiǎo <微小> びしょう {微小} vy tiểu ◊ small; tiny

미소 [微笑] (微笑) wēixiào <微笑> びしょう {嗔噱} cười ◊ smile

미소 정책 [微笑政策] (微笑政策) wēixiào zhèngcè <微笑政策> びしょうせいさく {政策慈嗔} chính sách nụ cười ◊ smiling policy

미속 [美俗] (美俗) měi sú <美俗> びぞく {美俗} mỹ tục ◊ aesthetics

미수 [未遂] (未遂) wèisuì <未遂> みすい {未遂;空成功} vị toại; không thành công ◊ unsuccessful

미수범 [未遂犯] (未遂犯) wèisuì fàn <未遂犯> みすいはん {未遂犯} vị toại phạm ◊ attempted offense

미숙 [未熟] (不熟练) bù shúliàn <不慣れ> ふなれ {空成繗|空成韜} không thành thạo ◊ not proficient

미숙아 [未熟兒] (早产儿) zǎochǎnr <未熟児> みじゅくじ {俺彼生蔵} em bé sinh non ◊ premature baby

미술 [美術] (美术) měishù <美術> びじゅつ {美術} mỹ thuật ◊ fine arts

미술가 [美術家] (美术家) měishù jiā <美術家> びじゅつか {美術家} mỹ thuật gia ◊ artist

미술관 [美術館] (美术馆) měishùguǎn <美術館> びじゅつかん {美術館} mỹ thuật quán ◊ art gallery

미술대학 [美術大學] (美术学院) měishù xuéyuàn <美術大学> びじゅつだいがく {塲大學美術} trường đại học mỹ thuật ◊ art college

미술사 [美術史] (艺术史) yìshù shǐ <美術史> びじゅつし {歷史藝術} lịch sử nghệ thuật ◊ art history

미술용품매장 [美術用品賣場] (艺术用品店) yìshù yòngpǐn diàn <画材屋> がざいや {闌行供給藝術} cửa hàng cung cấp nghệ thuật ◊ art supply store

미술품 [美術品] (美术品) měishùpǐn <美術品> びじゅつひん {美術品} mỹ thuật phẩm ◊ fine art products

미식 [美食] (美食) měishí <美食> びしょく {美食} mỹ thực ◊ delicacies

미식가 [美食家] (美食家) měishíjiā <美食家> びしょくか {美食家} mỹ thực gia ◊ epicure; gourmet

미신 [迷信] (迷信) míxìn <迷信> めいしん {迷信} mê tín ◊ superstition

미실 [迷失] (迷失) míshī <迷失> めいしつ {迷失} mê thất ◊ lost

미안 [未安] (过意不去) guò yì bù qù <恐縮> きょうしゅく {嗔癋|嗔粶|吘纇} xin lỗi ◊ sorry

미압계 [微壓計] (微气压计) wēi qìyājì <微圧計> びあつけい {樌鄗壓率微模} máy đo áp suất vi mô ◊ micro manometer

미약 [微弱] (微弱) wēiruò <微弱> びじゃく {微弱} vi nhược ◊ faint

미양 [微恙] (微恙) wēi yàng <微恙> びよう {微恙} vi dạng ◊ slightly ill

미어 [謎語] (谜语) míyǔ <謎> なぞ {句護} câu đố ◊ riddle

미열 [微熱] (微热) wēi rè <微熱> びねつ {微熱} vi nhiệt ◊ slightly hot

미염 [美豔] (美艳) měiyàn <美艶> びえん {美豔} mỹ diễm ◊ glamorous

미완 [未完] (未完) wèi wán <未完> みかん {未完} vị hoàn ◊ incomplete

미완성 [未完成] (未完成) wèi wánchéng <未完成> みかんせい {矗完成} chưa hoàn thành ◊ unfinished

미용 [美容] (美容) měiróng <美容> びよう {夕慄} làm đẹp ◊ beauty care

미용강좌 [美容講座] (美容讲座) měiróng jiǎngzuò <美容講座> びようこうざ {美談} mỹ đàm ◊ beauty seminar

미용사 [美容師] (美容师) měiróngshī <美容師> びようし {僭夕蘁} thợ làm tóc ◊ hair stylist

미용술 [美容術] (美容术) měiróng shù <美容術> びようじゅつ {美容術} mỹ dung thuật ◊ cosmetology

미용실 [美容室] (美容室) měiróng shì <美容店> びよういん {室審美} thất thẩm mỹ ◊ beauty parlor

미용원 [美容院] (美容院) měiróngyuàn <美容院> びよういん {審美院} thẩm mỹ viện ◊ beauty salon

미우 [微雨] (微雨) wēi yǔ <微雨> びう {微雨} vy vũ ◊ light rain

미월 [眉月] (眉月) méiyuè <眉月> まゆづき {眉月} my nguyệt ◊ eyebrow moon

미육 [美育] (美育) měi yù <美育> びいく {美育} mỹ dục ◊ aesthetic education

미익 [尾翼] (尾翼) wěiyì <尾翼> びよく {尾翼} vĩ dực ◊ empennage

미인 [美人] (美人) měirén <美人> びじん {美人} mỹ nhân ◊ beauty

미인계 [美人計] (美人计) měirénjì <美人計> びじんけい {美人計} mỹ nhân kế ◊ beauty trick

미인화 [美人畫] (美人画) měirén huà <美人画> びじんが {美人畫} mỹ nhân họa ◊ beauty painting

미저골 [尾骶骨] (尾骨) wěigǔ <尾骨> びこつ {髐髑|髐丆} xương cụt ◊ tailbone

미적분 [微積分] (微积分) wēijīfēn <微積分> びせきぶん {微積分} vi tích phân ◊ calculus

미전 [美展] (美展) měi zhǎn <美展> びてん {美

展} mỹ triển ◊ art exhibition

미정 [未定] (未定) wèidìng <未定> みてい {未定} vị định ◊ undecided

미정고 [未定稿] (未定稿) wèidìng gǎo <未定稿> みていこう {未定稿} vị định cảo ◊ unfinalized manuscripts

미주 [美酒] (美酒) měijiǔ <美酒> びしゅ {美酒} mỹ tửu ◊ fine wine; excellent wine

미증 [微增] (微增) wēi zēng <微增> びぞう {微增} vy tăng ◊ slight increase

미지수 [未知數] (未知数) wèizhīshù <未知数> みちすう {未知數} vị tri số ◊ unknown

미진 [微塵] (微尘) wēi chén <微塵> みじん {微塵} vi trần ◊ dust particle

미채 [迷彩] (迷彩) mícǎi <迷彩> めいさい {迷彩} mê thái ◊ camouflage

미첩 [眉睫] (眉睫) méijié <眉睫> びしょう {眉睫} mi tiệp ◊ imminent

미추 [美醜] (美丑) měi chǒu <美醜> びしゅう {美醜} mỹ xấu ◊ beauty and ugliness

미추골 [尾椎骨] (尾椎) wěizhuī <尾椎骨> びついこつ {尾椎骨} vĩ trùy cốt ◊ coccygeal vertebrae

미취 [微醉] (微醉) wēi zuì <微醉> びすい {微醉} vy túy ◊ slight drunkenness

미취학 [未就學] (学龄前) xuélíng qián <就学前> しゅうがくまえ {塲蔓藪|場櫻藪} trường mầm non ◊ preschool

미친 [一] (猖狂) chāngkuáng <クレージー> くれいじい {癲狂} điên cuồng ◊ crazy

미칭 [美稱] (美称) měichēng <美称> びしょう {美稱} mỹ xưng ◊ good name

미품 [美品] (美品) měi pǐn <美品> びひん {美品} mỹ phẩm ◊ beautiful item

미풍 [美風] (美风) měi fēng <美風> びふう {美風} mỹ phong ◊ fine custom; good custom

미풍 [微風] (微风) wēifēng <微風> そよかぜ {靈輒} gió nhẹ ◊ breeze

미학 [美學] (美学) měixué <美学> びがく {美學} mỹ học ◊ aesthetics

미해결 [未解決] (未解决) wèi jiějué <未解决> みかいけつ {未解} vị giải ◊ unsolved

미호하다 [美好하다] (美好) měihǎo <美しい> うつくしい {美好} mỹ hảo ◊ fine

미혹 [迷惑] (迷惑) míhuo <迷惑> めいわく {迷惑} mê hoặc ◊ confuse

미혼 [迷魂] (迷魂) mí hún <迷魂> めいこん {迷魂} mê hồn ◊ lost souls

미혼 [未婚] (未婚) wèihūn <未婚> みこん {未婚} vị hôn ◊ unmarried

미혼자 [未婚者] (未婚者) wèihūn zhě <未婚者> みこんしゃ {馭未婚} người vị hôn ◊ unmarried person

미화 [美化] (美化) měihuà <美化> びか {美化} mỹ hóa ◊ beautification

미화 [美貨] (美金) měijīn <弗|ドル> dollar {美金} Mỹ kim ◊ dollar

미화법 [美化法] (美化法) měihuà fǎ <美化法> びかほう {㼖美化} phép mỹ hóa ◊ beautification method

미흡 [未洽] (不尽人意) bùjìn rényì <思うように成らない> おもうようにならない {空如懷惘} không như mong muốn ◊ not satisfactory

민가 [民歌] (民歌) míngē <民歌> みんか {民歌} dân ca ◊ folk song

민가 [民家] (民居) mínjū <民居> みんきょ {民居} dân cư ◊ private residence

민간 [民間] (民间) mínjiān <民間> みんかん {民間} dân gian ◊ folk

민간공업 [民間工業] (私营工业) sīyíng gōngyè <民営工業> みんえいこうぎょう {私業} tư nghiệp ◊ private industry

민간용 [民間用] (民间用) mínjiānyòng <民用> みんよう {民用} dân dụng ◊ for civil use

민간처방전 [民間處方箋] (偏方) piānfāng <民間處方箋> みんかんしょほうせん {單欒民間} đơn thuốc dân gian ◊ folk prescription

민감 [敏感] (敏感) mǐngǎn <敏感> びんかん {敏感} mẫn cảm ◊ sensitive

민감성피부 [敏感性皮膚] (敏感肌肤) mǐngǎn jīfū <敏感肌> びんかんはだ {够敏感} da mẫn cảm ◊ sensitive

민국 [民國] (民国) mínguó <民国> みんこく {民國} dân quốc ◊ republic

민군 [民軍] (民军) mín jūn <民軍> みんぐん {民軍} dân quân ◊ civil army

민권 [民權] (民权) mínquán <民権> みんけん {民權} dân quyền ◊ civil rights

민낯 [一] (素颜) sù yán <素顔> すがお {櫃橱} mặt ◊ face

민단 [民團] (民团) míntuán <民団> みんだん {民團} dân đoàn ◊ militia

민들레 [一] (蒲公英草) púgōngyīng cǎo <蒲公英> たんぽぽ {蒲公英} bồ công anh ◊ dandelion

민력 [民力] (民力) mín lì <民力> みんりょく {民

力} dân lực ◊ people's power

민망 [民望] (民望) mín wàng <民望> みんぼう {民望} dân vọng ◊ popularity

민망하다 [憫惘하다] (尷尬) gāngà <気不味い> きまじい {蘣惷} lúng túng ◊ awkward

민물 [一] (淡水) dànshuǐ <淡水> たんすい {渃汄} nước ngọt ◊ fresh water

민방위 [民防衛] (民防) mín fáng <民間防衛> みんかんぼうえい {民防} dân phòng ◊ civil defense

민법 [民法] (民法) mínfǎ <民法> みんぼう {民法} dân pháp ◊ civil law

민법학 [民法學] (民法) mínfǎ <民法学> みんぽうがく {民法學} dân pháp học ◊ civil law

민병 [民兵] (民兵) mínbīng <民兵> みんぺい {民兵} dân binh ◊ militiaman

민사 [民事] (民事) mínshì <民事> みんじ {民事} dân sự ◊ civil affairs

민사범 [民事犯] (民事犯罪) mínshì fànzuì <民事犯> みんじはん {民事犯} dân sự phạm ◊ civil offenders

민사법 [民事法] (民事法) mínshì fǎ <民事法> みんじほう {律民事} luật dân sự ◊ civil law

민사법정 [民事法庭] (民事法庭) mínshì fǎtíng <民事法庭> みんじほうにわ {座攝} tòa hộ ◊ civil court

민사처벌 [民事處罰] (民事处罚) mínshì chǔfá <民事処罰> みんじしょばつ {處罰民事} xử phạt dân sự ◊ civil punishment

민생 [民生] (民生) mínshēng <民生> みんせい {民生} dân sinh ◊ livelihood

민선 [民選] (民选) mínxuǎn <民選> みんせん {民選} dân tuyển ◊ elected by people

민속 [民俗] (民俗) mínsú <民俗> みんぞく {民俗} dân tục ◊ folk custom

민속경기 [民俗競技] (民俗竞技) mínsú jìngjì <民俗競技> みんぞくきょうぎ {體操民間} thể thao dân gian ◊ folk sports

민속극 [民俗劇] (民俗剧) mínsú jù <民俗劇> みんぞくげき {劇民間} kịch dân gian ◊ folk drama

민속놀이 [民俗놀이] (民俗游戏) mínsú yóuxì <民俗遊び> みんぞくあそび {嬉逳民間} trò chơi dân gian ◊ folk games

민속무용 [民俗舞踊] (民俗舞蹈) mínsú wǔdǎo <民俗舞踊> みんぞくぶよう {跳舞民間} khiêu vũ dân gian ◊ folklore dance

민속음악 [民俗音樂] (民俗音乐) mínsú yīnyuè <民俗音楽> みんぞくおんがく {音樂民間} âm nhạc dân gian ◊ folk music

민속촌 [民俗村] (民俗村) mínsú cūn <民俗村> みんぞくむら {民俗村} dân tục thôn ◊ folk village

민속학 [民俗學] (民俗学) mínsúxué <民俗学> みんぞくがく {民俗學} dân tục học ◊ folklore

민수 [民需] (民需) mín xū <民需> みんじゅ {民需} dân nhu ◊ needed by the people

민심 [民心] (民心) mínxīn <民心> みんしん {民心} dân tâm ◊ morale; popular support

민영 [民營] (民营) mínyíng <民営> みんえい {民營} dân dinh ◊ private

민예 [敏銳] (敏锐) mǐnruì <敏鋭> びんえい {敏銳} mẫn nhuệ ◊ keen; keenness; perspicacity

민요 [民謠] (民谣) mínyáo <民謠> みんよう {民謠} dân dao ◊ ballad

민요곡 [民謠曲] (民谣曲) mínyáoqǔ <民謠曲> みんようきょく {民謠曲} dân dao khúc ◊ ballads

민요조 [民謠調] (民歌调) míngē diào <民謠調> みんようちょう {民謠調} dân dao điệu ◊ folk tunes

민요풍 [民謠風] (民歌风格) míngē fēnggé <民謠風> みんようふう {民謠風} dân dao phong ◊ folk style

민용 [民用] (民用) mínyòng de <民用> みんよう {民用} dân dụng ◊ for civil use

민원 [民願] (民愿) mín yuàn <民願> たみねがい {民願} dân nguyện ◊ people's wishes

민유 [民有] (民有) mín yǒu <民有> みんゆう {民有} dân hữu ◊ owned by the people

민의 [民意] (民意) mínyì <民意> みんい {民意} dân ý ◊ public opinion

민정 [民情] (民情) mínqíng <民情> みんじょう {民情} dân tình ◊ people's sentiments

민정 [民政] (民政) mínzhèng <民政> みんせい {民政} dân chính ◊ civil administration

민족 [民族] (民族) mínzú <民族> みんぞく {民族} dân tộc ◊ ethnic group

민족사 [民族史] (民族史) mínzú shǐ <民族史> みんぞくし {民族史} dân tộc sử ◊ national history

민족생태학 [民族生態學] (民族生态学) mínzú shēngtàixué <民族生態学> みんぞくせいたいがく {民族學} dân tộc học ◊ ethnoecology

민족주의자 [民族主義者] (民族主义者) mínzú zhǔyì zhě <民族主義者> みんぞくしゅぎしゃ {馭民族主義} người dân tộc chủ nghĩa ◊ nationalist

민족지리학 [民族地理學] (民族地理学) mínzú

dìlǐxué <民族地理学> みんぞくちりがく {民族學} dân tộc học ◊ ethnography

민족혼 [民族魂] (民族魂) mínzú hún <民族魂> みんぞくだましい {民族魂} dân tộc hồn ◊ soul of the nation

민주 [民主] (民主) mínzhǔ <民主> みんしゅ {民主} dân chủ ◊ democracy

민주국 [民主國] (民主国家) mínzhǔ guójiā <民主国> みんしゅこく {圖民主|醝民主} nước dân chủ ◊ democracies

민주당 [民主黨] (民主党) mínzhǔdǎng <民主党> みんしゅとう {黨民主} đảng dân chủ ◊ democratic party

민주적 [民主的] (民主的) mínzhǔ de <民主的> みんしゅてき {民主} dân chủ ◊ democratic

민주주의 [民主主義] (民主主义) mínzhǔ zhǔyì <民主主義> みんしゅしゅぎ {主義民主} chủ nghĩa dân chủ ◊ democracy

민주화 [民主化] (民主化) mínzhǔhuà <民主化> みんしゅか {民主化} dân chủ hóa ◊ democratization

민중 [民衆] (民众) mínzhòng <民衆> みんしゅう {民衆} dân chúng ◊ people

민중화 [民衆化] (民众化) mínzhònghuà <民衆化> みんしゅうか {民衆化} dân chúng hóa ◊ popularization

민첩 [敏捷] (敏捷) mǐnjié <敏捷> びんしょう {敏捷} mẫn tiệp ◊ agile

민치 [民治] (民治) mín zhì <民治> みんち {民治} dân trị ◊ governed by people

민풍 [民風] (民风) mínfēng <民風> みんぷう {民風} dân phong ◊ folk customs

밀 [一] (小麦) xiǎomài <小麦> こむぎ {蕎麥} lúa mì ◊ wheat

밀가루 [一] (麦粉) mài fěn <小麦粉> こむぎこ {粹麥} bột mì ◊ wheat flour

밀감 [蜜柑] (桔子) jié zǐ <蜜柑> みかん {柑} cam ◊ orange

밀고 [密告] (告密) gàomì <密告> みっこく {告密} cáo mật ◊ squeal; peach

밀담 [密談] (密谈) mìtán <密談> みつだん {密談} mật đàm ◊ commune; secret talk

밀도 [密度] (密度) mìdù <密度> みつど {密度} mật độ ◊ density

밀도의존 [密度依存] (密度依赖性) mìdù yīlài xing <密度依存> みつどいぞん {附屬密度} phụ thuộc mật độ ◊ density dependence

밀랍 [蜜蠟] (蜜蜡) mìlà <蜜蠟> みつろう {蜜蠟} mật lạp ◊ beeswax

밀렵 [密獵] (密猎) mì liè <密猟> みつりょう {密獵} mật liệp ◊ poaching

밀령 [密令] (密令) mìlìng <密令> みつれい {密令} mật lệnh ◊ secret order

밀림 [密林] (密林) mìlín <密林> みつりん {密林} mật lâm ◊ jungle

밀모 [密謀] (密谋) mìmóu <密謀> みつぼう {密謀} mật mưu ◊ plot

밀보 [密報] (密报) mìbào <密報> みつほう {密報} mật báo ◊ cryptogram

밀봉 [密封] (密封) mìfēng <密封> みっぷう {密封} mật phong ◊ seal

밀사 [密使] (密使) mìshǐ <密使> みっし {密使} mật sử ◊ spy

밀사 [密事] (密事) mì shì <密事> みつじ {密事} mật sự ◊ secrets

밀상 [密商] (密商) mìshāng <密商> みつしょう {密商} mật thương ◊ secret talk

밀서 [密書] (密书) mì shū <密書> みっしょ {密書} mật thư ◊ secret letter

밀수 [密輸] (走私) zǒusī <密輸> みつゆ {賍漏|販漏} buôn lậu ◊ smuggle

밀수꾼 [密輸꾼] (走私分子) zǒusī fēnzǐ <密輸業者> みつゆぎょうしゃ {檗賍漏} bọn buôn lậu ◊ smuggler

밀수입 [密輸入] (偷渡入境) tōudù rùjing <密輸入> みつゆにゅう {密輸入} mật thâu nhập ◊ secret input

밀수출 [密輸出] (走私出口) zǒusī chūkǒu <密輸出> みつゆしゅつ {密輸出} mật thâu xuất ◊ secret output

밀실 [密室] (密室) mìshì <密室> みっしつ {密室} mật thất ◊ chamber; secret room

밀약 [密約] (密约) mìyuē <密約> みつやく {密約} mật ước ◊ secret covenant

밀어 [密語] (密语) mìyǔ <密語> みつご {密語} mật ngữ ◊ whispers

밀운 [密雲] (密云) mìyún <密雲> みつうん {密雲} mật vân ◊ dense clouds

밀원 [蜜源] (蜜源) mì yuán <蜜源> みつげん {源蜜花} nguồn mật hoa ◊ nectar source

밀월 [蜜月] (蜜月) mìyuè <蜜月> みつげつ {蜜月} mật nguyệt ◊ honeymoon

밀전 [密電] (密电) mìdiàn <密電> みつでん {密電} mật điện ◊ secret telegram

밀접 [密接] (密切) mìqiè <密切> みつせつ {密切} mật thiết ◊ close; familiar

밀정 [密偵] (探子) tànzi <スパイ;密偵> spy; みってい {駁怵探} người do thám ◊ spy; secret agent; secret detective

밀종 [密宗] (密宗) mìzōng <密宗> みっしゅう {密宗} Mật Tông ◊ Esoteric Buddhism; Tantrism

밀집 [密集] (密集) mìjí <密集> みっしゅう {密集} mật tập ◊ dense

밀폐 [密閉] (密闭) mìbì <密閉> みっぺい {密閉} mật bế ◊ tightly closed

및 [－] (以及) yǐjí <及び> および {吧䎬} và ◊ and

ㅂ b

바다사자 [바다獅子] (海獅) hǎishī <海驢> あしか {獅子㳄|獅犴灇} sư tử biển ◊ sea lion

바닥 [一] (地表面) dìbiǎomiàn <床> ゆか {棧㚖} sàn nhà ◊ floor

바닷가 [一] (海滩) hǎitān <浜> はま {壏灢|浘㳇|壏漏} bāi biển ◊ beach

바둑돌 [一] (棋子儿) qízǐr <碁石> ごいし {硳棋} đá cờ ◊ go stone

바둑판 [바둑板] (围棋盘) wéiqípán <碁盤> ごばん {盤棋} bàn cờ ◊ go board

바라문 [婆羅門] (婆罗门) póluómén <婆羅門> ばらもん {婆羅門} Bà La Môn ◊ Brahman

바쁘다 [一] (忙) máng <忙しい> いそがしい {絆挿泮嗒} bận rộn ◊ busy

바이올린 [violin] (小提琴) xiǎotíqín <バイオリン> violin {尾琴} vĩ cầm ◊ violin

박고통금 [博古通今] (博古通今) bó gǔ tōng jīn <博古通今> はくこつうこん {博古通今} bác cổ thông kim ◊ erudite and informed

박대 [博大] (博大) bódà <博大> はくだい {博大} bác đại ◊ broad; extensive

박락 [剝落] (剥落) bōluò <剝がれる> はがれる {剝落} bác lạc ◊ peeled off

박람 [博覽] (博览) bólǎn <博覽> はくらん {會幣展覽} hội chợ triển lãm ◊ expo

박람회 [博覽會] (博览会) bólǎnhuì <博覽会> はくらんかい {博覽會} bác lãm hội ◊ exposition

박리 [剝離] (剥离) bōlí <剝離> はくり {剝離} bác ly ◊ divest

박멸 [撲滅] (灭除) miè chú <撲滅> ぼくめつ {滅除} diệt trừ ◊ extermination

박명 [薄命] (薄命) bómìng <薄命> はくめい {薄命} bạc mệnh ◊ unlucky

박물 [博物] (博物) bówù <博物> はくぶつ {博物} bác vật ◊ exhibits in museum

박물관 [博物館] (博物馆) bówùguǎn <博物館> はくぶつかん {寶藏} bảo tàng ◊ museum

박사 [博士] (博士) bóshì <博士> はかせ {博士} bác sĩ ◊ doctor

박사 학위 [博士學位] (博士学位) bóshì xuéwèi <

박사호 [博士号] はかせごう {學位進士} học vị tiến sĩ ◊ doctor's degree; doctorate

박수 [拍手] (鼓掌) gǔzhǎng <拍手> はくしゅ {拭瓡} vỗ tay ◊ applaud

박식다재 [博識多才] (博识多才) bóshí duō cái <博識多才> はくしきたさい {博識多才} bác thức đa tài ◊ knowledgeable

박애 [博愛] (博爱) bó'ài <博愛> はくあい {博愛} bác ái ◊ fraternity

박약 [薄弱] (薄弱) bóruò <薄弱> はくじゃく {薄弱} bạc nhược ◊ weak

박자 [拍子] (拍子) pāizi <拍子> ひょうし {揎喋} đánh nhịp ◊ musical time; tempo; beat

박탈 [剝奪] (剥夺) bōduó <剝奪> はくだつ {剝奪} bác đoạt ◊ deprive

박편 [薄片] (薄片) báopiàn <薄片> はくへん {薄片} bạc phiến ◊ flakes

박하 [薄荷] (薄荷) bòhe <薄荷> はっか {薄荷} bạc hà ◊ mint

박하수 [薄荷水] (薄荷水) bòhe shuǐ <薄荷水> はっかすい {精油薄荷} tinh dầu bạc hà ◊ menthol water

박하유 [薄荷油] (薄荷油) bòheyóu <薄荷油> はっかあぶら {油薄荷} dầu bạc hà ◊ peppermint oil

박하풀 [薄荷풀] (薄荷草) bòhe cǎo <薄荷草> はっかそう {鈷薄荷} cỏ bạc hà ◊ mint

박학 [博學] (博学) bóxué <博学> はくがく {博學} bác học ◊ well-learned

박학다식 [博學多識] (博学多识) bóxué duō shí <博学多識> はくがくたしき {博學多識} bác học đa thức ◊ erudition and extensive knowledge

박학다재 [博學多才] (博学多才) bóxué duōcái <博学多才> はくがくたさい {博學多才} bác học đa tài ◊ wide knowledge and versatile talents

박학독지 [博學篤志] (博学笃志) bóxué dǔzhì <博学篤志> はくがくとくし {博學篤志} bác học đốc chí ◊ erudite and ambitious

박해 [迫害] (迫害) pòhài <迫害> はくがい {迫害} bách hại ◊ persecution

밖 [一] (外) wài <外> そと {關} ngoài ◊ outside

반 [半] (过半) guòbàn <半分> はんぶん {𡛤} nửa ◊ half

반가 [半價] (半价) bànjià <半価> はんか {𡛤價} nửa giá ◊ half price

반각 [半角] (半角) bàn jué <半角> はんかく {半形} bán hình ◊ half-width; single broad character

반격 [反擊] (反击) fǎnjī <反撃> はんげき {反擊} phản kích ◊ counterattack

반경 [半徑] (半径) bànjìng <半径> はんけい {半徑} bán kính ◊ radius

반고 [盤古] (盘古) pángǔ <盤古> ばんこ {盤古} Bàn Cổ ◊ Pan Gu, God of Creation in Chinese mythology

반공 [反攻] (反攻) fǎngōng <反攻> はんこう {反攻} phản công ◊ counteroffensive

반구 [半球] (半球) bànqiú <半球> はんきゅう {半球} bán cầu ◊ hemisphere

반납일 [返却日] (返回日期) fǎnhuí rìqī <返納日> へんのうにち {䁼𠫾術|𨑜𨀎逢} ngày trở về ◊ return date

반년 [半年] (半年) bànnián <半年> はんとし {𡛤𢆥} nửa năm ◊ half-year

반대 [反對] (反对) fǎnduì <反対> はんたい {反對} phản đối ◊ oppose

반대방향 [反對方向] (反向) fǎnxiàng <反対方向> はんたいほうこう {反向} phản hướng ◊ reverse; opposite direction

반대어 [反對語] (反义词) fǎnyìcí <反対語> はんたいご {詞𪿍義} từ trái nghĩa ◊ antonym

반대응력 [反對應力] (反向应力) fǎnxiàng yìnglì <反対応力> はんたいおうりょく {應力逆} ứng lực ngược ◊ reverse stress

반대편 [反對便] (另一边) lìng yībiān <反対側> はんたいがわ {𬋩𫕸𡦂} phía bên kia ◊ on the other side

반도 [半島] (半岛) bàndǎo <半島> はんとう {半島} bán đảo ◊ peninsula

반도 [蟠桃] (蟠桃) pántáo <蟠桃> ばんとう {桃仙} đào tiên ◊ flat peach

반도체 [半導體] (半导体) bàndǎotǐ <半導体> はんどうたい {半導體} bán đạo thể ◊ semiconductor

반동 [反動] (反动) fǎndòng <反動> はんどう {反動} phản động ◊ reaction

반드시 [ㅡ] (一定会) yīdìng huì <屹度> きっと {𢟘振} chắc chắn ◊ definitely

반딧불 [ㅡ] (萤火虫) yínghuǒchóng <蛍> ほたる {炪炪|炶炶} đom đóm ◊ firefly

반란 [叛亂] (叛乱) pànluàn <叛乱|反乱> はんらん {反亂} phản loạn ◊ rebellion

반려 [伴侶] (伴侣) bànlǚ <伴侶> はんりょ {伴侶} bạn lữ ◊ companion; mate

반력 [反力] (反力) fǎn lì <反力> はんりき {反力} phản lực ◊ reaction force

반마 [斑馬] (斑马) bānmǎ <斑馬> しまうま {斑馬} ban mã ◊ zebra

반말 [半말] (非敬语) fēi jìngyǔ <非敬語> ひけいご {非敬語} phi kính ngữ ◊ non honorific language

반면 [反面] (反面) fǎnmiàn <反面> はんめん {反面} phản diện ◊ reverse side

반물질 [反物質] (反物质) fǎnwùzhì <反物質> はんぶっしつ {反物質} phản vật chất ◊ antimatter

반바지 [半바지] (短裤) duǎnkù <半洋袴> はんズボン {裙𦄾} quần cụt ◊ shorts

반박 [反駁] (反辯) fǎn biàn <反弁> はんべん {反辯} phản biện ◊ counterargument

반발력 [反撥力] (排斥力) páichì lì <反撥力> はんぱつりょく {力𢷀|力扺} lực đẩy ◊ repulsive force

반벽강산 [半壁江山] (半壁山河) bàn bì shān hé <山河の半分> さんがのはんぶん {𡛤山河} nửa sơn hà ◊ half of the country

반복 [反復] (反复) fǎnfù <反復> はんぷく {反復} phản phúc ◊ repeatedly

반복성 [反復性] (重复性) chóngfù xìng <反復性> はんぷくせい {度反復} độ phản phúc ◊ repeatability

반비례 [反比例] (反比例) fǎnbǐ lì <反比例> はんひれい {反比例} phản tỷ lệ ◊ inverse proportion

반사 [反射] (反射) fǎnshè <反射> はんしゃ {反射} phản xạ ◊ reflection

반사경 [反射鏡] (反射镜) fǎnshèjìng <反射鏡> はんしゃきょう {鏡反射} kính phản xạ ◊ reflector

반사계수 [反射係數] (反射系数) fǎnshè xìshù <反射係数> はんしゃけいすう {係數反射} hệ số phản xạ ◊ reflection coefficient

반사단열 [反射斷熱] (反射隔热) fǎnshè gérè <反射断熱> はんしゃだんねつ {隔熱反光} cách nhiệt phản quang ◊ reflective heat insulation

반사복사 [反射輻射] (反射辐射) fǎnshè fúshè <反射輻射> はんしゃふくしゃ {輻射反射} bức xạ phản xạ ◊ reflected radiation

반사음 [反射音] (反射声) fǎnshè shēng <反射音>
はんしゃおん {音聲反射} âm thanh phản xạ ◊
reflected sound

반사재료 [反射材料] (反光材料) fǎnguāng cáiliào
<反射材> はんしゃざい {物料反光} vật liệu
phản quang ◊ reflector strap

반사파 [反射波] (反射波) fǎnshè bō <反射波> は
んしゃは {渀反射} sóng phản xạ ◊ reflected wave

반사효과 [反射效果] (反射效应) fǎnshè xiàoyìng
<反射效果> はんしゃこうか {效應反照} hiệu
ứng phản chiếu ◊ reflection effect

반석 [磐石] (盘石) pánshí <磐石> ばんじゃく
{磐石} bàn thạch ◊ tough rock

반석지고 [磐石之固] (盘石之固) pán shí zhī gù <
磐石之固> ばんじゃくのかため {磐石之固}
bàn thạch chi cố ◊ solid of a rock

반성 [反省] (反省) fǎnxǐng <反省> はんせい {反
省} phản tỉnh ◊ reflect on; self-examination

반송 [搬送] (搬送) bān sòng <搬送> はんそう
{搬送} bàn tống ◊ transport

반수 [半數] (半数) bànshù <半数> はんすう {半
數} bán số ◊ half the number

반수반성 [半睡半醒] (半睡半醒) bàn shuì bàn xǐng
<半睡半醒> はんすいはんせい {半睡半醒}
bán thụy bán tỉnh ◊ half-asleep; half asleep and half
awake

반신 [半身] (半身) bàn shēn <半身> はんしん
{半身} bán thân ◊ bust

반신 [返信] (回信) huíxìn <返信> へんしん {返
信} phản tín ◊ reply

반신 [叛臣] (叛臣) pàn chén <叛臣> はんしん
{叛臣} bạn thần ◊ traitor

반신반의 [半信半疑] (半信半疑) bàn xìn bàn yí <
半信半疑> はんしんはんぎ {半信半疑} bán tín
bán nghi ◊ half-believe, half-doubt

반신불수 [半身不隨] (半身不遂) bàn shēn bùsuì <
半身不隨> はんしんふずい {半身不隨} bán
thân bất tùy ◊ hemiplegia; paralysis on one side of
the body

반신상 [半身像] (半身像) bànshēnxiàng <半身像>
はんしんぞう {幅像半身} bức tượng bán thân ◊
bust portrait

반어 [反語] (反语) fǎnyǔ <反語> はんご {反語}
phản ngữ ◊ enantiosis; irony

반역 [反逆] (反逆) fǎn nì <反逆> はんぎゃく {反
逆} phản nghịch ◊ rebel

반역자 [叛逆者] (叛逆者) pànnìzhě <反逆者> は
んぎゃくしゃ {仇反背} kẻ phản bội ◊ rebels

반영 [反映] (反映) fǎnyìng <反映> はんえい {反
映} phản ánh ◊ reflect

반월 [牛月] (半月) bànyuè <半月> はんつき {牧
胸} nửa tháng ◊ half a month

반월사구 [牛月沙丘] (新月形沙丘) xīnyuè xíng
shāqiū <半月沙丘> はんつきさきゅう {壎趵形
裋鎌} cồn cát hình lưỡi liềm ◊ barchan dune

반음 [牛音] (半音) bànyīn <半音> はんおん {牛
音} bán âm ◊ halftone; semitone

반응 [反應] (反应) fǎnyìng <反応> はんのう {反
應} phản ứng ◊ react

반응계 [反應系] (反应体系) fǎnyìng tǐxì <反应系>
はんのうけい {系統反應} hệ thống phản ứng ◊
reaction system

반응물 [反應物] (反应物) fǎnyìng wù <反应物>
はんのうぶつ {質反應} chất phản ứng ◊ reactant

반응시간 [反應時間] (反应时间) fǎnyìngshí jiān <
反应時間> はんのうじかん {時間反應} thời
gian phản ứng ◊ reaction time

반응식 [反應式] (反应式) fǎnyìngshì <反应式>
はんのうしき {公式反應} công thức phản ứng ◊
reaction formula

반응온도 [反應溫度] (反应温度) fǎnyìng wēndù <
反应溫度> はんのうおんど {熱度反應} nhiệt
độ phản ứng ◊ reaction temperature

반응장치 [反應裝置] (反应装置) fǎnyìng
zhuāngzhì <反應裝置> はんのうそうち {設備
反應} thiết bị phản ứng ◊ reactor

반응표면 [反應表面] (表面反应) biǎomiàn fǎnyìng
<反应表面> はんのうひょうめん {反應皈糎}
phản ứng bề mặt ◊ reaction surface

반일 [牛日] (半天) bàntiān <半日> はんじつ {牧
舠} nửa ngày ◊ half a day

반입 [搬入] (搬入) bān rù <搬入> はんにゅう
{搬入} bàn nhập ◊ carrying in

반작용 [反作用] (反作用) fǎnzuòyòng <反作用>
はんさよう {反作用} phản tác dụng ◊ reaction

반작용력 [反作用力] (反作用力) fǎnzuòyòng lì <
反应力> はんのうりょく {力反攻} lực phản
công ◊ reaction force

반장 [班長] (班长) bānzhǎng <班長> はんちょう
{級長} cấp trưởng ◊ monitor

반전 [反戰] (反战) fǎnzhàn <反戰> はんせん {反
戰} phản chiến ◊ antiwar

반전 [反轉] (反转) fǎnzhuǎn <反転> はんてん
{反轉} phản chuyển ◊ reverse

반점 [斑點] (斑点) bāndiǎn <斑点> はんてん {斑點} ban điểm ◊ specks

반제 [反帝] (反帝) fǎndì <反帝> はんてい {反帝} phản đế ◊ anti-imperialist

반제품 [半製品] (半成品) bànchéngpǐn <半製品> はんせいひん {半成品} bán thành phẩm ◊ semi-finished products

반조 [反照] (反照) fǎnzhào <反照> はんしょう {反照} phản chiếu ◊ reflective

반주 [伴奏] (伴奏) bànzòu <伴奏> ばんそう {伴奏} bạn tấu ◊ accompaniment

반증 [反證] (反证) fǎnzhèng <反証> はんしょう {反證} phản chứng ◊ disprove; counterevidence

반지 [半指] (戒指) jièzhi <指輪> ゆびわ {鈕} nhẫn ◊ ring

반출 [搬出] (搬出) bān chū <搬出> はんしゅつ {瀨捕} loại bỏ ◊ removal

반팔 [半팔] (短袖) duǎn xiù <半袖> はんそで {疝襖綩} tay áo ngắn ◊ short sleeve

반포 [頒布] (颁布) bānbù <頒布> はんぷ {頒布} ban bố ◊ promulgate

반항 [反抗] (反抗) fǎnkàng <反抗> はんこう {反抗} phản kháng ◊ revolt

반행 [頒行] (颁行) bānxíng <頒行> はんこう {頒行} ban hành ◊ enactment

반향 [反響] (反响) fǎnxiǎng <反響> はんきょう {反響} phản hưởng ◊ respond; repercussions; reaction

반환 [返還] (返还) fǎnhuán <返還> へんかん {歸還} quy hoàn ◊ return

반흔 [瘢痕] (瘢痕) bānhén <瘢痕> はんこん {瘢痕} ban hẳn ◊ scar

발 [一] (脚) jiǎo <足> あし {蹞} chân ◊ foot

발각 [發覺] (发觉) fājué <発覚> はっかく {發覺} phát giác ◊ detection

발검 [拔劍] (拔剑) bá jiàn <拔剣> ばっけん {拔劍} bạt kiếm ◊ draw sword

발견 [發見] (发现) fāxiàn <検出> けんしゅつ {挬噐} tìm ra ◊ detection

발광 [發光] (发光) fāguāng <発光> はっこう {發光} phát quang ◊ glow

발광 [發狂] (发狂) fākuáng <発狂> はっきょう {發狂} phát cuồng ◊ crazy

발광재료 [發光材料] (发光材料) fāguāng cáiliào <発光材料> はっこうざいりょう {物料發光} vật liệu phát quang ◊ luminescence material

발광효율 [發光效率] (发光效率) fāguāng xiàolǜ <発光効率> はっこうこうりつ {效果發糊} hiệu quả phát sáng ◊ luminous efficiency

발군 [拔群] (拔群) bá qún <拔群> ばつぐん {拔群} bạt quần ◊ stand out from the crowd

발굴 [發掘] (挖掘) wājué <掘る> ほる {開掘} khai quật ◊ excavate

발기 [發起] (发起) fāqǐ <発起> ほっき {發起} phát khởi ◊ initiate

발단 [發端] (发端) fāduān <発端> ほったん {發端} phát đoan ◊ initiation; start; beginning

발달 [發達] (发达) fādá <発達> はったつ {發達} phát đạt ◊ developed

발동 [發動] (发动) fādòng <発動> はつどう {發動} phát động ◊ launch

발란 [撥亂] (拨乱) bō luàn <撥乱> はつらん {撥亂} bát loạn ◊ mess up

발령 [發令] (发令) fāling <発令> はつれい {發令} phát lệnh ◊ issue orders

발매 [發賣] (出售) fā mài <発売> はつばい {發賣} phát mại ◊ offering for sale; putting on sale; putting on the market

발명 [發明] (发明) fāmíng <発明> はつめい {發明} phát minh ◊ invent

발묘 [拔錨] (拔锚) bá máo <拔錨> ばつびょう {拔錨} bạt miêu ◊ anchor removal

발문 [跋文] (跋文) bá wén <跋文> ばつぶん {跋文} bạt văn ◊ afterword; epilogue; postscript

발발 [勃發] (勃发) bófā <勃発> ぼっぱつ {勃發} bùng nổ ◊ break out

발병 [發病] (发病) fābìng <発病> はつびょう {起發病} khởi phát bệnh ◊ onset of an illness; falling ill

발병률 [發病率] (发病率) fābìnglǜ <発病率> はつびょうりつ {比例撫病} tỷ lệ mắc bệnh ◊ incidence rate

발분망식 [發憤忘食|發奮忘食] (废寝忘食) fèi qǐn wàng shí <発憤忘食> はっぷんぼうしょく {忕餕杚旿} mất ăn mất ngủ ◊ be very absorbed as to forget food and sleep

발사 [發射] (发射) fāshè <発射> はっしゃ {發射} phát xạ ◊ emission

발사장 [發射場] (发射场) fāshèchǎng <発射場> はっしゃじょう {射場} xạ trường ◊ launch site

발산 [發散] (发散) fāsàn <発散> はっさん {發散} phán tan ◊ emission; emanation; radiation

발산개세 [拔山蓋世] (拔山盖世) bá shān gàishì <拔山蓋世> ばつざんがいせい {拔山蓋世} bạt sơn cái thế ◊ great strength and energy of a mighty hero

발색단 [發色團] (着色体) zhuósètǐ <発色団> はっしょくだん {染色體} nhiễm sắc thể ◊ chromophore

발생 [發生] (发生) fāshēng <起こる> おこる {兖器|侈飜} xảy ra ◊ happen; occurrence

발생단계 [發生段階] (发生阶段) fāshēng jiēduàn <発生段階> はっせいだんかい {階段兖器} giai đoạn xảy ra ◊ formative stage

발생로 [發生爐] (发电炉) fādiàn lú <発生爐> はっせいろ {爐發電} lò phát điện ◊ power generation furnaces

발섭 [跋涉] (跋涉) báshè <跋涉> ばっしょう {跋涉} bạt thiệp ◊ crossing; wandering

발성 [發聲] (发声) fāshēng <発声> はっせい {發聲} phát thanh ◊ vocalization

발속 [拔俗] (拔俗) bá sú <拔俗> ばつぞく {拔俗} bạt tục ◊ vulgar

발송 [發送] (发送) fāsòng <送る> おくる {搉拟} gửi ◊ send

발신 [發信] (发信) fāxìn <発信> はっしん {發信} phát tín ◊ dispatch; despatch; transmission; submission

발아 [發芽] (发芽) fāyá <発芽> はつが {芳欅} nảy mầm ◊ germination

발아율 [發芽率] (发芽率) fāyá lǜ <発芽率> はつがりつ {比例芳欅} tỷ lệ nảy mầm ◊ germination rate

발암 [發癌] (致癌作用) zhì'ái zuòyòng <発癌> はつがん {可能搉癰疽} khả năng gây ung thư ◊ carcinogenesis

발암물질 [發癌物質] (致癌物) zhì'áiwù <発癌物質> はつがんぶっしつ {質搉癰疽} chất gây ung thư ◊ carcinogen

발암성 [發癌性] (致癌性) zhì'ái xìng <発癌性> はつがんせい {性搉癰疽} tính gây ung thư ◊ carcinogenic

발언 [發言] (发言) fāyán <発言> はつげん {發言} phát ngôn ◊ remark; give speech

발열 [發熱] (发热) fārè <発熱> はつねつ {發熱} phát nhiệt ◊ fever

발열반응 [發熱反應] (放热反应) fàng rè fǎnyìng <発熱反応> はつねつはんのう {反應燔熱} phản ứng tỏa nhiệt ◊ exothermic reaction

발염 [拔染] (拔染) bá rǎn <拔染> ばっせん {拔染} bạt nhiễm ◊ discharge printing; discharge style

발원지 [發源地] (发源地) fāyuándì <発祥> はっしょう {源栝} nguồn gốc ◊ origin

발육 [發育] (发育) fāyù <発育> はついく {發育} phát dục ◊ upgrowth; develop

발음 [發音] (发音) fāyīn <発音> はつおん {發音} phát âm ◊ pronounce

발의 [發議] (动议) dòngyì <発議> はつぎ {發議} phát nghị ◊ proposal

발자국 소리 [－] (脚步声) jiǎobù shēng <足音> あしおと {嗒躓} tiếng chân ◊ footsteps

발작 [發作] (发作) fāzuò <発作> ほっさ {發作} phát tác ◊ paroxysm

발전 [發電] (发电) fādiàn <発電> はつでん {發電} phát điện ◊ generate electricity

발전 [發展] (发展) fāzhǎn <発展> はってん {發展} phát triển ◊ develop

발전기 [發電機] (发电机) fādiànjī <発電機> はつでんき {欅發電} máy phát điện ◊ generator

발전기효율 [發電機效率] (发电机效率) fādiànjī xiàolǜ <発電機効率> はつでんきこうりつ {效果欅發電} hiệu quả máy phát điện ◊ efficiency of generator

발전설비 [發電設備] (发电设备) fādiàn shèbèi <発電設備> はつでんせつび {設備發電} thiết bị phát điện ◊ electricity generation facility

발전소 [發電所] (发电站) fādiànzhàn <発電所> はつでんしょ {㝛發電} nhà phát điện ◊ power plant

발전원가 [發電原價] (发电成本) fādiàn chéngběn <発電原価> はつでんげんか {支費發電} chi phí phát điện ◊ generating cost

발전효율 [發電效率] (发电效率) fādiàn xiàolǜ <発電効率> はつでんこうりつ {效果發電} hiệu quả phát điện ◊ efficiency of generation

발정 [發情] (发情) fāqíng <発情> はつじょう {發情} phát tình ◊ oestrus

발정기 [發情期] (发情期) fāqíngqī <発情期> はつじょうき {期發情} kỳ phát tình ◊ estrus period

발진 [發疹] (发疹) fā zhěn <発疹> はっしん {發疹} phát chẩn ◊ rash

발진기 [發振器] (振荡器) zhèndàngqì <発振器> はっしんき {欅搖動} máy dao động ◊ oscillator

발차 [發車] (发车) fāchē <発車> はっしゃ {發車} phát xa ◊ departure

발췌 [拔萃] (拔萃) bácuì <拔萃> ばっすい {拔萃} bạt tụy ◊ exsodic

발치 [拔齒] (拔齿) bá chǐ <拔歯> ばっし {拔齒}

bạt xỉ ◊ tooth extraction

발판 [발板] (脚踏板) jiǎo tàbǎn <足踏み板> あし ふみいた {盤踏躓} bàn đạp chân ◊ foot pedal

발포 [發泡] (发泡) fāpào <発泡> はっぽう {造浮} tạo bọt ◊ foaming

발포물질 [發泡物質] (发泡物质) fāpào wùzhì <発泡物質> はっぽうぶっしつ {質造浮} chất tạo bọt ◊ foaming substance

발포성형 [發泡成形] (发泡成形) fāpào chéngxíng <発泡成形> はっぽうせいけい {成形造浮} thành hình tạo bọt ◊ expansion molding

발표 [發表] (发表) fābiǎo <発表> はっぴょう {發表} phát biểu ◊ publication

발한 [發汗] (发汗) fāhàn <発汗> はっかん {發汗} phát hãn ◊ sweat

발한제 [發汗劑] (发汗剂) fāhàn jì <発汗剂> はっかんざい {質搬泧欺|質扰泧冹} chất đổ mồ hôi ◊ sweating agent

발행 [發行] (发行) fāxíng <発行> はっこう {發行} phát hành ◊ issuance

발현악기 [撥絃樂器] (拨弦乐器) bō xiányuèqì <撥弦楽器> はつげんがっき {樂具捹絨} nhạc cụ quay dây ◊ instrument of plucking string

발호 [跋扈] (跋扈) báhù <跋扈> ばっこ {跋扈} bạt hỗ ◊ bossy

발화 [發火] (发火) fāhuǒ <発火> はっか {發火} phát hỏa ◊ ignition; combustion; catching fire

발효 [醱酵|發酵] (发酵) fājiào <発酵> はっこう {蘆糷} lên men ◊ prove

발효공정 [醱酵工程] (发酵工程) fājiào gōngchéng <発酵工程> はっこうこうてい {技術蘆糷} kỹ thuật lên men ◊ process of fermentation

발효시설 [醱酵施設] (发酵设施) fājiào shèshī <発酵施設> はっこうしせつ {設備蘆糷} thiết bị lên men ◊ fermentation facilities

발효열 [醱酵熱] (发酵热) fājiào rè <醗酵熱> はっこうねつ {熱蘆糷} nhiệt lên men ◊ heat of fermentation

발효작용 [醱酵作用] (发酵作用) fājiào zuòyòng <醗酵作用> はっこうさよう {作用蘆糷} tác dụng lên men ◊ fermentation

발효잔재물 [醱酵殘滓物] (发酵残渣) fājiào cánzhā <発酵残滓物> はっこうざんしぶつ {餘物蘆糷} dư vật lên men ◊ fermented residues

발효처리법 [醱酵處理法] (发酵处理法) fājiào chǔlǐ fǎ <発酵処理法> はっこうしょりほう {瑝處理蘆糷} phép xử lý lên men ◊ fermentative

treatment

발효폐액 [醱酵廢液] (发酵废液) fājiào fèiyè <発酵廃液> はっこうはいえき {質汰蘆糷} chất thải lên men ◊ fermented waste liquid

발휘 [發揮] (发挥) fāhuī <発揮> はっき {發揮} phát huy ◊ bring into play

밝게 비추다 [一] (照亮) zhàoliàng <照らす> てらす {夕爤燝} làm sáng tỏ ◊ illuminate

밝다 [一] (明朗) mínglǎng <明るい> あかるい {燤} sáng ◊ bright

밤비 [一] (夜雨) yè yǔ <夜雨> よさめ {霜砧} mưa đêm ◊ night rain

밤색 [밤色] (栗色) lìsè <栗色> くりいろ {鮏粒椶} màu hạt dẻ ◊ chestnut color

밤중 [밤中] (深夜) shēnyè <深夜> しんや {砧鬍} đêm khuya ◊ late at night

밥하다 [一] (煮饭) zhǔfàn <飯炊き> めしたき {爤粏|糈粏} nấu cơm ◊ rice cooking

밧줄 [一] (绳子) shéngzi <縄> なわ {練繩|綫繩} dây thừng ◊ rope

방 [房] (房) fáng <部屋> へや {房} phòng ◊ room

방공 [防空] (防空) fángkōng <防空> ぼうくう {防空} phòng không ◊ air defence

방관 [傍觀] (傍观) bàng guàn <傍観> ぼうかん {傍觀} bàng quan ◊ standing by and watching

방광 [膀胱] (膀胱) pángguāng <膀胱> ぼうこう {膀胱} bàng quang ◊ bladder

방교 [邦交] (邦交) bāngjiāo <国交> こっこう {邦交} bang giao ◊ diplomatic relations

방금 [方今] (刚才) gāngcái <たった今> たったいま {劤萊} vừa rồi ◊ just now

방대 [放大] (放大) fàngdà <拡大> かくだい {放大} phóng đại ◊ enlarge

방대 [厖大] (庞大) pángdà <膨大|龐大|厖大> ぼうだい {龐大} bàng đại ◊ huge

방독 [防毒] (防毒) fángdú <防毒> ぼうどく {防毒} phòng độc ◊ antivirus

방독면 [防毒面] (防毒面具) fángdú miànjù <防毒面> ぼうどくめん {楠軕防毒} mặt nạ phòng độc ◊ cartridge respirator

방독복 [防毒服] (防毒服) fángdú fú <防毒衣> ぼうどくい {襖猱毒|祅猱毒} áo chống độc ◊ poison jacket

방독의 [防毒衣] (防毒衣) fángdú yī <防毒衣> ぼうどくい {襖猱毒} áo chống độc ◊ antigas clothes

방랑 [放浪] (游荡) yóudàng <放浪> ほうろう

{遊蕩} du đãng ◊ potter about

방략 [方略] (方略) fāng lüè <方略> ほうりゃく {方略} phương lược ◊ strategy

방류관 [放流管] (放水管) fàngshuǐ guǎn <放流管> ほうりゅうかん {甕脱渚} ống thoát nước ◊ outlet conduit

방면 [方面] (方面) fāngmiàn <方面> ほうめん {方面} phương diện ◊ aspect

방명 [芳名] (芳名) fāng míng <芳名> ほうめい {芳名} phương danh ◊ good name

방목 [放牧] (放牧) fàngmù <放牧> ほうぼく {饋胭} chăn thả ◊ grazing

방문 [訪問] (访问) fǎngwèn <訪問> ほうもん {訪問} phỏng vấn ◊ visit

방바닥 [房바닥] (地板) dìbǎn <床板> ゆかいた {棧笳} sàn nhà ◊ floorboard

방법 [方法] (方法) fāngfǎ <方法> ほうほう {方格} phương cách ◊ method

방법론 [方法論] (方法论) fāngfǎlùn <方法論> ほうほうろん {方法論} phương pháp luận ◊ methodology

방부제 [防腐劑] (防腐剂) fángfǔjì <防腐劑> ぼうふざい {質保管} chất bảo quản ◊ preservative

방비 [防備] (防备) fángbèi <防備> ぼうび {防備} phòng bị ◊ preparedness

방사난방 [放射暖房] (辐射热供暖) fúshè rè gōngnuǎn <放射暖房> ほうしゃだんぼう {炡焙熱輻射} sưởi ấm nhiệt bức xạ ◊ radiant heating

방사능강도 [放射能強度] (放射性强度) fàngshèxìng qiángdù <放射能強度> ほうしゃのうきょうど {強度放射} cường độ phóng xạ ◊ radioactivity strength

방사능곡선 [放射能曲線] (放射性曲线) fàngshèxìng qūxiàn <放射能曲線> ほうしゃのうきょくせん {蹚弸放射} đường cong phóng xạ ◊ radioactivity curve

방사능력 [放射能力] (辐射能力) fúshènéng lì <放射能力> ほうしゃのうりょく {功率輻射} công suất bức xạ ◊ radiating capacity

방사능보호 [放射能保護] (放射性防护) fàngshèxìng fánghù <放射能保護> ほうしゃのうほご {保衛放射} bảo vệ phóng xạ ◊ radioactivity protection

방사능비 [放射能비] (放射性雨) fàngshèxìng yǔ <放射能雨> ほうしゃのうう {霑放射} mưa phóng xạ ◊ radioactive rain

방사능중독 [放射能中毒] (辐射中毒) fúshè zhòngdú <放射能中毒> ほうしゃのうちゅうどく {誤毒放射} ngộ độc phóng xạ ◊ radiation poisoning

방사분석 [放射分析] (放射分析) fàngshè fēnxī <放射分析> ほうしゃぶんせき {分析放射} phân tích phóng xạ ◊ radiometric analysis

방사선 [放射線] (放射线) fàngshèxiàn <放射線> ほうしゃせん {放射線} phóng xạ tuyến ◊ radiation

방사선강도 [放射線強度] (辐射强度) fúshè qiángdù <放射線強度> ほうしゃせんきょうど {強度輻射} cường độ bức xạ ◊ intensity of radiation

방사선계수 [放射線係數] (辐射系数) fúshè xìshù <放射線係数> ほうしゃせんけいすう {係數輻射} hệ số bức xạ ◊ radiation coefficient

방사선과 [放射線科] (放射科) fàngshè kē <放射線科> ほうしゃせんか {科放射} khoa phóng xạ ◊ radiology department

방사선냉동 [放射線冷凍] (辐射制冷) fúshè zhì lěng <放射線冷凍> ほうしゃせんれいとう {夕澪輻射} làm lạnh bức xạ ◊ radiation refrigeration

방사선량 [放射線量] (辐射量) fúshè liáng <放射線量> ほうしゃせんりょう {量輻射} lượng bức xạ ◊ quantity of radiation

방사선방어 [放射線防禦] (辐射防护) fúshè fánghù <放射線防禦> ほうしゃせんぼうぎょ {保衛放射} bảo vệ phóng xạ ◊ radiation protection

방사선살균 [放射線殺菌] (放射杀菌) fàngshè shājūn <放射線殺菌> ほうしゃせんさっきん {絼放射去蟲} dây phóng xạ khử trùng ◊ radiation induced bacterial contamination

방사선장치 [放射線裝置] (射线装置) shèxiàn zhuāngzhì <放射線裝置> ほうしゃせんそうち {設備啤} thiết bị tia ◊ radiation device

방사선질환 [放射線疾患] (放射性疾病) fàngshèxìng jíbìng <放射線疾患> ほうしゃせんしっかん {病放射} bệnh phóng xạ ◊ radiation illness

방사선차폐 [放射線遮蔽] (放射线遮蔽) fàngshèxiàn zhēbì <放射線遮蔽> ほうしゃせんしゃへい {糰偁輻射} mặt nạ bức xạ ◊ radiation shield

방사선치료 [放射線治療] (放射治疗) fàngshè zhìliáo <放射線治療> ほうしゃせんちりょう {射治} xạ trị ◊ radiotherapy; treat disease by chemotherapy

방사선탐사 [放射線探査] (辐射測量) fúshè cèliáng <放射線探査> ほうしゃせんたんさ {事鄜放射} sự đo phóng xạ ◊ radiation survey

방사선피로 [放射線疲勞] (辐射疲乏) fúshè pífá <放射線疲労> ほうしゃせんひろう {癏摛輻射} mệt mỏi bức xạ ◊ radiation fatigue

방사선피해 [放射線被害] (辐射伤害) fúshè shānghài <放射線被害> ほうしゃせんひがい {折害輻射} thiệt hại bức xạ ◊ radiation damage

방사선흡수 [放射線吸收] (辐射吸收) fúshè xīshōu <放射線吸収> ほうしゃせんきゅうしゅう {吸收輻射} hấp thu bức xạ ◊ radiation absorption

방사성농도 [放射性濃度] (放射性浓度) fàngshèxìng nóngdù <放射性濃度> ほうしゃせいのうど {濃度放射} nồng độ phóng xạ ◊ radioactivity concentration

방사성먼지 [放射性 먼지] (放射性尘埃) fàngshèxìng chén āi <放射性埃> ほうしゃせいほこり {濇放射} bụi phóng xạ ◊ radioactive dust

방사성방출 [放射性放出] (放射性物质释放) fàngshèxìng wùzhì shìfàng <放射性放出> ほうしゃせいほうしゅつ {釋放質放射} thích phóng chất phóng xạ ◊ radioactive material release

방사성변화 [放射性變化] (放射性变化) fàngshèxìng biànhuà <放射性変化> ほうしゃせいへんか {織黼放射} thay đổi phóng xạ ◊ radioactive change

방사성상수 [放射性常數] (反辐射性常数) fàn fúshè xìng chángshù <放射性常数> ほうしゃせいじょうすう {恒數輻射} hằng số bức xạ ◊ radioactive constant

방사성손상 [放射性損傷] (放射性损害) fàngshèxìng sǔnhài <放射性損傷> ほうしゃせいそんしょう {賍害放射} thiệt hại phóng xạ ◊ radioactive damage

방사성오염 [放射性污染] (放射性污染) fàngshèxìng wūrǎn <放射性汚染> ほうしゃせいおせん {污染放射} ô nhiễm phóng xạ ◊ radioactive pollution

방사성조업 [放射性操業] (放射性操作) fàngshèxìng cāozuò <放射性操業> ほうしゃせいそうぎょう {操作放射} thao tác phóng xạ ◊ radioactive operation

방사성중독 [放射性中毒] (放射性中毒) fàngshèxìng zhòngdú <放射性中毒> ほうしゃせいちゅうどく {誤毒放射} ngộ độc phóng xạ ◊ radioactive poisoning

방사성폐수 [放射性廢水] (放射性废水) fàngshèxìng fèishuǐ <放射性廃水> ほうしゃせいはいすい {渃汰放射} nước thải phóng xạ ◊ radioactive waste water

방사성함량 [放射性含量] (放射性含量) fàngshèxìng hánliàng <放射性含量> ほうしゃせいがんりょう {含量放射} hàm lượng phóng xạ ◊ radioactive content

방사화분석 [放射化分析] (放射化分析) fàngshè huā fēnxī <放射化分析> ほうしゃかぶんせき {分析放射} phân tích phóng xạ ◊ analysis by radioactivation

방석 [方席] (坐垫) zuòdiàn <座布団> ざふとん {襌摾日} đệm kiểu Nhật ◊ cushion seat

방송 [放送] (播音) bōyīn <放送> ほうそう {發聲} phát thanh ◊ broadcast

방송국 [放送局] (电台) diàntái <放送局> ほうそうきょく {臺發聲} đài phát thanh ◊ radio station

방수 [防水] (防水) fáng shuǐ <防水> ぼうすい {防水} phòng thủy ◊ watertight

방습대책 [防濕對策] (防湿对策) fáng shī duìcè <防湿対策> ぼうしつたいさく {各辦法操澄} các biện pháp chống ẩm ◊ moisture control

방습재료 [防濕材料] (防湿材料) fáng shī cáiliào <防湿材料> ぼうしつざいりょう {物料操澄} vật liệu chống ẩm ◊ dampproof material

방식 [方式] (方式) fāngshì <方式> ほうしき {方式} phương thức ◊ manner

방식제 [防蝕劑] (防蚀剂) fáng shí jì <防蝕剤> ぼうしょくざい {質糜餕病} chất chống ăn mòn ◊ corrosion inhibitors

방안 [方案] (方案) fāng'àn <方案> ほうあん {方案} phương án ◊ program; scheme

방약무인 [傍若無人] (傍若无人) bàng ruò wúrén <傍若無人> ぼうじゃくぶじん {傍若無人} bàng nhược vô nhân ◊ acting without consideration for others; arrogance; audacity; insolence

방어 [防禦] (防御) fángyù <防御> ぼうぎょ {防禦} phòng ngự ◊ defense

방어선 [防禦線] (防线) fáng xiàn <防禦線> ぼうぎょせん {防線} phòng tuyến ◊ defense line

방언 [方言] (方言) fāngyán <方言> ほうげん {方語} phương ngữ ◊ dialect

방역 [防疫] (防疫) fángyì <防疫> ぼうえき {防疫} phòng dịch ◊ epidemic prevention

방열 [放熱] (放热) fàng rè <放熱> ほうねつ {放

熱} phóng nhiệt ◊ exothermic

방영 [放映] (放映) fàngyìng <上映> じょうえい {照旼} chiếu phim ◊ show a film

방옥 [房屋] (房屋) fángwū <屋> や {房屋} phòng ốc ◊ house

방울 [－] (铃铛) língdang <鈴> すず {鍾} chuông ◊ bell

방위 [方位] (方位) fāngwèi <方位> ほうい {方位} phương vị ◊ position

방위 [防衛] (防卫) fángwèi <防衛> ぼうえい {防衛} phòng vệ ◊ defense

방위각 [方位角] (方位角) fāngwèijiǎo <方位角> ほういかく {角方位} góc phương vị ◊ azimuth

방음 [防音] (隔声) gé shēng <遮音> しゃおん {隔音} cách âm ◊ sound insulation

방음림 [防音林] (隔音林) géyīn lín <防音林> ぼうおんりん {棱隔音} rừng cách âm ◊ sound insulation forest

방음문 [防音門] (隔音门) géyīn mén <防音門> ぼうおんもん {䦨隔音} cửa cách âm ◊ soundproof door

방음벽 [防音壁] (隔音壁) géyīn bì <遮音壁> しゃおんへき {牆隔音} tường cách âm ◊ sound insulation wall

방음실 [防音室] (隔音房) géyīn fáng <防音室> ぼうおんしつ {䢉隔音} nhà cách âm ◊ soundproof house

방음재 [防音材] (隔音材料) géyīn cáiliào <防音材> ぼうおんざい {物料隔音} vật liệu cách âm ◊ soundproof material

방장 [方丈] (方丈) fāngzhang <方丈> ほうじょう {方丈} phương trượng ◊ chief priest; abbot

방재 [防災] (防灾) fángzāi <防災> ぼうさい {防災} phòng tai ◊ disaster prevention

방적 [紡績] (纺纱) fǎngshā <紡績> ぼうせき {紡紗} phưởng sa ◊ spinning

방전 [放電] (放电) fàngdiàn <放電> ほうでん {放電} phóng điện ◊ discharge

방정 [方程] (方程) fāngchéng <方程> ほうてい {方程} phương trình ◊ equation

방정식 [方程式] (方程式) fāngchéngshì <方程式> ほうていしき {方程式} phương trình thức ◊ equation; formula

방종 [放縱] (放纵) fàngzòng <放縱> ほうしょう {放縱} phóng tung ◊ indulge; pamper

방지 [防止] (防止) fángzhǐ <防止> ぼうし {防止} phòng chỉ ◊ prevent

방직 [紡織] (纺织) fǎngzhī <紡織> ぼうしょく {紡織} phưởng chức ◊ textile

방직품 [紡織品] (纺织品) fǎngzhīpǐn <織物> おりもの {䌊絏} vải dệt ◊ textile

방진 [方陣] (方阵) fāngzhèn <方陣> ほうじん {方陣} phương trận ◊ phalanx; squadron; square matrix

방진시스템 [防振 system] (隔离系统) gélí xìtǒng <隔離システム> かくり system {系統隔離} hệ thống cách ly ◊ isolated system

방채 [放債] (放债) fàngzhài <放債> ほうさい {放債} phóng trái ◊ money lending

방책 [方策] (方策) fāngcè <方策> ほうさく {方策} chiến lược ◊ strategy

방청 [傍聽] (旁听) pángtīng <傍聽> ぼうちょう {旁聽} bàng thính ◊ audit

방축 [放逐] (放逐) fàngzhú <放逐> ほうちく {放逐} phóng trục ◊ exile

방출 [放出] (放出) fàngchū <放出> ほうしゅつ {放罸} phóng ra ◊ emission; ejection; release

방출농도 [放出濃度] (排放浓度) páifàng nóngdù <放出濃度> ほうしゅつのうど {濃度發汰} nồng độ phát thải ◊ concentration of emission

방충 [防蟲] (防虫) fáng chóng <防虫> ぼうちゅう {防蟲} phòng trùng ◊ insect repellent

방충망 [防蟲網] (蚊帐) wénzhàng <蚊帳> かや {幪㨾蝳|幔㨾蝳} màn chống muỗi ◊ mosquito net

방침 [方針] (方针) fāngzhēn <方針> ほうしん {方針} phương châm ◊ policy; guideline

방탄 [防彈] (防弹) fángdàn <防弹> ぼうだん {防彈} phòng đạn ◊ bulletproof

방탕 [放蕩] (放荡) fàngdàng <放蕩> ほうとう {放蕩} đồi trụy ◊ debauch

방파제 [防波堤] (防波堤) fángbōdī <防波堤> ぼうはてい {堤攩浰} đê chắn sóng ◊ breakwater; jetty

방패 [防牌] (盾牌) dùnpái <盾> たて {吒鏲} cái khiên ◊ shield

방풍림 [防風林] (防风林) fángfēng lín <防風林> ぼうふうりん {防風林} phòng phong lâm ◊ windbreak forest; shelterbelt

방학 [放學] (放学) fàngxué <放学> っぱなしがく {散學} tan học ◊ off school; classes over

방한 [防寒] (防寒) fáng hán <防寒> ぼうかん {防寒} phòng hàn ◊ coldness proof

방해 [妨害] (妨害) fánghài <妨害> ぼうがい {妨害} phường hại ◊ injury; interference

방해물질 [妨害物質] (干扰物质) gānrǎo wùzhì <妨害物質> ぼうがいぶっしつ {各質摂擾} các chất gây nhiễu ◊ interfering substance

방해석 [方解石] (方解石) fāngjiěshí <方解石> ほうかいいし {干折} can xít ◊ calcite

방향 [方向] (方向) fāngxiàng <方向> ほうこう {方向} phương hướng ◊ direction

방향비 [方向比] (方向比) fāngxiàng bǐ <方向比> ほうこうひ {比例向} tỷ lệ hướng ◊ direction ratio

방향성 [方向性] (方向性) fāngxiàngxìng <指向性> しこうせい {性指向} tính chỉ hướng ◊ directivity

방형 [方形] (方形) fāngxíng <方形> ほうけい {形舳|形旌|形颭|形旇|形勵} hình vuông ◊ squares

방호시설 [防護施設] (保护装置) bǎohù zhuāngzhì <防護施設> ぼうごしせつ {装置保衛} trang trí bảo vệ ◊ protector

방화 [防火] (防火) fánghuǒ <防火> ぼうか {防火} phòng hỏa ◊ fireproof

방화 [放火] (放火) fànghuǒ <放火> ほうか {搽軾火患} gây nên hỏa hoạn ◊ arson; fire-raising; set to fire

방화림 [防火林] (防火林) fánghuǒ lín <防火林> ぼうかりん {橬瑹烓} rừng chống cháy ◊ firebreak

방화벽 [防火壁] (防火壁) fánghuǒ bì <防火壁> ぼうかへき {牆瑹焗} tường chống lửa ◊ fire wall

망황 [彷徨] (彷徨) pánghuáng <彷徨> はうこう {彷徨} bàng hoàng ◊ wander

밭 [一] (田地) tiándì <畑> はたけ {疃細} đồng ruộng ◊ fields

밭막 [밭幕] (地膜) dìmó <プラスチックフィルム> plastic film {吃茹} phim nhựa ◊ plastic mulch; plastic film

배 [一] (船) chuán <船> ふね {船} thuyền ◊ ship

배 [倍] (倍) bèi <倍> ばい {巔瘩} lần ◊ times

배견 [拜見] (拜见) bàijiàn <拜見> はいけん {拜見} bái kiến ◊ pay a formal visit

배경 [背景] (背景) bèijǐng <背景> はいけい {背景} bối cảnh ◊ background

배경음악 [背景音樂] (背景音乐) bèijǐng yīnyuè <背景音楽> はいけいおんがく {樂坿|樂壤} nhạc nền ◊ background music

배계 [拜啓] (敬启) jìng qǐ <拜啓> はいけい {搙佪馭連關} gửi những người liên quan ◊ respected receiver

배관 [配管] (配管) pèi guǎn <配管> はいかん {蹃罋} đường ống ◊ plumbing

배관계통 [配管系統] (管道系统) guǎndào xìtǒng <配管系統> はいかんけいとう {系統蹃罋} hệ thống đường ống ◊ piping system

배관공 [配管工] (管子工) guǎnzǐ gōng <配管工> はいかんこう {僭摖鍩} thợ hàn chì ◊ plumber

배관도 [配管圖] (管道图) guǎndào tú <配管図> はいかんず {本廂蹃罋} bản vẽ đường ống ◊ piping drawing

배관비용 [配管費用] (管道成本) guǎndào chéngběn <配管費用> はいかんひよう {支費引罋} chi phí dẫn ống ◊ piping cost

배관장비 [配管裝備] (管道设备) guǎndào shèbèi <配管設備> はいかんせつび {設備罋渃} thiết bị ống nước ◊ plumbing

배구 [俳句] (俳句) páijù <俳句> はいく {俳句} bài cú ◊ haiku, Japanese poem

배구 [排球] (排球) páiqiú <排球> はいきゅう {摔傳} bóng chuyền ◊ volleyball

배금 [拜金] (拜金) bàijīn <拜金> はいきん {拜金} bái kim ◊ worship money

배금주의 [拜金主義] (拜金主义) bàijīn zhǔyì <拜金主義> はいきんしゅぎ {主義拜金} chủ nghĩa bái kim ◊ mammonism; money worship

배급 [配給] (配给) pèijǐ <配給> はいきゅう {分配} phân phối ◊ distribution

배기 [排氣] (排气) páiqì <排気> はいき {排氣} bài khí ◊ exhaust

배기가스 [排氣gas] (尾气) wěiqì <排気ガス> はいき gas {氣汰} khí thải ◊ gas exhaust

배기관 [排氣管] (排气管) páiqì guǎn <排気管> はいきかん {罋瀉} ống xả ◊ exhaust pipe

배기구 [排氣口] (排气口) páiqì kǒu <排気口> はいきくち {鞾瀉} cửa xả ◊ exhaust port

배기밸브 [排氣valve] (排气阀) páiqì fá <排気弁> はいきべん {唱卸} van xả ◊ exhaust valve

배기속도 [排氣速度] (排气速度) páiqì sùdù <排気速度> はいきそくど {速度瀉} tốc độ xả ◊ exhaust velocity

배기압력 [排氣壓力] (排气压力) páiqì yālì <排出壓力> はいしゅつあつりょく {壓率氣汰} áp suất khí thải ◊ exhaust pressure

배낭 [背囊] (背囊) bèináng <背囊> はいのう {背囊} bối nang ◊ knapsack

배달 [配達] (配达) pèi dá <配達> はいたつ {配達} phối đạt ◊ delivery

배당 [配當] (配当) pèi dāng <配当> はいとう

{配當} phối đương ◊ allotment; apportionment; share; dividend

배독 [拜讀] (拜读) bàidú <拜読> はいどく {拜讀} bái độc ◊ have the honor to read

배드민턴 [badminton] (羽毛球) yǔmáoqiú <バドミントン> badminton {羽球} vũ cầu ◊ badminton

배란 [排卵] (排卵) páiluǎn <排卵> はいらん {排卵} bài noãn ◊ ovulation

배려 [配慮] (关怀) guānhuái <配慮> はいりょ {聯瞞|憐瞞} chăm sóc ◊ care

배령 [拜領] (拜领) bài lǐng <拜領> はいりょう {拜領} bái lĩnh ◊ accept

배례 [拜禮] (拜礼) bài lǐ <拜礼> はいれい {拜禮} bái lễ ◊ worship

배리 [背理] (背理) bēi lǐ <背理> はいり {背理} bội lý ◊ paralogism; solecism

배면 [背面] (背面) bèimiàn <裏側> うらがわ {背面} bối diện ◊ back side

배물 [拜物] (拜物) bài wù <拜物> はいぶつ {拜物} bái vật ◊ fetish

배반 [背叛] (背叛) bèipàn <背叛> はいはん {反背} phản bội ◊ betray

배반 [胚盤] (胚盘) pēi pán <胚盤> はいばん {胚盤} phôi bàn ◊ blastoderm

배별 [拜別] (拜别) bàibié <拜別> はいべつ {拜別} bái biệt ◊ take leave

배복 [拜服] (拜服) bài fú <拜服> はいふく {拜服} bái phục ◊ admire greatly

배부 [配賦] (分发) fēnfā <配賦> はいふ {分發} phân phát ◊ distribution

배분 [配分] (配分) pèi fēn <配分> はいぶん {配分} phối phân ◊ distribution

배사 [拜辭] (拜辞) bài cí <拜辞> はいじ {拜辭} bái từ ◊ farewell

배사 [拜謝] (拜谢) bài xiè <拜謝> はいしゃ {拜謝} bái tạ ◊ say thanks to; giving thanks

배상 [賠償] (赔偿) péicháng <賠償> ばいしょう {賠償} bồi thường ◊ compensation

배선 [配線] (配线) pèi xiàn <配線> はいせん {配線} phối tuyến ◊ wiring

배선도 [配線圖] (配线图) pèi xiàn tú <配線図> はいせんず {疏圖納綉} sơ đồ nối dây ◊ wiring diagram

배설 [排泄] (排泄) páixiè <排泄> はいせつ {排泄} bài tiết ◊ excretion

배설물 [排泄物] (排泄物) páixièwù <排泄物> はいせつぶつ {排泄物} bài tiết vật ◊ excrement

배설물이용 [排泄物利用] (粪便利用) fènbiàn lìyòng <排泄物利用> はいせつぶつりよう {使用糞圖} sử dụng phân chuồng ◊ use of feces

배설산물 [排泄産物] (排泄产物) páixiè chǎn wù <排泄産物> はいせつさんぶつ {榫排泄} đồ bài tiết ◊ excretory product

배소로 [焙燒爐] (焙烧炉) bèishāo lú <焙燒爐> ばいしょうろ {檟燗} máy rang ◊ roasting oven

배수 [倍數] (倍数) bèishù <倍数> ばいすう {倍數} bội số ◊ multiple

배수 [排水] (排水) páishuǐ <排水> はいすい {脫渃} thoát nước ◊ drainage

배수갱 [排水坑] (排水坑) páishuǐ kēng <排水穴> はいすいあな {壜脫渃} hố thoát nước ◊ drain pit

배수계수 [排水係數] (排水系数) páishuǐ xìshù <排水係数> はいすいけいすう {係數脫渃} hệ số thoát nước ◊ drainage coefficient

배수곡선 [排水曲線] (排水曲线) páishuǐ qūxiàn <排水曲線> はいすいきょくせん {蹧弸脫渃} đường cong thoát nước ◊ drainage curve

배수공정 [排水工程] (排水工程) páishuǐ gōngchéng <排水工程> はいすいこうてい {工程脫渃} công trình thoát nước ◊ drainage works

배수관 [排水管] (排水管) páishuǐguǎn <排水管> はいすいかん {甕脫渃} ống thoát nước ◊ drain

배수구 [排水溝] (排水沟) páishuǐ gōu <排水溝> はいすいこう {㳂脫渃} rãnh thoát nước ◊ gutterway; drainage; gutter; ditch

배수구 [排水口] (排水口) páishuǐ kǒu <排水口> はいすいこう {量脫渃} lượng thoát nước ◊ drain; overflow

배수구 [排水路] (排水路) páishuǐ lù <排水路> はいすいろ {瀝脫渃} kênh thoát nước ◊ drainage channel

배수구역 [排水區域] (排水区) páishuǐ qū <排水區域> はいすいくいき {區域脫渃} khu vực thoát nước ◊ catchment area

배수권 [排水權] (排水权) páishuǐ quán <排水権> はいすいけん {權脫渃} quyền thoát nước ◊ drainage rights

배수량 [排水量] (排水量) páishuǐ liàng <排水量> はいすいりょう {量渃汏} lượng nước thải ◊ volume of wastewater; water discharge

배수본관 [配水本管] (配水总管) pèi shuǐ zǒng guǎn <配水本管> はいすいほんかん {甕分配渃} ống phân phối nước ◊ distributing main pipe

배수연결구 [排水連結具] (排水接头) páishuǐ

jiētóu　　　<排水接続>　　はいすいせつぞく {連結脱渃} đầu nối thoát nước ◊ drainage joint

배수조직 [排水組織] (排水系统) páishuǐ xìtǒng <排水組織> はいすいそしき {系統脱渃} hệ thống thoát nước ◊ drainage system

배수지관 [配水支管] (配水支管) pèi shuǐ zhī guǎn <配水支管> はいすいしかん {甕梗分配渃} ống nhánh phân phối nước ◊ distributing branch

배수허가증 [排水許可證] (取水许可证) qǔ shuǐ xǔkězhèng <排水許可証> はいすいきょかしょう {綿㴒袘渃} giấy phép lấy nước ◊ water-drawing license permit

배식 [配食] (配餐) pèicān <配膳> はいぜん {賖飯餬} cho bữa ăn ◊ serving food

배신 [背信] (背信) bèixìn <背信> はいしん {背信} bội tín ◊ betrayal

배신자 [背信者] (背信者) bèixìn zhě <背信者> はいしんしゃ {觔背信} người bối tín ◊ apostate

배심 [陪審] (陪审) péi shěn <陪審> ばいしん {陪審} bồi thẩm ◊ jury

배심원 [陪審員] (陪审员) péishěnyuán <陪審員> ばいしんいん {陪審員} bồi thẩm viên ◊ juror; jury member

배알 [拜謁] (拜谒) bàiyè <拜謁> はいえつ {拜謁} bái yết ◊ visit someone of high rank

배양 [培養] (培养) péiyǎng <培養> ばいよう {培養} bồi dưỡng ◊ cultivate

배연 [排煙] (排烟) pái yān <排煙> はいえん {排煙} bài yên ◊ flue gas

배연속도 [排煙速度] (排烟速度) pái yān sùdù <排煙速度> はいえんそくど {速度瀉煵} tốc độ xả khói ◊ flue gas velocity

배열 [排列] (排列) páiliè <排列> はいれつ {排列} bài liệt ◊ arrangement

배영 [背泳] (仰泳) yǎngyǒng <背泳ぎ> せおよぎ {溇醣} bơi ngửa ◊ backstroke

배외 [排外] (排外) páiwài <排外> はいがい {排外} bài ngoại ◊ xenophobia

배우다 [一] (念书) niànshū <学ぶ> まなぶ {學} học ◊ learn

배우자 [配偶者] (配偶) pèi'ǒu <配偶者> はいぐうしゃ {配偶} phối ngẫu ◊ spouse

배유 [胚乳] (胚乳) pēirǔ <胚乳> はいにゅう {胚乳} phôi nhũ ◊ endosperm

배은 [背恩] (背义) bēi yì <背義> はいぎ {背義} bối nghĩa ◊ treachery

배전 [配電] (配电) pèi diàn <配電> はいでん {分配電} phân phối điện ◊ electricity distribution

배전계통 [配電系統] (配电系统) pèi diàn xìtǒng <配電系統> はいでんけいとう {系統分配電} hệ thống phân phối điện ◊ distribution system

배전소 [配電所] (配电所) pèi diàn suǒ <配電所> はいでんしょ {站給電} trạm cấp điện ◊ distribution facility

배제 [排除] (排除) páichú <排除> はいじょ {排除} bài trừ ◊ exclude

배주 [胚珠] (胚珠) pēizhū <胚珠> はいしゅ {胚珠} phôi châu ◊ ovule

배증 [倍增] (倍增) bèizēng <倍増> ばいぞう {増倍} tăng bội ◊ multiplication

배척 [排斥] (排斥) páichì <排斥> はいせき {排斥} bài xích ◊ repel

배청 [拜聽] (拜听) bài tīng <拜聽> はいちょう {拜聽} bái thính ◊ listen carefully; pay an attentive listening

배추 [一] (大白菜) dàbáicài <白菜> はくさい {秣荍|棶芥} bắp cải ◊ Chinese cabbage

배출 [輩出] (輩出) bèichū <輩出> はいしゅつ {輩出} bối xuất ◊ come out in large numbers

배출 [排出] (排出) páichū <排出> はいしゅつ {排出} bài xuất ◊ discharge

배출감시 [排出監視] (排放监测) páifàng jiāncè <排出監視> はいしゅつかんし {監察氣汰} giám sát khí thải ◊ emission monitoring

배출밸브 [排出 valve] (排放阀) páifàng fá <排出弁> はいしゅっべん {援瀉} van xả ◊ exhaust valve

배출수질 [排出水質] (排放水质) páifàng shuǐzhì <排出水質> はいしゅつすいしつ {水質排放} chất lượng nước thải ◊ wastewater quality

배출시설 [排出施設] (排放设施) páifàng shèshī <排出施設> はいしゅつしせつ {基礎瀉汰} cơ sở xả thải ◊ discharging facility

배출요금 [排出料金] (排放费) páifàng fèi <排出料金> はいしゅつりょうきん {費發汰} phí phát thải ◊ emission charges

배출원 [排出源] (排放源) páifàng yuán <排出源> はいしゅつげん {源發汰} nguồn phát thải ◊ emission source

배출한도 [排出限度] (排入限度) pái rù xiàndù <排出限度> はいしゅつげんど {界限攦除} giới hạn loại trừ ◊ emission limit

배치 [配置] (部署) bùshǔ <部署> ぶしょ {部署} bộ thự ◊ department

배치도 [配置圖] (配置图) pèizhì tú <配置図> はいちず {疏圖構型} sơ đồ cấu hình ◊ layout drawing

배타 [排他] (排他) pái tā <排他> はいた {排他} bài tha ◊ exclusion

배태 [胚胎] (胚胎) pēitāi <胚胎> はいたい {胚胎} phôi thai ◊ embryo

배품 [拜稟] (拜稟) bài bǐng <拝啓> はいけい {拜稟} bái bẩm ◊ present this letter to

배하 [拜賀] (拜贺) bài hè <拝賀> はいが {拜賀} bái hạ ◊ congratulations

배합 [配合] (配合) pèihé <配合> はいごう {配合} phối hợp ◊ cooperate

배회 [徘徊] (徘徊) páihuái <徘徊> はいかい {徘徊} bồi hồi ◊ wander

배후 [背後] (背后) bèihòu <背後> はいご {徽皱} sau lưng ◊ at back

백 [百] (百) bǎi <百> ひゃく {纍} trăm ◊ a hundred

백가 [百家] (百家) bǎijiā <百家> ひゃくいえ {百家} bách gia ◊ hundred schools

백가쟁명 [百家爭鳴] (百家争鸣) bǎijiā zhēngmíng <百家争鳴> ひゃっかそうめい {百家爭鳴} bách gia tranh minh ◊ let a hundred schools of thought contend

백계 [百計] (百计) bǎi jì <百計> ひゃっけい {百計} bách kế ◊ hundred of ways

백곡 [百穀] (百谷) bǎi gǔ <百穀> ひゃっこく {百穀} bách cốc ◊ hundred cereals

백골 [白骨] (白骨) báigǔ <白骨> はっこつ {白骨} bạch cốt ◊ bones

백공천창 [百孔千瘡] (百孔千疮) bǎi kǒng qiān chuāng <百孔千瘡> ひゃっこうせんそう {百孔千瘡} bách khổng thiên sang ◊ be scarred and battered

백과 [百科] (百科) bǎi kē <百科> ひゃっか {百科} bách khoa ◊ encyclopedic

백과사전 [百科事典] (百科事典) bǎi kē shì diǎn <百科事典> ひゃっかじてん {百科事典} bách khoa sự điển ◊ encyclopedia

백관 [百官] (百官) bǎi guān <百官> ひゃっかん {百官} bách quan ◊ all officials in court

백광 [白光] (白光) bái guāng <白光> はっこう {白光} bạch quang ◊ white light

백구 [白駒] (白驹) bái jū <白駒> はっく {白駒} bạch câu ◊ white colt

백구 [白鷗] (白鸥) bái ōu <白鴎> はくおう {白鷗} bạch âu ◊ white gull

백국 [白菊] (白菊) bái jú <白菊> しらぎく {花菊韋} hoa cúc trắng ◊ feverfew

백금 [白金] (白金) báijīn <白金> はっきん {白金} bạch kim ◊ platinum

백기 [白旗] (白旗) báiqí <白旗> しらはた {白旗} bạch kỳ ◊ white flag

백내장 [白內障] (白内障) báinèizhàng <白内障> はくないしょう {病渁仁瞼} bệnh đục nhân mắt ◊ cataract

백년 [百年] (百年) bǎinián <百年> ひゃくねん {百年} bách niên ◊ century

백년대계 [百年大計] (百年大计) bǎinián dàjì <百年大計> ひゃくねんのたいけい {百年大計} bách niên đại kế ◊ centennial plan

백단 [白檀] (白檀) bái tán <白檀> びゃくだん {白檀} bạch đàn ◊ white sandalwood

백당 [白糖] (白糖) báitáng <白糖> はくとう {白糖} bạch đường ◊ sugar

백대하 [白帶下] (白带) báidài <白帶下> はくたいげ {白帶} bạch đới ◊ leucorrhea; mucous discharge from female genitals

백도 [白桃] (白桃) bái táo <白桃> はくとう {桃韋} đào trắng ◊ white peach

백동 [白銅] (白铜) báitóng <白銅> はくどう {白銅} bạch đồng ◊ cupronickel

백두 [白頭] (白头) bái tóu <白頭> はくとう {白頭} bạch đầu ◊ white hair

백랍 [白蠟] (白蜡) báilà <白蝋> しろろう {白蠟} bạch lạp ◊ white wax

백련 [白蓮] (白莲) báilián <白蓮> びゃくれん {白蓮} bạch liên ◊ white lotus

백리 [白痢] (白痢) báilì <白痢> はくり {痔痢韋} kiết lỵ trắng ◊ white dysentery

백린 [白磷] (白磷) báilín <白燐> おうりん {碄碃韋} phót pho trắng ◊ white phosphorus

백마 [白馬] (白马) bái mǎ <白馬> しろうま {白馬} bạch mã ◊ white horse

백만 [百萬] (百万) bǎi wàn <百万> ひゃくまん {兆} triệu ◊ million

백매 [白梅] (白梅) bái méi <白梅> はくばい {白梅} bạch mai ◊ white plum

백면서생 [白面書生] (白面书生) báimiàn shūshēng <白面書生> はくめんしょせい {白面書生} bạch diện thư sinh ◊ white-faced scholar

백목 [柏木] (柏木) bǎi mù <柏木> かしわぎ {柏木} bách mộc ◊ cedar

백묘 [白描] (白描) báimiáo <白描> はくびょう {白描} bạch miêu ◊ plain sketch

백묵 [白墨] (白墨) bái mò <白墨> はくぼく {白墨} bạch mặc ◊ chalk

백문 [百聞] (百闻) bǎi wén <百聞> ひゃくぶん {百聞} bách văn ◊ hundred hearings

백미 [白眉] (白眉) bái méi <白眉> はくび {白眉} bạch my ◊ white eyebrows

백미 [白米] (白米) báimǐ <白米> はくまい {糈畠} gạo trắng ◊ polished rice; white rice

백밀 [白蜜] (白蜜) bái mì <白蜜> しろみつ {蜜畠} mật trắng ◊ white honey

백반 [百般] (百般) bǎibān <百般> ひゃっぱん {百般} bách bàn ◊ in every way

백반증 [白斑症] (白斑症) bái bān zhēng <白斑症> はくはんしょう {病白變} bệnh bạch biến ◊ vitiligo

백발 [白髮] (白发) báifà <白髮> はくはつ {鬒畠} tóc trắng ◊ gray hair

백발백중 [百發百中] (百发百中) bǎi fā bǎi zhōng <百発百中> ひゃくはつひゃくちゅう {百發百中} bách phát bách trung ◊ shoot with unfailing accuracy

백배 [百倍] (百倍) bǎibèi <百倍> ひゃくばい {百倍} bách bội ◊ hundredfold

백벽 [白壁] (白壁) bái bì <白壁> しらかべ {幅牆畠} bức tường trắng ◊ white wall

백벽미하 [白璧微瑕] (白璧微瑕) bái bì wēi xiá <白璧微瑕> はくへきのびか {白璧微瑕} bạch bích vy hà ◊ slightly flawed jade

백변 [百變] (百变) bǎi biàn <百変> ひゃくへん {百變} bách biến ◊ variety; changeable

백병 [百病] (百病) bǎibìng <百病> ひゃくびょう {百病} bách bệnh ◊ all kinds of diseases

백분 [百分] (百分) bǎi fēn <百分> ひゃくふん {百分} bách phân ◊ percent

백분율 [百分率] (百分比) bǎifēnbǐ <百分率> ひゃくふんりつ {比例份纍} tỷ lệ phần trăm ◊ percentage

백사 [百事] (百事) bǎi shì <百事> ひゃくじ {百事} bách sự ◊ all; everything

백살구 [一] (白杏) bái xìng <杏桃> あんずもも {白杏} bạch hạnh ◊ white apricot

백색 [白色] (白色) báisè <白色> はくしょく {雎畠} màu trắng ◊ white color

백서 [白書] (白皮书) báipíshū <白書> はくしょ {白書} bạch thư ◊ white paper; government report

백석 [白石] (白石) bái shí <白石> しらいし {白石} bạch thạch ◊ white stone

백선 [白癬] (白癬) bái xuǎn <白癬> はくせん {白癬} bạch tiển ◊ ringworm

백선 [百選] (百选) bǎi xuǎn <百選> ひゃくせん {百選} bách tuyển ◊ hundred selections

백설 [白雪] (白雪) báixuě <白雪> しらゆき {白雪} bạch tuyết ◊ snow white

백성 [百姓] (百姓) bǎixìng <百姓> ひゃくしょう {百姓} bách tính ◊ common people

백세 [百歲] (百岁) bǎi suì <百歲> ひゃくさい {百歲} bách tuế ◊ hundred years old

백송 [白松] (白松) bái sōng <白松> しらまつ {白松} bạch tùng ◊ white pine

백수 [百獸] (百兽) bǎi shòu <百獸> ひゃくじゅう {百獸} bách thú ◊ beasts

백숙 [伯叔] (伯叔) bà shū <伯叔> はくしゅく {伯叔} bá thúc ◊ one's father's brothers

백승 [百勝] (百胜) bǎi shèng <百勝> ひゃくしょう {百勝} bách thắng ◊ ever victorious

백악 [白堊] (白垩) bái'è <白堊> はくあ {白堊} bạch ác ◊ chalk

백악관 [白堊館] (白宫) báigōng <白亜館> はくあかん {如畠} Nhà Trắng ◊ White House

백안 [白雁] (白雁) bái yàn <白雁> はくがん {白雁} bạch nhạn ◊ white geese

백양 [白羊] (白羊) bái yáng <白羊> はくよう {白羊} bạch dương ◊ Aries

백양 [白楊] (白杨) báiyáng <白楊> はくよう {白楊} bạch dương ◊ aspen

백양 [百樣] (百样) bǎi yàng <百様> ひゃくよう {百樣} bách dạng ◊ hundreds of

백양궁 [白羊宮] (白羊座) báiyángzuò <白羊宮> はくようきゅう {男羊} Nam Dương ◊ Aries

백연 [白煙] (白烟) bái yān <白煙> はくえん {白煙} bạch yên ◊ white smoke

백연석 [白鉛石] (白铅石) bái qiān shí <白鉛鑛> はくえんこう {砎鋳畠} đá chì trắng ◊ white lead stone

백열 [白熱] (白热) báirè <白熱> はくねつ {白熱} bạch nhiệt ◊ incandescence

백옥 [白玉] (白玉) báiyù <白玉> しらたま {白玉} bạch ngọc ◊ white jade

백운 [白雲] (白云) báiyún <白雲> しらくも {白雲} bạch vân ◊ white clouds

백운석 [白雲石] (白云石) báiyúnshí <白雲石> はくうんいし {白雲石} bạch vân thạch ◊ dolomite

백응 [白鷹] (白鷹) bái yīng <白鷹> しらたか {白鷹} bạch ưng ◊ white eagle

백의 [白衣] (白衣) bái yī <白衣> はくい {白衣} áo trắng ◊ white clothes

백인 [白刃] (白刃) báirèn <白刃> はくじん {白刃} bạch nhận ◊ naked sword

백인 [百人] (百人) bǎi rén <百人> ひゃくにん {百人} bách nhân ◊ hundred people

백인종 [白人種] (白种人) báizhǒng rén <白人種> はくじんしゅ {躬白種} người bạch chủng ◊ white people; white race

백일 [百日] (百日) bǎi rì <百日> ひゃくにち {百日} bách nhật ◊ hundred days

백일홍 [百日紅] (紫薇) zǐwēi <百日紅> さるすべり {紫薇} tử vi ◊ crape myrtle

백자 [白磁] (白磁) bái cí <白磁> はくじ {白磁} bạch từ ◊ white porcelain

백작 [伯爵] (伯爵) bójué <伯爵> はくしゃく {伯爵} bá tước ◊ count; earldom

백전백승 [百戰百勝] (百战百胜) bǎi zhàn bǎi shèng <百戰百勝> ひゃくせんひゃくしょう {百戰百勝} bách chiến bách thắng ◊ win all battles

백절불요 [百折不撓] (百折不挠) bǎi zhé bù náo <百折不撓> ひゃくせつふどう {百折不撓} bách chiết bất nạo ◊ indefatigability; indomitableness

백조 [白鳥] (天鹅) tiān'é <白鳥> はくちょう {天鵝} thiên nga ◊ swan

백종 [百種] (百种) bǎi zhǒng <百種> ひゃくしゅ {百種} bách chủng ◊ hundred of

백주 [白酒] (白酒) báijiǔ <白酒> しろざけ {白酒} bạch từu ◊ liquor

백지 [白芷] (白芷) báizhǐ <白芷> びゃくし {白芷} bạch chỉ ◊ angelica dahurica

백지 [白紙] (白纸) bái zhǐ <白紙> はくし {白紙} bạch chỉ ◊ blank paper; white paper

백채 [白菜] (白菜) báicài <白菜> はくさい|パクチョイ {白菜} bạch thái ◊ cabbage; cultivars with white stalks; pak choi; bok choy

백척간두 [百尺竿頭] (百尺竿头) bǎi chě gān tóu <百尺竿頭> ひゃくしゃくかんとう {百尺竿頭} bách xích can đâu ◊ highest level one can attain

백초 [百草] (百草) bǎicǎo <百草> ひゃくそう {百草} bách thảo ◊ herbs

백출 [白朮] (白术) báizhú <白朮> びゃくじゅつ {白朮} bạch truật ◊ Largehead Atractylodes; White Atractylodes

백치 [白齒] (白齿) bái chǐ <白齒> しらは {皶齓} răng trắng ◊ white teeth

백치 [白雉] (白雉) bái zhì <白雉> しろいきじ {鴀雉齓} chim trĩ trắng ◊ white pheasant

백탄 [白炭] (白炭) bái tàn <白炭> はくたん {白炭} bạch thán ◊ white coal

백토 [白兔] (白兔) bái tù <白兔> しろうさぎ {白兔} bạch thỏ ◊ white rabbit

백판 [白板] (白板) bái bǎn <白板> しらいた {白板} bạch bản ◊ whiteboard

백폐 [百弊] (百弊) bǎi bì <百弊> ひゃくへい {百弊} bách tệ ◊ hundred disadvantages

백포도주 [白葡萄酒] (白葡萄酒) bái pútaojiǔ <白ワイン> しろ wine {瀟醿齓} rượu vang trắng ◊ white wine

백학 [白鶴] (白鹤) báihè <白鶴> しらつる {白鶴} bạch hạc ◊ siberian crane

백한 [白鷳] (白鹇) bái xián <白鷳> はっかん {白鷳} bạch nhàn ◊ silver pheasant

백합 [百合] (百合) bǎihé <百合> ゆり {花嗦鍍} hoa loa kèn ◊ lily

백해 [百害] (百害) bǎi hài <百害> ひゃくがい {百害} bách hại ◊ all kinds of harms

백혈구 [白血球] (白血球) báixuèqiú <白血球> はっけっきゅう {白血球} bạch huyết cầu ◊ leukocyte

백혈병 [白血病] (白血病) báixuèbìng <白血病> はっけつびょう {病白血} bệnh bạch cầu ◊ leukemia

백호 [白虎] (白虎) báihǔ <白虎> びゃっこ {白虎} bạch hổ ◊ white tiger

백화 [白話] (白话) báihuà <白話> はくわ {白話} bạch thoại ◊ vernacular speeches; Cantonese

백화 [白樺] (白桦) bái huà <白樺> しらかんば {白樺} bạch hoa ◊ birch

백화 [百花] (百花) bǎi huā <百花> ひゃっか {百花} bách hoa ◊ hundreds of flowers

백화 [百貨] (百货) bǎihuò <百貨> ひゃっか {百貨} bách hóa ◊ general merchandise

백화점 [百貨店] (百货商店) bǎihuò shāngdiàn <百貨店> ひゃっかてん {鄆阬百貨} cửa hàng bách hóa ◊ department store

백화제방 [百花齊放] (百花齐放) bǎi huā qífàng <百花齐放> ひゃっかせいほう {百花齊放} bách hoa tề phóng ◊ let a hundred flowers blossom

백후 [白喉] (白喉) báihóu <白喉> しろのど {白喉} bạch hầu ◊ diphtheria

뱃놀이 [一] (乘船游玩) chéngchuán yóuwán <舟遊び> ふなあそび {撈船} chèo thuyền ◊ boating; sailing

뱃멀미 [一] (晕船) yùnchuán <船酔い|舟酔い> ふなよい {迷船} mê thuyền ◊ seasick

뱃사공 [뱃沙工] (船夫) chuánfū <船頭> せんどう {㕵撈船} người chèo thuyền ◊ boatman

버드나무 [一] (柳树) liǔshù <柳> やなぎ {柳} liễu ◊ willow

버리다 [一] (丢弃) diūqì <捨てる> すてる {瀨捕} loại bỏ ◊ discard

버스 [bus] (公共汽车) gōnggòng qìchē <バス> bus {車轍} xe buýt ◊ bus

번각 [翻刻] (翻印) fānyìn <翻刻> ほんこく {事抑棘} sự in lại ◊ reprint; dubbing

번뇌 [煩惱] (烦恼) fánnǎo <煩悩> ぼんのう {煩惱} phiền não ◊ anguish; upset

번민 [煩悶] (烦闷) fánmèn <煩悶> はんもん {煩悶} phiền muộn ◊ bored

번성 [繁盛] (繁盛) fánshèng <繁盛> はんじょう {繁盛} phồn thịnh ◊ prosperous

번식 [繁殖] (繁殖) fánzhí <繁殖> はんしょく {繁殖} phồn thực ◊ reproduction

번식 [繁殖] (传种) chuánzhǒng <伝種> でんしゅ {傳種} truyền chủng ◊ seeding

번식능력 [繁殖能力] (繁殖能力) fánzhí nénglì <繁殖能力> はんしょくのうりょく {能力繁殖} năng lực phồn thực ◊ reproductive potential

번안 [飜案] (翻案) fān’àn <翻案> ほんあん {翻案} phiên án ◊ reverse a verdict

번역 [飜譯|翻譯] (翻译) fānyì <翻訳> ほんやく {翻譯} phiên dịch ◊ translation

번역가 [飜譯家|翻譯家] (翻译家) fānyì jiā <翻訳家> ほんやくか {通譯員} thông dịch viên ◊ translator

번영 [繁榮] (繁荣) fánróng <繁栄> はんえい {繁榮} phồn vinh ◊ prosperity

번왕 [藩王] (藩王) fān wáng <藩王> はんおう {藩王} phiên vương ◊ maharaja; maharajah; nawab

번잡 [煩雜] (繁复) fánfù <繁複> しげふく {繁複} phồn phức ◊ complicated

번잡 [繁雜] (繁杂) fánzá <繁雑> はんざつ {繁雜} phồn tạp ◊ complicated

번체 [繁體] (繁体) fántǐ <繁体> はんたい {繁體} phồn thể ◊ traditional Chinese Character

번체자 [繁體字] (繁体字) fántǐzì <繁体字> はん

たいじ {矜繁體} chữ phồn thể ◊ traditional a Hanzi, Hanja, Kanji or Chu Han

번호 [番號] (号码) hàomǎ <番号> ばんごう {數} số ◊ number

번호판 [番號版] (牌照) páizhào <ナンバープレート> number plate {匾數車} biển số xe ◊ license plate

번화 [繁華] (繁华) fánhuá <繁華> はんか {繁華} phồn hoa ◊ bustling

번화가 [繁華街] (繁华街) fánhuá jiē <繁華街> はんかがい {區商賣} khu thương mại ◊ business district

벌금 [罰金] (罚金) fájīn <罰金> ばっきん {罰金} phạt kim ◊ fine money

벌꿀 [一] (蜂蜜) fēngmì <蜂蜜> はちみつ {蜂蜜} phong mật ◊ honey

벌목 [伐木] (伐木) fámù <伐木> ばつぼく {伐木} phạt mộc ◊ logging

벌목공 [伐木工] (伐木工) fámù gōng <伐木工> ばつぼくこう {僖拖棋; 僖棲} thợ đốn gỗ; thợ rừng ◊ lumberjack

벌목장 [伐木場] (伐木地) fámù dì <材木置き場> ざいもくおきば {廠棋} xưởng gỗ ◊ logging yard

벌채 [伐採] (采伐) cǎifá <伐採> ばっさい {拖棋} đốn gỗ ◊ logging

벌칙 [罰則] (罚则) fá zé <罰則> ばっそく {罰則} phạt tắc ◊ penalties

범람 [汎濫|氾濫] (泛滥) fànlàn <氾濫> はんらん {氾濫} phiếm lạm ◊ inundate

범례 [凡例] (图例) túlì <凡例> はんれい {咥覘注} lời ghi chú ◊ legend

범법자 [犯法者] (犯法者) fànfǎ zhě <法律違反者> ほうりついはんしゃ {㑢違犯法律} thằng vi phạm pháp luật ◊ lawbreaker

범부 [凡夫] (凡夫) fánfū <凡夫> ぼんぷ {㑢平常} người bình thường ◊ ordinary person

범상 [犯狀] (罪情) zuì qíng <犯情> はんじょう {罪情} tội tình ◊ details of a criminal case

범선 [帆船] (帆船) fānchuán <帆船> ほぶね {艚帆} tàu buồm ◊ sailboat

범속 [凡俗] (凡俗) fánsú <凡俗> ぼんぞく {凡俗} phàm tục ◊ mediocrity

범어 [梵語] (梵语) fàn yǔ <梵語> ぼんご {嗜梵} tiếng Phạn ◊ Sanskrit

범위 [範圍] (范围) fànwéi <範囲> はんい {範圍} phạm vi ◊ range; scope; extent

범인 [凡人] (凡人) fánrén <凡人> ぼんじん {㑢

平常} người bình thường ◊ ordinary person

범인 [犯人] (犯人) fànrén <犯人> はんにん {犯人} phạm nhân ◊ prisoner

범죄 [犯罪] (犯罪) fànzuì <犯罪> はんざい {犯罪} phạm tội ◊ crime

범죄사건 [犯罪事件] (犯案) fàn'àn <犯罪事件> はんざいじけん {犯案} phạm án ◊ commit a crime

범죄율 [犯罪率] (犯罪率) fànzùi lù <犯罪率> はんざいりつ {罪例} tội lệ ◊ crime rate

범죄인 [犯罪人] (罪犯) zuìfàn <犯罪人> はんざいにん {罪犯} tội phạm ◊ criminal

범주 [範疇] (范畴) fànchóu <範疇> はんちゅう {範疇} phạm trù ◊ category

범학 [범學] (梵学) fàn xué <梵学> ぼんがく {梵學} Phạn Học ◊ Sanskrit Science

법과 [法科] (法科) fǎ kē <法科> ほうか {法科} pháp khoa ◊ legal science

법관 [法官] (法官) fǎguān <法官> ほうかん {法官} pháp quan ◊ judge

법규 [法規] (法规) fǎguī <法規> ほうき {法規} pháp quy ◊ statute

법도 [法度] (法度) fǎdù <法度> はっと {法度} quy chế ◊ statutes

법령 [法令] (法令) fǎlìng <法令> ほうれい {法令} pháp linh ◊ decree

법례 [法例] (法例) fǎ lì <法例> ほうれい {法例} pháp lệ ◊ legislation

법률 [法律] (法律) fǎlù <法律> ほうりつ {法律} pháp luật ◊ law

법률간섭 [法律干涉] (法律干预) fǎlù gānyù <法律干涉> ほうりつかんしょう {干涉法理} can thiệp pháp lý ◊ legal intervention

법률규범 [法律規範] (法律规范) fǎlù guīfàn <法律規範> ほうりつきはん {規範法律} quy phạm pháp luật ◊ legal norms

법률규정 [法律規定] (法律规定) fǎlù guīdìng <法律規定> ほうりつきてい {律定} luật định ◊ legal provisions

법률사무소 [法律事務所] (律师事务所) lǜshī shìwùsuǒ <法律事務所> ほうりつじむしょ {文房律師} văn phòng luật sư ◊ lawyer's office

법률상담 [法律相談] (法律咨询) fǎlù zīxún <法律相談> ほうりつそうだん {諮問法律} tư vấn pháp luật ◊ legal advice

법률준수 [法律遵守] (遵守法律) zūnshǒu fǎlù <法律遵守> ほうりつじゅんしゅ {遵守法律} tuân

thủ pháp luật ◊ law-abiding

법률집행 [法律執行] (执法) zhífǎ <法律執行> ほうりつしっこう {實施法律} thực thi pháp luật ◊ enforce the law

법률체계 [法律體系] (法律体系) fǎlù tǐxì <法律体系> ほうりつたいけい {法系} pháp hệ ◊ jurisprudence system

법률학자 [法律學者] (法律学家) fǎlù xué jiā <法律学者> ほうりつがくしゃ {律家} luật gia ◊ legalist; jurisprudent

법리 [法理] (法理) fǎlǐ <法理> ほうり {理法} lý pháp ◊ law; jurisprudence

법명 [法名] (法名) fǎmíng <法名> ほうみょう {法名} pháp danh ◊ legal name

법무 [法務] (法务) fǎ wù <法務> ほうむ {法務} pháp vụ ◊ legal business

법사 [法師] (法师) fǎshī <法師> ほうし {法師} pháp sư ◊ monk

법술 [法術] (法术) fǎshù <法術> ほうじゅつ {法術} pháp thuật ◊ supernatural feat

법안 [法案] (法案) fǎ'àn <法案> ほうあん {法案} pháp án ◊ draft bill

법원 [法院] (法院) fǎyuàn <法院> ほういん {法院} pháp viện ◊ court

법원공무원 [法院公務員] (法院官员) fǎyuàn guānyuán <裁判所職員> さいばんしょしょくいん {官職座案} quan chức tòa án ◊ court official

법의 [法衣] (法衣) fǎyī <法衣> ほうい {法衣} pháp y ◊ vestment; cassock

법의 [法醫] (法医) fǎyī <法医> ほうい {法醫} pháp y ◊ forensic medical examiner; medicolegal physician

법의학 [法醫學] (法医学) fǎyīxué <法医学> ほういがく {法醫學} pháp y học ◊ forensic science

법인 [法人] (法人) fǎrén <法人> ほうじん {法人} pháp nhân ◊ juridical person

법인등기 [法人登記] (法人登记) fǎrén dēngjì <法人登記> ほうじんとうき {登記法人} đăng ký pháp nhân ◊ registration of corporation

법전 [法典] (法典) fǎdiǎn <法典> ほうてん {法典} pháp điển ◊ legal codes

법정 [法定] (法定) fǎdìng <法定> ほうてい {法定} pháp định ◊ legal

법정 [法庭] (法庭) fǎtíng <法庭> ほうにわ {法庭} pháp đình ◊ court

법정기소 [法庭起訴] (法庭起诉) fǎtíng qǐsù <法庭起訴> ほうにわきそ {告訴法庭} cáo tố pháp đình ◊ indictment at court

법정화폐 [法定貨幣] (法定货币) fǎdìng huòbì <法定貨幣> ほうていかへい {法幣} pháp tệ ◊ legal money

법제 [法制] (法制) fǎzhì <法制> ほうせい {法制} pháp chế ◊ legal

법조 [法曹] (法律) fǎlǜ <法曹> ほうそう {雲法律} nghề pháp luật ◊ legal profession; judicial officer; lawyer; attorney

법조계 [法曹界] (法律界) fǎlǜ jiè <法曹界> ほうそうかい {雲律師} nghề luật sư ◊ legal profession

법조인 [法曹人] (司法人员) sīfǎ rényuán <法曹人> ほうそうじん {人員司法} nhân viên tư pháp ◊ legal profession

법집행 [法執行] (法律执行) fǎlǜ zhíxíng <法執行> ほうしっこう {實施法律} thực thi pháp luật ◊ enforcement of legislation

법첩 [法帖] (法帖) fǎ tiē <法帖> ほうじょう {法帖} pháp thiếp ◊ model calligraphy

법치 [法治] (法治) fǎzhì <法治> ほうち {法治} pháp trị ◊ rule of law

법칙 [法則] (法则) fǎzé <法則> ほうそく {法則} pháp tắc ◊ law; rule

법학 [法學] (法学) fǎxué <法学> ほうがく {法學} pháp học ◊ jurisprudence

법학과 [法學科] (法学系) fǎxué jì <法学部> ほうがくぶ {科律} khoa luật ◊ department of law

법회 [法會] (法会) fǎhuì <法会> ほっえ {法會} pháp hội ◊ ceremony; law society

벗다 [－] (脱下) tuōxià <脱ぐ> ぬぐ {搦裙襖} cởi quần áo ◊ undress

벚꽃 [－] (櫻桃花) yīngtáohuā <桜花> おうか {花櫻桃} hoa anh đào ◊ cherry blossom

벚꽃놀이 [－] (赏樱) shǎng yīng <観桜> かんおう {瞜花櫻桃} ngắm hoa anh đào ◊ cherry blossom viewing

베개 [－] (枕头) zhěntou <枕> まくら {襘袷} gối ◊ pillow

베니어합판 [veneer 合板] (胶合板) jiāohébǎn <ベニヤ合板> veneer ごうはん {籏攊} ván ép ◊ plywood

벼농사 [벼農事] (种稻) zhǒng dào <稲作> いなさく {種薯} trồng lúa ◊ rice cropping

벼슬 [－] 官职 guānzhí <官職> かんしょく {官職} quan chức ◊ official position

벼슬살이 [－] 当官 dāng guān <役人に成る> やくにんになる {多官} làm quan ◊ be an official

벼이삭 [－] (稻穗) dàosuì <稲穂> いなほ {橌稬秕稬枛稬芇薔} bông lúa ◊ rice head

벽 [壁] (墙) qiáng <壁> かべ {牆} tường ◊ wall

벽공 [碧空] (碧空) bìkōng <碧空> へきくう {碧空} bích không ◊ blue sky

벽난로 [壁暖爐] (壁炉) bìlú <暖炉> だんろ {爐炓} lò sưởi ◊ fireplace

벽돌 [甓돌] (砖头) zhuāntou <煉瓦> れんが {坏甀墶磚磚瘑碙} gạch ◊ brick

벽등 [壁燈] (壁灯) bìdēng <壁面照明> へきめんしょうめい {鐙牆} đèn tường ◊ wall light

벽면 [壁面] (墙面) qiáng miàn <壁面> へきめん {楄牆} mặt tường ◊ wall

벽수 [碧水] (碧水) bì shuǐ <碧水> へきすい {碧水} bích thủy ◊ clear water

벽시계 [壁時計] (挂钟) guàzhōng <掛け時計> かけどけい {銅鏰撩牆} đồng hồ treo tường ◊ wall clock

벽옥 [碧玉] (碧玉) bìyù <碧玉> へきぎょく {碧玉} bích ngọc ◊ jasper

벽장 [壁欌] (橱柜) chúguì <戸棚> とだな {楄箸} tủ ◊ cabinet

벽지 [壁紙] (壁纸) bìzhǐ <壁紙> かべがみ {緗攔墙} giấy dán tường ◊ wallpaper

벽촌 [僻村] (偏僻山村) piānpì shāncūn <辺鄙山村> へんぺきさんそん {廊峛灐踇} làng núi hẻo lánh ◊ remote mountain village

벽판 [壁板] (壁板) bì bǎn <壁板> かべいた {板牆} ván tường ◊ wainscot; wall panel

벽해 [碧海] (碧海) bì hǎi <碧海> へきかい {碧海} bích hải ◊ blue sea

벽화 [壁畫] (壁画) bìhuà <壁画> へきが {壁畫} bích họa ◊ mural; fresco

변강 [邊疆] (边疆) biānjiāng <辺疆> へんきょう {邊疆} biên cương ◊ borderland

변격 [變格] (变格) biàngé <変格> へんかく {變格} biến cách ◊ translative

변경 [邊境] (边境) biānjìng <辺境> へんきょう {邊境} biên cảnh ◊ border

변경 [變更] (变更) biàngēng <変更> へんこう {變更} biến canh ◊ alter

변계 [邊界] (边界) biānjiè <辺疆> へんきょう {邊界} biên giới ◊ boundary

변계지대 [邊界地帶] (边界地带) biānjiè dìdài <辺疆地帶> へんきょうちたい {碽帶邊界} vành đai biên giới ◊ boundary zone

변고 [變故] (变故) biàngù <变故> へんこ {變故} biến cố ◊ misfortune; mishap

변기 [便器] (马桶) mǎtǒng <便器> べんき {盆球} bồn cầu ◊ toilet

변동 [變動] (变动) biàndòng <变動> へんどう {變動} biến động ◊ alteration; fluctuation

변두리 [邊두리] (边远) biānyuǎn <边塞> へんさい {邊遠} biên viễn ◊ remote area

변란 [變亂] (变乱) biànluàn <变乱> へんらん {變亂} biến loạn ◊ disturbance

변명 [辨明] (辩白) biànbái <弁明> べんめい {辯白} biện bạch ◊ offer an explanation

변박 [辯駁] (辩驳) biànbó <弁駁> べんばく {辯駁} biện bác ◊ refute

변방 [邊防] (边防) biānfáng <辺防> へんぼう {邊防} biên phòng ◊ border defense

변별 [辨別] (辨别) biànbié <弁別> べんべつ {辨別} biện biệt ◊ distinguish

변색 [變色] (变色) biànsè <变色> へんしょく {變色} biến sắc ◊ discoloration

변성 [變成] (变成) biànchéng <变成> へんせい {變成} biến thành ◊ become

변성 [變性] (变性) biànxìng <变性> へんせい {變性} biến tính ◊ denaturation; transsexualism

변성제 [變性劑] (变性剂) biànxìng jì <变性剂> へんせいざい {質變性} chất biến tính ◊ denaturant

변속 [變速] (变速) biànsù <变速> へんそく {變速} biến tốc ◊ variable speed

변수 [邊陲] (边陲) biānchuí <辺陲> へんすい {邊陲} biên thùy ◊ border

변수 [變數] (变数) biànshù <变数> へんすう {變數} biến số ◊ variable

변압 [變壓] (变压) biàn yā <变压> へんあつ {變壓} biến áp ◊ transform

변압기 [變壓器] (变压器) biànyāqì <变压器> へんあつき {檻變勢} máy biến thế ◊ transformer

변양 [變樣] (变样) biànyàng <变様> へんよう {變樣} biến dạng ◊ metamorphosis

변음기호 [變音記號] (变音符) biàn yīnfú <音便符> おんびんぷ {晒變音} dấu biến âm ◊ diacritical mark

변이 [變異] (变异) biànyì <变异> へんい {變異} biến dị ◊ variation; mutations

변장 [變裝] (乔装) qiáozhuāng <变装> へんそう {僞裝} ngụy trang ◊ disguise

변전 [變轉] (变转) biàn zhuǎn <变転> へんてん {變轉} biến chuyển ◊ mutation; change

변전소 [變電所] (变电站) biàndiànzhàn <变電所> へんでんしょ {站變壓} trạm biến áp ◊ transformer station

변절 [變節] (变节) biànjié <变節> へんせつ {變節} biến tiết ◊ apostate

변조 [變調] (变调) biàndiào <变調> へんちょう {轉調} chuyển điệu ◊ tone change

변종 [變種] (变种) biànzhǒng <变種> へんしゅ {變種} biến chủng ◊ variant

변증 [辯證] (辩证) biànzhèng <弁証> べんしょう {辯證} biện chứng ◊ dialectical

변증법 [辯證法] (辩证法) biànzhèngfǎ <弁証法> べんしょうほう {瑤辯證} phép biện chứng ◊ dialectics

변질 [變質] (变质) biànzhì <变質> へんしつ {變質} biến chất ◊ spoilage

변천 [變遷] (变迁) biànqiān <变遷> へんせん {升沉|昇沈} thăng trầm ◊ vicissitudes

변체 [變體] (变体) biàntǐ <变体> へんたい {變體} biến thể ◊ abnormality

변칙 [變則] (变则) biàn zé <变則> へんそく {不常} bất thường ◊ irregularity

변태 [變態] (变态) biàntài <变態> へんたい {變態} biến thái ◊ metamorphosis; abnormal

변함없다 [變함없다] (无变化) wú biànhuà <变更なし> へんこうなし {空饑鼬|空嵤擲} không thay đổi ◊ unchanged

변혁 [變革] (变革) biàngé <变革> へんかく {變革} biến cách ◊ change; reform; revolution

변혈 [便血] (便血) biànxiě <便血> びんけつ {血便} huyết tiện ◊ blood in stool

변형 [變形] (变形) biànxíng <变形> へんけい {變形} biến dạng ◊ deformation

변호 [辯護] (辩护) biànhù <弁護> べんご {辯護} biện hộ ◊ defend

변호사 [辯護士] (律师) lùshī <弁護士> べんごし {律師} luật sư ◊ lawyer

변화 [變化] (变化) biànhuà <变化> へんか {變化} biến hóa ◊ variation

변화율 [變化率] (变化率) biànhuà lǜ <变化率> へんかりつ {比例饑鼬} tỷ lệ thay đổi ◊ ratio of change

변환 [變幻] (变幻) biànhuàn <变幻> へんげん {變幻} biến ảo ◊ change irregularly

변환 [變換] (变换) biànhuàn <变換> へんかん {變換} biến hoán ◊ transform

별 [一] (星星) xīngxing <星> ほし {輕暈鞾} sao ◊ star

별건 [別件] (别件) bié jiàn <別件> べっけん {別件} biệt kiện ◊ separate case

별동대 [別動隊] (别动队) biédòngduì <別動隊> べつどうたい {別動隊} biệt động đội ◊ special detachment

별로 [別로] (不怎么) bùzěnme <余りじゃない> あまりじゃない {空過} không quá ◊ not very

별리 [別離] (别离) biélí <別離> べつり {別離} biệt ly ◊ separation

별말씀 [別말씀] (哪里的话) nǎlǐ de huà <とんでも無い> とんでもない {輯铖如圖|輫铖如丕} sao nên như vậy ◊ why should it be

별명 [別名] (别名) biémíng <別名> べつめい {別名} biệt danh ◊ alias

별서 [別墅] (度假村) dùjiàcūn <別墅> べっしょ {妸衕} nhà nghỉ ◊ holiday home

별인 [別人] (别人) biéren <別人> べつじん {趴咯} người khác ◊ different person

별자 [別字] (别字) biézì <別字> べつじ {別字} biệt tự ◊ mispronounced or wrongly written character; ghost word

별장 [別莊] (别墅) biéshù <別莊> べっそう {別墅} biệt thự ◊ villa

별파 [別派] (别派) biè pài <別派> べっぱ {別派} biệt phái ◊ separate faction

볏가을 [一] (割稻子) gē dàozi <稲刈り> いねかり {秸穡} gặt lúa ◊ rice reaping

병 [瓶] (瓶) píng <瓶> びん {破} chai ◊ bottle

병가 [兵家] (兵家) bīngjiā <兵家> へいか {兵家} binh gia ◊ arms and soldiers

병거 [兵車] (军车) jūnchē <兵車> へいしゃ {軍車} quân xe ◊ military vehicle; war chariot; vehicle of chess

병권 [兵權] (兵权) bīngquán <兵権> へいけん {兵權} binh quyền ◊ military power

병근 [病根] (病根) bìnggēn <病根> びょうこん {根病} căn bệnh ◊ disease root

병기 [兵器] (兵器) bīngqì <兵器> へいき {兵器} binh khí ◊ weapons

병따개 [瓶따개] (起子) qǐzi <栓抜き> せんぬき {用具鞾破} dụng cụ mở chai ◊ bottle opener

병력 [兵力] (兵力) bīnglì <兵力> へいりょく {兵力} binh lực ◊ troops

병력 [病歷] (病历) bìnglì <カルテ> Karte {病歷} bệnh lịch ◊ medical records

병렬 [倂列] (并列) bìngliè <並列> へいれつ {倂列} tính liệt ◊ parallel

병리생리학 [病理生理學] (病理生理学) bìnglǐ shēnglǐxué <病理生理学> びょうりせいりがく {學生理病} học sinh lý bệnh ◊ pathophysiology

병리학 [病理學] (病理学) bìnglǐxué <病理学> びょうりがく {病理} bệnh học ◊ pathology

병리학과 [病理學科] (病理学系) bìnglǐxué jì <病理科> びょうりか {科病理} khoa bệnh lý ◊ pathology

병립 [竝立] (并立) bìnglì <並立> へいりつ {挐瑝尒饑} đi đôi với nhau ◊ concomitance

병마 [兵馬] (兵马) bīngmǎ <兵馬> へいば {兵馬} binh mã ◊ soldiers and horses

병마 [病魔] (病魔) bìngmó <病魔> びょうま {病魔} bệnh ma ◊ disease

병법 [兵法] (兵法) bīngfǎ <兵法> ひょうほう {兵法} binh pháp ◊ art of war

병변 [兵變] (兵变) bīngbiàn <兵変> へいへん {兵變} binh biến ◊ mutiny

병변 [病變] (病变) bìngbiàn <病変> びょうへん {病變} bệnh biến ◊ pathological changes

병부 [兵部] (兵部) bīngbù <兵部> ひょうぶ {兵部} binh bộ ◊ military department

병비 [兵備] (兵备) bīng bèi <兵備> へいび {兵備} binh bị ◊ armament

병사 [兵士] (兵士) bīngshì <兵士> へいし {兵士} quân nhân ◊ soldier

병사 [兵事] (兵事) bīng shì <兵事> へいじ {兵事} binh sự ◊ military affairs

병사 [病死] (病死) bìngsǐ <病死> びょうし {病死} bệnh tử ◊ death from disease;

병상 [病牀] (病床) bìngchuáng <病床> びょうしょう {牀病} giường bệnh ◊ sickbed

병상 [病狀] (病状) bìngzhuàng <病状> びょうじょう {情狀病} tình trạng bệnh ◊ disease condition

병서 [兵書] (兵书) bīngshū <兵書> へいしょ {兵書} binh thư ◊ book on military art

병선 [兵船] (战船) zhànchuán <兵船> へいせん {戰船} chiến thuyền ◊ warship

병세 [病勢] (病情) bìngqíng <病勢> びょうせい {病狀} bệnh trạng ◊ patient's condition; state of illness

병실 [病室] (病室) bìngshì <病室> びょうしつ {房病} phòng bệnh ◊ hospital room

병아 [病兒] (病儿) bìngr <病児> やまいじ {病兒} bệnh nhi ◊ sick child

병에 걸리다 [一] (患病) huànbìng <患う> わずら
う {被病} bị bệnh ◊ fall ill

병역 [兵役] (兵役) bīngyì <兵役> へいえき {兵
役} binh dịch ◊ military service

병원 [病院] (医院) yīyuàn <病院> びょういん
{病院} bệnh viện ◊ hospital

병원균 [病原菌] (病原菌) bìngyuánjūn <病原菌>
びょうげんきん {微菌核病} vi khuẩn gây bệnh
◊ pathogenic bacteria

병음 [拼音] (拼音) pīnyīn <拼音> ぴんいん {拼
音} bính âm ◊ transcribe phonetically; phonetic
transcription; Pinyin

병인 [病人] (病人) bìngrén <病人> びょうにん
{駄病} người bệnh ◊ patient

병장 [兵將] (兵将) bīng jiāng <官兵> かんぺい
{兵將} binh tướng ◊ soldier and officer

병제 [兵制] (兵制) bīngzhì <兵制> へいせい {兵
制} binh chế ◊ military system

병종 [兵種] (兵种) bīngzhŏng <兵種> へいしゅ
{兵種} binh chùng ◊ troop classes

병증 [病症] (病症) bìngzhèng <病症> びょうしょ
う {病症} bệnh chứng ◊ disease

병체 [病體] (病体) bìng tǐ <病体> びょうたい
{病體} bệnh thể ◊ sick body

병태 [病態] (病态) bìngtài <病態> びょうたい
{病態} bệnh thái ◊ morbidity

병폐 [病弊] (弊病) bìbìng <病弊> びょうへい
{弊病} tệ bệnh ◊ evil influence; ill effect

병풍 [屏風] (屏风) píngfēng <屏風> びょうぶ
{屏風} bình phong ◊ folding screen

병학 [兵學] (兵学) bīng xué <兵学> へいがく
{兵學} binh học ◊ military science

보건 [保健] (保健) băojiàn <保健> ほけん {保健}
bảo kiện ◊ health care

보검 [寶劍] (宝剑) băojiàn <宝剣> ほうけん {寶
劍} bảo kiếm ◊ treasured sword

보결 [補缺] (补缺) bǔquē <補欠> ほけつ {補缺}
bổ khuyết ◊ filling a vacancy

보고 [報告] (报告) bàogào <報告> ほうこく {報
告} báo cáo ◊ report

보고서 [報告書] (报告书) bàogàoshū <報告書>
ほうこくしょ {報告書} báo cáo thư ◊ written
report

보고자 [報告者] (报告员) bàogàoyuán <報告者>
ほうこくしゃ {報告員} báo cáo viên ◊ reporter

보관 [保管] (保管) băoguǎn <保管> ほかん {保
管} bảo quản ◊ safekeeping; deposit; storage

보국 [報國] (报国) bàoguó <報国> ほうこく {報
國} báo quốc ◊ dedicate oneself to one's country

보급 [補給] (补给) bǔjǐ <補給> ほきゅう {補給}
bổ cấp ◊ supply

보급 [普及] (推广) tuīguǎng <広報> こうほう
{普遍} phổ biến ◊ popularize

보다 [一] (看见) kànjiàn <見る> みる {眂} xem ◊
see

보답 [報答] (报答) bàodá <報答> ほうとう {報
答} báo đáp ◊ repay

보덕 [報德] (报德) bàodé <報徳> ほうとく {報
德} báo đức ◊ pay a debt of gratitude

보도 [寶刀] (宝刀) băo dāo <宝刀> ほうとう {寶
刀} báo đao ◊ treasure knife

보도 [報道] (报道) bàodào <報道> ほうどう {報
道} báo đạo ◊ news report

보도 [步道] (人行道) rénxíngdào <歩道> ほどう
{埠壥} via hè ◊ footpath

보도 [輔導] (辅导) fŭdăo <輔導> ほどう {輔導}
phụ đạo ◊ tutor; give advise in study; guidance

보리수 [菩提樹] (菩提树) pútíshù <菩提樹> ぼだ
いじゅ {菩提} bồ đề ◊ bodhi tree; tree of Buddha

보명 [保命] (保命) băomìng <保命> ほめい {保
命} bảo mệnh ◊ life preservation

보물 [寶物] (宝物) băowù <宝物> ほうもつ {寶
物} báu vật ◊ treasure

보물선 [寶物船] (宝船) băo chuán <宝船> たから
ぶね {寶船} báo thuyền ◊ treasure ship

보병 [步兵] (步兵) bùbīng <歩兵> ふひょう {步
兵} bộ binh ◊ infantry

보복 [報復] (报复) bàofù <報復> ほうふく {報
復} báo phục ◊ revenge

보사 [報謝] (报谢) bào xiè <報謝> ほうしゃ {報
謝} báo tạ ◊ express gratitude; repaying a favor;
remuneration

보살 [菩薩] (菩萨) púsà <菩薩> ぼさつ {菩薩}
Bồ Tát ◊ Buddha

보상 [補償] (补偿) bǔcháng <補償> ほしょう
{補償} bổ thường ◊ compensate

보석 [保釋] (保释) băoshì <保釈> ほしゃく {保
釋} bảo thích ◊ release on bail

보석 [寶石] (宝石) băoshí <宝石> ほうせき {寶
石} bảo thạch ◊ gems

보석금 [保釋金] (保释金) băoshì jīn <保釈金> ほ
しゃくきん {錢保領} tiền bảo lãnh ◊ bail

보석상 [寶石商] (珠宝商) zhūbăo shāng <宝石商>
ほうせきしょう {商人移貴} thương nhân đá quý

◊ jeweler

보석함 [寶石函] (首饰盒) shǒushì hé <宝石箱> ほうせきばこ {盒裝飾|喱粧飾} hộp trang sức ◊ jewelry box

보세 [保稅] (保税) bǎoshuì <保税> ほぜい {保稅} bảo thuế ◊ bonded

보수 [保守] (保守) bǎoshǒu <保守> ほしゅ {保守} bảo thủ ◊ conservative

보수 [報酬] (报酬) bàochou <報酬> ほうしゅう {報酬} báo thù ◊ remuneration

보수 [補修] (修补) xiūbǔ <修補> しゅうほ {修繕} tu sửa ◊ repair

보습 [補濕] (保湿) bǎo shī <保湿> ほしつ {保濕} bảo thấp ◊ moisturizing

보안경 [保眼鏡] (护目镜) hù mùjìng <安全ゴーグル> あんぜん goggle {鏡保護} kính bảo hộ ◊ safety goggles

보양 [保養] (保养) bǎoyǎng <保養> ほよう {保養} bảo dưỡng ◊ maintenance

보어 [補語] (补语) bǔyǔ <補語> ほご {補語} bổ ngữ ◊ complement

보옥 [寶玉] (宝玉) bǎo yù <宝玉> ほうぎょく {寶玉} bảo ngọc ◊ jade

보온 [保溫] (保温) bǎowēn <保温> ほおん {保管熱} bảo quản nhiệt ◊ heat insulation; heat preservation

보온병 [保溫瓶] (热水瓶) rèshuǐpíng <魔法瓶> まほうびん {瀞} phích ◊ vacuum flask

보온성 [保溫性] (保温性) bǎowēn xìng <保温性> ほおんせい {性窂持} tính giữ nhiệt ◊ warmth retentivity

보온의류 [保溫衣類] (保暖衣) bǎonuǎn yī <保温ウエア> ほおん wear {裙襖窂熱} quần áo giữ nhiệt ◊ thermals

보온재 [保溫材] (保温材) bǎowēn cái <保温材> ほおんざい {物料隔熱} vật liệu cách nhiệt ◊ insulation materials

보완 [補完] (相辅相成) xiāng fǔ xiāng chéng <補完> ほかん {補充賑饒} bổ sung cho nhau ◊ complementation; supplementation

보용 [補用] (补用) bǔ yòng <補用> ほよう {補用} bổ dụng ◊ supplementary

보위 [保衛] (保卫) bǎowèi <保衛> ほえい {保衛} bảo vệ ◊ defend

보은 [報恩] (报恩) bào'ēn <報恩> ほうおん {報恩} báo ân ◊ repay

보임 [補任] (补任) bǔ rén <補任> ぶにん {補辦}

보판 [補販] ◊ replacement

보장 [保障] (保障) bǎozhàng <保障> ほしょう {保障} bảo chướng ◊ guarantee

보장 [寶藏] (宝藏) bǎozàng <宝蔵> ほうぞう {物寶} vật báu ◊ treasure

보전 [保全] (保全) bǎoquán <保全> ほぜん {保全} bảo toàn ◊ safety keeping

보전 [寶殿] (宝殿) bǎo diàn <宝殿> ほうでん {寶殿} bảo điện ◊ deity worshipped temple hall

보정 [輔政] (辅政) fǔ zhèng <輔政> ふせい {輔政} phụ chính ◊ auxiliary policy

보조 [補助] (补助) bǔzhù <補助> ほじょ {補助} trợ cấp ◊ subsidy

보조 [步調] (步调) bùdiào <步調> ほちょう {步調} bước ◊ pace

보조 [輔助] (辅助) fǔzhù <輔助> ほじょ {輔助} phụ trợ ◊ assist

보조물질 [補助物質] (辅助物质) fǔzhù wùzhì <補助物質> ほじょぶっしつ {質輔助} chất phụ trợ ◊ ancillary material

보조연료 [補助燃料] (辅助燃料) fǔzhù ránliào <補助燃料> ほじょねんりょう {燃料輔助} nhiên liệu phụ trợ ◊ auxiliary fuel

보조전원 [補助電源] (辅助电源) fǔzhù diànyuán <補助電源> ほじょでんげん {供給電補助} cung cấp điện phụ trợ ◊ auxiliary power

보조제 [補助劑] (补助剂) bǔzhù jì <補助劑> ほじょざい {質助給} chất trợ cấp ◊ boosters

보조조건 [補助條件] (附加条件) fùjiā tiáojiàn <補助條件> ほじょじょうけん {條件補充} điều kiện bổ sung ◊ auxiliary condition

보존 [保存] (保存) bǎocún <保存> ほぞん {保存} bảo tồn ◊ save

보좌 [補佐|輔佐] (佐助) zuǒ zhù <補佐> ほさ {佐助} tá trợ ◊ provide assistance; aid

보주 [寶珠] (宝珠) bǎo zhū <宝珠> ほうしゅ {寶珠} bảo châu ◊ treasure pearls

보증 [保證] (保证) bǎozhèng <保証> ほしょう {保證} bảo chứng ◊ guarantee

보증금 [保證金] (押金) yājīn <預金> よきん {錢揹} tiền gửi ◊ deposit

보증서 [保證書] (保证书) bǎozhèng shū <保証書> ほしょうしょ {保證書} bảo chứng thư ◊ recognizance

보지 [報知] (报知) bào zhī <報知> ほうち {報知} báo tri ◊ give a notice

보충 [補充] (补充) bǔchōng <補充> ほじゅう

{補充} bổ sung ◊ supplement

보탑 [寶塔] (宝塔) bǎotǎ <宝塔> ほうとう {寶塔} bảo tháp ◊ pagoda

보통 [普通] (普通) pǔtōng <普通> ふつう {普通} bình thường ◊ ordinary

보트 [boat] (小船) xiǎochuán <舟> ふね {船弛} thuyền nhỏ ◊ boat

보편 [普遍] (普遍) pǔbiàn <普遍> ふへん {普遍} phổ biến ◊ universal

보표 [譜表] (谱表) pǔbiǎo <譜表> ふひょう {榜譜表} bảng phổ biểu ◊ spectrogram

보행 [步行] (步行) bùxíng <步行> ほこう {步行} đi ◊ walk

보행로 [步行路] (步行道) bùxíng dào <遊步道> ゆうほどう {跟踖彷踷} con đường đi dạo ◊ path of walking; pedestrian street

보험 [保險] (保险) bǎoxiǎn <保險> ほけん {保險} bảo hiểm ◊ insurance

보혈 [補血] (补血) bǔxuè <補血> ほけつ {補血} bổ huyết ◊ tonic

보호 [保護] (保护) bǎohù <保護> ほご {保護} bảo hộ ◊ protection

보호구 [保護區] (保护区) bǎohùqū <保護区> ほごく {區保存} khu bảo tồn ◊ protection zone

보호복 [保護服] (防护服) fánghù fú <防護服> ぼうごふく {裙襖保護} quần áo bảo hộ ◊ protective clothing

보호색 [保護色] (保护色) bǎohùsè <保護色> ほごしょく {鮏保衛} màu bảo vệ ◊ protective coloration

보호안경 [保護眼鏡] (防护眼镜) fánghù yǎnjìng <保護眼鏡> ほごめがね {鏡保衛} kính bảo vệ ◊ safety goggles

보호정책 [保護政策] (保护政策) bǎohù zhèngcè <保護政策> ほごせいさく {政策保衛} chính sách bảo vệ ◊ conservation policy; protectionism

보호종 [保護種] (受保护物种) shòu bǎohù wùzhǒng <保護種> ほごしゅ {類鐸保衛} loài được bảo vệ ◊ protected species

복구 [復舊] (复旧) fùjiù <復旧> ふっきゅう {復舊} phục cựu ◊ restoration

복권 [福券] (彩票) cǎipiào <福引き券> ふくびきけん {脈數} vé số ◊ lottery ticket

복권 [復權] (复权) fù quán <復權> ふっけん {復權} phục quyền ◊ rehabilitation

복덕방 [福德房] (房地产中介交易所) fángdìchǎn zhōngjiè jiāoyìsuǒ <不動産仲介取引所> ふどう

さんちゅうかいとりひきじょ {拌摲媒介不動産} trao đổi môi giới bất động sản ◊ real estate exchange agency

복도 [複道] (走廊) zǒuláng <廊下> ろうか {行廊} hành lang ◊ corridor

복령 [茯苓] (茯苓) fúlíng <茯苓> ぶくりょう {茯苓} phục linh ◊ tuckahoe

복면 [覆面] (覆面) fù miàn <覆面> ふくめん {覆面} phúc diện ◊ overlay

복명 [腹鳴] (肠鸣) cháng míng <腹鳴> ふくめい {腸鳴} trường minh ◊ rumbling noise in the intestines

복모음 [複母音] (复合元音) fùhé yuányīn <複母音> ふくぼいん {元音拼} nguyên âm ghép ◊ compound vowels

복방 [複方] (复合处方) fùhé chǔfāng <複合処方箋> ふくごうしょほうせん {單藥混合} đơn thuốc hỗn hợp ◊ composite prescription

복병 [伏兵] (伏兵) fúbīng <伏兵> ふくへい {伏兵} phục binh ◊ ambush

복부 [腹部] (腹部) fùbù <腹> はら {膞} bụng ◊ belly

복사 [輻射] (辐射) fúshè <輻射> ふくしゃ {輻射} phúc xạ ◊ radiation

복사 [複寫] (眷抄) téngchāo <写し> うつし {抄剳} sao chép ◊ copy out

복사고온계 [輻射高溫計] (辐射高温计) fúshè gāowēn jì <輻射高温計> ふくしゃこうおんけい {熱計輻射} nhiệt kế bức xạ ◊ radiation pyrometer

복사밀도 [輻射密度] (辐射密度) fúshè mìdù <輻射密度> ふくしゃみつど {密度輻射} mật độ bức xạ ◊ radiant density

복사법칙 [輻射法則] (辐射定律) fúshè dìnglù <輻射法則> ふくしゃほうそく {定律輻射} định luật bức xạ ◊ radiation laws

복사선 [輻射線] (辐射线) fúshè xiàn <輻射線> ふくしゃせん {啤輻射} tia bức xạ ◊ radiant rays

복사압 [輻射壓] (辐射压) fúshè yā <輻射圧> ふくしゃあつ {壓率輻射} áp suất bức xạ ◊ pressure of radiation

복사온도 [輻射溫度] (辐射温度) fúshè wēndù <輻射温度> ふくしゃおんど {熱度輻射} nhiệt độ bức xạ ◊ radiation temperature

복사주체 [輻射主體] (辐射主体) fúshè zhǔtǐ <輻射主体> ふくしゃしゅたい {主體輻射} chủ thể bức xạ ◊ radiating body

복사지 [複寫紙] (复写纸) fùxiězhǐ <カーボン紙>

carbon し {繕抄抑} giấy sao in ◊ carbon paper

복사특성 [輻射特性] (辐射特性) fúshè tèxìng <輻射特性> ふくしゃとくせい {特點輻射} đặc điểm bức xạ ◊ radiative property

복수 [複數] (复数) fùshù <複数> ふくすう {複數} phức số ◊ plural

복숭아 [一] (桃子) táozi <桃> もも {果桃} quả đào ◊ peach

복습 [復習] (复习) fùxí <復習> ふくしゅう {復習} phục tập ◊ review

복식 [服飾] (服饰) fúshì <服飾> ふくしょく {服飾} phục sức ◊ attire

복식 [複式] (复式) fùshì <複式> ふくしき {複式} phức thức ◊ compound

복약 [服藥] (服药) fúyào <服薬> ふくやく {服用} phục dụng ◊ take medicine

복역 [服役] (服役) fúyì <服役> ふくえき {服役} phục dịch ◊ army service

복엽비행기 [複葉飛行機] (双翼飞机) shuāng yì fēijī <複葉機> ふくようき {檟檓㡛層翅} máy bay hai tầng cánh ◊ biplane

복용량 [服用量] (剂量) jìliàng <用量> ようりょう {料量} liều lượng ◊ dosage

복위 [複位] (复位) fùwèi <複位> ふくい {回位} hồi vị ◊ reset

복음 [福音] (福音) fúyīn <福音> ふくいん {福音} phúc âm ◊ gospel

복음서 [福音書] (福音书) fúyīnshū <福音書> ふくいんしょ {福音書} Phúc Âm Thư ◊ Gospel

복자 [複字] (复字) fù zì <複数語> ふくすうご {孴複} chữ phức ◊ compound character

복잡 [複雜] (复杂) fùzá <複雑> ふくざつ {複雜} phức tạp ◊ complex

복잡성 [複雜性] (复杂性) fùzáxìng <複雑性> ふくざつ {性複雜} tính phức tạp ◊ complexity

복잡지형 [複雜地形] (复杂地形) fùzá dìxíng <複雑地形> ふくざつちけい {地形複雜} địa hình phức tạp ◊ complex terrain

복장 [服裝] (服装) fúzhuāng <服装> ふくそう {服裝} phục trang ◊ clothing

복제 [複製] (复制) fùzhì <複製> ふくせい {複製} phục chế ◊ copy

복종 [服從] (服从) fúcóng <服従> ふくじゅう {瑄哇} nghe lời ◊ obedience

복지 [福祉] (福利) fúlì <福祉> ふくし {福利} phúc lợi ◊ welfare

복지사 [福祉師] (福利人员) fúlì rényuán <厚生担当者> こうせいたんとうしゃ {人員福利} nhân viên phúc lợi ◊ welfare employee

복통 [腹痛] (腹痛) fùtòng <腹痛> ふくつう {腹痛} phúc thống ◊ bellyache

복학 [復學] (复学) fùxué <復学> ふくがく {復學} phục học ◊ return to school

복합 [複合] (复合) fùhé <複合> ふくごう {複合} phức hợp ◊ compound

복합기관 [複合機關] (组合发动机) zǔhé fādòngjī <複合機関> ふくごうきかん {動機結合} động cơ kết hợp ◊ composite engine

복합도표 [複合圖表] (综合图) zōnghé tú <複合図表> ふくごうずひょう {疏圖全面} sơ đồ toàn diện ◊ composite chart

복합명칭 [複合名稱] (多字名称) duō zì míngchēng <多字名称> たじめいしょう {孬鐃字} tên nhiều tự ◊ multi-word name

복합음 [複合音] (复音) fù yīn <複音> ふくおん {複音} phức âm ◊ polyphony

본관 [本館] (主馆) zhǔ guǎn <本館> ほんかん {本館} bản quán ◊ main building

본관 [本貫] (原籍) yuánjí <本貫> ほんがん {本貫} bản quán ◊ native place; dwelling place

본국 [本國] (本国) běn guó <本国> ほんごく {齰輪圙觽} nước mình ◊ one's own country; country of origin

본능 [本能] (本能) běnnéng <本能> ほんのう {本能} bản năng ◊ instinct

본래 [本來] (本来) běnlái <本来> ほんらい {本來} bản lai ◊ originally

본령 [本領] (本领) běnlǐng <本領> ほんりょう {本領} bản lĩnh ◊ ability

본말전도 [本末顛倒] (本末颠倒) běnmò diāndǎo <本末転倒> ほんまつてんとう {本末顚倒} bản mạt điên đảo ◊ put the cart before the horse

본명 [本名] (本名) běnmíng <本名> ほんみょう {孬實} tên thật ◊ real name

본부 [本部] (本部) běn bù <本部> ほんぶ {駐所} trụ sở ◊ headquarters

본사 [本社] (总公司) zǒnggōngsī <本社> ほんしゃ {總公司} tổng công ty ◊ parent company

본색 [本色] (本色) běnsè <本色> ほんいろ {本色} bản sắc ◊ true color

본성 [本性] (本性) běnxìng <本性> ほんしょう {根性} căn tính ◊ true character; real nature

본신 [本身] (本身) běnshēn <本身> ほんみ {本身} bản thân ◊ oneself; upon oneself

본심 [本心] (本心) běn xīn <本心> ほんしん {本心} lương tâm ◊ conscience

본위 [本位] (本位) běnwèi <本位> ほんい {本位} bản vị ◊ one's own department

본의 [本意] (本意) běnyì <本意> ほんい {本意} bản ý ◊ original intention

본의 [本義] (本义) běnyì <本義> ほんぎ {本義} bản nghĩa ◊ original meaning

본인 [本人] (本人) běnrén <本人> ほんにん {本人} bản nhân ◊ oneself

본적 [本籍] (籍贯) jíguàn <本籍> ほんせき {原貫} nguyên quán ◊ native place; place of ancestry

본전 [本錢] (本钱) běnqián <元金> もときん {錢鏹|錢本} tiền vốn ◊ capital

본점 [本店] (总行) zǒng háng <本店> ほんてん {住所正} trụ sở chính ◊ head office

본존 [本尊] (本尊) běn zūn <本尊> ほんぞん {神像} thần tượng ◊ principal object of worship; idol

본지 [本地] (本地) běndì <本地> ほんじ {本地} bản địa ◊ local; native

본직 [本職] (本职) běnzhí <本職> ほんしょく {本職} bản chức ◊ professional job

본질 [本質] (本质) běnzhì <本質> ほんしつ {本質} bản chất ◊ nature; intrinsic quality

본체 [本體] (本体) běntǐ <本体> ほんたい {本體} bản thể ◊ noumenon; thing-in-itself

본토 [本土] (本土) běntǔ <本土> ほんど {本土} bản thổ ◊ native country; mainland

본토박이 [本土박이] (土生土长) tǔ shēngtǔ zhǎng <ネイティブ> native {本地} bản địa ◊ native

볼록거울 [ー] (凸面镜) tūmiànjìng <凸面鏡> とつめんきょう {凸面鏡} đột diện kính ◊ convex mirrors

봉건 [封建] (封建) fēngjiàn <封建> ほうけん {封建} phong kiến ◊ feudal

봉기 [蜂起] (起义) qǐyì <蜂起> ほうき {起義} khởi nghĩa ◊ uprising

봉두 [峯頭] (山头) shāntóu <山峰> さんほう {頂岗} đỉnh núi ◊ peak

봉랍 [蜂蠟] (蜂蜡) fēnglà <蜂蝋> はちろう {蜜蠟} mật lạp ◊ beeswax

봉록 [俸祿] (俸禄) fènglù <俸祿> ほうろく {俸祿} bổng lộc ◊ salary

봉사 [奉仕] (服务) fúwù <奉仕> ほうし {服務} phục vụ ◊ serve

봉선화 [鳳仙花] (凤仙花) fèngxiānhuā <鳳仙花> ほうせんか {鳳仙花} phụng tiên hoa ◊ touch-me-not

봉쇄 [封鎖] (封锁) fēngsuǒ <封鎖> ふうさ {封鎖} phong tỏa ◊ blockade

봉승 [奉承] (奉承) fèngchèng <奉承> ほうしょう {噌嚹} tâng bốc ◊ flattery

봉인 [封印] (封印) fēngyìn <封印> ふういん {封印} phong ấn ◊ seal

봉작 [封爵] (封爵) fēng jué <封爵> ほうしゃく {封爵} phong tước ◊ investitive; confer a title

봉제 [縫製] (缝制) féngzhì <縫製> ほうせい {纙褏紉} may ◊ sewing

봉증 [封贈] (封赠) fēng zèng <封贈> ふうぞう {封贈} phong tặng ◊ confer and award

봉직 [奉職] (供职) gòngzhí <奉職> ほうしょく {供職} cung chức ◊ hold an office; serve

봉합 [縫合] (缝合) fénghé <縫合> ほうごう {紕} khâu ◊ suture

봉행 [奉行] (奉行) fèngxíng <奉行> ぶぎょう {奉行} phụng hành ◊ pursue

봉헌 [奉獻] (奉献) fèngxiàn <奉獻> ほうけん {奉獻} phụng hiến ◊ dedication

봉화 [烽火] (烽火) fēnghuǒ <烽火> ほうか {烽火} phong hỏa ◊ balefire

봉환 [奉還] (奉还) fènghuán <奉還> ほうかん {奉還} phụng hoàn ◊ restoring; dedication

봉황 [鳳凰] (凤凰) fènghuáng <鳳凰> ほうおう {鳳凰} phụng hoàng ◊ phoenix

부가 [附加] (附加) fùjiā <附加> ふか {附加} phụ gia ◊ attach

부강 [富強] (富强) fùqiáng <富強> ふきょう {富強} phú cường ◊ rich and strong

부결 [否決] (否决) fǒujué <否決> ひけつ {否決} phủ quyết ◊ veto

부계 [父系] (父系) fùxì <父系> ふけい {父系} phụ hệ ◊ patriline

부고 [訃告] (讣告) fùgào <訃告> ふつげ {告訃} cáo phó ◊ obituary

부교 [浮橋] (浮桥) fúqiáo <浮橋> うきはし {浮橋} phù kiều ◊ pontoon

부국 [富國] (富国) fùguó <富国> ふこく {醅瓻} nước giàu ◊ rich countries

부국강병 [富國強兵] (富国强兵) fùguó qiángbīng <富国強兵> ふこくきょうへい {富國強兵} phú quốc cường binh ◊ a rich country and a strong army

부군 [夫君] (夫君) fū jūn <夫君> ふくん {夫君} phu quân ◊ husband

부권 [夫權] (夫权) fūquán <夫権> ふけん {夫權} phu quyền ◊ husband's authority over the household

부권 [父權] (父权) fù quán <父権> ふけん {父權} phụ quyền ◊ patriarchy

부귀 [富貴] (富贵) fùguì <富貴> ふうき {富貴} phú quý ◊ rich

부근 [附近] (附近) fùjìn <付近> ふきん {附近} phụ cận ◊ vicinity; environs; surrounding area

부기 [簿記] (簿记) bùjì <簿記> ぼき {簿記} bạ ký ◊ bookkeeping

부기 [附記] (附记) fù jì <附記> ふき {附記} phụ ký ◊ appendix; note; supplement

부끄러워하다 [－] (害羞) hàixiū <恥ずかしい> はずかしい {醜愧} xấu hổ ◊ ashamed

부녀 [婦女] (妇女) fùnǚ <婦女> ふじょ {婦女} phụ nữ ◊ woman

부농 [富農] (富农) fùnóng <富農> ふのう {富農} phú nông ◊ rich peasant

부단 [不斷] (不断) bùduàn <不断> ふだん {不斷} bất đoạn ◊ keep on

부담 [負擔] (担负) dānfù <負担> ふたん {捷轕} gánh nặng ◊ burden

부당 [不當] (不当) bùdàng <不当> ふとう {不當} bất đương ◊ unjust

부대 [部隊] (部队) bùduì <部隊> ぶたい {部隊} bộ đội ◊ troops

부대 [附帶] (附带) fùdài <附帶> ふたい {附帶} phụ đái ◊ attaching

부대시설 [附帶施設] (辅助设施) fǔzhù shèshī <附帶施設> ふたいしせつ {工程輔助} công trình phụ trợ ◊ auxiliary facility

부도 [不渡] (未付款) wèi fùkuǎn <不渡り> ふわたり {齋清算} chưa thanh toán ◊ dishonored; non-payment

부도체 [不導體] (绝缘体) juéyuántǐ <不導体> ふどうたい {質隔電} chất cách điện ◊ nonconductor

부동 [不同] (不同) bùtóng <不同> ふどう {不同} bất đồng ◊ different

부동 [浮動] (浮动) fúdòng <浮動> ふどう {浮動} phù động ◊ float

부동산 [不動産] (不动产) bùdòngchǎn <不動産> ふどうさん {不動産} bất động sản ◊ real estate

부동액 [不凍液] (防冻剂) fángdòngjì <不凍液> ふとうえき {質豫凍} chất chống đông ◊ antifreeze

부두 [埠頭] (栈桥) zhànqiáo <栈橋> さんきょう {橋艚} cầu tàu ◊ wharf; jetty; pier

부드럽다 [－] (柔软) róuruǎn <柔らか> やわらか {粘癀|糯癀} mềm mại ◊ soft

부득요령 [不得要領] (不得要领) bùdé yàolǐng <不得要領> ふとくようりょう {不得要領} bất đắc yếu lĩnh ◊ noncommittal; off-point

부득지 [不得志] (不得志) bùdé zhì <不得志> ふとくし {不得志} bất đắc chí ◊ unwilling

부등 [不等] (不等) bùděng <不等> ふとう {不等} bất đẳng ◊ unequal

부등속 [不等速] (不等速) bùděng sù <不等速> ふとうそく {速度不等} tốc độ bất đẳng ◊ variable speed

부등식 [不等式] (不等式) bùděngshì <不等式> ふとうしき {不等式} bất đẳng thức ◊ inequality expression

부락 [部落] (部落) bùluò <部落> ぶらく {部落} bộ lạc ◊ tribe

부록 [附錄] (附录) fùlù <附錄> ふろく {附錄} phụ lục ◊ appendix

부류 [部類] (部类) bùlèi <部類> ぶるい {部類} bộ loại ◊ class

부르주아혁명 [bourgeois ᵖ革命] (资产阶级革命) zīchǎn jiējí gémìng <ブルジョア革命> bourgeois かくめい {革命資產} cách mạng tư sản ◊ Bourgeois Revolution

부모 [父母] (父母) fùmǔ <父母> ふぼ {父母} bố mẹ ◊ parents

부모님 [父母님] (父母大人) fùmǔ dàren <親> おや {爺媄} bố mẹ ◊ parents

부문 [部門] (部门) bùmén <部門> ぶもん {部門} bộ môn ◊ department

부방파제 [浮防波堤] (浮防波堤) fú fángbōdī <浮防波堤> うきぼうはてい {堤撮涍} đê chắn sóng ◊ floating breakwater

부본 [副本] (副本) fùběn <副本> ふくほん {副本} phó bản ◊ copy

부부 [夫婦] (夫妻) fūqī <夫妻> ふさい {夫妻} phu thê ◊ husband and wife; couple

부분 [部分] (部分) bùfen <部分> ぶぶん {部分} bộ phân ◊ part

부사 [副詞] (副词) fùcí <状詞> じょうし {狀詞} trạng từ ◊ adverb

부사장 [副社長] (副经理) fùjīnglǐ <副社長> ふくしゃちょう {副監督} phó giám đốc ◊ assistant manager

부산물 [副產物] (副产物) fùchǎnwù <副産物> ふ

くさんぶつ {副産物} phó sản vật ◊ byproduct

부상 [扶桑] (扶桑) fúsāng <扶桑> ふそう {扶桑} phù tang ◊ Chinese hibiscus; Fuso

부상병 [負傷兵] (伤兵) shāng bīng <負傷兵> ふしょうへい {傷兵} thương binh ◊ wounded soldier

부생 [浮生] (浮生) fú shēng <浮生> ふせい {浮生} phù sinh ◊ transient life

부설 [敷設] (铺设) pūshè <敷設> ふせつ {鋪} đặt ◊ lay down

부세 [賦稅] (赋税) fùshuì <賦稅> ふぜい {賦稅} phụ thuế ◊ tax

부속 [附屬] (附属) fùshǔ <附屬> ふぞく {附屬} phụ thuộc ◊ subsidiary

부수 [部首] (部首) bùshǒu <部首> ぶしゅ {部首} bộ thủ ◊ Chinese Character radicals; *Hanja* radicals

부수 [部數] (份数) fèn shǔ <部数> ぶすう {份數} phận số ◊ number of copies

부수 [負數] (负数) fùshù <負數> ふすう {負數} phụ số ◊ negative number

부식 [腐蝕] (腐烂) fǔlàn <腐朽> ふきゅう {瘑咄} rã ◊ decay

부심 [副審] (助理裁判) zhùlǐ cáipàn <副審> ふくしん {助理仲裁} trợ lý trọng tài ◊ linesman

부양 [扶養] (扶养) fúyǎng <扶養> ふよう {扶養} phù dưỡng ◊ support of one's dependents

부업 [副業] (副业) fùyè <副業> ふくぎょう {芸輔} nghề phụ ◊ side occupation

부왕 [父王] (父王) fù wáng <父王> ふおう {父王} phụ vương ◊ father king

부운 [浮雲] (浮云) fúyún <浮雲> ふうん {浮雲} phù vân ◊ floating clouds

부위 [部位] (部位) bùwèi <部位> ぶい {部位} bộ vị ◊ placement; location; position; place; site; locality

부유 [蜉游] (蜉蝣) fúyóu <蜉游|蜉蝣> ふゆう {蜉蝣} phù du ◊ mayfly

부유 [腐儒] (腐儒) fǔ rú <腐儒> ふじゅ {腐儒} hủ nho ◊ pedant; worthless scholar

부유 [富有] (富有) fùyǒu <富有> ふゆう {霸睧|霸固} giàu có ◊ affluent; rich

부유 [富裕] (富裕) fùyù <富裕> ふゆう {富裕} phú dụ ◊ affluence

부유조류 [浮遊藻類] (浮游藻类) fúyóu zǎolèi <浮遊藻類> ふゆうそうるい {藻浮遊} tảo phù du ◊ floating algae

부유특징 [浮遊特徵] (漂浮特性) piāofú tèxìng < 浮遊特徵> ふゆうとくちょう {特點滐} đặc điểm nổi ◊ floatation characteristic

부인 [否認] (否认) fǒurèn <否認> ひにん {否認} phù nhận ◊ deny

부인 [夫人] (夫人) fūrén <夫人> ふじん {夫人} phu nhân ◊ lady; madam

부임 [赴任] (赴任) fùrèn <赴任> ふにん {赴任} phó nhậm ◊ assignment

부자 [父子] (父子) fùzǐ <父子> ふし {父子} phụ tử ◊ father and son

부자 [富者] (富者) fù zhě <富者> ふしゃ {富者} phú giả ◊ rich person

부자재 [副資材] (辅材) fǔ cái <副資材> ふくしざい {附件} phụ kiện ◊ auxiliary materials

부작용 [副作用] (副作用) fùzuòyòng <副作用> ふくさよう {副作用} phó tác dụng ◊ side effect

부작위 [不作爲] (不作为) bù zuòwéi <不作為> ふさくい {不爲} bất vi ◊ nonfeasance

부잣집 [富者집] (富家) fù jiā <金持ち> かねもち {爵牖} người giàu ◊ rich families

부장 [部長] (部长) bùzhǎng <部長> ぶちょう {部長} bộ trưởng ◊ minister

부재 [不在] (不在) bùzài <不在> ふさい {不在} bất tại ◊ not be in; be out; absence

부재 [部材] (部材) bùcái <部材> ぶざい {部材} bộ tài ◊ component; material; parts

부적 [不適] (不适) bùshì <不適> ふてき {不適} bất thích ◊ unwell

부전 [不全] (不全) bù quán <不全> ふぜん {不全} bất toàn ◊ incomplete

부절 [不絕] (不绝) bùjué <不絕> ふぜつ {不絕} bất tuyệt ◊ endless; non-stop

부정 [不定] (不定) bùdìng <不定> ふてい {不定} bất định ◊ adventitious

부정 [不正] (不正) bù zhēng <不正> ふせい {空疎} không đúng ◊ not right; unrighteousness

부정 [否定] (否定) fǒudìng <否定> ひてい {否定} phù định ◊ negation

부정관사 [不定冠詞] (不定冠词) bùdìng guàncí < 不定冠詞> ふていかんし {冒詞不定} mạo từ bất định ◊ indefinite article

부조 [扶助] (扶助) fúzhù <扶助> ふじょ {扶助} phù trợ ◊ assist

부조 [浮彫] (浮雕) fúdiāo <浮彫> うきぼり {浮雕} phù điêu ◊ sculpture; relief

부조종사 [副操縱士] (副驾驶) fù jiàshǐ <副操縱士> ふくそうじゅうし {飛工輔} phi công phụ ◊

copilot

부족 [不足] (不足) bùzú <不足> ふそく {不足} bất túc ◊ insufficient

부족 [部族] (部族) bùzú <部族> ぶぞく {部族} bộ tộc ◊ ethnic tribe

부주 [附注] (附注) fùzhù <附注> ふちゅう {附注} phụ chú ◊ explanatory note

부주의 [不注意] (粗心大意) cūxīn dàyì <不注意> ふちゅうい {不謹} bất cẩn ◊ carelessness

부지 [不知] (不知) bùzhī <不知> ふち {不知} bất tri ◊ ignorance

부직포 [不織布] (无纺织布) wú fǎngzhī bù <不織布> ふしょくふ {𩌂空絏} vải không dệt ◊ non-woven fabric

부진 [不盡] (不尽) bùjìn <不盡> ふじん {不盡} bất tận ◊ endless

부진 [不振] (不振) bùzhèn <不振> ふしん {恐慌} khủng hoảng ◊ depression

부차문화 [副次文化] (亚文化) yàwénhuà <副次文化> ふくじぶんか {亞文化} á văn hóa ◊ subculture

부착계수 [附着係數] (附着系数) fùzhuó xìshù <附着系数> ふちゃくけいすう {係數擛𩟡} hệ số bám dính ◊ attachment coefficient

부채 [負債] (负债) fùzhài <負債> ふさい {負債} phụ trái ◊ debt

부처님 [－] (佛爷) fóye <仏様> ふつさま {佛佚} Phật ◊ Buddha

부초 [浮草] (浮草) fúcǎo <浮草> うきくさ {𦽳浽} cỏ nổi ◊ floating weed

부친 [父親] (父亲) fùqīn <父親> ちちおや {父親} cha ◊ father

부탁 [付託] (付托) fùtuō <付託> ふたく {付託} phó thác ◊ entrusted

부패 [腐敗] (腐败) fǔbài <腐敗> ふはい {㾢吔} rã ◊ corrupt; decay

부패균 [腐敗菌] (腐败细菌) fǔbài xìjūn <腐敗菌> ふはいきん {微菌虛𠻵} vi khuẩn hư hỏng ◊ putrefactive bacteria

부평초 [浮萍草] (浮萍) fúpíng <青浮草> あおうきくさ {藨𦟐} bèo tấm ◊ duckweed

부표 [浮標] (浮标) fúbiāo <ブイ> buoy {漂} phao ◊ buoy

부품 [部品] (零部件) língbùjiàn <部品> ぶひん {附從} phụ tùng ◊ spare part; components

부하 [部下] (部下) bùxià <部下> ぶか {部下} bộ hạ ◊ underling; subordinate

부하 [負荷] (负荷) fùhè <負荷> ふか {負荷} phụ hà ◊ load

부하곡선 [負荷曲線] (负载曲线) fùzài qūxiàn <負荷曲線> ふかきょくせん {䠻弓載} đường cong tải ◊ load curve

부하관리 [負荷管理] (负荷管理) fùhè guǎnlǐ <負荷管理> ふかかんり {管理載} quản lý tải ◊ load control

부합 [符合] (符合) fúhé <符合> ふごう {符合} phù hợp ◊ accord with

부형 [父兄] (父兄) fùxiōng <父兄> ふけい {父兄} phụ huynh ◊ father and elder brother; guardians; parents

부호 [符號] (符号) fúhào <符号> ふごう {符號} phù hiệu ◊ symbol

부호 [負號] (负号) fùhào <負号> ふごう {負號} phụ hiệu ◊ negative sign

부호 [富豪] (富豪) fùháo <富豪> ふごう {富豪} phú hào ◊ plutocrat

부화 [孵化] (孵化) fūhuà <孵化> ふか {𩸂} ấp ◊ hatch

부화 [浮華] (浮华) fúhuá <浮華> ふか {浮華} phù hoa ◊ vanity

부화뇌동 [附和雷同] (随波逐流) suí bō zhú liú <付和雷同> ふわらいどう {隨波逐流} tùy ba trục lưu ◊ following blindly; following suit without reflection

부화장 [孵化場] (孵化场) fūhuà cháng <孵化場> ふかじょう {壣挹䳽|壣挹騎} sân ấp gà ◊ incubator; hatchery

부활 [復活] (复活) fùhuó <復活> ふっかつ {復活} phức hoạt ◊ resurrection

부활절 [復活節] (复活节) fùhuójié <復活祭> ふっかつさい {禮復生} Lễ Phục Sinh ◊ Easter

부후 [腐朽] (腐朽) fǔxiǔ <腐朽> ふきゅう {腐朽} hủ hủ ◊ rotten

부흥 [復興] (复兴) fùxīng <復興> ふっこう {復興} phức hưng ◊ revival

북 [－] (鼓) gǔ <鼓> つづみ {𪔠} trống ◊ drum

북 [北] (北) běi <北> きた {北} bắc ◊ north

북극 [北極] (北极) běijí <北極> ほっきょく {北極} Bắc Cực ◊ North Pole

북극곰 [北極곰] (北极熊) běijíxióng <北極熊> ほっきょくくま {猜北極} gấu bắc cực ◊ polar bear

북극권 [北極圈] (北极圈) běijíquān <北極圏> ほっきょくけん {玹北極} Vòng Bắc Cực ◊ Arctic Circle

북극기후 [北極氣候] (北极气候) běijí qìhòu <北極気候> ほっきょくきこう {氣候北極} khí hậu Bắc Cực ◊ Arctic climate

북극해 [北極海] (北冰洋) běibīngyáng <北極海> ほっきょくかい {北冰洋} Bắc Băng Dương ◊ Arctic Ocean

북두 [北斗] (北斗) běidǒu <北斗> ほくと {北斗} Bắc Đẩu ◊ Big Dipper

북두성 [北斗星] (北斗星) běidǒuxīng <北斗星> ほくとせい {北斗星} Bắc Đẩu Tinh ◊ Big Dipper

북미 [北美] (北美) běiměi <北美> きたび {北美} Bắc Mỹ ◊ North America

북반구 [北半球] (北半球) běibànqiú <北半球> きたはんきゅう {北半球} Bắc Bán Cầu ◊ Northern Hemisphere

북방 [北方] (北方) běifāng <北方> ほっぽう {㳂北} miền bắc ◊ north

북부 [北部] (北部) běibù <北部> ほくぶ {北部} bắc bộ ◊ northern

북서 [北西] (西北) xīběi <北西> さいほく {西北} tây bắc ◊ northwest

북소리 [一] (鼓声) gǔshēng <太鼓打ち> たいこうち {嗜藏} tiếng trống ◊ drum

북신 [北辰] (北辰) běi chén <北辰> ほくしん {北辰} Bắc Thần ◊ North Star

북위 [北緯] (北纬) běiwěi <北緯> ほくい {北緯} bắc vĩ ◊ north latitude

북쪽 [北쪽] (北边) běibiān <北側> きたがわ {墥北|艬北} phía bắc ◊ north side

북풍 [北風] (北风) běi fēng <北風> きたかぜ {北風} bắc phong ◊ north wind

북한 [北韓] (朝鲜) cháoxiǎn <朝鮮> ちょうせん {朝鮮} Triều Tiên ◊ North Korea

북회귀선 [北回歸線] (北回归线) běihuíguīxiàn <北回帰線> きたかいきせん {夏至線} hạ chí tuyến ◊ Tropic of Cancer

분 [分] (分钟) fēnzhōng <分> ぶん {丿} phút ◊ minute

분가 [分家] (分家) fēnjiā <分家> ぶんけ {分家} phân gia ◊ cadet family; establishing a branch family

분개 [憤慨] (愤慨) fēnkǎi <憤慨> ふんがい {憤怒} phẫn nộ ◊ indignation

분격 [憤激] (愤激) fènjī <憤激> ふんげき {嗔悚悼} giận ◊ angry

분격 [奮激] (奋激) fèn jī <奮激> ふんげき {奮激} phấn khích ◊ excite

분계 [分界] (分界) fēn jiè <分界> ぶんかい {分界} phân giới ◊ dividing line

분골쇄신 [粉骨碎身] (粉身碎骨) fěn shēn suì gǔ <粉骨碎身> ふんこつさいしん {粉骨碎身} phấn cốt toái thân ◊ sacrifice one's life to do something

분과 [分科] (分科) fēn kē <分科> ぶんか {分科} phân khoa ◊ branch

분광 [粉鑛] (粉矿) fěn kuàng <粉鉱> ふんこう {鑛粋} quặng bột ◊ fine ore

분광광도계 [分光光度計] (分光亮度计) fēnguāng liàngdù jì <分光光度計> ぶんこうこうどけい {榾䂞光譜} máy đo quang phổ ◊ spectrophotometer

분국 [分局] (分局) fēnjú <分局> ぶんきょく {分局} phân cục ◊ substation; suboffice

분권 [分權] (分权) fēnquán <分権> ぶんけん {分權} phân quyền ◊ decentralization

분규 [紛糾] (纠纷) fēn jiū <紛糾> ふんきゅう {紛糾} phân củ ◊ complication

분극 [分極] (分极) fēn jí <分極> ぶんきょく {分極} phân cực ◊ polarization

분급 [分級] (分级) fēnjí <分級> ぶんきゅう {分級} phân cấp ◊ classification

분기 [奮起] (奋起) fènqǐ <奮起> ふんき {奮起} phấn khởi ◊ rise

분기공 [噴氣孔] (喷气孔) pēnqì kǒng <噴気孔> ふんきこう {齝噴氣} lỗ phun khí ◊ fumarole; blowhole

분노 [憤怒] (愤怒) fènnù <怒り> いかり {唧憚|噁悙} tức giận ◊ anger

분뇨 [糞尿] (粪尿) fèn niào <糞尿> ふんにょう {糞尿} phân niệu ◊ excreta; feces and urine; excreta; human waste

분단 [分段] (分段) fēnduàn <分段> ぶんだん {分段} phân đoạn ◊ segmented

분단 [分斷] (分断) fēn duàn <分断> ぶんだん {分斷} phân đoạn ◊ dividing into parts

분대 [分隊] (分队) fēnduì <分隊> ぶんたい {分隊} phân đội ◊ squad

분도기 [分度器] (分度器) fēndùqì <分度器> ぶんどき {抧䂞斺} thước đo góc ◊ protractor

분량 [分量] (分量) fēnliàng <分量> ぶんりょう {分量} phân lượng ◊ portion; constituent

분류 [奔流] (奔流) bēnliú <奔流> ほんりゅう {奔流} bôn lưu ◊ torrent

분류 [分類] (分类) fēnlèi <分類> ぶんるい {分類} phân loại ◊ classify

분류 [分流] (分流) fēnliú <分流> ぶんりゅう {分流} phân lưu ◊ diversion

분류사 [分類詞] (量词) liàngcí <分類辞> ぶんるいじ {量詞} lượng từ ◊ quantifier

분리 [分離] (分离) fēnlí <離す> はなす {分離} phân ly ◊ separate

분립 [分立] (分立) fēnlì <分立> ぶんりつ {分立} phân lập ◊ schism

분만 [分娩] (分娩) fēnmiǎn <分娩> ぶんべん {胎産} thai sản ◊ childbirth

분말 [粉末] (粉末) fēnmò <粉末> ふんまつ {粎} bột ◊ powder

분말약 [粉末藥] (粉末药) fēnmò yào <粉藥> こなぐすり {蘗粎} thuốc bột ◊ powder

분말화 [粉末化] (粉末化) fēnmò huā <粉末化> ふんまつか {散成粎} tán thành bột ◊ pulverization

분명 [分明] (分明) fēnmíng <分明> ふんみょう {分明} phân minh ◊ clearly demarcated

분모 [分母] (分母) fēnmǔ <分母> ぶんぼ {母數} mẫu số ◊ denominator

분묘 [墳墓] (坟墓) fénmù <墳墓> ふんぼ {墳墓} phần mộ ◊ grave

분무기 [噴霧器] (喷雾器) pēnwùqì <噴霧器> ふんむき {檟噴} máy phun ◊ atomizer

분무탑 [噴霧塔] (喷雾塔) pēnwù tǎ <噴霧塔> ふんむとう {塔噴} tháp phun ◊ atomizing column

분발 [奮發] (奋发) fēnfā <奮発> ふんぱつ {奮發} phấn phát ◊ strenuous efforts; exerting oneself

분방 [奔放] (奔放) bēnfàng <奔放> ほんぽう {奔放} bôn phóng ◊ uninhibited

분방 [芬芳] (芬芳) fēnfāng <芳香> ほうこう {芳香} phương hương ◊ perfume; fragrance; aroma

분배율 [分配律] (分配定律) fēnpèi dìnglǜ <分配律> ぶんぱいりつ {規律分配} quy luật phân phối ◊ law of distribution

분변 [分辨] (分辨) fēnbiàn <分弁> ぶんべん {分辨} phân biện ◊ distinguish between

분별 [分別] (分别) fēnbié <分別> ぶんべつ {分別} phân biệt ◊ separately

분비 [分泌] (分泌) fēnmì <分泌> ぶんぴつ {分泌} phân bí ◊ secrete

분사 [分詞] (分词) fēn cí <分詞> ぶんし {分詞} phân từ ◊ participle

분산 [分散] (分散) fēnsàn <分散> ぶんさん {分散} phân tán ◊ scattered

분산계 [分散系] (分散体系) fēnsàn tǐxì <分散系> ぶんさんけい {系統分散} hệ thống phân tán ◊ disperse system

분산구조 [分散構造] (分散结构) fēnsàn jiégòu <分散構造> ぶんさんこうぞう {構築分散} cấu trúc phân tán ◊ dispersed structure

분산도 [分散度] (分散度) fēnsàn dù <分散度> ぶんさんど {度分散} độ phân tán ◊ degree of dispersion

분산매 [分散媒] (分散介质) fēnsàn jièzhì <分散媒> ぶんさんなかだち {方便分散} phương tiện phân tán ◊ dispersion medium

분석 [分析] (分析) fēnxī <分析> ぶんせき {分析} phân tích ◊ analyze

분석방법 [分析方法] (解析法) jiěxī fǎ <分析方法> ぶんせきほうほう {漢分析} phép phân tích ◊ analysis method

분석화학 [分析化學] (分析化学) fēnxī huàxué <分析化學> ぶんせきかがく {化學分析} hóa học phân tích ◊ analytical chemistry

분쇄 [粉碎] (粉碎) fēn suì <砕く> くだく {蹴蹦} phá vỡ ◊ break

분수 [分數] (分数) fēnshù <分数> ぶんすう {分數} phân số ◊ fraction

분수 [噴水] (喷水) pēn shuǐ <噴水> ふんすい {噴水} phún thủy ◊ squirt water

분수공 [噴水孔] (喷水孔) pēn shuǐ kǒng <噴水孔> ふんすいこう {鑬噴渃} lỗ phun nước ◊ diversion device

분수령 [分水嶺] (分水岭) fēnshuǐlǐng <分水嶺> ぶんすいれい {分水嶺} phân thủy lĩnh ◊ watershed

분식 [粉食] (粉食) fēn shí <粉食> ふんしょく {粉食} phấn thực ◊ flour food

분식 [粉飾] (粉饰) fēnshì <粉飾> ふんしょく {妝點|粧點} trang điểm ◊ makeup

분실 [紛失] (丢失) diūshī <無く成る> なくなる {變袟|變味} biến mất ◊ disappear; loss

분야 [分野] (领域) lǐngyù <分野> ぶんや {領域} lĩnh vực ◊ field

분열 [分裂] (分裂) fēnliè <分裂> ぶんれつ {分裂} phân liệt ◊ split

분요 [紛擾] (纷扰) fēnrǎo <紛擾> ふんじょう {紛擾} phân nhiễu ◊ disturbance

분운 [紛紜|紛云] (纷纭) fēnyún <紛紜> ふんうん {紛紜} phân vân ◊ diverse and confused

분위기 [雰圍氣] (气氛) qìfēn <雰囲気> ふんいき {瓿空氣} bầu không khí ◊ atmosphere

분유 [粉乳] (奶粉) nǎifěn <粉ミルク> こな milk {粹洟} bột sữa ◊ powdered milk

분자 [分子] (分子) fēnzǐ <分子> ぶんし {分子} phân tử ◊ molecule

분자결정 [分子結晶] (分子晶体) fēnzǐ jīngtǐ <分子結晶> ぶんしけっしょう {晶體分子} tinh thể phân tử ◊ molecular crystal

분자결합 [分子結合] (分子缔合) fēnzǐ dì hé <分子結合> ぶんしけつごう {連結分子} liên kết phân tử ◊ molecular association

분자구조 [分子構造] (分子构造) fēnzǐ gòuzào <分子構造> ぶんしこうぞう {構築分子} cấu trúc phân tử ◊ molecular structure

분자궤도 [分子軌道] (分子轨道) fēnzǐ guǐdào <分子軌道> ぶんしきどう {軌道分子} quỹ đạo phân tử ◊ molecular orbital

분자력 [分子力] (分子力) fēnzǐ lì <分子力> ぶんしりょく {力量分子} lực lượng phân tử ◊ molecular force

분자생물학 [分子生物學] (分子生物学) fēnzǐ shēngwùxué <分子生物学> ぶんしせいぶつがく {生學分子} sinh học phân tử ◊ molecular biology

분자식 [分子式] (分子式) fēnzǐshì <分子式> ぶんししき {分子式} phân tử thức ◊ molecular formula

분자운동 [分子運動] (分子运动) fēnzǐ yùndòng <分子運動> ぶんしうんどう {轉動分子} chuyển động phân tử ◊ molecular motion

분장 [扮裝] (化装) huàzhuāng <仮装> かそう {僞裝} ngụy trang ◊ disguise

분재 [盆栽] (盆景) pénjǐng <盆栽> ぼんさい {盆景} bồn cảnh ◊ a potted plant

분쟁 [紛爭] (纷争) fēnzhēng <紛争> ふんそう {紛爭} phân tranh ◊ disputes

분쟁해결 [紛爭解決] (纠纷解决) jiūfēn jiějué <紛争解決> ふんそうかいけつ {解決爭執} giải quyết tranh chấp ◊ dispute settlement

분전 [奮戰] (奋战) fènzhàn <奮戦> ふんせん {奮戰} phấn chiến ◊ hard fighting

분점 [分點] (分点) fēndiǎn <分点> ぶんてん {分點} phân điểm ◊ equinox; point of division

분점 [分店] (分店) fēndiàn <分店> ぶんぱい {支梗} chi nhánh ◊ substore

분주 [奔走] (奔走) bēnzǒu <奔走> ほんそう {奔走} chạy ◊ running about; making every; being busily engaged

분지 [盆地] (盆地) péndì <盆地> ぼんち {盆} bồn ◊ basin

분천 [噴泉] (喷泉) pēnquán <噴水> ふんすい {臺噴渃} đài phun nước ◊ fountain

분체 [粉體] (粉体) fěn tǐ <粉体> ふんたい {粉體} phần thể ◊ pulverulent body

분출 [噴出] (喷出) pēnchū <噴出> ふんしゅつ {噴} phun ◊ spewing

분출구 [噴出口] (喷出口) pēnchū kǒu <噴出口> ふんしゅつこう {啦噴} vòi phun ◊ spray outlet

분침 [分針] (分针) fēnzhēn <長針> ちょうしん {金丿} kim phút ◊ minute hand

분투 [奮鬪] (奋斗) fèndòu <奮鬥> 奮鬥 {奮鬥} phấn đấu ◊ struggle

분투노력 [奮鬪努力] (努力奋斗) nǔlì fèndòu <奮闘努力> ふんとうどりょく {奮鬪努力} phấn đấu nỗ lực ◊ work hard

분포 [分布|分佈] (分布) fēnbù <分布> ぶんぷ {分布} phân bố ◊ distribution

분포계수 [分布係數] (分布系数) fēnbù xìshù <分布系数> ぶんぷけいすう {係數分配} hệ số phân phối ◊ distribution coefficient

분포곡선 [分布曲線] (分布曲线) fēnbù qūxiàn <分布曲線> ぶんぷきょくせん {𨒒弶分配} đường cong phân phối ◊ distribution curves

분포상수 [分布常數] (分配常数) fēnpèi chángshù <分布常数> ぶんぷじょうすう {恒數分布} hằng số phân bố ◊ distribution constant

분포함수 [分布函數] (分布函数) fēnbù hánshù <分布函数> ぶんぷかんすう {職能分配} chức năng phân phối ◊ distribution function

분필 [粉筆] (粉笔) fěnbǐ <白堊; 白墨> はくあ; はくぼ {粉扣} phấn viết ◊ chalk

분할 [分割] (分割) fēngē <分割> ぶんかつ {分割} phân cát ◊ segmentation

분해 [分解] (分解) fēnjiě <分解> ぶんかい {分解} phân giải ◊ decompose

분해기술 [分解技術] (分解技术) fēnjiě jìshù <分解技術> ぶんかいぎじゅつ {技術分離} kỹ thuật phân ly ◊ decomposition technique

분해효율 [分解效率] (分解效率) fēnjiě xiàolǜ <分解效率> ぶんかいこうりつ {效果分離} hiệu quả phân ly ◊ decomposition efficiency

분화 [分化] (分化) fēnhuà <分化> ぶんか {分化} phân hóa ◊ split apart

분화 [噴火] (喷火) pēn huǒ <噴火> ふんか {噴焒} phun lửa ◊ erupt

분화 [盆花] (盆花) pénhuā <鉢植え> はちうえ

{坧椋} chậu cây ◊ potted plant

분화구 [噴火口] (喷火口) pēnhuǒ kǒu <喷火孔> ふんかこう {艪噴焗} lỗ phun lửa ◊ volcanic crater

분회 [分會] (分会) fēnhuì <分会> ぶんかい {分會} phân hội ◊ sub-branch

불가 [不可] (不可) bùkě <不可> ふか {不可} bất khả ◊ cannot

불가 [佛家] (佛家) fójiā <仏家> ぶっか {佛家} Phật gia ◊ Buddhist

불가능 [不可能] (不可能) bùkěnéng <不可能> ふかのう {不可能} bất khả năng ◊ no way

불가사의 [不可思議] (不可思议) bùkě sī yì <不可思議> ふかしぎ {不可思議} bất khả tư nghị ◊ incredible

불가침 [不可侵] (不可侵犯) bùkě qīnfàn <不可侵> ふかしん {不可侵犯} bất khả xâm phạm ◊ inviolability

불가피하다 [不可避 하다] (不可避免) bùkě bìmiǎn <不可避> ふかひ {空勢搒魂} không thể tránh khỏi ◊ inevitable

불가항력 [不可抗力] (不可抗力) bùkě kàng lì <不可抗力> ふかこうりょく {觔不可抗} sức bất khả kháng ◊ force majeure

불각 [佛閣] (佛阁) fú gé <仏閣> ぶっかく {佛閣} Phật các ◊ Buddhist temple

불감 [不堪] (不堪) bùkān <不堪> ふかん {不堪} bất kham ◊ cannot stand; extremely

불개미 [一] (火蚁) huǒ yǐ <火蟻> ひあり {蜆焗} kiến lửa ◊ fire ants

불결 [不潔] (肮脏) āngzāng <不净> ふじょう {弅疢|泋吵} bẩn thiu ◊ dirtiness

불경 [不敬] (不敬) bùjìng <不敬> ふけい {不敬} bất kính ◊ disrespectful

불경 [佛經] (佛经) fójīng <仏経> ぶっきょう {佛經} Phật kinh ◊ Buddhism scripture

불경기 [不景氣] (不景气) bùjǐngqì <不景気> ふけいき {不景氣} bất cảnh khí ◊ recession

불계 [佛界] (佛界) fú jiè <仏界> ぶっかい {佛界} Phật giới ◊ Buddhist sphere

불고 [不顧] (不顾) bùgù <不顧> ふこ {不顧} bất cố ◊ regardless of

불공정 [不公正] (不公) bùgōng <不公正> ふこうせい {不公} bất công ◊ unjust

불과 [不過] (不过) bùguò <不過> ふか {不過} bất quá ◊ only; just; even; mere

불교 [佛敎] (佛教) fójiào <仏教> ぶっきょう {佛教} Phật giáo ◊ Buddhism

불교도 [佛敎徒] (佛教徒) fójiàotú <仏教徒> ぶっきょうと {佛敎徒} Phật giáo đồ ◊ Buddhist

불굴 [不屈] (不屈) bùqū <不屈> ふくつ {不屈} bất khuất ◊ unyielding

불규칙 [不規則] (不规则) bùguīzé <不規則> ふきそく {不規則} bất quy tắc ◊ irregular

불규칙신호 [不規則信號] (不规则信号) bùguīzé xìnhào <不規則信号> ふきそくしんごう {信號不常} tín hiệu bất thường ◊ irregular signals

불규칙파 [不規則波] (不规则波) bùguīzé bō <不規則波> ふきそくは {溿空調} sóng không đều ◊ irregular waves

불균 [不均] (不均) bù jūn <不均> ふひとし {不均} bất quân ◊ uneven

불급 [不及] (不及) bùjí <不及> ふきゅう {不及} bất cập ◊ not as well

불길 [不吉] (不吉利) bù jílì <不吉> ふきつ {空蠽轍} không may mắn ◊ inauspicious

불꽃 [一] (火苗) huǒmiáo <炎> ほのう {炕焗} ngọn lửa ◊ flame

불당 [佛堂] (佛堂) fú táng <仏堂> ぶつどう {佛堂} Phật đường ◊ Buddha hall

불량 [不良] (不良) bùliáng <不良> ふりょう {不良} bất lương ◊ badness; undesirable

불로 [不老] (不老) bù lǎo <不老> ふろう {不老} bất lão ◊ young in heart

불로소득 [不勞所得] (不劳所得) bù láo suǒdé <不労所得> ふろうしょとく {不勞所得} bất lao sở đắc ◊ unearned income

불로장생 [不老長生] (长生不老) chángshēng bù lǎo <不老長生> ふろうちょうせい {長生不老} trường sinh bất lão ◊ immortality

불리 [不利] (不利) bùlì <不利> ふり {不利} bất lợi ◊ unfavourable

불만 [不滿] (不满) bùmǎn <不満> ふまん {不滿} bất mãn ◊ dissatisfied

불만족 [不滿足] (不满足) bùmǎn jù <不満足> ふまんぞく {空諧悉} không hài lòng ◊ dissatisfied

불면증 [不眠症] (不眠症) bù mián zhēng <不眠症> ふみんしょう {秩眣} mất ngủ ◊ sleeplessness; insomnia

불멸 [不滅] (不灭) bù miè <不滅> ふめつ {不滅} bất diệt ◊ indestructible

불모지 [不毛地] (不毛之地) bù máo zhī de <不毛之地> ふもうのち {不毛之地} bất mao chi địa ◊ dead soil; barren land

불문 [佛門] (佛门) fómén <仏門> ぶつもん {佛門} Phật môn ◊ Buddhism

불법 [不法] (不法) bùfǎ <不法> ふほう {空合法} không hợp pháp ◊ illegal

불법 [佛法] (佛法) fófǎ <仏法> ぶっぽう {佛法} Phật pháp ◊ Buddhism

불법경영 [不法經營] (非法经营) fēifǎ jīngyíng <不法経営> ふほうけいえい {活動經營不合法} hoạt động kinh doanh bất hợp pháp ◊ illegal management

불법어획 [不法漁獲] (违证捕捞) wéi zhèng bǔlāo <不法漁獲> ふほうぎょかく {捐釣纛漥} đánh cá trái phép ◊ illegal fishing

불법채굴 [不法採掘] (非法采矿) fēifǎ cǎikuàng <不法採掘> ふほうさいくつ {開拓鑛産纛漥} khai thác khoáng sản trái phép ◊ illegal mining

불변 [不變] (不变) bùbiàn <不変> ふへん {空纖黐} không thay đổi ◊ no change

불복 [不服] (不服) bùfú <不服> ふふく {不服} bất phục ◊ remain unconvinced; dissatisfied

불분명 [不分明] (不分明) bùfēn míng <不明> ふめい {空繪} không rõ ◊ unknown

불사 [不死] (不死) bù sǐ <不死> ふし {不死} bất tử ◊ immortal

불사 [佛寺] (佛寺) fósì <仏寺> ぶつじ {佛寺} Phật tự ◊ Buddhist temple

불상 [不祥] (不祥) bùxiáng <不祥> ふしょう {空祥} không tường ◊ inauspicious

불상 [佛像] (佛像) fú xiàng <仏像> ぶつぞう {佛像} Phật tượng ◊ Buddha

불성문 [不成文] (不成文) bùchéngwén <不成文> ふなりぶん {不成文} bất thành văn ◊ unwritten; non-existing writing

불성실 [不誠實] (不诚实) bù chéngshí <不誠実> ふせいじつ {空忠實} không trung thực ◊ insincerity; dishonesty; untruthfulness

불순 [不純] (不纯) bù chún <不純> ふじゅん {雜質} tạp chất ◊ impurity

불순물 [不純物] (杂质) zázhì <不純物> ふじゅんぶつ {雜質} tạp chất ◊ impurity

불시 [不時] (不时) bùshí <不時> ふじ {不時} bất thì ◊ sometimes

불식 [拂拭] (拂拭) fúshì <払拭> ふっしょく {拂拭} phất thức ◊ sweeping away

불신 [不信] (不信) bù xìn <不信> ふしん {不信} bất tín ◊ do not believe

불쌍하다 [－] (可怜) kělián <可哀想> かわいそう {罪孽|罪業} tội nghiệp ◊ poor; pitiful

불안 [不安] (不安) bù'ān <不安> ふあん {不安} bất an ◊ disturbed

불안정 [不安定] (不安定) bù'ān dìng <不安定> ふあんてい {不安定} unstable ◊ unstable

불안정상태 [不安定狀態] (不稳定态) bùwěndìng tài <不安定状態> ふあんていじょうたい {狀態空穩定} trạng thái không ổn định ◊ unsteady state

불언불어 [不言不語] (不言不语) bù yán bù yǔ <不言不語> ふげんふご {不言不語} bất ngôn bất ngữ ◊ keep silence

불역 [不易] (不改变) bù gǎibiàn <不易> ふえき {不易} bất dị ◊ constancy; immutable

불온 [不穩] (不稳) bù wěn <不穩> ふおん {不穩} bất ổn ◊ unstable

불완전 [不完全] (不完整) bù wánzhěng <不完全> ふかんぜん {矗韞崶} chưa đầy đủ ◊ incomplete

불요 [不要] (不要) bùyào <不要> ふよう {不要} bất yếu ◊ no need

불요불굴 [不撓不屈] (不屈不挠) bùqū bù náo <不屈不撓> ふくつふとう {不屈不撓} bất khuất bất nạo ◊ indomitable

불용 [不用] (不用) bùyòng <不用> ふよう {不用} bất dụng ◊ use no

불운 [不運] (苦命) kǔmìng <不運> ふうん {苦命} khổ mệnh ◊ hardship

불의 [不意] (不意) bùyì <不意> ふい {不意} bất ý ◊ unawareness

불의 [不義] (不义) bù yì <不義> ふぎ {不義} bất nghĩa ◊ unrighteousness

불인 [不仁] (不仁) bùrén <不仁> ふじん {不仁} bất nhân ◊ heartless

불일 [不一] (不一) bùyī <不一> ふいつ {不一} bất nhất ◊ different

불임률 [不妊率] (不孕率) bùyùnlù <不妊率> ふにんりつ {比例無生} tỷ lệ vô sinh ◊ infertile rate

불임증 [不妊症] (不孕症) bùyùnzhèng <不妊症> ふにんしょう {病無生} bệnh vô sinh ◊ infertile

불전 [佛典] (佛典) fú diǎn <仏典> ぶってん {佛典} Phật điển ◊ Buddhist scriptures

불찬성 [不贊成] (不赞成) bù zànchéng <不賛成> ふさんせい {辭咥|辭挓} từ chối ◊ disapproval

불초 [不肖] (不肖) bùxiào <不肖> ふしょう {不肖} bất tiếu ◊ unworthy

불충 [不忠] (不忠) bù zhōng <不忠> ふちゅう {不忠} bất trung ◊ unfaithful

불측 [不測] (不測) bùcè <不測> ふそく {不測} bất trắc ◊ unexpected; unforeseen; accidental

불치병 [不治病] (不治病) bù zhìbìng <不治病> ふじびょう {不治病} bất trị bệnh ◊ incurable diseases

불타 [佛陀] (佛陀) fótuó <仏陀> ぶつだ {佛陀} Phật Đà ◊ Buddha

불탑 [佛塔] (佛塔) fú tǎ <仏塔> ぶっとう {佛塔} Phật tháp ◊ stupa

불투명감시 [不透明監視] (不透明度監測) bùtòumíng dù jiāncè <不透明監視> ふとうめいかんし {監察度瞞喝} giám sát độ mờ đục ◊ opacity monitoring

불투명도 [不透明度] (不透明度) bùtòumíng dù <不透明度> ふとうめいど {度撒爛} độ chắn sáng ◊ opacity

불투수성 [不透水性] (不滲透性) bù shèntòu xìng <不透水性> ふとうすいせい {空湛湉} không thấm nước ◊ water impervious

불편 [不便] (不便) bùbiàn <不便な> ふべんな {不便} bất tiện ◊ inconvenient

불평 [不平] (抱怨) bàoyuàn <不満> ふまん {抱怨} không hài lòng ◊ complain; discontent and grumbling

불필요 [不必要] (不必要) bùbiyào <不必要> ふひつよう {空勤} không cần ◊ unnecessary; needless

불학 [佛學] (佛学) fóxué <仏学> ぶつがく {佛學} Phật học ◊ Buddhist studies

불합 [不合] (不合) bùhé <不合> ふごう {不合} bất hợp ◊ disagreement

불합리 [不合理] (不合理) bùhé lǐ <不合理> ふごうり {不合理} bất hợp lý ◊ irrationality

불행 [不幸] (不幸) bùxìng <不幸> ふこう {不幸} bất hạnh ◊ misfortune

불허 [不許] (不许) bùxǔ <不許> ふきょ {不許} bất hứa ◊ not allowed

불화 [不和] (不和) bù hé <不和> ふわ {不和} hận thù ◊ discord; feud

불확실성 [不確實性] (不确定性) bù quèdìngxìng <不確実性> ふかくじつせい {性空餓振} tính không chắc chắn ◊ uncertainty

불활성기체 [不活性氣體] (惰性气体) duòxìng qìtǐ <不活性気体> ふかつせいきたい {氣蠢} khí trơ ◊ inert gas

불효 [不孝] (不孝) bùxiào <不孝> ふこう {失孝} thất hiếu ◊ unfilial

불후 [不朽] (不朽) bùxiǔ <不朽> ふきゅう {不朽} bất hủ ◊ immortal

붉다 [一] (红的) hóng de <赤い> あかい {䊎䆋荶 蘛蘽橏燍覾蘦} đỏ ◊ red

붐비다 [一] (拥挤) yōngjǐ <混み合う> こみあう {佟鑴｜迻鑴｜迻燋} đông đúc ◊ crowded

붕괴 [崩壞] (崩坏) bēnghuài <崩壊> ほうかい {崩壞} honkai ◊ molder; collapse

붕대 [繃帶] (绷带) bēngdài <包帯> ほうたい {繃} băng ◊ bandage

붕루 [崩漏] (崩漏) bēng lòu <崩漏> ほうろう {崩漏} băng lậu ◊ uterine bleeding

붕사 [硼砂] (硼砂) péngshā <硼砂> ほうしゃ {硼砂} bằng sa ◊ borax

붕우 [朋友] 朋友 péng·you <友達> ともだち {伴侅} bạn bè ◊ friend

붕정만리 [鵬程萬里] (鵬程万里) péng chéng wàn lǐ <鵬程万里> ほうていばんり {鵬程萬里} bằng trình vạn lý ◊ over a great distance

비가 [悲歌] (悲歌) bēigē <悲歌> ひか {悲歌} bi ca ◊ elegy

비가 [比價] (比价) bǐjià <比価> ひか {比價} tỷ giá ◊ comparative price

비겁 [卑怯] (卑鄙) bēibǐ <卑怯> ひきょう {憪下｜獣下｜貧下｜嚌下} hèn hạ ◊ cowardice; mean

비결 [秘訣] (诀窍) juéqiào <秘訣> ひけつ {秘訣} bí quyết ◊ secret; knack

비경 [鼻鏡] (鼻镜) bí jìng <鼻鏡> はなかがみ {鏡齁} kính mũi ◊ nasal speculum; nasal endoscopy; nasoscope

비경 [祕境] (秘境) mì jìng <秘境> ひきょう {秘境} bí cảnh ◊ unexplored region; secluded region; wonderland

비계 [飛階] (脚手架) jiǎoshǒujià <足場> あしば {搁橶} giàn giáo ◊ scaffolding

비고 [備考] (备考) bèikǎo <備考> びこう {備考} bị khảo ◊ remarks

비곡 [悲曲] (悲曲) bēi qū <悲曲> ひきょく {悲曲} bi khúc ◊ tragedy music

비골 [腓骨] (腓骨) féigǔ <腓骨> ひこつ {腊戨} xương mác ◊ fibula

비공식 [非公式] (非正式) fēizhèngshì <非公式> ひこうしき {非正式} phi chính thức ◊ informality

비관 [悲觀] (悲观) bēiguān <悲観> ひかん {悲觀} bi quan ◊ gloomy

비관주의 [悲觀主義] (悲观主义) bēiguān zhǔyì <悲観主義> ひかんしゅぎ {主義悲觀} chủ

nghĩa bi quan ◊ pessimism

비교 [比較] (比较) bǐjiào <比べる> くらべる {搊跨|轎跨} so sánh ◊ compare

비교문법 [比較文法] (比较语法) bǐjiào yǔfǎ <比較文法> ひかくぶんぽう {語法搊跨} ngữ pháp so sánh ◊ comparative grammar

비교판정법 [比較判定法] (比较检验) bǐjiào jiǎnyàn <比較判定法> ひかくはんていほう {檢查搊跨} kiểm tra so sánh ◊ comparison test

비교평가 [比較評價] (对比评价) duìbǐ píngjià <比較評価> ひかくひょうか {扔價搊跨} đánh giá so sánh ◊ comparative evaluation

비구름 [一] (雨云) yǔ yún <雨雲> あまぐも {籛霤|霅霿} mây mưa ◊ rain cloud

비극 [悲劇] (悲剧) bēijù <悲劇> ひげき {悲劇} bi kịch ◊ tragic

비금속 [非金屬] (非金属) fēijīnshǔ <非金属> ひきんぞく {非金類} phi kim loại ◊ nonmetal

비난 [非難] (非难) fēinàn <非難> ひなん {非難} phi nạn ◊ blame

비뇨기과 [泌尿器科] (泌尿器学) mìniào qì xué <泌尿器科> ひにょうきか {科泌尿} khoa tiết niệu ◊ urology

비뇨기관 [泌尿器官] (泌尿器官) mìniào qìguān <泌尿器> ひにょうき {機關泌尿} cơ quan tiết niệu ◊ urology

비누화 [비누化] (皂化法) zào huā fǎ <鹼化> けんか {琿琠化} xà phòng hóa ◊ saponification

비닐봉지 [vinyl 封紙] (塑料袋) sùliàodài <ビニール袋> vinyl ふくろ {襀茄} túi nhựa ◊ plastic bag

비닐재배 [vinyl 栽培] (塑料大棚) sùliào dàpéng <プラスチック温室> plastic おんしつ {妸鏡茄} nhà kính nhựa ◊ vinyl house

비단 [緋緞] (丝绸) sīchóu <絹> きぬ {繏} lụa ◊ silk

비단옷 [緋緞옷] (丝绸衣服) sīchóu yīfu <シルクの服> silk のふく {裙襖繏} quần áo lụa ◊ silk clothes

비대 [肥大] (肥大) féidà <肥大> ひだい {腠肥} béo phì ◊ obesity

비도덕 [非道德] (无道德) wú dàodé <非道徳> ひどうとく {非道德} phi đạo đức ◊ amorality

비등 [沸騰] (沸腾) fèiténg <沸騰> ふっとう {沸騰} phí đẳng ◊ boils

비등점 [沸騰點] (沸点) fèidiǎn <沸点> ふってん {點炊} điểm sôi ◊ boiling point

비뚤어진 [一] (弯弯曲曲) wānwān qūqū <曲がりくねった> まがりくねった {迸巡|迸抓} quanh co ◊ tortuous

비례 [比例] (比例) bǐlì <比例> ひれい {比例} tỷ lệ ◊ proportion; ratio

비례 [非禮] (非礼) fēilǐ <非礼> ひれい {非禮} phi lễ ◊ indecent assault

비례계수기 [比例係數機] (正比计数器) zhèngbǐ jìshùqì <比例係数機> ひれいけいすうき {部比例掂} bộ đếm tỷ lệ ◊ proportional counter

비례상수 [比例常數] (比例常数) bǐlì chángshù <比例常数> ひれいじょうすう {恒數比例} hằng số tỷ lệ ◊ proportional constant

비례한계 [比例限界] (比例极限) bǐlì jíxiàn <比例限界> ひれいげんかい {界限比例} giới hạn tỷ lệ ◊ proportional limit

비료 [肥料] (肥料) féiliào <肥料> ひりょう {穬罪} phân bón ◊ fertilizer; manure

비루 [鄙陋] (粗鄙) cūbǐ <下品> げひん {粗鄙} thô bỉ ◊ vulgar

비마 [飛馬] (飞马) fēi mǎ <飛馬> ひば {飛馬} phi mã ◊ pegasus

비만 [肥滿] (肥满) féi mǎn <肥満> ひまん {肥滿} phì mãn ◊ plump

비망록 [備忘錄] (备忘录) bèiwànglù <覚書> おぼえがき {備忘錄} bị vong lục ◊ memorandum

비명 [悲鳴] (悲鸣) bēimíng <悲鳴> ひめい {唳} rít ◊ shriek

비명 [碑銘] (碑铭) bēi míng <碑銘> ひめい {笓刻} chữ khắc ◊ inscription

비모음 [鼻母音] (鼻元音) bí yuányīn <鼻母音> びぼいん {元音鼻} nguyên âm mũi ◊ nasal vowel

비무장지대 [非武裝地帶] (非军事区) fēi jūnshì qū <非武装地帯> ひぶそうちたい {區非軍事} khu phi quân sự ◊ demilitarized zone; DMZ

비문 [碑文] (碑文) bēiwén <碑文> ひぶん {碑文} bi văn ◊ inscription on a tablet

비미 [卑微] (卑微) bēiwēi <卑微> ひび {卑微} ty vy ◊ lowly

비미 [肥美] (肥美) féiměi <肥美> ひび {肥美} phì mỹ ◊ luxuriant

비밀 [秘密] (秘密) mìmì <秘密> ひみつ {秘密} bí mật ◊ secret

비밀감옥 [秘密監獄] (秘密监狱) mìmì jiānyù <秘密監獄> ひみつかんごく {密獄} mật ngục ◊ secret prison

비밀결사 [秘密結社] (帮会) bānghuì <秘密結社> ひみつけっしゃ {幫會} bang hội ◊ secret society;

underworld gang

비밀번호 [秘密番號] (密码) mìmǎ <秘密番号> ひみつばんごう {密碼} mật mã ◊ password

비밀역량 [秘密力量] (秘密力量) mìmì lìliang <秘密力量> ひみつりきりょう {暗力} ám lực ◊ secret force

비밀정보 [秘密情報] (秘密信息) mìmì xìnxī <秘密情報> ひみつじょうほう {密通} mật thông ◊ secret information

비밀투표 [秘密投票] (秘密投票) mìmì tóupiào <秘密投票> ひみつとうひょう {密票} mật phiếu ◊ secret vote

비박 [鄙薄] (鄙薄) bǐbó <軽蔑> けいべつ {鄙薄} bỉ bạc ◊ looking down on; scorn

비박 [臂膊] (臂膊) bìbó <腕> うで {臂膊} tý bạc ◊ arm

비방 [誹謗] (诽谤) fěibàng <誹謗> ひぼう {誹謗} phỉ báng ◊ slander

비범 [非凡] (非凡) fēifán <非凡> ひぼん {非凡} phi phàm ◊ extraordinary

비보 [悲報] (悲报) bēi bào <悲報> ひほう {悲報} bi báo ◊ sad news

비분 [悲憤] (悲愤) bēifèn <悲憤> ひふん {悲憤} bi phẫn ◊ grief

비분강개 [悲憤慷慨] (悲愤慷慨) bēifèn kāngkǎi <悲憤慷慨> ひふんこうがい {悲憤慷慨} bi phẫn khảng khái ◊ indignant lamentation over the evils of the times

비상 [悲傷] (悲伤) bēishāng <悲傷> ひしょう {悲傷} bi thương ◊ sad

비상 [非常] (非常) fēicháng <非常> ひじょう {非常} phi thường ◊ very much

비상구 [非常口] (紧急出口) jǐnjí chūkǒu <非常口> ひじょうくち {鞨緊急} cửa khẩn cấp ◊ emergency exit

비상사태 [非常事態] (非常事态) fēicháng shìtài <非常事態> ひじょうじたい {事態非常} sự thái phi thường ◊ emergencies

비생물자원 [非生物資源] (非生物资源) fēi shēngwù zīyuán <非生物資源> ひせいぶつしげん {材源非生物} tài nguyên phi sinh vật ◊ non-living things resource

비서 [秘書] (秘书) mìshū <秘書> ひしょ {秘書} bí thư ◊ secretary

비선형시스템 [非線型 system] (非线性系统) fēixiànxìng xìtǒng <非線性系> ひせんせいけい {系統非線性} hệ thống phi tuyến tính ◊ nonlinear system

비속 [卑俗] (粗俗) cūsú <卑俗> ひぞく {蠻俗} man tục ◊ vulgar

비수 [悲愁] (悲愁) bēi chóu <愁悲> うれいひ {愁悲} sầu bi ◊ heavy-hearted; low-spirited

비수기 [非需期] (淡季) dànjì <オフシーズン> off-season {瞀窺客} mùa vắng khách ◊ off-season

비수용액 [非水溶液] (非水溶液) fēi shuǐ róngyè <非水溶液> ひすいようえき {溶液空贖渃} dung dịch không chứa nước ◊ non-aqueous solution

비술 [秘術] (秘术) mì shù <秘術> ひじゅつ {秘術} bí thuật ◊ secret; mysteries; stratagem

비슷하다 [一] (相类似) xiāng lèisì <似る> にる {相似} tương tự ◊ similar

비애 [悲哀] (悲哀) bēi'āi <悲哀> ひあい {悲哀} bi ai ◊ sorrow

비약 [秘藥] (秘药) mì yào <秘薬> ひやく {秘藥} bí dược ◊ secret medicine

비양심 [非良心] (无良心) wú liángxīn <無良心> むりょうしん {無良心} vô lương tâm ◊ ungrateful

비열 [卑劣|鄙劣] (卑劣) bēiliè <卑劣|鄙劣> ひれつ {慣下|朳下|贙下|嚼下} hèn hạ ◊ despicable; dirty; foul; cowardly

비열 [比熱] (比热) bǐrè <比熱> ひねつ {比熱} tỷ nhiệt ◊ heat capacity; specific heat; thermal capacity

비옥 [肥沃] (肥沃) féiwò <肥沃> ひよく {胖觰} màu mỡ ◊ fertility

비용 [費用] (费用) fèiyòng <費用> ひよう {費用} phí dụng ◊ expenses

비원 [悲願] (悲愿) bēi yuàn <悲願> ひがん {悲願} bi nguyện ◊ one's dearest wish; earnest prayer; merciful prayer

비위 [脾胃] (脾胃) píwèi <脾胃> ひい {脾胃} tỳ vị ◊ spleen and stomach

비유 [比喩] (比喻) bǐyù <比喩> ひゆ {比喩} tỷ dụ ◊ metaphor

비유 [泌乳] (喂奶) wèi nǎi <泌乳> ひつにゅう {賖琘猶} cho con bú ◊ lactation

비율 [比率] (率) lǜ <率> りつ {率} suất ◊ rate

비음 [鼻音] (鼻音) bíyīn <鼻音> びおん {唾鵤|呷鵤} giọng mũi ◊ nasal

비음화모음 [鼻音化母音] (鼻化元音) bí huā yuányīn <鼻音化母音> びおんかぼいん {音嘍鵤} âm mồm mũi ◊ orinasal

비인도적 [非人道的] (无人道的) wúrén dào de <非人道的> ひじんどうてき {無人道} vô nhân đạo ◊ inhumane

비자성강 [非磁性鋼] (非磁性钢) fēi cíxìng gāng <非磁性鋼> ひじせいこう {鏡非磁性} thép phi từ tính ◊ non-magnetic steel

비장 [悲壯] (悲壮) bēizhuàng <悲壯> ひそう {悲壯} bi tráng ◊ pathetic; tragic

비전 [秘傳] (秘传) mì chuán <秘伝> ひでん {秘傳} bí truyền ◊ esoteric

비전하 [妃殿下] (妃殿下) fēi diànxià <妃殿下> ひでんか {婆皇家} Bà Hoàng gia ◊ Her Royal Highness

비절 [悲切] (悲切) bēiqiè <心悲しい> うらがなしい {悲切} bi thiết ◊ mournful

비접지 방식 [非接地方式] (不接地系统) bù jiē de xìtǒng <非接地方式> ひせっちほうしき {系統空接墲} hệ thống không tiếp đất ◊ non-grounding system

비조 [鼻祖] (鼻祖) bízǔ <鼻祖> びそ {鼻祖} ty tổ ◊ earliest ancestor; originator

비주요 [非主要] (次要) cìyào <非主要> ひしゅよう {次要} thứ yếu ◊ minor

비준 [批准] (批准) pīzhǔn <批准> ひじゅん {批准} phê chuẩn ◊ approve

비중량 [比重量] (比重) bǐzhòng <比重量> ひじゅうりょう {比重} tỷ trọng ◊ specific weight

비참 [悲慘] (悲惨) bēicǎn <悲慘> ひさん {悲慘} bi thảm ◊ miserable

비천 [卑賤] (卑贱) bēijiàn <卑賤> ひせん {卑賤} ty tiện ◊ low class; lowly position; humble

비철금속 [非鐵金屬] (有色金属) yǒusè jīnshǔ <非鉄金属> ひてつきんぞく {金類鉘} kim loại màu ◊ non-ferrous metal

비축 [備蓄] (储备) chǔbèi <備蓄> びちく {儲備} trừ bị ◊ reserve

비탈길 [一] (坡道) pōdào <坂道> さかみち {嶃墇} dốc ◊ slope

비통 [悲痛] (悲痛) bēitòng <悲痛> ひつう {悲痛} bi thống ◊ grieved

비파 [枇杷] (枇杷) pípa <枇杷> びわ {枇杷} tỳ bà ◊ loquat; Eriobotrya japonica

비파 [琵琶] (琵琶) pípa <琵琶> びわ {琵琶} tỳ bà ◊ Chinese lute

비판 [批判] (批判) pīpàn <批判> ひはん {批判} phê phán ◊ criticism

비평 [批評] (批评) pīpíng <批評> ひひょう {批評} phê bình ◊ criticism

비품 [備品] (备品) bèi pǐn <備品> びひん {備品}

bị phẩm ◊ parts; equipment

비핵지대 [非核地帶] (无核区) wúhéqū <非核地帶> ひかくちたい {區域非核仁} khu vực phi hạt nhân ◊ nuclear-free zone

비행 [飛行] (飞行) fēixíng <飛行> ひこう {飛行} chuyến bay ◊ flight

비행가 [飛行家] (飞行家) fēixíng jiā <飛行家> ひこうか {飛行家} phi hành gia ◊ aviator

비행기 [飛行機] (飞机) fēijī <飛行機> ひこうき {檳穖} máy bay ◊ airplane

비행단 [飛行團] (飞行团) fēixíng tuán <飛行団> ひこうだん {飛行團} phi hành đoàn ◊ flying regiments

비행선 [飛行船] (飞船) fēichuán <飛行船> ひこうせん {飛船} phi thuyền ◊ spaceship

비호 [庇護] (庇护) bìhù <庇護> ひご {保助} bảo trợ ◊ shelter

비환 [悲歡] (悲欢) bēi huān <悲歡> ひかん {悲歡} bi hoan ◊ joys and sorrows

비희 [悲喜] (悲喜) bēi xǐ <悲喜> ひき {鑠愷} vui buồn ◊ joys and sorrows

빈객 [賓客] (宾客) bīnkè <賓客> ひんかく {賓客} tân khách ◊ guest; visitor

빈고 [貧苦] (贫苦) pínkǔ <貧苦> ひんく {貧苦} bần khổ ◊ poor and miserable

빈곤 [貧困] (贫困) pínkùn <貧困> ひんこん {貧困} bần khốn ◊ impoverished

빈궁 [貧窮] (贫穷) pínqióng <貧窮> ひんきゅう {貧窮} bần cùng ◊ poor

빈농 [貧農] (贫农) pínnóng <貧農> ひんのう {貧農} bần nông ◊ poor peasants

빈도 [貧道] (贫道) píndào <貧道> ひんどう {貧道} bần đạo ◊ poor cleric

빈민 [貧民] (贫民) pínmín <貧民> ひんみん {貧民} bần dân ◊ poor people; pauper

빈민굴 [貧民窟] (贫民窟) pínmínkū <貧民窟> ひんみんくつ {區貧民} khu bần dân ◊ slum

빈번 [頻繁] (频繁) pínfán <頻繁> ひんぱん {常轄|常川} thường xuyên ◊ frequently

빈부 [貧富] (贫富) pínfù <貧富> ひんぷ {鬧饒} giàu nghèo ◊ wealth and poverty

빈약 [貧弱] (贫弱) pínruò <貧弱> ひんじゃく {竆懶|饒難} nghèo nàn ◊ poor and week

빈천 [貧賤] (贫贱) pínjiàn <貧賤> ひんせん {貧賤} bần tiện ◊ mean and lowly

빈핍 [貧乏] (贫乏) pínfá <貧乏> びんぼう {貧乏} bần phạp ◊ poor; poverty

빈한 [貧寒] (贫寒) pínhán <貧寒> ひんかん {貧寒} bần hàn ◊ poverty-stricken

빈혈 [貧血] (贫血) pínxuè <貧血> ひんけつ {貧血} bần huyết ◊ anaemia

빈혈증 [貧血症] (血亏) xuèkuī <貧血症> ひんけつしょう {血虧} huyết khuy ◊ anaemia

빌딩 [building] (大厦) dàshà <ビルディング|ビル> building {座如} tòa nhà ◊ building

빗방울 [一] (雨滴) yǔdī <雨垂れ> あまだれ {溁霜|溁霄} giọt mưa ◊ raindrop

빙거 [憑據] (凭据) píngjù <憑拠> ひょうきょ {憑據} bằng cứ ◊ credential

빙괴 [氷塊] (冰块) bīngkuài <氷> こおり {冰} băng ◊ ice

빙당 [氷糖] (冰糖) bīngtáng <氷糖> こうりとう {冰糖} băng đường ◊ crystal sugar

빙등 [氷燈] (冰灯) bīngdēng <氷の灯籠> こおりのとうろう {冰燈} băng đăng ◊ ice lamp

빙산 [氷山] (冰山) bīngshān <氷山> ひょうざん {冰山} băng sơn ◊ iceberg

빙상장 [氷上場] (滑冰场) huábīng cháng <スケートリンク> skating rink {塯氷} sân băng ◊ ice rink; skating rink

빙석 [氷釋] (冰释) bīngshì <氷釈> ひょうしゃく {冰釋} băng thích ◊ disappear; vanish; melting like ice; dispelling doubts

빙설 [氷雪] (冰雪) bīngxuě <氷雪> ひょうせつ {冰雪} băng tuyết ◊ ice and snow

빙소와해 [氷消瓦解] (冰消瓦解) bīng xiāo wǎjiě <氷消瓦解> ひょうしょうがかい {冰消瓦解} băng tiêu ngõa giải ◊ disintegrate

빙원 [氷原] (冰原) bīng yuán <氷原> ひょうげん {冰野} băng dã ◊ ice field

빙장석 [氷長石] (冰长石) bīng chángshí <氷長石>

ひょうちょうせき {氷長石} băng trường thạch ◊ adularia

빙점 [氷點] (冰点) bīngdiǎn <氷点> ひょうてん {氷點} băng điểm ◊ freezing point

빙점하 [氷點下] (冰点下) bīngdiǎn xià <氷点下> ひょうてんか {凖冰點} dưới băng điểm ◊ below freezing

빙정석 [氷晶石] (冰晶石) bīngjīngshí <氷晶石> ひょうしょうせき {冰石} băng thạch ◊ cryolite

빙주 [氷柱] (冰柱) bīngzhù <氷柱> ひょうちゅう {柱冰} trụ băng ◊ icicle

빙하 [氷河] (冰河) bīnghé <氷河> ひょうが {冰河} băng hà ◊ glacier

빙하곡 [氷河谷] (冰川谷) bīngchuān gǔ <氷食谷|氷蝕谷> ひょうしょくたに {磑壨冰河} thung lũng băng hà ◊ glacial valley

빙하기후 [氷河氣候] (冰川气候) bīngchuān qìhòu <氷河気候> ひょうがきこう {氣候冰河} khí hậu băng hà ◊ glacial climate

빙하식물군 [氷河植物群] (冰川植物群) bīngchuān zhíwùqún <氷河植物群> ひょうがしょくぶつぐん {系植物冰河} hệ thực vật băng hà ◊ glacial flora

빙하지형 [氷河地形] (冰川地形) bīngchuān dìxíng <氷河地形> ひょうがちけい {地形冰河} địa hình băng hà ◊ glacial landform

빙하호 [氷河湖] (冰川湖) bīngchuān hú <氷河湖> ひょうがこ {湖冰} hồ băng ◊ glacial lake

빙해 [氷海] (冰海) bīng hǎi <氷海> ひょうかい {冰洋} băng dương ◊ frozen sea; icy waters

빙호 [氷湖] (冰湖) bīng hú <氷湖> ひょうこ {冰湖} băng hồ ◊ ice lake

빛나다 [一] (光耀) guāngyào <輝く> かがやく {光耀} quang diệu ◊ brilliance

빨간색 [빨간色] (大红色) dàhóng sè <真っ赤> まっか {龡湛} đỏ thắm ◊ deeply red

빨개지다 [一] (脸红) liǎnhóng <赤らめる> あからめる {龡秞|竸秞|蓔秞|龡秞|纂秞|橪秞|燼秞|靚秞|龡秞} đỏ mặt ◊ blush

빨리 [一] (快捷) kuàijié <素早い> すばやい {邎遾|迨遾} nhanh nhẹn ◊ agile

빵 [pão ㅍ] (包子) bāozi <バン> bun {柄犧捲|餉犧捲} bánh mì cuộn ◊ bun

빵모자 [pão ㅍ帽子] (圆顶帽子) yuándǐng màozi <丸帽子> まるぼうし {蝶菓崘} mũ quả dưa ◊ bowler

빼다 [一] (扣除) kòuchú <差し引く> さしひく {扣除} khấu trừ ◊ deduct

빽빽하다 [一] (繁浩) mìjí <密集> みっしゅう {蘿甚棤} rậm ◊ densely packed

뺄셈부호 [뺄셈符號] (减号) jiǎnhào <マイナス記号> minus きごう {晒除|啞除} dấu trừ ◊ minus sign

뻗다 [一] (伸出) shēnchū <伸べる> のべる {摀虇|驪麟|摀曠} mở rộng ◊ extend

뻗치다 [一] (延伸) yánshēn <延長> えんちょう {摀虇|驪麟|摀曠} mở rộng ◊ spread; extend

뼈 [一] (骨头) gǔtou <骨> ほね {髇髇} xương ◊ bone

뼈세포방 [뼈細胞房] (骨细胞室) gǔ xìbāo shì <骨細胞室> ほねさいぼうしつ {房細胞髇} phòng tế bào xương ◊ bone cell chamber

뽐내다 [一] (扬威) yáng wēi <揚威> ようい {揚威} dương oai ◊ spread prestige on

뽕나무 [一] (桑树) sāngshù <桑> そう {紬} dâu ◊ mulberry

뽕밭 [一] (桑地) sāng dì <桑畑> くわばたけ {翅坰紬罿} cánh đồng dâu tằm ◊ mulberry field

뿌리 [一] (根蒂) gēn dì <根> ね {根蒂} căn đế ◊ root and base

뿌리가 깊다 [一] (根深蒂固) gēn shēn dì gù <根深い> ねふかい {餃婁皈} ăn sâu vào ◊ deep-rooted

뿌리다 [一] (撒种) sǎzhǒng <蒔く> まく {搣涽撩搯} gieo ◊ sow

뿌리혹균 [뿌리酷菌] (根茎真菌) gēnjīng zhēnjūn <根茎真菌> こんけいしんきん {菌身葛} khuẩn thân rễ ◊ root epiphyte

ㅅ S

사각 [四角] (四角) sìjiǎo <四角> しかく {四角} tứ giác ◊ four corners

사각 [斜角] (斜角) xiéjiǎo <斜角> しゃかく {斜角} tà giác ◊ bevel; oblique angle

사각주 [四角柱] (四角柱) sìjiǎozhù <四角柱> しかくちゅう {四角柱} tứ giác trụ ◊ quadrangular columns

사각주 [斜角柱] (斜棱柱) xié léngzhù <斜角柱> しゃかくちゅう {斜角柱} tà giác trụ ◊ beveled columns

사각형 [四角形] (四边形) sìbiānxíng <四角形> しかくけい {形四角} hình tứ giác ◊ quadrangle; tetragon; square

사감 [舍監] (舍监) shě jiān <舍監> しゃかん {總管寄宿舍} tổng quản ký túc xá ◊ dormitory dean

사거 [辭去] (辞去) cí qù <辞去> じきょ {辭去} từ khứ ◊ quit

사거 [死去] (死去) sǐ qù <死去> しきょ {死去} tử khứ ◊ die

사건 [事件] (事件) shìjiàn <事件> じけん {事件} sự kiện ◊ event

사건보고 [事件報告] (事件报告) shìjiàn bàogào <事件報告> じけんほうこく {報告事故} báo cáo sự cố ◊ incident report

사격 [射擊] (射击) shèjī <射擊> しゃげき {射擊} xạ kích ◊ shoot

사격장 [射擊場] (射击场) shèjī cháng <射擊場> しゃげきじょう {射擊場} xạ kích trường ◊ shooting range

사계 [四季] (四季) sìjì <四季> しき {四季} tứ quý ◊ four seasons

사계도 [四季圖] (四季图) sìjì tú <四季図> しきず {四季圖} tứ quý đồ ◊ diagram of the four seasons

사계절 [四季節] (四季节) sìjì jiē <四季節> よんきせつ {四季節} tứ quý tiết ◊ period of four seasons

사계화 [四季花] (四季花) sìjì huā <四季花> しきか {四季花} tứ quý hoa ◊ four seasons flowers

사고 [事故] (事故) shìgù <事故> じこ {事故} sự cố ◊ accident

사고 [思考] (思考) sīkǎo <思考> しこう {推儀} suy nghĩ ◊ ponder

사고방식 [思考方式] (思考方法) sīkǎo fāngfǎ <考え方> かんがえかた {格推儀} cách suy nghĩ ◊ thinking style

사고원인 [事故原因] (事故原因) shìgù píngjià <事故原因> じこげんいん {原因災難} nguyên nhân tai nạn ◊ cause of an accident

사고평가 [事故評價] (事故评价) shìgù píngjià <事故評価> じこひょうか {掃價災難} đánh giá tai nạn ◊ accident evaluation

사과 [沙果|砂果] (苹果) píngguǒ <林檎> りんご {菓棗; 棗西} quả táo; táo Tây ◊ apple

사과 [謝過] (道歉) dàoqiàn <謝罪> しゃざい {嗔癌|嗔趺|吁類} xin lỗi ◊ apologize

사과배 [沙果배] (苹果梨) píngguǒ lí <梨林檎; 二十世紀梨> なしりんご; にじっせいきなし {梨棗} lê táo ◊ apple pear

사과식초 [沙果食醋] (苹果醋) píngguǒ cù <林檎酢> りんごす {酨棗} giấm táo ◊ cider vinegar

사과주 [沙果酒] (苹果酒) píngguǒ jiǔ <林檎酒> りんごしゅ {醋棗} rượu táo ◊ hard cider

사과주스 [沙果juice] (苹果汁) píngguǒ zhī <林檎ジュース> りんご juice {渃攞棗} nước ép táo ◊ apple juice

사관 [蛇管] (蛇管) shé guǎn <蛇管> だかん {蛇管} xà quản ◊ serpentine tube

사관 [史官] (史官) shǐguān <史官> しかん {史官} sử quan ◊ historian

사관 [史觀] (史观) shǐ guàn <史観> しかん {史觀} quan điểm lịch sử ◊ historical view

사관학교 [士官學校] (军事学校) jūnshì xuéxiào <士官学校> しかんがっこう {軍塲} quân trường ◊ military school

사교 [社交] (社交) shèjiāo <社交> しゃこう {社交} xã giao ◊ socializing

사교 [私交] (私交) sījiāo <私交> しこう {私交} tư giao ◊ personal friendship

사교성 [社交性] (社交性) shèjiāo xìng <社交性>

しゃこうせい {性社交} tính xã giao ◊ sociability

사교술 [社交術] (社交技能) shèjiāo jìnéng <社交術> しゃこうじゅつ {社交術} xã giao thuật ◊ sociability

사교적 [社交的] (好交际的) hǎo jiāojì de <社交的> しゃこうてき {歷涉} lịch thiệp ◊ sociable

사권 [私權] (私权) sī quán <私権> しけん {權稜} quyền riêng ◊ private rights

사기 [史記] (史记) shǐjì <史記> しき {史記} sử ký ◊ Book of History

사기 [士氣] (士气) shìqì <士気> しき {士氣} sĩ khí ◊ morale

사기 [邪氣] (邪气) xiéqì <邪気> じゃき {邪氣} tà khí ◊ evil air

사기 [詐欺] (欺诈) qīzhà <詐欺> さぎ {事奸瘥; 事忤詰|事憶詰} sự gian lận; sự lừa gạt ◊ fraud; swindle

사기꾼 [詐欺꾼] (骗子) piànzi <詐欺師> さぎし {仉憶倒} kẻ lừa đảo ◊ swindler; fraudster; trickster

사난 [死難] (死难) sǐnàn <死難> しなん {死難} tử nan ◊ dead accident

사납다 [一] (凶狠) xiōnghěn <凄まじい> すさまじい {兇惡|兇獷} hung dữ ◊ fierce

사내 [社內] (公司内) shè nèi <社內> しゃない {𠓱公司} trong công ty ◊ within a company; in-house

사냥 [一] (打猎) dǎliè <狩る> かる {狋狆獴} săn ◊ hunt

사냥꾼 [一] (猎人) lièrén <猟師> りょうし {𠓱㹨狐} người đi săn ◊ hunter

사념 [邪念] (邪念) xiéniàn <邪念> じゃねん {邪念} tà niệm ◊ evil thought

사다 [一] (买) mǎi <買う> かう {戁膜} mua ◊ buy; purchase

사다리 [一] (阶梯) jiētī <梯子> はしご {梮簜楊} thang ◊ ladder

사단 [紗緞] (纱缎) shā duàn <毛斯綸|モスリン> muslin {紗緞} sa đoạn ◊ light woollen fabric; muslin

사단 [社團] (社团) shètuán <社団> しゃだん {社團} xã đoàn ◊ societies

사단 [師團] (师团) shī tuán <師団> しだん {師團} sư đoàn ◊ division

사단 [事端] (事端) shìduān <事端> じたん {事端} sự đoan ◊ incident

사단장 [師團長] (师团长) shī tuánzhǎng <師団長> しだんちょう {師團長} sư đoàn trưởng ◊ division commander

사당 [祠堂] (祠堂) cítáng <祠堂> しどう {祠堂} từ đường ◊ ancestral temple

사대주의 [事大主義] (媚外主义) shì dà zhǔyì <事大主義> じだいしゅぎ {主義趨佞儡罷} chủ nghĩa xu nịnh bợ đỡ ◊ flunkeyism; worship of the powerful

사독 [蛇毒] (蛇毒) shédú <蛇毒> じゃどく {蛇毒} xà độc ◊ snake venom

사두근 [四頭筋] (四头肌) sì tóu jī <四頭筋> しとうきん {肌四頭} cơ tứ đầu ◊ quadriceps

사라지다 [一] (消) xiāo <消える> きえる {變秩|變味} biến mất ◊ vanish

사람 [一] (人) rén <人> ひと {𠊚得} người ◊ person

사랑 [一] (爱) ài <愛> あい {㥏} yêu ◊ beloved

사략 [史略] (史略) shǐ lüè <史略> しりゃく {史略} sử lược ◊ outline history; brief history

사량 [思量] (思量) sīliang <思量> しりょう {思量} tư lương ◊ consider

사려 [思慮] (思虑) sīlù <思慮> しりょ {思慮} tư lự ◊ thoughtfulness

사력 [沙礫|砂礫] (砂砾) shā lì <砂礫> されき {砂礫} sa lịch ◊ grit

사령 [辭令] (辞令) cílìng <辞令> じれい {辭令} từ linh ◊ rhetoric

사령 [司令] (司令) sīlìng <司令> しれい {司令} tư linh ◊ commander

사령부 [司令部] (司令部) sīlìngbù <司令部> しれいぶ {司令部} ty linh bộ ◊ headquarters

사례 [事例] (场景) chǎngjǐng <エピソード> episode {場合} trường hợp ◊ episode

사례 [謝禮] (谢礼) xièlǐ <謝礼> しゃれい {感恩} cảm ơn ◊ honorarium; remuneration

사로 [死路] (死路) sǐlù <死路> しろ {死路} tử lộ ◊ dead end; dead route

사료 [史料] (史料) shǐliào <史料> しりょう {史料} sử liệu ◊ historical data

사료 [飼料] (饲料) sìliào <飼料> しりょう {飼料} tự liệu ◊ fodder

사류 [蛇類] (蛇类) shé lèi <蛇類> へびるい {蛇類} xà loại ◊ snakes

사륜 [四輪] (四轮) sì lún <四輪> よんりん {四輪} tứ luân ◊ four wheels

사륜구동차량 [四輪驅動車輛] (四轮驱动车) sì lún qūdòng chē <四輪駆動車> よんりんくどうしゃ {車引|動軍輛} xe dẫn động bốn bánh ◊ four-wheel drive

사륜차 [四輪車] (四轮车) sì lún chē <四輪車> よんりんしゃ {四輪車} tứ luân xa ◊ four-wheeled vehicles

사리 [舍利] (舍利) shèlì <舍利> しゃり {遺跡佛教} di tích Phật giáo ◊ Buddhist relics

사리 [私利] (私利) sīlì <私利> しり {私利} tư lợi ◊ self-interest

사립 [私立] (私立) sīlì <私立> しりつ {私立} tư lập ◊ private owned

사마 [邪魔] (邪魔) xiémó <邪魔> じゃま {邪魔} tà ma ◊ demon

사막 [沙漠|砂漠] (沙漠) shāmò <砂漠> さばく {砂漠} sa mạc ◊ desert

사막지대 [沙漠地帶] (沙漠地带) shāmò dìdài <砂漠地帶> さばくちたい {旋沙漠} vùng sa mạc ◊ desert zone

사막화 [沙漠化] (沙漠化) shāmòhuà <砂漠化> さばくか {沙漠化} sa mạc hóa ◊ desert spread

사망 [死亡] (死亡) sǐwáng <死亡> しぼう {死亡} tử vong ◊ death

사망률 [死亡率] (死亡率) sǐwánglǜ <死亡率> しぼうりつ {死率} tử suất ◊ mortality rate; deathrate

사면 [赦免] (赦免) shèmiǎn <赦免> しゃめん {赦免} xá miễn ◊ remittal; free pardon

사면 [四面] (四面) sìmiàn <四面> よんめん {四面} tứ diện ◊ all sides

사면 [斜面] (斜面) xiémiàn <斜面> しゃめん {斜面} tà diện ◊ inclined plane

사면체 [四面體] (四面体) sìmiàntǐ <四面体> よんめんたい {形四面} hình tứ diện ◊ tetrahedron

사면초가 [四面楚歌] (四面楚歌) sìmiàn chǔ gē <四面楚歌> しめんそか {四面楚歌} tứ diện sở ca ◊ being surrounded by enemies on all sides

사멸 [死滅] (死灭) sǐ miè <死滅> しめつ {死滅} tử diệt ◊ dead and destroyed

사명 [使命] (使命) shǐmìng <使命> しめい {使命} sứ mệnh ◊ mission

사모 [師母] (师母) shīmǔ <師母> しぼ {師母} sư mẫu ◊ teacher's wife

사모 [私募] (思慕) sīmù <思慕> しぼ {懷憫} mong muốn ◊ yearning

사무 [事務] (事务) shìwù <事務> じむ {事務} sự vụ ◊ affairs

사무기기 [事務機器] (办公设备) bàngōng shèbèi <事務機器> じむきき {設備文房} thiết bị văn phòng ◊ office equipment

사무실 [事務室] (办公室) bàngōngshì <事務所> じむしょ {文房} văn phòng ◊ office

사무용품 [事務用品] (办公用品) bàngōng yòngpǐn <事務用品> じむようひん {椎用文房} đồ dùng văn phòng ◊ office supplies

사문 [蛇紋] (蛇纹) shé wén <蛇紋> じゃもん {蛇紋} xà văn ◊ serpentine pattern

사문 [寺門] (寺门) sì mén <寺門> てらかど {寺門} tự môn ◊ temple gate

사물 [事物] (事物) shìwù <事物> じぶつ {事物} đồ ◊ thing

사민당 [社民黨] (社民党) shèmíndǎng <社民党> しゃみんとう {社民黨} xã dân đảng ◊ social democratic party

사방 [四方] (四方) sìfāng <四方> しほう {四方} vuông ◊ square

사방위 [四方位] (四个位) sì ge wèi <四方位> しほうい {四方位} tứ phương vị ◊ quadripartite

사방팔방 [四方八方] (四面八方) sìmiàn bāfāng <八方> はっぽう {自嗨向} từ mọi hướng ◊ all sides; from every direction

사배체 [四倍體] (四倍体) sì bèi tǐ <四倍体> よんばいたい {四倍體} tứ bội thể ◊ tetraploidy

사범 [師範] (师范) shīfàn <師範> しはん {師範} sư phạm ◊ normal school

사법 [司法] (司法) sīfǎ <司法> しほう {司法} ty pháp ◊ judicature

사법기관 [司法機關] (司法机关) sīfǎ jīguān <司法機関> しほうきかん {機關司法} cơ quan tư pháp ◊ judicature

사법조정 [司法調整] (司法调解) sīfǎ tiáojiě <司法調整> しほうちょうせい {和解司法} hòa giải tư pháp ◊ judicial conciliation

사법해결 [司法解決] (司法解决) sīfǎ jiějué <司法解決> しほうかいけつ {解決司法} giải quyết tư pháp ◊ judicatory settlement

사법해석 [司法解釋] (司法解释) sīfǎ jiěshì <司法解釈> しほうかいしゃく {解釋司法} giải thích tư pháp ◊ judicial interpretation

사변 [事變] (事变) shìbiàn <事変> じへん {事變} sự biến ◊ incident

사변 [四邊] (四边) sìbiān <四辺> しへん {四邊} tứ biên ◊ quadrilateral

사변 [斜邊] (斜边) xiébiān <斜辺> しゃへん {斜邊} tà biên ◊ hypotenuse

사변형 [四邊形] (四边形) sìbiānxíng <四辺形> しへんけい {四邊形} tứ biên hình ◊ quadrilateral

사별 [辭別] (辞別) cíbié <辞別> じべつ {辭別} từ biệt ◊ farewell

사별 [死別] (死別) sǐ biè <死別> しべつ {死別} từ biệt ◊ separation of death

사병 [死病] (死病) sǐ bìng <死病> しびょう {死病} tử bệnh ◊ death sickness

사보험 [私保險] (私人保险) sīrén bǎoxiǎn <私保險> しほけん {私保險} tư bảo hiểm ◊ private insurance

사본 [寫本] (写本) xiěběn <写本> しゃほん {本抄} bản sao ◊ book manuscript; written copy of a book

사부 [詞賦] (词赋) cí fù <詞賦> しふ {詞賦} từ phú ◊ ancient poems

사부님 [師夫님] (师父) shīfu <師父> しふ {師父} sư phụ ◊ master

사분 [私憤] (私愤) sīfèn <私憤> しふん {私憤} tư phẫn ◊ private indignation

사분오열 [四分五裂] (四分五裂) sì fēn wǔ liè <四分五裂> しぶんごれつ {四分五裂} tứ phân ngũ liệt ◊ torn asunder; disrupted and disorganized

사비생 [私費生] (自费学生) zìfèi xuésheng <私費生> しひせい {私費生} tư phí sinh ◊ privately financed

사산 [四散] (四散) sìsàn <四散> しさん {四散} tứ tán ◊ disperse

사살 [射殺] (射杀) shè shā <射殺> しゃさつ {射殺} xạ sát ◊ shooting to death

사상 [史上] (史上) shǐ shàng <史上> しじょう {史上} sử thượng ◊ historical; on history

사상 [思想] (思想) sīxiǎng <思想> しそう {思想} tư tưởng ◊ thought

사상 [死傷] (死伤) sǐshāng <死傷> ししょう {死傷} tử thương ◊ casualties

사색 [思索] (思索) sīsuǒ <思索> しさく {推懷|推忖} suy nghĩ ◊ ponder

사생 [私生] (私生) sī shēng <私生> しせい {私生} tư sinh ◊ by the left hand

사생 [死生] (死生) sǐ shēng <死生> しせい {死生} tử sinh ◊ dead and alive

사생 [寫生] (写生) xiěshēng <写生> しゃせい {寫生} tả sinh ◊ sketch

사생활 [私生活] (私生活) sīshēnghuó <私生活> しせいかつ {私生活} tư sinh hoạt ◊ private life

사서 [辭書] (辞书) císhū <辭書> じしょ {辭書} từ thư ◊ dictionary; lexicon

사서 [司書] (图书管理员) túshū guǎnlǐyuán <司書> ししょ {守書} thủ thư ◊ ancient librarian

사선 [射線] (射线) shèxiàn <射線> しゃせん {射線} xạ tuyến ◊ ray

사선 [斜線] (斜线) xiéxiàn <斜線> しゃせん {斜線} đường chéo ◊ diagonal

사설 [社說] (社论) shèlùn <社說> しゃせつ {排社論} bài xã luận ◊ editorial

사설 [邪說] (邪说) xiéshuō <邪説> じゃせつ {邪說} tà thuyết ◊ heresy

사설급수 [私設給水] (私营供水) sīyíng gōngshuǐ <私営給水> しえいきゅうすい {給渃私人} cấp nước tư nhân ◊ private water supply

사세 [辭世] (辞世) císhì <辞世> じせい {辭世} từ thế ◊ pass away

사소한 [些少한] (琐碎) suǒsuì <細々しい> こまごましい {尋常} tầm thường ◊ trivial

사수 [射手] (射手) shèshǒu <射手> しゃしゅ {射手} xạ thủ ◊ shooter

사수 [死守] (死守) sǐshǒu <死守> ししゅ {死守} tử thủ ◊ hold on

사숙 [私塾] (私塾) sīshú <私塾> しじゅく {場私塾} trường tư thục ◊ private school

사술 [邪術] (邪术) xié shù <邪術> じゃじゅつ {邪術} tà thuật ◊ sorcery

사술 [詐術] (诈术) zhà shù <詐術> さじゅつ {詐術} trá thuật ◊ deception

사시사철 [四時四절] (四时节) sìshíjié <四季> しき {罘督|罘努} bốn mùa ◊ four seasons

사신 [捨身] (舍身) shèshēn <捨身> しゃしん {捨身} xả thân ◊ sacrifice one's life

사신 [使臣] (使臣) shǐ chén <使臣> ししん {使臣} sứ thần ◊ envoy; ambassador-at-large

사신 [私信] (私信) sī xìn <私信> ししん {私信} tư tín ◊ private messages

사신 [四神] (四神) sì shén <四神> しじん {四神} tứ thần ◊ four gods

사실 [史實] (史实) shǐshí <史実> しじつ {史實} sử thực ◊ historical facts

사실 [事實] (事实) shìshí <事実> じじつ {事實} điều ◊ fact

사실 [寫實] (写实) xiěshí <写実> しゃじつ {寫實} tả thực ◊ realistic writing and painting

사실주의 [寫實主義] (写实主义) xiěshí zhǔyì <写実主義> しゃじつしゅぎ {主義寫實} chủ nghĩa tả thực ◊ realism

사심 [私心] (私心) sīxīn <私心> ししん {私心} tư tâm ◊ selfishness

사심 [死心] (死心) sǐxīn <死心> ししん {死心} tử tâm ◊ give up

사악 [邪惡] (邪恶) xié'è <邪悪> じゃあく {邪惡} tà ác ◊ evil

사양 [思讓] (谢辞) xiè cí <謝辞> しゃじ {謝辭} tạ từ ◊ acknowledgments

사양 [斜陽] (斜阳) xiéyáng <斜陽> しゃよう {斜陽} tà dương ◊ setting sun

사업 [事業] (事业) shìyè <事業> じぎょう {藝業} nghề nghiệp ◊ business actions

사역 [使役] (使役) shǐyì <使役> しえき {原因} nguyên nhân ◊ causative

사열 [查閱] (查阅) cháyuè <查閱> さえつ {查閱} tra duyệt ◊ consult; search

사영 [私營] (私营) sīyíng <私営> しえい {私營} tư dinh ◊ private business

사욕 [私慾] (私欲) sīyù <私慾> しよく {私慾} tư dục ◊ selfish desires

사욕 [邪慾] (邪欲) xié yù <邪慾> じゃよく {邪慾} tà dục ◊ evil desires

사용 [使用] (使用) shǐyòng <使用> しよう {使用} sử dụng ◊ use

사용가치 [使用價値] (使用价值) shǐyòng jià zhí <使用価値> しようかち {價值使用} giá trị sử dụng ◊ value of use

사용권 [使用權] (使用权) shǐyòngquán <使用権> しようけん {權使用} quyền sử dụng ◊ right of use

사용금지 [使用禁止] (禁止使用) jìnzhǐ shǐyòng <使用禁止> しようきんし {禁用} cấm dùng ◊ prohibited to use

사용량 [使用量] (使用量) shǐyòngliàng <使用量> しようりょう {使用量} sử dụng lượng ◊ usage

사용법 [使用法] (用法) yòngfǎ <使用法> しようほう {使用} sử dụng ◊ instructions

사용압력 [使用壓力] (工作压力) gōngzuò yālì <使用圧力> しようあつりょく {壓力工役} áp lực công việc ◊ working pressure

사용자 [使用者] (用户) yònghù <利用者> りよう しゃ {馭用} người dùng ◊ user

사용자부담 [使用者負擔] (使用者付费) shǐyòngzhě fùfèi <使用者負担> しようしゃふたん {馭用搭錢} người dùng trả tiền ◊ user charge

사우 [師友] (师友) shīyǒu <師友> しゆう {師友} sư hữu ◊ mentorship

사원 [社員] (社员) shèyuán <社員> しゃいん {社員} thành viên ◊ members

사원 [寺院] (寺院) sìyuàn <寺院> じいん {寺院} tự viện ◊ temple

사월 [四月] (四月) sìyuè <四月> しがつ {胸冒} tháng Tư ◊ April

사위 [四圍] (四围) sìwéi <四囲> しい {四圍} tứ vi ◊ around

사위 [詐僞] (诈伪) zhà wěi <詐偽> さぎ {詐僞} trá ngụy ◊ fraud

사유 [事由] (事由) shìyóu <事由> じゆう {事由} sự do ◊ cause; origin of an incident

사유 [私有] (私有) sīyǒu <私有> しゆう {私有} tư hữu ◊ private

사유 [思維] (思维) sīwéi <思考> しこう {思維} tư duy ◊ thinking

사유물 [私有物] (私有财产) sīyǒu cáichǎn <私有物> しゆうぶつ {私有物} tư hữu vật ◊ private property

사육 [飼育] (饲养) sìyǎng <飼育> しいく {鱸餞} nuôi ◊ breeding

사은 [謝恩] (谢恩) xiè'ēn <謝恩> しゃおん {感恩} cảm ơn ◊ grateful

사음 [邪淫] (邪淫) xié yín <邪淫> じゃいん {邪淫} tà dâm ◊ licentious

사의 [辭意] (词意) cí yì <辭意> じい {辭意} từ ý ◊ word meaning

사의 [寫意] (写意) xiěyì <写意> しゃい {寫意} tả ý ◊ liberal style; impressionistic style

사이 [一] (之间) zhījiān <間> あいだ {钟幌帳} giữa ◊ between

사이렌 [siren] (警笛) jǐngdí <警笛> けいてき {蟠暴動} còi báo động ◊ horn; siren

사인권리 [私人權利] (私人权利) sīrén quánlì <私人権利> しじんけんり {私權} tư quyền ◊ private rights

사임 [辭任] (辞任) cí rén <辞任> じにん {辭任} từ nhậm ◊ resignation

사자 [獅子] (狮子) shīzǐ <獅子> しし {獅子} sư tử ◊ lion

사자 [使者] (使者) shǐzhě <使者> ししゃ {使者} sứ giả ◊ emissary

사자좌 [獅子座] (狮子座) shīzizuò <獅子座> し しざ {獅子} Sư Tử ◊ Leo

사자춤 [獅子춤] (狮子舞) shīzi wǔ <獅子舞> し しまい {獅子舞} sư tử vũ ◊ lion dance

사장 [私藏] (私藏) sīcáng <私藏> しぞう {私藏} tư tàng ◊ possession

사장석 [斜長石] (斜长石) xiéchángshí <斜長石>

しゃちょうせき　{斜長石} tà trường thạch ◊ plagioclase

사재 [私財] (私财) sī cái <私財> しざい {私財} tư tài ◊ private property

사저 [私邸] (私宅) sī zhái <私邸> してい {姤積} nhà riêng ◊ private residence

사적 [史籍] (史籍) shǐjí <史籍> しせき {史籍} sử tịch ◊ historical records

사적 [史跡|史蹟] (史迹) shǐ jì <史跡> しせき {史跡} sử tích ◊ historic sites

사적 [事跡|事迹] (事迹) shìjì <事蹟> じせき {事蹟} sự tích ◊ achievements; deeds

사적 [事績] (事绩) shì jì <事績> じせき {事績} sự tích ◊ achievements

사전 [詞典] (词典) cídiǎn <詞典> してん {詞典} từ điển ◊ dictionary; vocabulary

사전 [辭典] (辞典) cídiǎn <辞典> じてん {辭典} từ điển ◊ dictionary

사전 [史前] (史前) shǐqián <史前> しぜん {史前} sử tiền ◊ prehistoric

사전 [事典] (事典) shì diǎn <事典> じてん {事典} sự điển ◊ chronicles

사전 [事前] (事先) shìxiān <事前> じぜん {蠿鼜轐鼜} trước ◊ beforehand

사전 [死戰] (死战) sǐzhàn <死戰> しせん {死戰} tử chiến ◊ fight to the death

사절 [使節] (使节) shǐjié <使節> しせつ {使節} sử tiết ◊ envoy

사절 [四節] (四节气) xìjiéqì <四時> しいじ {罧晉|罧努} bốn mùa ◊ four seasons

사절 [謝絕] (谢绝) xièjué <謝絕> しゃぜつ {辭哇|辭挃} từ chối ◊ refusal; declined

사절단 [使節團] (使节团) shǐjiétuán <使節団> しせつだん {派團} phái đoàn ◊ mission delegation

사정 [查定] (核定) hédìng <查定> さてい {察核} sát hạch ◊ approved

사정 [射精] (射精) shèjīng <射精> しゃせい {射精} xạ tinh ◊ ejaculation

사정 [事情] (事情) shìqing <事情> じじょう {椎} đồ ◊ thing

사정 [私情] (私情) sīqíng <私情> しじょう {私情} tư tình ◊ personal affair; personal relationships

사정관 [射精管] (射精管) shèjīngguǎn <射精管> しゃせいかん {射精管} xạ tinh quản ◊ ejaculatory duct

사제 [師弟] (师弟) shīdì <師弟> してい {師弟} sư đệ ◊ younger apprentice; teacher and student

사제 [瀉劑] (泻剂) xiè jì <瀉劑> しゃざい {瀉劑} tả tễ ◊ laxatives

사졸 [士卒] (士卒) shìzú <士卒> しそつ {士卒} sĩ tốt ◊ soldier

사죄 [死罪] (死罪) sǐzuì <死刑> しけい {死罪} tử tội ◊ capital crime

사죄 [謝罪] (谢罪) xièzuì <謝罪> しゃざい {謝罪} tạ tội ◊ apologize

사주 [四周] (四周) sìzhōu <四周> ししゅう {四周} tứ chu ◊ around

사중창 [四重唱] (四重唱) sì chóng chàng <四重唱> しじゅうしょう {四重唱} tứ trùng xướng ◊ quartet

사지 [沙地|砂地] (沙地) shādì <砂地> すなち {壩譛|壩垶|壩壖} bãi cát ◊ sandy soil; sandy place

사지 [沙紙|砂紙] (沙纸) shā zhǐ <サンドペーパー> sandpaper {織搭; 緮巻} giấy ráp; giấy nhám ◊ sandpaper

사지 [四肢] (四肢) sìzhī <四肢> しし {四肢} tứ chi ◊ four limbs

사지통 [四肢痛] (肢体疼痛) zhītǐ téngtòng <四肢痛> ししつう {四肢痛} tứ chi thống ◊ pain in the limbs

사직 [辭職] (辞职) cízhí <辭職> じしょく {辭職} từ chức ◊ resign

사직 [社稷] (社稷) shèjì <社稷> しゃしょく {社稷} xã tắc ◊ country

사직 [卸職] (卸职) xièzhí <卸職> おろししょく {卸職} tạ chức ◊ be relieved of office

사진 [寫真] (照片) zhàopiàn <写真> しゃしん {幅影} bức ảnh ◊ photo; photograph

사진 [寫眞] (照片) zhàopiàn <写真> しゃしん {圖眞容} vẽ chân dung ◊ portraiture

사진기 [寫眞機] (照相机) zhàoxiàngjī <写真機> しゃしんき {欛挄吃} máy quay phim ◊ camera

사진사 [寫眞師] (摄影师) shèyǐngshī <写真家> しゃしんか {攝影家} nhiếp ảnh gia ◊ photographer

사진술 [寫眞術] (摄影术) shèyǐng shù <写真術> しゃしんじゅつ {術攝影} thuật nhiếp ảnh ◊ photographic art

사진액자 [寫眞額子] (照片相框) zhàopiàn xiāng kuàng <写真額縁> しゃしんがくぶち {穹影} khung ảnh ◊ photo frame

사진지도 [寫眞地圖] (写真地图) xiě zhēn dìtú <写真地図> しゃしんちず {版圖影} bản đồ ảnh ◊ photomap

사진폐액 [寫眞廢液] (照相廢液) zhàoxiàng fèiyè <写真廃液> しゃしんはいえき {質汰攝影} chất thải nhiếp ảnh ◊ photographic waste

사진확대 [寫眞擴大] (放大照片) fàngdà zhàopiàn <写真拡大> しゃしんかくだい {放影} phóng ảnh ◊ zoom in photo

사질점토 [沙質粘土] (砂质黏土) shā zhì niántǔ <砂質粘土> さしつねんど {塙塀垎} đất sét cát ◊ sandy clay

사질토 [沙質土] (沙质土) shā zhì tǔ <砂質土壤> さしつどじょう {怛垎} đất cát ◊ sandy soil

사찰 [寺刹] (寺庙) sìmiào <寺院> じいん {塀槃|塀廟} đền thờ ◊ temple

사체 [死體] (死体) sǐ tǐ <死体> したい {死體} tử thể ◊ dead bodies

사체 [斜體] (斜体) xiétǐ <斜体> しゃたい {斜體} tà thể ◊ italic

사촌형 [四寸兄] (表兄) biǎoxiōng <従兄> じゅうけい {英屐} anh họ ◊ cousin

사춘기 [思春期] (思春期) sīchūnqī <思春期> ししゅんき {時思春} thời tư xuân ◊ puberty; adolescence

사출 [射出] (射出) shèchū <射出> しゃしゅつ {射出} xạ xuất ◊ ejaculation

사취 [詐取] (诈取) zhà qǔ <詐取> さしゅ {奸瘩} gian lận ◊ fraud

사치 [奢侈] (奢侈) shēchǐ <贅沢> ぜいたく {奢侈} xa xỉ ◊ extravagant

사치벽 [奢侈癖] (奢侈癖) shēchǐpì <贅沢熱狂> ぜいたくねっきょう {疾奢侈} tật xa xỉ ◊ mania of luxury

사치품 [奢侈品] (奢侈品) shēchǐpǐn <贅沢品> ぜいたくひん {奢侈品} xa xỉ phẩm ◊ luxury

사칭 [詐稱] (冒名) màomíng <詐称> さしょう {假冒} giả mạo ◊ impersonation of others

사탑 [寺塔] (寺塔) sì tǎ <寺塔> てらとう {寺塔} tự tháp ◊ temple tower

사탑 [斜塔] (斜塔) xié tǎ <斜塔> しゃとう {塔㮼} tháp nghiêng ◊ leaning tower

사탕 [砂糖] (砂糖) shātáng <砂糖> さとう {砂糖} sa đường ◊ sugar

사탕가게 [沙糖가게] (糖果店) tángguǒ diàn <飴屋> あめや {鞾舤橋} cửa hàng kẹo ◊ sweet shop

사탕수수 [沙糖수수] (甘蔗) gānzhe <砂糖黍> さとうきび {樸} mía ◊ sugarcane

사태 [事態] (事态) shìtài <事態> じたい {事態} sự thái ◊ state of affairs

사택 [私宅] (私宅) sī zhái <私宅> したく {私宅} tư trạch ◊ private homes

사통 [私通] (私通) sītōng <私通> しつう {私通} tư thông ◊ adultery

사통팔달 [四通八達] (四通八达) sì tōng bā dá <四通八達> しつうはったつ {四通八達} tứ thông bát đạt ◊ extending in all directions

사퇴 [辭退] (辞退) cítùi <辞退> じたい {辭退} từ thoái ◊ dismissed

사투리 [一] (口音) kǒuyīn <国訛り> くになまり {唎} giọng ◊ local accent

사표 [師表] (师表) shībiǎo <師表> しひょう {師表} sư biểu ◊ model; leader; teacher

사피 [蛇皮] (蛇皮) shépí <蛇皮> じゃび {蛇皮} xà bì ◊ snakeskin

사학 [史學] (史学) shǐxué <史学> しがく {史學} sử học ◊ historiography

사학가 [史學家] (史学家) shǐxuéjiā <史学家> しがくか {宩史學} nhà sử học ◊ historian

사항 [事項] (事项) shìxiàng <事項> じこう {事項} sự hạng ◊ matters

사해 [四海] (四海) sì hǎi <四海> しかい {四海} tứ hải ◊ four seas; whole world

사행 [蛇行] (蜿蜒) wānyán <蛇行> だこう {攏曲} uốn khúc ◊ meandering

사향 [麝香] (麝香) shèxiāng <麝香> じゃこう {麝香} xạ hương ◊ musk

사향수 [麝香水] (麝香水) shèxiāngshuǐ <麝香水> じゃこうすい {麝香水} xạ hương thủy ◊ musk perfume

사형 [死刑] (死刑) sǐxíng <死刑> しけい {死刑} tử hình ◊ death penalty

사형대 [死刑臺] (死刑台) sǐxíngtái <死刑台> しけいだい {架撩肭} giá treo cổ ◊ scaffold; gallows

사형수 [死刑囚] (死刑犯) sǐxíng fàn <死刑囚> しけいしゅう {死囚} tử tù ◊ death row inmates

사형장 [死刑場] (死刑场) sǐxíng cháng <死刑場> しけいじょう {死刑場} tử hình trường ◊ execution grounds

사형집행 [死刑執行] (处死) chǔsǐ <死刑執行> しけいしっこう {處死} xứ tử ◊ execute; execution

사화 [奢華] (奢华) shēhuá <奢華> しゃか {奢華} xa hoa ◊ luxurious

사화산 [死火山] (死火山) sǐ huǒshān <死火山> しかざん {死火山} tử hỏa sơn ◊ extinct volcanoes

사활 [死活] (死活) sǐhuó <死活> しかつ {死活}

tử hoạt ◊ life-or-death

사회 [社會] (社会) shèhuì <社会> しゃかい {社會} xã hội ◊ society

사회면 [社會面] (社交面) shèjiāo miàn <社会面> しゃかいめん {糆社會} mặt xã hội ◊ social aspect

사회법 [社會法] (社会法) shèhuì fǎ <社会法> しゃかいほう {律社會} luật xã hội ◊ social law

사회보험 [社會保險] (社会保险) shèhuì bǎoxiǎn <社会保险> しゃかいほけん {保險社會} bảo hiểm xã hội ◊ social insurance

사회성 [社會性] (社会性) shèhuìxìng <社会性> しゃかいせい {性社會} tính xã hội ◊ sociality

사회이익 [社會利益] (社会利益) shèhuì lìyì <社会利益> しゃかいりえき {利益社會} lợi ích xã hội ◊ public interest

사회인 [社會人] (社会人) shèhuì rén <社会人> しゃかいにん {駅社會} người xã hội ◊ social individuals

사회자 [司會者] (主办) zhǔbàn <主催> しゅさい {駅主座} người chủ tọa ◊ host

사회주의 [社會主義] (社会主义) shèhuì zhǔyì <社会主义> しゃかいしゅぎ {主義社會} chủ nghĩa xã hội ◊ socialism

사회학 [社會學] (社会学) shèhuìxué <社会学> しゃかいがく {社會學} xã hội học ◊ sociology

사회화 [社會化] (社会化) shèhuìhuà <社会化> しゃかいか {社會化} xã hội hóa ◊ socialization

사후처리 [事後處理] (事后处理) shì hòu chǔlǐ <事後処理> じごしょり {處理錢} xử lý sau ◊ end-of-pipe treatment

삭감 [削減] (削减) xuējiǎn <削減> さくげん {削減} tước giảm ◊ pare; cut down

삭구 [索具] (索具) suǒ jù <索具> さくぐ {索具} sách cụ ◊ rigging

삭도 [索道] (索道) suǒdào <索道> さくどう {索道} tác đạo ◊ cableway

삭망 [朔望] (朔望) shuòwàng <朔望> さくぼう {朔望} sóc vọng ◊ first and fifteenth day of lunar calendar

삭제 [削除] (删除) shānchú <削除> さくじょ {拾除} xóa trừ ◊ deletion

삭제키 [削除 key] (删除) shānchú <削除キー> さくじょ key {柗捨除} phím xóa trừ ◊ delete key; DEL key

산 [山] (山) shān <山> やま {峀} núi ◊ mountain

산가 [山家] (山家) shānjiā <山家> やまが {別墅|峀} biệt thự núi ◊ mountain villa; house in the mountains

산간 [山間] (山间) shān jiān <山間> さんかん {山間} sơn gian ◊ in the mountains

산개 [散開] (散开) sànkāi <散開> さんかい {散開} tán khai ◊ disperse

산거 [山居] (山居) shān jū <山居> さんきょ {山居} sơn cư ◊ mountain dwelling

산계 [山系] (山系) shān jì <山系> さんけい {山系} sơn hệ ◊ mountain ranges

산골 [山골] (山沟) shāngōu <渓谷> けいこく {瀬峀} rãnh núi ◊ ravine

산골짜기 [山골짜기] (山谷) shāngǔ <谷> たに {礆壘|嵽壘|嵸壘} thung lũng ◊ valley

산과 [産科] (产科) chǎnkē <産科> さんか {産科} sản khoa ◊ obstetrics

산과의 [産科醫] (产科医生) chǎnkē yīshēng <産科医> さんかい {博士産科} bác sĩ sản khoa ◊ obstetrician

산과학 [産科學] (产科学) chǎnkē xué <産科> さんか {産科} sản khoa ◊ maternity

산기 [疝氣] (疝气) shànqì <疝気> せんき {脱位} thoát vị ◊ hernia; colic

산기슭 [山기슭] (山麓) shānlù <山脚> さんきゃく {蹟峀} chân núi ◊ foot of a mountain

산길 [山길] (山道) shān dào <山道> やまみち {蹐峀} đường núi ◊ mountain path

산꼭대기 [山꼭대기] (山巅峰) shāndiānfēng <山頂> さんちょう {頂峀} đỉnh núi ◊ mountain top

산다화 [山茶花] (山茶花) shāncháhuā <茶山花> さざんか {山茶} sơn trà ◊ camellia

산도 [酸度] (酸度) suān dù <酸度> さんど {酸度} toan độ ◊ acidity

산동 [山洞] (山洞) shāndòng <山窟> さんくつ {山洞} sơn động ◊ cave

산들바람 [一] (轻风) qīngfēng <微風> そよかぜ {輕風} khinh phong ◊ light breeze

산란 [産卵] (产卵) chǎnluǎn <産卵> さんらん {娠稏} đẻ trứng ◊ lay eggs

산란 [散亂] (散乱) sǎnluàn <散乱> さんらん {散亂} sản loạn ◊ scattering; spreading out; diffusion

산란강도 [散亂強度] (散射强度) sǎnshè qiángdù <散乱強度> さんらんきょうど {強度散射} cường độ tán xạ ◊ scattering intensity

산란계수 [散亂係數] (散射系数) sǎnshè xìshù <散乱系数> さんらんけいすう {係數散射} hệ số tán xạ ◊ scattering coefficient

산란관 [産卵管] (产卵管) chǎnluǎn guǎn <産卵管> さんらんかん {産卵管} sản noãn quản ◊ ovipositor

산란광 [散亂光] (散射光) sǎnshè guāng <散乱光> さんらんこう {映爛散射} ánh sáng tán xạ ◊ scattered light

산란인자 [散亂因子] (散射因子) sǎnshè yīnzǐ <散乱因子> さんらんいんし {要素散射} yếu tố tán xạ ◊ scattering factor

산란장 [産卵場] (产卵場) chǎnluǎn cháng <産卵場> さんらんじょう {埵蜒蚆} sân đẻ trứng ◊ spawning ground

산란파 [散亂波] (散射波) sǎnshè bō <散乱波> さんらんは {散亂波} tán loạn ba ◊ scattered waves

산령 [山嶺] (山岭) shānlǐng <山脈> さんみゃく {肭岇} sườn núi ◊ mountain ridges

산로 [山路] (山路) shānlù <山路> やまじ {蹐岇} đường núi ◊ mountain road

산류 [山流] (山流) shān liú <山流> さんりゅう {瀧岇} sông núi ◊ mountain streams

산림 [山林] (山林) shān lín <山林> さんりん {橇} rừng ◊ forest

산림경영 [山林經營] (森林经营) sēnlín jīngyíng <森林経営> しんりんけいえい {經營橇} kinh doanh rừng ◊ forest management

산림관리 [山林管理] (森林管理) sēnlín guǎnlǐ <森林管理> しんりんかんり {管理橇} quản lý rừng ◊ forest administration

산림기후 [山林氣候] (森林气候) sēnlín qìhòu <山林気候> さんりんきこう {氣候橇} khí hậu rừng ◊ forest climate

산림소유권 [山林所有權] (山林所有权) shān lín suǒyǒuquán <山林所有権> さんりんしょゆうけん {權所有橇岇} quyền sở hữu rừng núi ◊ ownership of forest

산만 [散漫] (散漫) sǎnmàn <散漫> さんまん {散漫} tán mạn ◊ rambling

산맥 [山脈] (山脉) shānmài <山脈> さんみゃく {禰岇|圮岇} dãy núi ◊ mountain range

산문 [散文] (散文) sǎnwén <散文> さんぶん {散文} tán văn ◊ prose

산문 [山門] (山门) shānmén <山門> さんもん {屃岇} cổng núi ◊ main temple gate

산문시 [散文詩] (散文诗) sǎnwénshī <散文詩> さんぶんし {詩散文} thơ tán văn ◊ prose

산문체 [散文體] (散文风格) sǎnwén fēnggé <散文体> さんぶんたい {散文體} tán văn thể ◊ prose style

산물 [産物] (产物) chǎnwù <産物> さんぶつ {産物} sản vật ◊ agri-products

산미 [酸味] (酸味) suān wèi <酸味> さんみ {酸味} toan vị ◊ acerbity

산민 [山民] (山民) shān mín <山民> さんみん {山民} sơn dân ◊ mountain dweller

산발 [散發] (散发) sànfā <発散> はっさん {散發} tán phát ◊ emit

산법 [算法] (算法) suànfǎ <算法> さんぽう {算法} toán pháp ◊ arithmetic

산보 [散步] (散步) sànbù <散歩> さんぽ {散歩} tán bộ ◊ walk

산복 [山腹] (山腹) shān fù <山腹> さんぷく {肭岇} sườn núi ◊ mountainside

산봉 [山峯] (山峰) shānfēng <山峰> やまみね {頂高岇} đỉnh cao núi ◊ peaks

산봉우리 [山봉우리] (山巅) shānfēng <峰> みね {頂岇} đỉnh núi ◊ peak

산부 [産婦] (产妇) chǎnfù <産婦> さんぷ {産婦} bà mẹ ◊ maternal

산부인과 [産婦人科] (妇产科) fùchǎnkē <産婦人科> さんふじんか {科産婦} khoa sản phụ ◊ obstetrics and gynecology

산부인과 병동 [産婦人科病棟] (产房) chǎnfáng <分娩室> ぶんべんしつ {房護生} phòng hộ sinh ◊ maternity ward

산부인과의 [産婦人科醫] (妇科医生) fùkē yīshēng <婦人科医> ふじんかい {博士婦科} bác sĩ phụ khoa ◊ gynecologist

산불 [山불] (山火) shānhuǒ <山火事> やまかじ {烓橇|灶炓} cháy rừng ◊ wildfire

산사 [山査] (山楂) shānzhā <山査子> さんざし {山楂} sơn tra ◊ hawthorn seeds

산사 [山寺] (山寺) shān sì <山寺> やまでら {搬岇} đền núi ◊ mountain temple

산상 [山上] (山上) shānshàng <山上> さんじょう {叀頂岇} trên đỉnh núi ◊ on mountain top

산성 [山城] (山城) shānchéng <山城> やまじろ {城庸㳕岇} thành phố miền núi ◊ mountain city

산성 [酸性] (酸性) suānxing <酸性> さんせい {酸性} toan tính ◊ acidity

산성도 [酸性度] (酸度) suān dù <酸性度> さんせいど {酸性度} toan tính độ ◊ acidity

산성비 [酸性비] (酸雨) suānyǔ <酸性雨> さんせいう {霌阿酢} mưa a xít ◊ acid rain

산성암 [酸性巖] (酸性岩石) suānxing yánshí <酸

性岩> さんせいがん {酸性巖} toan tính nham ◊ acid rocks

산성액체 [酸性液體] (酸液) suān yè <酸性液体> さんせいえきたい {酸液} toan dịch ◊ acid solution

산성염 [酸性鹽] (酸性盐) suānxìng yán <酸性塩> さんせいしお {䲐阿酙} muối a xít ◊ acid salt

산성증 [酸性症] (酸中毒) suān zhòngdú <酸中毒> さんちゅうどく {染酸} nhiễm toan ◊ acidosis

산성토식물 [酸性土植物] (酸性土植物) suānxìng tǔ zhíwù <酸性土壌植物> さんせいどじょうしょくぶつ {檜坦酥} cây đất chua ◊ oxylophyte

산성화 [酸性化] (酸化) suān huā <酸性化> さんせいか {酸性化} toan tính hóa ◊ acidification

산소 [酸素] (氧气) yǎngqì <酸素> さんそ {氧氣|養氣} dưỡng khí ◊ oxygen

산소산 [酸素酸] (含氧酸) hán yǎng suān <オキシ酸> おきしさん {阿酙含氧氣} a xít hàm dưỡng khí ◊ hydroxy acid

산속 [山속] (山里) shān lǐ <山の中> やまのなか {𤷱岃} miền núi ◊ mountains area

산수 [山水] (山水) shānshuǐ <山水> さんすい {山水} sơn thủy ◊ mountain and river

산수 [算數] (算数) suànshù <算数> さんすう {算數} đếm ◊ count

산수도 [山水圖] (山水图) shānshuǐ tú <山水図> さんすいず {山水圖} sơn thủy đồ ◊ mountain and river landscape map

산수화 [山水畫] (山水画) shānshuǐhuà <山水画> さんすいが {䋥風景} tranh phong cảnh ◊ landscape painting

산술 [算術] (算术) suànshù <算術> さんじゅつ {算學} toán học ◊ math

산스크리트어 [Sanskrit 語] (梵文) fànwén <サンスクリット語> Sanskrit ご {梵文} Phạn Văn ◊ Sanskrit

산스크리트어 서적 [Sanskrit 語書籍] (梵文典籍) fànwén diǎn jí <梵文典籍> ぼんぶんてんせき {梵典} Phạn điển ◊ Sanskrit Classics

산스크리트어 어휘 [Sanskrit 語語彙] (梵词) fàn cí <梵語語彙> ぼんごごい {梵詞} Phạn từ ◊ Sanskrit word ごい

산스크리트학 [Sanskrit 學] (梵学) fàn xué <サンスクリット学> Sanskrit がく {梵學} Phạn Học ◊ Sanskrit Science

산신 [山神] (山神) shān shén <山神> さんじん {山神} sơn thần ◊ mountain God

산아제한 [産兒制限] (计划生育) jìhuà shēngyù <産児制限> さんじせいげん {生控} sinh khống ◊ birth control; family planning

산악 [山岳|山嶽] (山脉) shānmài <山岳> さんがく {𢂎岃} dãy núi ◊ mountain range

산악병 [山岳病] (高山病) gāoshānbìng <山岳病> さんがくびょう {病高山} bệnh cao sơn ◊ mountain disease

산야 [山野] (山野) shānyě <山野> さんや {坦岃} đất núi ◊ mountain fields

산양 [山羊] (山羊) shānyáng <山羊> やぎ {𡥵羝} con dê ◊ goat

산업 [産業] (产业) chǎnyè <産業> さんぎょう {産業} sản nghiệp ◊ industry

산업단지 [産業團地] (工业园区) gōngyè yuánqū <工業団地> こうぎょうだんち {區工業} khu công nghiệp ◊ industrial complex

산업부문 [産業部門] (产业部门) chǎnyè bùmén <産業部門> さんぎょうぶもん {分區工業} phân khu công nghiệp ◊ industrial sector

산업소음 [産業騷音] (工业噪声) gōngyè zàoshēng <産業騒音> さんぎょうそうおん {噌㗇工業} tiếng ồn công nghiệp ◊ industrial noise

산업오염 [産業汚染] (工业污染) gōngyè wūrǎn <産業汚染> さんぎょうおせん {污染工業} ô nhiễm công nghiệp ◊ industrial pollution

산업위생 [産業衛生] (工业卫生) gōngyè wèishēng <産業衛生> さんぎょうえいせい {衛生工業} vệ sinh công nghiệp ◊ industrial hygiene

산업제품 [産業製品] (工业产品) gōngyè chǎnpǐn <産業製品> さんぎょうせいひん {産品工業} sản phẩm công nghiệp ◊ industrial products

산업조직 [産業組織] (产业组织) chǎnyè zǔzhī <産業組織> さんぎょうそしき {組織工業} tổ chức công nghiệp ◊ industrial organization

산업지원 [産業支援] (产业支援) chǎnyè zhīyuán <産業支援> さんぎょうしえん {互助㖇} hỗ trợ ngành ◊ industrial support

산업진흥 [産業振興] (振兴产业) zhènxīng chǎnyè <産業振興> さんぎょうしんこう {回生㖇工業} hồi sinh ngành công nghiệp ◊ industrial promotion

산업체 [産業體] (工业实体) gōngyè shítǐ <産業体> さんぎょうたい {産業體} sản nghiệp thể ◊ industries

산업폐기물 [産業廢棄物] (工业废物) gōngyè fèiwù <産業廃棄物> さんぎょうはいきぶつ

{質汰工業} chất thải công nghiệp ◊ process wastes

산업표준 [産業標準] (工业标准) gōngyè biāozhǔn <産業標準> さんぎょうひょうじゅん {標準㗂工業} tiêu chuẩn ngành công nghiệp ◊ industrial standard

산업화 [産業化] (产业化) chǎnyèhuà <産業化> さんぎょうか {産業化} sản nghiệp hóa ◊ industrialization

산업활동 [産業活動] (产业活动) chǎnyè huódòng <産業活動> さんぎょうかつどう {活動工業} hoạt động công nghiệp ◊ industrial activity

산욕기 [産褥期] (产褥期) chǎnrùqī <産褥期> さんじょくき {産褥期} sản nhục kỳ ◊ puerperium

산욕부 [産褥婦] (产褥期妇女) chǎnrùqī fùnǚ <産褥婦> さんじょくふ {産褥婦} sản nhục phụ ◊ puerperal women

산욕열 [産褥熱] (产褥热) chǎnrùrè <産褥熱> さんじょくねつ {産褥熱} sản nhục nhiệt ◊ puerperal fever

산유국 [産油國] (产油国) chǎn yóu guó <産油国> さんゆこく {産油國} sản du quốc ◊ oil producing country

산작 [山雀] (山雀) shānquè <山雀> やまがら {鵪鶺雞} chim sẻ ngô ◊ tits

산장 [山莊] (山庄) shānzhuāng <山莊> さんそう {山莊} sơn trang ◊ mountain villa

산적 [山賊] (土匪) tǔfěi <山賊> さんぞく {掶卜} cướp bóc ◊ brigand

산전 [産前] (产前) chǎnqián <産前> さんぜん {産前} sản tiền ◊ antenatal

산정 [山頂] (山顶) shāndǐng <山頂> さんちょう {頂峼} đỉnh núi ◊ mountaintop

산조 [山鳥] (山鸟) shān niǎo <山鳥> やまどり {鵪峼} chim núi ◊ mountain birds

산지 [産地] (产地) chǎndì <産地> さんち {産地} sản địa ◊ producing area

산지 [山地] (山地) shān dì <山地> さんち {区域㟔峼} khu vực miền núi ◊ mountain area

산책 [散策] (逛) guàng <散步> さんぽ {踷跻踷趌} dạo ◊ stroll

산책로 [散策路] (散步路) sànbù lù <散歩道> さんぽみち {跟踏㳥踷|踉踏㳥踷} con đường đi dạo ◊ path of walking

산천 [山泉] (山泉) shān quán <山泉> やまいずみ {㵢峼} suối núi ◊ mountain spring

산천만리 [山川萬里] (山川万里) shānchuān wàn lǐ <山川万里> さんせんばんり {山川萬里} sơn xuyên vạn lý ◊ far across mountains and rivers

산초 [山草] (山草) shān cǎo <山草> やまくさ {鈷峼} cỏ núi ◊ mountain grass

산초 [山椒] (花椒) huājiāo <山椒> さんしょう {核椒|籸椒} hạt tiêu ◊ peppercorn

산촌 [山村] (山村) shāncūn <山村> さんそん {山村} sơn thôn ◊ mountain village

산출 [産出] (产出) chǎnchū <産出> さんしゅつ {産出} sản xuất ◊ output

산출 [算出] (算出) suàn chū <算出> さんしゅつ {算出} toán xuất ◊ calculation

산탄 [散彈] (散弹) sàn dàn <散弾> さんだん {散彈} tán đạn ◊ shot

산파 [産婆] (产婆) chǎnpó <産婆> さんば {産婆} sản bà ◊ midwife

산포도 [散布度] (分散性) fēnsàn xìng <散布度> さんぷど {散布度} tán bố độ ◊ dispersion

산포도 [山葡萄] (山葡萄) shān pútao <山葡萄> やまぶどう {薯峼} nho núi ◊ mountain grapes

산포수 [山砲手] (山炮手) shān pàoshǒu <山砲手> さんぼうしゅ {山砲手} sơn pháo thủ ◊ mountain gunner

산품 [産品] (产品) chǎnpǐn <産品> さんぴん {産品} sản phẩm ◊ products

산풍 [山風] (山风) shān fēng <山風> やまかぜ {颿峼} gió núi ◊ mountain wind

산하 [山河] (山河) shān hé <山河> さんが {山河} sơn hà ◊ mountains and rivers

산해 [山海] (山海) shān hǎi <山海> さんかい {山海} sơn hải ◊ mountain and sea

산해진미 [山海珍味] (美味佳肴) měiwèi jiāyáo <山海の珍味> さんかいのちんみ {山肴海味} sơn hào hải vị ◊ delicacies

산행 [山行] (山行) shān xíng <山行> さんこう {迻步邅峼} đi bộ trên núi ◊ mountain walk

산협 [山峽] (山峡) shānxiá <山峽> さんきょう {峆峼} hẻm núi ◊ mountain gorge

산호 [珊瑚] (珊瑚) shānhú <珊瑚> さんご {珊瑚} san hô ◊ coral

산호도 [珊瑚島] (珊瑚岛) shānhú dǎo <珊瑚島> さんごとう {珊瑚島} san hô đảo ◊ coral island

산호수 [珊瑚樹] (珊瑚树) shānhú shù <珊瑚樹> さんごじゅ {珊瑚樹} san hô thụ ◊ coral trees

산호초 [珊瑚礁] (珊瑚礁) shānhújiāo <珊瑚礁> さんごしょう {礵珊瑚} rạn san hô ◊ coral reef

산호충 [珊瑚蟲] (珊瑚虫) shānhú chóng <珊瑚虫>

さんごちゅう {珊瑚蟲} san hô trùng ◊ anthozoan

산호화석 [珊瑚化石] (珊瑚化石) shānhú huàshí <珊瑚化石> さんごかせき {珊石} san thạch ◊ coral fossils

산화 [山花] (山花) shān huā <山花> さんか {山花} sơn hoa ◊ mountain flowers

산화 [酸化] (氧化) yǎnghuà <酸化> さんか {嗚折} o xít ◊ oxide

산화동 [酸化銅] (氧化铜) yǎnghuà tóng <酸化銅> さんかどう {酸化銅} toan hóa đồng ◊ acidified copper

산화막 [酸化膜] (氧化膜) yǎnghuà mó <酸化膜> さんかまく {腟嗚折} màng o xít ◊ oxidation film

산화물 [酸化物] (氧化物) yǎnghuàwù <酸化物> さんかぶつ {酸化物} toan hóa vật ◊ acidifications

산화염 [酸化焰] (氧化焰) yǎnghuà yàn <酸化焔> さんかえん {酸化焰} toan hóa diễm ◊ acid flame

산화은 [酸化銀] (氧化银) yǎnghuà yín <酸化銀> さんかぎん {酸化銀} toan hóa ngân ◊ acidified silver

산화제 [酸化劑] (氧化剂) yǎnghuàjì <酸化剤> さんかざい {質酸化} chất toan hóa ◊ acidifiers

산화철 [酸化鐵] (氧化铁) yǎnghuà tiě <酸化鉄> さんかてつ {酸化鐵} toan hóa thiết ◊ acidified iron

산후 [産後] (产后) chǎnhòu <産後> さんご {産後} sản hậu ◊ postnatal

산후조리 [産後調理] (产后调养) chǎnhòu tiáoyǎng <産後調理> さんごちょうり {調治𢖵生} điều trị sau sinh ◊ postpartum treatment

살균 [殺菌] (杀菌) shājūn <滅菌> めっきん {殺菌; 去蟲} sát khuẩn; khử trùng ◊ sterilization

살균곡선 [殺菌曲線] (杀菌曲线) shājūn qūxiàn <殺菌曲線> さっきんきょくせん {䟻弓去蟲} đường cong khử trùng ◊ sterilization curve

살균등 [殺菌燈] (杀菌灯) shājūndēng <殺菌灯> さっきん {𤎎去蟲} đèn khử trùng ◊ germicidal lamp

살균력 [殺菌力] (杀菌力) shājūn lì <殺菌力> さっきんりょく {𠡚去蟲} sức khử trùng ◊ bactericidal power

살균제 [殺菌劑] (杀菌剂) shājūnjì <殺菌剤> さっきんざい {藥去蟲} thuốc khử trùng ◊ germicide

살금살금 [–] (蹑手蹑脚) niè shǒu niè jiǎo <忍び足> しのびあし {跳躘蹓} bước lén lút ◊ stealthy steps

살기 [殺氣] (杀气) shāqì <殺気> さっき {殺氣} sát khí ◊ murderous

살다 [–] (住) zhù <住む> すむ {𤯩} sống ◊ live

살벌 [殺伐] (杀伐) shā fá <殺伐> さつばつ {殺伐} sát phạt ◊ savage; fierce; violent; bloodthirsty

살상 [殺傷] (杀伤) shāshāng <殺傷> さっしょう {殺傷} giết chết ◊ wound

살생 [殺生] (杀生) shāshēng <殺生> せっしょう {殺生} sát sinh ◊ destruction of life

살수 [撒水] (撒水) sā shuǐ <撒水> さっすい {噴渃} phun nước ◊ sprinkle with water

살수 [殺手] (杀手) shāshǒu <殺手> ころせしゅ {殺手} sát thủ ◊ killer

살수기 [撒水器] (洒水机) sǎshuǐ jī <撒水器> さっすいき {檟噴渃} máy phun nước ◊ sprinkler

살수차 [撒水車] (洒水车) sǎshuǐchē <撒水車> さんすいしゃ {車䡗穌挠䟻} xe ô tô tưới đường ◊ sprinkler truck

살육 [殺戮] (杀戮) shālù <殺戮> さつりく {殺戮} sát lục ◊ slaughter

살인 [殺人] (杀人) shārén <殺人> さつじん {㵞𠊛} giết người ◊ homicide

살인광 [殺人狂] (杀人狂) shārén kuáng <殺人狂> さつじんきょう {殺人狂} sát nhân cuồng ◊ homicidal maniac

살인범 [殺人犯] (杀人犯) shārénfàn <殺人犯> さつじんはん {罪犯㵞𠊛} tội phạm giết người ◊ murderer

살인사건 [殺人事件] (命案) mìng'àn <殺人事件> さつじんじけん {案命} án mạng ◊ murder case

살인자 [殺人者] (凶手) xiōngshǒu <殺人者> さつじんしゃ {仉㵞𠊛} kẻ giết người ◊ murderer; killer

살인죄 [殺人罪] (杀人罪) shārénzuì <殺人罪> さつじんざい {殺人罪} sát nhân tội ◊ homicide

살충 [殺蟲] (杀虫) shā chóng <殺虫> さっちゅう {殺蟲} sát trùng ◊ insecticidal

살충제 [殺蟲劑] (杀虫剂) shāchóngjì <殺虫剤> さっちゅうざい {藥除蝼|藥除螻} thuốc trừ sâu ◊ pesticide

살파 [撒播] (撒播) sǎbō <撒播> さっぱ {挑暍} gieo hạt ◊ sow

살포 [撒布] (喷射) pēnshè <撒布> さんぷ {咈} phọt ◊ sparging

살포기 [撒布機] (撒种机) sǎzhǒng jī <撒布機> さっぷき {檟䊷} máy rải ◊ broadcast seeder

살풍경 [殺風景] (杀风景) shāfēngjǐng <殺風景> さっぷうけい {殺風景} sát phong cảnh ◊ dreary

살해 [殺害] (杀害) shāhài <殺害> さつがい {殺害} sát hại ◊ murder

삼각 [三角] (三角) sānjiǎo <三角> さんかく {三角} tam giác ◊ triangle

삼각건 [三角巾] (三角巾) sānjiāo jīn <三角巾> さんかくきん {帕三角} khăn tam giác ◊ triangular scarf

삼각근 [三角筋] (三角肌) sānjiǎojī <三角筋> さんかくきん {肌三角} cơ tam giác ◊ deltoid

삼각대 [三脚臺] (三脚架) sānjiǎojià <三脚> さんきゃく {架匹蹟} giá ba chân ◊ tripod

삼각법 [三角法] (三角法) sānjiǎo fǎ <三角法> さんかくほう {三角法} tam giác pháp ◊ trigonometry

삼각주 [三角洲] (三角洲) sānjiǎozhōu <三角洲> さんかくす {疃平|垌平} đồng bằng ◊ delta

삼각형 [三角形] (三角形) sānjiǎoxíng <三角形> さんかくけい {形三角} hình tam giác ◊ trigon

삼각형원뿔 [三角形圓뿔] (三角锥) sānjiǎo zhuī <三角錐> さんかくすい {形籔形三角} hình nón hình tam giác ◊ triangular pyramid

삼각형중심점 [三角形中心點] (三角形中心点) sānjiǎoxíng zhōngxīndiǎn <三角形中心点> さんかくけいちゅうしんてん {直心形三角} trực tâm hình tam giác ◊ triangle midpoint

삼겹살 [三겹살] (五花肉) wǔhuāròu <豚肋肉> ぶたばらにく {觝匹脂} thịt ba chỉ ◊ streaky pork; boneless pork rib

삼국 [三國] (三国) sānguó <三国> さんごく {三國} Tam Quốc ◊ Three Kingdoms

삼군 [三軍] (三军) sānjūn <三軍> さんぐん {三軍} tam quân ◊ armed forces

삼나무 [杉나무] (杉树) shān shù <杉> すぎ {雪松} tuyết tùng ◊ cedar

삼대 [三代] (三代) sān dài <三代> さんだい {三代} tam đại ◊ three generations

삼동 [三冬] (三冬) sān dōng <三冬> さんとう {三冬} tam đông ◊ three winter months

삼두근 [三頭筋] (三头肌) sān tóu jī <三頭筋> さんとうすじ {肌三頭} cơ ba đầu ◊ triceps

삼라만상 [森羅萬象] (森罗万象) sēn luó wànxiàng <森羅万象> しんらばんしょう {森羅萬象} sâm la vạn tượng ◊ all things in nature

삼륜차 [三輪車] (三轮车) sānlúnchē <三輪車> さんりんしゃ {車匹輛} xe ba bánh ◊ tricycle

삼림 [森林] (森林) sēnlín <森林> しんりん {檅} rừng ◊ forest

삼림공원 [森林公園] (森林公园) sēnlín gōngyuán <森林公園> しんりんこうえん {公園檅} công viên rừng ◊ forest park

삼림구역 [森林區域] (森林区域) sēnlín qū <森林区域> しんりんくいき {區域檅} khu vực rừng ◊ forest division

삼림구조 [森林構造] (森林结构) sēnlín jiégòu <森林構造> しんりんこうぞう {機構檅} cơ cấu rừng ◊ forest structure

삼림동물 [森林動物] (森林动物) sēnlín dòngwù <森林動物> しんりんどうぶつ {動物檅} động vật rừng ◊ forest animal

삼림방화 [森林防火] (森林防火) sēnlín fánghuǒ <森林防火> しんりんぼうか {防操烴檅} phòng chống cháy rừng ◊ forest prevent fire

삼림생태학 [森林生態學] (森林生态学) sēnlín shēngtàixué <森林生態学> しんりんせいたいがく {生態檅} sinh thái rừng ◊ forest ecology

삼림여행 [森林旅行] (森林旅游) sēnlín lǚyóu <森林旅行> しんりんりょこう {遊歷檅} du lịch rừng ◊ forest tourism

삼림욕 [森林浴] (森林浴) sēnlín yù <森林浴> しんりんよく {浨檅} tắm rừng ◊ forest bathing

삼림유역 [森林流域] (森林流域) sēnlín liúyù <森林流域> しんりんりゅういき {流域檅} lưu vực rừng ◊ forest within watershed

삼림육성 [森林育成] (森林抚育) sēnlín fǔyù <森林育成> しんりんいくせい {聰瞯檅} chăm sóc rừng ◊ forest tending

삼림초원 [森林草原] (森林草原) sēnlín cǎoyuán <森林草原> しんりんそうげん {草原檅} thảo nguyên rừng ◊ forest steppe

삼림택지 [森林澤地] (森林沼泽) sēnlín zhǎozé <森林沼沢> しんりんしょうたく {潚圿檅} đầm lầy rừng ◊ forest swamp

삼림피해 [森林被害] (森林损害) sēnlín sǔnhài <森林被害> しんりんひがい {賍害檅} thiệt hại rừng ◊ forest damage

삼림학 [森林學] (森林学) sēnlín xué <森林学> しんりんがく {森林學} sâm lâm học ◊ forestry

삼면 [三面] (三面) sān miàn <三面> さんめん {三面} tam diện ◊ three-sided

삼면경 [三面鏡] (三面镜) sān miàn jìng <三面鏡> さんめんきょう {三面鏡} tam diện kính ◊ three-way mirror

삼면육비 [三面六臂] (三面六臂) sān miàn liù bì <三面六臂> さんめんろっぴ {三面六臂} tam diện lục tý ◊ versatility; man who can do many work

삼모작 [三毛作] (一年三季) yī nián sān jì <三毛作> さんもうさく {匹暜乂薛} ba mùa một năm ◊ three crops a year

삼목 [杉木] (杉木) shān mù <杉木> すぎき {杉木} sam mộc ◊ fir

삼복더위 [三伏더위] (三伏酷暑) sānfú kùshǔ <三伏の暑さ> さんぷくのあつさ {燥熅三伏|燶熅三伏} nóng bức tam phục ◊ dog days

삼부곡 [三部曲] (三部曲) sānbùqǔ <三部曲> さんぶきょく {三部曲} tam bộ khúc ◊ trilogy

삼사이행 [三思而行] (三思后行) sān sī hòu háng <三思後行> さんしこうこう {三思後行} tam tư hậu hành ◊ look before you leap

삼송 [杉松] (杉松) shān sōng <杉松> すぎまつ {杉松} sam tùng ◊ cedar pine

삼엄 [森嚴] (森严) sēnyán <森厳> しんげん {森嚴} sâm nghiêm ◊ strict; forbidding; stern

삼용 [參茸] (参茸) shēnróng <参茸> さんたけ {參茸} sâm nhung ◊ ginseng and tender pilose antler

삼월 [三月] (三月) sānyuè <三月> さんがつ {胸匹} tháng Ba ◊ March

삼일 [三日] (三日) sān rì <三日> さんにち {三日} tam nhật ◊ three days

삼입 [滲入] (滲入) shènrù <滲入> しんにゅう {滲入} sâm nhập ◊ permeate; inleakage; inleak

삼정 [蔘精] (蔘精) shēn jīng <蔘精> じんせい {蔘精} sâm tinh ◊ ginseng essence

삼중모음 [三重母音] (三元音) sān yuányīn <三重母音> みえぼいん {匹元音} ba nguyên âm ◊ triple vowels

삼중창 [三重唱] (三重唱) sān chóng chàng <トリオ> trio {三重唱} tam trùng xướng ◊ trio

삼차원 [三次元] (三维) sānwéi <三次元> さんじげん {匹躅} ba bậc ◊ three-dimensional

삼차원모양 [三次元模樣] (三维形状) sānwéi xíngzhuàng <立体図形> りったいずけい {形樣立體} hình dạng lập thể ◊ solids

삼천리 [三千里] (三千里) sān qiān lǐ <三千里> さんぜんり {三千里} tam thiên lý ◊ three thousand miles

삼첩기 [三疊紀] (三叠纪) sāndiéjì <三疊紀> さんじょうき {三疊紀} tam điệp kỷ ◊ Triassic period

삼출 [滲出] (滲出) shènchū <浸出> しんしゅつ {撮翻} toát ra ◊ exudation

삼칠 [三七] (三七) sān qī <三七> さんしち {三七} tam thất ◊ pseudo-ginseng

삼투 [滲透] (滲透) shèntòu <浸透> しんとう {滲透} sấm thấu ◊ infiltrate

삼투법 [滲透法] (滲透法) shèntòu fǎ <滲透法> しんとうほう {方法滲透} phương pháp sấm thấu ◊ penetration method

삼한 [森閑] (安闲) ān xián <森閑> しんかん {塞潮|安嘲} yên lặng ◊ silent; still; quiet; leisurely

삼항식 [三項式] (三项式) sān xiàng shì <三項式> さんこうしき {三式} tam thức ◊ trinomial

삼현 [三絃] (三弦) sānxián <三絃> さんげん {三絃} tam huyền ◊ three strings harp

삽입 [插入] (插入) chārù <挿入> そうにゅう {攄匏} chèn vào ◊ insert

삽화 [插畫] (插画) chāhuà <挿絵> さしえ {膕幀|膕幬|膕幀} vẽ tranh ◊ illustration

상 [象] (象) xiàng <象> ぞう {軍象} quân tượng ◊ elephant of chess

상가 [喪家] (丧家) sàngjiā <喪家> そうか {喪家} tang gia ◊ homeless; family in mourning

상가 [商家] (商家) shāngjiā <商家> しょうか {奾經營} nhà kinh doanh ◊ business shop; business person

상가 [商街] (商业街) shāngyèjiē <商街> しょうか {庯經營} phố kinh doanh ◊ business street

상가 [相加] (相加) xiāngjiā <相加> そうか {揗匏} thêm vào ◊ additive

상견 [常見] (常见) chángjiàn <常見> つねみ {常見} thường kiến ◊ common

상계 [商界] (商界) shāngjiè <商界> しょうかい {商界} thương giới ◊ business circles

상계 [上界] (上界) shàngjiè <上界> じょうかい {上界} thượng giới ◊ upper bound

상고 [上告] (上告) shàng gào <上告> じょうこく {上告} thượng cáo ◊ appeal

상고 [上古] (上古) shànggǔ <上古> じょうこ {上古} thượng cổ ◊ ancient times

상공 [商工] (工商) gōngshāng <商工> しょうこう {商工} thương công ◊ commerce and industry

상공 [上空] (天空) tiānkōng <上空> じょうくう {歪夬} trời ◊ sky

상공 [相公] (相公) xiànggong <相公> しょうこう {相公} tướng công ◊ husband

상과 [商科] (商科) shāngkē <商科> しょうか {商科} thương khoa ◊ department of commerce

상관 [上官] (上官) shàngguān <上官> じょうかん
{上官} thượng quan ◊ superiors

상관 [相關] (相关) xiāngguān <相関> そうかん
{相關} sự tương quan ◊ correlation

상관분석 [相關分析] (相互分析) xiānghù fēnxī <
相関分析> そうかんぶんせき {分析咳饞}
phân tích lẫn nhau ◊ correlation analysis

상관없다 [相關없다] (没关系) méiguānxi <構わ
ない> かまわない {空關重} không quan trọng
◊ not important

상구 [喪具] (丧具) sāng jù <喪具> そうぐ {喪具}
táng cụ ◊ funeral accessories; funeral items

상권 [上卷] (上卷) shàng juǎn <上卷> じょうかん
{上卷} thượng quyển ◊ volume I

상궤 [常軌] (常轨) chángguǐ <常軌> じょうき
{平常} bình thường ◊ normal

상극 [相剋] (相克) xiāng kè <相剋> そうこく
{相剋} tương khắc ◊ mutual restraint

상근 [常勤] (全勤) quánqín <皆勤> かいきん {全
時間} toàn thời gian ◊ full-time state

상금 [賞金] (奖金) jiǎngjīn <賞金> しょうきん
{賞金} thưởng kim ◊ prize

상급 [上級] (上级) shàngjí <上級> じょうきゅう
{上級} cao cấp ◊ superior

상기 [商機] (商机) shāng jī <商機> しょうき {商
機} thương cơ ◊ business opportunities

상기 [想起] (想起) xiǎngqǐ <想起> そうき {想起}
tưởng khởi ◊ remember; recall

상년 [常年] (常年) chángnián <常年> つねねん
{常年} thường niên ◊ perennial; yearly; annual

상년 [上年] (上年) shàngnián <上年> うえとし
{上年} thượng niên ◊ last year

상념 [想念] (想念) xiǎngniàn <想念> そうねん
{想念} tưởng niệm ◊ miss

상단 [上端] (上端) shàng duān <上端> じょうたん
{上端} thượng đoan ◊ upper end

상담 [商談] (商谈) shāngtán <商談> しょうだん
{商談} thương đàm ◊ discuss

상담 [相談] (相谈) xiāng tán <相談> そうだん
{相談} tương đàm ◊ consultation

상당 [相當] (相当) xiāngdāng <相当> そうとう
{相當} tương đương ◊ equivalent

상당히 [相當히] (相当地) xiāngdāng de <相当に>
そうとうに {阿奇智} khá ◊ equivalent

상대 [商隊] (商队) shāngduì <商隊> しょうたい
{商隊} thương đội ◊ caravan

상대 [上代] (上代) shàngdài <上代> じょうだい

{上代} thượng đại ◊ previous generation

상대 [相對] (相对) xiāngduì <相対> そうたい
{相對} tương đối ◊ relatively

상대농도 [相對濃度] (相对浓度) xiāngduì nóngdù
<相对濃度> そうたいのうど {濃度相對} nồng
độ tương đối ◊ relative concentration

상대밀도 [相對密度] (相对密度) xiāngduì mìdù <
相对密度> そうたいみつど {密度相對} mật độ
tương đối ◊ relative density

상대방 [相對方] (对方) duìfāng <相手方> あいて
がた {對方} đối phương ◊ counterpart

상대변위 [相對變位] (相对位移) xiāngduì wèiyí <
相对变位> そうたいへんい {易轉相對} dịch
chuyển tương đối ◊ relative displacement

상대분산도 [相對分散度] (相对离散度) xiāngduì
lísàn dù <相对分散度> そうたいぶんさんど
{分散相對} phân tán tương đối ◊ relative
dispersion

상대성 [相對性] (相对性) xiāngduì xìng <相对性>
そうたいせい {性相對} tính tương đối ◊ relativity

상대습도 [相對濕度] (相对湿度) xiāngduì shīdù <
相对湿度> そうたいしつど {度澄相對} độ ẩm
tương đối ◊ relative humidity

상대압력 [相對壓力] (相对压力) xiāngduì yālì <
相对压力> そうたいあつりょく {壓率相對}
áp suất tương đối ◊ relative pressure

상대온도 [相對溫度] (相对温度) xiāngduì wēndù
<相对温度> そうたいおんど {熱度相對} nhiệt
độ tương đối ◊ relative temperature

상대운동 [相對運動] (相对运动) xiāngduì
yùndòng <相对運動> そうたいうんどう {轉動
相對} chuyển động tương đối ◊ relative motion

상대점도 [相對粘度] (相对粘度) xiāngduì nián dù
<相对粘度> そうたいねんど {度澄相對} độ
nhớt tương đối ◊ relative viscosity

상대좌표 [相對座標] (相对坐标) xiāngduì zuòbiāo
<相对座標> そうたいざひょう {座度相對} tọa
độ tương đối ◊ relative coordinate

상대휘발도 [相對揮發度] (相对挥发度) xiāngduì
huīfā dù <相对揮発度> そうたいきはつど {變
動相對} biến động tương đối ◊ relative volatility

상동 [相同] (相同) xiāngtóng <相同> そうどう
{相同} tương đồng ◊ same

상등 [上等] (上等) shàngděng <上等> じょうとう
{上等} thượng đẳng ◊ first class

상등 [相等] (相等) xiāngděng <相等> そうとう
{相等} tương đẳng ◊ equal

상략 [上略] (上略) shàng lüè <上略> じょうりゃく {上略} thượng lược ◊ above abbreviated

상례 [常例] (常例) cháng lì <常例> じょうれい {常例} thường lệ ◊ common practice

상로 [霜露] (霜露) shuāng lù <霜露> そうろ {霜露} sương lộ ◊ frost dew

상록 [常綠] (常绿) chánglù <常緑> じょうりょく {常緑} thường lục ◊ evergreen

상록수 [常綠樹] (常绿乔木) chánglù qiáomù <常緑樹> じょうりょくじゅ {核常靜} cây thường xanh ◊ evergreen trees

상류 [上流] (上流) shàngliú <上流> じょうりゅう {上流} thượng lưu ◊ upstream

상륙 [上陸] (登陆) dēnglù <上陸> じょうりく {上陸} thượng lục ◊ disembark; landing

상목 [桑木] (桑木) sāng mù <桑木> くわき {桑木} tang mộc ◊ mulberry

상목 [橡木] (橡木) xiàngmù <楢|柞|枹> なら {核樻|核橇} cây sồi ◊ oak

상무 [常務] (常务) chángwù <常務> じょうむ {常務} thường vụ ◊ everyday duties; executive

상무 [商務] (商务) shāngwù <商務> しょうむ {商務} thương vụ ◊ trade; business

상무 [尚武] (尚武) shàngwù <尚武> しょうぶ {尚武} thượng võ ◊ militarism; warlike spirit

상무관 [商務官] (商务官员) shāngwù guānyuán <商務官> しょうむかん {商務官} thương vụ quan ◊ commercial officer

상민 [常民] (常民) cháng mín <常民> じょうみん {常民} thường dân ◊ ordinary people

상박 [相撲] (相扑) xiāngpū <相撲> すもう {相撲} tương phác ◊ sumo

상반 [上半] (上半) shàng bàn <上半> じょうはん {上半} thượng bán ◊ first half

상반 [相反] (相反) xiāngfǎn <相反> そうはん {相反} tương phản ◊ opposite

상반기 [上半期] (上半期) shàng bàn qī <上半期> じょうはんき {上半期} thượng bán kỳ ◊ first half

상방 [上方] (上方) shàngfāng <上方> じょうほう {上方} thượng phương ◊ above

상벌 [賞罰] (赏罚) shǎngfá <賞罰> しょうばつ {賞罰} thưởng phạt ◊ punishment

상법 [商法] (商法) shāng fǎ <商法> しょうほう {商法} thương pháp ◊ commercial law

상병 [傷病] (伤病) shāng bìng <傷病> しょうびょう {傷病} thương bệnh ◊ injury

상보 [相補] (相补) xiāng bǔ <相補> そうほ {相補} tương bổ ◊ complement each other

상복 [喪服] (丧服) sāngfú <喪服> もふく {裙喪} váy tang ◊ mourning attire; mourning dress

상봉 [上峯] (上峰) shàngfēng <上峰> うえみね {上峰} thượng phong ◊ upper peak

상봉 [相逢] (相逢) xiāngféng <合う> あう {相逢} tương phùng ◊ meet each other

상부 [上部] (上部) shàngbù <上部> じょうぶ {上部} thượng bộ ◊ upper portion

상비 [常備] (常备) cháng bèi <常備> じょうび {常備} thường bị ◊ standing

상비군 [常備軍] (常备军) cháng bèi jūn <常備軍> じょうびぐん {常備軍} thường bị quân ◊ standing army

상비약 [常備藥] (常规药物) chángguī yàowù <常備藥> じょうびやく {常備藥} thường bị dược ◊ standing medicine

상사 [常事] (常事) cháng shì <常事> じょうじ {常事} thường sự ◊ common; normal affair

상사 [喪事] (丧事) sāngshì <喪事> もこと {喪事} tang sự ◊ funeral

상사 [商社] (商行) shānghháng <商行> しょうぎょう {商局} thương cục ◊ commercial firm; trade company; commercial house

상사 [賞詞] (赏词) shǎng cí <賞詞> しょうし {賞詞} thưởng từ ◊ praise words; eulogy

상사 [上士] (上士) shàng shì <上士> じょうし {上士} thượng sĩ ◊ sergeant

상사 [上司] (上司) shàngsi <上司> じょうし {全} sếp ◊ boss

상사 [相似] (相似) xiāngsì <相似> そうじ {相似} tương tự ◊ similar

상사 [相思] (相思) xiāngsī <相思> そうし {相思} tương tư ◊ think of

상사곡 [相思曲] (相思曲) xiāngsī qū <相思曲> そうしきょく {相思曲} tương tư khúc ◊ acacia

상사도 [相似圖] (相似图) xiāngsì tú <相似図> そうじず {相似圖} tương tự đồ ◊ similarity diagram

상사법칙 [相似法則] (相似定律) xiāngsì dìnglǜ <相似法則> そうじほうそく {規律相同} quy luật tương đồng ◊ law of similarity

상사병 [相思病] (相思病) xiāngsībìng <相思病> そうしびょう {相思病} tương tư bệnh ◊ lovesickness

상사비 [相似比] (相似比) xiāngsì bǐ <相似比> そうじひ {相似比} tương tự tỷ ◊ similarity ratio

상사형 [相似形] (类似形) lèisì xíng <相似形> そ

うじけい {相似形} tương tự hình ◊ similar shapes

상상 [常常] (常常) chángcháng <常々> つね {常常} thường thường ◊ always

상상 [想像] (想象) xiǎngxiàng <想像> そうぞう {想像} tưởng tượng ◊ imagine

상상력 [想像力] (想象力) xiǎngxiàng lì <想像力> そうぞうりょく {想像力} tưởng tượng lực ◊ imagination

상서롭다 [祥瑞롭다] (吉祥) jíxiáng <祥瑞> しょうずい {吉祥} cát tường ◊ auspicious; good omen

상선 [商船] (商船) shāngchuán <商船> しょうせん {商船} thương thuyền ◊ merchant vessel

상선 [上船] (上船) shàngchuán <上船> じょうせん {上船} thượng thuyền ◊ embarkation; boarding a ship

상선 [上善] (上善) shàng shàn <上善> じょうぜん {上善} thượng thiện ◊ goodness

상선기 [商船旗] (商船旗) shāngchuán qí <商船旗> しょうせんき {商船旗} thương thuyền kỳ ◊ merchant flags

상설 [常設] (常设) chángshè <常設> じょうせつ {常設} thường thiết ◊ permanent

상설 [商說] (营商理论) yíng shāng lǐlùn <商説> しょうせつ {說營商} thuyết doanh thương ◊ business theory

상설 [霜雪] (霜雪) shuāng xuě <霜雪> そうせつ {霜雪} sương tuyết ◊ frost snow

상성 [上聲] (上声) shǎngshēng <上声> じょうせい {上聲} thướng thanh ◊ zig falling-rising tone; 3rd tone of Standard Chinese; *shangsheng*

상세 [詳細] (详细) xiángxì de <詳細> しょうさい {枝節} chi tiết ◊ detailed

상세보고 [詳細報告] (详细报告) xiángxì bàogào <詳細報告> しょうさいほうこく {報告枝節} báo cáo chi tiết ◊ detailed report

상세설명 [詳細說明] (阐述) chǎnshù <詳説> しょうせつ {解釋ㅅ格枝節} giải thích một cách chi tiết ◊ explain the details

상소 [上訴] (上诉) shàngsù <上訴> じょうそ {上訴} thượng tố ◊ appeal

상소권 [上訴權] (上诉权) shàngsù quán <上訴権> じょうそけん {權上訴} quyền thượng tố ◊ right of appeal

상속 [相續] (相续) xiāngxù <継承> けいしょう {繼承} kế thừa ◊ inheritance

상속인 [相續人] (继承人) jìchéngrén <相続人> そうぞくにん {臥承繼} người thừa kế ◊ heir

상수 [常數] (常数) chángshù <常数> じょうすう {恒數} hằng số ◊ constant

상수도검사 [上水道檢查] (上水检验) shàngshuǐ jiǎnyàn <上水道検査> じょうすいどうけんさ {檢査給渃} kiểm tra cấp nước ◊ examination of sanitary water

상순 [上旬] (上旬) shàngxún <上旬> じょうじゅん {頭旬} đầu tuần ◊ first ten-day of a month

상술 [上述] (上述) shàngshù <上述> じょうじゅつ {上述} thượng thuật ◊ aforementioned

상술 [詳述] (详述) xiángshù <詳述> しょうじゅつ {詳述} tường thuật ◊ expatiate on; dilate

상습 [常習] (常习) cháng xí <常習> じょうしゅう {常習} thường tập ◊ habit

상습범 [常習犯] (惯犯) guànfàn <常習犯> じょうしゅうはん {再犯} tái phạm ◊ recidivism

상승 [常勝] (常胜) cháng shèng <常勝> じょうしょう {常勝} thường thắng ◊ always winning

상승 [上乘] (上乘) shàngchéng <上乘> じょうじょう {上乘} thượng thừa ◊ superior

상승 [上昇|上升] (上升) shàngshēng <上昇> じょうしょう {上升} thượng thăng ◊ rise

상승 [相乘] (相乘) xiāngchéng <相乘> そうじょう {相乘} tương thừa ◊ multiplication

상승세 [上昇勢] (上升趋势) shàngshēng qūshì <上昇傾向> じょうしょうけいこう {趨向增} xu hướng tăng ◊ upward trend

상승시간 [上昇時間] (上升时间) shàngshēng shíjiān <上昇時間> じょうしょうじかん {時間增} thời gian tăng ◊ rising time

상시 [常時] (常时) cháng shí <常時> じょうじ {常時} thường thì ◊ often

상식 [常食] (常食) cháng shí <常食> じょうしょく {常食} thường thực ◊ regular food

상식 [常識] (常识) chángshí <常識> じょうしき {常識} thường thức ◊ common sense

상식 [相識] (相识) xiāngshí <相識> そうしき {相識} tương thức ◊ acquaintance

상식을 깨다 [常識을 깨다] (打破常规) dǎpò chángguī <型破り> かたやぶり {獨到} độc đáo ◊ unconventional

상신 [上申] (呈报) chéngbào <上申> じょうしん {報告級蓮} báo cáo cấp trên ◊ report to a superior

상신 [相信] (相信) xiāngxìn <信ずる> しんずる {慥想} tin tưởng ◊ believe; confide in; have faith in

상신서 [上申書] (呈报书) chéngbào shū <上申書> じょうしんしょ {書報告級蓮} thư báo cáo cấp trên ◊ written report

상실 [喪失] (丧失) sàngshī <喪失> そうしつ {佚蒺峠杚杚} mất ◊ lose; forfeit

상심 [傷心] (伤心) shāngxīn <傷心> しょうしん {傷心} thương tâm ◊ sad; heartbroken

상아 [嫦娥] (嫦娥) cháng'é <嫦娥> じょうが {嫦娥; 姮娥} Thường Nga; Hằng Nga ◊ Chinese Moon goddess Chang'e

상아 [象牙] (象牙) xiàngyá <象牙> ぞうげ {牙} ngà ◊ ivory

상악 [上顎] (上颚) shàng è <上顎> じょうがく {上顎} thượng ngạc ◊ upper jaw

상악골 [上顎骨] (上颌) shànghé <上顎骨> じょうがくこつ {上顎骨} thượng ngạc cốt ◊ upper moraine

상애 [相愛] (相爱) xiāng'ài <相愛> そうあい {相愛} tương ái ◊ fall in love

상야등 [常夜燈] (通宵灯) tōngxiāo dēng <常夜灯> じょうやとう {常夜燈} thường dạ đăng ◊ night-time lights

상업 [商業] (商业) shāngyè <商業> しょうぎょう {商業} thương nghiệp ◊ commerce

상업계 [商業界] (商业界) shāngyè jiè <商業界> しょうぎょうかい {商業界} thương nghiệp giới ◊ business

상업국 [商業國] (商业国家) shāngyè guójiā <商業国> しょうぎょうこく {商業國} thương nghiệp quốc ◊ commercial country

상업법률 [商業法律] (商业法律) shāngyè fǎlù <商業法律> しょうぎょうほうりつ {商律} thương luật ◊ commercial law

상업부문 [商業部門] (商业部门) shāngyè bùmén <商業部門> しょうぎょうぶもん {領域商賣} lĩnh vực thương mại ◊ commercial sector

상업예금 [商業預金] (商业储量) shāngyè chǔliàng <商業預金> しょうぎょうよきん {預貯商賣} dự trữ thương mại ◊ commercial deposit

상업지구 [商業地區] (商业区) shāngyèqū <商業地区> しょうぎょうちく {中心商賣} trung tâm thương mại ◊ business center

상업학 [商業學] (商业学) shāngyèxué <商業学> しょうぎょうがく {商業學} thương nghiệp học ◊ business

상연 [上演] (上演) shàngyǎn <上演> じょうえん {上演} thương diễn ◊ perform

상엽 [桑葉] (桑叶) sāng yè <桑葉> くわば {芲䋵} lá dâu ◊ mulberry leaf

상영 [上映] (上映) shàngyìng <上映> じょうえい {上映} thượng ánh ◊ screen a movie

상온 [常溫] (常温) chángwēn <常温> じょうおん {常溫} thường ôn ◊ room temperature

상온층 [常溫層] (室温层) shìwēn céng <常温層> じょうおんそう {常溫層} thường ôn tằng ◊ room temperature layer

상완골 [上腕骨] (肱骨) gōnggǔ <上腕骨> じょうわんこつ {髖翄痟} xương cánh tay ◊ humerus

상용 [常用] (常用) chángyòng <常用> じょうよう {常用} thường dụng ◊ commonly used

상용 [商用] (商用) shāng yòng <商用> しょうよう {商用} thương dụng ◊ commercial

상용어 [常用語] (常用术语) chángyòng shùyǔ <常用語> じょうようご {常用語} thường dụng ngữ ◊ phrases

상용어 [商用語] (商业语言) shāngyè yǔyán <商用語> しょうようご {商用語} thương dụng ngữ ◊ business language

상용차 [商用車] (商用车) shāng yòng chē <商用車> しょうようしゃ {商用車} thương dụng xa ◊ commercial vehicles

상운 [祥雲] (祥云) xiángyún <祥雲> しょううん {祥雲} tường vân ◊ auspicious cloud

상원 [桑園] (桑园) sāng yuán <桑園> そうえん {壏䋵} vườn dâu ◊ mulberry plantation

상원 [上院] (上议院) shàngyìyuàn <上院> じょういん {上院} thượng viện ◊ upper legislative chamber; senate

상원의원 [上院議員] (上议院议员) shàngyìyuàn yìyuán <上院議員> じょういんぎいん {議員上院} nghị viên thượng viện ◊ member of the upper house; senator

상월 [賞月] (赏月) shǎngyuè <賞月> しょうがつ {賞月} thưởng nguyệt ◊ admire full moon

상월 [上月] (上月) shàngyuè <先月> せんげつ {上月} thượng nguyệt ◊ last month

상위 [上位] (上位) shàngwèi <上位> じょうい {上位} thượng vị ◊ higher rank

상위 [相違] (相违) xiāngwéi <相違> そうい {相違} tương vy ◊ difference

상응 [相應] (相应) xiāngyìng <相应> そうおう {相應} tương ứng ◊ corresponding

상의 [商議] (商议) shāngyì <商議> しょうぎ {商議} thương nghị ◊ negotiate

상의 [上衣] (上衣) shàngyī <上着> うわぎ {襖祆} áo ◊ coat

상의 [相議] (相议) xiāng yì <相議> そうぎ {相議} tương nghị ◊ discussion

상이 [傷痍] (伤痍) shāng yí <負傷> ふしょう {傷痍} bị thương ◊ injury; wound

상이 [相異] (互相不同) hùxiāng bùtóng <異なる> ことなる {略饒} khác nhau ◊ dissimilarity

상이군인 [傷痍軍人] (伤残军人) shāngcán jūnrén <傷痍軍人> しょういぐんじん {軍人缺疾} quân nhân khuyết tật ◊ injured soldiers

상이점 [相異點] (差异) chāyì <相異点> そういてん {相異點} tương dị điểm ◊ differences

상인 [商人] (商人) shāngrén <商人> しょうにん {商人} thương nhân ◊ merchant

상임 [常任] (常任) chángrèn <常任> じょうにん {常任} thường nhậm ◊ permanent

상자 [傷者] (伤者) shāng zhě <傷者> しょうしゃ {傷者} thương giả ◊ injured

상자 [箱子] (盒子) hézi <箱> はこ {盒喱} hộp ◊ box

상잔 [相殘] (相残) xiāng cán <共食い> ともぐい {相殘} tương tàn ◊ cannibalism

상잠 [桑蠶] (桑蚕) sāngcán <桑蚕> くわこ {蠶} tằm ◊ silkworm

상장 [商場] (商场) shāngchǎng <商場> あきないば {商場} thương trường ◊ mall

상장 [賞狀] (奖状) jiǎngzhuàng <賞狀> しょうじょう {賞狀} thưởng trạng ◊ certificate

상쟁 [相爭] (相争) xiāngzhēng <相争う> あいあらそう {相爭} tương tranh ◊ competing with each other

상전 [桑田] (桑田) sāng tián <桑田> そうでん {桑田} tang điền ◊ mulberry field

상전 [商戰] (商战) shāngzhàn <商戦> しょうせん {商戰} thương chiến ◊ business wars

상전 [相傳] (相传) xiāngchuán <相伝> そうでん {相傳} tương truyền ◊ pass down from generation to generation

상전창해 [桑田滄海] (沧海桑田) cāng hǎi sāng tián <桑田滄海> そうでんそうかい {桑田滄海} tang điền thương hải ◊ time brings great changes to the world

상점 [商店] (商店) shāngdiàn <店> みせ {鞟阰闥行} cửa hàng ◊ store

상점가 [商店街] (商店街) shāngdiàn jiē <商店街> しょうてんがい {商店街} thương điếm nhai ◊ shopping district

상정 [常情] (常情) chángqíng <常情> じょうじょう {常情} thường tình ◊ common sense

상정 [商定] (商定) shāngdìng <商定> しょうてい {商定} thương định ◊ bargain on; come to an agreement

상조 [相助] (相助) xiāngzhù <助け合う> たすけあう {相助} tương trợ ◊ help each other

상주 [常駐] (常住) chángzhù <常駐> じょうちゅう {常駐} thường trú ◊ resident; permanent representative

상중하 [上中下] (上中下) shàng zhōng xià <上中下> じょうちゅうげ {上中下} thượng trung hạ ◊ upper, middle and lower

상지 [上肢] (上肢) shàngzhī <上肢> じょうし {上肢} thượng chi ◊ upper limbs

상지 [相知] (相知) xiāng zhī <相知> そうち {相知} tương tri ◊ bosom friend

상지골 [上肢骨] (上肢骨骼) shàngzhī gǔgé <上肢骨> じょうしこつ {上肢骨} thượng chi cốt ◊ upper limb bones

상징 [象徵] (象征) xiàngzhēng <象徴> しょうちょう {象徴} tượng chinh ◊ symbol

상징어 [象徵語] (象征性词语) xiàngzhēngxìng cíyǔ <象徴語> しょうちょうご {象徴語} tượng trưng ngữ ◊ symbolism

상차림 [床차림] (摆桌子) bǎi zhuōzi <机を並べる> つくえをならべる {撻盤} đặt bàn ◊ set the table

상책 [上策] (上策) shàng cè <上策> じょうさく {上策} thượng sách ◊ best policy

상처 [傷處] (伤口) shāngkǒu <傷口> きずぐち {傷跡} thương tích ◊ wounds

상처검사 [傷處檢查] (检查伤口) jiǎnchá shāngkǒu <傷検査> きずけんさ {勘傷} khám thương ◊ check the wound

상처치료 [傷處治療] (养伤) yǎngshāng <傷の治療> きずのちりょう {矖瞵疳傷} chăm sóc vết thương ◊ wound care

상천 [上天] (上天) shàngtiān <上天> じょうてん {上天} thượng thiên ◊ heaven

상추 [一] (生菜) shēngcài <生野菜> なまやさい {蔓薉} rau tươi ◊ fresh vegetables

상춘 [常春] (常春) cháng chūn <常春> とこはる {常春} thường xuân ◊ everlasting spring

상층 [上層] (上层) shàngcéng <上層> じょうそう {層疊} tầng trên ◊ superstratum

상층성층권 [上層成層圈] (高层平流层) gāocéng píngliúcéng <上層成層圈> じょうそうせいそうけん {層平流薘} tầng bình lưu trên ◊ upper stratosphere

상칭 [相稱] (相称) xiāngchèn <相称> そうしょう {相稱} tương xứng ◊ commensurate

상쾌 [爽快] (爽快) shuǎngkuai <爽快> そうかい {爽快} sảng khoái ◊ refreshed; rejuvenated

상태 [常態] (常态) chángtài <常態> じょうたい {常態} thường thái ◊ ordinary state

상태 [狀態] (状态) zhuàngtài <状態> じょうたい {狀態} trạng thái ◊ state; condition

상태도 [狀態圖] (状态图) zhuàngtài tú <状態図> じょうたいず {狀態圖} trạng thái đồ ◊ state diagrams

상태량 [狀態量] (状态量) zhuàngtài liáng <状態量> じょうたいりょう {數量狀態} số lượng trạng thái ◊ quantity of state

상통 [相通] (相通) xiāngtōng <通じる> つうじる {連通} liên thông ◊ be interlinked

상포 [商鋪] (商铺) shāng pū <商舗> しょうほ {軂阬} cửa hàng ◊ shops

상표 [商標] (商标) shāngbiāo <商標> しょうひょう {商標; 眼號} thương tiêu; nhãn hiệu ◊ trademark

상표권 [商標權] (商标权) shāngbiāo quán <商標権> しょうひょうけん {商標權} thương tiêu quyền ◊ trademark

상표도용 [商標盜用] (假冒商标) jiǎmào shāngbiāo <商標盜用> しょうひょうとうよう {眼號假冒} nhãn hiệu giả mạo ◊ counterfeit

상표법 [商標法] (商标法) shāngbiāo fǎ <商標法> しょうひょうほう {律眼號} luật nhãn hiệu ◊ trademark law

상품 [商品] (商品) shāngpǐn <商品> しょうひん {行貨阬貨} hàng hóa ◊ goods; cargo

상품 [賞品] (奖品) jiǎngpǐn <賞品> しょうひん {份賞} phần thưởng ◊ prize

상품 견본 [商品見本] (商品样品) shāngpǐn yàngpǐn <商品の見本> しょうひんのみほん {模阬貨} mẫu hàng hóa ◊ samples of goods

상품 유통 [商品流通] (商品流通) shāngpǐn liútōng <商品流通> しょうひんりゅうつう {流通阬貨} lưu thông hàng hóa ◊ commodity circulation

상품권 [商品券] (礼券) lǐquàn <商品券> しょうひんけん {商品券} thương phẩm khoán ◊ gift certificates

상품명 [商品名] (商品名) shāngpǐn míng <商品名> しょうひんめい {商品名} thương phẩm danh ◊

trade name

상품명세서 [商品明細書] (商品清单) shāngpǐn qīngdān <商品リスト> しょうひん list {貨單} hóa đơn ◊ product list

상품박람회 [商品博覽會] (交易会) jiāoyìhuì <商品博覧会> しょうひんはくらんかい {會幣} hội chợ ◊ fair

상품학 [商品學] (商品学) shāngpǐn xué <商品学> しょうひんがく {商品學} thương phẩm học ◊ merchandising

상품화 [商品化] (商品化) shāngpǐnhuà <商品化> しょうひんか {商品化} thương phẩm hóa ◊ commoditization

상풍증 [傷風症] (伤风病) shāngfēng bìng <風邪引く> かぜひく {症感冒} chứng cảm mạo ◊ cold

상피 [上皮] (上皮) shàngpí <上皮> うわかわ {上皮} thượng bì ◊ epithelium

상피조직 [上皮組織] (上皮组织) shàngpí zǔzhī <上皮組織> じょうひそしき {上皮} thượng bì ◊ epithelium

상하 [上下] (上下) shàngxià <上下> じょうげ {上下} thượng hạ ◊ up and down

상하일심 [上下一心] (上下一心) shàngxià yīxīn <上下一心> じょうげいっしん {上下一心} thượng hạ nhất tâm ◊ up and down as one

상하지간 [上下之間] (上下之间) shàngxià zhījiān <上下の間> じょうげのあいだ {神達耙準} giữa trên và dưới ◊ between the top and bottom

상학 [商學] (商学) shāngxué <商学> しょうがく {商學} thương học ◊ commerce theory

상한 [傷寒] (伤寒) shānghán <傷寒> しょうかん {傷寒} thương hàn ◊ typhoid

상한 [上限] (上限) shàngxiàn <上限> じょうげん {上限} thượng hạn ◊ upper limit

상항 [商港] (商港) shānggǎng <商港> しょうこう {商港} thương cảng ◊ commercial port

상해 [傷害] (伤害) shānghài <傷害> しょうがい {傷害} thương hại ◊ harm

상해 [霜害] (霜害) shuāng hài <霜害> そうがい {霜害} sương hại ◊ frost damage

상해 [詳解] (详解) xiángjiě <詳解> しょうかい {詳解} tường ải ◊ explain in detail

상행 [上行] (上行) shàngxíng <上行> じょうこう {上行} thượng hành ◊ climbing; up going

상형 [象形] (象形) xiàngxíng <象形> しょうけい {象形} tượng hình ◊ hieroglyphics, type of character like pictures

상형문자 [象形文字] (象形文字) xiàngxíng wénzì <象形文字> しょうけいもじ {𡨸象形} chữ tượng hình ◊ hieroglyph; hieroglyphic character

상호 [商號] (商号) shānghào <商号> しょうごう {商號} hãng ◊ firm

상호 [相互] (相互) xiānghù <互いに> たがいに {饒僥} nhau ◊ each other; mutual

상호신뢰 [相互信頼] (互信) hù xìn <相互信頼> そうごしんらい {信想吝饒} tin tưởng lẫn nhau ◊ mutual trust

상호운용가능 [相互運用可能] (相互运用可能) xiānghù yùnyòng kěnéng <相互運用可能> そうごうんようかのう {可能使用吝饒} khả năng sử dụng lẫn nhau ◊ interoperable

상호운용성 [相互運用性] (相互运用性) xiānghù yùnyòngxìng <相互運用性> そうごうんようせい {使用吝饒} sử dụng lẫn nhau ◊ interoperate; interoperability

상호원조 [相互援助] (互助) hùzhù <相互援助> そうごえんじょ {互助吝饒} hỗ trợ lẫn nhau ◊ mutual aid

상호유도 [相互誘導] (相互诱导) xiānghù yòudǎo <相互誘導> そうごゆうどう {感應吝饒} cảm ứng lẫn nhau ◊ mutual induction

상호의지 [相互依支] (相依为命) xiāngyī wéi mìng <相寄る> あいよる {拵㐌吝饒} dựa vào lẫn nhau ◊ depend on each other

상호작용 [相互作用] (相互作用) xiānghù zuòyòng <相互作用> そうごさよう {相作} tương tác ◊ interaction

상혼 [商魂] (商业精神) shāngyè jīngshén <商魂> しょうこん {精神商家} tinh thần thương gia ◊ merchant spirit

상환 [償還] (偿还) chánghuán <償還> しょうかん {償還} thường hoàn ◊ repay

상황 [狀況] (状况) zhuàngkuàng <状況> じょうきょう {情況} tình huống ◊ circumstance; state; condition

상회 [商會] (商会) shānghuì <商会> しょうかい {商會} thương hội ◊ chamber of commerce

상흔 [傷痕] (伤痕) shānghén <傷痕> しょうこん {傷痕} thương ngân ◊ scar

새 [ㅡ] (鸟儿) niǎor <鳥> とり {鴗鴶} chim ◊ birds

새 [ㅡ] (新) xīn <新> しん {新} tân ◊ new

새끼손가락 [ㅡ] (小指) xiǎozhǐ <小指> こゆび {小指} tiểu chỉ ◊ little finger

새댁 [새宅] (新媳妇) xīn xífù <新しい嫁> あたらしいよめ {妯𡤓} dâu mới ◊ new daughter-in-law

새로운 [ㅡ] (崭新) zhǎnxīn <真っ新> まっさら {黗孋𡤓} mới ◊ new

새벽 [ㅡ] (凌晨) língchén <夜明け前> よあけまえ {爣㶚} sáng sớm ◊ before dawn

새벽안개 [ㅡ] (晨雾) chén wù <朝霧> あさぎり {霜霂晪爣} sương mù buổi sáng ◊ morning fog

새색시 [ㅡ] (新娘) xīnniáng <花嫁> はなよめ {姑妯} cô dâu ◊ bride

새외 [塞外] (塞外) sàiwài <塞外> さいがい {塞外} tái ngoại ◊ north of the Great Wall

새우젓 [ㅡ] (虾酱) xiājiàng <海老味噌> えびみそ {鰻魫} mắm tôm ◊ shrimp sauce

새하얗다 [ㅡ] (洁白) jiébái <真っ白> まっしろ {𩇢𤽸精潔} màu trắng tinh khiết ◊ pure white

색 [色] (颜色) yánsè <色> いろ {𩇢} màu ◊ colors

색감 [色感] (色感) sè gǎn <色感> しきかん {色感} sắc cảm ◊ color sense

색구 [色球] (色球) sèqiú <カラーボール> color ball {𤤰𩇢} bóng màu ◊ demand

색구 [索求] (索求) suǒqiú <オンデマンド> on demand {索求} sách cầu ◊ demand

색깔 [色깔] (颜色深浅) yánsè shēnqiǎn <色> いろ {𩇢色} màu sắc ◊ color

색도 [色度] (色度) sèdù <色度> しきど {色度} sắc độ ◊ chroma; color intensity

색맹 [色盲] (色盲) sèmáng <色盲> しきもう {色盲} sắc manh ◊ color blindness

색상 [色相] (色相) sèxiàng <色相> しきそう {色相} sắc tương ◊ hue

색상분류 [色相分類] (色别分选) sè biè fēn xuǎn <色相分類> しきそうぶんるい {拉攝𩇢色} sắp xếp màu sắc ◊ color sorting

색소 [色素] (色素) sèsù <色素> しきそ {色素} sắc tố ◊ pigment

색약 [色弱] (色弱) sèruò <色弱> しきじゃく {色弱} sắc nhược ◊ color blindness

색연필 [色鉛筆] (彩色铅笔) cǎisè qiānbǐ <色鉛筆> いろえんぴつ {筆鈘𩇢|筆錤𩇢|筆鍦𩇢} bút chì màu ◊ colored pencil

색욕 [色慾] (色欲) sèyù <色慾> しきよく {色慾} sắc dục ◊ lust; sexual appetite; carnal desire

색인 [索引] (索引) suǒyǐn <索引> さくいん {索引} sách dẫn ◊ index

색인쇄 [色印刷] (彩色印刷) cǎisè yìnshuā <色印刷> いろいんさつ {印𩇢} in màu ◊ color printing

색정 [色情] (色情) sèqíng <色情> しきじょう
{色情} sắc tình ◊ lust

색조 [色調] (色调) sèdiào <色調> しきちょう
{色調} sắc điệu ◊ hue

색채 [色彩] (色彩) sècǎi <色彩> しきさい {色彩}
màu ◊ color

색태 [色態] (色态) sè tài <色態> いろたい {色態}
sắc thái ◊ chromaticity

색택 [色澤] (色泽) sèzé <色沢> しきたく {色澤}
sắc trạch ◊ luster and color

색표 [色表] (色表) sè biǎo <色表> いろひょう
{表圖鮖} biểu đồ màu ◊ color chart

샘물 [－] (泉水) quánshuǐ <泉水> せんすい
{渃鷱} nước suối ◊ spring water; fountain

샛방 [伏房] (新房) xīnfáng <新居> しんきょ {姤
騙} nhà mới ◊ new house; bridal chamber

생각 [－] (以为) yǐwéi <思う> おもう {意想} ý
tưởng ◊ thought

생각하다 [－] (认为) rènwéi <考える> かんがえ
る {懹忴慦} nghĩ ◊ think

생강 [生薑] (生姜) shēngjiāng <生姜> しょうが
{蔪韒} gừng ◊ ginger

생견 [生繭] (生茧) shēng jiǎn <生繭> なままゆ
{生繭} sinh kiển ◊ raw cocoon

생견 [生絹] (生绢) shēng juàn <生絹> せいけん
{生絹} sinh quyên ◊ raw silk

생계 [生計] (生计) shēngjì <生計> せいけい {生
計} sinh kế ◊ livelihood

생계를 꾸리다 [生計를 꾸리다] (谋生)
móushēng <生計を立てる> せいけいをたてる
{饌胜} kiếm sống ◊ make a living

생계비 [生計費] (生活费用) shēnghuófèi yòng <生
計費> せいけいひ {支費生活} chi phí sinh hoạt
◊ living cost

생금 [生擒] (生擒) shēngqín <生擒> せいきん
{生擒} sinh cầm ◊ captured alive

생기 [生氣] (生气) shēngqì <生気> せいき {生氣}
giận ◊ vitality; verve; vigor

생기다 [－] (产生出) chǎnshēng chū <生み出す>
うみだす {生黜} sinh ra ◊ produce

생기발랄 [生氣潑剌] (精神振奋) jīngshén zhènfèn
<元気溌剌> げんきはつらつ {精神奮振} tinh
thần phấn chấn ◊ vigorous

생년 [生年] (生年) shēng nián <生年> せいねん
{生年} sinh niên ◊ year of birth

생년월일 [生年月日] (出生年月日) chūshēng
niányuè rì <生年月日> せいねんがつにち {鉬生}

ngày sinh ◊ date of birth

생동 [生動] (生动) shēngdòng <生動> せいどう
{生動} sinh động ◊ vivid

생동감 [生動感] (生动感) shēngdònggǎn <動感>
どうかん {舙動感} sống động cảm ◊ vividness

생략 [省略] (省略) shěnglüè <省略> しょうりゃ
く {捕拶} bỏ đi ◊ omit

생략법 [省略法] (缩写) suōxiě <省略法> しょう
りゃくほう {方法拍撚} phương pháp viết tắt ◊
ellipses; abbreviation

생력 [省力] (省力) shěnglì <省力> しょうりょく
{省力} tinh lực ◊ laborsaving

생력화 [省力化] (省力化) shěnglìhuá <省力化>
しょうりょくか {省力化} tinh lực hóa ◊ labor
saving

생령 [生靈] (生灵) shēnglíng <生き霊> いきりょ
う {生靈} sinh linh ◊ creatures

생로병사 [生老病死] (生老病死) shēng lǎo bìngsǐ
<生老病死> なまろうびょうし {生老病死}
sinh lão bệnh tử ◊ life, old age, illness and death

생리 [生理] (生理) shēnglǐ <生理> せいり {生理}
sinh lý ◊ physiology

생리 [生利] (生利) shēng lì <生利> せいり {生利}
sinh lợi ◊ profit-making

생리기후학 [生理氣候學] (生理气候学) shēnglǐ
qìhòuxué <生理気候学> せいりきこうがく {說
氣候生理} thuyết khí hậu sinh lý ◊ physiological
climatology

생리대 [生理帶] (卫生带) wèishēng dài <生理带>
せいりたい {繡衛生} băng vệ sinh ◊ physiological
bands

생리사별 [生離死別] (生离死别) shēng lí sǐ biè <
生離死別> せいりしべつ {生離死別} sinh ly tử
biệt ◊ part never to meet again

생리생태학 [生理生態學] (生理生态学) shēnglǐ
shēngtàixué <生理生態学> せいりせいたいがく
{生態學生理} sinh thái học sinh lý ◊ physiological
ecology

생리수명 [生理壽命] (生理寿命) shēnglǐ
shòumìng <生理寿命> せいりじゅみょう {齣壽
生理} tuổi thọ sinh lý ◊ physiological longevity

생리시계 [生理時計] (生理钟) shēnglǐ zhōng <生
理時計> せいりとけい {銅壺生學} đồng hồ
sinh học ◊ physiological clock

생리일 [生理日] (月经期) yuèjīng qī <生理日> せ
いりび {期經月} kỳ kinh nguyệt ◊ menstrual
phase

생리지수 [生理指數] (生理指数) shēnglǐ zhǐshù <生理指標> せいりしひょう {指數生理} chỉ số sinh lý ◊ physiological index

생리통 [生理痛] (月经痛) yuèjīng tòng <生理痛> せいりつう {疖經月} đau kinh nguyệt ◊ physiological pain

생리학 [生理學] (生理学) shēnglǐxué <生理学> せいりがく {生理學} sinh lý học ◊ physiology

생리효과 [生理效果] (生理效应) shēnglǐ xiàoyìng <生理效果> せいりこうか {作用生理} tác dụng sinh lý ◊ physiological effect

생맥주 [生麥酒] (生麦酒) shēng mài jiǔ <生麦酒> なま beer {醉哉} bia tươi ◊ raw beer

생머리 [生머리] (直发) zhí fà <ストレートヘア> straight hair {鬣䰇} tóc thẳng ◊ straight hair

생면 [生綿] (原棉) yuán mián <原綿> げんめん {櫸花粗} bông hoa thô ◊ raw cotton

생면부지 [生面不知] (陌生人) mòshēngrén <見知らぬ人> みしらぬひと {㑮䍲|得犄} người lạ ◊ stanger

생명 [生命] (生命) shēngmìng <生命> せいめい {生命} sinh mệnh ◊ life

생명권 [生命權] (生命权) shēngmìng quán <生命權> せいめいけん {生命權} sinh mệnh quyền ◊ right to life

생명력 [生命力] (生命力) shēngmìng lì <生命力> せいめいりょく {夛舝|飭舝} sức sống ◊ vitality

생모 [生母] (生母) shēngmǔ <生母> せいぼ {生母} sinh mẫu ◊ blood mother

생몰년 [生沒年] (生卒年) shēng zú nián <生没年> せいぼつねん {觧生觧秩} năm sinh năm mất ◊ birth and death years

생물 [生物] (生物) shēngwù <生物> せいぶつ {生物} sinh vật ◊ creature

생물권 [生物圈] (生物圈) shēngwùquān <生物圈> せいぶつけん {生圈} sinh khuyên ◊ biosphere

생물기후 [生物氣候] (生物气候) shēngwù qìhòu <生物気候> せいぶつきこう {氣候生學} khí hậu sinh học ◊ bioclimate

생물기후학 [生物氣候學] (生物气候学) shēngwù qìhòuxué <生物気候学> せいぶつきこうがく {氣候學生物} khí hậu học sinh vật ◊ bioclimatology

생물다양성 [生物多樣性] (生物多样性) shēngwù duōyàngxìng <生物多样性> せいぶつたようせい {多樣性生物} đa dạng tính sinh vật ◊ biodiversity; biological variety

생물변환 [生物變換] (生物转化) shēngwù zhuǎnhuà <生物变换> せいぶつへんかん {變树生物} biến đổi sinh vật ◊ bioconversion

생물분포학 [生物分布學] (生物分布学) shēngwù fēnbù xué <生物分布学> せいぶつぶんぷがく {分配學生物} phân phối học sinh vật ◊ biological chorology

생물안전성 [生物安全性] (生物稳定性) shēngwù wěndìngxìng <生物安全性> せいぶつあんぜんせい {穩定性生物} ổn định tính sinh vật ◊ biosafety

생물영향 [生物影響] (生物影响) shēngwù yǐngxiǎng <生物影響> せいぶつえいきょう {作動生物} tác động sinh vật ◊ biotic influence

생물오염 [生物汚染] (生物性污染) shēngwù xìng wūrǎn <生物汚染> せいぶつおせん {污染生物} ô nhiễm sinh vật ◊ biotic pollution

생물유기체 [生物有機體] (生物有机体) shēngwù yǒujītǐ <生物有机体> せいぶつゆうきたい {生物生物} sinh vật sinh vật ◊ living organism

생물제어 [生物制御] (生物控制) shēngwù kòngzhì <生物制御> せいぶつせいぎょ {檢率生物} kiểm soát sinh vật ◊ creature control

생물조절 [生物調節] (生物控制) shēngwù kòngzhì <生物調節> せいぶつちょうせつ {檢率生物} kiểm soát sinh vật ◊ biotic control

생물풍화 [生物風化] (生物风化) shēngwù fēnghuà <生物風化> せいぶつふうか {風化生物} phong hóa sinh vật ◊ biological weathering

생물학 [生物學] (生物学) shēngwùxué <生物学> せいぶつがく {生物學} sinh vật học ◊ biology

생물확대 [生物擴大] (生物放大) shēngwù fàngdà <生物拡大> せいぶつかくだい {放大生物} phóng đại sinh vật ◊ creature enlarge; biological amplification

생물환경 [生物環境] (生物环境) shēngwù huánjìng <生物環境> せいぶつかんきょう {媒場生物} môi trường sinh vật ◊ biotic environment

생물활성 [生物活性] (生物活性) shēngwù huóxìng <生物活性> せいぶつかっせい {活動生物} hoạt động sinh vật ◊ biological activity

생방송 [生放送] (直播) zhíbō <生放送> なまほうそう {發湃直接} phát sóng trực tiếp ◊ live broadcast

생사 [生絲] (生丝) shēngsī <生糸> きいと {生絲} sinh ty ◊ raw silk

생사 [生死] (生死) shēngsǐ <生死> せいし {生死}

sinh tử ◊ life-and-death

생사무상 [生死無常] (生死无常) shēngsǐ wúcháng <生死無常> しょうじむじょう {生死無常} sinh tử vô thường ◊ impermanence of life and death; unpredictable life and death

생산 [生産] (生产) shēngchǎn <生産> せいさん {生産} sinh sản ◊ produce

생산능력 [生産能力] (生产能力) shēngchǎn nénglì <生産能力> せいさんのうりょく {能力産出} năng lực sản xuất ◊ productivity

생산담당자 [生産擔當者] (生产负责人) shēngchǎn fùzérén <生産担当者> せいさんたんとうしゃ {監督産出} giám đốc sản xuất ◊ production manager

생산량 [生産量] (产量) chǎnliàng <産量> さんりょう {産量} sản lượng ◊ yield

생산력 [生産力] (生产力) shēngchǎnlì <生産力> せいさんりょく {生産力} sinh sản lực ◊ productivity

생산물 [生産物] (生产物) shēngchǎn wù <生産物> せいさんぶつ {生産物} sinh sản vật ◊ products

생산액 [生産額] (产值) chǎnzhí <生産額> せいさんがく {生産額} sinh sản ngạch ◊ production

생산오수 [生産汚水] (生产污水) shēngchǎn wūshuǐ <生産下水> せいさんげすい {渃汰産出} nước thải sản xuất ◊ production sewage

생산자 [生産者] (生产者) shēngchǎnzhě <生産者> せいさんしゃ {如産出} nhà sản xuất ◊ producer

생산작업 [生産作業] (生产作业) shēngchǎn zuòyè <生産作業> せいさんさぎょう {工笩産出} công việc sản xuất ◊ production operation

생산제어 [生産制御] (生产控制) shēngchǎn kòngzhì <生産制御> せいさんせいぎょ {檢率産出} kiểm soát sản xuất ◊ production control

생산품 [生産品] (生产品) shēngchǎn pǐn <生産品> さんひん {生産品} sinh sản phẩm ◊ products; produced goods

생생하다 [一] (绘声绘色) huì shēng huì sè <生き生き> いきいき {甦動} sống động ◊ lively

생석회 [生石灰] (生石灰) shēngshíhuī <生石灰> せいせっかい {碄荕} vôi sống ◊ quicklime

생선 [生鮮] (生鲜) shēng xiān <生鮮> せいせん {生鮮} sinh tiên ◊ fresh seafood

생선가게 [生鮮가게] (鱼铺) yú pū <鮮魚店> せんぎょてん {軻肮觧鮏} cửa hàng bán cá ◊ fish store

생선장수 [生鮮장수] (鱼贩) yúfàn <魚屋> さか なや {趴觧鮏} người bán cá ◊ fishmonger

생선회 [生鮮膾] (鱼脍) yú kuài <刺身> さしみ {㮨鮏} lát cá ◊ sashimi

생성 [生成] (生成) shēngchéng <生成> せいせい {造翻} tạo ra ◊ generate

생소 [生疏] (生疏) shēngshū <馴染みがない> なじみがない {空䐁} không quen ◊ unfamiliarity

생수 [生水] (生水) shēngshuǐ <生水> なまみず {渃粗} nước thô ◊ raw water

생식 [生殖] (生殖) shēngzhí <生殖> せいしょく {生殖} sinh thực ◊ reproduction

생식계 [生殖系] (生殖系统) shēngzhí xìtǒng <生殖系> せいしょくけい {系統生育} hệ thống sinh dục ◊ reproductive system

생식기 [生殖期] (生育期) shēngyù qī <生殖期> せいしょくき {生殖期} sinh thực kỳ ◊ reproductive period

생식기 [生殖器] (生殖器) shēngzhíqì <生殖器> せいしょくき {機關生育} cơ quan sinh dục ◊ reproductive organs

생식기관 [生殖器官] (生殖器官) shēngzhíqì guān <生殖器官> せいしょくきかん {機關生育閜} cơ quan sinh dục ngoài ◊ reproductive organ; genitals

생식선 [生殖腺] (性腺) xìngxiàn <生殖腺> せいしょくせん {生殖腺} sinh thực tuyến ◊ gonad

생애 [生涯] (生涯) shēngyá <生涯> しょうがい {蕓業} nghề nghiệp ◊ career

생육 [生育] (生育) shēngyù <生育> せいいく {生育} sinh dục ◊ fertility

생이별 [生離別] (生离) shēng lí <生離> せいり {生離} sinh ly ◊ birth and separation

생일 [生日] (生日) shēngrì <誕生日> たんじょうび {生日} sinh nhật ◊ birthday

생일케이크 [生日 cake] (生日蛋糕) shēngrì dàngāo <誕生日ケーキ> たんじょうび cake {柄生日} bánh sinh nhật ◊ birthday cake

생장 [生長] (生长) shēngzhǎng <生長> せいちょう {生長} sinh trưởng ◊ grow

생장점 [生長點] (生长点) shēngzhǎng diǎn <生長点> せいちょうてん {生長點} sinh trưởng điểm ◊ growing point

생전 [生前] (生前) shēngqián <生前> せいぜん {生前} sinh tiền ◊ before death

생존 [生存] (生存) shēngcún <生存> せいぞん {生存} sinh tồn ◊ live on

생존경쟁 [生存競爭] (生存竞争) shēngcún

jìngzhēng <生存競争> せいぞんきょうそう {物競} vật cạnh ◊ competition for existence

생존권 [生存權] (生存权) shēngcún quán <生存権> せいぞんけん {生存權} sinh tồn quyền ◊ right to life

생존율 [生存率] (生存率) shēngcún lǜ <生存率> せいぞんりつ {比例觧馠} tỷ lệ sống sót ◊ survival rate

생존자 [生存者] (幸存者) xingcúnzhě <生存者> せいぞんしゃ {駁生存} người sinh tồn ◊ survivors

생체 [生體] (生体) shēng tǐ <生体> せいたい {肌體觧} cơ thể sống ◊ living body; organisms

생체교질 [生體膠質] (生物胶质) shēngwù jiāozhì <生体膠質> せいたいこうしつ {質膠生物} chất keo sinh vật ◊ bio colloid

생칠 [生漆] (生漆) shēngqī <生漆> きうるし {生漆} sinh tất ◊ raw lacquer

생태 [生態] (生态) shēngtài <生態> せいたい {生態} sinh thái ◊ ecology

생태감응 [生態感應] (生态感应) shēngtài gǎnyìng <生態感応> せいたいかんおう {感變生態} cảm biến sinh thái ◊ ecological response

생태계 [生態系] (生态系统) shēngtàixì tǒng <生態系> せいたいけい {生態系} sinh thái hệ ◊ ecosystem

생태계개발 [生態系開發] (生态系统开发) shēngtàixì tǒng kāifā <生態系開発> せいたいけいかいはつ {發展系生態} phát triển hệ sinh thái ◊ ecosystem development

생태계역학 [生態系力學] (生态系力学) shēngtàixì lìxué <生態系力学> せいたいけいりきがく {機學生態} cơ học sinh thái ◊ ecosystem dynamics

생태계퇴화 [生態系退化] (生态系统退化) shēngtàixì tǒng tuìhuà <生態系退化> せいたいけいたいか {衰退系生態} suy thoái hệ sinh thái ◊ degeneration of ecosystem

생태공업 [生態工業] (生态工业) shēngtài gōngyè <生態工業> せいたいこうぎょう {工業生態} công nghiệp sinh thái ◊ ecological industry

생태공원 [生態公園] (生态公园) shēngtài gōngyuán <生態公園> せいたいこうえん {公園生態} công viên sinh thái ◊ ecological park

생태과정 [生態過程] (生态过程) shēngtài guòchéng <生態過程> せいたいかてい {過程生態} quá trình sinh thái ◊ ecological process

생태관계 [生態關係] (生态关系) shēngtài guānxi <生態関係> せいたいかんけい {關係生態} quan hệ sinh thái ◊ ecological relationship

생태교육 [生態教育] (生态教育) shēngtài jiàoyù <生態教育> せいたいきょういく {教育生態} giáo dục sinh thái ◊ ecological education

생태구조 [生態構造] (生态结构) shēngtài jiégòu <生態構造> せいたいこうぞう {構築生態} cấu trúc sinh thái ◊ ecological structure

생태기술 [生態技術] (生态工艺) shēngtài gōngyì <生態技術> せいたいぎじゅつ {過程生態} quá trình sinh thái ◊ ecological technology

생태기후 [生態氣候] (生态气候) shēngtài qìhòu <生態気候> せいたいきこう {氣候生態} khí hậu sinh thái ◊ ecoclimate

생태농업 [生態農業] (生态农业) shēngtài nóngyè <生態農業> せいたいのうぎょう {農業生態} nông nghiệp sinh thái ◊ ecological agriculture

생태다양성 [生態多樣性] (生态变种) shēngtài biànzhǒng <生態多樣性> せいたいたようせい {變體生態} biến thể sinh thái ◊ ecological diversity

생태단계 [生態段階] (生态相) shēngtài xiāng <生態段階> せいたいだんかい {階段生態} giai đoạn sinh thái ◊ ecological phase

생태분리 [生態分離] (生态分离) shēngtài fēnlí <生態分離> せいたいぶんり {離別生態} tách biệt sinh thái ◊ ecological separation

생태분포 [生態分布] (生态分布) shēngtài fēnbù <生態分布> せいたいぶんぷ {分布生態} phân bố sinh thái ◊ ecological distribution

생태산업 [生態産業] (生态产业) shēngtài chǎnyè <生態産業> せいたいさんぎょう {工業生態} công nghiệp sinh thái ◊ ecological industry

생태안전 [生態安全] (生态安全) shēngtài ānquán <生態安全> せいたいあんぜん {安寧生態} an ninh sinh thái ◊ ecological safety

생태영향 [生態影響] (生态影响) shēngtài yǐngxiǎng <生態影響> せいたいえいきょう {作動生態} tác động sinh thái ◊ ecological impact

생태예측 [生態豫測] (生态预报) shēngtài yùbào <生態予測> せいたいよそく {預報生態} dự báo sinh thái ◊ ecological forecasting

생태유전학 [生態遺傳學] (生态遗传学) shēngtài yíchuánxué <生態遺伝学> せいたいいでんがく {遺傳生態} di truyền sinh thái ◊ ecological genetics

생태윤리학 [生態倫理學] (生态伦理学) shēngtài

lúnlǐxué <生態倫理学> せいたいりんりがく {道德生態} đạo đức sinh thái ◊ ecological ethics

생태집합체 [生態集合體] (生态集合体) shēngtài jíhé tǐ <生態集合体> せいたいしゅうごうたい {群體生態} quần thể sinh thái ◊ ecological assemblage

생태평가 [生態評價] (生态评价) shēngtài píngjià <生態評価> せいたいひょうか {揹價生態} đánh giá sinh thái ◊ ecological appraise

생태평형 [生態平衡] (生态平衡) shēngtài pínghéng <生態平衡> せいたいへいこう {斤平生態} cân bằng sinh thái ◊ ecological balance

생태품종 [生態品種] (生态品种) shēngtài pǐnzhǒng <生態品種> せいたいひんしゅ {品種生態} phẩm chủng sinh thái ◊ ecological race

생태학 [生態學] (生态学) shēngtàixué <生態学> せいたいがく {生態學} sinh thái học ◊ ecology

생태학교 [生態學校] (生态学校) shēngtàixué jiào <生態学校> せいたいがっこう {長生夠} trường sinh thái ◊ eco-school

생태학평가 [生態學評價] (生态学评价) shēngtàixué píngjià <生態学評価> せいたいがくひょうか {揹價生態} đánh giá sinh thái ◊ ecological evaluation

생태형 [生態型] (生态型) shēngtài xíng <生態型> せいたいけい {生態型} sinh thái hình ◊ ecotype

생태형질 [生態形質] (生态特性) shēngtài tèxìng <生態形質> せいたいけいしつ {特點生態} đặc điểm sinh thái ◊ ecological character

생포 [生捕] (活捉) huó zhuō <活け捕り> いけどり {被抔羿} bị bắt sống ◊ caught alive

생화학 [生化學] (生物化学) shēngwù huàxué <生化学> せいかがく {生化學} sinh hóa học ◊ biochemistry

생화학반응 [生化學反應] (生物化学反应) shēngwù huàxué fǎnyìng <生化学反应> せいかがくはんのう {反應生化} phản ứng sinh hóa ◊ biochemical reaction

생환 [生還] (生还) shēnghuán <生還> せいかん {生還} sinh hoàn ◊ survive

생활 [生活] (生活) shēnghuó <生活> せいかつ {羿羿} đời sống ◊ life

생활개선 [生活改善] (生活改进) shēnghuó gǎijìn <生活の改善> せいかつのかいぜん {改善羿羿} cải thiện đời sống ◊ improvement of living conditions

생활고 [生活苦] (生活困难) shēnghuó kùnnan <生活苦> せいかつく {苦楚寫羿} khổ sở cuộc sống ◊ hardships of life; life's struggles; hard life

생활권 [生活圈] (生活圈) shēnghuó quān <生活圈> せいかつけん {生活圈} sinh hoạt khuyên ◊ life circle

생활권 [生活權] (生计权) shēngjì quán <生活権> せいかつけん {生活權} sinh hoạt quyền ◊ right to life

생활기후 [生活氣候] (居住气候) jūzhù qìhòu <生活気候> せいかつきこう {氣候羿羿} khí hậu đời sống ◊ domestic climate

생활비 [生活費] (生活费) shēnghuófèi <生活費> せいかつひ {支費羿羿} chi phí đời sống ◊ cost of living

생활용품 [生活用品] (生活用品) shēnghuó yòngpǐn <生活用品> せいかつようひん {椎圖徒} đồ gia dụng ◊ household goods

생활폐수 [生活廢水] (生活污水) shēnghuó wūshuǐ <生活廃水> せいかつはいすい {渃汰羿羿} nước thải đời sống ◊ domestic wastewater

샤브샤브 [shabu-shabu] (火锅) huǒguō <火鍋; しゃぶしゃぶ> ひなべ; shabu-shabu {滷焴} lẩu nấu ◊ hot pot cooking

서 [西] (西) xī <西> にし {西} tây ◊ west

서가 [書架] (书架) shūjià <書架> しょか {楬冊} kệ sách ◊ bookshelf; bookcase

서각 [犀角] (犀牛角) xīniú jué <犀角> さいかく {犀角} tê giác ◊ rhinoceros horn

서거 [逝去] (逝世) shìshì <死亡> しぼう {蕬葬} chết ◊ die

서곡 [序曲] (序曲) xùqǔ <序曲> じょきょく {序曲} tự khúc ◊ overture

서광 [曙光] (曙光) shǔguāng <曙光> しょこう {平明} bình minh ◊ dawn

서구 [西歐] (西欧) xī'ōu <西ヨーロッパ> にしEuropa {西歐} Tây Âu ◊ Western Europe

서국 [書局] (书局) shūjú <書局> しょきょく {書局} thư cục ◊ book shop; bookseller's shop

서권 [書卷] (书卷) shūjuàn <書卷> しょかん {書卷} thư quyển ◊ book scroll; volumes

서기 [書記] (书记) shūji <書記> しょき {秘書} bí thư ◊ secretary

서기 [西紀] (公元) gōngyuán <西紀> せいき {公元} công nguyên ◊ A.D.

서남 [西南] (西南) xīnán <西南> せいなん {西南} tây nam ◊ southwest

서남풍 [西南風] (西南风) xīnán fēng <西南風>

せいなんふう {颶西南} gió tây nam ◊ southwesterly winds

서다 [－] (站立) zhànlì <立つ> たつ {傺} đứng ◊ stand

서단 [西端] (西端) xīduān <西端> せいたん {西端} tây đoan ◊ west end

서도 [書道] (书道) shū dào <書道> しょどう {書道} thư đạo ◊ calligraphy

서독 [西獨] (西德) xī dé <西独逸> にしどくいつ {西德} Tây Đức ◊ West Germany

서두르다 [－] (匆忙) cōngmáng <急ぎ> いそぎ {緊急} khẩn cấp ◊ urgent

서랍 [舌盒] (抽屉) chōuti <引出し> ひきだし {抿拠} ngăn kéo ◊ drawer

서력 [西曆] (公历) gōnglì <西暦> せいれき {公元} công nguyên ◊ anno domini

서로 [－] (互相) bǐcǐ <お互いに> おたがいに {尒饒} với nhau ◊ each other; mutually

서류 [書類] (书类) shū lèi <書類> しょるい {書類} thư loại ◊ documents

서리 [－] (霜冻) shuāngdòng <霜> しも {霜霣} sương giá ◊ frost

서리피해 [서리 被害] (霜冻受害) shuāngdòng shòuhài <霜被害> じもひがい {賍害冰謎} thiệt hại băng giá ◊ frost damage

서막 [序幕] (序幕) xùmù <序幕> じょまく {序幕} tự mạch ◊ prologue; prelude

서면 [書面] (书面) shūmiàn <書面> しょめん {辻緔罿} trên giấy tờ ◊ written

서면 [西面] (西面) xīmiàn <西面> さいめん {牘西} phía tây ◊ west

서면협의 [書面協議] (书面协议) shūmiàn xiéyì <書面協議> しょめんきょうぎ {文約} văn ước ◊ written agreement

서명 [書名] (书名) shūmíng <書名> しょめい {銑册} tên sách ◊ book title

서명 [署名] (签订) qiāndìng <調印> ちょういん {覼} ghi ◊ signed

서모 [庶母] (庶母) shù mǔ <庶母> しょぼ {庶母} thứ mẫu ◊ concubine-mother

서목 [書目] (书目) shūmù <書目> しょもく {書目} thư mục ◊ bibliography

서무 [庶務] (庶务) shù wù <庶務> しょむ {庶務} thứ vụ ◊ business matters; general affairs

서문 [序文] (序文) xùwén <序文> じょぶん {序文} tự văn ◊ preface

서민 [庶民] (庶民) shùmín <庶民> しょみん {庶民} thự dân ◊ plebs

서반구 [西半球] (西半球) xībànqiú <西半球> にしはんだま {西半球} Tây Bán Cầu ◊ Western Hemisphere

서방 [西方] (西方) xīfāng <西方> せいほう {西方} phương Tây ◊ Western

서부 [西部] (西部) xībù <西部> せいぶ {西部} tây bộ ◊ west

서북 [西北] (西北面) xīběimiàn <西北> しいぺい {西北} tây bắc ◊ northwest

서북풍 [西北風] (西北风) xīběi fēng <西北風> せいほくふう {颶西北} gió tây bắc ◊ northwest wind

서비스 [service] (效劳) xiàoláo <奉仕> ほうし {服務} phục vụ ◊ service

서비스업 [service 業] (服务业) fúwùyè <サービス業> service ぎょう {役務} dịch vụ ◊ service industry

서사 [誓詞|誓辭] (誓词) shìcí <誓詞> せいし {誓詞} thệ từ ◊ oath

서사 [書舍] (书舍) shū shě <書舍> しょしゃ {書舍} thư xá ◊ private library

서사 [書寫] (书写) shūxiě <書写> しょしゃ {書寫} thư tả ◊ writing; transcription; copying

서사 [敍事] (叙事) xùshì <叙事> じょじ {敍事} tự sự ◊ narrative

서사시 [敍事詩] (叙事诗) xùshìshī <叙事詩> じょじし {敍事詩} tự sự thi ◊ epic

서생 [書生] (书生) shūshēng <書生> しょせい {書生} thư sinh ◊ scholar

서서히 [徐徐히] (慢慢地) mànmàn de <ゆっくりと> ゆっくりと {爻格譂嚾} một cách chậm thôi ◊ slowly

서설 [瑞雪] (瑞雪) ruìxuě <瑞雪> ずいせつ {瑞雪} thụy tuyết ◊ auspicious snow

서설 [序說] (序说) xù shuō <序説> じょせつ {序說} tự thuyết ◊ introduction

서수 [序數] (序数) xùshù <序数> じょすう {序數} tự số ◊ ordinal

서수사 [序數詞] (序数词) xùshù cí <序数詞> じょすうし {數次序} số thứ tự ◊ ordinal number

서술 [敍述] (叙述) xùshù <述懐> じゅっかい {回憶} hồi ức ◊ recollection

서시 [序詩] (序诗) xù shī <序詩> じょし {序詩} tự thi ◊ introductory poem

서악 [序樂] (序乐) xùyuè <序楽> じょらく {序樂} tự nhạc ◊ prelude

서안 [西岸] (西岸) xī àn <西岸> せいがん {西岸} tây ngạn ◊ west bank

서약 [誓約] (誓约) shìyuē <誓約> せいやく {誓約} thệ ước ◊ vowing

서양 [西洋] (西洋) xīyáng <西洋> せいよう {西洋} Tây Dương ◊ Westerns

서양과자 [西洋菓子] (西洋糕点) xīyáng gāodiǎn <西洋菓子> せいようがし {餅叱西洋} bánh ngọt Tây Dương ◊ Western confectionery

서양무용 [西洋舞踊] (西洋舞蹈) xīyáng wǔdǎo <西洋舞踊> せいようぶよう {跳舞西洋} khiêu vũ Tây Dương ◊ Western dance

서양미술 [西洋美術] (西洋美术) xīyáng měishù <西洋美術> せいようみじゅつ {美術西洋} mỹ thuật Tây Dương ◊ Western fine arts

서양사 [西洋史] (西方史) xīfāng shǐ <西洋史> せいようし {西洋史} Tây Dương sử ◊ Western history

서양식 [西洋式] (西式) xīshì <西洋風> せいようふう {遶方西} theo phương Tây ◊ Western style

서양음악 [西洋音樂] (西洋音乐) xīyáng yīnyuè <洋樂> ようがく {樂方西} nhạc phương Tây ◊ Western music

서양의학 [西洋醫學] (西洋医学) xīyáng yīxué <西洋醫學> せいよういがく {醫學西洋} y học Tây Dương ◊ Western medicine

서양인 [西洋人] (西洋人) xīyángrén <西洋人> せいようじん {馱西洋} người Tây Dương ◊ Westerners

서양풍 [西洋風] (西式风格) xīshì fēnggé <西洋風> せいようふう {風格方西} phong cách phương Tây ◊ Western style

서양화 [西洋化] (西化) xī huā <西洋化> せいようか {西洋化} Tây Dương hóa ◊ westernization

서양화 [西洋畫] (西洋画) xīyáng huà <西洋画> せいようが {西洋畫} Tây Dương họa ◊ Western-style painting

서언 [誓言] (誓言) shìyán <誓言> せいげん {誓言} thệ ngôn ◊ oath

서언 [序言] (序言) xùyán <序言> じょげん {序言} tự ngôn ◊ preface

서역 [西域] (西域) xīyù <西域> さいいき {西域} Tây Vực ◊ Foreign Regions to West of China

서열 [暑熱] (暑热) shǔrè <暑さ> あつさ {燥煤} nóng bỏng ◊ hotness; summer heat

서열 [序列] (序列) xùliè <順位> じゅんい {次序} thứ tự ◊ ranking; sequence; order

서예 [書藝] (书法) shūfǎ <書道> しょどう {書法} thư pháp ◊ calligraphy

서우 [犀牛] (犀牛) xīniú <犀牛> さいぎゅう {犀牛} tê ngưu ◊ rhinoceros

서원 [誓願] (誓愿) shì yuàn <誓願> せいがん {誓願} thệ nguyện ◊ vow

서원 [書院] (书院) shūyuàn <書院> しょいん {書院} thư viện ◊ college

서재 [書齋] (书斋) shūzhāi <書斎> しょさい {房冊} phòng sách ◊ study room

서적 [書籍] (书籍) shūjí <書籍> しょせき {冊} sách ◊ book

서점 [書店] (书店) shūdiàn <本屋> ほんや {號冊} hiệu sách ◊ bookstore

서정 [抒情|敍情] (抒情) shūqíng <叙情> じょじょう {貯情} trữ tình ◊ lyrical

서정시 [抒情詩] (抒情诗) shūqíngshī <抒情詩> じょじょうし {抒情詩} trữ tình thi ◊ lyrics

서지학 [書誌學] (目录学) mùlùxué <書誌学> しょしがく {目錄學} mục lục học ◊ bibliography

서쪽 [西쪽] (西边) xībiān <西側> にしがわ {墳西|塝西} phía tây ◊ west side

서축 [書軸] (书轴) shū zhóu <書軸> しょじく {書軸} thư trục ◊ book scroll

서측 [西側] (西侧) xīcè <西側> にしがわ {西側} tây trắc ◊ west side

서평 [書評] (书评) shūpíng <書評> しょひょう {書評} thư bình ◊ book review

서풍 [西風] (西风) xī fēng <西風> せいふう {西風} tây phong ◊ zephyr from west

서해 [西海] (西海) xī hǎi <西海> さいかい|にしうみ {西海} tây hải ◊ west sea

서해안 [西海岸] (西海岸) xī hǎi àn <西海岸> にしかいがん {西海岸} tây hải ngạn ◊ west coast

서행 [徐行] (徐行) xúxíng <徐行> じょこう {徐行} từ hành ◊ crawl

서호 [西湖] (西湖) xīhú <西湖> せいこ {西湖} Tây Hồ ◊ West Lake

서화 [書畫] (书画) shūhuà <書畫> しょが {書畫} bức tranh ◊ painting

서화상 [書畫商] (书画商) shūhuà shāng <書画商> しょがしょう {書畫商} thư họa thương ◊ booksellers

서화전 [書畫展] (书法展) shūfǎ zhǎn <書画展> しょがてん {書畫展} thư họa triển ◊ book exhibition

석가 [釋迦] (释迦) shìjiā <釈迦> しゃか {釋迦}

Thích Ca ◊ Buddha

석가모니 [釋迦牟尼] (释迦牟尼) shìjiāmóuní <释迦牟尼> しゃかむに {釋迦牟尼} Thích Ca Mâu Ni ◊ Sakyamuni

석각 [石刻] (石刻) shíkè <石刻> せっこく {石刻} thạch khắc ◊ stone scripture

석각화 [石刻畫] (石刻画) shíkè huà <石刻画> せっこくが {石刻畫} thạch khắc họa ◊ stone carvings

석간 [夕刊] (晚报) wǎnbào <夕刊> ゆうかん {報暉} báo chiều ◊ evening paper

석경 [石鏡] (石镜) shí jìng <石鏡> いじか {石鏡} thạch kính ◊ stone mirror

석경 [夕景] (夕景) xījǐng <夕景> ゆうけい {夜景} dạ cảnh ◊ evening scene; evening landscape

석고 [石膏] (石膏) shígāo <石膏> せっこう {石膏} thạch cao ◊ plaster

석곡 [石斛] (石斛) shíhú <石斛> せっこく {石斛} thạch hộc ◊ dendrobium

석공 [石工] (石工) shígōng <石工> いしく {石工} thạch công ◊ stonemason

석곽 [石槨] (石棺) shí guān <石槨> せっかく {石槨} thạch quách ◊ stone coffin

석교 [石橋] (石桥) shí qiáo <石橋> いしばし {石橋} thạch cầu ◊ stone bridge

석구 [石臼] (石臼) shí jiù <石臼> いしうす {石臼} thạch cửu ◊ stone mortar

석구 [石球] (石球) shí qiú <石球> せっきゅう {石球} thạch cầu ◊ stone ball

석굴 [石窟] (石窟) shíkū <石窟> せっくつ {窖砳} hang đá ◊ grotto

석귀 [石龜] (石龟) shí guī <石龟> いしがめ {石龜} thạch quy ◊ stone turtle

석기 [石器] (石器) shíqì <石器> せっき {石器} thạch khí ◊ stoneware

석도 [石刀] (石刀) shí dāo <石刀> いわと {石刀} thạch đao ◊ stone knives

석랍 [石蠟] (石蜡) shílà <石蝋> せきろう {石蠟} thạch lạp ◊ paraffin

석류 [石榴] (石榴) shíliu <石榴> ざくろ {石榴} thạch lựu ◊ pomegranate

석류석 [石榴石] (石榴石) shíliushí <石榴石> ざくろいし {石榴石} thạch lựu thạch ◊ garnet

석마 [石馬] (石马) shí mǎ <石馬> いしうま {石馬} thạch mã ◊ stone horse

석면 [石綿] (石绵) shí mián <石綿> いしわた {石綿} thạch miên ◊ asbestos

석면섬유 [石綿纖維] (石棉纤维) shímián xiānwéi <石綿纖維> いしわたせんい {紲石綿} sợi thạch miên ◊ asbestos fiber

석명 [釋明] (释明) shì míng <釈明> しゃくめい {釋明} thích minh ◊ interpretation

석묵 [石墨] (石墨) shímò <グラファイト> graphite {砼炭鐯} đá than ◊ graphite, pencil lead

석묵편암 [石墨片巖] (石墨片岩) shímò piànyán <グラファイト片岩> graphite へんがん {砼炭鐯} đá than chì ◊ grapholite; graphite-schist

석방 [釋放] (释放) shìfàng <釈放> しゃくほう {釋放} thích phóng ◊ release

석벽 [石壁] (石壁) shí bì <石壁> いしかべ {石壁} thạch bích ◊ stone wall

석별 [惜別] (惜別) xībié <惜別> せきべつ {惜別} tích biệt ◊ farewell

석부 [石斧] (石斧) shí fǔ <石斧> せきふ {石斧} thạch phủ ◊ stone axes

석부 [石釜] (石釜) shí fǔ <石釜> いしがま {石釜} thạch phủ ◊ stone caldron

석불 [石佛] (石佛) shí fú <石仏> いしぼとけ {石佛} thạch Phật ◊ stone Buddha

석비 [石碑] (石碑) shíbēi <石碑> せきひ {石碑} thạch bi ◊ stone stele

석상 [石像] (石像) shíxiàng <石像> せきぞう {石像} thạch tượng ◊ stone statue

석순 [石筍] (石笋) shísǔn <石筍> せきじゅん {石筍} thạch duẩn ◊ stalagmite

석양 [夕陽] (夕阳) xīyáng <夕陽> ゆうひ {夕陽} hoàng hôn ◊ sunset

석영 [石英] (石英) shíyīng <石英> せきえい {石英} thạch anh ◊ quartz

석유 [石油] (石油) shíyóu <石油> せきゆ {油煤} dầu mỏ ◊ oil; petroleum

석유가공소 [石油加工所] (石油加工厂) shíyóu jiāgōngchǎng <石油加工工場> せきゆかこうこうじょう {如樌製鑾油氣} nhà máy chế biến dầu khí ◊ petroleum refinery

석유공업 [石油工業] (石油工业) shíyóu gōngyè <石油工業> せきゆこうぎょう {噯油氣} ngành dầu khí ◊ petroleum industry

석유등 [石油燈] (油灯) yóudēng <石油ランプ> せきゆ lamp {藒油} đèn dầu ◊ oil lamp

석유무역 [石油貿易] (石油贸易) shíyóu màoyì <石油貿易> せきゆぼうえき {交易油} giao dịch dầu ◊ petroleum trade

석유법 [石油法] (石油法) shíyóu fǎ <石油法> せ

きゆほう {律油氣} luật dầu khí ◊ petroleum Law

석유보유 [石油保有] (石油储备) shíyóu chǔbèi <石油保有> せきゆほゆう {預貯油埃} dự trữ dầu mỏ ◊ petroleum reserves

석유시장 [石油市場] (石油市场) shíyóu shìchǎng <石油市場> せきゆしじょう {市場油埃} thị trường dầu mỏ ◊ petroleum market

석유연료 [石油燃料] (石油燃料) shíyóu ránliào <石油燃料> せきゆねんりょう {燃料油埃} nhiên liệu dầu mỏ ◊ oil fuel

석유용제 [石油溶劑] (溶剂油) róngjì yóu <石油溶剂> せきゆようざい {鹏啷嘍} dầu dung môi ◊ petroleum solvent

석유자원 [石油資源] (石油资源) shíyóu zīyuán <石油資源> せきゆしげん {材源油氣} tài nguyên dầu khí ◊ petroleum resource

석유제품 [石油製品] (石油产品) shíyóu chǎnpǐn <石油製品> せきゆせいひん {産品油埃} sản phẩm dầu mỏ ◊ petroleum products

석유조성 [石油組成] (汽油成分) qìyóu chéngfèn <石油組成> せきゆそせい {成份味} thành phần xăng ◊ petrol composition

석유지질학 [石油地質學] (石油地质学) shíyóu dìzhìxué <石油地質学> せきゆちしつがく {地質學油埃} địa chất học dầu mỏ ◊ petroleum geology

석유화학 [石油化學] (石油化学) shíyóu huàxué <石油化学> せきゆかがく {化油} hóa dầu ◊ petrochemistry

석의 [釋義] (释义) shìyì <释义> しゃくぎ {釋義} thích nghĩa ◊ interpretation; paraphrase; meaning explain

석인 [石印] (石印) shíyìn <石印> せきいん {石印} thạch ấn ◊ lithographs

석일 [昔日] (昔日) xī rì <昔日> せきじつ {昔日} tích nhật ◊ former days

석재 [石材] (石材) shí cái <石材> せきざい {物料砭} vật liệu đá ◊ stone material

석조 [夕潮] (夕潮) xī cháo <夕潮> ゆうしお {夕潮} tịch triều ◊ evening tides

석주 [石柱] (石柱) shízhù <石柱> せきちゅう {石柱} thạch trụ ◊ stone pillar

석탄 [石炭] (煤) méi <石炭> せきたん {炭} than ◊ coal

석탄분진 [石炭粉塵] (煤尘) méi chén <煤塵> ばいじん {煤塵} môi trần ◊ coal dust

석탄분진농도 [石炭粉塵濃度] (煤尘浓度) méi chén nóngdù <煤塵濃度> ばいじんのうど {濃度潸炭} nồng độ bụi than ◊ soot and dust concentration

석탄산업 [石炭産業] (煤炭工业) méitàn gōngyè <石炭産業> せきたんさんぎょう {工業炭} công nghiệp than ◊ coal industry

석탑 [石塔] (石塔) shí tǎ <石塔> せきとう {塔砭} tháp đá ◊ stone pagoda

석판 [石版] (石版) shí bǎn <石版> せきばん {石版} thạch bản ◊ lithograph

석판인쇄 [石版印刷] (石版印刷) shí bǎn yìnshuā <石版印刷> せきばんいんさつ {抑石板} in thạch bản ◊ lithography printing

석판화 [石版畫] (石版画) shí bǎnhuà <石版画> せきばんが {礗石板} tranh thạch bản ◊ lithographs

석필 [石筆] (石笔) shí bǐ <石筆> せきひつ {石筆} thạch bút ◊ stone pen

석회 [石灰] (石灰) shíhuī <石灰> せっかい {礚砭} vôi ◊ lime

석회동 [石灰洞] (石灰洞) shíhuī dòng <石灰洞> せっかいどう {石灰洞} thạch hôi động ◊ lime caves

석회수 [石灰水] (石灰水) shíhuī shuǐ <石灰水> せっかいすい {石灰水} thạch hôi thủy ◊ limewater

석회암 [石灰巖] (石灰岩) shíhuīyán <石灰石> せっかいせき {石灰巖} thạch hôi nham ◊ limestone

석회질토양 [石灰質土壤] (石灰质土壤) shíhuī zhì tǔrǎng <石灰質土壤> せっかいしつどじょう {埵砭砭} đất đá vôi ◊ chalk

석회층 [石灰層] (石灰层) shíhuī céng <石灰層> せっかいそう {石灰層} thạch hôi tằng ◊ lime layer

석휘 [夕暉] (夕晖) xī huī <夕暉> せっき {夕暉} tịch huy ◊ rays of the setting sun

선 [線] (线) xiàn <糸> いと {織} chỉ ◊ thread

선가 [船歌] (船歌) chuán gē <船歌> ふなうた {船歌} thuyền ca ◊ barcarole

선가 [船價] (船价) chuán jià <船価> ふねか {船價} thuyền giá ◊ ship price

선감 [善感] (善感) shàngǎn <善感> ぜんかん {善感} thiện cảm ◊ sentimentality

선거 [選舉] (选举) xuǎnjǔ <選舉> せんきょ {保舉} bầu cử ◊ election

선거실패 [選舉失敗] (选举失败) xuǎnjǔ shībài <選舉失敗> せんきょしっぱい {失舉} thất cử ◊

lose an election

선거인 [選擧人] (选举人) xuǎnjǔrén <有権者> ゆうけんしゃ {㕦擧知} người cử tri ◊ elector

선거전 [選擧戰] (竞选) jìngxuǎn <選擧戰> せんきょせん {選擧戰} tuyển cử chiến ◊ election campaign

선견 [先見] (先见) xiānjiàn <先見> せんけん {先見} tiên kiến ◊ foresight

선결 [先決] (先决) xiānjué <先決> せんけつ {先決} tiên quyết ◊ predetermination

선경 [仙境] (仙境) xiānjìng <仙境> せんきょう {仙境} tiên cảnh ◊ fairyland

선계 [仙界] (仙界) xiānjiè <仙界> せんかい {仙界} tiên giới ◊ fairy field

선고 [仙姑] (仙姑) xiāngū <仙姑> せんしゅうとめ {仙姑} tiên cô ◊ fairy lady

선고 [宣告] (宣告) xuāngào <宣告> せんこく {宣告} tuyên cáo ◊ pronouncement

선곡 [選曲] (选曲) xuǎn qū <選曲> せんきょく {選曲} tuyển khúc ◊ song selection

선공 [船工] (船工) chuángōng <船工> せんこう {船工} thuyền công ◊ boater

선교 [宣教] (传教) chuánjiào <宣教> せんきょう {傳教} truyền giáo ◊ missionize

선교사 [宣教師] (传教士) chuánjiàoshì <宣教師> せんきょうし {㕦傳教} người truyền giáo ◊ missionary; preacher

선구 [船具] (船具) chuán jù <船具> ふなぐ {船具} thuyền cụ ◊ ship gear

선구 [先驅] (先驱) xiānqū <先驅> せんく {先驅} tiên khu ◊ herald

선구자 [先驅者] (先驱者) xiānqūzhě <先驅者> せんくしゃ {㕦先驅} người tiên khu ◊ pioneer

선군 [先軍] (先军) xiān jūn <先軍> せんぐん {先軍} tiên quân ◊ army first

선난 [船難] (船难) chuán nán <船難> ふねなん {船難} thuyền nan ◊ shipwreck

선남 [善男] (善男) shàn nán <善男> ぜんなん {善男} thiện nam ◊ good man

선남선녀 [善男善女] (善男信女) shàn nán xìn nǔ <善男善女> ぜんなんぜんにょ {善男信女} thiện nam tín nữ ◊ pious men and women; religious people

선내 [船內] (船内) chuán nèi <船内> せんない {船內} thuyền nội ◊ inside the ship

선녀 [善女] (善女) shàn nǔ <善女> ぜんにょ {善女} thiện nữ ◊ good woman

선녀 [仙女] (仙女) xiānnǔ <仙女> せんじょ {仙女} tiên nữ ◊ fairy

선당 [禪堂] (禅堂) chántáng <禅堂> ぜんどう {禪堂} thiền đường ◊ meditation hall

선대 [船隊] (船队) chuánduì <船隊> せんたい {船隊} thuyền đội ◊ fleet

선대 [先代] (先代) xiān dài <先代> せんだい {先代} tiên đại ◊ predecessor

선도 [先導] (先导) xiāndǎo <先導> せんどう {先導} tiên đạo ◊ forerunner

선도 [鮮度] (鲜度) xiān dù <鮮度> せんど {鮮度} tiên độ ◊ freshness

선도계약 [先渡契約] (远期合同) yuǎnqī hétong <先渡契約> さきわたしけいやく {合同期限} hợp đồng kỳ hạn ◊ forward contract

선동 [煽動] (扇动) shān dòng <扇動> せんどう {煽動} phiến động ◊ fanning; instigate; incite; flap

선동 [仙童] (仙童) xiāntóng <仙童> せんどう {仙童} tiên đồng ◊ fairchild; boy servant of an immortal

선동반란 [煽動叛亂] (扇动叛乱) shāndòng pànluàn <扇動叛乱> せんどうはんらん {倡亂} xướng loạn ◊ raise a revolt

선두 [船頭] (船头) chuántóu <船頭> せんどう {船頭} thuyền đầu ◊ prow

선두 [先頭] (先头) xiāntóu <先頭> せんとう {前鋒} tiên phong ◊ pioneer

선량 [善良] (善良) shànliáng <善良> ぜんりょう {善良} thiện lương ◊ kindness

선려 [鮮麗] (鲜丽) xiān lí <鮮麗> せんれい {鮮麗} tiên lệ ◊ fresh and nice

선령 [船齡] (船龄) chuán líng <船齡> せんれい {船齡} thuyền linh ◊ age of a ship

선례 [先例] (先例) xiānlì <先例> せんれい {先例} tiên lệ ◊ precedent event

선로 [船路] (船路) chuán lù <船路> ふなじ {船路} thuyền lộ ◊ boat route

선로 [線路] (线路) xiànlù <線路> せんろ {線路} tuyến lộ ◊ railway; track; line

선로계통 [線路系統] (线路系统) xiànlù xìtǒng <線路系統> せんろけいとう {系統綀電} hệ thống dây điện ◊ network system

선로손실 [線路損失] (线路损失) xiànlù sǔnshī <線路損失> せんろそんしつ {損失蹳綀} tổn thất đường dây ◊ line loss

선리 [禪理] (禅理) chán lǐ <禅理> ぜんり {禪理} thiền lý ◊ Buddhist theory

선린 [善鄰] (睦邻) mùlín <善隣> ぜんりん {睦鄰} mục lân ◊ good neighborliness; good relations of neighborhood

선명 [鮮明] (鲜明) xiānmíng <鮮明> せんめい {燦爍|燦烁|燦煉|燦烁} rõ ràng ◊ distinct

선명도 [鮮明度] (清晰度) qīngxīdù <鮮明度> せんめいど {清淨度} thanh tịnh độ ◊ clarity; sharpness

선물 [膳物] (礼物) lǐwù <贈り物> おくりもの {贶贈} quà tặng ◊ gift

선물계약 [先物契約] (期货交易合同) qīhuò jiāoyì hétong <先物契約> さきものけいやく {合同貱貨斠交斢} hợp đồng hàng hóa bán giao sau ◊ futures contract

선미 [船尾] (船尾) chuánwěi <船尾> せんび {船尾} thuyền vĩ ◊ stern

선미 [善美] (善美) shàn měi <善美> ぜんび {善美} thiện mỹ ◊ goodness

선미 [鮮美] (鲜美) xiānměi <美味しい> おいしい {吢} ngon ◊ tasty

선미등 [船尾燈] (船尾灯) chuánwěi dēng <船尾灯> せんびとう {艃塂船|烻雕船} đèn đuôi thuyền ◊ stern lights

선민 [先民] (先民) xiānmín <先民> さきみん {先民} tiên dân ◊ ancestors

선민 [選民] (选民) xuǎnmín <有権者> ゆうけんしゃ {選民} tuyển dân ◊ voter; electorate

선박 [船舶] (船舶) chuánbó <船舶> せんぱく {軆} tàu ◊ ship

선박운송 [船舶運送] (船舶运输) chuánbó yùnshū <船舶運送> せんぱくうんそう {運轉軆船} vận chuyển tàu thuyền ◊ transportation on shipboard

선박해체 [船舶解體] (拆船) chāi chuán <船舶解体> せんぱくかいたい {撬摡軆船} tháo dỡ tàu thuyền ◊ dismantle of shipping

선발 [選拔] (选拔) xuǎnbá <選抜> せんばつ {擄撰} lựa chọn ◊ selection

선방 [仙方] (仙方) xiānfāng <仙方> せんほう {仙方} tiên phương ◊ fairy prescription

선배 [先輩] (先辈) xiānbèi <先輩> せんぱい {先輩} tiên bối ◊ ancestors; older generation

선별장치 [選別裝置] (分选装置) fēn xuǎn zhuāngzhì <選別裝置> せんべつそうち {設備分類} thiết bị phân loại ◊ sorting equipment

선별처리 [選別處理] (分选处理) fēn xuǎn chǔlǐ <選別處理> せんべつしょり {處理分類} xử lý phân loại ◊ classification treatment

선본 [善本] (善本) shànběn <善本> ぜんぽん {善本} thiện bản ◊ rare books

선봉 [先鋒] (先锋) xiānfēng <先鋒> せんぽう {先鋒} tiên phong ◊ pioneer; vanguard

선불 [先拂] (首付) shǒu fù <頭金> あたまきん {搭黫} trả trước ◊ down payment

선비 [船費] (船费) chuán fèi <船費> ふねひ {船費} thuyền phí ◊ boat fare

선사 [禪師] (禅师) chánshī <禅師> ぜんじ {禪師} thiền sư ◊ Zen master

선사 [禪寺] (禅寺) chán sì <禅寺> ぜんでら {禪寺} thiền tự ◊ Buddhist temple

선사 [善事] (善事) shànshì <善事> ぜんじ {善事} thiện sự ◊ good deeds

선사 [先師] (先师) xiān shī <先師> せんし {先師} tiên sư ◊ former teacher

선삭 [線索] (线索) xiànsuǒ <手掛かり> てがかり {萌綯} manh mối ◊ clue

선상 [船上] (船上) chuán shàng <船上> せんじょう {船上} thuyền thượng ◊ shipboard

선생님 [先生님] (老师) lǎoshī <先生> せんせい {教員} giáo viên ◊ dear teacher

선서 [宣誓] (宣誓) xuānshì <宣誓> せんせい {宣誓} tuyên thệ ◊ swear

선성 [先聖] (先圣) xiān shèng <先聖> せんせい {先聖} tiên thánh ◊ former saint

선속 [船速] (船速) chuán sù <船速> ふねそく {船速} thuyền tốc ◊ boat speed

선수 [船首] (船首) chuánshǒu <船首> せんしゅ {船首} thuyền thủ ◊ bow

선수 [選手] (选手) xuǎnshǒu <選手> せんしゅ {選手} tuyển thủ ◊ player

선수촌 [選手村] (运动员村) yùndòngyuán cūn <選手村> せんしゅそん {廊運動員} làng vận động viên ◊ player village

선술 [仙術] (仙术) xiān shù <仙術> せんじゅつ {仙術} tiên thuật ◊ theurgy

선승 [禪僧] (禅僧) chán sēng <禅僧> ぜんそう {禪僧} thiền tăng ◊ Zen monk

선실 [船室] (船空) chuán shì <船空> せんしつ {船室} thuyền thất ◊ boat room

선심 [善心] (善心) shànxīn <善心> ぜんしん {善心} thiện tâm ◊ kindness

선악 [善惡] (善恶) shàn'è <善惡> ぜんあく {善惡} thiện ác ◊ good and evil

선약 [仙藥] (仙药) xiān yào <仙藥> せんやく

{仙藥} tiên dược ◊ elixir

선약 [先約] (先约) xiān yāo <先約> せんやく {先約} tiên ước ◊ previous engagement

선어 [禪語] (禅语) chán yǔ <禅語> ぜんご {禪語} thiền ngữ ◊ Buddhist language

선언 [宣言] (宣言) xuānyán <宣言> せんげん {宣言} tuyên ngôn ◊ manifesto

선왕 [先王] (先王) xiān wáng <先王> せんおう {先王} tiên vương ◊ former king

선우후락 [先憂後樂] (先忧后乐) xiān yōu hòu lè <先憂後楽> せんゆうこうらく {先憂後樂} tiên ưu hậu nhạc ◊ worry before you rejoice

선원 [船員] (船员) chuányuán <船員> せんいん {船員} thuyền viên ◊ crew; sailor

선원증명서 [船員證明書] (船员证件) chuányuán zhèngjiàn <船員証明書> せんいんしょうめいしょ {緜署船員} giấy tờ thuyền viên ◊ documents of ship crew

선유 [先有] (先有) xiān yǒu <先有> さきゆう {先有} tiên hữu ◊ be intrinsic first

선율 [旋律] (旋律) xuánlù <旋律> せんりつ {旋律} toàn luật ◊ melody

선의 [船醫] (船医) chuán yī <船医> せんい {船醫} thuyền y ◊ ship doctor

선의 [善意] (善意) shànyì <善意> ぜんい {善意} thiện ý ◊ goodwill

선인 [善人] (善人) shànrén <善人> ぜんにん {善人} thiện nhân ◊ well-doer

선인 [仙人] (仙人) xiānrén <仙人> せんにん {仙人} tiên nhân ◊ immortals

선인 [先人] (先人) xiānrén <先人> せんじん {先人} tiên nhân ◊ forefathers

선인장 [仙人掌] (仙人掌) xiānrénzhǎng <仙人掌> さぼてん {仙人掌} tiên nhân chưởng ◊ cactus

선임 [船賃] (船费) chuán fèi <船賃> ふなちん {嘴艚專阻} thuê tàu chuyên chở ◊ freight

선입 [先入] (先入) xiān rù <先入> せんにゅう {先入} tiên nhập ◊ first in

선입관 [先入觀] (先入观) xiān rù guàn <先入観> せんにゅうかん {先入觀} tiên nhập quan ◊ preconception

선자 [扇子] (折扇) zhéshàn <扇子> せんす {摺扱} quạt gấp ◊ folding fan

선장 [船長] (船长) chuánzhǎng <船長> せんちょう {船長} thuyền trưởng ◊ captain

선저 [船底] (船底) chuán de <船底> ふなぞこ {船底} thuyền đề ◊ boat bottom

선적 [船積] (装船) zhuāngchuán <下積み> したずみ {載軆} tải tàu ◊ shipment; ship loading

선전 [善戰] (善战) shàn zhàn <善戰> ぜんせん {善戰} chiến đấu tốt ◊ good fighting

선전 [宣傳] (宣传) xuānchuán <宣伝> せんでん {廣播} quảng bá ◊ publicize

선전 [宣戰] (宣战) xuānzhàn <宣戰> せんせん {宣戰} tuyên chiến ◊ declare war

선전대 [宣傳隊] (宣传队) xuānchuán duì <宣伝チーム> せんでん team {隊宣傳} đội tuyên truyền ◊ propaganda team

선전문 [旋轉門] (旋转门) xuánzhuǎn mén <旋転門> せんてんもん {軶揿} cửa xoay ◊ revolving door

선전전 [宣傳戰] (宣传战) xuānchuán zhàn <宣伝戰> せんでんせん {宣傳戰} tuyên truyền chiến ◊ propaganda war

선정 [善政] (善政) shàn zhèng <善政> ぜんせい {善政} thiện chính ◊ good governance

선정 [選定] (选定) xuǎndìng <選定> せんてい {選定} tuyển định ◊ selected

선제 [先帝] (先帝) xiān dì <先帝> せんてい {先帝} tiên đế ◊ passed emperor

선제공격 [先制攻擊] (先发制人) xiānfā zhì rén <先制攻擊> せんせいこうげき {先發制人} tiên phát chế nhân ◊ preemptive attack; first strike

선조 [先祖] (祖先) zǔxiān <先祖> せんぞ {先祖} tiên tổ ◊ ancestors

선종 [禪宗] (禅宗) chánzōng <禅宗> ぜんしゅう {禪宗} thiền tông ◊ Zen Buddhism

선주 [船主] (船主) chuánzhǔ <船主> せんしゅ {船主} thuyền chủ ◊ shipowner

선주 [先主] (先主) xiān zhǔ <先主> せんしゅ {先主} tiên chúa ◊ predecessor; former head

선주민 [先住民] (土著) tǔzhù <先住民> せんじゅうみん {趴本處} người bản xứ ◊ first inhabitants

선주인 [船主人] (船主人) chuánzhǔrén <船主人> せんしゅじん {主船} chủ thuyền ◊ boat owner

선지 [先知] (先知) xiānzhī <先知> せんち {先知} tiên tri ◊ prophet

선진 [先進] (先进) xiānjìn <先進> せんしん {先進} tiên tiến ◊ advanced

선진국 [先進國] (发达国家) fādá guójiā <先進国> せんしんこく {先進國} tiên tiến quốc ◊ advanced countries

선집 [選集] (选集) xuǎnjí <選集> せんしゅう {選集} tuyển tập ◊ analecta

선착장 [船着場] (码头) mǎtóu <船着場> ふなつきば {滹軆跙} vũng tàu đậu ◊ wharf; dock

선창 [船艙] (船舱) chuáncāng <船艙> せんそう {船艙} thuyền thương ◊ ship hold

선창 [船窓] (船窗) chuán chuāng <船窓> せんそう {船窗} thuyền song ◊ porthole

선천 [先天] (先天) xiāntiān <生得> せいとく {稟生} bẩm sinh ◊ innate

선천병 [先天病] (先天性疾病) xiāntiānxìng jíbìng <先天病> せんてんびょう {先天病} tiên thiên bệnh ◊ congenital diseases

선천성 [先天性] (先天性) xiāntiānxìng <先天性> せんてんせい {性先天} tính tiên thiên ◊ congenital

선철 [先哲] (先哲) xiānzhé <先哲> せんてつ {先哲} tiên triết ◊ sage

선체 [船體] (船体) chuántǐ <船体> せんたい {身船} thân thuyền ◊ hull

선출 [選出] (选出) xuǎn chū <選出> せんしゅつ {保審} bầu ra ◊ elected

선충 [線蟲] (线虫) xiànchóng <线虫> せんちゅう {線蟲} tuyến trùng ◊ nematode

선측 [船側] (船侧) chuán cè <船側> せんそく {船側} thuyền trắc ◊ ship side

선택 [選擇] (选择) xuǎnzé <選ぶ> えらぶ {攫擛} chọn ◊ choose

선택권 [選擇權] (选择权) xuǎnzéquán <選択権> せんたくけん {權擭攫} quyền lựa chọn ◊ right to choose; a say

선포 [宣佈|宣布] (宣布) xuānbù <宣布> せんぷ {宣佈} tuyên bố ◊ proclamation; announcement

선폭 [船幅] (船幅) chuán fú <船幅> せんぷく {船幅} thuyền bức ◊ ship width

선풍 [旋風] (旋风) xuànfēng <旋風> せんぷう {蠱綠} gió lốc ◊ tornado

선풍기 [扇風機] (电风扇) diànfēngshàn <扇風機> せんぷうき {攄擖} quạt ◊ fan

선하 [船荷] (船荷) chuán hè <船荷> ふなに {貥遳} hàng chở ◊ boat load; loading

선학 [禪學] (禅学) chán xué <禅学> ぜんがく {禪學} thiền học ◊ Buddhist science

선학 [仙鶴] (仙鶴) xiānhè <鶴> つる {仙鶴} tiên hạc ◊ bird crane

선행 [善行] (善行) shànxíng <善行> ぜんこう {善行} thiện hành ◊ beneficence

선향 [線香] (线香) xiàn xiāng <線香> せんこう {線香} tuyến hương ◊ incense stick

선현 [先賢] (先贤) xiānxián <先賢> せんけん {先賢} tiên hiền ◊ sages

선혈 [鮮血] (鲜血) xiānxuè <鮮血> せんけつ {鮮血} tiên huyết ◊ fresh blood

선형 [船形] (船形) chuán xíng <船形> ふながた {船形} thuyền hình ◊ boat-shaped

선형 [扇形] (扇形) shànxíng <扇形> せんけい {扇形} phiến hình ◊ sector

선호 [船號] (船号) chuán háo <船号> ふねごう {船號} thuyền hiệu ◊ ship number

선호 [選好] (喜好) xǐhào <好み> このみ {所適} sở thích ◊ preference

선홍 [鮮紅|宣紅] (鲜红) xiānhóng <真紅> しんく {籲觫} đỏ thắm ◊ crimson

선홍색 [鮮紅色] (鲜红色) xiānhóng sè <鮮紅色> せんこうしき {紅丹} hồng đơn ◊ bright red

선회 [旋回] (回旋) huíxuán <回転> かいてん {轉} chuyển ◊ turning

선후 [先後] (先后) xiānhòu <先後> せんこう {先後} tiên hậu ◊ successively

섣달그믐날밤 [一] (除夕夜) chúxīyè <大晦日> おおみそか {醯交承} đêm Giao thừa ◊ at the night New Year's Eve

설경 [雪景] (雪景) xuě jǐng <雪景> せっけい {雪景} tuyết cảnh ◊ snow scenery

설계 [設計] (设计) shèjì <設計> せっけい {設計} thiết kế ◊ design

설계도 [設計圖] (设计图) shèjì tú <設計図> せっけいず {設計圖} thiết kế đồ ◊ plan; blueprint

설계방법 [設計方法] (设计方法) shèjì fāngfǎ <設計方法> せっけいほうほう {方法設計} phương pháp thiết kế ◊ design methodology

설교 [說教] (说教) shuōjiào <説教> せっきょう {說教} thuyết giáo ◊ sermon; preach

설근 [舌根] (舌根) shégēn <舌根> ぜっこん {舌根} thiệt căn ◊ end of the tongue

설날 [一] (春节) chūnjié <春節> しゅんせつ {節陰曆} Tết âm lịch ◊ Spring Festival

설당 [雪糖] (雪糖) xuě táng <砂糖> さとう {糖} đường ◊ sugar

설득 [說得] (说服) shuōfú <說得> せっとく {說服} thuyết phục ◊ persuade

설로 [洩露] (泄漏) xièlòu <漏れる> もれる {洩露} tiết lộ ◊ leak

설립 [設立] (设立) shèlì <設立> せつりつ {設立} thiết lập ◊ establish; set up

설마 [一] (不会吧) bùhuì bā <真逆> まぎゃく {空

勢帯} không thể nào ◊ could not be

설맹 [雪盲] (雪盲) xuě máng <雪盲> せつもう {雪盲} tuyết manh ◊ snow blindness

설명하다 [說明하다] (讲解) jiǎngjiě <解説> かいせつ {解釋} giải thích ◊ explain

설문지 [設問紙] (问卷) wènjuàn <アンケート> enquête {罾句嗨} tờ câu hỏi ◊ questionnaire

설백 [雪白] (雪白) xuěbái <雪白> せっぱく {雪白} tuyết bạch ◊ snow white

설법 [說法] (说法) shuōfǎ <物言い> ものいい {格吶} cách nói ◊ way of speaking; parlance

설붕 [雪崩] (雪崩) xuěbēng <雪崩> なだれ {雪崩} tuyết băng ◊ avalanche

설비 [設備] (设备) shèbèi <設備> せつび {設備} thiết bị ◊ accessories; equipment

설사 [設使] (即使) jíshǐ <乍らも> ながらも {咖咖} dù ◊ even though

설사 [泄瀉] (腹泻) fùxiè <下痢> げり {消泄} tiêu chảy ◊ diarrhea

설사약 [泄瀉藥] (泻药) xièyào <下剤> げざい {藥潤腸} thuốc nhuận tràng ◊ laxative

설산 [雪山] (雪山) xuěshān <雪山> せつざん {雪山} tuyết sơn ◊ snow mountain

설상 [楔狀] (楔状) xiē zhuàng <楔状> けつじょう {楔狀} tiết trạng ◊ wedge-shaped

설신경 [舌神經] (舌神经) jī shénjīng <舌神経> したしんけい {舌神經} thiệt thần kinh ◊ tongue nerve

설야 [雪夜] (雪夜) xuě yè <雪夜> ゆきよ {雪夜} tuyết dạ ◊ snowy night

설염 [舌炎] (舌炎) shé yán <舌炎> ぜつえん {舌炎} thiệt viêm ◊ glossitis

설욕 [雪辱] (雪辱) xuě rǔ <雪辱> せつじょく {搽仇|搩雠} trả thù ◊ revenge

설원 [雪原] (雪原) xuě yuán <雪原> せつげん {雪原} tuyết nguyên ◊ snowfield

설음 [舌音] (舌音) shéyīn <舌音> ぜつおん {舌音} thiệt âm ◊ lingual sound

설인 [雪人] (雪人) xuěrén <雪達磨> ゆきだるま {雪人} tuyết nhân ◊ snowman

설전 [舌戰] (舌战) shézhàn <舌戦> ぜっせん {舌戰} thiệt chiến ◊ have a verbal battle with

설정 [設定] (设定) shèdìng <設定> せってい {設定} thiết định ◊ set

설죽 [雪竹] (雪竹) xuě zhú <雪竹> せっちく {雪竹} tuyết trúc ◊ snow bamboo

설중 [雪中] (雪中) xuě zhōng <雪中> せっちゅう {雪中} tuyết trung ◊ in the snow

설치 [設置] (设置) shèzhì <設置> せっち {扐撻|挍撻} cài đặt ◊ installation

설치 [雪恥] (雪耻) xuěchǐ <雪恥> ゆきはじ {雪恥} tuyết si ◊ revenge

설탕 [雪糖|屑糖] (砂糖) shātáng <砂糖> さとう {蹪垃} đường cát ◊ granulated sugar

설태 [舌苔] (舌苔) jī tāi <舌苔> ぜったい {舌苔} thiệt đài ◊ tongue fur

설편 [雪片] (雪片) xuěpiàn <雪片> せっぺん {雪片} tuyết phiến ◊ snowflake

설해 [雪害] (雪害) xuě hài <雪害> せつがい {雪害} tuyết hại ◊ snow damage

설화 [說話] (说话) shuōhuà <説話> せつわ {說話} thuyết thoại ◊ narrative

섬 [一] (岛) dǎo <島> しま {島} đảo ◊ island

섬광 [閃光] (闪光) shǎnguāng <閃光> せんこう {閃光} thiêm quang ◊ flash

섬나라 [一] (岛国) dǎoguó <島国> しまぐに {島國} đảo quốc ◊ island country

섬라 [暹羅] (暹罗) xiānluó <暹羅> しゃむ {暹羅} Xiêm La ◊ Siam; Thailand

섬멸 [殲滅] (歼灭) jiānmiè <殲滅> せんめつ {殲滅} tiêm diệt ◊ destroy; extermination

섬멸전 [殲滅戰] (歼灭战) jiānmiè zhàn <殲滅戦> せんめつせん {殲滅戰} tiêm diệt chiến ◊ war of annihilation

섬모 [纖毛] (纤毛) xiānmáo <繊毛> せんもう {纖毛} tiêm mao ◊ cilium

섬모충 [纖毛蟲] (纤毛虫) xiānmáo chóng <繊毛虫> せんもうちゅう {纖毛蟲} tiêm mao trùng ◊ ciliates

섬세 [纖細] (纤细) xiānxì <繊細> せんさい {縢萷|朦萷|蠓萷} mỏng manh ◊ slender

섬유 [纖維] (纤维) xiānwéi <繊維> せんい {紝絰} sợi phíp ◊ fibre

섬유소 [纖維素] (纤维素) xiānwéisù <繊維素> せんいそ {纖維素} tiêm duy tố ◊ cellulose

섭동분석 [攝動分析] (扰动分析) rǎodòng fēnxī <摂動解析> せつどうかいせき {分析攪亂} phân tích nhiễu loạn ◊ perturbation analysis

섭씨 [攝氏] (摄氏) shèshì <摂氏> せっし {攝氏} Nhiếp thị ◊ Celsius

섭외 [涉外] (涉外) shèwài <涉外> しょうがい {涉外} thiệp ngoại ◊ foreign related

섭정 [攝政] (摄政) shèzhèng <摂政> せっしょう {攝政} nhiếp chính ◊ regent

섭취 [攝取] (摄取) shèqǔ <取り込む> とりこむ {攝取} nhiếp thủ ◊ ingest

성 [省] (省) shěng <省> しょう {省} tỉnh ◊ province

성 [姓] (姓) xìng <苗字> みょうじ {贋} họ ◊ surname

성가 [聖歌] (圣歌) shèng gē <聖歌> せいか {聖歌} thánh ca ◊ hymn

성가 [聖駕] (圣驾) shèng jià <聖駕> せいが {聖駕} thánh giá ◊ holy drive

성가시다 [一] (烦扰) fánrǎo <煩わす> わずらわす {多煩|少煩} làm phiền ◊ annoy

성감 [性感] (性感) xìnggǎn <性感> せいかん {性感} tính cảm ◊ sexy

성격 [性格] (性格) xìnggé <性格> せいかく {性格} tính cách ◊ characters; nature

성견 [成見] (成见) chéngjiàn <偏見> へんけん {成見} thành kiến ◊ prejudice

성경 [聖經] (圣经) shèngjīng <聖経> せいけい {聖經} Thánh Kinh ◊ Bible

성공 [成功] (成功) chénggōng <成功> せいこう {成功} thành công ◊ succeed

성과 [成果] (成果) chéngguǒ <成果> せいか {成果} thành quả ◊ achievement

성곽 [城郭|城廓] (城郭) chéngguō <城郭> じょうかく {城郭} thành quách ◊ castles

성광 [聖光] (圣光) shèng guāng <聖光> きよてる {聖光} thánh quang ◊ holy light

성광 [星光] (星光) xīngguāng <星光> すてら {星光} tinh quang ◊ starlight

성교 [性交] (性交) xìngjiāo <性交> せいこう {性交} tính giao ◊ sexual intercourse

성군 [星群] (星群) xīngqún <星群> せいぐん {星群} tinh quần ◊ asterism

성급 [性急] (性急) xìngjí <性急> せいきゅう {性急} tính cấp ◊ impatience

성기 [盛期] (盛期) shèng qī <盛期> せいき {盛期} thịnh kỳ ◊ high period

성남 [城南] (城南) chéng nán <城南> じょうなん {城南} thành nam ◊ south of the city

성년 [成年] (成年) chéngnián <成年> せいねん {㺵猷} người lớn ◊ adult

성년 [盛年] (盛年) shèngnián <盛年> せいねん {盛年} thịnh niên ◊ mature years

성노 [盛怒] (盛怒) shèngnù <盛怒> せいど {盛怒} thịnh nộ ◊ rage; get into a wax

성능 [性能] (性能) xìngnéng <性能> せいのう {性能} tính năng ◊ performance

성능곡선 [性能曲線] (性能曲线) xìngnéng qūxiàn <性能曲線> せいのうきょくせん {蹧弱效率} đường cong hiệu suất ◊ performance curve

성능보장 [性能保障] (性能保证) xìngnéng bǎozhèng <性能保障> せいのうほしょう {擔保效率} đảm bảo hiệu suất ◊ performance guarantee

성능시험 [性能試驗] (性能试验) xìngnéng shìyàn <性能試験> せいのうしけん {檢查效率} kiểm tra hiệu suất ◊ performance test

성능평가 [性能評價] (性能评估) xìngnéng pínggū <性能評価> せいのうひょうか {掮價效率} đánh giá hiệu suất ◊ performance evaluation

성능확인 [性能確認] (性能检查) xìngnéng jiǎnchá <性能確認> せいのうかくにん {檢查效率} kiểm tra hiệu suất ◊ performance check

성단 [星團] (星团) xīngtuán <星団> せいだん {星團} tinh đoàn ◊ star cluster

성당 [盛唐] (盛唐) shèng táng <盛唐> せいとう {盛唐} thịnh Đường ◊ glorious age of Tang Dynasty

성당 [聖堂] (圣堂) shèng táng <聖堂> せいどう {聖堂} thánh đường ◊ templar

성대 [聲帶] (声带) shēngdài <声帯> せいたい {聲帶} thanh đới ◊ vocal cords

성대 [盛大] (盛大) shèngdà <盛大> せいだい {盛大} thịnh đại ◊ grand

성대모사 [聲帶模寫] (口技) kǒujì <声帯模写> せいたいもしゃ {口技} khẩu kỹ ◊ ventriloquism; oral imitation

성도 [聖徒] (圣徒) shèngtú <聖徒> せいと {聖徒} thánh đồ ◊ saint; Christian

성령 [聖靈] (圣灵) shèng líng <聖霊> せいれい {聖靈} thánh linh ◊ holy spirit

성례 [聖禮] (圣礼) shèng lǐ <聖礼> せいれい {聖禮} thánh lễ ◊ sacrament

성루 [城壘] (城垒) chéng lěi <城塁> じょうるい {城壘} thành lũy ◊ castle walls

성루 [城樓] (城楼) chénglóu <城楼> じょうろう {城樓} thành lầu ◊ city gate tower

성립 [成立] (成立) chénglì <成立> せいりつ {成立} thành lập ◊ establish

성망 [聲望] (声望) shēngwàng <声望> せいぼう {聲望} thanh vọng ◊ prestige; reputation

성명 [聲名] (声名) shēngmíng <声名> せいめい {聲名} thanh danh ◊ reputation

성명 [聲明] (声明) shēngmíng <声明> せいめい {聲明} thanh minh ◊ statement

성명 [盛名] (盛名) shèngmíng <盛名> せいめい
{盛名} thịnh danh ◊ prestigious fame

성명 [聖名] (圣名) shèng míng <聖名> せいめい
{聖號} thánh hiệu ◊ holy name

성명 [姓名] (姓名) xìngmíng <姓名> せいめい
{名姓} danh tính ◊ name

성명서 [聲明書] (声明书) shēngmíng <声明書>
せいめいしょ {宣布} tuyên bố ◊ statement

성모 [聖母] (圣母) shèngmǔ <聖母> せいぼ {聖
母} thánh mẫu ◊ virgin

성묘 [聖廟] (圣庙) shèngmiào <聖廟> せいびょう
{聖廟} thánh miếu ◊ holy temple

성문 [城門] (城门) chéngmén <城門> じょうもん
{城門} thành môn ◊ gates

성문 [聲門] (声门) shēngmén <声門> せいもん
{聲門} thanh môn ◊ glottis

성문음 [聲門音] (声门音) shēngmén yīn <声門音>
せいもんおん {聲門音} thanh môn âm ◊ glottic
sounds

성범죄 [性犯罪] (性犯罪) xìng fànzuì <性犯罪>
せいはんざい {性犯罪} tính phạm tội ◊ sexual
offenses

성벽 [城壁] (城壁) chéng bì <城壁> じょうへき
{城壁} thành bích ◊ city walls

성벽 [性癖] (性癖) xìng pǐ <性癖> せいへき {性
癖} tính tích ◊ idiosyncrasy; inclination

성별 [性別] (性别) xìngbié <性別> せいべつ {界
性} giới tính ◊ gender

성별생태학 [性別生態學] (性别生态学) xìngbié
shēngtàixué <性別生態学> せいべつせいたいが
く {生態界} sinh thái giới ◊ ecology of sex

성병 [性病] (性病) xìngbìng <性病> せいびょう
{病瘋情} bệnh phong tình ◊ venereal diseases

성보 [城堡] (城堡) chéngbǎo <城> しろ {樓臺}
lâu đài ◊ castle

성부 [勝負] (胜负) shèngfù <勝負> しょうぶ {勝
負} thắng phụ ◊ win or lose

성분 [成分] (成分) chéngfèn <成分> せいぶん
{成分} thành phần ◊ ingredients

성분분석 [成分分析] (组成分类) zǔchéng fēnlèi <
成分分析> せいぶんぶんせき {分析成份}
phân tích thành phần ◊ component analysis

성분비 [成分比] (成分比) chéngfèn bǐ <成分比>
せいぶんひ {成分比} thành phần tỷ ◊ ingredient
ratio

성불 [成佛] (成仏) chéngfó <成仏> じょうぶつ
{成佛} thành Phật ◊ becoming a Buddha

성사 [盛事] (盛事) shèngshì <盛事> せいじ {盛
事} thịnh sự ◊ event

성사 [聖師] (圣师) shèng shī <聖師> せいし {聖
師} thánh sư ◊ holy master

성산 [成算] (成算) chéng suàn <成算> せいさん
{成算} thành toán ◊ settlement

성산 [聖山] (圣山) shèng shān <聖山> せいざん
{聖山} thánh san ◊ holy mountain

성상 [城上] (城上) chéng shàng <城上> じょうか
み {城上} thành thượng ◊ on the city

성상 [聖上] (圣上) shèngshàng <聖上> せいじょ
う {聖上} thánh thượng ◊ holy king

성상 [聖像] (圣像) shèngxiàng <聖像> せいぞう
{聖像} thạnh tượng ◊ sacred image

성상 [星狀] (星状) xīng zhuàng <星状> ほしじょ
う {星狀} tinh trạng ◊ stellate

성상 [性狀] (性状) xìngzhuàng <性狀> せいじょ
う {性狀} tính trạng ◊ feature; characters

성상부사 [性狀副詞] (性质副词) xìngzhì fùcí <性
狀副詞> せいじょうふくし {狀詞性質} trạng
từ tính chất ◊ property adverb

성서 [聖書] (圣书) shèng shū <聖書> せいしょ
{聖書} Thánh Thư ◊ Bible

성성 [猩猩] (猩猩) xīngxing <猩々> しょうじょ
う {猩猩} tinh tinh ◊ orangutan

성쇠 [盛衰] (盛衰) shèngshuāi <盛衰> せいすい
{盛衰} thịnh suy ◊ ups and downs

성수 [星宿] (星宿) xīngxiù <星宿> せいしゅく
{星宿} tinh túc ◊ constellation

성수기 [盛需期] (旺季) wàngjì <最盛期> さいせ
いき {晉高點} mùa cao điểm ◊ peak season; peak
demand

성숙 [成熟] (成熟) chéngshú <成熟> せいじゅく
{成熟} thành thục ◊ maturity

성시 [城市] (城市) chéngshì <城市> じょうし
{城市} thành thị ◊ city

성신 [星辰] (星辰) xīngchén <星辰> せいしん
{星辰} tinh thần ◊ stars

성실 [誠實] (诚实) chéngshí <誠実> せいじつ
{誠實} thành thực ◊ honest

성실성 [誠實性] (诚实性) chéngshí xìng <貞実>
ていじつ {性忠誠} tính trung thành ◊ faithful

성실히 [誠實히] (诚实地) chéngshí de <正直に>
しょうじきに {爻格誠實} một cách thành thực ◊
honestly

성심 [誠心] (诚心) chéngxīn <誠心> せいしん
{誠心} thành tâm ◊ sincere

성심성의 [誠心誠意] (诚心诚意) chéngxīn chéngyì <誠心誠意> せいしんせいい {誠心誠意} thành tâm thành ý ◊ whole-hearted devotion

성씨 [姓氏] (姓氏) xìngshì <姓氏> せいし {屪} họ ◊ family name

성악 [聲樂] (声乐) shēngyuè <声楽> せいがく {聲樂} thanh nhạc ◊ vocal music

성애 [性愛] (性爱) xìng'ài <性愛> せいあい {性愛} tính ái ◊ eros

성야 [星夜] (星夜) xīng yè <星夜> せいや {星夜} tinh dạ ◊ starry night

성어 [成魚] (成鱼) chéng yú <成魚> せいぎょ {成魚} thành ngư ◊ adult fish

성어 [成語] (成语) chéngyǔ <成語> せいご {成語} thành ngữ ◊ idiom; proverb

성어기 [盛漁期] (捕鱼旺季) bǔyú wàngjì <盛漁期> せいぎょき {盛漁期} thịnh ngư kỳ ◊ peak fishing season

성업 [成業] (成业) chéng yè <成業> せいぎょう {成業} thành nghiệp ◊ success; completion of one's work

성역 [聲域] (声域) shēng yù <声域> せいいき {聲域} thanh vực ◊ vocal range

성예 [聲譽] (声誉) shēngyù <声誉> せいよ {聲譽} thanh dự ◊ reputation

성왕 [聖王] (圣王) shèng wáng <聖王> せいおう {聖王} thánh vương ◊ holy king

성외 [城外] (城外) chéng wài <城外> じょうがい {城外} thành ngoại ◊ outside the city

성욕 [性慾] (性欲) xìngyù <性欲> せいよく {情慾} tình dục ◊ libido

성우 [星雨] (星雨) xīng yǔ <流星雨> りゅうせいう {星雨} tinh vũ ◊ meteor shower

성운 [星雲] (星云) xīngyún <星雲> せいうん {星雲} tinh vân ◊ nebula

성운선 [星雲線] (星云线) xīngyún xiàn <星雲線> せいうんせん {星雲線} tinh vân tuyến ◊ nebula line

성원 [成員] (成员) chéngyuán <成員> せいいん {成員} thành viên ◊ member

성원 [聲援] (声援) shēngyuán <声援> せいえん {聲援} thanh viện ◊ support

성위 [聲威] (声威) shēngwēi <声威> せいい {聲威} thanh uy ◊ prestige

성의 [誠意] (诚意) chéngyì <誠意> せいい {誠意} thành ý ◊ sincerity

성인 [成人] (成人) chéngrén <成人> せいじん {臥猷} người lớn ◊ adult

성인 [成因] (成因) chéngyīn <成因> せいいん {成因} thành nhân ◊ origin; cause

성인 [聖人] (圣人) shèngrén <聖人> せいじん {聖人} thánh nhân ◊ sage

성인병 [成人病] (成人疾病) chéngrén jíbìng <成人病> せいじんびょう {成人病} thành nhân bệnh ◊ adult disease

성자 [聖者] (圣者) shèng zhě <聖者> せいじゃ {聖者} thánh giả ◊ sage

성장 [成長] (成长) chéngzhǎng <成長> せいちょう {猷薑} lớn lên ◊ grow up

성장곡선 [成長曲線] (生长曲线) shēngzhǎng qūxiàn <成長曲線> せいちょうきょくせん {躇弼增長} đường cong tăng trưởng ◊ growth curve

성장기 [成長期] (成长期) chéngzhǎngqī <成長期> せいちょうき {成長期} thành trưởng kỳ ◊ growth period; growing season

성장률 [成長率] (成长率) chéngzhǎnglǜ <成長率> せいちょうりつ {速度增} tốc độ tăng ◊ growth rate

성장인자 [成長因子] (生长因子) shēngzhǎng yīnzǐ <成長因子> せいちょういんし {要素增長} yếu tố tăng trưởng ◊ growth factor

성장효율 [成長效率] (生长效率) shēngzhǎng xiàolǜ <成長效率> せいちょうこうりつ {效果增長} hiệu quả tăng trưởng ◊ growth efficiency

성적 [成績] (成绩) chéngjì <成績> せいせき {成績} lớp ◊ results; record; grades

성적 [聖蹟|聖跡] (圣迹) shèng jì <聖跡> せいせき {聖跡} thánh tích ◊ holy sites

성전 [盛典] (盛典) shèngdiǎn <盛典> せいてん {盛典} thịnh điển ◊ ceremony

성전 [聖典] (圣典) shèng diǎn <聖典> せいてん {聖典} thánh điển ◊ scriptures

성전 [聖戰] (圣战) shèng zhàn <聖戰> せいせん {聖戰} thánh chiến ◊ holy war

성정 [盛情] (盛情) shèngqíng <盛情> せいじょう {盛情} thịnh tình ◊ great hospitality

성정 [性情] (性情) xìngqíng <性情> せいじょう {性情} tính tình ◊ temperament

성제 [聖帝] (圣帝) shèng dì <聖帝> せいてい {聖帝} thánh đế ◊ holy emperor

성조 [成鳥] (成鸟) chéng niǎo <成鳥> せいちょう {成鳥} thành điểu ◊ adult birds

성조 [聲調] (声调) shēngdiào <声調> せいちょう {聲調} thanh điệu ◊ tone in a language

성조기 [星條旗] (花旗) huāqí <星条旗> せいじょうき {花旗} Hoa Kỳ ◊ Stars and Stripes; US flag; USA

성좌 [星座] (星座) xīngzuò <星座> せいざ {笠韗|笠暈} chòm sao ◊ constellation

성지 [城池] (城池) chéngchí <城池> じょうち {城池} thành trì ◊ castel and moat

성지 [聖地] (圣地) shèngdì <聖地> せいち {聖地} thánh địa ◊ holy land

성지 [聖旨] (圣旨) shèngzhǐ <聖旨> せいし {聖旨} thánh chỉ ◊ holy decree; imperial decree

성직 [聖職] (圣职) shèng zhí <聖職> せいしょく {聖職} thánh chức ◊ priesthood

성직자 [聖職者] (教士) jiàoshì <聖職者> せいしょくしゃ {教士} giáo sĩ ◊ priest

성질 [性質] (性质) xìngzhì <性質> せいしつ {性質} tính chất ◊ quality

성찬 [聖餐] (圣餐) shèngcān <聖餐> せいさん {聖餐} thánh xan ◊ communion

성찬식 [聖餐式] (圣餐式) shèngcānshì <聖餐式> せいさんしき {聖餐式} thánh xan thức ◊ communion ceremony

성철 [聖哲] (圣哲) shèng zhé <聖哲> せいてつ {聖哲} thánh triết ◊ sage

성충 [成蟲] (成虫) chéngchóng <成虫> せいちゅう {成蟲} thành trùng ◊ imago

성취 [成就] (成就) chéngjiù <成就> じょうじゅ {成就} thành tựu ◊ accomplishment

성층권 [成層圈] (平流层) píngliúcéng <成層圏> せいそうけん {層平流} tầng bình lưu ◊ stratosphere

성터 [城터] (城址) chéngzhǐ <城跡> じょうせき {遺跡樓臺} di tích lâu đài ◊ castle ruins

성패 [成敗] (成败) chéngbài <成敗> せいはい {成敗} sự thành công ◊ success

성폭력 [性暴力] (性暴力) xìng bàolì <性暴力> せいぼうりょく {性暴力} tính bạo lực ◊ sexual violence

성품 [成品] (成品) chéngpǐn <成品> せいひん {成品} thành phẩm ◊ finished product; ready commodity

성품 [聖品] (圣品) shèng pǐn <聖品> ひじりひん {聖品} thánh phẩm ◊ holy article

성하 [城下] (城下) chéng xià <城下> しろした {城下} thành hạ ◊ under the city

성하 [盛夏] (盛夏) shèngxià <盛夏> せいか {盛夏} thịnh hạ ◊ midsummer

성하 [星河] (银河) yínhé <星河> せいが {星河} Tinh Hà ◊ Galaxy

성행 [盛行] (盛行) shèngxíng <盛行> せいこう {盛行} rife ◊ rife

성현 [聖賢] (圣贤) shèngxián <聖賢> せいけん {聖賢} thánh hiền ◊ saints; sages

성형 [成形] (成形) chéngxíng <成形> せいけい {成形} thành hình ◊ forming

성형 [成型] (成型) chéngxíng <成形> せいけい {成型} thành hình ◊ mold

성형도구 [成形道具] (成型工具) chéngxíng gōngjù <成形道具> せいけいどうぐ {用具鑄} dụng cụ đúc ◊ modeling tool

성형외과 [成形外科] (整形外科) zhěngxíng wàikē <整形外科> せいけいげか {剖術審美} phẫu thuật thẩm mỹ ◊ plastic surgery

성호 [城濠] (护城河) hùchénghé <濠> ほり {濠城庯} hào thành phố ◊ moat

성호 [聖號] (圣号) shèng háo <聖号> ひじりごう {聖號} thánh hiệu ◊ holy name

성혼 [成婚] (成婚) chénghūn <結婚> けっこん {成婚} thành hôn ◊ get married

성홍열 [猩紅熱] (猩红热) xīnghóngrè <猩紅熱> しょうこうねつ {猩紅熱} tinh hồng nhiệt ◊ scarlet fever

성화 [聖火] (圣火) shènghuǒ <聖火> せいか {聖火} thánh hỏa ◊ Olympic flame

성황 [盛況] (盛况) shèngkuàng <盛況> せいきょう {盛況} thịnh huống ◊ success; prosperity; boom

성회 [盛會] (盛会) shènghuì <盛会> せいかい {盛會} thịnh hội ◊ successful meeting; grand event

세간 [世間] (世间) shìjiān <世間> せけん {世間} thế gian ◊ in life; world

세계 [世界] (世界) shìjiè <世界> せかい {世界} thế giới ◊ world

세계경제 [世界經濟] (世界经济) shìjiè jīngjì <世界経済> せかいけいざい {經濟世界} kinh tế thế giới ◊ world economy; international economy; global economy

세계고금 [世界古今] (古今世界) jǔjīn shìjiè <世界古今> せかいここん {世界古今} thế giới cổ kim ◊ ancient and modern worlds

세계관 [世界觀] (世界观) shìjièguān <世界観> せかいかん {世界觀} thế giới quan ◊ worldview; outlook on the world

세계대전 [世界大戰] (世界大战) shìjiè dàzhàn <

世界大戦> せかいたいせん {世戰} thế chiến ◊ world war

세계사 [世界史] (世界史) shìjiè shǐ <世界史> せかいし {世界史} thế giới sử ◊ world history

세계유산 [世界遺産] (世界遗产) shìjiè yíchǎn <世界遺産地> せかいいさん {遺産世界} di sản thế giới ◊ world heritage

세계은행 [世界銀行] (世界银行) shìjiè yínháng <世界銀行> せかいぎんこう {銀行世界} ngân hàng thế giới ◊ World Bank

세계적 [世界的] (全球的) quánqiú de <世界的> せかいてき {全球} toàn cầu ◊ global

세계지도 [世界地圖] (世界地图) shìjiè dìtú <世界地図> せかいちず {版圖世界} bản đồ thế giới ◊ world map

세공 [細工] (细工) xì gōng <細工> さいく {細工} tế công ◊ fine workmanship

세관 [稅關] (海关) hǎiguān <税関> ぜいかん {海關} hải quan ◊ customs

세균 [細菌] (细菌) xìjūn <細菌> さいきん {細菌} tế khuẩn ◊ bacteria

세균배양 [細菌培養] (杆菌培养) gǎnjūn péiyǎng <細菌培養> さいきんばいよう {餚秣直菌} nuôi cấy trực khuẩn ◊ bacilli culture

세균부식 [細菌腐蝕] (细菌腐蚀) xìjūn fǔshí <細菌性腐蝕> さいきんせいふしょく {餚痌微菌} ăn mòn vi khuẩn ◊ bacterial corrosion

세균비료 [細菌肥料] (细菌肥料) xìjūn féiliào <細菌肥料> さいきんひりょう {孈罘微菌} phân bón vi khuẩn ◊ bacterial fertilizer

세균전 [細菌戰] (细菌战) xìjūnzhàn <細菌戰> さいきんせん {細菌戰} tế khuẩn chiến ◊ bacteriological warfare

세균학 [細菌學] (细菌学) xìjūn xué <細菌学> さいきんがく {細菌學} tế khuẩn học ◊ bacteriology

세금 [稅金] (税金) shuìjīn <税金> ぜいきん {税金} thuế kim ◊ tax

세기 [世紀] (世纪) shìjì <世紀> せいき {世紀} thế kỷ ◊ century

세뇌 [洗腦] (洗脑) xǐ nǎo <洗脳> せんのう {洗腦} tẩy não ◊ brainwashing

세대 [世代] (世代) shìdài <世代> せだい {世代} thế đại ◊ generation

세대교체 [世代交替] (世代相传) shìdài xiāngchuán <世代交替|世代交代> せだいこうたい {繼傳} kế truyền ◊ replacement; regeneration

세력 [勢力] (势力) shìlì <勢力> せいりょく {勢力} thế lực ◊ influence; power; might; strength; potency

세력권 [勢力圈] (势力范围) shìlì fànwéi <勢力圈> せいりょくけん {勢力圈} thế lực khuyên ◊ sphere of influence

세련 [洗練|洗鍊] (洗练) xǐliàn <洗練> せんれん {抹挼|箖漉} sàng lọc ◊ refinement

세례 [洗禮] (洗礼) xǐlǐ <洗礼> せんれい {潗罪} rửa tội ◊ christening

세론 [世論] (世论) shì lún <世論> せろん {世論} thế luận ◊ general opinion; public opinion

세리 [勢利] (势利) shìlì <勢利> せいり {勢利} thế lợi ◊ snobbish; selfishly concerned with gaining advantages for oneself

세면 [洗面] (洗面) xǐmiàn <洗面> せんめん {洗面} tẩy diện ◊ wash one's face

세면기 [洗面器] (脸盆) liǎnpén <洗面器> せんめんき {坨潹桶} chậu rửa mặt ◊ washbasin

세면대 [洗面臺] (盥洗台) guànxǐ tái <洗面台> せんめんだい {臺潹桶} đài rửa mặt ◊ washbasin

세모 [細毛] (细毛) xìmáo <細毛> ほそげ {細毛} tế mao ◊ fine hairs

세목 [稅目] (税目) shuì mù <税目> ぜいもく {税目} thuế mục ◊ tax headings

세무 [稅務] (税务) shuìwù <税務> ぜいむ {税務} thuế vụ ◊ tax business

세미 [細微] (细微) xìwēi <細微> さいび {細微} tế vi ◊ subtle

세밀 [細密] (细密) xìmì <細密> さいみつ {細密} tế mật ◊ fine; thin

세배 [세倍] (三倍) sān bèi <三倍> さんばい {三倍} tam bội ◊ three times

세뱃돈 [歲拜돈] (压岁钱) yāsuìqián <お年玉> おとしだま {錢惆犠|錢惆歲} tiền mừng tuổi ◊ money gift during lunar new year; lucky money

세번째 [세番쩨] (第三) dì sān <三番目> さんばんめ {次叿} thứ ba ◊ third

세법 [稅法] (税法) shuìfǎ <税法> ぜいほう {税法} thuế pháp ◊ tax laws

세별 [細別] (细别) xì bié <細別> さいべつ {細別} tế hiệt ◊ fine class

세부 [細部] (细部) xìbù <細部> さいぶ {枝節} chi tiết ◊ detail

세부정보 [細部情報] (详细信息) xiángxì xìnxī <詳細情報> しょうさいじょうほう {尵息枝節} tin tức chi tiết ◊ detailed information

세분 [細分] (细分) xìfēn <細分> さいぶん {細分}

tế phân ◊ subdivision

세사 [世事] (世事) shìshì <世事> せじ {世事} thế sự ◊ world affairs

세상 [世上] (世上) shìshàng <世上> せじょう {蓮世界} trên thế giới ◊ on world

세석 [細石] (细石) xì shí <細石> さざれいし {細石} tế thạch ◊ fine stones

세세 [世世] (世世) shìshì <世々> せぜ {徙徙} đời đời ◊ from generation to generation; many generations

세세 [歲歲] (岁岁) suìsuì <歲々> さいさい {齝齝} tuổi tuổi ◊ annually; every year; from year to year

세세 [細細] (细细) xìxì <細々> こまこま {細微} tế vi ◊ sundry; various; assorted

세속 [世俗] (世俗) shìsú <世俗> せぞく {世俗} thế tục ◊ secular

세수 [稅收] (税收) shuìshōu <税収> ぜいしゅう {稅收} thuế thu ◊ taxation

세수간 [洗手間] (洗手间) xǐshǒujiān <御手洗> おてあらい {如衛生} nhà vệ sinh ◊ wash room; toilet

세습 [世襲] (世袭) shìxí <世襲> せしゅう {世襲} thế tập ◊ hereditary

세습재산 [世襲財産] (世袭财产) shìxí cháichǎn <世襲財産> せしゅうざいさん {財産世襲} tài sản thế tập ◊ hereditary property; heritage; patrimony

세습제 [世襲制] (世袭制) shìxí zhì <世襲制> せしゅうせい {世襲制} thế tập chế ◊ hereditary system; hereditary succession

세심 [細心] (细心) xìxīn <細心> さいしんの {謹愼} cẩn thận ◊ careful

세안수 [洗眼水] (洗眼水) xǐ yǎn shuǐ <洗眼水> せんがんすい {洺潝瞕} nước rửa mắt ◊ eye wash water

세액 [稅額] (税额) shuì é <税額> ぜいがく {稅額} thuế ngạch ◊ amount of tax

세우 [細雨] (细雨) xìyǔ <細雨> さいう {霤瀆} mưa phùn ◊ drizzle; misty rain

세우다 [一] (设立) shèlì <設定> せってい {立} lập ◊ set up

세월 [歲月] (岁月) suìyuè <歲月> さいげつ {歲月} tuế nguyệt ◊ years of a person's life

세월여류 [歲月如流] (岁月如流) suìyuè rú liú <歲月如流> さいげついくる {歲月如流} tuế nguyệt như lưu ◊ months and years pass by like a

세율 [稅率] (税率) shuì lǜ <税率> ぜいりつ {稅率} thuế suất ◊ tax rate

세인 [世人] (世人) shìrén <世人> せじん {世人} thế giới ◊ public people; world

세자 [世子] (世子) shìzǐ <世子> せいし {世子} thế tử ◊ eldest son of a emperor

세전 [世傳] (世传) shì chuán <世伝> せいでん {世傳} thế truyền ◊ traditional hereditary

세전 [稅前] (税前) shuì qián <税前> ぜいぜん {齝稅} trước thuế ◊ before paying tax

세전 [稅錢] (税钱) shuì qián <税金> ぜいきん {錢稅} tiền thuế ◊ tax; duty

세정 [稅政] (税政) shuì zhèng <税政> ぜいせい {稅政} thuế chính ◊ tax administration

세정 [洗淨] (洗净) xǐjìng <洗浄> せんじょう {洗淨} tẩy tịnh ◊ rinse

세정제 [洗淨劑] (洗净剂) xǐjìng jì <洗剤> せんざい {質挑潜} chất tẩy rửa ◊ detergent

세제 [稅制] (税制) shuìzhì <税制> ぜいせい {稅制} thuế chế ◊ taxation

세제 [洗劑] (洗剂) xǐjì <洗剤> せんざい {質挑潜} chất tẩy rửa ◊ detergent

세족 [洗足] (洗足) xǐ jù <洗足> せんそく {挑蹟} tẩy chân ◊ wash one's feet

세존 [世尊] (世尊) shì zūn <世尊> せそん {世尊} Thế Tôn ◊ Sakya Muni

세차 [洗車] (洗车) xǐ chē <洗車> せんしゃ {洗車} tẩy xa ◊ car wash

세차장 [洗車場] (洗车场) xǐ chē cháng <洗車場> せんしゃじょう {潞車} rửa xe ◊ car washing room

세척 파우더 [洗滌 powder] (洗衣粉) xǐyīfěn <洗い粉> あらいこ {粹逸} bột giặt ◊ washing powder

세척액 [洗滌液] (清洗液) qīngxǐ yè <洗浄液> せんじょうえき {溶液挑潜} dung dịch tẩy rửa ◊ cleaning fluid

세척제 [洗滌劑] (洗涤剂) xǐdíjì <洗滌剤> せんじょうざい {質洗} chất tẩy ◊ detergent

세칙 [細則] (细则) xìzé <細則> さいそく {細則} tế tắc ◊ detailed rules; minor regulations

세탁 [洗濯] (洗濯) xǐzhuó <洗濯> せんたく {潞潴} rửa ◊ laundry

세탁기 [洗濯機] (洗衣机) xǐyījī <洗濯機> せんたくき {檞逸} máy giặt ◊ washing machine

세탁바구니 [洗濯바구니] (洗衣篮) xǐyī lán <洗

濯籠> せんたくかご {篋逸} giỏ giặt ◊ laundry basket

세탁서비스 [洗濯 service] (洗衣服务) xǐyī fúwù <洗濯サービス> せんたく service {役務逸澍} dịch vụ giặt ủi ◊ laundry service

세탁소 [洗濯所] (洗衣店) xǐyīdiàn <洗濯所> せんたくじょ {號逸} hiệu giặt ◊ laundry

세탁통 [洗濯桶] (洗衣桶) xǐyī tǒng <洗濯桶> せんたくおけ {筩逸|筩湫} thùng giặt ◊ laundry basket

세평 [世評] (世评) shì píng <世評> せひょう {世評} thế bình ◊ reputation; public opinion

세포 [細胞] (细胞) xìbāo <細胞> さいぼう {細胞} tế bào ◊ cell

세포공학 [細胞工學] (细胞工程) xìbāo gōngchéng <細胞工学> さいぼうこうがく {技術細胞} kỹ thuật tế bào ◊ cell engineering

세포막 [細胞膜] (细胞膜) xìbāomó <細胞膜> さいぼうまく {膵細胞} màng tế bào ◊ cell membrane

세포벽 [細胞壁] (细胞壁) xìbāobì <細胞壁> さいぼうへき {細胞壁} tế bào bích ◊ cell wall

세포생리학 [細胞生理學] (细胞生理学) xìbāo shēnglǐxué <細胞生理学> さいぼうせいりがく {生理學細胞} sinh lý học tế bào ◊ cellular physiology

세포액 [細胞液] (细胞液) xìbāo yè <細胞液> さいぼうえき {細胞液} tế bào dịch ◊ cell fluid

세포융합 [細胞融合] (细胞融合) xìbāo rónghé <細胞融合> さいぼうゆうごう {合一細胞} hợp nhất tế bào ◊ cell fusion

세포질 [細胞質] (细胞质) xìbāozhì <細胞質> さいぼうしつ {細胞質} tế bào chất ◊ cytoplasm

세포학 [細胞學] (细胞学) xìbāoxué <細胞学> さいぼうがく {細胞學} tế bào học ◊ cytology

세포핵 [細胞核] (细胞核) xìbāohé <細胞核> さいぼうかく {細胞核} tế bào hạch ◊ nucleus

세필 [細筆] (细笔) xì bǐ <細筆> さいひつ {細筆} tế bút ◊ fine brush

소 [ㅡ] (牛) niú <牛> うし {辅猜} bò ◊ cow

소각 [燒却] (焚烧) fénshāo <焼却> しょうきゃく {焚燒} phần thiêu ◊ incineration

소갈 [消渴] (消渴) xiāokě <消渴> しょうかち {解渴} giải khát ◊ quench one's thirst

소강 [小康] (小康) xiǎokāng <小康> しょうこう {哿啫} khá giả ◊ lull; comfort

소강상태 [小康狀態] (小康状态) xiǎokāng zhuàngtài <小康状態> しょうこうじょうたい {苊秲穩定} đời sống ổn định ◊ state of reduced activity; stable condition

소개 [紹介] (介绍) jièshào <紹介> しょうかい {介紹} giới thiệu ◊ introduce

소개글 [紹介글] (介绍文章) jièshào wénzhāng <紹介文> しょうかいぶん {文介紹} văn giới thiệu ◊ introductory text; introductory essay

소개비 [紹介費] (介绍费) jièshào fèi <紹介料> しょうかいりょう {費介紹} phí giới thiệu ◊ referral fee; introduction fee

소개소 [紹介所] (介绍所) jièshào suǒ <紹介所> しょうかいじょ {所介紹} sở giới thiệu ◊ agency of introduction

소개장 [紹介狀] (介绍信) jièshào xìn <紹介状> しょうかいじょう {書介紹} thư giới thiệu ◊ letter of introduction

소견 [所見] (所见) suǒ jiàn <所見> しょけん {所見} thấy ◊ seen

소견 [消遣] (消遣) xiāoqiǎn <消遣> しょうけん {消遣} tiêu khiển ◊ pastime; amusement; recreation

소경 [小逕|小徑] (小径) xiǎojìng <小径> しょうけい {小徑} tiểu kính ◊ trail; path

소고 [小鼓] (小鼓) xiǎogǔ <小鼓> こつづみ {𪔠𪔂} trống nhỏ ◊ small drum

소곡 [小曲] (小曲) xiǎoqǔ <小曲> しょうきょく {樂曲𥐇} nhạc khúc ngắn ◊ short piece of music; ditty

소괄호 [小括弧] (小括号) xiǎokuòhào <括弧> かっこ {抸單} ngoặc đơn ◊ brackets

소구 [訴求] (诉求) sùqiú <訴求> そきゅう {訴求} tố cầu ◊ appeal

소구 [小球] (小球) xiǎo qiú <小球> しょうきゅう {小球} tiểu cầu ◊ globule

소국 [小國] (小国) xiǎo guó <小国> しょうこく {小邦} tiểu bang ◊ small country

소굴 [巢窟] (巢窟) cháo kū <巣窟> そうくつ {巢穴} sào huyệt ◊ den

소극 [消極] (消极) xiāojí <消極> しょうきょく {消極} tiêu cực ◊ passive

소금 [ㅡ] (盐) yán <塩> しお {𪉥𪉽} muối ◊ salt

소나무 [ㅡ] (松树) sōngshù <松の木> まつのき {梥樋} cây thông ◊ pine tree

소녀 [少女] (少女) shàonǚ <少女> しょうじょ {姑𡛔} cô bé ◊ girl

소녀답다 [少女답다] (少女气) shàonǚ qì <乙女チ

ック> おとめ tic {舉止孲妸} cử chỉ con gái ◊ girlish

소년 [少年] (男孩) nánhái <男の子> おとこのこ {㛪䏧} cậu bé ◊ boy; young fellow; juvenile; youngster

소년학생 [少年學生] (少年学生) shàonián xuésheng <少年学生> しょうねんがくせい {學生少年} học sinh thiếu niên ◊ junior students

소농 [小農] (小农) xiǎo nóng <小農> しょうのう {小農} tiểu nông ◊ smallholder; petty farmer

소뇌 [小腦] (小脑) xiǎonǎo <小脳> しょうのう {小腦} tiểu não ◊ cerebellum

소담 [笑談] (笑谈) xiàotán <笑談> しょうだん {笑談} tiếu đàm ◊ drollery; funniment

소대 [小隊] (小队) xiǎo duì <小隊> しょうたい {小隊} tiểu đội ◊ team

소대장 [小隊長] (小队长) xiǎo duìzhǎng <小隊長> しょうたいちょう {小隊長} tiểu đội trưởng ◊ squad leader

소도 [小刀] (小刀) xiǎodāo <小刀> こがたな {孲刀} con dao ◊ penknife

소도 [小島] (小岛) xiǎodǎo <小島> こじま {坃島} hòn đảo ◊ islet

소도 [小道] (小道) xiǎodào <小道> こみち {孲蹥} con đường ◊ trail

소독 [消毒] (消毒) xiāodú <消毒> しょうどく {消毒} tiêu độc ◊ disinfect

소독서비스기구 [消毒 service 機構] (消毒服务机构) xiāodú fúwù jīgòu <消毒機構> しょうどくきこう {役務去蟲} dịch vụ khử trùng ◊ disinfection service organization

소독설비 [消毒設備] (消毒设备) xiāodú shèbèi <消毒設備> しょうどくせつび {設備去蟲} thiết bị khử trùng ◊ disinfection plant

소독액 [消毒液] (消毒液) xiāodú yè <消毒液> しょうどくえき {溶液去蟲} dung dịch khử trùng ◊ disinfectant solution

소동 [騷動] (骚动) sāodòng <騒動> そうどう {騷動} tao động ◊ uproar; disturbance; tumult

소동 [小童] (小童) xiǎo tóng <小童> しょうどう {孲俤|孲衜} con bé ◊ children

소득 [所得] (所得) suǒdé <所得> しょとく {所得} sở đắc ◊ income

소란 [騷亂] (骚乱) sāoluàn <騒乱> そうらん {騷亂} tao loạn ◊ riot

소량 [少量] (少量) shǎoliàng <少量> しょうりょう {少量} thiểu lượng ◊ small amount

소로 [小路] (小路) xiǎolù <小路> こうじ {蹥㖇} đường mòn ◊ path

소론 [小論] (小论) xiǎo lún <小論> しょうろん {小論} tiểu luận ◊ commentary

소리 [ㅡ] (声) shēng <声> こえ {㗂} tiếng ◊ voice

소망 [消亡] (消亡) xiāowáng <消亡> しょうぼう {消亡} tiêu vong ◊ die out

소매 [ㅡ] (袖子) xiùzi <袖> そで {𢬣襖} tay áo ◊ sleeve

소맥 [小麥] (麦子) màizi <麦> むぎ {穭麩} lúa mì ◊ wheat

소멸 [消滅] (消灭) xiāomiè <消滅> しょうめつ {消滅} diệt ◊ exterminate

소모 [消耗] (消耗) xiāohào <消耗> しょうもう {消耗} tiêu hao ◊ deplete

소모품 [消耗品] (消耗品) xiāohào pǐn <消耗品> しょうもうひん {物資消耗} vật tư tiêu hao ◊ consumables

소묘 [素描] (素描) sùmiáo <素描> そびょう {素描} tố miêu ◊ sketch

소문 [所聞] (传闻) chuánwén <伝聞> でんぶん {䚻訰|信訰} tin đồn ◊ hearsay; rumor

소문자 [小文字] (小写) xiǎoxiě <小文字> こもじ {字常} chữ thường ◊ a lowercase letter

소미지급 [燒眉之急] (燃眉之急) rán méi zhī jí <焦眉の急> しょうびのきゅう {燒眉之急} thiêu my chi cấp ◊ critical as burning eyebrows; urgent need

소박 [素朴|素樸] (素朴) sùpǔ <素朴> そぼく {素樸} tố phác ◊ simplicity

소박미 [素朴美] (朴素美) pǔsùměi <シンプルな美> simple なび {㛪㒓單純} vẻ đẹp đơn thuần ◊ simple beauty

소방 [消防] (消防) xiāofáng <消防> しょうぼう {消防} tiêu phòng ◊ firefighting

소방대 [消防隊] (消防队) xiāofángduì <消防隊> しょうぼうたい {隊救火} đội cứu hỏa ◊ fire department

소방대원 [消防隊員] (消防员) xiāofángyuán <消防士> しょうぼうし {兵救火} lính cứu hỏa ◊ firefighter

소방서 [消防署] (消防署) xiāofáng shǔ <消防署> しょうぼうしょ {站救火} trạm cứu hỏa ◊ fire station

소방설비 [消防設備] (消防设备) xiāofáng shèbèi <消防設備> しょうぼうせつび {設備渚烓} thiết bị chữa cháy ◊ fire fighting system

소방차 [消防車] (消防车) xiāofángchē <消防車>
しょうぼうしゃ {車救火} xe cứu hỏa ◊ fire
engine

소변 [小便] (小便) xiǎobiàn <小便> しょうべん
{小便} tiểu tiện ◊ urinate

소비 [消費] (消费) xiāofèi <消費> しょうひ {消
費} tiêu phí ◊ consume

소비 패턴 [消費 pattern] (消费模式) xiāofèi
móshì <消費パターン> しょうひ pattern {模型
銷售} mô hình tiêu thụ ◊ consumption pattern

소비사용량 [消費使用量] (消费使用量) xiāofèi
shǐyòngliàng <消費使用量> しょうひしようり
ょう {使用銷售} sử dụng tiêu thụ ◊ consumptive
use quantity

소비사회 [消費社會] (消费社会) xiāofèi shèhuì <
消費社会> しょうひしゃかい {社會消用} xã
hội tiêu dùng ◊ consuming society

소비자 [消費者] (消费者) xiāofèizhě <消費者>
しょうひしゃ {馭消用} người tiêu dùng ◊
consumer

소사 [小史] (小史) xiǎo shǐ <小史> しょうし {小
史} tiểu sử ◊ brief history

소산 [消散] (消散) xiāosàn <消散> しょうさん
{消散} tiêu tán ◊ dissipate

소상 [塑像] (塑像) sùxiàng <塑像> そぞう {塑像}
tố tượng ◊ statue

소생 [蘇生] (复生) fùshēng <蘇生> そせい {複生}
phức sinh ◊ reviviscence

소서 [小暑] (小暑) xiǎoshǔ <小暑> しょうしょ
{小暑} tiểu thử ◊ slight heat

소설 [小舌] (小舌) xiǎoshé <小舌> しょうぜつ
{小舌} tiểu thiệt ◊ uvula

소설 [小說] (小说) xiǎoshuō <小説> しょうせつ
{小說} tiểu thuyết ◊ novel

소성 [素性] (特征) tèzhēng <素性> そせい {性能}
tính năng ◊ feature

소성 [塑性] (塑性) sùxìng <塑性> そせい {塑性}
tố tính ◊ plasticity

소성 [笑聲] (笑声) xiàoshēng <笑声> しょうせい
{笑聲} tiểu thanh ◊ laughter

소속 [所屬] (所属) suǒshǔ <所属> しょぞく {所
屬} sở thuộc ◊ belongs

소송 [訴訟] (诉讼) sùsòng <訴訟> そしょう {訴
訟} tố tụng ◊ lawsuit

소송비 [訴訟費] (诉讼费) sùsòng fèi <訴訟費> そ
しょうひ {訟費} tụng phí ◊ legal fare; legal cost;
court fees

소송제기 [訴訟提起] (提起诉讼) tíqǐ sùsòng <訴
訟提起> そしょうていき {起訟} khởi tụng ◊
file a lawsuit

소수 [少數] (少数) shǎoshù <少数> しょうすう
{少數} thiểu số ◊ few; small number

소수 [素數] (素数) sùshù <素数> そすう {素數}
tố số ◊ prime number

소수 [消愁] (消愁) xiāo chóu <消愁> しょううれ
い {消愁} tiêu sầu ◊ relieve loneliness and grief

소수 [小數] (小数) xiǎoshù <小数> しょうすう
{小數} tiểu số ◊ decimal value; decimal fraction

소수당 [少數黨] (少数党) shǎoshù dǎng <少数党>
しょうすうとう {少數黨} thiểu số đảng ◊
minority party

소수점 [小數點] (小数点) xiǎoshùdiǎn <小数点>
しょうすうてん {晒十分} dấu thập phân ◊
decimal point

소수파 [少數派] (少数派) shǎoshù pài <少数派>
しょうすうは {少數派} thiểu số phái ◊ minority
group

소승 [小僧] (小僧) xiǎo sēng <小僧> こぞう {小
僧} tiểu tăng ◊ little monk

소승불교 [小乘佛教] (小乘佛教) xiǎo chéng fójiào
<小乘仏教> しょうじょうぶっきょう {小乘}
Tiểu Thừa ◊ Theravada Buddhism

소식 [少食] (少食) shǎo shí <少食> しょうしょく
{少食} thiểu thực ◊ small meals

소식 [素食] (素食) sù shí <素食> そしょく
{餃嚼|唛齋} ăn chay ◊ vegetarian food; vegetarian
diet

소식 [消息] (消息) xiāoxi <消息> しょうそく
{消息} tiêu tức ◊ message

소신 [燒身] (自焚) zìfén <燒身> しょうしん {自
燒} tự thiêu ◊ self-immolation

소심익익 [小心翼翼] (小心翼翼) xiǎoxīn yì yì <小
心翼翼> しょうしんよくよく {甄謹慎} rất cẩn
thận ◊ very cautiously

소심하다 [小心하다] (小心) xiǎoxīn <注意> ちゅ
うい {謹慎} cẩn thận ◊ be careful in; look out

소아 [小兒] (小儿) xiǎo'ér <小児> しょうに {小
兒} tiểu nhi ◊ little child

소아과 [小兒科] (小儿科) xiǎo'érkē <小児科> し
ょうにか {兒科} nhi khoa ◊ pediatrics

소아과 병동 [小兒科病棟] (儿科病房) érkē
bìngfáng <小児病棟> しょうにびょうとう {科
兒童} khoa nhi đồng ◊ children's ward

소아세아 [小亞細亞] (小亚细亚) xiǎo yàxìyà <小

亜細亜> しょう Asia {小亞} Tiểu Á ◊ Asia Minor

소안 [笑顔] (笑颜) xiào yán <笑顔> えがお {笑顔} tiếu nhan ◊ smiling face; smile

소액 [少額] (少额) shǎo é <少額> しょうがく {少額} thiểu ngạch ◊ small quantity

소어 [笑語] (笑语) xiào yǔ <笑い話> わらいばなし {笑語} tiếu ngữ ◊ cheerful chatting; talking and smiling

소염 [消炎] (消炎) xiāoyán <消炎> しょうえん {消炎} tiêu viêm ◊ antiphlogistic

소염제 [消炎劑] (消炎剂) xiāo yán jì <消炎剂> しょうえんざい {質瑓炎} chất chống viêm ◊ anti-inflammatory agent; antiphlogistic

소요 [騷擾] (骚扰) sāorǎo <騷擾> そうじょう {騷擾} tao nhiễu ◊ harass

소요 [逍遙] (逍遥) xiāoyáo <逍遙> しょうよう {逍遙} tiêu dao ◊ ramble; saunter

소원 [疏遠] (疏远) shūyuǎn <疏遠> しょえん {疏遠} sơ viễn ◊ alienate

소원 [訴冤] (诉冤) sùyuān <苦情> くじょう {訴冤} tố oan ◊ complaint

소원 [溯源] (溯源) sùyuán <溯源> さくげん {溯源} tố nguyên ◊ originated

소원 [所願] (意愿) yìyuàn <願い> ねがい {懷憫} mong muốn ◊ wish; desire

소원성취 [所願成就] (如愿以偿) rúyuàn yǐ cháng <所願成就> しょがんじょうじゅ {償愿} thường nguyện ◊ get what you want

소원을 빌다 [所願을 빌다] (求愿) qiú yuàn <願いを込める> ねがいをこめる {求願} cầu nguyện ◊ please

소위 [少尉] (少尉) shàowèi <少尉> しょうい {少尉} thiếu úy ◊ second lieutenant

소위원회 [小委員會] (小组委员会) xiǎozǔ wěiyuánhuì <小委員会> しょういいんかい {小班} tiểu ban ◊ subcommittee; group

소유 [所有] (所有) yōngyǒu <所有> しょゆう {所有} sở hữu ◊ possess; ownership

소유격 [所有格] (所有格) suǒyǒugé <所有格> しょゆうかく {格所有} cách sở hữu ◊ possessive case

소유권 [所有權] (所有权) suǒyǒuquán <所有權> しょゆうけん {權所有} quyền sở hữu ◊ ownership

소유단위 [所有單位] (所有单位) suǒyǒu dānwèi <所有單位> しょゆうたんい {單位所有} đơn vị sở hữu ◊ unit of ownership

소유자 [所有者] (所有者) suǒyǒuzhě <所有者> しょゆうしゃ {臥所有} người sở hữu ◊ owner

소음 [騷音] (噪音) zàoyīn <噪音> そうおん {嗃嘔} tiếng ồn ◊ noises

소음 [消音] (消音) xiāoyīn <消音> しょうおん {消音} tiêu âm ◊ silencer

소음감지기 [騷音感知器] (噪声传感器) zàoshēng chuángǎnqì <騷音感知器> そうおんかんちき {感變嗃嘔} cảm biến tiếng ồn ◊ noise sensor

소음강도 [騷音強度] (噪声强度) zàoshēng qiángdù <騷音強度> そうおんきょうど {強度嗃嘔} cường độ tiếng ồn ◊ noise intensity

소음공해 [騷音公害] (环境噪声) huánjìng zàoshēng <騷音公害> そうおんこうがい {嗃嘔媒場} tiếng ồn môi trường ◊ noise pollution; ambient noise

소음관리 [騷音管理] (噪声管理) zàoshēng guǎnlǐ <騷音管理> そうおんかんり {管理嗃嘔} quản lý tiếng ồn ◊ noise management

소음규제 [騷音規制] (噪音控制) zàoyīn kòngzhì <騷音規制> そうおんきせい {檢率嗃嘔} kiểm soát tiếng ồn ◊ noise regulation

소음기 [消音器] (消音器) xiāoyīnqì <消音器> しょうおんき {部減聲} bộ giảm thanh ◊ noise suppressor

소음기준 [騷音基準] (噪音标准) zàoyīn biāozhǔn <騷音基準> そうおんきじゅん {標準嗃嘔} tiêu chuẩn tiếng ồn ◊ noise standard

소음량 [騷音量] (噪声剂量) zàoshēng jiliàng <騷音量> そうおんりょう {料量嗃嘔} liều lượng tiếng ồn ◊ noise dose

소음분석 [騷音分析] (噪声分析) zàoshēng fēnxī <騷音分析> そうおんぶんせき {分析嗃嘔} phân tích tiếng ồn ◊ noise analysis

소음전파 [騷音傳播] (噪声传播) zàoshēng chuánbō <騷音传播> そうおんでんぱ {嗃嘔躪傳} tiếng ồn lan truyền ◊ noise propagation

소음조사 [騷音調查] (噪声调查) zàoshēng diàochá <騷音調查> そうおんちょうさ {考察嗃嘔} khảo sát tiếng ồn ◊ noise survey

소음지표 [騷音指標] (噪音指标) zàoshēng zhǐbiāo <騷音指標> そうおんしひょう {指數嗃嘔} chi số tiếng ồn ◊ noise label

소음피해 [騷音被害] (噪音损害) zàoyīn sǔnhài <騷音被害> そうおんひがい {賠害嗃嘔} thiệt hại tiếng ồn ◊ noise damage

소음한도 [騷音限度] (噪声限度) zàoshēng xiàndù <騷音限度> そうおんげんど {界限嗜噬} giới hạn tiếng ồn ◊ noise limit

소음효과 [騷音效果] (噪声效应) zàoshēng xiàoyìng <騷音效果> そうおんこうか {效應嗜噬} hiệu ứng tiếng ồn ◊ noise effect

소의 [疏意] (疏意) shū yì <疏意> そい {疏意} sơ ý ◊ carelessness

소이 [所以] (所以) suǒyǐ <所以> ゆえん {所以} sở dĩ ◊ reason

소이탄 [燒夷彈] (汽油弹) qìyóu dàn <ナパーム弾> napalm だん {鋑唭} bom xăng ◊ napalm bomb

소일 [消日] (兜风) dōufēng <遊び> あそび {解智} giải trí ◊ pastime; amusement; recreation

소자기헤드 [消磁機 head] (消磁头) xiāo cítóu <消磁ヘッド> しょうじ head {頭去磁} đầu khử từ ◊ demagnetizer

소자산가 [小資産家] (小资产者) xiǎo zīchǎnzhě <小資本家> しょうしほんか {趴小資本} người tiểu tư bản ◊ small capitalist

소자산계급 [小資産階級] (小资产阶级) xiǎo zīchǎn jiējí <小ブルジョア階級> しょうbourgeois かいきゅう {階級小資本} giai cấp tiểu tư bản ◊ petit bourgeois

소작 [小酌] (小酌) xiǎozhuó <小酌> しょうしゃく {小酌} tiểu chước ◊ drink with snacks

소작지 [小作地] (租地) zūdì <地子> じし {墲嗁} đất thuê rent land

소장 [少將] (少将) shàojiàng <少將> しょうしょう {少將} thiếu tướng ◊ major general

소장 [訴狀] (诉状) sùzhuàng <訴狀> そじょう {訴狀} tố trạng ◊ bill of indictment

소장 [所長] (所长) suǒcháng <所長> しょちょう {所長} sở trưởng ◊ director

소장 [小腸] (小肠) xiǎocháng <小腸> しょうちょう {小腸} tiểu trường ◊ small intestine

소재 [素材] (素材) sùcái <素材> そざい {素材} tố tài ◊ subject matter; topic

소재 [所在] (所在) suǒzài <所在> しょざい {位置} vị trí ◊ location

소재지 [所在地] (所在地) suǒzàidì <所在地> しょざいち {地點} địa điểm ◊ location

소전 [小傳] (小传) xiǎozhuàn <小伝> しょうでん {小傳} tiểu truyện ◊ brief biography

소절 [小節] (小节) xiǎojié <小節> しょうせつ {小節} tiểu tiết ◊ section

소제 [掃除] (扫除) sǎochú <掃除> そうじ {掃除} tảo trừ ◊ sweep away

소제 [消除] (消除) xiāochú <消除> しょうじょ {消除} tiêu trừ ◊ eliminate

소조 [塑造] (塑造) sùzào <塑造> そぞう {塑造} tố tạo ◊ mould

소조 [小組] (小组) xiǎozǔ <小組> しょうそ {小組} tiểu tổ ◊ small group

소중히 [所重히] (珍惜) zhēnxī <大切に> たいせつに {爻格珍重} một cách trân trọng ◊ treasure

소지 [所持] (持有) chíyǒu <所持> しょじ {所有} sở hữu ◊ possession

소직 [小職] (卑职) bēi zhí <小職> しょうしょく {卑職} ty chức ◊ humble government servant

소집 [召集] (召集) zhàojí <召集> しょうしゅう {召集} triệu tập ◊ call together

소창호 [小窓戶] (小窗户) xiǎo chuānghu <小窓> こまど {鞸椕弛} cửa sổ nhỏ ◊ small window

소침 [消沈|銷沈] (消沉) xiāochén <消沈> しょうちん {消沉} tiêu trầm ◊ depression

소택지 [沼澤地] (沼泽地) zhǎozédì <沼地> ぬまち {藩圬} đầm lầy ◊ marshland

소택지대 [沼澤地帶] (沼泽地带) zhǎozédì dài <湿地带> しつちたい {區域藩圬} khu vực đầm lầy ◊ marsh land

소통 [疏通] (疏通) shūtōng <疏通> そつう {疏通} sơ thông ◊ dredge

소통능력 [疏通能力] (排水能力) páishuǐ nénglì <疏通能力> そつうのうりょく {能力脫渃} năng lực thoát nước ◊ drainage ability

소포 [小包] (包裹) bāoguǒ <包み> つつみ {郵件} bưu kiện ◊ postal package

소포우편물 [小包郵便物] (包裹邮件) bāoguǒ yóujiàn <小包郵便物> こづつみゆうびんぶつ {郵品} bưu phẩm ◊ parcel mail

소풍 [逍風|消風] (郊游) jiāoyóu <遠足> えんそく {寫挴渽} cuộc đi chơi ◊ going out; outing

소학교 [小學校] (小学) xiǎoxué <小学校> しょうがっこう {小學} tiểu học ◊ elementary school

소행성 [小行星] (小行星) xiǎoxíngxīng <小惑星> しょうわくせい {小行星} tiểu hành tinh ◊ asteroid

소혈 [巢穴] (巢穴) cháoxué <巣穴> そうくつ {巢穴} sào huyệt ◊ lair

소형 [小型|小形] (小型) xiǎoxíng <小型> こがた {小型} tiểu hình ◊ small sized

소형화 [小形化] (小型化) xiǎoxínghuà <小型化> こがたか {小型化} tiểu hình hóa ◊ miniaturization

소형화기술 [小形化技術] (小型化技术)
xiǎoxínghuà jìshù <小型化技術> こがたかぎじゅ
つ {技術小型化} kỹ thuật tiểu hình hóa ◊
miniaturization technology

소홀 [疏忽] (疏忽) shūhu <油断> ゆだん {疏忽}
sơ hốt ◊ negligence

소화 [消化] (消化) xiāohuà <消化> しょうか {消
化} tiêu hóa ◊ digestion

소화 [消火] (消火) xiāo huǒ <消火> しょうか
{消火} tiêu hỏa ◊ fire fighting

소화 [笑話] (笑话) xiàohua <笑話> しょうわ {笑
話} tiếu thoại ◊ joke

소화기 [消火器] (消火器) xiāo huǒqì <消火器>
しょうかき {消火器} tiêu hỏa khí ◊ fire
extinguisher

소화기과 [消化器科] (消化科) xiāohuà kē <消化
器科> しょうかきか {科消化} khoa tiêu hóa ◊
gastroenterology

소화능력 [消化能力] (消化能力) xiāohuà nénglì <
消化性能> しょうかせいのう {可能消化} khả
năng tiêu hóa ◊ digestion performance

소화비율 [消化比率] (消化率) xiāohuà lǜ <消化
率> しょうかりつ {可能消化} khả năng tiêu
hóa ◊ digestion ratio

소화시스템 [消化 system] (消化系统) xiāohuà
xìtǒng <消化器系> しょうかきけい {系消化}
hệ tiêu hóa ◊ digestive system

소화액 [消化液] (消化液) xiāohuà yè <消化液>
しょうかえき {消化液} tiêu hóa dịch ◊ digestive
fluids

소화온도 [消化溫度] (消化温度) xiāohuà wēndù <
消化溫度> しょうかおんど {熱度消化} nhiệt
độ tiêu hóa ◊ digestion temperature

소화전 [消火栓] (消防栓) xiāofángshuān <消火栓>
しょうかせん {瞎撘烴} vòi chữa cháy ◊ hydrant

소화제 [消火劑] (灭火剂) mièhuǒ jì <消火劑> し
ょうかざい {質撘鮭} chất chữa cháy ◊ fire
extinguishing agent

소화처리 [消化處理] (消化处理) xiāohuà chǔlǐ <
消化處理> しょうかしょり {處理消化} xử lý
tiêu hóa ◊ digestive treatment

소환 [召還] (召回) zhàohuí <召還> しょうかん
{召回} triệu hồi ◊ recall

소환 [召喚] (召唤) zhàohuàn <召喚> しょうかん
{召喚} triệu hoán ◊ summon

소훼 [燒毀] (烧毁) shāohuǐ <焼払う> やきはらう
{燒毀} thiêu hủy ◊ burn down; burnthrough

속가 [俗歌] (俗歌) sú gē <俗歌> ぞっか {俗歌}
tục ca ◊ folk songs

속계 [俗界] (俗界) sú jiè <俗界> ぞっかい {俗界}
tục giới ◊ mundane world

속국 [屬國] (属国) shǔguó <属国> ぞっこく {屬
國} thuộc quốc ◊ vassal state; dependency country

속기 [速記] (速记) sùjì <速記> そっき {速記}
tốc ký ◊ stenography

속기사 [速記士] (速记师) sùjì shī <速記士> そっ
き し {眿拙速記} người viết tốc ký ◊
stenographer; shorthand writer

속기술 [速記術] (速记术) sùjishù <速記術> そっ
きじゅつ {速記術} tốc ký thuật ◊ shorthand

속달 [速達] (速运) sù yùn <速達> そくたつ {速
運} tốc vận ◊ express dispatch

속담 [俗談] (俗谈) sú tán <俗談> ぞくだん {俗
談} tục đàm ◊ colloquialism

속답 [速答] (速答) sù dā <速答> そくとう {速答}
tốc đáp ◊ quick answer

속도 [速度] (速度) sùdù <速度> そくど {速度}
tốc độ ◊ velocity

속도계 [速度計] (速度计) sùdù jì <速度計> そく
どけい {銅鋼速度} đồng hồ tốc độ ◊
speedometer

속도상수 [速度常數] (速度常数) sùdù chángshù <
速度常数> そくどじょうすう {恒數運速}
hằng số vân tốc ◊ rate constant

속도제한 [速度制限] (速度限制) sùdù xiànzhì <制
限速度> せいげんそくど {限制速度} hạn chế
tốc độ ◊ speed limit

속력 [速力] (速力) sù lì <速力> そくりょく {速
力} tốc độ ◊ velocity; speed

속명 [俗名] (俗名) súmíng <俗名> ぞくめい {俗
名} tục danh ◊ vulgar name

속박 [束縛] (束缚) shùfù <束縛> そくばく {鉗束}
kềm thúc ◊ restrict; bind

속보 [速報] (速报) sù bào <速報> そくほう {速
報} tốc báo ◊ quick report

속보 [速步] (速步) sù bù <速步> はやあし {速步}
tốc bộ ◊ rapid steps

속사 [俗事] (俗事) súshì <俗事> ぞくじ {嘈塵俗}
chuyện trần tục ◊ mundane affairs

속사 [速寫] (速写) sùxiě <速写> そくしゃ {記畫}
ký họa ◊ snapshot; quick sketch

속산 [速算] (速算) sù suàn <速算> そくさん {速
算} tốc toán ◊ quick calculations

속상하다 [속傷하다] (烦心) fán xīn <悲しい> か

なしい {惱해} buồn ◊ sadness

속설 [俗說] (俗说) sú shuō <俗说> ぞくせつ {俗說} tục thuyết ◊ common saying; popular version; folklore

속성 [屬性] (属性) shǔxìng <属性> ぞくせい {屬性} thuộc tính ◊ attribute

속성 [速成] (速成) sùchéng <速成> ぞくせい {速成} tốc thành ◊ accomplish quickly; crash course

속세 [俗世] (凡间) fánjiān <俗世> ぞくせ {凡間} phàm gian ◊ earthliness

속수무책 [束手無策] (一筹莫展) yī chóu mò zhǎn <手の打ちようがない> てのうちようがない {窮蹐揆拠} hết đường xoay xở ◊ bewildered; in a helpless situation

속승 [俗僧] (俗僧) sú sēng <俗僧> ぞくそう {俗僧} tục tang ◊ worldly priest

속악 [俗樂] (俗乐) sú yuè <俗楽> ぞくがく {俗樂} tục nhạc ◊ folk music

속어 [俗語] (俗语) súyǔ <俗語> ぞくご {俗語} tục ngữ ◊ colloquialism

속언 [俗言] (俗言) sú yán <俗言> ぞくげん {俗言} tục ngôn ◊ slang

속언 [俗諺] (俗谚) sú yàn <俗諺> ぞくげん {俗諺} tục ngạn ◊ proverb; popular saying

속요 [俗謠] (俗谣) sú yáo <俗謠> ぞくよう {俗謠} tục dao ◊ popular song; ballad

속이다 [－] (骗) piàn <嘘> うそ {哎呐嘞} lời nói dối ◊ lie

속자 [俗字] (俗字) súzì <俗字> ぞくじ {俗字} tục tự ◊ popular words

속죄 [贖罪] (赎罪) shúzuì <贖罪> しょくざい {贖罪} thục tội ◊ atonement

속지 [屬地] (属地) shǔdì <属地> ぞくち {屬地} thuộc địa ◊ territorial colony

속칭 [俗稱] (俗称) súchēng <俗称> ぞくしょう {俗稱} tục xưng ◊ common name; popular name

속편 [續篇] (续篇) xù piān <続編> ぞくへん {份接蹺} phần tiếp theo ◊ continuation

속표지 [속表紙] (封里) fēnglǐ <内側カバー> うちがわ cover {靫旃籠} bìa bên trong ◊ inside front cover

속하다 [屬하다] (属于) shǔyú <属する> ぞくする {屬術} thuộc về ◊ belong to

속화 [俗化] (俗化) sú huā <俗化> ぞっか {俗化} tục hóa ◊ vulgarization

손가락 [－] (指头) zhǐtou <指> ゆび {瓶旃|抓旃} ngón tay ◊ finger

손괴 [損壞] (损坏) sǔnhuài <損壊> そんかい {損壊} tổn hoại ◊ damage; spoilage

손끝 [－] (指尖) zhǐjiān <指先> ゆびさき {瓶旃|抓旃} ngón tay ◊ fingertip

손녀 [孫女] (孙女) sūnnǚ <孫女> そんじょ {招妈} cháu gái ◊ granddaughter

손님 [－] (客人) kèrén <御客樣> ごきゃくさん {客} khách ◊ guest

손님접대 [손님接待] (待客) dài kè <客持て成し> きゃくもてなし {待客} đãi khách ◊ hospitality; reception

손모 [損耗] (损耗) sǔnhào <損耗> そんもう {損耗} tổn háo ◊ loss

손목시계 [손목時計] (手表) shǒubiǎo <腕時計> うでどけい {銅鋼刓旃} đồng hồ đeo tay ◊ wristwatch

손바닥 [－] (巴掌) bāzhǎng <手の内> てのうち {盤旃} bàn tay ◊ palm

손상 [損傷] (损伤) sǔnshāng <損傷> そんしょう {損傷} tổn thương ◊ damage

손상평가 [損傷評價] (损伤评价) sǔnshāng píngjià <損傷評価> そんしょうひょうか {扝價傷跡} đánh giá thương tích ◊ damage appraisal

손색 [遜色] (逊色) xùnsè <遜色> そんしょく {遜色} tổn sắc ◊ inferiority

손수건 [손手巾] (手绢) shǒujuàn <ハンカチ> handkerchief {巾旃} khăn tay ◊ handkerchief

손실 [損失] (损失) sǔnshī <損失> そんしつ {損失} tổn thất ◊ loss

손실계수 [損失係數] (损失系数) sǔnshī xìshù <損失系数> そんしつけいすう {係數損失} hệ số tổn thất ◊ loss coefficient

손실률 [損失率] (损失率) sǔnshī lǜ <損失率> そんしつりつ {比例損失} tỷ lệ tổn thất ◊ loss rate

손안 [－] (掌中) zhǎng zhōng <掌中> しょうちゅう {忡悪盤旃} trong lòng bàn tay ◊ in the palm of the hand

손익 [損益] (损益) sǔnyì <損益> そんえき {損益} tổn ích ◊ profit and loss

손자 [孫子] (孙子) sūnzǐ <孫> まご {招糐} cháu trai ◊ grandson

손잡이 [－] (把手) bǎshǒu <手柄> てがら {旃拎} tay cầm ◊ handle

손전등 [손電燈] (手电筒) shǒudiàntǒng <懐中電灯> かいちゅうでんとう {燼釙|畑炘} đèn pin ◊ flashlight

손톱 [－] (指甲) zhǐjia <生爪> なまずめ {礤旃} móng tay ◊ fingernail

손해 [損害] (损害) sǔnhài <損害> そんがい {損害} tổn hại ◊ damage

손해배상 [損害賠償] (损害赔偿) sǔnhài péicháng <損害賠償> そんがいばいしょう {賠損} bồi tổn ◊ penalty for damages

솔선 [率先] (率先) shuàixiān <率先> そっせん {率先} suất tiên ◊ firstly

솔선수범 [率先垂範] (以身作则) yǐ shēn zuō zé <率先垂範> そっせんすいはん {少麹凭行動貼正輪} làm gương bằng hành động của chính mình ◊ set an example by one's own action

솔직 [率直] (直率) zhíshuài <率直> そっちょく {踘振} thẳng thắn ◊ frankness

송가 [頌歌] (颂歌) sònggē <頌歌> しょうか {頌歌} tụng ca ◊ carol; ode

송경 [誦經] (诵经) sòngjīng <誦経> じゅきょう {誦經} tụng kinh ◊ chanting

송곳니 [一] (犬牙) quǎn yá <犬歯> けんし {齰獰} răng nanh ◊ cuspid

송구 [悚懼] (惊吓) jīngxià <震駭> しんがい {悸駭} sợ hãi ◊ terror

송달 [送達] (送达) sòngdá <送達> そうたつ {送達} tống đạt ◊ dispatch; conveyance

송림 [松林] (松林) sōng lín <松林> まつばやし {松林} tùng lâm ◊ pine forest

송백 [松柏] (松柏) sōngbǎi <松柏> しょうはく {松柏} tùng bách ◊ cypress

송별 [送別] (送别) sòngbié <送別> そうべつ {送別} tống biệt ◊ farewell

송별연 [送別宴] (告別宴) gàobié yàn <送別宴> そうべつえん {送別宴} tống biệt yến ◊ farewell feast

송별회 [送別會] (告別会) gàobié huì <送別会> そうべつかい {送別會} tống biệt hội ◊ farewell party

송수관 [送水管] (送水管) sòngshuǐguǎn <送水管> そうすいかん {送水管} tống thủy quản ◊ water supply pipes

송시 [頌詩] (颂诗) sòng shī <頌詩> しょうし {頌詩} tụng thi ◊ ode

송유관 [送油管] (输油管) shūyóuguǎn <送油管> そうゆかん {送油管} tống du quản ◊ oil supply pipes

송전 [送電] (送电) sòng diàn <送電> そうでん {送電} tống điện ◊ electricity supply; power supply

송전선 [送電線] (送电线) sòngdiàn xiàn <送電線> そうでんせん {送電線} tống điện tuyến ◊ transmission wires

송죽매 [松竹梅] (松竹梅) sōng zhú méi <松竹梅> しょうちくばい {松竹梅} tùng trúc mai ◊ painting of pine, bamboo, plum

송지 [松脂] (松脂) sōng zhī <松脂> まつやに {松脂} tùng chi ◊ pine resin

송출 [送出] (送出) sòng chū <送出> そうしゅつ {送出} tống xuất ◊ send out

송편 [松편] (米糕饺子) mǐ gāo jiǎozi <月見団子> つきみだんご {柄橙} bánh bao gạo ◊ rice cake dumpling

송풍기 [送風機] (鼓风机) gǔfēngjī <送風機> そうふうき {送風機} tống phong cơ ◊ blower

송환 [送還] (送还) sònghuán <送還> そうかん {送還} tống hoàn ◊ return

쇄골 [鎖骨] (锁骨) suǒgǔ <鎖骨> さこつ {鎖骨} tỏa cốt ◊ collarbone

쇄국 [鎖國] (锁国) suǒguó <鎖国> さこく {鎖國} tỏa quốc ◊ national isolation

쇄빙 [碎氷] (破冰) pò bīng <砕氷> さいひょう {破冰} phá băng ◊ ice breaking

쇄빙선 [碎冰船] (破冰船) pòbīngchuán <砕氷船> さいひょうせん {破冰船} phá băng thuyền ◊ icebreaker

쇄사 [瑣事] (琐事) suǒshì <瑣事> さじ {瑣事} tỏa sự ◊ trifle

쇄석기 [碎石機] (碎石机) suìshí jī <砕石機> さいせきき {碎石機} toái thạch cơ ◊ stone crusher

쇄신분골 [碎身粉骨] (粉身碎骨) fěn shēn suì gǔ <粉骨砕身> ふんこつさいしん {碎身粉骨} toái thân phấn cốt ◊ sacrifice one's life to do something; self-sacrificing dedication

쇄탈 [灑脫|洒脫] (洒脱) sǎtuō <洒脱> しゃだつ {灑脫} sái thoát ◊ free and easy

쇄편 [碎片] (碎片) suìpiàn <砕片> さいへん {碎片} toái phiến ◊ debris

쇠감 [衰減] (衰减) shuāijiǎn <衰減> すいげん {衰減} suy giảm ◊ weaken; decay

쇠락 [衰落] (衰落) shuāiluò <衰退> すいたい {衰踀|衰跑} suy sụp ◊ decline

쇠로 [衰老] (衰老) shuāilǎo <老衰> ろうすい {齵搽} tuổi già ◊ senility; senescence

쇠망 [衰亡] (衰亡) shuāiwáng <衰亡> すいぼう {衰亡} suy vong ◊ contabescence

쇠멸 [衰滅] (衰灭) cuī miè <衰滅> すいめつ {衰滅} suy diệt ◊ perdition

쇠모 [衰耗] (衰耗) cuī hào <衰耗> すいこう {衰

耗} suy hao ◊ attenuation

쇠세 [衰勢] (衰势) cuī shì <衰勢> すいせい {衰勢} suy thế ◊ decay

쇠약 [衰弱] (衰弱) shuāiruò <衰弱> すいじゃく {衰弱} suy nhược ◊ weak

쇠운 [衰運] (衰运) cuī yùn <衰運> すいうん {衰運} suy vận ◊ decadence

쇠잔 [衰殘] (衰残) cuī cán <衰殘> すいざん {衰殘} suy tàn ◊ emaciated; worn-out

쇠줄 [一] (铁索) tiě suǒ <鉄索> てっさく {綟鑢} dây sắt ◊ iron rope

쇠퇴 [衰頹] (衰颓) shuāituí <衰頹> すいたい {衰頹} suy đồi ◊ droop; degeneracy

쇠퇴 [衰退] (衰退) shuāituì <衰退> すいたい {衰退} suy thoái ◊ decline

쇠퇴기 [衰退期] (衰退期) shuāituìqī <衰退期> すいたいき {時衰} thời suy ◊ paracme; decline phase

쇠파이프 [쇠 pipe] (铁管) tiě guǎn <鉄管> てっかん {甕鑢} ống sắt ◊ iron pipes

쇼핑 [shopping] (购物) gòuwù <買い物> かいもの {瞙嗲|瞙攦} mua sắm ◊ shopping

수 [數] (数) shǔ <数> かず {数} số ◊ quantity

수감 [收監] (关押) guānyā <收監> しゅうかん {事監拎} sự giam cầm ◊ imprisonment

수감록 [隨感錄] (随感录) suígǎn lù <随感録> ずいかんろく {隨感錄} tùy cảm lục ◊ transcription

수개 [修改] (修改) xiūgǎi <修正> しゅうせい {修正} tu chính ◊ revise

수건 [手巾] (手巾) shǒujīn <手巾> しゅきん {巾帨} khăn tay ◊ hand towel

수계 [受戒] (受戒) shòujiè <受戒> じゅかい {受戒} thụ giới ◊ vowing to follow the precepts

수계 [水系] (水系) shuǐxì <水系> すいけい {水系} thủy hệ ◊ water system

수고 [愁苦] (愁苦) chóukǔ <愁苦> しゅうく {愁苦} sầu khổ ◊ anguish

수고 [手稿] (手稿) shǒugǎo <手稿> しゅこう {版草} bản thảo ◊ manuscript

수고 [受苦] (受苦) shòukǔ <苦しむ> くるしむ {被苦} hị khổ ◊ hardship; laborious

수고 [樹高] (树高) shù gāo <樹高> きだか {樹高} thụ cao ◊ tree height

수고비 [受苦費] (辛苦钱) xīnkǔqián <手間賃> てまちん {錢工} tiền công ◊ compensation for labor

수공 [手工] (手工) shǒugōng <手工> しゅこう {手工} thủ công ◊ handiwork

수공업 [手工業] (手工业) shǒugōngyè <手工業> てこうぎょう {手工業} thủ công nghiệp ◊ handicraft

수공예 [手工藝] (手工艺) shǒugōngyì <手工芸> しゅこうげい {手工藝} thủ công nghệ ◊ preparation

수공품 [手工品] (工艺制品) gōngyìzhìpǐn <手工品> しゅこうひん {手工品} thủ công phẩm ◊ handmade

수관 [水管] (水管) shuǐguǎn <水管> すいかん {甕渚} ống nước ◊ water pipe

수관계 [水管系] (水管系统) shuǐguǎn xìtǒng <水管系> すいかんけい {系甕渚} hệ ống nước ◊ water piping; water-vascular system

수구 [守舊] (守旧) shǒujiù <守旧> しゅきゅう {守舊} thủ cựu ◊ old-fashioned

수구 [水球] (水球) shuǐqiú <水球> すいきゅう {瑧渚} bóng nước ◊ water polo

수구관리 [需求管理] (管理要求) guǎnlǐ yāoqiú <需要管理> じゅようかんり {管理要求} quản lý yêu cầu ◊ demand management

수구량 [需求量] (需求量) xūqiú liàng <需要量> じゅようりょう {數需求} số nhu cầu ◊ quantity demanded

수구량변화 [需求量變化] (需求量变化) xūqiú liàng biàn huā <需要量变化> じゅようりょうへんか {譏鬱需求} thay đổi nhu cầu ◊ change in quantity demanded

수구변화 [需求變化] (需求变化) xūqiú biànhuà <需要变化> じゅようへんか {譏鬱需求} thay đổi nhu cầu ◊ change in demand

수구적 [守舊的] (守旧的) shǒujiù de <守旧的> しゅきゅうてき {守舊} thủ cựu ◊ conservative; fogyism

수궁 [守宮] (壁虎) bìhǔ <守宮> やもり {蛤蟆|蜥蜴|蚰蜒} thằn lằn ◊ gecko; lizard

수권 [授權] (授权) shòuquán <授権> じゅけん {委權} ủy quyền ◊ authorization

수금 [豎琴] (竖琴) shùqín <竪琴> たてごと {豎琴} thụ cầm ◊ harp

수금 [水禽] (水禽) shuǐqín <水禽> すいざん {水禽} thủy cầm ◊ waterfowl

수기 [手旗] (手旗) shǒu qí <手旗> てばた {旗帨} cờ tay ◊ handflag; semaphore flag

수기 [水氣] (水气) shuǐ qì <水気> みずけ {水氣} thủy khí ◊ hydrosphere

수난 [受難] (受难) shòunàn <受難> じゅなん

{疖疽} đau đớn ◊ suffering

수난 [水難] (水难) shuǐ nán <水難> すいなん {水難} thủy nạn ◊ flood disaster

수납 [收納] (收据) shōujù <収納> しゅうのう {編來} biên lai ◊ receive

수납 [受納] (受纳) shòunà <受納> じゅのう {接納} tiếp nạp ◊ accept

수냉식 [水冷式] (水冷式) shuǐ lěng shì <水冷式> すいれいしき {水冷式} thủy lãnh thức ◊ water-cooled

수녀 [修女] (修女) xiūnǚ <修道尼> しゅうどうに {修女} tu nữ ◊ nun

수년 [數年] (数年) shǔ nián <数年> すうねん {數年} số niên ◊ years

수뇌 [首腦] (首脑) shǒunǎo <首脑> しゅのう {首腦} thủ não ◊ heads

수뇨관 [輸尿管] (输尿管) shūniàoguǎn <尿管> にょうかん {甕引瘤} ống dẫn đái ◊ ureter

수단 [手段] (手段) shǒuduàn <手段> しゅだん {方便} phương tiện ◊ means

수단 [首段] (首段) shǒu duàn <首段> しゅだん {首段} thủ đoạn ◊ first paragraph

수당 [手當] (津贴) jīntiē <手当> てあて {輔給} phụ cấp ◊ allowance

수도 [囚徒] (囚徒) qiútú <囚徒> しゅうと {囚人} tù nhân ◊ convict

수도 [首都] (首都) shǒudū <首都> しゅと {首都} thủ đô ◊ capital city

수도 [水道] (水道) shuǐdào <水道> すいどう {水道} đường thủy ◊ waterways

수도 [修道] (修道) xiūdào <修道> しゅうどう {修道} tu đạo ◊ monasticism

수도꼭지 [水道꼭지] (水龙头) shuǐlóngtóu <蛇口> じゃぐち {齬} vòi ◊ faucet

수도사업 [水道事業] (自来水产业) zìláishuǐ chǎnyè <水道事業> すいどうじぎょう {經營給渃} kinh doanh cấp nước ◊ water service industry

수도원 [修道院] (修道院) xiūdàoyuàn <修道院> しゅうどういん {修道院} tu đạo viện ◊ monastery

수돗물 [水道물] (自来水) zìláishuǐ <水道水> すいどうすい {渃欟} nước máy ◊ tap water

수동 [手動] (手动) shǒu dòng <手動> しゅどう {手動} thủ động ◊ manual

수동 [受動] (被动) bèidòng <受動> じゅどう {受動} thụ động ◊ passive

수동 모니터링 [受動 monitoring] (被动监测)

bèidòng jiāncè <受動測定> しゅどうそくてい {監察受動} giám sát thụ động ◊ passive monitoring

수동문 [受動文] (被动句) bèidòng jù <受動文> じゅどうぶん {句受動} câu thụ động ◊ passive sentence

수동법 [受動法] (被动法) bèidòng fǎ <受動法> じゅどうほう {㳺受動} phép thụ động ◊ passive method

수동사 [受動詞] (被动词) bèidòng cí <受動詞> じゅどうじ {詞受動} từ thụ động ◊ passive verb

수동선별 [手動選別] (手工分选) shǒugōng fēn xuǎn <手動選別> しゅどうせんべつ {分類秚} phân loại tay ◊ hand sorting

수동성 [受動性] (被动性) bèidòng xìng <受動性> じゅどうせい {性受動} tính thụ động ◊ passivity

수동수송 [受動輸送] (被动转运) bèidòng zhuǎnyùn <受動輸送> じゅどうゆそう {運轉受動} vận chuyển thụ động ◊ passive transport

수동식 [手動式] (手动式) shǒu dòng shì <手動式> しゅどうしき {手動式} thủ động thức ◊ manual

수동전극 [受動電極] (被动电极) bèidòng diànjí <受動電極> しゅどうでんきょく {電極受動} điện cực thụ động ◊ passive electrode

수동조작 [手動操作] (手动操作) shǒu dòng cāozuò <手動操作> しゅどうそうさ {操作手工} thao tác thủ công ◊ manual operation

수동태 [受動態] (被动态) bèidòng tài <受動態> じゅどうたい {被動態} bị động thái ◊ passive voice

수두 [水痘] (水痘) shuǐdòu <水痘> すいとう {水痘} thủy đậu ◊ chickenpox

수라 [水獺] (水獭) shuǐtǎ <獺> かわうそ {猵狪} rái ◊ otter

수락석출 [水落石出] (水落石出) shuǐ luòshí chū <水に落ちた石が出る> みずにおちたいしがでる {水落石出} thủy lạc thạch xuất ◊ eventually truth will prevail

수란관 [輸卵管] (输卵管) shūluǎnguǎn <輸卵管> ゆらんかん {輸卵管} thâu noãn quản ◊ oviduct

수량 [數量] (数量) shùliàng <数量> すうりょう {數量} số lượng ◊ quantity

수량 [水量] (水量) shuǐliàng <水量> すいりょう {水量} thùy lượng ◊ water volume; discharge of stream

수려 [秀麗] (秀丽) xiùlì <秀麗> しゅうれい {秀麗} tú lệ ◊ pretty

수력 [水力] (水力) shuǐlì <水力> すいりょく {水力} thủy lực ◊ water power; hydraulic

수력공정 [水力工程] (水工程) shuǐ gōngchéng <水力工程> すいりょくこうてい {技術渚} kỹ thuật nước ◊ hydro-project

수력자원 [水力資源] (水力资源) shuǐlì zīyuán <水力資源> すいりょくしげん {材源水電} tài nguyên thủy điện ◊ waterpower resources

수련 [睡蓮] (睡莲) shuìlián <睡蓮> すいれん {睡蓮} thụy liên ◊ water lily

수련 [修練] (修炼) xiūliàn <修鍊> しゅうれん {修練} tu luyện ◊ practice asceticism

수렵 [狩獵] (狩猎) shòuliè <狩猎> しゅりょう {狩獵} thú liệp ◊ hunting

수령 [首領] (首领) shǒulǐng <首領> しゅりょう {首領} thủ lĩnh ◊ chieftain

수령 [樹齡] (树龄) shù líng <樹齡> じゅれい {轍橇} tuổi cây ◊ age of a tree

수령인 [受領人] (收件人) shōujiànrén <受領人> じゅりょうじん {受領人} thụ lĩnh nhân ◊ recipient

수로 [水路] (水路) shuǐlù <水路> すいろ {水路} waterway ◊ waterway

수뢰 [受賄] (受贿) shòuhuì <贈賄> ぞうわい {賄賂} hối lộ ◊ bribery

수뢰 [水雷] (水雷) shuǐléi <水雷> すいらい {水雷} thủy lôi ◊ torpedo

수뢰정 [水雷艇] (鱼雷艇) yúléitǐng <水雷艇> すいらいてい {艖礁} tàu mìn ◊ torpedo boat

수뢰죄 [受賄罪] (受贿罪) shòuhuìzuì <贈賄罪> ぞうわいざい {罪賄賂} tội hối lộ ◊ crime of bribery

수류탄 [手榴彈] (手榴弹) shǒuliúdàn <手榴弹> しゅりゅうだん {榴彈拎牀} lựu đạn cầm tay ◊ hand grenade

수륙 [水陸] (水陆) shuǐlù <水陸> すいりく {水陸} thủy lục ◊ amphibious

수륙전 [水陸戰] (水陆战) shuǐlùzhàn <水陸戰> すいりくせん {水陸戰} thủy lục chiến ◊ land and water warfare

수를 세다 [數를 세다] (数数) shǔshù <数える> かぞえる {捂} đếm ◊ count

수리 [受理] (受理) shòulǐ <受理> じゅり {受理} thụ lý ◊ accept; take cognizance of

수리 [數理] (数理) shǔ lǐ <數理> すうり {數理} số lý ◊ mathematical

수리 [水利] (水利) shuǐlì <水利> すいり {水利} thủy lợi ◊ water conservancy

수리 [修理] (修理) xiūlǐ <修理> しゅうり {拆牀} sửa chữa ◊ repair

수리비 [修理費] (修理费) xiūlǐ fèi <修理費> しゅうりひ {支費拆牀} chi phí sửa chữa ◊ repair cost

수리시설 [水利施設] (水利施设) shuǐlì shèshī <水利施設> すいりしせつ {工程水利} công trình thủy lợi ◊ irrigation facility

수리지질학 [數理地質學] (数理地质学) shǔ lǐ dìzhìxué <数理地質学> すうりちじつがく {地質算學} địa chất toán học ◊ mathematical geology

수림 [樹林] (树林) shùlín <樹林> じゅりん {樓梠} rừng rú ◊ forest

수립 [樹立] (树立) shùlì <樹立> じゅりつ {樹立} thụ lập ◊ establish

수만 [數萬] (成千上万) chéng qiān shàngwàn <数万> すうまん {哞逛酐} hàng chục ngàn ◊ tens of thousands

수많은 [數많은] (无数) wúshù <無数> むすう {無數} vô số ◊ countless

수면 [水面] (水面) shuǐmiàn <水面> みなも {水面} thủy diện ◊ water surface

수면 [睡眠] (睡眠) shuìmián <睡眠> すいみん {眊眕} ngủ ◊ sleep

수면병 [睡眠病] (睡眠病) shuìmián bìng <睡眠病> すいみんびょう {睡眠病} thụy miên bệnh ◊ sleep sickness

수면제 [睡眠劑] (安眠药) ānmiányào <睡眠剤> すいみんざい {藥眊|藥眕} thuốc ngủ ◊ sleeping pill

수면파 [水面波] (水面波) shuǐmiàn bō <表面波> ひょうめんは {浹波稇} sóng bề mặt ◊ surface wave

수명 [受命] (受命) shòumìng <受命> じゅめい {受命} thụ mệnh ◊ receiving an order

수명 [壽命] (寿命) shòumìng <寿命> じゅみょう {壽命} thọ mệnh ◊ life span

수모 [水母] (水母) shuǐmǔ <水母> くらげ {水母} thủy mẫu ◊ jellyfish

수목 [樹木] (树木) shùmù <樹木> じゅもく {樹木} thụ mộc ◊ trees

수묵화 [水墨畫] (水墨画) shuǐmòhuà <墨絵> すみえ {水墨畫} thủy mặc họa ◊ ink painting

수문 [守門] (守门) shǒumén <守門> すもん {守門} thủ môn ◊ goalkeeper

수문 [水門] (水门) shuǐ mén <水門> すいもん {水門} thủy môn ◊ watergate

수문 [水文] (水文) shuǐwén <水文> すいもん {水文} thủy văn ◊ hydrology

수문학 [水文學] (水文学) shuǐwén xué <水文学> みずぶんがく {水學} thủy học ◊ hydrology

수미 [愁眉] (愁眉) chóu méi <愁眉> しゅうび {愁眉} sầu my ◊ worried look; melancholy air

수미 [首尾] (首尾) shǒuwěi <首尾> しゅび {首尾} thủ vĩ ◊ head and end

수밀도 [水蜜桃] (水蜜桃) shuǐmìtáo <水蜜桃> すいみつとう {桃蜜} đào mật ◊ juicy peach; honey peach

수반 [隨伴] (随伴) suí bàn <随伴> ずいはん {隨伴} tùy bạn ◊ accompanied

수반관개 [水盤灌漑] (淹灌) yān guàn <水盤灌漑> すいばんかんがい {潯婁} lũ lụt ◊ basin irrigation

수백 [數百] (数百) shùbǎi <数百> すうひゃく {行冪} hàng trăm ◊ hundreds

수범 [垂範] (垂范) chuí fàn <垂範> すいはん {垂範} thùy phạm ◊ set an example

수변 [水邊] (水边) shuǐ biān <水边> みずべ {水邊} thủy biên ◊ waterside

수병 [守兵] (守兵) shǒubīng <守兵> しゅへい {守兵} thủ binh ◊ guards

수병 [水兵] (水兵) shuǐbīng <水兵> すいへい {水兵} thủy binh ◊ marine troop

수복 [修復] (修复) xiūfù <修復> しゅうふく {修復} tu phức ◊ repair

수분 [受粉] (受粉) shòu fěn <受粉> じゅふん {受粉} thụ phấn ◊ pollination

수분 [水分] (水分) shuǐfèn <水分> すいぶん {水分} thủy phần ◊ moisture content

수비 [收費] (收费) shōufèi <收費> おさむひ {收費} thu phí ◊ toll

수비 [守備] (防守) fángshǒu <守備> しゅび {防守} phòng thủ ◊ defense

수비대 [守備隊] (驻兵) zhù bīng <守備隊> しゅびたい {駐兵} trú binh ◊ garrison

수사 [數詞] (数词) shùcí <数詞> すうし {數詞} số từ ◊ numeral

수사 [搜査] (搜查) sōuchá <搜査> そうさ {搜査} sưu tra ◊ search; investigation

수사 [修辭] (修辞) xiūcí <修辞> しゅうじ {修辭} tu từ ◊ rhetoric

수사법 [修辭法] (修辞法) xiūcí fǎ <修辞法> しゅうじほう {修辭法} tu từ pháp ◊ rhetoric

수사전 [殊死戰] (殊死战) shūsǐ zhàn <死鬪> しとう {死戰} tử chiến ◊ life or death struggle; mortal combat; struggle to the death

수사학 [修辭學] (修辞学) xiūcíxué <修辞学> しゅうじがく {修辭學} tu từ học ◊ rhetoric theory

수산 [水産] (水产) shuǐchǎn <水産> すいさん {水産} thủy sản ◊ aquatic products

수산 폐기물 [水産 廢棄物] (水产废弃物) shuǐchǎn fèiqì wù <水産廃棄物> すいさんはいきぶつ {質汰水産} chất thải thủy sản ◊ fisheries waste

수산물 [水産物] (水产品) shuǐchǎnpǐn <水産物> すいさんぶつ {水産品} thủy sản phẩm ◊ aquatic products

수산업 [水産業] (水产业) shuǐ chǎn yè <水産業> すいさんぎょう {水産業} thủy sản nghiệp ◊ aquaculture

수상 [愁傷] (愁伤) chóushāng <愁傷> しゅうしょう {愁愶} sầu buồn ◊ grief; sorrow

수상 [首相] (首相) shǒuxiàng <首相> しゅしょう {首相} thủ tướng ◊ prime minister

수상 [受傷] (受伤) shòushāng <負傷> ふしょう {被傷} bị thương ◊ injured

수상 [受賞] (获奖) huòxiàng <受賞> じゅしょう {鏘賞} giải thưởng ◊ awarded

수상 [授賞] (得奖) déjiǎng <授賞> じゅしょう {授賞} thụ thưởng ◊ awards

수상 [樹上] (树上) shù shàng <樹上> じゅじょう {蓮核} trên cây ◊ on the trees

수상 [樹狀] (树状) shù zhuàng <樹状> じゅじょう {性質楂楲} tính chất cây gỗ ◊ arborescence

수상 [水上] (水上) shuǐshàng <水上> すいじょう {水上} thủy thượng ◊ on the water

수상 [隨想] (随想) suíxiǎng <随想> ずいそう {隨想} tùy tưởng ◊ essay

수상 스키보드 [水上 skiboard] (滑水板) huáshuǐ bǎn <水上スキーボード> すいじょう skiboard {簸莝渃} ván trượt nước ◊ waterskiing board

수상돌기 [樹狀突起] (树状凸起) shù zhuàng tū qǐ <樹状突起> じゅじょうとっき {物形核} vật hình cây ◊ dendrite; dendron

수상록 [隨想錄] (随想录) suíxiǎnglù <随想録> ずいそうろく {隨想錄} tùy tưởng lộc ◊ essays from memory; collection of miscellaneous thoughts

수상비행기 [水上飛行機] (水上飞机) shuǐshàng fēijī <水上飛行機> すいじょうひこうき {水飛機} thủy phi cơ ◊ sea plane

수상스키 [水上 ski] (滑水) huáshuǐ <水上スキー> すいじょう ski {踔渃} trượt nước ◊ waterskiing

수상증서 [授賞證書] (得奖证书) déjiǎng zhèngshū <授賞証書> じゅしょうしょうしょ {憑賞} bằng thưởng ◊ award certificate

수색 [搜索] (搜索) sōusuǒ <探索> たんさく {探索} thám sách ◊ search

수생 [水生] (水生) shuǐ shēng <水生> すいせい {水生} thủy sinh ◊ aquatic

수생동물 [水生動物] (水生动物) shuǐ shēngdòng wù <水生動物> すいせいどうぶつ {動物水生} động vật thủy sinh ◊ aquatic animals

수생식물 [水生植物] (水生植物) shuǐ shēng zhíwù <水生植物> すいせいしょくぶつ {植物水生} thực vật thủy sinh ◊ hydrophyte; water plant

수석 [燧石] (燧石) suìshí <燧石|火打石> ひうちいし {丸砺焒} viên đá lửa ◊ flint

수선 [垂線] (垂线) chuíxiàn <垂線> すいせん {垂線} thùy tuyến ◊ perpendicular line

수선 [水仙] (水仙) shuǐxiān <水仙> すいせん {水仙} thủy tiên ◊ narcissus

수선 [修繕] (修缮) xiūshàn <繕い> つくろい {搊𢯢|搊𢶢} sửa chữa ◊ repair

수선화 [水仙花] (水仙花) shuǐxiānhuā <水仙花> すいせんか {水仙花} thủy tiên hoa ◊ daffodil

수성 [獸性] (兽性) shòuxìng <獣性> じゅうせい {獸性} thú tính ◊ brutality

수성 [水星] (水星) shuǐxīng <水星> すいせい {水星} Thủy Tinh ◊ Mercury

수세 [收稅] (收税) shōushuì <収税> しゅうぜい {收稅} thu thuế ◊ taxation

수세 [手勢] (手势) shǒushì <手勢> てぜい {手勢} thủ thế ◊ gesture

수세 [守勢] (守势) shǒushì <守勢> しゅせい {防守} phòng thủ ◊ defensive

수세 [水勢] (水势) shuǐ shì <水勢> すいせい {水勢} thủy thế ◊ water potential

수세 [水洗] (水洗) shuǐ xǐ <水洗> すいせん {渃洗} nước tẩy ◊ washing

수세공 [手細工] (手工品) shǒugōngpǐn <工芸品> こうげいひん {徒手工} đồ thủ công ◊ handicraft

수소 [ㅡ] (公牛) gōngniú <雄牛> おうし {犕䗪|犕特} bò đực ◊ bull

수소 [愁訴] (愁诉) chóu sù <愁訴> しゅうそ {愁訴} sầu tố ◊ complaint

수소 [水素] (氢) qīng <水素> すいそ {氫氣} khinh khí ◊ hydrogen

수소탄 [水素彈] (氢弹) qīngdàn <水素弾> すいそだん {銃氫氣} bom khinh khí ◊ hydraulic bomb

수속 [手續] (手续) shǒuxù <手続> てつづき {手續} thủ tục ◊ formalities

수속비 [手續費] (手续费) shǒuxùfèi <手続費> てつづきひ {例費} lệ phí ◊ handling fee

수송 [輸送] (输送) shūsòng <輸送> ゆそう {輸送} thâu tống ◊ transport

수송기 [輸送機] (运输机) yùnshū jī <輸送機> ゆそうき {輸送機} thâu tống cơ ◊ conveyors

수송력 [輸送力] (运输能力) yùnshū nénglì <輸送力> ゆそうりょく {輸送力} thâu tống lực ◊ conveying force

수송선 [輸送船] (运输船) yùnshūchuán <輸送船> ゆそうせん {輸送船} thâu tống thuyền ◊ conveyor vessels

수송시설 [輸送施設] (传输设施) chuánshū shèshī <輸送施設> ゆそうしせつ {基礎傳引} cơ sở truyền dẫn ◊ transport facility

수송업 [輸送業] (运输业) yùnshūyè <輸送業> ゆそうぎょう {工業運載} công nghiệp vận tải ◊ transportation industry

수수 [ㅡ] (高粱) gāoliáng <高粱> こうりゃん {高粱} cao lương ◊ sorghum

수수께끼 [ㅡ] (谜语) míyǔ <謎> なぞ {句護|句賭} câu đố ◊ riddle

수수방관 [袖手傍觀] (袖手旁观) xiù shǒu pángguān <袖手傍観> しゅうしゅぼうかん {擴𢬣𡎝𥈶} khoanh tay ngồi nhìn ◊ sit on one's hands

수술 [手術] (手术) shǒushù <手術> しゅじゅつ {剖術} phẫu thuật ◊ surgery; operation

수술대 [手術臺] (手术台) shǒushùtái <手術台> しゅじゅつだい {手術臺} thủ thuật đài ◊ operating table

수술비 [手術費] (手术费) shǒushù fèi <手術費> しゅじゅつひ {手術費} thủ thuật phí ◊ surgery fees

수술실 [手術室] (手术室) shǒushùshì <手術室> しゅじゅつしつ {房剖術} phòng phẫu thuật ◊ operating room

수습 [收拾] (收拾) shōushi <収拾> しゅうしゅう {收拾} thu thập ◊ put in order

수습 [修習] (实习) shíxí <修習> しゅうしゅう {實習} thực tập ◊ apprenticeship

수습기간 [修習期間] (试用期) shìyòngqī <試用期間> しようきかん {時間試役} thời gian thử việc ◊ probation period

수습기자 [修習記者] (实习记者) shíxí jìzhě <インターン記者> intern きしゃ {訪員實習}

phóng viên thực tập ◊ intern journalist

수습사원 [修習社員] (实习职工) shíxí zhígōng <修習社員> しゅうしゅうしゃいん {人員實習} nhân viên thực tập ◊ intern employee

수습생 [修習生] (实习生) shíxísheng <修習生> しゅうしゅうせい {實習生} thực tập sinh ◊ trainees

수시로 [隨時로] (无论何时) wúlùn héshí <何時でも> なんどきでも {不據旿节} bất cứ lúc nào ◊ at any time

수식 [數式] (数学式) shùxué shì <数式> すうしき {表式算學} biểu thức toán học ◊ equation

수식 [修飾] (修饰) xiūshì <修飾> しゅうしょく {修飾} tu sức ◊ adorn; embellish

수신 [水神] (水神) shuǐ shén <水神> すいじん {水神} thủy thần ◊ Water God

수신 [隨身] (随身) suíshēn <随身> ずいじん {隨身} tùy thân ◊ carry along

수신 [修身] (修身) xiūshēn <修身> しゅうしん {修身} tu thân ◊ morality cultivation; moral training

수신장치 [受信裝置] (接受设备) jiēshòu shèbèi <受信裝置> じゅしんそうち {執認設備} chấp nhận thiết bị ◊ receiving equipment

수신호 [手信號] (手信号) shǒu xìnhào <手信号> てしんごう {信號枘} tín hiệu tay ◊ hand signal

수심 [水深] (水深) shuǐshēn <水深> すいしん {度渗贴渚} độ sâu của nước ◊ depth of water

수십 [數十] (几十) jī shí <何十> なんじゅう {羆迊吧遠} vài chục ◊ dozens of

수압 [水壓] (水压) shuǐyā <水压> すいあつ {水壓} thùy áp ◊ hydraulic

수압기 [水壓機] (水压机) shuǐyā jī <水壓機> すいあつき {水壓機} thùy áp cơ ◊ hydraulic press

수양 [垂楊] (垂杨) chuí yáng <垂楊> すいよう {垂楊} thùy dương ◊ weeping poplar

수양 [修養] (修养) xiūyǎng <修養> しゅうよう {修養} tu dưỡng ◊ self-cultivation

수업 [授業] (授课) shòukè <授業> じゅぎょう {排學} bài học ◊ lesson

수업 [修業] (修业) xiūyè <修業> しゅぎょう {修業} tu nghiệp ◊ study

수업거부 [修業拒否] (罢课) bàkè <授業拒否> じゅぎょうきょひ {罷課} bãi khóa ◊ student's strike; school boycott

수업과제 [授業課題] (功课) gōngkè <授業> じゅぎょう {排習让垃} bài tập trên lớp ◊ classwork

수업시간표 [授業 時間表] (课表) kèbiǎo <授業 時間表> じゅぎょうじかんひょう {課表} khóa biểu ◊ curriculum

수여 [授與] (授与) shòu yú <授与> じゅよ {鑭賞賖} giải thưởng cho ◊ award to

수역 [水域] (水域) shuǐyù <水域> すいいき {水域} thủy vực ◊ territorial waters

수역시설 [水域施設] (水域设施) shuǐyù shèshī <水域施設> すいいきしせつ {工程渃} công trình nước ◊ water facility

수연 [愁然] (愁然) chóurán <愁然> しゅうぜん {惚忙} buồn bã ◊ sorrowfully

수연 [垂涎] (垂涎) chuíxián <垂涎> すいぜん {嚕渴} thèm khát ◊ avid desire; craving

수연 [壽宴|壽筵] (寿宴) shòuyàn <長壽宴会> ちょうじゅえんかい {錯楜壽} tiệc mừng thọ ◊ elderly birthday feast

수연 [水煙] (水烟) shuǐyān <水煙> みずけむり {竿罋} điếu ống ◊ hookah; shishah; waterpipe

수열 [數列] (数列) shùliè <数列> すうれつ {數列} số liệt ◊ sequence

수염 [鬚髯] (胡须) húxū <鬚> ひげ {髭齗|顝魝|鬚槳} râu dưới ◊ whiskers

수영 [水泳] (游泳) yóuyǒng <泳ぐ> およぐ {渣濕} bơi lội ◊ swim

수영 튜브 [水泳 tube] (游泳圈) yóuyǒng juān <浮き輪> うきわ {瑗渧} vòng bơi ◊ rubber ring

수영금지 [水泳禁止] (禁止游泳) jinzhǐ yóuyǒng <水泳禁止> すいえいきんし {禁渧濕} cấm bơi lội ◊ no swimming

수영기구 [水泳器具] (游泳器材) yóuyǒng qìcái <水泳用品> すいえいようひん {用具濕} dụng cụ bơi ◊ swimming equipment

수영모 [水泳帽] (泳帽) yǒngmào <水泳帽> すいえいぼう {帔濕} mũ tắm ◊ cap

수영법 [水泳法] (游泳方法) yóuyǒng fāngfǎ <水泳法> すいえいほう {猺渧濕} phép bơi lội ◊ swimming style

수영복 [水泳服] (泳装) yǒngzhuāng <水着> みずぎ {椎濕} đồ bơi ◊ swimsuit

수영선수 [水泳選手] (游泳运动员) yóuyǒng yùndòngyuán <水泳選手> すいえいせんしゅ {運動員濕} vận động viên bơi lội ◊ swimmer

수예 [手藝] (手艺) shǒuyì <手工芸> しゅこうげい {手藝} thủ nghệ ◊ craft

수온 [水溫] (水温) shuǐ wēn <水温> すいおん {熱度渃} nhiệt độ nước ◊ water temperature

수온게이지 [水溫 gauge] (水温计) shuǐ wēn jì <水

温計> すいおんけい {檳榔熱度渚} máy đo nhiệt độ nước ◊ temperature gauge

수요 [需要] (需要) xūyào <需要> じゅよう {需要} nhu yếu ◊ need

수요관리 [需要管理] (需求管理) xūqíu guǎnlǐ <需要制御> じゅようせいぎょ {管理需求} quản lý nhu cầu ◊ demand-side management

수요부문 [需要部門] (需求部门) xūqiú bùmén <需要部門> じゅようぶもん {領域需求} lĩnh vực nhu cầu ◊ demand sector

수요원리 [需要原理] (需求规律) xūqiú guīlǜ <需要原理> じゅようげんり {規律需求} quy luật nhu cầu ◊ rule of demand

수요일 [水曜日] (星期三) xīngqīsān <水曜日> すいようび {次罰|次四} thứ Tư ◊ Wednesday

수요품 [需要品] (需要品) xūyào pǐn <需要品> じゅようひん {需要品} nhu yếu phẩm ◊ need

수욕 [獸慾] (兽欲) shòuyù <獣のような欲望> けもののようなよくぼう {獸慾} thú dục ◊ animalistic desire

수욕 [羞辱] (羞辱) xiūrǔ <屈辱> くつじょく {羞辱} tu nhục ◊ humiliation

수용 [收容] (收容) shōuróng <収容> しゅうよう {收容} thu dung ◊ confinement

수용 [收用] (收用) shōu yòng <収用> しゅうよう {收用} thu dụng ◊ acceptance

수용성 [水溶性] (水溶性) shuǐ róng xing <水溶性> すいようせい {性水溶} tính thủy dung ◊ water solubility

수용액 [水溶液] (水溶液) shuǐ róngyè <水溶液> すいようえき {水溶液} thủy dung dịch ◊ aqueous solution

수용품 [需用品] (用品) yòngpǐn <需用品> じゅようひん {需用品} nhu dụng phẩm ◊ needed supplies

수용하다 [受容하다] (容纳) róngnà <受け入れる> うけいれる {容納} dung nạp ◊ accommodate; contain; hold

수우 [水牛] (水牛) shuǐniú <水牛> すいぎゅう {水牛} thủy ngưu ◊ buffalo

수운 [水運] (水运) shuǐyùn <水運> すいうん {運載 踏水} vận tải đường thủy ◊ river or sea transportation

수원 [愁怨] (愁怨) chóuyuàn <恨み> うらみ {愁怨} thù oán ◊ grudge

수원 [水源] (水源) shuǐyuán <水源> すいげん {源瀧} nguồn sông ◊ river source

수원 [隨員] (随员) suíyuán <随員> ずいいん {隨員} tùy viên ◊ attaché

수원 [修院] (修院) xiūyuàn <修院> しゅういん {修院} tu viện ◊ convent; friary

수원보호 [水原保護] (水源保护) shuǐyuán bǎohù <水原保護> すいばらほご {保衛源渚} bảo vệ nguồn nước ◊ conservation of water sources

수월하다 [一] (容易) róngyì <易しい> やさしい {禓扣|禓唎|易扣} dễ dàng ◊ easily

수위 [守衛] (守卫) shǒuwèi <守衛> しゅえい {保衛} bảo vệ ◊ guard

수위 [首位] (首位) shǒuwèi <首位> しゅい {首位} thủ vị ◊ first

수위 [水位] (水位) shuǐwèi <水位> すいい {水位} thủy vị ◊ water level

수위계 [水位計] (水位计) shuǐwèi jì <水位計> すいいけい {水位計} thủy vị kế ◊ water level gauge

수유 [授乳] (授乳) shòurǔ <授乳> じゅにゅう {授乳} thụ nhũ ◊ lactate

수유기 [授乳期] (哺乳期) bǔrǔqī <授乳期> じゅにゅうき {授乳期} thụ nhũ kỳ ◊ lactation period

수은 [水銀] (水银) shuǐyín <水銀> すいぎん {水銀} thủy ngân ◊ mercury

수은 기압계 [水銀氣壓計] (水银测压计) shuǐyín cè yā jì <水銀気圧計> すいぎんきあつけい {壓計水銀} áp kế thủy ngân ◊ mercury barometer

수은농도 [水銀濃度] (水银浓度) shuǐyín nóngdù <水銀濃度> すいぎんのうど {濃度水銀} nồng độ thủy ngân ◊ mercury concentration

수은등 [水銀燈] (水银灯) shuǐyín dēng <水銀灯> すいぎんとう {水銀燈} thủy ngân đăng ◊ mercury lamps

수은압력계 [水銀壓力計] (水银压力计) shuǐyín yālì jì <水銀圧力計> すいぎんあつりょくけい {壓計水銀} áp kế thủy ngân ◊ mercury manometer

수은오염 [水銀汚染] (水银污染) shuǐyín wūrǎn <水銀汚染> すいぎんおせん {污染水銀} ô nhiễm thủy ngân ◊ mercury contamination; mercury pollution

수은온도계 [水銀溫度計] (水银温度计) shuǐyín wēndùjì <水銀温度計> すいぎんおんどけい {熱計水銀} nhiệt kế thủy ngân ◊ mercury thermometer

수은전극 [水銀電極] (水银电极) shuǐyín diànjí <水銀電極> すいぎんでんきょく {電極水銀} điện cực thủy ngân ◊ mercury electrode

수은주 [水銀柱] (水银柱) shuǐyín zhù <水銀柱> すいぎんちゅう {水銀柱} thủy ngân trụ ◊

mercury columns

수은중독 [水銀中毒] (水银中毒) shuǐyín zhòngdú <水銀中毒> すいぎんちゅうどく {誤毒水銀} ngộ độc thủy ngân ◊ mercury intoxication; mercury poisoning

수은처리 [水銀處理] (水银处理) shuǐyín chǔlǐ <水銀処理> すいぎんしょり {處理水銀} xử lý thủy ngân ◊ mercury handling

수은축적 [水銀蓄積] (水银积累) shuǐyín jīlěi <水銀蓄積> すいぎんちくせき {積累水銀} tích lũy thủy ngân ◊ mercury accumulation

수은함량 [水銀含量] (水银含量) shuǐyín hánliàng <水銀含量> すいぎんがんりょう {含量水銀} hàm lượng thủy ngân ◊ mercury content

수은화합물 [水銀化合物] (水银化合物) shuǐyín huàhéwù <水銀化合物> すいぎんかごうぶつ {合質水銀} hợp chất thủy ngân ◊ mercuric compound

수음 [手淫] (手淫) shǒuyín <手淫> しゅいん {手淫} thủ dâm ◊ masturbation

수의 [隨意] (随意) suíyì <随意> ずいい {隨意} tùy ý ◊ random

수의동작 [隨意動作] (随意动作) suíyì dòngzuò <無作為動作> むさくいどうさ {怵慣移轉} thoải mái di chuyển ◊ random movement

수의사 [獸醫師] (兽医) shòuyī <獣医師> じゅういし {博士獸醫} bác sĩ thú y ◊ veterinarian

수의학 [獸醫學] (兽医学) shòuyīxué <獣医学> じゅういがく {獸醫學} thú y học ◊ veterinary medicine

수익 [收益] (收益) shōuyì <収益> しゅうえき {收益} thu ích ◊ earnings

수인 [囚人] (囚人) qiú rén <囚人> しゅうじん {囚人} tù nhân ◊ prisoners

수입 [收入] (收入) shōurù <収入> しゅうにゅう {收入} thu nhập ◊ revenue

수입 [輸入] (进口) jìnkǒu <輸入> ゆにゅう {入口} nhập khẩu ◊ import

수입의존도 [輸入依存度] (进口依赖度) jìnkǒu yīlài dù <輸入依存度> ゆにゅういぞんど {附屬包入口} phụ thuộc vào nhập khẩu ◊ rate of dependence on import

수입품 [輸入品] (进口品) jìnkǒu pǐn <輸入品> ゆにゅうひん {産品入口} sản phẩm nhập khẩu ◊ input product

수자 [首字] (首字) shǒuzì <頭字> かしらじ {字頭} tự đầu ◊ first letters; initial

수자원 [水資源] (水资源) shuǐ zīyuán <水資源> みずしげん {材源渃} tài nguyên nước ◊ water resources

수장 [收藏] (收藏) shōucáng <収藏> しゅうぞう {收藏} thu tàng ◊ collection

수장 [手掌] (手掌) shǒuzhǎng <手の掌> てのひら {脖瓶} giảng tay ◊ palm

수장 [首長] (首长) shǒuzhǎng <首長> しゅちょう {首長} thủ trưởng ◊ chief; high level leader; senior official

수재 [秀才] (秀才) xiùcai <秀才> しゅうさい {秀才} tú tài ◊ scholar

수저 [水底] (水底) shuǐdǐ <水底> すいてい {水底} thủy để ◊ underwater

수적 [仇敵] (仇敌) chóudí <仇敵> きゅうてき {仇敵} thù địch ◊ foe

수적 [手迹] (手迹) shǒujì <手跡> しゅせき {手迹} thủ tích ◊ handwriting

수적 [水滴] (水滴) shuǐdī <水滴> すいてき {渁渃} giọt nước ◊ droplet of water

수전노 [守錢奴] (守财奴) shǒucáinú <守銭奴> しゅせんど {趴尜嚟} người bủn xỉn ◊ miser; niggard; cheapskate

수정 [授精] (授精) shòujīng <受精> じゅせい {授精} thụ tinh ◊ insemination

수정 [水晶] (水晶) shuǐjīng <水晶> すいしょう {水晶} thủy tinh ◊ crystal

수정 [修正] (修正) xiūzhèng <修正> しゅうせい {扴惨|扴揩} sửa chữa ◊ renew

수정관 [輸精管] (输精管) shūjīngguǎn <輸精管> ゆせいかん {甕引精} ống dẫn tinh ◊ vas deferens

수정란 [受精卵] (受精卵) shòujīngluǎn <受精卵> じゅせいらん {受精卵} thụ tinh noãn ◊ fertilized egg; zygote

수제 [手製] (手制) shǒu zhì <手製> てせい {夕憑瓶} làm bằng tay ◊ handmade

수제과자 [手製菓子] (手製糕点) shǒuchè gāodiǎn <手作りビスケット> てずくり biscuit {柄手工} bánh thủ công ◊ handmade cookie

수조 [水槽] (水箱) shuǐxiāng <水槽> すいそう {瓾溚} chậu rửa ◊ water tank

수조 [水鳥] (水鸟) shuǐniǎo <水鳥> すいちょう {鴆渃} chim nước ◊ waterfowl

수조 [修造] (修造) xiūzào <修造> しゅうぞう {修造} tu tạo ◊ build and repair

수족관 [水族館] (水族馆) shuǐzúguǎn <水族館> すいぞくかん {水族館} thủy tộc quán ◊

aquarium

수종 [水腫] (水肿) shuǐzhǒng <水腫> すいしゅ
{水腫} thùy thũng ◊ dropsy

수종 [隨從] (随从) suícóng <随從> ずいじゅう
{隨從} tùy tòng ◊ following the lead

수주 [受注] (受注) shòu zhù <受注> じゅちゅう
{受注} thụ chú ◊ receiving an order

수준 [水準] (水准) shuǐzhǔn <水準> すいじゅん
{水準} thùy chuẩn ◊ level

수준기 [水準器] (水准器) shuǐzhǔn qì <水準器>
すいじゅんき {水準器} thùy chuẩn khí ◊
levelling instrument

수준의 [水準儀] (水准仪) shuǐzhǔnyí <水準儀>
すいじゅんぎ {水準儀} thùy chuẩn nghi ◊ spirit
level

수준점 [水準點] (水准点) shuǐzhǔn diǎn <水準点>
すいじゅんてん {水準點} thùy chuẩn điểm ◊
horizontal point

수중 [水中] (水中) shuǐ zhōng <水中> すいちゅう
{水中} thùy trung ◊ in the water

수중생물군 [水中生物群] (水生生物群) shuǐ
shēng shēngwùqún <水生生物群> すいせいせい
ぶつぐん {生物水生} sinh vật thùy sinh ◊ aquatic
biota

수지 [收支] (收支) shōuzhī <收支> しゅうし {收
支} thu chi ◊ income and expenses

수지 [樹脂] (树脂) shùzhī <樹脂> じゅし {茹}
nhựa ◊ resin

수지균형 [收支均衡] (收支均衡) shōuzhī jūnhéng
<收支均衡> しゅうしきんこう {斤對收支}
cân đối thu chi ◊ balance of payment

수직 [垂直] (垂直) chuízhí <垂直> すいちょく
{垂直} thùy trực ◊ vertical

수직면 [垂直面] (垂直面) chuízhí miàn <垂直面>
すいちょくめん {垂直面} thùy trực diện ◊
vertical faces

수직선 [垂直線] (垂直线) chuízhíxiàn <垂直線>
すいちょくせん {垂直線} thùy trực tuyến ◊
perpendicular

수진 [袖珍] (袖珍) xiùzhēn <袖珍> しゅうちん
{袖珍} tụ trân ◊ pocket size

수진본 [袖珍本] (袖珍书籍) xiùzhēn shūjí <袖珍
本> しゅうちんぼん {袖珍本} tụ trân bản ◊
pocket book

수질 [水質] (水质) shuǐzhì <水質> すいしつ {水
質} thùy chất ◊ water quality

수질 [髓質] (髓质) suǐ zhì <髓質> ずいしつ {髓
質} tùy chất ◊ medulla

수질검사 [水質檢查] (水质监测) shuǐzhì jiǎncè <
水質監視> すいしつかんし {觀察質量淿}
quan sát chất lượng nước ◊ water surveillance

수집 [收集|蒐集] (收集) shōují <收集> しゅうし
ゅう {收集} thu tập ◊ gather; collect

수집정리 [蒐集整理] (收拾整理) shōushi zhěnglǐ
<片付ける> かたずける {收拾整理} thu thập
chỉnh lý ◊ put in order

수차 [水車] (水车) shuǐ chē <水車> すいしゃ {水
車} thùy xa ◊ waterwheel

수처리 [水處理] (水处理) shuǐchǔlǐ <水処理> み
ずしょり {處理淿} xử lý nước ◊ water treatment

수척하다 [瘦瘠하다] (消瘦) xiāoshòu <痩せる>
やせる {減斤} giảm cân ◊ lose weight

수천수만 [數千數萬] (千千万万) qiān qiān wàn
wàn <千々に> ちじに {行兆} hàng triệu ◊
thousands and millions; countless

수첩 [手帖] (记事本) jìshìběn <手帳> てちょう
{簶覸剤} sổ ghi chép ◊ notebook; memo pad;
pocket diary

수초 [水草] (水草) shuǐcǎo <水草> みずくさ {水
草} thùy thảo ◊ aquatic plant; waterweed;
hydrophyte

수축 [收縮] (收缩) shōusuō <收縮> しゅうしゅく
{收縮} thu súc ◊ shrink

수출 [輸出] (出口) chūkǒu <輸出> ゆしゅつ {出
口} xuất khẩu ◊ output

수출상 [輸出商] (出口商) chūkǒushāng <輸出商>
ゆしゅつしょう {出口商} xuất khẩu thương ◊
exporters

수출입 [輸出入] (进出口) jìnchūkǒu <輸出入> ゆ
しゅつにゅう {出入口} xuất nhập khẩu ◊ export
and import

수출품 [輸出品] (出口产品) chūkǒu chǎnpǐn <輸
出品> ゆしゅつひん {産品出口} sản phẩm xuất
khẩu ◊ exported goods

수치 [數值] (数值) shùzhí <数值> すうち {數値}
số trị ◊ numeric value

수치 [羞恥] (羞耻) xiūchǐ <恥> はじ {恍憪} hổ
thẹn ◊ shame

수치감 [羞恥感] (羞耻感) xiūchǐgǎn <羞恥心> し
ゅうちしん {事醜慌} sự xấu hổ ◊ sense of shame

수치료 [水治療] (水疗) shuǐliáo <水治療法> す
いちりょうほう {水療} thùy liêu ◊ hydrotherapy

수치심 [羞恥心] (羞耻心) xiūchǐ xīn <羞恥心> し
ゅうちしん {感覧恍憪} cảm thấy hổ thẹn ◊

shame

수칙 [守則] (守则) shǒuzé <守則> しゅそく {守則} thủ tắc ◊ code; rule; regulation

수캐 [－] (公狗) gōng gǒu <雄犬> おすいぬ {狫㹝} chó đực ◊ male dog

수탁 [受託] (受托) shòutuō <受託> じゅたく {受託} thụ thác ◊ entrusted

수탄 [愁歎|愁嘆] (愁叹) chóu tàn <愁歎> しゅうたん {愁歎} sầu thán ◊ sigh

수태 [受胎] (受孕) shòuyùn <受胎> じゅたい {受胎} thụ thai ◊ fecundation; insemination; impregnation; became pregnant

수편 [隨便] (随便) suíbiàn <随意> ずいい {自願} tự nguyện ◊ voluntary

수평 [水平] (水平) shuǐpíng <水平> すいへい {水平} thủy bình ◊ level

수평면 [水平面] (水准面) shuǐzhǔn miàn <水平面> みずへいめん {彼𩈘昂} bề mặt ngang ◊ level surface

수평선 [水平線] (地平线) dìpíngxiàn <地平線> ちへいせん {蹎𡗶} chân trời ◊ horizon

수표 [手票] (支票) zhīpiào <小切手> こぎって {𧢿} séc ◊ check

수피 [樹皮] (树皮) shùpí <樹皮> じゅひ {樹皮} thụ bì ◊ tree bark

수필 [隨筆] (随笔) suíbǐ <随筆> ずいひつ {隨筆} tùy bút ◊ essay

수하 [樹下] (树下) shù xià <樹下> じゅか {樹下} thụ hạ ◊ under the tree

수하물 [手荷物] (手提行李) shǒutí xíngli <手荷物> てにもつ {行李搩𢭲} hành lý xách tay ◊ hand luggage

수학 [數學] (数学) shùxué <数学> すうがく {數學} số học ◊ mathematics

수학 [修學] (修学) xiū xué <修学> しゅうがく {修學} tu học ◊ learning

수학과 [數學科] (数学系) shùxué jì <数学科> すうがくか {數學科} số học khoa ◊ mathematics

수학도구 [數學道具] (数学工具) shùxué gōngjù <数学道具> すうがくどうぐ {工具算學} công cụ toán học ◊ mathematical tool

수학분석 [數學分析] (数学分析) shùxué fēnxī <数学分析> すうがくぶんせき {分析算學} phân tích toán học ◊ mathematical analysis

수학용품 [數學用品] (数学用品) shùxué yòngpǐn <数学用品> すうがくようひん {𣑎用算學} đồ dùng toán học ◊ math supplies

수학표현 [數學表現] (数学表达式) shùxué biǎodáshì <数学的表現> すうがくてきひょうげん {表式算學} biểu thức toán học ◊ mathematical expression

수해 [水害] (洪患) hóng huàn <水害> ずいがい {淒淩} lũ lụt ◊ flood hazard

수해자 [受害者] (受害者) shòuhàizhě <受害者> じゅがいしゃ {難人} nạn nhân ◊ victim

수행 [隨行] (随行) suíxíng <随行> ずいこう {隨行} tùy hành ◊ accompanying

수행 [遂行] (执行) zhíxíng <遂行> すいこう {施行} thi hành ◊ accomplishment

수행 [修行] (修行) xiūxíng <修行> しゅぎょう {修行} tu hành ◊ practice

수향 [水鄕] (水乡) shuǐxiāng <水郷> すいきょう {水鄕} thủy hương ◊ land beside rivers and lakes

수혈 [輸血] (输血) shūxuè <輸血> ゆけつ {傳𧖱|伝𧖱} truyền máu ◊ blood transfusion

수형 [受刑] (受刑) shòu xíng <受刑> じゅけい {受刑} thụ hình ◊ be tortured

수호 [守護] (守护) shǒuhù <守護> しゅご {守護} thủ hộ ◊ guard

수호 [修好] (修好) xiūhǎo <修好> しゅうこう {修好} tu hảo ◊ establish good relations

수호신 [守護神] (守护神) shǒuhùshén <守護神> しゅごしん {守護神} thủ hộ thần ◊ tutelary

수화 [手話] (手语) shǒuyǔ <手話> しゅわ {言語記號} ngôn ngữ ký hiệu ◊ hand language; sign language

수화 [水火] (水火) shuǐ huǒ <水火> すいか {水火} thủy hỏa ◊ water and fire

수화 [繡花] (绣花) xiùhuā <绣花> 绣花 {绣花} thêu hoa ◊ embroidered

수화기 [受話器] (受话器) shòu huà qì <受話器> じゅわき {受話器} thụ thoại khí ◊ receiver

수화물 [水化物] (水合物) shuǐhéwù <水化物> すいかぶつ {水化物} thủy hóa vật ◊ hydrates

수확 [收穫] (收获) shōuhuò <収穫> しゅうかく {收穫} thu hoạch ◊ harvest

수확기 [收穫期] (收获季节) shōuhuò jìjié <収穫期> しゅうかくき {收穫期} thu hoạch kỳ ◊ harvest period

수확량 [收穫量] (收获量) shōuhuò liáng <収穫量> しゅうかくりょう {收穫量} thu hoạch lượng ◊ harvest volume

숙녀 [淑女] (淑女) shūnǚ <淑女> しゅくじょ {淑女} thục nữ ◊ gentle lady

숙려 [熟慮] (熟虑) shúlù <熟慮> じゅくりょ {熟慮} thục lự ◊ consider

숙련 [熟鍊|熟練] (熟练) shúliàn <熟練> じゅくれん {熟練} thục luyện ◊ skilled

숙면 [熟眠] (睡熟) shuìshú <熟睡> じゅくすい {眠昡睢|職眍睢} giấc ngủ ngon ◊ sound sleep

숙명 [宿命] (宿命) sùmìng <宿命> しゅくめい {宿命} túc mệnh ◊ destiny

숙명론 [宿命論] (宿命论) sùmìnglùn <宿命論> しゅくめいろん {宿命論} túc mệnh luận ◊ fatalism

숙박 [宿泊] (住宿) zhùsù <住まい> すまい {㝪庢|茹住} nhà trọ ◊ accommodation

숙박료 [宿泊料] (住宿费) zhùsù fèi <宿泊料> しゅくはくりょう {支費留住} chi phí lưu trú ◊ accommodation fee

숙박인 [宿泊人] (房客) fángkè <宿泊人> しゅくはくにん {房客} phòng khách ◊ lodger

숙박자 명부 [宿泊者名簿] (住宿者名单) zhùsù zhě míngdān <宿泊者名簿> しゅくはくしゃめいぼ {名冊行客} danh sách hành khách ◊ register list

숙부 [叔父] (叔父) shūfù <叔父> おじ {叔} chú ◊ uncle

숙소 [宿所] (住处) zhùchù <宿泊所> しゅくはくじょ {坦留住} nơi lưu trú ◊ accomodation

숙수 [熟睡] (熟睡) shúshuì <熟睡> じゅくすい {熟睡} thục thụy ◊ sound asleep

숙식 [宿食] (食宿) shísù <食宿> しゅくじき {房盞粑內住} phòng ở và nội trú ◊ room and board

숙어 [熟語] (成语) chéngyǔ <熟語> じゅくご {熟語} thục ngữ ◊ idiom

숙영 [宿營] (宿营) sùyíng <宿営> しゅくえい {宿營} túc dinh ◊ camping

숙영지 [宿營地] (宿营地) sùyíngdì <宿営地> しゅくえいち {區攃寨} khu cắm trại ◊ campsite

숙원 [宿願] (宿愿) sùyuàn <宿願> しゅくがん {宿願} túc nguyện ◊ wish

숙제 [宿題] (作业) zuòyè <宿題> しゅくだい {排習} bài tập ◊ homework

숙지 [熟知] (熟知) shúzhī <熟知> じゅくち {熟知} thục tri ◊ know very well

숙지황 [熟地黃] (熟地黄) shúdì huáng <熟地黄> じゅくじおう {熟地黃} thuộc địa huỳnh ◊ rehmannia glutinosa

숙청 [肅淸] (肃清) sùqīng <肅清> しゅくせい {肅淸} túc thanh ◊ purifying

숙피 [熟皮] (熟皮) shú pí <熟皮> じゅくがわ {熟皮} thục bì ◊ cooked skin

순간 [瞬間] (瞬间) shùnjiān <瞬間> しゅんかん {頃刻} khoảnh khắc ◊ moment

순검 [巡檢] (巡检) xún jiǎn <巡檢> じゅんけん {巡檢} tuần kiểm ◊ inspection tour

순견 [純絹] (纯绢) chún juàn <純絹> じゅんけん {純絹} thuần quyên ◊ pure silk

순결 [純潔] (纯洁) chúnjié <純潔> じゅんけつ {純潔} thuần khiết ◊ pure and honest

순경 [順境] (顺境) shùnjìng <順境> じゅんきょう {順境} thuận cảnh ◊ favourable circumstances

순경 [巡警] (巡警) xúnjǐng <巡警> じゅんけい {巡警} tuần cảnh ◊ patrol brigade

순계 [純系] (纯系) chún jì <純系> じゅんけい {純系} thuần hệ ◊ pure bloodline

순국 [殉國] (殉国) xùnguó <殉国> じゅんこく {殉國} tuẫn quốc ◊ die for one's country; martyrdom

순금 [純金] (纯金) chúnjīn <純金> じゅんきん {純金} thuần kim ◊ pure gold

순난 [殉難] (殉难) xùnnàn <殉難> じゅんなん {殉難} tuẫn nạn ◊ martyrdom

순도 [純度] (纯度) chúndù <純度> じゅんど {純度} thuần độ ◊ purity

순동 [純銅] (纯铜) chún tóng <純銅> じゅんどう {純銅} thuần đồng ◊ pure copper

순라 [巡邏] (巡逻) xúnluó <巡邏> じゅんら {巡更} tuần canh ◊ patrol

순라군 [巡邏軍] (巡逻兵) xúnluó bīng <巡邏軍> じゅんらぐん {巡兵} tuần binh ◊ patrolling soldier

순량 [純量] (纯量) chún liáng <純量> じゅんりょう {純量} thuần lượng ◊ net quantity

순록 [馴鹿] (驯鹿) xùnlù <馴鹿> となかい {馴鹿} tuần lộc ◊ reindeer

순리 [純利] (纯利) chúnlì <純利> じゅんり {純利} thuần lợi ◊ net profit

순리 [順理] (顺理) shùn lǐ <順理> じゅんり {順理} thuận lý ◊ logically

순망치한 [脣亡齒寒] (唇齿相依) chúnchǐ xiāngyī <唇齒相依> しんしそうい {唇齒相依} thần xỉ tương y ◊ closely related and mutually dependent

순면 [純綿] (纯棉) chún mián <純綿> じゅんめん {檽原質} bông nguyên chất ◊ pure cotton

순모 [純毛] (纯毛) chún máo <純毛> じゅんもう {毬原質} lông nguyên chất ◊ pure wool

순문학 [純文學] (纯文学) chún wénxué <純文学> じゅんぶんがく {純文學} thuần văn học ◊ belles-lettres

순미 [純美] (纯美) chún měi <純美> じゅんび {純美} thuần mỹ ◊ pure beauty

순박 [淳朴|淳樸|醇朴] (纯朴) chúnpǔ <純樸> じゅんしらき {純樸} thuần phác ◊ simple

순박성 [淳朴性] (纯朴性) chúnpǔ <純朴性> じゅんぼく {性純樸} thuần phác ◊ simple and honest

순백 [純白] (纯白) chúnbái <純白> じゅんぱく {純白} thuần bạch ◊ pure white

순백색 [純白色] (纯白色) chúnbái sè <純白色> じゅんぱくいろ {純白色} thuần bạch sắc ◊ pure white

순사 [巡查] (巡查) xúnchá <巡查> じゅんさ {巡查} tuần tra ◊ inspection

순색 [純色] (纯色) chún sè <純色> じゅんしょく {純色} thuần sắc ◊ solid color; pure color

순생산량 [純生産量] (净产量) jìng chǎnliàng <純生産量> じゅんせいさんりょう {能率冸} năng suất ròng ◊ net production

순서 [順序] (顺序) shùnxù <順序> じゅんじょ {次序} trật tự ◊ order

순서번호 [順序番號] (顺序号) shùnxù háo <順序番号> じゅんじょばんごう {數次序} số thứ tự ◊ serial number; code

순수 [純粹] (纯粹) chúncuì <純粹> じゅんすい {純粹} thuần túy ◊ pureness

순수배양 [純粹培養] (纯培养) chún péiyǎng <純粹培養> じゅんすいばいよう {墫造純粹} đào tạo thuần túy ◊ pure culture

순수액 [純收額] (纯收额) chún shōu é <純收入> じゅんしゅうにゅう {營收純} doanh thu thuần ◊ net revenue

순시 [巡視] (巡视) xúnshì <巡視> じゅんし {巡視} tuần thị ◊ patrol

순애 [純愛] (纯爱) chún ài <純愛> じゅんあい {純愛} thuần ái ◊ pure love

순양함 [巡洋艦] (巡洋舰) xúnyángjiàn <巡洋艦> じゅんようかん {巡洋艦} tuần dương hạm ◊ cruiser

순역 [順逆] (顺逆) shùn nì <順逆> じゅんぎゃく {進躟} tiến lùi ◊ forward and reverse

순연 [巡演] (巡演) xún yǎn <巡演> じゅんえん {巡演} tuần diễn ◊ touring performance

순위 [順位] (排名) páimíng <順位> じゅんい {級垉; 次項} cấp bậc; thứ hạng ◊ ranks

순유 [巡遊] (巡游) xúnyóu <巡遊> じゅんゆう {巡遊} tuần du ◊ tour; travelling around

순은 [純銀] (纯银) chún yín <純銀> じゅんぎん {純銀} thuần ngân ◊ pure silver

순음 [純音] (纯音) chúnyīn <純音> じゅんおん {純音} thuần âm ◊ pure sound

순응 [順應] (顺应) shùnyìng <順応> じゅんのう {順應} thuận ứng ◊ adaptation; conform to

순이익 [純利益] (纯利益) chúnliyì <純利益> じゅんりえき {純利益} thuần lợi ích ◊ pure profit

순정 [純情] (纯情) chúnqíng <純情> じゅんじょう {純情} thuần tình ◊ innocence

순조롭다 [順調롭다] (顺利) shùnlì <上手く行く> うまくいく {順利} thuận lợi ◊ smoothly

순종 [純種] (纯种) chúnzhǒng <純種> じゅんしゅ {純血} thuần huyết ◊ purebred

순직 [殉職] (殉职) xùnzhí <殉職> じゅんしょく {殉職} tuẩn chức ◊ dead

순진 [純眞] (纯真) chúnzhēn <純真> じゅんしん {純眞} thuần chân ◊ pure

순차 [順差] (顺差) shùnchā <入超> にゅうちょう {入超} nhập siêu ◊ business surplus; import surplus

순차 [順次] (顺次) shùncì <順次> じゅんじ {順次} thuận thứ ◊ sequentially

순찰하다 [巡察하다] (巡察) xúncá <巡察する> じゅんさつする {巡查} tuần tra ◊ patrol

순초 [巡哨] (巡哨) xún shào <巡哨> じゅんしょう {巡哨} tuần tiễu ◊ patrol posts

순풍 [純風] (纯风) chún fēng <純風> じゅんふう {純風} thuần phong ◊ pure style

순항 [巡航] (巡航) xúnháng <巡航> じゅんこう {巡航} tuần hàng ◊ cruising

순혈 [純血] (纯血) chún xuè <純血> じゅんけつ {純血} thuần huyết ◊ purebred

순화 [純化] (纯化) chún huā <純化> じゅんか {純化} thuần hóa ◊ purification

순화 [馴化] (驯化) xùnhuà <馴化> じゅんか {馴化} tuần hóa ◊ domestication

순환 [循環] (循环) xúnhuán <循環> じゅんかん {循環} tuần hoàn ◊ circulate; cycle

순환경제 [循環經濟] (循环经济) xúnhuán jīngjì <循環経済> じゅんかんけいざい {經濟循環} kinh tế tuần hoàn ◊ circular economy; cyclic economy

순환계 [循環系] (循环系统) xúnhuán xìtǒng <循環系> じゅんかんけい {系循環} hệ tuần hoàn ◊ cardiovascular

순환기 [循環期] (循环期) xúnhuán qī <循環期> じゅんかんき {循環期} tuần hoàn kỳ ◊ cycle period

순환농업 [循環農業] (循环农业) xúnhuán nóngyè <循環農業> じゅんかんのうぎょう {農業循環} nông nghiệp tuần hoàn ◊ cyclic agriculture

순환론 [循環論] (循环理论) xúnhuán lǐlùn <循環論> じゅんかんろん {循環論} tuần hoàn luận ◊ circular theory

순환선 [循環線] (循环线) xúnhuán xiàn <循環線> じゅんかんせん {循環線} tuần hoàn tuyến ◊ circular lines

순환압력 [循環壓力] (循环压力) xúnhuán yālì <循環圧力> じゅんかんあつりょく {壓率循環} áp suất tuần hoàn ◊ circulating pressure

순환영역 [循環領域] (循环领域) xúnhuán lǐngyù <循環領域> じゅんかんりょういき {區域循環} khu vực tuần hoàn ◊ circulation zone

순환장치 [循環裝置] (循环装置) xúnhuán zhuāngzhì <循環装置> じゅんかんそうち {設備循環} thiết bị tuần hoàn ◊ circulating device

순환통로 [循環通路] (循环通路) xúnhuán tōnglù <循環通路> じゅんかんつうろ {踸踣循環} con đường tuần hoàn ◊ circulation path

순환형제품 [循環型製品] (循环型产品) xúnhuán xíng chǎnpǐn <循環型製品> じゅんかんがたせいひん {産品循環} sản phẩm tuần hoàn ◊ circulating product

순회 [巡回|巡廻] (巡回) xúnhuí <巡回> じゅんかい {巡迴} tuần hồi ◊ going around; patrol

순회강연 [巡廻講演] (巡回演讲) xúnhuí yǎnjiǎng <巡回講演> じゅんかいこうえん {演說遊歷} diễn thuyết du lịch ◊ tour speeches

순회공연 [巡廻公演] (巡回公演) xúnhuí gōngyǎn <巡回公演> じゅんかいこうえん {表演遊歷} biểu diễn du lịch ◊ tour performance; road show

순효율 [純效率] (净效率) jìng xiàolǜ <純效率> じゅんこうりつ {效果湧} hiệu quả ròng ◊ net efficiency

순후 [淳厚] (淳厚) chúnhòu <淳厚> あつしあつ {淳厚} thuần hậu ◊ pure and honest; simple and kind

술꾼 [ㅡ] (酒鬼) jiǔguǐ <酔っ払い> よっぱらい {𠊛酙醹} người nghiện rượu ◊ drinker

술병 [술瓶] (酒瓶) jiǔ píng <ワインボトル> wine bottle {破醹} chai rượu ◊ wine bottle

술어 [述語] (谓语) wèiyǔ <述語> じゅつご {謂語} vị ngữ ◊ predicate

술어 [術語] (术语) shùyǔ <術語> じゅつご {術語} thuật ngữ ◊ terminology; nomenclature

술잔 [술盞] (酒杯) jiǔbēi <酒盃> しゅはい {璃醹} ly rượu ◊ wine glass

술집 [ㅡ] (酒铺) jiǔ pū <酒場> さかば {館醹} quán rượu ◊ tavern; liquor store

숫자 [數字] (数字) shùzì <数値> すうち {數} số ◊ numeric value

숫자화 [數字化] (数字化) shùzìhuà <数字化> すうじか {數化} số hóa ◊ digitize; digitization

숭경 [崇敬] (崇敬) chóngjìng <崇敬> すうけい {崇敬} sùng kính ◊ reverence

숭고 [崇高] (崇高) chónggāo <崇高> すうこう {崇高} sùng cao ◊ lofty

숭배 [崇拜] (崇拜) chóngbài <崇拝> すうはい {崇拜} sùng bái ◊ adore

숯불 [ㅡ] (木炭火) mùtàn huǒ <炭火> すみび {焒炭} lửa than ◊ charcoal fire

숲 [ㅡ] (林) lín <林> はやし {蓓椄} bụi cây ◊ bush; shrub

쉬다 [ㅡ] (休息) xiūxi <休息> きゅうそく {𢬣𩠖} nghỉ ngơi ◊ rest

쉽다 [ㅡ] (容易) róng yì <易しい> やさしい {𥙩} dễ ◊ easy

슈퍼마켓 [supermarket] (超市) chāo shì <スーパー> super {超市} siêu thị ◊ supermarket

스무살 [ㅡ] (二十岁) èr shí suì <二十歳> はたち {𠄩𨔿檅} hai mươi tuổi ◊ twenty years old

스승 [ㅡ] (师傅) shīfu <師匠> ししょう {師父} sư phụ ◊ master

스웨덴 [Sweden] (瑞典) ruìdiǎn <スウェーデン> Sweden {瑞典} Thụy Điển ◊ Sweden

스위스 [Swiss] (瑞士) ruìshì <スイス> Swiss {瑞士} Thụy Sĩ ◊ Switzerland

스위치 [switch] (开关) kāiguān <スイッチ> switch {工塞} công tắc ◊ switch

스위칭 [switching] (转接) zhuǎnjiē <転接> てんせつ {轉接} chuyển tiếp ◊ switching; transfer

스크린 [screen] (屏幕) píngmù <スクリーン> screen {幪形; 幪影} màn hình; màn ảnh ◊ screen

스키장 [ski 場] (滑雪场) huáxuě cháng <スキー場> ski じょう {區踤雪|區跌雪} khu trượt tuyết ◊ ski field

스타일 [style] (风格) fēnggé <スタイル> style {風格} phong cách ◊ style

스톡 [stock] (股票) gǔpiào <ストック> stock {股

票} cổ phiếu ◊ stock

스튜디오 [studio] (演播室) yǎnbōshì <放送室> ほうそうしつ {房發聲} phòng phát thanh ◊ studio

스트라이크 [strike] (罢工) bàgōng <ストライキ> strike {罷工} bãi công ◊ strike

스트리핑 제제 [stripping 製劑] (剥离剂) bōlí jì <ストリッピング剤> stripping ざい {質擶} chất tước ◊ stripping agent

스펙트럼 [spectrum] (波谱) bōpǔ <スペクトラム> spectrum {波譜} ba phổ ◊ spectrum

스폰서 [sponsor] (主办者) zànzhù <スポンサー; 支弁者> sponsor; しべんしゃ {趴擔保} người bảo đảm ◊ sponsor

슬갑 [膝甲] (膝甲) xī jiǎ <佩楯> はいだて {膝甲} tất giáp ◊ knee armor

슬개골 [膝蓋骨] (膝盖骨) xīgàigǔ <膝骨> ひざぼね {髕柄骹} xương bánh chè ◊ knee-cap; patella

슬기롭다 [一] (聪慧) cōnghuì <賢い> かしこい {坤} khôn ◊ quick-witted

슬라이드 [slide] (幻灯) huàndēng <スライド> slide {幻燈} ảo đăng ◊ magic lantern

슬로건 [slogan] (标语) biāoyǔ <標語> ひょうご {口號} khẩu hiệu ◊ slogan

슬프다 [一] (难过) nán'guò <悲しい> かなしい {悲傷} bi thương ◊ sadness

슬하 [膝下] (膝下) xīxià <膝下> ひざもと {膝下} tất hạ ◊ near one's knee; by one's side

습격 [襲擊] (袭击) xíjī <襲擊> しゅうげき {襲擊} tập kích ◊ raid

습관 [習慣] (习惯) xíguàn <習慣> しゅうかん {習慣} tập quán ◊ custom; habit

습관법 [習慣法] (习惯法) xíguànfǎ <習慣法> しゅうかんほう {習慣法} tập quán pháp ◊ common law

습관성 [習慣性] (习惯性) xíguàn xìng <習慣性> しゅうかんせい {性習慣} tính tập quán ◊ custom; habitual

습관음 [習慣音] (习惯音) xíguàn yīn <習慣音> しゅうかんおん {音習慣} âm tập quán ◊ habit-forming sounds

습관화 [習慣化] (习惯化) xíguànhuà <習慣化> しゅうかんか {習慣化} tập quán hóa ◊ habituation; becoming a habit

습기 [濕氣] (湿气) shīqì <湿気> しっけ {濕氣} thấp khí ◊ moisture; humidity; dampness

습도 [濕度] (湿度) shīdù <湿度> しつど {度澄}

습도 계수 [濕度係數] (湿度系数) shīdù xìshù <湿度系数> しつどけいすう {係數度澄} hệ số độ ẩm ◊ coefficient of humidity

습도적용 [濕度適用] (湿度适用) shīdù shìyòng <湿度適用> しつどてきよう {度澄押用} độ ẩm áp dụng ◊ application of humidity

습도측정 [濕度測定] (湿度测定) shīdù cèdìng <湿度測定> しつどそくてい {確定度澄} xác định độ ẩm ◊ measurement of humidity

습득 [拾得] (拾得) shí dé <拾得> しゅうとく {拾得} thập đắc ◊ finding

습득 [習得] (习得) xí dé <習得> しゅうとく {習得} tập đắc ◊ learned

습성 [習性] (习性) xíxìng <習性> しゅうせい {習性} tập tính ◊ habit

습속 [習俗] (习俗) xísú <習俗> しゅうぞく {習俗} tập tục ◊ customs

습열 [濕熱] (湿热) shī rè <湿熱> しつねつ {濕熱} thấp nhiệt ◊ damp and hot

습윤 [濕潤] (湿润) shīrùn <湿潤> しつじゅん {澄渴} ẩm ướt ◊ moisture

습윤공기 [濕潤空氣] (湿空气) shī kōngqì <湿気> しっけ {空氣澄} không khí ẩm ◊ moist air

습윤관개 [濕潤灌漑] (湿润灌漑) shīrùn guàngài <湿潤灌漑> しつじゅんかんがい {挑湃} tưới ẩm ◊ moistening irrigation

습윤기후 [濕潤氣候] (湿润气候) shīrùn qìhòu <湿潤気候> しつじゅんきこう {氣候澄渴} khí hậu ẩm ướt ◊ humid climate

습지 [濕地] (湿地) shīdì <湿地> しっち {瀋圬} đầm lầy ◊ swamp

습진 [濕疹] (湿疹) shīzhěn <湿疹> しっしん {濕疹} thấp chẩn ◊ eczema

습하다 [濕하다] (潮湿) cháoshī <湿っぽい> しめっぽい {澄渴|潮汔} ẩm ướt ◊ damp

승강 [昇降|陞降] (升降) shēngjiàng <昇降> しょうこう {昇降} thăng giáng ◊ lifting and descending

승강기 [昇降機] (电梯) diàntī <昇降機> しょうこうき {昇降機} thăng giáng cơ ◊ lift

승강장 [乘降場] (乘降场) chéng jiàng cháng <乘降場> じょうこうじょう {乘降場} thừa giáng trường ◊ boarding and disembarking area

승객 [乘客] (乘客) chéngkè <乘客> じょうきゃく {行客} hành khách ◊ passenger

승객흐름 [乘客흐름] (客流) kèliú <乘客の流れ>

じょうきゃくのながれ {流量行客} lưu lượng hành khách ◊ passenger flow

승경 [勝景] (胜景) shèngjǐng <勝景> しょうけい {勝景} thắng cảnh ◊ spectacular

승계 [承繼] (承继) chéngjì <承継> しょうけい {承繼} thừa kế ◊ inheritance

승급 [昇級|陞級] (升级) shēngjí <升級> しょうきゅう {升級} thăng cấp ◊ promotion; upgrade

승낙 [承諾] (承诺) chéngnùo <承諾> しょうだく {嘯許} hứa ◊ promise

승도 [僧徒] (僧徒) sēngtú <僧徒> そうと {僧徒} tăng đồ ◊ priests

승려 [僧侶] (僧侣) sēnglǚ <僧侶> そうりょ {僧侶} tăng lữ ◊ monk

승리 [勝利] (胜利) shènglì <勝利> しょうり {勝利} thắng lợi ◊ victory

승리를 거두다 [勝利를 거두다] (获胜) huò shèng <勝つ> かつ {戰勝} chiến thắng ◊ win

승리자 [勝利者] (胜利者) shènglìzhě <勝利者> しょうりしゃ {戰勝} chiến thắng ◊ winner

승마 [乘馬] (马术) mǎshù <乘馬> じょうば {駙馭|騎馭} cưỡi ngựa ◊ horseback riding

승마화 [乘馬靴] (马术鞋) mǎshù xié <乘馬靴> じょうばくつ {鞜駙馭|蹹騎馭} giày cưỡi ngựa ◊ riding boot

승멱 [乘冪] (幂) mì <冪> べき {累乘} lũy thừa ◊ power; exponent

승무원 [乘務員] (空务员) kōngwùyuán <乘務員> じょうむいん {接員航空} tiếp viên hàng không ◊ flight attendants

승문 [僧門] (僧门) sēng mén <僧門> そうもん {僧門} tăng môn ◊ priesthood

승방 [僧房] (僧房) sēng fáng <僧房> そうぼう {修院} tu viện ◊ monastery

승법 [乘法] (乘法) chéngfǎ <乘法> じょうほう {事因} sự nhân ◊ multiplication

승법표 [乘法表] (乘法表) chéngfǎ biǎo <乘法表> じょうほうひょう {榜九章} bảng cửu chương ◊ multiplication table

승복 [承服] (承服) chéng fú <承服> しょうふく {承服} thừa phục ◊ consent; agreeing; submission; compliance

승복 [僧服] (僧服) sēng fú <僧服> そうふく {僧服} tăng phục ◊ monk's robes

승산 [乘算] (乘算) chéng suàn <乘算> じょうざん {計因} tính nhân ◊ multiplication

승상 [丞相] (丞相) chéngxiàng <丞相> じょうし

ょう {丞相} thừa tướng ◊ prime minister

승선 [乘船] (乘船) chéngchuán <乘船> じょうせん {蓮軆} lên tàu ◊ embarkation

승세 [勝勢] (胜势) shèng shì <勝勢> しょうせい {勝勢} thắng thế ◊ favorable winning

승소 [勝訴] (胜诉) shèngsù <勝訴> しょうそ {勝訴} thắng tố ◊ win over; win a legal case

승수 [乘數] (乘数) chéngshù <乘數> じょうすう {數因} số nhân ◊ multiplier

승용차 [乘用車] (轿车) jiàochē <セダン> sedan {車簾覿} xe mui kín ◊ sedan car

승원 [僧院|僧園] (僧院) sēngyuàn <僧院> そういん {僧院} tăng viện ◊ monastery

승의 [僧衣] (僧衣) sēng yī <僧衣> そうい {僧衣} tăng y ◊ monk's robes

승인 [承認] (承认) chéngrèn <承認> しょうにん {承認} thừa nhận ◊ admit

승인서 [承認書] (批准书) pīzhǔn shū <承認書> しょうにんしょ {署批准} tờ phê chuẩn ◊ letter of approval

승인절차 [承認節次] (审批手续) shěnpī shǒuxù <審査手續> しんさてつづき {手續批閱} thủ tục phê duyệt ◊ approval process

승임 [陞任] (升任) shēngrèn <陞任> しょうにん {陞任} thăng nhậm ◊ promotion

승자 [勝者] (赢家) yíngjiā <勝者> しょうしゃ {馱戰勝} người chiến thắng ◊ winner

승전 [承前] (承前) chéng qián <承前> しょうぜん {承前} thừa tiền ◊ continued

승전 [勝戰] (胜仗) shèngzhàng <勝ち戦> かちいくさ {陣戰勝} trận chiến thắng ◊ winning battle

승제 [乘除] (乘除) chéngchú <乘除> じょうじょ {漆因翫漆攽} phép nhân và phép chia ◊ multiplication and division

승중 [僧衆] (僧众) sēng zhòng <僧衆> そうしゅう {僧衆} tăng chúng ◊ monks

승직 [僧職] (僧职) sēng zhí <僧職> そうしょく {僧職} tăng chức ◊ monkhood

승진 [昇進|陞進|升進] (晋升) jìnshēng <昇進> しょうしん {釋扴級} được nâng cấp ◊ be promoted

승차 [乘車] (乘车) chéngchē <乘車> じょうしゃ {搭車} đáp xe ◊ riding vehicle

승천 [昇天] (升天) shēngtiān <昇天> しょうてん {昇天} thăng thiên ◊ ascension

승패 [勝敗] (胜败) shèngbài <勝敗> しょうはい {勝敗} thắng bại ◊ win or lose

승화 [昇華] (升华) shēnghuá <昇華> しょうか

{昇華} thăng hoa ◊ sublimation

시 [詩] (诗) shī <詩> し {俳詩} bài thơ ◊ poem

시 [時] (时) shí <時> じ {晷} giờ ◊ hour

시가 [詩歌] (诗歌) shīgē <詩歌> しいか {詩歌} thi ca ◊ poetry

시가 [詩家] (诗家) shī jiā <詩家> しか {詩家} thi gia ◊ poet

시가 [時價] (时价) shíjià <時価> じか {時價} thời giá ◊ current price

시가 [市價] (市价) shìjià <市場価格> しじょうかかく {市價} thị giá ◊ market price

시각 [時刻] (时刻) shíkè <時刻> じこく {時刻} thời khắc ◊ moment

시각 [視角] (视角) shìjiǎo <視角> しかく {視角} thị giác ◊ visual angle

시각 [視覺] (视觉) shìjué <視覚> しかく {視覺} thị giác ◊ sight

시각기관 [視覺器官] (视觉器官) shìjué qìguān <視覺器官> しかくきかん {機關視覺} cơ quan thị giác ◊ visual organ; ocular organ

시각신경 [視角神經] (视角神经) shìjiǎo shénjīng <視角神経> しかくしんけい {神經視覺} thần kinh thị giác ◊ visual nerve

시각신호 [視覺信號] (视觉信号) shìjué xìnhào <視覚信号> しかくしんごう {信號視覺} tín hiệu thị giác ◊ visual signal; visible signal

시각오염 [視覺汚染] (视觉污染) shìjué wūrǎn <視覚汚染> しかくおせん {污染視覺} ô nhiễm thị giác ◊ visual pollution

시각지능 [視覺知能] (视觉认识) shìjué rènshí <視覚知能> しかくちのう {認識視覺} nhận thức thị giác ◊ visual perception

시각환경 [視角環境] (视觉环境) shìjué huánjìng <視角環境> しかくかんきょう {媒場視覺} môi trường thị giác ◊ visual environment

시간 [時間] (时间) shíjiān <時間> じかん {時間} thời gian ◊ time

시간관념 [時間觀念] (时间观念) shíjiān guānniàn <時間の観念> じかんのかんねん {概念時間} khái niệm thời gian ◊ time sense

시간량 [時間量] (时间量) shíjiān liáng <時間量> じかんりょう {時量} thời lượng ◊ time quantum

시간표 [時間表] (时间表) shíjiānbiǎo <時間表> じかんひょう {時表} thời biểu ◊ schedule; timetable

시계 [時計] (时钟) shízhōng <時計> とけい {銅鋤} đồng hồ ◊ clock

시계열 [時系列] (时间序列) shíjiān xùliè <時系列> じけいれつ {絳時間} chuỗi thời gian ◊ time series

시계탑 [時計塔] (钟楼) zhōnglóu <鐘楼> しょうろう {塔鐘} tháp chuông ◊ belfry

시골 [一] (乡下) xiāngxia <田舎> いなか {㳂雉} miền quê ◊ countryside

시골여자 [시골女子] (村女) cūn nǚ <村女> むらおんな {村女} thôn nữ ◊ village woman

시골집 [一] (山寨) shānzhài <山村> さんそん {腐岗} xóm núi ◊ mountain village

시골호족 [시골豪族] (乡豪) xiāng háo <里大物> さとおおもの {鄉豪} hương hào ◊ village big shot

시공 [施工] (施工) shīgōng <施工> しこう {施工} thi công ◊ construction

시공 [時空] (时空) shíkōng <時空> じくう {時空} thời không ◊ spacetime

시공 관리 [施工管理] (施工管理) shīgōng guǎnlǐ <施工管理> しこうかんり {管理礎埩} quản lý xây dựng ◊ construction management; CM

시구 [詩句] (诗句) shījù <詩句> しく {詩句} thi cú ◊ verse

시구 [市區] (市区) shì qū <市区> しく {市區} thị khu ◊ urban

시국 [時局] (时局) shíjú <時局> じきょく {時局} thời cục ◊ situation

시굴 [試掘] (试掘) shì jué <試掘> しくつ {試掘} thí quật ◊ test digging

시금석 [試金石] (试金石) shìjīnshí <試金石> しきんせき {試金石} thí kim thạch ◊ touchstone

시기 [猜忌] (猜忌) cāiji <猜忌> さいき {猜忌} xai ky ◊ be suspicious and jealous of

시기 [時機] (时机) shíjī <時機> じき {時機} thời cơ ◊ occasion

시기 [時期] (时期) shíqī <時期> じき {時期} thời kỳ ◊ period

시기질투 [猜忌嫉妬] (猜疑嫉妬) cāiyí jí dù <猜忌嫉妬> さいきしっと {猜疑嫉妬} sai nghi tật đố ◊ suspicion and jealousy

시나리오 [scenario] (情节) qíngjié <シナリオ> scenario {劇本} kịch bản ◊ scenario

시나리오작가 [scenario 作家] (剧作家) jùzuòjiā <劇作家> げきさっか {臥編劇} người biên kịch ◊ playwright

시내 [市內] (市内) shìnèi <市街> しがい {內城} nội thành ◊ intra-city

시내버스 [市內 bus] (市内公交车) shìnèi gōng jiāo

chē <市内バス> しない bus {車轔内城} xe buýt nội thành ◊ urban buses

시냇물 [一] (溪流) xīliú <渓流> けいりゅう {滆沔} suối núi ◊ mountain stream

시녀 [侍女] (侍女) shìnǚ <侍女> じじょ {侍女} đầy tớ gái ◊ maid

시대 [時代] (时代) shídài <時代> じだい {時代} thời đại ◊ era

시댁 [媤宅] (丈夫家) zhàngfu jiā <嫁ぎ先|夫の家> とつぎさき|おっとのいえ {茹馱} nhà chồng ◊ family a woman has married into

시도 [市道] (市道) shì dào <市道> しどう {市道} thị đạo ◊ city roads

시도 [試圖] (尝试) chángshì <試みる> こころみる {試圖} thử đồ ◊ try

시독 [侍讀] (侍读) shì dòu <侍読> じどく {侍讀} thị đọc ◊ imperial tutor

시들다 [一] (枯萎) kūwěi <枯れる> かれる {瘁焠萃} héo ◊ wither

시랑 [豺狼] (豺狼) cháiláng <豺狼> さいろう {豺狼} sài lang ◊ jackal

시력 [視力] (视力) shìlì <視力> しりょく {歹昭} sức nhìn ◊ vision

시련 [試練] (试练) shì liàn <試練> しれん {試練} thí luyện ◊ trials

시례 [示例] (示例) shìlì <示例> しめせれい {示例} thị lệ ◊ example

시론 [時論] (时论) shí lún <時論> じろん {時論} thời luận ◊ commentary

시료자료 [試料資料] (化验材料) huàyàn cáiliào <試料資料> しりょうしりょう {物料化驗} vật liệu hóa nghiệm ◊ assay data

시료채취 [試料採取] (采样) cǎiyàng <試料採取> しりょうさいしゅ {袉模} lấy mẫu ◊ sampling

시립 [市立] (市立) shìlì <市立> しりつ {市立} thị lập ◊ municipal

시말 [始末] (始末) shǐmò <始末> しまつ {始末} thủy mạt ◊ beginning and end

시망막 [視網膜] (视网膜) shìwǎngmó <視網膜> しもうまく {網膜} võng mạc ◊ retina

시모녀 [媤母女] (儿媳) érxí <嫁御> よめご {𡥵妯} con dâu ◊ daughter in law

시목 [柴木] (柴木) chái mù <柴木> しばき {桂} củi ◊ firewood

시무 [時務] (时务) shí wù <時務> じむ {時務} thời vụ ◊ current affairs

시문 [詩文] (诗文) shīwén <詩文> しぶん {詩文} thi văn ◊ poetic prose

시문 [試問] (试问) shìwèn <試問> しもん {試問} thí vấn ◊ just ask

시미 [詩味] (诗味) shī wèi <詩味> しあじ {詩味} thi vị ◊ poetic

시민 [市民] (市民) shìmín <市民> しみん {市民} thị dân ◊ townspeople; citizen

시민문학 [市民文學] (市民文学) shìmín wénxué <市民文学> しみんぶんがく {文學公民} văn học công dân ◊ citizens literature

시발 [始發] (始发) shǐ fā <始発> しはつ {起行} khởi hành ◊ originating

시발역 [始發驛] (始发站) shǐ fā zhàn <始発駅> しはつえき {站起行; 輣出發} trạm khởi hành; ga xuất phát ◊ departure station

시보 [時報] (时报) shíbào <時報> じほう {時報} thời báo ◊ Times

시부 [詩賦] (诗赋) shī fù <詩賦> しふ {詩賦} thơ phú ◊ poetry and ode

시부재래 [時不再來] (时不再来) shí bùzài lái <時不再来> じふさいらい {時不再來} thời bất tái lai ◊ time will not come again

시비 [施肥] (施肥) shīféi <施肥> せひ|しひ {施肥} thi phì ◊ manuring; fertilize

시비 [詩碑] (诗碑) shī bēi <詩碑> しひ {詩碑} thi bi ◊ poetry monument

시비 [是非] (是非) shìfēi <是非> ぜひ {是非} thị phi ◊ right and wrong

시비곡직 [是非曲直] (青红皂白) qīng hóng zào bái <是非曲直> ぜひきょくちょく {𨁪𠳨} đúng sai ◊ right and wrong; black and white

시비선악 [是非善惡] (是非善恶) shìfēi shàn'è <是非善悪> ぜひぜんあく {是非善惡} thị phi thiện ác ◊ right and wrong, good and evil

시사 [詩詞] (诗词) shī cí <詩> し {詩} thơ ◊ poetry

시사 [詩社] (诗社) shī shè <詩社> ししゃ {詩社} thơ xã ◊ poets' club

시사 [詩史] (诗史) shī shǐ <詩史> しし {詩史} thơ sử ◊ history of poetry

시사 [時事] (时事) shíshì <時事> じじ {時事} thời sự ◊ current affairs

시사 [示唆] (唆使) suō shǐ <示唆> しさ {�意𢚸掎意醿} gợi ý thầm ◊ hint; implication

시사 [試射] (试射) shì shè <試射> ししゃ {試射} thí xạ ◊ test firing; test launching

시사평론 [時事評論] (时事评论) shíshì pínglùn <

時事評論> じじひょうろん {時論} thời luận ◊ running comment; current editorial

시산 [試算] (试算) shì suàn <試算> しさん {試算} thí toán ◊ trial calculation

시서 [詩書] (诗书) shī shū <詩書> ししょ {詩書} thơ thư ◊ book of poetry

시선 [詩仙] (诗仙) shīxiān <詩仙> しせん {詩仙} thơ tiên ◊ fairy poet; great poet

시선 [詩選] (诗选) shī xuǎn <詩選> しせん {詩選} thơ tuyển ◊ selected poems

시선 [時鮮] (时鲜) shí xiān <時鮮> じせん {時珍} thời trân ◊ treasure of the time; food and fruit

시선 [視線] (瞄准线) miáozhǔn xiàn <視線> しせん {蹄瞵} đường ngắm ◊ line of sight

시설 [施設] (设施) shèshī <施設> しせつ {設備} thiết bị ◊ facility

시설규모 [施設規模] (设施规模) shèshī guīmó <施設規模> しせつきぼ {規模基礎} quy mô cơ sở ◊ facility capacity

시세 [時勢] (时势) shíshì <時勢> じせい {時勢} thì thế ◊ times

시속 [時速] (时速) shísù <時速> じそく {時速} thời tốc ◊ speed

시스템 [system] (系统) xìtǒng <システム> system {系統} hệ thống ◊ system

시식 [試食] (试食) shì shí <試食> ししょく {試食} thí thực ◊ sampling food

시신 [詩神] (诗神) shī shén <詩神> ししん {神詩} thần thơ ◊ master of poetry

시신 [侍臣] (侍臣) shì chén <侍臣> じしん {侍臣} thị thần ◊ near official as servant under a feudal sovereign

시신경 [視神經] (视觉神经) shìjué shénjīng <視神経> ししんけい {視覺神經} thần kinh thị giác ◊ optic nerve

시아버지 [媤아버지] (公公) gōnggong <舅> しゅうと {翁內} ông nội ◊ father-in-law

시야 [視野] (视野) shìyě <視野> しや {視野} thị dã ◊ vision

시약 [試藥] (试药) shì yào <試藥> しやく {試藥} thí dược ◊ reagent

시어머니 [媤어머니] (婆婆) pópo <義母; 始> ぎぼ; しゅうとめ {媤婀} mẹ chồng ◊ mother-in-law

시어의 [侍御醫] (御医) yùyī <侍御医> じぎょい {御醫} ngự y ◊ royal physician

시외버스 [市外 bus] (长途汽车) chángtú qìchē <長距離バス> ちょうきょり bus {轄蹋胰} buýt đường dài ◊ long distance bus

시용 [試用] (试用) shìyòng <試用> しよう {試用} thí dụng ◊ tryout

시운 [時運] (时运) shíyùn <時運> じうん {時運} thời vận ◊ luck

시운전 [試運轉] (试运行) shì yùnxíng <試運転> しうんてん {試運轉} thí vận chuyển ◊ test run

시원하다 [一] (凉快) liángkuài <涼しい> すずしい {沫嘆} mát mẻ ◊ cool

시월 [十月] (十月) shíyuè <十月> じゅうがつ {胸逃} tháng mười ◊ October

시위 [示威] (示威) shìwēi <示威> じい {表情} biểu tình ◊ demonstrate

시위 [侍衛] (侍卫) shìwèi <侍衛> じえい {侍衛} thị vệ ◊ guard; house guard

시율 [詩律] (诗律) shīlù <詩律> しりつ {詩律} thơ luật ◊ poetry and verse

시의 [猜疑] (猜疑) cāiyí <猜疑> さいぎ {猜疑} sai nghi ◊ suspicion; jealousy

시의 [詩意] (诗意) shīyì <詩意> しい {詩意} thơ ý ◊ poetic style

시의 [時宜] (时宜) shíyí <時宜> じぎ {時宜} thời nghi ◊ right time

시인 [詩人] (诗人) shīrén <詩人> しじん {詩人} thơ nhân ◊ poet

시자 [侍者] (侍者) shìzhě <侍者> じしゃ {侍者} thị giả ◊ waiter

시작 [詩作] (诗作) shī zuō <詩作> しさく {詩作} thơ tác ◊ poems

시작 [始作] (入手) rùshǒu <着手> ちゃくしゅ {抒頭尒} bắt đầu với ◊ start with

시작되다 [始作되다] (起头) qǐtóu <始める> はじめる {抒頭} bắt đầu ◊ begin

시장 [市長] (市长) shìzhǎng <市長> しちょう {市長} thị trưởng ◊ mayor

시장 [市場] (市场) shìchǎng <市場> いちば {市場} thị trường ◊ market

시장개발부 [市場開發部] (市场开发部) shìchǎng kāifā bù <市場開発部> しじょうかいはつぶ {房開拓市場} phòng khai thác thị trường ◊ marketing department

시장경제 [市場經濟] (市场经济) shìchǎng jīngjì <市場経済> しじょうけいざい {經濟市場} kinh tế thị trường ◊ market economy

시장실패 [市場失敗] (市场失灵) shìchǎng shīlíng <市場失敗> しじょうしっぱい {失敗市場}

thất bại thị trường ◊ market failure

시장운영자 [市場運營者] (市场经营者) shìchǎng jīngyíngzhě <市場運營者> しじょううんえいしゃ {如調行市場} nhà điều hành thị trường ◊ market operator

시장점유율 [市場占有率] (市场占有率) shìchǎng zhàn yǒu lǜ <市場シェア> しじょう share {市份} thị phần ◊ market share

시장진입 [市場進入] (市场准入) shìchǎng zhǔn rù <市場進入> しじょうしんにゅう {接近市場} tiếp cận thị trường ◊ market access

시장침투 [市場浸透] (市场渗透率) shìchǎng shèntòu lǜ <市場浸透> しじょうしんとう {深入市場} thâm nhập thị trường ◊ market penetration

시장평가 [市場評價] (市场评价) shìchǎng píngjià <市場評価> しじょうひょうか {扣價市場} đánh giá thị trường ◊ market estimate

시재 [詩才] (诗才) shī cái <詩才> しさい {詩才} thơ tài ◊ poetic talent

시전 [詩傳] (诗传) shī zhuàn <詩伝> しでん {詩傳} thơ truyện ◊ poetry biography

시절 [詩節] (诗节) shī jiē <詩節> しせつ {段詩} đoạn thơ ◊ stanza

시절 [時節] (时节) shíjié <時節> じせつ {時節} thời tiết ◊ season

시점 [時點] (时点) shídiǎn <時点> じてん {時點} điểm ◊ point

시정 [施政] (施政) shīzhèng <施政> しせい {施政} thi chính ◊ administration

시정 [市政] (市政) shìzhèng <市政> しせい {政權城庸} chính quyền thành phố ◊ municipal government

시정 [是正] (纠正) jiūzhèng <修正> しゅうせい {拆躇} sửa đúng ◊ correct

시정청 [市政廳] (市政厅) shìzhèng tīng <市庁> しちょう {牢市政} tòa thị chính ◊ city hall

시조 [始祖] (鼻祖) bízǔ <元祖> がんそ {如起造} người khởi tạo ◊ originator

시조조 [始祖鳥] (始祖鸟) shǐzǔniǎo <始祖鳥> しそちょう {始祖鳥} thủy tổ điểu ◊ archaeopteryx

시송 [始終] (始终) shǐzhōng <始終> しじゅう {始終} thủy chung ◊ always

시종 [侍從] (侍从) shìcóng <侍從> じじゅう {侍從} thị tòng ◊ chamberlain

시종여일 [始終如一] (始终如一) shǐzhōng rúyī <終始> しゅうし {終始} chung thủy ◊ consistent

시종일관 [始終一貫] (始终一惯) shǐzhōng yīguàn <始終一貫> しじゅういちかん {始終如一} thủy chung như nhất ◊ consistently; unchangingly

시주 [施主] (互助者) hùzhù zhě <施主> せしゅ {如互助} người hỗ trợ ◊ donor; benefactor; almsgiver

시준기 [視準器] (视准仪) shìzhǔn yí <視準器> しじゅんき {視準器} thị chuẩn khí ◊ collimator

시준점 [視準點] (瞄准点) miáozhǔn diǎn <照準点> しょうじゅんてん {點瞄} điểm ngắm ◊ sight point; aiming point

시중유화 [詩中有畫] (诗中有画) shī zhōng yǒu huà <詩中有画> しちゅうううが {詩中有畫} thi trung hữu họa ◊ paintings in the poem

시집 [詩集] (诗集) shījí <詩集> ししゅう {詩集} thi tập ◊ poetry collection

시집 [媤집] (婆家) pójia <嫁ぎ先> とつぎさき {如歟} nhà chồng ◊ husband's family

시집가다 [媤집가다] (出嫁) chūjià <嫁入り> よめいり {呵} gà ◊ marry of a woman

시차 [時差] (时差) shíchā <時差> じさ {罷攞時間} chênh lệch thời gian ◊ jet lag

시찰 [視察] (视察) shìchá <視察> しさつ {視察} thị sát ◊ inspection

시청 [視聽] (视听) shì tīng <視聽> しちょう {視聽} thị thính ◊ audiovisual

시청률 [視聽率] (视听率) shì tīng lǜ <視聽率> しちょうりつ {視聽率} thị thính luật ◊ audience rating; viewing rate

시체 [屍體] (尸体) shītǐ <屍体> したい {吓} thây ◊ corpse

시체 [詩體] (诗体) shī tǐ <詩体> したい {體詩} thể thơ ◊ poetic style

시초 [柴草] (柴草) cháicǎo <柴草> しばくさ {樵} củi ◊ firewood

시초 [詩抄] (诗抄) shī chāo <詩抄> ししょう {詩抄} thi sao ◊ poetry copy

시초 [始初] (始初) shǐ chū <始初> はじめはつ {始初} thủy sơ ◊ beginning

시취 [屍臭] (尸臭) shī chòu <屍臭> ししゅう {屍臭} thi xú ◊ corpse smell

시침 [時針] (时针) shízhēn <時針> じしん {金睒} kim giờ ◊ hour hand

시크릿 세이빙 [secret saving] (私房钱) sīfángqián <臍繰り金> へそくりがね {錢積} tiền riêng ◊ secret savings; private money

시큼하다 [—] (酸的) suān de <酸っぱい> すっぱ

い {酸味味} chua ◊ sour

시판 [市販] (市售) shì shòu <市販> しはん {商賣} thương mại ◊ commercial

시편 [詩篇] (诗篇) shīpiān <詩篇> しへん {詩篇} thi thiên ◊ psalm

시평 [時評] (时评) shí píng <時評> じひょう {時評} thời bình ◊ commentary

시품 [詩品] (诗品) shī pǐn <詩品> しひん {詩品} thi phẩm ◊ poetry

시하 [時下] (时下) shíxià <時下> じか {時下} thời hạ ◊ nowadays

시학 [詩學] (诗学) shī xué <詩学> しがく {詩學} thơ học ◊ poetics

시한 [時限] (时限) shíxiàn <時限> じげん {時限} thời hạn ◊ time limit

시합 [試合] (比賽) bǐsài <試合> しあい {寫試} cuộc thi ◊ competition; test

시해 [屍骸] (尸骸) shīhái <屍骸> しがい {屍骸} thi hài ◊ dead body

시행 [施行] (施行) shīxíng <施行> しこう {施行} thi hành ◊ administer

시행 [試行] (试行) shìxíng <試行> しこう {試行} thí hành ◊ making an attempt; trial run

시험 [試驗] (测验) cèyàn <試驗> しけん {試驗} thí nghiệm ◊ exam; test

시험관 [試驗管] (试管) shìguǎn <試驗管> しけんかん {甕試驗} ống thí nghiệm ◊ test tube

시험내 [試驗臺] (测试台) cèshì tái <試驗台> しけんだい {試驗臺} thí nghiệm đài ◊ test benches

시험문제 [試驗問題] (试题) shìtí <試驗問題> しけんもんだい {題試} đề thi ◊ exam questions

시험방 [試驗房] (考试用房间) kǎoshì yòng fángjiān <試驗房> しけんぼう {房試驗} phòng thí nghiệm ◊ test room

시험법 [試驗法] (试验法) shìyàn fǎ <試料法> しりょうほう {方法試驗} phương pháp thí nghiệm ◊ assay method

시험소 [試驗所] (试验室) shìyànshì <試驗所> しけんしょ {試驗所} thí nghiệm sở ◊ laboratory

시험액 [試驗液] (测试液) cèshì yè <試驗液> しけんえき {試驗液} thí nghiệm dịch ◊ test solution

시험장 [試驗場] (考场) kǎochǎng <試驗場> しけんじょう {場試} trường thi ◊ examination ground

시험지 [試驗紙] (考卷) kǎojuǎn <試驗用紙> しけんようし {緒試} giấy thi ◊ examination paper

시험침 [試驗針] (测试针) cèshì zhēn <試驗針>

시험침 {試驗針} thí nghiệm châm ◊ test needles

시화 [詩畫] (诗画) shīhuà <詩画> しが {詩畫} thi họa ◊ poetry and painting

시황부진 [市況不振] (市场疲软) shìchǎng píruǎn <市況不振> しきょうふしん {弱市} nhược thị ◊ weak market

시효 [時效] (时效) shíxiào <時効> じこう {時效} thời hiệu ◊ aging

시후 [時候] (时候) shíhou <時候> じこう {時候} thời hậu ◊ season; time of the year

식객 [食客] (食客) shíkè <食客> しょっかく {食客} thực khách ◊ parasite

식견 [識見] (识见) shíjiàn <見識> けんしき {見識} kiến thức ◊ knowledge and experience

식관 [食管] (食管) shíguǎn <食管> しょっかん {食管} thực quản ◊ esophagus

식기 [食器] (餐具) cānjù <食器> しょっき {部酥咹} bộ đồ ăn ◊ kitchen utensils

식기세척기 [食器洗滌機] (洗碗机) xǐwǎnjī <食器洗浄機> しょっきせんじょうき {槵瀟礤} máy rửa chén ◊ dishwasher

식단 [食單] (菜单表) càidānbiǎo <献立; メニュー> こんだて; menu {食單} thực đơn ◊ menu

식당 [食堂] (餐厅) cāntīng <レストラン> restaurant {粘餃|店咹} tiệm ăn ◊ restaurant

식당차 [食堂車] (餐车) cānchē <食堂車> しょくどうしゃ {串餃吐} xe ăn uống ◊ dining car

식도 [食道] (食道) shídào <食道> しょくどう {食道} thực đạo ◊ esophagus

식도경 [食道鏡] (食管镜) shíguǎn jing <食道鏡> しょくどうきょう {食道鏡} thực đạo kính ◊ esophagoscopy

식도락 [食道樂] (美食乐) měishílè <食道楽> しょくどうらく {臻咹吐} vui ăn uống ◊ gourmand; epicure

식도암 [食道癌] (食道癌) shídào'ái <食道癌> しょくどうがん {食道癌} thực đạo nham ◊ esophageal cancer

식도염 [食道炎] (食道炎) shídàoyán <食道炎> しょくどうえん {食道炎} thực đạo viêm ◊ esophagitis

식량 [食糧] (食粮) shíliáng <食糧> しょくりょう {食糧} thực lương ◊ food; grain

식량공급 [食糧供給] (粮食供给) liángshi gōngjǐ <食糧供給> しょくりょうきょうきゅう {糧食供給} lương thực cung cấp ◊ food grain supply

식료 [食料] (食料) shíliào <食料> しょくりょう {食料} thực liệu ◊ food

식료품 [食料品] (食材) shícái <食料品> しょくりょうひん {吃餸} thức ăn ◊ foodstuff; groceries

식료품공업 [食料品工業] (食品加工業) shípǐn jiāgōng yè <食料品工業> しょくりょうひんこうぎょう {工業制變食品} công nghiệp chế biến thực phẩm ◊ food industry

식료품점 [食料品店] (杂货店) záhuòdiàn <食料品店> しょくりょうひんてん {鞝航糧食} cửa hàng lương thực ◊ grocery store

식림 [植林] (植树造林) zhíshù zàolín <植林> しょくりん {植林} thực lâm ◊ afforestation

식묘공 [植苗工] (种植树苗的人) zhòngzhí shùmiáo de rén <植苗工> しょくみょうこう {馱多鞍撹楂嬾} người làm việc trồng cây non ◊ planting work of sapling

식물 [食物] (食物) shíwù <食物> しょくもつ {食物} thực vật ◊ food

식물 [植物] (植物) zhíwù <植物> しょくぶつ {植物} thực vật ◊ plant

식물계 [植物界] (植物界) zhíwùjiè <植物界> しょくぶつかい {植物界} thực vật giới ◊ plantae

식물군락 [植物群落] (植物群落) zhíwùqún luò <植物群落> しょくぶつぐんらく {共同實物} cộng đồng thực vật ◊ plant community

식물기후학 [植物氣候學] (植物气候学) zhíwù qìhòuxué <植物気候学> しょくぶつきこうがく {氣候氣植物} khí hậu học thực vật ◊ plant climatology

식물생태학 [植物生態學] (植物生态学) zhíwù shēngtàixué <植物生態学> しょくぶつせいたいがく {生態氣植物} sinh thái học thực vật ◊ plant ecology

식물원 [植物園] (植物园) zhíwùyuán <植物園> しょくぶつえん {植物園} thực vật viên ◊ botanical garden

식물자원 [植物資源] (植物资源) zhíwù zīyuán <植物資源> しょくぶつしげん {材源植物} tài nguyên thực vật ◊ plant resources

식물재생 [植物再生] (植被再生) zhíbèi zàishēng <植物再生> しょくぶつさいせい {再生毯植物} tái sinh thảm thực vật ◊ regeneration of vegetation

식물집단 [植物集團] (植物种群) zhíwù zhǒngqún <植物集団> しょくぶつしゅうだん {群體植物} quần thể thực vật ◊ plant population

식물피해 [植物被害] (植物损害) zhíwù sǔnhài < 植物被害> しょくぶつひがい {賍害植物} thiệt hại thực vật ◊ plant damage

식물학 [植物學] (植物学) zhíwùxué <植物学> しょくぶつがく {植物學} thực vật học ◊ botany

식민주의 [殖民主義] (殖民主义) zhímín zhǔyì <植民主義> しょくみんしゅぎ {主義殖民} chủ nghĩa thực dân ◊ colonialism

식민지 [殖民地|植民地] (殖民地) zhímíndì <植民地> しょくみんち {屬地} thuộc địa ◊ colony

식별 [識別] (识别) shíbié <識別> しきべつ {瞅斕|認別} nhận biết ◊ identify

식별밴드 [識別 band] (识别带) shíbié dài <識別バンド> しきべつ band {緋認樣} dải nhận dạng ◊ identification tag

식빵 [食 pão ᄑ] (面包) miànbāo <パン> pão ᄑ {柄粼|餉粼} bánh mì ◊ bread

식사 [食事] (进餐) jìncān <食事> しょくじ {餚餒|餚唊} bữa ăn ◊ meal

식상 [食傷] (倒胃口) dǎowèikǒu <食傷> しょくしょう {嚐餒} thèm ăn ◊ surfeit; glut; disgusting appetite

식수 [植樹] (植树) zhíshù <植樹> しょくじゅ {植樹} thực thụ ◊ tree planting

식언 [食言] (食言) shíyán <食言> しょくげん {食言} thực ngôn ◊ eat one's words

식염 [食鹽] (食盐) shíyán <食塩> しょくえん {齣麳} muối ◊ edible salt

식염수 [食鹽水] (盐水) yánshuǐ <食塩水> しょくえんすい {渚齣} nước muối ◊ salt water

식욕 [食慾] (食欲) shíyù <食欲> しょくよく {食欲} thực dục ◊ appetite

식용 [食用] (食用) shíyòng <食用> しょくよう {食用} thực dụng ◊ edible

식용 첨가제 [食用添加劑] (食品添加剂) shípǐn tiānjiājì <食用添加剤> しょくようてんかざい {附加食品} phụ gia thực phẩm ◊ edible additive

식용균 [食用菌] (食用菌) shíyòng jūn <食用菌> しょくようきん {食用菌} thực dụng khuẩn ◊ edible fungi

식용유 [食用油] (食油) shíyóu <食用油> しょくようあぶら {油餒} dầu ăn ◊ eatable oils

식용품 [食用品] (食用品) shíyòng pǐn <食用品> しょくようひん {食用品} thực dụng phẩm ◊ edibles; edible products

식육목 [食肉類] (食肉类) shí ròu lèi <食肉類> しょくにくるい {食肉類} thực nhục loại ◊ carnivorous

식전 [食前] (食前) shí qián <食前> しょくぜん {食前} thực tiền ◊ before

식중독 [食中毒] (食物中毒) shíwù zhòngdú <食中毒> しょくちゅうどく {誤毒食品} ngộ độc thực phẩm ◊ food intoxication; food poisoning

식지 [食指] (食指) shízhǐ <食指> しょくし {食指} thực chỉ ◊ index finger

식초 [食醋] (醋) cù <酢> す {酼醆醼醶醶醊} giấm ◊ vinegar

식탁 [食卓] (饭桌) fànzhuō <食卓> しょくたく {盤飯} bàn ăn ◊ dining table

식판 [食板] (食品托盘) shípǐn tuōpán <食品トレー> しょくひん tray {盉食品} khay thực phẩm ◊ food tray

식품 [食品] (食品) shípǐn <食品> しょくひん {食品} thực phẩm ◊ food

식품공업 [食品工業] (食品工业) shípǐn gōngyè <食品工業> しょくひんこうぎょう {工業食品} công nghiệp thực phẩm ◊ food processing industry

식품보존 [食品保存] (食品保藏) shípǐn bǎocáng <食品保存> しょくひんほぞん {保管食品} bảo quản thực phẩm ◊ food preservation

식품분석 [食品分析] (食物分析) shíwù fēnxī <食品分析> しょくひんぶんせき {分析食品} phân tích thực phẩm ◊ food analysis

식품세균학 [食品細菌學] (食品细菌学) shípǐn xìjūn xué <食品細菌学> しょくひんさいきんがく {微菌學食品} vi khuẩn học thực phẩm ◊ food bacteriology

식품안정성 [食品安定性] (食品安全性) shípǐn ānquánxìng <食品安定性> しょくひんあんていせい {安全食品} an toàn thực phẩm ◊ food safety

식품알레르기 [食品 allergy] (食物过敏) shíwù guòmǐn <食品アレルギー> しょくひん allergy {異應食品} dị ứng thực phẩm ◊ food allergy

식품오염 [食品汚染] (食品污染) shípǐn wūrǎn <食品汚染> しょくひんおせん {汚染食品} ô nhiễm thực phẩm ◊ food contamination; food pollution

식품위생학 [食品衛生學] (食品卫生学) shípǐn wèishēng xué <食品衛生学> しょくひんえいせいがく {衛生學食品} vệ sinh học thực phẩm ◊ food hygiene

식품폐기물 [食品廢棄物] (食品废弃物) shípǐn fèiqì wù <食品廃棄物> しょくひんはいきぶつ {質汰食品} chất thải thực phẩm ◊ food-processing waste

식혜 [食醯] (酒酿) jiǔ niàng <酒醸造> さけじょうぞう {醯糯} rượu nếp ◊ sweet wine of fermented glutinous rice

식후 [食後] (食后) shí hòu <食後> しょくご {食後} thực hậu ◊ after meals

신간 [新刊] (新刊) xīn kān <新刊> しんかん {新刊} tân san ◊ new issue

신검 [神劍] (飞剑) fēi jiàn <神劍> しんけん {飛劍} phi kiếm ◊ flying swords

신경 [神經] (神经) shénjīng <神経> しんけい {神經} thần kinh ◊ nerve

신경계 [神經系] (神经系统) shénjīng xìtǒng <神経系> しんけいけい {系神經} hệ thần kinh ◊ nervous system

신경외과 [神經外科] (脑外科) nǎo wàikē <脳外科> のうげか {腦外科} não ngoại khoa ◊ brain surgery

신경질 [神經質] (神经质) shénjīngzhì <神經質> しんけいしつ {神經質} thần kinh chất ◊ nervousness

신경학 [神經學] (神经学) shénjīng xué <神経科> しんけいか {神經學} thần kinh học ◊ neurology

신고 [申告] (申告) shēn gào <申告> しんこく {開報} khai báo ◊ declare

신고 [辛苦] (辛苦) xīnkǔ <辛苦> しんく {辛苦} tân khổ ◊ hard; with much toil

신고전주의 [新古典主義] (新古典主义) xīn gudian zhǔyì <新古典主義> しんこてんしゅぎ {新古典主義} chủ nghĩa tân cổ điển ◊ neoclassical

신곡 [新曲] (新曲) xīn qū <新曲> しんきょく {新樂} tân nhạc ◊ new music

신공 [神功] (神功) shéngōng <神功> しんこう {神功} thần công ◊ miraculous

신관 [腎管] (肾管) shèn guǎn <腎管> じんかん {腎管} thận quản ◊ renal ducts

신관 [信管] (引线) yǐnxiàn <信管> しんかん {引線} dẫn tuyến ◊ fuse

신교 [新教] (新教) xīnjiào <新教> しんきょう {新教} Tân Giáo ◊ Protestantism

신교 [信教] (信教) xìnjiào <信教> しんきょう {信教} tín giáo ◊ religion belief

신구 [新舊] (新旧) xīn jiù <新旧> しんきゅう {新舊} tân cựu ◊ new and old

신군 [新軍] (新军) xīn jūn <新軍> しんぐん {新軍} tân quân ◊ new army

신권 [神權] (神权) shénquán <神権> しんけん {神權} thần quyền ◊ theocratic

신극 [新劇] (新剧) xīn jù <新劇> しんげき {新劇} tân kịch ◊ new drama

신기 [神技] (神技) shén jì <神技> しんぎ {神技} thần kỹ ◊ divine skills

신기 [神奇] (神奇) shénqí <奇跡> きせき {奇妙} kỳ diệu ◊ miraculous; magical

신기 [神氣] (神气) shénqì <神気> しんき {神氣} thần khí ◊ manner

신기 [新奇] (新奇) xīnqí <新奇> しんき {新奇} tân kỳ ◊ novelty

신기묘산 [神機妙算] (神机妙算) shén jī miào suàn <神機妙算> しんきみょうさん {神機妙算} thần cơ diệu toán ◊ clever calculations

신년 [新年] (新年) xīnnián <新年> しんねん {新年} Tân Niên ◊ New Year

신념 [信念] (信念) xìnniàn <信念> しんねん {愢魁} niềm tin ◊ belief; faith; conviction

신농 [神農] (神农) shénnóng <神農> しんのう {神農} thần nông ◊ patron of agriculture

신단 [神壇] (神坛) shén tán <神壇> しんだん {神壇} thần đàn ◊ altar

신당 [神堂] (神堂) shén táng <神堂> かみどう {神堂} thần đường ◊ shrine

신당 [新黨] (新党) xīn dǎng <新党> しんとう {新黨} Tân Đảng ◊ New Party

신도 [信徒] (信徒) xìntú <信徒> しんと {信徒} tín đồ ◊ believer

신동 [神童] (神童) shéntóng <神童> しんどう {神童} thần đồng ◊ prodigy

신랄 [辛辣] (辛辣) xīnlà <辛辣> しんらつ {辛辣} tân lạt ◊ pungency

신랑 [新郎] (新郎) xīnláng <新郎> しんろう {新郎} tân lang ◊ bridegroom

신력 [神力] (神力) shénlì <神力> しんりき {神力} thần lực ◊ power

신록 [新綠] (新绿) xīn lù <新緑> しんりょく {酛僺} xanh đẹp ◊ verdure

신뢰 [信賴] (信赖) xìnlài <信頼> しんらい {魁唁} tin ◊ confidence

신뢰도 [信賴度] (可信度) kěxìndù <信頼度> しんらいど {度魁愢} độ tin cậy ◊ reliability

신뢰성 [信賴性] (可靠性) kěkàoxìng <頼もしい> たのもしい {峕儎愢} đáng tin cậy ◊ reliable

신뢰수준 [信賴水準] (信赖水准) xìnlài shuǐzhǔn <信賴水準> しんらいすいじゅん {檈度信愢} mức độ tin cậy ◊ confidence level

신뢰한계 [信賴限界] (置信界限) zhìxìn jièxiàn <信賴限界> しんらいげんかい {埗界愢魁} ranh giới niềm tin ◊ confidence limit

신맛 [ー] (酸腐味) suān fǔ wèi <酸味> さんみ {味酥|味味} vị chua ◊ sourness

신묘 [神妙] (神妙) shénmiào <神妙> しんみょう {神妙} thần diệu ◊ wonderful

신문 [新聞] (报纸) bàozhǐ <新聞> しんぶん {報誌} báo chí ◊ newspaper

신문가판대 [新聞街販臺] (报刊亭) bàokān tíng <新聞販売店> しんぶんはんばいてん {闟報} quầy báo ◊ newsstand

신문게재 [新聞揭載] (登报) dēngbào <新聞に掲載> しんぶんにけいさい {登報} đăng báo ◊ newspapers

신문계 [新聞界] (报界) bàojiè <言論界> げんろんかい {報界} báo giới ◊ press; journalistic circles

신문을 보다 [新聞을 보다] (看报纸) kān bàozhǐ <新聞を読む> しんぶんをよむ {讀報} đọc báo ◊ read newspaper

신문잡지 [新聞雜誌] (报刊) bàokān <新聞雑誌> しんぶんざっし {報誌} báo chí ◊ press

신미 [辛味] (辛味) xīn wèi <辛味> からみ {辛味} tân vị ◊ spicy

신미 [新米] (新米) xīn mǐ <新米> しんまい {新米} tân mễ ◊ new rice

신민 [臣民] (臣民) chénmín <臣民> しんみん {臣民} chủ đề ◊ subject

신발 [ー] (鞋) xié <靴> くつ {鞳蹹} giày ◊ shoes

신발끈 [ー] (鞋带) xiédài <靴紐> くつひも {綋踏} dây giày ◊ lace

신발류 [신발類] (鞋类) xié lèi <履物> はきもの {鞳鞴|蹹蹜|鞳鞴} giày dép ◊ footwear

신방 [新房] (结婚新房) jiéhūn xīnfáng <新房> しんぼう {新房} phòng loan ◊ nuptial chamber

신법규 [新法規] (新法规) xīn fǎguī <新法規> しんほうき {新制} tân chế ◊ new regulations

신변 [身邊] (身边) shēnbiān <身辺> しんぺん {身邊} thân biên ◊ by one's side

신병 [身柄] (正身) zhēng shēn <身柄> みがら {軀軀} người mình ◊ one's person

신병 [神兵] (神兵) shén bīng <神兵> しんぺい {神兵} thần binh ◊ undefeated soldiers

신병 [腎病] (肾病) shèn bìng <腎病> じんびょう {病腎} bệnh thận ◊ kidney disease

신병 [新兵] (新兵) xīnbīng <新兵> しんぺい {新兵} tân binh ◊ recruit

신복 [信服|信伏] (信服) xìnfú <信服> しんぷく

{信服} tín phục ◊ convinced

신봉 [信奉] (信奉) xìnfèng <信奉> しんぽう {信奉} tín phụng ◊ believe; belief

신봉자 [信奉者] (信奉者) xìnfèngzhě <信奉者> しんぽうしゃ {信者} tín giả ◊ adherent; devotee; believer

신부 [神父] (神父) shénfu <神父> しんぷ {神父} thần phụ ◊ Catholic priest

신부 [新婦] (儿媳妇) érxífu <新婦> よめりしんぷ {琨妰} con dâu ◊ bride; daughter-in-law

신부 들러리 [新婦 들러리] (伴娘) bànniáng <花嫁介添人> はなよめかいぞえにん {扶妰} phù dâu ◊ bridesmaid

신분 [身分] (身分) shēnfèn <身分> みぶん {情狀} tình trạng ◊ condition

신분증명 [身分證明] (身份识别) shēnfèn shíbié <身分識別> みぶんしきべつ {情狀聰嫻} tình trạng nhận biết ◊ identification

신불 [神佛] (神佛) shén fú <神仏> しんぶつ {神佛} thần Phật ◊ God and Buddha

신비 [神秘] (神秘) shénmì <神秘> しんぴ {神秘} thần bí ◊ mysterious

신비주의 [神秘主義] (神秘主义) shénmì zhǔyì <神秘主義> しんぴしゅぎ {主義神秘} chù nghĩa thần bí ◊ mysticism

신빙성 [信憑性] (可信度) kěxìndù <信憑性> しんぴょうせい {度儻悷} độ tin cậy ◊ credibility

신사 [紳士] (绅士) shēnshì <紳士> しんし {紳士} thân sĩ ◊ gentleman

신사 [神社] (神社) shénshè <神社> じんじゃ {壏檕|壏廟} đền thờ ◊ shrine

신사복 [紳士服] (绅士服) shēnshì fú <紳士服> しんしふく {紳士服} thân sĩ phục ◊ men's clothing

신사사원 [神社寺院] (神社寺院) shénshè sìyuàn <社寺> しゃじ {壏檕|壏廟} đền thờ ◊ shrines and temples

신산 [神算] (神算) shén suàn <神算> しんさん {神算} thần toán ◊ divine arithmetic

신상 [神像] (神像) shénxiàng <神像> しんぞう {神像} thần tượng ◊ idol

신색 [神色] (神色) shénsè <神色> しんしょく {神色} thần sắc ◊ expression; look

신생아 [新生兒] (新产儿) xīn chǎn'ér <新生児> しんせいじ {雉初生} trẻ sơ sinh ◊ new born baby

신석 [新釋] (新释) xīn shì <新釈> しんしゃく {新釋} tân thích ◊ new interpretation

신선 [神仙] (神仙) shénxiān <神仙> しんせん {神仙} thần tiên ◊ immortal

신선 [新鮮] (新鲜) xīnxiān <新鮮> しんせん {菆} tươi ◊ fresh

신선 [新選] (新选) xīn xuǎn <新選> しんせん {新選} tân tuyển ◊ new selection

신선미 [新鮮味] (新鲜味) xīnxiānwèi <新鮮味> しんせんみ {度臟黇} độ tươi mới ◊ freshness; novelty

신성 [神聖] (神圣) shénshèng <神聖> しんせい {神聖} thần thánh ◊ sacred

신성 [神性] (神性) shén xìng <神性> しんせい {神性} thần tính ◊ divinity

신속 [神速] (神速) shénsù <神速> しんそく {神速} thần tốc ◊ amazingly quick

신속 [迅速] (迅速) xùnsù <迅速> じんそく {邆遯|迨踤} nhanh chóng ◊ swift; rapid

신속분석법 [迅速分析法] (快速分法) kuàisù fēn fǎ <迅速分析法> じんそくぶんせきほう {分肷邆遯} phân chia nhanh chóng ◊ rapid analysis method

신속성 [迅速性] (迅速性) xùnsù xing <速さ> ばやさ {邆遯|迨遆} nhanh nhẹn ◊ velocity; quickness; rapidity

신술 [神術] (神术) shén shù <神術> かみじゅつ {神術} thần thuật ◊ magic methodology

신시대 [新時代] (新时代) xīnshídài <新時代> しんじだい {新時} tân thời ◊ new era; new epoch

신앙 [信仰] (信仰) xìnyǎng <信仰> しんこう {信仰} tín ngưỡng ◊ faith

신약 [新藥] (新药) xīn yào <新薬> しんやく {藥黇} thuốc mới ◊ new medicine; newly made drug

신약 [新約] (新约) xīnyuē <新約> しんやく {新約} Tân Ước ◊ New Testament

신약성서 [新約聖書] (新约圣书) xīnyuē shèng shū <新約聖書> しんやくせいしょ {新約聖書} tân ước thánh thư ◊ New Testament

신어 [新語] (新语) xīn yǔ <新語> しんご {新語} tân ngữ ◊ neologisms

신역 [新譯] (新译) xīn yì <新訳> しんやく {新譯} tân dịch ◊ new translation

신염 [腎炎] (肾炎) shènyán <腎炎> じんえん {腎炎} thận viêm ◊ nephritis

신용 [信用] (信用) xìnyòng <信用> しんよう {信用} tín dụng ◊ credit

신용카드 [信用 card] (信用卡) xìnyòngkǎ <クレジットカード> credit card {籫信用} thẻ tín dụng ◊ credit card

신우 [腎盂] (肾盂) shènyú <腎盂> じんう {腎盂}
thận vu ◊ renal pelvis

신월 [新月] (新月) xīnyuè <新月> しんげつ {新
月} tân nguyệt ◊ crescent moon

신위 [神位] (神位) shénwèi <神位> しんい {神
位} thần vị ◊ divine position

신음 [呻吟] (呻吟) shēnyín <呻吟> しんぎん {呻
吟} thân ngâm ◊ moan

신의 [神意] (神意) shén yì <神意> しんい {神意}
thần ý ◊ divine will

신의 [信義] (信义) xìnyì <信義> しんぎ {信義}
tín nghĩa ◊ faith

신인 [新人] (新人) xīnrén <新人> しんじん {新
人} tân nhân ◊ newcomer

신임 [新任] (新任) xīnrèn <新任> しんにん {新
任} tân nhậm ◊ new official

신임 [信任] (信任) xìnrèn <信任> しんにん {信
任} tín nhiệm ◊ trust

신입 [新入] (新入) xīn rù <新入> しんにゅう {新
入} tân nhập ◊ new entrants

신입생 [新入生] (新生) xīnshēng <新入生> しん
にゅうせい {學生㓛} học sinh mới ◊ freshman

신장 [伸長] (伸长) shēncháng <伸長> しんちょう
{伸長} thân trường ◊ extension

신장 [伸張] (伸张) shēnzhāng <伸張> しんちょう
{伸張} thân trương ◊ stretch

신장 [腎臟] (肾) shèn <腎臟> じんぞう {腎} thận
◊ kidney

신장암 [腎臟癌] (肾癌) shèn ái <腎臟癌> じんぞ
うがん {癰疽腎} ung thư thận ◊ kidney cancer

신장염 [腎臟炎] (肾脏炎) shènzàng yán <腎臟炎>
じんぞうえん {炎腎} viêm thận ◊ nephritis

신장위축 [腎臟萎縮] (肾萎缩) shèn wěisuō <腎臟
萎縮> じんぞういしゅく {虛腎} hư thận ◊
kidney atrophy

신전 [伸展] (伸展) shēnzhǎn <伸展> しんてん
{伸展} thân triển ◊ stretch

신전 [神殿] (神殿) shéndiàn <神殿> しんでん
{神殿} thần điện ◊ temple

신조 [神助] (神助) shén zhù <神助> しんじょ
{神助} thần trợ ◊ divine aid

신조 [新造] (新造) xīn zào <新造> しんぞう {新
造} tân tạo ◊ newly made

신조 [信條] (信条) xìntiáo <信條> しんじょう
{信條} tín điều ◊ belief; doctrine; dogma

신조어 [新造語] (新词) xīncí <新語> しんご {詞
㓛} từ mới ◊ new word

신주 [神州] (神州) shénzhōu <神州> しんしゅう
{神州} Thần Châu ◊ China

신주 [神主] (神主) shén zhǔ <神主> かんぬし
{神主} thần chù ◊ divine lord

신중 [慎重] (慎重) shènzhòng <慎重> しんちょう
{慎重} thận trùng ◊ careful; prudence; caution

신중성 [慎重性] (慎重性) shènzhòng xìng <重さ>
おもさ {性慎重} tính thận trọng ◊ prudence;
circumspection

신진 [新進] (新进) xīn jìn <新進> しんしん {新
進} mới ◊ rising; up-and-coming; young generation

신진대사 [新陳代謝] (新陈代谢) xīn chén dàixiè <
新陳代謝> しんちんたいしゃ {新陳代謝} tân
trần đại tạ ◊ metabolism

신차 [新茶] (新茶) xīn chá <新茶> しんちゃ {新
茶} tân trà ◊ new tea

신참 [新參] (新手) xīnshǒu <初心者> しょしんし
ゃ {𡲒㓛得簪} người mới ◊ greenhorn

신청 [申請] (申请) shēnqǐng <申請> しんせい
{吘} xin ◊ application

신청서 [申請書] (申请单) shēnqǐng dān <申請書>
しんせいしょ {執單} chấp đơn ◊ requisition

신체 [身體] (身体) shēntǐ <身体> しんたい {身
體} thân thể ◊ body

신체 조직학 [身體組織學] (肌体组织学) jītǐ
zǔzhīxué <身体組織学> しんたいそしきがく
{膜學} mô học ◊ tissuology; histology

신체손상 [身體損傷] (躯体损伤) qūtǐ sǔnshāng <
身体損傷> しんたいそんしょう {震傷實體}
chấn thương thực thể ◊ somatic damage

신초 [神草] (神草) shén cǎo <神草> かみそう
{神草} thần thảo ◊ sacred grass

신축 [伸縮] (伸缩) shēnsuō <伸縮> しんしゅく
{伸縮} thân súc ◊ flexible

신춘 [新春] (新春) xīnchūn <新春> しんしゅん
{新春} Tân Xuân ◊ Lunar New Year

신출귀몰 [神出鬼沒] (神出鬼没) shén chū guǐ méi
<神出鬼沒> しんしゅつきぼつ {神出鬼沒}
thần xuất quỷ một ◊ shadowy; appear and disappear
mysteriously

신탁 [信託] (信托) xìntuō <信託> しんたく {信
託} tín thác ◊ fiduciary

신통 [神通] (神通) shéntōng <神通> じんずう
{神通} thần thông ◊ avatar

신통력 [神通力] (神通力) shéntōng lì <神通力>
じんずうりょく {神通力} thần thông lực ◊ divine
power

신판 [新版] (新版) xīn bǎn <新版> しんぱん {新版} tân bản ◊ new edition

신품 [神品] (神品) shén pǐn <神品> しんぴん {神品} thần phẩm ◊ divine product

신품 [新品] (新品) xīn pǐn <新品> しんぴん {新品} tân phẩm ◊ new product

신필 [神筆] (神笔) shén bǐ <神筆> かみひつ {神筆} thần bút ◊ magic pen

신하 [臣下] (臣下) qún chén <臣下> しんか {臣下} thần hạ ◊ retainer; vassal; servant

신하들 [臣下들] (群臣) qún chén <群臣達> ぐんしんたち {群臣} quần thần ◊ ministers

신학 [神學] (神学) shénxué <神学> しんがく {神學} thần học ◊ theology

신학교 [神學校] (神学校) shénxué jiào <神学校> しんがっこう {場神學} trường thần học ◊ theological school

신학기 [新學期] (新学期) xīn xuéqī <新学期> しんがっき {新學期} tân học kỳ ◊ school

신형 [新形] (新型) xīnxíng <新型> しんがた {新型} tân hình ◊ new type

신호 [信號] (信号) xìnhào <信号> しんごう {信號} tín hiệu ◊ signal

신호기 [信號旗] (信号旗) xìnhào qí <信号旗> 信号旗 {旗信號} cờ tín hiệu ◊ signal flag

신혼 [新婚] (新婚) xīnhūn <新婚> しんこん {新婚} tân hôn ◊ newlywed

신화 [神化] (神化) shénhuà <神化> しんか {神化} thần hóa ◊ apotheosize; deification

신화 [神話] (神话) shénhuà <神話> しんわ {神話} thần thoại ◊ fairy tale; myth

신화학 [神話學] (神话学) shénhuà xué <神话学> しんわがく {神話學} thần thoại học ◊ mythology

신후 [身後] (身后) shēnhòu <身後> しんご {身後} thân hậu ◊ aftermath

신흥 [新興] (新兴) xīnxīng <新興> しんこう {新興} tân hưng ◊ newly developing

실감 [實感] (实感) shí gǎn <実感> じっかん {實感} thực cảm ◊ realize

실격 [失格] (失格) shīgé <失格> しっかく {失格} thất cách ◊ disqualification

실경 [失敬] (失敬) shī jìng <失敬> しっけい {失敬} thất kính ◊ sorry; excuse me

실경 [實景] (实景) shíjǐng <実景> じっけい {實景} thực cảnh ◊ actual view

실권 [失權] (失权) shī quán <失权> しっけん {失權} thất quyền ◊ loss of rights

실권 [實權] (实权) shí quán <実権> じっけん {實權} thực quyền ◊ power

실금 [失禁] (失禁) shījìn <失禁> しっきん {失禁} thất cấm ◊ incontinence

실기 [實技] (实技) shí jì <実技> じつぎ {實技} thực kỹ ◊ practical skills

실내 [室內] (室内) shìnèi <室内> しつない {齦茹|齫茹} trong nhà ◊ indoor

실내공기 [室內空氣] (室内空气) shìnèi kōngqì <室内空气> しつないくうき {空氣齦茹} không khí trong nhà ◊ indoor air

실내기후 [室內氣候] (室内气候) shìnèi qìhòu <室内气候> しつないきこう {氣候齦茹} khí hậu trong nhà ◊ indoor climate

실내온도 [室內溫度] (室内温度) shìnèi wēndù <室温> しつおん {熱度房} nhiệt độ phòng ◊ room temperature

실내잡음 [室內雜音] (室内噪声) shìnèi zàoshēng <室内雜音> しつないざつおん {啫喔齦茹} tiếng ồn trong nhà ◊ indoor noise

실내환기 [室內換氣] (室内通风) shìnèi tōngfēng <室内换气> しつないかんき {通墨齦茹} thông gió trong nhà ◊ indoor air ventilation

실당 [失當] (失当) shīdàng <失当> しっとう {失當} thất đương ◊ misconduct

실력 [實力] (实力) shílì <实力> じつりょく {實力} thực lực ◊ true strength

실례 [失禮] (失礼) shīlǐ <失礼> しつれい {失禮} thất lễ ◊ faux pas

실례 [實例] (实例) shílì <実例> じつれい {實例} thực lệ ◊ instance

실로폰 [xylophone] (木琴) mùqín <木琴> もっきん {木琴} mộc cầm ◊ xylophone

실록 [實錄] (实录) shí lù <実録> じつろく {實錄} thực lục ◊ true record

실리 [實利] (实利) shílì <实利> じつり {實利} thực lợi ◊ real profit

실망 [失望] (失望) shīwàng <失望> しつぼう {失望} thất vọng ◊ disappointed

실면 [失眠] (失眠) shīmián <失眠> しつねむり {失眠} thất miên ◊ insomnia

실명 [失名] (失名) shī míng <失名> しつめい {失名} thất danh ◊ name unknown

실명 [失明] (失明) shīmíng <失明> しつめい {失明} thất minh ◊ blindness

실명 [實名] (实名) shí míng <実名> じつめい {實名} thực danh ◊ real name

실무 [實務] (实务) shíwù <実務> じつむ {實務} thực vụ ◊ solid service; practical business

실무자 [實務者] (实业家) shíyèjiā <実業家> じつぎょうか {如實務} nhà thực vụ ◊ practitioners

실물 [實物] (实物) shíwù <実物> じつぶつ {現物} hiện vật ◊ definite object; physical goods

실물시험 [實物試驗] (实物试验) shíwù shìyàn <実物試験> じっぶつしけん {試驗物理} thử nghiệm vật lý ◊ full-scale test

실사 [實事] (实事) shíshì <実事> じっごと {實事} thực sự ◊ fact

실사구시 [實事求是] (实事求是) shíshì qiú shì <実事求是> じつじきゅうぜ {實事求是} thực sự cầu thị ◊ factual and realistic work style

실산 [失散] (失散) shīsàn <失散> しつさん {失散} thất tán ◊ be scattered

실상 [實狀] (实状) shí zhuàng <実状> じつじょう {實狀} thực trạng ◊ actual state of affairs

실성증 [失聲症] (失声症) shīshēng zhèng <失声症> しっせいしょう {失聲} thất thanh ◊ aphonia; aphony; loss of voice

실세 [實勢] (实势) shí shì <実勢> じっせい {實勢} thực thế ◊ real situation

실소 [失笑] (失笑) shīxiào <失笑> しっしょう {失笑} thất tiếu ◊ not being able to hold back one's laughter

실솔 [蟋蟀] (蟋蟀) xīshuài <蟋蟀> こおろぎ {蟋蟀} con dế ◊ cricket

실수 [失手] (错误) cuòwù <間違い> まちがい {差憐|差琳} sai lầm ◊ mistake

실수 [失守] (失守) shīshǒu <失守> しっしゅ {失守} thất thủ ◊ fall into enemy hands

실수 [實數] (实数) shíshù <実数> じっすう {實數} thực số ◊ real number

실습 [實習] (实习) shíxí <実習> じっしゅう {實習} tập thể dục ◊ exercitation

실시 [實施] (实施) shíshī <実施> じっし {實施} thực thi ◊ implement

실시간감시 [實時間監視] (实时监控) shíshí jiānkòng <実時間監視> じつじかんかんし {監察時間實} giám sát thời gian thực ◊ real-time monitoring

실시간자료 [實時間資料] (实时数据) shíshí shùjù <実時間資料> じつじかんしりょう {與料時間實} dữ liệu thời gian thực ◊ real-time data

실신 [失神] (失神) shīshén <失神> しっしん {失神} sự vắng mặt ◊ absence

실어 [失語] (失语) shī yǔ <失語> しつご {失語} thất ngữ ◊ aphasia

실어증 [失語症] (失语症) shī yǔ zhēng <失語症> しつごしょう {失語症} thất ngữ chứng ◊ aphasia

실언 [失言] (失言) shīyán <失言> しつげん {失言} thất ngôn ◊ lapsus linguae

실업 [失業] (失业) shīyè <失業> しつぎょう {失業} thất nghiệp ◊ unemployment

실업 [實業] (实业) shíyè <実業> じつぎょう {實業} thực nghiệp ◊ industrial

실업가 [實業家] (实业家) shíyèjiā <実業家> じつぎょうか {如工業} nhà công nghiệp ◊ industrialist

실업률 [失業率] (失业率) shīyèlǜ <失業率> しつぎょうりつ {比例失業} tỷ lệ thất nghiệp ◊ jobless rate

실업자 [失業者] (失业者) shīyèzhě <失業者> しつぎょうしゃ {㕛失業} người thất nghiệp ◊ jobless

실연 [失戀] (失恋) shīliàn <失恋> しつれん {失戀} thất luyến ◊ lovelorn

실연 [實演] (实演) shí yǎn <実演> じつえん {實演} thực diễn ◊ practical performance

실온 [室溫] (室温) shìwēn <室溫> しつおん {室溫} thất ôn ◊ room temperature

실외 [室外] (室外) shìwài <屋外> おくがい {開呑} ngoài trời ◊ outdoors

실용 [實用] (实用) shíyòng <実用> じつよう {實用} thực dụng ◊ utility

실용성 [實用性] (实用性) shíyòng xìng <実用性> じつようせい {性實用} tính thực dụng ◊ practicability

실용화 [實用化] (实用化) shíyòng huā <実用化> じつようか {實用化} thực dụng hóa ◊ practicalization

실의 [失意] (失意) shīyì <失意> しつい {失意} thất ý ◊ frustrated

실재 [實在] (实在) shízài <実在> じつざい {實在} thực tại ◊ really

실적 [實績] (实绩) shí jì <実績> じっせき {實績} thực tích ◊ achievements

실전 [失傳] (失传) shīchuán <失伝> しつでん {失傳} thất truyền ◊ be lost

실전 [實戰] (实战) shízhàn <実戦> じっせん {實戰} thực chiến ◊ actual combat

실정 [失政] (失政) shī zhèng <失政> しっせい {失政} thất chính ◊ misgovernance

실정 [實情] (实情) shíqíng <实情> じつじょう {實情} thực tình ◊ fact

실제 [實際] (实际) shíjì <実際> じっさい {實際} thực tế ◊ actual

실제 행동 [實際行動] (实际行动) shíjì xíngdòng <実際行動> じっさいこうどう {行動實際} hành động thực tế ◊ actual work

실제로 [實際로] (实际上) shíjìshàng <実際の所> じっさいのところ {連實際|辻實際} trên thực tế ◊ as a matter of fact

실족 [失足] (失足) shīzú <躓き> つまずき {跳差㑊} bước sai lầm ◊ misstep; stepping off

실존 [實存] (实存) shí cún <実存> じつぞん {實存} thực tồn ◊ existence

실종 [失踪] (失踪) shīzōng <失踪> しっそう {變秩|變味} biến mất ◊ disappearance

실종 [失蹤] (失踪) shīzōng <失踪> しっそう {失蹤} thất tung ◊ missing

실종자 [失踪者] (失踪人员) shīzōng rényuán <失踪者> しっそうしゃ {㐱失踪} người thất tung ◊ missing

실증 [實證] (证实) zhèngshí <実証> じっしょう {證實} chứng thực ◊ confirm

실증주의 [實證主義] (实证主义) shízhèng zhǔyì <実証主義> じっしょうしゅぎ {主義實證} chủ nghĩa thực chứng ◊ positivism

실지 [失地] (失地) shīdì <失地> しっち {失地} thất địa ◊ lost territory

실지 [實地] (实地) shídì <実地> じっち {實地} thực địa ◊ on the spot

실직 [失職] (失职) shīzhí <失職> しっしょく {失職} thất chức ◊ remiss

실질 [實質] (实质) shízhì <実質> じっしつ {實質} thực chất ◊ parenchyma

실질수입 [實質收入] (实际收入) shíjì shōurù <実際収入> じっさいしゅうにゅう {收入實} thu nhập thực ◊ income

실책 [失策] (失策) shīcè <失策> しっさく {失策} thất sách ◊ misstep; impolicy

실천 [實踐] (实践) shíjiàn <実践> じっせん {實踐} thực tiễn ◊ practice

실체 [實體] (实体) shítǐ <実体> じったい {實體} thực thể ◊ entity

실크 [silk] (蚕丝) cánsī <蚕糸> さんし {饞蠶} nuôi tằm ◊ sericulture

실탄 [實彈] (实弹) shídàn <実弾> じつだん {實彈} thực đạn ◊ live ammunition

실태 [失態] (失态) shītài <失態> しったい {失態} thất thái ◊ mismanagement

실태 [實態] (实态) shí tài <実態> じったい {實態} thực thái ◊ reality

실패 [失敗] (失败) shībài <失敗> しっぱい {失敗} thất bại ◊ fail

실학 [失學] (失学) shīxué <失学> しつがく {失學} thất học ◊ drop out of school

실학 [實學] (实学) shí xué <実学> じつがく {學習實際} học tập thực tế ◊ practical learning

실행 [實行] (落实) luòshí <実行> じっこう {實現} thực hiện ◊ implement

실행가능 [實行可能] (可施行) kě shīxíng <実行可能> じっこうかのう {可施} khả thi ◊ capable of putting into practice

실행취소 [實行取消] (撤销) chèxiāo <撤回> てっかい {收回} thu hồi ◊ revocation

실험 [實驗] (实验) shíyàn <実験> じっけん {試驗} thí nghiệm ◊ experiment

실험결과 [實驗結果] (实验结果) shíyàn jiēguǒ <実験結果> じっけんけっか {結果試驗} kết quả thí nghiệm ◊ laboratory findings

실험기구 [實驗器具] (实验仪器) shíyàn yíqì <実験器具> じっけんきぐ {用具試驗} dụng cụ thí nghiệm ◊ laboratory apparatus

실험동물 [實驗動物] (试验动物) shìyàn dòngwù <実験動物> じっけんどうぶつ {動物試驗} động vật thử nghiệm ◊ experimental animal

실험발견 [實驗發見] (实验发现) shíyàn fāxiàn <実験的発見> じっけんてきはっけん {結果實驗} kết quả thực nghiệm ◊ experimental finding

실험설계 [實驗設計] (试验设计) shìyàn shèjì <実験設計> じっけんせっけい {設計試驗} thiết kế thử nghiệm ◊ experimental design

실험설비 [實驗設備] (实验设备) shíyàn shèbèi <実験設備> じっけんせつび {設備試驗} thiết bị thí nghiệm ◊ laboratory equipment

실험실 [實驗室] (实验室) shíyànshì <実験室> じっけんしつ {房試驗} phòng thí nghiệm ◊ laboratory

실험역학 [實驗力學] (实验力学) shíyàn lìxué <実験力学> じっけんりきがく {機學實驗} cơ học thực nghiệm ◊ experimental mechanics

실험연구 [實驗研究] (实验性研究) shíyàn xìng yánjiū <実験的研究> じっけんてきけんきゅう {研究實驗} nghiên cứu thực nghiệm ◊ experimental study

실험장 [實驗場] (实验区) shíyàn qū <實驗場> じっけんじょう {區域試驗} khu vực thí nghiệm ◊ experimental area

실험조건 [實驗條件] (试验条件) shìyàn tiáojiàn <実験條件> じっけんじょうけん {條件檢查} điều kiện kiểm tra ◊ experimental condition

실현 [實現] (实现) shíxiàn <実現> じつげん {實現} thực hiện ◊ implement

실현가능 [實現可能] (可实现) kě shíxiàn <実現可能> じつげんかのう {可施} khả thi ◊ achievable

실현성 [實現性] (可实现性) kě shíxiàn xìng <実現性> じつげんせい {性實現} tính thực hiện ◊ realizability

실혈 [失血] (失血) shīxuè <失血> しっけつ {失血} thất huyết ◊ bleeding

실형 [實刑] (实刑) shí xíng <実刑> じっけい {實刑} thực hình ◊ jail sentence

실화 [實話] (实话) shíhuà <実話> じつわ {實話} thực thoại ◊ truth

실황 [實況] (实况) shíkuàng <実況> じっきょう {實況} thực huống ◊ live

실효 [失效] (失效) shīxiào <失効> しっこう {失効} thất hiệu ◊ lapse

실효 [實效] (实效) shíxiào <実効> じっこう {實効} thực hiệu ◊ effectiveness

심각 [深刻] (深刻) shēnkè <深刻> しんこく {濃鉋} sâu sắc ◊ profound

심간 [心肝] (心肝) xīngān <心肝> しんかん {心肝} tâm can ◊ conscience; darling

심갱 [深坑] (深坑) shēnkēng <深い穴> ふかいあな {墟溇} hố sâu ◊ deep hit

심경 [深耕] (深耕) shēngēng <深耕> しんこう {深耕} thâm canh ◊ deep plowing

심경 [心境] (心境) xīnjìng <心境> しんきょう {心境} tâm trạng ◊ mood

심계 [心界] (心界) xīn jiè <心界> こころかい {心界} tâm giới ◊ mind

심계서 [審計署] (审计部) shěnjì bù <審計署> しんけいしょ {部檢算} bộ kiểm toán ◊ audit agency

심곡 [深谷] (深谷) shēngǔ <深谷> しんこく {深谷} thâm cốc ◊ deep valley

심교 [深交] (深交) shēn jiāo <深交> しんこう {深交} thâm giao ◊ close friendship

심근경색 [心筋梗塞] (心肌梗塞) xīnjī gěngsè <心筋梗塞> しんきんこうそく {攝岫肌㧱} nhồi máu cơ tim ◊ myocardial infarction

심기 [心肌] (心肌) xīnjī <心肌> こころはだ {心肌} tâm cơ ◊ myocardium

심기일전 [心機一轉] (心机一转) xīnjī yī zhuǎn <心機一転> しんきいってん {心機一轉} tâm cơ nhất chuyển ◊ change of attitude

심다 [一] (栽种) zāizhòng <植える> うえる {種挑|柚挑} trồng trọt ◊ plant

심도 [深度] (深度) shēndù <深度> しんど {深度} thâm độ ◊ depth

심두 [心頭] (心头) xīn tóu <心頭> しんとう {心頭} tâm đầu ◊ heart

심득 [心得] (心得) xīndé <心得> こころえ {心得} tâm đắc ◊ experience

심려 [深慮] (深虑) shēn lǜ <深慮> しんりょ {深慮} thâm lự ◊ deep thought

심려 [心慮] (心虑) xīn lǜ <心慮> しんりょ {心慮} tâm lự ◊ worry

심력 [心力] (心力) xīnlì <心力> しんりょく {心力} tâm lực ◊ effort

심령 [心靈] (心灵) xīnlíng <心霊> しんれい {心靈} tâm linh ◊ soul

심리 [審理] (审理) shěnlǐ <審理> しんり {處案} xử án ◊ trial

심리 [心理] (心理) xīnlǐ <心理> しんり {心理} tâm lý ◊ psychology

심리 치료 [心理治療] (心理治疗) xīnlǐ zhìliáo <心理療法> しんりりょうほう {治療心理} trị liệu tâm lý ◊ psychotherapy

심리전 [心理戰] (心理战) xīnlǐ zhàn <心理戰> しんりせん {心理戰} tâm lý chiến ◊ psychological warfare

심리학 [心理學] (心理学) xīnlǐxué <心理学> しんりがく {心理學} tâm lý học ◊ psychology

심모원려 [深謀遠慮] (深谋远虑) shēn móu yuǎnlǜ <深謀遠慮> しんぼうえんりょ {深謀遠慮} thâm mưu viễn lự ◊ foresight; far sight and deep design

심문 [審問] (审问) shěnwèn <審問> しんもん {審問} thẩm vấn ◊ interrogate

심문 [尋問] (寻问) xún wèn <尋問> じんもん {尋問} tầm vấn ◊ questioning

심미 [審美] (审美) shěnměi <審美> しんび {審美} thẩm mỹ ◊ aesthetic

심방 [心房] (心房) xīnfáng <心房> しんぼう {心房} tâm phòng ◊ atrium

심방 [尋訪] (寻访) xúnfǎng <尋訪> ひろほう {尋訪} tầm phỏng ◊ inquire after; look for

심복 [心腹] (心腹) xīnfù <心服> しんぷく {心腹} tâm phúc ◊ confidant

심부전 [心不全] (心力衰竭) xīnlì shuāijié <心不全> しんふぜん {心衰} tâm suy ◊ heart failure

심사 [深思] (深思) shēnsī <考え込む> かんがえこむ {沉緜龥推想} chìm sâu trong suy tưởng ◊ deep in thought

심사 [審査] (审查) shěnchá <審査> しんさ {審査} thẩm tra ◊ censor

심사 [心事] (心事) xīnshì <心事> しんじ {心事} tâm sự ◊ worry

심사 [心思] (心思) xīnsi <心思> しんし {心思} tâm tư ◊ idea; thinking about

심사숙고 [深思熟考] (深思熟慮) shēnsī shúlù <熟慮> じゅくりょ {推懷謹愼} suy nghĩ cẩn thận ◊ weigh and consider a matter well

심사위원 [審査委員] (评委) píngwěi <裁判官> さいばんかん {審判員} thẩm phán viên ◊ judges

심사위원석 [審査委員席] (评审团) píngshěn tuán <審査員> しんさいん {班審査} ban thẩm tra ◊ jury box

심산 [心算] (心算) xīnsuàn <心算> しんさん {心算} tâm toán ◊ mental arithmetic

심산유곡 [深山幽谷] (深山幽谷) shēnshān yōugǔ <深山幽谷> しんざんゆうこく {深山幽谷} thâm sơn u cốc ◊ deep in the mountains and valleys

심상 [尋常] (寻常) xúncháng <尋常> じんじょう {尋常} tầm thường ◊ unusual

심성 [心性] (心性) xīnxìng <心性> しんせい {心性} tâm tính ◊ mind; disposition; nature; temperament

심수 [深邃] (深邃) shēnsuì <深邃> しんすい {深邃} thâm túy ◊ deep; profound

심술 [心術] (心术) xīnshù <心術> しんじゅつ {心術} tâm thuật ◊ ature; disposition; temperament; minds

심신 [審訊] (审讯) shěnxùn <審訊> しんじん {審訊} thẩm tấn ◊ inquisite; inquest; trial

심신 [心身] (身心) shēnxīn <身心> しんしん {機體乸心智} cơ thể và tâm trí ◊ body and mind

심신 [心神] (心神) xīnshén <心神> しんしん {心神} tâm thần ◊ mind

심신부정 [心神不定] (心神不定) xīnshén bùdìng <心神不定> しんしんふてい {心神不定} tâm thần bất định ◊ of unsound mind

심신장애 [心神障礙] (心理障碍) xīnlǐ zhàng'ài <心神障礙> しんしんしょうがい {神衰} thần suy ◊ mental disorder

심실 [心室] (心室) xīnshì <心室> しんしつ {心室} tâm thất ◊ ventricle

심안 [心眼] (心眼) xīnyǎn <心眼> しんがん {心眼} tâm nhãn ◊ intention

심안리득 [心安理得] (心安理得) xīn ān lǐ dé <心安い> こころやすい {良心囍蠮} lương tâm trong sáng ◊ clear conscience

심야 [深夜] (深夜) shēnyè <深夜> しんや {祏鬹} đêm khuya ◊ late at night

심연 [深淵] (深渊) shēnyuān <深淵> しんえん {深淵} thâm uyên ◊ abyss

심오 [深奧] (深奥) shēn'ào <深奥> しんおう {濃; 深深} sâu, thăm thẳm ◊ profoundly

심우 [深憂] (深忧) shēn yōu <深憂> しんゆう {深憂} thâm ưu ◊ deep melancholy

심원 [深遠] (深远) shēnyuǎn <深遠> しんえん {深遠} thâm viễn ◊ profound

심원 [心願] (心愿) xīnyuàn <心願> しんがん {心願} tâm nguyện ◊ heartfelt wish

심의 [審議] (审定) shěndìng <審議> しんぎ {審定} thẩm định ◊ approval

심의 [心意] (心意) xīnyì <心意> しんい {心意} tâm ý ◊ purpose

심장 [心腸] (心肠) xīncháng <心腸> しんちょう {心腸} tâm trường ◊ heart; state of mind

심장 [心臟] (心脏) xīnzàng <心臟> しんぞう {炋糺籵} tim ◊ heart

심장마비 [心臟痲痺] (心脏病发作) xīnzàngbìng fāzuò <心臟発作> しんぞうほっさ {疘肕} đau tim ◊ heart attack

심장수술 [心臟手術] (心脏手术) xīnzàng shǒushù <心臟手術> しんぞうしゅじゅつ {心剖} tâm phẫu ◊ heart surgery

심정 [深情] (深情) shēnqíng <深情け> ふかなさけ {深情} thâm tình ◊ deep affection; excessive love deep feeling

심정 [心情] (心情) xīnqíng <心情> しんじょう {心情} tâm tình ◊ mood

심정후의 [深情厚誼] (深情厚谊) shēnqíng hòuyì <深情厚誼> しんじょうこうぎ {深情厚誼} thâm tình hậu nghị ◊ affectionate friendship

심지어 [甚至於] (甚至) shènzhì <更に> さらに {甚至} thậm chí ◊ even

심취 [心醉] (心醉) xīnzuì <心醉> しんすい {醉迷} say mê ◊ infatuation

심층 [深層] (深层) shēncéng <深層> しんそう

{深層} thâm tầng ◊ deep level

심통 [心痛] (心痛) xīntòng <心痛> しんつう {心痛} tâm thống ◊ heartache; heartburn

심판 [審判] (审判) shěnpàn <審判> しんぱん {審判} thẩm phán ◊ trial

심판관 [審判官] (审判官) shěnpànguān <審判官> しんぱんかん {審判官} thẩm phán quan ◊ inquisitor

심하다 [甚하다] (太甚) tài shèn <酷く> ひどく {過嚴} quá nghiêm ◊ too serious

심한 [深恨] (深恨) shēn hèn <深恨> しんはん {深恨} thâm hận ◊ hate deeply

심해 [深海] (深海) shēnhǎi <深海> しんかい {深海} thâm hải ◊ deep-sea

심해 구역 [深海區域] (深海区) shēnhǎi qū <深海区域> しんかいくいき {瑧瀯溇} vùng biển sâu ◊ abysmal area

심해 평원 [深海平原] (深海平原) shēnhǎi píngyuán <深海平原> しんかいへいげん {瞳平減深} đồng bằng vực thẳm ◊ abyssal plain

심해구릉 [深海丘陵] (深海底山) shēnhǎi de shān <深海丘陵> しんかいきゅうりょう {沉積溇} trầm tích sâu ◊ abyssal hill

심해파 [深海波] (深海波浪) shēnhǎi bōlàng <深海波> しんかいは {湃瀯溇} sóng biển sâu ◊ deep sea wave

심혈 [心血] (心血) xīnxuè <心血> しんけつ {心血} nỗ lực miệt mài ◊ painstaking effort

심호흡 [深呼吸] (深呼吸) shēn hūxī <深呼吸> しんこきゅう {深呼吸} thâm hô hấp ◊ breathe deeply

심혼 [心魂] (心魂) xīn hún <心魂> しんこん {心魂} tâm hồn ◊ soul of the heart

심홍 [深紅] (深红) shēn hóng <深紅> しんく {深紅} thâm hồng ◊ crimson

심화 [深化] (深化) shēnhuà <深化> しんか {深化} thâm hóa ◊ deepening

심후 [深厚] (深厚) shēnhòu <深厚> しんこう {深厚} thâm hậu ◊ deep

심히 [甚히] (极甚) jíshèn <非常に> ひじょうに {錘欋} rất ◊ very

십년 [十年] (十年) shí nián <十年> じゅうねん {十年} thập niên ◊ decade

십대 [十代] (十代) shí dài <十代> じゅうだい {十代} thập đại ◊ ten generations

십만 [十萬] (十万) shí wàn <十万> じゅうまん {迊釪} mười ngàn ◊ hundred thousand

십만엔 [十萬円] (十万日元) shí wàn rìyuán <十万円> じゅうまんえん {迊釪銅日} mười ngàn đồng Nhật ◊ hundred thousand yen

십분 [十分] (十分) shífēn <十分> じゅうぶん {十分} thập phân ◊ very

십악 [十惡] (十恶) shí è <十惡> じゅうあく {十惡} thập ác ◊ ten evils

십오분 [十五分] (一刻钟) yī kè zhōng <十五分> じゅうごふん {迊淋丿} mười lăm phút ◊ a quarter of an hour

십이시 [十二時] (十二点) shí èr diǎn <十二時> じゅうにじ {迊乜晩} mười hai giờ ◊ twelve o'clock

십이월 [十二月] (十二月) shí'èryuè <十二月> じゅうにがつ {朐迊乜} tháng mười hai ◊ December

십이지장 [十二指腸] (十二指肠) shí èr zhǐ cháng <十二指腸> じゅうにしちょう {佐腸} tá tràng ◊ duodenum

십일월 [十一月] (十一月) shíyīyuè <十一月> じゅういちがつ {朐迊乂} tháng mười một ◊ November

십자 [十字] (十字) shí zì <十字> じゅうじ {十字} thập tự ◊ cross sign

십자가 [十字架] (十字架) shízìjià <十字架> じゅうじか {十字架} thập tự giá ◊ crucifix

십자군 [十字軍] (十字军) shízìjūn <十字軍> じゅうじぐん {十字軍} thập tự quân ◊ crusade

십자로 [十字路] (十字路口) shí zì lùkǒu <十字路> じゅうじろ {十字路} thập tự lộ ◊ crossroads

십전 [十全] (十全) shíquán <十全> じゅうぜん {十全} thập toàn ◊ perfect

십중팔구 [十中八九] (十之八九) shí zhī bā jiǔ <十中八九> じっちゅうはっく {十之八九} thập chi bát cửu ◊ nine out of ten; very probable

십지 [十指] (十指) shí zhǐ <十指> じっし {十指} thập chi ◊ ten fingers

십진수 [十進數] (十进数) shíjìnshù <十進数> じっしんすう {十進數} thập tiến số ◊ decimal

십진제 [十進制] (十进制) shíjìnzhì <十進制> じゅうしんせい {十分} thập phân ◊ decimal system

싱크대 [sink 臺] (洗碗槽) xǐwǎncáo <食器洗い槽> しょっきあらいうけ {玿溚塰} chậu rửa chén ◊ water tank

싶다 [-] (要) yào <望む> のぞむ {憫} muốn ◊ want

ㅆ X

싸다 [一] (便宜) piányí <安い> やすい {價禩} giá rẻ ◊ cheap

싸우다 [一] (争吵) zhēngchǎo <喧嘩> けんか {訌饒; 争呶} đánh nhau; tranh cãi ◊ fight; quarrel

싸움 [一] (打架) dǎjià <喧嘩> けんか {訌饒} đánh nhau ◊ fight each other

싹트다 [一] (长芽) zhǎngyá <芽生える> めばえる {芳檗} nảy mầm ◊ bud; sprout

쌀 [一] (稻米) dàomǐ <米> こめ {糙糧} gạo ◊ uncooked rice

쌀값 [一] (米价) mǐ jià <米価> べいか {價糙} giá gạo ◊ rice price

쌀밥 [一] (米饭) mǐfàn <御飯> ごはん {餂柑} bữa cơm ◊ cooked rice

쌀알 [一] (米粒) mǐlì <米粒> こめつぶ {褐糙} hạt gạo ◊ grain of rice

쌀작물 [쌀作物] (稻米作物) dàomǐ zuòwù <稲作> いなさく {核薔} cây lúa ◊ rice crop

쌍 [雙] (双) shuāng <双> そう {瓕} đôi ◊ double

쌍검 [雙劍] (双剑) shuāng jiàn <双剣> そうけん {瓕劍} đôi kiếm ◊ double swords

쌍견 [雙肩] (双肩) shuāng jiān <双肩> そうけん {瓕胹} đôi vai ◊ shoulders

쌍계 [雙系] (双系) shuāng jì <デュアル> dual {系統瓕} hệ thống đôi ◊ dual

쌍곡선 [雙曲線] (双曲线) shuāngqūxiàn <双曲線> そうきょくせん {雙曲線} song khúc tuyến ◊ hyperbola; hyperbolic curve

쌍구균 [雙球菌] (双球菌) shuāngqiújūn <双球菌> そうきゅうきん {雙球菌} song cầu khuẩn ◊ diplococcus

쌍극자 [雙極子] (偶极) ǒují <双極子> そうきょくこ {兩極} lưỡng cực ◊ dipole

쌍꺼풀 [雙꺼풀] (双眼皮) shuāng yǎn pí <二重瞼> ふたえまぶた {瞼乜瞋} mắt hai mí ◊ double eyelid

쌍동선 [雙胴船] (双体船) shuāng tǐ chuán <双胴船> そうどうせん {彼船瓕} bè thuyền đôi ◊ catamaran

쌍돛 [雙돛] (双帆) shuāng fān <二重帆> にじゅう ほ {舢瓕} buồm đôi ◊ double sail

쌍둥이 [雙둥이] (孪生儿) luánshēngr <ツイン> twin {生瓕} sinh đôi ◊ monodidymus

쌍둥이자리 [雙둥이자리] (双子座) shuāngzǐzuò <双子座> ふたござ {雙生} Song Sinh ◊ Gemini

쌍룡 [雙龍] (双龙) shuāng lóng <双竜> そうりゅう {瓕龍} đôi rồng ◊ double dragon

쌍륜 [雙輪] (双轮) shuāng lún <双輪> そうりん {雙輪} song luân ◊ twin wheels

쌍마 [雙馬] (双马) shuāng mǎ <双馬> そうま {駁瓕} ngựa đôi ◊ twin horses

쌍모 [雙眸] (双眸) shuāng móu <双眸> そうぼう {雙眸} song mâu ◊ two eyes

쌍방 [雙方] (双方) shuāngfāng <双方> そうほう {雙方} song phương ◊ both sides

쌍방향 [雙方向] (双向) shuāngxiàng <双方向> そうほうこう {雙向} song hướng ◊ bi-direction

쌍벽 [雙璧] (双璧) shuāng bì <二重壁> にじゅうかべ {牆瓕} tường đôi ◊ double walled

쌍변 [雙邊] (双边) shuāngbiān <両側> りょうがわ {雙方} song phương ◊ bilateral

쌍생 [雙生] (双生) shuāngshēng <双子> ふたご {生瓕} sinh đôi ◊ twins

쌍생아 [雙生兒] (双胞胎) shuāngbāotāi <双生児> そうせいじ {祉生瓕|雒生瓕} trẻ sinh đôi ◊ twin

쌍생자 [雙生子] (双生子) shuāngshēng zǐ <双生子> そうせいこ {雙生子} song sinh tử ◊ twins

쌍서 [雙棲] (双栖) shuāng qī <両棲> りょうせい {兩居} lưỡng cư ◊ amphibious

쌍성 [雙聲] (双声) shuāngshēng <双声> そうせい {雙星} song tinh ◊ two repeated initials in Chinese poetry; recurring initials

쌍성 [雙星] (双星) shuāngxīng <双星> そうせい {雙星} song tinh ◊ double star

쌍수 [雙手] (双手) shuāngshǒu <両手> りょうて {瓕拸} đôi tay ◊ both hands

쌍수 [雙數] (双数) shuāngshù <双数> そうすう {數瓕} số đôi ◊ dual; dual number

쌍쌍이 [雙雙이] (双生) shuāngshēng <ペア> pair {祕□} cặp đôi ◊ couple

쌍안 [雙眼] (双眼) shuāng yǎn <両眼> りょうがん {瓈睰} đôi mắt ◊ both eyes

쌍안경 [雙眼鏡] (双筒望远镜) shuāngtǒng wàngyuǎnjìng <双眼鏡> そうがんきょう {鏡睗仁甕} kính nhòm hai ống ◊ binoculars

쌍어좌 [雙魚座] (双鱼座) shuāngyúzuò <魚座> うおざ {雙魚} Song Ngư ◊ Pisces

쌍이극진공관 [雙二極眞空管] (双二极真空管) shuāng èr jí zhēnkōngguǎn <二極真空管> にきょくしんくうかん {甕眞空仁極} ống chân không hai cực ◊ bipolar vacuum tube

쌍자 [雙子] (双子) shuāng zǐ <双子> ふたご {雙子} Song Tử ◊ gemini

쌍자엽 [雙子葉] (双子叶) shuāng zǐyè <双子葉> そうしよう {雙子葉} song tử diệp ◊ dicotyledons

쌍전 [雙全] (双全) shuāng quán <両全> りょうぜん {雙全} song toàn ◊ complete in both respects

쌍중 [雙重] (双重) shuāngchóng <二重> にじゅう {錔瓈} gấp đôi ◊ dual

쌍행 [雙行] (双行) shuāng háng <双行> そうこう {瓈行} đôi hàng ◊ double row

쌍향 [雙向] (双向) shuāngxiàng <双向> もろむき {雙向} song hướng ◊ bi-direction

쌓이다 [ㅡ] (堆积) duījī <積み重ねる> つみかさねる {攢堚} chất đống ◊ piled up

썩다 [ㅡ] (腐烂) fǔlàn <腐敗> ふはい {虚嘔|墟闀} hư hỏng ◊ spoil

쏘다 [ㅡ] (射) shè <射擊> しゃげき {翔觪弔觪} bắn ◊ shoot

쓰다 [ㅡ] (撰写) zhuànxiě <著述> ちょじゅつ {扪冊} viết sách ◊ writing

쓰레기 [ㅡ] (垃圾) lājī <芥> ごみ {薋薈} rác ◊ rubbish

쓰레기차 [쓰레기車] (垃圾车) lājīchē <塵収集車> ごみしゅうしゅうしゃ {車載薈} xe tải rác ◊ garbage truck

쓰레기통 [쓰레기桶] (垃圾桶) lājītǒng <塵箱> ごみばこ {箭薋|箭薈} thùng rác ◊ dustbin

쓴 소리 [ㅡ] (苦口之言) kǔkǒu zhī yán <痛言> つうげん {苦言} khổ ngôn ◊ bitter words

쓸데없는 말 [ㅡ] (废话) fèihuà <余計な言葉> よけいなことば {哫餘剩} lời dư thừa ◊ superfluous words

씁쓸하다 [ㅡ] (苦涩) kǔsè <苦渋> くじゅう {蔎蝅|蔎蝅} cay đắng ◊ bitterness

씨 [ㅡ] (种子) zhǒngzi <種> たね {憁} hột ◊ seed

씨 [氏] (氏) shì <氏> し {氏} thị ◊ clan name; maiden name; surname

ㅡ씨 [ㅡ氏] (先生) xiānsheng <様> さま|さん {偶} ngài ◊ mister; madame; miss

씨명 [氏名] (氏名) shì míng <氏名> しめい {氏名} thị danh ◊ full name

씨족 [氏族] (氏族) shìzú <氏族> しぞく {氏族} thị tộc ◊ clan

씨중 [氏衆] (家族民众) jiāzú mínzhòng <家族の人々> かぞくのひとびと {民衆家庭} dân chúng gia đình ◊ clan people

씻다 [ㅡ] (清洗) qīngxǐ <洗浄> せんじょう {挑} tẩy ◊ cleanse

아가 [雅歌] (雅歌) yǎgē <雅歌> がか {雅歌} nhã ca ◊ elegant ong

아구창 [鵝口瘡] (鹅口疮) ékǒuchuāng <鵞口瘡> がこうそう {炎鵝口瘡} viêm nga khẩu xương ◊ oral candidiasis

아기 [雅氣] (雅气) yǎqì <雅味> がみ {雅氣} nhã khí ◊ elegant; not vulgar

아깝다 [一] (太可惜) tài kěxī <とても残念です> とてもざんねんです {實惜} thật tiếc ◊ what a pity

아나운서 [announcer] (播音员) bōyīnyuán <アナウンサー> announcer {發聲員} phát thanh viên ◊ announcer

아내 [一](太太) tàitai <妻> つま {媠嬬} vợ ◊ wife

아녀자 [兒女子] (儿女) érnǚ <児女> じじょ {兒女} nhi nữ ◊ child

아동 [兒童] (儿童) értóng <児童> じどう {兒童} nhi đồng ◊ child

아동극 [兒童劇] (儿童剧) értóng jù <児童劇> じどうげき {兒童劇} nhi đồng kịch ◊ children's play

아동복 [兒童服] (童装) tóngzhuāng <子供服> こどもふく {裙襖祕淹|裙襖襍淹} quần áo trẻ em ◊ children's clothing

아동환자 [兒童患者] (儿童患者) értóng huànzhě <児童患者> じどうかんじゃ {病兒} bệnh nhi ◊ child patient

아들 [一] (儿子) érzi <息子> むすこ {琨糊|琨糊|琨糅} con trai ◊ son

아랍어 [Arab 語] (阿拉伯语) ālābóyǔ <アラビア語> Arabia ご {嗒阿紅} tiếng A rập ◊ Arabic language

아래 윗간 [아래윗間] (高低之间) gāodī zhījiān <上下の間> じょうかのあいだ {衶让靴鼾} giữa trên và dưới ◊ between top and bottom

아래층 [아래層] (楼下) lóuxià <階下> かいか {槳樓} dưới lầu ◊ downstairs

아랫사람 [一] (下属) xiàshǔ <部下> ぶか {屬下} thuộc hạ ◊ underling

아류 [亞流] (亚流) yà líu <亜流> ありゅう {亞流} á lưu ◊ sub-stream

아름다운 풍경 [아름다운 風景] (美丽景致) měilì jǐngzhì <美景> びけい {美景} mỹ cảnh ◊ scenic spot

아름답다 [一] (美丽) měilì <美しい> うつくしい {脥懍} vẻ đẹp ◊ beautiful

아마 [亞麻] (亚麻) yàmá <亜麻> あま {苓薯} lanh ◊ flax

아마인 [亞麻仁] (亚麻籽) yàmá zǐ <亜麻仁> あまに {褐苓|粍薯} hạt lanh ◊ flax seed

아문 [衙門] (衙门) yámen <衙門> がもん {衙門} nha môn ◊ *yamen*

아문 [雅文] (雅文) yǎwén <雅文> こども {雅文} nhã văn ◊ elegant literary style

아미타불 [阿彌陀佛] (阿弥陀佛) ēmítuó fó <阿弥陀仏> あみだぶつ {阿彌陀佛} A My Đà Phật ◊ Amida Buddha

아버지 [一] (父亲) fùqīn <父親> ちちおや {娭} cha ◊ father

아사 [餓死] (饿死) è sǐ <餓死> がし {餶羮|餒葬} đói chết ◊ starvation

아속 [雅俗] (雅俗) yǎ sú <雅俗> がぞく {雅俗} nhã tục ◊ elegant and vulgar

아손 [兒孫] (儿孙) érsūn <児孫> じそん {兒孫} nhi tôn ◊ children and grandchildren

아악 [雅樂] (雅乐) yǎyuè <雅楽> ががく {雅樂} nhã nhạc ◊ nice music

아어 [雅語] (雅语) yǎ yǔ <雅語> がご {雅語} nhã ngữ ◊ elegant language

아연 [亞鉛] (锌) xīn <亜鉛> あえん {鏃} kẽm ◊ zinc

아연도금 [亞鉛鍍金] (镀锌) dùxīn <亜鉛鍍金> あえんめっき {鏑鏃|鏑鏀} mạ kẽm ◊ galvanized

아연생산 [亞鉛生産] (锌生产) xīn shēngchǎn <亜鉛生産> あえんせいさん {産出鏃} sản xuất kẽm ◊ zinc production

아연오염 [亞鉛汚染] (锌污染) xīn wūrǎn <亜鉛汚染> あえんおせん {汚染鏃} ô nhiễm kẽm ◊ zinc pollution

아연중독 [亞鉛中毒] (锌中毒) xīn zhòngdú <亜鉛中毒> あえんちゅうどく {誤毒鏃} ngộ độc

kẽm ◊ zinc poisoning

아열대 [亞熱帶] (亚热带) yàrèdài <亜熱帶> あね
ったい {近熱帶} cận nhiệt đới ◊ subtropics

아유 [阿諛] (阿谀) ēyú <阿諛> あゆ {阿諛} a du
◊ flatter

아음 [牙音] (牙音) yáyīn <牙音> きばおん {牙音}
nha âm ◊ dental sound

아음속 [亞音速] (亚音速) yà yīnsù <亜音速> あ
いんそく {亞音速} á âm tốc ◊ subsonic

아이 [一] (孩子) háizi <子供> こども {孩} con ◊
child

아이라인 [eyeline] (眼线) yǎnxiàn <眼綫> がんせ
ん {眼綫} nhãn tuyến ◊ ophthalmic eyelid

아종 [亞種] (亚种) yàzhǒng <亜種> あしゅ {亞
種} á chủng ◊ subspecies

아주 [一] (无比) wúbǐ <凄く> すごく {踵權} rất
◊ very

아첨 [阿諂] (献媚) xiànmèi <諂う> へつらう {諂
佞} xiểm nịnh ◊ flatter

아취 [雅趣] (雅趣) yǎqù <雅趣> がしゅ {雅趣}
nhã thú ◊ elegant taste

아치 [雅致] (雅致) yǎzhì <雅致> がち {雅致}
nhã trị ◊ artistry; good taste; elegance

아코디언 [accordion] (手风琴) shǒufēngqín <アコ
ーディオン> accordion {乙鴾} ác coóc ◊
accordion

아파트 [apartment] (公寓) gōngyù <アパート軒>
apartment けん {衆居} chung cư ◊ apartment
locations

아편 [阿片] (鸦片) yāpiàn <阿片> あへん {糵薪
菓片} thuốc phiện ◊ opium

아프다 [一] (疼) téng <痛む> いたむ {疠} đau ◊
hurt

아프리카 [Africa] (非洲) fēizhōu <アフリカ>
Africa {洲非} Châu Phi ◊ Africa

아한대 [亞寒帶] (亚寒带) yà hándài <亜寒帯> あ
かんたい {亞寒帶} á hàn đới ◊ subarctic zone

아호 [雅號] (雅号) yǎhào <雅号> がごう {別號}
biệt hiệu ◊ alias; pseudonym; pen name

아황산 [亞黃酸] (亚硫酸) yàliúsuān <亜硫酸>
ありゅうさん {亞硫酸} á lưu toan ◊ sulfite

아황산염 [亞黃酸鹽] (亚硫酸盐) yàliúsuān yán <
亜硫酸塩> ありゅうさんえん {亞硫酸鹽} á
lưu toan diêm ◊ sulfite

아희 [兒戲] (儿戏) érxì <児戲> じぎ {嗤澍雓淹}
trò chơi trẻ em ◊ children's game

악 [惡] (恶) è <恶> あく {惡} ác ◊ evil

악감 [惡感] (恶感) ègǎn <悪感> あっかん {惡感}
ác cảm ◊ bad feeling

악곡 [樂曲] (乐曲) yuèqǔ <楽曲> がっきょく
{樂曲} nhạc khúc ◊ music

악골 [顎骨] (颚骨) è gǔ <顎骨> がっこつ {顎骨}
ngạc cốt ◊ jawbone; mandible

악과 [惡果] (恶果) èguǒ <悪果> あっか {惡果}
ác quả ◊ evil consequence; ill effect

악구 [惡口] (恶口) ě kǒu <悪口> わるぐち {惡口}
ác khẩu ◊ insult; scold

악귀 [惡鬼] (恶鬼) èguǐ <悪鬼> あっき {惡鬼}
ác quỷ ◊ devil

악극 [樂劇] (乐剧) yuè jù <楽劇> がくげき {樂
劇} nhạc kịch ◊ musical drama

악기 [惡氣] (恶气) èqì <悪気> わるぎ {惡氣} ác
khí ◊ evil spirit

악기 [樂器] (乐器) yuèqì <楽器> がっき {樂具}
nhạc cụ ◊ music instruments

악녀 [惡女] (恶女) ě nǔ <悪女> あくじょ {惡女}
ác nữ ◊ wicked woman

악념 [惡念] (恶念) ě niàn <悪念> あくねん {惡
念} ác niệm ◊ evil thought; malicious motive; spite

악단 [樂團] (乐团) yuètuán <楽団> がくだん {樂
團} nhạc đoàn ◊ orchestra

악담 [惡談] (恶谈) ě tán <悪談> あくだん {惡談}
ác đàm ◊ bad talk

악당 [惡黨] (恶党) ě dǎng <悪党> あくとう {惡
黨} ác đảng ◊ bandit; evil gang

악대 [樂隊] (乐队) yuèduì <楽隊> がくたい {樂
隊} nhạc đội ◊ music band

악덕 [惡德] (恶德) ě dé <悪德> あくとく {德性
醜} đức tính xấu ◊ bad virtues

악도 [惡道] (恶道) ě dào <悪道> あくどう {惡道}
ác đạo ◊ evil ways

악도 [惡徒] (恶徒) ètú <悪徒> あくと {惡徒} ác
đồ ◊ villains

악독 [惡毒] (恶毒) èdú <悪毒> あくどく {惡毒}
ác độc ◊ vicious

악동 [惡童] (恶童) ě tóng <悪童> あくどう {惡
童} ác đồng ◊ evil boy

악랄 [惡辣] (恶烈) ě liè <悪烈> あくれつ {惡烈}
ác liệt ◊ vicious

악력 [握力] (握力) wòlì <握力> あくりょく {髣
拎摘} sức cầm nắm ◊ grip strength

악렬 [惡劣] (恶劣) èliè <悪劣> あくれつ {惡劣}
ác liệt ◊ bad; undesirable

악령 [惡靈] (恶灵) ě líng <悪霊> あくりょう {惡

靈魂} ác linh hồn ◊ evil spirit

악률 [樂律] (乐律) yuèlǜ <楽律> がくりつ {樂律} nhạc luật ◊ rhythm

악리 [樂理] (乐理) yuèlǐ <楽理> がくり {樂理} nhạc lý ◊ music theory

악마 [惡魔] (恶魔) èmó <悪魔> あくま {惡魔} ác ma ◊ demon

악매 [惡罵] (恶骂) èmà <悪罵> あくば {惡罵} ác mạ ◊ curse; vilification

악명 [惡名] (恶名) èmíng <悪名> あくめい {惡名} ác danh ◊ notoriety

악모 [岳母] (岳母) yuèmǔ <岳母> がくぼ {岳母} nhạc mẫu ◊ mother-in-law; one's wife's mother

악몽 [惡夢] (恶梦) èmèng <悪夢> あくむ {惡夢} ác mộng ◊ nightmare

악무 [樂舞] (乐舞) yuè wǔ <楽舞> がくぶ {樂舞} nhạc vũ ◊ singing and dancing; song and dance

악병 [惡病] (恶病) ě bìng <悪病> あくびょう {惡病} ác bệnh ◊ cachexia

악보 [惡報] (恶报) èbào <悪報> あくほう {惡報} ác báo ◊ retribution for evildoing

악보 [樂譜] (乐谱) yuèpǔ <楽譜> がくふ {樂譜} nhạc phổ ◊ music book

악보대 [樂譜臺] (乐谱架) yuèpǔ jià <楽譜台> がくふだい {架樂} giá nhạc ◊ music stand

악부 [岳父|嶽父] (岳父) yuèfù <岳父> がくふ {岳父} nhạc phụ ◊ father-in-law; one's wife's father

악사 [樂師] (乐师) yuèshī <楽師> がくし {樂師} nhạc sư ◊ musicians

악사 [樂士] (乐士) yuè shì <楽士> がくし {樂士} nhạc sĩ ◊ musician

악사천리 [惡事千里] (恶事千里) ě shì qiān lǐ <悪事千里> あくじせんり {惡事千里} ác sự thiên lý ◊ evil things go a long way

악서 [樂書] (乐书) yuè shū <楽書> がくがき {樂書} nhạc thư ◊ music books

악성 [惡性] (恶性) èxìng <悪性> あくせい {惡性} ác tính ◊ malignant

악성종양 [惡性腫瘍] (恶性肿瘤) èxìng zhǒngliú <悪性腫瘍> あくせいしゅよう {癰疽惡性} ung thư ác tính ◊ malignant tumor

악센트 [accent] (重音) zhòngyīn <アクセント> accent {重音} trọng âm ◊ accent; stress

악수 [握手] (握手) wòshǒu <握手> あくしゅ {抔瓱} bắt tay ◊ handshake

악수례 [握手禮] (握手礼) wòshǒulǐ <握手礼> あくしゅれい {禮抔瓱} lễ bắt tay ◊ handshake ceremony

악순환 [惡循環] (恶性循环) èxìng xúnhuán <悪循環> あくじゅんかん {惡循環} ác tuần hoàn ◊ vicious cycle

악습 [惡習] (恶习) èxí <悪習> あくしゅう {惡習} ác tập ◊ vice habbit

악승 [惡僧] (恶僧) ě sēng <悪僧> あくそう {惡僧} ác tăng ◊ evil monk

악신 [惡神] (恶神) ě shén <悪神> あくじん {惡神} ác thần ◊ fierce spirit; Ahriman

악심 [惡心] (恶心) ěxīn <悪心> あくしん {惡心} ác tâm ◊ disgusting

악어 [鰐魚] (鳄鱼) èyú <鰐> わに {魛鱮|魛鱺|魛鰻} cá sấu ◊ alligator

악언 [惡言] (恶言) èyán <悪言> あくげん {惡言} ác ngôn ◊ bad words

악역 [惡役] (反派角色) fǎnpài juésè <敵役> かたきやく {人物反面} nhân vật phản diện ◊ antagonist

악역 [惡疫] (恶疫) ě yì <悪疫> あくえき {惡疫} ác dịch ◊ plague

악우 [惡友] (恶友) ě yǒu <悪友> あくゆう {惡友} ác hữu ◊ bad friends

악운 [惡運] (恶运) ě yùn <悪運> あくうん {惡運} ác vận ◊ bad luck

악의 [惡意] (恶意) èyì <悪意> あくい {惡意} ác ý ◊ malice

악의악식 [惡衣惡食] (恶衣恶食) è yī è shi <悪衣悪食> あくいあくしょく {惡衣惡食} ác y ác thực ◊ shabby clothes and plain foods

악인 [惡人] (恶人) èrén <悪人> あくにん {惡人} villain ◊ villain

악인 [惡因] (恶因) ě yīn <悪因> あくいん {惡因} ác nhân ◊ evil causes

악인 [樂人] (乐人) yuè rén <楽人> がくじん {樂人} nhạc nhân ◊ musicians

악장 [樂章] (乐章) yuèzhāng <楽章> がくしょう {樂章} nhạc chương ◊ musical movement

악전 [惡戰] (恶战) èzhàn <悪戦> あくせん {惡戰} ác chiến ◊ bad fight

악전고투 [惡戰苦鬪] (恶战苦斗) èzhàn kǔdòu <悪戦苦鬪> あくせんくとう {苦戰} khổ chiến ◊ difficult campaign

악정 [惡政] (恶政) ě zhèng <悪政> あくせい {惡政} ác chính ◊ misgovernment

악조 [樂調] (乐调) yuè diào <楽調> がくちょう {調樂} điệu nhạc ◊ music tune

악질 [惡疾] (惡疾) èjí <惡疾> あくしつ {惡疾} ác tật ◊ malignant illness

악질 [惡質] (惡质) ě zhì <惡質> あくしつ {惡質} ác chất ◊ malignant

악착 [齷齪] (齷齪) wòchuò <齷齪> あくせく {齷齪} ác xúc ◊ dirty y; feverishly; fussily

악창 [惡瘡] (惡疮) ě chuāng <惡瘡> あくそう {惡瘡} ác sang ◊ acne

악처 [惡妻] (惡妻) ě qī <惡妻> あくさい {惡妻} ác thê ◊ wicked wife

악취 [惡臭] (惡臭) èchòu <惡臭> あくしゅう {惡臭} ác xú ◊ stench

악취농도 [惡臭濃度] (臭气浓度) chòuqì nóngdù <惡臭濃度> あくしゅうのうど {濃度嗜歟} nồng độ mùi hôi ◊ odor concentration

악필 [惡筆] (惡笔) ě bǐ <惡筆> あくひつ {惡筆} ác bút ◊ bad writing

악하다 [惡하다] (凶) xiōng <惡どい> あくどい {惡} ác ◊ vicious

악한 [惡漢] (惡汉) ě hàn <惡漢> あっかん {惡漢} ác hán ◊ villain

악행 [惡行] (惡行) èxíng <惡行> あくぎょう {惡行} ác hành ◊ evil deeds

악형 [惡刑] (惡刑) ě xíng <惡刑> あくけい {惡刑} ác hình ◊ severe punishment

악화 [惡化] (惡化) èhuà <惡化> あっか {惡化} ác hóa ◊ deterioration

악화 [惡貨] (惡货) ě huò <惡貨> あっか {惡貨} ác hóa ◊ bad money; bad goods

안가 [安家] (安家) ānjiā <安家> あつか {安家} an gia ◊ settle down

안가 [安價] (廉价) liánjià <安価> あんか {價舒} giá thấp ◊ low price

안가품 [安價品] (廉价品) liánjiàpǐn <安価品> あんかひん {廉價品} liêm giá phẩm ◊ low-priced goods

안강 [安康] (安康) ānkāng <安康> あんこう {安康} an khang ◊ well-being

안개 [一] (雾) wù <霧> きり {霜霙} sương mù ◊ fog; mist

안거 [安居] (安居) ānjū <安住> あんご {安居} an cư ◊ settle down

안건 [案件] (案件) ànjiàn <案件> あんけん {案件} án kiện ◊ crime case

안경 [眼鏡] (眼镜) yǎnjìng <眼鏡> めがね {鏡} kính ◊ glasses

안경사 [眼鏡士] (眼镜商) yǎnjìng shāng <眼鏡屋> めがねや {鞾眈鏡} cửa hàng kính ◊ optician

안경테 [眼鏡테] (眼镜框) yǎnjingkuàng <眼鏡の縁> めがねのふち {椌鏡瞲} khung kính mắt ◊ spectacle-frame; rims of spectacles

안과 [眼科] (眼科) yǎnkē <眼科> がんか {科瞲} khoa mắt ◊ ophthalmology

안구 [鞍具] (鞍具) ān jù <鞍具> くらぐ {鞍具} yên cụ ◊ saddles

안구 [眼球] (眼球) yǎnqiú <眼球> がんきゅう {眼球} cầu mắt ◊ eyeball

안내 [案内] (向导) xiàngdǎo <案内> あんない {向引} hướng dẫn ◊ guide

안내대 [案内臺] (指引台) zhǐyǐntái <案内カウンター> あんない counter {盤務} bàn dịch vụ ◊ information desk

안내도 [案内圖] (导览图) dǎo lǎn tú <案内図> あんないず {圖向引} đồ hướng dẫn ◊ floor plan

안내서 [案内書] (指南书) zhǐnánshū <案内書> あんないしょ {冊指引} sách chỉ dẫn ◊ guidebook; instruction guide

안내소 [案内所] (问讯室) wènxùn shì <案内所> あんないしょ {指引所} sở chỉ dẫn ◊ information center

안녕 [安寧] (安宁) ānníng <安寧> あんねい {安寧} an ninh ◊ peacefulness

안녕교 [安寧校] (最后校订) zuìhòu jiàodìng <最終校訂> さいしゅうこうてい {校訂歷窮} hiệu đính cuối cùng ◊ final revision

안녕질서 [安寧秩序] (安宁秩序) ānníng zhìxù <安寧秩序> あんねいちつじょ {安寧秩序} an ninh trật tự ◊ peace and order; law and order

안다 [一] (抱着) bào zhe <抱える> かかえる {摺攦} ôm ◊ hold

안대 [眼帶] (眼带) yǎn dài <眼帶> がんたい {眼帶} nhãn đới ◊ eye bands

안락 [安樂] (安乐) ānlè <安楽> あんらく {安樂} an lạc ◊ easy

안락사 [安樂死] (安乐死) ānlèsǐ <安楽死> あんらくし {安樂死} an nhạc tử ◊ euthanasia

안력 [眼力] (眼力) yǎnlì <眼力> がんりき {眼力} nhãn lực ◊ eyesight

안례 [案例] (案例) ànlì <判例> はんれい {案例} án lệ ◊ case study

안료 [顔料] (颜料) yánliào <顔料> がんりょう {顔料} nhan liệu ◊ pigment; color

안마 [鞍馬] (鞍马) ānmǎ <鞍馬> あんば {鞍馬} yên mã ◊ pommel horse

안마 [按摩] (按摩) ànmó <按摩> あんま {按摩} án ma ◊ massage

안면 [顔面] (面部) miànbù <顔面> がんめん {面部} diện bộ ◊ face

안면방해 [安眠妨害] (妨碍睡觉) fáng'ài shuìjiào <安眠妨害> あんみんぼうがい {繧亂眂眤} rối loạn giấc ngủ ◊ disturbance of sleep; nuisance in the middle of the night

안무 [安撫] (安抚) ānfǔ <安撫> あんぶ {安撫} an phủ ◊ appease

안민 [安民] (安民) ān mín <安民> あんみん {安民} an dân ◊ an min

안방 [안房] (主卧) zhǔ wò <内室> ないしつ {房眰主|房眐主} phòng ngủ chủ ◊ master bedroom

안배 [安排] (安排) ān pái <安排> あんばい {安排} an bài ◊ by arrangement

안벽 [岸壁] (岸壁) àn bì <岸壁> がんぺき {瀯軆} bến tàu ◊ wharf

안보 [安保] (安保) ānbǎo <安保> あんぽ {安寧} an ninh ◊ security

안분낙업 [安分樂業] (安居乐业) ānjū lèyè <安分> あんきょ {安居樂業} an cư lạc nghiệp ◊ live and work in peace and contentment

안색 [顔色] (颜色) yánsè <顔色> かおいろ {鮭色} màu sắc ◊ complexion; one's color

안식 [安息] (安息) ānxī <安息> あんそく {安息} an tức ◊ rest in peace

안신 [安身] (安身) ānshēn <安身> あんみ {安身} yên thân ◊ settle down

안신 [安神] (安神) ānshén <安神> あんしん {安神} an thần ◊ relieve uneasiness

안신경 [眼神經] (眼神经) yǎnshén jīng <眼神経> めしんけい {繍神經瞝} dây thần kinh mắt ◊ ophthalmic nerve

안심 [安心] (安心) ānxīn <安心> あんしん {安心} an tâm ◊ peace; ease

안압 [眼壓] (眼压) yǎnyā <眼圧> がんあつ {壓力眜} áp lực mắt ◊ intraocular pressure

안약 [眼藥] (眼药) yǎn yào <眼薬> めくすり {眼藥} nhãn dược ◊ ophthalmic medicine

안염 [眼炎] (眼炎) yǎn yán <眼炎> がんえん {炎眜} viêm mắt ◊ eye inflammation

안온 [安穩] (安稳) ānwěn <安穩> あんのん {安穩} an toàn ◊ safe

안와 [眼窩] (眼窝) yǎnwō <眼窩> がんか {眼窩} nhãn oa ◊ eye socket

안위 [安危] (安危) ānwēi <安危> あんき {安危} an nguy ◊ dager and safety

안위 [安慰] (安慰) ānwèi <安慰> あんい {安慰} an ủy ◊ console; comfort

안일 [安逸] (安逸) ānyì <安逸> あんいつ {安逸} an dật ◊ at ease

안장 [安葬] (安葬) ānzàng <埋葬> まいそう {安葬} an táng ◊ burial; ensepulcher; entombment

안장 [鞍裝] (鞍) ān <鞍> くら {鋆} yên ◊ saddle

안전 [安全] (安全) ānquán <安全> あんぜん {安全} an toàn ◊ safe

안전감 [安全感] (安全感) ānquángǎn <安心感> あんしんかん {安全感} an toàn cảm ◊ feeling of safety; sense of security

안전공학 [安全工學] (安全工学) ānquán gōngxué <安全工学> あんぜんこうがく {工學安全} công học an toàn ◊ safety engineering

안전교육 [安全教育] (安全教育) ānquán jiàoyù <安全教育> あんぜんきょういく {教育安全} giáo dục an toàn ◊ safety education

안전모 [安全帽] (安全帽) ānquánmào <安全帽> あんぜんぼう {蝶保險} mũ bảo hiểm ◊ safety helmet

안전범위 [安全範圍] (安全范围) ānquán fànwéi <安全範囲> あんぜんはんい {範圍保密} phạm vi bảo mật ◊ safe range

안전벨트 [安全 belt] (安全捆带) ānquán kǔn dài <シートベルト> seat belt {繍安全} dây an toàn ◊ safety belt

안전보호 [安全保護] (安全防护) ānquán fánghù <安全保護> あんぜんほご {保衛安寧} bảo vệ an ninh ◊ safe guarding

안전성평가 [安全性評價] (安全性评价) ānquánxìng píngjià <安全性評価> あんぜんせいひょうか {捫價性安全} đánh giá tính an toàn ◊ safety evaluation

안전온도 [安全溫度] (安全温度) ānquán wēndù <安全温度> あんぜんおんど {熱度安全} nhiệt độ an toàn ◊ safety temperature

안전용품 [安全用品] (安全用品) ānquán yòngpǐn <安全用品> あんぜんようひん {物品安全} vật phẩm an toàn ◊ safety products

안전울타리 [安全울타리] (安全围栏) ānquán wéilán <安全垣根> あんぜんかきね {行楘安全} hàng rào an toàn ◊ safety barrier

안전장비 [安全裝備] (安全设备) ānquán shèbèi <安全用具> あんぜんようぐ {設備安全} thiết bị an toàn ◊ safety

안전장치 [安全裝置] (安全装置) ānquán zhuāngzhì <安全装置> あんぜんそうち {設備安全} thiết bị an toàn ◊ safety device

안전제동 [安全制動] (安全挡) ānquán dǎng <安全制動> あんぜんせいどう {設備安全} thiết bị an toàn ◊ safety brake

안전지대 [安全地帶] (安全地带) ānquán dìdài <安全地帯> あんぜんちたい {區域安全} khu vực an toàn ◊ safety zone

안전판 [安全瓣] (安全瓣) ānquán bàn <安全弁> あんぜんべん {唄安全} van an toàn ◊ safety valve

안전한계 [安全限界] (安全极限) ānquán jíxiàn <安全限界> あんぜんげんかい {界限安全} giới hạn an toàn ◊ safe limit

안점 [眼點] (眼点) yǎndiǎn <眼点> がんてん {眼點} nhãn điểm ◊ eyespot

안정 [安定] (安定) āndìng <安定> あんてい {安定} an định ◊ stability

안정 [安靜] (安静) ānjìng <静か> しずか {晻潮|唵嘲} im lặng ◊ be quiet

안정가치계산 [安定價値計算] (安定价值计算) āndìng jià zhí jìsuàn <安定価値の計算> あんていかちのけいさん {性價穩定} tính giá ổn định ◊ stable value calculation

안정감 [安定感] (稳定感) wěndìng gǎn <安定感> あんていかん {安定感} an định cảm ◊ a sense of stability

안주 [按酒] (酒料) jiǔ liào <酒料> さけりょう {酒料} tửu liệu ◊ dish that goes with wine

안질 [眼疾] (眼疾) yǎn jí <眼疾> がんしつ {眼疾} nhãn tật ◊ eye diseases

안치 [安置] (安置) ānzhì <安置> あんち {安置} an trí ◊ placement

안태 [安胎] (安胎) ān tāi <安胎> あんたい {安胎} an thai ◊ miscarriage prevention

안테나 [antenna] (天线) tiānxiàn <アンテナ> antenna {喞銑} ăng ten ◊ antenna

안한 [安閑] (安闲) ānxián <安閑> あんかん {安閑} an nhàn ◊ leisure

안한자적 [安閑自適] (安闲自适) ānxián zì shì <安閑自適> あんかんじてき {安閑自適} an nhàn tự thích ◊ peaceful; calm; comfortable

안향 [安享] (安享) ān xiǎng <安享> あんとうる {安享} an hưởng ◊ enjoy in peace

앉다 [ー] (坐着) zuò zhe <坐っている> すわっている {魅鐿畚垒粼烑} ngồi ◊ sit

알다 [ー] (察觉) chájúe <に気づく> にきずく {認識得} nhận thức được ◊ become aware of

알묘조장 [揠苗助長] (拔苗助长) bá miáo zhùzhǎng <苗を引き抜いて助長する> なえをひきぬいてじょちょうする {揠苗助長} yển miêu trợ trưởng ◊ pull out the seedlings to help grow

알약 [알藥] (丸济) wán jǐ <錠剤> じょうざい {丸蘗} viên thuốc ◊ pill

알현 [謁見] (谒见) yè jiàn <謁見する> えっけんする {謁見} yết kiến ◊ call on; interview to; visit politely

암 [癌] (癌) ái <癌> がん {癰疽} ung thư ◊ cancer

암거 [暗渠] (暗沟) àn gōu <暗渠> あんきょ {漭涄曒} máng xối tối ◊ French drain; stone-filled trench

암계 [暗計] (暗计) àn jì <秘密策> ひみつさく {暗計} ám kế ◊ scheming

암구호 [暗口號] (秘密记号) mìmì jìhào <暗号> あんごう {密碼} mật mã ◊ password

암굴 [巖窟] (岩窟) yánkū <岩窟> がんくつ {洞岗} động núi ◊ rock cave

암기 [暗記] (暗记) ànjì <暗記> あんき {暗記} ám ký ◊ memorization

암기 [暗器] (暗器) ànqì <暗器> あんき {暗器} ám khí ◊ hidden weapon

암꽃 [ー] (雌花) cí huā <雌花> めばな {花姄} hoa cái ◊ female flower

암면 [暗面] (暗面) àn miàn <暗面> あんめん {暗面} ám diện ◊ dark side

암묵 [暗默] (暗默) àn mò <暗黙> あんもく {暗默} ám mặc ◊ tacit; unspoken; implicitsilence

암반 [巖盤] (岩盘) yán pán <岩盤> がんばん {巖盤} nham bàn ◊ bedrock

암산 [暗算] (暗算) ànsuàn <暗算> あんざん {暗算} ám toán ◊ mental arithmetic

암살 [暗殺] (暗杀) ànshā <暗殺> あんさつ {暗殺} ám sát ◊ assassinate

암석 [巖石] (岩石) yánshí <岩石> がんせき {移} đá ◊ rock

암석권 [巖石圈] (岩石圈) yánshíquān <岩石圏> がんせきけん {巖石圈} nham thạch khuyên ◊ lithosphere

암석층 [巖石層] (岩层) yáncéng <岩石層> がんせきそう {巖石層} nham thạch tằng ◊ layers of rocks

암석풍화 [巖石風化] (岩石风化) yánshí fēnghuà <巖石風化> いわおせきふうか {風化移} phong hóa đá ◊ rock weathering

암석학 [巖石學] (岩石学) yánshí xué <岩石学> がんせきがく {巖石學} nham thạch học ◊ petrology

암세포 [癌細胞] (癌细胞) áixìbāo <癌細胞> がんさいぼう {癌細胞} nham tế bào ◊ cancer cell

암소 [－] (母牛) mǔ niú <雌牛> めうし {𤙭𡛔|𤙭𡞕} bò cái ◊ cow

암송 [暗誦] (暗诵) àn sòng <暗誦> あんしょう {暗誦} ám tụng ◊ recitation by heart

암술 [－] (雌蕊) círuǐ <雌しべ> めしべ {蕊𡛔} nhị cái ◊ pistil

암시 [暗示] (暗示) ànshì <暗示> あんじ {暗指} ám chỉ ◊ hint

암시장 [暗市場] (黑市) hēishì <闇市> やみいち {𢄂黰} chợ đen ◊ black market

암실 [暗室] (暗室) ànshì <暗室> あんしつ {暗室} ám thất ◊ darkroom

암어 [暗語] (暗语) ànyǔ <隠語> いんご {暗語} ám ngữ ◊ secret language; code word; argot

암연 [暗然|黯然] (暗然) àn rán <暗然> あんぜん {暗然} ám nhiên ◊ dark; gloomy; black; unclear

암염 [巖鹽] (岩盐) yányán <岩塩> がんえん {䴑硶} muối đá ◊ rock salt

암영 [暗影] (暗影) ànyǐng <暗影> あんえい {暗影} ám ảnh ◊ shadow

암우 [暗愚] (暗愚) àn yú <暗愚> あんぐ {暗愚} ám ngu ◊ gloomy

암울 [暗鬱] (暗郁) àn yù <暗鬱> あんうつ {暗鬱} ám uất ◊ gloomy

암유 [暗喩|暗喻] (暗喻) ànyù <暗喩> あんゆ {暗喩} ám dụ ◊ metaphor

암장 [巖漿] (岩浆) yánjiāng <岩漿> がんしょう {巖漿} nham tương ◊ magma

암점 [暗點] (暗点) àn diǎn <暗点> あんてん {暗點} ám điểm ◊ dark spot

암종 [癌腫] (癌肿) ái zhǒng <癌腫> がんしゅ {癰疽表皮} ung thư biểu bì ◊ carcinoma

암중 [暗中] (暗中) ànzhōng <暗中> あんちゅう {秘密} bí mật ◊ surreptitiously

암중모색 [暗中模索] (暗中模索) ànzhōng mó suǒ <暗中模索> あんちゅうもさく {暗中模索} ám trung mô tác ◊ groping in the dark

암지 [暗指] (暗指) àn zhǐ <暗指> あんじ {暗指} ám chỉ ◊ imply

암초 [暗礁] (暗礁) ànjiāo <暗礁> あんしょう {暗礁} ám tiêu ◊ reef

암치질 [癌痔疾] (内痔) nèi zhì <癌痔疾> がんじしつ {內痔} nội trĩ ◊ internal hemorrhoids

암탄 [暗炭] (暗煤) àn méi <暗炭> あんたん {㶿黰} than đen ◊ dull coal

암합 [暗合] (暗合) ànhé <暗合> あんごう {暗合} ám hợp ◊ coincidence

암해 [暗害] (暗害) ànhài <暗殺する> あんさつする {暗害} ám hại ◊ kill secretly

암혈 [巖穴] (岩穴) yánxué <岩穴> いわあな {巖穴} nham huyệt ◊ rock cave; rock cavern

암호 [暗號] (暗号) ànhào <暗号> あんごう {暗號} ám hiệu ◊ secret signal

암흑 [暗黑] (暗黑) àn hēi <暗黒> あんこく {暗黑} ám hắc ◊ dark

암흑시대 [暗黑時代] (暗黑时代) àn hēi shídài <暗黒時代> あんこくじだい {時代暗黑} thời đại ám hắc ◊ dark age

압도 [壓倒] (压倒) yādǎo <圧倒> あっとう {份𢧚一} phần hay nhất ◊ highlight; best part ; overpower

압력 [壓力] (压力) yālì <圧力> あつりょく {壓力} áp lực ◊ pressure

압력감지기 [壓力感知器] (压力传感器) yālì chuángǎnqì <圧力感知器> あつりょくかんちき {感變壓率} cảm biến áp suất ◊ pressure sensor

압력강하 [壓力降下] (压力下降) yālì xiàjiàng <圧力降下> あつりょくこうか {壓率減} áp suất giảm ◊ pressure drop

압력계 [壓力計] (压力计) yālì jì <圧力計> あつりょくけい {壓力計} áp lực kế ◊ manometer

압력계수 [壓力係數] (压力系数) yālì xìshù <圧力系数> あつりょくけいすう {係數壓率} hệ số áp suất ◊ pressure coefficient

압력곡선 [壓力曲線] (压力曲线) yālì qūxiàn <圧力曲線> あつりょくきょくせん {䟫弓壓率} đường cong áp suất ◊ pressure curve

압력손실 [壓力損失] (压力损失) yālì sǔnshī <圧力損失> あつりょくそんしつ {損失壓率} tổn thất áp suất ◊ pressure loss; pressure drop

압력조정 [壓力調整] (调压) diào yā <圧力調整> あつりょくちょうせい {調整壓率} điều chỉnh áp suất ◊ adjustment of pressure

압류 [押留] (押留) yā liú <押留> おしとめ {監擒} giam cầm ◊ detention

압밀계수 [壓密係數] (固结系数) gù jiē xìshù <圧密系数> あつみつけいすう {要素合一} yếu tố hợp nhất ◊ consolidation coefficient

압박 [壓迫] (压迫) yāpò <压迫> あっぱく {壓迫} áp bách ◊ oppress

압사 [壓死] (压死) yā sǐ <压死> あっし {壓死} áp tử ◊ crushed

압살 [壓殺] (压杀) yā shā <圧殺> あっさつ {壓殺} áp sát ◊ crush

압송 [押送] (押送) yāsòng <押送> おうそう {押送} áp tống ◊ escort

압승 [壓勝] (压胜) yā shèng <圧勝> あっしょう {壓勝} áp thắng ◊ overwhelming

압연 [壓延] (轧制) zházhì <压延> あつえん {壓延} áp duyên ◊ calendaring

압연기 [壓延機] (轧钢机) zhágāngjī <压延機> あつえんき {壓延機} áp duyên cơ ◊ calender

압연폐수 [壓延廢水] (轧制废水) zházhì fèishuǐ <压延废水> あつえんはいすい {淆汰撊} nước thải lăn ◊ rolling effluent

압운 [押運] (押运) yāyùn <貨物車> かもつしゃ {押運} áp vận ◊ escort in transportation

압운 [押韻] (押韵) yāyùn <押韻> おういん {押韻} áp vận ◊ rhyming

압제 [壓制] (压制) yāzhì <圧制> あっせい {壓制} áp chế ◊ suppress

압착 [壓搾|壓榨] (压榨) yāzhà <圧搾> あっさく {壓榨} áp trá ◊ squeeze

압축 [壓縮] (压缩) yāsuō <圧縮> あっしゅく {壓縮} áp súc ◊ compress

압축강도 [壓縮強度] (压缩强度) yāsuō qiángdù <压缩强度> あっしゅくきょうど {強度攝} cường độ nén ◊ compression strength

압축기 [壓縮機] (压缩机) yāsuōjī <圧縮機> あっしゅくき {椚攝} máy nén ◊ compactor; compressor

압축비 [壓縮比] (压缩比) yāsuōbǐ <圧縮比> あっしゅくひ {比例攝} tỷ lệ nén ◊ compression ratio

압축성 [壓縮性] (压缩性) yāsuō xìng <圧縮性> あっしゅくせい {可能攝} khả năng nén ◊ compressibility

앙각 [仰角] (仰角) yǎng jué <仰角> ぎょうかく {仰角} ngưỡng giác ◊ elevation

앙망 [仰望] (仰望) yǎngwàng <仰望> ぎょうぼう {仰望} ngưỡng vọng ◊ look up

앙모 [仰慕] (仰慕) yǎngmù <敬慕> けいぼ {仰慕} ngưỡng mộ ◊ admire

앙시 [仰視] (仰视) yǎngshì <仰視> ぎょうし {仰視} ngưỡng thị ◊ look up

앙시도 [仰視圖] (仰视图) yǎngshìtú <仰視図> ぎょうしず {仰視圖} đồ ngưỡng thị ◊ upward view; bottom view

앞뒤 [一] (前后) qiánhòu <前後> ぜんご {屍} quanh ◊ around

애가 [哀歌] (哀歌) āigē <哀歌> あいか {哀歌} ai ca ◊ elegy

애견 [愛犬] (爱犬) ài quǎn <愛犬> あいけん {愛犬} ái khuyển ◊ pet dog

애곡 [哀哭] (哀哭) āi kū <哀哭> あいこく {哀哭} ai khốc ◊ mourn

애교 [愛嬌] (爱娇) ài jiāo <愛嬌> あいきょう {愛嬌} ái kiều ◊ charm

애교 [愛校] (爱校) ài jiào <愛校> あいこう {愛校} ái hiệu ◊ love for one's current school

애국 [愛國] (爱国) àiguó <愛国> あいこく {愛國} ái quốc ◊ patriotic

애국심 [愛國心] (爱国心) àiguó xīn <愛国心> あいこくしん {恥悷圈} lòng yêu nước ◊ patriotism

애국자 [愛國者] (爱国者) àiguózhě <愛国者> あいこくしゃ {猒悷圈} người yêu nước ◊ patriot

애녀 [愛女] (爱女) ài nǔ <愛女> あいおんな {愛女} ái nữ ◊ beloved daughter

애념 [愛念] (爱念) ài niàn <愛念> あいねん {愛念} ái niệm ◊ affection; strong feeling of love

애대 [愛戴] (爱戴) àidài <愛戴> あいたい {愛戴} ái đái ◊ love and esteem

애도 [哀悼] (哀悼) āidào <哀悼> あいとう {哀悼} ai điệu ◊ mourning; condolences

애도사 [哀悼辭] (悼词) dàocí <悼辞> とうじ {排弔文} bài điếu văn ◊ eulogies

애독 [愛讀] (爱读) ài dòu <愛読> あいどく {愛讀} ái độc ◊ reading with pleasure

애련 [哀憐] (哀怜) āilián <哀憐> あいれん {哀憐} ai liên ◊ pity

애련 [愛戀] (爱恋) àiliàn <愛恋> あいれ {愛戀} ái luyến ◊ love passion

애로 [隘路] (隘路) àilù <隘路> あいろ {隘路} ái lộ ◊ defile; narrow path

애마 [愛馬] (爱马) ài mǎ <愛馬> あいば {愛馬} ái mã ◊ my tame horse

애매 [曖昧] (暧昧) àimèi <曖昧> あいまい {曖昧} ái muội ◊ ambiguous

애매모호 [曖昧模糊] (暧昧模糊) àimèi móhu <曖昧> あいまい {曖昧模糊} ái muội mô hồ ◊ ambiguous

애모 [愛慕] (爱慕) àimù <愛慕> あいぼ {愛慕}

ái mộ ◊ adore

애무 [愛撫] (爱抚) àifǔ <愛撫> あいぶ {愛撫} ái phù ◊ caress

애민 [愛民] (爱民) àimín <愛民> あいみ {愛民} ái dân ◊ love the people

애벌레 [一] (毛虫) máochóng <毛虫> けむし {蟑蚙|螻蜹} sâu bướm ◊ caterpillar

애사 [哀詞] (哀词) āi cí <哀詞> あいし {哀詞} ai từ ◊ lamentation

애사 [哀辭] (哀辞) āi cí <哀辞> あいじ {哀辭} ai từ ◊ lament words

애상 [哀傷] (哀伤) āishāng <哀傷> あいしょう {哀傷} ai thương ◊ sorrow

애석 [哀惜] (哀惜) āi xī <哀惜> あいせき {哀惜} ai tích ◊ grief; bemoan

애소 [哀訴] (哀诉) āi sù <哀訴> あいそ {吸引} hấp dẫn ◊ appeal

애손 [愛孫] (爱孙) ài sūn <愛孫> あいそん {愛孫} ái tôn ◊ one's beloved grandchild

애수 [哀愁] (哀愁) āichóu <哀愁> あいしゅう {哀愁} ai sầu ◊ sad

애심 [愛心] (爱心) àixīn <愛心> あいしん {愛心} ái tâm ◊ loving heart

애완동물 [愛玩動物] (宠物) chǒngwù <ペット> pet {物疆} vật cưng ◊ pet

애욕 [愛慾] (爱欲) ài yù <愛慾> あいよく {愛慾} ái dục ◊ eros

애용 [愛用] (爱用) ài yòng <愛用> あいよう {愛用} ái dụng ◊ love to use

애원 [哀怨] (哀怨) āiyuàn <哀怨> あいえん {哀怨} ai oán ◊ plaintive

애원 [哀願] (哀求) āiqiú <哀願> あいがん {求吁} cầu xin ◊ entreaty

애읍 [哀泣] (哀泣) āiqì <哀泣> あいきゅう {哀泣} ai khấp ◊ weeping

애정 [哀情] (哀情) āi qíng <哀情> あいじょう {哀情} ai tình ◊ sadness

애정 [愛情] (爱情) àiqíng <愛情> あいじょう {情懷} tình yêu ◊ love

애조 [哀調] (哀调) āi diào <哀調> あいちょう {哀調} ai điệu ◊ pathos

애증 [愛憎] (爱憎) àizēng <愛憎> あいぞう {懷憻} yêu ghét ◊ love and hate

애차 [愛車] (爱车) ài chē <愛車> あいしゃ {愛車} ái xa ◊ favorite car

애착 [愛着] (喜爱) xǐ'ài <愛着> あいちゃく {愛恩} ái ân ◊ attachment; affection; fondness

애처 [愛妻] (爱妻) ài qī <愛妻> あいさい {愛妻} ái thê ◊ one's wife

애처가 [愛妻家] (爱妻家) ài qī jiā <愛妻家> あいさいか {愛妻家} ái thê gia ◊ wife loving; devoted husband

애첩 [愛妾] (爱妾) ài qiè <愛妾> あいしょう {愛妾} ái thiếp ◊ one's concubine

애칭 [愛稱] (爱称) àichēng <愛称> あいしょう {愛稱} ái xưng ◊ term of endearment

애타 [愛他] (爱他) ài tā <愛他> あいた {愛他} ái tha ◊ love others

애탄 [哀歎] (哀叹) gǎntàn <嘆く> なげく {嘆咀} than thở ◊ lament

애통 [哀痛] (哀伤) āishāng <哀痛> あいつう {悢噯|悢愁} buồn rầu ◊ sorrow; being very sad

애하 [愛河] (爱河) àihé <愛河> あいかわ {愛河} ái hà ◊ deep love

애하 [崖下] (崖下) yáxià <崖下> がいか|がけした {迂坷移} dưới vách đá ◊ below a cliff

애호 [哀號] (哀号) āiháo <哀号> あいごう {哀號} ai hiệu ◊ moan

애호 [愛好] (爱好) àihào <愛好> あいこう {愛好} ái hảo ◊ hobby

애호 [愛護] (爱护) àihù <愛護> あいご {愛護} ái hộ ◊ cherish

애화 [哀話] (哀话) āi huà <哀話> あいわ {哀話} ai thoại ◊ apathies

애환 [哀歡] (哀欢) āi huān <哀歡> あいかん {哀歡} ai hoan ◊ sorrow

애휼 [愛恤] (爱恤) āi xù <愛恤> あいじゅつ {哀恤} ai tuất ◊ helping someone out of pity

액면 [額面] (额面) é miàn <額面> がくめん {額面} ngạch diện ◊ frontal

액면 [液面] (液面) yèmiàn <液面> えきめん {液面} dịch diện ◊ liquid surface

액면가격 [額面價格] (票面价值) piào miàn jiàzhí <額面価値> がくめんかち {面價} miện giá ◊ par value

액상 [液狀] (液状) yè zhuàng <液状> えきじょう {液狀} dịch trạng ◊ liquid

액상오염 [液狀汚染] (液体污染) yètǐ wūrǎn <液状汚染> えきじょうおせん {污染質涛} ô nhiễm chất lỏng ◊ liquid pollution

액압 [液壓] (液压) yèyā <液圧> えきあつ {液壓} dịch áp ◊ hydraulic

액와 [腋窩] (腋窝) yèwō <腋窩> えきか {腋窩; 脆腋膪腤腑腸} dịch oa; nách ◊ armpit

액운 [厄運] (厄运) èyùn <厄運> やくうん {殞運} hạn vận ◊ unlucky

액적분포 [液滴分布] (液滴分布) yè dī fēnbù <液滴分布> えきてきぶんぷ {分配㳿} phân phối giọt ◊ droplet distribution

액적형성 [液滴形成] (液滴形成) yè dī xíngchéng <液滴形成> えきてきけいせい {形成㳿} hình thành giọt ◊ droplet formation

액정 [液晶] (液晶) yèjīng <液晶> えきしょう {液晶} dịch tinh ◊ liquid crystal

액체 [液體] (液体) yètǐ <液体> えきたい {液體} lỏng ◊ liquid

액체약물 [液體藥物] (液体药物) yètǐ yàowù <液体药> えきたいくすり {藥㳿} thuốc lỏng ◊ drops

액화 [液化] (液化) yèhuà <液化> えきか {液化} dịch hóa ◊ liquefy

앵도 [櫻桃] (樱桃) yīngtáo <桜桃> おうとう {櫻桃} anh đào ◊ cherry

앵무 [鸚鵡] (鹦鹉) yīngwǔ <鸚鵡> おうむ {鸚鵡} anh vũ ◊ parrot

앵무새 [鸚鵡새] (鹦鹉鸟) yīngwǔ niǎo <鸚鵡> おうむ {鸚鵡鸚鵡鸚鵡} vẹt ◊ parrot

앵속 [罌粟] (罂粟) yīngsù <罌粟> けし {罌粟} anh túc ◊ poppy

앵초 [櫻草] (樱草) yīng cǎo <桜草> さくらそう {櫻草} anh thảo ◊ Primula patens

앵화 [櫻花] (樱花) yīnghuā <桜> さくら {櫻花} anh hoa ◊ cherry blossoms

야간 [夜間] (夜晚) yèwǎn <夜> よる {㖡㗂} đêm ◊ night

야간대학 [夜間大學] (夜大) yèdà <夜間大学> やかんだいがく {大學㖡} đại học đêm ◊ night university

야경 [夜景] (夜景) yèjīng <夜景> やけい {夜景} dạ cảnh ◊ night view

야경 [夜警] (更夫) gēngfū <夜警> やけい {更夫} canh phu ◊ guard at night

야곡 [夜曲] (夜曲) yèqǔ <夜曲> やきょく {夜曲} dạ khúc ◊ nocturne

야구 [野球] (棒球) bàngqiú <野球> やきゅう {瑝㭪} bóng chày ◊ baseball

야구모자 [野球帽子] (棒球帽) bàngqiú mào <野球帽> やきゅうぼう {幪瑝㭪} mũ bóng chày ◊ cap

야구장 [野球場] (棒球场) bàngqiú cháng <野球場> やきゅうじょう {塲瑝㭪} sân bóng chày ◊ field

야금 [冶金] (冶金) yějīn <冶金> やきん {冶金} dã kim ◊ metallurgy

야금공장 [冶金工場] (冶炼厂) yěliàn chǎng <冶金工場> やきんこうじょう {廠煉金} xưởng luyện kim ◊ metallurgical plant

야뇨증 [夜尿症] (夜尿症) yè niào zhēng <夜尿症> やにょうしょう {夜尿症} dạ niệu chứng ◊ nocturia

야로 [夜露] (夜露) yè lù <夜露> よつゆ {霜㖡} sương đêm ◊ night dew

야만 [野蠻] (野蛮) yěmán <野蛮> やばん {野蠻} dã man ◊ barbarous; savage

야만인 [野蠻人] (野蛮人) yěmán rén <野蛮人> やばんじん {貥野蠻} người dã man ◊ barbarian

야맹증 [夜盲症] (夜盲症) yèmángzhèng <夜盲症> やもうしょう {夜盲症} dạ manh chứng ◊ nyctalopia

야명주 [夜明珠] (夜明珠) yè míngzhū <夜光珠> やこうじゅ {夜明珠} dạ minh châu ◊ luminous pearl; dawn pearl

야반 [夜半] (夜半) yèbàn <夜半> やはん {夜半} dạ bán ◊ midnight

야사 [野史] (野史) yěshǐ <野史> やし {野史} dã sử ◊ unofficial history

야상곡 [夜想曲] (夜想曲) yè xiǎng qū <夜想曲> やそうきょく {夜想曲} dạ tưởng khúc ◊ nocturne

야생마 [野生馬] (野马) yěmǎ <野生馬> やせいば {野生馬} dã sinh mã ◊ wild horses

야생포도 [野生葡萄] (野葡萄) yě pútao <野葡萄> のぶどう {野葡萄} dã bồ đào ◊ wild grapes

야성 [野性] (野性) yěxìng <野性> やせい {情狀野蠻} tình trạng dã man ◊ savagism; savagery

야수 [野獸] (野兽) yěshòu <野獸> やじゅう {野獸} dã thú ◊ beast

야시장 [夜市場] (夜市) yèshì <夜市> よるいち {幣㖡} chợ đêm ◊ night market

야심 [野心] (野心) yěxīn <野心> やしん {野心} dã tâm ◊ ambition

야심가 [野心家] (野心家) yěxīn jiā <野心家> やしんか {野心家} dã tâm gia ◊ ambitious person

야연 [夜宴|夜筵] (夜宴) yè yàn <夜宴> やえん {夜宴} dạ yến ◊ evening feast

야영 [野營] (野营) yěyíng <野营> やえい {搩寨} cắm trại ◊ bivouac; camping

야영지 [野營地] (野营地) yěyíng dì <野营地> やえいち {野營地} dã dinh địa ◊ campground

야외 [野外] (野外) yěwài <野外> やがい {野外} dã ngoại ◊ field

야외활동 [野外活動] (户外活动) hùwài huódòng <野外活動> やがいかつどう {活動閞荃} hoạt động ngoài trời ◊ outdoor activities

야유 [夜遊] (夜游) yèyóu <夜遊> やゆう {夜游} dạ du ◊ night tour

야유회 [夜遊會] (夜游会) yèyóu huì <夜遊び> よあそび {遊歴鮎} du lịch đêm ◊ night tour

야응 [夜鷹] (夜鹰) yè yīng <夜鷹> よたか {夜鷹} dạ ưng ◊ nighthawk

야인 [野人] (野人) yěrén <野人> やじん {野人} dã nhân ◊ savages

야자 [椰子] (椰子) yēzi <椰子> やし {桽} dừa ◊ coconut

야전 [野戰] (野战) yězhàn <野戰> やせん {野戰} dã chiến ◊ field battle

야전 [夜戰] (夜战) yè zhàn <夜戰> やせん {夜戰} dạ chiến ◊ night fight

야전군 [野戰軍] (野战部队) yězhàn bùduì <野戰軍> やせんぐん {野戰軍} dã chiến quân ◊ field army

야전포 [野戰砲] (野战炮) yězhàn pào <野戰砲> やせんほう {野戰砲} dã chiến pháo ◊ field artillery

야조 [野鳥] (野鸟) yě niǎo <野鳥> やちょう {鴲荒野} chim hoang dã ◊ wild bird

야채 [野菜] (蔬菜) shūcài <野菜> やさい {蔓萎} rau ◊ vegetables

야채요리 [野菜料理] (素菜) sùcài <野菜料理> やさいりょうり {網蔓} món rau ◊ vegetable dish

야초 [野草] (野草) yěcǎo <野草> やそう {野草} dã thảo ◊ weed

야풍 [野風] (夜风) yè fēng <夜風> よかぜ {颸硆|霺睅} gió đêm ◊ night breeze

야학 [夜學] (夜校) yèxiào <夜間学校> やかんがっこう {場學晸硆|場學晸胅} trường học ban đêm ◊ night school

야행군 [夜行軍] (夜行军) yèxíng jūn <夜行軍> やこうぐん {夜行} dạ hành ◊ night march

야회향 [野茴香] (野茴香) yě huíxiāng <野茴香> のういきょう {野茴香} dã hồi hương ◊ wild fennel

약 [藥] (药) yào <薬> くすり {蘽蕀菜} thuốc ◊ medicine

약가 [藥價] (药价) yào jià <薬価> やっか {藥價} dược giá ◊ drug prices

약간 [若干] (若干) ruògān <若干> じゃっかん {菲匹} vài ◊ some

약고 [略考] (略考) lüè kǎo <略考> りゃくこう {略考} lược khảo ◊ brief textual research

약과 [藥果] (蜜油饼) mìyóubǐng <蜜漬け> みつづけ {橋鞅核} kẹo trái cây ◊ candied fruit

약국 [弱國] (弱国) ruò guó <弱国> じゃっこく {弱國} nhược quốc ◊ weak country

약국 [藥局] (药房) yàofáng <薬房> やくぼう {藥房} dược phòng ◊ chemist shop

약동 [躍動] (跳动) tiàodòng <跳躍> ちょうやく {踊跘} nhảy ◊ jumping

약략 [約略] (约略) yuēlüè <約略> やくりゃく {約略} ước lược ◊ approximate; rough

약리학 [藥理學] (药理学) yàolǐxué <薬理学> やくりがく {藥理學} dược lý học ◊ pharmacology

약모음 [弱母音] (弱元音) ruò yuányīn <弱母音> じゃくぼいん {元音鞠} nguyên âm yếu ◊ weak vowels

약물 [藥物] (药物) yàowù <薬物> やくぶつ {藥物} dược vật ◊ medicine

약물학 [藥物學] (药物学) yàowùxué <薬物学> やくぶつがく {藥物學} dược vật học ◊ pharmacology

약방 [藥方] (药方) yàofāng <薬方> やくほう {醫方} y phương ◊ medical prescription

약방 [藥房] (药房) yàofáng <薬屋> くすりや {號藥} hiệu thuốc ◊ pharmacy

약사 [藥師] (药剂师) yàojìshī <薬剤師> やくざいし {藥士} dược sĩ ◊ pharmacist

약산 [弱酸] (弱酸) ruòsuān <弱酸> じゃくさん {弱酸} nhược toan ◊ weak acid

약성 [藥性] (药性) yào xìng <薬性> やくせい {藥性} dược tính ◊ medicinal properties

약소 [弱小] (弱小) ruòxiǎo <弱小> じゃくしょう {弱小} nhược tiểu ◊ weak and small

약속 [約束] (约束) yuēshù <約束> やくそく {限制} hạn chế ◊ restraint

약손가락 [藥손가락] (无名指) wúmíngzhǐ <薬指> くすりゆび {菥扐翻} ngón đeo nhẫn ◊ ring finger

약수 [藥水] (药水) yàoshuǐ <薬水> くすりみず {藥水} dược thùy ◊ liquid medicine

약수 [約數] (约数) yuēshù <約数> やくすう {約數} ước số ◊ approximate number

약술 [略述] (略述) lüè shù <略述> りゃくじゅつ {略述} lược thuật ◊ outline

약어 [略語] (略语) lüè yǔ <略語> りゃくご {詞

拊搮} từ viết tắt ◊ abbreviation

약용 [藥用] (药用) yào yòng <薬用> やくよう {藥用} dược dụng ◊ for medicinal usage

약용식물 [藥用植物] (药用植物) yào yòng zhíwù <薬草> やくそう {核欂} cây thuốc ◊ herb

약육강식 [弱肉強食] (弱肉强食) ruò ròu jiàng shí <弱肉強食> じゃくにくきょうしょく {弱肉強食} nhược nhục cường thực ◊ big fish eat little fish

약자 [略字] (简写字) jiǎnxiě zì <略字> りゃくじ {𡨸簡體} chữ giản thể ◊ simplified Chinese Character; simplified *Hanzi*, *Hanja*, *Kanji* or *Chu Han*

약자 [弱者] (弱者) ruò zhě <弱者> じゃくしゃ {弱者} nhược giả ◊ weakling

약재 [藥材] (药材) yàocái <薬> くすり {藥料} dược liệu ◊ medicine

약전 [藥典] (药典) yàodiǎn <薬局方> やっきょくほう {藥典} dược điển ◊ pharmacopoeia

약점 [弱點] (弱点) ruòdiǎn <弱点> じゃくてん {弱點} nhược điểm ◊ weakness

약정 [約定] (约定) yuēdìng <約定> やくじょう {約定} quy ước ◊ conventions

약제 [藥劑] (药剂) yàojì <薬剤> やくざい {藥品} dược phẩm ◊ drug

약주 [藥酒] (药酒) yào jiǔ <薬酒> やくしゅ {藥酒} dược tửu ◊ medical wine

약지 [弱智] (弱智) ruòzhì <精神薄弱の> せいしんはくじゃくの {少智} thiểu trí ◊ mentally handicapped

약초 [藥草] (药草) yàocǎo <薬草> やくそう {藥草} dược thảo ◊ medical herb

약칭 [略稱] (简称) jiǎnchēng <略称> りゃくしょう {詞拊搮} từ viết tắt ◊ abbreviation

약탈 [掠奪] (掠夺) lüèduó <掠奪> りゃくだつ {掠奪} lược đoạt ◊ plunder; raven

약품 [藥品] (药品) yàopǐn <薬品> やくひん {藥品} dược phẩm ◊ pharmaceuticals

약하다 [弱하다] (弱) ruò <弱い> よわい {瘦𤷍|瘦𣹓} yếu đuối ◊ weak

약학 [藥學] (药学) yàoxué <薬学> やくがく {藥學} dược học ◊ pharmacology

약해지다 [弱해지다] (变弱) biàn ruò <弱る> よわる {衰㛪} suy yếu ◊ weaken

약혼 [約婚] (订婚) dìnghūn <婚約> こんやく {訂婚} đính hôn ◊ betrothal

약혼녀 [約婚女] (未婚妻) wèihūnqī <婚約者> こんやくしゃ {未婚妻} vị hôn thê ◊ fiancée

약혼자 [婚約者] (未婚夫) wèihūnfū <婚約者> こんやくしゃ {未婚夫} vị hôn phu ◊ fiancé

약화 [弱化] (削弱) xuēruò <弱める> よわめる {衰㛪} suy yếu ◊ weaken

약효 [藥效] (药效) yào xiào <薬効> やっこう {藥效} dược hiệu ◊ medical efficacy

얄팍하다 [－] (浅薄) qiǎnbó <浅薄> せんぱく {唏唄} hời hợt ◊ superficiality

얇다 [－] (薄) báo <薄い> うすい {𧎜} mỏng ◊ thin

양가 [良家] (良家) liángjiā <良家> りょうけ {良家} lương gia ◊ good fellow

양가 [兩家] (两家) liǎngjiā <両家> りょうけ {𠄩家庭} hai gia đình ◊ both families

양가녀 [良家女] (良家女) liángjiānǚ <良家女> りょうけのおんな {良家女} lương gia nữ ◊ good woman

양계 [養鷄] (养鸡) yǎng jī <養鶏> ようけい {養鷄} dưỡng kê ◊ poultry farming

양고기 [羊고기] (羊肉) yángròu <羊肉> ひつじにく {䏧羘} thịt cừu ◊ mutton

양광 [陽光] (阳光) yángguāng <陽光> ようこう {映爓䵞𡗶} ánh sáng mặt trời ◊ sunlight

양구 [良久] (良久) liángjiǔ <良久> りょうきゅう {良久} lương cửu ◊ for a good while

양구 [陽具] (阳具) yáng jù <陰茎> いんけい {陽具} dương cụ ◊ penis

양궁 [洋弓] (洋弓) yánggōng <洋弓> ようきゅう {洋弓} dương cung ◊ Western archery

양귤 [洋橘] (广柑) guǎnggān <オレンジ> orange {柑} cam ◊ orange; mandarin

양극 [兩極] (两极) liǎngjí <両極> りょうきょく {兩極} Lưỡng Cực ◊ Earth Poles

양극 [陽極] (阳极) yángjí <陽極> ようきょく {陽極} dương cực ◊ positive electrode

양극선 [陽極線] (阳极线) yángjíxiàn <陽極線> ようきょくせん {陽極線} dương cực tuyến ◊ anode ray; positive ray; canal ray

양금 [洋琴] (洋琴) yángqín <洋琴> ようきん {洋琴} dương cầm ◊ piano

양기 [陽氣] (阳气) yáng qì <陽気> ようき {陽氣} năng lượng dương ◊ yang energy

양기 [養氣] (养气) yǎng qì <養気> ようき {養氣} dưỡng khí ◊ nourishing air; oxygen

양날 [兩날] (双刃) shuāng rèn <両刃> りょうば {𠄩𩟡} hai lưỡi ◊ double-edged

양녀 [養女] (养女) yǎngnǚ <養女> ようじょ {養女} dưỡng nữ ◊ adopted daughter

양념 [－] (调料) tiáoliào <調味料> ちょうみりょ

う {加味} gia vị ◊ seasoning

양당 [兩黨] (两党) liǎng dǎng <两党> りょうとう {兩黨} lưỡng đảng ◊ two parties

양도 [讓渡] (让渡) ràng dù <讓渡> じょうと {轉賺} chuyển cho ◊ assignment; transfer

양도 [楊桃] (杨桃) yángtáo <スターフルーツ> star fruit {楊桃} dương đào ◊ carambola

양돈 [養豚] (养豚) yǎng tún <養豚> ようとん {養豚} dưỡng đồn ◊ pig farming

양력 [陽曆] (阳历) yánglì <太陽曆> たいようれき {陽曆} dương lịch ◊ solar calendar

양로 [養老] (养老) yǎnglǎo <養老> ようろう {養老} dưỡng lão ◊ live on pension; provide for aged

양로금 [養老金] (养老金) yǎnglǎojīn <養老金> ようろうきん {休俸} hưu bổng ◊ pension allowance

양로보험 [養老保險] (养老保险) yǎnglǎo bǎoxiǎn <養老保險> ようろうほけん {保險養老} bảo hiểm dưỡng lão ◊ endowment assurance; life insurance

양로원 [養老院] (养老院) yǎnglǎoyuàn <養老院> ようろういん {養老院} dưỡng lão viện ◊ rest home; home for the aged

양류 [楊柳] (杨柳) yángliǔ <楊柳> ようりゅう {楊柳} dương liễu ◊ poplar and willow

양말 [洋襪|洋韈] (袜子) wàzi <靴下> くつした {縸} vớ ◊ socks

양면 [兩面] (两面) liǎngmiàn <両面> りょうめん {兩面} lưỡng diện ◊ both sides

양명 [揚名] (扬名) yángmíng <揚名> ようめい {揚名} dương danh ◊ be famous; spread fame on

양모 [良母] (良母) liáng mǔ <良母> りょうぼ {良母} lương mẫu ◊ kind mother

양모 [養母] (养母) yǎngmǔ <養母> ようぼ {養母} dưỡng mẫu ◊ foster mother

양물 [陽物] (阳物) yángwù <陽物> ようぶつ {陽物} dương vật ◊ penis

양방 [良方] (良方) liángfāng <良方> りょうほう {良方} lương phương ◊ good recipe

양배추 [洋배추] (卷心菜) juǎnxīncài <キャベツ> cabbage {秫苺|秫芥} bắp cải ◊ cabbage

양보 [讓步] (让步) ràngbù <讓步> じょうほ {讓步} nhượng bộ ◊ concession

양복 [洋服] (西服) xīfú <洋服> ようふく {裙襖摎方西} quần áo kiểu phương Tây ◊ Western-style clothes

양복점 [洋服店] (西服店) xīfú diàn <洋服店> よ

うふくてん {洋服店} dương phục điếm ◊ dress shop

양본 [樣本] (样本) yàngběn <様本> さまほん {樣本} dạng bản ◊ specimen; sample book

양부 [養父] (养父) yǎngfù <養父> ようふ {養父} dưỡng phụ ◊ foster father

양부모 [養父母] (养父母) yǎngfù mǔ <育て親> そだておや {叟媄餒養} cha mẹ nuôi dưỡng ◊ nurturing parents

양분 [養分] (养分) yǎngfèn <養分> ようぶん {養分} dưỡng phần ◊ nutrient

양산 [陽傘] (阳伞) yángsǎn <日傘> ひがさ {舳逢曤} dù che nắng ◊ parasol; sun umbrella

양생 [養生] (养生) yǎngshēng <養生> ようじょう {養生} sức khỏe ◊ health

양생류 [兩生類] (两栖类) liǎngqīlèi <両生類> りょうせいるい {動物兩居} động vật lưỡng cư ◊ amphibia; amphibian

양성 [良性] (良性) liángxìng <良性> りょうせい {良性} lương tính ◊ virtuous

양성 [兩性] (两性) liǎngxìng <両性> りょうせい {兩性} lưỡng tính ◊ bisexual

양성 [陽性] (阳性) yángxìng <陽性> ようせい {陽性} dương tính ◊ positivity

양성 [養成] (培育) péiyù <養成> ようせい {陶造} đào tạo ◊ cultivate

양성기 [揚聲器] (扬声器) yángshēngqì <スピーカー> speaker {欖放聲} máy phóng thanh ◊ loud speaker

양수기 [揚水機] (抽水机) chōushuǐjī <揚水機> ようすいき {欖揚水} máy dương thủy ◊ water lifter

양수정 [揚水井] (泵井) bèng jǐng <揚水井> ようすいい {研泵} giếng bơm ◊ pumping well

양순하다 [良順하다] (服帖) fútiē <服從> ふくじゅう {帖服} thiếp phục ◊ obedience

양식 [糧食] (粮食) liángshi <糧食> りょうしょく {糧食} lương thực ◊ grain; cereal

양식 [洋食] (洋食) yáng shí <洋食> ようしょく {洋食} dương thực ◊ Western food

양식 [洋式] (洋式) yáng shì <洋式> ようしき {洋式} dương thức ◊ Western style

양식 [養殖] (养殖) yǎngzhí <養殖> ようしょく {養殖} dưỡng thực ◊ cultivation

양식 [樣式] (样式) yàngshì <様式> ようしき {樣式} dạng thức ◊ pattern; type; style

양식업 [養殖業] (养殖业) yǎngzhíyè <養殖業> よ

うしょくぎょう {養殖業} dưỡng thực nghiệp ◊ aquaculture

양식집 [洋食집] (西餐店) xīcān diàn <洋食店> ようしょくてん {宛𧵑西} nhà hàng tây ◊ western restaurant

양심 [良心] (良心) liángxīn <良心> りょうしん {良心} lương tâm ◊ conscience

양악 [洋樂] (洋乐) yáng yuè <洋楽> ようがく {洋樂} dương nhạc ◊ Western music

양약 [良藥] (良药) liángyào <良薬> りょうやく {良藥} lương dược ◊ good medicine

양약국 [洋藥局] (西药店) xīyào diàn <洋薬局> ようやっきょく {宛𧆄西} nhà thuốc Tây ◊ Western medicine store

양약방 [洋藥房] (新药房) xīn yàofáng <新薬局> しんやくきょく {號𧆄䵝} hiệu thuốc mới ◊ new pharmacy

양연 [良緣] (良缘) liángyuán <良縁> りょうえん {良緣} lương duyên ◊ happy match

양용 [兩用] (两用) liǎngyòng <両用> りょうよう {兩用} lưỡng dụng ◊ dual-use

양우 [良友] (良友) liángyǒu <良友> りょうゆう {良友} lương hữu ◊ good friends

양위 [讓位] (让位) ràngwèi <讓位> じょうい {讓位} nhượng vị ◊ abdication

양육 [養育] (养育) yǎngyù <養育> よういく {養育} dưỡng dục ◊ nurture

양의 [良醫] (良医) liángyī <良医> りょうい {良醫} lương y ◊ good doctor

양의 [洋醫] (西医) xīyī <西医> にしい {西醫} Tây y ◊ western

양자 [兩者] (两者) liǎngzhě <両者> りょうしゃ {兩者} lưỡng giả ◊ both

양자 [量子] (量子) liàngzǐ <量子> りょうし {量子} lượng tử ◊ quantum

양자 [陽子] (阳子) yáng zǐ <陽子> ようし {陽子} dương tử ◊ proton

양자 [養子] (养子) yǎngzǐ <養子> ようし {猑餧} con nuôi ◊ adopted child; foster child

양자생물학 [量子生物學] (量子生物学) liàngzǐ shēngwùxué <量子生物学> りょうこせいぶつがく {生物學量子} sinh vật học lượng tử ◊ quantity biology

양자수 [量子數] (量子数) liàngzǐ shǔ <量子数> りょうしすう {數量子} số lượng tử ◊ quantum number

양자수율 [量子收率] (量子产率) liàngzǐ chǎn lǜ <量子収率> りょうししゅうりつ {效率量子} hiệu suất lượng tử ◊ quantum yield

양자역학 [量子力學] (量子力学) liàngzǐ lìxué <量子力学> りょうしりきがく {量子力學} lượng tử lực học ◊ quantum mechanics

양자이론 [量子理論] (量子论) liàngzǐ lún <量子理論> りょうしりろん {理說量子} lý thuyết lượng tử ◊ quantum theory

양자택일 [兩者擇一] (二选一) èr xuǎn yī <二者択一> にしゃたくいつ {𠄩撰𠬠} hai chọn một ◊ alternative

양잠 [養蠶] (养蚕) yǎngcán <養蚕> ようさん {餧蠶} nuôi tằm ◊ sericulture

양잠업 [養蠶業] (养蚕业) yǎngcányè <養蚕業> ようさんぎょう {藝餧蠶} nghề nuôi tằm ◊ sericulture

양장 [洋裝] (洋装) yángzhuāng <洋装> ようそう {洋裝} dương trang ◊ western clothing

양장점 [洋裝店] (西装店) xīzhuāng diàn <洋装店> ようそうてん {洋裝店} dương trang điếm ◊ dress shop

양전 [良田] (良田) liángtián <良田> りょうでん {良田} lương điền ◊ fertile farmland

양전기 [陽電氣] (正电) zhèngdiàn <陽電気> ようでんき {陽電氣} dương điện khí ◊ yang electric

양전자 [陽電子] (正电子) zhèngdiànzǐ <陽電子> ようでんし {陽電子} dương điện tử ◊ positron

양조 [釀造] (酿造) niàngzào <醸造> じょうぞう {吱} pha ◊ brewing

양주 [洋酒] (洋酒) yáng jiǔ <洋酒> ようしゅ {洋酒} dương tửu ◊ liquor

양지 [良知] (良知) liángzhī <良知> りょうち {良知} lương tri ◊ conscience

양쪽 [兩쪽] (两边) liǎngbian <両脇> りょうわき {猷𠄩腦|唏𠄩邊} cả hai bên ◊ both sides

양처 [良妻] (良妻) liáng qī <良妻> りょうさい {良妻} lương thê ◊ good wife

양초 [洋초] (蜡烛) làzhú <蝋燭> ろうそく {辭燶爛} nến ◊ candle

양춘 [陽春] (阳春) yángchūn <陽春> ようしゅん {陽春} dương xuân ◊ spring season

양친 [兩親] (双亲) shuāngqīn <両親> もろおや {爸媄} bố mẹ ◊ parents

양파 [洋파] (洋葱) yángcōng <玉葱> たまねぎ {荇西} hành tây ◊ onion

양평 [陽平] (阳平) yángpíng <陽平> ようへい {陽平} dương bình ◊ rising tone; 2nd tone of

양풍 [涼風] (凉风) liáng fēng <涼風> りょうふう {涼風} lương phong ◊ cool breeze

양피지 [羊皮紙] (羊皮纸) yángpízhǐ <羊皮紙> ようひし {羊皮紙} dương bì chỉ ◊ parchment

양해 [諒解] (谅解) liàngjiě <諒解> りょうかい {諒解} lượng giải ◊ understanding

양호 [良好] (良好) liánghǎo <良好> りょうこう {齢} tốt ◊ good; nice

양호 [養護] (养护) yǎnghù <養護> ようご {養護} dưỡng hộ ◊ nursing; protective care

어가 [御駕] (御驾) yù jià <御駕> ぎょが {御駕} ngự giá ◊ imperial carriage

어구 [漁具] (渔具) yújù <漁具> ぎょぐ {漁具} ngư cụ ◊ fishing gear and tackle

어근 [語根] (词根) cígēn <語根> ごこん {詞根} từ căn ◊ word root

어렵다 [一] (难) nán <難しい> むずかしい {艱瘻|難吶} khó khăn ◊ difficult

어록 [語錄] (语录) yǔlù <語錄> ごろく {語錄} ngữ lục ◊ sayings

어뢰 [魚雷] (鱼雷) yúléi <魚雷> ぎょらい {魚雷} ngư lôi ◊ torpedo

어뢰정 [魚雷艇] (鱼雷艇) yúléitǐng <魚雷艇> ぎょらいてい {魚雷艇} ngư lôi đĩnh ◊ torpedo boat

어류 [魚類] (鱼类) yúlèi <魚類> ぎょるい {魚類} ngư loại ◊ fishes

어류번식 [魚類繁殖|魚類蕃息] (鱼类繁殖) yúlèi fánzhí <魚類繁殖> ぎょるいはんしょく {繁殖魟} phồn thực cá ◊ fish reproduction

어류양식 [魚類養殖] (鱼类养殖) yúlèi yǎngzhí <魚類養殖> ぎょるいようしょく {鱧魟} nuôi cá ◊ fish culture

어림수 [어림數] (概数) gàishù <概数> がいすう {概數} khái số ◊ approximate number

어망 [漁網] (渔网) yúwǎng <漁網> ぎょもう {緸捎魟} lưới đánh cá ◊ fishing net

어민 [漁民] (渔民) yúmín <漁民> ぎょみん {漁民} ngư dân ◊ fisherman

어부 [漁夫] (渔夫) yúfū <漁夫> ぎょふ {漁夫} ngư phu ◊ fishermen

어부지리 [漁夫之利] (渔夫之利) yúfū zhī lì <漁夫之利> ぎょふのり {漁夫之利} ngư phu chi lợi ◊ profiting while others fight

어사 [御史] (御史) yùshǐ <御史> ぎょし {御史} ngự sử ◊ imperial history

어색 [漁色] (纵欲) zòngyù <猟色> りょうしょく

{縱欲} túng dục ◊ lechery

어선 [漁船] (渔船) yúchuán <漁船> ぎょせん {船綯|船魞} thuyền chài ◊ fishing boat

어시장 [魚市場] (鱼市) yú shì <魚市場> さかなしじょう {幣魟} chợ cá ◊ fish market

어안석 [魚眼石] (鱼眼石) yú yǎn shí <魚眼石> ぎょがんせき {魚眼石} ngư nhãn thạch ◊ apophyllite

어업 [漁業] (渔业) yúyè <漁業> ぎょぎょう {漁業} ngư nghiệp ◊ fishery

어업공해 [漁業公害] (渔业公害) yúyè gōnghài <漁業公害> ぎょぎょうこうがい {污染水産} ô nhiễm thủy sản ◊ fishery hazard

어업관리 [漁業管理] (渔业管理) yúyè guǎnlǐ <漁業管理> ぎょぎょうかんり {管理芸魟} quản lý nghề cá ◊ fishery management

어업권 [漁業權] (渔业权) yúyè quán <漁業權> ぎょぎょうけん {權利芸魟} quyền lợi nghề cá ◊ fishery rights

어업분쟁 [漁業紛爭] (渔业纠纷) yúyè jiūfēn <漁業紛爭> ぎょぎょうふんそう {爭執芸魟} tranh chấp nghề cá ◊ fishery dispute

어업생물학 [漁業生物學] (渔业生物学) yúyè shēngwùxué <漁業生物学> ぎょぎょうせいぶつがく {生物學水産} sinh vật học thủy sản ◊ fishery biology

어업손실 [漁業損失] (渔业损失) yúyè sǔnshī <漁業損失> ぎょぎょうそんしつ {損失水産} tổn thất thủy sản ◊ fishery loss

어업전문가 [漁業專門家] (水产专家) shuǐchǎn zhuānjiā <漁業專門家> ぎょぎょうせんもんか {專家水産} chuyên gia thủy sản ◊ fisheries expert

어원 [語源] (词源) cíyuán <語源> ごげん {詞源} từ nguyên ◊ etymology

어원 [御苑] (御苑) yù yuàn <御苑> ぎょえん {御苑} ngự uyển ◊ imperial garden

어의 [語義] (语意) yǔyì <語意> ごい {語意} ngữ ý ◊ semantic

어의 변화 [語義變化] (语义变化) yǔyì biànhuà <語義変化> ごぎへんか {變挏語義} biến đổi ngữ nghĩa ◊ semantic changes

어장 [漁場] (渔场) yúchǎng <漁場> ぎょじょう {漁塲} ngư trường ◊ fishing ground

어제 [一] (昨天) zuótiān <昨日> きのう {最過} hôm qua ◊ yesterday

어조 [語調] (语调) yǔdiào <語調> ごちょう {語調} ngữ điệu ◊ intonation; accent

어촌 [漁村] (渔村) yú cūn <漁村> ぎょそん {廊鈄} làng chài ◊ fishing village

어투 [語套] (语气) yǔqì <語気> ごき {啁調} giọng điệu ◊ tone; manner of speaking

어포 [魚脯] (鱼脯) yú fǔ <魚の脯> さかなのほし {魿炶|魿鮋} cá khô ◊ dried fish

어필 [御筆] (御笔) yù bǐ <御筆> ぎょひつ {御筆} ngự bút ◊ emperor's hand writing

어학 [語學] (语言学) yǔyán xué <語学> ごがく {言語學} ngôn ngữ học ◊ linguistics

어항 [漁港] (渔港) yúgǎng <漁港> ぎょこう {漁港} ngư cảng ◊ fishing port

어획 [漁獲] (渔获) yú huò <漁獲> ぎょかく {漁獲} ngư hoạch ◊ fishing capture

어획량 [漁獲量] (捕鱼量) bǔyúliáng <漁獲高> ぎょかくだか {數量抔魿} số lượng bắt cá ◊ fishing catch

어휘 [語彙] (词汇) cíhuì <語彙> ごい {詞彙} từ vựng ◊ glossary; vocabulary

억 [億] (亿) yì <億> おく {冪兆} trăm triệu ◊ a hundred million

억념 [憶念] (忆念) yì niàn <憶念> おくねん {憶念} ức niệm ◊ remembrance; cherish the memory of; think of

억단 [臆斷] (臆断) yìduàn <臆斷> おくだん {臆斷} ức đoạn ◊ assume

억만 [億萬] (亿万) yì wàn <億万> おくまん {行兆} hàng triệu ◊ millions and millions

억설 [臆說] (臆说) yì shuō <臆説> おくせつ {訪斷} phỏng đoán ◊ conjecture

억압 [抑壓] (压抑) yāyì <抑圧> よくあつ {沉感} trầm cảm ◊ repression

억양 [抑揚] (抑扬) yìyáng <抑揚> よくよう {語調} ngữ điệu ◊ intonation; accent

억울증 [抑鬱症] (抑郁症) yìyùzhèng <抑鬱症> よくうつしょう {疾沉感} tật trầm cảm ◊ depression

억울하다 [抑鬱하다] (忧郁) yōuyù <抑鬱> よくうつ {沉感} trầm cảm ◊ dejection; depression

억제 [抑制] (抑制) yìzhì <抑制> よくせい {鉗制} kiềm chế ◊ restrain

억지력 [抑止力] (威慑) wēishè <抑止力> よくしりょく {嘟呿} răn đe ◊ deterrence

억측 [臆測] (臆测) yìcè <臆測> おくそく {斷} đoán ◊ guess

언니 [一] (姐姐) jiějie <姉> あね {姉} chị ◊ elder sisters

언덕 [一] (山冈) shāngāng <丘> おか {墩巓} đồi ◊ hills

언론 [言論] (言论) yánlùn <言論> げんろん {言論} ngôn luận ◊ speech

언변 [言辯] (口才) kǒucái <口才> こうさい {口才} khẩu tài ◊ eloquence

언사 [言詞] (言词) yáncí <言詞> げんし {言詞} ngôn từ ◊ words

언색호 [堰塞湖] (堰塞湖) yānshān hú <堰塞湖> えんそくこ {堰塞湖} yến tắc hồ ◊ barrier lake

언어 [言語] (语言) yǔyán <言語> げんご {言語} ngôn ngữ ◊ speech

언어공동체 [言語共同體] (语言共同体) yǔyán gòngtóngtǐ <言語共同体> げんごきょうどうたい {共同體言語} cộng đồng thể ngôn ngữ ◊ speech community

언어교육 [言語教育] (语言教育) yǔyán jiàoyù <言語教育> げんごきょういく {言語教育} ngôn ngữ giáo dục ◊ language education

언어기호 [言語記號] (语言记号) yǔyán jìhào <言語記号> げんごきごう {記號言語} ký hiệu ngôn ngữ ◊ language education

언어능력 (言語能力] (语言能力) yǔyán nénglì <言語能力> げんごのうりょく {能力言語} năng lực ngôn ngữ ◊ language capability

언어센터 [言語 center] (语言中心) yǔyán gòngtóngtǐ <言語共同体> げんご center {中心言語} trung tâm ngôn ngữ ◊ language centre

언어학 [言語學] (言语学) yányǔ xué <言語学> げんごがく {言語學} ngôn ngữ học ◊ linguistics

언외지의 [言外之意] (言外之意) yán wài zhī yì <言外之意味> げんがいのいみ {言外之意} ngôn ngoại chi ý ◊ implication

언젠가 [一] (有朝一日) yǒu zhāo yī rì <何時か> なんどきか {乂釟市嫻} một ngày nào đó ◊ someday

언행 [言行] (言行) yánxíng <言行> げんこう {言行} ngôn hành ◊ words and deeds

언행일치 [言行一致] (言行一致) yánxíng yīzhì <言行一致> げんこういっち {言行一致} ngôn hành nhất trí ◊ acting up to one's words

얼굴 [一] (颜面) yánmiàn <顔> かお {糰稛} mặt ◊ face

얼다 [一] (冻冰) dòngbīng <凍る> こうる {凍冰} đông băng ◊ freeze

얼마 [一] (多少) duōshǎo <幾ら> いくら {包憂} bao nhiêu ◊ how much

얼마간 [얼마間] (一段时间内) yī duàn shíjiān nèi <暫くの間> しばらくのあいだ {舳沒時間蜒} trong một thời gian ngắn ◊ for some time

얽다 [－] (缠绕) chánrào <纏繞> てんじょう {絍撴} vướng mắc ◊ entangle

엄개 [掩蓋] (掩盖) yǎngài <掩蓋> えんがい {掩除} yểm trừ ◊ cover up; conceal; hide behind

엄격 [嚴格] (严格) yángé <厳格> げんかく {嚴格} nghiêm cách ◊ strict

엄금 [嚴禁] (严禁) yánjìn <厳禁> げんきん {嚴禁} nghiêm cấm ◊ strictly prohibited

엄명 [嚴明] (严明) yánmíng <厳明> げんめい {嚴明} nghiêm minh ◊ strict

엄몰 [淹沒] (淹没) yānmò <水浸し> みずびたし {淹沒} yêm một ◊ submerge; inundate

엄밀 [嚴密] (严密) yánmì <厳密> げんみつ {紉紲} chặt chẽ ◊ tight

엄벌 [嚴罰] (严罚) yán fá <厳罰> げんばつ {嚴罰} nghiêm phạt ◊ grueling fine

엄법 [嚴法] (严法) yán fǎ <厳法> げんほう {嚴律} nghiêm luật ◊ strict laws

엄부 [嚴父] (严父) yán fù <厳父> げんぷ {嚴父} nghiêm phụ ◊ stern father

엄사 [嚴査] (严查) yánchá <厳査> げんさ {嚴査} nghiêm tra ◊ strict check

엄사 [嚴師] (严师) yán shī <厳師> げんし {嚴師} nghiêm sư ◊ disciplinarian

엄수 [嚴守] (严守) yánshǒu <厳守> げんしゅ {嚴守} nghiêm thủ ◊ strictly guard

엄숙 [嚴肅] (严肃) yánsù <厳粛> げんしゅく {嚴肅} nghiêm túc ◊ serious

엄연 [嚴然] (严然) yán rán <厳然> げんぜん {嚴然} nghiêm nhiên ◊ solemnly

엄정 [嚴正] (严正) yánzhèng <厳正> げんせい {嚴正} nghiêm chính ◊ solemn

엄중 [嚴重] (严重) yánzhòng <厳重> げんじゅう {嚴重} nghiêm trọng ◊ severe

엄중주의 [嚴重注意] (严重注意) yánzhòng zhùyì <厳重注意> げんじゅうちゅうい {注意嚴重} chú ý nghiêm trọng ◊ reprimand; stern warning

엄지손가락 [－] (大指) dàzhǐ <親指> おやゆび {㧻吒} ngón cái ◊ thumb

엄폐 [掩蔽] (掩蔽) yǎnbì <掩蔽> えんぺい {掩蔽} yểm tế ◊ shelter; conceal

엄한 [嚴寒] (严寒) yánhán <厳寒> げんかん {凂痵|冷瘽} lạnh buốt ◊ bitter cold

엄행 [嚴行] (厉行) lìxíng <励行> れいこう {押用|壓用} áp dụng ◊ enforced

엄형 [嚴刑] (严刑) yánxíng <厳刑> げんけい {嚴刑} nghiêm hình ◊ torture

엄호 [掩護] (掩护) yǎnhù <掩護する> えんごする {掩護} yểm hộ ◊ shield; cover

엄혹 [嚴酷] (严酷) yánkù <厳酷> げんこく {嚴酷} nghiêm khốc ◊ harsh

업계 [業界] (业界) yè jiè <業界> ぎょうかい {業界} nghiệp giới ◊ business circles; industry

업계표준 [業界標準] (行业标准) hángyè biāozhǔn <業界標準> ぎょうかいひょうじゅん {標準㖇} tiêu chuẩn ngành ◊ union standard

업무 [業務] (业务) yèwù <業務> ぎょうむ {業務} kinh doanh ◊ business

업무경비 [業務經費] (工作费用) gōngzuò fèiyòng <業務経費> ぎょうむけいひ {工作費} công tác phí ◊ costs of work

업적 [業績] (业绩) yèjì <実績> じっせき {成就} thành tựu ◊ achievements

업주 [業主] (业主) yèzhǔ <業主> ぎょうしゅ {業主} nghiệp chủ ◊ proprietor; home owner; business proprietor

에너지 [energy] (能量) néngliàng <エネルギー> energy {能量} năng lượng ◊ energy

에세이 [essay] (散文) sǎnwén <散文> さんぶん {文㖇|文洓} văn xuôi ◊ essay; prose

에어쇼 [airshow] (航展) hángzhǎn <航空ショー> こうくう show {展覽航空} triển lãm hàng không ◊ airshow

에어컨 [air conditioner] (空调) kōngtiáo <エアコン> air con {檟調和} máy điều hòa ◊ air conditioner

엑스선사진 [X 線寫眞] (X 光拍片) X guāng pāipiàn <X 線撮影> X せんさつえい {吒纎X} phim tia X ◊ X-ray film

여 [女] (女) nǚ <女> おんな {女} nữ ◊ woman; female

여가 [餘暇] (余暇) yú xiá <余暇> よか {餘暇} dư hạ ◊ free time

여객기 [旅客機] (客机) kèjī <旅客機> りょかくき {檟䑵民用} máy bay dân dụng ◊ airliner; passenger plane

여객선종착역 [旅客船終着驛] (船舶客运港口) chuánbó kèyùn gǎngkǒu <客船ターミナル> かくせん terminal {港行客艚淩} cảng hành khách tàu biển ◊ passenger port

여객운송 [旅客運送] (客运) kèyùn <旅客輸送>

りょかくゆそう {運載行客} vận tải hành khách ◊ passenger transport

여걸 [女傑] (女杰) nǚjié <女傑> じょけつ {女傑} nữ kiệt ◊ heroine

여격 [與格] (与格) yú gé <与格> よかく {贈格} tặng cách ◊ dative

여격조사 [與格助詞] (与格助词) yú gé zhùcí <与格助詞> よかくじょし {助詞與格} trợ từ dư cách ◊ dative particles

여공 [女工] (女工) nǚgōng <女工> じょこう {女工} nữ công ◊ woman worker

여과 [濾過] (过滤) guòlǜ <濾過> ろか {𤄍漉淥涤淥} lọc ◊ filtration

여과공정 [濾過工程] (过滤工程) guòlǜ gōngchéng <濾過工程> ろかこうてい {技術𤄍} kỹ thuật lọc ◊ filtration process

여과능력 [濾過能力] (过滤能力) guòlǜ nénglì <濾過能力> ろかのうりょく {可能𤄍} khả năng lọc ◊ filterability

여과막 [濾過膜] (过滤膜) guòlǜ mó <濾過膜> ろかまく {𦛿𤄍} màng lọc ◊ filtration film

여과망 [濾過網] (滤网) lǜ wǎng <濾過網> ろかもう {部𤄍} bộ lọc ◊ filter screen

여과비 [濾過比] (过滤比) guòlǜ bǐ <濾過比> ろかひ {比例𤄍} tỷ lệ lọc ◊ filter ratio

여과액 [濾過液] (滤液) lǜyè <濾過液> ろかえき {質渀𤄍} chất lỏng lọc ◊ filtrate

여과특성 [濾過特性] (过滤特点) guòlǜ tèdiǎn <濾過特性> ろかとくせい {性能𤄍} tính năng lọc ◊ filter characteristics

여과효율 [濾過效率] (过滤效率) guòlǜ xiàolǜ <濾過效率> ろかこうりつ {效果𤄍} hiệu quả lọc ◊ efficiency of filtration

여관 [旅館] (旅馆) lǚguǎn <旅館> りょかん {客棧} khách sạn ◊ inn; hotel

여권 [旅券] (护照) hùzhào <旅券> りょけん {護照} hộ chiếu ◊ passport

여권 [女權] (女权) nǚquán <女権> じょけん {女權} nữ quyền ◊ feminist

여기자 [女記者] (女记者) nǚ jìzhě <女記者> じょきしゃ {女訪員} nữ phóng viên ◊ woman journalist

여단 [旅團] (旅团) lǚtuán <旅> たび {旅團} lữ đoàn ◊ brigade

여동생 [女동생] (妹妹) mèimei <妹> いもうと {𡛔妸} em gái ◊ younger sister

여래불 [如來佛] (如来佛) rúlái fú <如来仏> にょらいほとけ {如來} Như Lai ◊ Tathagata; Buddha-to-be

여러 [一] (一些) yīxiē <諸> もろ {排巴} vài ◊ several

여러분 [一] (各位) gè wèi <皆様> みなさん {嗽各件} thưa các bạn ◊ everybody

여력 [餘力] (余力) yúlì <余力> よりょく {能力預防} năng lượng dự phòng ◊ spare power

여론 [輿論] (舆论) yúlùn <世論> よろん {輿論} dư luận ◊ public opinion

여류 [女流] (女流) nǚliú <女流> じょりゅう {女流} nữ lưu ◊ professional woman

여름 [一] (夏天) xiàtiān <夏> なつ {務夏|務夏} mùa hè ◊ summer

여름방학 [여름放學] (放暑假) fàng shǔjià <夏休み> なつやすみ {𠊝夏} nghỉ hè ◊ school vacation

여름옷 [一] (夏装) xià zhuāng <夏服> なつふく {裙襖務夏} quần áo mùa hè ◊ summer clothes

여명 [黎明] (黎明) límíng <黎明> れいめい {黎明} lê minh ◊ dawn

여무 [女巫] (女巫) nǚwū <巫女> みこ {女巫} nữ vu ◊ witch

여미 [餘味] (余味) yúwèi <後味> あとあじ {餘味} dư vị ◊ aftertaste

여배우 [女俳優] (女演员) nǚ yǎnyuán <女優> じょゆう {女演員} nữ diễn viên ◊ actress

여분 [餘分] (多余) duōyú <余分> よぶん {餘剩} dư thừa ◊ superabundance; extra; excess; surplus

여비 [旅費] (旅费) lǚfèi <旅費> りょひ {支費遊歷} chi phí du lịch ◊ travel expenses

여섯째 [一] (第六) dì liù <第六> だいろく {第六} đệ lục ◊ sixth

여성 [女性] (女性) nǚxìng <女性> じょせい {派女} phái nữ ◊ female

여성계 [女性界] (女界) nǚ jiè <女流社会> じょりゅうしゃかい {女界} nữ giới ◊ women's circle

여성문인 [女性文人] (女文士) nǚ wénshì <女流文人> じょりゅうぶんじん {女文士} nữ văn sĩ ◊ female scholar

여성미 [女性美] (女性美) nǚxìng měi <女性美> じょせいび {女性美} nữ tính mỹ ◊ feminine beauty

여성학 [女性學] (妇女研究) fùnǚ yánjiū <女性学> じょせいがく {女性學} nữ tính học ◊ women's studies

여수 [餘數] (余数) yúshù <余数> よすう {餘數} dư số ◊ remainder

여식 [女息] (闺女) guīnǚ <嬢> じょう {姑娘} cô gái ◊ girl; unmarried woman

여신 [女神] (女神) nǚshén <女神> めがみ {女神} nữ thần ◊ goddess

여아 [女兒] (女儿) nǚ'ér <娘> むすめ {곤妈} con gái ◊ daughter

여액 [餘額] (余额) yú'é <残高> ざんだか {數餘} số dư ◊ balance amount

여왕 [女王] (女王) nǚwáng <女王> じょおう {女王} nữ hoàng ◊ queen

여왕벌 [女王벌] (蜂王) fēngwáng <女王蜂> じょおうばち {蜂王} phong vương ◊ queen bee

여우 [一] (狐狸) húli <狐> きつね {狐狸} hồ ly ◊ fox

여유 [餘裕] (充裕) chōngyù <余裕> よゆう {充裕} sung dụ ◊ abundant

여음 [餘音] (余音) yúyīn <余音> よいん {餘音} dư âm ◊ aftersound

여의 [如意] (如意) rúyì <如意> にょい {如意} như ý ◊ as one wishes

여인 [麗人] (丽人) lí rén <麗人> れいじん {麗人} lệ nhân ◊ beauty

여인 [女人] (女人) nǚrén <女人> にょにん {嬋婆|僤婆} đàn bà ◊ woman

여인숙 [旅人宿] (客栈) kèzhàn <宿屋> やどや {庤阷} quán trọ ◊ inn

여잉 [餘剩] (余剩) yú shèng <余剩> よじょう {餘剩} dư thặng ◊ surplus

여자화장실 [女子化粧室] (女洗手间) nǚ xǐshǒujiān <女御手洗> おんなおてあらい {妸衛生女} Nhà Vệ Sinh Nữ ◊ Ladies' Room; Ladies'

여장 [女裝] (女装) nǚzhuāng <女装> じょそう {女裝} nữ trang ◊ ladies' fashion

여전 [如前] (还是) háishi <尚> なお {嚙忹|吻咢} vẫn là ◊ still

여정 [旅程] (旅程) lǚchéng <旅程> りょてい {旅程} lữ trình ◊ journey

여주 [一] (苦瓜) kǔguā <苦瓜> にがうり {喩譺|喩譝} dưa đắng ◊ bitter gourd

여중 [女中] (女中) nǚ zhōng <女中> じょちゅう {女中} nữ trung ◊ female middle school

여학생 [女學生] (女学生) nǚ xuésheng <女子生徒> じょしせいと {女學生} nữ học sinh ◊ schoolgirl

여행 [旅行] (旅行) lǚxíng <旅行> りょこう {遊歷} du lịch ◊ travel

여행기 [旅行記] (游记) yóujì <旅行記> りょこうき {遊記} du ký ◊ treveloque

여행사 [旅行社] (旅行社) lǚxíngshè <旅行社> りょこう {行遊歷} hãng du lịch ◊ travel agency

여행용 [旅行用] (旅行用) lǚxíngyòng <旅行用> りょこうよう {用혵遊歷} dùng trong du lịch ◊ for travel

여황 [女皇] (女皇) nǚhuáng <女皇> じょこう {女皇} nữ hoàng ◊ empress

여휘 [餘暉] (余晖) yúhuī <残照> ざんしょう {殘暉} tàn huy ◊ slanting rays of the setting sun

역경 [逆境] (逆境) nìjìng <逆境> ぎゃっきょう {逆境} nghịch cảnh ◊ adversity

역대 [歷代] (历代) lìdài <歷代> れきだい {歷代} lịch đại ◊ successive generations; successive emperors

역도 [力道] (举重) jǔzhòng <デッドリフト> deadlift {舉卸} cử tạ ◊ weightlifting

역량 [力量] (力量) lìliang <力量> りきりょう {力量} lực lượng ◊ strength

역류 [逆流] (逆流) nìliú <逆流> ぎゃくりゅう {逆流} nghịch lưu ◊ countercurrent

역문 [譯文] (译文) yìwén <訳文> やくぶん {譯文} dịch văn ◊ translations

역법 [曆法] (历法) lìfǎ <曆法> れきほう {曆法} lịch pháp ◊ calendar

역병 [疫病] (疫病) yìbìng <疫病> やくびょう {疫病} dịch bệnh ◊ epidemic disease

역사 [歷史] (历史) lìshǐ <歷史> れきし {歷史} lịch sử ◊ history

역사 [驛舍] (站舍) zhàn shě <駅舎> えきしゃ {站舍} trạm xá ◊ station building

역사가 [歷史家] (历史学家) lìshǐ xuéjiā <歷史家> れきしか {妸歷史} nhà lịch sử ◊ historian

역사책 [歷史冊] (史册) shǐcè <歷史冊> れきしさつ {史冊} sử sách ◊ annals

역사학 [歷史學] (历史学) lìshǐxué <歷史学> れきしがく {歷史學} lịch sử học ◊ history

역으로 [逆으로] (反过来) fǎnguolái <逆に> ぎゃくに {逆倒} nghịch đảo ◊ inverse

역의 [逆意] (逆意) nì yì <逆意> ぎゃくい {逆意} nghịch ý ◊ adverse intention

역자 [譯者] (译者) yìzhě <訳者> やくしゃ {譯者} dịch giả ◊ translator

역작 [力作] (力作) lìzuò <力作> りきさく {力作} lực tác ◊ master piece

역장 [驛長] (站长) zhànzhǎng <駅長> えきちょう {站長} trạm trưởng ◊ station master

역적 [逆賊] (逆贼) nìzéi <逆賊> ぎゃくぞく {逆

賊} nghịch tặc ◊ traitor

역전 [逆轉] (逆转) nìzhuǎn <逆転> ぎゃくてん {倒逆} đảo ngược ◊ reversal

역점 [力點] (力点) lì diǎn <力点> りきてん {力點} lực điểm ◊ force points

역정 [歷程] (历程) lìchéng <歷程> 歷程 {歷程} lịch trình ◊ route; passage

역진 [逆進] (倒退) dàotùi <逆進> ぎゃくしん {湊浮} thụt lùi ◊ retrogression

역학 [力學] (力学) lìxué <力学> りきがく {力學} lực học ◊ dynamics; mechanics

역할 [役割] (角色) juésè <役割> やくわり {羂鞿} vai trò ◊ role

역행 [逆行] (逆行) nìxíng <逆行> ぎゃっこう {逆行} nghịch hành ◊ retrograde; stem against

역효과 [逆效果] (逆效果) nì xiàoguǒ <逆効果> ぎゃくこうか {逆効果} nghịch hiệu quả ◊ inverse effect

연 [鳶] (纸鸢) zhǐyuān <凧> たこ {鳶鵤} diều ◊ kite

연가 [戀歌] (恋歌) liàn gē <恋歌> こいうた {戀歌} luyến ca ◊ love sonata

연간 [年刊] (年刊) nián kān <年刊> ねんかん {年刊} niên san ◊ annual

연감 [年鑑] (年鉴) niánjiàn <年鑑> ねんかん {年鑑} niên giám ◊ almanac; yearbook

연강 [軟鋼] (软钢) ruǎn gāng <軟鋼> なんこう {鏔輻} thép nhẹ ◊ mild steel

연강판 [軟鋼板] (软钢板) ruǎn gāngbǎn <軟鋼板> なんこういた {膠鏔穡} tấm thép mềm ◊ mild steel plate

연결 [連結] (连结) liánjié <連結> れんけつ {連結} liên kết ◊ link

연결관 [連結管] (连接管) liánjiē guǎn <連結管> れんけつかん {甕結納} ống kết nối ◊ connection pipe

연결구 [連結具] (连接工具) liánjié gōngjù <接続ツール> せつぞく tool {工具結納|工具結綏} công cụ kết nối ◊ connected

연결어미 [連結語尾] (连结词尾) liánjié cíwěi <接続語尾> せつぞくごび {後素連結} hậu tố liên kết ◊ syndetic word

연결점 [連結點] (节点) jiédiǎn <連結点> れんけってん {節點} tiết điểm ◊ node

연결조사 [連結助詞] (连结助词) liánjié zhùcí <接続助詞> せつぞくじょし {助詞連結} trợ từ liên kết ◊ linking particles

연계 [連繫] (联系) liánxì <連係> れんけい {事接觸} sự tiếp xúc ◊ linkage

연고 [軟膏] (软膏) ruǎngāo <軟膏> なんこう {蘗髉} thuốc mỡ ◊ ointment

연고 [緣故] (缘故) yuángù <原因> げんいん {緣故} duyên cố ◊ sake

연골 [軟骨] (软骨) ruǎngǔ <軟骨> なんこつ {軟骨} nhuyễn cốt ◊ cartilage

연공 [練功] (练功) liàngōng <練功> れんこう {習功} tập công ◊ practice one's skill

연관 [聯關] (关联) guānlián <関連> かんれん {關連} quan liên ◊ relation; connection; relevance

연구 [研究] (研究) yánjiū <研究> けんきゅう {研究} nghiên cứu ◊ study

연구내용 [研究內容] (研究内容) yánjiū nèiróng <研究内容> けんきゅうないよう {內容研究} nội dung nghiên cứu ◊ research contents

연구원 [研究員] (研究员) yánjiūyuán <研究員> けんきゅういん {研究員} nghiên cứu viên ◊ researcher

연극 [演劇] (演剧) yǎnjù <演劇> えんげき {劇} kịch ◊ drama

연극계 [演劇界] (演剧界) yǎnjù jiè <演劇界> えんげきかい {演壇} diễn đàn ◊ acting world

연극배우 [演劇俳優] (戏剧演员) xìjù yǎnyuán <演劇俳優> えんげきはいゆう {劇士} kịch sĩ ◊ dramatist

연금 [鍊金] (炼金) liàn jīn <鍊金> れんきん {煉金} luyện kim ◊ gold metallurgy

연금 [年金] (年金) niánjīn <年金> ねんきん {年金} niên kim ◊ annuity; rente

연금술 [鍊金術] (炼金术) liàn jīn shù <鍊金術> れんきんじゅつ {術鍊金} thuật giả kim ◊ alchemy

연기 [年紀] (年纪) niánjì <年紀> ねんき {犧作} tuổi tác ◊ age

연기 [煙氣] (熏) xūn <煙> けむり {塊塊塊} khói ◊ smoke

연기 [延期] (延期) yánqī <延期> えんき {延期} duyên kỳ ◊ postpone

연기 [演技] (演技) yǎnjì <演技> えんぎ {演技} diễn kỹ ◊ performance

연기자 [演技者] (表演者) biǎoyǎnzhě <演技者> えんぎしゃ {㹅表演} người biểu diễn ◊ performer; actor

연기탐지기 [煙氣探知器] (烟雾探测器) yānwù tàncèqì <煙探知器> けむりたんちき {報動塊}

báo động khói ◊ smoke alarm

연꽃 [蓮꽃] (荷花) héhuā <紅蓮> ぐれん {蓮} sen ◊ lotus

연날리기 [鳶날리기] (放风筝) fàngfēng zhēng <凧揚げ> たこあげ {揖鷂} thả diều ◊ fly a kite

연년 [連年] (连年) liánnián <連年> れんねん {連年} liên niên ◊ years

연단 [煉丹] (炼丹) liàndān <煉丹> れんたん {煉丹} luyện đan ◊ alchemy

연대 [年代] (年代) niándài <年代> ねんだい {年代} niên đại ◊ years

연도 [年度] (年度) niándù <年度> ねんど {年度} niên độ ◊ annual

연도 [沿道] (沿途) yántú <途中で> とちゅうで {蓮蹟挶} trên đường đi ◊ on the way

연독 [鉛毒] (铅毒) qiān dú <鉛毒> えんどく {毒性鋳} độc tính chì ◊ lead poisoning

연돌 [煙突] (烟囪) yāncōng <煙突> えんとつ {甕煐|甕煐|甕煐} ống khói ◊ chimney

연동 [蠕動] (蠕动) rúdòng <蠕動> ぜんどう {蠕動} nhu động ◊ squirming

연두색 [軟豆色] (淡绿色) dàn lùsè <薄緑> うすみどり {鮮魝淶} màu xanh nhạt ◊ light green

연락 [聯絡|連絡] (联络) liánluò <連絡> れんらく {聯絡} liên lạc ◊ get in touch; contact

연락처 [聯絡處] (联络处) liánluò chǔ <連絡先> れんらくさき {垇聯絡} chỗ liên lạc ◊ contact

연력 [年曆] (年历) niánlì <アルマナック> almanac {年曆} niên lịch ◊ almanac

연령제한 [年齡制限] (年龄限制) niánlíng xiànzhì <年齡制限> ねんれいせいげん {制限轍作} chế hạn tuổi tác ◊ age limit

연로하다 [年老하다] (年迈) niánmài <古い> ふるい {搽蕊} già ◊ old

연료 [燃料] (燃料) ránliào <燃料> ねんりょう {燃料} nhiên liệu ◊ fuel

연료게이지 [燃料 gauge] (燃油表) rányóu biǎo <燃料計> ねんりょうけい {銅鍋鄜燃料} đồng hồ đo nhiên liệu ◊ fuel gauge

연료공업 [燃料工業] (燃料工业) ránliào gōngyè <燃料工業> ねんりょうこうぎょう {工業燃料} công nghiệp nhiên liệu ◊ fuel industry

연료관 [燃料管] (燃料管) ránliào guǎn <燃料管> ねんりょうかん {甕引燃料} ống dẫn nhiên liệu ◊ fuel pipe

연료유 [燃料油] (燃油) rányóu <燃料油> ねんりょうゆ {油燃料} dầu nhiên liệu ◊ fuel

연료탱크 [燃料 tank] (油箱) yóuxiāng <燃料タンク> ねんりょう tank {瓶睞} bình xăng ◊ fuel tank

연루 [連累] (连累) liánlěi <連累> れんるい {連累} liên lụy ◊ entangle; involve; implicate

연리 [年利] (年利) nián lì <年利> ねんり {年利} niên lợi ◊ annual interest

연마 [研磨] (研磨) yánmó <研磨> けんま {研磨} nghiên ma ◊ grind

연마재 [研磨材] (磨料) móliào <研磨材> けんまざい {物料碀閲} vật liệu mài mòn ◊ grinding aid

연마제 [研磨劑] (研磨劑) yán mó jì <粉砕剤> ふんさいざい {質礴} chất mài ◊ grinding agent

연말 [年末] (年终) niánzhōng <年末> ねんまつ {曆辤|檜辤|膾辤|鬆辤|鲙辤} cuối năm ◊ year-end

연맥 [燕麥] (燕麦) yànmài <燕麥> えんばく {燕麥} yến mạch ◊ oat

연맹 [聯盟] (联盟) liánméng <連盟> れんめい {聯盟} liên minh ◊ coalition

연면 [連綿] (连绵) liánmián <連綿> れんめん {連綿} liên miên ◊ continuous

연모 [戀慕] (恋慕) liànmù <恋慕> れんぼ {戀慕} luyến mộ ◊ affection

연목구어 [緣木求魚] (缘木求鱼) yuán mù qiú yú <緣木求魚> えんぼくきゅうぎょ {緣木求魚} duyên mộc cầu ngư ◊ begging for fish at a tree

연못 [蓮못] (荷花池) héhuā chí <蓮池> はすいけ {沟嫌} ao sen ◊ lotus pond

연못가 [蓮못가] (荷花池边) héhuā chí biān <蓮池の側> いけのそば {墺沟嫌} bờ ao sen ◊ lotus pond side

연무 [煙霧] (烟雾) yānwù <煙霧> えんむ {煙霧} yên vụ ◊ smoke; mist

연미 [鳶尾] (鸢尾) yuānwěi <鳶尾> いちはつ {鳶尾} diên vĩ ◊ wall iris; roof iris

연미복 [燕尾服] (燕尾服) yànwěifú <燕尾服> えんびふく {燕尾服} yến vĩ phục ◊ tuxedo

연박 [淵博] (渊博) yuānbó <淵博> えんぱく {淵博} uyên bác ◊ broad and profound; erudition

연방 [聯邦] (联邦) liánbāng <連邦> れんぽう {聯邦} liên bang ◊ commonwealth; federal

연방제 [聯邦制] (联邦制) liánbāng zhì <聯邦制> れんぽうせい {聯邦制} liên bang chế ◊ federalism

연변 [演變] (演变) yǎnbiàn <演変> えんぺん {演變} diễn biến ◊ evolution

연병 [練兵] (练兵) liànbīng <練兵> れんぺい {習兵} tập binh ◊ military training

연보 [年報] (年报) niánbào <年報> ねんぽう {年報} niên báo ◊ annual report

연보 [年譜] (年谱) niánpǔ <年譜> ねんぷ {編年} biên niên ◊ chronology

연봉 [年俸] (年薪) niánxīn <年俸> ねんぽう {糧降薜} lương hàng năm ◊ annual salary

연분 [緣分] (缘分) yuánfèn <緣> えん {緣分} duyên phận ◊ fate

연분을 맺다 [緣分을 맺다] (结缘) jiéyuán <緣を結ぶ> えんをむすぶ {結緣} kết duyên ◊ get married

연삭반 [研削盤] (磨床) móchuáng <研削盤> けんさくばん {檟碑} máy mài ◊ lapping machine; grinding machine

연산 [演算] (演算) yǎnsuàn <演算> えんざん {演算} diễn toán ◊ calculus

연산자 [演算子] (演算子) yǎnsuàn zǐ <演算子> えんざんし {演算子} diễn toán tử ◊ operators

연상 [聯想] (联想) liánxiǎng <聯想> れんそう {聯想} liên tưởng ◊ association of ideas; link in ideas

연생산량 [年生産量] (年产量) niánchǎn liáng <年産> ねんさん {産量降薜} sản lượng hàng năm ◊ annual output

연석 [宴席] (宴席) yànxí <宴席> えんせき {錯席} tiệc ◊ banquet

연선 [沿線] (沿线) yán xiàn <沿線> えんせん {沿線} diên tuyến ◊ along the line

연설 [演說] (演说) yǎnshuō <演說> えんぜつ {演說} diễn thuyết ◊ speech

연설문 [演說文] (演说词) yǎnshuō cí <演說文> えんぜつぶん {演文} diễn văn ◊ speech text

연세 [年歲] (年岁) niánsuì <年歲> ねんさい {歲作} tuổi tác ◊ years of life; age

연소 [年少] (年少) niánshào <年少> ねんしょう {年少} niên thiếu ◊ young

연소 [燃燒] (燃烧) ránshāo <燃燒> ねんしょう {熰烶} đốt cháy ◊ combustion

연소 [燃素] (燃素) rán sù <燃素> ねんそ {熱素} nhiệt tố ◊ phlogiston

연소 [燕巢] (燕窝) yànwō <燕巢> えんそう {燕巢} yến sào ◊ swallow's nest

연소관 [燃燒管] (燃烧管) ránshāo guǎn <燃燒管> ねんしょうかん {燃燒管} nhiên thiêu quản ◊ combustion tubes

연소물 [燃燒物] (燃烧物) ránshāo wù <燃燒物> ねんしょうぶつ {燃燒物} nhiên thiêu vật ◊

incendiary

연소반응 [燃燒反應] (燃烧反应) ránshāo fǎnyìng <燃燒反应> ねんしょうはんのう {反應熰烶} phản ứng đốt cháy ◊ combustion reaction; reaction of combustion

연소법 [燃燒法] (燃烧方式) ránshāo fāngshì <燃燒法> ねんしょうほう {方法咄} phương pháp đốt ◊ combustion process

연소설비 [燃燒設備] (燃烧设备) ránshāo shèbèi <燃燒設備> ねんしょうせつび {設備咄} thiết bị đốt ◊ combustion equipment

연소속도 [燃燒速度] (燃烧速度) ránshāo sùdù <燃燒速度> ねんしょうそくど {速度熰烶} tốc độ đốt cháy ◊ burning velocity

연소시간 [燃燒時間] (燃烧时间) ránshāo shíjiān <燃燒時間> ねんしょうじかん {時間熰烶} thời gian đốt cháy ◊ combustion time; burning time

연소실 [燃燒室] (燃烧室) ránshāo shì <燃燒室> ねんしょうしつ {燃燒室} nhiên thiêu thất ◊ combustion chamber

연소압력 [燃燒壓力] (燃烧压力) ránshāo yālì <燃燒压力> ねんしょうあつりょく {壓率熰烶} áp suất đốt cháy ◊ firing pressure

연소열 [燃燒熱] (燃烧热) ránshāo rè <燃燒熱> ねんしょうねつ {燃燒熱} nhiên thiêu nhiệt ◊ heat of combustion

연소온도 [燃燒溫度] (燃烧温度) ránshāo wēndù <燃燒溫度> ねんしょうおんど {熱度烶} nhiệt độ cháy ◊ combustion temperature

연소장치 [燃燒裝置] (燃烧装置) ránshāo zhuāngzhì <燃燒裝置> ねんしょうそうち {設備烶} thiết bị đốt ◊ combustion apparatus

연소조건 [燃燒條件] (燃烧条件) ránshāo tiáojiàn <燃燒條件> ねんしょうじょうけん {條件烶} điều kiện cháy ◊ combustion condition

연소효율 [燃燒效率] (燃烧效率) ránshāo xiàolǜ <燃燒效率> ねんしょうこうりつ {效果熰烶} hiệu quả đốt cháy ◊ combustion efficiency

연속 [連續] (连续) liánxù <継續> けいぞく {接續} tiếp tục ◊ continuation

연속극 [連續劇] (连续剧) liánxùjù <連続ドラマ> れんぞく drama {續傳} tục truyện ◊ drama series

연속성 [連續性] (连续性) liánxùxìng <連続性> れんぞくせい {性連續} tính liên tục ◊ continuity

연속식 [連續式] (连续方程) liánxù fāngchéng <連続式> れんぞくしき {方程連續} phương trình liên tục ◊ continuous equation

연속전류 [連續電流] (直流电流) zhíliú diànliú <直流電流> ちょくりゅうでんりゅう {洄電連續} dòng điện liên tục ◊ direct current; DC

연속처리 [連續處理] (连续处理) liánxù chǔlǐ <連續処理> れんぞくしょり {處理連續} xử lý liên tục ◊ continuous treatment

연속효과 [連續效果] (连续效应) liánxù xiàoyìng <連続效果> れんぞくこうか {效應連續} hiệu ứng liên tục ◊ continuous effect

연쇄 [連鎖] (连锁) liánsuǒ <連鎖> れんさ {連鎖} liên tỏa ◊ chain stores

연수 [年數] (年数) nián shǔ <年数> ねんすう {數薢|效薢} số năm ◊ years

연수 [延壽] (延寿) yánshòu <延寿> えんじゅ {延壽} duyên thọ ◊ extend life

연수 [研修] (研修) yánxiū <研修> けんしゅう {研修} nghiên tu ◊ training

연습 [練習] (练习) liànxí <練習> れんしゅう {練習} luyện tập ◊ practice

연습 [演習] (演习) yǎnxí <演習> えんしゅう {演習} diễn tập ◊ exercise

연안 [沿岸] (海岸) hǎi'àn <海岸> かいがん {墈灣|坡滰|坡漏} bờ biển ◊ coast

연안구획 [沿岸區劃] (海滨规划) hǎibīn guīhuà <沿岸区画> えんがんくかく {規劃墈滝} quy hoạch bờ sông ◊ littoral compartment

연안국 [沿岸國] (沿海国家) yán hǎi guójiā <沿岸国> えんがんこく {沿岸國} diên ngạn quốc ◊ coastal states

연안부대 [沿岸部隊] (沿海部队) yán hǎi bùduì <沿岸部隊> えんがんぶたい {軍隊貧湲} quân đội ven biển ◊ coastal forces

연안어업 [沿岸漁業] (沿岸渔业) yán'àn yúyè <沿岸漁業> えんがんぎょぎょう {蕓魡貧湲} nghề cá ven biển ◊ coastal fisheries

연안자원 [沿岸資源] (沿海资源) yán hǎi zīyuán <沿岸資源> えんがんしげん {材源貧湲} tài nguyên ven biển ◊ coastal resources

연안특성 [沿岸特性] (沿岸特点) yán'àn tèdiǎn <沿岸特性> えんがんとくせい {特點貧湲} đặc điểm ven biển ◊ littoral characteristics

연안해 [沿岸海] (沿海水域) yán hǎishuǐ yù <沿岸海> えんがんかい {貧湲} ven biển ◊ coastal sea

연애 [憐愛] (怜爱) lián'ài <憐愛> れんあい {憐愛} lân ái ◊ affection

연애 [戀愛] (恋爱) liàn'ài <恋愛> れんあい {戀愛} luyến ái ◊ in love

연약 [軟弱] (脆弱) cuìruò <軟弱> なんじゃく {瘦懟|瘦潹} yếu đuối ◊ weakness; frail

연어 [鰱魚] (三文鱼) sānwén yú <鮭> さけ {魠鮰} cá hồi ◊ salmon

연역법 [演繹法] (演绎法) yǎnyìfǎ <演繹法> えんえきほう {演繹法} diễn dịch pháp ◊ deduction

연예 [演藝] (演艺) yǎnyì <演芸> えんげい {演藝} diễn nghệ ◊ performance; entertainment

연예계 [演藝界] (演艺圈) yǎnyì juān <演芸圈> えんげいけん {界解智} giới giải trí ◊ showbiz

연원 [演員] (演员) yǎnyuán <俳優> はいゆう {演員} diễn viên ◊ actor

연원 [淵源] (渊源) yuānyuán <淵源> えんげん {源裕} nguồn gốc ◊ origin

연월일 [年月日] (年月日) niányuè rì <年月日> ねんがっぴ {舙胸薢|暘胸薢} ngày tháng năm ◊ date

연유 [煉乳] (炼乳) liànrǔ <煉乳> れんにゅう {煉乳} luyện nhũ ◊ condensed milk

연유 [年幼] (年幼) niányòu <幼年> ようねん {年幼} niên ấu ◊ very young

연유 [緣由] (缘由) yuányóu <緣由> えんよし {緣由} duyên do ◊ reason

연의 [演義] (演义) yǎnyì <演義> えんぎ {演義} diễn nghĩa ◊ romance

연일 [連日] (连日) liánrì <連日> れんじつ {哞舙} hàng ngày ◊ every day

년임 [連仕] (连仕) liánrèn <連仕> れんにん {再舉} tái cử ◊ re-elected

연잇다 [連잇다] (接着) jiē zhe <継ぎに> つぎに {接} tiếp ◊ followed

연작 [燕雀] (燕雀) yànquè <燕雀> えんじゃく {燕雀} yến tước ◊ chaffinch

연장 [延長] (延长) yáncháng <延長> えんちょう {攜肹|拮敠} kéo dài ◊ prolong

연재 [連載] (连载) liánzǎi <連載> れんさい {連載} liên tải ◊ serial stories

연점토 [軟粘土] (软粘土) ruǎn nián tǔ <軟粘土> なんねんど {塀堵鑀} đất sét mềm ◊ soft clay

연접 [連接] (连接) liánjiē <連接> れんせつ {連接} liên tiếp ◊ connect

연좌 [蓮座] (莲座) lián zuò <蓮座> れんざ {蓮座} liên tọa ◊ lotus throne

연주 [演奏] (演奏) yǎnzòu <演奏> えんそう {演奏} diễn tấu ◊ play a melody

연중 [年中] (年中) nián zhōng <年中> ねんちゅう {年中} niên trung ◊ mid-year

연지 [胭脂] (胭脂) yānzhī <頰紅> ほおべに {粉紅} phấn hồng ◊ rouge

연직선 [鉛直線] (铅垂线) qiān chuíxiàn <鉛直線> えんちょくせん {鉛直線} duyên trực tuyến ◊ vertical line

연질고무 [軟質 gomme ㅍ] (软质橡胶) ruǎn zhì xiàngjiāo <軟質ゴム> なんしつ gom {膠橢鑀} cao su mềm ◊ soft rubber

연질석탄 [軟質石炭] (软煤) ruǎn méi <軟質石炭> なんしつせきたん {碳穚} than mềm ◊ apple coal

연초 [年初] (年初) niánchū <年始> ねんし {哶頭蘚} ngày đầu năm ◊ beginning of a year

연출 [演出] (演出) yǎnchū <演出> えんしゅつ {表演} biểu diễn ◊ perform

연평균 [年平均] (年平均) nián píngjūn <年平均> ねんへいきん {中平嗹蘚} trung bình hàng năm ◊ annual average; annual mean

연표 [年表] (年表) niánbiǎo <年表> ねんぴょう {年表} niên biểu ◊ chronology

연필 [鉛筆] (铅笔) qiānbǐ <鉛筆> えんぴつ {筆鈌|筆鍺|筆鉚} bút chì ◊ pencil

연필 깎이 [鉛筆깎이] (卷笔刀) juǎn bǐ dāo <鉛筆削り> えんぴつけずり {㤲削筆鈌} cái gọt bút chì ◊ pencil sharpener

연필심 [鉛筆心|鉛筆芯] (铅笔心) qiānbǐ xīn <鉛筆の芯> えんぴつのしん {鈌鱷筆鉚} chì đen bút chì ◊ pencil graphite

연하 [年下] (年龄小) niánlíng xiǎo <年下> としした {僤娵|僤俺} đàn em ◊ younger; junior

연하다 [軟하다] (嫩) nèn <柔らかい> やわらかい {穚腠} mềm ◊ tender

연하상 [年賀狀] (贺年卡) hèniánkǎ <年賀状> ねんがじょう {帖惆蘚黼} thiệp mừng năm mới ◊ greeting cards

연한 [年限] (年限) niánxiàn <年限> ねんげん {年限} niên hạn ◊ fixed number of years

연한 남색 [軟한 藍色] (淡蓝色) dàn lánsè <水色> みずいろ {鮭齚涑} màu xanh nhạt ◊ light blue

연합 [聯合] (联合) liánhé <連合> れんごう {聯合} liên hợp ◊ united

연해 [沿海] (沿海) yán hǎi <沿海> えんかい {沿海} diên hải ◊ coastal

연혁 [沿革] (沿革) yángé <沿革> えんかく {進化歷史} tiến hóa lịch sử ◊ history; development

연호 [年號] (年号) niánhào <年号> ねんごう {年號} niên hiệu ◊ emperor's year name

연화 [年畫] (年画) niánhuà <年画> ねんが {紅畫} hồng họa ◊ New Year pictures

연화 [軟化] (软化) ruǎnhuà <軟化> なんか {軟化} nhuyễn hóa ◊ soften

연화좌 [蓮花座] (莲花座) liánhuā zuò <蓮花座> れんげざ {座蓮} tòa sen ◊ lotus seat

연회 [年會] (年会) niánhuì <年会> ねんかい {年會} niên hội ◊ annual meeting

연회색 [鉛灰色] (铅灰色) qiān huīsè <鉛色> なまりいろ {鮭鏴} màu chì ◊ lead colour

연휴 [連休] (连休) lián xiū <連休> れんきゅう {連休} liên hưu ◊ consecutive days off

열 [一] (十) shí <十> じゅう {逊迸} mười ◊ ten

열강 [列強] (列强) lièqiáng <列強> れっきょう {列強} liệt cường ◊ powers

열거 [列擧] (列举) lièjǔ <列挙> れっきょ {列舉} liệt cử ◊ enumerate

열광 [熱狂] (热狂) rè kuáng <熱狂> ねっきょう {熱狂} nhiệt cuồng ◊ fanatical

열교환 [熱交換] (热交换) rè jiāohuàn <熱交換> ねつこうかん {捽摮熱} trao đổi nhiệt ◊ heat exchange

열국 [列國] (列国) lièguó <列国> れっこく {列國} liệt quốc ◊ nations; countries

열글자 [열글字] (十字形) shí zìxíng <十文字> じゅうもじ {形穼十} hình chữ thập ◊ cruciform

열기구 [熱氣球] (热气球) rèqì qiú <熱気球> ねつききゅう {輕氣球} khinh khí cầu ◊ hot-air balloon

열대 [熱帶] (热带) rè dài <熱帯> ねったい {熱帶} nhiệt đới ◊ tropic

열대림 [熱帶林] (热带林) rè dài lín <熱帯林> ねったいりん {橣熱帶} rừng nhiệt đới ◊ tropical forests

열대병 [熱帶病] (热带病) rè dàibìng <熱帯病> ねったいびょう {熱帶病} nhiệt đới bệnh ◊ tropical diseases

열대우림 [熱帶雨林] (热带雨林) rè dài yǔlín <熱帯雨林> ねったいうりん {橣霝熱帶} rừng mưa nhiệt đới ◊ tropical rain forest

열대환경 [熱帶環境] (热带环境) rè dài huánjìng <熱帯環境> ねったいかんきょう {媒塲熱帶} môi trường nhiệt đới ◊ torrid environment

열도 [列島] (列岛) lièdǎo <列島> れっとう {列島} liệt đảo ◊ archipelago

열등 [劣等] (劣等) liè děng <劣等> れっとう {劣等} liệt đẳng ◊ inferiority

열등감 [劣等感] (劣等感) liè děng gǎn <劣等感>

れっとうかん {劣等感} liệt đẳng cảm ◊ a sense of inferiority
열락 [悅樂] (悦乐) yuè lè <悦楽> えつらく {悅樂} duyệt nhạc ◊ enjoyment; delight
열람 [閱覽] (阅览) yuèlǎn <閲覧> えつらん {讀冊} đọc sách ◊ reading
열람실 [閱覽室] (阅览室) yuèlǎnshì <閲覧室> えつらんしつ {房讀冊} phòng đọc sách ◊ reading room
열량 [熱量] (热量) rèliàng <熱量> ねつりょう {熱量} nhiệt lượng ◊ calories
열량계 [熱量計] (热量计) rèliàng jì <熱量計> ねつりょうけい {熱量計} nhiệt lượng kế ◊ calorimeter
열력 [熱力] (热力) rèlì <熱力> ねつりょく {熱力} nhiệt lực ◊ heating power
열렬 [熱烈] (热烈) rèliè <熱烈> ねつれつ {熱烈} nhiệt liệt ◊ warm
열류 [熱流] (热流) rè liú <熱流束> ねつりゅうそく {洞燥} dòng nóng ◊ heat current
열번째 [열番째] (第十) dì shí <第十> だいじゅう {第十} đệ thập ◊ tenth
열병 [熱病] (热病) rèbìng <熱病> ねつびょう {煒冽} sốt rét ◊ fever
열병 [閱兵] (阅兵) yuèbīng <閲兵> えっぺい {閱兵} duyệt binh ◊ parade
열병식 [閱兵式] (阅兵式) yuèbīngshì <閲兵式> えっぺいしき {演行軍事; 閱兵} diễn hành quân sự; duyệt binh ◊ army parade
열부 [烈婦] (烈妇) liè fù <烈婦> れっぷ {烈婦} liệt phụ ◊ strong-minded woman; heroine
열부하 [熱負荷] (热负荷) rè fùhè <熱負荷> ねつふか {載熱} tải nhiệt ◊ heat load
열사 [烈士] (烈士) lièshì <烈士> れっし {烈士} liệt sĩ ◊ martyr
열사병 [熱射病] (热射病) rè shè bìng <熱射病> ねっしゃびょう {熱射病} nhiệt xạ bệnh ◊ heatstroke
열성 [熱誠] (热诚) rèchéng <熱誠> ねっせい {熱誠} trân trọng ◊ sincerely
열세 [劣勢] (劣势) lièshì <劣勢> れっせい {劣勢} liệt thế ◊ inferior position
열쇠 [一] (钥匙) yàoshi <鍵> かぎ {鈙錡|匙錡} chìa khóa ◊ key
열쇠구멍 [一] (钥匙孔) yàoshi kǒng <鍵穴> かぎあな {䏧錡} lỗ khóa ◊ keyhole
열수 [熱水] (热水) rèshuǐ <熱湯> ねっとう {渃燸|渃潱|渃炊} nước sôi ◊ boiling water
열심 [熱心] (热心) rèxīn <熱心> ねっしん {熱情} nhiệt tình ◊ zealous
열심가 [熱心家] (热心家) rèxīnjiā <熱心家> ねっしんか {䏧熱心} người nhiệt tâm ◊ enthusiastic
열애 [熱愛] (热爱) rè'ài <熱愛> ねつあい {熱愛} nhiệt ái ◊ love
열에너지 [熱 energy] (热能) rènéng <熱エネルギー> ねつ energy {熱能} nhiệt năng ◊ thermal energy
열역학 [熱力學] (热力学) rèlìxué <熱力学> ねつりきがく {熱力學} nhiệt lực học ◊ thermodynamics
열연 [熱演] (热演) rè yǎn <熱演> ねつえん {熱演} nhiệt diễn ◊ enthusiastic performance
열오염 [熱汚染] (热污染) rè wūrǎn <熱汚染> ねつおせん {污染熱} ô nhiễm nhiệt ◊ heat pollution
열원 [熱源] (热源) rèyuán <熱源> ねつげん {熱源} nhiệt nguyên ◊ heat source
열의 [熱意] (干劲) gànjìn <熱意> ねつい {熱情} nhiệt tình ◊ enthusiasm
열전 [列傳] (列传) lièzhuàn <列伝> れつでん {列傳} liệt truyện ◊ biographies
열전도 [熱傳導] (传热) chuánrè <熱伝導> ねつでんどう {傳熱} truyền nhiệt ◊ heat conduction
열정 [熱情] (热情) rèqíng <熱情> ねつじょう {熱情} nhiệt tình ◊ enthusiastic
열중 [熱中] (热中) rèzhōng <熱中> ねっちゅう {熱中} nhiệt trung ◊ zeal
열차 [列車] (列车) lièchē <列車> れっしゃ {車焒} xe lửa ◊ train
열처리 [熱處理] (热处理) rèchǔlǐ <熱処理> ねつしょり {處理熱} xử lý nhiệt ◊ heat treatment; heat erosion
열침식 [熱浸蝕] (热腐蚀) rè fǔshí <熱浸蝕> ねつしんしょく {飳𤷱燥} ăn mòn nóng ◊ erosion of thermal
열평형 [熱平衡] (热平衡) rè pínghéng <熱平衡> ねつへいこう {斤平燥} cân bằng nóng ◊ heat balance
열풍 [熱風] (热风) rè fēng <熱風> ねっぷう {飈燥} gió nóng ◊ hot air
열혈 [熱血] (热血) rèxuè <熱血> ねっけつ {熱血} nhiệt huyết ◊ blood
열화 [熱火] (烈火) lièhuǒ <烈火> れっか {焒㤇㵢} lửa dữ dội ◊ raging fire
열화학 [熱化學] (热化学) rè huàxué <熱化学> ね

つかがく {熱化學} nhiệt hóa học ◊ thermochemistry

열회수 [熱回收] (热回收) rè huíshōu <熱回收> ねつかいしゅう {收回熱} thu hồi nhiệt ◊ heat recovery

열효율 [熱效率] (热效率) rè xiàolǜ <熱效率> ねつこうりつ {效率熱} hiệu suất nhiệt ◊ heat efficiency; heating effect

열흘 [一] (十天) shí tiān <十日> とうか {逝晦|逝朔} mười ngày ◊ ten days

염결 [廉潔] (廉洁) liánjié <廉潔> れんけつ {廉潔} liêm khiết ◊ probity

염경 [念經] (念经) niànjīng <念経> ねんきん {念經} niệm kinh ◊ chanting

염기도 [鹽基度] (碱度) jiǎndù <塩基度> えんきど {度鹼} độ kiềm ◊ basicity

염라 [閻羅] (阎罗) yánluó <閻羅> えんら {閻羅} Diêm La ◊ Yama

염라왕 [閻羅王] (阎王) yánwáng <閻羅王> えんらおう {閻王} diêm vương ◊ Yama, king of the world of the dead; Emma; Hades

염려 [豔麗] (艳丽) yànlì <艶麗> えんれい {豔麗} diễm lệ ◊ gorgeous

염료 [染料] (染料) rǎnliào <染料> せんりょう {染料} nhiễm liệu ◊ dye

염방 [染房] (染房) rǎn fáng <染房> せんぼう {廠染} xưởng nhuộm ◊ dyeing workshop

염분 [鹽分] (盐分) yán fēn <塩分> えんぶん {度鹹} độ muối ◊ salinity

염색 [染色] (染色) rǎnsè <染色> せんしょく {染色} nhiễm sắc ◊ pigmentation; dyeing

염색체 [染色體] (染色体) rǎnsètǐ <染色体> せんしょくたい {染色體} nhiễm sắc thể ◊ chromosome

염서 [艷書] (情书) qíngshū <艶書> えんじょ {情書} tình thư ◊ love letter

염세 [厭世] (厌世) yànshì <厭世> えんせい {厭世} yếm thế ◊ pessimism

염세주의자 [厭世主義者] (厌世者) yànshì zhě <厭世主義者> えんせいしゅぎしゃ {得厭世} người yếm thế ◊ misanthropist

염소 [鹽素] (盐素) yán sù <塩素> えんそ {鹽素} diêm tố ◊ chlorine

염수 [鹽水] (盐水) yánshuǐ <塩水> えんすい {鹽水} diêm thủy ◊ salt water

염수침입 [鹽水侵入] (海水入侵) hǎishuǐ rùqīn <塩水侵入> えんすいしんにゅう {侵入渃浸} xâm nhập nước biển ◊ saline water intrusion

염양 [厭氧] (厌氧) yànyǎng <厭気> えんき {厭氣} yếm khí ◊ anaerobism; anaerobic

염열 [炎熱] (炎热) yánrè <炎熱> えんねつ {炎熱} viêm nhiệt ◊ burning hot; scorching heat

염오 [厭惡] (厌恶) yànwù <嫌悪> けんお {厭惡} yếm ố ◊ mislike; have in detestation; be abhorrent of; aversion; detest; loathliness

염원 [念願] (心愿) xīnyuàn <念願> ねんがん {憫忉} muốn ước ◊ wish

염전 [鹽田] (盐田) yántián <塩田> えんでん {鹽田} diêm điền ◊ salt pan; salina

염정 [念情] (念情) niàn qíng <情念> じょうねん {念情} niệm tình ◊ affection

염증 [炎症] (炎症) yánzhèng <炎症> えんしょう {炎症} viêm chứng ◊ inflammation

염직 [廉直] (廉直) lián zhí <廉直> れんちょく {廉直} liêm trực ◊ righteousness

염직 [染織] (染织) rǎnzhī <染織> せんしょく {染織} nhiễm chức ◊ dyeing and weaving

엽록소 [葉綠素] (叶绿素) yèlùsù <葉緑素> ようりょくそ {質葉綠} chất diệp lục ◊ chlorophyll

엽서 [葉書] (明信片) míngxìnpiàn <葉書> はがき {郵帖} bưu thiếp ◊ postcard

영감 [靈感] (灵感) línggǎn <霊感> れいかん {靈感} linh cảm ◊ inspiration

영걸 [英傑] (英杰) yīng jié <英傑> えいけつ {英傑} anh kiệt ◊ heroes

영결 [永訣] (永诀) yǒngjué <永訣> えいけつ {永訣} vĩnh quyết ◊ part forever; separated forever; Nunc Dimittis

영고 [榮枯] (荣枯) róng kū <栄枯> えいこ {榮枯} vinh khô ◊ flourishing

영공 [領空] (领空) lǐngkōng <領空> りょうくう {領空} lĩnh không ◊ airspace

영광 [榮光] (光荣) guāngróng <栄光> えいこう {榮光} vinh quang ◊ glory

영구 [營救] (营救) yíngjiù <営救> えいきゅう {營救} doanh cứu ◊ rescue

영구 [永久] (永久) yǒngjiǔ <永久> えいきゅう {永久} vĩnh cửu ◊ perpetual

영구 초지 [永久草地] (永久草地) yǒngjiǔ cǎodì <永久草地> えいきゅうくさち {峒鞊永遠} đồng cỏ vĩnh viễn ◊ permanent grassland

영구성 [永久性] (永久性) yǒngjiǔxìng <永久性> えいきゅうせい {性永久} tính vĩnh cửu ◊ permanence

영국 [英國] (英国) zhōngguó <英国> えいこく {英} Anh ◇ England; Great Britain

영국인 [英國人] (英国人) zhōngguó rén <英国人> えいこくじん {馭英} người Anh ◇ Briton; Englishman

영기 [英氣] (英气) yīngqì <英気> えいき {英氣} anh khí ◇ heroic spirit

영당 [靈堂] (灵堂) língtáng <霊堂> れいどう {靈堂} linh đường ◇ mourning hall

영락 [零落] (零落) língluò <零落> れいらく {踏搬跙抌} sụp đổ ◇ downfall

영령 [英靈] (英灵) yīnglíng <英霊> えいれい {英靈} anh linh ◇ heroic spirit

영로 [英露] (英俄) yīng é <英露> えいろ {英俄} Anh Nga ◇ Anglo-Russian

영롱 [玲瓏] (玲珑) línglóng <玲瓏> れいろう {玲瓏} linh lung ◇ affability; beautiful from all sides; perfect serenity

영리 [營利] (营利) yínglì <営利> えいり {營利} dinh lợi ◇ profit

영명 [英名] (英名) yīngmíng <英名> えいめい {英名} anh danh ◇ illustrious name

영명 [英明] (英明) yīngmíng <英明> えいめい {英明} anh minh ◇ wise

영문 [英文] (英文) yīngwén <英文> えいぶん {英文} Anh Văn ◇ English

영미 [英美] (英美) yīng měi <英米> えいべい {英美} Anh Mỹ ◇ Anglo-American

영민 [靈敏] (灵敏) língmǐn <霊敏> れいびん {靈敏} linh mẫn ◇ sensitive

영방 [營房] (营房) yíngfáng <兵営> へいえい {寨昄} trại lính ◇ barracks

영별 [永別] (永别) yǒngbié <永別> えいべつ {永別} vĩnh biệt ◇ last farewell

영부인 [令夫人] (令夫人) lìng fūren <令夫人> れいふじん {貴夫人} quý phu nhân ◇ your wife; first lady

영빈관 [迎賓館] (迎宾馆) yíngbīn guǎn <迎賓館> げいひんかん {迎賓館} nghinh tân quán ◇ guest house

영사 [領事] (领事) lǐngshì <領事> りょうじ {領事} lĩnh sự ◇ consul

영사관 [領事館] (领事馆) lǐngshìguǎn <領事館> りょうじかん {領事館} lĩnh sự quán ◇ consulate

영사구역 [領事區域] (领事区) lǐngshìqū <領事区域> りょうじくいき {區域領事} khu vực lĩnh sự ◇ consular district

영상 [影像] (影像) yǐngxiàng <影像> えいぞう {影像} ảnh tượng ◇ image

영생 [永生] (永生) yǒngshēng <永生> えいせい {永生} vĩnh sinh ◇ eternal life

영성 [靈性] (灵性) língxìng <霊性> れいせい {靈性} linh tính ◇ spirituality

영세 [永世] (永世) yǒngshì <永世> えいせい {永世} vĩnh thế ◇ eternal; aeon; eon

영수 [領收|領受] (领收) lǐng shōu <領収> りょうしゅう {領收} lĩnh thu ◇ receipt

영수인 [領收人] (领收人) lǐngshōurén <受取人> うけとりにん {馭認} người nhận ◇ recipient; addressee

영수증 [領收證] (收据) shōujù <領収書> りょうしゅうしょ {編來} biên lai ◇ receipt

영애 [令愛] (令爱) ling'ài <令愛> れいあい {貴女} quý nữ ◇ your daughter

영양 [羚羊] (羚羊) língyáng <羚羊> れいよう {羚羊} linh dương ◇ antelope

영양 [營養] (营养) yíngyǎng <栄養> えいよう {營養} dinh dưỡng ◇ nourishment

영양가 [營養價] (营养价值) yíngyǎng jiàzhí <栄養価> えいようか {價值營養} giá trị dinh dưỡng ◇ nutritive value

영양물 [營養物] (营养物) yíngyǎng wù <営養物> えいようぶつ {營養物} dinh dưỡng vật ◇ nutrients

영양불량 [營養不良] (营养不良) yíngyǎng bùliáng <営養不良> えいようふりょう {衰營養} suy dinh dưỡng ◇ malnutrition

영양소 [營養素] (营养素) yíngyǎngsù <營養素> えいようそ {營養素} dinh dưỡng tố ◇ nutriment

영양정보 [營養情報] (营养信息) yíngyǎng xìnxī <営養情報> えいようじょうほう {通尶營養} thông tin dinh dưỡng ◇ nutritional information

영양학 [營養學] (营养学) yíngyǎng xué <営养学> えいようがく {營養學} dinh dưỡng học ◇ dietetics

영어 [英語] (英语) yīngyǔ <英語> えいご {啫英} tiếng Anh ◇ English language

영업 [營業] (营业) yíngyè <営業> えいぎょう {營業} doanh nghiệp ◇ business operation

영업관행 [營業慣行] (商业惯例) shāngyè guànlì <営業慣行> えいぎょうかんこう {實踐經營} thực tiễn kinh doanh ◇ business practice

영업부 [營業部] (营业部) yíngyè bù <営業部> えいぎょうぶ {房經營} phòng kinh doanh ◇ sales department

영업소 [營業所] (营业所) yíngyè suǒ <营业所> えいぎょうしょ {所營業} sở dinh nghiệp ◊ business offices

영업수입 [營業收入] (营收) yíng shōu <营业收入> えいぎょうしゅうにゅう {營收} dinh thu ◊ revenue

영업오수 [營業污水] (商业废水) shāngyè fèishuǐ <营业污水> えいぎょうおすい {渚汰商賣} nước thải thương mại ◊ commercial wastewater

영여 [盈餘] (盈余) yíngyú <盈余> えいよ {剩餘} thừa dư ◊ surplus

영역 [領域] (领域) lǐngyù <領域> りょういき {領域} lĩnh vực ◊ domain; sphere; field

영역 내 [領域內] (区域内) qūyù nèi <域内> いきない {逢雄} vùng ◊ region

영예 [榮譽] (荣誉) róngyù <栄誉> えいよ {榮譽} vinh dự ◊ honor

영예감 [榮譽感] (荣誉感) róngyù gǎn <栄誉感> えいこうをもとめる {榮譽感} danh dự cảm ◊ sense of honor

영요 [榮耀] (荣耀) róngyào <栄耀> えいよう {榮耀} vinh diệu ◊ glory

영용 [英勇] (英勇) yīngyǒng <英勇> えいゆう {英勇} anh dũng ◊ heroic

영웅 [英雄] (英雄) yīngxióng <英雄> えいゆう {英雄} anh hùng ◊ hero

영웅전 [英雄傳] (英雄传) yīngxióng zhuàn <英雄伝> えいゆうでん {英雄傳} anh hùng truyện ◊ legend of heroes

영원 [蠑螈] (蝾螈) róngyuán <山椒魚> さんしょうぎょ {蜈蛾} kỳ giông ◊ salamander

영원 [永遠] (永远) yǒngyuǎn <永遠> えいえん {煩煩} mãi mãi ◊ eternity

영원성 [永遠性] (永恒性) yǒnghéng xìng <永遠性> えいえんせい {性永遠} tính vĩnh viễn ◊ perpetually

영위 [靈位] (灵位) língwèi <霊位> れいい {靈位} linh vị ◊ memorial tablet

영인본 [影印本] (影印本) yǐngyìn běn <影印本> えいいんほん {影印本} ảnh ấn bản ◊ photocopy

영일 [寧日] (宁日) níngrì <寧日> ねいじつ {朝和平} ngày hòa bình ◊ peaceful day

영임 [榮任] (荣任) róngrèn <栄任> えいにん {榮任} vinh nhiệm ◊ be honored with; be a leader honorably

영작 [榮爵] (荣爵) róng jué <栄爵> えいしゃく

{榮爵} vinh tước ◊ noble titles

영장류 [靈長類] (灵长类) líng zhǎng lèi <霊長類> れいちょうるい {類靈長} loài linh trưởng ◊ primates

영재 [英才] (英才) yīng cái <英才> えいさい {英才} xuất sắc ◊ excellence

영접 [迎接] (迎接) yíngjiē <出迎え> でむかえ {會議} hội nghị ◊ meeting

영제 [令弟] (令弟) lìngdì <令弟> れいてい {令弟} lệnh đệ ◊ your younger brother

영존 [永存] (永存) yǒng cún <永存> えいぞん {永存} vĩnh tồn ◊ forever

영준 [英俊] (英俊) yīngjùn <英俊> えいしゅん {英俊} anh tuấn ◊ handsome

영지 [靈芝] (灵芝) língzhī <霊芝> れいし {靈芝} linh tri ◊ ganoderma lucidum

영지 [領地] (领地) lǐngdì <領地> りょうち {領地} lĩnh địa ◊ territory

영창 [領唱] (领唱) lǐngchàng <先唱> せんしょう {領唱} lĩnh xướng ◊ lead a chorus; leading singer

영춘 [迎春] (迎春) yíng chūn <迎春> げいしゅん {迎春} nghênh xuân ◊ see Lunar New Year in; welcoming spring

영토 [領土] (领土) lǐngtǔ <領土> りょうど {領土} lãnh thổ ◊ territory

영토권 [領土權] (领土权) lǐngtǔ quán <領土権> りょうどけん {領土權} lãnh thổ quyền ◊ territorial rights

영하 [零下] (零下) língxià <零下> れいか {甼空} dưới không ◊ below zero

영해 [領海] (领海) lǐnghǎi <領海> りょうかい {海份} hải phận ◊ territorial waters

영해 [嬰孩] (婴孩) yīnghái <嬰孩> えいがい {嬰孩} anh hài ◊ baby

영해선 [領海線] (领海线) lǐnghǎi xiàn <領海線> りょうかいせん {線海份} tuyến hải phận ◊ territorial sea line

영행 [榮幸] (荣幸) róngxìng <栄幸> えいこう {榮幸} vinh hạnh ◊ with pleasure; be honoured

영향 [影響] (影响) yǐngxiǎng <影響> えいきょう {影響} ảnh hưởng ◊ effect

영향권 [影響圈] (影响区域) yǐngxiǎng qūyù <影響圈> えいきょうけん {區域作動} khu vực tác động ◊ region of influence

영향력 [影響力] (影响力) yǐngxiǎnglì <影響力> えいきょうりょく {影響力} ảnh hưởng lực ◊ influence

영향분석 [影響分析] (影响分析) yǐngxiǎng fēnxī <影響分析> えいきょうぶんせき {分析作動} phân tích tác động ◊ impact analysis

영험 [靈驗] (灵验) língyàn <靈驗> れいげん {靈驗} linh nghiệm ◊ efficacious

영현 [榮顯] (荣显) róng xiǎn <榮顯> えいけん {榮顯} vinh hiển ◊ gloria

영형 [令兄] (令兄) líng xiōng <令兄> れいけい {令兄} lệnh huynh ◊ your elder brother

영호 [英豪] (英豪) yīng háo <英豪> えいごう {英豪} anh hào ◊ hero

영혼 [靈魂] (灵魂) línghún <魂> たましい {靈魂} linh hồn ◊ soul

영혼 [英魂] (英魂) yīng hún <英魂> えいこん {英魂} anh hồn ◊ heroic soul

영화 [榮華] (荣华) rónghuá <栄華> えいが {榮華} vinh hoa ◊ eminence; honors; glory

영화 [映畫] (电影) diànyǐng <映画> えいが {吃} phim ◊ movie

영화관 [映畫館] (电影院) diànyǐngyuàn <映画館> えいがかん {麇照吃} rạp chiếu phim ◊ cinema hall

영회 [領會] (领会) lǐnghuì <領会> りょうかい {領會} lĩnh hội ◊ understand; comprehend

옆 [一] (旁边) pángbiān <傍ら> かたわら {劻鞕|邊鞕} bên cạnh ◊ beside

옆모습 [一] (侧脸) cè liǎn <横顔> よこがお {弧疏} hồ sơ ◊ profile

옆집 [一] (邻居) línjū <隣> となり {行隋} hàng xóm ◊ neighbor; adjacent; next door

예 [例] (例) lì <例; 例え> れい; たとえ {喀喻|譬喻} ví dụ ◊ example

예각 [銳角] (锐角) ruìjiǎo <鋭角> えいかく {鋭角} nhuệ giác ◊ acute angle

예감 [豫感] (预感) yùgǎn <予感> よかん {睍報勰} điềm báo trước ◊ foreboding

예견 [豫見] (预见) yùjiàn <予見> よけん {預見} dự kiến ◊ foresee

예과 [豫科] (预备科) yùbèi kē <予科> よか {科預備} khoa dự bị ◊ preparatory department

예교 [禮教] (礼教) lǐjiào <礼教> れいきょう {禮教} lễ giáo ◊ feudal ethical codes

예기 [銳氣] (锐气) ruìqì <鋭気> えいき {銳氣} nhuệ khí ◊ courage

예년 [例年] (例年) lì nián <例年> れいねん {例年} lệ niên ◊ every year

예단 [豫斷] (预断) yù duàn <予断> よだん {預斷}

예도 [禮度] (礼貌) lǐmào <礼儀> れいぎ {格居處} cách cư xử ◊ courtesy; etiquette

예령 [豫鈴] (预铃) yù líng <予鈴> よれい {嗒鐘頭先} tiếng chuông đầu tiên ◊ first bell

예리 [銳利] (锐利) ruìlì <鋭い> するどい {鉋黻} sắc nhọn ◊ sharp

예리성 [銳利性] (锐利性) ruìlì xìng <シャープネス> sharpness {性鉋黻} tính sắc nhọn ◊ sharpness

예매 [豫賣] (预售) yùshòu <前売り> まえうり {觧黼} bán trước ◊ pre-sale; advance sale

예명 [藝名] (艺名) yìmíng <芸名> げいめい {藝名} nghệ danh ◊ stage name

예문 [例文] (例句) lìjù <例文> れいぶん {句譬喻} câu ví dụ ◊ examples

예민 [銳敏] (锐敏) ruìmǐn <鋭敏> えいびん {鋭敏} nhuệ mẫn ◊ sensitive

예방 [豫防] (预防) yùfáng <予防> よぼう {預防} dự phòng ◊ prophylaxis

예방공법 [豫防工法] (防护措施) fánghù cuòshī <予防工法> よぼうこうほう {辦法保衛} biện pháp bảo vệ ◊ measures of prevention

예방접종 [豫防接種] (免疫接种) miǎnyì jiēzhòng <予防接種> よぼうせっしゅ {挾籭} tiêm chủng ◊ inoculation

예배 [禮拜] (礼拜) lǐbài <礼拝> れいはい {禮拜} lễ bái ◊ worship; church service

예배당 [禮拜堂] (礼拜堂) lǐbàitáng <礼拝堂> れいはいどう {拜堂} bái đường ◊ chapel

예법 [禮法] (礼法) lǐfǎ <礼法> れいほう {禮法} lễ pháp ◊ etiquette

예보 [豫報] (预报) yùbào <予報> よほう {預報} dự báo ◊ forecast

예복 [禮服] (礼服) lǐfú <礼服> れいふく {禮服} lễ phục ◊ gown; formal dress

예비 [豫備] (预备) yùbèi <予備> よび {準備} chuẩn bị ◊ preparation

예비부품 [豫備部品] (备用件) bèiyòng jiàn <備え部品> そなえぶひん {備品; 備件} bị phẩm; bị kiện ◊ spare parts

예쁘다 [一] (秀美) xiùměi <綺麗> きれい {難懏|難懏} xinh đẹp ◊ pretty

예산 [豫算] (预算) yùsuàn <予算> よさん {預算} ngân sách ◊ budget

예삿일 [例事일] (平常事) píngcháng shì <ただ事|唯事|只事|徒事> ただごと {常事} thường sự ◊ trifling thing; ordinary thing

예상 [豫想] (预想) yùxiǎng <予想> よそう {預見} dự kiến ◊ expectation

예상분석 [豫想分析] (预测分析) yùcè fēnxī <予想分析> よそうぶんせき {分析預斷} phân tích dự đoán ◊ prognostic analysis

예상외 [意想外] (出人意料) chū rényì liào <意想外> いそうがい {不懝|不嶷} bất ngờ ◊ unexpected

예선 [豫選] (预选) yùxuǎn <予選> よせん {初選} sơ tuyển ◊ preconcentration

예선과정 [豫選過程] (预选过程) yùxuǎn guòchéng <予選過程> よせんかてい {過程初選} quá trình sơ tuyển ◊ qualification process

예속 [隸屬] (隶属) lìshù <隷属> れいぞく {隷屬} lệ thuộc ◊ affiliation; belonging

예술 [藝術] (艺术) yìshù <芸術> げいじゅつ {藝術} nghệ thuật ◊ art

예술가 [藝術家] (艺术家) yìshùjiā <芸術家> げいじゅつか {妸藝術} nhà nghệ thuật ◊ artist

예술관 [藝術觀] (艺术观) yìshù guàn <芸術観> げいじゅつかん {藝術觀} nghệ thuật quan ◊ artistic outlook

예술론 [藝術論] (艺术理论) yìshù lǐlùn <芸術論> げいじゅつろん {藝術論} nghệ thuật luận ◊ theory of art

예술미 [藝術美] (艺术美) yìshù měi <芸術美> げいじゅつび {藝術美} nghệ thuật mỹ ◊ artistic beauty

예술파 [藝術派] (艺术派) yìshù pài <芸術派> げいじゅつは {藝術派} nghệ thuật phái ◊ art school

예술품 [藝術品] (艺术品) yìshùpǐn <芸術品> げいじゅつひん {藝品} nghệ phẩm ◊ artwork

예악 [禮樂] (礼乐) lǐ yuè <礼楽> れいがく {禮樂} lễ nhạc ◊ ritual music

예약 [豫約] (预约) yùyuē <予約> よやく {撻蠲} đặt trước ◊ appointment

예언 [預言] (预言) yùyán <預言> よげん {讖語} sấm ngữ ◊ prophetic saying

예열 [豫熱] (预热) yùrè <予熱> よねつ {多燥蠲} làm nóng trước ◊ preheating

예외 [例外] (例外) lìwài <例外> れいがい {例外} lệ ngoại ◊ exception

예우 [禮遇] (礼遇) lǐyù <礼遇> れいぐう {禮遇} lễ ngộ ◊ courtesy

예의 [禮儀] (礼仪) lǐyí <礼儀> れいぎ {禮儀} lễ nghi ◊ manners; etiquette

예의 [銳意] (锐意) ruìyì <鋭意> えいい {鋭意}

nhuệ ý ◊ earnestly; zealously; with keen determination

예인 [藝人] (艺人) yìrén <芸能人> げいのうじん {藝人} nghệ nhân ◊ actor

예인선 [曳引船] (拖船) tuōchuán <タグボート> tug boat {船攄} thuyền kéo ◊ tug boat

예절 [禮節] (礼节) lǐjié <礼節> れいせつ {歷事} lịch sự ◊ etiquette; courtesy

예정 [豫定] (预定) yùdìng <予定> よてい {預定} dự kiến ◊ scheduled

예지 [叡智] (睿智) ruì zhì <叡智> えいち {叡智} duệ trí ◊ wisdom

예찬 [禮讚] (礼赞) lǐzàn <礼賛> らいさん {嘐嘻|嘐曦|呌曦} khen ngợi ◊ praise

예치금 [預置金] (押金) yājīn <預置金> 預置きん {撻捐} đặt cọc ◊ deposit

예탁 [穢濁] (秽浊) huì zhuó <穢い> きたない {穢濁} uế trọc ◊ dirty; filthy

옛 [一] (旧) jiù <古い> ふるい {韻腹屢粘點} cũ ◊ not new

옛궁궐 [옛宮闕] (古宫殿) gǔgōngdiàn <古い宮殿> ふるいきゅうでん {宮古} cung cổ ◊ ancient palace

옛길 [一] (旧路) jiù lù <旧道> きゅうどう {踏韻} đường cũ ◊ old road

옛날 [一] (往昔) wǎngxī <古い日> ふるいひ {佪薜智} những năm xưa ◊ old years

오각형 [五角形] (五角形) wǔ jué xíng <五角形> ごかくけい {形甌鯁} hình năm cạnh ◊ pentagon

오경 [五經] (五经) wǔjīng <五経> ごきょう {五經} ngũ kinh ◊ five classics

오곡 [五穀] (五谷) wǔgǔ <五穀> ごこく {五穀} ngũ cốc ◊ grains and corns

오공 [蜈蚣] (蜈蚣) wúgōng <蜈蚣> むかで {蜈蚣} ngô công ◊ centipede

오관 [五官] (五官) wǔguān <五官> ごかん {五官} ngũ quan ◊ five sense organs; facial features

오금 [五金] (五金) wǔjīn <五金> ごきん {五金} ngũ kim ◊ hardwares

오뇌 [懊惱] (懊恼) àonǎo <懊悩> おうのう {懊惱} áo não ◊ anxiety

오누이 [一] (兄妹) xiōngmèi <兄妹> きょうまい {兄妹} huynh muội ◊ sibling

오늘 [一] (今天) jīntiān <今日> きょう {龡眆|龡危} hôm nay ◊ today

오동 [梧桐] (梧桐) wútóng <梧桐> あおぎり {梧桐} ngô đồng ◊ Chinese parasol tree

오락 [娛樂] (娱乐) yúlè <娯楽> ごらく {娛樂} ngu lạc ◊ amusement

오락 시설 [娛樂施設] (休闲设施) xiūxián shèshī <娯楽施設> ごらくしせつ {便宜解智} tiện nghi giải trí ◊ amusement facilities

오락실 [娛樂室] (消遣室) xiāoqiǎnshì <娯楽室> ごらくしつ {房唭消遣} phòng trò tiêu khiển ◊ recreation room

오류 [誤謬] (差错) chācuò <エラー> error {瘟瘝} lỗi ◊ error

오른손 [一] (右手) yòushǒu <右手> みぎて {殕喘} tay phải ◊ right hand

오른쪽정렬 [오른쪽整列] (右对齐) yòu duìqí <右揃え> みぎそろえ {根整喘} căn chỉnh phải ◊ right alignment; right justification

오름 [一] (兴起) xīngqǐ <上がる> あがる {蓮} lên ◊ rise

오만 [傲慢] (傲慢) àomàn <傲慢> ごうまん {傲慢} ngạo mạn ◊ arrogant

오면체 [五面體] (五面体) wǔ miàn tǐ <五面体> ごめんたい {五面體} ngũ diện thể ◊ pentahedron

오명 [汚名] (污名) wū míng <汚名> おめい {汚名} ô danh ◊ infamy; stigma

오물 [汚物] (污物) wū wù <汚れ物> よごれもの {樋物瀳} đồ vật bẩn ◊ dirty objects

오물장 [汚物場] (污物场) wū wù cháng <汚物場> おぶつば {場瀳} trường bẩn ◊ junkyard

오미자 [五味子] (五味子) wǔwèizǐ <五味子> ごみこ {五味子} ngũ vị tử ◊ schisandra

오변형 [五邊形] (五边形) wǔbiānxíng <五辺形> ごへんけい {五邊形} ngũ biên hình ◊ pentagon

오살 [誤殺] (误杀) wùshā <誤殺> ごさつ {誤殺} ngộ sát ◊ accidental killing

오색 [五色] (五色) wǔ sè <五色> ごしき {齝觪} năm màu ◊ five-color

오선보 [五線譜] (五线谱) wǔxiànpǔ <五線譜> ごせんふ {五線譜} ngũ tuyến phổ ◊ music stave

오성급 [五星級] (五星级) wǔxīngjí <五つ星> いつつぼし {齝輕} năm sao ◊ five stars

오수 [汚水] (污水) wūshuǐ <汚水> おすい {浯汰} nước thải ◊ sewage

오수정화 [汚水淨化] (污水净化) wūshuǐ jìnghuà <汚水淨化> おすいきよしか {濊浯汰} lọc nước thải ◊ clarification of sewage

오수처리 [汚水處理] (污水处理) wūshuǐ chǔlǐ <汚水処理> おすいしょり {處理浯汰} xử lý nước thải ◊ disposal of sewage

오염 [汚染] (污染) wūrǎn <汚染> おせん {汚染} ô nhiễm ◊ contaminate

오염경보 [汚染警報] (污染警报) wūrǎn jǐngbào <汚染警報> おせんけいほう {報動汚染} báo động ô nhiễm ◊ pollution warning

오염공기 [汚染空氣] (污染空气) wūrǎn kōngqì <汚染空気> おせんくうき {汚染空氣} ô nhiễm không khí ◊ contamination air; foul air

오염도 [汚染度] (污染度) wūrǎn dù <汚染度> おせんど {汚染度} ô nhiễm độ ◊ degree of contamination

오염등급 [汚染等級] (污染等级) wūrǎn děngjí <汚染等級> おせんとうきゅう {檲度汚染} mức độ ô nhiễm ◊ classes of pollution

오염물질 [汚染物質] (污染物质) wūrǎn wùzhì <汚染物質> おせん {汚染物質} vật chất ô nhiễm ◊ pollutant; contaminant

오염방지 [汚染防止] (污染防治) wūrǎn fángzhì <汚染防止> おせんぼうし {根撡汚染} ngăn ngừa ô nhiễm ◊ prevention of contamination

오염분석 [汚染分析] (污染分析) wūrǎn fēnxī <汚染分析> おせんぶんせき {汚染分析} phân tích ô nhiễm ◊ contaminate analysis

오염원 [汚染源] (污染源) wūrǎn yuán <汚染源> おせんげん {汚染源} ô nhiễm nguyên ◊ sources of contamination

오염위해 [汚染危害] (污染危害) wūrǎn wēihài <汚染危害> おせんきがい {危機汚染} nguy cơ ô nhiễm ◊ contamination hazard

오염제거 [汚染除去] (消除污染) xiāochú wūrǎn <汚染除去> おせんじょきょ {瀕捕汚染} loại bỏ ô nhiễm ◊ abatement of pollution; depollution

오예장 [汚穢場] (污秽场) wūhuì cháng <汚れ場> よごれば {場汚物} trường ô vật ◊ dirt field

오월 [五月] (五月) wǔyuè <五月> ごがつ {胸瓲} tháng Năm ◊ May

오음 [五音] (五音) wǔyīn <五音> ごいん {五音} ngũ âm ◊ five tones

오자 [誤字] (误字) wù zì <誤字> ごじ {誤字} ngộ tự ◊ typographical errors

오장 [五臟] (五脏) wǔzàng <五臓> ごぞう {五臟} năm cơ quan ◊ five organs

오장육부 [五臟六腑] (五脏六腑) wǔzàng liùfǔ <五臓六腑> ごぞうろっぷ {五臟六腑} ngũ tạng lục phủ ◊ viscera; insides

오전 [午前] (上午) shàngwǔ <午前> ごぜん {晛 糊|晛爤} buổi sáng ◊ morning

오점 [汚點] (污点) wūdiǎn <汚点> おてん {疤}

vết ◊ stain

오중주 [五重奏] (五重奏) wǔ chóngzòu <五重奏> ごじゅうそう {五重奏} ngũ trùng tấu ◊ music quintet

오중창 [五重唱] (五重唱) wǔ chóng chàng <五重唱> ごじゅうしょう {五重唱} ngũ trùng xướng ◊ song quintet

오진 [誤診] (误诊) wù zhěn <誤診> ごしん {誤診} ngộ chẩn ◊ misdiagnosis

오차 [誤差] (误差) wùchā <誤差> ごさ {度差} độ sai ◊ error

오판 [誤判] (误判) wùpàn <誤判> ごはん {誤判} ngộ phán ◊ miscalculation

오한 [惡寒] (恶寒) ě hán <悪寒> おかん {惡寒} ác hàn ◊ ague

오해 [誤解] (误解) wùjiě <誤解> ごかい {誤解} ngộ giải ◊ misunderstand

오후 [午後] (下午) xiàwǔ <午後> ごご {晡暉} buổi chiều ◊ afternoon

옥란 [玉蘭] (玉兰) yùlán <玉蘭> ぎょくらん {玉蘭} ngọc lan ◊ magnolia

옥상 [屋上] (栋木) dòng mù <棟木> むなぎ {頂屭} đỉnh mái ◊ ridgepole

옥상녹화 [屋上綠化] (屋顶绿化) wūdǐng lǜhuà <屋上緑化> おくじょうろくが {屭宆齓} mái nhà xanh ◊ roof greening

옥석 [玉石] (玉石) yùshí <玉石> たまいし {玉石} ngọc thạch ◊ jade

옥수 [獄囚] (狱囚) yù qiú <獄囚> ごくしゅう {獄囚} ngục tù ◊ prison inmates

옥수수 [一] (玉米) yùmǐ <玉蜀黍> とうもろこし {株} bắp ◊ corn

옥안 [玉顔] (玉颜) yù yán <玉顔> ぎょくがん {玉顔} ngọc nhan ◊ beautiful face; good looks

옥야 [沃野] (沃野) wòyě <沃野> よくや {沃野} ốc dã ◊ fertile field

옥야천리 [沃野千里] (沃野千里) wòyě qiān lǐ <沃野千里> よくやせんり {腰垌胖觴|翹瞳胖觴} cánh đồng màu mỡ ◊ fertile fields

옥외 [屋外] (屋外) wūwài <屋外> おくがい {開丕} ngoài trời ◊ outdoors

옥졸 [獄卒] (狱卒) yùzú <獄卒> ごくそつ {獄卒} ngục tốt ◊ low-ranking prison guard

옥좌 [玉座] (玉座) yù zuò <玉座> ぎょくざ {玉座} ngọc t ◊ jade seat

옥중 [獄中] (狱中) yù zhōng <獄中> ごくちゅう {獄中} ngục trung ◊ in prison

옥토 [沃土] (沃土) wòtǔ <沃土> よくど {沃土} ốc thổ ◊ fertile soil

옥황 [玉皇] (玉皇) yùhuáng <玉皇> ぎょくこう {玉皇} Ngọc Hoàng ◊ Jade Emperor

온건 [穩健] (稳健) wěnjiàn <穩健> おんけん {穩健} ổn kiện ◊ robust

온건파 [穩健派] (稳健派) wěnjiàn pài <穩健派> おんけんは {穩健派} ổn kiện phái ◊ moderate faction; moderates

온고지신 [溫故知新] (温故知新) wēn gùzhī xīn <溫故知新> おんこちしん {溫故知新} ôn cố tri tân ◊ learn from the past; understand the present by reviewing the past

온난화 [溫暖化] (温暖化) wēnnuǎn huā <溫暖化> おんだんか {溫暖化} ôn noãn hóa ◊ warming

온당 [穩當] (稳当) wěndang <穩当> おんとう {穩當} ổn đáng ◊ secure

온대 [溫帶] (温带) wēndài <溫帶> おんたい {溫帶} ôn đới ◊ temperate zone

온도 [溫度] (温度) wēndù <溫度> おんど {熱度} nhiệt độ ◊ heat; temperature

온도계 [溫度計] (温度计) wēndùjì <溫度計> おんどけい {熱計} nhiệt kế ◊ thermometer

온상 [溫牀|溫床] (温床) wēnchuáng <溫床> おんしょう {溫床} ôn sàng ◊ hotbed

온수 [溫水] (温水) wēn shuǐ <溫水> おんすい {溫水} ôn thủy ◊ warm

온수밸브 [溫水 valve] (热水龙头) rèshuǐ lóngtóu <溫水タップ> おんすい tap {膹渃燥} vòi nước nóng ◊ hot faucet

온수탱크 [溫水 tank] (热水箱) rèshuǐ xiāng <溫水タンク> おんすい tank {盆渃燥} bồn nước nóng ◊ tank

온순 [溫順] (温顺) wēnshùn <溫順> おんじゅん {純和} thuần hòa ◊ docile; tame

온습 [溫濕] (温湿) wēn shī <暖かく湿い> あたたかくしめい {澄邅} ẩm ướt ◊ warm and humid

온습 [溫習] (温习) wēnxí <溫習> おんしゅう {溫習} ôn tập ◊ review; look through

온실 [溫室] (温室) wēnshì <溫室> おんしつ {妸鏑} nhà kính ◊ greenhouse

온실가스 [溫室가스] (温室气体) wēnshì qìtǐ <温室効果ガス> おんしつこうか gas {氣妸鏑} khí nhà kính ◊ greenhouse gases

온실농업 [溫室農業] (温室农业) wēnshì nóngyè <温室農業> おんしつのうぎょう {耕作妸鏑} canh tác nhà kính ◊ agriculture in greenhouse

온실효과 [溫室效果] (温室效果) wēnshì xiàoguǒ
<温室效果> おんしつこうか {效應如鏡} hiệu
ứng nhà kính ◊ glasshouse effect

온열 [溫熱] (温热) wēnrè <温热> おんねつ {溫
熱} ôn nhiệt ◊ warm

온전히 [穩全히] (完整地) wánzhěng de <完全に>
かんぜんに {爻格完全} một cách hoàn toàn ◊
completely

온정 [穩定] (稳定) wěndìng <穩定> おだやかてい
{穩定} ổn định ◊ stable

온천 [溫泉] (温泉) wēnquán <温泉> おんせん
{溫泉} ôn tuyền ◊ hot spring

온화 [溫和] (温和) wēnhé <温和> おんわ {溫和}
ôn hòa ◊ mild

온후 [溫厚] (温厚) wēnhòu <温厚> おんこう {溫
厚} ôn hậu ◊ good-natured

올해 [―] (本年) běnnián <今年> ことし {薛昑|
薛兪} năm nay ◊ this year

옵션 [option] (选项) xuǎn xiàng <オプション>
option {擭璵} lựa chọn ◊ option

옷 [―] (衣裳) yīshang <衣服> いふく {裙襖}
quần áo ◊ clothes

옷감 [―] (布料) bùliào <布地> ぬのじ {腗儢韴}
vải ◊ cloth

옷깃 [―] (衣领) yīlǐng <襟> えり {肭襖} cổ áo ◊
collar

옷차림 [―] (衣着) yīzhuó <服装> ふくそう {餕
襫|咹襅} ăn mặc ◊ dress

옹립 [擁立] (拥立) yōng lì <擁立> ようりつ {擁
立} ủng lập ◊ support emperor or king in ascending
to throne

옹호 [擁護] (拥护) yōnghù <支持> しじ {擁護}
ủng hộ ◊ support

와류 [渦流] (涡流) wōliú <渦流> かりゅう {沨
渃} xoáy nước ◊ eddy flow; whirlpool

와신상담 [臥薪嘗膽] (卧薪尝胆) wò xīn cháng dǎn
<臥薪嘗胆> がしんしょうたん {臥薪嘗膽}
ngọa tân thường đảm ◊ enduring unspeakable
hardships for the sake of vengeance

와언 [訛言] (讹言) é yán <訛言> かげん {訛言}
ngoa ngôn ◊ non-standard pronunciation; wrong
words

와전 [訛傳] (传讹) chuán é <訛伝> かでん {訛傳}
ngoa truyền ◊ false rumor; pass on wrong reports

와해 [瓦解] (瓦解) wǎjiě <瓦解> がかい {瓦解}
ngõa giải ◊ disintegrate

완강 [頑強] (顽强) wánqiáng <頑強> がんきょう

{頑強} ngoan cường ◊ tenacious

완결 [完結] (完结) wánjié <完結> かんけつ {結
了} kết liễu ◊ end

완고 [頑固] (顽固) wángù <頑固> がんこ {頑固}
ngoan cố ◊ obstinate

완곡 [婉曲] (委婉) wěiwǎn <婉曲> えんきょく
{婉轉} uyển chuyển ◊ euphemistic

완공 [完工] (完工) wángōng <完工> かんこう
{完工} hoàn thành ◊ completed

완료 [完了] (完了) wánle <完了> かんりょう
{完了} xong ◊ finished

완만 [緩慢] (缓慢) huǎnmàn <緩慢> かんまん
{躓踬} chậm chạp ◊ slow; sluggish; dull; slack;
inactive

완미 [完美] (完美) wánměi <完美> かんび {完美}
hoàn mỹ ◊ perfect

완벽 [完璧] (完璧) wán bì <完璧> かんぺき {完
璧} hoàn bích ◊ complete

완비 [完備] (完备) wánbèi <完備> かんび {完備}
hoàn bị ◊ complete

완사 [婉辭] (婉辞) wǎncí <婉辞> えんじ {婉辞}
uyển từ ◊ gentle words; polite refusal; euphemism

완선 [完善] (完善) wánshàn <完全> かんぜん
{精整} tinh chỉnh ◊ refine

완성 [完成] (完成) wánchéng <完成> かんせい
{完成} hoàn thành ◊ finish; complete

완장 [腕章] (臂章) bìzhāng <腕章> わんしょう
{繃䄼} băng tay ◊ armband

완전 [完全] (完全) wánquán <完全> かんぜん
{完全} hoàn toàn ◊ completely; entirely

완전 [婉轉] (婉转) wǎnzhuǎn <婉曲> えんきょく
{婉轉} uyển chuyển ◊ tactful

완전연소 [完全燃燒] (完全燃烧) wánquán ránshāo
<完全燃燒> かんぜんねんしょう {熰烃完全}
đốt cháy hoàn toàn ◊ complete combustion

완충국 [緩衝國] (缓冲国) huǎnchōng guó <緩衝国>
かんしょうこく {緩衝國} hoãn xung quốc ◊
buffer states

완화 [緩和] (缓和) huǎnhé <緩和> かんわ {緩和}
hoãn hòa ◊ mitigate

완화시간 [緩和時間] (松弛时间) sōngchí shíjiān <
緩和時間> かんわじかん {時間舒簡} thời gian
thư giãn ◊ relaxation time

왕가 [王家] (王家) wángjiā <王家> おうけ {王家}
vương gia ◊ royal family

왕공 [王公] (王公) wánggōng <王公> おうこう
{王公} vương công ◊ prince; emperor

왕관 [王冠] (王冠) wángguān <王冠> おうかん {王冕} vương miện ◊ emperor crown

왕국 [王國] (王国) wángguó <王国> おうこく {王國} vương quốc ◊ kingdom

왕궁 [王宮] (王宮) wánggōng <王宮> おうきゅう {王宮} vương cung ◊ royal palace

왕권 [王權] (王权) wángquán <王権> おうけん {王權} vương quyền ◊ kingship

왕도 [王道] (王道) wángdào <王道> おうどう {王道} vương đạo ◊ royal law

왕래 [往來] (往来) wǎnglái <往来> おうらい {往來} vãng lai ◊ dealings; go back and forth; come-and-go

왕릉 [王陵] (王陵) wáng líng <王の墓> おうのはか {王陵} vương lăng ◊ emperor's tomb

왕모 [王母] (王母) wángmǔ <王母> おうぼ {王母} vương mẫu ◊ queen mother

왕복 [往復] (往返) wǎngfǎn <往復> おうふく {去回} khứ hồi ◊ go and back; round trip

왕부 [王父] (王父) wáng fù <王父> おうふ {王父} vương phụ ◊ father king

왕비 [王妃] (王妃) wángfēi <王妃> おうひ {王妃} công chúa ◊ princess

왕사 [往事] (往事) wǎngshì <往事> おうじ {往事} vãng sự ◊ past events

왕성 [旺盛] (旺盛) wàngshèng <盛んだ> さかんだ {盛旺} thịnh vọng ◊ exuberant; energetic; flourishing

왕실 [王室] (王室) wángshì <王室> おうしつ {王室} vương thất ◊ royal family

왕위 [王位] (王位) wángwèi <王位> おうい {王位} vương vị ◊ throne

왕일 [往日] (往日) wǎngrì <往日> おうじつ {往日} vãng nhật ◊ old days

왕자 [王者] (王者) wáng zhě <王者> おうじゃ {王者} vương giả ◊ king

왕자 [王子] (王子) wángzǐ <王子> おうじ {王子} vương tử ◊ prince

왕정 [王政] (王政) wáng zhèng <王政> おうせい {王政} vương chính ◊ royal government

왕조 [王朝] (王朝) wángcháo <王朝> おうちょう {王朝} vương triều ◊ dynasty

왕후 [王侯] (王侯) wánghóu <王侯> おうこう {王侯} vương hầu ◊ liege lord

왕후 [王后] (王后) wánghòu <王后> おうこう {王后} vương hậu ◊ queen

외경 [外景] (外景) wài jǐng <外景> がいけい {外景} ngoại cảnh ◊ exterior scene

외경 [外徑] (外径) wài jìng <外径> がいけい {踵徑閜} đường kính ngoài ◊ outer diameter; external diameter

외계 [外界] (外界) wàijiè <外界> がいかい {外界} ngoại giới ◊ outside

외과 [外科] (外科) wàikē <外科> げか {外科} ngoại khoa ◊ surgery; chirurgery; surgical department

외과의사 [外科醫師] (外科医师) wàikē yīshī <外科医> げかい {博士剖術} bác sĩ phẫu thuật ◊ surgeon

외관 [外觀] (外观) wàiguān <外観> がいかん {外貌} ngoại mạo ◊ exterior

외관디자인 [外觀 design] (外观设计) wàiguān shèjì <外観意匠> がいかんいしょう {設計外觀} thiết kế ngoại quan ◊ appearance design

외교 [外交] (外交) wàijiāo <外交> がいこう {外交} ngoại giao ◊ diplomacy

외교가 [外交家] (外交家) wàijiāojiā <外交家> がいこうか {外交家} ngoại giao gia ◊ diplomat

외교관 [外交官] (外交官) wàijiāoguān <外交官> がいこうかん {外交官} ngoại giao quan ◊ diplomatic officail

외교단 [外交團] (外交使团) wàijiāo shǐtuán <外交团> がいこうだん {外交團} ngoại giao đoàn ◊ diplomatic corps

외교사무 [外交事務] (外交事务) wàijiāo shìwù <外交事務> がいこうじむ {外務} ngoại vụ ◊ foreign affairs

외구 [畏懼] (畏惧) wèijù <畏れ> おそれ {怖} sợ ◊ fear

외국 [外國] (外国) wàiguó <外国> がいこく {外國} ngoại quốc ◊ foreign state

외국어 [外國語] (外语) wàiyǔ <外国語> がいこくご {外語} ngoại ngữ ◊ foreign languages

외국인 [外國人] (外国人) wàiguórén <外国人> がいこくにん {駄醞外} người nước ngoài ◊ foreigner

외기권 [外氣圈] (外气圈) wài qìjuān <外気圈> がいきけん {外氣圈} ngoại khí khuyên ◊ outer air ring

외도 [外道] (外道) wài dào <外道> げどう {外道} con đường bên ngoài ◊ outer path

외래 [外來] (外来) wàilái <外来> がいらい {外來} ngoại lai ◊ inward

외래어 [外來語] (外来语) wàiláiyǔ <外来語> が

いらいご {外來語} ngoại lai ngữ ◊ loanword

외래진료 [外來診療] (门诊) ménzhěn <外来诊疗> がいらいしんりょう {病人外住} bệnh nhân ngoại trú ◊ outpatient

외력 [外力] (外力) wàilì <外力> がいりょく {外力} ngoại lực ◊ external force

외모 [外貌] (外貌) wàimào <外貌> がいぼう {外形} ngoại hình ◊ appearance

외무부장관 [外務部長官] (外长) wàizhǎng <外務大臣> がいむだいじん {外長} ngoại trưởng ◊ minister for foreign affairs

외부 [外部] (外部) wàibù <外部> がいぶ {外部} ngoại bộ ◊ exterior

외부경제성 [外部經濟性] (外部经济性) wàibù jīngjì xìng <外部経済性> がいぶけいざいせい {經濟對外} kinh tế đối ngoại ◊ external economy

외부기준 [外部基準] (外部标准) wàibù biāozhǔn <外部基準> がいぶきじゅん {標準外} tiêu chuẩn bên ngoài ◊ external standard

외부오염 [外部汚染] (向外污染) xiàng wài wūrǎn <外部汚染> がいぶおせん {污染外} ô nhiễm bên ngoài ◊ outer pollution

외부작업 [外部作業] (外部施工) wàibù shīgōng <外部作業> がいぶさぎょう {外轙外} làm việc bên ngoài ◊ external work

외부확산 [外部擴散] (外部扩散) wàibù kuòsàn <外部拡散> がいぶかくさん {擴散外} khuếch tán bên ngoài ◊ external diffusion

외분필 [外分泌] (外分泌) wàifēnmì <外分泌> がいぶんぴつ {外洩} ngoại tiết ◊ exocrine secretion

외사 [外史] (外史) wài shǐ <外史> がいし {外史} ngoại sử ◊ unofficial history

외사 [外事] (外事) wàishì <外事> がいじ {外事} ngoại sự ◊ foreign affairs

외상 [外商] (外商) wàishāng <外商> がいしょう {外商} ngoại thương ◊ foreign businessmen

외상 [外傷] (创伤) chuāngshāng <トラウマ> trauma {震傷} chấn thương ◊ trauma

외상 [外相] (外相) wàixiàng <外相> がいしょう {外相} ngoại tướng ◊ minister of foreign affairs

외손녀 [外孫女] (外孙女) wàisūnnǚ <孫娘> まごむすめ {招妈外} cháu gái ngoại ◊ grandchild from mother's side

외식 [外食] (外出就餐) wàichū jiùcān <外食> がいしょく {哎吁外呑} ăn uống ngoài trời ◊ eating out

외심 [外心] (外心) wàixīn <外心> がいしん {外心} ngoại tâm ◊ exocentric

외아 [巍峨] (巍峨) wēi'é <巍峨> ぎが {巍峨} nguy nga ◊ majestic; lofty; towering; prodigious

외압 [外壓] (外压) wài yā <外圧> がいあつ {壓力施閑} áp lực bên ngoài ◊ external pressure

외용 [外用] (外用) wàiyòng <外用> がいよう {外用} ngoại dụng ◊ external use

외용약 [外用藥] (外用药) wàiyòng yào <外用薬> がいようやく {蘖搖} thuốc bôi ◊ external medicine

외원 [外援] (外援) wàiyuán <对外援助> たいがいえんじょ {援助醅外} viện trợ nước ngoài ◊ foreign aid

외위 [外圍] (外围) wàiwéi <外囲> がいい {外圍} ngoại vi ◊ periphery

외음부 [外陰部] (外阴) wàiyīn <外陰部> がいいんぶ {陰門} âm môn ◊ vulva

외이 [外耳] (外耳) wài'ěr <外耳> がいじ {外耳} ngoại nhĩ ◊ external ear

외이도 [外耳道] (外耳道) wài'ěrdào <外耳道> がいじどう {外耳道} ngoại nhĩ đạo ◊ external auditory canal

외인 [外人] (外国人) wàiguórén <外人> がいじん {臥渃外} người nước ngoài ◊ foreigner; alien

외인 [外因] (外因) wài yīn <外因> がいいん {外因} ngoại nhân ◊ external cause

외재 [外在] (外在) wàizài <外在> がいざい {外在} ngoại tại ◊ external

외재가치 [外在價值] (外在价值) wàizài jiàzhí <外部価値> がいぶかち {價值施閑} giá trị bên ngoài ◊ extrinsic value

외재가치 [外在價值] (外在价值) wàizài jiàzhí <外在価値> がいざいかち {價值施閑} giá trị bên ngoài ◊ extrinsic value

외적 [外敵] (外敌) wài dí <外敵> がいてき {外敵} ngoại địch ◊ foreign foe

외조부 [外祖父] (外公) wàigōng <外祖父> がいそふ {翁外} ông ngoại ◊ grandpa

외족 [外族] (外族) wài zú <外族> がいぞく {外族} ngoại tộc ◊ foreign people; other nationality; alien

외채 [外債] (外债) wàizhài <外債> がいさい {外債} ngoại trái ◊ external debt

외출 [外出] (外出) wàichū <外出> がいしゅつ {外出} ngoại xuất ◊ outing

외출혈 [外出血] (外出血) wàichū xuè <外出血> がいしゅっけつ {外出血} ngoại xuất huyết ◊

external bleeding

외치다 [一] (呼喊) hūhǎn <叫ぶ> さけぶ {囉囉} la ◊ shout

외침 [外侵] (外侵) wài qīn <外敵侵入> がいてきしんにゅう {外侵} ngoại xâm ◊ invasion

외피 [外皮] (外皮) wài pí <外皮> がいひ {外皮} ngoại bì ◊ outer skin

외항 [外港] (外港) wài gǎng <外港> がいこう {港闕} cảng ngoài ◊ outer harbor

외향 [外向] (外向) wàixiàng <外向性> がいこうせい {向外} hướng ngoại ◊ extroversion

외형 [外形] (外形) wàixíng <外形> がいけい {外形} hình dạng ◊ shape

외형밀도 [外形密度] (表观密度) biǎo guàn mìdù <外形密度> がいけいみつど {密度表見} mật độ biểu kiến ◊ apparent density

외화 [外貨] (外国钱) wàiguó qián <外貨> がいか {外幣} ngoại tệ ◊ foreign currency

외환 [外患] (外患) wàihuàn <外患> がいかん {外患} ngoại hoạn ◊ foreign aggression

외환 [外換] (外汇) wàihuì <外貨> がいか {外匯} ngoại hối ◊ foreign exchange

왼손잡이 [一] (左撇子) zuǒpiězi <左利き> ひだりきき {順狮顥} thuận tay trái ◊ left-handedness

왼쪽정렬 [왼쪽整列] (左对齐) zuǒ duìqí <左揃え> ひだりそろえ {根整顥} căn chỉnh trái ◊ left alignment; left justification

요건 [要件] (要件) yàojiàn <要件> ようけん {要件} yếu kiện ◊ requirement

요결 [了結] (了结) liǎojié <了結> りょうけつ {了結} liễu kết ◊ ended

요관 [尿管] (尿管) niào guǎn <尿管> にょうかん {尿管} niệu quản ◊ urinary tube

요괴 [妖怪] (妖怪) yāoguài <化け物> ばけもの {妖怪} yêu quái ◊ demon; ghost; monster

요구 [要求] (要求) yāoqiú <要求> ようきゅう {要求} yêu cầu ◊ request

요구신호 [要求信號] (需求信号) xūqiú xìnhào <要求信号> ようきゅうしんごう {信號需求} tín hiệu nhu cầu ◊ demand signal

요금 [料金] (料金) liào jīn <料金> りょうきん {料金} liệu kim ◊ fee

요금소 [料金所] (收费站) shōufèizhàn <料金所> りょうきんしょ {站收費} trạm thu phí ◊ toll booth

요기 [妖氣] (妖气) yāoqì <妖気> ようき {妖氣} yêu khí ◊ unearthly

요도 [尿道] (尿道) niàodào <尿道> にょうどう {尿道} niệu đạo ◊ urethra

요도 [腰刀] (腰刀) yāo dāo <腰刀> こしがたな {腰刀} yêu đao ◊ waist knife; sword worn on the hip

요도염 [尿道炎] (尿道炎) niàodào yán <尿道炎> にょうどうえん {炎尿道} viêm niệu đạo ◊ urethritis

요독 [尿毒] (尿毒) niào dú <尿毒> にょうどく {尿毒} niệu độc ◊ uremia

요독증 [尿毒症] (尿毒症) niàodúzhèng <尿毒症> にょうどくしょう {尿毒症} niệu độc chứng ◊ uremia

요동 [搖動] (摇动) yáodòng <搖動> ようどう {搖動} dao động ◊ agitation

요람 [搖籃] (摇篮) yáolán <揺り籠> ゆりかご {吗籢|吗籢} cái nôi ◊ cradle

요론 [要論] (要论) yào lún <要論> ようろん {要論} yếu luận ◊ essentials

요리 [料理] (菜) cài <料理> りょうり {飲食} ẩm thực ◊ cuisine

요리기구 [料理器具] (炊具) chuījù <料理用具> りょうりようぐ {用具爤餃} dụng cụ nấu ăn ◊ kitchenware

요리사 [料理師] (厨师) chúshī <料理人> りょうりにん {臥夕炝} người làm bếp ◊ chef

요마 [妖魔] (妖魔) yāomó <妖魔> ようま {妖魔} yêu ma ◊ demon

요면경 [凹面鏡] (凹面镜) āo miàn jìng <凹面鏡> おうめんきょう {凹面鏡} ao diện kính ◊ concave mirrors

요목 [要目] (要目) yàomù <要目> ようもく {要目} yếu mục ◊ main items

요부 [腰部] (腰部) yāobù <腰> こし {肵} eo ◊ waist

요사이 [一] (近来) jìnlái <最近> さいきん {劤黜|旇潰} vừa mới ◊ recently

요새 [要塞] (要塞) yàosài <要塞> ようさい {炮臺} pháo đài ◊ fortress

요소 [尿素] (尿素) niàosù <尿素> にょうそ {尿素} niệu tố ◊ urea

요소 [要素] (要素) yàosù <要素> ようそ {要素} yếu tố ◊ element

요술 [妖術] (妖术) yāoshù <妖術> ようじゅつ {妖術} yêu thuật ◊ black art

요약 [要略] (要略) yàolüè <要略> ようりゃく {要略} yếu lược ◊ outline

요양 [療養] (疗养) liáoyǎng <療養> りょうよう {仸養|揽養} nghỉ dưỡng ◊ recuperation; silent rest

요양소 [療養所] (疗养所) liáoyǎng suǒ <療養所> りょうようじょ {療養所} liệu dưỡng sở ◊ sanatorium

요언 [謠言] (谣言) yáoyán <謠言> ようげん {啨訛} tiếng đồn ◊ rumor

요염 [妖艶] (妖艳) yāoyàn <艶かしい> なまめかしい {妖媚} yêu mị ◊ seductive

요일 [曜日] (星期几) xīngqī jī <曜日> ようび {晿輶旬} ngày trong tuần ◊ week days

요절 [夭折] (夭折) yāozhé <夭折> ようせつ {夭折} yểu chiết ◊ die prematurely

요점 [要點] (要点) yàodiǎn <要点> ようてん {要點} yếu điểm ◊ essentials

요정 [妖精] (妖精) yāojing <妖精> ようせい {妖精} yêu tinh ◊ elf; goblin

요조숙녀 [窈窕淑女] (窈窕淑女) yǎotiǎo shūnǚ <窈窕淑女> ようちょうしゅくじょ {窈窕淑女} yểu điệu thục nữ ◊ my fair lady

요즘 [—] (新近) zuìjìn <新近> しんきん {昉顋|皏潿} vừa mới ◊ recently

요지 [要地] (要地) yàodì <要地> ようち {要地} yếu địa ◊ important place

요지 [要旨] (要旨) yàozhǐ <要旨> ようし {要旨} yếu chỉ ◊ gist; key points; essentials

요직 [要職] (要职) yàozhí <要職> ようしょく {要職} yếu chức ◊ important job

요책 [要策] (要策) yào cè <要策> ようさく {要策} yếu sách ◊ key policy; important method

요철 [凹凸] (凹凸) āo tū <凹凸> おうとつ {偓躆|征僂} chênh lệch ◊ uneven

요청 [要請] (邀请) yāoqǐng <要請> ようせい {呷咥嚕} mời ◊ request; invite

요청권 [要請權] (请求权) qǐngqiú quán <要請權> ようせいけん {權要求} quyền yêu cầu ◊ right of request

요컨대 [要컨대] (总而言之) zǒng ér yán zhī <要するに> ようするに {摻棘|縌倈} tóm lại ◊ make a long story short

요해 [要害] (要害) yàohài <要害> ようがい {要害} yếu hại ◊ vitals

요행 [僥倖] (侥幸) jiǎoxìng <僥倖> ぎょうこう {僥倖} kiêu hãnh ◊ lucky; fortunate

욕망 [慾望|欲望] (欲望) yùwàng <願望> がんぼう {懥惆} mong muốn ◊ desire

욕실 [浴室] (浴室) yùshì <浴室> よくしつ {房浤} phòng tắm ◊ bathroom

욕정 [慾情] (欲情) yù qíng <欲情> よくじょう {欲情} dục tình ◊ lusting

욕조 [浴槽] (浴缸) yùgāng <浴槽> よくそう {盆浺|盆沁} bồn tắm ◊ bathtub

용 [龍] (龙) lóng <竜> りゅう {蟷蜂} rồng ◊ dragon

용감 [勇敢] (勇敢) yǒnggǎn <勇敢> ゆうかん {勇敢} dũng cảm ◊ brave

용감하다 [勇敢하다] (勇敢的) yǒnggǎn de <勇敢である> ゆうかんである {勇敢} dũng cảm ◊ brave

용광로 [鎔鑛爐] (高炉) gāolú <鎔鉱炉> ようころ {爐高} lò cao ◊ blast furnace

용구 [用具] (用具) yòngjù <用具> ようぐ {用具} đồ dùng ◊ utensils

용기 [容器] (容器) róngqì <容器> ようき {容器} dung khí ◊ container

용기 [勇氣] (勇气) yǒngqì <勇気> ゆうき {勇氣} dũng khí ◊ courage

용뇌향 [龍腦香] (龙脑香) lóng nǎo xiāng <竜脑香> りゅうのうが {龍腦香} long não hương ◊ dipterocarp

용도 [用途] (用途) yòngtú <用途> ようと {用途} dụng đồ ◊ usage

용돈 [用돈] (零花钱) línghuāqián <手許金; 小遣銭> てもときん; こづかいぜに {錢消物; 消錢} tiền tiêu vặt; tiêu tiền ◊ pocket money; spending money; pin money

용량 [容量] (容量) róngliàng <容量> ようりょう {容量} dung lượng ◊ capacity

용량 [用量] (用量) yòngliàng <用量> ようりょう {用量} dụng lượng ◊ dosage

용맹 [勇猛] (勇猛) yǒngměng <勇猛> ゆうもう {勇猛} dũng mãnh ◊ brave

용맹과감 [勇猛果敢] (勇猛果敢) yǒngměng guǒgǎn <勇猛果敢> ゆうもうかかん {勇猛果敢} dũng mãnh quả cảm ◊ brave and resolute

용맹무비 [勇猛無比] (勇猛无比) yǒngměng wúbǐ <勇猛無比> ゆうもうむひ {勇猛無比} dũng mãnh vô tỷ ◊ most brave

용모 [容貌] (相貌) xiàngmào <容貌> ようぼう {相貌} tướng mạo ◊ appearance; facial features

용법 [用法] (用法) yòngfǎ <用法> ようほう {用法} dụng pháp ◊ usage

용병 [用兵] (用兵) yòng bīng <用兵> ようへい {用兵} dụng binh ◊ tactics; strategy

용병대 [傭兵隊] (佣兵军) yōngbīng jūn <傭兵軍> ようへいぐん {雇傭軍} cố dung quân ◊ mercenary

용병학 [用兵學] (用兵学) yòng bīng xué <用兵学> ようへいがく {用兵學} dụng binh học ◊ military science

용봉 [龍鳳] (龙凤) lóngfèng <竜鳳> りゅうほう {龍鳳} long phụng ◊ dragon and phoenix

용사 [容赦] (原谅) yuánliàng <容赦> ようしゃ {原諒} nguyên lượng ◊ forgive

용사 [勇士] (勇士) yǒngshì <勇士> ゆうし {勇士} dũng sĩ ◊ warrior

용서 [容恕] (饶恕) ráoshù <許す> ゆるす {赦恕} tha thứ ◊ forgiveness

용속 [庸俗] (庸俗) yōngsú <庸俗> ようぞく {庸俗} dung tục ◊ vulgarity

용수관리 [用水管理] (用水管理) yòng shuǐguǎn lǐ <用水管理> ようすいかんり {管理澔} quản lý nước ◊ water use management

용심 [用心] (用心) yòngxīn <注意> ちゅうい {用心} dụng tâm ◊ attentively

용안 [容顏] (容颜) róngyán <容顏> ようがん {容顏} dung nhan ◊ appearance; looks

용안육 [龍眼肉] (龙眼肉) lóngyǎn ròu <竜眼肉> りゅうがんにく {眼肉} nhãn nhục ◊ longan pulp

용암 [鎔巖] (熔岩) róngyán <熔岩> ようがん {熔巖} dung nham ◊ lava

용액 [溶液] (溶液) róngyè <溶液> ようえき {溶液} dung dịch ◊ solution

용어집 [用語集] (词汇表) cíhuì biǎo <語彙> ごい {詞彙} từ vựng ◊ vocabulary

용왕 [龍王] (龙王) lóngwáng <竜王> りゅうおう {龍王} long vương ◊ dragon king

용왕매진 [勇往邁進] (勇往直前) yǒng wǎng zhí qián <勇往邁進> ゆうおうまいしん {發癲} phát ban ◊ rashness

용의 [用意] (用意) yòngyì <用意> ようい {用意} dụng ý ◊ intention

용의자 [容疑者] (嫌疑犯) xiányífàn <容疑者> ようぎしゃ {疑犯} nghi phạm ◊ suspect

용이 [容易] (容易) róngyì <容易> ようい {飘} dễ ◊ easy

용인 [容忍] (容忍) róngrěn <容忍> ようにん {谿撷谿撑} chịu đựng ◊ tolerate

용인 [庸人] (庸人) yōngrén <庸人> ようじん {庸人} dung nhân ◊ mediocre

용장 [勇將] (勇将) yòng jiāng <勇将> ゆうしょう {勇將} dũng tướng ◊ brave generals

용적 [容積] (容积) róngjī <容積> ようせき {容積} dung tích ◊ volume

용접 [鎔接] (焊) hàn <溶接> ようせつ {焊} hàn ◊ weld

용제 [溶劑] (溶剂) róngjì <溶剤> ようざい {質溶解} chất dung giải ◊ solvent

용진 [勇進] (勇进) yǒng jìn <勇進> ゆうしん {勇進} dũng tiến ◊ advance bravely

용포 [龍袍] (龙袍) lóngpáo <竜袍> りゅうほう {龍袍} long bào ◊ dragon robe

용품 [用品] (用品) yòngpǐn <用品> ようひん {用品} dụng phẩm ◊ supplies

용해 [溶解] (溶解) róngjiě <溶解> ようかい {澈} tan ◊ dissolve; melt

용해도 [溶解度] (溶解度) róngjiědù <溶解度> ようかいど {溶解度} dung giải độ ◊ solubility

용혈 [溶血] (血溶) xuè róng <溶血> ようけつ {血溶} huyết dung ◊ hemolysis

용호 [龍虎] (龙虎) lónghǔ <竜虎> りゅうこ {龍虎} long hổ ◊ dragon and tiger

우견 [愚見] (愚见) yújiàn <愚見> ぐけん {愚見} ngu kiến ◊ foolish opinion

우경 [右傾] (右倾) yòuqīng <右傾> うけい {右傾} hữu khuynh ◊ right-leaning

우계 [雨季] (雨季) yǔjì <雨季> うき {瞀霤} mùa mưa ◊ rainy season

우국 [憂國] (忧国) yōu guó <憂国> ゆうこく {憂國} ưu quốc ◊ worry about the country

우군 [友軍] (友军) yǒujūn <友軍> ゆうぐん {友軍} hữu quân ◊ friendly army

우급 [又及] (又及) yòují <追伸> ついしん {再筆} tái bút ◊ postscript; P.S.

우기 [雨期] (雨季) yǔjì <雨季> うき {瞀霤} mùa mưa ◊ rainy season

우대 [優待] (优待) yōudài <優待> ゆうたい {優待} ưu đãi ◊ preferential treatment

우둔 [愚鈍] (愚蠢) yúchǔn <愚鈍> ぐどん {愚獣|愚憒|愚呆} ngu ngốc ◊ stupid

우등 [優等] (优等) yōuděng <優等> ゆうとう {優等} ưu đẳng ◊ prime; superiority

우등생 [優等生] (优等生) yōuděng shēng <優等生> ゆうとうせい {優等生} ưu đẳng sinh ◊ best student

우량 [優良] (优良) yōuliáng <優良> ゆうりょう {絕啡} tuyệt vời ◊ excellent

우량계 [雨量計] (雨量计) yǔliàng jì <雨量計> う

りょうけい {雨量計} vũ lượng kế ◊ pluviometer

우량품 [優良品] (优良品) yōuliáng pǐn <優良品> ゆうりょうひん {優良品} ưu lương phẩm ◊ excellent product

우러러보다 [ㅡ] (瞻仰) zhānyǎng <拝見> はいけん {瞻仰} chiêm ngưỡng ◊ pay tribute to

우려 [憂慮] (顾虑) gùlǜ <懸念> けねん {綯關心} mối quan tâm ◊ concerns

우리 [ㅡ] (咱们) zánmen <私たち> わたくしたち {衆搬|衆些} chúng ta ◊ we

우리나라 [ㅡ] (我国) wǒguó <我が国> わがくに {睮搬} nước ta ◊ our country

우림 [雨林] (雨林) yǔ lín <多雨林> たうりん {橇霤|橇霤} rừng mưa ◊ rainforest

우매 [愚昧] (愚昧) yúmèi <愚昧> ぐまい {愚昧} ngu muội ◊ ignorance

우모 [牛毛] (牛毛) niúmáo <牛の毛> うしのけ {翻輔} lông bò ◊ cow hair

우물 [ㅡ] (水井) shuǐjǐng <井戸> いど {砰觏} giếng ◊ well of water

우미 [優美] (优美) yōuměi <優美> ゆうび {優美} ưu mỹ ◊ beautiful; nice

우민 [愚民] (愚民) yúmín <愚民> ぐみん {愚民} ngu dân ◊ ignorant people

우박 [雨雹] (冰雹) bīngbáo <雹> ひょう {冰雹} băng bão ◊ hail

우발 [偶發] (偶发) ǒu fā <偶発> ぐうはつ {偶發} ngẫu phát ◊ accidental

우방 [友邦] (友邦) yǒubāng <友邦> ゆうほう {友邦} hữu bang ◊ ally

우변 [右邊] (右边) yòubian <右辺> うへん {右邊} hữu biên ◊ right side

우분 [憂憤] (忧愤) yōu fèn <憂憤> ゆうふん {憂憤} u phẫn ◊ grief and anger; worried and indignant

우산 [雨傘] (伞) sǎn <雨傘> あまがさ {嶋} ô ◊ umbrella

우상 [偶像] (偶像) ǒuxiàng <偶像> ぐうぞう {偶像} ngẫu tượng ◊ idol

우선 [優先] (首先) shǒuxiān <先ず> まず {翻先|翹先} trước tiên ◊ first of all

우선 [羽扇] (羽毛扇) yǔmáo shān <羽扇> うせん {撅翽羽|氊羽搳} quạt lông vũ ◊ feather fan

우세 [優勢] (优势) yōushì <優勢> ゆうせい {利勢} lợi thế ◊ advantage

우송 [郵送] (邮寄) yóujì <郵送> ゆうそう {扷} gửi ◊ mailing

우수 [偶數] (偶数) ǒushù <偶数> ぐうすう {偶數} ngẫu số ◊ even number

우수 [憂愁] (忧愁) yōuchóu <憂愁> ゆうしゅう {憂愁} ưu sầu ◊ sadness

우수 [優秀] (优秀) yōuxiù <優秀> ゆうしゅう {優秀} ưu tú ◊ outstanding

우수성 [優秀性] (优先性) yōuxiān xìng <優秀性> ゆうしゅうせい {性優秀} tính ưu tú ◊ excellence

우슬 [牛膝] (牛膝) niúxī <牛膝> いのこずち {牛膝} ngưu tất ◊ achyranthes; chaff flower root

우승 [優勝] (冠军) guànjūn <優勝; チャンピオン> ゆうしょう; champion {冠軍; 無敵} quán quân; vô địch ◊ champion

우승열패 [優勝劣敗] (优胜劣败) yōushèng liè bài <優勝劣敗> ゆうしょうれっぱい {優勝劣敗} ưu thắng liệt bại ◊ survival of the fittest

우승자 [優勝者] (冠军) guànjūn <優勝者> ゆうしょうしゃ {𢯱優勝} người ưu thắng ◊ winner

우심방 [右心房] (右心房) yòu xīnfáng <右心房> うしんぼう {右心房} hữu tâm phòng ◊ right atrium

우심실 [右心室] (右心室) yòu xīnshì <右心室> うしんしつ {右心室} hữu tâm thất ◊ right ventricle

우아 [優雅] (优雅) yōuyǎ <優雅> ゆうが {優雅} ưu nhã ◊ elegance

우안 [右岸] (右岸) yòu àn <右岸> うがん {右岸} hữu ngạn ◊ right bank

우애 [友愛] (友爱) yǒu'ài <友愛> ゆうあい {友愛} hữu ái ◊ affection; fraternity

우언 [寓言] (寓言) yùyán <寓言> ぐうげん {寓言} ngụ ngôn ◊ fable

우여곡절 [迂餘曲折] (周折) zhōuzhé <紆余曲折> うよきょくせつ {逃巡|逃孤} quanh co ◊ twists and turns

우연 [偶然] (偶然) ǒurán <偶然> ぐうぜん {偶然} ngẫu nhiên ◊ by chance

우연사 [偶然死] (意外死亡) yìwài sǐwáng <偶然死> ぐうぜんし {偶然死} ngẫu nhiên tử ◊ accidental death

우연성 [偶然性] (偶然性) ǒuránxìng <偶然性> ぐうぜんせい {性偶然} tính ngẫu nhiên ◊ contingency

우연한 만남 [偶然한 만남] (萍水相逢) píng shuǐxiàng féng <偶然の出会い> ぐうぜんのであい {邂達情蹟} gặp gỡ tình cờ ◊ a chance meeting

우열 [優劣] (优劣) yōuliè <優劣> ゆうれつ {優劣} ưu liệt ◊ pros and cons; superiority and inferiority

우욱 [憂鬱] (忧郁) yōuyù <憂鬱> ゆううつ {憂鬱} ưu uất ◊ melancholy; sullen

우울증 [憂鬱症] (抑郁症) yìyùzhèng <憂鬱症> ゆううつしょう {病沉感} bệnh trầm cảm ◊ depression

우월 [優越] (优越) yōuyuè <優越> ゆうえつ {優越} ưu việt ◊ superior

우월감 [優越感] (优越感) yōuyuè gǎn <優越感> ゆうえつかん {優越感} ưu việt cảm ◊ superiority

우유 [牛乳] (牛奶) niúnǎi <牛乳> ぎゅうにゅう {㳄浼浙浃} sữa ◊ cow's milk

우유부단 [優柔不斷] (优柔寡断) yōu róu guǎ duàn <優柔不斷> ゆうじゅうふだん {優柔寡斷} ưu nhu quả đoạn ◊ indecisive; irresolute; shilly-shally

우유통 [牛乳筒] (牛奶盒) niúnǎi hé <牛乳カートン> ぎゅうにゅう carton {匣㳄} hộp sữa ◊ milk carton

우의 [友誼] (友谊) yǒuyì <友誼> ゆうぎ {友誼} hữu nghị ◊ friendship

우의 [羽衣] (羽衣) yǔ yī <羽衣> はごろも {襖襠翾羽} áo choàng lông vũ ◊ robe of feathers

우의 [寓意] (寓意) yùyì <寓意> ぐうい {寓意} ngụ ý ◊ implication

우익 [右翼] (右翼) yòuyì <右翼> うよく {翹㵼} cánh phải ◊ right wing

우익 [羽翼] (羽翼) yǔyì <羽翼> うよく {羽翼} vũ dực ◊ wing; assistant

우인 [友人] (友人) yǒurén <友人> ゆうじん {友人} hữu nhân ◊ friend

우인 [愚人] (愚人) yúrén <愚人> ぐじん {愚人} ngu nhân ◊ fool

우점 [優點] (优点) yōudiǎn <優点> ゆうてん {優點} ưu điểm ◊ advantage; nice merits

우점 [雨點] (雨点) yōudiǎn <雨滴> うてき {雨點} giọt mưa ◊ raindrop

우정 [友情] (友情) yǒuqíng <友情> ゆうじょう {情伴} tình bạn ◊ camaraderie

우주 [宇宙] (宇宙) yǔzhòu <宇宙> うちゅう {宇宙} vũ trụ ◊ universe

우주복 [宇宙服] (太空服) tàikōng fú <宇宙服> うちゅうふく {椎空間} đồ không gian ◊ space suit

우주복사 [宇宙輻射] (宇宙辐射) yǔzhòu fúshè <宇宙輻射> うちゅうふくしゃ {輻射宇宙} bức xạ vũ trụ ◊ cosmic radiation

우주비행 [宇宙飛行] (航天) hángtiān <宇宙航空> うちゅうこうくう {轉㷃宇宙} chuyến bay vũ trụ ◊ space flight

우주비행사 [宇宙飛行士] (宇航员) yǔhángyuán <宇宙飛行士> うちゅうひこうし {飛行家宇宙} phi hành gia vũ trụ ◊ astronaut

우주선 [宇宙船] (宇宙飞船) yǔzhòu fēichuán <宇宙船> うちゅうせん {宇宙船} vũ trụ thuyền ◊ spaceship

우주선이론 [宇宙船理論] (宇宙飞船理论) yǔzhòu fēichuán lǐlùn <宇宙船理論> うちゅうせんりろん {理說艦宇宙} lý thuyết tàu vũ trụ ◊ spaceship theory

우주탐사 [宇宙探查] (太空探索) tàikōng tànsuǒ <宇宙探検> うちゅうたんけん {探險空間} thám hiểm không gian ◊ space exploration

우체국 [郵遞局] (邮局) yóujú <郵便局> ゆうびんきょく {所郵電} sở bưu điện ◊ post office

우체부 [郵遞夫] (邮递员) yóudìyuán <郵便配達員> ゆうびんはうたついん {躳迻書} người đưa thư ◊ postman

우체통 [郵遞筒] (邮箱) yóuxiāng <郵便受け> ゆうびんうけ {盒書|匣書} hộp thư ◊ letter slot

우측 [右側] (右侧) yòucè <右側> みぎがわ {右側} hữu trắc ◊ right

우파 [右派] (右派) yòupài <右派> うは {右派} hữu phái ◊ rightist

우편 [郵便] (信) xìn <郵便> ゆうびん {書} thư ◊ mail

우편 [右便] (右面) yòumiàn <右方> うほう {㔟㵼|邊㳆} bên phải ◊ right side

우편물 [郵便物] (信件) xìnjiàn <郵便物> ゆうびんぶつ {幅書} bức thư ◊ mail; postal matter

우편번호 [郵便番號] (邮政编码) yóuzhèng biānmǎ <郵便番号> ゆうびんばんごう {碼郵電} mã bưu điện ◊ ZIP code

우편봉투 [郵便封套] (邮袋) yóu dài <郵袋> ゆうたい {襆郵電} túi bưu điện ◊ mailbag

우편서비스 [郵便 service] (邮电服务) yóudiàn fúwù <郵便サービス> ゆうびん service {役務郵電} dịch vụ bưu điện ◊ postal service

우편원 [郵便員] (邮务员) yóu wù yuán <郵便配達人> ゆうびんはいたつにん {躳迻書} người đưa thư ◊ postman

우편집배원 [郵便集配員] (邮件收集员) yóujiàn shōují yuán <メールコレクター> mail collector {躳收拾書} người thu thập thư ◊ mail collector

우표 [郵票] (邮票) yóupiào <切手> きって {唉} tem ◊ stamp

우표수집 [郵票蒐集] (邮票搜集) yóupiào sōují <切手蒐集> きってしゅうしゅう {蒐集咲} sưu tập tem ◊ philately

우함수 [偶函數] (偶函数) ǒuhánshù <偶函数> たまかんすう {函數里} hàm số chẵn ◊ even function

우현 [右舷] (右舷) yòu xián <右舷> うげん {艫�} mạn phải ◊ starboard

우형 [愚兄] (愚兄) yú xiōng <愚兄> ぐけい {愚兄} ngu huynh ◊ foolish older brother

우호 [友好] (友好) yǒuhǎo <友好> ゆうこう {友好} hữu hảo ◊ friendly

우화 [寓話] (寓言故事) yùyán gùshì <寓話> ぐうわ {寓言} ngụ ngôn ◊ fable; allegory

우환 [憂患] (忧患) yōuhuàn <憂患> ゆうかん {憂患} ưu hoạn ◊ suffering and worrying

우황 [牛黃] (牛黄) niúhuáng <牛黄> ごおう {牛黃} ngưu hoàng ◊ bezoar

우회전 [右回轉] (右转) yòuzhuǎn <右折> うせつ {踐018} rẽ phải ◊ turn right

욱결 [鬱結] (郁结) yùjié <鬱結> うっけつ {鬱結} uất kết ◊ depression; frustrated; pent-up

욱분 [鬱憤] (郁愤) yù fèn <鬱憤> うっぷん {鬱憤} uất phẫn ◊ worried and indignant

운기 [運氣] (运气) yùnqi <運気> うんき {運} vận ◊ luck

운동 [運動] (运动) yùndòng <運動> うんどう {體操} thể thao ◊ sports

운동복 [運動服] (运动服) yùndòngfú <運動着> うんどうぎ {裝服體操} trang phục thể thao ◊ sportswear

운동선수 [運動選手] (运动员) yùndòngyuán <運動選手> うんどうせんしゅ {運動員} vận động viên ◊ athlete

운동장 [運動場] (操场) cāochǎng <運動場> うんどうじょう {壒運動} sân vận động ◊ playground

운동회 [運動會] (运动会) yùndònghuì <運動会> うんどうかい {運動會} vận động hội ◊ sports games

운명 [運命] (运命) yùn mìng <運命> うんめい {運命} số phận ◊ destiny

운모 [雲母] (云母) yúnmǔ <雲母> うんも {雲母} vân mẫu ◊ mica

운모 [韻母] (韵母) yùnmǔ <韻母> いんぼ {韻母} vận mẫu ◊ vowel finals

운무 [雲霧] (云雾) yúnwù <雲霧> うんむ {雲霧} vân vụ ◊ cloud

운문 [韻文] (韵文) yùnwén <韻文> いんぶん {韻文} vận văn ◊ verse

운반 [運搬] (运载) yùnzài <運転> うんてん {運載} vận tải ◊ carry; transport

운반기 [運搬機] (搬运机) bānyùn jī <運搬機> うんぱんき {槵運轉} máy vận chuyển ◊ carrier

운반비 [運搬費] (搬运费) bānyùn fèi <運搬費> うんぱんひ {支費捃觯} chi phí khuân vác ◊ porterage costs

운반업체 [運搬業體] (搬运企业) bānyùn qǐyè <運搬業体> うんぱんぎょうてい {公司運轉} công ty vận chuyển ◊ transportation company

운석 [隕石] (陨石) yǔnshí <隕石> いんせき {天石} thiên thạch ◊ meteorite

운송 [運送] (运送) yùnsòng <運送> うんそう {運送} vận tống ◊ transporting; carrying

운송비 [運送費] (运送费) yùnsòng fèi <郵送料> ゆうそうりょう {支費運轉} chi phí vận chuyển ◊ carriage cost

운송선 [運送船] (运送船) yùnsòngchuán <運搬船> うんぱんせん {艚運載} tàu vận tải ◊ carrier

운송소음 [運送騷音] (运输噪音) yùnshū zàoyīn <運送騷音> うんそうそうおん {啫嗌運轉} tiếng ồn vận chuyển ◊ transportation noise

운송장 [運送狀] (运单) yùndān <運送状> うんそうじょう {運單} vận đơn ◊ waybill

운송제한 [運送制限] (限运) xiàn yùn <運送制限> うんそうせいげん {限運} hạn vận ◊ restricted transport

운수 [運輸] (运输) yùnshū <運輸> うんゆ {運輸} vận thâu ◊ transport

운영 [運營] (运营) yùnyíng <運営> うんえい {運營} vận dinh ◊ operation

운용 [運用] (运用) yùnyòng <運用> うんよう {運用} vận dụng ◊ wield

운운 [云云] (云云) yúnyún <云々> うんぬん {云云} vân vân ◊ etc.; and so on

운유 [雲遊] (云游) yúnyóu <雲遊> うんゆう {雲遊} vân du ◊ roam; wander

운율 [韻律] (韵律) yùnlǜ <韻律> いんりつ {韻律} vận luật ◊ prosody

운전 [運轉] (运转) yùnzhuǎn <運転> うんてん {運轉} vận chuyển ◊ driving

운전비 [運轉費] (运转成本) yùnzhuǎn chéngběn <運転費> うんてんひ {支費運行} chi phí vận hành ◊ running cost

운전사 [運轉士] (司机) sījī <運転手> うんてん

しゅ {趴捱車} người lái xe ◊ driver

운전석 [運轉席] (驾驶员座椅) jiàshǐyuán zuòyǐ <運転席> うんてんせき {趴捱車} ghế lái xe ◊ driver's seat

운하 [運河] (运河) yùnhé <運河> うんが {瀝搁} kênh đào ◊ canal

운항 [運航] (船运) chuányùn <舟運> しゅううん {運載船} vận tải thuyền ◊ boat transport

운해 [雲海] (云海) yún hǎi <雲海> うんかい {瀠霪|凌霤} biển mây ◊ sea of clouds

운행 [運行] (运行) yùnxíng <運行> うんこう {運行} chạy ◊ running; operation

울금향 [鬱金香] (郁金香) yùjīnxiāng <鬱金香> うっこんこう {鬱金香} uất kim hương ◊ tulip

울기 [鬱氣] (郁气) yù qì <鬱気> うっき {鬱氣} uất khí ◊ gloomy; melancholy

울억 [鬱抑] (郁抑) yù yì <憂鬱> ゆううつ {鬱抑} uất ức ◊ depressed

울적 [鬱積] (郁积) yù jī <鬱積> うっせき {鬱積} uất tích ◊ stasis; smolder

울타리 [—] (篱笆) líba <垣根> かきね {行榜|行欅} hàng rào ◊ fence

움직이다 [—] (搬移) bānyí <動く> うごく {轉} chuyển ◊ move

웃음바다 [—] (哄堂大笑) hòng táng dàxiào <大笑> おおわらい {哄嚷} cười vang ◊ whole room burst into laughter

웅담 [熊膽] (熊胆) xióngdǎn <熊胆> ゆうたん {熊膽} hùng đởm ◊ bear bile

웅대 [雄大] (雄大) xióng dà <雄大> ゆうだい {雄大} hùng đại ◊ mighty; powerful

웅변 [雄辨] (雄辨) xióng biàn <雄弁> ゆうべん {雄辨} hùng biện ◊ eloquence

웅변가 [雄辯家] (雄辩专家) xióngbiàn zhuānjiā <雄弁家> ゆうべんか {如雄辯} nhà hùng biện ◊ elocutionist

웅병 [雄兵] (雄兵) xióng bīng <強力な兵> きょうりょくないくさ {雄兵} hùng binh ◊ powerful army

웅심 [雄心] (雄心) xióngxīn <雄心> ゆうしん {雄心} hùng tâm ◊ ambition

웅예 [雄蕊] (雄蕊) xióngruǐ <陽蕊> ようずい {陽蕊} dương nhụy ◊ stamens; stamina

웅용 [雄勇] (雄勇) xióng yǒng <勇しい> いさましい {雄勇} hùng dũng ◊ brave

웅위 [雄威] (雄威) xióng wēi <威雄> たけお {威雄} oai hùng ◊ full of power and grandeur

웅자 [雄姿] (雄姿) xióng zī <雄姿> ゆうし {雄姿} hùng tư ◊ majestic appearance

웅장 [雄壯] (雄壮) xióngzhuàng <雄壯> ゆうそう {雄壯} hùng tráng ◊ magnificent

웅풍 [雄風] (雄风) xióngfēng <雄風> ゆうふう {雄風} hùng phong ◊ strong wind; awe-inspiring bearing

웅혼 [雄渾] (雄浑) xiónghún <雄渾> ゆうこん {雄渾} hùng hỗn ◊ forceful; vigorous

웅황 [雄黃] (雄黄) xiónghuáng <雄黃> ゆうおう {雄黃} hùng hoàng ◊ orpiment

원 [圓] (圆) yuán <円> えん {銅} đồng ◊ yuan; won; yen; dong

원가 [原價] (原价) yuán jià <原価> げんか {原價} nguyên giá ◊ original price

원가계산 [原價計算] (成本估算) chéngběn gūsuàn <原価計算> げんかけいさん {預算支費} dự toán chi phí ◊ estimate of cost

원거리 [遠距離] (远程) yuǎnchéng <遠隔> えんかく {綠隔} xa cách ◊ remote; long distance

원격조정 [遠隔操縱] (遥控) yáokòng <遠隔制御; リモコン> えんかくせいぎょ; remote control {調遣自綠} điều khiển từ xa ◊ remote control

원격탐사 [遠隔探查] (遥测) yáocè <遠隔探査> えんかくたんさ {鄺自綠} đo từ xa ◊ remote sensing

원견 [遠見] (远见) yuǎnjiàn <遠見> えんけん {遠見} viễn kiến ◊ visionary

원경 [遠景] (远景) yuǎnjǐng <遠景> えんけい {遠景} viễn cảnh ◊ perspective

원경감시 [遠景監視] (远距监视) yuǎn jù jiānshì <遠景監視> えんけいかんし {監察自綠} giám sát từ xa ◊ remote monitoring

원고 [原稿] (原稿) yuángǎo <原稿> げんこう {原稿} nguyên cảo ◊ manuscript

원고료 [原稿料] (稿费) gǎofèi <原稿料> げんこうりょう {稿費} cảo phí ◊ author's remuneration

원구 [援救] (援救) yuánjiù <救援> きゅうえん {援救} viện cứu ◊ rescue; relieve

원군 [援軍] (援军) yuánjūn <援軍> えんぐん {援軍} viện quân ◊ reinforcements

원급 [原級] (原级) yuán jí <原級> げんきゅう {度源} độ nguồn ◊ original degree

원기 [元氣] (元气) yuánqì <元気> げんき {元氣} nguyên khí ◊ vitality

원년 [元年] (元年) yuánnián <元年> がんねん {元年} nguyên niên ◊ first year

원단 [元旦] (元旦) yuándàn <元旦> がんたん {元旦} Nguyên Đán ◊ New Year's Day

원단위 [原單位] (原单位) yuán dānwèi <原单位> はらたんい {單位砑頭} đơn vị ban đầu ◊ original unit

원대 [遠大] (远大) yuǎndà <遠大> えんだい {遠大} viễn đại ◊ great

원도 [圓度] (圆度) yuán dù <丸さ> まるさ {度鐺} độ tròn ◊ roundness

원동기 [原動機] (电机) diànjī <原動機> げんどうき {電機} điện cơ ◊ motor

원동력 [原動力] (原动力) yuándònglì <原動力> げんどうりょく {原動力} nguyên động lực ◊ motive power; driving force

원래 [原來] (原来) yuánlái <元来> がんらい {原來} nguyên lai ◊ original

원래의도 [元來意圖] (初衷) chūzhōng <初心> しょしん {意定砑頭} ý định ban đầu ◊ original intention

원려 [遠慮] (远虑) yuǎnlù <遠慮> えんりょ {遠慮} viễn lự ◊ foresight

원로 [元老] (元老) yuánlǎo <元老> げんろう {元老} nguyên lão ◊ senate

원료 [原料] (原料) yuánliào <原料> げんりょう {原料} nguyên liệu ◊ raw material

원리 [原理] (原理) yuánlǐ <原理> げんり {原理} nguyên lý ◊ principle

원만 [圓滿] (圆满) yuánmǎn <円満> えんまん {妥滿} thỏa mãn ◊ complete

원망 [遠望] (远望) yuǎnwàng <遠望> えんぼう {遠望} viễn vọng ◊ looking from afar

원망 [怨望] (抱怨) bàoyuàn <怨望> えんぼう {哎嘈|哎嚘|哎嚷} càu nhàu ◊ grumble

원망 [願望] (愿望) yuànwàng <願望> がんぼう {願望} nguyện vọng ◊ aspiration

원망성취 [願望成就] (满足意愿) mǎnzú yìyuàn <願望成就> がんぼうじょうじゅ {遂願} toại nguyện ◊ satisfactory; satisfied

원모 [遠謀] (远谋) yuǎnmóu <遠謀> えんぼう {遠謀} viễn mưu ◊ conspiracy

원목 [原木] (原木) yuánmù <原木> げんぼく {原木} nguyên mộc ◊ log

원무곡 [圓舞曲] (圆舞曲) yuánwǔqǔ <円舞曲> えんぶきょく {圓舞曲} viên vũ khúc ◊ waltz

원문 [原文] (原文) yuánwén <原文> げんぶん {原文} nguyên văn ◊ original text

원반 [圓盤] (圆盘) yuánpán <円盤> えんばん {圓盤} viên bàn ◊ disk

원방 [遠方] (远方) yuǎnfāng <遠方> えんぼう {遠方} viễn phương ◊ afar

원병 [援兵] (援兵) yuánbīng <援兵> えんぺい {援兵} viện binh ◊ reinforcements

원본 [原本] (原本) yuánběn <原本> げんぽん {原本} nguyên bản ◊ originally

원뿔 [圓뿔] (圆锥形) yuánzhuī xíng <円錐> えんすい {籤篼} nón lá ◊ cone

원사 [院士] (院士) yuànshì <院士> いんし {院士} viện sĩ ◊ academician

원산지 [原産地] (原产地) yuánchǎndì <原産地> げんさんち {原産地} nguyên sản địa ◊ origin

원색 [原色] (原色) yuánsè <原色> げんしょく {原色} nguyên sắc ◊ primary color

원생광물 [原生鑛物] (原生矿物) yuánshēng kuàngwù <初生鉱物> しょせいこうぶつ {鑛産原生} khoáng sản nguyên sinh ◊ primary mineral

원생림 [原生林] (原始森林) yuánshǐ sēnlín <原生林> げんせいりん {原生林} nguyên sinh lâm ◊ primary forests

원소 [元素] (元素) yuánsù <元素> げんそ {元素} nguyên tố ◊ element

원소 [元宵] (元宵) yuánxiāo <元宵> げんしょう {元宵} Nguyên Tiêu ◊ Lantern Festival

원소분석 [元素分析] (元素分析) yuánsù fēnxī <元素分析> げんそぶんせき {分析元素} phân tích nguyên tố ◊ elementary analysis

원소조성 [元素組成] (元素组成) yuánsù zǔchéng <元素組成> げんそそせい {成份元素} thành phần nguyên tố ◊ elementary composition

원수 [元首] (元首) yuánshǒu <元首> げんしゅ {元首} nguyên thủ ◊ head of state

원수 [元帥] (元帅) yuánshuài <元帥> げんすい {元帥} nguyên súy ◊ marshal

원순모음 [圓脣母音] (圆唇元音) yuán chún yuányīn <円唇母音> えんしんぼいん {元音嚜鷗} nguyên âm môi tròn ◊ round vowel

원숭이 [一] (猴子) hóuzi <猿> さる {狖獝} khỉ ◊ monkey

원시 [原始] (原始) yuánshǐ <原始> げんし {原始} nguyên thủy ◊ raw

원시 [遠視] (远视) yuǎnshì <遠視> えんし {遠視} viễn thị ◊ farsightedness

원시경 [遠視鏡] (远望镜) yuǎnwàngjìng <遠視鏡> えんしきょう {遠視鏡} viễn thị kính ◊ telescopes

원시계약 [原始契約] (原始合同) yuánshǐ hétong <原始契約> げんしけいやく {原契} nguyên khế ◊ original contract

원시적 [遠視的] (远视的) yuǎnshì de <遠視的> えんしてき {遠視} viễn thị ◊ farsighted; hyperopia; hypermetropia

원심 [圓心] (圆心) yuánxīn <円心> えんしん {圓心} viên tâm ◊ circle center

원심력 [遠心力] (远心力) yuǎn xīnlì <遠心力> えんしんりょく {遠心力} viễn tâm lực ◊ centrifugal force

원심여과기 [遠心濾過器] (离心过滤器) líxīn guòlùqì <遠心濾過器> えんしんろかき {部濾離心} bộ lọc ly tâm ◊ centrifugal filter

원안 [原案] (原案) yuán àn <原案> げんあん {原案} nguyên án ◊ original bill; original case

원앙 [鴛鴦] (鸳鸯) yuānyāng <鴛鴦> えんおう {鴛鴦} uyên ương ◊ mandarin duck

원양 [遠洋] (远洋) yuǎnyáng <遠洋> えんよう {遠洋} viễn dương ◊ far ocean

원예 [園藝] (园艺) yuányì <園芸> えんげい {薆夛壜} nghề làm vườn ◊ gardening

원예용품 [園藝用品] (园艺用品) yuányì yòngpǐn <園芸用品> えんげいようひん {椎用夛壜} đồ dùng làm vườn ◊ garden tools

원예장갑 [園藝掌匣] (园艺手套) yuányì shǒutào <園芸用手袋> えんげいようてぶくろ {啊猫夛壜} găng tay làm vườn ◊ gardening gloves

원위치 [原位置] (原位) yuánwèi <原位置> げんいち {原位} nguyên vị ◊ original position

원유 [原由] (原由) yuányóu <原由> げんゆ {原由} nguyên do ◊ reason; cause

원유 [原油] (原油) yuányóu <原油> げんゆ {原油} nguyên du ◊ crude oil

원유분류법 [原油分類法] (原油分类法) yuányóu fēnlèi fǎ <原油分類法> げんゆぶんるいほう {分類油粗} phân loại dầu thô ◊ classification of crude oil

원유생산 [原油生産] (原油生产) yuányóu shēngchǎn <原油生産> げんゆせいさん {産出油粗} sản xuất dầu thô ◊ crude oil production

원인 [原因] (原因) yuányīn <原因> げんいん {原因} nguyên nhân ◊ cause

원일점 [遠日點] (远日点) yuǎn rì diǎn <遠日点> えんじつてん {點睮稇歪一} điểm xa mặt trời nhất ◊ aphelion

원자 [原子] (原子) yuánzǐ <原子> げんし {原子}

nguyên tử ◊ atom

원자가 [原子價] (原子价) yuánzǐ jià <原子価> げんしか {原子價} nguyên tử giá ◊ valence

원자결정 [原子結晶] (原子结晶) yuánzǐ jiéjīng <原子結晶> げんしけっしょう {結晶原子} kết tinh nguyên tử ◊ atomic crystal

원자결합 [原子結合] (原子结合) yuánzǐ jiéhé <原子結合> げんしけつごう {結合原子} kết hợp nguyên tử ◊ atomic binding

원자경제성 [原子經濟性] (原子经济性) yuánzǐ jīngjì xìng <原子經濟性> げんしけいざいせい {性經濟原子} tính kinh tế nguyên tử ◊ atom economy

원자궤도 [原子軌道] (原子轨道) yuánzǐ guǐdào <原子軌道> げんしきどう {軌道原子} quỹ đạo nguyên tử ◊ atomic orbital

원자량 [原子量] (原子量) yuánzǐliàng <原子量> げんしりょう {重量原子} trọng lượng nguyên tử ◊ atom weight

원자력발전소 [原子力發電所] (核电站) hédiànzhàn <原子力発電所> げんしりょくはつでんしょ {妡櫚電核仁} nhà máy điện hạt nhân ◊ nuclear power plant

원자력잠수함 [原子力潛水艦] (核潜艇) hé qiántǐng <原子力潜水艦> げんしりょくせんすいかん {艚泠核仁} tàu ngầm hạt nhân ◊ nuclear-powered submarine

원자로 [原子爐] (核反应堆) héfǎnyìng duī <原子炉> げんしろ {爐反應核仁} lò phản ứng hạt nhân ◊ nuclear reactor

원자론 [原子論] (原子论) yuánzǐ lún <原子論> げんしろん {原子論} nguyên tử luận ◊ atomic theory

원자반경 [原子半徑] (原子半径) yuánzǐ bànjìng <原子半径> げんしはんけい {半徑原子} bán kính nguyên tử ◊ atomic radius

원자반응 [原子反應] (原子反应) yuánzǐ fǎnyìng <原子反応> げんしはんのう {反應原子} phản ứng nguyên tử ◊ atomic reaction

원자방사선 [原子放射線] (原子辐射) yuánzǐ fúshè <原子放射線> げんしほうしゃせん {輻射原子} bức xạ nguyên tử ◊ atomic radiation

원자연료 [原子燃料] (核燃料) héránliào <原子燃料> げんしねんりょう {燃料核仁} nhiên liệu hạt nhân ◊ atomic fuel

원자이론 [原子理論] (原子论) yuánzǐ lún <原子理論> げんしりろん {理說原子} lý thuyết

nguyên tử ◊ atomic theory

원자핵 [原子核] (原子核) yuánzǐhé <原子核> げんしかく {原子核} nguyên tử hạch ◊ nucleus

원자핵구조 [原子核構造] (原子核结构) yuánzǐhé jiégòu <原子核構造> げんしかくこうぞう {構築核仁} cấu trúc hạt nhân ◊ atom nucleus structure

원작 [原作] (原作) yuánzuò <原作> げんさく {原作} gốc ◊ original work

원잠 [原蠶] (原蚕) yuán cán <原蚕> げんさん {蠶胚} tằm sống ◊ original silkworm

원장 [院長] (院长) yuànzhǎng <院長> いんちょう {院長} viện trưởng ◊ dean; rector

원재료 [原材料] (原材料) yuáncáiliào <原材料> はらざいりょう {原材料} nguyên tài liệu ◊ raw materials

원적 [原籍] (原籍) yuánjí <原籍> げんせき {原籍} nguyên tịch ◊ ancestral home

원적 [圓寂] (圆寂) yuánjì <円寂> えんじゃく {圓寂} viên tịch ◊ nirvana; death of the Buddha

원적외선 [遠赤外線] (远红外线) yuǎn hóngwàixiàn <遠赤外線> えんせきがいせん {紅外綫} hồng ngoại xa ◊ far-infrared

원적지 [原籍地] (原籍地) yuánjídì <原籍地> げんせきち {原籍地} nguyên tịch địa ◊ place of origin

원전사고 [原電事故] (核事故) hé shìgù <原電事故> げんでんじこ {災難核仁} tai nạn hạt nhân ◊ nuclear accident

원정 [遠征] (远征) yuǎnzhēng <遠征> えんせい {寫遠征} cuộc viễn chinh ◊ expedition

원정대 [遠征隊] (远征队) yuǎnzhēng duì <遠征隊> えんせいたい {遠征隊} viễn chinh đội ◊ expeditionary team

원조 [元祖] (元祖) yuán zǔ <元祖> がんそ {元祖} nguyên tổ ◊ originator

원조 [援助] (援助) yuánzhù <援助> えんじょ {勸鞖} giúp ◊ aid

원족 [遠足] (远足) yuǎnzú <遠足> えんそく {遠足} viễn túc ◊ hiking

원죄 [冤罪] (冤罪) yuān zuì <冤罪> えんざい {冤罪} oan tội ◊ injustice accusal

원죄 [原罪] (原罪) yuánzuì <原罪> げんざい {原罪} nguyên tội ◊ original sin

원주 [圓周] (圆周) yuánzhōu <円周> えんしゅう {周徑} chu kính ◊ circumference

원주민 [原住民] (原住民) yuánzhùmín <原住民> げんじゅうみん {先住民; 居民頭先} tiên trú dân; cư dân đầu tiên ◊ native people; aboriginal

원지점 [遠地點] (远地点) yuǎndìdiǎn <遠地点> えんちてん {點裣一} điểm xa nhất ◊ apogee

원창 [圓窓] (圆窗) yuán chuāng <丸い窓> まるいまど {軻柼鎖|罊柼輪|闌柼鼬} cửa sổ tròn ◊ round window

원처 [遠處] (远处) yuǎnchù <遥か> はるか {遠處} viễn xứ ◊ far away

원천 [源泉] (源泉) yuánquán <源泉> げんせん {椉源} nguồn ◊ source

원추 [圓錐] (圆锥) yuánzhuī <円錐> えんすい {圓錐} viên chùy ◊ cone

원추나선 [圓錐螺旋] (圆锥线) yuánzhuī xiàn <円錐螺線> えんすいらせん {釧蝁形簸} xoắn ốc hình nón ◊ conical wire

원추면 [圓錐面] (圆锥面) yuánzhuī miàn <円錐面> えんすいめん {圓錐面} viên chùy diện ◊ conical surface

원추형 [圓錐形] (圆锥形) yuánzhuī xíng <円錐形> えんすいけい {圓錐形} viên chùy hình ◊ conical

원추형연기 [圓錐形烟氣] (圆锥形烟气) yuánzhuī xíng yān qì <円錐形烟気> えんすいけいえんき {氣汏形簸} khí thải hình nón ◊ conical smoke

원충 [原蟲] (原虫) yuánchóng <原虫> げんちゅう {原蟲} nguyên trùng ◊ protozoa

원칙 [原則] (原则) yuánzé <原則> げんそく {原則} nguyên tắc ◊ principle

원탁 [圓卓] (圆桌) yuánzhuō <円卓> えんたく {盤輪} bàn tròn ◊ round table

원통 [圓筒] (圆筒) yuántǒng <円筒> えんとう {圓筒} viên đồng ◊ cylinder

원통형 [圓筒形] (圆柱形) yuánzhù xíng <円筒形> えんとうけい {形圓柱} hình viên trụ ◊ cylindrical

원판 [原版] (原版) yuán bǎn <原版> げんぱん {原版} nguyên bản ◊ original version

원폭 [原爆] (原子弹) yuánzǐdàn <原爆> げんばく {鈝原子} bom nguyên tử ◊ atomic bomb

원하는대로 [願하는대로] (顺心) shùnxīn <満足の行く> まんぞくのいく {妥满} thỏa mãn ◊ satisfactory

원하다 [願하다] (愿意) yuànyì <望む> のぞむ {情願} tình nguyện ◊ be willing

원한 [怨恨] (仇恨) chóuhèn <憎しみ> にくしみ {仇恨|雔恨} thù hận ◊ enmity; hatred

원행 [遠行] (远行) yuǎnxíng <遠出> とうで {遠行} viễn hành ◊ travel

원형 [原形] (原形) yuánxíng <原形> げんけい

{原形} nguyên hình ◊ original shape; prototype

원형 [圓形] (圆形) yuánxíng <円形> えんけい {圓形} viên hình ◊ rotundity

원형초지 [原形草地] (原生草地) yuánshēng cǎodì <原形草地> げんけいくさち {峒鈷本地} đồng cỏ bản địa ◊ primary rangeland

원형톱 [原形톱] (圆锯) yuán jū <丸鋸> まるのこ {鐶輪} cưa tròn ◊ circular saw

원호 [圓弧] (圆弧) yuánhú <円弧> えんこ {圓弧} viên hồ ◊ circular arc

원활 [圓滑] (顺畅) shùnchàng <円滑> えんかつ {順利} thuận lợi ◊ undisturbed; smooth

원훈 [元勳] (元勋) yuánxūn <元勳> げんくん {元勳} nguyên huân ◊ man of great merit

원흉 [元兇] (元凶) yuánxiōng <元凶> げんきょう {元兇} nguyên hung ◊ culprit

월 [月] (月份) yuèfèn <月> がつ {胸肚} tháng ◊ moon

월간 [月刊] (月刊) yuèkān <月刊> げっかん {月刊} nguyệt san ◊ monthly magazine

월경 [月經] (月经) yuèjīng <月経> げっけい {經月} kinh nguyệt ◊ menstruation

월계 [月桂] (月桂) yuè guì <月桂> げっけい {月桂} nguyệt quế ◊ bay laurel

월계 [月季] (月季) yuèjì <仏桑花> ぶっそうげ {月季} nguyệt quý ◊ Chinese rose

월계관 [月桂冠] (桂冠) guìguān <栄冠> えいかん {瑃月桂} vòng nguyệt quế ◊ laurels

월계수 [月桂樹] (月桂树) yuèguìshù <月桂樹> げっけいじゅ {月桂樹} nguyệt quế thụ ◊ laurel tree

월광 [月光] (月光) yuèguāng <月光> げっこう {月光} nguyệt quang ◊ moonlight

월궁 [月宮] (月宫) yuègōng <月宮> げっきゅう {月宮} nguyệt cung ◊ Moon palace

월권 [越權] (越权) yuèquán <越権> えっけん {越權} việt quyền ◊ ultra vires; excess of power; excess of authority

월금 [月琴] (月琴) yuèqín <月琴> げっきん {月琴} nguyệt cầm ◊ moon harp

월급 [月給] (月薪) yuèxīn <月給> げっきゅう {糧胸} lương tháng ◊ monthly salary

월남 [越南] (越南) yuènán <越南> えつなん {越南} Việt Nam ◊ Vietnam

월동 [越冬] (越冬) yuèdōng <越冬> えっとう {蟄冬|暴冬} mùa đông ◊ wintering

월락 [月落] (月落) yuè luò <落月> らくげつ {月落} nguyệt lạc ◊ moonset

월리 [月利] (月息) yuè xī <月利> げつり {月息} nguyệt tức ◊ interest per month

월말 [月末] (月末) yuèmò <月末> げつまつ {月末} nguyệt mạt ◊ end of a month

월보 [月報] (月报) yuèbào <月報> げっぽう {月報} nguyệt báo ◊ monthly newspaper

월봉 [月俸] (月俸) yuèfèng <月俸> げっぽう {月俸} nguyệt bổng ◊ monthly salary

월식 [月蝕] (月食) yuèshí <月食> げっしょく {月蝕} nguyệt thực ◊ lunar eclipse

월아 [月牙] (月牙) yuèyá <月牙> げつが {眉月} mi nguyệt ◊ crescent

월야 [月夜] (月夜) yuèyè <月夜> つきよ {映朕} ánh trăng ◊ moonlight

월요일 [月曜日] (星期一) xīngqīyī <月曜日> げつようび {次亡} thứ Hai ◊ Monday

월지표 [月指標] (月指数) yuè zhǐshù <月指標> がつしひょう {指數行胸} chi số hàng tháng ◊ monthly index

월초 [月初] (月初) yuèchū <月初> げっしょ {頭胸} đầu tháng ◊ beginning of month

월토 [月兔] (月兔) yuè tù <つきのうさぎ> 月の兎 {月兔} nguyệt thỏ ◊ Moon rabbit

월평균 [月平均] (月平均) yuè píngjūn <月平均> つきへいきん {中平行胸} trung bình hàng tháng ◊ monthly average

월형 [月形] (月形) yuè xíng <月形> つきがた {月形} nguyệt hình ◊ Moon shape

웹사이트 [Website] (网站) wǎngzhàn <ウェブサイト> Website {站網} trạm mạng ◊ Website

위 [胃] (胃) wèi <胃> い {騰胞} bụng dạ ◊ stomach

위경련 [胃痙攣] (胃痉挛) wèi jìngluán <胃痙攣> いけいれん {胃痙攣} vị kinh luyến ◊ stomach cramps

위관 [胃管] (胃管) wèiguǎn <胃管> いかん {膵胞酵} ống dạ dày ◊ ventricular canal; stomach tube; nasogastric tube e

위권 [威權] (威权) wēiquán <威権> いけん {威權} uy quyền ◊ authority

위궤양 [胃潰瘍] (胃溃疡) wèi kuìyáng <胃潰瘍> いかいよう {胃潰瘍} vị hội dương ◊ gastric ulcer

위급 [危急] (危急) wēijí <危急> ききゅう {危急} nguy cấp ◊ critical

위기 [危機] (危机) wēijī <危機> きき {恐慌} khủng hoảng ◊ crisis

위기 [圍棋] (围棋) wéiqí <囲碁> いご {棋圍} cờ vây ◊ weichi; go

위난 [危難] (危难) wēinàn <危難> きなん {危難} nguy nạn ◊ distress

위대 [偉大] (伟大) wěidà <偉大> いだい {偉大} vĩ đại ◊ great

위도 [緯度] (纬度) wěidù <緯度> いど {緯度} vĩ độ ◊ latitude

위독 [危篤] (病危) bìngwēi <危篤> きとく {病𨋤} bệnh nặng ◊ critically ill

위력 [威力] (威力) wēilì <威力> いりょく {威力} uy lực ◊ power

위령 [違令] (违令) wéilìng <違令> いれい {違命} vi mạng ◊ violation of orders; disobey orders

위로 [慰勞] (慰劳) wèiláo <慰労> いろう {慰勞} ủy lao ◊ visit and bring gifts to someone in recognition of one's merits

위명 [威名] (威名) wēimíng <威名> いめい {威名} uy danh ◊ renown

위무 [威武] (威武) wēiwǔ <威武> いぶ {威武} uy võ ◊ mighty; authority and force

위문품 [慰問品] (慰问品) wèiwèn pǐn <慰問品> いもんひん {慰問品} ủy vấn phẩm ◊ comfort article

위미 [萎靡] (萎靡) wěimǐ <萎靡> いび {萎靡} ủy mỵ ◊ malaise; decline; low spirits

위반 [違反] (违反) wéifǎn <違反> いはん {違反} vi phản ◊ violate

위배 [違背] (违背) wéibèi <違背> いはい {違背} vi bội ◊ violate; be contrary to

위범 [違犯] (违犯) wéifàn <違犯> いはん {違犯} vi phạm ◊ violate; offend against

위법 [違法] (违法) wéifǎ <違法> いほう {違法} vi pháp ◊ illegal

위벽 [胃壁] (胃壁) wèi bì <胃壁> いへき {胃壁} vị bích ◊ stomach wall

위병 [衛兵] (卫兵) wèibīng <衛兵> えいへい {衛兵} vệ binh ◊ guardsman

위사 [胃瀉] (胃泻) wèixiè <胃下痢> いげり {消泏脆䐕} tiêu chảy dạ dày ◊ gastric diarrhea

위사 [衛士] (卫士) wèishì <衛士> えじ {衛士} vệ sĩ ◊ escort; bodyguard

위산 [胃酸] (胃酸) wèisuān <胃酸> いさん {胃酸} vị toan ◊ gastric acid

위산과다증 [胃酸過多症] (胃酸过多症) wèisuān guòduō zhēng <胃酸過多症> いさんかたしょう {病過多胃液} bệng quá da vị dịch ◊ hyperacidity

위생 [衛生] (卫生) wèishēng <衛生> えいせい {衛生} vệ sinh ◊ hygiene

위생감독 [衛生監督] (卫生监督) wèishēng jiāndū <衛生監督> えいせいかんとく {監察飭劾} giám sát sức khỏe ◊ sanitary supervision; health supervisor

위생검사 [衛生檢查] (卫生检查) wèishēng jiǎnchá <衛生検査> えいせいけんさ {檢查衛生} kiểm tra vệ sinh ◊ sanitary inspection

위생도기 [衛生陶器] (卫生陶器) wèishēng táoqì <衛生陶器> えいせいとうき {椥墶衛生|椥磸衛生} đồ gốm vệ sinh ◊ sanitary ware

위생분석 [衛生分析] (卫生分析) wèishēng fēnxī <衛生分析> えいせいぶんせき {分析衛生} phân tích vệ sinh ◊ sanitary analysis

위생조사 [衛生調查] (卫生调查) wèishēng diàochá <衛生調查> えいせいちょうさ {考察飭劾} khảo sát sức khỏe ◊ sanitary survey

위생지표 [衛生指標] (卫生指标) wèishēng zhǐbiāo <衛生指標> えいせいしひょう {指數飭劾} chỉ số sức khỏe ◊ health indicator

위생표준 [衛生標準] (卫生标准) wèishēng biāozhǔn <衛生標準> えいせいひょうじゅん {標準衛生} tiêu chuẩn vệ sinh ◊ health standards

위생학 [衛生學] (卫生学) wèishēng xué <衛生学> えいせいがく {衛生學} vệ sinh học ◊ hygienic science

위선 [僞善] (伪善) wěishàn <偽善> ぎぜん {僞善} ngụy thiện ◊ hypocrisy

위선 [緯線] (纬线) wěixiàn <緯線> いせん {緯線} vĩ tuyến ◊ latitude; parallel

위선자 [僞善者] (伪君子) wěijūnzǐ <偽善者> ぎぜんしゃ {僞君子} ngụy quân tử ◊ hypocrite

위성 [衛星] (卫星) wèixīng <人工衛星> じんこうえいせい {衛星} vệ tinh ◊ satellite

위성국 [衛星國] (卫星国) wèixīng guó <衛星国> えいせいこく {衛星國} vệ tinh quốc ◊ satellite states

위성도시 [衛星都市] (卫星城镇) wèixīngchéng zhèn <衛星都市> えいせいとし {市鎮衛星} thị trấn vệ tinh ◊ satellite town

위성안테나 [衛星 antenna] (卫星天线) wèixīng tiānxiàn <衛星アンテナ> えいせい antenna {唈銑衛星} ăng ten vệ tinh ◊ satellite dish

위성텔레비전 [衛星 television] (卫视) wèishì <衛星テレビ> えいせい television {傳形衛星} truyền hình vệ tinh ◊ satellite TV

위세 [威勢] (威势) wēishì <威勢> いせい {威勢}
uy thế ◊ might

위신 [威信] (威信) wēixìn <威信> いしん {威信}
uy tín ◊ prestige

위안부 [慰安婦] (慰安妇) wèi'ānfù <慰安婦> い
あんふ {慰安婦} ủy an phụ ◊ comfort woman

위암 [胃癌] (胃癌) wèi'ái <胃癌> いがん {胃癌}
vị nham ◊ gastric cancer

위액 [胃液] (胃液) wèiyè <胃液> いえき {胃液}
vị dịch ◊ gastric liquid

위약 [違約] (违约) wéiyuē <違約> いやく {違約}
vi ước ◊ breach of contract

위약 [胃藥] (胃药) wèi yào <胃薬> いぐすり {胃
藥} vị dược ◊ stomach medication

위엄 [威嚴] (威严) wēiyán <威厳> いげん {威嚴}
uy nghiêm ◊ majesty

위업 [偉業] (伟业) wěiyè <偉業> いぎょう {偉
業} vĩ nghiệp ◊ great cause

위염 [胃炎] (胃炎) wèiyán <胃炎> いえん {胃炎}
vị viêm ◊ gastritis

위원 [委員] (委员) wěiyuán <委員> いいん {委
員} ủy viên ◊ commissioner

위원회 [委員會] (委员会) wěiyuánhuì <委員会>
いいんかい {委班} ủy ban ◊ committee;
commission

위인 [偉人] (伟人) wěirén <偉人> いじん {卧偉
大} người vĩ đại ◊ great person; eminent figure

위임 [委任] (委任) wěirèn <委任> いにん {委任}
ủy nhậm ◊ appoint

위장 [僞裝] (伪装) wěizhuāng <偽裝> ぎそう {偽
裝} ngụy trang ◊ disguise

위장 [胃腸] (胃肠) wèi cháng <胃腸> いちょう
{胃腸} vị trường ◊ gastrointestinal

위장병 [胃腸病] (肠胃病) cháng wèi bìng <胃腸病>
いちょうびょう {胃腸病} vị trường bệnh ◊
gastroenterology

위장염 [胃腸炎] (肠胃炎) cháng wèi yán <胃腸炎>
いちょうえん {胃腸炎} vị trường viêm ◊
gastroenteritis

위정자 [爲政者] (为政者) wéi zhèng zhě <為政者>
いせいしゃ {卧爲政} người vy chính ◊ politician

위조 [僞造] (伪造) wěizào <偽造> ぎぞう {偽造}
ngụy tạo ◊ forge

위증 [僞證] (伪证) wěizhèng <偽証> ぎしょう
{偽證} ngụy chứng ◊ perjury

위찰 [僞札] (假钞) jiǎchāo <偽札> にせさつ {錢
假} tiền giả ◊ counterfeit banknotes

위축 [萎縮] (萎缩) wěisuō <萎縮> いしゅく
{收弛} thu nhỏ ◊ shrink

위층 [위層] (楼房上层) lóufáng shàngcéng <階上>
かいじょう {蓮樓} trên lầu ◊ upstairs

위치 [位置] (位置) wèizhi <位置> いち {位置} vị
trí ◊ location

위치에너지 [位置 energy] (势能) shìnéng <位置
エネルギー> いち energy {勢能} thế năng ◊
potential energy

위탁 [委託] (委托) wěituō <委託> いたく {委託}
ủy thác ◊ entrust

위탁보관 [委託保管] (委托保管) wěituō bǎoguǎn
<預託> よたく {留寄} lưu ký ◊ depository

위태 [危殆] (危殆) wēidài <危殆> きたい {危險}
nguy hiểm ◊ danger; distress; jeopardy

위태롭다 [危殆롭다] (危殆) wēi dài <危殆> きた
い {危險} nguy hiểm ◊ danger; jeopardy; distress

위통 [胃痛] (胃痛) wèitòng <胃痛> いつう {疠脆
臂} đau dạ dày ◊ stomach pain

위파 [委派] (委派) wěipài <委任> いにん {委派}
ủy phái ◊ delegate; assignment; be accredited

위패 [位牌] (牌位) páiwèi <位牌> いはい {牌位}
bài vị ◊ tablet

위풍 [威風] (威风) wēifēng <威風> いふう {威風}
uy phong ◊ awe-inspiring; prestige; dignity

위풍당당 [威風堂堂] (威风凛凛) wēifēng lǐn lǐn <
威風堂々> いふうどうどう {威風凜冽} uy
phong lẫm liệt ◊ awe-inspiring

위하다 [爲하다] (为了) wèile <為めに> ために
{爲} vì ◊ in order to

위해 [危害] (危害) wēihài <危害> きがい {危害}
nguy hại ◊ harm

위해물 [危害物] (有害物质) yǒuhài wùzhì <危害
物> きがいぶつ {危害物} nguy hại vật ◊
hazards

위해특성 [危害特性] (风险特性) fēngxiǎn tèxìng
<危害特性> きがいとくせい {特性懾怖} đặc
tính rủi ro ◊ risk characterization

위헌 [違憲] (违宪) wéixiàn <違憲> いけん {違憲}
vi hiến ◊ counter constitutional

위험 [危險] (危险) wēixiǎn <危險> きけん {危險}
nguy hiểm ◊ danger; dangerous

위험물 [危險物] (危险物) wēixiǎn wù <危險物>
きけんぶつ {椴危險} đồ nguy hiểm ◊ dangerous
articles

위험성 [危險性] (危险性) wēixiǎn xìng <危険性>
きけんせい {性危險} tính nguy hiểm ◊ fatalness

위험특성 [危險特性] (危险特性) wēixiǎn tèxìng <危險特性> きけんとくせい {特點危險} đặc điểm nguy hiểm ◊ hazardous specific property

위험폐기물 [危險廢棄物] (危险废弃物) wēixiǎn fèiqì wù <危険廃棄物> きけんはいきぶつ {質汰危害} chất thải nguy hại ◊ dangerous waste; hazardous waste

위협 [威脅] (威胁) wēixié <威嚇> いかく {呧嚕} đe dọa ◊ threat

윗방 [윗房] (主房) zhǔfáng <母屋> おもや {房正} phòng chính ◊ central room of a house

윙크 [wink] (眨眼) zhǎyǎn <瞬き> まばたき {眤眴瞷} nháy ◊ wink

유가 [儒家] (儒家) rújiā <儒家> じゅか {趴蹺道孔} người theo đạo Khổng ◊ Confucianist

유감 [遺憾] (遗憾) yíhàn <遺憾> いかん {悔恨} hối hận ◊ regretful

유감 [有感] (有感) yǒu gǎn <有感> ゆうかん {感認} cảm nhận ◊ perceptible

유감지대 [有感地帶] (有感地带) yǒu gǎn dìdài <有感地帶> ゆうかんちたい {堛墲感認} đất đai cảm nhận ◊ perceptible zone

유감지진 [有感地震] (有感地震) yǒu gǎn dìdài <有感地震> ゆうかんじしん {動堛感認} động đất cảm nhận ◊ perceptible earthquake

유감천만 [遺憾千萬] (遗憾万千) yíhàn wàn qiān <遺憾千万> いかんせんばん {遺憾千萬} di hám thiên vạn ◊ an extreme pity

유거 [幽居] (幽居) yōu jū <幽居> ゆうきょ {幽居} u cư ◊ secluded residence

유격대 [遊擊隊] (游击队) yóujīduì <遊擊隊> ゆうげきたい {遊擊隊} du kích đội ◊ guerilla

유격전 [遊擊戰] (游击战) yóujīzhàn <遊擊戰> ゆうげきせん {遊擊戰} du kích chiến ◊ guerrilla warfare

유고 [遺稿] (遗稿) yígǎo <遺稿> いこう {遺稿} di cảo ◊ posthumous manuscripts

유고 [油膏] (油膏) yóugāo <軟膏> なんこう {油膏} dầu cao ◊ ointment

유곡 [幽谷] (幽谷) yōugǔ <幽谷> ゆうこく {幽谷} u cốc ◊ glen

유골 [遺骨] (骨灰) gǔhuī <遺灰> いはい {靫骨} tro cốt ◊ cremated remains

유괴 [誘拐] (诱拐) yòuguǎi <誘拐> ゆうかい {誘拐} dụ quải ◊ abduct

유교 [儒敎] (儒教) rújiào <儒教> じゅきょう {儒教} đạo Khổng ◊ Confucianism

유구 [悠久] (悠久) yōujiǔ <悠久> ゆうきゅう {悠久} du cửu ◊ long

유기 [遺棄] (遗弃) yíqì <遺棄> いき {捕粿} bỏ rơi ◊ abandonment

유기 [有機] (有机) yǒujī <有機> ゆうき {有機} hữu cơ ◊ organic

유기공정 [有機工程] (有机加工) yǒujī jiāgōng <有機工程> ゆうきこうてい {製變有機} chế biến hữu cơ ◊ organic process

유기금속 [有機金屬] (有机金属) yǒujī jīnshǔ <有機金属> ゆうききんぞく {金類有機} kim loại hữu cơ ◊ organometallic; organometallics

유기농업 [有機農業] (有机农业) yǒujī nóngyè <有機農業> ゆうきのうぎょう {農業有機} nông nghiệp hữu cơ ◊ organic agriculture

유기물 [有機物] (有机物) yǒujīwù <有機物> ゆうきぶつ {有機物} hữu cơ vật ◊ organic matter

유기쓰레기 [有機쓰레기] (有机垃圾) yǒujī lājī <有機塵> ゆうきごみ {蕆有機} rác hữu cơ ◊ organic waste

유기암 [有機巖] (有机岩) yǒujī yán <有機岩> ゆうきがん {有機巖} hữu cơ nham ◊ organic rocks

유기액 [有機液] (有机液体) yǒujī yètǐ <有機液> ゆうきえき {質湃有機} chất lỏng hữu cơ ◊ organic liquid

유기음 [有氣音] (送气音) sòngqì yīn <有気音> ゆうきおん {有氣音} hữu khí âm ◊ aspirate; aspirated consonant

유기제품 [有機製品] (有机产品) yǒujī chǎnpǐn <有機製品> ゆうきせいひん {産品有機} sản phẩm hữu cơ ◊ organic production

유기폐수 [有機廢水] (有机废水) yǒujī fèishuǐ <有機廃水> ゆうきはいすい {渃汰有機} nước thải hữu cơ ◊ organic waste water

유기화합물 [有機化合物] (有机化合物) yǒujī huàhéwù <有機化合物> ゆうきかごうぶつ {合質有機} hợp chất hữu cơ ◊ organic compounds

유년 [幼年] (幼年) yòunián <幼年> ようねん {幼年} ấu niên ◊ infancy

유년기 [幼年期] (幼年期) yòunián qī <幼年期> ようねんき {幼年期} ấu niên kỳ ◊ infancy period

유뇨증 [遺尿症] (遗尿症) yíniào zhēng <遺尿症> いにょうしょう {遺尿症} di niệu chứng ◊ enuresis

유능하다 [有能하다] (能干) nénggàn <敏腕> びんわん {鼇} giỏi ◊ ability; capable

유니크 [unique] (独特的) dútè de <独特> どくと

く {獨到} độc đáo ◊ uniqueness

유당 [乳糖] (乳糖) rǔtáng <乳糖> にゅうとう {乳糖} nhũ đường ◊ lactose

유도 [柔道] (柔道) róudào <柔道> じゅうどう {柔道} nhu đạo ◊ judo

유도 [誘導] (诱发) yòufā <誘導> ゆうどう {搋器} gây ra ◊ induced

유도복 [柔道服] (柔道服) róudào fú <柔道着> じゅうどうぎ {裝服柔道} trang phục nhu đạo ◊ judo uniform

유독 [唯獨|惟獨] (唯独) wéi dú <唯> ただ {祇} chi ◊ only

유독 [有毒] (有毒) yǒudú <有毒> ゆうどく {有毒} hữu độc ◊ poisonous

유독기체 [有毒氣體] (有毒气体) yǒudú qìtǐ <有毒気体> ゆうどくきたい {氣毒} khí độc ◊ noxious gas

유독물질 [有毒物質] (有毒物质) yǒudú wùzhì <有毒物質> ゆうどくぶっしつ {質毒} chất độc ◊ toxic substance

유독식물 [有毒植物] (有毒植物) yǒudú zhíwù <有毒植物> ゆうどくしょくぶつ {核毒} cây độc ◊ toxic plant

유동 [流動] (流动) liúdòng <流動> りゅうどう {流動} lưu động ◊ flowing

유동성 [流動性] (流动性) liúdòngxìng <流動性> りゅうどうせい {性流動} tính lưu động ◊ liquidity

유동점 [流動點] (流动点) liúdòng diǎn <流動点> りゅうどうてん {點流量} điểm lưu lượng ◊ pour point

유락원 [遊樂園] (游乐园) yóulèyuán <遊楽園> ゆうらくえん {樂園解智} lạc viên giải trí ◊ amusement park; paradise; fairyland

유람 [遊覽] (游览) yóulǎn <遊覽> ゆうらん {遊覽} du lãm ◊ touring; sightseeing

유람선 [遊覽船] (游览船) yóulǎn chuán <遊覽船> ゆうらんせん {遊覽船} du lãm thuyền ◊ pleasure boat

유람지 [遊覽地] (游览地) yóulǎndì <遊覽地> しょうち {遊覽地} du lãm địa ◊ resort

유랑 [流浪] (流浪) liúlàng <放浪> ほうろう {趣湯} lang thang ◊ wandering

유랑별 [流浪별] (扫帚星) sàozhouxīng <流れ星> ながれぼし {輊崩|暈崩} sao băng ◊ meteor; shooting star; falling star

유랑자 [流浪者] (流浪者) liúlàngzhě <流浪者>

るろうしゃ {臥杉趣湯} người đi lang thang ◊ wanderers; none-homed

유래 [由來] (由来) yóulái <由来> ゆらい {源裕} nguồn gốc ◊ origin

유량 [流量] (流量) liúliàng <流量> りゅうりょう {流量} lưu lượng ◊ flow rate

유량계 [流量計] (流量计) liúliàngjì <流量計> りゅうりょうけい {流量計} lưu lượng kế ◊ flowmeter

유럽 [Europe] (欧洲) ōuzhōu <欧洲; 欧羅巴> おうしゅう; ヨーロッパ {洲歐} Châu Âu ◊ Europe

유럽화 [Europe 化] (欧化) ōu huā <欧化> おうか {歐化} Âu hóa ◊ Europeanization

유력 [遊歷] (游历) yóulì <遊歷> ゆうれき {遊歷} du lịch ◊ tourism

유력 [有力] (有力) yǒulì <有力> ゆうりょく {有力} hữu lực ◊ forceful

유령 [幽靈] (幽灵) yōulíng <幽靈> ゆうれい {幽靈} bóng ma ◊ phantom

유론 [謬論] (谬论) miùlùn <謬論> びゅうろん {謬論} mâu luận ◊ fallacy; mistaken opinion; paralogism

유루 [遺漏] (遗漏) yílòu <遺漏> いろう {遺漏} di lậu ◊ omit

유류 [遺留] (遗留) yíliú <遺留> いりゅう {遺留} di lưu ◊ legacy; left over

유류저장고 [油類貯藏庫] (油库) yóukù <油類貯藏庫> あぶらるいちょぞうこ {舗油} kho dầu ◊ oil depot

유리 [流離] (流离) liúlí <流離> りゅうり {流離} lưu ly ◊ drift away

유리 [有理] (有理) yǒulǐ <有理> ゆうり {有理} hữu lý ◊ reasonable

유리 [有利] (有利) yǒulì <有利> ゆうり {有利} hữu lợi ◊ advantageous

유리 [琉璃] (玻璃) bōli <ガラス> glass {玻璃} pha lê ◊ glass

유리섬유 [琉璃纖維] (玻璃纤维) bōli xiānwéi <琉璃纖維> るりせんい {紅水晶} sợi thủy tinh ◊ glass fiber; fiber glass

유리수 [有理數] (有理数) yǒulǐshù <有理数> ゆうりすう {有理數} hữu lý số ◊ rational number

유리식 [有理式] (有理式) yǒulǐ shì <有理式> ゆうりしき {有理式} hữu lý thức ◊ rational expression

유리온실 [琉璃溫室] (玻璃温室) bōli wēnshì <琉璃温室> るりおんしつ {幻鏡水晶} nhà kính thủy tinh ◊ glass greenhouse

유린 [蹂躪] (蹂躪) róu lìn <蹂躪> じゅうりん {蹂躪} chà đạp ◊ infringement

유망 [流亡] (流亡) liúwáng <流亡> りゅうぼう {流亡} lưu vong ◊ exile

유맹 [流氓] (流氓) liúmáng <流氓> りゅうまん {流氓} lưu manh ◊ rogue

유명 [留名] (留名) liú míng <留名> りゅうめい {留名} lưu danh ◊ leave a name

유명 [乳名] (乳名) rǔmíng <乳名> にゅうめい {乳名} nhũ danh ◊ petname

유명 [有名] (著名) zhùmíng <著名> ちょめい {名啃} danh tiếng ◊ famous

유명무실 [有名無實] (有名无实) yǒumíng wú shí <有名無実> ゆうめいむじつ {有名無實} hữu danh vô thực ◊ famous innocence

유명배우 [有名俳優] (明星) míngxīng <有名俳優> ゆうめいはいゆう {明星} minh tinh ◊ celebrity

유명인사 [有名人士] (大腕儿) dàwànr <ビッグネーム> big name {馤滶啃} tên nổi tiếng ◊ big names

유모 [乳母] (乳母) rǔmǔ <乳母> うば {乳母} nhũ mẫu ◊ wet nurse

유목 [遊牧] (游牧) yóumù <遊牧> ゆうぼく {遊牧} du mục ◊ nomadic

유목민 [遊牧民] (游牧民) yóumù mín <遊牧民> ゆうぼくみん {遊牧民} du mục dân ◊ nomads

유묘 [幼苗] (幼苗) yòumiáo <苗> なえ {核種} cây giống ◊ seedling

유무 [有無] (有无) yǒu wú <有無> うむ {暚或空} có hoặc không ◊ presence or absence

유문암 [流紋巖] (流纹岩) liúwényán <流紋岩> りゅうもんがん {流紋巖} lưu văn nham ◊ rhyolite

유물 [唯物] (唯物) wéi wù <唯物> ゆいぶつ {唯物} vật chất ◊ materialistic

유물 [遺物] (遗物) yíwù <遺物> いぶつ {遺物} di vật ◊ relic

유물론 [唯物論] (唯物论) wéiwùlùn <唯物論> ゆいぶつろん {說唯物} thuyết duy vật ◊ materialism

유미주의 [唯美主義] (唯美主义) wéi měi zhǔyì <唯美主義> ゆいびしゅぎ {主義審美} chủ nghĩa thẩm mỹ ◊ aestheticism

유백색 [乳白色] (乳白色) rǔbáisè <乳白色> にゅうはくしょく {乳白色} nhũ bạch sắc ◊ milky

유별 [類別] (类别) lèibié <類別> るいべつ {類別}

loại biệt ◊ category

유부남 [有婦男] (有妇男) yǒu fù nán <有婦男> ゆうふおとこ {有婦男} hữu phụ nam ◊ married man

유부녀 [有夫女] (有夫女) yǒu fū nǔ <有夫女> ゆうふおんな {有夫女} hữu phu nữ ◊ married woman

유분 [油分] (油分) yóu fēn <油分> ゆぶん {質油} chất dầu ◊ oil content

유사 [類似] (类似) lèisì <類似> るいじ {類似} loại tự ◊ similar

유사 [流沙] (流沙) liúshā <流沙> りゅうさ {流沙} lưu sa ◊ quicksand

유사 [幽思] (幽思) yōu sī <幽思> ゆうしん {幽思} u tư ◊ meditate; ponder; ruminating

유산 [流産] (流产) liúchǎn <流産> りゅうざん {流産} lưu sản ◊ miscarriage

유산 [遺産] (遗产) yíchǎn <遺産> いさん {遺産} di sản ◊ heritage

유산 [有産] (有产) yǒu chǎn <有産> ゆうさん {有産} hữu sản ◊ productive

유산균 [乳酸菌] (乳酸菌) rǔsuānjūn <乳酸菌> にゅうさんきん {乳酸菌} nhũ toan khuẩn ◊ lactic acid bacteria

유상 [遺像] (遗像) yíxiàng <遺像> いぞう {遺像} di tượng ◊ portrait of the deceased

유서 [柳絮] (柳絮) liǔ xù <柳絮> りゅうじょ {柳花} liễu hoa ◊ willow flowers

유서 [遺書] (遗书) yíshū <遺書> いしょ {遺書} di thư ◊ note of a dead

유선 [乳腺] (乳腺) rǔxiàn <乳腺> にゅうせん {乳腺} nhũ tuyến ◊ mammary gland

유선 [郵船] (邮船) yóuchuán <郵船> ゆうせん {郵船} bưu thuyền ◊ post boat; mail liner

유선염 [乳腺炎] (乳腺炎) rǔxiànyán <乳腺炎> にゅうせんえん {炎娺} viêm vú ◊ mastitis

유선형 [流線形] (流线型) liúxiànxíng <流線型> りゅうせんがた {流線型} lưu tuyến hình ◊ streamline

유설 [遊說] (游说) yóushuì <遊説> ゆうぜい {遊說} du thuyết ◊ drum up support; lobbying; trying to persuade other coutries into some alliances

유성 [流星] (流星) liúxīng <流星> りゅうせい {鞋崩|晕崩} sao băng ◊ meteor

유성 [油性] (油性) yóu xìng <油性> ゆせい {油性} du tính ◊ oiliness

유성폐수 [油性廢水] (含油废水) hán yóu fèishuǐ <

油性廃水> ゆせいはいすい {渟汰油} nước thải dầu ◊ oil waste water

유수 [留守] (留守) liúshǒu <留守> るす {留守} lưu thủ ◊ stay

유수 [幽愁] (幽愁) yōu chóu <幽愁> ゆうしゅう {幽愁} u sầu ◊ melancholy

유수 [幽囚] (幽囚) yōu qiú <幽囚> ゆうしゅう {幽囚} u tù ◊ imprisonment; put in jail; keep in captivity

유숙 [留宿] (留宿) liúsù <泊める> とめる {厓佃住} trọ ◊ lodge

유술 [柔術] (柔术) róushù <柔術> じゅうじゅつ {柔術} nhu thuật ◊ jujitsu

유식 [有識] (有识) yǒu shí <有識> ゆうし {皓見識} có kiến thức ◊ insighted

유식자 [有識者] (有识之士) yǒu shí zhī shì <有識者> ゆうしきしゃ {得皓見識} người có kiến thức ◊ a person with breadth of vision

유신 [維新] (维新) wéixīn <維新> いしん {維新} duy tâm ◊ restoration; renewal

유신론 [有神論] (有神论) yǒushénlùn <有神論> ゆうしんろん {有神論} hữu thần luận ◊ theism

유실 [流失] (流失) liúshī <流失> りゅうしつ {流失} lưu thất ◊ loss

유실물 [遺失物] (遗失物) yíshī wù <遺失物> いしつぶつ {遺失物} di thất vật ◊ lost article; lost property

유심 [留心] (留意地) liúyì·de <留心> りゅうしん {留心} lưu tâm ◊ pay attention

유심 [唯心] (唯心) wéi xīn <唯心> ゆいしん {唯心} duy tâm ◊ idealism

유심 [幽深] (幽深) yōushēn <幽深> ゆうしん {幽隱} u ẩn ◊ deepness

유심 [有心] (有心) yǒuxīn <有心> うしん {有心} hữu tâm ◊ intentional

유심론 [唯心論] (唯心论) wéixīnlùn <唯心論> ゆいしんろん {唯心論} duy tâm luận ◊ spiritualism

유아 [乳兒] (乳儿) rǔ'ér <新生児> しんせいじ {祂初生} trẻ sơ sinh ◊ infants; newborn baby

유아 [幽雅] (幽雅) yōuyǎ <幽雅> ゆうが {幽雅} u nhã ◊ elegant

유아 [幼兒] (幼儿) yòu'ér <幼児> ようじ {幼兒} ấu nhi ◊ toddler

유아 [幼芽] (幼芽) yòu yá <幼芽> ようが {幼芽} ấu nha ◊ bud

유아기 [乳兒期] (婴儿期) yīng'érqī <乳児期> にゅうじき {乳兒期} nhũ nhi kỳ ◊ infant childhood

유아독존 [唯我獨尊] (唯我独尊) wéi wǒ dúzūn <唯我独尊> ゆいがどくそん {唯我獨尊} duy ngã độc tôn ◊ self-conceit; self-centeredness; overweening

유아차 [乳兒車] (婴儿车) yīng'ér chē <乳児車> にゅうじしゃ {乳兒車} nhũ nhi xa ◊ baby carriages

유암 [幽暗] (幽暗) yōu'àn <幽暗> ゆうあん {幽暗} u ám ◊ gloominess

유암화명 [柳暗花明] (柳暗花明) liǔ àn huā míng <柳暗花明> りゅうあんかめい {柳暗花明} liễu ám hoa minh ◊ beautiful scenery of spring; natural beauty

유약 [柔弱] (柔弱) róuruò <柔弱> にゅうじゃく {柔弱} nhu nhược ◊ weak

유양 [悠揚] (悠扬) yōuyáng <悠揚> ゆうよう {悠揚} du dương ◊ melodious

유언 [遺言] (遗言) yíyán <遺言> ゆいごん {遺言} di ngôn ◊ precatory words

유언비어 [流言蜚語] (流言蜚语) liúyán fěi yǔ <流言蜚語> りゅうげんひご {流言蜚語} lưu ngôn phi ngữ ◊ gossip

유역 [流域] (流域) liúyù <流域> りゅういき {流域} lưu vực ◊ drainage basin; watershed

유연 [流涎] (流涎) liú xián <流涎> りゅうぜん {沚渟涔} chảy nước bọt ◊ drooling; hypersalivation; sialorrhea

유연 [柔軟] (柔软) róuruǎn <柔軟> じゅうなん {穭膔} mềm ◊ fluffy; soft

유연 [悠然] (悠然) yōurán <悠然> ゆうぜん {怵慣} thoải mái ◊ relaxed

유연 [油煙] (油烟) yóuyān <油煙> ゆえん {槐油} khói dầu ◊ oil smoke

유연 [有緣] (有缘) yǒuyuán <縁有り> えんあり {皓緣尒} có duyên với ◊ have chance with

유연성 [柔軟性] (灵活) línghuó <柔軟> じゅうなん {靈活} linh hoạt ◊ flexible

유영동물 [游泳動物] (水生生物) shuǐ shēng shēngwù <游泳動物> ゆうえいどうぶつ {生物潊澀} sinh vật bơi lội ◊ nekton

유예 [猶豫] (犹豫) yóuyù <猶予> ゆうよ {猶豫} do dự ◊ hesitate

유용 [留用] (留用) liúyòng <留用> りゅうよう {留用} lưu dụng ◊ keep at; continue to employ

유용 [有用] (有用) yǒuyòng <有用> ゆうよう {益用} ích dụng ◊ useful

유우 [乳牛] (乳牛) rǔniú <乳牛> にゅうぎゅう

{乳牛} nhũ ngưu ◊ dairy cattle

유울 [幽鬱] (幽郁) yōu yù <憂鬱> ゆううつ {幽鬱} u uất ◊ depression; melancholy

유원지 [遊園地] (游乐场) yóulèchǎng <遊園地> ゆうえんち {公園解智} công viên giải trí ◊ amusement park

유월 [六月] (六月) liùyuè <六月> ろくがつ {胸芚} tháng Sáu ◊ June

유유자적 [悠悠自適] (悠然自得) yōurán zìdé <悠々> ゆうゆう {舒簡} thư giãn ◊ ease; relax; living a life of leisure with dignity

유의어 [類義語] (类义语) lèi yì yǔ <類義語> るいぎご {類義語} loại nghĩa ngữ ◊ analogous terms

유익 [有益] (有益) yǒuyì <有益> ゆうえき {蹖益} có ích ◊ beneficial

유인원 [類人猿] (类人猿) lèirényuán <類人猿> るいじんさる {猴猏} vượn ◊ anthropoid ape

유일 [唯一] (唯一) wéi yī <唯一> ゆいいつ {唯一} duy nhất ◊ only; sole

유일무이 [唯一無二] (唯一無二) wéi yī wú èr <唯一無二> ゆいいつむに {唯一無二} duy nhất vô nhị ◊ only; sole; unique

유장 [悠長] (悠长) yōucháng <悠長> ゆうちょう {悠長} du trường ◊ long

유재 [留在] (留在) liú zài <停留> ていりゅう {留在} lưu tại ◊ stay in

유저 [遺著] (遗著) yízhù <遺著> いちょ {遺著} di trước ◊ posthumous writings

유적 [遺蹟|遺跡] (遗迹) yíjì <遺跡> いせき {遺跡} di tích ◊ ancient relics; historic monuments

유적 [幽寂] (幽寂) yōujì <幽寂> ゆうじゃく {幽寂} u tịch ◊ secluded and lonely

유적 [油滴] (油滴) yíjì <油滴> いせき {淡油} giọt dầu ◊ oil drop

유적지 [遺跡地] (迹址) yízhǐ <旧跡> きゅうせき {遺跡歷史} di tích lịch sử ◊ famous ruin

유전 [流傳] (流传) liúchuán <流伝> りゅうでん {流傳} lưu truyền ◊ spread

유전 [遺傳] (遗传) yíchuán <遺伝> いでん {遺傳} di truyền ◊ heredity

유전 [油田] (油田) yóutián <油田> ゆでん {鎳油} mỏ dầu ◊ oil field

유전병 [遺傳病] (遗传病) yíchuán bìng <遺伝病> いでんびょう {病遺傳} bệnh di truyền ◊ genetic disorders

유전자원 [遺傳資源] (遗传资源) yíchuán zīyuán <遺伝資源> いでんしげん {材源遺傳} tài nguyên di truyền ◊ hereditary resources

유전학 [遺傳學] (遗传学) yíchuánxué <遺伝学> いでんがく {遺傳學} di truyền học ◊ genetics

유정 [遺精] (遗精) yíjīng <遺精> いせい {遺精} di tinh ◊ spermatorrhea

유정 [幽靜] (幽静) yōujìng <閑静> かんせい {幽靜} u tịnh ◊ secluded; lonely; loneness

유정 [油井] (油井) yóujǐng <油井> ゆせい {硏油|覘油} giếng dầu ◊ oil well

유정 [有情] (有情) yǒuqíng <有情> うじょう {有情} hữu tình ◊ friendship

유정사무 [郵政事務] (邮政事务) yóuzhèng shìwù <郵政事務> ゆうせいじむ {郵務} bưu vụ ◊ postal affairs

유제품 [乳製品] (乳制品) rǔzhìpǐn <乳製品> にゅうせいひん {産品浙|産品液} sản phẩm sữa ◊ dairy products

유조 [留鳥] (留鸟) liúniǎo <留鳥> りゅうちょう {留鳥} lưu điểu ◊ resident birds

유조선 [油槽船] (油轮) yóulún <石油タンカー> せきゆ tanker {軆捆油} tàu chở dầu ◊ oil tanker

유조차 [油槽車] (油罐车) yóu guànchē <油槽車> ゆそうしゃ {車捆油} xe chở dầu ◊ tank trucks

유존 [留存] (留存) liúcún <留存> りゅうぞん {留存} lưu tồn ◊ keep

유즙 [乳汁] (乳汁) rǔzhī <乳汁> にゅうじゅう {乳汁} nhũ trắp ◊ breast milk

유지 [維持] (维持) wéichí <維持> いじ {維持} chịu ◊ sustain

유지 [油脂] (油脂) yóuzhī <油脂> ゆし {油脂} du chi ◊ fat

유지공업 [油脂工業] (油脂工业) yóuzhī gōngyè <油脂産業> ゆしさんぎょう {工業油鵃} công nghiệp dầu mỡ ◊ oil production industry

유창 [流暢] (流畅) liúchàng <流暢> りゅうちょう {流暢} lưu sướng ◊ fluency; fluent

유채 [油彩] (油彩) yóu cǎi <油彩> ゆさい {油彩} du thái ◊ oil color

유체 [流體] (流体) liútǐ <流体> りゅうたい {流體} lưu thể ◊ fluid

유체 [遺體] (遗体) yítǐ <遺体> いたい {遺體} di thể ◊ body of dead person

유체 [幼體] (幼体) yòutǐ <幼体> ようたい {幼體} ấu thể ◊ immature form; young animal

유체압력 [流體壓力] (流体压力) liútǐ yālì <流体圧力> りゅうたいあつりょく {壓率質涃} áp

suất chất lỏng ◊ fluid pressure

유촉 [遺囑] (遗嘱) yízhǔ <遺囑> いしょく {遺囑} di chúc ◊ testament; will

유출구 [誘出口] (引出口) yǐnchū kǒu <誘出口> ゆうでぐち {躕齜} lối ra ◊ outlet

유충 [幼蟲] (幼虫) yòuchóng <幼虫> ようちゅう {幼蟲} ấu trùng ◊ larvae

유층 [油層] (油层) yóu céng <油層> ゆそう {油層} dầu tầng ◊ petroleum reservoir

유치 [幼稚] (幼稚) yòuzhì <幼稚> ようち {幼稚} ấu trĩ ◊ immature

유치원 [幼稚園] (幼儿园) yòu'éryuán <幼稚園> ようちえん {壇雞淹} vườn trẻ em ◊ kindergarten

유쾌 [愉快] (愉快) yúkuài <愉快> ゆかい {藜愳|愶㭐} vui mừng ◊ pleasant

유탄 [榴彈] (榴弹) liúdàn <榴弹> りゅうだん {榴彈} lựu đạn ◊ high-explosive projectile

유턴 [U-turn] (调头) diàotóu <転回|Uターン> てんかい|U-turn {躇術} quay về ◊ U-turn

유통 [流通] (流通) liútōng <流通> りゅうつう {流通} lưu thông ◊ circulate

유파 [流派] (流派) liúpài <流派> りゅうは {流派} lưu phái ◊ school of thought

유학 [留學] (留学) liúxué <留学> りゅうがく {留學} lưu học ◊ study abroad

유학 [儒學] (儒学) rúxué <儒学> じゅがく {儒學} đạo khổng ◊ Confucianism

유학 [遊學] (游学) yóuxué <遊学> ゆうがく {遊學} du học ◊ study in foreign countries

유학생 [留學生] (留学生) liúxuéshēng <留學生> りゅうがくせい {留學生} lưu học sinh ◊ foreign students

유학자 [儒學者] (儒家学者) rújiā xuézhě <儒学者> じゅがくしゃ {馱儒學} người nho học ◊ Confucian scholars

유한 [遺恨] (遗恨) yíhèn <遺恨> いこん {遺恨} di hận ◊ resentment of a dead

유한 [悠閑] (悠闲) yōuxián <悠々> ゆうゆう {優閑} ưu nhàn ◊ carefree; leisurely

유한 [有限] (有限) yǒuxiàn <有限> ゆうげん {有限} hạn chế ◊ limited

유해 [遺骸] (遗骸) yíhái <遺骸> いがい {遺骸} di hài ◊ remains; human remains

유해 [有害] (有害) yǒuhài <有害> ゆうがい {有害} hữu hại ◊ harmful

유해무익 [有害無益] (有害无益) yǒuhài wúyì <有害無益> ゆうがいむえき {有害無益} hữu hại vô ích ◊ more harm than good

유해색소 [有害色素] (有害色素) yǒuhài sèsù <有害色素> ゆうがいしきそ {色素腼害} sắc tố có hại ◊ noxious coloring matter

유행 [流行] (流行) liúxíng <流行> りゅうこう {流行} lưu hành ◊ popular

유행 [遊行] (游行) yóuxíng <遊行> ゆうこう {遊行} du hành ◊ wander; demonstration

유행가 [流行歌] (流行歌) liúxíng gē <流行歌> はやりうた {流行歌} lưu hành ca ◊ pop songs

유행병 [流行病] (流行病) liúxíngbìng <流行病> りゅうこうびょう {病性流} bệnh lưu hành ◊ epidemic

유행성 [流行性] (流行性) liúxíngxìng <流行性> りゅうこうせい {性流行} tính lưu hành ◊ epidemic

유행성감기 [流行性感氣] (流行性感冒) liúxíngxìng gǎnmào <流行性感気> りゅうこうせいかんき {病瘰冷} bệnh cúm lạnh ◊ epidemic cold

유향 [乳香] (乳香) rǔxiāng <乳香> にゅうこう {乳香} nhũ hương ◊ frankincense; mastic

유현 [幽玄] (幽玄) yōu xuán <幽玄> ゆうげん {幽玄} u huyền ◊ mysterious profundity

유혈 [流血] (流血) liúxuè <流血> りゅうけつ {流血} lưu huyết ◊ bleed

유형 [類形] (类型) lèixíng <類型> るいけい {類型} loại hình ◊ type

유형 [有形] (有形) yǒuxíng <有形> ゆうけい {有形} hữu hình ◊ tangible

유혹 [誘惑] (诱惑) yòuhuò <誘惑> ゆうわく {感誘} cám dỗ ◊ within temptation

유혼 [幽魂] (幽魂) yōuhún <幽魂> ゆうこん {幽魂} u hồn ◊ spirits of the dead

유화 [硫化] (硫化) liúhuà <硫化> りゅうか {硫化} lưu hóa ◊ vulcanization

유화 [油畫] (油画) yóuhuà <油絵> あぶらえ {幀髷油} tranh sơn dầu ◊ oil painting

유황 [硫黃] (硫磺) liúhuáng <硫黄> いおう {硫磺} lưu huỳnh ◊ sulfur

유황천 [硫黃泉] (硫磺泉) liúhuáng quán <硫黄泉> いおうせん {硫磺泉} lưu hoàng tuyền ◊ sulfur springs

유효 [乳膠] (乳胶) rǔjiāo <ラテックス> latex {乳漿} nhũ tương ◊ latex

유효 [有效] (有効) yǒuxiào <有効> ゆうこう {效果} hiệu quả ◊ effective

유효거리 [有效距離] (有效范围) yǒuxiào fànwéi <
有效距離> ゆうこうきょり {範圍合例} phạm
vi hợp lệ ◊ effective distance

유효기간 [有效期間] (有效期) yǒuxiàoqī <有效期
間> ゆうこうきかん {䯉䁱限} ngày hết hạn ◊
expiration date

유효농도 [有效濃度] (有效浓度) yǒuxiào nóngdù
<有效濃度> ゆうこうのうど {濃度效果} nồng
độ hiệu quả ◊ effective concentration; EC

유효높이 [有效높이] (有效高度) yǒuxiào gāodù <
有效高さ ゆうこうたかさ {䑶高效果} chiều
cao hiệu quả ◊ effective height

유효숫자 [有效數字] (有效数字) yǒuxiào shùzì <
有效数字> ゆうこうすうじ {㟵數㦼㠿} con số
đáng tin ◊ effective digit

유효압력 [有效壓力] (有效压力) yǒuxiào yālì <有
效壓力> ゆうこうあつりょく {壓力效果} áp
lực hiệu quả ◊ effective pressure

유효이용 [有效利用] (有效利用) yǒuxiào lìyòng <
有效利用> ゆうこうりよう {使用效果} sử
dụng hiệu quả ◊ effective utilization

유효전력 [有效電力] (有效电力) yǒuxiào diànlì <
有效電力> ゆうこうでんりょく {電效果} điện
hiệu quả ◊ active power; effective power

유효평가 [有效評價] (有效评价) yǒuxiào píngjià
<有效評価> ゆうこうひょうか {揜價合例}
đánh giá hợp lệ ◊ effective evaluation

유희 [遊戲] (游戏) yóuxì <遊戲> ゆうぎ {嘻㴽}
trò chơi ◊ game

육각정 [六角亭] (六角亭) liù jué tíng <六角亭>
ろくかくてい {六角亭} lục giác đình ◊
hexagonal pavilion

육각주 [六角柱] (六角柱) liùjiǎozhù <六角柱> ろ
っかくちゅう {六角柱} lục giác trụ ◊ hexagon
prism

육각형 [六角形] (六角形) liùjiǎoxíng <六角形>
ろっかくけい {形㪍鯁} hình sáu cạnh ◊ hexagon

육교 [陸橋] (天桥) tiānqiáo <陸橋> りっきょう
{橋澁} cầu vượt ◊ overpass

육군 [陸軍] (陆军) lùjūn <陸軍> りくぐん {陸軍}
lục quân ◊ army; land forces

육류 [肉類] (肉类) ròulèi <肉類> にくるい {䑏
䖻} thịt ◊ meat

육류요리 [肉類料理] (荤菜) hūncài <肉類料理>
にくるいりょうり {爛唅䄂} nấu ăn thịt ◊ meat
cuisine; meat dishes

육면체 [六面體] (六面体) liùmiàntǐ <六面体> ろ

くめんたい {六面體} lục diện thể ◊ hexahedron

육분의 [六分儀] (六分仪) liùfēnyí <六分儀> ろく
ぶんぎ {六分儀} lục phân nghi ◊ sextant

육상 [陸上] (陆上) lùshàng <陸上> りくじょう
{陸上} lục thượng ◊ on land

육상경기 [陸上競技] (田径) tiánjìng <陸上競技>
りくじょうきょうぎ {各門田徑} các môn điền
kinh ◊ track and field

육서 [六書] (六书) liùshū <六書> りくしょ {六
書} lục thư ◊ six classes of Chinese characters: 상형,
가차, 지사, 회의, 형성, 전주

육성 [育成] (教养) jiàoyǎng <養成> ようせい
{䬸養} nuôi dưỡng ◊ upbringing

육속 [陸續] (陆续) lùxù <陸続> りくぞく {陸續}
lục tục ◊ continuously; in succession; in a row

육식 [肉食] (肉食) ròushí <肉食> にくしょく
{䬸䄂} ăn thịt ◊ carnivorous; meat eating

육식동물 [肉食動物] (肉食动物) ròushí dòngwù <
肉食動物> にくしょくどうぶつ {動物䬸䄂}
động vật ăn thịt ◊ carnivore

육식조 [肉食鳥] (食肉鸟) shí ròu niǎo <肉食鳥>
にくしょくちょう {肉食鳥} nhục thực điểu ◊
carnivorous birds

육아 [育兒] (育儿) yùr <育児> いくじ {瞻瞵祕
㛴|忦瞷雉㛴} chăm sóc trẻ em ◊ childcare

육안 [肉眼] (肉眼) ròuyǎn <肉眼> にくがん {肉
眼} nhục nhãn ◊ unaided eye

육안검사 [肉眼檢查] (肉眼检查) ròuyǎn jiǎnchá <
肉眼檢查> にくがんけんさ {檢查直觀} kiểm
tra trực quan ◊ macrography; visual inspection

육종 [育種] (育种) yùzhǒng <育種> いくしゅ
{育種} dục chủng ◊ breeding

육지 [陸地] (陆地) lùdì <陸地> りくち {陸地}
lục địa ◊ land

육체 [肉體] (肉体) ròutǐ <肉体> にくたい {肉體}
nhục thể ◊ body

육형 [肉刑] (肉刑) ròuxíng <肉刑> にっけい {肉
刑} nhục hình ◊ corporal punishment

윤곽 [輪郭] (轮郭) lún guō <輪郭> りんかく {輪
郭} luân quách ◊ contours

윤년 [閏年] (闰年) rùnnián <閏年> うるうどし
{閏年} nhuận niên ◊ leap year

윤리 [倫理] (伦理) lúnlǐ <倫理> りんり {倫理}
luân lý ◊ ethics

윤번 [輪番] (轮番) lúnfān <輪番> りんばん {輪
番} luân phiên ◊ in turn

윤색 [潤色] (润色) rùnsè <潤色> じゅんしょく

{潤色} nhuận sắc ◊ rhetorical flourishes

윤택 [潤澤] (润泽) rùnzé <潤沢> じゅんたく {潤澤} nhuận trạch ◊ moist; plentiful; affluent

윤필료 [潤筆料] (稿酬) gǎochóu <潤筆料> じゅんぴつりょう {潤筆料} nhuận bút liệu ◊ remuneration

윤허 [允許] (允许) yǔnxǔ <許す> ゆるす {賒瑒朱法} cho phép ◊ allow

윤활유 [潤滑油] (润滑油) rùnhuáyóu <潤滑油> じゅんかつゆ {油噏泟} ầu bôi trơn ◊ lubricant; lubricating oil

율동 [律動] (律动) lǜdòng <律動> りつどう {矆矆} nhịp ◊ rhythm

율사 [律師] (律师) lùshī <律師> りっし {律師} luật sư ◊ lawyer

융기 [隆起] (隆起) lóngqǐ <隆起> りゅうき {隆起} long khởi ◊ protuberance

융모 [絨毛] (绒毛) róngmáo <絨毛> じゅうもう {絨毛} nhung mao ◊ fluff

융비술 [隆鼻術] (隆鼻术) lóng bí shù <隆鼻術> りゅうびじゅつ {隆鼻術} long tỵ thuật ◊ rhinoplasty

융성 [隆盛] (隆盛) lóng shèng <隆盛> りゅうせい {隆盛} long thịnh ◊ flourishing; prosperous

융자 [融資] (融资) róngzī <融資> ゆうし {融資} dung tư ◊ financing

융통 [融通] (融通) róngtōng <融通> ゆうずう {融通} dung thông ◊ versatility; flexibility

융통성 [融通性] (融通性) róngtōng xing <融通性> ゆうずうせい {性融通} tính dung thông ◊ adaptability; accessibility

융해 [融解] (融解) róngjiě <融解> ゆうかい {澈} tan ◊ fusion; melting

융해점 [融解點] (融点) róng diǎn <融解点> ゆうかいてん {融解點} dung giải điểm ◊ melting point

융화 [融和] (融和) rónghé <融和> ゆうわ {融和} dung hòa ◊ harmony; reconciliation

으르렁거리다 [一] (吼) hǒu <咆哮> ほうこう {哮吟} gầm ◊ roar

은거 [隱居] (隐居) yǐnjī <隱居> いんきょ {隱居} ẩn cư ◊ seclusion

은고 [銀庫] (银库) yín kù <銀庫> ぎんこ {銀庫} ngân khố ◊ silver vault

은근 [殷勤] (殷勤) yīnqín <殷勤> いんぎん {殷勤} ân cần ◊ solicitous

은기 [銀器] (银器) yínqì <銀器> ぎんき {銀器} ngân khí ◊ silverware

은닉 [隱匿] (隐匿) yǐnnì <隱匿> いんとく {隱匿} ẩn nặc ◊ conceal

은덕 [恩德] (恩德) ēndé <恩德> おんとく {恩德} ân đức ◊ favor; grace

은막 [銀幕] (银幕) yínmù <銀幕> ぎんまく {銀幕} ngân màn ◊ screen

은메달 [銀 medal] (银牌) yínpái <銀メダル> ぎん medal {徽章鉑} huy chương bạc ◊ silver medal

은몰 [隱沒] (隐没) yǐnmò <隱没> いんぼつ {隱沒} ẩn một ◊ immerge; disappear

은밀 [隱密] (隐密) yǐnmì <隱密> おんみつ {隱密} ẩn mật ◊ secret; secrecy

은박지 [銀箔紙] (银箔纸) yín bó zhǐ <銀箔紙> ぎんぱくし {緜鉑|緜箔} giấy bạc ◊ silver paper

은발 [銀髮] (银发) yínfà <銀髮> ぎんぱつ {銀髮} ngân phát ◊ silver hair

은백색 [銀白色] (银白色) yínbái sè <銀白色> ぎんはくしょく {銀白色} ngân bạch sắc ◊ silvery white

은봉 [銀俸] (奖赏金) jiǎngshǎngjīn <恩給> おんきゅう {恩俸} ân bổng ◊ pension; bonus

은사 [恩賜] (恩赐) ēncì <恩賜> おんし {恩賜} ân tứ ◊ bestow

은사 [恩赦] (恩赦) ēn shè <恩赦> おんしゃ {恩赦} ân xá ◊ amnesty; forgiveness

은사 [恩師] (恩师) ēnshī <恩師> おんし {恩師} ân sư ◊ kind teacher

은사 [隱士] (隐士) yǐnshì <隱士> いんし {隱士} ẩn sĩ ◊ hermit

은애 [恩愛] (恩爱) ēn'ài <恩愛> おんあい {恩愛} ân ái ◊ love; affection

은어 [隱語] (隐语) yǐnyǔ <隱語> いんご {隱語} ẩn ngữ ◊ argot

은원 [恩怨] (恩怨) ēnyuàn <恩怨> おんえん {恩怨} ân oán ◊ resentment

은유 [隱喻] (隐喻) yǐnyù <隱喻> いんゆ {隱喻} ẩn dụ ◊ metaphor

은의 [恩義] (恩义) ēnyì <恩義> おんぎ {恩義} ân nghĩa ◊ grace

은인 [恩人] (恩人) ēnrén <恩人> おんじん {恩人} ân nhân ◊ benefactor

은잔 [銀盞] (银杯) yínbēi <銀杯> ぎんぱい {鑪鉑} cúp bạc ◊ silver cup

은총 [恩寵] (恩宠) ēnchǒng <恩寵> おんちょう {恩寵} ân sủng ◊ imperial favor

은택 [恩澤] (恩泽) ēnzé <恩沢> おんたく {恩澤}

ân trạch ◊ bounties

은퇴 [隱退] (隐退) yǐntuì <退職> たいしょく {俯休} nghỉ hưu ◊ retire

은폐 [隱蔽] (隐蔽) yǐnbì <隱蔽> いんぺい {迭晒|雯揷} che giấu ◊ take cover; conceal

은하 [銀河] (银河) yínhé <銀河> ぎんが {銀河} Ngân Hà ◊ Galaxy

은하수 [銀河水] (银河水) yínhé shuǐ <銀河水> ぎんがすい {天河} Thiên Hà ◊ Milky Way

은행 [銀行] (银行) yínháng <銀行> ぎんこう {銀行} ngân hàng ◊ bank for money

은행 [銀杏] (银杏) yínxìng <銀杏> ぎんなん {銀杏} ngân hạnh ◊ ginkgo

은행가 [銀行家] (银行家) yínhángjiā <銀行家> ぎんこうか {銀行家} ngân hàng gia ◊ banker

은행법 [銀行法] (银行法) yínháng fǎ <銀行法> ぎんこうほう {律銀行} luật ngân hàng ◊ banking law

은행송금 [銀行送金] (银行转账) yínháng zhuǎnzhàng <銀行振込> ぎんこうふりこみ {轉款銀行} chuyển khoản ngân hàng ◊ electronic money transfer

은행수수료 [銀行手數料] (银行费用) yínháng fèiyòng <銀行手数料> ぎんこうてすうりょう {費銀行} phí ngân hàng ◊ bank fee

은행업무 [銀行業務] (银行业务) yínhángyè wù <銀行業務> ぎんこうぎょうむ {經營銀行} kinh doanh gân hàng ◊ banking business

은행장 [銀行長] (银行经理) yínháng jīnglǐ <銀行長> ぎんこうちょう {銀行長} ngân hàng trưởng ◊ bank chief

은형 [隱形] (隐形) yǐnxíng <隱形> おんぎょう {隱形} ẩn hình ◊ invisible

은혜 [恩惠] (恩惠) ēnhuì <恩恵> おんけい {恩惠} ân huệ ◊ favor; favour; blessing

은혼 [銀婚] (银婚) yínhūn <銀婚> ぎんこん {銀婚} ngân hôn ◊ silver wedding

은혼식 [銀婚式] (银婚式) yínhūn shì <銀婚式> ぎんこんしき {銀婚式} ngân hôn thức ◊ silver wedding

은화 [銀貨] (银币) yínbì <銀貨> ぎんか {銅鉑} đồng bạc ◊ silver coin

은화식물 [隱花植物] (隐花植物) yǐn huā zhíwù <隱花植物> いんかしょくぶつ {植物隱花} thực vật ẩn hoa ◊ cryptogamic plants

은회색 [銀灰色] (银灰色) yín huīsè <銀灰色> ぎんかいしょく {銀灰色} ngân hôi sắc ◊ silver gray

음 [陰] (阴) yīn <陰> いん {陰} âm ◊ yin; feminine

음계 [音階] (音阶) yīnjiē <音階> おんかい {音階} âm giai ◊ scale

음극 [陰極] (阴极) yīnjí <陰極> いんきょく {陰極} âm cực ◊ negative electrode

음극관 [陰極管] (阴极管) yīnjí guǎn <陰極管> いんきょくかん {陰極管} âm cực quản ◊ cathode tubes

음극선 [陰極線] (阴极线) yīnjíxiàn <陰極線> いんきょくせん {陰極線} âm cực tuyến ◊ cathode ray

음낭 [陰囊] (阴囊) yīnnáng <陰嚢> いんのう {袮膌|瓢胦|瓢腴} bìu dái ◊ scrotum

음대생 [音大生] (音乐系学生) yīnyuè xì xuésheng <音楽科の学生> おんがくかがくせい {樂生} nhạc sinh ◊ music students

음도 [陰道] (阴道) yīndào <陰道> いんどう {陰道} âm đạo ◊ vagina

음독 [飮毒] (服毒) fúdú <飲毒> いんどく {服毒} phục độc ◊ take poison

음란 [淫亂] (淫乱) yínluàn <淫乱> いんらん {淫亂} dâm loạn ◊ promiscuous

음량 [音量] (音量) yīnliàng <音量> おんりょう {音量} âm lượng ◊ sound volume

음력 [陰曆] (阴历) yīnlì <陰暦> いんれき {陰曆} âm lịch ◊ lunar calendar

음료 [飮料] (饮料) yǐnliào <飲料> いんりょう {飲料} ẩm liệu ◊ drinkage

음료수 [飮料水] (饮料水) yǐnliào shuǐ <飲料水> いんりょうすい {飲料水} ẩm liệu thủy ◊ drinking water

음률 [音律] (音律) yīnlǜ <音律> おんりつ {音律} âm luật ◊ temperament

음모 [陰毛] (阴毛) yīnmáo <陰毛> いんもう {陰毛} âm mao ◊ pubic hair

음모 [陰謀] (阴谋) yīnmóu <陰謀> いんぼう {陰謀} âm mưu ◊ conspiracy

음문 [陰紋] (阴纹) yīn wén <陰紋> かげもん {陰紋} âm văn ◊ shady lines

음부 [音符] (音符) yīnfú <音符> おんぷ {音符} âm phù ◊ musical notes

음부 [陰部] (阴部) yīnbù <陰部> いんぶ {陰部} âm bộ ◊ pussy

음부 [淫婦] (淫妇) yín fù <淫婦> いんぷ {淫婦} dâm phụ ◊ woman of loose morals; whore

음색 [音色] (音色) yīnsè <音色> おんしょく {音色} âm sắc ◊ timbre

음성 [音聲] (声音) shēngyīn <音声> おんせい {音聲} âm thanh ◊ sound; voice

음성 [陰性] (阴性) yīnxìng <陰性> いんせい {陰性} âm tính ◊ feminine

음성학 [音聲學] (语音学) yǔyīnxué <音声学> おんせいがく {音聲學} âm thanh học ◊ phonology

음소 [音素] (音素) yīnsù <音素> おんそ {音素} âm tố ◊ phoneme

음속 [音速] (音速) yīnsù <音速> おんそく {速度音聲} tốc độ âm thanh ◊ sound velocity; sonic velocity

음수 [陰數] (阴数) yīnshù <陰数> おいめ {數陰} số âm ◊ negative; ying number

음수사원 [飲水思源] (饮水思源) yǐnshuǐ sī yuán <飲水思源> いんすいしげん {飲水思源} ẩm thùy tư nguyên ◊ drink water and think about the source

음순 [陰唇] (阴唇) yīnchún <陰唇> いんしん {陰唇} âm thần ◊ labia

음습 [陰濕] (阴湿) yīnshī <陰湿> いんしつ {陰濕} âm thấp ◊ damp

음식 [飲食] (饮食) yǐnshí <飲食> いんしょく {飲食} ẩm thực ◊ diet

음식 [飲食] (食物) shíwù <食べ物> たべもの {吷餤|式唵} thức ăn ◊ food

음식물 [飲食物] (饮食品) yǐnshí pǐn <飲食物> いんしょくぶつ {飲食} ăn kiêng ◊ diet

음신불통 [音信不通] (音信不通) yīnxìn bùtōng <音信不通> おんしんふつう {音信不通} âm tín bất thông ◊ unable to communicate

음악 [音樂] (音乐) yīnyuè <音楽> おんがく {音樂} âm nhạc ◊ music

음악가 [音樂家] (音乐家) yīnyuèjiā <音楽家> おんがくか {樂士} nhạc sĩ ◊ musician

음악극 [音樂劇] (音乐剧) yīnyuè jù <音楽劇> おんがくげき {樂劇} nhạc kịch ◊ musical

음악제 [音樂祭] (音乐节) yīnyuè jiē <音楽祭> おんがくさい {樂會} nhạc hội ◊ music festival

음악학교 [音樂學校] (音乐学校) yīnyuè xuéxiào <音楽学校> おんがくがっこう {場音樂} trường âm nhạc ◊ music school

음악학원 [音樂學院] (音乐学院) yīnyuè xuéyuàn <音楽学院> おんがくがくいん {樂院} nhạc viện ◊ conservatory of music

음악회 [音樂會] (音乐会) yīnyuèhuì <音楽会> おんがくかい {唄和樂} buổi hòa nhạc ◊ concert

음양 [陰陽] (阴阳) yīnyáng <陰陽> いんよう {陰陽} âm dương ◊ yin and yang

음역 [音譯] (音译) yīnyì <音訳> おんやく {翻音} phiên âm ◊ phonetical transliteration

음역 [音域] (音域) yīnyù <音域> おんいき {音域} âm vực ◊ tonraum

음영 [陰影] (阴影) yīnyǐng <陰影> いんえい {霒霻} bóng ◊ shadow

음영 [吟詠] (吟咏) yínyǒng <吟詠> ぎんえい {吟詠} ngâm vịnh ◊ chanting

음욕 [淫慾] (淫欲) yín yù <淫欲> いんよく {淫欲} dâm dục ◊ lust

음용 [音容] (音容) yīnróng <音容> おんよう {音容} âm dung ◊ visage; voice and countenance

음용 [飲用] (饮用) yǐnyòng <飲用> いんよう {飲用} ẩm dụng ◊ drinking

음용수 [飲用水] (饮用水) yǐnyòngshuǐ <飲料水> いんりょうすい {湆嘅} nước uống ◊ drinking water

음운 [音韻] (音韵) yīnyùn <音韻> おんいん {音韻} âm vận ◊ phonological rhyme

음운법칙 [音韻法則] (音韵法则) yīnyùn fǎzé <音韻法則> おんいんほうそく {規則音韻} quy tắc âm vận ◊ phonology rules

음운변화 [音韻變化] (音韵变化) yīnyùn biànhuà <音韻変化> おんいんへんか {變拑音韻} biến đổi âm vận ◊ phonological changes

음운체계 [音韻體系] (语音体系) yǔyīn tǐxì <音韻系> おんいんけい {系統音聲} hệ thống âm thanh ◊ phonological system

음운학 [音韻學] (音韵学) yīnyùnxué <音韻学> おんいんがく {音韻學} âm vận học ◊ phonology

음울 [陰鬱] (阴郁) yīnyù <陰鬱> いんうつ {陰鬱} âm uất ◊ gloomy

음장 [音長] (音长) yīncháng <音長> おんちょう {音長} âm trường ◊ sound length

음전 [陰電] (阴电) yīn diàn <陰電> いんでん {陰電} âm điện ◊ negative electricity

음전극 [陰電極] (阴电极) yīn diànjí <陰電極> いんでんきょく {陰電極} âm điện cực ◊ negative electrode

음전압 [陰電壓] (阴电压) yīn diànyā <陰電極壓> いんでんあつ {陰電壓} âm điện áp ◊ negative voltage

음전자 [陰電子] (阴电子) yīn diànzǐ <陰電子> いんでんし {陰電子} âm điện tử ◊ negatron

음전하 [陰電荷] (阴电荷) yīn diànhé <陰電荷> いんでんか {陰電荷} âm điện hà ◊ negative charge

음절 [音節] (音节) yīnjié <音節> おんせつ {音節} âm tiết ◊ syllable

음정 [音程] (音程) yīnchéng <音程> おんてい {音程} âm trình ◊ interval

음조 [音調] (音调) yīndiào <音調> おんちょう {音調} âm điệu ◊ tone

음주 [飲酒] (饮酒) yǐnjiǔ <飲酒> いんしゅ {旺醋|咺醋} uống rượu ◊ drinking alcohol

음질 [音質] (音质) yīnzhì <音質> おんしつ {音質} âm chất ◊ quality

음탕 [淫蕩] (淫荡) yíndàng <淫蕩> いんとう {淫蕩} dâm đãng ◊ lewd

음파 [音波] (音波) yīnbō <音波> おんぱ {音波} âm ba ◊ sound wave

음평 [陰平] (阴平) yīnpíng <陰平> いんへい {陰平} âm bình ◊ high level tone; 1st tone of Standard Chinese; *yinping*

음표 [音標] (音标) yīnbiāo <音標> おんぴょう {音標} âm tiêu ◊ phonetic symbol

음향 [音響] (音响) yīnxiǎng <音響> おんきょう {音響} âm hưởng ◊ audio; acoustics

음향학 [音響學] (音响学) yīnxiǎng xué <音響学> おんきょうがく {音響學} âm hưởng học ◊ acoustics

음향효과 [音響效果] (音响效果) yīnxiǎng xiàoguǒ <音響效果> おんきょうこうか {效應音聲} hiệu ứng âm thanh ◊ acoustic effect

음험 [陰險] (阴险) yīnxiǎn <陰險> いんけん {陰險} âm hiểm ◊ insidious

음호 [陰戶] (阴户) yīnhù <陰戶> いんこ {陰戶} âm hộ ◊ vagina; vulva

음훈 [音訓] (音训) yīn xùn <音訓> おんくん {音訓} âm huấn ◊ pronunciation and paraphrase

읍소 [泣訴] (泣诉) qì sù <泣訴> きゅうそ {泣訴} khấp tố ◊ imploring with tears in one's eyes

응견 [鷹犬] (鹰犬) yīngquǎn <鷹犬> たかいぬ {鷹犬} ưng khuyển ◊ lackey

응결 [凝結] (凝结) níngjié <凝結> ぎょうけつ {凝結} ngưng kết ◊ condense

응결기 [凝結器] (冷凝器) lěng níng qì <凝結器> ぎょうけつき {凝結器} ngưng kết khí ◊ condenser

응결시간 [凝結時間] (凝固时间) nínggù shíjiān <凝結時間> ぎょうけつじかん {時間凍畤} thời gian đông đặc ◊ time of set

응고 [凝固] (凝固) nínggù <凝固> ぎょうこ {凝固} ngưng cố ◊ congeal

응고성 [凝固性] (凝固性) nínggù xìng <凝り性> こりしょう {度暊} độ cứng ◊ solidity

응급서비스 [應急 service] (紧急服务) jǐnjí fúwù <緊急サービス> きんきゅう service {役務緊急} dịch vụ khẩn cấp ◊ emergency services

응급실 [應急室] (急诊室) jízhěnshì <緊急治療室> きんきゅうちりょうしつ {房急救} phòng cấp cứu ◊ emergency room

응급처치 [應急處置] (应急施救) yìngjí shī jiù <应急处置> おうきゅうしょち {揪救緊急} sơ cứu khẩn cấp ◊ first aid

응급처치키트 [應急處置 kit] (急救箱) jíjiùxiāng <救急箱> きゅうきゅうばこ {部用具揪救} bộ dụng cụ sơ cứu ◊ first aid box

응급치료 [應急治療] (急救) jíjiù <応急治療> おうきゅうちりょう {急救} cấp cứu ◊ first aid

응답 [應答] (应答) yìngdá <応答> おうとう {應答} ứng đáp ◊ response; answer

응답시간 [應答時間] (响应时间) xiǎngyìng shíjiān <応答時間> おうとうじかん {時間答應} thời gian đáp ứng ◊ answering time

응대 [應對] (应对) yìngduì <応対> おうたい {應對} ứng đối ◊ cope

응력 [應力] (应力) yìnglì <応力> おうりょく {應力} ứng lực ◊ stress; corresponding force

응모 [應募] (应募) yìng mù <応募> おうぼ {應募} ứng mộ ◊ application

응변 [應變] (应变) yìngbiàn <応变> おうへん {應變} ứng biến ◊ strain; meet an emergency; straining

응수 [应酬] (应酬) yìngchou <応酬> おうしゅう {應酬} ứng thù ◊ engagement; social interaction

응시 [凝視] (凝视) níngshì <凝視> ぎょうし {凝視} ngưng thị ◊ stare

응시 [應試] (应试) yìngshì <応試> おうし {應試} ứng thí ◊ take an exam

응시자 [應試者] (应试人) yìngshì rén <応試者> おうししゃ {應員} ứng viên ◊ examinee

응용 [應用] (应用) yìngyòng <応用> おうよう {應用} ứng dụng ◊ apply

응용생태학 [應用生態學] (应用生态学) yìngyòng shēngtàixué <应用生態学> おうようせいたいがく {生態學應用} sinh thái học ứng dụng ◊ applied ecology

응용지리학 [應用地理學] (应用地理学) yìngyòng dìlǐxué <応用地理学> おうようちりが

〈 {地理應用} địa lý ứng dụng ◊ applied geography

응용화학 [應用化學] (应用化学) yìngyòng huàxué <応用化学> おうようかがく {化學應用} hóa học ứng dụng ◊ applied chemistry

응원 [應援] (应援) yìng yuán <応援する> おうえんする {互助} hỗ trợ ◊ support

응원단 [應援團] (啦啦队) lā lā duì <応援団> おうえんだん {應援團} ứng viện đoàn ◊ reinforcement corps

응전 [應戰] (应战) yìngzhàn <応戦> おうせん {應戰} ứng chiến ◊ answer a challenge

응접 [應接] (应接) yìngjiē <応接> おうせつ {應接} ứng tiếp ◊ reception

응접실 [應接室] (接待处) jiēdài chǔ <応接室> おうせつしつ {房扽挼} phòng đón nhận ◊ reception

응집 [凝集] (凝集) níngjí <凝集> ぎょうしゅう {凝集} ngưng tập ◊ agglutination

응집력 [凝集力] (凝聚力) níngjùlì <凝集力> ぎょうしゅうりょく {凝集力} ngưng tụ lực ◊ cohesion

응하다 [應하다] (答应) dāying <承諾する> しょうだくする {喏許} hứa ◊ promise

응험 [應驗] (应验) yingyàn <受験> おうけん {應驗} ứng nghiệm ◊ come true

응회암 [凝灰巖] (凝灰岩) níng huīyán <凝灰岩> ぎょうかいがん {凝灰巖} ngưng hôi nham ◊ tuff

의거 [義擧] (义举) yì jǔ <義挙> ぎきょ {義擧} nghĩa cử ◊ acts of charity

의견 [意見] (意见) yìjiàn <意見> いけん {意見} ý kiến ◊ opinion

의견서 [意見書] (意见书) yìjiàn shū <意見書> いけんしょ {意見書} ý kiến thư ◊ suggestion submissions

의결 [議決] (议决) yìjué <議決> ぎけつ {議決} nghị quyết ◊ resolution

의과 [醫科] (医科) yīkē <医科> いか {醫科} y khoa ◊ medical department

의군 [義軍] (义军) yìjūn <義軍> ぎぐん {義軍} nghĩa quân ◊ volunteers

의기 [意氣] (意气) yì qì <意気> いき {意氣} ý khí ◊ will and spirits

의기 [義氣] (义气) yìqì <義気> ぎき {義氣} nghĩa khí ◊ chivalry

의기양양 [意氣揚揚] (意气风发) yì qì fēng fā <意気揚々> いきようよう {精神撰挴} tinh thần

hăng hái ◊ triumphant; be in high and vigorous spirits

의난 [疑難] (疑难) yínán <難題> なんだい {疑難} nghi nan ◊ difficult

의념 [意念] (意念) yìniàn <意念> いねん {意念} ý niệm ◊ idea; mind

의도 [醫道] (医道) yīdào <医道> いどう {醫道} y đạo ◊ art of healing

의도 [意圖] (意图) yìtú <意図> いと {意圖} ý đồ ◊ intention

의례 [儀禮] (仪礼) yí lǐ <儀礼> ぎれい {儀禮} nghi lễ ◊ formality

의론 [議論] (议论) yìlùn <議論> ぎろん {議論} nghị luận ◊ argumentative

의뢰 [依賴] (依赖) yīlài <依頼> いらい {依賴} y lại ◊ depend

의료 [醫療] (医疗) yīliáo <医療> いりょう {醫療} y liệu ◊ medical treatment

의료기 [醫療器] (医疗设备) yīliáo shèbèi <医療器> いりょうき {醫療器} y liệu khí ◊ medical devices

의료비 [醫療費] (医疗费) yīliáofèi <医療費> いりょうひ {醫療費} y liệu phí ◊ medical expenses

의료센터 [醫療 center] (医疗中心) yīliáo zhōngxīn <医療センター> いりょう center {中心醫濟} trung tâm y tế ◊ health center

의료폐기물 [醫療廢棄物] (医疗废弃物) yīliáo fèiqì wù <医療廃棄物> いりょうはいきぶつ {質汰醫濟} chất thải y tế ◊ medical wastes

의리 [義理] (义理) yìlǐ <義理> ぎり {義理} nghĩa lý ◊ religious doctrine

의모 [義母] (义母) yìmǔ <義母> ぎぼ {義母} nghĩa mẫu ◊ stepmother

의무 [醫務] (医务) yīwù <医務> いむ {醫務} y vụ ◊ medical affair

의무 [義務] (义务) yìwù <義務> ぎむ {義務} nghĩa vụ ◊ obligation

의문 [疑問] (疑问) yíwèn <疑問> ぎもん {疑問} nghi ngờ ◊ doubt

의문대명사 [疑問代名詞] (疑问代词) yíwèn dàicí <疑問代名詞> ぎもんだいめいし {代詞疑問} đại từ nghi vấn ◊ interrogative pronoun

의문문 [疑問文] (疑问句) yíwènjù <疑問文> ぎもんぶん {疑問文} nghi vấn văn ◊ interrogative text

의문부호 [疑問符號] (问号) wènhào <疑問符> ぎもんふ {晒觖嗨} dấu chấm hỏi ◊ question mark

의미 [意味] (意味) yìwèi <意味> いみ {意義} ý

nghĩa ◊ meaning

의미변화 [意味變化] (含义变化) hányì biànhuà <意味変化> いみへんか {識髒語義} thay đổi ngữ nghĩa ◊ semantic change

의미심장 [意味深長] (意味深长) yìwèi shēncháng <意味深長> いみしんちょう {意味深長} ý vị thâm trường ◊ meaningful

의병 [義兵] (义兵) yì bīng <義兵> ぎへい {義兵} nghĩa binh ◊ volunteers

의복 [衣服] (衣服) yīfu <衣服> いふく {裙襖} quần áo ◊ clothes

의부 [義父] (义父) yifù <義父> ぎふ {義父} nghĩa phụ ◊ foster father; stepfather

의분 [義憤] (义愤) yìfèn <義憤> ぎふん {義憤} nghĩa phẫn ◊ indignation

의사 [醫師] (医师) yīshī <医者> いしゃ {博士} bác sĩ ◊ doctor

의사 [意思] (意思) yìsi <意思> いし {意義} ý nghĩa ◊ meaning

의사 [義士] (义士) yìshì <義士> ぎし {義士} nghĩa sĩ ◊ high-minded person

의사 [議士] (议士) yì shì <議士> ぎし {議士} nghị sĩ ◊ councillor

의사 [議事] (议事) yìshì <議事> ぎじ {議事} nghị sự ◊ discuss official business

의사일정 [議事日程] (议程) yìchéng <議事日程> ぎじにってい {議程} nghị trình ◊ agenda

의상 [衣裳] (衣裳) yīshang <衣裳> いしょう {衣裳} y thường ◊ clothes

의석 [議席] (议席) yixí <議席> ぎせき {議席} nghị tịch ◊ parliamentary seats

의성어 [擬聲語] (象声词) xiàngshēngcí <擬声語> ぎせいご {擬聲語} nghĩ thanh ngữ ◊ onomatopoeia

의술 [醫術] (医术) yīshù <医術> いじゅつ {醫術} y thuật ◊ medical treating

의시 [依恃] (依恃) yī shì <依恃> いじ {依恃} ỷ thị ◊ count on; rely on

의식 [儀式] (仪式) yíshì <儀式> ぎしき {儀式} nghi thức ◊ rite; ceremony

의식 [意識] (意识) yìshí <意識> いしき {意識} ý thức ◊ conscious

의식주 [衣食住] (衣食住) yīshí zhù <衣食住> いしょくじゅう {衣食住行} y thực trú hành ◊ basic necessities of life

의심 [疑心] (疑心) yíxīn <疑心> ぎしん {疑心} nghi tâm ◊ smell a rat

의안 [疑案] (疑案) yí'àn <懸案> けんあん {疑案} nghi án ◊ suspicious case

의안 [議案] (议案) yì àn <議案> ぎあん {議案} nghị án ◊ motion; proposal

의약 [醫藥] (医药) yīyào <医薬> いやく {醫藥} y dược ◊ medicine

의약품상자 [醫藥品箱子] (医药箱) yīyào xiāng <医薬品箱> いやくひんばこ {盒藥} hộp thuốc ◊ medicine box

의역 [意譯] (意译) yìyì <意訳> いやく {意譯} ý dịch ◊ paraphrase

의연 [依然] (依然) yīrán <依然> いぜん {依然} y nhiên ◊ still

의연 [毅然] (毅然) yìrán <毅然> きぜん {毅然} nghị nhiên ◊ resolutely

의연금 [義捐金] (捐款) juānkuǎn <義捐金> ぎえんきん {義捐金} nghĩa quyên kim ◊ charity donations

의외 [意外] (意外) yìwài <意外> いがい {意外} ý ngoại ◊ accidentally

의욕 [意慾] (意欲) yì yù <意欲> いよく {意欲} ý dục ◊ intend; wish

의용 [醫用] (医用) yī yòng <医用> いよう {醫用} y dụng ◊ medical usage

의용 [儀容] (仪容) yíróng <儀容> ぎよう {儀容} nghi dung ◊ bearing; manners

의용 [義勇] (义勇) yìyǒng <義勇> ぎゆう {義勇} nghĩa dũng ◊ bravery

의용군 [義勇軍] (义勇军) yìyǒngjūn <義勇軍> ぎゆうぐん {義勇軍} nghĩa dũng quân ◊ volunteer army

의원 [議員] (议员) yìyuán <議員> ぎいん {議員} nghị viên ◊ member of an assembly

의원 [議院] (议院) yìyuàn <議院> ぎいん {議院} nghị viện ◊ parliament

의의 [疑義] (疑义) yíyì <疑義> ぎぎ {疑義} nghi nghĩa ◊ doubtful point

의의 [意義] (意义) yìyì <意義> いぎ {意義} ý nghĩa ◊ significance

의인법 [擬人法] (拟人法) nǐrén fǎ <擬人法> ぎじんほう {人格化} nhân cách hóa ◊ personification

의자 [椅子] (椅子) yǐzi <椅子> いす {杌䓗梮凼㯴} ghế ◊ chair

의장 [衣橱] (衣柜) yīguì <洋服箪笥> ようふくたんす {椢裙襖} tủ quần áo ◊ wardrobe

의장 [衣裝] (衣装) yīzhuāng <衣装> いしょう {衣裝} y trang ◊ clothing

의장 [儀仗] (仪仗) yízhàng <儀仗> ぎじょう {儀仗} nghi trượng ◊ honor guard

의장 [議長] (议长) yìzhǎng <議長> ぎちょう {議長} nghị trưởng ◊ prolocutor; chairman

의장대 [儀仗隊] (仪仗队) yízhàngduì <儀仗隊> ぎじょうたい {儀仗隊} nghi trượng đội ◊ honor guard

의장병 [儀仗兵] (仪仗兵) yízhàng bīng <儀仗兵> ぎじょうへい {儀仗兵} nghi trượng binh ◊ honor guard

의점 [疑點] (疑点) yídiǎn <疑点> ぎてん {疑點} nghi điểm ◊ suspicious points

의정 [議定] (议定) yìdìng <議定> ぎてい {議定} nghị định ◊ agreed; came to an understanding; conclude

의정서 [議定書] (议定书) yìdìngshū <議定書> ぎていしょ {議定書} nghị định thư ◊ protocol

의제 [義弟] (义弟) yì dì <義弟> ぎてい {義弟} nghĩa đệ ◊ brother-in-law

의존 [依存] (依存) yīcún <依存> いぞん {依存} y tồn ◊ dependence

의지 [依持] (依靠) yīkào <賴る> たよる {拵飽|拵飽} dựa vào ◊ rely upon; depend on

의지 [意志] (意志) yìzhì <意志> いし {意志} ý chí ◊ will

의지견고 [意志堅固] (意志坚固) yìzhì jiāngù <意志堅固> いしけんご {意志堅固} ý chí kiên cố ◊ strong determination; strong-willed

의지력 [意志力] (毅力) yìlì <意志力> いしりょく {毅力} nghị lực ◊ will; desire

의지박약 [意志薄弱] (意志薄弱) yìzhì bóruò <意志薄弱> いしはくじゃく {意志薄弱} ý chí bạc nhược ◊ weak-willed

의치 [義齒] (假牙) jiǎyá <義齒> ぎし {齯假} răng giả ◊ artificial tooth

의탁 [依託] (依托) yītuō <依託> いたく {依託} y thác ◊ relying on

의태 [擬態] (拟态) nǐtài <擬態> ぎたい {擬態} nghĩ thái ◊ mimicry

의태 [儀態] (仪态) yítài <振舞> ふるまい {儀態} nghi thái ◊ manner; portance

의태어 [擬態語] (拟态词) nǐtài cí <擬態語> ぎたいご {擬態語} nghĩ thái ngữ ◊ mimics

의하다 [依하다] (根据) gēnjù <依る> よる {遶} theo ◊ according to

의학 [醫學] (医学) yīxué <医学> いがく {醫學} y học ◊ medicine

의학과 [醫學科] (医学系) yīxué xì <医学科> いがくか {醫學科} y học khoa ◊ department of medicine

의학부 [醫學部] (医学院) yīxuéyuàn <医学部> いがくぶ {醫學部} y học bộ ◊ faculty of medicine

의학자 [醫學者] (医学家) yīxuéjiā <医学者> いがくしゃ {馭醫學} người y học ◊ medical practitioners

의향 [意向] (意向) yìxiàng <意向> いこう {意向} ý hướng ◊ intention; tendency; mindset

의협 [義俠] (义侠) yì xiá <義俠> ぎきょう {義俠} nghĩa hiệp ◊ righteous heroes

의형 [義兄] (义兄) yì xiōng <義兄> ぎけい {義兄} nghĩa huynh ◊ elder brother-in-law

의형제 [義兄弟] (把兄弟) bǎxiōngdì <義兄弟> ぎきょうだい {契友} khế hữu ◊ sworn brothers

의혹 [疑惑] (疑惑) yíhuò <疑惑> ぎわく {疑惑} nghi hoặc ◊ doubt

의회 [議會] (议会) yìhuì <議会> ぎかい {議會} nghị hội ◊ parliament

이간 [離間] (离间) líjiàn <離間> りかん {離間} ly gián ◊ cast in a bone between

이곡동공 [異曲同工] (异曲同工) yì qū tóng gōng <異曲同工> いきょくどうこう {異曲同工} dị khúc đồng công ◊ approaches are different, results are excellent; same for all practical purposes

이과 [理科] (理科) lǐkē <理科> りか {理科} lý khoa ◊ science department

이교 [異教] (异教) yìjiào <異教> いきょう {異教} dị giáo ◊ paganism

이구동성 [異口同聲] (异口同声) yì kǒu tóng shēng <異口同音> いくどうおん {異口同聲} dị khẩu đồng thanh ◊ unison

이국 [異國] (异国) yìguó <異国> いこく {異國} dị quốc ◊ other country

이국정조 [異國情調] (异国情调) yìguó qíngdiào <異国情調> いこくじょうちょう {異國情調} dị quốc tình điệu ◊ exoticism; exotic

이기 [離奇] (离奇) líqí <怪異> かいい {離奇} ly kỳ ◊ bizarre

이기 [利己] (利己) lìjǐ <利己> りこ {益己} ích kỷ ◊ for self-interest

이기 [利器] (利器) lìqì <利器> りき {利器} lợi khí ◊ edged tool

이내 [以內] (以内) yǐnèi <以内> いない {以內} dĩ nội ◊ within

이념 [理念] (理念) lǐniàn <理念> りねん {理念}

이 념 lý niệm ◊ idea

이뇨 [利尿] (利尿) lìniào <利尿> りにょう {利小} lợi tiểu ◊ diuretic

이뇨제 [利尿劑] (利尿药) lìniào yào <利尿劑> りにょうざい {藥利小} thuốc lợi tiểu ◊ diuretic

이단사설 [異端邪說] (异端邪说) yìduān xiéshuō <異端邪説> いたんじゃせつ {異端邪說} dị đoan tà thuyết ◊ heretical doctrine

이동 [移動] (移动) yídòng <移動> いどう {移動} di động ◊ move

이동 [異動] (异动) yìdòng <異動> いどう {異動} dị động ◊ change

이두근 [二頭筋] (二头肌) èr tóu jī <二頭筋> にとうすじ {肌二頭} cơ hai đầu ◊ biceps

이등 [二等] (二等) èrděng <二等> にとう {級二} cấp nhị ◊ second level

이등변 [二等邊] (二等边) èrděng biān <二等辺> にとうへん {二等邊} nhị đẳng biên ◊ isosceles

이등병 [二等兵] (二等兵) èrděng bīng <二等兵> にとうへい {兵二} binh nhì ◊ common soldier

이랑간 [이랑間] (垄间) lǒng jiān <畝間> うねま {隴畦} luống cày ◊ furrow

이력 [履歷] (履历) lǚ lì <履歷> りれき {履歷} lý lịch ◊ curriculum vitae

이력서 [履歷書] (履历书) lǚlì shū <履歷書> りれきしょ {疏要履歷} sơ yếu lý lịch ◊ curriculum vitae; resume

이례 [異例] (特例) tèlì <異例> いれい {外例} ngoại lệ ◊ exception

이록 [利祿] (利禄) lìlù <利祿> りろく {利祿} lợi lộc ◊ wealth and position; rank and wealth

이론 [理論] (理论) lǐlùn <理論> りろん {理論} lý luận ◊ theory

이론가 [理論家] (理论家) lǐlùnjiā <理論家> りろんか {理論家} lý luận gia ◊ theorist

이륙 [離陸] (起飞) qǐfēi <離陸> りりく {拮翹} cất cánh ◊ takeoff

이른바 [一] (所谓) suǒwèi <所謂> いわゆる {吗嚕书|吗嚕书} cái gọi là ◊ so-called

이름 [一] (名字) míngzi <名前> なまえ {觘奺銚} tên ◊ name

이마 [一] (额头) étóu <額> ひたい {罷囐頭頭} trán ◊ forehead

이막 [耳膜] (耳膜) ěrmó <鼓膜> こまく {耳膜} nhĩ mạc ◊ eardrum

이메일 [email] (电子邮件) diànzǐ yóujiàn <電子メール> でんし mail {書電子} thư điện tử ◊ email

이명 [耳鳴] (耳鸣) ěrmíng <耳鳴り> みみなり {嘲聰|嘲聰} ù tai ◊ tinnitus

이명 [異名] (异名) yì míng <異名> いみょう {異名} dị danh ◊ heteronyms

이물 [異物] (异物) yìwù <異物> いぶつ {異物} dị vật ◊ foreign object; unusual object

이미 [一] (已经) yǐjīng <既に> すでに {避釘} rồi ◊ already

이미지 [image] (图像) túxiàng <画像> がぞう {形影} hình ảnh ◊ image

이민 [移民] (移民) yímín <移民> いみん {移民} di dân ◊ immigrant

이발관 [理髮館] (理发馆) lǐfàguǎn <理髮館> りはつかん {理髮館} lý phát quán ◊ barber shop

이발사 [理髮師] (理发师) lǐfàshī <理髮師> りはつし {僭捌鼉} thợ cắt tóc ◊ barber

이발소 [理髮所] (理发店) lǐfàdiàn <理髮所> りはつしょ {理髮所} lý phát sở ◊ barbershop

이방인 [異邦人] (异邦人) yìbāng rén <異邦人> いほうにん {異邦人} dị bang nhân ◊ foreigner

이번 [이番] (这次) zhè cì <今回> こんかい {顄坭} lần này ◊ this time

이별 [離別] (离别) líbié <離別> りべつ {離別} ly biệt ◊ parting

이분법 [二分法] (二分法) èr fēn fǎ <二分法> にぶんほう {二分法} nhị phân pháp ◊ dichotomy

이비 [耳鼻] (耳鼻) ěr bí <耳鼻> じび {耳鼻} nhĩ tỵ ◊ ears and nose

이비과 [耳鼻科] (耳鼻科) ěr bí kē <耳鼻科> じびか {科聰肌|科職喕} khoa tai họng ◊ otolaryngology

이비인후과 [耳鼻咽喉科] (耳鼻喉科) ěr bí hóu kē <耳鼻咽喉科> じびいんこうか {科聰鼻肌} khoa tai mũi họng ◊ ears, nose and throat; ENT

이빨 [一] (牙齿) yáchǐ <歯牙> しが {鼇} răng ◊ tooth

이사 [尼寺] (尼寺) ní sì <尼寺> にじ {女修院} nữ tu viện ◊ nunnery

이사 [移徙] (移居) yíjū <転居> てんきょ {移居} di cư ◊ migrate

이사회 [理事會] (董事会) dǒngshìhuì <取締役会> とりしまりやくかい {會同管治} hội đồng quản trị ◊ board of directors

이삭 [一] (穗子) suì zǐ <穂> ほ {籺椶} hạt dẻ ◊ cereal ear

이산 [離散] (离散) lísàn <離散> りさん {離散} ly tán ◊ discrete

이산화탄소 [二酸化炭素] (二氧化碳) èr yǎnghuà tàn <二酸化炭素> にさんかたんそ {炭氣} thán khí ◊ carbon dioxide

이상 [理想] (理想) lǐxiǎng <理想> りそう {理想} lý tưởng ◊ ideality; desirable

이상 [以上] (以上) yǐshàng <以上> いじょう {以上} dĩ thượng ◊ above

이상 [異常] (异常) yìcháng <異常> いじょう {異常} dị thường ◊ abnormal

이상 기상 [異常氣象] (异常天气) yìcháng tiānqì <異常気象> いじょうきしょう {時節不常} thời tiết bất thường ◊ abnormal weather

이상기온 [異常氣溫] (气候异常) qìhòu yìcháng <異常気温> いじょうきおん {氣溫不常} khí ôn bất thường ◊ abnormal temperature

이상기체 [理想氣體] (理想气体) lǐxiǎng qìtǐ <理想気体> りそうきたい {氣理想} khí lý tưởng ◊ perfect gas

이상하다 [異常하다] (异常) yìcháng <変だ> へんだ {異常} dị thường ◊ extraordinary; strange; weird

이상화 [理想化] (理想化) lǐxiǎnghuà <理想化> りそうか {理想化} lý tưởng hóa ◊ idealization

이선 [胰腺] (胰腺) yíxiàn <膵臟> すいぞう {腺膵} tuyến tụy ◊ pancreas

이선암 [胰腺癌] (胰腺癌) yíxiàn ái <膵臟癌> すいぞうがん {癰疽腺膵} ung thư tuyến tụy ◊ pancreatic cancer

이성 [理性] (理性) lǐxìng <理性> りせい {理性} lý tính ◊ reason

이성 [異性] (异性) yìxìng <異性> いせい {異性} dị tính ◊ opposite sex

이수 [離愁] (离愁) líchóu <離愁> りしゅう {離愁} ly sầu ◊ sorrow of parting; distress of separation

이슬 [一] (露水) lùshuǐ <露> つゆ {霜楓} sương ◊ dew

이슬람 [Islam] (伊斯兰) yīsīlán <イスラム> Islam {回教} Hồi giáo ◊ Islam

이슬람교 [Islam 教] (伊斯兰教) yīsīlánjiào <イスラム教> Islam きょう {回教} Hồi giáo ◊ Islamism

이식 [移植] (移植) yízhí <移植> いしょく {移植} di thực ◊ graft

이심 [離心] (离心) líxīn <離心> りしん {離心} ly tâm ◊ centrifugal

이십세 [二十歲] (二十岁) èr shí suì <二十歲> はたち {卄秇藏} hai mươi tuổi ◊ twenty years old

이앙기 [移秧機] (插秧机) chāyāng jī <田植機> たうえき {橇秏穭} máy cấy lúa ◊ rice seedling transplanting machine

이야기 [一] (故事) gùshì <物語> ものがたり {嘑} chuyện ◊ story; tale; narrative

이양 [異樣] (异样) yìyàng <異樣> いよう {異樣} dị dạng ◊ strange

이역 [異域] (异域) yìyù <異域> いいき {異域} dị vực ◊ exotic

이왕 [已往] (已往) yǐwǎng <已往> いおう {已往} dĩ vãng ◊ before; prior to; past

이외 [以外] (除此之外) chú cǐ zhīwài <その上> そのうえ {𣘃蒩裳} hơn thế nữa ◊ furthermore

이외에 [以外에] (此外) cǐwài <その上> そのうえ {𣘃裳|欣牧} hơn nữa ◊ furthermore

이용 [利用] (利用) lìyòng <利用> りよう {利用} lợi dụng ◊ exploit

이용률 [利用率] (利用率) lìyòng lù <利用率> りようりつ {比例使用} tỷ lệ sử dụng ◊ coefficient of utilization

이용효율 [利用效率] (利用效率) lìyòng xiàolǜ <利用効率> りようこうりつ {效果使用} hiệu quả sử dụng ◊ exploitation efficiency

이웃 [一] (邻居) línū <隣> となり {行啻賧} hàng xóm gần ◊ neighborhood

이원 [二元] (二元) èryuán <二元> にげん {二元} nhị nguyên ◊ duality

이원론 [二元論] (二元论) èryuánlùn <二元論> にげんろん {二元論} nhị nguyên luận ◊ dualism

이월 [二月] (二月) èryuè <二月> にがつ {胸㐌} tháng Hai ◊ February

이유 [理由] (理由) lǐyóu <理由> りゆう {理由} lý do ◊ reason

이유기 [離乳期] (断奶期) duànnǎi qī <離乳期> りにゅうき {離乳期} ly nhũ kỳ ◊ weaning

이윤 [利潤] (利润) lìrùn <利潤> りじゅん {利潤} lợi nhuận ◊ profit

이윤추구 [利潤追求] (求利润) qiú lìrùn <利潤追求> りじゅんついきゅう {務利} vụ lợi ◊ seeking profit

이의 [異議] (异议) yìyì <異議> いぎ {異議} dị nghị ◊ dissidence; objection

이익 [利益] (利益) lìyì <利益> りえき {利益} lợi ích ◊ benefit

이익분석 [利益分析] (利益分析) lìyì fēnxī <利益分析> りえきぶんせき {分析利益} phân tích lợi ích ◊ benefit analysis

이인분 [二人份] (两份) liǎng fèn <二人分> ふたりぶん {仏份} hai phần ◊ two portions

이임 [離任] (离任) lírèn <離任> りにん {離任} ly nhậm ◊ leaving post

이자 [利子] (利息) lìxī <利息> りそく {錢裀} tiền lãi ◊ interest

이재민 [罹災民] (灾民) zāimín <罹災民> りさいみん {災民} tai dân ◊ victims

이전 [移轉] (移转) yízhuǎn <移転> いてん {移轉} chuyển ◊ transfer

이전 [以前] (以前) yǐqián <昔> むかし {齤哶|齹低} trước đây ◊ before

이점 [利點] (好处) hǎochù <利点> りてん {利勢} lợi thế ◊ advantage

이정 [里程] (里程) lǐchéng <里程> りてい {里程} lý trình ◊ mileage

이족 [異族] (异族) yìzú <異族> いぞく {異族} dị tộc ◊ alien

이종 [異種] (异种) yì zhǒng <異種> いしゅ {異種} dị chùng ◊ xenogeny

이주 [移住] (迁徙) qiānxǐ <移動> いどう {移居} di cư ◊ migration

이주 [移駐] (移驻) yí zhù <移駐> いちゅう {移駐} di trú ◊ relocation

이중모음 [二重母音] (双元音) shuāng yuányīn <二重母音> にじゅうぼいん {元音璡} nguyên âm đôi ◊ diphthong

이중언어 [二重言語] (双语) shuāng yǔ <二箇国語> にかこくご {雙語} song ngữ ◊ bilingual

이중주 [二重奏] (二重奏) èr chóngzòu <二重奏> にじゅうそう {二重奏} nhị trùng tấu ◊ melody duet

이중창 [二重唱] (二重唱) èrchóngchàng <二重唱> にじゅうしょう {雙歌} song ca ◊ duet

이지 [理智] (理智) lǐzhì <理智> りち {理智} lý trí ◊ reason

이직 [離職] (离职) lízhí <離職> りしょく {離職} ly chức ◊ dimission

이직 [移職] (跳槽) tiàocáo <転職する> てんしょくする {距徎} nhảy việc ◊ job hopping

이질 [痢疾] (痢疾) lìjí <赤痢> せきり {病痢} bệnh lị ◊ diarrhea; dysentery

이체 [異體] (异体) yìtǐ <異体> いたい {異體} dị thể ◊ variant

이층버스 [二層 bus] (双层巴士) shuāngcéng bāshì <二階建てバス> にかいだて bus {車轞仏層} xe buýt hai tầng ◊ double-decker bus

이치 [理致] (道理) dàoli <理屈> りくつ {理由} lý do ◊ reason

이타 [利他] (利他) lìtā <利他> りた {爲他} vị tha ◊ for others; altruistic

이하 [以下] (以下) yǐxià <以下> いか {以下} dĩ hạ ◊ following

이학 [理學] (理学) lǐxué <理学> りがく {理學} lý học ◊ technical science

이학년 [二學年] (二年级) èr niánjí <二学年> にがくねん {二學年} nhị học niên ◊ second grade

이학부 [理學部] (理学院) lǐxué yuàn <理学部> りがくぶ {理學部} lý học bộ ◊ faculty of science

이합기 [離合器] (离合器) líhéqì <クラッチ> clutch {離合} ly hợp ◊ clutch

이해 [理解] (理解) lǐjiě <理解> りかい {理解} lý giải ◊ comprehend; understand

이해 [利害] (利害) lìhài <利害> りがい {利害} lợi hại ◊ advantages and disadvantages

이해능력 [理解能力] (理解能力) lǐjiě nénglì <理解能力> りかいのうりょく {知力} tri lực ◊ comprehension ability

이해득실 [利害得失] (得失) déshī <損益> そんえき {鞛耜跌} được và mất ◊ gain and loss

이행 [履行] (履行) lǚxíng <履行> りこう {履行} lý hành ◊ fulfill

이향 [離鄉] (离乡) lí xiāng <離鄉> りきょう {離鄉} ly hương ◊ leaving hometown

이호 [二胡] (二胡) èrhú <二胡> にこ {二胡} nhị hồ ◊ *erhu*, two-stringed Chinese fiddle; *urheen*; **urhien**

이혼 [離婚] (离婚) líhūn <離婚> りこん {離婚} ly hôn ◊ divorce

이화 [梨花] (梨花) lí huā <梨花> りか {梨花} lê hoa ◊ pear blossom

이화 [理化] (理化) lǐhuà <理化> りか {理化} lý hóa ◊ physicochemical

이화 [異化] (异化) yìhuà <異化> いか {異化} dị hóa ◊ dissimilation

이후 [以後] (以后) yǐhòu <以後> いご {鐖姍} sau đó ◊ later; thereafter

익다 [一] (成熟) chéngshú <熟す> じゅくす {成熟} thành thục ◊ ripe

익명 [匿名] (匿名) nìmíng <匿名> とくめい {匿名} nặc danh ◊ anonymity

익모초 [益母草] (益母草) yì mǔ cǎo <益母草> やくもそう {鞊益母} cỏ ích mẫu ◊ leonurus

익사 [溺死] (溺死) nìsǐ <溺死> できし {濤蕴|霑

殍} dìm chết ◇ drowning

익살 [一] (诙谐) huīxié <滑稽> こっけい {恬嗔} buồn cười ◇ funny

익살극 [익살劇] (闹剧) nàojù <茶番劇> ちゃばんげき {略諧} trò hề ◇ farce

익숙 [一] (熟悉) shúxī <熟知> じゅくち {鶲姍} giỏi biết ◇ be familiar with

익애 [溺愛] (溺爱) nì'ài <溺愛> できあい {溺愛} nịch ái ◇ cosset; spoil

익우 [益友] (益友) yìyǒu <益友> えきゆう {益友} ích hữu ◇ helpful friend

익월 [翌月] (下个月) xià gè yuè <来月> らいげつ {胸蹄} tháng tới ◇ next month

익일 [翌日] (第二天) dì'èrtiān <明くる日> あくるひ {舺聶蘱} ngày hôm sau ◇ next day

익주 [翌週] (下个星期) xià gè xīngqī <来週> らいしゅう {旬蹄} tuần tới ◇ next week

익충 [益蟲] (益虫) yìchóng <益虫> えきちゅう {益蟲} ích trùng ◇ beneficial insects

인간 [人間] (人间) rénjiān <人間> にんげん {人間} nhân gian ◇ human; world

인간건강 [人間健康] (人类健康) rénlèi jiànkāng <人間健康> にんげんけんこう {飭劫琨趴} sức khỏe con người ◇ human health

인간답다 [人間답다] (有人性) yǒurén xìng <人間らしさ> にんげんらしさ {髄人性} có nhân tính ◇ humanness

인간학 [人間學] (人类学) rénlèixué <人間学> にんげんがく {人間學} nhân gian học ◇ anthropology

인감 [印鑑] (印鉴) yìnjiàn <印鑑> いんかん {印鑑} ấn giám ◇ seal

인거 [鄰居] (邻居) línjū <隣人> となり {鄰旁} lân bàng ◇ neighboring

인건비 [人件費] (人工费) réngōng fèi <人件費> じんけんひ {支費人工} chi phí nhân công ◇ labor cost

인걸 [人傑] (人杰) rénjié <人傑> じんけつ {人傑} nhân kiệt ◇ talent

인격 [人格] (人格) réngé <人格> じんかく {人格} nhân cách ◇ personality

인격화 [人格化] (人格化) réngéhuà <人格化> じんかくか {人格化} nhân cách hóa ◇ personification

인계 [引繼] (移交) yíjiāo <手渡す> てわたす {轉交} chuyển giao ◇ hand over

인공 [人工] (人造) rénzào <人工> じんこう {人

造} nhân tạo ◇ artificial

인공기후 [人工氣候] (人造气候) rénzào qìhòu <人工気候> じんこうきこう {氣候人造} khí hậu nhân tạo ◇ artificial climate

인공림 [人工林] (人工林) réngōng lín <人工林> じんこうりん {人工林} nhân công lâm ◇ plantation

인공지능 [人工智能] (人工智能) réngōng zhìnéng <人工知能> じんこうちのう {智慧人工} trí tuệ nhân công ◇ artificial intelligence

인공폐 [人工肺] (人造肺) rénzào fèi <人工肺> じんこうはい {肺人造} phổi nhân tạo ◇ artificial lungs

인공해수 [人工海水] (人工海水) réngōng hǎishuǐ <人工海水> じんこうかいすい {渚渡人造} nước biển nhân tạo ◇ artificial sea water

인공호수 [人工湖水] (人工湖) réngōng hú <人工湖水> じんこうこすい {湖人造} hồ nhân tạo ◇ man-made lake; artificial lake

인과 [因果] (因果) yīnguǒ <因果> いんが {因果} nhân quả ◇ cause and effect

인과보응 [因果報應] (因果报应) yīnguǒ bàoyìng <因果応報> いんがおうほう {業報} nghiệp báo ◇ karma retribution

인광 [燐光] (磷光) línguāng <燐光> りんこう {磷光} lân quang ◇ phosphorescence

인구 [人口] (人口) rénkǒu <人口> じんこう {人數} dân số ◇ population

인구밀도 [人口密度] (人口密度) rénkǒu mìdù <人口密度> じんこうみつど {密度民數} mật độ dân số ◇ population density

인구수 [人口數] (人口数) rénkǒu shǔ <人口数> じんこうすう {民數} dân số ◇ number of people

인구어 [印歐語] (印欧语) yìn ōuyǔ <印欧語> いんおうご {印歐語} Ấn Âu Ngữ ◇ Indo-European Language

인구어족 [印歐語族] (印欧语族) yìn ōuyǔ zú <印歐語族> いんおうごぞく {印歐語族} Ấn Âu Ngữ Tộc ◇ family of Indo-European Language

인구조사 [人口調查] (人口普查) rénkǒu pǔchá <人口調查> じんこうちょうさ {調查民數} điều tra dân số ◇ population census; census

인국 [鄰國] (邻国) línguó <隣国> りんこく {鄰國} lân quốc ◇ neighbor country

인군 [人群] (人群) rénqún <人群> ひとむれ {人群} nhân quần ◇ crowd

인권 [人權] (人权) rénquán <人権> じんけん {人

權} nhân quyền ◊ human rights

인기 [人氣] (人气) rén qì <人気> にんき {人氣} nhân khí ◊ popularity

인내 [忍耐] (忍耐) rěnnài <忍耐> にんたい {忍耐} chịu đựng ◊ endure

인내성 [忍耐性] (忍耐性) rěnnàixìng <忍耐性> にんたいせい {性忍耐} tính nhẫn nại ◊ patience

인내심 [忍耐心] (耐心) nàixīn <忍耐心> にんたいしん {悉堅忍} lòng kiên nhẫn ◊ perseverance

인덕 [人德] (人德) rén dé <人德> じんとく {人德} nhân đức ◊ natural virtue; personal virtu

인덕 [仁德] (仁德) réndé <仁德> にんとく {仁德} nhân đức ◊ benevolence

인도 [人道] (人道) réndào <人道> じんどう {人道} nhân đạo ◊ humanity

인도 [引導] (引导) yǐndǎo <導く> みちびく {向引} hướng dẫn ◊ guide; lead; conduct

인도 [引渡] (引渡) yǐndù <引渡> ひきわたし {引渡} dẫn độ ◊ extradite; extradition

인도주의 [人道主義] (人道主义) réndào zhǔyì <人道主義> じんどうしゅぎ {主義人道} chủ nghĩa nhân đạo ◊ humanitarianism

인동간격 [隣棟間隔] (建筑间距) jiànzhù jiān jù <隣棟間隔> となりむねかんかく {曠隔座宀} khoảng cách tòa nhà ◊ pitch of building

인두 [咽頭] (咽头) yàn tóu <咽頭> いんとう {肌喉} họng ◊ pharynx

인두세 [人頭稅] (人头税) réntóushuì <人頭税> じんとうぜい {稅身|睆身} thuế thân ◊ head tax; poll tax

인력 [人力] (人力) rénlì <人力> じんりき {人力} nhân lực ◊ manpower

인력 [引力] (引力) yǐnlì <引力> いんりょく {引力} dẫn lực ◊ gravitation

인력거 [人力車] (人力车) rénlìchē <人力車> じんりきしゃ {人力車} nhân lực xa ◊ rickshaw

인류 [人類] (人类) rénlèi <人類> じんるい {人類} nhân loại ◊ mankind

인류학 [人類學] (人类学) rénlèixué <人類学> じんるいがく {人類學} nhân loại học ◊ anthropology

인륜 [人倫] (人伦) rén lún <人倫> じんりん {人倫} nhân luân ◊ human relations

인망 [人望] (人望) rén wàng <人望> じんぼう {普遍} phổ biến ◊ popularity; high esteem

인맥 [人脈] (人脉) rén mài <人脈> じんみゃく {人脈} nhân mạch ◊ personal connections

인면수심 [人面獸心] (人面兽心) rén miàn shòu xīn <人面獸心> にんめんじゅうしん {人面獸心} nhân diện thú tâm ◊ beast in human form

인명 [人名] (人名) rénmíng <人名> じんめい {人名} nhân danh ◊ person's name

인명 [人命] (人命) rénmìng <人命> じんめい {性命珉毟} tính mệnh con người ◊ human lives

인명구조 [人命救助] (救生员) jiùshēngyuán <ライフセーバー> lifesaver {人員救護} nhân viên cứu hộ ◊ lifeguard

인문 [人文] (人文) rénwén <人文> じんぶん {人文} nhân văn ◊ humanities

인문경관 [人文景觀] (人文景观) rénwén jǐngguān <人文景觀> じんぶんけいかん {景觀文化} cảnh quan văn hóa ◊ cultural landscape

인문주의 [人文主義] (人文主义) rénwén zhǔyì <人文主義> じんぶんしゅぎ {主義人文} chủ nghĩa nhân văn ◊ humanism

인문학 [人文學] (人文学) rénwén xué <人文学> じんぶんがく {人文學} nhân văn học ◊ humanities

인물 [人物] (人物) rénwù <人物> じんぶつ {人物} nhân vật ◊ figure

인물관계 [人物關係] (人物关系) rénwù guānxi <人物関係> じんぶつかんけい {關係人間} quan hệ nhân gian ◊ character relationships

인민 [人民] (人民) rénmín <人民> じんみん {人民} nhân dân ◊ people

인민폐 [人民幣] (人民币) rénmínbì <人民円> じんみんえん {人民幣} Nhân Dân Tệ ◊ Renminbi

인방 [鄰邦] (邻邦) línbāng <隣国> りんこく {鄰邦} lân bang ◊ neighbors

인병치사 [因病致死] (因病致死) yīn bìng zhǐsǐ <因病致死> いんびょうちし {因病被葬} nhân bệnh bị chết ◊ prescribe medicine for illness

인본 [人本] (人本) rén běn <人本> じんぽん {人本} nhân bản ◊ humanistic; humanity

인본 [印本] (印本) yìnběn <印本> いんぽん {印本} ấn bản ◊ printed book

인부 [人夫] (民夫) mín fū <人夫> にんぷ {民夫} dân phu ◊ laborer; coolie

인사 [鄰舍] (邻舍) línshè <隣舍> りんしゃ {鄰舍} lân xá ◊ neighbor

인사 [人士] (人士) rénshì <人士> じんし {人士} nhân sĩ ◊ public figure

인사 [人事] (人事) rénshì <人事> じんじ {人事} nhân sự ◊ personnel

인사감사 [人事監査] (人事监查) rénshì jiānchá <人事監査> じんじかんさ {監察人事} giám sát nhân sự ◊ personnel audits

인사말 [人事말] (致词) zhìcí <挨拶> あいさつ {啀嘲} lời chào ◊ greeting

인사불성 [人事不省] (不省人事) bù shěng rénshì <人事不省> じんじふせい {不省人事} bất tỉnh nhân sự ◊ unconscious; be in a coma

인사하다 [人事하다] (打招呼) dǎzhāohu <挨拶する> あいさつする {嘲} chào ◊ greet

인산인해 [人山人海] (人山人海) rén shān rénhǎi <大勢の人> おおぜいのひと {乏偌侈歆} một đám đông lớn ◊ a sea of people

인삼 [人蔘] (人参) rénshēn <人参> にんじん {人參} nhân sâm ◊ carrot; ginseng

인삼주 [人蔘酒] (人参白酒) rénshēn báijiǔ <人参白酒> にんじんバイジウ {濫蔘} rượu sâm ◊ ginseng liquor

인삼차 [人參茶] (人参茶) rénshēn chá <人参茶> にんじんちゃ {人參茶} nhân sâm trà ◊ ginseng tea

인상 [引上] (提高) tígāo <引き上げる> ひきあげる {扡高|攡高|龍高} nâng cao ◊ raise

인상 [印象] (印象) yìnxiàng <印象> いんしょう {印象} ấn tượng ◊ impressions

인상파 [印象派] (印象派) yìnxiàngpài <印象派> いんしょうは {印象派} ấn tượng phái ◊ impressionism

인새 [印璽] (印玺) yìnxǐ <印璽> いんじ {印璽} ấn tỷ ◊ imperial seal

인생 [人生] (人生) rénshēng <人生> じんせい {人生} nhân sinh ◊ life

인생길 [人生길] (人生路) rénshēng lù <人生道> じんせいみち {世路} thế lộ ◊ road of life; way of the world

인생무상 [人生無常] (人生无常) rénshēng wúcháng <人生の無常> じんせいのむじょう {寫雅無常} cuộc sống vô thường ◊ unpredictable human life

인성 [人性] (人性) rénxìng <人性> じんせい {人性} nhân tính ◊ human nature

인세 [人世] (人世) rénshì <人世> じんせい {人世} nhân thế ◊ world

인세 [人稅] (人头税) réntóushì <人頭税> にんとうぜい {人稅} nhân thuế ◊ poll tax

인세 [印稅] (版税) bǎnshuì <印税> いんぜい {版權册} bản quyền sách ◊ book royalty

인소 [因素] (因素) yīnsù <要素> ようそ {因素} nhân tố ◊ factor

인솔 [引率] (率领) shuàilǐng <率いる> ひきいる {引頭} dẫn đầu ◊ lead on

인쇄 [印刷] (印刷) yìnshuā <印刷> いんさつ {印刷} ấn loát ◊ printing

인쇄견본 [印刷見本] (打印样本) dǎyìn yàngběn <印刷見本> いんさつみほん {模印} mẫu in ◊ print sample

인쇄본 [印刷本] (打印本) dǎyìn běn <印刷本> いんさつほん {本印} bản in ◊ printing copy

인쇄소 [印刷所] (印刷厂) yìnshuāchǎng <印刷屋> いんさつや {廠印} xưởng in ◊ printshop

인쇄술 [印刷術] (印刷术) yìnshuāshù <印刷術> いんさつじゅつ {術抑槶} thuật in máy ◊ typography

인쇄체 [印刷體] (印刷体) yìnshuātǐ <印刷体> いんさつたい {印刷體} ấn loát thể ◊ typographic

인쇄하다 [印刷하다] (打印) dǎyìn <印刷する> いんさつする {抑} in ◊ print

인수 [人壽] (人寿) rén shòu <人寿> じんじゅ {人壽} nhân thọ ◊ life

인수 [人數] (人数) rénshù <人数> にんずう {人數} nhân số ◊ population

인수 [因數] (因数) yīnshù <因数> いんすう {因數} nhân số ◊ factor

인식 [認識] (认识) rènshi <認識> にんしき {認識} nhận thức ◊ know

인식론 [認識論] (认识论) rènshilùn <認識論> にんしきろん {認識論} nhận thức luận ◊ epistemology

인식제고 [認識提高] (提高认识) tígāo rènshi <認識提高> にんしきひさげだか {扡高認識} nâng cao nhận thức ◊ awareness raising

인심 [人心] (人心) rénxīn <人心> じんしん {人心} nhân tâm ◊ man's heart; popular feeling; the will of the people

인애 [仁愛] (仁爱) rén'ài <仁愛> じんあい {仁愛} nhân ái ◊ kindheartedness

인양장치 [引揚裝置] (起重装置) qǐzhòng zhuāngzhì <引揚装置> ひきあげそうち {設備扡} thiết bị nâng ◊ lifting device; lift rig

인어 [人魚] (人鱼) rényú <人魚> にんぎょ {人魚} nhân ngư ◊ merman

인연 [因緣] (因缘) yīnyuán <因縁> いんねん {因緣} nhân duyên ◊ karma

인욕 [忍辱] (忍辱) rěn rǔ <忍辱> にんにく {忍

辱} nhẫn nhục ◊ forbearance
인용 [引用] (引用) yǐnyòng <引用> いんよう {引用} dẫn dụng ◊ quotation
인원 [人員] (人员) rényuán <人員> じんいん {人員} nhân viên ◊ personnel
인유 [因由] (因由) yīn yóu <因由> いんゆ {因由} nhân do ◊ cause
인의 [仁義] (仁义) rényì <仁義> じんぎ {仁義} nhân nghĩa ◊ righteousness
인자 [仁慈] (仁慈) réncí <仁慈> じんじ {仁慈} nhân từ ◊ benevolence
인자 [仁者] (仁者) rén zhě <仁者> じんしゃ {仁者} nhân giả ◊ benevolent person
인자 [因子] (因子) yīnzǐ <因子> いんし {因子} nhân tử ◊ factor
인자분석 [因數分析] (因素分析) yīnsù fēnxī <因数分析> いんすうぶんせき {分析因素} phân tích nhân tố ◊ factor analysis
인자분석법 [因數分析法] (因子分析法) yīnzǐ fēnxīfǎ <因数分析法> いんすうぶんせきほう {㳒分析因素} phép phân tích nhân tố ◊ factor analysis method
인장 [印章] (印章) yìnzhāng <印章> いんしょう {𫗵印} cái ấn ◊ seal
인재 [人才] (人才) réncái <人才> じんさい {人才} nhân tài ◊ talents
인재 [人材] (人材) réncái <人材> じんざい {人材} nhân tài ◊ capable person
인접 [隣接] (相邻) xiānglín <隣接> りんせつ {掑𣧲顯} kề ◊ adjacent
인접점 [隣接點] (相邻点) xiānglín diǎn <隣接点> となりせってん {點連掑} điểm liền kề ◊ adjacent point
인정 [人情] (人情) rén qíng <人情> にんじょう {人情} nhân tình ◊ social relationship
인정 [仁政] (仁政) rénzhèng <仁政> じんせい {仁政} nhân chính ◊ benevolent
인정 [認定] (认定) rèndìng <認定> にんてい {認定} nhận định ◊ cognizance
인정세태 [人情世態] (人情世态) rén qíng shìtài <人情世態> にんじょうせたい {人情世態} nhân tình thế thái ◊ state of human beings
인조 [人造] (人造) rénzào <人造> じんぞう {人造} nhân tạo ◊ artificial
인족 [姻族] (亲族) qīnzú <姻族> いんぞく {𨉟親} người thân ◊ in-laws
인종학 [人種學] (人种学) rénzhǒng xué <人種学> じんしゅがく {人種學} nhân chủng học ◊ ethnology
인죄 [認罪] (认罪) rènzuì <伏罪> ふくざい {認罪} nhận tội ◊ acknowledgment
인중 [人中] (人中) rénzhōng <人中> じんちゅう {人中} nhân trung ◊ philtrum
인증 [人證] (人证) rénzhèng <人証> じんしょう {人證} nhân chứng ◊ witnesses
인증 [引證] (引证) yǐnzhèng <引証> いんしょう {引證} dẫn chứng ◊ citation
인증 [印證] (印证) yìnzhèng <印証> いんしょう {印證} ấn chứng ◊ confirmed
인지 [認知] (认知) rènzhī <認知> にんち {認知} nhận tri ◊ cognition
인지방식 [認知方式] (认知方式) rènzhī fāngshì <認知方式> にんちほうしき {感識} cảm thức ◊ cognitive style
인지상정 [人之常情] (人之常情) rén zhī chángqíng <人情の常> にんじょうのつね {人之常情} nhân chi thường tình ◊ natural human infection
인지세 [印紙稅] (印税) yìnshuì <印紙税> いんしぜい {稅咲} thuế tem ◊ stamp duty
인지질 [燐脂質] (磷脂) línzhī <燐脂質> いんししつ {磷脂} lân chi ◊ phospholipids
인질 [人質] (人质) rénzhì <人質> ひとじち {𡥵𠲍} con tin ◊ hostage
인척 [姻戚] (亲家) qìngjia <姻戚> いんせき {親家} thân gia ◊ in-laws; relative by marriage
인체 [人體] (人体) réntǐ <人体> じんたい {人體} nhân thể ◊ human body
인체시스템 [人體 system] (人体系统) réntǐ xìtǒng <人体系統> じんたいけいとう {系統機體𡥵𨉟} hệ thống cơ thể con người ◊ body systems
인촌 [鄰村] (邻村) lín cūn <隣村> となりむら {鄰村} lân thôn ◊ neighboring villages
인충 [人種] (人种) rénzhǒng <人種> じんしゅ {人種} nhân chủng ◊ race
인판 [印版] (印版) yìnbǎn <印版> いんばん {印版} ấn bản ◊ printing plates
인품 [人品] (人品) rénpǐn <人品> じんぴん {人品} nhân phẩm ◊ character
인해 [人海] (人海) rénhǎi <人海> じんかい {人海} nhân hải ◊ crowd of people
인해전술 [人海戰術] (人海战术) rénhǎi zhànshù <人海戰術> じんかいせんじゅつ {人海戰術} nhân hải chiến thuật ◊ crowd tactics

인행 [印行] (印行) yìnxíng <印行> いんこう {印行} ấn hành ◊ printed and published

인화 [引火] (引火) yǐnhuǒ <引火> いんか {引火} dẫn hỏa ◊ initiate fire

인화성 [引火性] (引火性) yǐnhuǒxing <引火性> いんかせい {性引火} tính dẫn hỏa ◊ flammability

인후 [仁厚] (仁厚) rénhòu <仁厚> じんこう {仁厚} nhân hậu ◊ benevolence

인후 [咽喉] (咽喉) yānhóu <咽喉> いんこう {嗷肌嚁} họng ◊ throat

인후과 [咽喉科] (喉科) hóu kē <咽喉科> いんこうか {喉科} hầu khoa ◊ laryngology

일 [一] (工作) gōngzuò <仕事> しごと {工作} công tác ◊ job

일간 [日刊] (日刊) rìkān <日刊> にっかん {日刊} nhật san ◊ daily

일거수일동작 [一擧手一動作] (一举一动) yījǔ yī dòng <一举一动> いっきょいちどう {一擧一動} nhất cử nhất động ◊ every movement and every behavior

일거양득 [一擧兩得] (一举两得) yījǔ liǎng dé <一举两得> いっきょりょうとく {一擧兩得} nhất cử lưỡng đắc ◊ kill two birds with one stone

일관 [一貫] (一贯) yīguàn <一貫> いっかん {一貫} nhất quán ◊ consistent

일관성 [一貫性] (一贯性) yīguàn xìng <一貫性> いっかんせい {性一貫} tính nhất quán ◊ uniformity; consistency

일광 [日光] (日光) rìguāng <日光> にっこう {日光} nhật quang ◊ sunlight

일광욕 [日光浴] (日光浴) rìguāngyù <日光浴> にっこうよく {日光浴} nhật quang dục ◊ sunbath

일근 [日勤] (日班) rìbān <日勤> にっきん {日役} nhật dịch ◊ day shift

일기 [日記] (日记) rìjì <日記> にっき {日記} nhật ký ◊ diary

일기 [日期] (日期) rìqī <日付> ひづけ {日期} nhật kỳ ◊ date

일낙천김 [一諾千金] (一诺千金) yī nùo qiānjīn <一诺千金> いちだくせんきん {一諾千金} nhất nặc thiên kim ◊ a promise should be kept at all cost

일년 [一年] (一年) yī nián <一年> いちねん {一年} nhất niên ◊ one year

일단 [一旦] (一旦) yīdàn <一旦> いったん {义路|义穎义殙} một lần ◊ once

일대 [一帶] (一带) yīdài <一带> いったい {一帶} nhất đới ◊ region

일대일 [一對一] (一对一) yī duì yī <一对一> いちたいいち {义對义} một đối một ◊ one to one

일도양단 [一刀兩斷] (一刀两断) yī dāo liǎng duàn <一刀两断> いちとうりょうだん {一刀兩斷} nhất đao lưỡng đoạn ◊ cut it in two; sever relations with one stroke

일득일실 [一得一失] (一得一失) yī dé yī shī <一得一失> いっとくいっしつ {义得义宺} một được một mất ◊ one gain, one loss

일등 [一等] (一等) yī děng <一等> いっとう {一等} nhất đẳng ◊ first place

일등품 [一等品] (一等品) yī děng pǐn <一等品> いっとうひん {一等品} nhất đẳng phẩm ◊ first class

일람표 [一覽表] (一览表) yīlǎn biǎo <一览表> いちらん {名冊} danh sách ◊ list

일력 [日曆] (日历) rìlì <日曆> ひごよみ {日曆} nhật lịch ◊ calendar

일로평안 [一路平安] (一路平安) yīlù píng'ān <一路平安> いちろへいあん {一路平安} nhất lộ bình an ◊ have a safe trip

일류 [一流] (一流) yīliú <一流> いちりゅう {一流} nhất lưu ◊ first class

일률 [一律] (一律) yīlǜ <一律> いちりつ {一律} nhất luật ◊ all; without exception

일망천리 [一望千里] (一望千里) yī wàng qiān lǐ <一望千里> いちぼうせんり {一望千里} nhất vọng thiên lý ◊ sweeping view of the eye; boundless expanse

일면 [一面] (一面) yīmiàn <一面> いちめん {一面} nhất diện ◊ one side

일목요연 [一目瞭然] (一目了然) yī mù liǎorán <一目了然> いちもくりょうぜん {一目了然} nhất mục liễu nhiên ◊ understand fully at one glance

일몰 [日沒] (晚霞) wǎnxiá <日暮れ> ひぐれ {黃昏} hoàng hôn ◊ sunset; dusk; evening

일반실 [一般室] (标准房) biāozhǔn fáng <スタンダードルーム> standard room {標房} tiêu phòng ◊ standard room

일반인 [一般人] (常人) chángrén <一般人> いっぱんじん {𠊛平常} người bình thường ◊ ordinary person

일방 [一方] (单方) dānfāng <一方> いっぽう {單方} đơn phương ◊ unilateral

일보 [日報] (日报) rìbào <日報> にっぽう {日報} nhật báo ◊ daily newpaper

일본 [日本] (日本) rìběn <日本> にほん {日本}

Nhật Bản ◊ Japan

일본민족 [日本民族] (日本民族) rìběn mínzú <日本民族> にっぽんみんぞく {民族日本} dân tộc Nhật Bản ◊ Japanese people; Japanese nationality

일본어 [日本語] (日本语) rìběn yǔ <日本語> にほんご {啫日本} tiếng Nhật Bản ◊ Japanese language

일본인 [日本人] (日本人) rìběn rén <日本人> にほんじん {馼日本} người Nhật Bản ◊ Japanese person

일본최고 [日本最高] (日本第一) rìběn dì yī <日本一> にほんいち {日本頭先} Nhật Bản đầu tiên ◊ Japan's best; number one in Japan

일부분 [一部分] (一部分) yībùfen <一部分> いちぶぶん {一部分} nhất bộ phân ◊ part

일부일처제 [一夫一妻制] (一夫一妻制) yī fū yī qī zhì <一夫一婦制> いっぷいっぷせい {制度乂嬬乂歓} chế độ một vợ một chồng ◊ monogamy

일분일초 [一分一秒] (一分一秒) yī fēn yī miǎo <一分と一秒> いっぷんといちびょう {嚼丿嚼睍} từng phút từng giây ◊ minutes by minutes

일사병 [日射病] (日射病) rìshèbìng <日射病> にっしゃびょう {疖醒燥} đau say nóng ◊ heatstroke

일상 [日常] (日常) rìcháng <日常> にちじょう {啳睤} hàng ngày ◊ daily

일상다반 [日常茶飯] (日常茶饭) rìcháng chá fàn <日常茶飯> にちじょうさはん {日常茶飯} nhật thường trà phạn ◊ everyday occurrence

일상성 [日常性] (常规) chángguī <日常性> にちじょうせい {性日常} tính nhật thường ◊ everyday

일상운동 [日常運動] (每日运动) měirì yùndòng <日常運動> にちじょううんどう {日動} nhật động ◊ daily movement

일생 [一生] (一生) yīshēng <一生> いっしょう {一生} nhất sinh ◊ lifetime

일석이조 [一石二鳥] (一石二鸟) yī shí èr niǎo <一石二鳥> いちこくにちょう {一舉兩便} nhất cử lưỡng tiện ◊ kill two birds with one stone

일세 [一世] (一世) yīshì <一世> いっせい {一世} nhất thế ◊ first generation

일세일대 [一世一代] (一世一代) yīshì yī dài <一世一代> いっせいいちだい {一世一代} nhất thế nhất đại ◊ one generation after another

일소천금 [一笑千金] (一笑千金) yī xiào qiānjīn <一笑千金> いっしょうせんきん {一笑千金} nhất tiếu thiên kim ◊ enchanting smile of a glamorous woman

일순간 [一瞬間] (一瞬间) yīshùnjiān <一瞬間> いっしゅんかん {頃刻} khoảnh khắc ◊ moment

일시 [一時] (一时) yīshí <一時> いちじ {一時} nhất thời ◊ for a while

일시동인 [一視同仁] (一視同仁) yī shì tóngrén <一視同仁> いっしどうじん {一視同仁} nhất thị đồng nhân ◊ universal brotherhood; universal benevolence

일시적 [一時的] (暂时的) zànshí de <一時的> いちじてき {暫時} tạm thời ◊ temporary

일시중지 [一時中止] (停頓) tíngdùn <休止> きゅうし {暫跼|暫踜} tạm dừng ◊ pause

일식 [日食] (日食) rìshí <日食> にっしょく {日蝕} nhật thực ◊ eclipse

일식당 [日食堂] (日本料理店) rìběn liàolǐ diàn <日本料理店> にっぽんりょうりてん {糙餃日本|店唅日本} tiệm ăn Nhật Bản ◊ Japanese restaurant

일신 [日新] (日新) rìxīn <日新> にっしん {日新} nhật tân ◊ renew

일신 [日薪] (日薪) rìxīn <日給> にっきゅう {日給} nhật cấp ◊ salary per day

일신교 [一神教] (一神教) yī shén jiào <一神教> いっしんきょう {一神教} nhất thần giáo ◊ monotheism

일심 [一心] (一心) yīxīn <一心> いっしん {一心} nhất tâm ◊ of one mind

일야 [日夜] (日夜) rìyè <日夜> にちや {日夜} nhật dạ ◊ day and night

일언일행 [一言一行] (一言一行) yī yán yīxíng <一言一行> ひとこといっこう {唾吶靶行動} lời nói và hành động ◊ every word and act

일요일 [日曜日] (星期日) xīngqīrì <日曜日> にちようび {主日} chủ Nhật ◊ Sunday

일용 [日用] (日用) rìyòng <日用> にちよう {日用} nhật dụng ◊ daily use

일용품 [日用品] (日用品) rìyòngpǐn <日用品> にちようひん {物用} vật dụng ◊ articles for daily use; first order good

일원화 [一元化] (一元化) yīyuánhuà <一元化> いちげんか {一元化} nhất nguyên hóa ◊ unify

일월 [日月] (日月) rìyuè <日月> じつげつ {日月} nhật nguyệt ◊ sun and moon

일월 [一月] (一月) yīyuè <一月> いちがつ {胸脏

|朒䐉|朒正} tháng Giêng ◊ January

일의고행 [一意孤行] (一意孤行) yī yì gū xíng <一意孤行> いちいここう {一意孤行} nhất ý cô hành ◊ insist on doing things in one's own way

일의대수 [一衣帶水] (一衣带水) yī yī dài shuǐ <一衣帶水> いちいたいすい {一衣帶水} nhất y đới thủy ◊ separated by a narrow strip of water

일인실 [一人室] (单人房) dān rén fáng <一人屋> ひとりや {房單} phòng đơn ◊ single room

일인칭 [一人稱] (第一人称) dì yī rénchēng <一人称> いちにんしょう {一人稱} nhất nhân xưng ◊ first person

일인평균 [一人平均] (人均) rénjūn <一人当たり> ひとりあたり {平均嗨欺} bình quân mọi người ◊ per capita

일일삼추 [一日三秋] (一日三秋) yī rì sān qiū <一日三秋> いちにちさんしゅう {一日三秋} nhất nhật tam thu ◊ spending many a weary day

일일천추 [一日千秋] (一日千秋) yī rì qiānqiū <一日千秋> いちにちせんしゅう {一日千秋} nhất nhật thiên thu ◊ a thousand years in a day; each moment seeming like an eternity

일자천김 [一字千金] (一字千金) yī zì qiānjīn <一字千金> いちじせんきん {一字千金} nhất tự thiên kim ◊ word of great value

일적 [一滴] (一滴) yī dī <一滴> いちてき {爻潃} một giọt ◊ one drop

일절 [一切] (一切) yīqiè <一切> いっさい {一切} nhất thiết ◊ all; everything; wholeness

일정 [日程] (日程) rìchéng <日程> にってい {日程} nhật trình ◊ schedule

일정 [一定] (一定) yīdìng <一定> いってい {一定} nhất định ◊ certain

일정표 [日程表] (日程表) rìchéngbiǎo <日程表> にっていひょう {榜日程} bảng nhật trình ◊ calendar

일제히 [一齊히] (一起) yīqǐ <一齐に> いっせいに {巽饒|共僥} cùng nhau ◊ together

일조량 [日照量] (日照量) rìzhào liáng <日射量> にっしゃりょう {量映燗秱玊} lượng ánh sáng mặt trời ◊ amount of sunlight

일조시간 [日照時間] (日照时间) rìzhào shíjiān <日照時間> にっしょうじかん {時間暘糯} thời gian nắng soi ◊ sunshine hours

일조율 [日照率] (日照率) rìzhào lù <日照率> にっしょうりつ {比例映燗秱玊} tỷ lệ ánh sáng mặt trời ◊ sunshine rate

일조일석 [一朝一夕] (一朝一夕) yī zhāo yī xī <一朝一夕> いっちょういっせき {一朝一夕} nhất triêu nhất tịch ◊ in one single day

일주 [一週] (一周) yī zhōu <一周> いっしゅう {旬} tuần ◊ a week

일주일 [一週日] (一周) yī zhōu <一周> いっしゅう {旬禮} tuần lễ ◊ a week

일증발량 [日蒸發量] (日蒸发量) rì zhēngfā liáng <日蒸発量> ひじょうはつりょう {䰄鑬峰舠} bay hơi hàng ngày ◊ daily evaporation

일지 [日誌] (日志) rìzhì <日誌> にっし {日誌} nhật chí ◊ log

일지반해 [一知半解] (一知半解) yī zhī bàn jiě <一知半解> いっちはんかい {一知半解} nhất tri bán giải ◊ have little knowledge

일진불염 [一塵不染] (一尘不染) yī chén bù rǎn <一塵不染> いちじんふせん {一塵不染} nhất trần bất nhiễm ◊ in pristine condition

일진월보 [日進月步] (日新月异) rìxīn yuè yì <日進月步> にっしんげっぽ {日新月異} nhật tân nguyệt dị ◊ change with each passing day

일진일퇴 [一進一退] (一进一退) yī jìn yī tùi <一進一退> いっしんいったい {一進一退} nhất tiến nhất thoái ◊ one in and one out

일체화 [一體化] (一体化) yītǐhuà <一体化> いったいか {一體化} nhất thể hóa ◊ integration

일촉즉발 [一觸即發] (一触即发) yī chù jí fā <一触即発> いっしょくそくはつ {一觸卽發} nhất xúc tức phát ◊ imminent crisis

일출 [日出] (日出) rìchū <日出> にっしゅつ {日出} nhật xuất ◊ sunrise

일치 [一致] (一致) yīzhì <一致> いっち {一致} nhất trí ◊ unanimous

일행 [一行] (一行) yīxíng <一行> いっこう {一行} nhất hành ◊ party; group; troop; line

일화 [逸話] (逸闻) yìwén <逸話> いつわ {佳話|佳嗤} giai thoại ◊ anecdote

일회 [一廻] (一次) yī cì <一回> いちかい {爻路|爻嫲|爻殯} một lần ◊ once

일훈 [日暈] (日晕) rì yūn <日暈> ひがさ {日暈} nhật vựng ◊ solar halo

일희일우 [一喜一憂] (一喜一忧) yī xǐ yī yōu <一喜一憂> いっきいちゆう {放恅放惤} vừa vui vừa buồn ◊ alternating between happiness and anxiety; swinging between joy and sorrow; being glad and sad by turns; one joy and one sorrow

읽다 [一] (读) dòu <読む> よむ {讀} đọc ◊ read

잃다 [一] (失落) shīluò <失う> うしなう {㕥袂㕥杫杴} mất ◊ lose

임갈굴정 [臨渴掘井] (临渴掘井) lín kě jué jǐng <渴に臨みて井を掘る> かつにのぞみていをほる {臨渴掘井} lâm khát quất tỉnh ◊ digging well when thirsty

임계온도 [臨界溫度] (临界温度) línjiè wēndù <臨界温度> りんかいおんど {熱度臨界} nhiệt độ lâm giới ◊ critical temperature

임금 [賃金] (薪金) xīnjīn <賃金> ちんぎん {糧工} lương công ◊ wage

임금관리 [賃金管理] (工资管理) gōngzī guǎnlǐ <給料管理> きゅうりょうかんり {管理錢糧} quản lý tiền lương ◊ wage administration

임기 [任期] (任期) rènqī <任期> にんき {任期} nhiệm kỳ ◊ term of office

임대 [賃貸] (租赁) zūlìn <借り上げる> かりあげる {賖呢} cho thuê ◊ lease

임면 [任免] (任免) rènmiǎn <任免> にんめん {任免} nhậm miễn ◊ appointment

임명 [任命] (任命) rènmìng <任命> にんめい {任命} nhậm mệnh ◊ appoint

임목 [林木] (林木) línmù <林木> りんぼく {槇檬} gỗ rừng ◊ timber

임무 [任務] (任务) rènwu <任務> にんむ {任務} nhậm vụ ◊ task

임병 [淋病] (淋病) lìnbìng <淋病> りんびょう {病瘤} bệnh lậu ◊ gonorrhea

임산물 [林産物] (林产物) lín chǎnwú <林産物> りんさんぶつ {林産物} lâm sản vật ◊ forest products

임산부 [妊産婦] (孕妇) yùnfù <妊産婦> にんさんぶ {婦女撐胎} phụ nữ mang thai ◊ pregnant woman

임산자원 [林産資源] (林产资源) lín chǎn zīyuán <林産資源> りんさんしげん {材源檬} tài nguyên rừng ◊ forest resources

임산품 [林産品] (林产品) lín chǎnpǐn <林産物> りんさんぶつ {林産品} lâm sản phẩm ◊ forest products

임상 [臨牀] (临床) línchuáng <臨床> りんしょう {臨床|臨牀} lâm sàng ◊ clinical

임시 [臨時] (临时) línshí <臨時> りんじ {臨時} lâm thời ◊ temporary

임시보호 [臨時保護] (临时保护) línshí bǎohù <一時保護> いちじほご {保衛暫時} bảo vệ tạm thời ◊ interim protection

임신 [妊娠] (妊娠) rènshēn <妊娠> にんしん {䏧胎} có thai ◊ pregnant

임업 [林業] (林业) línyè <林業> りんぎょう {林業} lâm nghiệp ◊ forestry

임업학 [林業學] (林业学) línyè xué <林業学> りんぎょうがく {林學} lâm học ◊ forestry

임용 [任用] (录用) lùyòng <任用> にんよう {錄用} lục dụng ◊ employment

임의 [任意] (任意) rènyì <任意> にんい {隨便} tùy tiện ◊ arbitrary

임장 [林場] (林场) línchǎng <林場> りんば {林場} lâm trường ◊ forest farm; forest management area

임종 [臨終] (临终) línzhōng <臨終> りんじゅう {臨終} lâm chung ◊ be dying; be at extremity

임중도원 [任重道遠] (任重道远) rènzhòng dào yuǎn <重い責任> おもいせきにん {責任驫靵} trách nhiệm nặng nề ◊ heavy responsibilities

임지 [林地] (林地) líndì <林地> りんち {塀檬} đất rừng ◊ forest land

임지사용권 [林地使用權] (林地使用权) líndì shìyòngquán <林地使用権> りんちしようけん {權使用塀檬} quyền sử dụng đất rừng ◊ right of use forest land

임질 [淋疾] (白浊) báizhuó <淋疾> りんしつ {白濁} bạch trọc ◊ gonorrhoea; turbidity; nebula

임차 [賃借] (租用) zū yòng <賃借> ちんしゃく {事呢} sự thuê ◊ hire

임차료 [賃借料] (租费) zū fèi <賃借料> ちんしゃくりょう {價呢} giá thuê ◊ rent

임파선 [淋巴腺] (淋病腺) lìnbìng xiàn <淋巴腺> りんぱせん {淋巴腺} lâm ba tuyến ◊ lymph glands

입 [一] (嘴巴) zuǐba <口> くち {喎品咦} miệng ◊ mouth

입각 [入閣] (入阁) rù gé <入閣> にゅうかく {入閣} nhập các ◊ enter the cabinet

입경 [入境] (入境) rùjìng <入国> にゅうこく {入境} sự nhập cư ◊ immigration

입구 [入口] (入口) rùkǒu <入口> いりぐち {蹞乩} lối vào ◊ entrance

입구조명 [入口照明] (入口灯) rùkǒu dēng <玄関灯> げんかんとう {艬塀乩妡} đèn lối vào nhà ◊ porch light

입국 [立國] (立国) lìguó <立国> りっこく {立國} lập quốc ◊ founding

입대 [入隊] (入队) rù duì <入隊> にゅうたい {入

隊} nhập đội ◊ enlistment

입동 [立冬] (立冬) lìdōng <立冬> りっとう {立冬} lập đông ◊ beginning of winter

입론 [立論] (立论) lìlùn <立論> りつろん {立論} lập luận ◊ argument

입맛 [－] (口味) kǒuwèi <口当たり> くちあたり {口味} khẩu vị ◊ taste

입문서 [入門書] (入门书) rùmén shū <入門書> にゅうもんしょ {初範} sơ phạm ◊ preliminary learning book

입방 [立方] (立方) lìfāng <立方> りっぽう {立方} lập phương ◊ cubic

입방근 [立方根] (立方根) lìfāng gēn <立方根> りっぽうこん {立方根} lập phương căn ◊ cube root

입방체 [立方體] (立方体) lìfāngtǐ <立方体> りっぽうたい {形立方} hình lập phương ◊ cube

입법 [立法] (立法) lìfǎ <立法> りっぽう {立法} lập pháp ◊ legislation

입사각 [入射角] (入射角) rù shè jué <入射角> にゅうしゃかく {入射角} nhập xạ giác ◊ angle of incidence

입사점 [入射點] (入射点) rù shè diǎn <入射点> にゅうしゃてん {入射點} nhập xạ điểm ◊ point of incidence

입상 [立像] (立像) lìxiàng <立像> りつぞう {立像} lập tượng ◊ statue

입선 [入選] (入选) rùxuǎn <入選> にゅうせん {入選} nhập tuyển ◊ being accepted; winning

입성 [入聲] (入声) rùshēng <入声> にっしょう {入聲} nhập thanh ◊ entering tone of ancient Chinese or of Chinese dialects

입술 [－] (嘴唇) zuǐchún <唇> くちびる {噈唟噍} môi ◊ lips

입시 [入試] (入试) rù shì <入試> にゅうし {入試} nhập thí ◊ entrance examination

입신 [立身] (立身) lìshēn <立身> りっしん {立身} lập thân ◊ establishing oneself in life

입씨름 [－] (口角) kǒujiǎo <口論> こうろん {噁喔|哊呢} cãi vã ◊ quarrel

입안 [立案] (立案) lì'àn <立案> りつあん {立案} lập án ◊ put on record

입안자 [立案者] (立案者) lì'ànzhě <立案者> りつあんしゃ {呇拱草|呇撰草} nhà soạn thảo ◊ planner; drafter; deviser

입양딸 [入養딸] (义女) yìnǚ <貰い娘> もらいむすめ {義女} nghĩa nữ ◊ adopted daughter

입양아들 [入養아들] (养子) yǎngzǐ <貰い息子>

もらいむすこ {義子} nghĩa tử ◊ adopted son

입업 [立業] (立业) lì yè <立業> たちわざ {立業} lập nghiệp ◊ establish a business

입옥 [入獄] (入狱) rùyù <入獄> にゅうごく {入獄} nhập ngục ◊ imprisonment

입원 [入院] (入院) rùyuàn <入院> にゅういん {入院} nhập viện ◊ admission in a hospital

입원치료 [入院治療] (住院) zhùyuàn <入院治療> にゅういんちゅう {住院} trú viện ◊ be hospitalized

입자 [粒子] (粒子) lìzǐ <粒子> りゅうし {褐} hạt ◊ particle

입자가속 [粒子加速] (粒子加速) lìzǐ jiāsù <粒子加速> りゅうしかそく {加速褐} gia tốc hạt ◊ particle accelerating

입자감속 [粒子減速] (粒子减速) lìzǐ jiǎnsù <粒子減速> りゅうしげんそく {減速褐} giảm tốc hạt ◊ particle decelerating

입자계수 [粒子係數] (粒子系数) lìzǐ xìshù <粒子係数> りゅうしけいすう {係數褐} hệ số hạt ◊ particle coefficient

입자모양 [粒子模樣] (颗粒形状) kēlì xíngzhuàng <粒子模様> りゅうしもよう {形樣褐} hình dạng hạt ◊ particle shape

입자분류 [粒子分類] (粒子分类) lìzǐ fēnlèi <粒子分類> りゅうしぶんるい {分類褐} phân loại hạt ◊ particle classification

입자운동 [粒子運動] (粒子运动) lìzǐ yùndòng <粒子運動> りゅうしうんどう {轉動褐} chuyển động hạt ◊ particle motion

입자직경 [粒子直徑] (粒子直径) lìzǐ zhíjìng <粒子直径> りゅうしちょっけい {蹟醒褐} đường kính hạt ◊ particle diameter

입자질량 [粒子質量] (粒子质量) lìzǐ zhìliàng <粒子質量> りゅうししつりょう {塊量褐} khối lượng hạt ◊ particle mass

입장 [立場] (立场) lìchǎng <立場> たちば {立場} lập trường ◊ standpoint

입장 [入場] (入场) rùchǎng <入場> にゅうじょう {入場} nhập trường ◊ admission

입장권 [入場券] (门票) ménpiào <入場券> にゅうじょうけん {入場券} nhập trường khoán ◊ tickets

입장금지 [入場禁止] (禁止入场) jìnzhǐ rùchǎng <進入禁止> しんにゅうきんし {禁飿} cấm vào ◊ do not enter

입장료 [入場料] (入场费) rùchǎng fèi <入場料>

にゅうじょうりょう {費创軻} phí vào cửa ◊ entrance fee

입장식 [入場式] (入场式) rùchǎngshì <入場式> にゅうじょうしき {禮開張} lễ khai trương ◊ opening ceremony

입장표 [入場票] (入场票) rùchǎng piào <入場券> にゅうじょうけん {脈创軻} vé vào cửa ◊ entrance tickets

입적 [入籍] (入籍) rùjí <入籍> にゅうせき {入籍} nhập tịch ◊ entry in family register; become a citizen of a country

입주 [入住] (入居) rù jū <入居> にゅうきょ {入居} nhập cư ◊ settle in

입증 [立證] (立证) lì zhèng <立証> りっしょう {立證} lập chứng ◊ demonstration

입지 [立志] (立志) lìzhì <立志> りっし {立志} lập chí ◊ making determination

입찰가 [入札價] (报价) bàojià <入札価格> にゅうさつかかく {報價} báo giá ◊ bidding price; price tendered

입체 [立體] (立体) lìtǐ <立体> りったい {立體} lập thể ◊ three-dimensional

입체각 [立體角] (立体角) lìtǐjiǎo <立体角> りったいかく {立體角} lập thể giác ◊ solid angle

입체미 [立體美] (立体美) lìtǐ měi <立体美> りったいび {立體美} lập thể mỹ ◊ three-dimensional beauty

입체형 [立體形] (立体形) lìtǐ xíng <立体形> りったいけい {形塊} hình khối ◊ solid figure

입추 [立秋] (立秋) lìqiū <立秋> りっしゅう {立秋} lập thu ◊ beginning of autumn

입춘 [立春] (立春) lìchūn <立春> りっしゅん {立春} lập xuân ◊ beginning of spring

입하 [立夏] (立夏) lìxià <立夏> りっか {立夏} lập hạ ◊ beginning of summer

입학 [入學] (入学) rùxué <入学> にゅうがく {入學} nhập học ◊ admission

입학사무국 [入學事務局] (招生办公室) zhāoshēng bàngōngshì <入学事务局> にゅうがくじむきょく {文房選生} văn phòng tuyển sinh ◊ admissions

입학식 [入學式] (入学式) rùxué shì <入學式> にゅうがくしき {入學式} nhập học thức ◊ entrance ceremony

입헌 [立憲] (立宪) lìxiàn <立憲> りっけん {立憲} lập hiến ◊ constitutionalize

입회 [入會] (入会) rùhuì <入会> にゅうかい {入會} nhập hội ◊ enrolment into a society

입회검사 [立會檢事] (现场检查) xiànchǎng jiǎnchá <立会检事> たちあいけんじ {檢查在垝} kiểm tra tại chỗ ◊ on-the-spot inspection

잇몸 [—] (牙龈) yáyín <歯茎> はぐき {膝齬} nướu ◊ gums

잉어 [—] (鲤鱼) lǐyú <鯉> こい {魟鰭} cá chép ◊ carp

잉여 [剩餘] (剩余) shèngyú <剩余> じょうよ {剩餘} thặng dư ◊ remainder

잊다 [—] (忘记) wàngjì <忘れる> わすれる {𧘇𢝕} quên ◊ forget

잎사귀 [—] (叶子) yèzi <葉> は {莄蘿} lá ◊ leaf

자가용차 [自家用車] (私家车) sījiā chē <自家用車> じかようしゃ {車輛甦穢} xe ô tô riêng ◊ private cars

자각 [自覺] (自觉) zìjué <自覚> じかく {自覺} tự giác ◊ conscious

자간 [字間] (字间) zì jiān <字間> じかん {字間} tự gian ◊ spacing between the words

자갈 [一] (砕石) suìshí <砕石> さいせき {硠碻} đá nghiền ◊ crushed stone

자강 [自強] (自强) zìqiáng <自強> じきょう {自強} tự cường ◊ self-improvement

자객 [刺客] (刺客) cìkè <刺客> しきゃく {刺客} thích khách ◊ assassin

자격 [資格] (资格) zīgé <資格> しかく {資格} tư cách ◊ qualification

자격증 [資格證] (资质证书) zīzhì zhèngshū <資格証> しかくしょう {署資格} tờ tư cách ◊ qualifications

자결 [自決] (自决) zì jué <自決> じけつ {自決} tự quyết ◊ self-determination

자결권 [自決權] (自决权) zì jué quán <自決権> じけつけん {自決權} tự quyết quyền ◊ self-determination right

자겸 [自謙] (自谦) zìqiān <自謙> じけん {自謙} tự khiêm ◊ self-effacement; humble oneself; self-abasement

자고이래 [自古以來] (自古以来) zìgǔ yǐlái <古来> こらい {古來} cổ lai ◊ since ancient times

자고자대 [自高自大] (自高自大) zì gāo zìdà <自高自大> じこうじだい {自高自大} tự cao tự đại ◊ conceited

자고지금 [自古至今] (自古至今) zìgǔ zhìjīn <古今> ここん {自古至今} tự cổ chí kim ◊ from ancient times to the present day

자구 [藉口] (借口) jièkǒu <藉口> しゃこう {託言} thác ngôn ◊ excuse

자구 [字句] (字句) zìjù <字句> じく {詞彙} từ vựng ◊ lexical

자궁 [子宮] (子宫) zǐgōng <子宮> しきゅう {子宮} tử cung ◊ uterus; womb

자궁병 [子宮病] (子宫病) zǐgōng bìng <子宮病> しきゅうびょう {病子宮} bệnh tử cung ◊ uterine disease

자궁염 [子宮炎] (子宫炎) zǐgōng yán <子宮炎> しきゅうえん {子宮炎} tử cung viêm ◊ metritis

자극 [磁極] (磁极) cíjí <磁極> じきょく {極磁} cực từ ◊ magnetic pole

자극 [刺激] (刺激) cìjī <刺激> しげき {刺激} thích khích ◊ stimulate

자금 [自今] (自今) zì jīn <自今> じこん {自今} tự kim ◊ from now on

자금부족 [資金不足] (缺乏资金) quēfá zījīn <資金不足> しきんふそく {少本} thiếu vốn ◊ lack of funds

자금총액 [資金總額] (资金总额) zījīn zǒng'é <資金總額> しきんそうがく {總數錢} tổng số tiền ◊ capital investment

자급 [自給] (自给) zìjǐ <自給> じきゅう {自給} tự cấp ◊ self-sufficient

자급자족 [自給自足] (自给自足) zìjǐ zìzú <自給自足> じきゅうじそく {自給自足} tự cấp tự túc ◊ self-sufficiency

자기 [瓷器] (瓷器) cíqì <磁器> じき {硯埃耷礤} sứ ◊ chinaware; porcelain

자기 [磁氣] (磁气) cí qì <磁気> じき {磁氣} từ khí ◊ magnetism

자기 [自己] (自己) zìjǐ <自己> じこ {自己} bản thân mình ◊ myself

자기관리 [自己管理] (自理) zìlǐ <自己管理> じこかんり {自瞰瞗|自㤿瞗} tự chăm sóc ◊ self-care

자기도취 [自己陶醉] (自己陶醉) zìjǐ táozuì <自己陶醉> じことうすい {自己陶醉} tự kỷ đào túy ◊ revel in oneself

자기드럼 [磁氣 drum] (磁鼓) cí gǔ <磁気ドラム> じき drum {藏磁} trống từ ◊ magnetic drum

자기만족 [自己滿足] (自己满足) zìjǐ mǎnzú <自己滿足> じこまんぞく {自己滿足} tự kỷ mãn túc ◊ satisfy oneself

자기상관 [自己相關] (自相关) zìxiāng guān <自己

相関> じこそうかん {自動相關} tự động tương quan ◊ autocorrelation

자기위안 [自己慰安] (自我安慰) zìwǒ ānwèi <自己慰安> じこいあん {自安慰} tự an ủi ◊ self-consolation

자기자본 [自己資本] (自资) zì zī <自己資本> じこしほん {自資} tự tư ◊ self-funded

자기장 [磁氣場] (磁场) cíchǎng <磁気場> じきじょう {磁場} từ trường ◊ magnetic field

자기집 [自己집] (自家屋) zìjiāwū <自宅> じたく {𠅍𡉕} nhà mình ◊ my home

자기카드 [磁氣 card] (磁卡) cíkǎ <磁気カード> じき card {吠磁} thẻ từ ◊ magnetic card

자녀 [子女] (子女) zǐnǚ <子女> しじょ {移祕𨁍祕} đứa trẻ ◊ children

자단 [紫檀] (紫檀) zǐtán <紫檀> したん {紫檀} tử đàn ◊ rosewood

자대 [自大] (自大) zìdà <自大> じだい {自大} tự đại ◊ arrogant

자동 [自動] (自动) zìdòng <自動> じどう {自動} tự động ◊ automatic

자동경보 [自動警報] (自动报警) zìdòng bàojǐng <自動警報> じどうけいほう {報動自動} báo động tự động ◊ automatic alarm

자동문 [自動門] (自动门) zìdòng mén <自動ドア> じどう door {𨷈自動} cửa tự động ◊ automatic door

자동방법 [自動方法] (自动方法) zìdòng fāngfǎ <自動方法> じどうほうほう {方法自動} phương pháp tự động ◊ automatic method

자동번역 [自動翻譯] (自动翻译) zìdòng fānyì <自動翻訳> じどうほんやく {自動翻譯} dịch tự động ◊ automatic

자동분리 [自動分離] (自动分离) zìdòng fēnlí <自動分離> じどうぶんり {自動磶} tự động tách ◊ automatic separation

자동사 [自動詞] (不及物动词) bùjí wù dòngcí <自動詞> じどうし {自動詞} tự động từ ◊ intransitive verb

자동신호 [自動信號] (自动信号) zìdòng xìnhào <自動信号> じどうしんごう {信號自動} tín hiệu tự động ◊ automatic signal

자동예측 [自動豫測] (自动预报) zìdòng yùbào <自動予測> じどうよそく {預報自動} dự báo tự động ◊ automated forecast

자동점화 [自動點火] (自动点火) zìdòng diǎnhuǒ <自動点火> じどうてんか {扌焒自動} đánh lửa tự động ◊ auto-ignition

자동차 [自動車] (汽车) qìchē <自動車> じどうしゃ {車𨋤} xe hơi ◊ car

자동화 [自動化] (自动化) zìdònghuà <自動化> じどうか {自動化} tự động hóa ◊ automation

자득 [自得] (自得) zìdé <自得> じとく {自得} tự đắc ◊ complacent

자력 [磁力] (磁力) cílì <磁力> じりょく {磁力} từ lực ◊ magnetic force; magnetism

자력 [自力] (自力) zì lì <自力> じりき {自力} tự lực ◊ self-reliance

자력갱생 [自力更生] (自力更生) zì lì gēngshēng <自力更生> じりきこうせい {自力更生} tự lực cánh sinh ◊ pull oneself up by one's bootstraps; stand on one's own feet

자력선 [磁力線] (磁力线) cílìxiàn <磁力線> じりょくせん {磁力線} từ lực tuyến ◊ magnetic field lines

자료 [資料] (资料) zīliào <資料> しりょう {資料} tư liệu ◊ information; documents

자료처리 [資料處理] (数据处理) shùjù chǔlǐ <データ処理> data しょり {處理與料} xử lý dữ liệu ◊ data processing

자립 [自立] (自立) zìlì <自立> じりつ {自立} tự lập ◊ self-reliance

자막 [字幕] (字幕) zìmù <字幕> じまく {注釋連幪形} chú thích trên màn hình ◊ caption; subtitles; captioning

자만 [自滿] (自满) zìmǎn <自満> じまん {自滿} tự mãn ◊ complacent; self complacent; self-satisfaction

자만 [自慢] (自慢) zì màn <自慢> じまん {自慢} tự mạn ◊ self-pride; boast

자매 [姉妹] (姐妹) jiěmèi <姉妹> しまい {姉㛪} chị em ◊ sister

자매도시 [姉妹都市] (姐妹城市) jiěmèi chéngshì <姉妹都市> しまいとし {城庯結義} thành phố kết nghĩa ◊ sister's city

자면 [字面] (字面) zìmiàn <字面> じめん {字面} tự diện ◊ literal

자멸 [自滅] (自绝) zì jué <自滅> じめつ {自絕} tự tuyệt ◊ self-denial; alienate oneself

자명종 [自鳴鐘] (闹钟) nàozhōng <目覚まし時計> めざましとけい {銅鍸報㦖} đồng hồ báo thức ◊ alarm clock

자모 [慈母] (慈母) címǔ <慈母> じぼ {慈母} từ mẫu ◊ affectionate mother

자모 [姿貌] (姿貌) zī mào <姿貌> すがた {姿貌} tư mạo ◊ posture

자모 [字母] (字母) zìmǔ <字母> じぼ {穽吗} chữ cái ◊ letters of an alphabet

자문 [諮問] (咨问) zī wèn <諮問> しもん {諮問} tư vấn ◊ counseling

자문 [自問] (自问) zìwèn <自問> じもん {自問} tự vấn ◊ asking oneself

자미 [滋味] (滋味) zīwèi <滋味> じみ {滋味} tư vị ◊ taste

자박 [自縛] (自缚) zì fù <自縛> じばく {自縛} tự phược ◊ self-bondage

자발 [自發] (自发) zìfā <自発> じはつ {自發} tự phát ◊ spontaneous; idiopathic

자발성 [自發性] (自发性) zìfā xìng <自発性> じはつせい {性自發} tính tự phát ◊ spontaneity

자방 [子房] (子房) zìfáng <子房> しぼう {子房} tử phòng ◊ ovary

자백 [自白] (供认) gòngrèn <自白> じはく {首認} thú nhận ◊ confession

자본 [資本] (资本) zīběn <資本> しほん {資本} tư bản ◊ capital

자본가 [資本家] (资本家) zīběnjiā <資本家> しほんか {資本家} tư bản gia ◊ capitalist

자본주의 [資本主義] (资本主义) zīběn zhǔyì <資本主義> しほんしゅぎ {主義資本} chủ nghĩa tư bản ◊ capitalism

자부심 [自負心] (自负心) zìfù xīn <自尊心> じそんしん {悉自重} lòng tự trọng ◊ pride

자비 [慈悲] (慈悲) cíbēi <慈悲> じひ {慈悲} từ bi ◊ mercy

자비 [煮沸] (煮沸) zhǔfèi <煮沸> しゃふつ {煮沸} chử phí ◊ boil

자비 [自卑] (自卑) zìbēi <自卑> じひ {自卑} tự ti ◊ self inferiority

자비 [自費] (自费) zìfèi <自己負担> じこふたん {支費積} chi phí riêng ◊ at one's own expense

자산 [資産] (资产) zīchǎn <資産> しさん {資産} tài sản ◊ asset

자살 [自殺] (自杀) zìshā <自殺> じさつ {自死} tự tử ◊ suicide

자상 [刺傷] (刺伤) cī shāng <刺傷> ししょう {扰兙划} đâm ◊ stab

자상 [仔祥] (慈祥) cíxiáng <優しい> やさしい {慈祥} từ tường ◊ kind and compassionate

자색 [姿色] (姿色) zīsè <姿色> ししょく {姿色} tư sắc ◊ pretty; good looking

자색 [紫色] (紫色) zǐsè <紫色> むらさきいろ {鮷榴} màu tím ◊ purple

자생 [自生] (自生) zì shēng <自生> じせい {自生} tự sinh ◊ autogenesis; authigenes

자서 [字書] (字书) zìshū <字書> じしょ {字書} tự thư ◊ dictionary of Chinese characters; *Hanja* dictionary

자석 [磁石] (磁石) císhí <磁石> じしゃく {磁石} từ thạch ◊ magnet

자석영 [紫石英] (紫玉) zǐ yù <紫水晶> むらさきずいしょう {紫玉} tử ngọc ◊ purple jade

자선 [慈善] (慈善) císhàn <慈善> じぜん {慈善} từ thiện ◊ charitable

자선가 [慈善家] (慈善家) císhànjiā <慈善家> じぜんか {慈善家} từ thiện gia ◊ philanthropist

자선공연 [慈善公演] (义演) yìyǎn <慈善公演> じぜんこうえん {義演} nghĩa diễn ◊ charity performance

자선회 [慈善會] (慈善协会) císhàn xiéhuì <慈善会> じぜんかい {慈善會} từ thiện hội ◊ charity

자성 [磁性] (磁性) cíxìng <磁性> じせい {磁性} từ tính ◊ magnetic property; magnetic performance; magnetism

자성 [雌性] (雌性) cíxìng <雌性> しせい {雌性} thư tính ◊ female

자성 [自省] (自省) zìxǐng <自省> じせい {自省} tự tỉnh ◊ self-examination; reflection

자세 [仔細|子細] (仔细) zǐxì <子細> しさい {仔細} tử tế ◊ carefully

자세 [姿勢] (姿势) zīshì <姿勢> しせい {姿勢} tư thế ◊ posture

자손 [子孫] (子孙) zìsūn <子孫> しそん {子孫} tử tôn ◊ offspring

자수 [自首] (自首) zìshǒu <自首> じしゅ {自首} tự thủ ◊ surrender to the authorities giving oneself up

자수 [自修] (自修) zìxiū <自修> じしゅう {自修} tự tu ◊ self-study

자수 [字數] (字数) zìshù <字数> じすう {字數} tự số ◊ word count

자수정 [紫水晶] (紫水晶) zǐshuǐjīng <紫水晶> むらさきずいしょう {紫水晶} tử thủy tinh ◊ amethyst

자습 [自習] (自习) zìxí <自習> じしゅう {自習} tự tập ◊ self-study

자승자박 [自繩自縛] (作茧自缚) zuō jiǎn zì fù <自繩自縛> じじょうじばく {自撲|自掬} tự

buộc ◊ self-binding

자신 [自身] (自身) zìshēn <自身> じしん {自身} tự thân ◊ self

자신 [自新] (自新) zìxīn <自新> じしん {自新} tự tân ◊ renewal; make a new start

자신 [自信] (自信) zìxìn <自信> じしん {自信} tự tín ◊ assertive; self-confidence

자신만만 [自信滿滿] (满怀信心) mǎnhuái xìnxīn <自信満々> じしんまんまん {矗愼魖} đủ niềm tin ◊ full of confidence

자심 [慈心] (慈心) cí xīn <慈心> じしん {慈心} từ tâm ◊ compassion

자아 [自我] (自我) zìwǒ <自我> じが {自我} tự ngã ◊ self; selfhood

자아비판 [自我批判] (自我批评) zìwǒ pīpíng <自己批判> じこひはん {自批評} tự phê bình ◊ self-criticism

자애 [慈愛] (慈爱) cí'ài <慈愛> じあい {慈愛} từ ái ◊ kindliness

자애 [自愛] (自爱) zì'ài <自愛> じあい {自愛} tự ái ◊ self-love

자양 [滋養] (滋养) zīyǎng <滋養> じよう {滋養} tư dưỡng ◊ nourish

자양제 [滋養劑] (补品) bǔpǐn <滋養劑> じようざい {補品} bổ phẩm ◊ tonic

자업자득 [自業自得] (自作自受) zì zuō zì shòu <自業自得> じごうじとく {招辿佣仏稱當} nhận được những gì xứng đáng ◊ get what deserves

자연 [自然] (自然) zìrán <自然> しぜん {自然} tính ◊ nature

자연경관 [自然景觀] (自然景观) zìrán jǐngguān <自然景観> しぜんけいかん {景觀天然} cảnh quan thiên nhiên ◊ natural landscape

자연계 [自然界] (自然界) zìránjiè <自然界> しぜんかい {界自然} giới tự nhiên ◊ natural world

자연공원 [自然公園] (自然公园) zìrán gōngyuán <自然公園> しぜんこうえん {公園自然} công viên tự nhiên ◊ natural park

자연과학 [自然科學] (自然科学) zìrán kēxué <自然科学> しぜんかがく {科學自然} khoa học tự nhiên ◊ natural science

자연광 [自然光] (自然光) zìrán guāng <自然光> しぜんこう {映燭自然} ánh sáng tự nhiên ◊ natural light

자연농업 [自然農業] (自然农业) zìrán nóngyè <自然農業> しぜんのうぎょう {農業自然} nông nghiệp tự nhiên ◊ natural farming

자연림 [自然林] (天然林) tiānrán lín <自然林> しぜんりん {自然林} tự nhiên lâm ◊ natural forests

자연미 [自然美] (自然美) zìrán měi <自然美> しぜんび {自然美} tự nhiên mỹ ◊ beauty

자연발화 [自然發火] (自燃) zìrán <自然発火> しぜんはっか {自烴} tự cháy ◊ autogenous combustion

자연배수 [自然排水] (自然排水) zìrán páishuǐ <自然排水> しぜんはいすい {脱渃自然} thoát nước tự nhiên ◊ natural drainage

자연보호 [自然保護] (自然保护) zìrán bǎohù <自然保護> しぜんほご {保存天然} bảo tồn thiên nhiên ◊ natural conservation; natural reservation

자연사 [自然史] (自然史) zìrán shǐ <自然史> しぜんし {自然史} tự nhiên sử ◊ natural history

자연생태 [自然生態] (自然生态) zìrán shēngtài <自然生態> しぜんせいたい {生態天然} sinh thái thiên nhiên ◊ ecology of nature

자연수 [自然數] (自然数) zìránshù <自然数> しぜんすう {數自然} số tự nhiên ◊ natural number

자연수 [自然水] (天然水) tiānrán shuǐ <自然水> しぜんすい {渃天然} nước thiên nhiên ◊ natural water

자연조건 [自然條件] (自然条件) zìrán tiáojiàn <自然條件> しぜんじょうけん {條件自然} điều kiện tự nhiên ◊ natural condition

자연주의 [自然主義] (自然主义) zìrán zhǔyì <自然主義> しぜんしゅぎ {主義自然} chủ nghĩa tự nhiên ◊ naturalism

자연증가 [自然增加] (自然增长) zìrán zēngzhǎng <自然増加> しぜんぞうか {增長自然} tăng trưởng tự nhiên ◊ natural increase

자연증발 [自然蒸發] (自然蒸发) zìrán zhēngfā <自然蒸発> しぜんじょうはつ {嘆纛自然} bốc hơi tự nhiên ◊ natural evaporation

자연지리 [自然地理] (自然地理) zìrán dìlǐ <自然地理> しぜんちり {地理自然} địa lý tự nhiên ◊ physical geography

자연초지 [自然草地] (天然草地) tiānrán cǎodì <自然草地> しぜんくさち {峒鈷自然} đồng cỏ tự nhiên ◊ native meadow

자연통풍 [自然通風] (自然通风) zìrán tōngfēng <自然風通し> しぜんかぜとおし {通疊自然} thông gió tự nhiên ◊ natural draft

자연파 [自然派] (自然主义) zìrán zhǔyì <自然派> しぜんは {自然派} tự nhiên phái ◊ naturalistic

자연항 [自然港] (自然港) zìrán gǎng <自然港>

しぜんこう {港天然} cảng thiên nhiên ◊ natural harbor

자연환경 [自然環境] (自然环境) zìrán huánjìng <自然環境> しぜんかんきょう {媒場自然} môi trường tự nhiên ◊ natural environment

자연황 [自然黃] (天然硫) tiānrán liú <天然硫黃> てんねんいおう {硫磺自然} lưu huỳnh tự nhiên ◊ native sulfur

자엽 [子葉] (子叶) zǐyè <子葉> しよう {子葉} tử diệp ◊ cotyledon

자영 [自營] (自营) zìyíng <自営> じえい {自營} tự dinh ◊ self-employed

자예 [雌蕊] (雌蕊) círuǐ <雌蕊> しずい {陰蕊} âm nhụy ◊ pistil

자오선 [子午線] (子午线) zǐwǔxiàn <子午線> しごせん {經線} kinh tuyến ◊ meridian

자외선 [紫外線] (紫外线) zǐwàixiàn <紫外線> しがいせん {紫外線} tử ngoại tuyến ◊ ultraviolet rays

자웅 [雌雄] (雌雄) cíxióng <雌雄> しゆう {蟲靶 蟶; 戰勝靶失敗} đực và cái; chiến thắng và thất bại ◊ male and female of animals; victory and defeat

자원 [資源] (资源) zīyuán <資源> しげん {資源} tư nguyên ◊ resource

자원 [字源] (字源) zì yuán <字源> じげん {字源} tự nguyên ◊ etymology

자원개발 [資源開發] (资源开采) zīyuán kāicǎi <資源開発> しげんかいはつ {開拓材源} khai thác tài nguyên ◊ resource exploitation

자원경제 [資源經濟] (资源经济) zīyuán jīngjì <資源経済> しげんけいざい {經濟材源} kinh tế tài nguyên ◊ resources economy

자원경제학 [資源經濟學] (资源经济学) zīyuán jīngjìxué <資源経済学> しげんけいざいがく {經濟學材源} kinh tế học tài nguyên ◊ resource economics

자원관리 [資源管理] (资源管理) zīyuán guǎnlǐ <資源管理> しげんかんり {管理材源} quản lý tài nguyên ◊ resources management

자원순환 [資源循環] (资源循环) zīyuán xúnhuán <資源循環> しげんじゅんかん {流通材源} lưu thông tài nguyên ◊ resource recycling

자위 [自衛] (自卫) zìwèi <自衛> じえい {自衛} tự vệ ◊ self-defence

자위권 [自衛權] (自卫权) zìwèi quán <自衛権> じえいけん {權自衛} quyền tự vệ ◊ right to self-defense

자위대 [自衛隊] (自卫队) ziwèiduì <自衛隊> じえいたい {自衛隊} tự vệ đội ◊ self-defense forces

자유 [自由] (自由) zìyóu <自由> じゆう {自由} tự do ◊ freedom

자유도 [自由度] (自由度) zìyóudù <自由度> じゆうど {自由度} tự do độ ◊ degree of freedom

자유분방 [自由奔放] (自由奔放) zìyóu bēnfàng <自由奔放> じゆうほんぽう {自由奔放} tự do bôn phóng ◊ free and uncontrolled

자유시 [自由詩] (自由诗) zìyóu shī <自由詩> じゆうし {自由詩} tự do thi ◊ free verse

자유자재 [自由自在] (自由自在) zìyóu zìzai <自由自在> じゆうじざい {自由自在} tự do tự tại ◊ freely

자유주의 [自由主義] (自由主义) zìyóu zhǔyì <自由主義> じゆうしゅぎ {主義自由} chủ nghĩa tự do ◊ liberalism

자유표면 [自由表面] (自由表面) zìyóu biǎomiàn <自由表面> じゆうひょうめん {放稱自由} bề mặt tự do ◊ free surface

자유화 [自由化] (自由化) zìyóuhuà <自由化> じゆうか {自由化} tự do hóa ◊ liberalization

자유확산 [自由擴散] (自由扩散) zìyóu kuòsàn <自由拡散> じゆうかくさん {擴散自由} khuếch tán tự do ◊ free diffusion

자율 [自律] (自律) zìlǜ <自律> じりつ {自律} tự luật ◊ self-discipline

자음 [子音] (辅音) fǔyīn <子音> しいん {輔音} phụ âm ◊ consonant

자음 [字音] (字音) zìyīn <字音> じおん {字音} tự âm ◊ pronunciation

자음군 [子音群] (辅音群) fǔyīn qún <子音グループ> しいん group {鸞輔音} nhóm phụ âm ◊ consonant groups

자의 [字義] (字义) zìyì <字義> じぎ {字義} tự nghĩa ◊ literal meaning

자의 [恣意] (恣意) zìyì <恣意> しい {恣意} tư ý ◊ arbitrarily

자의로 [自意로] (自愿地) zìyuàn de <自願に> じがんに {爻格自願} một cách tự nguyện ◊ self-willedness; voluntarily

자의식 [自意識] (自我意识) ziwǒ yìshí <自意識> じいしき {自意識} tự ý thức ◊ self-awareness

자익 [自益] (自益) zì yì <自益> じえき {自益} tự ích ◊ self-benefit

자인 [自認] (自认) zìrèn <自認> じにん {自認} tự nhận ◊ self-acknowledgment

자작 [子爵] (子爵) zǐ jué <子爵> ししゃく {子爵}
tử tước ◊ viscount

자작 [自作] (自造) zì zào <自作> じさく {自造}
tự tạo ◊ home-made

자장 [磁場] (磁场) cíchǎng <磁場> じば {磁場}
từ trường ◊ magnetic field

자장가 [子壯歌] (摇篮曲) yáolánqǔ <子守唄> こ
もりうた {嗒咘} hát ru ◊ lullaby

자장강도 [磁場強度] (磁场强度) cíchǎng qiángdù
<磁場強度> じばきょうど {強度磁場} cường
độ từ trường ◊ magnetic field strength

자재 [資材] (资材) zī cái <資材> しざい {資材}
tư tài ◊ materials

자재 [資財] (资财) zīcái <資財> しざい {資財}
tư tài ◊ asset

자재 [自在] (自在) zìzai <自在> じざい {自在}
tự tại ◊ comfortable

자전 [磁電] (磁电) cí diàn <磁電> じでん {磁電}
từ điện ◊ magnetoelectricity

자전 [自傳] (自传) zizhuàn <自伝> じでん {自傳}
tự truyện ◊ autobiography

자전 [自轉] (自转) zizhuàn <自転> じてん {自轉}
tự chuyển ◊ autorotation

자전 [字典] (字典) zìdiǎn <字典> じてん {字典}
tự điển ◊ character dictionary

자전거 [自轉車] (自行车) zìxíngchē <自転車> じ
てんしゃ {車踏} xe đạp ◊ bicycle

자전거경기 [自轉車競技] (自行车竞赛)
zìxíngchē jìngsài <競輪> けいりん {揶車踏} đua
xe đạp ◊ bicycle racing

자전거도로 [自轉車道路] (自行车道) zìxíngchē
dào <自転車道> じてんしゃどう {蹭車踏}
đường xe đạp ◊ bicycle lane

자제 [子弟] (子弟) zǐdì <子弟> してい {稚掩}
trẻ em ◊ children

자제 [姊弟] (姐弟) jiědì <姐弟> あねおとうと
{姊掩} chị em ◊ elder sister and younger brother;
sister and brother

자제 [自制] (自我控制) ziwǒ kòngzhì <自制> じ
せい {自鉗制} tự kiềm chế ◊ self-restraint

자제 [自製] (自制) zizhì <自製> じせい {自製}
tự chế ◊ home-made

자조 [自助] (自助) zizhù <自助> じじょ {自助}
tự trợ ◊ self-help

자족 [自足] (自足) zizú <自足> じそく {自足} tự
túc ◊ self-sufficient

자존 [自尊] (自尊) zizūn <自尊> じそん {自尊}
quý trọng ◊ esteem

자존감 [自尊感] (自尊感) zizūn gǎn <自尊感情>
じそんかんじょう {感覺自重} cảm giác tự trọng
◊ self-esteem

자존심 [自尊心] (自尊心) zìzūnxīn <自尊心> じ
そんしん {自尊心} tự tôn tâm ◊ amour-propre;
self-esteem

자주 [一] (经常) jīngcháng <頻繁に> ひんぱんに
{常轄|常川} thường xuyên ◊ often; repeatedly

자주 [自主] (自主) zizhǔ <自主> じしゅ {自主}
tự chủ ◊ autonomic

자주독립 [自主獨立] (自主独立) zizhǔ dúlì <自主
独立> じしゅどくりつ {自主獨立} tự chủ độc
lập ◊ autonomy and independence

자주사용 [自주使用] (经常使用) jīngcháng
shǐyòng <良く使う> よくつかう {常用} thường
dùng ◊ use frequently

자죽 [紫竹] (紫竹) zizhú <紫竹> しちく {紫竹}
từ trúc ◊ purple bamboo

자중 [自重] (自重) zizhòng <自重> じちょう {自
重} tự trọng ◊ self-respect

자진 [自盡] (自尽) zìjìn <自盡> じじん {自盡}
tự tận ◊ commit suicide

자질 [資質] (资质) zīzhì <資質> ししつ
{能夠|能竅} năng khiếu ◊ aptitude

자천 [自薦] (自荐) zìjiàn <自薦> じせん {自介
紹} tự giới thiệu ◊ self-nomination

자철광 [磁鐵鑛] (磁铁矿) cítiěkuàng <磁鉄鉱>
じてっこう {磁鐵鑛} từ thiết khoáng ◊ magnet
protacea

자체 [自體] (自体) zì tǐ <自体> じたい {自體} tự
thể ◊ autologous

자체 [字體] (字体) zìtǐ <字体> じたい {字體} tự
thể ◊ font

자취 [一] (踪迹) zōng jì <跡> あと {蹭跎} dấu vết
◊ trace

자취 [自炊] (自炊) zì chuī <自炊> じすい {自炊}
tự xuy ◊ self-catering

자치 [自治] (自治) zìzhì <自治> じち {自治} tự
trị ◊ autonomy

자치권 [自治權] (自治权) zìzhìquán <自治权> じ
ちけん {自治權} tự trị quyền ◊ autonomy

자치령 [自治領] (自治领) zìzhì lǐng <自治領> じ
ちりょう {自治領} tự trị lĩnh ◊ dominion

자침 [磁針] (磁针) cí zhēn <磁針> じしん {磁針}
từ châm ◊ magnetic needle

자칭 [自稱] (自称) zìchēng <自称> じしょう {自

稱} tự xưng ◊ self claim; pretend to

자탄 [自歎] (自叹) zì tàn <自歎> じたん {自歎} tự thán ◊ sigh; bemoan oneself

자태 [姿態] (姿态) zītài <姿態> したい {姿態} tư thái ◊ attitude

자택 [自宅] (自宅) zì zhái <自宅> じたく {自宅} tự trạch ◊ one's home; one's house

자통 [刺痛] (刺痛) cìtòng <刺痛> とげつう {刺痛} thích thống ◊ sting

자통량 [磁通量] (磁通量) cítōngliàng <磁束> じそく {磁通} từ thông ◊ magnetic flux

자파 [磁波] (磁波) cí bō <磁波> じは {磁波} từ ba ◊ magnetic waves

자패 [紫貝] (紫贝) zǐ bèi <紫貝> むらさきがい {紫貝} tử bối ◊ purple shellfish; Soletellina diphos

자폐증 [自閉症] (孤独症) gūdú zhēng <自閉症> じへいしょう {孤獨症} cô độc chứng ◊ autism

자폭 [自爆] (自爆) zì bào <自爆> じばく {自爆} tự bộc ◊ self-destructing

자필 [自筆] (自笔) zì bǐ <自筆> じひつ {自筆} tự bút ◊ one's own handwriting; autograph; holograph; self-written

자학 [自虐] (自虐) zì nüè <自虐> じぎゃく {自虐} tự ngược ◊ masochism

자학 [自學] (自学) zìxué <自学> じがく {自學} tự học ◊ self-study

자해 [自害] (自害) zì hài <自害> じがい {自害} tự hại ◊ self-harm

자화 [磁化] (磁化) cíhuà <磁化> じか {磁化} từ hóa ◊ magnetization

자화 [雌花] (雌花) cí huā <雌花> めばな {雌花} thư hoa ◊ pistillate flower; female flower

자화상 [自畫像] (自画像) zìhuàxiàng <自画像> じがぞう {自畫像} tự họa tượng ◊ self-portrait

자회사 [子會社] (子公司) zǐgōngsī <子会社> こかいしゃ {子公司} tử công ty ◊ subsidiary

자훈 [字訓] (字训) zì xùn <字訓> じくん {字訓} tự huấn ◊ Meaning of a *Hanzi*, *Hanja*, *Kanji* or *Chu Han*

자휘 [字彙] (字汇) zìhuì <字彙> じい {字彙} tự vị ◊ lexicon

자흔 [疵痕] (疵痕) cī hén <疵痕> きずあと {疵痕} tỳ ngân ◊ scars

작가 [作家] (作家) zuòjiā <作家> さっか {作家} tác gia ◊ writer

작곡 [作曲] (作曲) zuòqǔ <作曲> さっきょく {撰樂} soạn nhạc ◊ composition

작금 [昨今] (昨今) zuó jīn <昨今> さっこん {𣋚過𣋚昑; 昕呧} hôm qua hôm nay; gần đây ◊ yesterday and today; these days; nowadays; recently; lately

작년 [昨年] (去年) qùnián <昨年> さくねん {𢆥避|𢆥拸} năm ngoái ◊ last year

작농 [作農] (作农) zuō nóng <作農> さくのう {作農} tác nông ◊ farming

작동 [作動] (启动) qǐdòng <稼働|稼動> かどう {運行} vận hành ◊ machine operation; running

작동상태 [作動狀態] (操作形态) cāozuò xíngtài <作動狀態> さどうじょうたい {方式活動} phương thức hoạt động ◊ operating state

작란 [作亂] (作乱) zuòluàn <作乱> さくらん {起亂} khởi loạn ◊ riot; make trouble

작만 [昨晚] (昨晚) zuówǎn <昨晚> さくばん {𣋁過} tối qua ◊ last night

작문 [作文] (作文) zuòwén <作文> さくぶん {排創作} bài sáng tác ◊ composition

작물 [作物] (作物) zuòwù <作物> さくもつ {作物} tác vật ◊ crop

작반 [雀斑] (雀斑) quèbān <雀斑> そばかす {雀斑} tước ban ◊ freckles

작별 [作別] (告别) gàobié <お別れ> おわかれ {暫別} tạm biệt ◊ farewell

작사 [作詞] (作词) zuò cí <作詞> さくし {唭貼} lời của ◊ words by

작사자 [作詞者] (作词者) zuòcízhě <作詞者> さくししゃ {馭扫貼} người viết lời ◊ lyric writer; lyricist; songwriter

작성 [作成] (作成) zuō chéng <作成> さくせい {夕成} làm thành ◊ making; preparing; creating

작시 [作詩] (作诗) zuō shī <作詩> さくし {夕詩} làm thi ◊ versification

작시법 [作詩法] (作诗法) zuō shī fǎ <作詩法> さくしほう {瑤夕詩} phép làm thi ◊ prosody

작약 [雀躍] (雀跃) quèyuè <雀躍> じゃくやく {雀躍} tước dược ◊ palpitating

작약 [芍藥] (芍药) sháoyào <芍薬> しゃくやく {芍藥} thược dược ◊ Chinese peony

작업 [作業] (作业) zuòyè <作業> さぎょう {作業} tác nghiệp ◊ work; operation

작업기계 [作業機械] (工作机械) gōngzuò jīxiè <作業機械> さぎょうきかい {機械夕䡭} cơ giới làm việc ◊ machine tools

작업량 [作業量] (工作量) gōngzuòliàng <作業量> さぎょうりょう {塊量工役} khối lượng công việc ◊ workload

작업복 [作業服] (工作服) gōngzuòfú <作業衣> さぎょうい {裙襖彡後} quần áo làm việc ◊ work clothes

작업수준 [作業水準] (工作水平) gōngzuò shuǐpíng <作業水準> さぎょうすいじゅん {㮣度工後} mức độ công việc ◊ working level

작업실 [作業室] (工作室) gōngzuòshì <作業室> さぎょうしつ {房彡後} phòng làm việc ◊ workroom

작업장 [作業場] (车间) chējiān <工場> こうじょう {廠} xưởng ◊ workshop

작업조건 [作業條件] (工作条件) gōngzuò tiáojiàn <作業條件> さぎょうじょうけん {條件彡鞡} điều kiện làm việc ◊ working condition

작업차량 [作業車輛] (工作车辆) gōngzuò chēliàng <作業車> さぎょうしゃ {車彡鞡} xe làm việc ◊ service vehicle

작업하중 [作業荷重] (工作负荷) gōngzuò fùhè <作業荷重> さぎょうかじゅう {捜蠰工後} gánh nặng công việc ◊ working load

작업환경 [作業環境] (操作环境) cāozuò huánjìng <作業環境> さぎょうかんきょう {媒場活動} môi trường hoạt động ◊ working environment

작업효율 [作業效率] (工作效率) gōngzuò xiàolǜ <作業效率> さぎょうこうりつ {效果彡鞡} hiệu quả làm việc ◊ working efficiency

작용 [作用] (作用) zuòyòng <作用> さよう {作用} tác dụng ◊ function

작월 [昨月] (上个月) shànggè yuè <昨月> さくげつ {胸蠋} tháng trước ◊ last month

작위 [爵位] (爵位) juéwèi <爵位> しゃくい {爵位} tước vị ◊ bannerette; banneret

작은것 [一] (小东西) xiǎo dōngxī <小さな物> ちいさなものもの {楂弛} đồ nhỏ ◊ small thing

작은돌 [一] (碎石子) suì shízi <小石> こいし {塯} sỏi ◊ pebble

작은새 [一] (小鸟) xiǎo niǎo <小鳥> ことり {鵠弛} chim nhỏ ◊ little birds

작은함 [작은 函] (小盒) xiǎo hé <小箱> こばこ {箶弛} hòm nhỏ ◊ casket

작일 [昨日] (昨日) zuórì <昨日> きのう {昨日} tạc nhật ◊ yesterday

작자 [作者] (作者) zuòzhě <作者> さくしゃ {作者} tác giả ◊ author

작잠 [柞蠶] (柞蚕) zuò cán <柞蚕> さくさん {柞蠶} tạc tằm ◊ tussah

작전 [作戰] (作战) zuòzhàn <作戦> さくせん {作戰} tác chiến ◊ war strategy

작전술 [作戰術] (战术) zhànshù <作戰術> さくせんじゅつ {戰術} chiến thuật ◊ tactics

작전지도 [作戰地圖] (作战地图) zuòzhàn dìtú <作戰地図> さくせんちず {陣圖} trận đồ ◊ combat map

작증 [作證] (作证) zuòzhèng <作証> さくしょう {作證} tác chứng ◊ testify

작탄 [炸彈] (炸弹) zhàdàn <炸弹> さくだん {�} bom ◊ bomb

작품 [作品] (作品) zuòpǐn <作品> さくひん {作品} tác phẩm ◊ works

작풍 [作風] (作风) zuòfēng <作風> さくふう {作風} tác phong ◊ style

작해 [作害] (作害) zuō hài <作害> さくがい {作害} tác hại ◊ doing harm

작호 [爵號] (爵号) jué háo <爵号> しゃくごう {爵號} tước hiệu ◊ knighthood

잔결 [殘缺] (残缺) cánquē <残欠> ざんけつ {殘缺} tàn khuyết ◊ incomplete set; incomplete state

잔교 [棧橋] (栈桥) zhànqiáo <栈橋> さんばし {棧橋} sạn kiều ◊ jetty; pier

잔국 [殘菊] (残菊) cán jú <残菊> ざんぎく {殘菊} tàn cúc ◊ late chrysanthemum

잔당 [殘黨] (残党) cán dăng <残党> ざんとう {殘黨} tàn đảng ◊ remnants; survivor

잔도 [棧道] (栈道) zhàndào <栈道> さんどう {棧道} sạn đạo ◊ plank road built along a cliff

잔량 [殘量] (残量) cán liáng <残量> ざんりょう {殘量} tàn lượng ◊ residual

잔류 [殘留] (残留) cánliú <残留> ざんりゅう {殘留} tàn lưu ◊ residue

잔류량 [殘留量] (残留量) cánliú liáng <残留量> ざんりゅうりょう {餘量儶孂} dư lượng còn lại ◊ residual amount

잔류시간 [殘留時間] (剩余时间) shèngyú shíjiān <残留時間> ざんりゅうじかん {時間剩孂} thời gian thừa lại ◊ time left

잔물 [殘物] (残物) cán wù <残物> ざんぶつ {殘物} tàn vật ◊ remains

잔살 [殘殺] (残杀) cánshā <惨殺> ざんさつ {惨殺} thảm sát ◊ massacre

잔상 [殘像] (残像) cán xiàng <残像> ざんぞう {殘像} tàn tượng ◊ afterimage; photogene

잔생 [殘生] (残生) cán shēng <残生> ざんせい {殘生} tàn sinh ◊ residual life

잔서 [殘暑] (残暑) cán shǔ <残暑> ざんしょ {殘暑} tàn thử ◊ residual heat

잔설 [殘雪] (残雪) cán xuě <残雪> ざんせつ {殘雪} tàn tuyết ◊ remnant snow

잔양 [殘陽] (残阳) cán yáng <残陽> ざんよう {殘陽} tàn dương ◊ setting sun

잔여 [殘餘] (残余) cányú <残余> ざんよ {殘餘} tàn dư ◊ remnants

잔여공간 [殘餘空間] (剩余空间) shèngyú kōngjiān <剩余空间> じょうよくうかん {空間殘殘} không gian còn lại ◊ residual space

잔열 [殘熱] (残热) cán rè <残熱> ざんねつ {殘熱} tàn nhiệt ◊ residual heat

잔월 [殘月] (残月) cányuè <残月> ざんげつ {殘月} tàn nguyệt ◊ waning moon; setting moon

잔인 [殘忍] (残忍) cánrěn <残忍> ざんにん {殘忍} tàn nhẫn ◊ cruel

잔인성 [殘忍性] (残忍性) cánrěn xìng <残忍性> ざんにんせい {性殘忍} tính tàn nhẫn ◊ cruelty

잔일 [殘日] (残日) cán rì <残日> ざんじつ {殘日} tàn nhật ◊ waning sun; setting sun

잔재 [殘滓] (残滓) cán zǐ <残滓> ざんし {殘滓} tàn chỉ ◊ remnants

잔적 [殘敵] (残敌) cándí <残敵> ざんてき {殘敵} tàn địch ◊ residual enemies

잔적 [殘跡] (残迹) cán jì <痕跡> こんせき {殘跡} tàn tích ◊ vestigial

잔조 [殘照] (残照) cán zhào <残照> ざんしょう {殘照} tàn chiếu ◊ afterglow

잔존 [殘存] (残存) cáncún <残存> ざんぞん {殘存} tàn tồn ◊ remaining

잔질 [殘疾] (残疾) cánjí <残疾> ざんしつ {廢疾} phế tật ◊ disability

잔천 [殘喘] (残喘) cánchuǎn <残喘> ざんぜん {殘喘} tàn suyễn ◊ lingering breath of life

잔촉 [殘燭] (残烛) cán zhú <残燭> ざんしょく {殘燭} tàn chúc ◊ remnant candles

잔편 [殘片] (残片) cán piān <残片> ざんぺん {殘片} tàn phiến ◊ fragment; remnants

잔폭 [殘暴] (残暴) cánbào <残逆> ざんぎゃく {殘逆} tàn ngược ◊ brutal; ferocious; heartless

잔품 [殘品] (残品) cánpǐn <残品> ざんぴん {殘品} tàn phẩm ◊ remaining stock

잔풍 [殘風] (残风) cán fēng <残風> ざんふう {殘風} tàn phong ◊ lingering wind

잔하 [殘夏] (残夏) cán xià <残夏> ざんなつ {殘夏} tàn hạ ◊ lingering summer

잔학 [殘虐] (残虐) cánnüè <残虐> ざんぎゃく {殘忍} tàn nhẫn ◊ brutal; savage; barbarous; cruelty

잔한 [殘寒] (残寒) cán hán <残寒> ざんかん {殘寒} tàn hàn ◊ lingering cold

잔해 [殘骸] (残骸) cánhái <残骸> ざんがい {殘骸} tàn hài ◊ wreckage

잔해 [殘害] (残害) cánhài <残害> ざんがい {殘害} tàn hại ◊ kill cruelly

잔향 [殘香] (残香) cán xiāng <残香> ざんこう {殘香} tàn hương ◊ lingering scent

잔혹 [殘酷] (残酷) cánkù <残酷> ざんこく {殘酷} tàn khốc ◊ cruel

잔화 [殘花] (残花) cán huā <残花> ざんか {殘花} tàn hoa ◊ residual flower

잔화 [殘火] (残火) cán huǒ <残火> ざんか {殘火} tàn hỏa ◊ remnant fire

잠견 [蠶繭] (蚕茧) cánjiǎn <蚕繭> さんけん {蠶繭} tằm kiển ◊ silkworm cocoon

잠두 [蠶豆] (蚕豆) cándòu <蚕豆> そらまめ {豆蠶} đậu tằm ◊ broad bean

잠들다 [一] (入睡) rùshuì <寝入る> ねいる {眠睡挼} ngủ thiếp đi ◊ fall asleep

잠류 [暫留] (暂留) zàn liú <暫留> ざんりゅう {暫留} tạm lưu ◊ leave over

잠망경 [潛望鏡] (潜望镜) qiánwàngjìng <潜望鏡> せんぼうきょう {潛望鏡} tiềm vọng kính ◊ periscope

잠복 [潛伏] (潜伏) qiánfú <潜伏> せんぷく {潛伏} tiềm phục ◊ concealment

잠복기 [潛伏期] (潜伏期) qiánfúqī <潜伏期> せんぷくき {潛伏期} tiềm phục kỳ ◊ latent period

잠부 [蠶婦] (蚕妇) cán fù <蚕婦> かいこふ {蠶婦} tằm phụ ◊ silkworm woman

잠분 [蠶糞] (蚕粪) cán fèn <蚕糞> こくそ {蠶糞} tằm phân ◊ silkworm dung

잠사 [蠶絲] (蚕丝) cánsī <蚕糸> さんし {蠶絲} sợi tơ ◊ silk thread; silk yarn

잠사업 [蠶絲業] (蚕丝业) cánsīyè <蚕糸業> さんしぎょう {垂蠶} nghề tằm ◊ sericulture industry

잠상 [蠶桑] (蚕桑) cán sāng <蚕桑> こぐわ {蠶桑} tằm tang ◊ sericulture

잠수 [潛水] (潜水) qiánshuǐ <潜水> せんすい {潛水} tiềm thủy ◊ dive; submerge

잠수함 [潛水艦] (潜水艇) qiánshuǐtǐng <潜水艦> せんすいかん {艚泠|艚砱} tàu ngầm ◊ submarine; underwater craft

잠시 [暫時] (暂时) zànshí <暫時> ざんじ {暫時} tạm thời ◊ temporarily

잠시후 [暫時後] (稍后) shāohòu <後刻> ごこく {儳婖} sau đó ◊ later

잠식 [蠶食] (蚕食) cánshí <蚕食> さんしょく {蠶食} tằm thực ◊ gnawing-away operation

잠실 [蠶室] (蚕室) cán shì <蚕室> さんしつ {蠶室} tằm thất ◊ silkworm chamber

잠언 [箴言] (箴言) zhēnyán <箴言> しんげん {箴言} châm ngôn ◊ apothegm

잠업 [蠶業] (蚕业) cán yè <蚕業> さんぎょう {蠶業} tằm nghiệp ◊ sericulture

잠입 [潛入] (潜入) qiánrù <潜入> せんにゅう {潛入} tiềm nhập ◊ infiltration

잠재 [潛在] (潜在) qiánzài <潜在> せんざい {潛在} tiềm tại ◊ potentiality

잠재력 [潛在力] (潜能) qiánnéng <潜在力> せんざいりょく {潛能} tiềm năng ◊ latent talent

잠재위험 [潛在危險] (潜在危险) qiánzài wēixiǎn <潜在危険> せんざいきけん {秘險} bí hiểm ◊ secret danger

잠종 [蠶種] (蚕种) cánzhǒng <蚕種> さんしゅ {蠶種} tằm chủng ◊ silkworm species

잡감 [雜感] (杂感) zágǎn <雜感> ざっかん {雜感} tạp cảm ◊ miscellaneous senses

잡곡 [杂穀] (杂谷) zá gǔ <雜穀> ざっこく {雜穀} tạp cốc ◊ miscellaneous grains

잡교 [雜交] (杂交) zájiāo <交雜> こうざつ {雜交} tạp giao ◊ hybridization

잡균 [雜菌] (杂菌) zá jūn <雜菌> ざっきん {雜菌} tạp khuẩn ◊ miscellaneous bacteria

잡기 [雜記] (杂记) zájì <雜記> ざっき {雜記} tạp ký ◊ miscellaneous notes

잡난 [雜亂] (杂乱) záluàn <乱雜> らんざつ {雜亂} tạp loạn ◊ messy

잡념 [雜念] (杂念) zániàn <雜念> ざつねん {雜念} tạp niệm ◊ distractions

잡다 [雜多] (乱七八糟) luàn qī bā zāo <乱雜> らんざつ {亂雜} lộn xộn ◊ chaotic

잡담 [雜談] (杂谈) zátán <雜談> ざつだん {雜談} tạp đàm ◊ chatting; idle talk

잡록 [雜錄] (杂录) zá lù <雜録> ざつろく {雜録} tạp lục ◊ miscellany

잡목 [雜木] (杂木) zá mù <雜木> ざつぼく {雜木} tạp mộc ◊ miscellaneous wood

잡목림 [雜木林] (杂树林) zá shùlín <雜木林> ぞうきはやし {蓓桉} bụi cây ◊ grove of miscellaneous trees; thickets

잡무 [雜務] (杂务) záwù <雜務> ざつむ {雜務} tạp vụ ◊ chores

잡문 [雜文] (杂文) záwén <雜文> ざつぶん {雜文} tạp văn ◊ essays

잡병 [雜病] (杂病) zá bìng <雜病> ざつびょう {雜病} tạp bệnh ◊ miscellaneous diseases

잡비 [雜肥] (杂肥) zá féi <雜肥> ぞうひ {雜肥} tạp phì ◊ miscellaneous fertilizers

잡비 [雜費] (杂费) záfèi <雜費> ざっぴ {雜費} tạp phí ◊ miscellaneous expenses

잡색 [雜色] (杂色) zásè <雜色> ざっしき {雜色} tạp sắc ◊ variegated

잡세 [雜稅] (杂税) záshuì <増税> ぞうぜい {雜稅} tạp thuế ◊ miscellaneous taxes

잡시 [雜詩] (杂诗) zá shī <雜詩> ざつし {雜詩} tạp thi ◊ poems of different type; miscellaneous poems

잡식 [雜食] (杂食) záshí <雜食> ざっしょく {餃雜} ăn tạp ◊ omnivorous

잡식동물 [雜食動物] (杂食动物) záshí dòngwù <雜食動物> ざっしょくどうぶつ {動物餃雜} động vật ăn tạp ◊ omnivore

잡식성 [雜食性] (杂食性) záshí xìng <雜食性> ざっしょくせい {性雜食} tính tạp thực ◊ omnivorous

잡아당기다 「—」 (拉紧) lājǐn <引き締め> ひきしめ {批紉紣繢} thắt chặt ◊ tightening

잡역 [雜役] (杂役) záyì <雜役> ぞうやく {雜役} tạp dịch ◊ miscellaneous labor

잡음 [雜音] (杂音) záyīn <雜音> ざつおん {雜音} tạp âm ◊ cacophony; stray noise

잡종 [雜種] (杂种) zázhǒng <雜種> ざっしゅ {雜種} tạp chùng ◊ hybrids

잡증 [雜症] (杂症) zá zhēng <雜症> ざっしょう {雜症} tạp chứng ◊ miscellaneous diseases

잡지 [雜誌] (杂志) zázhì <雜誌> ざっし {雜誌} tạp chí ◊ magazine

잡지사 [雜誌社] (杂志社) zázhìshè <雜誌社> ざっししゃ {雜誌社} tạp chí xã ◊ magazine publisher

잡초 [雜草] (杂草) zácǎo <雜草> ざっそう {雜草} tạp thảo ◊ weed

잡혼 [雜婚] (杂婚) zá hūn <雜婚> ざっこん {雜婚} tạp hôn ◊ mixed marriage

잡화 [雜貨] (杂货) záhuò <雜貨> ざっか {雜貨} tạp hóa ◊ groceries

잡화상 [雜貨商] (杂货商) záhuò shāng <雜貨商> ざっかしょう {雜貨商} tạp hóa thương ◊ grocer

장 [章] (章) zhāng <章> しょう {章} chương ◊ chapter

장가 [長歌] (长歌) cháng gē <長歌> ちょうか {長歌} trường ca ◊ long song

장간 [長竿] (长竿) cháng gān <長竿> ながさお {長竿} trường can ◊ long rods

장갑 [掌匣] (手套) shǒutào <手袋> てぶくろ {啊殟} găng tay ◊ gloves

장갑 [裝甲] (装甲) zhuāngjiǎ <裝甲> そうこう {裝甲} trang giáp ◊ armor

장갑차 [裝甲車] (装甲车) zhuāngjiǎchē <裝甲車> そうこうしゃ {車𨋢鎈} xe bọc thép ◊ armored vehicles

장갑함 [裝甲艦] (装甲舰) zhuāngjiǎ jiàn <裝甲艦> そうこうかん {艦𨋢鎈} tàu bọc thép ◊ armored ships

장거리 [長距離] (长距离) chángjùlí <長距離> ちょうきょり {長距離} trường cự ly ◊ long distance

장거리버스 [長距離 bus] (长途巴士) chángtú bāshì <長距離バス> ちょうきょり bus {車轍踏𨋢} xe buýt đường dài ◊ long distance bus

장건 [壯健] (壮健) zhuàng jiàn <壯健> そうけん {壯健} tráng kiện ◊ robust

장검 [長劍] (长剑) cháng jiàn <長劍> ちょうけん {長劍} trường kiếm ◊ sword

장결석 [腸結石] (肠结石) cháng jiéshí <腸石> ちょういし {腸石} tràng thạch ◊ enterolith

장경 [長徑] (长径) cháng jìng <長径> ちょうけい {長徑} trường kính ◊ long diameter

장경성 [長庚星] (长庚星) chánggēng xīng <金星> きんせい {庚星} Canh Tinh ◊ Hesperus

장과 [漿果] (浆果) jiāngguǒ <漿果> しょうか {漿果} tương quả ◊ berry

장관 [長官] (部长) bùzhǎng <長官> ちょうかん {部長} bộ trưởng ◊ minister

장관 [將官] (将官) jiàngguān <將官> しょうかん {將官} tướng quan ◊ general; admiral

장관 [壯觀] (壮观) zhuàngguān <壯観> そうかん {壯觀} tráng quan ◊ spectacular

장구 [長久] (长久) chángjiǔ <長久> ちょうきゅう {長久} trường cửu ◊ long

장기 [長期] (长期) chángqī <長期> ちょうき {長期} trường kỳ ◊ long-term

장기 [將棋] (象棋) xiàngqí <将棋> しょうぎ {棋象} cờ tướng ◊ chess

장기 [臟器] (脏器) zàngqì <臟器> ぞうき {臟器} tạng khí ◊ organ

장기요법 [臟器療法] (器官疗法) qìguān liáofǎ <臟器療法> ぞうきりょうほう {療法內臟} liệu pháp nội tạng ◊ organotherapy

장난 [作亂] (捣蛋) dǎodàn <悪戯> いたずら {搓找纙} gây rắc rối ◊ make trouble

장난감 [一] (玩具) wánjù <玩具> がんぐ {椪㴙} đồ chơi ◊ toy

장남 [長男] (长男) cháng nán <長男> ちょうなん {長男} trưởng nam ◊ eldest son

장내 [場內] (场内) cháng nèi <場內> じょうない {場內} trường nội ◊ inside the field

장녀 [長女] (长女) zhǎngnǚ <長女> ちょうじょ {長女} trưởng nữ ◊ eldest daughter

장년 [長年] (长年) cháng nián <長年> ながねん {長年} trường niên ◊ many years

장뇌 [樟腦] (樟脑) zhāngnǎo <樟脑> しょうのう {樟腦} chương não ◊ camphor

장뇌유 [樟腦油] (樟脑油) zhāngnǎo yóu <樟脑油> しょうのうゆ {樟腦油} chương não du ◊ camphor oil

장닉 [藏匿] (藏匿) cángnì <藏匿> ぞうとく {藏匿} tàng nặc ◊ conceal; hide

장단 [長短] (长短) chángduǎn <長短> ちょうたん {艍胰|朝胰} chiều dài ◊ length

장도 [長途] (长途) chángtú <長途> ちょうと {長途} trường đồ ◊ long way

장래 [將來] (将来) jiānglái <將来> しょうらい {將來} tướng lai ◊ future

장려 [壯麗] (壮丽) zhuànglì <壯麗> そうれい {壯麗} tráng lệ ◊ glorious

장려금 [奬勵金] (奖励金) jiǎnglìjīn <奬励金> しょうれいきん {錢賞} tiền thưởng ◊ bonus

장력 [張力] (张力) zhānglì <張力> ちょうりょく {飭掹} sức căng ◊ tension

장렬 [壯烈] (壮烈) zhuàngliè <壯烈> そうれつ {壯烈} tráng liệt ◊ heroic

장령 [將領] (将领) jiànglǐng <將領> しょうりょう {將領} tướng lĩnh ◊ generals

장례식 [葬禮式] (葬礼仪式) zànglǐ yíshì <葬儀> そうぎ {喪禮} tang lễ ◊ funeral service

장례식장 [葬禮式場] (殡仪馆) bìnyíguǎn <葬儀社> そうぎしゃ {茹喪禮} nhà tang lễ ◊ funeral parlor

장로 [長老] (长老) zhǎnglǎo <長老> ちょうろう {長老} trưởng lão ◊ elder

장마철 [一] (梅雨季节) méiyǔ jìjié <梅雨> つゆ {督霤} mùa mưa ◊ rainy season

장막 [帳幕] (帐幕) zhàngmù <天幕> てんまく {廖} lều ◊ tent

장면 [場面] (场面) chǎngmiàn <シーン> scene {景} cảnh ◊ scene

장명 [長命] (长命) cháng mìng <長命> ちょうめい {長命} trường mệnh ◊ long-lived

장모음 [長母音] (长元音) cháng yuányīn <長母音> ちょうぼいん {元音隷} nguyên âm dài ◊ long vowels

장물 [贓物] (赃物) zāngwù <贓物> ぞうぶつ {贓物} tang vật ◊ stolen goods

장미 [薔薇] (蔷薇) qiángwēi <ローズ> rose {薔薇} tường vy ◊ rosebush; wild roses

장미꽃 [薔薇꽃] (玫瑰花) méiguī huā <薔薇> ばら {薔薇花} tường vy hoa ◊ rose flower

장발 [長髮] (长发) chángfà <長髮> ちょうはつ {長髮} trường phát ◊ long hair

장방체 [長方體] (长方体) cháng fāng tǐ <長方体> ちょうほうたい {長方體} trường phương thể ◊ cuboid

장방형 [長方形] (长方形) chángfāngxíng <長方形> ちょうほうけい {長方形} trường phương hình ◊ rectangle

장법 [章法] (章法) zhāng fǎ <章法> あきのり {章法} chương pháp ◊ chapters

장벽 [障壁] (屏障) píngzhàng <障壁> しょうへき {屏障} bình chướng ◊ barrier

장병 [長病] (长病) cháng bìng <長病> ちょうびょう {長病} trường bệnh ◊ prolonged illness

장병 [將兵] (将兵) jiāng bīng <將兵> しょうへい {將兵} tướng binh ◊ officers and soldiers

장부 [臟腑] (腑脏) fǔ zàng <腑臟> ふぞう {腑臟} phủ tạng ◊ viscera

장부 [帳簿] (账簿) zhàngbù <帳簿> ちょうぼ {帳簿} trướng bạ ◊ account books

장비 [裝備] (装备) zhuāngbèi <裝備> そうび {裝備} trang bị ◊ equip

장사 [一] (经商) jīngshāng <商売> しょうばい {經商} kinh thương ◊ doing business

장사 [將士] (将士) jiàngshì <將士> しょうし {將士} tướng sĩ ◊ officers and soldiers

장사 [壯士] (壮士) zhuàngshì <壯士> そうし {壯士} tráng sĩ ◊ heroes

장삼 [長衫] (长衫) chángshān <長衫> ちょうさん {長衫} trường sam ◊ gown

장생 [長生] (长生) chángshēng <長生> ちょうせい {長生} trường sinh ◊ longevity

장서 [藏書] (藏书) cángshū <藏書> ぞうしょ {藏書} tàng thư ◊ collection of books

장석 [長石] (长石) chángshí <長石> ちょうせき {長石} trường thạch ◊ feldspar

장석 [腸石] (肠石) cháng shí <腸石> ちょうせき {腸石} trường thạch ◊ intestinal stones

장성 [長城] (长城) chángchéng <長城> ちょうじょう {長城} Trường Thành ◊ Great Wall in China

장소 [場所|場所] (场所) chǎngsuǒ <場所> ばしょ {塲所} trường sở ◊ place; site

장손 [長孫] (长孙) zhǎngsūn <長孫> ちょうそん {長孫} trưởng tôn ◊ eldest grandson

장수 [長壽] (长寿) chángshòu <長寿> ちょうじゅ {長壽} trường thọ ◊ longevity

장수 [將帥] (将帅) jiàngshuài <将帥> しょうすい {將帥} tổng quát ◊ general

장식 [裝飾] (装饰) zhuāngshì <裝飾> そうしょく {裝飾} trang sức ◊ ornament

장식깃 [裝飾깃] (装饰羽) zhuāngshì yǔ <羽飾り> はねかざり {齧羽裝置} lông vũ trang trí ◊ ornamental feather

장식물 [裝飾物] (装饰物) zhuāngshì wù <裝飾物> そうしょくぶつ {裝飾物} trang sức vật ◊ decorations

장식지 [裝飾紙] (装饰纸) zhuāngshì zhǐ <裝飾紙> そうしょくし {裝飾紙} trang sức chi ◊ decorative paper

장식품 [裝飾品] (装饰品) zhuāngshìpǐn <裝飾品> そうしょくひん {裝飾品} trang sức phẩm ◊ ornament

장신 [藏身] (藏身) cángshēn <藏身> ぞうしん {藏身} tàng thân ◊ hide oneself; go into hiding

장암 [腸癌] (肠癌) cháng ái <腸癌> ちょうがん {腸癌} trường nham ◊ bowel cancer

장애 [障礙] (障碍) zhàng'ài <故障> こしょう {障碍|障礙} chướng ngại ◊ obstacle

장애물 [障礙物] (障碍物) zhàng'àiwù <障害物> しょうがいぶつ {操槽} rào cản ◊ obstacle

장액 [腸液] (肠液) cháng yè <腸液> ちょうえき {腸液} trường dịch ◊ intestinal fluids

장액 [漿液] (浆液) jiāng yè <漿液> しょうえき {漿液} tương dịch ◊ juice

장야 [長夜] (长夜) chángyè <長夜> ちょうや {長夜} trường dạ ◊ long night

장엄 [莊嚴] (庄严) zhuāngyán <莊嚴> そうごん

{威嚴} oai nghiêm ◊ strictly; majestic
장염 [腸炎] (肠炎) chángyán <腸炎> ちょうえん {炎肄} viêm ruột ◊ enteritis
장원 [莊園] (庄园) zhuāngyuán <荘園> しょうえん {莊園} trang viên ◊ manor
장원 [狀元] (状元) zhuàngyuán <状元> じょうげん {狀元} trạng nguyên ◊ first doctoral candidate under old system; ancient number one scholar
장위 [腸胃] (肠胃) chángwèi <胃腸> いちょう {胃腸} vị trường ◊ stomach
장유 [醬油] (酱油) jiàngyóu <醤油> しょうゆ {豉油} xì dầu ◊ soy sauce
장음 [長音] (长音) cháng yīn <長音> ちょうおん {長音} trường âm ◊ prolonged sound; long vowel
장음계 [長音階] (长音阶) cháng yīnjiē <長音階> ちょうおんかい {音階䠷} âm giai dài ◊ long scale
장음부 [長音符] (长音符) cháng yīnfú <長音符> ちょうおんぷ {長音符} trường âm phù ◊ long-vowel mark; macron
장음정 [長音程] (长音程) cháng yīnchéng <長音程> ちょうおんてい {音程䠷} âm trình dài ◊ long intervals
장의 [葬儀] (葬礼) zànglǐ <葬儀> そうぎ {葬禮} táng lễ ◊ funeral
장의차 [葬儀車] (灵车) língchē <霊柩車; 柩車> れいきゅうしゃ; きゅうしゃ {車喪} xe tang ◊ hearse; meat wagon
장인 [匠人] (匠人) jiàng rén <匠人> しょうじん {匠人} tượng nhân ◊ artisan
장인 [丈人] (丈人) zhàngrén <義父> ぎふ {爺𡞕} bố vợ ◊ father-in-law
장자 [長者] (长者) zhǎngzhě <長者> ちょうじゃ {長者} trưởng giả ◊ elderly
장자 [長子] (长子) zhǎngzǐ <長子> ちょうし {𡥵𤳆𡤔|𡥵𤳆𣦍} con trai cả ◊ eldest son
장전 [裝塡] (装填) zhuāng tián <装填> そうてん {裝塡} trang điền ◊ filling earth or material; backfill
장절 [章節] (章节) zhāngjié <章節> しょうせつ {章節} chương tiết ◊ chapter
장점 [長點] (优点) yōudiǎn <長所> ちょうしょ {優點} ưu điểm ◊ strong point; merit
장정 [長征] (长征) chángzhēng <長征> ちょうせい {長征} Trường Chinh ◊ Long March
장정 [裝訂] (装订) zhuāngdìng <装訂> そうてい {裝訂} trang đính ◊ binding
장조 [長調] (长调) cháng diào <長調> ちょうちょう {長調} trường điệu ◊ long tunes
장족 [長足] (长足) chángzú <長足> ちょうそく {長足} trường túc ◊ considerable
장중 [莊重] (庄重) zhuāngzhòng <荘重> そうちょう {莊重} trang trọng ◊ solemn
장지 [壯志] (壮志) zhuàngzhì <壮志> そうし {壯志} tráng chí ◊ ambition; lofty aspiration
장질환 [腸疾患] (肠病) cháng bìng <胃腸病> いちょうびょう {腸病} tràng bệnh ◊ enteropathy
장창 [長槍] (长枪) chángqiāng <長槍> ながやり {長槍} trường thương ◊ pike
장척 [長尺] (长尺) cháng chě <長尺> ちょうじゃく {長尺} trường xích ◊ long ruler
장치 [裝置] (装置) zhuāngzhì <装置> そうち {裝置} trang trí ◊ device
장침 [長針] (长针) cháng zhēn <長針> ちょうしん {長針} trường châm ◊ minute hand
장터 [場터] (赶集会) gǎnjí huì <バザー> bazaar {𢄂𢄂} hợp chợ ◊ market fair
장파 [長波] (长波) chángbō <長波> ちょうは {長波} trường ba ◊ long wave
장파복사 [長波輻射] (长波辐射) chángbō fúshè <長波輻射> ちょうはふくしゃ {輻射𣳔䠷} bức xạ sóng dài ◊ long wave radiation; radiation longwave
장편 [長篇] (长篇) chángpiān <長篇> ちょうへん {長篇} trường thiên ◊ long novel or film
장품 [贓品] (赃品) zāng pǐn <贓品> ぞうひん {贓品} tang phẩm ◊ stolen goods
장학금 [奬學金] (奖学金) jiǎngxuéjīn <奨学金> しょうがくきん {學俸} học bổng ◊ scholarship
장해 [障害] (障碍) zhàng'ài <障害> しょうがい {𢷀𢯢} cản trở ◊ hindrance; obstacle
장해물 [障害物] (障碍物) zhàng'àiwù <障害物> しょうがいぶつ {物障碍} vật chướng ngại ◊ barriers
장형 [長兄] (长兄) zhǎng xiōng <長兄> ちょうけい {英歌} anh cả ◊ eldest brother
장화 [長靴] (长靴) cháng xuē <長靴> ながぐつ {鞜𨇒} giày ống ◊ boot
장황 [粧潢|粧潢] (装潢) zhuānghuáng <装飾> そうしょく {裝潢} trang hoàng ◊ decoration
재 [滓] (灰) huī <灰> はい {𥻸𪐴𪐴𪐴} tro ◊ ash
재가 [再嫁] (再嫁) zàijià <再嫁> さいか {再嫁} tái giá ◊ remarry; remarriage of a woman
재간 [才幹] (才干) cáigàn <才幹> さいかん {才幹} tài cán ◊ ability

재감 [裁減] (裁减) cáijiǎn <裁減> さいげん {裁減} tài giảm ◊ cut down

재감염 [再感染] (再次感染) zàicì gǎnrǎn <再感染> さいかんせん {再染} tái nhiễm ◊ reinfection

재개발 [再開發] (重建) chóngjiàn <再開発> さいかいはつ {再開發} tái khai phát ◊ redevelopment

재건립 [再建立] (重新建立) chóngxīn jiànlì <再建立> さいこんりゅう {再立} tái lập ◊ re-establish

재건축 [再建築] (再建) zài jiàn <再建築> さいけんちく {再建} tái kiến ◊ rebuild

재검사 [再檢查] (复检) fù jiǎn <再檢查> さいけんさ {再檢查} tái kiểm tra ◊ reexamine

재결 [裁決] (裁决) cáijué <裁決> さいけつ {裁決} tài quyết ◊ ruling; umpirage

재결정 [再結晶] (再结晶) zài jiéjīng <再結晶> さいけっしょう {再結晶} tái kết tinh ◊ recrystallization

재계 [齋戒] (斋戒) zhāijiè <斎戒> さいかい {齋戒} trai giới ◊ purification; fasting

재고 [在庫] (库存) kùcún <在庫> ざいこ {存庫} tồn kho ◊ in stock

재공급 [再供給] (重新供给) chóngxīn gōngjǐ <再供給> さいきょうきゅう {再給} tái cấp ◊ resupply

재교 [在校] (在校) zài jiào <在校> ざいこう {在校} tại hiệu ◊ enrolled in the school

재구축 [再構築] (再构筑) zài gòuzhù <再構築> さいこうちく {再構築} tái cấu trúc ◊ re-construction

재군 [裁軍] (裁军) cáijūn <減軍> げんぐん {減軍} giảm quân ◊ disarmament

재기 [才氣] (才气) cáiqì <才気> さいき {才氣} tài khí ◊ talent

재난 [災難] (灾难) zāinàn <災難> さいなん {災難} tai nạn ◊ disaster

재내 [在內] (在内) zàinèi <在內> ざいない {在內} tại nội ◊ inside

재녀 [才女] (才女) cáinǚ <才女> さいじょ {才女} tài nữ ◊ gifted woman

재능 [才能] (才能) cáinéng <才能> さいのう {才能} tài năng ◊ talent

재단 [財團] (财团) cáituán <財団> ざいだん {財團} tài đoàn ◊ consortium

재단사 [裁斷師] (裁缝师) cáiféng shī <裁縫> さいほう {僭縄} thợ may ◊ tailor

재도 [在逃] (在逃) zàitáo <在逃> ざいとう {在逃} tại đào ◊ be at large; on the run

재독 [再讀] (再读) zài dòu <再読> さいどく {再讀} tái độc ◊ read again

재래 [再來] (再来) zài lái <再来> さいらい {再來} tái lai ◊ again

재래 [在來] (在来) zài lái <在来> ざいらい {在來} tại lai ◊ pre-existing; already there; in coming

재략 [才略] (才略) cáilüè <才略> さいりゃく {才略} tài lược ◊ ability and sagacity

재력 [才力] (才力) cái lì <才力> さいりょく {才力} tài lực ◊ ability

재력 [財力] (财力) cáilì <財力> ざいりょく {財力} tài lực ◊ financial resources

재료 [材料] (材料) cáiliào <材料> ざいりょう {材料} tài liệu ◊ material

재료비 [材料費] (材料费) cáiliào fèi <材料費> ざいりょうひ {支費物料} chi phí vật liệu ◊ material cost

재료설계 [材料設計] (材料设计) cáiliào shèjì <材料設計> ざいりょうせっけい {設計物料} thiết kế vật liệu ◊ material design

재료시험 [材料試驗] (材料试验) cáiliào shìyàn <材料試験> ざいりょうしけん {試驗物料} thử nghiệm vật liệu ◊ material test

재료표 [材料表] (材料单) cáiliào dān <材料表> ざいりょうひょう {貨單物資} hóa đơn vật tư ◊ bill of materials; material list

재모 [才貌] (才貌) cái mào <才色> さいしょく {才色} tài sắc ◊ talent and appearance

재목 [材木] (材木) cái mù <材木> ざいもく {材木} tài mộc ◊ timber

재무 [財務] (财务) cáiwù <財務> ざいむ {財務} tài vụ ◊ finance

재무관리 [財務管理] (管財) guǎn cái <財務管理> ざいむかんり {管財} quản tài ◊ finance keeper

재무증명 [財務證明] (财务证明) cáiwù zhèngmíng <財務証明> ざいむしょうめい {證明財務} chứng minh tài vụ ◊ proof of finances

재물 [財物] (财物) cáiwù <財物> ざいぶつ {財物} tài vật ◊ belongings

재미 [－] (乐趣) lèqù <楽趣> らくしゅ {樂趣} lạc thú ◊ pleasure

재미없다 [－] (没意思) méiyìsi <面白く無い> おもしろくない {空趣味} không thú vị ◊ boring

재발 [再發] (再发) zài fā <再発> さいはつ {再發} tái phát ◊ relapse

재배 [栽培] (栽培) zāipéi <栽培> さいばい {栽培} tài bồi ◊ cultivated

재배법 [栽培法] (栽培法) zāipéi fǎ <栽培法> さいばいほう {栽培法} tài bồi pháp ◊ cultivation method

재벌 [財閥] (财阀) cáifá <財閥> ざいばつ {財閥} tài phiệt ◊ plutocrat; tycoon; financial magnate; zaibatsu

재범 [再犯] (再犯) zàifàn <再犯> さいはん {再犯} tái phạm ◊ conviction

재보 [財寶] (财宝) cáibǎo <財宝> ざいほう {財寶} tài bảo ◊ treasure

재보험 [再保險] (再保险) zài bǎoxiǎn <再保險> さいほけん {再保險} tái bảo hiểm ◊ reinsurance

재봉 [裁縫] (裁缝) cáiféng <裁縫> さいほう {裁縫} tài phùng ◊ sewing; needlework

재봉기 [裁縫機] (缝纫机) féngrènjī <裁縫機> さいほうき {檻僭緄} máy thợ may ◊ sewing machine

재봉사 [裁縫師] (裁缝师) cáiféngshī <裁縫師> さいほうし {僭緄} thợ may ◊ tailor

재부 [財富] (财富) cáifù <財産> ざいさん {財富} tài phú ◊ wealth

재빠르다 [一] (极速) jísù <速い> はやい {蟲跎毬} mau ◊ swift

재사 [才士] (才士) cái shì <才士> さいし {才士} tài sĩ ◊ genius

재사 [再思] (再思) zài sī <再思> さいし {再思} tái tư ◊ think about again and again

재산 [財産] (财产) cáichǎn <財産> ざいさん {財産} tài sản ◊ property

재산권 [財産權] (财产权) cáichǎnquán <財産権> ざいさんけん {權財産} quyền tài sản ◊ property right

재삼 [再三] (再三) zàisān <再三> さいさん {再三} tái tam ◊ again and again; repeatedly

재상 [宰相] (宰相) zǎixiàng <宰相> さいしょう {宰相} tể tương ◊ ancient prime minister

재생 [再生] (再生) zàishēng <再生> さいせい {再生} tái sinh ◊ regeneration

재생기술 [再生技術] (再生技术) zàishēng jìshù <再生技術> さいせいぎじゅつ {技術再生} kỹ thuật tái sinh ◊ recycling technology

재생산 [再生産] (再生产) zàishēngchǎn <再生産> さいせいさん {再産出} tái sản xuất ◊ reproduction

재생수준 [再生水準] (再生水平) zàishēng shuǐpíng <再生水準> さいせいすいじゅん {標度再生} mức độ tái sinh ◊ regeneration level

재생순환 [再生循環] (再生循环) zàishēng xúnhuán <再生循環> さいせいじゅんかん {週期再生} chu kỳ tái sinh ◊ circulation of regeneration

재생시설 [再生施設] (再生设施) zàishēng shèshī <再生施設> さいせいしせつ {基礎再生} cơ sở tái sinh ◊ regeneration facility

재생연료 [再生燃料] (再生燃料) zàishēng ránliào <再生燃料> さいせいねんりょう {燃料再造} nhiên liệu tái tạo ◊ regenerated fuel; renewable fuel

재생자원 [再生資源] (再生资源) zàishēng zīyuán <再生資源> さいせいしげん {材源再造} tài nguyên tái tạo ◊ recycled material

재생주기 [再生週期] (再生周期) zàishēng zhōuqī <再生週期> さいせいしゅうき {週期再生} chu kỳ tái sinh ◊ regeneration period

재생지 [再生紙] (再生纸) zàishēng zhǐ <再生紙> さいせいし {再生紙} tái sinh chỉ ◊ recycled paper

재생품 [再生品] (翻新商品) fānxīn shāngpǐn <再生品> さいせいひん {再生品} tái sinh phẩm ◊ recycled products

재생헤드 [再生 head] (再生磁头) zàishēng cítóu <再生ヘッド> さいせい head {頭磁再生} đầu từ tái sinh ◊ reproducing magnetic head

재선 [再選] (再选) zài xuǎn <再選> さいせん {再選} tái tuyển ◊ reelection

재세 [在世] (在世) zàishì <在世> ざいせい {在世} tại thế ◊ living

재수술 [再手術] (再次手术) zàicì shǒushù <再手術> さいしゅじゅつ {再手術} tái thủ thuật ◊ reoperation

재순환 [再循環] (再循环) zài xúnhuán <再循環> さいじゅんかん {再使用} tái sử dụng ◊ recirculation

재시동 [再始動] (重新启动) chóngxīn qǐdòng <再始動> さいしどう {再啓} tái khởi ◊ restart

재식 [才識] (才识) cáishí <才識> さいしき {才識} tài thức ◊ knowledge

재신 [財神] (财神) cáishén <財神> ざいしん {財神} tài thần ◊ God of wealth

재심사 [再審査] (再审查) zàishěn zhā <再審査> さいしんさ {再審} tái thẩm ◊ review again

재앙 [災殃] (灾殃) zāi yāng <災殃> さいおう {災殃} tai ương ◊ big disaster

재야 [在野] (在野) zàiyě <在野> ざいや {在野} tại dã ◊ out of power; out of office

재야당 [在野黨] (在野党) zàiyědǎng <在野党> ざ

いやとう {在野黨} tại dã đảng ◊ party out of office; party not in power; opposition party

재연 [再演] (再演) zài yǎn <再演> さいえん {再演} tái diễn ◊ encore

재외 [在外] (在外) zàiwài <在外> ざいがい {在外} ra ◊ out

재원 [財源] (财源) cáiyuán <財源> ざいげん {財源} tài nguyên ◊ resources

재위 [在位] (在位) zàiwèi <在位> ざいい {在位} tại vị ◊ on throne

재의 [再議] (再议) zài yì <再議> さいぎ {再議} tái nghị ◊ discuss again

재이용률 [再利用率] (再用率) zài yòng lǜ <再利用率> さいりようりつ {比例再使用} tỷ lệ tái sử dụng ◊ reuse rate

재인 [才人] (才人) cái rén <才人> さいじん {才人} tài nhân ◊ talented people

재일 [齋日] (斋日) zhāi rì <斋日> いみび {齋日} trai nhật ◊ Ramadan

재임 [在任] (在任) zài rén <在任> ざいにん {在任} tại nhậm ◊ incumbent

재임명 [再任命] (重新任命) chóngxīn rènmìng <再任命> さいにんめい {再任} tái nhiệm ◊ reappointment

재자가인 [才子佳人] (才子佳人) cáizǐ jiārén <才子佳人> さいしかじん {才子佳人} tài tử giai nhân ◊ talented and beautiful

재전송 [再傳送] (重新传送) chóngxīn chuánsòng <再伝送> さいでんそう {轉接} truyền tiếp ◊ retransmission; redeliver

재정 [財政] (财政) cáizhèng <財政> ざいせい {財政} tài chính ◊ finance

재정 [裁定] (裁定) cáidìng <裁定> さいてい {裁定} tài định ◊ adjudicate

재정 [在廷] (在廷) zài tíng <在廷> ざいてい {在廷} tại đình ◊ in the court

재정가 [財政家] (金融家) jīnróngjiā <財政家> ざいせいか {財政家} tài chính gia ◊ financier

재정거래 [財政去來] (财政交易) cáizhèng jiāoyì <財政交易> ざいせいこうえき {交易財政} giao dịch tài chính ◊ arbitrage

재정난 [財政難] (经济困难) jīngjì kùnnan <財政難> ざいせいなん {財政難} tài chính nạn ◊ difficulty in finances

재정법 [財政法] (金融法) jīnróng fǎ <財政法> ざいせいほう {財政法} tài chính pháp ◊ finance law

재정부 [財政部] (财政部) cáizhèngbù <財政部>

ざいせいぶ {韕庯} kho bạc ◊ ministry of finance

재정원조 [財政援助] (财政拨款) cáizhèng bōkuǎn <財政援助> ざいせいえんじょ {財助} tài trợ ◊ financial allocations

재정착 [再定着] (再定居) zài dìngjū <再定住> さいていじゅう {再定居} tái định cư ◊ resettlement

재정체제 [財政體制] (财政体系) cáizhèng tǐxì <財政体制> ざいせいたいせい {系統財政} hệ thống tài chính ◊ financial mechanism

재정학 [財政學] (财政科学) cáizhèng kēxué <財政学> ざいせいがく {財政學} tài chính học ◊ financial science

재조 [才操|才調] (才调) zàidiào <才能> さいのう {才能} tài năng ◊ talent; ability; capability

재조 [再造] (再造) zàizào <再造> さいぞう {再造} tái tạo ◊ reforge

재조직 [再組織] (重组) chóngzǔ <再組織> さいそしき {再組} tái tổ ◊ reorganization

재주 [財主] (财主) cáizhǔ <財主> ざいしゅ {財主} tài chủ ◊ rich man

재중 [在中] (在中) zài zhōng <在中> ざいちゅう {在中} tại trung ◊ in middle of

재지 [才智] (才智) cáizhì <才智> さいち {才智} tài trí ◊ intelligence

재직 [在職] (在职) zàizhí <在職> ざいしょく {在職} tại chức ◊ incumbency

재직기간 [在職期間] (在职期间) zàizhí qījiān <在職期間> ざいしょくきかん {荃期當任} ở khi đương nhiệm ◊ incumbency

재진동 [再振動] (重复振动) chóngfù zhèndòng <再振動> さいしんどう {啦粷搐} lặp lại rung ◊ revibration

재질 [材質] (材质) cái zhì <材質> ざいしつ {材質} tài chất ◊ material

재체결 [再締結] (重新签订) chóngxīn qiāndìng <再締結> さいていけつ {再記} tái ký ◊ re-sign

재촉 [一] (催促) cuīcù <催促> さいそく {勸瞞} khuyến mãi ◊ demand

재투자 [再投資] (再投资) zài tóuzī <再投資> さいとうし {再投資} tái đầu tư ◊ reinvest

재판 [裁判] (裁判) cáipàn <裁判> さいばん {裁判} tài phán ◊ referee; judge; umpire

재판 [再版] (再版) zàibǎn <再版> さいはん {再版} tái bản ◊ reprint

재판관 [裁判官] (法官) fǎguān <裁判官> さいばんかん {審判} thẩm phán ◊ judge

재학 [才學] (才学) cáixué <才学> さいがく {才學} tài học ◊ talent and learning

재학 [在學] (在学) zài xué <在学> ざいがく {在場} tại trường ◊ being enrolled; being a student; in school

재학생 [在學生] (在校生) zài jiào shēng <在学生> ざいがくせい {在場生} tại trường sinh ◊ student at school

재해 [災害] (灾害) zāihài <災害> さいがい {災害} tai hại ◊ disaster

재해구역 [災害區域] (灾区) zāiqū <災害区域> さいがいくいき {災區} tai khu ◊ disaster area

재향 [在鄉] (老家) lǎojiā <故郷> ふるさと {如難} nhà quê ◊ hometown

재향군인 [在鄉軍人] (退伍军人) tuìwǔ jūnrén <退役軍人> たいえきぐんじん {舊戰兵} cựu chiến binh ◊ veteran

재현 [再現] (再现) zàixiàn <再現> さいげん {再造} tái tạo ◊ reproduction

재현성 [再現性] (重现性) chóngxiàn xìng <再現性> さいげんせい {可能再造} khả năng tái tạo ◊ reproducibility

재혼 [再婚] (再婚) zàihūn <再婚> さいこん {再婚} tái hôn ◊ remarry

재화 [才華] (才华) cáihuá <才華> さいか {才華} tài hoa ◊ talent

재화 [財貨] (钱财) qiáncái <錢財> せんざい {錢鉑} tiền bạc ◊ commodity; property

재화 [災禍] (灾祸) zāihuò <災禍> さいか {災禍} tai họa ◊ misfortune

재활용 [再活用] (回笼) huílóng <再活用> さいかつよう {再製} tái chế ◊ recycle; reutilization; reapplication

재회 [再會] (再会) zàihuì <再会> さいかい {再會} tái hội ◊ re-meet

잿더미 [－] (灰烬) huījìn <灰> はい {粄畩㕦嬬} tro ◊ ashes

쟁권 [爭權] (争权) zhēng quán <権力争い> けんりょくあらそい {爭權} tranh quyền ◊ struggle for power

쟁론 [爭論] (争论) zhēnglùn <論争> ろんそう {爭執} tranh chấp ◊ trouble; argue

쟁집 [爭執] (争执) zhēngzhí <論争> ろんそう {爭執} tranh chấp ◊ dispute

쟁탈 [爭奪] (争夺) zhēngduó <争奪> そうだつ {爭奪} tranh đoạt ◊ scramble

쟁투 [爭鬪] (争斗) zhēngdòu <争鬪> そうとう {爭鬪} tranh đấu ◊ fight

쟁패 [爭霸] (争雄) zhēngxióng <争霸> そうは {爭雄} tranh hùng ◊ contend for supremacy

저가 [低價] (低价) dījià <安価> あんか {價鉑} giá thấp ◊ low price

저가주의 [低價主義] (低价主义) dījià zhǔyì <低価主義> ていかしゅぎ {主義價鉑} chủ nghĩa giá thấp ◊ idealism for lowering prices

저각 [底角] (底角) de jué <底角> ていかく {底角} để giác ◊ bottom angle

저감 [低減] (低减) dī jiǎn <低減> ていげん {低減} đê giảm ◊ decrease

저감비용 [低減費用] (降低费用) jiàngdī fèiyòng <低減費用> ていげんひよう {撙減支費} cắt giảm chi phí ◊ abatement cost

저격 [狙擊] (狙击) jūjī <狙擊> そげき {弁撪} bắn tia ◊ sniper

저공 [低空] (低空) dīkōng <低空> ていくう {低空} đê không ◊ low altitude

저금 [貯金] (存钱) cúnqián <貯金> ちょきん {節儉} tiết kiệm ◊ savings

저금리 [低金利] (低金利) dī jīn lì <低金利> ていきんり {低金利} đê kim lợi ◊ low interest rates

저급 [低級] (低级) dījí <低級> ていきゅう {級鉑|級鉑} cấp thấp ◊ low grade

저기압 [低氣壓] (低气压) dīqìyā <低気圧> ていきあつ {低氣壓} đê khí áp ◊ atmospheric depression

저녁 [－] (傍晚) bàngwǎn <夕方> ゆうがた {明曘} buổi tối ◊ evening

저농도 [低濃度] (低浓度) dī nóngdù <低濃度> ていのうど {濃度鉑} nồng độ thấp ◊ low concentration

저당 [抵當] (抵当) dī dāng <抵当> ていとう {抵當} để đương ◊ mortgage

저렴 [低廉] (低廉) dī lián <安い> やすい {價禍} giá rẻ ◊ low cost

저류 [底流] (底流) de liú <底流> ていりゅう {底流} để lưu ◊ undercurrent

저리 [低利] (低利) dīlì <低利> ていり {低利} đê lợi ◊ low profits

저리채 [低利債] (低息债券) dīxī zhàiquàn <低利債> ていりさい {低利債} đê lợi trái ◊ low-interest debt

저마 [苧麻] (苎麻) zhùmá <苧麻> からむし {苧麻} trữ ma ◊ ramie

저면 [底面] (底面) dīmiàn <底面> ていめん {底

面} để diện ◊ bottom surface

저명 [著名] (著名) zhùmíng <著名> ちょめい {澂名} nổi danh ◊ famous; prominent

저밀도 [低密度] (低密度) dī mìdù <低密度> ていみつど {密度㐀} mật độ thấp ◊ low density

저부 [底部] (底部) de bù <底> そこ {底} đáy ◊ bottom

저성 [低聲] (低声) dīshēng <低声> ていせい {低聲} đê thanh ◊ whisper

저소득 [低所得] (低收入) dīshōurù <低所得> ていしょとく {所得㐀} sở đắc thấp ◊ low income

저속 [低俗] (低俗) dīsú <低俗> ていぞく {低俗} đê tục ◊ vulgar

저속 [低速] (低速) dī sù <低速> ていそく {低速} đê tốc ◊ low speed

저수 [貯水] (貯水) zhù shuǐ <貯水> ちょすい {貯水} trữ thủy ◊ water storage

저수용량 [貯水容量] (储水容量) chǔshuǐ róngliàng <貯水容量> ちょすいようりょう {容積湖渚} dung tích hồ chứa ◊ reservoir capacity

저수지 [貯水池] (蓄水池) xùshuǐchí <貯水池> ちょすいち {波賭渚} bể chứa nước ◊ reservoir

저술 [著述] (著述) zhùshù <著述> ちょじゅつ {著作} trước tác ◊ writings

저압 [低壓] (低压) dīyā <低圧> ていあつ {壓力㐀} áp lực thấp ◊ low pressure

저압계 [低壓計] (低压表) dīyā biǎo <低圧計> ていあつけい {低壓計} đê áp kế ◊ low pressure gauge

저압선 [低壓線] (低压线) dīyā xiàn <低圧線> ていあつせん {低壓線} đê áp tuyến ◊ low-voltage lines

저온 [低溫] (低温) dīwēn <低温> ていおん {低溫} đê ôn ◊ low temperature

저울 [一] (天平) tiānpíng <秤> はかり {斤} cân ◊ balance

저유황 [低硫黄] (低硫) dī liú <低硫黄> ていいおう {硫磺㐀} lưu huỳnh thấp ◊ low sulfur

저율 [低率] (低率) dī lǜ <低率> ていりつ {低率} đê suất ◊ low rate

저음 [低音] (低音) dīyīn <低音> ていおん {低音} đê âm ◊ bass

저의집 [一] (寒舍) hánshè <拙宅> せったく {敝舍} tệ xá ◊ one's humble abode

저자 [著者] (著者) zhe zhě <著者> ちょしゃ {著者} trước giả ◊ author

저작 [著作] (著作) zhùzuò <著作> ちょさく {著作} trước tác ◊ writings

저작권 [著作權] (著作权) zhùzuòquán <著作権> ちょさくけん {著作權} trước tác quyền ◊ copyright

저장 [貯藏] (貯藏) zhùcáng <貯蔵> ちょぞう {貯藏} trữ tàng ◊ storage

저장실 [貯藏室] (储藏室) chǔcángshì <貯蔵室> ちょぞうしつ {貯藏室} trữ tàng thất ◊ storage room

저전압 [低電壓] (低电压) dī diànyā <低電圧> ていでんあつ {電壓㐀} điện áp thấp ◊ low voltage

저조 [低潮] (低潮) dīcháo <低潮> ていちょう {低潮} đê triều ◊ low tide

저주 [詛呪|咀呪] (诅咒) zǔzhòu <呪う> のろう {嚩嚕|願嚕} nguyền rủa ◊ curse

저주파 [低周波] (低频) dī pín <低周波> ていしゅうは {低周波} đê chu ba ◊ low frequency

저주파음 [低周波音] (低频声音) dī pín shēngyīn <低周波音> ていしゅうはおん {音聲頻數㐀} âm thanh tần số thấp ◊ low frequency sound

저지 [沮止] (阻止) zǔzhǐ <阻止> そし {趄阻} cản trở ◊ deter; hindrance

저질 [低質] (低质) dī zhì <低質> ていしつ {低質} đê chất ◊ low quality

저촉 [抵觸] (抵触) dīchù <抵触> ていしょく {抵觸} để xúc ◊ collide; resist

저축 [儲蓄] (积贮) jīzhù <積貯> せきちょ {積貯} tích trữ ◊ accumulation

저층 [底層] (底层) dǐcéng <底層> そこそう {底層} để tằng ◊ underlying

저택 [邸宅] (宅邸) zhái dǐ <邸宅> ていたく {營墅} dinh thự ◊ mansion

저판 [底板] (底板) de bǎn <底板> そこばん {底板} để bản ◊ motherboard

저하 [低下] (低下) dīxià <低下> ていか {低下} đê hạ ◊ inferior

저항 [抵抗] (抵抗) dīkàng <抵抗> ていこう {抵抗} để kháng ◊ resistance

저해 [沮害] (妨碍) fáng'ài <沮害> そがい {阻礙} trở ngại ◊ hinder

저혈압 [低血壓] (低血压) dīxuèyā <低血圧> ていけつあつ {低血壓} đê huyết áp ◊ low blood pressure

적 [敵] (敌人) dírén <敵> てき {仇讐} kẻ thù ◊ enemy

적각 [赤脚] (赤脚) chìjiǎo <赤脚> せっきゃく {赤脚} xích cước ◊ barefooted

적구 [敵區] (敌占区) dízhànqū <敵占領区> てきせんりょうく {壃敵佔揀} vùng địch chiếm đóng ◊ enemy-occupied area

적국 [敵國] (敌国) díguó <敵国> てきこく {醻仇} nước thù ◊ enemy nation; hostile country

적군 [敵軍] (敌军) díjūn <敵軍> てきぐん {軍仇} quân thù ◊ foe; enemy army

적극 [積極] (积极) jījí <積極> せっきょく {積極} tích cực ◊ actively

적극성 [積極性] (积极性) jījíxìng <積極性> せっきょくせい {性積極} tính tích cực ◊ enthusiasm

적당 [適當] (合宜) héyí <適当> てきとう {適當} thích đáng ◊ appropriate

적대 [敵對] (敌对) díduì <敵対> てきたい {對敵} đối địch ◊ hostile; combative

적대국 [敵對國] (敌对国家) díduì guójiā <敵対国> てきたいこく {敵對國} địch đối quốc ◊ hostile states

적도 [赤道] (赤道) chìdào <赤道> せきどう {赤道} xích đạo ◊ equator

적도 [適度] (适度) shìdù <適度> てきど {適度} thích độ ◊ moderation

적도기후 [赤道氣候] (赤道气候) chìdào qìhòu <赤道気候> せきどうきこう {氣候赤道} khí hậu xích đạo ◊ equatorial climate

적동 [赤銅] (赤铜) chì tóng <赤銅> しゃくどう {赤銅} xích đồng ◊ red copper

적동석 [赤銅石] (红铜石) hóngtóng shí <赤銅石> しゃくどうせき {赤銅石} xích đồng thạch ◊ copper stone

적령 [適齡] (适龄) shìlíng <適齡> てきれい {適齡} thích linh ◊ suitable age

적령기 [適齡期] (适龄期) shìlíng qī <適齡期> てきれいき {適齡期} thích linh kỳ ◊ age-appropriate period

적례 [適例] (适例) shì lì <適例> てきれい {適例} thích lệ ◊ exemplification

적록 [摘錄] (摘录) zhāilù <摘録> てきろく {摘錄} trích lục ◊ extract

적루 [積累] (积累) jīlěi <積累> せきるい {積累} tích lũy ◊ accumulation

적리 [赤痢] (赤痢) chì lì <赤痢> せきり {赤痢} xích lị ◊ red dysentery

적막 [寂寞] (寂寞) jìmò <寂寞> せきばく {寂寞} tịch mịch ◊ lonesome

적막감 [寂寞感] (寂寞感) jìmò gǎn <寂寞感> せきばくかん {寂寞感} tịch mịch cảm ◊ loneliness

적방 [敵方] (敌方) dífāng <敵方> てきがた {敵方} địch phương ◊ opponent; enemy part

적병 [敵兵] (敌兵) dí bīng <敵兵> てきへい {敵兵} địch binh ◊ enemy soldier

적분 [積分] (积分) jīfēn <積分> せきぶん {積分} tích phân ◊ integral

적빈 [赤貧] (赤贫) chìpín <赤貧> せきひん {錘饒} rất nghèo ◊ extreme poverty

적색 [赤色] (红色) hóngsè <赤色> あかいろ {銫蘁|銫橻} màu đỏ ◊ red

적선 [敵船] (敌船) dí chuán <敵船> てきせん {敵船} địch thuyền ◊ enemy ships

적선 [積善] (积善) jī shàn <積善> せきぜん {積善} tích thiện ◊ accumulate goodness

적성 [赤誠] (赤诚) chìchéng <赤誠> せきせい {赤誠} xích thành ◊ absolute sincerity

적성 [敵性] (敌性) dí xìng <敵性> てきせい {敵性} địch tính ◊ hostility

적손 [嫡孫] (嫡孙) dí sūn <嫡孫> ちゃくそん {嫡孫} đích tôn ◊ grandson

적송 [赤松] (赤松) chì sōng <赤松> あかまつ {赤松} xích tùng ◊ red pine

적수 [赤手] (赤手) chìshǒu <赤手> せきしゅ {赤手} xích thủ ◊ bare hands

적수 [敵手] (敌手) díshǒu <敵手> てきしゅ {敵手} địch thủ ◊ antagonist

적수 [積水] (积水) jīshuǐ <積水> せきすい {積水} tích thủy ◊ stagnant water

적시 [敵視] (敌视) díshì <敵視> てきし {敵視} địch thị ◊ hostile

적시 [適時] (适时) shìshí <適時> てきじ {適時} thích thì ◊ timely

적심 [赤心] (赤心) chì xīn <赤心> せきしん {赤心} xích tâm ◊ sincere; red heart

적심보국 [赤心保國] (赤心保国) chì xīn bǎo guó <赤心保国> せきしんほうこく {赤心保國} xích tâm bảo quốc ◊ serve the country wholeheartedly

적십자 [赤十字] (红十字) hóngshízì <赤十字> せきじゅうじ {𥛭十字} chữ thập đỏ ◊ Red Cross

적연 [寂然] (寂然) jìrán <寂然> せきぜん {寂然} tịch nhiên ◊ silent; still

적외선 [赤外線] (红外线) hóng wài xiàn <赤外線> せきがいせん {紅外線} hồng ngoại tuyến ◊ infrared

적요 [摘要] (摘要) zhāiyào <摘要> てきよう {摘要} trích yếu ◊ summary

적용 [適用] (适用) shìyòng <適用> てきよう {適

用} thích dụng ◊ be applicable

적운 [積雲] (积云) jīyún <積雲> せきうん {積雲} tích vân ◊ cumulus

적응 [適應] (适应) shìyìng <適応> てきおう {適應} thích ứng ◊ adapt; be suitable; be seasoned with

적응성 [適應性] (适应性) shìyìngxìng <適応性> てきおうせい {性適應} tính thích ứng ◊ adaptability

적응증 [適應症] (适应症) shìyìng zhēng <適応症> てきおうしょう {適應症} thích ứng chứng ◊ indications

적의 [敵意] (敌意) díyì <敵意> てきい {敵意} địch ý ◊ hostility; animosity; enmity

적의 [適宜] (适宜) shìyí <適宜> てきぎ {適宜} thích nghi ◊ suitable

적자 [赤字] (赤字) chìzì <赤字> あかじ {赤字} xích tự ◊ deficit

적자 [嫡子] (嫡子) dízǐ <嫡子> ちゃくし {嫡子} đích tử ◊ legitimate child

적자생존 [適者生存] (适者生存) shì zhě shēngcún <適者生存> てきしゃせいぞん {適者生存} thích giả sinh tồn ◊ survival of the fittest

적장 [敵將] (敌将) dí jiāng <敵将> てきしょう {敵將} địch tướng ◊ enemy generals

적재 [積載] (装载) zhuāngzài <積載> せきさい {攬貥} chất hàng ◊ loading

적재능력 [積載能力] (承载能力) chéngzài nénglì <積載能力> せきさいのうりょく {可能專阻} khả năng chuyên chở ◊ bearing capacity

적정 [敵情] (敌情) díqíng <敵情> てきじょう {敵情} địch tình ◊ enemy's situation

적정 [寂靜] (寂静) jìjìng <寂静> じゃくじょう {寂靜} tịch tĩnh ◊ silence

적정포장 [適正包裝] (合理包装) hélǐ bāozhuāng <適正包装> てきせいほうそう {包皮合理} bao bì hợp lý ◊ appropriate packaging

적조 [赤潮] (赤潮) chìcháo <赤潮> あかしお {赤潮} xích triều ◊ red tide

적중 [適中] (适中) shìzhōng <適中> てきちゅう {適中} thích trung ◊ moderate

적지 [敵地] (敌地) dí dì <敵地> てきち {敵地} địch địa ◊ enemy territory

적진 [敵陣] (敌阵) dí zhèn <敵陣> てきじん {敵陣} địch trận ◊ enemy formation

적철광 [赤鐵鑛] (赤铁矿) chìtiěkuàng <赤鉄鉱> せきてっこう {鑛鎓籥} quặng sắt đỏ ◊ red hematite

적출 [摘出] (摘出) zhāi chū <摘出> てきしゅつ {摘噐} trích ra ◊ pick it out

적탄 [敵彈] (敌弹) dí dàn <敵弾> てきだん {敵彈} địch đạn ◊ enemy bullet

적토 [赤土] (赤土) chì tǔ <赤土> あかつち {赤土} xích thổ ◊ red clay

적포도주 [赤葡萄酒] (红酒) hóng jiǔ <赤ワイン> あか wine {溜眛籥} rượu vang đỏ ◊ red wine

적하 [滴下] (滴下) dī xià <滴下> てっか {滴下} chích hạ ◊ drop down

적함 [敵艦] (敌舰) dí jiàn <敵艦> てっかん {敵艦} địch hạm ◊ enemy worship

적합 [適合] (适合) shìhé <適合> てきごう {適合} thích hợp ◊ suitability

적해 [賊害] (贼害) zéi hài <賊害> ぞくがい {賊害} tặc hại ◊ cause harm or injury to another

적혈 [赤血] (赤血) chì xuè <赤血> せっけつ {赤血} xích huyết ◊ red blood

적혈구 [赤血球] (红血球) hóngxuèqiú <赤血球> せっけっきゅう {紅球} hồng cầu ◊ erythrocyte

적화 [赤化] (赤化) chì huā <赤化> せっか {赤化} xích hóa ◊ reddening

적후 [敵後] (敌后) dí hòu <敵後> てきご {敵後} địch hậu ◊ rear of the enemy lines

전가 [轉嫁] (转嫁) zhuǎnjià <転嫁> てんか {轉嫁} chuyển giá ◊ imputation

전각 [全角] (全角) quán jué <全角> ぜんかく {全形} toàn hình ◊ full-width; double broad character

전각 [篆刻] (篆刻) zhuànkè <篆刻> てんこく {篆刻} triện khắc ◊ seal cutting

전개 [展開] (展开) zhǎnkāi <展開> てんかい {展開} triển khai ◊ deployment

전거 [典據] (典据) diǎn jù <典拠> てんきょ {審權} thẩm quyền ◊ authority

전거 [轉居] (转居) zhuǎn jū <転居> てんきょ {轉居} chuyển cư ◊ transfer

전격 [電擊] (电击) diànjī <電撃> でんげき {電擊} điện kích ◊ electric shock

전경 [前景] (前景) qiánjǐng <前景> ぜんけい {前景} tiền cảnh ◊ prospect

전경 [全景] (全景) quánjǐng <全景> ぜんけい {全景} toàn cảnh ◊ panorama

전고 [典故] (典故) diǎngù <典故> てんこ {典故} điển cố ◊ literary quotation

전곡 [全曲] (全曲) quán qū <全曲> ぜんきょく {全曲} toàn khúc ◊ whole song

전공 [戰功] (战功) zhàngōng <戰功> せんこう {戰功} chiến công ◊ exploits

전과 [前科] (前科) qiánkē <前科> ぜんか {前科} tiền khoa ◊ criminal record

전과 [專科] (专科) zhuānkē <專科> せんか {專科} chuyên khoa ◊ specialist

전광 [癲狂] (癫狂) diānkuáng <癲狂> てんきょう {癲狂} điên cuồng ◊ madness

전광 [電光] (电光) diànguāng <電光> でんこう {電光} điện quang ◊ electro-optical

전교 [轉交] (转交) zhuǎnjiāo <転交> てんこう {轉交} chuyển giao ◊ transfer to

전교 [轉校] (转校) zhuǎn jiào <転校> てんこう {轉校} chuyển hiệu ◊ changing schools

전구 [電球] (灯泡) dēngpào <電球> でんきゅう {瑔翻電|烽畑電} bóng đèn điện ◊ bulb

전구 [戰區] (战区) zhànqū <戰区> せんく {戰區} chiến khu ◊ war zone

전국 [全國] (全国) quánguó <全国> ぜんこく {全國} toàn quốc ◊ nationwide

전국 [戰局] (战局) zhànjú <戰局> せんきょく {戰局} chiến cục ◊ situation of war

전군 [全軍] (全军) quánjūn <全軍> ぜんぐん {全軍} toàn quân ◊ whole army

전권 [全權] (全权) quánquán <全権> ぜんけん {全權} toàn quyền ◊ full authority; solely

전권 [專權] (专权) zhuānquán <専権> せんけん {專權} chuyên quyền ◊ authority

전극 [電極] (电极) diànjí <電極> でんきょく {電極} điện cực ◊ electrode

전기 [傳記] (传记) zhuànjì <伝記> でんき {傳記} truyện ký ◊ biography

전기 [傳奇] (传奇) chuánqí <伝奇> でんき {傳奇} truyền kỳ ◊ legend

전기 [電氣] (电) diàn <電気> でんき {電} điện ◊ electricity

전기 [電器] (电器) diànqì <電気器具> でんききぐ {設備電} thiết bị điện ◊ electric appliances

전기 [前記] (前记) qián jì <前記> ぜんき {前記} tiền ký ◊ aforesaid

전기 [前期] (前期) qiánqī <前期> ぜんき {前期} tiền kỳ ◊ prophase

전기 [戰機] (战机) zhànjī <戰機> せんき {戰機} chiến cơ ◊ fighter airplane

전기계량기 [電氣計量器] (电表) diànbiǎo <電気メーター> でんき meter {銅鍘電} đồng hồ điện ◊ electricity meter

전기공 [電氣工] (电工) diàngōng <電気技師> でんきぎし {僭電} thợ điện ◊ electrician

전기공학 [電氣工學] (电工学) diàngōng xué <電気工学> でんきこうがく {電學} điện học ◊ electrical engineering

전기기계 [電氣機械] (机电) jīdiàn <電気機械> でんききかい {機電} cơ điện ◊ electrical mechanics

전기기구 [電氣器具] (电器) diànqì <電気器具> でんききぐ {設備電} thiết bị điện ◊ electrical appliances

전기난로 [電氣暖爐] (电暖炉) diàn nuǎn lú <電気炉> でんきろ {電爐} điện lô ◊ electric stove

전기담요 [電氣毯요] (电热毯) diànrètǎn <電気毛布> でんきもうふ {䪞電} chăn điện ◊ electric blanket

전기량 [電氣量] (电量) diànliàng <電気量> でんきりょう {電氣量} điện khí lượng ◊ electrical volume

전기면도기 [電氣面刀器] (电动剃须刀) diàndòng tìxūdāo <電気剃刀> でんきかみそり {刂制電} dao cạo điện ◊ electric razor

전기에너지 [電氣 energy] (电能) diànnéng <電気エネルギー> でんき energy {電能} điện năng ◊ electrical energy

전기요금 [電氣料金] (电费) diàn fèi <電気代> でんきだい {錢電} tiền điện ◊ electric bill; electric charge; electric rate

전기용접 [電氣鎔接] (电焊) diànhàn <電気溶接> でんきようせつ {摸電} hàn điện ◊ electric welding

전기종 [電氣鐘] (电铃) diànlíng <電鐘> でんしょう {鋤電} chuông điện ◊ electric bell

전기주전자 [電氣酒煎子] (电热水壶) diànrè shuǐhú <電気ポット> でんき pot {壏撒渃電} ấm đun nước điện ◊ electric kettle

전기탐광 [電氣探鑛] (电法勘探) diàn fǎ kāntàn <電気探鉱> でんきたんこう {喋唭電} thăm dò điện ◊ electrical prospecting

전기화학 [電氣化學] (电化学) diànhuàxué <電気化学> でんきかがく {電化學} điện hóa học ◊ electrochemistry

전능 [全能] (全能) quánnéng <全能> ぜんのう {全能} toàn năng ◊ omnipotence

전단 [傳單] (传单) chuándān <散らし> ちらし {傳單} truyền đơn ◊ handbill

전단 [前端] (前端) qiánduān <前端> ぜんたん {前端} tiền đoan ◊ front end

전단 [前段] (前段) qián duàn <前段> ぜんだん {前段} tiền đoạn ◊ anterior paragraph

전단 [全段] (全段) quán duàn <全段> ぜんだん {全段} toàn đoạn ◊ full paragraph

전단 [專斷] (专断) zhuānduàn <専断> せんだん {專斷} chuyên đoạn ◊ arbitrary

전달 [轉達] (转达) zhuǎndá <転達> てんたつ {轉達} chuyển đạt ◊ pass on; convey

전답 [田畓] (田地) tiándì <田畑> たはた {瞳稲|垌畤} đồng ruộng ◊ field

전당 [殿堂] (殿堂) diàntáng <殿堂> でんどう {殿堂} điện đường ◊ palace

전당포 [典當舖] (当铺) dàngpù <質屋> しちや {號擒樵} hiệu cầm đồ ◊ pawnshop

전대미문 [前代未聞] (前所未闻) qián suǒ wèi wén <前代未聞> ぜんだいみもん {矗曾暄吶} chưa từng nghe nói ◊ unheard of

전도 [傳導] (传导) chuándǎo <伝導> でんどう {傳導} truyền đạo ◊ conduction

전도 [傳道] (传道) chuándào <伝道> でんどう {傳道} truyền đạo ◊ preach

전도 [顚倒] (颠倒) diāndǎo <顚倒> てんとう {顚倒} điên đảo ◊ upside down

전도 [前途] (前途) qiántú <前途> ぜんと {前途} tiền đồ ◊ future

전도 [全圖] (全图) quán tú <全図> ぜんず {全圖} toàn đồ ◊ full picture

전도계수 [傳導係數] (传导系数) chuándǎo xìshù <伝導系数> でんどうけいすう {係數引電} hệ số dẫn điện ◊ coefficient of conduction

전도도 [傳導度] (传导性) chuándàoxing <伝導度> でんどうど {性傳導} tính truyền đạo ◊ conductivity

전도양양 [前途洋洋] (锦绣前程) jǐnxiù qiánchéng <明るい未来> あかるいみらい {將來裁燗} tương lai tươi sáng ◊ bright future

전도율 [傳導率] (传导率) chuándǎo lǜ <伝導率> でんどうりつ {能率引電} năng suất dẫn điện ◊ conductivity

전동 [顫動] (颤动) chàndòng <顫動> せんどう {顫動} chiến động ◊ quiver

전동 [傳動] (传动) chuándòng <伝動> でんどう {傳動} truyền động ◊ transmission

전동 [轉動] (转动) zhuǎndòng <転動> てんどう {轉動} chuyển động ◊ rotate

전동기 [電動機] (电动机) diàndòngjī <電動機> でんどうき {電動機} điện động cơ ◊ motor

전동드릴 [電氣 drill] (电钻) diànzuàn <電気ドリル> でんき drill {樌鐄電} máy khoan điện ◊ electric drill

전동차 [電動車] (电动车) diàndòng chē <電動車> でんどうしゃ {電動車} điện động xa ◊ electric car

전등 [電燈] (电灯) diàndēng <電灯> でんとう {鐙電} đèn điện ◊ electric lamp

전람 [展覽] (展览) zhǎnlǎn <展覽> てんらん {展覽} triển lãm ◊ exhibit

전람회 [展覽會] (展览会) zhǎnlǎnhuì <展示会> てんじかい {會幣展覽} hội chợ triển lãm ◊ exhibition; exposition

전략 [戰略] (战略) zhànlüè <戦略> せんりゃく {戰略} chiến lược ◊ stratagem

전략가 [戰略家] (对策者) duìcè zhě <戦略家> せんりゃくか {奻對策} nhà đối sách ◊ strategist

전량분석 [電量分析] (电量分析) diànliàng fēnxī <電力量分析> でんりょくりょうぶんせき {分析電} phân tích điện ◊ coulometry

전력 [電力] (电力) diànlì <電力> でんりょく {電力} điện lực ◊ electricity; electric power

전력 [全力] (全力) quánlì <全力> ぜんりょく {全力} toàn lực ◊ full strength

전력 [戰力] (战力) zhànlì <戦力> せんりょく {戰力} chiến lực ◊ combat power

전력계 [電力計] (电度表) diàn dù biǎo <電力計> でんりょくけい {銅壺鬝電} đồng hồ đo điện ◊ electricity meter

전력계통 [電力系統] (电力系统) diànlì xìtǒng <電力系統> でんりょくけいとう {系統電} hệ thống điện ◊ electrical power system

전력망 [電力網] (电网) diànwǎng <電力網> でんりょくもう {緷電} lưới điện ◊ power grid

전력선 [電力線] (电力线) diànlì xiàn <電線> でんせん {蹛続電} đường dây điện ◊ wires

전력장치 [電力裝置] (电力装置) diànlì zhuāngzhì <電気設備> でんきせつび {設備電} thiết bị điện ◊ electric devices

전례 [典禮] (典礼) diǎnlǐ <儀式> ぎしき {典禮} điển lễ ◊ ceremony

전례 [前例] (前例) qiánlì <前例> ぜんれい {前例} tiền lệ ◊ precedent

전로 [電路] (电路) diànlù <電路> でんろ {電路} điện lộ ◊ electric circuit

전류 [電流] (电流) diànliú <電流> でんりゅう {電流} điện lưu ◊ electric current

전류계 [電流計] (安培计) ānpéi jì <電流計> でんりゅうけい {音啵計} am pe kế ◊ ammeter

전륜 [前輪] (前轮) qián lún <前輪> ぜんりん {前輪} tiền luân ◊ front wheel

전리 [電離] (电离) diànlí <電離> でんり {電離} điện ly ◊ ionization

전리 [戰利] (战利) zhàn lì <戰利> せんり {戰利} chiến lợi ◊ booty; war trophy

전리층 [電離層] (电离层) diànlícéng <電離層> でんりそう {層電離} tầng điện ly ◊ ionosphere

전리품 [戰利品] (战利品) zhànlìpǐn <戰利品> せんりひん {戰利品} chiến lợi phẩm ◊ booty

전립선 [前立腺] (前列腺) qiánlièxiàn <前立腺> ぜんりつせん {腺前列} tuyến tiền liệt ◊ prostate

전마 [戰馬] (战马) zhànmǎ <戰馬> せんば {戰馬} chiến mã ◊ war horse

전만 [塡滿] (填满) tiánmǎn <埋め合わせ> うめあわせ {塡岊} điền vào ◊ roundabout; go along a zigzag course

전망 [展望] (展望) zhǎnwàng <展望> てんぼう {展望} triển vọng ◊ prospect

전망 [戰亡] (战亡) zhàn wáng <戰亡> せんぼう {戰亡} chiến vong ◊ lost in the war

전망대 [展望臺] (观景塔) guàn jǐng tǎ <展望塔> てんぼうとう {塔觀察} tháp quan sát ◊ conning tower

전매 [專賣] (专卖) zhuānmài <専売> せんばい {專賣} chuyên mại ◊ fiscal monopoly

전면 [纏綿] (缠绵) chánmián <纏綿> てんめん {纏綿} triền miên ◊ entanglement; clinging affection; involvement

전면 [前面] (前面) qiánmiàn <前面> ぜんめん {前面} tiền diện ◊ at front

전면 [全面] (全面) quánmiàn <全面> ぜんめん {全面} toàn diện ◊ comprehensive

전무 [全無] (全无) quánwú <皆無> かいむ {空腤崎} không có cả ◊ none

전문 [傳聞] (传闻) chuánwén <伝聞> でんぶん {傳聞} truyền văn ◊ hearsay

전문 [電文] (电文) diàn wén <電文> でんぶん {電文} điện văn ◊ telegraph message

전문 [前門] (前门) qiánmén <前門> ぜんもん {前門} tiền môn ◊ front door

전문 [前文] (前文) qián wén <前文> ぜんぶん {前文} tiền văn ◊ preamble

전문 [全文] (全文) quánwén <全文> ぜんぶん {全文} toàn văn ◊ full text

전문 [專門] (专门) zhuānmén <專門> せんもん {專門} chuyên môn ◊ specialized

전문가 [專門家] (专家) zhuānjiā <專門家> せんもんか {專家} chuyên gia ◊ expert

전문경영 [專門經營] (专营) zhuānyíng <專門経営> せんもんけいえい {專營} chuyên nghề ◊ franchise

전문기관 [專門機關] (专门机关) zhuānmén jīguān <專門機関> せんもんきかん {機關專門} cơ quan chuyên môn ◊ specialized agencies

전문의 [專門醫] (专科医生) zhuānkē yīshēng <專門医> せんもんい {博士專科} bác sĩ chuyên khoa ◊ specialist

전문학교 [專門學校] (中专) zhōngzhuān <專門学校> せんもんがっこう {塲吡蕓} trường dạy nghề ◊ vocational school; technical school

전문화 [專門化] (专业化) zhuānyèhuà <專門化> せんもんか {專門化} chuyên môn hóa ◊ specialization

전민 [全民] (全民) quánmín <全民> ぜんみん {全民} toàn dân ◊ all citizens

전반 [前半] (前半) qián bàn <前半> ぜんはん {前半} tiền bán ◊ first half

전반 [全般] (全般) quán bān <全般> ぜんぱん {全般} toàn bàn ◊ totally

전반생 [前半生] (前半生) qián bànshēng <前半生> ぜんはんせい {前半生} tiền bán sinh ◊ first half of life

전반전 [前半戰] (上半场) shàng bànchǎng <前半戰> ぜんはんせん {合义} hiệp một ◊ first half

전방 [前方] (前方) qiánfāng <前方> ぜんぼう {前方} trước ◊ ahead

전방위 [全方位] (全方位) quánfāngwèi <全方位> ぜんほうい {定向全部} định hướng toàn bộ ◊ omnidirectional

전범 [典範] (典范) diǎnfàn <典範> てんぱん {典範} điển phạm ◊ model

전범 [戰犯] (战犯) zhànfàn <戰犯> せんぱん {戰犯} chiến phạm ◊ war criminals

전법 [戰法] (战法) zhànfǎ <戰法> せんぽう {戰法} chiến pháp ◊ tactics of war

전변 [轉變] (转变) zhuǎnbiàn <転変> てんぺん {轉變} chuyển biến ◊ mutation

전별 [餞別] (饯别) jiànbié <餞別> せんべつ {餞別} tiễn biệt ◊ farewell dinner

전병 [煎餅] (煎饼) jiānbǐng <煎餅> せんべい {煎餅} tiên bính ◊ pancake

전보 [電報] (电报) diànbào <電報> でんぽう {電報} điện báo ◊ telegraph

전보 [戰報] (战报) zhàn bào <戰報> せんぽう {戰報} chiến báo ◊ war report

전복 [顛覆] (颠覆) diānfù <顛覆> てんぷく {揀堵|揀批} lật đổ ◊ overturn; subversion

전부 [前部] (前部) qiánbù <前部> ぜんぶ {前部} tiền bộ ◊ front part

전부 [前夫] (前夫) qiánfū <前夫> ぜんぷ {前夫} tiền phu ◊ former husband

전부 [全部] (全部) quánbù <全部> ぜんぶ {全部} toàn bộ ◊ all

전분 [澱粉] (淀粉) diànfěn <澱粉> でんぷん {澱粉} điển phấn ◊ starch

전비 [戰備] (战备) zhànbèi <戰備> せんび {戰備} chiến bị ◊ preparations for war

전사 [前史] (前史) qián shǐ <前史> ぜんし {前史} tiền sử ◊ early history

전사 [戰史] (战史) zhàn shǐ <戰史> せんし {戰史} chiến sử ◊ history of the war

전사 [戰士] (战士) zhànshì <戰士> せんし {戰士} chiến sĩ ◊ fighter; warrior

전사 [戰死] (战死) zhàn sǐ <戰死> せんし {戰死} chiến tử ◊ dead in battle

전사 [轉寫] (转写) zhuǎn xiě <転写> てんしゃ {轉寫} chuyển tả ◊ transcription

전사자 [戰死者] (阵亡者) zhènwáng zhě <戰死者> せんししゃ {犰戰死} người chiến tử ◊ war dead

전사회 [全社會] (全社会) quán shèhuì <全社会> ぜんしゃかい {全社會} toàn xã hội ◊ whole society

전산 [電算] (电算) diàn suàn <電算> でんさん {電算} điện toán ◊ calculator

전산 [前山] (前山) qián shān <前山> まえやま {前山} tiền sơn ◊ front mountain

전상 [戰傷] (战伤) zhàn shāng <戰傷> せんしょう {戰傷} chiến thương ◊ war wounded

전상병 [戰傷兵] (伤员) shāngyuán <戰傷兵> せんしょうへい {戰傷兵} chiến thương binh ◊ wounded soldiers

전생 [前生] (前生) qiánshēng <前生> ぜんしょう {前生} tiền sinh ◊ pre-existence; prelife

전생 [轉生] (投胎) tóutāi <転生> てんせい {投胎} đầu thai ◊ reincarnation

전선 [電線] (电线) diànxiàn <電線> でんせん {綟金類} dây kim loại ◊ wire

전선 [前線] (前线) qiánxiàn <前線> ぜんせん {前線} tiền tuyến ◊ front

전선 [戰船] (战船) zhànchuán <戰船> せんせん {戰船} chiến thuyền ◊ warships

전선 [戰線] (战线) zhànxiàn <戰線> せんせん {戰線} chiến tuyến ◊ front

전선주 [電線柱] (电线杆) diànxiàngǎn <電線柱> でんせんばしら {電線柱} điện tuyến trụ ◊ wire posts

전설 [傳說] (传说) chuánshuō <伝説> でんせつ {傳說} truyền thuyết ◊ legend

전설모음 [前舌母音] (前舌元音) qián jī yuányīn <前舌母音> ぜんぜつぼいん {元音齬齪} nguyên âm lưỡi trước ◊ anterior tongue vowels

전성 [全盛] (全盛) quánshèng <全盛> ぜんせい {銏盛旺} rất thịnh vượng ◊ height of prosperity

전성기 [全盛期] (鼎盛期) dǐngshèngqī <全盛期> ぜんせいき {全盛期} toàn thịnh kỳ ◊ heyday

전세 [傳世] (传世) chuánshì <伝世> でんせい {傳世} truyền thế ◊ handed down from ancient times

전세 [前世] (前世) qiánshì <前世> ぜんせい {前世} tiền thế ◊ antiquity

전세가 [傳貰價] (全租价格) quán zūjia gé <ソルレンタル価格> full rental かかく {價唳蕰楚} giá thuê đầy đủ ◊ full rental price

전세계 [全世界] (全世界) quánshìjiè <全世界> ぜんせかい {全世界} toàn thế giới ◊ worldwide

전속 [全速] (全速) quánsù <全速> ぜんそく {全速} toàn tốc ◊ full speed

전속 [專屬] (专属) zhuān shǔ <專屬> せんぞく {專屬} chuyên thuộc ◊ exclusive

전송 [傳送] (传送) chuánsòng <伝送> でんそう {傳送} truyền tống ◊ transmission

전송 [傳頌] (传颂) chuánsòng <伝頌> でんしょう {傳頌} truyền tụng ◊ chant; tell with approba-tion

전송 [轉送] (转送) zhuǎnsòng <転送> てんそう {轉送} chuyển tống ◊ transferred

전수 [傳授] (传授) chuánshòu <伝授> でんじゅ {傳達} truyền đạt ◊ impart

전술 [戰術] (战术) zhànshù <戰術> せんじゅつ {戰術} chiến thuật ◊ tactics

전승 [傳承] (传承) chuánchéng <伝承> でんしょう {傳承} truyền thừa ◊ inheritance

전승 [全勝] (全胜) quánshèng <全勝> ぜんしょう
{全勝} toàn thắng ◊ complete victory

전승 [戰勝] (战胜) zhànshèng <戰勝> せんしょう
{戰勝} chiến thắng ◊ win a battle

전시 [戰時] (战时) zhànshí <戰時> せんじ {戰時}
chiến thì ◊ wartime

전시대 [展示臺] (展示架) zhǎnshì jià <展示台>
ちんれつだい {盤瞰韝} bàn trưng bày ◊
showcase

전신 [電信] (电信) diànxìn <電信> でんしん {電
信} điện tín ◊ telecommunications

전신 [前身] (前身) qiánshēn <前身> ぜんしん
{趴前任} người tiền nhiệm ◊ predecessor

전신 [全身] (全身) quánshēn <全身> ぜんしん
{全身} toàn thân ◊ whole body

전신마취 [全身麻醉] (全身麻醉) quánshēn mázuì
<全身麻醉> ぜんしんますい {搋醍全身} gây
mê toàn thân ◊ general anesthesia

전신부호 [電信符號] (电码) diàn mǎ <電信符号>
でんしんふごう {電碼} điện mã ◊ telegraphic
code

전심 [專心] (专心) zhuānxīn <專心> せんしん
{專心} chuyên tâm ◊ concentrate; pay attention to

전심전력 [全心全力] (尽心尽力) jìnxīn jìnlì <精
一杯> せいいっぱい {盡心盡力} tận tâm tận
lực ◊ dedicated

전아 [典雅] (典雅) diǎnyǎ <典雅> てんが {典雅}
điển nhã ◊ elegant

전압 [電壓] (电压) diànyā <電壓> でんあつ {電
壓} điện áp ◊ voltage

전압계 [電壓計] (伏特计) fútè jì <電圧計> でん
あつけい {電壓計} điện áp kế ◊ voltmeter

전압선 [電壓線] (电压线) diànyā xiàn <電圧線>
でんあつせん {電壓線} điện áp tuyến ◊ voltage
lines

전액 [全額] (全额) quán é <全額> ぜんがく {全
額} toàn ngạch ◊ total sum

전야 [前夜] (前夜) qiányè <前夜> ぜんや {前夜}
tiền dạ ◊ eve

전야 [田野] (田野) tiányě <田野> でんや {田野}
điền dã ◊ field

전약 [前約] (前约) qián yāo <前約> ぜんやく
{前約} tiền ước ◊ previous engagement

전어 [箭魚] (箭鱼) jiànyú <箭魚> やぎょ {箭魚}
tiền ngư ◊ swordfish

전언 [傳言] (传言) chuányán <傳言> でんごん
{信囮} tin đồn ◊ rumor

전업 [前業] (前业) qián yè <前業> まえぎょう
{前業} tiền nghiệp ◊ former business

전업 [專業] (专业) zhuānyè <專業> せんぎょう
{專業} chuyên ngành ◊ specialized

전역 [戰役] (战役) zhànyì <戰役> せんえき {戰
役} chiến dịch ◊ battle

전연 [全然] (全然) quánrán <全然> ぜんぜん {全
然} toàn nhiên ◊ completely

전열 [傳熱] (传热) chuánrè <伝熱> でんねつ {傳
熱} truyền nhiệt ◊ heat transfer

전열 [電熱] (电热) diànrè <電熱> でんねつ {電
熱} điện nhiệt ◊ electric heating

전열 [前列] (前列) qiánliè <前列> ぜんれつ {前
列} tiền liệt ◊ forefront

전염 [傳染] (传染) chuánrǎn <伝染> でんせん
{傳染} truyền nhiễm ◊ infect

전염병 [傳染病] (传染病) chuánrǎnbìng <伝染病>
でんせんびょう {病傳染} bệnh truyền nhiễm ◊
contagious disease

전염병학 [傳染病學] (传染病学) chuánrǎnbìng
xué <伝染病学> でんせんびょうがく {疫癘學}
dịch tễ học ◊ epidemiology

전염성 [傳染性] (传染性) chuánrǎnxìng <伝染性>
でんせんせい {可能瘝染} khả năng lây nhiễm ◊
contagiousness; virulence

전완 [前腕] (前腕) qián wàn <前腕> ぜんわん
{前腕} tiền oản ◊ anterior wrist

전용 [專用] (专用) zhuānyòng <專用> せんよう
{專用} chuyên dụng ◊ special

전용차 [專用車] (专车) zhuānchē <專用車> せん
ようしゃ {車專用} xe chuyên dụng ◊ special car

전우 [戰友] (战友) zhànyǒu <戰友> せんゆう
{戰友} chiến hữu ◊ comrade in arms

전원 [電源] (电源) diànyuán <電源> でんげん
{電源} điện nguyên ◊ power supply

전원 [全員] (全员) quányuán <全員> ぜんいん
{全員} toàn viên ◊ all hands

전원 [田園] (田园) tiányuán <田園> でんえん
{田園} điền viên ◊ idyllic

전원 [轉院] (转院) zhuǎn yuàn <転院> てんいん
{轉院} chuyển viện ◊ transfer to another hospital

전원도시 [田園都市] (花园城市) huāyuán
chéngshì <田園都市> でんえんとし {城庸壩}
thành phố vườn ◊ garden city

전원시 [田園詩] (田园诗) tiányuán shī <田園詩>
でんえんし {田園詩} điền viên thi ◊ idyll

전위 [電位] (电位) diànwèi <電位> でんい {電位}

điện vị ◊ potential

전위 [前衛] (前卫) qiánwèi <前衛> ぜんえい {保衛齤} bảo vệ trước ◊ advance guard

전위 [轉位] (转位) zhuǎn wèi <転位> てんい {轉位} chuyển vị ◊ dislocation; displacement

전유 [全乳] (全脂奶) quán zhī nǎi <全乳> ぜんにゅう {滧原質} sữa nguyên chất ◊ whole milk

전유 [專有] (专有) zhuānyǒu <專有> せんゆう {專有} chuyên hữu ◊ monopoly

전율 [戰慄] (战栗) zhànlì <戰慄> せんりつ {戰慄} chiến lật ◊ trembling

전음 [顫音] (颤音) chànyīn <顫音> せんおん {顫音} chiến âm ◊ tremolo

전의 [轉義] (转义) zhuǎnyì <転義> てんぎ {轉義} chuyển nghĩa ◊ transfiguration

전이 [轉移] (转移) zhuǎnyí <転移> てんい {轉移} chuyển di ◊ transfer

전인 [前人] (前人) qiánrén <前人> ぜんじん {前人} tiền nhân ◊ predecessor

전일 [前日] (前一天) qián yī tiān <前日> ぜんじつ {馹齤} ngày trước ◊ day before

전일 [專一] (专一) zhuānyī <專一> せんいつ {專一} chuyên nhất ◊ single-minded; singularity

전임자 [前任者] (前任) qiánrèn <前任者> ぜんにんしゃ {馸前任} người tiền nhiệm ◊ predecessor

전자 [電磁] (电磁) diàncí <電磁> でんじ {電磁} điện từ ◊ electromagnetic

전자 [電子] (电子) diànzǐ <電子> でんし {電子} điện tử ◊ electron

전자 [前者] (前者) qiánzhě <前者> ぜんしゃ {前者} tiền giả ◊ former

전자기기 [電子機器] (电子机器) diànzǐ jīqì <電子機器> でんしきき {櫶電子} máy điện tử ◊ electronic instrument

전자기학 [電磁氣學] (电磁学) diàncíxué <電磁気学> でんじきがく {電磁學} điện từ học ◊ electromagnetism

전자레인지 [電子 range] (微波炉) wēibōlú <電子レンジ> でんし range {爐微涛} lò vi sóng ◊ microwave oven

전자력 [電磁力] (电磁力) diàncí lì <電磁力> でんじりょく {電磁力} điện từ lực ◊ electromagnetic force

전자석 [電磁石] (电磁铁) diàncítiě <電磁石> でんじしゃく {南針電} nam châm điện ◊ electro magnet

전자속 [電子束] (电子束) diànzǐshù <電子ビーム> でんし beam {荃電子} chùm điện tử ◊ electron beam

전자장 [電磁場] (电磁场) diàncíchǎng <電磁場> でんじば {電磁場} điện từ trường ◊ electromagnetic field

전자제품 [電子製品] (电子产品) diànzǐ chǎnpǐn <電子製品> でんしせいひん {電子學} điện tử học ◊ electronic commodity

전자총 [電子銃] (电子枪) diànzǐ qiāng <電子銃> でんしじゅう {銃電子} súng điện tử ◊ electron gun

전자파 [電磁波] (电磁波) diàncíbō <電磁波> でんじは {涛電磁} sóng điện từ ◊ electromagnetic wave

전작 [田作] (田作) tián zuō <田作> たづくり {耡晌} việc đồng ◊ fieldwork

전장 [全長] (全长) quáncháng <全長> ぜんちょう {全長} toàn trường ◊ length

전장 [戰場] (战场) zhànchǎng <戰場> せんじょう {戰塲} chiến trường ◊ battlefield

전재 [轉載] (转发) zhuǎnfā <転送する> てんそうする {轉發} chuyển phát ◊ send forward

전쟁 [戰爭] (战争) zhànzhēng <戰争> せんそう {戰爭} chiến tranh ◊ war

전쟁사 [戰爭史] (战争史) zhànzhēng shǐ <戰爭史> せんそうし {戰史} chiến sử ◊ history of war

전적 [典籍] (典籍) diǎn jí <典籍> てんせき {典籍} điển tịch ◊ old scriptures

전적 [戰績] (战绩) zhànjì <戰績> せんせき {戰績} chiến tích ◊ record

전정 [前程] (前程) qiánchéng <前程> ぜんてい {前程} tiền trình ◊ journey before one

전정만리 [前程萬里] (前程万里) qiánchéng wàn lǐ <前程万里> ぜんていばんり {前程萬里} tiền trình vạn lý ◊ having the world before one

전제 [前提] (前提) qiántí <前提> ぜんてい {前提} tiền đề ◊ premise

전제 [專制] (专制) zhuānzhì <專制> せんせい {專制} chuyên chế ◊ autocratic

전조 [前兆] (前兆) qiánzhào <前兆> ぜんちょう {前兆} tiền triệu ◊ precursor

전조등 [前照燈] (前照灯) qián zhào dēng <前照灯> ぜんしょうとう {鐙咷翹} đèn pha trước ◊ headlamps

전족 [纏足] (缠足) chánzú <纏足> てんそく {纏足} triền túc ◊ foot binding

전족 [前足] (前足) qián jù <前足> まえあし {前

足} tiền túc ◊ forefoot

전주 [電柱] (电柱) diàn zhù <電柱> でんちゅう {電柱} điện trụ ◊ telephone pole

전주 [前週] (前周) qián zhōu <前週> ぜんしゅう {前週} tiền chu ◊ last week

전주 [前奏] (前奏) qiánzòu <前奏> ぜんそう {前奏} tiền tấu ◊ prelude

전주 [轉注] (转注) zhuǎnzhù <転注> てんちゅう {轉注} chuyển chú ◊ synonymous or mutually explanatory characters; applying an extended meaning to a *Hanzi*, *Hanja*, *Kanji* or *Chu Han*

전주곡 [前奏曲] (前奏曲) qiánzòuqǔ <前奏曲> ぜんそうきょく {前奏曲} tiền tấu khúc ◊ prelude

전지 [電池] (电池) diànchí <電池> でんち {鉼} pin ◊ battery

전지 [剪枝] (剪枝) jiǎnzhī <剪枝> せんし {剪枝} tiễn chi ◊ pruning

전지 [前肢] (前肢) qiánzhī <前肢> ぜんし {前肢} tiền chi ◊ forelimb

전지 [戰地] (战地) zhàndì <戦地> せんち {戰地} chiến địa ◊ battlefield

전직 [前職] (前职) qián zhí <前職> ぜんしょく {前職} tiền chức ◊ former position

전직 [轉職] (转职) zhuǎn zhí <転職> てんしょく {轉職} chuyển chức ◊ career change

전진 [前進] (前进) qiánjìn <前進> ぜんしん {進蓮} tiến lên ◊ advance; onward

전집 [前集] (前集) qián jí <前集> まえしゅう {前集} tiền tập ◊ previous episodes

전집 [全集] (全集) quánjí <全集> ぜんしゅう {全集} toàn tập ◊ complete works

전차 [電車] (电车) diànchē <電車> でんしゃ {車電} xe điện ◊ trolley bus

전차복철 [前車覆轍] (前车之辙) qián chē zhī chè <前車之轍> ぜんしゃのてつ {前車之轍} tiền xa chi triệt ◊ learn from others' mistakes

전채 [前債] (前债) qián zhài <前債> まえさい {前債} tiền trái ◊ former debt

전처 [前妻] (前妻) qiánqī <前妻> ぜんさい {前妻} tiền thê ◊ ex-wife

전천후 [全天候] (全天候) quántiānhòu <全天候> ぜんてんこう {全天候} toàn thiên hậu ◊ all-weather; weather-proof

전체 [傳遞] (传递) chuándì <伝逓> でんてい {傳遞} truyền đệ ◊ transmit on; pass on from hand to hand

전체 [全體] (全体) quántǐ <全体> ぜんたい {全體} toàn thể ◊ ensemble

전체 [轉遞] (转递) zhuǎndì <逓転する> ていてんする {轉遞} chuyển đệ ◊ transmission; pass on

전체위원회 [全體委員會] (全体委员会) quántǐ wěiyuánhuì <全体委員会> ぜんたいいいんかい {委班全體} ủy ban toàn thể ◊ Committee of the Whole

전체주의 [全體主義] (全体主义) quántǐ zhǔyì <全体主義> ぜんたいしゅぎ {主義全體} chủ nghĩa toàn thể ◊ totalism

전초 [前哨] (前哨) qiánshào <前哨> ぜんしょう {前哨} tiền tiêu ◊ outpost

전통 [傳統] (传统) chuántǒng <伝統> でんとう {傳統} truyền thống ◊ tradition

전통 [箭筒] (箭筒) jiàn tǒng <箭筒> やとう {箭筒} tiễn đồng ◊ quiver

전투 [戰鬪] (战斗) zhàndòu <戦闘> せんとう {戰鬪} chiến đấu ◊ fight

전투기 [戰鬪機] (战斗机) zhàndòujī <戦闘機> せんとうき {戰鬪機} chiến đấu cơ ◊ fighter plane

전투함 [戰鬪艦] (战船) zhànchuán <戦艦> せんかん {戰艦} chiến hạm ◊ battle ship

전파 [傳播] (传播) chuánbō <伝播> でんぱ {傳播} phổ biến ◊ disseminate

전파 [電波] (电波) diànbō <電波> でんぱ {電波} điện ba ◊ radio wave

전패 [戰敗] (战败) zhànbài <戦敗> せんぱい {戰敗} chiến bại ◊ defeat

전편 [全篇] (全篇) quán piān <全篇> ぜんぺん {全篇} toàn thiên ◊ full story

전포 [田圃] (田圃) tián pǔ <田圃> たんぼ {田圃} điền phố ◊ field

전폭 [全幅] (全宽) quán kuān <全幅> ぜんぷく {艄艕} chiều rộng ◊ width

전표 [傳票] (传票) chuánpiào <伝票> でんぴょう {傳票} truyền phiếu ◊ summons

전풍 [癜風] (癜风) diàn fēng <癜風> でんぷう {癜風} điến phong ◊ leprosy

전하 [電荷] (电荷) diànhè <電荷> でんか {電荷} điện hà ◊ electric charge

전하 [殿下] (殿下) diànxià <殿下> でんか {殿下} điện hạ ◊ your highness

전학 [轉學] (转学) zhuǎnxué <転学> てんがく {轉學} chuyển học ◊ transfer to another school

전함 [戰艦] (战舰) zhànjiàn <戦艦> せんかん {戰艦} chiến hạm ◊ battleship

전해 [電解] (电解) diànjiě <電解> でんかい {電

解} điện giải ◊ electrolysis

전해물 [電解物] (电解物) diànjiě wù <電解物>
でんかいぶつ {電解物} điện giải vật ◊
electrolytes

전해분석 [電解分析] (电析) diàn xī <電解分析>
でんかいぶんせき {電析} điện tích ◊ electrolysis

전해액 [電解液] (电解液) diànjiě yè <電解液> で
んかいえき {電解液} điện giải dịch ◊ electrolyte

전해질 [電解質] (电解质) diànjiězhì <電解質> で
んかいしつ {質電分} chất điện phân ◊ electrolyte

전향 [轉向] (转向) zhuǎnxiàng <転向> てんこう
{轉向} chuyển hướng ◊ turn to

전형 [典型] (典型) diǎnxíng <典型> てんけい
{典型} điển hình ◊ typical

전형 [轉形] (转形) zhuǎn xíng <転形> てんがた
{轉形} chuyển hình ◊ transformation

전호 [電弧] (电弧) diàn hú <電弧> でんこ {電弧}
điện hồ ◊ electric arc

전화 [電化] (电化) diàn huā <電化> でんか {電
化} điện hóa ◊ electrochemical

전화 [電話] (电话) diànhuà <電話> でんわ {電話}
điện thoại ◊ phone

전화 [戰禍] (战祸) zhànhuò <戰禍> せんか {戰
禍} chiến họa ◊ disaster of war

전화 [轉化] (转化) zhuǎnhuà <転化> てんか {轉
化} chuyển hóa ◊ invert

전화기 [電話機] (电话机) diànhuàjī <電話機> で
んわき {檟電話} máy điện thoại ◊ telephone set

전화선 [電話線] (电话线) diànhuàxiàn <電話線>
でんわせん {電話線} điện thoại tuyến ◊
telephone line

전환 [轉換] (转换) zhuǎnhuàn <転換> てんかん
{轉換} chuyển hoán ◊ conversion

전환과정 [轉換過程] (转化过程) zhuǎnhuà
guòchéng <転換過程> てんかんかてい {過程轉
闤} quá trình chuyển đổi ◊ transformation process

전황 [戰況] (战况) zhànkuàng <戰況> せんきょう
{戰況} chiến huống ◊ war situation

전황 보도 [戰況報道] (战况报道) zhànkuàng
bàodào <戰況報道> せんきょうほうどう {戰報}
chiến báo ◊ battlefield report

전횡 [專橫] (专横) zhuānhèng <專橫> せんおう
{專橫} chuyên hoành ◊ bossy

전후 [前後] (前后) qiánhòu <前後> ぜんご {前後}
tiền hậu ◊ before and after

전후 [戰後] (战后) zhànhòu <戰後> せんご {戰
後} chiến hậu ◊ postwar

절감 [節減] (节减) jiē jiǎn <節減> せつげん {節
減} tiết giảm ◊ savings

절개 [切開] (切开) qiē kāi <切開> せっかい {切
開} thiết khai ◊ incision

절검 [節儉] (节俭) jiéjiǎn <節儉> せっけん {節
儉} tiết kiệm ◊ frugal

절경 [絕景] (絕景) jué jǐng <絕景> ぜっけい {絕
景} tuyệt cảnh ◊ stunning view

절교 [絕交] (绝交) juéjiāo <絕交> ぜっこう {絕
交} tuyệt giao ◊ break with

절구 [絕句] (绝句) juéjù <絕句> ぜっく {絕句}
tuyệt cú ◊ quatrain; poem of four lines

절기 [節氣] (节气) jiéqi <節気> せっき {節候}
tiết hậu ◊ 24 solar terms

절단 [截斷] (剪断) jiǎnduàn <剪断> せんだん
{剪斷} tiền đoạn ◊ shear off; clipping

절단 [切斷] (切断) qiēduàn <切断> せつだん {切
斷} thiết đoạn ◊ amputation

절단기 [切斷機] (切割机) qiēgē jī <切斷機> せつ
だんき {檟揱} máy cắt ◊ cutter; cutting machine

절대 [絕對] (绝对) juéduì <絕対> ぜったい {絕
對} tuyệt đối ◊ absolute

절대다수 [絕大多數] (绝大多数) jué dàduōshù <
絕大多数> ぜつだいたすう {絕大多數} tuyệt
đại đa số ◊ most; overwhelming majority

절대량 [絕對量] (绝对量) juéduì liáng <絕対量>
ぜったいりょう {絕對量} tuyệt đối lượng ◊
absolutely

절대밀도 [絕對密度] (绝对密度) juéduì mìdù <絕
対密度> ぜったいみつど {密度絕對} mật độ
tuyệt đối ◊ absolute density

절대속도 [絕對速度] (绝对速度) juéduì sùdù <絕
対速度> ぜったいそくど {速度絕對} tốc độ
tuyệt đối ◊ absolute velocity

절대습도 [絕對濕度] (绝对湿度) juéduì shīdù <絕
対湿度> ぜったいしつど {度澄絕對} độ ẩm
tuyệt đối ◊ absolute humidity

절대점도 [絕對粘度] (绝对粘度) juéduì nián dù <
絕対粘度> ぜったいねんど {度渢絕對} độ
nhớt tuyệt đối ◊ absolute viscosity

절대책임 [絕對責任] (绝对责任) juéduì zérèn <絕
対責任> ぜったいせきにん {責任絕對} trách
nhiệm tuyệt đối ◊ absolute liability

절대치 [絕對值] (绝对值) juéduìzhí <絕对值> ぜ
ったいち {價值絕對} giá trị tuyệt đối ◊ absolute
value

절도 [竊盜] (盗窃) dàoqiè <盗む> ぬすむ {飯搬|

哎撤} ăn cắp ◊ steal

절도범 [竊盜犯] (盗窃犯) dàoqiè fàn <窃盗犯> せっとうはん {仇蝲} kẻ trộm ◊ burglars

절도죄 [竊盜罪] (盗窃罪) dàoqiè zuì <窃盗罪> せっとうざい {罪蝲撤} tội trộm cắp ◊ burglary

절로 [絕路] (绝路) jué lù <断路> だんろ {絕路} tuyệt lộ ◊ dead end; blinded lead

절망 [絕望] (绝望) juéwàng <絶望> ぜつぼう {絕望} tuyệt vọng ◊ despair

절망감 [絕望感] (绝望感) juéwàng gǎn <絶望感> ぜつぼうかん {絕望感} tuyệt vọng cảm ◊ a sense of despair

절멸 [絕滅] (绝灭) jué miè <絶滅> ぜつめつ {絕滅} tuyệt diệt ◊ extinction

절명 [絕命] (绝命) juémìng <絶命> ぜつめい {絕命} tuyệt mệnh ◊ desperate

절묘 [絕妙] (绝妙) juémiào <絶妙> ぜつみょう {絕妙} tuyệt diệu ◊ wonderful

절미 [絕美] (绝美) jué měi <絶美> ぜつび {絕美} tuyệt mỹ ◊ absolutely beautiful

절박 [切迫] (急切) jíqiè <切迫> せっぱく {急切} cấp thiết ◊ eager

절반 [折半] (一半) yībàn <半分> はんぶん {爻牧|爻姅} một nửa ◊ half

절벽 [絕壁] (绝壁) juébì <絶壁> ぜっぺき {絕壁} tuyệt bích ◊ cliff

절부 [節婦] (节妇) jiē fù <節婦> せっぷ {節婦} tiết phụ ◊ woman never being gotten married after her husband died in ancient

절삭 [切削] (切削) qiēxiāo <切削> せっさく {切削} thiết tước ◊ cutting

절선 [切線] (切线) qiēxiàn <切線> せっせん {切線} thiết tuyến ◊ tangent

절세 [絕世] (绝世) juéshì <絶世> ぜっせい {絕世} tuyệt thế ◊ peerless; matchless; unrivaled

절수 [節水] (节水) jiéshuǐ <節水> せっすい {節水} tiết thủy ◊ water conservation

절식 [節食] (节食) jiéshí <節食> せっしょく {節食} tiết thực ◊ go on a diet; slimming

절실 [切實] (切实) qièshí <切実> せつじつ {切實} thiết thực ◊ real

절약 [節約] (节约) jiéyuē <節約> せつやく {節儉} tiết kiệm ◊ economize

절연 [截然] (截然) jiérán <截然> せつぜん {截然} tiết nhiên ◊ completely; sharply differing

절연 [絕緣] (绝缘) juéyuán <絶緣> ぜつえん {絕緣} tuyệt duyên ◊ insulation

절연저항 [絕緣抵抗] (绝缘电阻) juéyuán diànzǔ <絶緣抵抗> ぜっえんていこう {電阻隔電} điện trở cách điện ◊ insulation resistance

절연테이프 [絕緣 tape.] (绝缘胶带) juéyuán jiāodài <絶緣テープ> ぜつえん tape {繃隔電} băng cách điện ◊ electrical tape

절예 [絕藝] (绝艺) jué yì <絶芸> ぜっげい {絕藝} tuyệt nghệ ◊ virtuoso

절의 [節義] (节义) jié yì <節義> せつぎ {節義} tiết nghĩa ◊ righteousness

절재 [絕才] (绝才) jué cái <絶才> ぜっさい {絕才} tuyệt tài ◊ genius

절전 [節電] (节电) jiédiàn <節電> せつでん {節電} tiết điện ◊ energy saving

절점 [切點] (切点) qiēdiǎn <切点> せってん {切點} thiết điểm ◊ point of contact; tangent point

절제 [節制] (节制) jiézhì <節制> せっせい {節制} tiết chế ◊ temperance

절제 [切除] (切除) qiēchú <切除> せつじょ {切除} thiết trừ ◊ excision; resect

절조 [節操] (节操) jiécāo <節操> せっそう {節操} tiết thao ◊ integrity; faithfulness

절종 [絕種] (绝种) juézhǒng <絶滅> ぜつめつ {絕種} tuyệt chủng ◊ extinct

절체 [絕體] (绝体) jué tǐ <絶体> ぜったい {絕體} tuyệt thể ◊ desperate situation with no escape

절충 [折衷] (折衷) zhézhōng <折衷> せっちゅう {妥協} thỏa hiệp ◊ compromise

절취 [竊取] (窃取) qièqǔ <窃取> せっしゅ {竊取} thiết thủ ◊ theft

절판 [絕版] (绝版) juébǎn <絶版> ぜっぱん {絕版} tuyệt bản ◊ out of print; exhausted edition

절품 [絕品] (绝品) juépǐn <絶品> ぜっぴん {絕品} tuyệt phẩm ◊ exquisite

절필 [絕筆] (绝笔) juébǐ <絶筆> ぜっぴつ {絕筆} tuyệt bút ◊ last words written before death; last work of a writer

절호 [絕好] (绝好) jué hǎo <絶好> ぜっこう {絕好} tuyệt hảo ◊ great; wonderful

젊다 [一] (年轻) niánqīng <若い> わかい {祕雜} trẻ ◊ young

젊은이 [一] (小伙子) xiǎohuǒzi <若者> わかもの {僮糯} chàng trai ◊ lad

점 [點] (点) diǎn <点> てん {點} điểm ◊ point

점거 [占據] (占据) zhànjù <占拠> せんきょ {佔據} chiêm cứ ◊ occupy

점검 [點檢] (点检) diǎn jiǎn <点検> てんけん

{點檢} điểm kiểm ◊ inspection

점도 [粘度] (粘度) nián dù <粘度> ねんど {粘度} niêm độ ◊ viscosity

점도계 [粘度計] (粘度计) nián dù jì <粘度計> ねんどけい {粘度計} niêm độ kế ◊ viscometer

점두 [店頭] (店头) diàn tóu <店頭> てんとう {店頭} điểm đầu ◊ storefront; shopwindow

점령 [占領] (占领) zhànlǐng <占領> せんりょう {佔揀} chiếm đóng ◊ occupy

점막 [粘膜] (粘膜) nián mó <粘膜> ねんまく {粘膜} niêm mạc ◊ mucous membrane

점멸 [點滅] (闪烁) shǎnshuò <点滅> てんめつ {趴昐|趴𥋇|扒昐} nhấp nháy ◊ flashing

점복 [占卜] (占卜) zhānbǔ <占う> うらなう {占卜} chiêm bốc ◊ divination

점복사 [占卜師] (占卜师) zhānbǔ shī <占卜師> せんぼくし {卜師} bốc sư ◊ fortune teller

점선 [點線] (虚线) xūxiàn <破線> はせん {蹪熱} đường chấm ◊ dotted line

점성 [粘性] (粘性) nián xìng <粘性> ねんせい {粘性} niêm tính ◊ viscous; viscosity

점성 [占星] (占星) zhàn xīng <占星> せんせい {占星} chiêm tinh ◊ horoscope

점성가 [占星家] (占星家) zhàn xīng jiā <占星家> せんせいか {占星家} chiêm tinh gia ◊ astrologer

점성계수 [粘性係數] (粘度系数) nián dù xìshù <粘度係数> ねんどけいすう {係數度漫} hệ số độ nhớt ◊ viscosity coefficients

점성술 [占星術] (占星术) zhānxīngshù <占星術> せんせいじゅつ {術占星} thuật chiêm tinh ◊ astrology

점수 [點數] (点数) diǎnshù <点数> てんすう {點數} điểm số ◊ points

점심 [點心] (午餐) wǔcān <昼食> ちゅうしょく {眲餃曡} bữa ăn trưa ◊ lunch

점심시간 [點心時間] (午餐时间) wǔcān shíjiān <ランチタイム> lunch time {晗餃曡} giờ ăn trưa ◊ lunch time

점액 [粘液] (粘液) nián yè <粘液> ねんえき {㳲吺} nước nhầy ◊ mucus

점액선 [粘液腺] (粘液腺) nián yè xiàn <粘液腺> ねんえきせん {粘液腺} niêm dịch tuyến ◊ mucus glands

점액질 [粘液質] (粘液) nián yè <粘液質> ねんえきしつ {粘液質} niêm dịch chất ◊ mucinous substance

점용 [占用] (占用) zhànyòng <占用> せんよう

점용 [佔用] chiếm dụng ◊ occupation

점원 [店員] (店员) diànyuán <店員> てんいん {店員} điểm viên ◊ clerk

점유 [占有] (占有) zhàn yǒu <占有> せんゆう {佔有} chiếm hữu ◊ possess

점자 [點字] (盲文) diǎn zì <点字> てんじ {㝏𣃣眽} chữ người mù ◊ braille

점적관수 [點滴灌水] (滴灌) diǎndī guàn shuǐ <点滴灌水> てんてきかんすい {㳲㴜渁} tưới nhỏ giọt ◊ drip irrigation

점주 [店主] (店主) diànzhǔ <店主> てんしゅ {店主} điểm chủ ◊ shopkeeper

점증 [漸增] (渐增) jiān zēng <漸増> ぜんぞう {漸增} tiệm tăng ◊ incremental

점진 [漸進] (渐进) jiànjìn <漸進> ぜんしん {漸進} tiệm tiến ◊ gradual progress

점진적 [漸進的] (循序渐进) xún xù jiànjìn <徐々> じょじょ {進步嚼跳𣠣} tiến bộ từng bước một ◊ gradual

점차 [漸次] (逐渐) zhújiàn <段々> だんだん {蹪蹪|寅寅} dần dần ◊ gradually

점착성 [粘着性] (粘接性) niánjiē xìng <粘性> ねんせい {度漫} độ nhớt ◊ viscosity

점착제 [粘着劑] (胶粘剂) jiāo nián jì <粘着剤> ねんちゃくざい {質䩄; 質糊} chất dính; chất dán ◊ adhesives

점탈 [佔奪] (占夺) zhàn duó <占奪> せんだつ {佔奪} chiếm đoạt ◊ seizure

점토 [粘土] (粘土) nián tǔ <粘土> ねんど {堺垍} đất sét ◊ clay

점포 [店鋪] (店铺) diànpù <店舗> てんぽ {店鋪} điểm phô ◊ shop

점호 [點呼] (点名) diǎnmíng <点名> てんめい {點名} điểm danh ◊ roll call

점화 [點火] (点火) diǎnhuǒ <点火> てんか {點火} điểm hỏa ◊ ignition

접객 [接客] (接客) jiēkè <接客> せっきゃく {接客} tiếp khách ◊ serving customers; looking after visitors

접견 [接見] (接见) jiējiàn <接見> せっけん {接見} tiếp kiến ◊ interview

접골 [接骨] (接骨) jiē gǔ <接骨> せっこつ {接骨} tiếp cốt ◊ bone setting

접근 [接近] (接近) jiējìn <接近> せっきん {接近} tiếp cận ◊ approach

접납 [接納] (接纳) jiēnà <接納> せつおさめ {接納} tiếp nạp ◊ accept

접대 [接待] (接待) jiēdài <接待> せったい {[illegible]My接} đón tiếp ◊ reception

접대비 [接待費] (招待費) zhāodài fèi <接待費> せったいひ {費抚接} phí đón tiếp ◊ reception fee

접도 [摺刀] (折刀) zhédāo <摺刀> すりがたな {摺刀} triệp đao ◊ folding knives

접두사 [接頭辭] (前缀) qiánzhuì <接頭辞> せっとうじ {前素} tiền tố ◊ prefix

접목법 [椄木法] (嫁接法) jiàjiē fǎ <接ぎ木> つぎき {抵椄} ghép cây ◊ graft

접미사 [接尾辭] (后缀) hòuzhuì <接尾辞> せつびじ {後素} hậu tố ◊ epilogue; suffix

접선 [接線] (接线) jiēxiàn <接線> せっせん {接綫} tiếp tuyến ◊ wiring

접속 [接續] (接续) jiēxù <接続> せつぞく {接續} tiếp tục ◊ succeeded

접속사 [接續詞] (连词) liáncí <接続詞> せつぞくし {連詞} liên từ ◊ conjunction

접수 [接收] (接收) jiēshōu <接収> せっしゅう {接收} tiếp thu ◊ reception

접수 [接受] (接受) jiēshòu <授受> じゅじゅ {執認} chấp nhận ◊ accept

접시 [一] (碟子) diézi <皿> さら {碴砶砶埞碃} đĩa ◊ plate

접응 [接應] (接应) jiēyìng <応接> おうせつ {接應} tiếp ứng ◊ respond

접종 [接種] (接种) jiēzhòng <接種> せっしゅ {接種} tiếp chủng ◊ inoculation

접지 [接地] (接地) jiēdì <接地> せっち {接地} tiếp địa ◊ earthing

접지선 [接地線] (地线) dìxiàn <接地線> せっちせん {接地線} tiếp địa tuyến ◊ grounding wire

접착 [接着] (接着) jiē zhuó <接着> せっちゃく {攃犩} bám dính ◊ adhesion

접착력 [接着力] (接着力) jiē zhuó lì <接着力> せっちゃくりょく {度攃犩} độ bám dính ◊ bond strength; adhesive strength

접촉 [接觸] (接触) jiēchù <接触> せっしょく {接觸} tiếp xúc ◊ contact

접촉법 [接觸法] (接触法) jiēchù fǎ <接触法> せっしょくほう {方式聯繫} phương thức liên hệ ◊ contact method

접피술 [接皮術] (皮移植术) pí yízhí shù <接皮術> せっがわじゅつ {接皮術} tiếp bì thuật ◊ dermatosthesis

접합 [接合] (接合) jiēhé <接合> せつごう {接合} tiếp hợp ◊ union

접합면 [接合面] (贴合面) tiēhé miàn <密着面> みっちゃくめん {皏糆攩} bề mặt lắp ◊ faying surface

젓가락 [一] (筷子) kuàizi <箸> はし {筳} đũa ◊ chopsticks

정가 [定價] (定价) dìngjià <定価> ていか {定價} định giá ◊ pricing

정가 [情歌] (情歌) qínggē <恋歌; ラブソング> こいうた; love song {情歌} tình ca ◊ love song

정각 [正覺] (正觉) zhèng jiào <正覚> しょうがく {正覺} chính giác ◊ perfect enlightenment

정감 [情感] (情感) qínggǎn <情感> じょうかん {情感} tình cảm ◊ emotion

정강 [政綱] (政纲) zhènggāng <政綱> せいこう {政綱} chính cương ◊ political principles

정객 [政客] (政客) zhèngkè <政客> せいかく {政客} chính khách ◊ politician

정견 [政見] (政见) zhèngjiàn <政見> せいけん {政見} chính kiến ◊ political views

정결 [貞潔] (贞洁) zhēnjié <貞潔> ていけつ {貞潔} trinh khiết ◊ pudicity

정경 [情景] (情景) qíngjǐng <情景> じょうけい {情景} tình cảnh ◊ scene

정계 [淨界] (净界) jìng jiè <浄界> じょうかい {淨界} tịnh giới ◊ pure world

정계 [政界] (政界) zhèngjiè <政界> せいかい {政界} chính giới ◊ political circles

정과 [正課] (正课) zhēng kè <正課> せいか {正課} chính khóa ◊ regular curriculum

정관 [精管] (精管) jīng guǎn <精管> せいかん {精管} tinh quản ◊ seminiferous ducts

정관사 [定冠詞] (定冠词) dìng guàncí <定冠詞> ていかんし {定冠詞} định quan từ ◊ definite article

정교 [精巧] (精巧) jīngqiǎo <精巧> せいこう {精巧} tinh xảo ◊ exquisite

정교 [正敎] (正教) zhèngjiào <正教> せいきょう {正敎} chính giáo ◊ orthodoxy

정국 [政局] (政局) zhèngjú <政局> せいきょく {政局} chính cục ◊ political situation

정군 [整軍] (整军) zhěng jūn <整軍> せいぐん {整軍} chỉnh quân ◊ rectification of army

정권 [政權] (政权) zhèngquán <政権> せいけん {政權} chính quyền ◊ regime

정규 [定規] (定规) dìngguī <定規> じょうぎ {定規} định quy ◊ regulations

정규 [正規] (正规) zhèngguī <正規> せいき {正

規} chính quy ◊ regular

정규군 [正規軍] (正规军) zhèngguījūn <正規軍> せいきぐん {軍隊正規} quân đội chính quy ◊ regular army

정근 [精勤] (精勤) jīng qín <精勤> せいきん {精勤} tinh cần ◊ diligence

정기 [定期] (定期) dìngqī <定期> ていき {定期} định kỳ ◊ regular; fixed term

정기 [精氣] (精气) jīng qì <精気> せいき {精氣} tinh khí ◊ essence

정기 [正氣] (正气) zhèngqì <正気> しょうき {正氣} chính khí ◊ righteousness

정기간행물 [定期刊行物] (期刊) qīkān <定期刊行物> ていきかんこうぶつ {雜刊定期} tạp san định kỳ ◊ journal; periodical

정기권 [定期券] (月票) yuèpiào <定期券> ていきけん {脈胸} vé tháng ◊ monthly ticket; commuter pass

정기점검 [定期點檢] (定期点检) dìngqī diǎn jiǎn <定期点検> ていきてんけん {檢査常轄} kiểm tra thường xuyên ◊ regular check

정기휴가 [定期休暇] (定期休假) dìngqī xiūjià <定休> ていきゅう {舠禮常轄} ngày lễ thường xuyên ◊ regular holiday

정낭 [精囊] (精囊) jīngnáng <精囊> せいのう {精囊} tinh nang ◊ seminal vesicles

정녀 [貞女] (贞女) zhēnnǔ <貞女> ていじょ {貞女} trinh nữ ◊ virgin

정념 [情念] (情念) qíng niàn <情念> じょうねん {情念} tình niệm ◊ affection

정답 [正答] (正答) zhēng dā <正答> せいとう {正答} chính đáp ◊ answer

정당 [精糖] (精糖) jīng táng <精糖> せいとう {精糖} tinh đường ◊ refined sugar

정당 [正當] (正当) zhèngdāng <正当> せいとう {正當} chính đáng ◊ legitimate

정당 [政黨] (政党) zhèngdǎng <政党> せいとう {政黨} chính đảng ◊ party

정도 [程度] (程度) chéngdù <程度> ていど {程度} trình độ ◊ extent

정도 [精度] (精度) jīngdù <精度> せいど {精度} tinh độ ◊ precision

정도 [正道] (正道) zhèngdào <正道> せいどう {正道} chính đạo ◊ correct path

정독 [精讀] (精读) jīngdú <精読> せいどく {精讀} tinh độc ◊ intensive reading

정돈 [停頓] (停顿) tíngdùn <停頓> ていとん {停頓} đình đốn ◊ pause

정돈 [整頓] (整顿) zhěngdùn <整頓> せいとん {整頓} chỉnh đốn ◊ rectify

정동 [精銅] (精铜) jīng tóng <精銅> せいどう {精銅} tinh đồng ◊ refined copper

정동 [情動] (情动) qíng dòng <情動> じょうどう {情動} tình động ◊ emotional

정량 [定量] (定量) dìngliàng <定量> ていりょう {定量} định lượng ◊ ration

정량범위 [定量範圍] (定量范围) dìngliàng fànwéi <定量範囲> ていりょうはんい {範圍定量} phạm vi định lượng ◊ quantitative range

정량분석 [定量分析] (定量分析) dìngliàng fēnxī <定量分析> ていりょうぶんせき {分析定量} phân tích định lượng ◊ quantitative analysis

정량실험 [定量實驗] (定量实验) dìngliàng shíyàn <定量実験> ていりょうじっけん {試驗定量} thí nghiệm định lượng ◊ quantitative experiment

정량한계 [定量限界] (定量界限) dìngliàng jièxiàn <定量限界> ていりょうげんかい {埒界定量} ranh giới định lượng ◊ quantification limit

정려 [精勵] (精励) jīng lì <精励> せいれい {精勵} tinh lệ ◊ diligence

정력 [精力] (精力) jīnglì <精力> せいりょく {精力} tinh lực ◊ energy

정련 [精鍊] (精炼) jīngliàn <精鍊> せいれん {精鍊} tinh luyện ◊ refining

성련소 [精鍊所] (精炼丿) jīngliàn chǎng <精製所> せいせいじょ {窈檻精製} nhà máy tinh chế ◊ refinery

정렬 [貞烈] (贞烈) zhēnliè <貞烈> ていれつ {貞烈} trinh liệt ◊ preserve one's chastity

정렬 [整列] (排列) páiliè <排列> はいれつ {拉攝|揑擸|揑撽} sắp xếp ◊ arrangement

정령 [精靈] (精灵) jīnglíng <精霊> せいれい {精靈} tinh linh ◊ genie

정령 [政令] (政令) zhènglìng <政令> せいれい {政令} chính linh ◊ decree

정례 [定例] (定例) dìnglì <定例> ていれい {定例} định lệ ◊ statutes

정로 [征路] (征路) zhēng lù <征路> ゆきじ {征路} chinh lộ ◊ expedition

정론 [定論] (定论) dìnglùn <定論> ていろん {定論} định luận ◊ conclusion

정류 [定流] (定流) dìng liú <定流> じょうりゅう {定流} định lưu ◊ constant flow

정류 [停留] (停留) tíngliú <停留> ていりゅう

{停留} đình lưu ◊ remain

정류 [整流] (整流) zhěngliú <整流> せいりゅう {整流} chinh lưu ◊ rectification

정류기 [整流器] (整流器) zhěngliúqì <整流器> せいりゅうき {部整流} bộ chinh lưu ◊ rectifier

정류판 [整流板] (整流板) zhěngliú bǎn <整流板> せいりゅうばん {簸整流} ván chinh lưu ◊ distributing plate

정률 [定律] (定律) dìnglǜ <定律> ていりつ {定律} định luật ◊ fixed law

정리 [定理] (定理) dìnglǐ <定理> ていり {定理} định lý ◊ theorem

정리 [情理] (情理) qínglǐ <情理> じょうり {情理} tình lý ◊ reason

정리 [整理] (整理) zhěnglǐ <整理> せいり {撻遶次序} đặt theo thứ tự ◊ put in order

정맥 [靜脈] (静脉) jìngmài <静脈> じょうみゃく {靜脈} tĩnh mạch ◊ vein

정면 [正面] (正面) zhèngmiàn <正面> しょうめん {正面} chính diện ◊ front; façade

정면도 [正面圖] (正视图) zhèngshì tú <正面図> しょうめんず {圖棞黮} đồ mặt trước ◊ front view

정명 [定命] (定命) dìng mìng <定命> じょうみょう {定命} định mệnh ◊ destiny

정무 [政務] (政务) zhèngwù <政務> せいむ {政務} chính vụ ◊ government affairs

정문 [正門] (正门) zhèngmén <正門> せいもん {扆正} cổng chính ◊ main gate; main entrance

정문 [正文] (正文) zhèngwén <正文> せいぶん {正文} chính văn ◊ body text

정물 [靜物] (静物) jìng wù <静物> せいぶつ {靜物} tĩnh vật ◊ still object

정미 [精米] (精米) jīng mǐ <精米> せいまい {糙精} gạo tinh ◊ refined rice

정미 [精微] (精微) jīngwēi <精微> せいび {精微} tinh vy ◊ subtle

정미 [情味] (情味) qíngwèi <情味> じょうみ {情味} tình vị ◊ affective

정밀 [精密] (精密) jīngmì <精密> せいみつ {精密} tinh mật ◊ precision

정밀 [靜謐] (静谧) jìngmì <静謐> せいひつ {靜謐} tĩnh mật ◊ peacefulness

정밀 여과 [精密濾過] (精滤) jīng lù <精密濾過> せいみつろか {微綠} vi lọc ◊ microfiltration

정발 [整髮] (整发) zhěng fà <整髮> せいはつ {少鬘} làm tóc ◊ hairdressing

정방 [正方] (正方) zhèngfāng <正方> まさかた {正方} chính phương ◊ square

정벌 [征伐] (征伐) zhēngfá <征伐> せいばつ {征伐} chinh phạt ◊ conquest

정변 [政變] (政变) zhèngbiàn <政变> せいへん {倒政} đảo chính ◊ coup; coup d'etat

정병 [精兵] (精兵) jīngbīng <精兵> せいへい {飛精銳} lính tinh nhuệ ◊ elite soldiers

정병 [徵兵] (征兵) zhēngbīng <徵兵> ちょうへい {徵兵} trưng binh ◊ conscription; soldier enlistment

정보 [情報] (情报) qíngbào <情報> じょうほう {情報} tình báo ◊ information

정보기술 [情報技術] (信息技术) xìnxī jìshù <情報技術> じょうほうぎじゅつ {技術信學} kỹ thuật tin học ◊ information technology

정보망 [情報網] (信息网络) xìnxī wǎngluò <情報網> じょうほうもう {情報網} tình báo võng ◊ intelligence network

정복 [征服] (征服) zhēngfú <征服> せいふく {征服} chinh phục ◊ conquer

정본 [正本] (正本) zhèngběn <原本> げんぽん {本正} bản chính ◊ original

정부 [情夫] (情夫) qíngfū <情夫> じょうふ {情夫} tình phu ◊ paramour

정부 [情婦] (情妇) qíngfù <情婦> じょうふ {情婦} tình phụ ◊ mistress

정부 [正負] (正负) zhèngfù <正負> せいふ {正負} chính phụ ◊ positive or negative

정부 [正副] (正副) zhēng fù <正副> せいふく {正副} chính phó ◊ principal and vice

정부 [政府] (政府) zhèngfǔ <政府> せいふ {政府} chính phủ ◊ government

정부기관 [政府機關] (政府机关) zhèngfǔ jīguān <役所> やくしょ {機關政府} cơ quan chính phủ ◊ government office

정부실패 [政府失敗] (政府失灵) zhèngfǔ shīlíng <政府失敗> せいふしっぱい {政府失敗} chính phủ thất bại ◊ government failure

정부청사 [政府廳舍] (政府大楼) zhèngfǔ dàlóu <政府庁舍> せいふちょうしゃ {座宄政府} tòa nhà chính phủ ◊ government buildings

정부표준 [政府標準] (政府标准) zhèngfǔ biāozhǔn <政府標準> せいふひょうじゅん {標準貼政府} tiêu chuẩn của chính phủ ◊ government standard

정비례 [正比例] (正比例) zhèngbǐlì <正比例> せいひれい {正比例} chính tỷ lệ ◊ proportional

정사 [靜思] (静思) jìng sī <静思> せいし {靜思}

정신 [精神] meditation

정사 [政事] (政事) zhèngshì <政事> せいじ {政事} các vấn đề chính trị ◊ political affairs

정사각형 [正四角形] (正方形) zhèngfāngxíng <正方形> せいほうけい {形牏|形牁|形䑸|形䑹|形䎓} hình vuông ◊ square

정산 [精算] (结帐) jié zhàng <精算> せいさん {清算} thanh toán ◊ bill settlement; checkout

정삼각형 [正三角形] (正三角形) zhēng sānjiǎoxíng <正三角形> しょうぞうかくがた {正三角形} chính tam giác hình ◊ regular triangle

정상 [呈上] (呈上) chéng shàng <呈上> ていじょう {呈上} trình thượng ◊ presentation

정상 [頂上] (峰顶) fēng dǐng <頂上> ちょうじょう {頂岇} đỉnh núi ◊ peak

정상 [情狀] (情状) qíngzhuàng <情狀> じょうじょう {情狀} tình trạng ◊ circumstance

정상 [正常] (正常) zhèngcháng <正常> せいじょう {正常} chính thường ◊ normal

정상상태 [正常狀態] (正常状况) zhèngcháng zhuàngkuàng <正常狀態> せいじょうじょうたい {情狀平常} tình trạng bình thường ◊ normal condition

정상파 [正常波] (正常波) zhèngcháng bō <正常波長> せいじょうはちょう {湃平常} sóng bình thường ◊ ordinary wave

정상화 [正常化] (正常化) zhèngchánghuà <正常化> せいじょうか {正常化} chính thường hóa ◊ normalization

정서 [情緒] (情绪) qíngxù <情緒> じょうちょ {情緒} tình tự ◊ sentiment

정선 [精選] (精选) jīngxuǎn <精選> せいせん {精選} tinh tuyển ◊ selected

정성 [定性] (定性) dìngxìng <定性> ていせい {定性} định tính ◊ qualitative

정성 [情性] (情性) qíng xìng <情性> じょうせい {情性} tình tính ◊ affectivity

정성껏 [精誠꼇] (精心) jīngxīn <慎重に> しんちょうに {眞誠} chân thành ◊ carefully

정성분석 [定性分析] (定性分析) dìngxìng fēnxī <定性分析> ていせいぶんせき {分析定性} phân tích định tính ◊ qualitative analysis

정성시험 [定性試驗] (定性试验) dìngxìng shìyàn <定性試驗> ていせいしけん {試驗定性} thử nghiệm định tính ◊ qualitative test

정세 [精細] (精细) jīngxì <精細> せいさい {精細} tinh tế ◊ fine

정세 [情勢] (情势) qíngshì <情勢> じょうせい {情勢} tình thế ◊ situation

정소 [精巢] (精巢) jīngcháo <精巢> せいそう {精巢} tinh sào ◊ testis

정수 [定數] (定数) dìngshù <定数> ていすう {定數} định số ◊ constant

정수 [精粹] (精粹) jīngcuì <精粹> せいすい {精粹} tinh túy ◊ essence

정수 [精髓] (精髓) jīngsuǐ <精髓> せいずい {精髓} tinh tủy ◊ quintessence

정수 [淨水] (净水) jìngshuǐ <浄水> じょうすい {淨水} tịnh thủy ◊ water purification

정수 [整數] (整数) zhěngshù <整數> せいすう {整數} chỉnh số ◊ integer

정수 [正數] (正数) zhèngshù <正数> せいすう {數陽} số dương ◊ positive number

정수기 [淨水器] (净水器) jìngshuǐ qì <浄水器> じょうすいき {檻瀂渃} máy lọc nước ◊ water purifier

정수지 [淨水池] (净水池) jìngshuǐ chí <浄水池> じょうすいいけ {淨水池} tịnh thủy trì ◊ purified pools

정숙 [靜肅] (肃静) sùjìng <静粛> せいしゅく {鋻潮|安嘲} yên lặng ◊ quiet

정시 [定時] (准时) zhǔnshí <定時> ていじ {躇暴} đúng giờ ◊ on time

정식 [定食] (定食) dìng shí <定食> ていしょく {定食} định thực ◊ set meal

정식 [定式] (定式) dìngshì <定式> ていしき {定式} định thức ◊ formula

정식 [正式] (正式) zhèngshì <正式> せいしき {正式} chính thức ◊ formal; official

정신 [精神] (精神) jīngshén <精神> せいしん {精神} tinh thần ◊ spirit

정신과 [精神科] (精神科) jīngshén kē <精神医科> せいしんいか {科心理} khoa tâm lý ◊ psychiatry department

정신병 [精神病] (精神病) jīngshénbìng <精神病> せいしんびょう {病精神} bệnh tinh thần ◊ mentally ill

정신쇠약 [精神衰弱] (精神衰弱) jīngshén shuāiruò <心神衰弱> しんしんすいじゃく {衰蒻精神} suy yếu tinh thần ◊ mental weakness

정신의학 [精神醫學] (精神病学) jīngshénbìng xué <精神医学> せいしんいがく {病學心神} bệnh học tâm thần ◊ psychiatry

정신질환 [精神疾患] (精神疾病) jīngshén jíbìng <

정신질환> せいしんしっかん {病心神} bệnh tâm thần ◊ mentally ill

정신집중 [精神集中] (聚精会神) jù jīng huì shén <注意深く> ちゅういふかく {集中瞻注} tập trung chăm chú ◊ attentively

정압 [定壓] (定压) dìng yā <定压> ていあつ {定壓} định áp ◊ constant pressure

정압 [靜壓] (静压) jìng yā <静压> せいあつ {靜壓} tĩnh áp ◊ static pressure

정애 [情愛] (情爱) qíng'ài <情愛> じょうあい {情愛} tình ái ◊ love

정액 [定額] (定额) dìng'é <定額> ていがく {定額} định ngạch ◊ ration

정액 [精液] (精液) jīngyè <精液> せいえき {精液} tinh dịch ◊ semen

정양 [靜養] (静养) jìngyǎng <静養> せいよう {靜養} tĩnh dưỡng ◊ convalescent rest

정업 [停業] (停业) tíngyè <停業> とまぎょう {停業} đình nghiệp ◊ closed

정연 [井然] (井然有序) jǐngrán yǒu xù <整然> せいぜん {拉攝|揩攬|揩撹} sắp xếp ◊ in order

정열 [情熱] (情热) qíng rè <情熱> じょうねつ {情熱} tình nhiệt ◊ passion

정영 [精英] (精英) jīngyīng <精英> せいえい {精英} tinh anh ◊ elite

정예 [精銳] (精锐) jīngruì <精銳> せいえい {精銳} tinh nhuệ ◊ elite

정오 [正午] (正午) zhèngwǔ <正午> しょうご {正午} buổi trưa ◊ noon

정오 [正誤] (正误) zhèngwù <正誤> せいご {正誤} chính ngộ ◊ true or false

정오표 [正誤表] (勘误表) kānwù biǎo <正誤表> せいごひょう {榜正誤} bảng chính ngộ ◊ errata

정온 [靜穩] (静稳) jìng wěn <静穩> せいおん {靜穩} tĩnh ổn ◊ tranquility

정요 [政要] (政要) zhèngyào <政要> せいよう {政要} chính yếu ◊ dignitaries

정욕 [情慾] (情欲) qíngyù <情欲> じょうよく {情欲} tình dục ◊ lust

정원 [定員] (定员) dìngyuán <定員> ていいん {定員} định viên ◊ capacity

정원 [庭園] (庭园) tíngyuán <庭園> ていいん {壣壃} sân vườn ◊ yard

정원사 [庭園師] (园丁) yuándīng <庭師> にわし {㲉夛壃} người làm vườn ◊ gardener

정월 [正月] (正月) zhēngyuè <正月> しょうがつ {胸脏|胸蹟|胸正} tháng Giêng ◊ first lunar month

정월대보름 [正月大보름] (元宵节) yuánxiāojié <元宵節> げんしょうせつ {禮會元宵} Lễ Hội Nguyên Tiêu ◊ Lantern Festival

정유 [精油] (精油) jīngyóu <精油> せいゆ {精油} tinh dầu ◊ essential oils

정육 [精肉] (精肉) jīng ròu <精肉> せいにく {精肉} tinh nhục ◊ lean meat

정의 [定義] (定义) dìngyì <定義> ていぎ {定義} định nghĩa ◊ definition

정의 [情意] (情意) qíngyì <情意> じょうい {情意} tình ý ◊ affection

정의 [情義] (情义) qíngyì <情義> じょうぎ {情義} tình nghĩa ◊ affective

정의 [情誼] (情谊) qíngyì <情誼> じょうぎ {情誼} tình nghị ◊ friendship

정의 [正義] (正义) zhèngyì <正義> せいぎ {正義} chính nghĩa ◊ justice

정인 [情人] (情人) qíngrén <情人> じょうじん {情人} người yêu ◊ lover

정일 [定日] (定日) dìngrì <定日> ていじつ {定日} định nhật ◊ fixed date

정자 [精子] (精子) jīngzǐ <精子> せいし {精子} tinh tử ◊ sperm

정자 [正字] (正字) zhèngzì <正字> せいじ {正字} chính tự ◊ standardized form of Chinese charcters

정자로 [丁字路] (丁字路) dīng zì lù <丁字路> ていじろ {哦㕲} ngã ba ◊ three way junction

정자법 [正字法] (拼写法) pīnxiě fǎ <正字法> せいじほう {蹈正寫} phép chính tả ◊ spelling

정자형 [丁字形] (丁字形) dīng zìxíng <丁字形> ていじけい {丁字形} đinh tự hình ◊ T-shaped

정장석 [正長石] (正长石) zhēng chángshí <正長石> せいちょうせき {正長石} chính trường thạch ◊ orthoclase

정적 [靜寂] (静寂) jìngjì <静寂> せいじゃく {靜寂} tĩnh tịch ◊ silence

정적 [政敵] (政敌) zhèngdí <政敵> せいてき {政敵} chính địch ◊ political opponents

정적분 [定積分] (定积分) dìng jīfēn <定積分> ていせきぶん {定積分} định tích phân ◊ definite integrals

정전 [停電] (停电) tíngdiàn <停電> ていでん {剐電} cúp điện ◊ power outage

정전 [停戰] (停战) tíngzhàn <停戰> ていせん {停戰} đình chiến ◊ cease-fire

정전 [征戰] (征战) zhēngzhàn <征戰> せいせん {征戰} chinh chiến ◊ conquest

정전 [正殿] (正殿) zhèngdiàn <正殿> せいでん {正殿} chính điện ◊ main hall

정전감응 [靜電感應] (静电感应) jìngdiàn gǎnyìng <静电感应> せいでんかんのう {靜電感應} cảm ứng tĩnh điện ◊ electrostatic induction

정전기 [靜電氣] (静电) jìngdiàn <静电気> せいでんき {靜電} tĩnh điện ◊ static electricity

정전기학 [靜電氣學] (静电学) jìngdiàn xué <静電気学> せいでんきがく {靜電學} tĩnh điện học ◊ electrostatics

정절 [貞節] (贞节) zhēnjié <貞節> ていせつ {貞節} trinh tiết ◊ chastity

정절 [正切] (正切) zhèngqiē <正切> せいせつ {正切} chính thiết ◊ tangent

정점 [頂點] (顶点) dǐngdiǎn <頂点> ちょうてん {頂點} đỉnh điểm ◊ vertex

정점 [定點] (定点) dìngdiǎn <定点> ていてん {定點} định điểm ◊ fixed point

정정 [頂點] (顶尖) dǐngjiān <トップ> top {頂} đỉnh ◊ top

정정 [訂正] (订正) dìngzhèng <訂正> ていせい {訂正} đính chính ◊ correction

정정 [政情] (政情) zhèngqíng <政情> せいじょう {政情} chính tình ◊ political situation

정정당당 [正正堂堂] (堂堂正正) tángtáng zhēng zhēng <堂々正々> どうどうせいせい {堂堂正正} đường đường chính chính ◊ upright; open and aboveboard

정제 [精製] (精制) jīngzhì <精製> せいせい {精製} tinh chế ◊ refine

정조 [情操] (情操) qíngcāo <情操> じょうそう {情操} tình thao ◊ sentiment

정조 [貞操] (贞操) zhēncāo <貞操> ていそう {貞操} trinh thao ◊ chastity

정종 [正宗] (正宗) zhèngzōng <本家> ほんけ {正宗} chính tông ◊ authentic

정좌 [靜坐] (静坐) jìngzuò <静坐> せいざ {靜坐} tĩnh tọa ◊ sit quietly

정중 [正中] (正中) zhèngzhōng <正中> せいちゅう {正中} chính trung ◊ at the center

정중 [鄭重] (郑重) zhèngzhòng <丁重> ていちょう {鄭重} trịnh trọng ◊ solemnly

정지 [靜止] (静止) jìngzhǐ <静止> せいし {靜在} tĩnh tại ◊ stationary; still

정지 [停止] (停止) tíngzhǐ <停止> ていし {停止} đình chi ◊ stop

정지 [整枝] (整枝) zhěng zhī <整枝> せいし {整枝} chỉnh chi ◊ trimming

정직 [停職] (停职) tíngzhí <停職> ていしょく {停職} đình chức ◊ job suspension

정직 [正直] (正直) zhèngzhí <正直> しょうじき {正直} chính trực ◊ upright

정진 [精進] (精进) jīngjìn <精進> しょうじん {勵嘔|勁能|勁嘔} siêng năng ◊ diligence

정착액 [定着液] (定影液) dìngyǐng yè <定着液> ていちゃくえき {液定影} dịch định ảnh ◊ fixing bath

정찬 [正餐] (正餐) zhèngcān <正餐> せいさん {正餐} chính xan ◊ dinner

정찰 [偵察] (侦察) zhēnchá <偵察> ていさつ {偵察} trinh sát ◊ reconnoiter

정찰기 [偵察機] (侦察机) zhēnchájī <偵察機> ていさつき {偵察機} trinh sát cơ ◊ scouts plane

정찰병 [偵察兵] (侦察兵) zhēnchábīng <偵察兵> ていさつへい {殊偵察} lính trinh sát ◊ scout

정채 [精彩] (精彩) jīngcǎi <精彩> せいさい {精彩} tinh thái ◊ vividness

정책 [政策] (政策) zhèngcè <政策> せいさく {政策} chính sách ◊ policy

정처 [正妻] (正妻) zhèng qī <正妻> せいさい {正妻} chính thê ◊ legal wife

정청 [政廳] (政厅) zhèng tīng <政庁> せいちょう {政廳} chính sảnh ◊ government offices

정체 [停滯] (停滞) tíngzhì <停滞> ていたい {停滯} đình đốn ◊ stagnant

정체 [正體] (正体) zhèngtǐ <正体> しょうたい {正體} chính thể ◊ orthodox

정체 [政體] (政体) zhèngtǐ <政体> せいたい {政體} chính thể ◊ political unit

정충 [精蟲] (精虫) jīngchóng <精虫> せいちゅう {精蟲} tinh trùng ◊ spermatozoa

정취 [情趣] (情趣) qíngqù <情趣> じょうしゅ {情趣} tình thú ◊ taste

정치 [政治] (政治) zhèngzhì <政治> せいじ {政治} chính trị ◊ politics

정치가 [政治家] (政治家) zhèngzhìjiā <政治家> せいじか {政治家} chính trị gia ◊ statesman; politician

정치범 [政治犯] (政治犯) zhèngzhìfàn <政治犯> せいじはん {政治犯} chính trị phạm ◊ political prisoners

정치인 [政治人] (政治员) zhèngzhì yuán <政治員> せいじいん {政治員} chính trị viên ◊ politicians

정치학 [政治學] (政治学) zhèngzhì xué <政治学>

せいじがく {政治學} chính trị học ◇ politics

정칙 [定則] (定则) dìng zé <定則> ていそく {定則} định tắc ◇ rule

정탐 [偵探] (侦探) zhēntàn <探偵> たんてい {偵探} trinh thám ◇ detective

정태 [靜態] (静态) jìngtài <静態> せいたい {靜態} tĩnh thái ◇ static

정태 [情態] (情态) qíngtài <情態> じょうたい {情態} tình thái ◇ mood

정토 [淨土] (净土) jìngtǔ <浄土> じょうど {淨土} tịnh thổ ◇ pure land

정통 [精通] (精通) jīngtōng <精通> せいつう {精通} tinh thông ◇ mastering

정통 [正統] (正统) zhèngtǒng <正統> せいとう {正統} chính thống ◇ orthodox

정통성 [正統性] (正统性) zhèngtǒng xìng <正統性> せいとうせい {正統性} chính thống tính ◇ legitimacy

정통파 [正統派] (正统派) zhèngtǒng pài <正統派> せいとうは {正統派} chính thống phái ◇ orthodoxy

정풍 [整風] (整风) zhěngfēng <整風> せいふう {整風} chỉnh phong ◇ rectification

정하다 [定하다] (定为) dìng wéi <設定> せってい {撻忔} đặt là ◇ set as

정하중 [靜荷重] (静负荷) jìng fùhè <静荷重> せいかじゅう {載重靜} tải trọng tĩnh ◇ dead load

정한 [定限] (定限) dìng xiàn <定限> じょうげん {定限} định hạn ◇ limits

정할 [正割] (正割) zhēng gē <正割> せいかつ {正割} chính cát ◇ secant

정합 [整合] (整合) zhěnghé <整合> せいごう {整合} chỉnh hợp ◇ conformity

정해 [正解] (正解) zhēng jiě <正解> せいかい {正解} chính giải ◇ correct solution

정향 [定向] (定向) dìngxiàng <定向> ていこう {定向} định hướng ◇ orientation

정현 [正弦] (正弦) zhèngxián <正弦> せいげん {正弦} chính huyền ◇ sine

정형 [定形] (定型) dìngxíng <定形> ていけい {定型} định hình ◇ stereotypes

정형 [情形] (情形) qíngxing <情形> じょうけい {情形} tình hình ◇ situation

정형 [整形] (整形) zhěngxíng <整形> せいけい {整形} chất dẻo ◇ face lifting

정혼 [訂婚] (订婚) dìnghūn <婚約> こんやく {許婚} hứa hôn ◇ got engaged

정혼 [精魂] (精魂) jīnghún <精魂> せいこん {精魂} tinh hồn ◇ spirit

정화 [精華] (精华) jīnghuá <精華> せいか {精華} tinh hoa ◇ essence

정화 [淨化] (净化) jìnghuà <浄化> じょうか {淨化} tịnh hóa ◇ cleanse

정화 [情話] (情话) qínghuà <情話> じょうわ {情話} tình thoại ◇ love story

정화 [情火] (情火) qíng huǒ <情火> じょうか {情火} tình hỏa ◇ passion of love

정화 [停火] (停火) tínghuǒ <停戦> ていせん {休兵} hưu binh ◇ cease-fire

정확 [正確] (准确) zhǔnquè <正確> せいかく {正確} chính xác ◇ accurate; correct

정확도 [正確度] (正确度) zhèngquè dù <正確度> せいかくど {正確度} chính xác độ ◇ accuracy

정확성 [正確性] (正确性) zhèngquè xing <正しさ> ただしさ {正確性} chính xác tính ◇ correctness

정황 [情況] (情况) qíngkuàng <情況> じょうきょう {情況} tình huống ◇ circumstance

정회 [情懷] (情怀) qínghuái <情懷> じょうかい {情懷} tình hoài ◇ affection

젖먹이 [一] (奶娃) nǎi wá <乳呑み子> ちのみご {琨雛} con bú ◇ suckling baby

제강 [製鋼] (炼钢) liàngāng <製鋼> せいこう {産出鏒} sản xuất thép ◇ steelmaking

제거 [除去] (去除) qùchú <取り去る> とりさる {去除} khứ trừ ◇ remove

제거율 [除去率] (消除率) xiāochú lǜ <除去率> じょきょりつ {比例瀨補} tỷ lệ loại bỏ ◇ elimination rate; elimination ratio

제고 [提高] (提高) tígāo <高める> たかめる {提高} đề cao ◇ improve; enhance

제공 [提供] (提供) tígōng <提供> ていきょう {獻헌} hiến dâng ◇ offer

제과 [製菓] (制菓) zhì guǒ <製菓> せいか {製菓} chế quả ◇ confectionery

제과점 [製菓店] (制糖果店) zhì tángguǒ diàn <菓子屋> かしや {靮眈柄糒|闢行餅糒} cửa hàng bánh kẹo ◇ confectioner

제구 [祭具] (祭具) zhài jù <祭具> さいぐ {祭具} tế cụ ◇ sacrificial utensils

제국 [帝國] (帝国) dìguó <帝国> ていこく {帝國} đế quốc ◇ imperial

제국주의 [帝國主義] (帝国主义) dìguó zhǔyì <帝国主義> ていこくしゅぎ {主義帝國} chủ nghĩa đế quốc ◇ imperialism

제군 [諸君] (诸位) zhūwèi <諸君> しょくん {貴位} quý vị ◊ ladies and gentlemen

제권 [帝權] (帝权) dì quán <帝权> ていけん {帝權} đế quyền ◊ imperial authority; imperial power

제기 [祭器] (祭器) jìqì <祭器> さいき {祭器} tế khí ◊ sacrificial vessels

제기 [提起] (提起) tíqǐ <提起> ていき {提起} đề khởi ◊ mention

제다 [製茶] (制茶) zhì chá <製茶> せいちゃ {製茶} chế trà ◊ tea making

제단 [祭壇] (祭坛) jìtán <祭壇> さいだん {祭壇} tế đàn ◊ altar

제당 [製糖] (制糖) zhì táng <製糖> せいとう {制糖} chế đường ◊ sugar

제당업 [製糖業] (制糖业) zhì táng yè <製糖業> せいとうぎょう {製糖業} chế đường nghiệp ◊ sugar industry

제대 [除隊] (复员) fùyuán <除隊> じょたい {復員} phục viên ◊ military discharge; demobilization

제대 [臍帶] (脐带) qídài <臍帶> さいたい {臍帶} tề đới ◊ umbilical cord

제도 [帝都] (帝都) dìdū <帝都> ていと {帝都} đế đô ◊ imperial capital

제도 [濟度] (济度) jì dù <济度> さいど {濟度} tế độ ◊ redemption; salvation

제도 [制度] (制度) zhìdù <制度> せいど {制度} chế độ ◊ system

제도 [製圖] (制图) zhìtú <製図> せいず {製圖} chế đồ ◊ cartography

제도공 [製圖工] (绘图员) huìtú yuán <製図工> せいずこう {製圖工} chế đồ công ◊ cartographer

제도기 [製圖器] (绘图工具) huìtú gōngjù <製図器> せいずき {製圖器} chế đồ khí ◊ cartographer tools

제도화 [制度化] (制度化) zhìdùhuà <制度化> せいどか {制度化} chế độ hóa ◊ institutionalization

제독 [除毒] (除毒) chú dú <除毒> じょどく {除毒} trừ độc ◊ detoxification

제동 [制動] (制动) zhìdòng <制動> せいどう {搯} hãm ◊ braking

제등 [提燈] (提灯) tídēng <提灯> ちょうちん {提燈} đề đăng ◊ lantern

제례 [祭禮] (祭礼) jìlǐ <祭礼> さいれい {禮祭} lễ tế ◊ sacrificial ceremony

제막 [除幕] (除幕) chú mù <除幕> じょまく {除幕} trừ mán ◊ unveiling

제매 [弟妹] (弟妹) dìmèi <弟妹> ていまい {弟妹} đệ muội ◊ younger brother and sister

제면 [製麵] (制面) zhì miàn <製麵> せいめん {製麵} chế miến ◊ noodle making

제면기 [製麵機] (制面机) zhì miàn jī <製麵機> せいめんき {製麵機} chế miến cơ ◊ noodle making machine

제명 [除名] (除名) chúmíng <除名> じょめい {除名} trừ danh ◊ delisting

제명 [題名] (题名) tímíng <題名> だいめい {題名} đề danh ◊ title

제목 [題目] (题目) tímù <題目> だいもく {題目} chủ đề ◊ topic

제문 [祭文] (祭文) jìwén <祭文> さいもん {文祭} văn tế ◊ funeral oration

제물 [祭物] (供品) gòngpǐn <供物> くもつ {椎供} đồ cúng ◊ offering

제방 [堤防] (堤防) dīfáng <堤防> ていぼう {堤} đê ◊ embankment

제법 [除法] (除法) chúfǎ <除法> じょほう {除法} trừ pháp ◊ division

제법 [製法] (制法) zhì fǎ <製法> せいほう {製法} chế pháp ◊ manufacturing method

제복 [祭服] (祭服) zhài fú <祭服> さいふく {祭服} tế phục ◊ sacrificial garments

제복 [制服] (制服) zhìfú <制服> せいふく {同服} đồng phục ◊ uniform

제본 [製本] (制本) zhì běn <製本> せいほん {製本} chế bản ◊ manuscript

제부 [姐夫] (姐夫) jiěfu <義兄> ぎけい {俺韺} em chồng ◊ brother-in-law

제사 [祭祀] (祭祀) jìsì <祭祀> さいし {祭祀} tế tự ◊ sacrifice

제사 [題詞] (题词) tící <題詞> だいし {題詞} đề từ ◊ inscription

제사 [題辭] (题辞) tí cí <題辞> だいじ {題辭} đề từ ◊ prefatory words; epigraph

제사기 [第四紀] (第四紀) dìsìjì <第四紀> だいよんき {第四紀} đệ tứ kỳ ◊ quaternary

제삼자 [第三者] (旁人) pángrén <第三者> だいさんしゃ {旁人} bàng nhân ◊ bystander

제석 [除夕] (除夕) chúxī <大晦日> おおみそか {交承} Giao thừa ◊ New Year's Eve

제설 [除雪] (除雪) chú xuě <除雪> じょせつ {除雪} trừ tuyết ◊ snow removal

제설기 [除雪機] (除雪机) chú xuě jī <除雪機> じょせつき {除雪機} trừ tuyết cơ ◊ snow plower

제설차 [除雪車] (扫雪车) sǎo xuě chē <除雪車>

じょせつしゃ {除雪車} trừ tuyết xa ◊ snow plowing truck

제소 [提訴] (投诉) tóusù <提訴> ていそ {叫奈} khiếu nại ◊ complaints

제수 [除数] (除数) chúshù <除数> じょすう {數妞|效妼} số chia ◊ divisor

제시 [提示] (揭示) jiēshì <揭示> けいじ {揭示} yết thị ◊ reveal; make known; open out

제실 [帝室] (帝室) dì shì <帝室> ていしつ {帝室} đế thất ◊ imperial family

제악 [諸惡] (诸恶) zhū è <諸惡> しょあく {諸惡} chư ác ◊ all evils

제안 [提案] (提案) tí'àn <提案> ていあん {提案} đề án ◊ proposal

제약 [制約] (制约) zhìyuē <制約> せいやく {制約} chế ước ◊ restricting

제약 [製藥] (炼药) liàn yào <製藥> せいやく {煉藥} luyện dược ◊ refining medicine

제어 [制御] (控制) kòngzhì <制御> せいぎょ {制御} khống chế ◊ domination; control

제어기 [制御器] (控制器) kòngzhì qì <コントローラ> controller {部調遣} bộ điều khiển ◊ 입찰가[入札價 controller

제어대상 [制御對象] (控制对象) kòngzhì duìxiàng <制御対象> せいぎょたいしょう {調遣對象} điều khiển đối tượng ◊ control object

제어장치 [制御裝置] (控制器) kòngzhì qì <制御裝置> せいぎょそうち {部調遣} bộ điều khiển ◊ controller

제어전략 [制御戰略] (控制战略) kòngzhì zhànlüè <制御戰略> せいぎょせんりゃく {戰略檢率} chiến lược kiểm soát ◊ control strategy

제언 [題言] (题言) tí yán <題言> だいげん {題言} đề ngôn ◊ epigraph

제염 [製鹽] (制盐) zhì yán <製塩> せいしお {製鹽} chế diêm ◊ salt production

제왕 [帝王] (帝王) dìwáng <帝王> ていおう {帝王} đế vương ◊ emperor

제왕절개 [帝王切開] (剖腹产) pōufù chǎn <帝王切開> ていおうせっかい {靮祕胎} mổ lấy thai ◊ Caesarean birth

제외 [除外] (除外) chúwài <除外> じょがい {除外} trừ ngoại ◊ except

제요 [提要] (提要) tíyào <提要> ていよう {提要} đề yếu ◊ synopsis

제위 [帝位] (帝位) dì wèi <帝位> ていい {帝位} đế vị ◊ throne

제의 [提議] (提议) tíyì <提議> ていぎ {提議} đề nghị ◊ suggest

제일 [祭日] (祭日) zhài rì <祭日> さいじつ {祭日} tế nhật ◊ sacrifice day

제일위 [第一位] (第一位) dì yī wèi <第一位> だいいちい {頭位} đầu vị ◊ first place

제일주의 [第一主義] (第一主义) dì yī zhǔyì <第一主義> だいいちしゅぎ {主義第一} chủ nghĩa đệ nhất ◊ firstism

제자 [弟子] (弟子) dìzǐ <弟子> でし {弟子} đệ tử ◊ disciple

제자 [題字] (题字) tízì <題字> だいじ {題字} đề tự ◊ inscription

제작 [製作] (制作) zhìzuò <製作> せいさく {製作} chế tác ◊ manufacture

제재 [題材] (题材) tícái <題材> だいざい {題材} đề tài ◊ subject matter

제재 [制裁] (制裁) zhìcái <制裁> せいさい {制裁} chế tài ◊ sanction

제재 [製材] (制材) zhì cái <製材> せいざい {製材} chế tài ◊ lumber

제전 [祭典] (祭典) jìdiǎn <祭典> さいてん {祭典} tế điển ◊ fiesta; festival

제전 [梯田] (梯田) tītián <梯田> はしごでん {梯田} thê điền ◊ terrace

제정 [制定] (制定) zhìdìng <制定> せいてい {制定} chế định ◊ formulate

제조 [製造] (制造) zhìzào <製造> せいぞう {製造} chế tạo ◊ fabricate

제조업 [製造業] (制造业) zhìzàoyè <製造業> せいぞうぎょう {工業産出} công nghiệp sản xuất ◊ manufacturing industry

제지 [制止] (制止) zhìzhǐ <制止> せいし {制止} chế chỉ ◊ control

제지 [製紙] (造纸) zàozhǐ <製紙> せいし {夕緉} làm giấy ◊ papermaking

제창 [齊唱] (齐唱) qí chàng <齐唱> せいしょう {齊唱} tề xướng ◊ unison

제창 [提唱] (提倡) tíchàng <提倡> ていしょう {提倡} đề xướng ◊ advocate

제철 [蹄鐵] (蹄铁) tí tiě <蹄鐵> ていてつ {蹄鐵} đề thiết ◊ horseshoe

제철 [製鐵] (制铁) zhì tiě <製鉄> せいてつ {製鐵} chế thiết ◊ steelmaking

제철채소 [제철菜蔬] (时令蔬菜) shílìng shūcài <旬の野菜> しゅんのやさい {蔓邊瞀} rau theo mùa ◊ seasonal vegetables

제청 [祭廳] (祭厅) zhài tīng <祭厅> まつりちょう {祭廳} tế sảnh ◊ sacrificial hall

제초 [除草] (除草) chúcǎo <除草> じょそう {除草} trừ thảo ◊ weeding

제초 가위 [除草가위] (除草剪) chúcǎo jiǎn <雑草刈り鋏> ざっそうがりはさみ {鉏拮黠痩} kéo cắt cỏ dại ◊ long-handled shears

제초가위 [除草가위] (除草剪) chúcǎo jiǎn <雑草刈り鋏> ざっそうがりはさみ {鉏拮黠痩} kéo cắt cỏ dại ◊ long-handled shears

제초기 [除草器] (除草机) chúcǎo jī <除草器> じょそうき {除草器} trừ thảo khí ◊ weeders

제초제 [除草劑] (除草剂) chúcǎojì <除草劑> じょそうざい {藥滅黠} thuốc diệt cỏ ◊ herbicide; weedkiller

제출 [提出] (提出) tíchū <提出> ていしゅつ {提出} đề xuất ◊ put forth

제충 [除蟲] (除虫) chú chóng <除虫> じょちゅう {去蟲} khử trùng ◊ deworming

제충국 [除蟲菊] (除虫菊) chú chóng jú <除虫菊> じょちゅうぎく {除蟲菊} trừ trùng cúc ◊ pyrethrum

제탄 [製炭] (制炭) zhì tàn <製炭> せいたん {製炭} chế thán ◊ charcoal production

제판 [製版] (制版) zhìbǎn <製版> せいはん {製版} chế bản ◊ platemaking

제품 [祭品] (祭品) jìpǐn <供犠> くぎ {祭品} tế phẩm ◊ offering; sacrifice

제품 [製品] (制品) zhìpǐn <製品> せいひん {製品} hàng hóa ◊ goods

제한요인 [制限要因] (限制因子) xiànzhì yīnzǐ <制限要因> せいげんよういん {要素限制} yếu tố hạn chế ◊ limiting factor

제한조건 [制限條件] (限制条件) xiànzhì tiáojiàn <制限條件> せいげんじょうけん {條件限制} điều kiện hạn chế ◊ limiting condition

제해 [除害] (除害) chú hài <除害> じょがい {除害} trừ hại ◊ abatement

제해권 [制海權] (制海权) zhì hǎi quán <制海権> せいかいけん {制海權} chế hải quyền ◊ sea supremacy

제헌 [制憲] (制宪) zhì xiàn <制憲> せいけん {制憲} chế hiến ◊ constitutional

제형 [梯形] (梯形) tīxíng <梯形> ていけい {梯形} thê hình ◊ trapezoid

제호 [帝號] (帝号) dì háo <帝号> ていごう {皇號} hoàng hiệu ◊ imperial title

제화 [製靴] (制鞋) zhì xié <製靴> せいか {拵鞋} đóng giày ◊ shoemaking

제후 [諸侯] (诸侯) zhūhóu <諸侯> しょこう {諸侯} chư hầu ◊ seigneur

제휴 [提携] (提携) tíxié <提携> ていけい {嚌赫} nâng đỡ ◊ carry on

조각 [彫刻|雕刻] (雕刻) diāokè <彫刻> ちょうこく {彫刻} điêu khắc ◊ engraving; sculpting

조각 [組閣] (组阁) zǔgé <組閣> そかく {組閣} tổ các ◊ set cabinet

조각기 [彫刻機] (雕刻机) diāokè jī <彫刻機> ちょうこくき {彫刻機} điêu khắc cơ ◊ engraving machine

조각도 [彫刻刀] (刻刀) kè dāo <彫刻刀> ちょうこくとう {刑撃} dao chạm ◊ graver

조각사 [彫刻師] (雕刻师) diāokè shī <彫刻師> ちょうこくし {彫刻師} điêu khắc sư ◊ engraver

조감 [鳥瞰] (鸟瞰) niǎokàn <鳥瞰> ちょうかん {鳥瞰} điểu khám ◊ aerial view

조감도 [鳥瞰圖] (鸟瞰图) niǎokàntú <鳥瞰図> ちょうかんず {鳥瞰圖} điểu khám đồ ◊ aerial view

조강 [糟糠] (糟糠) zāokāng <糟糠> そうこう {糟糠} tao khang ◊ dregs

조강지처 [糟糠之妻] (糟糠之妻) zāokāng zhīqī <糟糠の妻> そうこうのつま {嬪頻早} vợ tần tảo ◊ one's devoted wife; wife married in poverty

조건 [條件] (条件) tiáojiàn <条件> じょうけん {條件} điều kiện ◊ condition

조격 [造格] (工具格) gōngjù gé <造格> ぞうかく {格工具} cách công cụ ◊ instrumental case

조격 [阻隔] (阻隔) zǔgé <阻隔> そかく {阻隔} trở cách ◊ separate; cut off; obstruct

조계 [租界] (租界) zūjiè <租界> そかい {租界} tô giới ◊ concession

조곡 [組曲] (组曲) zǔqǔ <組曲> くみきょく {組曲} tổ khúc ◊ misic suite

조공 [朝貢] (朝贡) cháogòng <朝貢> ちょうこう {朝貢} triều cống ◊ tributary; bringing tribute

조공 [彫工] (雕工) diāo gōng <彫工> ちょうこう {彫工} điêu công ◊ engraver

조교 [助敎] (助教) zhùjiào <助教> じょきょう {助教} trợ giáo ◊ teaching assistant

조국 [祖國] (祖国) zǔguó <祖国> そこく {祖國} tổ quốc ◊ fatherland

조규 [條規] (条规) tiáoguī <条规> じょうき {條規} điều quy ◊ regulations

조급하다 [躁急하다] (急躁) jízào <性急> せいき

ゅう {少堅忍} thiếu kiên nhẫn ◊ impatience

조기 [早期] (早期) zǎoqī <早期> そうき {早期} tảo kỳ ◊ early

조난 [遭難] (遇难) yùnàn <遭難> そうなん {疠苦} đau khổ ◊ distress

조난선 [遭難船] (遇险船舶) yùxiǎn chuánbó <遭難船> そうなんせん {船遭難} thuyền tao nạn ◊ shipwrecked

조달 [調達] (采购) cǎigòu <調達> ちょうたつ {瞙嗲|瞙攃} mua sắm ◊ procurement

조당 [朝堂] (朝堂) cháo táng <朝堂> ちょうどう {朝堂} triều đường ◊ hall of imperial court

조도 [調度] (调度) diàodù <配置する> はいちする {調度} điệu độ ◊ dispatch

조도 [照度] (照度) zhàodù <照度> しょうど {照度} chiếu độ ◊ illuminance

조도계 [照度計] (照度计) zhàodù jì <照度計> しょうどけい {檟㜸度㜅} máy đo độ sáng ◊ illuminometer

조동사 [助動詞] (助动词) zhùdòngcí <助動詞> じょどうし {助動詞} trợ động từ ◊ subsidize verb

조락 [凋落] (凋落) diāoluò <凋落> ちょうらく {凋落} điêu lạc ◊ litter

조략 [粗略] (粗略) cūlüè <粗略> そりゃく {粗略} thô lược ◊ rough

조력 [助力] (助力) zhùlì <助力> じょりょく {助力} trợ lực ◊ assistance

조력발전 [潮力發電] (潮汐发电) cháoxī fādiàn <潮力発電> ちょうりょくはつでん {發電水潮} phát điện thủy triều ◊ tidal power generation

조력발전소 [潮力發電所] (潮力发电所) cháo lì fādiàn suǒ <潮力発電所> ちょうりょくはつでんしょ {㘄檟電水潮} nhà máy điện thủy triều ◊ tidal power plant

조련 [操鍊|操練] (操练) cāoliàn <操練> そうれん {操練} thao luyện ◊ practice; drill

조령 [條令] (条令) tiáo líng <条令> じょうれい {條令} điều linh ◊ doctrine

조례 [朝禮] (朝礼) zhāo lǐ <朝礼> ちょうれい {朝禮} triều lễ ◊ morning gathering

조례 [條例] (条例) tiáolì <條例> じょうれい {條例} điều lệ ◊ regulations

조로 [朝露] (朝露) zhāolù <朝露> あさつゆ {朝露} triều lộ ◊ morning dew

조롱 [嘲弄] (嘲弄) cháonòng <嘲弄> ちょうろう {喇吵|喇吧} chế giễu ◊ jeer; mock

조롱 [鳥籠] (鸟笼) niǎolóng <鳥篭> とりかご

{鳥籠} điểu lung ◊ birdcage

조류 [潮流] (潮流) cháoliú <潮流> ちょうりゅう {汹潮流} dòng triều lưu ◊ tidal current

조류 [鳥類] (鸟类) niǎolèi <鳥類> ちょうるい {鳥類} điểu loại ◊ birds

조류 [藻類] (藻类) zǎolèi <藻類> そうるい {藻類} tảo loại ◊ algae

조리 [調理] (调理) tiáolǐ <調理> ちょうり {調理} điều lý ◊ cooking

조리법 [調理法] (烹饪方法) pēngrèn fāngfǎ <料理技術> りょうりぎじゅつ {方法爤餃} phương pháp nấu ăn ◊ cook techniques

조리실 [調理室] (烹饪室) pēngrèn shì <料理室> りょうりしつ {㸝爤餃} buồng nấu ăn ◊ galley

조림 [造林] (造林) zàolín <造林> ぞうりん {造林} tạo lâm ◊ forestation

조만 [早晚] (早晚) zǎowǎn <早晚> そうばん {早晚} tảo vãn ◊ morning and evening

조만간 [早晚間] (迟早) chízǎo <早晚に> そうばんに {㦯猷啁} sớm hay muộn ◊ sooner or later

조망 [鳥網] (鸟网) niǎo wǎng <鳥網> とりあみ {鳥網} điểu võng ◊ bird nets

조명 [照明] (照明) zhàomíng <照明> しょうめい {照蠟|照燗} chiếu sáng ◊ light; illuminating

조명기구 [照明器具] (照明器具) zhàomíng qìjù <照明器具> しょうめいきぐ {樵照燗} đồ chiếu sáng ◊ lighting

조명설비 [照明設備] (照明设备) zhàomíng shèbèi <照明設備> しょうめいせつび {設備照蠟} thiết bị chiếu sáng ◊ lighting equipment

조명시스템 [照明 system] (照明系统) zhàomíng xìtǒng <照明システム> しょうめい system {系統照蠟} hệ thống chiếu sáng ◊ lighting system; LS

조명탄 [照明彈] (照明弹) zhàomíngdàn <照明弾> しょうめいだん {烖蠟} pháp sáng ◊ flare

조모 [祖母] (祖母) zǔmǔ <祖母> そぼ {祖母} tổ mẫu ◊ grandmother

조문 [條文] (条文) tiáowén <条文> じょうぶん {條文} điều văn ◊ provisions

조미 [調味] (调味) tiáowèi <調味> ちょうみ {調味} điều vị ◊ flavoring

소미료 [調味料] (味精) wèijīng <調味料> ちょうみりょう {粹㧲} bột ngọt ◊ seasoning; flavoring; condiment

조미유 [調味油] (调味油) tiáowèi yóu <調味油> ちょうみあぶら {油醅香味} dầu có hương vị ◊ flavored oil

조밀 [稠密] (稠密) chóumì <稠密> ちゅうみつ {稠密} trù mật ◊ dense

조박 [糟粕] (糟粕) zāopò <糟粕> そうはく {糟粕} tao phách ◊ dross

조병창 [造兵廠] (兵工厂) bīnggōngchǎng <兵器工廠> へいきこうしょう {兵廠} binh xưởng ◊ arsenal

조부모 [祖父母] (祖父母) zǔfùmǔ <祖父母> そふぼ {翁婆} ông bà ◊ grandparents

조분석 [鳥糞石] (鸟粪石) niǎofèn shí <鳥糞石> ちょうふんせき {鳥糞石} điểu phân thạch ◊ struvite

조사 [調査] (调查) diàochá <調査> ちょうさ {調査} điều tra ◊ survey; investigate

조사 [照射] (照射) zhàoshè <照射> しょうしゃ {照射} chiếu xạ ◊ irradiation

조사 [助詞] (助词) zhùcí <助詞> じょし {助詞} trợ từ ◊ grammatical particle

조사 [祖師] (祖师) zǔshī <祖師> そし {祖師} tổ sư ◊ patriarch

조사단 [調査團] (调查团) diàochá tuán <調査団> ちょうさだん {調査團} điều tra đoàn ◊ investigation mission

조사량 [照射量] (照射量) zhàoshè liáng <照射量> しょうしゃりょう {照射量} chiếu xạ lượng ◊ irradiation

조사원 [調査員] (调查员) diàocháyuán <調査員> ちょうさいん {調査員} điều tra viên ◊ investigators

조산 [早産] (早产) zǎochǎn <早産> そうざん {早産} tảo sản ◊ premature birth

조산 [助産] (助产) zhùchǎn <助産> じょさん {助産} trợ sản ◊ midwifery

조산대 [造山帶] (造山带) zàoshāndài <造山帶> ぞうざんたい {造山帶} tạo sơn đới ◊ orogenic belt

조산사 [助産師] (助产士) zhùchǎnshì <助産婦> じょさんふ {婆鼓} bà đỡ ◊ midwife

조산아 [早産兒] (早产儿) zǎochǎnr <早産児> そうざんじ {早産兒} tảo sản nhi ◊ premature

조삼모사 [朝三暮四] (朝三暮四) zhāo sān mù sì <朝三暮四> ちょうさんぼし {朝三暮四} triêu tam mộ tứ ◊ play fast and loose

조상 [雕像] (雕像) diāoxiàng <彫像> ちょうぞう {雕像} điêu tượng ◊ statue

조상 [早霜] (早霜) zǎoshuāng <早霜> はやじも {早霜} tảo sương ◊ early frost

조상 [祖上] (祖上) zǔ shàng <祖上> そがみ {祖上} tổ thượng ◊ ancestors

조서 [詔書] (诏书) zhàoshū <詔書> しょうしょ {詔書} chiếu thư ◊ edict

조석 [朝夕] (朝夕) zhāoxī <朝夕> ちょうせき {朝夕} triêu tịch ◊ day and night

조석 [潮汐] (潮汐) cháoxī <潮汐> ちょうせき {潮汐} triều tịch ◊ tide

조선 [釣船] (钓船) diào chuán <釣船> つりぶね {釣船} điếu thuyền ◊ fishing boat

조선 [造船] (造船) zàochuán <造船> ぞうせん {造船} tạo thuyền ◊ shipbuilding

조선 [祖先] (祖先) zǔxiān <祖先> そせん {祖先} tổ tiên ◊ ancestor

조선소 [造船所] (船厂) chuánchǎng <造船所> ぞうせんしょ {廠揀髏} xưởng đóng tàu ◊ shipyard

조설 [早雪] (早雪) zǎo xuě <早雪> そうせつ {早雪} tảo tuyết ◊ early snow

조섬유 [粗纖維] (粗纤维) cū xiānwéi <粗纖維> そうせんい {紕模粗} sợi xơ thô ◊ crude fiber

조성 [鳥聲] (鸟声) niǎo shēng <鳥声> とりこえ {喈鴰} tiếng chim ◊ birdsong

조성 [造成] (造成) zàochéng <造成> ぞうせい {造成} tạo thành ◊ cause

조성 [組成] (组成) zǔchéng <組成> そせい {組成} tổ thành ◊ composition

조세 [租税] (租税) zūshuì <租税> そぜい {租税} tô thuế ◊ tax

조소 [嘲笑] (嘲笑) cháoxiào <嘲笑> ちょうしょう {嘲笑} trào tiếu ◊ jeer

조소 [彫塑] (雕塑) diāosù <彫塑> ちょうそ {雕刻} điêu khắc ◊ sculpture

조속 [早速] (尽早) jǐnzǎo <早速> さっそく {跧立卽} ngay lập tức ◊ immediately

조쇠 [早衰] (早衰) zǎoshuāi <早期老化> そうきろうか {衰弱歠} suy nhược sớm ◊ premature ageing; premature senescence

조수 [操守] (操守) cāoshǒu <操守> そうしゅ {操守} thao thủ ◊ constancy; fidelity

조수 [潮水] (潮水) cháoshuǐ <潮水> ちょうすい {潮水} triều thủy ◊ tide

조수 [鳥獣] (鸟兽) niǎoshòu <鳥獣> ちょうじゅう {鳥獣} điểu thú ◊ birds and animals

조수 [助手] (助手) zhùshǒu <助手> じょしゅ {助理} trợ lý ◊ aides

조숙 [早熟] (早熟) zǎoshú <早熟> そうじゅく {早熟} tảo thục ◊ precocity

조시 [弔詩] (吊诗) diào shī <弔詩> ちょうし {弔詩} điếu thi ◊ eulogy

조식포함 [早食包含] (含早餐) hán zǎocān <朝食付き> ちょうしょくつき {飽燸包飄} bữa sáng bao gồm ◊ bed and breakfast

조신 [朝臣] (朝臣) cháo chén <朝臣> あそん {朝臣} triều thần ◊ court ministers

조심 [操心] (操心) cāoxīn <操心> みさおこころ {參煩} tham phiền ◊ worry

조앙 [早秧] (早秧) zǎo yāng <早秧> さなえ {早秧} tảo ương ◊ early seedlings

조애 [阻礙] (阻碍) zǔ'ài <阻礙> そがい {阻礙} trở ngại ◊ hinder

조약 [條約] (条约) tiáoyuē <条約> じょうやく {條約} điều ước ◊ treaty

조양 [朝陽] (朝阳) zhāoyáng <朝日> あさひ {楇叆眠燸} mặt trời buổi sáng ◊ morning sun

조양 [調養] (调养) tiáoyǎng <調養> ちょうよう {調養} điều dưỡng ◊ nursed back to health

조언 [助言] (助言) zhùyán <助言> じょげん {哐嘞} lời khuyên ◊ advice

조업 [操業] (操业) cāo yè <操業> そうぎょう {操業} thao nghiệp ◊ operation

조업 [祖業] (祖业) zǔ yè <祖業> そぎょう {祖業} tổ nghiệp ◊ ancestors' meritorious achievements

조영 [造影] (造影) zào yǐng <造影> ぞうえい {造影} tạo ảnh ◊ angiography

조용 [調用] (调用) diàoyòng <調用> ちょうよう {調用} điều dụng ◊ transfer

조용히 읽다 [一] (静读) jìngdú <黙読> もくどく {讀鐅} đọc thầm ◊ read silently

조우 [遭遇] (遭遇) zāoyù <遭遇> そうぐう {遭遇} tao ngộ ◊ encounter

조위 [潮位] (潮位) cháowèi <潮位> ちょうい {潮位} triều vị ◊ tide level

조율 [調律] (调律) diào lǜ <調律> ちょうりつ {調律} điệu luật ◊ tuning

조음 [噪音] (噪音) zàoyīn <噪音> そうおん {噪音} táo âm ◊ noises

조응 [照應] (照应) zhàoyìng <照応> しょうおう {照應} chiếu ứng ◊ take care off; see after

조작 [操作] (操作) cāozuò <操作> そうさ {操作} thao tác ◊ operate

조장 [助長] (助长) zhùzhǎng <助長> じょちょう {助長} trợ trưởng ◊ encourage

조장 [組長] (组长) zǔzhǎng <組長> くみちょう {組長} tổ trưởng ◊ group leader

조장석 [曹長石] (曹长石) cáochángshí <曹長石> そうちょうせき {曹長石} tào trường thạch ◊ albite

조전 [弔電] (吊电) diào diàn <弔電> ちょうでん {弔電} điếu điện ◊ telegram of condolence

조절 [調節] (调节) tiáojié <調節> ちょうせつ {調節} chỉnh đốn ◊ regulate

조정 [朝廷] (朝廷) cháotíng <朝廷> ちょうてい {朝廷} triều đình ◊ court

조정 [調停] (调停) tiáotíng <調停> ちょうてい {調停} điều đình ◊ mediation

조정 [調整] (调整) tiáozhěng <調整> ちょうせい {調整} điệu chỉnh ◊ adjust

조제 [粗製] (粗制) cū zhì <粗製> そせい {粗製} thô chế ◊ crude

조제 [弔祭] (吊丧) diàosāng <弔祭> ちょうさい {弔喪} điếu táng ◊ mourning

조제 [調製] (调制) tiáozhì <調製> ちょうせい {調製} điều chế ◊ preparation

조제 [助劑] (助剂) zhùjì <助劑> じょざい {助劑} trợ tễ ◊ additives

조제실 [調劑室] (配药室) pèiyào shì <調劑室> ちょうざいしつ {房披製} phòng pha chế ◊ dispensing room

조종 [操縱] (操纵) cāozòng <操縱> そうじゅう {操縱} thao tác ◊ manipulate

조종 [祖宗] (祖宗) zǔzōng <先祖> せんぞ {祖宗} tổ tông ◊ ancestor

조종사 [操縱士] (飞行员) fēixíngyuán <パイロット> pilot {飛工} phi công ◊ pilot

조준각도 [照準角度] (瞄准角) miáozhǔn jué <照準角度> しょうじゅんかくど {嵹瞵|舩瞵|黼瞵} góc ngắm ◊ aiming angle

조준거리 [照準距離] (瞄准距离) miáozhǔn jùlí <照準距離> しょうじゅんきより {曠隔瞵} khoảng cách ngắm ◊ aiming distance

조준장치 [照準裝置] (瞄准装置) miáozhǔn zhuāngzhì <照準裝置> しょうじゅんそうち {設備瞵} thiết bị ngắm ◊ aiming device

조준점 [照準點] (瞄准点) miáozhǔn diǎn <照準点> しょうじゅんてん {點瞵} điểm ngắm ◊ aiming point

조직 [組織] (组织) zǔzhī <組織> そしき {組織} tổ chức ◊ organization

조직도 [組織圖] (组织图) zǔzhī tú <組織表> そしきひょう {疏圖組織} sơ đồ tổ chức ◊ organization chart

조차 [潮差] (潮幅) cháo fú <潮差> ちょうさ {邊度水潮} biên độ thủy triều ◊ tidal range

조차 [租借] (租借) zūjiè <租借> そしゃく {租借} tô tá ◊ lease

조찬 [朝餐] (早餐) zǎocān <朝食> ちょうしょく {暝餕糊} bữa ăn sáng ◊ breakfast

조총 [鳥銃] (鸟铳) niǎo chòng <鳥銃> ちょうじゅう {鳥銃} điểu súng ◊ bird's gun

조춘 [早春] (早春) zǎochūn <早春> そうしゅん {早春} tảo xuân ◊ early spring

조치 [措置] (办法) bànfǎ <措置> そち {格} cách ◊ way

조타 [操舵] (操舵) cāo duò <操舵> そうだ {操舵} thao đà ◊ steering

조타수 [操舵手] (操舵手) cāoduòshǒu <操舵手> そうだしゅ {馭捏艚水} người lái tàu thủy ◊ helmsman

조타실 [操舵室] (驾驶室) jiàshǐ shì <操舵室> そうだしつ {操舵室} thao đà thất ◊ wheelhouse

조판 [組版] (排版) páibǎn <組版> くみはん {排版} bài bản ◊ typesetting

조폭 [粗暴] (粗暴) cūbào <粗暴> そぼう {粗暴} thô bạo ◊ brusque

조합 [調合] (调合) diào hé <調合> ちょうごう {調合} điều hợp ◊ mixing

조합 [組合] (组合) zǔhé <組合> くみあい {組合} tổ hợp ◊ combination

조합비 [組合費] (工会会费) gōnghuì huìfèi <組合費> くみあいひ {工團費} công đoàn phí ◊ combination fee

조합원 [組合員] (工会成员) gōnghuì chéngyuán <組合員> くみあいいん {工團員} công đoàn viên ◊ combinators

조행 [操行] (操行) cāoxíng <操行> そうこう {操行} thao hành ◊ conduct

조혈 [造血] (造血) zàoxuè <造血> ぞうけつ {造血} tạo huyết ◊ hematopoiesis

조혈기 [造血器] (造血器官) zàoxuè qìguān <造血器> ぞうけつき {造血器} tạo huyết khí ◊ hematopoietic apparatus

조혈제 [造血劑] (造血剂) zàoxuè jì <造血劑> ぞうけつざい {質造血} chất tạo huyết ◊ hematopoiesis

조형 [造型] (造型) zàoxíng <造形> ぞうけい {造型} tạo hình ◊ moulding; shaping; plastic

조형공 [造型工] (造型工) zàoxínggōng <造形工> ぞうけい {造型工} tạo hình công ◊ moulder

조형미 [造形美] (造形美) zàoxíngměi <造形美> ぞうけいび {造形美} tạo hình mỹ ◊ beauty of a sculpted shape

조형미술 [造形美術] (造形美术) zàoxíng měishù <造形美術> ぞうけいびじゅつ {美術造形} tạo hình mỹ thuật ◊ plastic arts

조혼 [早婚] (早婚) zǎohūn <早婚> そうこん {早婚} tảo hôn ◊ early marriage

조화 [調和] (调和) tiáohé <調和> ちょうわ {調和} điệu hòa ◊ harmony

조화 [造化] (造化) zàohuà <造化> ぞうか {造化} tạo hóa ◊ good luck

조회 [照會] (照会) zhàohuì <照会> しょうかい {照會} chiếu hội ◊ note; letters of understanding exchanged between govermnts

족보 [族譜] (族谱) zúpǔ <族譜> ぞくふ {族譜} tộc phổ ◊ genealogy; family tree

족외혼 [族外婚] (族外婚) zú wài hūn <族外婚> ぞくがいこん {族外婚} tộc ngoại hôn ◊ extragamy

족인 [族人] (族人) zúrén <族人> ぞくじん {族人} tộc nhân ◊ clansman

족장 [族長] (族长) zúzhǎng <族長> ぞくちょう {族長} tộc trưởng ◊ patriarch

족적 [足跡] (足迹) zújì <足跡> あしあと {踸躓} dấu chân ◊ footprint

족하다 [足하다] (足够) zúgòu <十分> じゅうふん {趌趯趯} đủ ◊ enough

존경 [尊敬] (尊敬) zūnjìng <尊敬> そんけい {尊敬} tôn kính ◊ esteemed

존경어 [尊敬語] (尊敬语) zūnjìngyǔ <尊敬語> そんけいご {尊敬語} tôn kính ngữ ◊ honorifics

존귀 [尊貴] (尊贵) zūnguì <尊貴> そんき {尊貴} tôn quý ◊ be noble

존대어 [尊待語] (敬语) jìngyǔ <敬語> けいご {敬語} kính ngữ ◊ honorific word

존망 [存亡] (存亡) cúnwáng <存亡> そんぼう {存亡} tồn vong ◊ live or die; survive or perish

존명 [尊名] (尊名) zūn míng <尊名> そんめい {尊名} tôn danh ◊ honor name

존비 [尊卑] (尊卑) zūnbēi <尊卑> そんぴ {尊卑} tôn ty ◊ dignity and humility

존사 [尊師] (尊师) zūnshī <尊師> そんし {尊師} tôn sư ◊ respect teacher; holy master; guru

존숭 [尊崇] (尊崇) zūnchóng <尊崇> そんすう {尊崇} tôn sùng ◊ respect; reverence; veneration

존심 [存心] (存心) cúnxīn <存心> そんしん {存

心} tồn tâm ◊ intentionally

존안 [存案] (存案) cún'àn <存案> そんがん {留弧疏} lưu hồ sơ ◊ register with the proper authorities

존엄 [尊嚴] (尊严) zūnyán <尊嚴> そんげん {尊嚴} tôn nghiêm ◊ dignity

존엄권 [尊嚴權] (尊严权) zūnyán quán <尊严权> そんげんけん {權自重} quyền tự trọng ◊ dignity right

존엄성 [尊嚴性] (尊严性) zūnyán xìng <尊嚴性> そんげんせい {性尊嚴} tính tôn nghiêm ◊ dignity

존옹 [尊翁] (尊翁) zūn wēng <尊翁> そんおう {尊翁} tôn ông ◊ honorable Mr.

존의 [存疑] (存疑) cún yí <存疑> そんぎ {存疑} tồn nghi ◊ doubt

존의 [尊意] (尊意) zūnyì <尊意> みことい {尊意} tôn ý ◊ respect

존장 [尊長] (尊长) zūnzhǎng <尊長> みことちょう {尊長} tôn trưởng ◊ honorable elder

존재 [存在] (存在) cúnzài <存在> そんざい {存在} tồn tại ◊ exist

존재감 [存在感] (存在感) cúnzàigǎn <存在感> そんざいかん {存在感} tồn tại cảm ◊ sense of presence

존중 [尊重] (尊重) zūnzhòng <尊重> そんちょう {尊重} tôn trọng ◊ respect

존칭 [尊稱] (尊称) zūnchēng <尊称> そんしょう {尊稱} tôn xưng ◊ respectful form of address to sb

존칭어 [尊稱語] (尊称词) zūnchēng cí <尊稱語> そんしょうご {尊稱語} tôn xưng ngữ ◊ honorific expressions

존택 [尊宅] (尊宅) zūn zhái <尊宅> そんたく {尊宅} tôn trạch ◊ honorable house

존형 [尊兄] (尊兄) zūn xiōng <尊兄> そんけい {尊兄} tôn huynh ◊ your brother

존호 [尊號] (尊号) zūnhào <尊号> そんごう {尊號} tôn hiệu ◊ honorific name

졸년 [卒年] (卒年) zú nián <卒年> そつねん {卒年} tốt niên ◊ death year

졸라매다 [一] (勒紧) lè jǐn <引き絞め> ひきしめ {搾肭} bóp cổ ◊ strangle

졸론 [拙論] (拙论) zhuō lún <拙論> せつろん {拙論} chuyết luận ◊ my view of point

졸리다 [一] (困倦) kùnjuàn <眠い> ねむい {愻眄|愻眄} buồn ngủ ◊ drowsy

졸문 [拙文] (拙文) zhuō wén <拙文> せつぶん {拙文} chuyết văn ◊ humble text

졸업 [卒業] (毕业) bìyè <卒業> そつぎょう {卒業} tốt nghiệp ◊ graduate

졸업논문 [卒業論文] (毕业论文) bìyè lùnwén <卒業論文> そつぎょうろんぶん {論文卒業} luận văn tốt nghiệp ◊ thesis

졸업식 [卒業式] (毕业典礼) bìyè diǎnlǐ <卒業式> そつぎょうしき {禮卒業} lễ tốt nghiệp ◊ graduation ceremony

졸업장 [卒業狀] (文凭) wénpíng <卒業狀> そつぎょうじょう {交憑} văn bằng ◊ diploma

졸업증서 [卒業證書] (毕业文凭) bìyè wénpíng <卒業証書> そつぎょうしょうしょ {文憑卒業} văn bằng tốt nghiệp ◊ diploma certificate

졸중 [卒中] (中风) zhòngfēng <卒中> そっちゅう {中風} trúng phong ◊ apoplexy; stroke

종가 [終價] (收盘价格) shōupánjià gé <終価> おわりあたい {鞞闌犗} giá đóng cửa ◊ closing price

종결 [終結] (终结) zhōngjié <終結> しゅうけつ {結束} kết thúc ◊ end

종곡 [終曲] (终曲) zhōng qū <終曲> しゅうきょく {終曲} chung khúc ◊ finale

종교 [宗教] (宗教) zōngjiào <宗教> しゅうきょう {宗教} tông giáo ◊ religion

종국 [終局] (终局) zhōngjú <終局> しゅうきょく {終局} chung cục ◊ final; end; close; conclusion

종군 [從軍] (从军) cóngjūn <從軍> じゅうぐん {從軍} tòng quân ◊ military service; serving in a war

종군 [種群] (种群) zhǒngqún <群体> ぐんたい {種群} chủng quần ◊ species-group

종군밀도 [種群密度] (种群密度) zhǒngqún mìdù <群体密度> ぐんたいみつど {密度種群} mật độ chủng quần ◊ species-group density

종군증가 [種群增加] (种群增长) zhǒngqún zēngzhǎng <群体增加> ぐんたいぞうか {加增種群} gia tăng chủng quần ◊ species-group increase

종극 [終極] (终极) zhōngjí <終極> しゅうきょく {終極} chung cực ◊ ultimate

종년 [終年] (终年) zhōngnián <終年> おわりねん {終年} chung niên ◊ all years

종단 [終端] (终端) zhōngduān <終端> しゅうたん {終端} chung đoan ◊ terminal

종단면 [縱斷面] (纵断面) zòngduànmiàn <縱斷面> じゅうだんめん {緬槲} mặt nghiêng ◊ profile

종당 [宗堂] (宗堂) zōng táng <宗堂> そうどう {宗堂} tông đường ◊ sect hall

종도 [宗徒] (宗徒) zōng tú <宗徒> しゅうと {宗徒} tông đồ ◊ apostle; believer; follower

종두 [種痘] (种痘) zhǒng dòu <種痘> しゅとう {挨籠} tiêm chủng ◊ vaccination

종람 [縱覽] (纵览) zònglǎn <縱覽> じゅうらん {縱覽} túng lãm ◊ an overview

종래 [從來] (从来) cónglái <從来> じゅうらい {包睺} bao giờ ◊ ever

종려 [椶櫚] (棕榈) zōnglǔ <椶櫚> しゅろ {椶櫚} tông lư ◊ palm

종려유 [椶櫚油] (棕榈油) zōnglǔyóu <椶櫚油> しゅろゆ {椶櫚油} tông lư dâu ◊ palm oil

종료 [終了] (结束) jiéshù <終了> しゅうりょう {結束} kết thúc ◊ end

종루 [鐘樓] (钟楼) zhōnglóu <鐘楼> しゅろう {塔鐘} tháp chuông ◊ bell tower

종류 [種類] (种类) zhǒnglèi <種類> しゅるい {種類} chủng loại ◊ class; type; species

종마 [種馬] (种马) zhǒngmǎ <種馬> たねうま {種馬} chủng mã ◊ stallion

종말 [終末] (末日) mòrì <終末> しゅうまつ {馹盡世} ngày tận thế ◊ doomsday

종묘 [種苗] (种苗) zhǒng miáo <種苗> しゅびょう {種苗} chủng miêu ◊ seedling

종묘 [宗廟] (宗庙) zōngmiào <宗廟> そうびょう {宗廟} tông miếu ◊ ancestral temple

종문 [宗門] (宗门) zōng mén <宗門> しゅうもん {宗門} tông môn ◊ clan

종물 [腫物] (肿物) zhǒng wù <腫物> はれもの {腫物} thũng vật ◊ tumor

종밀도 [種密度] (物种密度) wùzhǒng mìdù <種密度> しゅみつど {密度物種} mật độ vật chủng ◊ species density

종범 [從犯] (从犯) cóngfàn <從犯> じゅうはん {從犯} tòng phạm ◊ accomplice

종별 [種別] (种别) zhǒng biè <種別> しゅべつ {種別} chủng biệt ◊ species

종복 [從僕] (从仆) cóng pú <從僕> じゅうぼく {從僕} tòng bộc ◊ servant

종사 [從事] (从事) cóngshì <從事> じゅうじ {參加} tham gia ◊ undertake; go for; engage in

종사 [宗師] (宗师) zōngshī <宗師> むねし {宗師} tông sư ◊ great master

종생 [終生] (终生) zhōngshēng <一生> いっしょう {終生} chung sinh ◊ lifetime

종성 [鐘聲] (钟声) zhōngshēng <鐘声> しょうせい {嗙鐘|嗙鋤} tiếng chuông ◊ bell sound

종속 [從屬] (从属) cóngshǔ <從屬> じゅうぞく {從屬} thung thuộc ◊ subordinate

종속국 [從屬國] (从属国) cóngshǔ guó <從屬国> じゅうぞくこく {屬國} thuộc quốc ◊ subject states

종속물 [從屬物] (从属物) fùshǔwù <附屬物> ふぞくぶつ {附屬物} phụ thuộc vật ◊ belongings; appendage; accessory; subsidiary

종시일관 [終始一貫] (终始一贯) zhōng shǐ yīguàn <終始一貫> しゅうしいっかん {終始一貫} chung thủy nhất quán ◊ always the same

종신 [終身] (终身) zhōngshēn <終身> しゅうしん {終身} chung thân ◊ lifelong

종신형 [終身刑] (无期徒刑) wúqī túxíng <終身刑> しゅうしんけい {終身刑} chung thân hình ◊ life sentence

종실 [宗室] (宗室) zōngshì <宗室> そうしつ {宗室} tông thất ◊ imperial clan

종심 [終審] (终审) zhōngshěn <終審> しゅうしん {終審} chung thẩm ◊ final judgment

종심 [縱深] (纵深) zòngshēn <深み> ふかみ {度漊} độ sâu ◊ depth

종야 [終夜] (终夜) zhōng yè <終夜> よもすがら {終夜} chung dạ ◊ all night

종양 [腫瘍] (肿瘤) zhǒngliú <腫瘍> しゅよう {癰疽} ung thư ◊ tumor

종업 [從業] (从业) cóngyè <從業> じゅうぎょう {從業} tòng nghiệp ◊ employment

종업원 [從業員] (从业员) cóngyè yuán <從業員> じゅうぎょういん {馹夛鞅|得夛袄|得夛役} người làm việc ◊ employee

종이 [一] (纸) zhǐ <紙> かみ {緔} giấy ◊ paper

종이백 [종이 bag] (纸袋) zhǐ dài <紙袋> かみぶくろ {襏緔} túi giấy ◊ paper bag

종일 [終日] (整天) zhěngtiān <一日中> いちにちじゅう {崎馹} cả ngày ◊ all day

종자 [從者] (从者) cóng zhě <從者> じゅうしゃ {從者} tòng giả ◊ follower

종자 [種子] (种子) zhǒngzi <種子> しゅし {種子} chủng tử ◊ seed

종자음 [終子音] (韵尾辅音) yùnwěi fǔyīn <終子音> しゅうこおん {終子音} chung tử âm ◊ consonant terminal

종적 [蹤迹] (踪迹) zōngjì <たなびく> たなびく {踏跙} dấu vết ◊ trail

종전 [從前] (从前) cóngqián <昔> むかし {時嵩|時智} ngày xưa ◊ once upon a time

종점 [終點] (终点) zhōngdiǎn <終点> しゅうてん {終點} chung điểm ◊ terminal

종조 [宗祖] (宗祖) zōng zǔ <宗祖> しゅうそ {宗祖} tông tổ ◊ ancestors

종족 [種族] (种族) zhǒngzú <種族> しゅぞく {種族} chủng tộc ◊ race

종족 [宗族] (宗族) zōngzú <宗族> そうぞく {宗族} tông tộc ◊ clan; kindred

종족보호 [種族保護] (种族保护) zhǒngzú bǎohù <種族保護> しゅぞくほご {保護種族} bảo hộ chủng tộc ◊ protect race

종지 [終止] (终止) zhōngzhǐ <終止> しゅうし {終止} chung chỉ ◊ end; termination

종지 [宗旨] (宗旨) zōngzhǐ <宗旨> しゅうし {宗旨} tông chỉ ◊ purpose

종착역 [終着驛] (终点站) zhōngdiǎnzhàn <終着駅> しゅうちゃくえき {站駘} trạm cuối ◊ terminus

종창 [腫脹] (肿胀) zhǒngzhàng <腫脹> しゅちょう {腫脹} thũng trướng ◊ swelling

종축 [縱軸] (纵轴) zòng zhóu <縦軸> たてじく {縱軸} tung trục ◊ longitudinal axis

종친 [宗親] (宗亲) zōng qīn <宗親> むねちか {宗親} tông thân ◊ clansmen

종파 [宗派] (宗派) zōngpài <宗派> しゅうは {宗派} tông phái ◊ sect

종편 [終篇] (终篇) zhōng piān <終篇> おわりへん {終篇} chung thiên ◊ finale

종합 [綜合] (综合) zōnghé <綜合> そうごう {總合} tổng hợp ◊ comprehensive

종합대책 [綜合對策] (综合措施) zōnghé cuòshī <綜合対策> そうごうたいさく {辦法全面} biện pháp toàn diện ◊ comprehensive measures

종합대학 [綜合大學] (综合大学) zōnghé dàxué <綜合大学> そうごうだいがく {綜合大學} tổng hợp đại học ◊ multiversity; comprehensive university

종합평가 [綜合評價] (综合评价) zōnghé píngjià <綜合評価> そうごうひょうか {揁價全面} đánh giá toàn diện ◊ comprehensive appraisal

종회 [宗會] (宗会) zōng huì <宗会> むねかい {宗會} tông hội ◊ sectarian meeting

좋다 [ー] (好) hǎo <良し> よし {䜑} tốt ◊ good

좋아하다 [ー] (喜欢) xǐhuan <好む> 好む {喜歡} hỷ hoan ◊ like

좌경 [左傾] (左倾) zuǒqīng <左傾> さけい {左傾} tả khuynh ◊ left leaning; leftish

좌골 [坐骨] (坐骨) zuògǔ <坐骨> ざこつ {坐骨} tọa cốt ◊ ischium

좌담 [座談] (座谈) zuòtán <座談> ざだん {座談} tọa đàm ◊ informal discussion

좌담회 [座談會] (讨论会) tǎolùnhuì <座談会> ざだんかい {座談會} tọa đàm hội ◊ colloquium

좌변 [左邊] (左边) zuǒbian <左辺> さへん {左邊} tả biên ◊ left side

좌상 [挫傷] (挫伤) cuò shāng <挫傷> ざしょう {挫傷} tỏa thương ◊ contusion

좌상 [坐像] (坐像) zuòxiàng <座像> ざぞう {坐像} tọa tượng ◊ seated statue

좌석 [座席] (席位) xíwèi <座席> ざせき {坐券} chỗ ngồi ◊ seat

좌석배치 [座席配置] (座位安排) zuòwèi ānpái <座席配置> ざせきはいち {拉攝坐券} sắp xếp chỗ ngồi ◊ seating

좌선 [坐禪] (坐禅) zuòchán <坐禅> ざぜん {坐禪} tọa thiền ◊ Buddha sitting in meditation; religious meditations

좌수 [左手] (左手) zuǒshǒu <左手> ひだりて {左手} tả thủ ◊ left hand

좌시 [坐視] (坐视) zuò shì <坐視> ざし {坐視} tọa thị ◊ sit and wait

좌심방 [左心房] (左心房) zuǒ xīnfáng <左心房> さしんぼう {左心房} tả tâm phòng ◊ left atrium

좌안 [左岸] (左岸) zuǒ àn <左岸> さがん {左岸} tả ngạn ◊ left river bank

좌약 [坐藥] (栓剂) shuānjì <坐薬> ざやく {𦲷彈} thuốc đạn ◊ suppository

좌우 [左右] (左右) zuǒyòu <左右> さゆう {囮} quanh ◊ around

좌우 [座右] (座右) zuò yòu <座右> ざゆう {座右} tọa hữu ◊ motto

좌우명 [座右銘] (座右铭) zuòyòumíng <モットー> motto {箴言} châm ngôn ◊ motto

좌익 [左翼] (左翼) zuǒyì <左翼> さよく {翅𦑃} cánh trái ◊ left wing

좌절 [挫折] (挫折) cuòzhé <挫折> ざせつ {挫折} tỏa chiết ◊ setback

좌증 [佐證] (佐证) zuǒzhèng <佐証> すけしょう {佐助} tá chứng ◊ evidence; proof

좌천 [左遷] (降职) jiàng zhí <左遷> させん {降職} giáng chức ◊ demotion

좌초 [坐礁] (搁浅) gēqiǎn <擱座> かくざ {𢴑浒} mắc cạn ◊ stranding

좌측 [左側] (左侧) zuǒcè <左側> ひだりがわ {左側} tả trắc ◊ left

좌파 [左派] (左派) zuǒpài <左派> さは {左派} tả

phái ◊ leftist

좌편 [左便] (左面) zuǒmiàn <左方> さほう {㐀|邊債} bên trái ◊ left side

좌표 [座標] (坐标) zuòbiāo <座標> ざひょう {度|座度} tọa độ ◊ coordinate

좌표계 [座標系] (坐标系) zuòbiāoxì <座標系> ざひょうけい {系坐度|系座度} hệ tọa độ ◊ coordinate system

좌표법 [座標法] (坐标法) zuò biāo fǎ <座標法> ざひょうほう {溪坐度|溪座度} phép tọa độ ◊ coordinate method

좌표축 [座標軸] (坐标轴) zuòbiāo zhóu <座標軸> ざひょうじく {軸座度} trục tọa độ ◊ coordinate axis

죄과 [罪過] (罪过) zuìguo <罪> つみ {罪癌} tội lỗi ◊ sin

죄를 짓다 [罪를 짓다] (犯罪) fànzuì <犯罪> はんざい {行罪} hành tội ◊ committing crimes

죄명 [罪名] (罪名) zuìmíng <罪名> ざいめい {罪名} tội danh ◊ accusation

죄상 [罪狀] (罪状) zuìzhuàng <罪狀> ざいじょう {罪狀} tội trạng ◊ crime counts

죄송하다 [罪悚하다] (对不起) duìbuqǐ <申し訳ありません> もうしわけありません {嗔癌|嗔|吓類} xin lỗi ◊ I'm sorry

죄수 [罪囚] (囚犯) qiúfàn <囚人> しゅうじん {囚犯} tù phạm ◊ prisoner

죄수호송차 [罪囚護送車] (囚车) qiú chē <罪囚護送車> ざいしゅうごそうしゃ {囚車} tù xa ◊ prison car

죄악 [罪惡] (罪恶) zuì'è <罪惡> ざいあく {罪惡} tội ác ◊ vice

죄인 [罪人] (罪人) zuìrén <罪人> つみびと {罪人} tội nhân ◊ sinner

죄증 [罪證] (罪证) zuì zhèng <罪証> ざいしょう {罪證} tội chứng ◊ criminal evidence

주 [州] (州) zhōu <州> しゅう {小邦} tiểu bang ◊ state

주 [週] (星期) xīngqī <週> しゅう {旬} tuần ◊ week

주가 [酒家] (酒家) jiǔjiā <酒家> しゅか {酒家} tửu gia ◊ bar; inn

주가 [株價] (股价) gǔjià <株価> かぶか {價股票} giá cổ phiếu ◊ share price

주간 [週刊] (周刊) zhōukān <週刊> しゅうかん {週刊} chu san ◊ weekly

주간 [晝間] (昼间) zhòu jiān <晝間> ひるま {晝間} trú gian ◊ daytime

주간 [主幹] (主干) zhǔgàn <主幹> しゅかん {主幹} chủ can ◊ main trunk

주간지 [週刊紙] (周报) zhōubào <週刊紙> しゅうかんし {週刊紙} chu san chi ◊ weekly paper

주간지 [週刊誌] (周刊志) zhōukānzhì <週刊誌> しゅうかんし {週刊誌} chu san chí ◊ weekly journal

주객 [酒客] (酒客) jiǔ kè <酒客> しゅかく {酒客} tửu khách ◊ drinker

주격 [主格] (主格) zhǔ gé <主格> しゅかく {主格} chủ cách ◊ nominative case

주계전기 [主繼電器] (主继电器) zhǔ jìdiànqì <主継電器> しゅけいでんき {鈩斷正} rơ le chính ◊ master relay

주공 [主攻] (主攻) zhǔgōng <主攻> しゅこう {主攻} chủ công ◊ main attack

주관 [主觀] (主观) zhǔguān <主観> しゅかん {主觀} chủ quan ◊ subjective

주관 [主管] (主管) zhǔguǎn <主管> しゅかん {主管} chủ quản ◊ supervisor

주관성 [主觀性] (主观性) zhǔguān xìng <主観性> しゅかんせい {性主觀} tính chủ quan ◊ subjectivity

주관절 [肘關節] (肘关节) zhǒu guānjié <肘関節> ちゅうかんせつ {肘關節} trửu quan tiết ◊ elbow joint

주교 [主敎] (主教) zhǔjiào <主教> しゅきょっ {主敎} chủ giáo ◊ bishop

주구 [走狗] (走狗) zǒugǒu <走狗> そうく {瓶差} tay sai ◊ minion

주군 [駐軍] (驻军) zhùjūn <駐軍> ちゅうぐん {駐軍} trú quân ◊ garrison

주권 [株券] (股票凭证) gǔpiào píngzhèng <株券> かぶけん {證認證券} chứng nhận chứng khoán ◊ stock certificate

주권 [主權] (主权) zhǔquán <主権> しゅけん {主權} chủ quyền ◊ sovereignty

주권국 [主權國] (主权国) zhǔquán guó <主権国> しゅけんこく {主權國} chủ quyền quốc ◊ sovereign state

주금 [走禽] (走禽) zǒu qín <走禽> そうきん {走禽} tầu cầm ◊ running fowl

주기 [酒器] (酒器) jiǔqì <酒器> しゅき {酒器} tửu khí ◊ drinking vessel

주기 [週期] (周期) zhōuqī <週期> しゅうき {週期} chu kỳ ◊ cycle

주기결산 [週期決算] (周期决算) zhōuqī juésuàn <週期決算> しゅうきけっさん {週期決算} quyết toán chu kỳ ◊ periodic final account

주기변화 [週期變化] (周期变化) zhōuqī biànhuà <週期変化> しゅうきへんか {織斷定期} thay đổi định kỳ ◊ period change

주기성 [週期性] (周度) zhōu dù <週期性> しゅうきせい {性週期} tính chu kỳ ◊ periodicity

주기운동 [週期運動] (周期运动) zhōuqī yùndòng <週期運動> しゅうきうんどう {轉動定期} chuyển động định kỳ ◊ periodic motion

주기함수 [週期函數] (周期函数) zhōuqī hánshù <週期函数> しゅうきかんすう {函數循環} hàm số tuần hoàn ◊ periodic function

주년 [周年] (周年) zhōunián <周年> しゅうねん {周年} chu niên ◊ anniversary

주뇌 [主腦] (主脑) zhǔnǎo <主脑> しゅのう {主腦} chủ não ◊ control center; leader

주다 [一] (给) gěi <与える> あたえる {賖} cho ◊ give

주도 [酒徒] (酒徒) jiǔtú <酒徒> しゅと {酒徒} tửu đồ ◊ drinker

주도 [主導] (主导) zhǔdǎo <主導> しゅどう {主導} chủ đạo ◊ leading

주도면밀 [周到綿密] (周到) zhōudào <周到> しゅうとう {周到} chu đáo ◊ attentive

주독 [酒毒] (酒毒) jiǔ dú <酒毒> しゅどく {酒毒} tửu độc ◊ alcohol poisoning

주동 [主動] (主动) zhǔdòng <主動> しゅどう {主動} chủ động ◊ active

주둔 [駐屯] (屯驻) túnzhù <屯駐> とんちゅう {屯駐} đồn trú ◊ cantonment

주둔군 [駐屯軍] (驻军) zhùjūn <駐屯軍> ちゅうとんぐん {駐屯軍} trú đồn quân ◊ garrison troops

주둔지 [駐屯地] (驻屯地) zhù tún dì <駐屯地> ちゅうとんち {駐屯地} trú đồn địa ◊ garrison cantonment

주랑 [柱廊] (柱廊) zhù láng <列柱> れっちゅう {行楣} hàng cột ◊ colonnade; row of columns

주량 [酒量] (酒量) jiǔliàng <酒量> しゅりょう {酒量} tửu lượng ◊ capacity for liquor

주력 [主力] (主力) zhǔlì <主力> しゅりょく {主力} chủ lực ◊ main force

주력군 [主力軍] (主力军) zhǔlìjūn <主力軍> しゅりょくぐん {軍正} quân chính ◊ main force army

주루 [酒樓] (酒楼) jiǔlóu <酒樓> しゅろう {酒樓} tửu lâu ◊ restaurants

주류 [酒類] (酒类) jiǔ lèi <酒類> しゅるい {酒類} tửu loại ◊ alcohol

주류 [主流] (主流) zhǔliú <主流> しゅりゅう {主流} chủ lưu ◊ mainstream

주류 [駐留] (驻留) zhùliú <駐留> ちゅうりゅう {駐留} trú lưu ◊ reside

주류판매점 [酒類販賣店] (酒类商店) jiǔ lèi shāngdiàn <酒屋> さかや {鞞貥灉} cửa hàng rượu ◊ liquor store

주름제거 [주름除去] (除皱) chú zhòu <皺取り> しわとり {捨轗痏} xóa nếp nhăn ◊ anti-wrinkle

주마가편 [走馬加鞭] (快马加鞭) kuài mǎ jiā biān <スピード上げ> speed あげ {夕賖挼蟲} làm cho đi mau ◊ spur horse on

주마등 [走馬燈] (走马灯) zǒumǎdēng <走馬灯> そうまとう {走馬燈} tẩu mã đăng ◊ phantasmagoria

주말 [週末] (周末) zhōu mò <週末> しゅうまつ {曆旬} cuối tuần ◊ weekend

주면 [柱面] (柱面) zhù miàn <柱面> ちゅうめん {柱面} trụ diện ◊ cylindrical surface

주멸 [誅滅] (诛灭) zhūmiè <誅滅> ちゅうめつ {誅滅} tru diệt ◊ eradication of sinful people

주명 [注明] (注明) zhùmíng <注明> ちゅうめい {註明} chú minh ◊ specify; note

주모 [主謀] (主谋) zhǔmóu <主謀> しゅぼう {主謀} chủ mưu ◊ mastermind

주모자 [主謀者] (主谋人) zhǔmóu rén <首謀者> しゅぼうしゃ {仉擒頭} kẻ cầm đầu ◊ ringleader

주목 [注目] (注目) zhùmù <注目> ちゅうもく {注目} chú mục ◊ attention

주목을 끌다 [注目을 끌다] (引人注目) yǐn rén zhùmù <目立つ> めだつ {澈搵} nổi bật ◊ stand out

주문 [奏文] (奏文) zòu wén <奏文> そうぶん {奏文} tấu văn ◊ letter to throne

주물 [鑄物] (铸件) zhùjiàn <鋳物> いもの {金類鐞} kim loại đúc ◊ cast metal

주민 [住民] (住民) zhù mín <住民> じゅうみん {住民} trú dân ◊ residents

주밀 [周密] (周密) zhōumì <周密> しゅうみつ {謹慎} cẩn thận ◊ careful

주밀성 [周密性] (周密性) zhōumìxing <十全> じゅうぜん {性謹慎} tính cẩn thận ◊ thoroughness

주박 [酒粕] (酒粕) jiǔ pò <酒粕> さけかす {酒粕} tửu phách ◊ rice malt

주반 [酒盤] (酒盘) jiǔ pán <酒盤> さけばん {酒盤} tửu bàn ◊ wine plate

주방 [廚房] (厨房) chúfáng <台所> だいどころ {厨炮} nhà bếp ◊ kitchen

주배 [酒杯] (酒杯) jiǔbēi <酒杯> しゅはい {酒杯} tửu bôi ◊ goblet

주범 [主帆] (主帆) zhǔ fān <主帆> しゅはん {主帆} chủ phàm ◊ mainsail

주범 [主犯] (主犯) zhǔfàn <主犯> しゅはん {主犯} chủ phạm ◊ principal

주벽 [酒癖] (酒癖) jiǔ pǐ <酒癖> さけぐせ {酒癖} tửu tích ◊ alcoholism

주변 [周邊] (周边) zhōubiān <周辺> しゅうへん {周邊} chu biên ◊ perimeter

주보 [週報] (周报) zhōubào <週報> しゅうほう {週報} chu báo ◊ weekly

주부 [主部] (主部) zhǔ bù <主部> しゅぶ {主部} chủ bộ ◊ main section

주부 [主婦] (主妇) zhǔfù <主婦> しゅふ {婆內助} bà nội trợ ◊ housewife

주빈 [主賓] (主宾) zhǔ bīn <主賓> しゅひん {客咖名譽} khách mời danh dự ◊ guest of honour

주사 [酒肆] (酒肆) jiǔsì <酒肆> しゅし {酒肆} tửu tứ ◊ liquor store

주사 [主事] (主事) zhǔ shì <主事> しゅじ {主事} chủ sự ◊ principal person

주사 [注射] (打针) dǎzhēn <注射> ちゅうしゃ {撒糵|尖菜} tiêm thuốc ◊ injection

주사기 [注射器] (注射器) zhùshè qì <注射器> ちゅうしゃき {甕撒|籌尖} ống tiêm ◊ syringe

주사량 [注射量] (注射量) zhùshè liáng <注射量> ちゅうしゃりょう {注射量} chú xạ lượng ◊ injection volume

주사액 [注射液] (注射液) zhùshè yè <注射液> ちゅうしゃえき {注射液} chú xạ dịch ◊ injections

주사약 [注射藥] (注射药) zhùshè yào <注射藥> ちゅうしゃやく {注射藥} chú xạ dược ◊ injectables

주사침 [注射針] (注射针) zhùshè zhēn <注射針> ちゅうしゃばり {針挨} kim tiêm ◊ needle

주산 [珠算] (珠算) zhūsuàn <珠算> しゅざん {珠算} châu toán ◊ abacus calculation

주살 [誅殺] (诛杀) zhūshā <誅殺> ちゅうさつ {誅殺} tru sát ◊ killing

주상 [主上] (主上) zhǔ shàng <主上> しゅじょう {主上} chủ thượng ◊ lord

주색 [酒色] (酒色) jiǔsè <酒色> しゅしょく {酒色} tửu sắc ◊ debauchery

주석 [酒席] (酒席) jiǔxí <酒席> しゅせき {酒席} tửu tịch ◊ feast table

주석 [朱錫] (锡) xī <錫> すず {鑼鏑} thiếc ◊ tin

주석 [主席] (主席) zhǔxí <主席> しゅせき {主席} chủ tịch ◊ chairman

주석 [注釋] (注释) zhùshì <注釈> ちゅうしゃく {注釋} chú thích ◊ annotation

주석 [柱石] (柱石) zhùshí <柱石> ちゅうせき {柱石} trụ thạch ◊ pillar

주석산 [酒石酸] (酒石酸) jiǔshísuān <酒石酸> しゅせきさん {酒石酸} tửu thạch toan ◊ tartaric acid

주선 [酒仙] (酒仙) jiǔ xiān <酒仙> しゅせん {酒仙} tửu tiên ◊ heavy drinker

주선율 [主旋律] (主旋律) zhǔxuánlǜ <主題曲> しゅだいきょく {排曲主題} bài khúc chủ đề ◊ theme music

주세 [酒稅] (酒税) jiǔ shuì <酒税> しゅぜい {酒稅} tửu thuế ◊ liquor tax

주소 [住所] (地址) dìzhǐ <住所> じゅうしょ {地址} địa chi ◊ address

주시 [注視] (注视) zhùshì <注視> ちゅうし {注視} chú thị ◊ look at; watch attentively

주시하다 [注視하다] (察看) chákàn <察看> さっしみ {察看} sát khán ◊ inspect

주식 [酒食] (酒食) jiǔshí <酒食> しゅしょく {酒食} tửu thực ◊ alcohol and food

주식 [株式] (股份) gǔfèn <株式> かぶしき {股份} cổ phần ◊ shares

주식 [主食] (主食) zhǔshí <主食> しゅしょく {主食} chủ thực ◊ staple food

주식배당금 [株式配當金] (股息) gǔxī <株式配當金> かぶしきはいとうきん {股息股票} cổ tức cổ phiếu ◊ stock dividend

주식시장 [株式市場] (股市) gǔshì <株式市場> かぶしきしじょう {市場證券} thị trường chứng khoán ◊ stock market

주식화 [株式化] (股份化) gǔfèn huā <株式化> かぶしきか {股份化} cổ phần hóa ◊ demutualization

주악 [奏樂] (奏乐) zòuyuè <奏楽> そうがく {奏樂} tấu nhạc ◊ play music

주안 [主眼] (要点) yàodiǎn <主眼> しゅがん {要點} yếu điểm ◊ essentials

주야 [晝夜] (昼夜) zhòuyè <昼夜> ちゅうや {晝夜} trú dạ ◊ day and night

주어 [主語] (主语) zhǔyǔ <主語> しゅご {主語} chủ ngữ ◊ subject

주연 [酒宴] (酒宴) jiǔyàn <酒宴> しゅえん {酒宴} tửu yến ◊ banquet

주연 [主演] (主演) zhǔyǎn <主演> しゅえん {演員正} diễn viên chính ◊ leading part in a performance

주옥 [珠玉] (珠玉) zhūyù <珠玉> しゅぎょく {珠玉} châu ngọc ◊ jewel; gem

주요 [主要] (主要) zhǔyào <主要> しゅよう {主要} chủ yếu ◊ main; principal

주요범죄자 [主要犯罪者] (要犯) yàofàn <主要犯罪者> しゅようはんざいしゃ {要犯} yếu phạm ◊ principal offender; main culprit

주요원인 [主要原因] (主要原因) zhǔyào yuányīn <主要原因> しゅようげんいん {原因正} nguyên nhân chính ◊ primary factor

주요의제 [主要議題] (主要议题) zhǔyào yìtí <主要議題> しゅようぎだい {要提} yếu đề ◊ main topics

주요통로 [主要通路] (主要通路) zhǔyào tōnglù <主要通路> しゅようつうろ {跟蹄正} con đường chính ◊ main access road

주위 [周圍] (周围) zhōuwéi <周囲> しゅうい {周圍} chu vy ◊ surrounding

주유 [周遊] (周游) zhōuyóu <周遊> しゅうゆう {周遊} chu du ◊ travel around

주유 [侏儒] (侏儒) zhūrú <侏儒> しゅじゅ {侏儒} chu nho ◊ midget

주유 [注油] (注油) zhù yóu <注油> ちゅうゆ {注油} chú du ◊ oiling

주유소 [注油所] (注油所) zhù yóu suǒ <給油所; ガソリンスタンド> きゅうゆしょ; gasoline stand {站泵油} trạm bơm dầu ◊ fuel station; gas station

주육 [酒肉] (酒肉) jiǔ ròu <酒肉> しゅにく {酒肉} tửu nhục ◊ meat and wine

주음 [主音] (主音) zhǔyīn <主音> しゅおん {音主} âm chủ ◊ principal tone; keynote; primary tone

주의 [主義] (主义) zhǔyì <主義> しゅぎ {主義} chủ nghĩa ◊ doctrine; -ism

주의 [注意] (注意) zhùyì <注意> ちゅうい {注意} chú ý ◊ note

주익 [主翼] (主翼) zhǔ yì <主翼> しゅよく {主翼} chủ dực ◊ main wing

주인 [主人] (主人) zhǔrén <主人> しゅじん {主人} chủ nhân ◊ master

주인 [主因] (主因) zhǔ yīn <主因> しゅいん {主因} chủ nhân ◊ main reason

주인공 [主人公] (主人公) zhǔréngōng <主人公> しゅじんこう {主人公} chủ nhân công ◊ hero in a lovel

주일 [週日] (周日) zhōurì <週日> しゅうじつ {晦虢旬} ngày trong tuần ◊ weekday

주일 [主日] (主日) zhǔ rì <主日> しゅじつ {主日} chủ Nhật ◊ Sunday; Sabbath; Lord's Day

주임 [主任] (主任) zhǔrèn <主任> しゅにん {主任} chủ nhậm ◊ director

주입 [注入] (注入) zhùrù <注入> ちゅうにゅう {注入} chú nhập ◊ inject

주장 [主將] (主将) zhǔjiàng <主将> しゅしょう {主將} chủ tướng ◊ commander

주장 [主張] (主张) zhǔzhāng <主張> しゅちょう {主張} chủ trương ◊ claim

주재 [主宰] (主持) zhǔchí <主宰> しゅさい {主持} chủ trì ◊ host

주재 [駐在] (驻在) zhù zài <駐在> ちゅうざい {駐在} trú tại ◊ resided; stationed

주저 [躊躇] (踌躇) chóuchú <躊躇う> ためらう {猶豫} do dự ◊ hesitate

주전자 [酒煎子] (壺) hú <湯沸かし> ゆわかし {壔撖渃} ấm đun nước ◊ jug; kettle

주정 [酒精] (酒精) jiǔjīng <酒精> しゅせい {酒精} tửu tinh ◊ alcohol

주정계 [酒精計] (酒精計) jiǔjīng jì <酒精計> しゅせいけい {酒精計} tửu tinh kế ◊ alcohol meter

주제 [主題] (主题) zhǔtí <主題> しゅだい {主題} chủ đề ◊ topic

주제가 [主題歌] (主题歌) zhǔtígē <主題歌> しゅだいか {排嗒主題} bài hát chủ đề ◊ theme song

주조 [酒槽] (酒槽) jiǔ cáo <酒槽> さかぶね {酒槽} tửu tào ◊ liquor tub

주조 [鑄造] (铸造) zhùzào <鑄造> ちゅうぞう {燋鑂} đúc ◊ foundry

주조기 [鑄造機] (铸造机) zhùzào jī <鑄造機> ちゅうぞうき {鑄造機} chú tạo cơ ◊ casting machine

주족 [主族] (主族) zhǔzú <主族> おもぞく {鼉正} nhóm chính ◊ main group

주족원소 [主族元素] (主族元素) zhǔzú yuánsù <主族元素> おもぞくげんそ {元素鼉正} nguyên tố nhóm chính ◊ main group element

주종 [主從] (主从) zhǔcóng <主從> しゅうじゅう

{主從} chủ tòng ◊ main and subordinate

주좌 [主座] (主座) zhǔ zuò <主座> しゅざ {主座} chủ tọa ◊ main seat

주주 [株主] (股东) gǔdōng <株主> かぶぬし {股東} cổ đông ◊ shareholder

주중 [注重] (注重) zhùzhòng <注重> ちゅうじゅう {注重} chú trọng ◊ pay attention to

주증기관 [主蒸氣管] (主蒸汽管) zhǔ zhēngqì guǎn <主蒸気管> しゅじょうききかん {舊穌正} ống hơi chính ◊ main steam pipe

주지 [周知] (周知) zhōuzhī <周知> しゅうち {見識衆} kiến thức chung ◊ common knowledge

주지 [主旨] (主旨) zhǔzhǐ <主旨> しゅし {主旨} chủ chỉ ◊ keynote

주차 [駐車] (停车) tíngchē <駐車> ちゅうしゃ {距車|逗車} đậu xe ◊ parking

주차금지 [駐車禁止] (禁止停车) jìnzhǐ tíngchē <駐車禁止> ちゅうしゃきんし {禁距車} cấm đậu xe ◊ no parking

주차장 [駐車場] (停车场) tíngchēchǎng <駐車場> ちゅうしゃじょう {壃逗車} bãi đậu xe ◊ parking lot

주창 [主唱] (主唱) zhǔ chàng <主唱> しゅしょう {主唱} chủ xướng ◊ leading singer

주철 [鑄鐵] (铸铁) zhùtiě <鋳鉄> ちゅうてつ {鑄鐵} chú thiết ◊ cast iron

주철관 [鑄鐵管] (铸铁管) zhùtiě guǎn <鋳鉄管> ちゅうてつかん {鑄鐵管} chú thiết quản ◊ cast iron pipes

주체 [主體] (主体) zhǔtǐ <主体> しゅたい {主體} chủ thể ◊ core; nucleus; political ideology

주체성 [主體性] (主体性) zhǔtǐ xìng <主体性> しゅたいせい {主體性} chủ thể tính ◊ subjectivity

주최 [主催] (主办) zhǔbàn <主催> しゅさい {主持} chủ trì ◊ sponsorship

주축 [主軸] (主轴) zhǔzhóu <主軸> しゅじく {主軸} chủ trục ◊ principal axis; main axis

주치의 [主治醫] (主治医师) zhǔ zhì yīshī <主治医> しゅじい {主治醫} chủ trị y ◊ attending physician

주택 [住宅] (住宅) zhùzhái <住宅> じゅうたく {住宅} trú trạch ◊ residence

주택가 [住宅街] (住宅区) zhùzháiqū <住宅地> じゅうたくち {区民居} khu dân cư ◊ complex

주택단지 [住宅團地] (小区) xiǎoqū <じゅうたくだんち> 住宅団地 {共同} cộng đồng ◊ housing development; community

주택용지 [住宅用地] (住宅用地) zhùzhái yòng dì

<宅地> たくち {塀邏宛} đất xây nhà ◊ residential land

주파수 [周波數] (频率) pínlǜ <周波数> しゅうはすう {頻數} tần số ◊ frequency

주판 [珠板] (算盘) suànpán <算盤> そろばん {盤誹} bàn tính ◊ abacus

주필 [主筆] (主笔) zhǔ bǐ <主筆> しゅひつ {主筆} chủ bút ◊ chief writer

주해 [注解] (注解) zhùjiě <注解> ちゅうかい {注解} chú giải ◊ annotation

주행 [走行] (走行) zǒu xíng <走行> そうこう {走行} tẩu hành ◊ travelling

주행성 [晝行性] (昼间活动) zhòu jiān huódòng <昼間活動> ちゅうかんかつどう {活動晭晭} hoạt động ban ngày ◊ diurnal activity

주형 [主刑] (主刑) zhǔ xíng <主刑> しゅけい {主刑} chủ hình ◊ principal penalty

주형 [鑄型] (铸型) zhù xíng <鋳型> いがた {燋鑈} đúc ◊ mold

주호 [住戶] (住户) zhùhù <住人> じゅうにん {住戶} trú hộ ◊ household

주효 [酒肴] (酒肴) jiǔyáo <酒肴> しゅこう {酒肴} tửu hào ◊ wine and food

죽 [粥] (粥) zhōu <粥> かゆ {粘粗餡} cháo ◊ gruel

죽간 [竹竿] (竹竿) zhúgān <竹竿> たけざお {竹竿} trúc can ◊ bamboo rod

죽간 [竹簡] (竹简) zhújiǎn <竹簡> ちくかん {竹簡} trúc giản ◊ bamboo writing strips

죽기 [竹器] (竹器) zhúqì <竹器> ちっき {竹器} trúc khí ◊ bamboo ware

죽도 [竹刀] (竹刀) zhú dāo <竹刀> しない {竹刀} trúc đao ◊ bamboo knives

죽롱 [竹籠] (竹笼) zhú lóng <竹篭> たけかご {竹籠} trúc lung ◊ bamboo cage

죽림 [竹林] (竹林) zhúlín <竹林> ちくりん {樓箈} rừng tre ◊ bamboo grove

죽마고우 [竹馬故友] (竹马故旧) zhúmǎ gùjiù <幼馴染> おさななじみ {伴時癡幼} bạn thời thơ ấu ◊ companion in youth

죽석 [竹席] (竹席) zhú xí <竹席> たかむしろ {竹席} trúc tịch ◊ bamboo mats

죽순 [竹筍] (竹笋) zhúsǔn <筍> たけのこ {籤} măng ◊ bamboo shoots

죽엽 [竹葉] (竹叶) zhú yè <竹葉> たけは {竹葉} trúc diệp ◊ bamboo leaves

죽원 [竹園] (竹园) zhú yuán <竹園> たけぞの

{竹園} trúc viên ◊ bamboo garden

죽원 [竹院] (竹院) zhú yuàn <竹院> たけいん {竹院} trúc viện ◊ bamboo courtyard

죽음 [一] (死亡) sǐwáng <死亡> しぼう {殞斃} chết ◊ die

죽이다 [一] (杀死) shāsǐ <殺す> ころす {殲搣} giết ◊ kill

죽침 [竹枕] (竹枕) zhú zhěn <竹枕> たけまくら {竹枕} trúc chẩm ◊ bamboo pillows

죽통 [竹筒] (竹筒) zhútǒng <竹筒> たけづつ {竹筒} trúc đồng ◊ bamboo tube; bamboo cylinder

준걸 [俊傑] (俊杰) jùnjié <俊傑> しゅんけつ {俊傑} tuấn kiệt ◊ outstanding talent

준결승 [準決勝] (半决赛) bànjuésài <準決勝> じゅんけっしょう {半結} bán kết ◊ semifinal

준공 [竣工] (竣工) jùngōng <竣工> しゅんこう {竣工} thuận công ◊ completion of construction

준동 [蠢動] (蠢动) chǔndòng <蠢動> しゅんどう {蠢動} xuẩn động ◊ formicate; carry on disruptive activities

준령 [峻嶺] (峻岭) jùnlǐng <峻嶺> しゅんれい {峻嶺} tuấn lĩnh ◊ steep mountains

준마 [駿馬] (骏马) jùnmǎ <駿馬> しゅんめ {駿馬} tuấn mã ◊ steed

준비 [準備] (准备) zhǔnbèi <準備> じゅんび {準備} chuẩn bị ◊ get ready

준설 [浚渫] (疏通) shūtōng <浚う> さらう {撓扒} nạo vét ◊ dredge

준수 [俊秀] (俊秀) jùnxiù <俊秀> しゅんしゅう {懍懍} đẹp ◊ handsome

준수 [遵守] (遵守) zūnshǒu <遵守> じゅんしゅ {遵守} tuân thủ ◊ abide by

준승 [準繩] (准绳) zhǔnshéng <準繩> じゅんじょう {準繩} chuẩn thẳng ◊ yardstick; guide wire

준우승 [準優勝] (亚军) yàjūn <準優勝> じゅんゆうしょう {蹲次二|蹲次貳} đứng thứ nhì ◊ runner-up

준장 [準將] (准将) zhǔnjiàng <准将> じゅんしょう {准將} chuẩn tướng ◊ brigadier

준재 [俊才] (俊才) jùn cái <俊才> しゅんさい {俊才} tuấn tài ◊ talented

순직 [準則] (准则) zhǔnzé <準則> じゅんそく {準則} chuẩn tắc ◊ guidelines

준행 [遵行] (遵行) zūnxíng <遵行> じゅんこう {遵行} tuân hành ◊ follow

준허 [准許] (准许) zhǔnxǔ <許可> きょか {准許} chuẩn hứa ◊ permission

줄 [一] (线) xiàn <線> せん {絅} dòng ◊ line

줄넘기 [一] (跳绳) tiàoshéng <縄跳び> なわとび {踴練} nhảy dây ◊ skipping rope

줍다 [一] (捡拾) jiǎnshí <拾う> ひろう {扣} nhặt ◊ pick up

중각본 [重刻本] (重刻本) chóng kèběn <重刻本> じゅうこくほん {重刻本} trùng khắc bản nguy ◊ re-carved edition

중간 [中間] (中间) zhōngjiān <中間> ちゅうかん {中間} trung ◊ middle

중간색 [中間色] (中间色) zhōngjiān sè <中間色> ちゅうかんいろ {鮒中間} màu trung gian ◊ intermediate color

중간정렬 [中間整列] (中间对齐) zhōngjiān duìqí <中央揃え> ちゅうおうそろえ {根整帒} căn chỉnh giữa ◊ center alignment; center justification

중거리 [中距離] (中程) zhōngchéng <中距離> ちゅうきょり {中程} trung trình ◊ medium-range

중격 [中隔] (间隔) jiàngé <間隔> かんかく {曠隔} khoảng cách ◊ septum

중견 [中堅] (中坚) zhōngjiān <中堅> ちゅうけん {中堅} trung kiên ◊ backbone

중계 [中繼] (中继) zhōngjì <中継> ちゅうけい {中繼} trung kế ◊ relay

중계방송 [中繼放送] (转播) zhuǎnbō <中継放送> ちゅうけいほうそう {發涛轉接} phát sóng chuyển tiếp ◊ relay broadcast

중고 [中古] (中古) zhōng gǔ <中古> ちゅうこ {中古} trung cổ ◊ mediaeval times

중고차 [中古車] (二手车) èrshǒuchē <中古車> ちゅうこしゃ {車咹過使用} xe đã qua sử dụng ◊ used car

중고판매상 [中古販賣商] (二手经销商) èrshǒu jīngxiāoshāng <中古販売業者> ちゅうこはんばいぎょうしゃ {代理樵舊} đại lý đồ cũ ◊ secondhand store

중공 [中空] (中空) zhōngkōng <中空> なかぞら {中空} trung không ◊ emptiness

중공업 [重工業] (重工业) zhònggōngyè <重工業> じゅうこうぎょう {工業蠿} công nghiệp nặng ◊ heavy industry

숭과무적 [衆寡不敵] (寡不敌众) guǎ bù dí zhòng <衆寡敵せず> しゅうかてせずき {寡不敵衆} quả bất địch chúng ◊ being outnumbered by others

중괄호 [中括弧] (中括号) zhōngkuòhào <中括弧> ちゅうかっこ {晒抂撗} dấu ngoặc vuông ◊ square brackets

중구 [中區] (中区) zhōng qū <中区> ちゅうく
{中區} trung khu ◊ central district

중국 [中國] (中国) zhōngguó <中国> ちゅうごく
{中國} Trung Quốc ◊ China

중국계 [中國系] (华裔) huáyì <中国系> ちゅう
ごくけい {趴裔中國} người gốc Trung Quốc ◊
ethnic Chinese overseas

중국어 [中國語] (汉语) hànyǔ <中国語> ちゅう
ごくご {喏中國} tiếng Trung Quốc ◊ Chinese
language

중국역사 [中國歷史] (中国历史) zhōngguó lìshǐ <
中国歷史> ちゅうごくれきし {北史} bắc sử ◊
Chinese history

중국인 [中國人] (中国人) zhōngguó rén <中国人>
ちゅうごくじん {趴中國} người Trung Quốc ◊
Chinese

중국집 [中國집] (中餐馆) zhōngcān guǎn <中華料
理店> ちゅうかりょうりてん {㛼飯中國} nhà
ăn Trung Hoa ◊ Chinese restaurant

중국최고 [中國最高] (中国第一) zhōngguó dì yī <
中国一> ちゅうごくいち {中國頭先} Trung
Quốc đầu tiên ◊ China's best; number one in China

중국학 [中國學] (汉学) hànxué <漢学> かんがく
{漢學} hán học ◊ sinology

중국화 [中國畫] (中国画) zhōngguóhuà <中国絵>
ちゅうごくえ {賴中國} tranh Trung Quốc ◊
traditional Chinese painting

중급 [中級] (中级) zhōngjí <中級> ちゅうきゅう
{中級} trung cấp ◊ intermediate

중기 [中期] (中期) zhōngqī <中期> ちゅうき {中
期} trung kỳ ◊ medium term

중년 [中年] (中年) zhōngnián <中年> ちゅうねん
{中年} trung niên ◊ mid-age

중노동 [重勞動] (艰劳) jiān láo <重労動> じゅう
ろうどう {重勞動} trọng lao động ◊ hard labor;
hard work

중농 [中農] (中农) zhōngnóng <中農> ちゅうのう
{中農} trung nông ◊ middle peasants

중농 [重農] (重农) chóng nóng <重農> じゅうの
う {重農} trọng nông ◊ pay attention to agriculture;
physiocracy

중뇌 [中腦] (中脑) zhōng nǎo <中脳> ちゅうのう
{中腦} trung não ◊ brains; midbrain;
mesocerebrum

중단 [中段] (中段) zhōngduàn <中段> ちゅうだん
{中段} trung đoạn ◊ middle

중단 [中斷] (中断) zhōngduàn <中断> ちゅうだん

{中斷} trung đoạn ◊ interrupt

중대 [中隊] (中队) zhōng duì <中隊> ちゅうたい
{中隊} phi đội ◊ squadron

중대 [重大] (重大) zhòngdà <重大> じゅうだい
{重大} trọng đại ◊ important

중도 [中度] (中度) zhōng dù <中度> ちゅうど
{中度} trung độ ◊ moderate

중도 [中途] (中途) zhōngtú <中途> ちゅうと {牧
踌} nửa đường ◊ midway

중독 [中毒] (中毒) zhòngdú <中毒> ちゅうどく
{誤毒} ngộ độc ◊ poisoning

중동 [中東] (中东) zhōngdōng <中東> ちゅうとう
{中東} Trung Đông ◊ Middle East

중동 [仲冬] (仲冬) zhòng dōng <仲冬> ちゅうと
う {仲冬} trọng đông ◊ midwinter

중등 [中等] (中等) zhōngděng <中等> ちゅうとう
{中等} trung đẳng ◊ medium

중량 [重量] (重量) zhòngliàng <重量> じゅうりょ
う {重量} trọng lượng ◊ weight

중량계 [重量計] (计重磅) jì chóng bàng <重量計>
じゅうりょうけい {斤車載} cân xe tải ◊ truck
scale

중량급 [重量級] (重量级) zhòngliàngjí <重量級>
じゅうりょうきゅう {重量級} trọng lượng cấp ◊
heavyweight

중량분석 [重量分析] (重量分析) zhòngliàng fēnxī
<重量分析> じゅうりょうぶんせき {分析重力}
phân tích trọng lực ◊ gravimetric analysis

중량비 [重量比] (重量比) zhòngliàng bǐ <重量比>
じゅうりょうひ {比例重量} tỷ lệ trọng lượng ◊
weight ratio

중력 [重力] (重力) zhònglì <重力> じゅうりょく
{重力} trọng lực ◊ gravity

중력효과 [重力效果] (重力效应) zhònglì xiàoyìng
<重力效果> じゅうりょくこうか {效應吸引}
hiệu ứng hấp dẫn ◊ gravity effect

중령 [中領] (中校) zhōngxiào <中校> ちゅうこう
{中佐} trung tá ◊ lieutenant colonel

중류 [中流] (中流) zhōngliú <中流> ちゅうりゅ
う {㳥湎} giữa dòng ◊ mid-stream

중류지주 [中流砥柱] (中流砥柱) zhōngliú dǐ zhù <
中流砥柱> ちゅうりゅうのしちゅう {中流砥
柱} trung lưu chỉ trụ ◊ mainstay

중립 [中立] (中立) zhōnglì <中立> ちゅうりつ
{中立} trung lập ◊ neutrality

중립국 [中立國] (中立国) zhōnglìguó <中立国>
ちゅうりつこく {中立國} trung lập quốc ◊

neutral country; neutral power

중매 [仲媒] (媒人) méiren <媒酌人> ばいしゃくにん {媒人} môi nhân ◊ matchmaker

중모음 [重母音] (复元音) fù yuányīn <重母音> じゅうぼいん {重母音} trùng mẫu âm ◊ compound vowel

중문 [中門] (中门) zhōng mén <中門> ちゅうもん {中門} trung môn ◊ middle gate

중미 [中美] (中美) zhōng měi <中米> ちゅうべい {中美} Trung Mỹ ◊ PRC and USA; Sino-American

중벌 [重罰] (重罚) zhòngfá <重罰> じゅうばつ {重罰} trọng phạt ◊ heavy penalties

중범 [重犯] (重犯) zhòngfàn <重犯> じゅうはん {重犯} trọng phạm ◊ repeated crime

중병 [重病] (重病) zhòngbìng <重病> じゅうびょう {重病} trọng bệnh ◊ seriously ill

중복 [重複] (重复) chóngfù <重複> ちょうふく {重複} trùng phức ◊ repeat

중부 [中部] (中部) zhōngbù <中部> ちゅうぶ {中部} trung bộ ◊ central

중사 [中士] (中士) zhōng shì <中士> ちゅうし {中士} trung sĩ ◊ sergeant

중상 [重傷] (重伤) zhòngshāng <重傷> じゅうしょう {重傷} trọng thương ◊ seriously injured

중상 [重賞] (重赏) chóng shǎng <重賞> じゅうしょう {重賞} trọng thưởng ◊ high reward

중생 [衆生] (众生) zhòngshēng <衆生> しゅじょう {衆生} chúng sinh ◊ sentient beings

중서 [中暑] (中暑) zhòngshǔ <日射病> にっしゃびょう {疹醛曬} đau say nắng ◊ sunstroke

중선 [中線] (中线) zhōngxiàn <中線> ちゅうせん {中線} trung tuyến ◊ midline

중성 [中性] (中性) zhōngxing <中性> ちゅうせい {中性} trung tính ◊ neuter

중성자 [中性子] (中子) zhōngzǐ <中性子> ちゅうせいし {中子} trung tử ◊ neutron

중세 [中世] (中世) zhōng shì <中世> ちゅうせい {中世} trung thế ◊ middle ages

중소 [中小] (中小) zhōng xiǎo <中小> ちゅうしょう {中小} trung tiểu ◊ small to medium

중쇄 [重刷] (重刷) chóng shuā <重刷> じゅうさつ {重刷} trùng loát ◊ reprint

중수 [重水] (重水) zhòngshuǐ <重水> じゅうすい {重水} trọng thủy ◊ heavy water

중순 [中旬] (中旬) zhōngxún <中旬> ちゅうじゅん {中旬} trung tuần ◊ middle ten days of a month

중시 [重視] (重视) zhòngshì <重視> じゅうし {重視} trọng thị ◊ pay attention; attach importance to

중심 [中心] (中心) zhōngxīn <中心> ちゅうしん {中心} trung tâm ◊ center

중심 [重心] (重心) zhòngxīn <重心> じゅうしん {重心} trọng tâm ◊ barycenter

중심가 [中心街] (中心街) zhōngxīn jiē <中心街> ちゅうしんがい {庸中心} phố trung tâm ◊ town center

중앙 [中央] (中央) zhōngyāng <中央> ちゅうおう {中央} trung ương ◊ central

중앙아시아 [中央 Asia] (中亚) zhōng yà <中央アジア> ちゅうおう Asia {中亞} Trung Á ◊ Central Asia

중야 [中夜] (中夜) zhōng yè <中夜> ちゅうや {中夜} trung dạ ◊ midnight

중약 [中藥] (中药) zhōngyào <漢方薬> かんぽうやく {蘗中醫} thuốc Trung y ◊ Chinese herbal medicine

중양 [重陽] (重阳) chóngyáng <重陽> ちょうよう {重陽} trùng dương ◊ double nine

중양절 [重陽節] (重阳节) chóngyángjié <重陽の節句> ちょうようのせっく {禮會重陽} lễ hội Trùng Dương ◊ Double Ninth Festival

중엽 [中葉] (中叶) zhōngyè <中葉> ちゅうよう {中葉} trung diệp ◊ middle of a period

중외 [中外] (中外) zhōngwài <中外> ちゅうがい {中外} Trung ngoại ◊ Chinese and foreign

중요 [重要] (重要) zhòngyào <重要> じゅうよう {重要} đáng kể ◊ significant

중용 [中庸] (中庸) zhōngyōng <中庸> ちゅうよう {中庸} trung dung ◊ mean

중용 [重用] (重用) zhòngyòng <重用> ちょうよう {重用} trọng dụng ◊ put in an important position

중원 [中原] (中原) zhōngyuán <中原> なかはら {中原} Trung Nguyên ◊ China Central Plains

중위 [中位] (中位) zhōng wèi <中位> ちゅうくらい {中位} trung vị ◊ medium

중위 [中尉] (中尉) zhōngwèi <中尉> ちゅうい {中尉} trung úy ◊ lieutenant

중위 [中衛] (中卫) zhōngwèi <中衛> ちゅうえい {中衛} trung vệ ◊ central defender

중위 [重圍] (重围) chóngwéi <重囲> じゅうい {重圍} trùng vây ◊ heavy encirclement

중유 [重油] (重油) zhòngyóu <重油> じゅうゆ {重油} trọng dâu ◊ heavy oil

중음 [中音] (中音) zhōng yīn <中音> ちゅうおん

{中音} trung âm ◊ mediant

중의원 [衆議院] (众议院) zhòngyiyuàn <衆議院> しゅうぎいん {衆議院} chúng nghị viện ◊ house of representatives

중의학 [中醫學] (中医) zhōngyī <中医学> ちゅういがく {中醫} Trung y ◊ Chinese medicine

중이 [中耳] (中耳) zhōng'ěr <中耳> ちゅうじ {中耳} trung nhĩ ◊ middle ear

중이염 [中耳炎] (中耳炎) zhōng'ěryán <中耳炎> ちゅうじえん {中耳炎} trung nhĩ viêm ◊ tympanitis

중인 [衆人] (众人) zhòngrén <衆人> しゅうじん {衆人} chúng nhân ◊ all

중임 [重任] (重任) zhòngrèn <重任> じゅうにん {重任} trọng nhiệm ◊ important duty

중입자 [重粒子] (重子) zhòngzǐ <重粒子> じゅうりゅうし {重子} trọng tử ◊ baryon

중장 [中將] (中将) zhōng jiāng <中将> ちゅうじょう {中將} trung tướng ◊ lieutenant general

중장비 [重裝備] (重裝备) chóng zhuāngbèi <重裝備> じゅうそうび {設備孃} thiết bị nặng ◊ heavy equipment

중재 [仲裁] (仲裁) zhòngcái <仲裁> ちゅうさい {仲裁} trọng tài ◊ arbitration

중재인 [仲裁人] (仲裁人) zhòngcái rén <仲裁人> ちゅうさいにん {仲裁人} trọng tài nhân ◊ arbitrator

중점 [中點] (中点) zhōngdiǎn <中点> なかてん {中點} trung điểm ◊ midpoint

중점 [重點] (重点) chóngdiǎn <重点> じゅうてん {重點} trọng điểm ◊ focus; important points

중정 [中正] (中正) zhōng zhēng <中正> ちゅうせい {中正} trung chính ◊ impartiality

중정석 [重晶石] (重晶石) zhòngjīngshí <重晶石> じゅうしょうせき {重晶石} trọng tinh thạch ◊ barite

중족골 [中足骨] (跖骨) zhí gǔ <中足骨> なかあしほね {髂胕躓} xương cổ chân ◊ metatarsal

중죄 [重罪] (重罪) zhòngzuì <重罪> じゅうざい {重罪} trọng tội ◊ felony

중주곡 [重奏曲] (重奏曲) chóngzòu qū <重奏曲> じゅうそうきょく {曲重奏} khúc trùng tấu ◊ ensemble

중중첩첩 [重重疊疊] (重重迭迭) chóngchóng dié dié <重々> じゅうじゅう {重重疊疊} trùng trùng điệp điệp ◊ overlapping

중증 [重症] (重症) zhòng zhēng <重症> じゅうし ょう {重症} trọng chứng ◊ severe disease

중지 [中止] (中止) zhōngzhǐ <中止> ちゅうし {中止} trung chỉ ◊ discontinue

중지 [中指] (中指) zhōngzhǐ <中指> なかゆび {中指} trung chỉ ◊ middle finger

중진 [中震] (中震) zhōng zhèn <中震> ちゅうしん {中震} trung chấn ◊ medium earthquake

중진 [重鎮] (重镇) zhòngzhèn <重鎮> じゅうちん {重鎮} trọng trấn ◊ important town

중질원유 [重質原油] (重质原油) chóng zhì yuányóu <重質原油> じゅうしつげんゆ {油粗孃} dầu thô nặng ◊ heavy distillate

중창 [重唱] (重唱) chóng chàng <重唱> じゅうしょう {重唱} trùng xướng ◊ partsinging

중책 [重責] (重责) zhòngzé <重責> じゅうせき {重責} trọng trách ◊ important task

중천 [中天] (中天) zhōngtiān <中天> ちゅうてん {中天} trung thiên ◊ zenith

중첩 [重疊] (重迭) chóng dié <重疊> ちょうじょう {重疊} trùng điệp ◊ overlapping

중추 [中樞] (枢纽) shūniǔ <中枢> ちゅうすう {中心} trung tâm ◊ hub

중추 [仲秋] (仲秋) zhòngqiū <仲秋> ちゅうしゅう {仲秋} trọng thu ◊ mid-autumn

중춘 [仲春] (仲春) zhòng chūn <仲春> ちゅうしゅう {仲春} trọng xuân ◊ mid-spring

중층 [中層] (中层) zhōngcéng <中層> ちゅうそう {中層} trung tăng ◊ mesosphere

중파 [中波] (中波) zhōng bō <中波> ちゅうは {中波} trung ba ◊ mid-wave

중판 [重版] (重版) chóngbǎn <重版> じゅうはん {重版} trùng bản ◊ reprint

중편 [中篇] (中篇) zhōng piān <中篇> ちゅうへん {中篇} trung thiên ◊ novella

중포 [重砲] (重炮) zhòngpào <重砲> じゅうほう {重炮} trọng pháo ◊ heavy artillery

중폭 [中幅] (中幅) zhōng fú <中幅> ちゅうはば {中幅} trung bức ◊ medium width

중풍 [中風] (中风) zhòngfēng <中風> ちゅうぶ {中風} trúng phong ◊ paralysis stroke

중하 [仲夏] (仲夏) zhòngxià <仲夏> ちゅうか {仲夏} trọng hạ ◊ midsummer

중하 [重荷] (重荷) zhònghè <重荷> おもに {重荷} trọng hà ◊ burden

중학교 [中學校] (中学) zhōngxué <中学校> ちゅうがくこう {中學} trung học ◊ secondary school

중학생 [中學生] (中学生) zhōngxuéshēng <中学生>

ちゅうがくせい {中學生} trung học sinh ◊ middle school student

중합 [重合] (重合) chónghé <重合> じゅうごう {重合} trùng hợp ◊ coincide

중형 [中型] (中型) zhōngxíng <中型> ちゅうがた {中型} trung hình ◊ medium

중형 [重刑] (重刑) zhòng xíng <重刑> じゅうけい {重刑} trọng hình ◊ heavy sentences

중형 [重形] (重型) zhòngxíng <重型> じゅうがた {重型} trọng hình ◊ heavy-duty type

중혼 [重婚] (重婚) chónghūn <重婚> じゅうこん {重婚} trùng hôn ◊ bigamy

중화 [中和] (中和) zhōnghé <中和> ちゅうわ {中和} trung hòa ◊ neutralization

중화 [中華] (中华) zhōnghuá <中華> ちゅうか {中華} Trung Hoa ◊ Chinese; China

중화민족 [中華民族] (中华民族) zhōnghuá mínzú <中華民族> ちゅうかみんぞく {民族中華} dân tộc Trung Hoa ◊ Chinese people; Chinese nationality

중화제 [中和劑] (中和剂) zhōnghé jì <中和剂> ちゅうわざい {質中和} chất trung hòa ◊ neutralizer

중환 [重患] (重患) zhòng huàn <重患> じゅうかん {重患} trọng hoạn ◊ serious illness

중환자실 [重患者室] (重症监护病房) chóng zhēng jiānhù bìngfáng <重症治療室> じゅうしょうちりょうしつ {房臟瞤特別} phòng chăm sóc đặc biệt ◊ intensive care unit; ICU

중흥 [中興] (中兴) zhōngxīng <中興> ちゅうこう {中興} trung hưng ◊ restoration

즉 [卽] (即) jí <詰まり> つまり {卽} tức ◊ namely

즉각 [卽刻] (立刻) likè <直ちに> ただちに {立卽} lập tức ◊ immediately

즉사 [卽死] (即死) jí sǐ <即死> そくし {卽死} tức tử ◊ instant death

즉석 [卽席] (即席) jíxí <即席> そくせき {卽席} tức tịch ◊ extempore; impromptu

즉석식품 [卽席食品] (即食食品) jíshíshípǐn <インスタント食品> instant しょくひん {食品餃嚏} thực phẩm ăn liền ◊ instant food

즉위 [卽位] (即位) jíwèi <即位> そくい {蓮甑|蓮竆} lên ngôi ◊ enthronement

즉흥 [卽興] (即兴) jíxìng <即興> そっきょう {卽興} tức hưng ◊ improvisation

즐거움 [ㅡ] (乐趣) lèqù <楽しみ> たのしみ {爍適} vui thích ◊ pleasure

즐비 [櫛比] (栉比) zhìbǐ <櫛比> しっぴ {蹲旐鯁饒} đứng bên cạnh nhau ◊ standing close in a row; row upon row

즐풍목우 [櫛風沐雨] (栉风沐雨) zhì fēng mù yǔ <櫛風沐雨> しっぷうもくう {櫛風沐雨} trất phong mộc vũ ◊ travel or work in all weather conditions

즙 [汁] (汁) zhī <汁> しる {渚攖} nước ép ◊ juice

즙액 [汁液] (汁液) zhīyè <汁液> じゅうえき {渚攖} nước ép ◊ juice

증가 [增加] (增加) zēngjiā <增加> ぞうか {增添} tăng thêm ◊ increase

증가 [增價] (增价) zēng jià <增価> ぞうか {增價} tăng giá ◊ price increase

증감 [增減] (增减) zēngjiǎn <增減> ぞうげん {增減} tăng giảm ◊ increase or decrease

증강 [增強] (增强) zēngqiáng <增强> ぞうきょう {增強} tăng cường ◊ intensifier

증거 [證據] (证据) zhèngjù <証拠> しょうこ {憑證} bằng chứng ◊ evidence

증군 [增軍] (增军) zēng jūn <增軍> ぞうぐん {增軍} tăng quân ◊ reinforcement of the army

증권 [證券] (证券) zhèngquàn <証券> しょうけん {證券} chứng khoán ◊ security

증권거래소 [證券去來所] (证券交易所) zhèngquàn jiāoyìsuǒ <証券取引所> しょうけんとりひきじょ {所交易證券} sở giao dịch chứng khoán ◊ stock exchange

증기 [蒸氣] (蒸汽) zhēngqì <蒸気> じょうき {蘒渚} hơi nước ◊ steam

증기 기관차 [蒸氣機關車] (蒸汽机车) zhēngqìjīchē <蒸気機関車> じょうききかんしゃ {頭櫃蘒渚} đầu máy hơi nước ◊ steam train

증기관 [蒸氣管] (蒸汽管) zhēngqì guǎn <蒸気管> じょうきかん {舊蘒} ống hơi ◊ steam pipe

증기솥 [蒸氣솥] (蒸汽锅) zhēngqì guō <蒸気鍋> じょうきがま {坊蘒渚} nồi hơi nước ◊ steam cooker

증기압 [蒸氣壓] (蒸气压) zhēng qìyā <蒸気圧> じょうきあつ {蒸氣壓} chưng khí áp ◊ vapor pressure

증기압제어 [蒸氣壓制御] (蒸汽压力控制) zhēngqì yālì kòngzhì <蒸気圧統制> じょうきあつせいぎょ {檢率壓率蘒} kiểm soát áp suất hơi ◊ vapor pressure control

증기해머 [蒸氣 hammer] (蒸汽锤) zhēngqì chuí <スチームハンマ> steam hammer {鉌蘒渚} búa hơi nước ◊ steam hammer

증대 [增大] (增大) zēngdà <增大> ぞうだい {増大} tăng đại ◊ enlarge

증량 [增量] (增量) zēngliàng <増量> ぞうりょう {増量} tăng lượng ◊ increment

증류 [蒸溜] (蒸馏) zhēngliú <蒸溜> じょうりゅう {蒸黏} chưng cất ◊ distillation

증류법 [蒸溜法] (蒸馏法) zhēngliú fǎ <蒸溜法> じょうりゅうほう {溚蒸黏} phép chưng cất ◊ distillation method

증류수 [蒸溜水] (蒸馏水) zhēngliúshuǐ <蒸留水> じょうりゅうすい {淐拮} nước cất ◊ distilled water

증류장치 [蒸溜裝置] (蒸馏器) zhēngliú qì <蒸溜裝置> じょうりゅうそうち {設備蒸黏} thiết bị chưng cất ◊ distillation apparatus

증류주 [蒸溜酒] (蒸馏酒) zhēngliú jiǔ <蒸溜酒> じょうりゅうしゅ {蒸溜酒} chưng lưu tửu ◊ steamed wine

증명 [證明] (证明) zhèngmíng <証明> しょうめい {證明} chứng minh ◊ prove

증명력 [證明力] (证明价值) zhèngmíng jiàzhí <价值証明> しょうめいりりょく {價值證明} giá trị chứng minh ◊ credibility; probative value

증명서 [證明書] (证书) zhèngshū <証明書> しょうめいしょ {證紙} chứng chỉ ◊ certificate

증발 [蒸發] (蒸发) zhēngfā <蒸発> じょうはつ {燕發} chưng phát ◊ evaporate

증발계 [蒸發計] (蒸发仪) zhēngfā yí <蒸発計> じょうはつけい {蒸發計} chưng phát kế ◊ atmometer

증발기 [蒸發器] (蒸发器) zhēngfā qì <蒸発器> じょうはつき {設備燕蘱} thiết bị bay hơi ◊ evaporator

증병 [增兵] (增兵) zēngbīng <増兵> ぞうへい {増兵} tăng binh ◊ soldier enrolment

증보 [增補] (增补) zēngbǔ <増補> ぞうほ {増補} tăng bổ ◊ supplement

증상 [症狀] (症状) zhèngzhuàng <症状> しょうじょう {兆症} triệu chứng ◊ symptom

증서 [證書] (证书) zhèngshū <証書> しょうしょ {證書} chứng thư ◊ certificate

증세 [增勢] (增势) zēng shì <増勢> ぞうせい {増勢} tăng thế ◊ momentum

증세 [增稅] (增税) zēng shuì <増税> ぞうぜい {増税} tăng thuế ◊ tax increases

증손 [曾孫] (曾孙) zēngsūn <曾孫> そうそん {曾孫} tăng tôn ◊ great-grandson

증송 [贈送] (赠送) zèngsòng <贈る> おくる {贈} tăng ◊ present

증쇄 [增刷] (增印) zēng yìn <増刷> ぞうさつ {再抑} tái in ◊ reprint

증수 [增收] (增收) zēngshōu <増収> ぞうしゅう {増収} tăng thu ◊ increases

증식 [增殖] (增殖) zēngzhí <増殖> ぞうしょく {増殖} tăng thực ◊ proliferation

증식과정 [增殖過程] (增殖过程) zēngzhí guòchéng <増殖過程> ぞうしょくかてい {過程増生} quá trình tăng sinh ◊ propagation process

증언 [證言] (证言) zhèngyán <証言> しょうげん {證言} chứng ngôn ◊ testimony

증여 [贈與] (赠与) zèngyǔ <贈与> ぞうよ {贈賒} tăng cho ◊ present to; donation

증오 [憎惡] (憎恨) zēnghèn <悪む> にくむ {憎恨} tăng hận ◊ hate

증원 [增援] (增援) zēngyuán <増援> ぞうえん {増援} tăng viện ◊ reinforce

증익 [增益] (增益) zēngyì <増益> ぞうえき {増益} tăng ích ◊ gain

증인 [證人] (证人) zhèngrén <証人> しょうにん {證見} chứng kiến ◊ witness

증장 [增長] (增长) zēngzhǎng <増長> ぞうちょう {増長} tăng trưởng ◊ increase

승성 [贈呈] (赠呈) zèng chéng <贈呈> ぞうてい {贈呈} tăng trình ◊ presentation

증정품 [贈呈品] (赠品) zèngpǐn <贈呈品> ぞうていひん {贈品} tăng phẩm ◊ gifts

증조할머니 [曾祖할머니] (高祖母) gāo zǔmǔ <高祖母> こうそぼ {婆初} bà sơ ◊ great great grandmother

증진 [增進] (增进) zēngjìn <増進> ぞうしん {増進} tăng tiến ◊ enhance

증탄 [增炭] (增炭) zēng tàn <増炭> ぞうたん {増炭} tăng thán ◊ carbonization

증폭기 [增幅器] (放大器) fàngdàqì <増幅器> ぞうふくき {増幅器} tăng bức khí ◊ amplifier

증후 [症候] (症候) zhènghòu <症候> しょうこう {症候} chứng hậu ◊ symptom

증후군 [症候群] (症候群) zhènghòuqún <症候群> しょうこうぐん {症候群} chứng hậu quần ◊ syndrome

지가 [地價] (地价) dì jià <地価> ちか {地價} địa giá ◊ land price

지각 [遲刻] (迟到) chídào <遲刻> ちこく {遲刻}
trì khắc ◊ lateness

지각 [地殼] (地壳) dìqiào <地殼> ちかく {岕鞭
塸} vỏ trái đất ◊ crust

지각 [知覺] (知觉) zhījué <知覺> ちかく {知覺}
tri giác ◊ perception

지갑 [紙匣] (钱包) qiánbāo <財布> さいふ {回}
ví ◊ purse

지객 [知客] (知客) zhī kè <知客> しか {知客} tri
khách ◊ acquaintance

지계 [地界] (地界) dì jiè <地界> ちかい {地界}
địa giới ◊ boundary

지고 [至高] (至高) zhì gāo <至高> しこう {至高}
chí cao ◊ supreme

지고지상 [至高至上] (至高无上) zhì gāo wúshàng
<至高> しこう {至高無上} chí cao vô thượng ◊
supreme and noble

지구 [持久] (持久) chíjiǔ <持久> じきゅう {持
久} trì cửu ◊ lasting

지구 [地球] (地球) dìqiú <地球> ちきゅう {鞭塸}
trái Đất ◊ Earth

지구 [地區] (地区) dìqū <地区> ちく {地區} địa
khu ◊ district

지구균형 [地球均衡] (全球均衡) quánqiú jūnhéng
<地球均衡> ちきゅうきんこう {斤平全球}
cân bằng toàn cầu ◊ global equilibrium

지구력 [持久力] (持久力) chíjiǔ lì <持久力> じき
ゅうりょく {峅吡|紏比} bền bỉ ◊ tenacity

지구물리 [地球物理] (地球物理) dìqiú wùlǐ <地球
物理> ちきゅうぶつり {物理鞭塸} vật lý trái
đất ◊ geophysics

지구물리학 [地球物理學] (地球物理学) dìqiú
wùlǐxué <地球物理学> ちきゅうぶつりがく
{物理學鞭塸} vật lý học trái đất ◊ science of
geophysics

지구생태학 [地球生態學] (全球生态学) quánqiú
shēngtàixué   <地球生態学>
ちきゅうせいたいがく {生態全球} sinh thái
toàn cầu ◊ global ecology

지구성 [持久性] (持久性) chíjiǔ xìng <持久> じ
きゅう {度砕} độ bền ◊ endurance

지구위성 [地球衛星] (地球卫星) dìqiú wèixīng <
地球衛星> ちきゅうえいせい {衛星鞭塸} vệ
tinh trái Đất ◊ earth satellite

지구의 [地球儀] (地球仪) dìqiúyí <地球儀> ちき
ゅうぎ {地球儀} địa cầu nghi ◊ globe; tellurion

지구자원 [地球資源] (地球资源) dìqiú de zīyuán <

地球資源> ちきゅうしげん {材源鞭塸} tài
nguyên trái đất ◊ earth's resource; global resource

지구전 [持久戰] (持久战) chíjiǔzhàn <持久戰>
じきゅうせん {持久戰} trì cửu chiến ◊ protracted
war

지구촌 [地球村] (地球村) dìqiú cūn <地球村> ち
きゅうむら {廊全球} làng toàn cầu ◊ global
village

지구화학 [地球化學] (地球化学) dìqiú huàxué <
地球化学> ちきゅうかがく {化學鞭塸} hóa
học trái đất ◊ geochemistry

지국 [支局] (支局) zhī jú <支局> しきょく {支局}
chi cục ◊ branch

지극히 [至極히] (极其) jíqí <極めて> きわめて
{極其} cực kỳ ◊ exceedingly

지근 [至近] (就近) jiùjìn <至近> しきん {賍一}
gần nhất ◊ nearest

지금 [只今] (如今) rújīn <現在> げんざい {瞭晙|
瞭暴} bây giờ ◊ now

지금까지 [只今까지] (迄今为止) qìjīn wéizhǐ <今
までに> いままでに {賒䵬危} cho đến nay ◊ so
far

지급 [至急] (至急) zhì jí <至急> しきゅう {至急}
chí cấp ◊ urgently

지급하다 [支給하다] (付款) fùkuǎn <支払い> し
はらい {清算} thanh toán ◊ payment

지기 [知己] (知己) zhījǐ <知己> ちき {知己} tri
kỷ ◊ bosom friend

지기 [志氣] (志气) zhìqì <士気> しき {志氣} chí
khí ◊ ambition

지난번 [지난番] (上次) shàngcì <前回> ぜんかい
{殇翻} lần trước ◊ last time

지난주 [지난週] (上周) shàngzhōu <先週> せん
しゅう {旬翾} tuần trước ◊ last week

지남 [指南] (指南) zhǐnán <指南> しなん {指南}
chi nam ◊ to the right side

지남침 [指南針] (指南针) zhǐnánzhēn <コンパス>
compass {羅針} la châm ◊ compass

지능 [知能] (知能) zhī néng <知能> ちのう {知
能} tri năng ◊ intelligence

지당 [池塘] (池塘) chítáng <池塘> ちとう {池塘}
trì đường ◊ pond

지대 [地帶] (地带) dìdài <地帶> ちたい {地帶}
địa đới ◊ zone; area; belt; region

지대 [支隊] (支队) zhīduì <支隊> したい {支隊}
chi đội ◊ detachment

지대공 [地對空] (地对空) dì duì kōng <地对空>

ちたいくう {地對空} địa đối không ◊ earth-to-air

지도 [地圖] (地图) dìtú <地図> ちず {版圖} bản đồ ◊ map

지도 [指導] (指导) zhǐdǎo <指導> しどう {事向引} sự hướng dẫn ◊ guidance

지도자 [指導者] (领袖) lǐngxiù <指導者> しどうしゃ {領導} lãnh đạo|lĩnh đạo ◊ leader

지둔 [遲鈍] (迟钝) chídùn <遲鈍> ちどん {遲鈍} trì độn ◊ dullness

지략 [智略] (智略) zhì lüè <智略> ちりゃく {智略} trí lược ◊ wisdom

지려 [智慮] (智虑) zhì lǜ <智慮> ちりょ {智慮} trí lự ◊ wisdom; sagacity

지력 [地力] (地力) dìlì <地力> じりき {地力} địa lực ◊ ground power

지력 [知力] (知力) zhī lì <知力> ちりょく {知力} tri lực ◊ mental capacity; intellect; intelligence; brains

지력 [智力] (智力) zhìlì <智力> ちりょく {智力} trí lực ◊ intellect

지령 [指令] (指令) zhǐlìng <指令> しれい {指令} chỉ linh ◊ directives

지뢰 [地雷] (地雷) dìléi <地雷> じらい {地雷} địa lôi ◊ mine

지류 [支流] (支流) zhīliú <支流> しりゅう {支流} chi lưu ◊ tributary

지름길 [一] (近道) jìndào <近道> ちかみち {塌蹉} lối tắt ◊ shortcut

지리 [地理] (地理) dìlǐ <地理> ちり {地理} địa lý ◊ geography

지리학 [地理學] (地理学) dìlǐxué <地理> ちり {地理學} địa lý học ◊ science of geography

지망 [志望] (志望) zhì wàng <志望> しぼう {志望} chí vọng ◊ aspirations

지면 [地面] (地面) dìmiàn <地面> じめん {地面} địa diện ◊ ground surface

지면 [紙面] (纸面) zhǐ miàn <紙面> しめん {紙面} chỉ diện ◊ paper surface

지면증발 [地面蒸發] (地面蒸发) dìmiàn zhēngfā <地面蒸発> じめんじょうはつ {嘆穯裡堷} bốc hơi mặt đất ◊ evaporation from ground surface

지명 [地名] (地名) dìmíng <地名> ちめい {地名} địa danh ◊ geo-name; toponym; placename

지명 [知名] (知名) zhīmíng <有名> ゆうめい {知名} tri danh ◊ famous

지명 [指名] (指名) zhǐmíng <指名> しめい {指名} chỉ danh ◊ designate

지명도 [知名度] (知名度) zhīmíngdù <知名度> ちめいど {知名度} tri danh độ ◊ visibility

지모 [智謀] (智谋) zhìmóu <智謀> ちぼう {謀智} mưu trí ◊ ingenuity; resourcefulness

지문 [指紋] (指纹) zhǐwén <指紋> しもん {曬紋㼑} dấu vân tay ◊ fingerprint

지문학 [地文學] (地文学) dìwénxué <地文学> ちもんがく {地文學} địa văn học ◊ physiography

지반 [池畔] (池畔) chí pàn <池畔> ちはん {池畔} trì bạn ◊ poolside

지반 [地盤] (地盘) dìpán <地盤> じばん {地盤} địa bàn ◊ site

지방 [地方] (地方) dìfāng <地方> ちほう {地方} địa phương ◊ place

지방 [脂肪] (脂肪) zhīfáng <脂肪> しぼう {觿鵲} mỡ ◊ fat

지방간 [脂肪肝] (脂肪肝) zhīfánggān <脂肪肝> しぼうかん {脂肪肝} chi phương can ◊ fatty liver

지방산 [脂肪酸] (脂肪酸) zhīfángsuān <脂肪酸> しぼうさん {脂肪酸} chi phương toan ◊ fatty acid

지방유 [脂肪油] (脂肪油) zhīfáng yóu <脂肪油> しぼうゆ {脂肪油} chi phương du ◊ fatty oils

지방정부 [地方政府] (地方政府) dìfāng zhèngfǔ <地方政権> ちほうせいけん {政權地方} chính quyền địa phương ◊ local government

지방종 [脂肪腫] (脂肪瘤) zhīfáng liú <脂肪腫> しぼうしゅ {脂肪腫} chi phương thũng ◊ lipatoma

지방층 [脂肪層] (脂肪层) zhīfáng céng <脂肪層> しぼうそう {脂肪層} chi phương tầng ◊ fat layer

지배 [支配] (支配) zhīpèi <支配> しはい {支配} chi phối ◊ dominate

지병 [持病] (久病) jiǔbìng <長患い> ながわずらい {病数} bệnh lâu ◊ long illness

지보 [至寶] (至宝) zhìbǎo <至宝> しほう {至寶} chí bảo ◊ treasure

지분 [脂粉] (脂粉) zhīfěn <脂粉> しふん {脂粉} chi phấn ◊ cosmetics

지불 [支拂] (支付) zhīfù <納付> のうふ {躡錢} trả tiền ◊ paying

지불시간 [支拂時間] (支付时间) zhīfù shíjiān <支払時間> しはらいじかん {時間清算} thời gian thanh toán ◊ payout time

지불조건 [支拂條件] (支付条件) zhīfù tiáojiàn <支払条件> しはらいじょうけん {條件清算} điều kiện thanh toán ◊ payment terms

지붕 [一] (屋顶) wūdǐng <屋根> やね {屓} mái ◊ roof

지사 [支社] (分公司) fēngōngsī <支店> してん {支梗} chi nhánh ◊ agent; company branch

지사 [指事] (指事) zhǐ shì <指事> しじ {指事} chỉ sự ◊ self-explanation characters; a *Hanzi*, *Hanja*, *Kanji* or *Chu Han* which shape is based on logical representation of an abstract idea

지사 [志士] (志士) zhì shì <志士> しし {志士} chí sĩ ◊ patriots; lofty person

지사장 [支社長] (分公司经理) fēngōngsī jīnglǐ <支社長> ししゃちょう {監督支梗} giám đốc chi nhánh ◊ branch manager

지사제 [止瀉劑] (止泻药) zhǐ xièyào <止瀉劑> ししゃざい {質止瀉} chất chỉ tả ◊ antidiarrheals

지상 [地上] (地上) dìshang <地上> ちじょう {地上} địa thượng ◊ above ground

지상 [紙上] (纸上) zhǐ shàng <紙上> しじょう {紙上} chỉ thượng ◊ on paper

지상 [至上] (至上) zhìshàng <至上> しじょう {至上} chí thượng ◊ paramountcy

지상자 [紙箱子] (纸箱) zhǐxiāng <段ボール箱> だん board ばこ {箭緗} thùng giấy ◊ carton box

지상전 [地上戰] (地面战) dìmiàn zhàn <地上戰> ちじょうせん {地上戰} địa thượng chiến ◊ ground battles

지석 [砥石] (砥石) dǐ shí <砥石> といし {砥石} chỉ thạch ◊ whetstone

지선 [支線] (支线) zhīxiàn <支線> しせん {支綫} chi tuyến ◊ branch line

지선 [脂腺] (脂腺) zhīxiàn <脂腺> しせん {脂腺} chi tuyến ◊ sebaceous gland

지선 [至善] (至善) zhì shàn <至善> しぜん {至善} chí thiện ◊ perfection

지성 [知性] (知性) zhī xìng <知性> ちせい {知性} tri tính ◊ intellectual

지성 [至誠] (至诚) zhìchéng <至誠> しせい {至誠} chí thành ◊ sincere

지성피부 [脂性皮膚] (油性皮肤) yóu xìng pífū <脂性肌> しせいはだ {晙油性} da dầu tính ◊ oily skin

지속 [持續] (持续) chíxù <持続> じぞく {攜胰|捁臾} kéo dài ◊ lasting

지속시간 [持續時間] (持续时间) chíxù shíjiān <持続時間> じぞくじかん {曠時間連} khoảng thời gian liền ◊ duration

지수 [指數] (指数) zhǐshù <指数> しすう {指數}

chỉ số ◊ index

지시 [指示] (指示) zhǐshì <指示> しじ {指示} chỉ thị ◊ instructions

지식 [知識] (知识) zhīshi <知識> ちしき {知識} tri thức ◊ knowledge

지식 [智識] (智识) zhìshí <智識> ちしき {智識} trí thức ◊ intellectual

지식분자 [知識分子] (知识分子) zhīshi fēnzǐ <知識階級> ちしきかいきゅう {界智識} giới trí thức ◊ intelligentsia

지심 [地心] (地心) dìxīn <地心> ちしん {地心} địa tâm ◊ Earth center

지악 [至惡] (至恶) chì è <極悪> ごくあく {至惡} chí ác ◊ very bad

지역 [地域] (地域) dìyù <地域> ちいき {地域} địa vực ◊ area

지역경제 [地域經濟] (区域经济) qūyù jīngjì <地域経済> ちいきけいざい {經濟區域} kinh tế khu vực ◊ regional economy

지역공원 [地域公園] (区域公园) qūyù gōngyuán <地域公園> ちいきこうえん {公園區域} công viên khu vực ◊ district park

지역예보 [地域豫報] (区域预报) qūyù yùbào <地域予報> ちいきよほう {預報區域} dự báo khu vực ◊ regional forecast

지역오염 [地域汚染] (地区性污染) dìqūxìng wūrǎn <地域汚染> ちいきおせん {汚染區域} ô nhiễm khu vực ◊ regional pollution

지역집단 [地域集團] (区域群落) qūyù qúnluò <地域集団> ちいきしゅうだん {共同區域} cộng đồng khu vực ◊ regional community

지역환경 [地域環境] (区域环境) qūyù huánjìng <地域環境> ちいきかんきょう {媒塲區域} môi trường khu vực ◊ regional environment

지연 [遲延] (耽误) dānwu <遲延> ちえん {遲緩} trì hoãn ◊ delay

지연 [紙鳶] (纸鸢) zhǐyuān <紙鳶|凧> たこ {紙鳶} chỉ diên ◊ paper kites

지연반응 [遲延反應] (迟缓反应) chíhuǎn fǎnyìng <遲延反応> ちえんはんのう {反應躊躇} phản ứng chậm chạp ◊ delayed reaction

지연효과 [遲延效果] (延迟效应) yánchí xiàoyìng <遲延効果> ちえんこうか {效應遲緩} hiệu ứng trì hoãn ◊ delayed effect

지열 [地熱] (地热) dìrè <地熱> じねつ {地熱} địa nhiệt ◊ terrestrial heat

지열자원 [地熱資源] (地热资源) dìrè zīyuán <地

熱資源> じねつしげん {材源地熱} tài nguyên địa nhiệt ◊ geothermal resources

지열탐사 [地熱探査] (地热勘探) dìrè kāntàn <地熱探査> じねつたんさ {喺嗻地熱} thăm dò địa nhiệt ◊ geothermal exploration

지열학 [地熱學] (地热学) dìrè xué <地熱学> じねつがく {地熱學} địa nhiệt học ◊ geothermics

지엽 [枝葉] (枝叶) zhīyè <枝葉> えだは {梗芄} cành lá ◊ foliage; branches and leaves

지옥 [地獄] (地狱) dìyù <地獄> じごく {地獄} địa ngục ◊ hell

지온 [地溫] (地温) dì wēn <地温> ちおん {地溫} địa ôn ◊ geothermal

지완 [遲緩] (迟缓) chíhuǎn <遲緩> ちかん {遲緩} trì hoãn ◊ slow

지용 [智勇] (智勇) zhì yǒng <知勇> ちゆう {智勇} trí dũng ◊ wisdom and bravery

지용겸비 [智勇兼備] (智勇兼备) zhì yǒng jiānbèi <智勇兼備> ちゆうけんび {智勇兼備} trí dũng kiêm bị ◊ be wise and courageous

지용무쌍 [智勇無雙] (智勇无双) zhì yǒng wúshuāng <智勇無双> ちゆうむそう {智勇無雙} trí dũng vô song ◊ having both wisdom and courage; wise and courageous

지용성 [脂溶性] (脂溶性) zhī róng xing <脂溶性> しようせい {性脂溶} tính chi dung ◊ fat-soluble

지우 [知友] (知友) zhī yǒu <知友> ちゆう {知友} tri hữu ◊ friends

지우 [知遇] (知遇) zhī yù <知遇> ちぐう {知遇} tri ngộ ◊ acquaintance; warm friendship

지우개 [一] (橡皮擦) xiàngpícā <消しゴム> けしgom {恗抏} cái tẩy ◊ rubber

지원 [支援] (支援) zhīyuán <支援> しえん {支援} chi viện ◊ support

지원 [志願] (志愿) zhìyuàn <志願> しがん {志願} chí nguyện ◊ volunteer

지원금 [支援金] (融资) róngzī <融資> しえん {融資} dung tư ◊ financing; floatation of loan

지위 [地位] (地位) dìwèi <地位> ちい {地位} địa vị ◊ status

지육 [智育] (智育) zhìyù <智育> ちいく {智育} trí dục ◊ intellectual education

지은 [知恩] (知恩) zhī ēn <知恩> ちおん {知恩} tri ân ◊ grateful

지음 [知音] (知音) zhīyīn <知音> ちいん {知音} tri âm ◊ bosom friend

지의 [遲疑] (迟疑) chíyí <遲疑> ちぎ {遲疑} trì nghi ◊ hesitate

지의 [地衣] (地衣) dìyī <地衣> ちい {地衣} địa y ◊ lichen

지인 [指印] (按手印) àn shǒu yìn <指印> しいん {點指} điểm chỉ ◊ press fingerprint

지자 [知者] (知者) zhī zhě <知者> ちしゃ {知者} tri giả ◊ knowers

지자 [智者] (智者) zhìzhě <智者> ちしゃ {智者} trí giả ◊ wise man

지장 [智將] (智将) zhì jiāng <智将> ちしょう {智將} trí tướng ◊ wise generals

지재천리 [志在千里] (志在千里) zhì zài qiān lǐ <志在千里> しざいせんり {志在千里} chí tại thiên lý ◊ ambition to go thousand miles

지적 [指摘] (指责) zhǐzé <指摘> してき {訴告} tố cáo ◊ accuse

지점 [地點] (地点) dìdiǎn <地点> ちてん {地點} địa điểm ◊ address; place

지점 [支店] (支店) zhīdiàn <支店> してん {支店} chi điểm ◊ branch office

지점 [指點] (指点) zhǐdiǎn <指点> してん {指點} chi điểm ◊ pointing

지점 [至點] (至点) zhì diǎn <至点> いたりてん {至點} chí điểm ◊ solstitial point

지정 [指定] (指定) zhǐdìng <指定> してい {指定} chi ◊ designate

지정 [至情] (至情) zhì qíng <真心> まごころ {至情} chi tinh ◊ deep love

지조 [地租] (地租) dìzū <地租> ちそ {地租} địa tô ◊ land tax

지존 [至尊] (至尊) zhìzūn <至尊> しそん {至尊} chí tôn ◊ supreme

지주 [地主] (地主) dìzhǔ <地主> じぬし {地主} địa chủ ◊ landowner

지주 [支柱] (支柱) zhīzhù <柱> はしら {楹} cột ◊ pillar

지주중류 [砥柱中流] (砥柱中流) dǐ zhù zhōngliú <砥柱中流> しちゅうちゅうりゅう {砥柱中流} chi trụ trung lưu ◊ play an indispensable role

지중 [地中] (地中) dì zhōng <地中> ちちゅう {地中} địa trung ◊ underground

지중해 [地中海] (地中海) dìzhōng hǎi <地中海> ちちゅうかい {地中海} Địa Trung Hải ◊ Mediterranean Sea

지지 [地支] (地支) dìzhī <地支> ちし {地支} địa chi ◊ earthly branches; terrestrial branches

지지 [支持] (支持) zhīchí <支持> しじ {擁護}

ùng hộ ◊ stand by

지진 [地震] (地震) dìzhèn <地震> じしん {地震; 動塌} địa chấn; động đất ◊ earthquake

지진계 [地震計] (地震仪) dìzhènyí <地震計> じしんけい {地震計} địa chấn kế ◊ seismometer

지진규모 [地震規模] (震级) zhènjí <地震規模> じしんきぼ {强度動塌} cường độ động đất ◊ quake magnitude

지진대 [地震帶] (地震带) dìzhèndài <地震帶> じしんたい {地震帶} địa chấn đới ◊ seismic zones

지진예보 [地震豫報] (地震预报) dìzhèn yùbào <地震予報> じしんよほう {預報動塌} dự báo động đất ◊ earthquake forecast

지진파 [地震波] (地震波) dìzhènbō <地震波> じしんは {地震波} địa chấn ba ◊ seismic wave

지질 [地質] (地质) dìzhì <地質> ちしつ {地質} địa chất ◊ geological features

지질 [脂質] (脂质) zhī zhì <脂質> ししつ {質膁} chất béo ◊ greasy

지질도 [地質圖] (地质图) dìzhì tú <地質図> ちしつず {地質圖} địa chất đồ ◊ geological map

지질생태학 [地質生態學] (地质生态学) dìzhì shēngtàixué <地質生態学> ちしつせいたいがく {生態學地質} sinh thái học địa chất ◊ geoecology

지질조사 [地質調査] (地质调查) dìzhì diàochá <地質調査> ちしつちょうさ {考察地質} khảo sát địa chất ◊ geological surveys

지질학 [地質學] (地质学) dìzhìxué <地質学> ちしつがく {地質學} địa chất học ◊ geology

지질학자 [地質學者] (地质学者) dìzhìxué zhě <地質学者> ちしつがくしゃ {學者地質} học giả địa chất ◊ geologist

지책 [指責] (指责) zhǐzé <糺弾> きゅうだん {指責} chỉ trách ◊ accuse

지척 [咫尺] (咫尺) zhǐchǐ <咫尺> しせき {咫尺} chỉ xích ◊ close at hand

지체 [遲滯] (迟滞) chízhì <遅滞> ちたい {遲滯} trì trệ ◊ hysteresis

지체 [肢體] (肢体) zhītǐ <肢体> したい {肢體} chi thể ◊ limb

지축 [地軸] (地轴) dìzhóu <地軸> ちじく {地軸} địa trục ◊ axis

지출 [支出] (花销) huāxiāo <支出> ししゅつ {所費} sở phí ◊ expense; cost

지층 [地層] (地层) dìcéng <地層> ちそう {地層} địa tầng ◊ earth stratum

지치 [智齒] (智齿) zhìchǐ <智齒> ちし {智齒} trí

xỉ ◊ wisdom tooth

지탱 [支撐] (支撑) zhīchēng <支う> かう {操觝|操鼇} chống đỡ ◊ prop up

지통 [至痛] (至痛) zhì tòng <至痛> いたりつう {至痛} chí thống ◊ painful

지평면 [地平面] (地平面) dì píngmiàn <地平面> ちへいめん {地平面} địa bình diện ◊ ground level

지평선 [地平線] (地平线) dìpíngxiàn <地平線> ちへいせん {蹟苳} chân trời ◊ horizon

지폐 [紙幣] (纸币) zhǐbì <紙幣> しへい {錢緒} tiền giấy ◊ paper currency; bank note

지표 [地表] (地表) dìbiǎo <地表> ちひょう {地表} địa biểu ◊ surface

지표 [指標] (指标) zhǐbiāo <指標> しひょう {指標} chỉ số ◊ index

지표수 [地表水] (地表水) dìbiǎoshuǐ <地表水> ちひょうすい {地表水} địa biểu thủy ◊ surface water

지하 [地下] (地下) dìxià <地下> ちか {地下} địa hạ ◊ underground

지하도 [地下道] (地下道) dìxià dào <地下道> ちかどう {塘埖} đường hầm ◊ tunnel

지하수 [地下水] (地下水) dìxiàshuǐ <地下水> ちげすい {渚寖} nước ngầm ◊ groundwater

지하수면 [地下水面] (地下水面) dìxiàshuǐ miàn <地下水面> ちかすいめん {桶渚寖} mặt nước ngầm ◊ groundwater level

지하수위 [地下水位] (地下水位) dìxiàshuǐ wèi <地下水位> ちかすいい {檣渚寖} mực nước ngầm ◊ level of groundwater; level of subsoil water

지하식발전 [地下式發電] (地下发电) dìxià fādiàn <地下式発電> ちかしきはつでん {發電寖} phát điện ngầm ◊ underground generation of electric power

지하실 [地下室] (地下室) dìxiàshì <地下室> ちかしつ {層埖} tầng hầm ◊ basement

지하열수 [地下熱水] (地下热水) dìxià rèshuǐ <地下熱水> ちかねっすい {渚燦寖} nước nóng ngầm ◊ underground heat water

지하자원 [地下資源] (矿藏) kuàngcáng <地下資源> ちかしげん {鑛産鞴埖} khoáng sản dưới đất ◊ underground resources

지하처리 [地下處理] (地下处置) dìxià chǔzhì <地下処理> ちかしより {處理寖} xử lý ngầm ◊ underground disposal

지하철 [地下鐵] (地铁) dìtiě <地下鉄> ちかてつ {車電寖} xe điện ngầm ◊ subway

지하철역 [地下鐵驛] (地铁站) dìtiě zhàn <地下鉄の駅> ちかてつのえき {軜轉電蔓} ga tàu điện ngầm ◊ subway station

지하하천 [地下河川] (地下河) dìxià hé <地下河川> ちかかせん {瀧蔓} sông ngầm ◊ underground river

지학 [地學] (地学) dì xué <地学> ちがく {地學} địa học ◊ geoscience

지한제 [止汗劑] (止汗药) zhǐ hán yào <制汗剤> せいかんざい {質摾泧歎} chất chống mồ hôi ◊ antiperspirant

지핵 [地核] (地核) dìhé <地核> ちかく {地核} địa hạch ◊ Earth core

지행 [知行] (知行) zhī xíng <知行> ちぎょう {知行} tri hành ◊ knowing and doing

지향 [指向] (指向) zhǐxiàng <指し示す> さししめす {扗蹽|擏蹃} trỏ tới ◊ point to

지향 [志向] (志向) zhìxiàng <志向> しこう {志向} chí hướng ◊ ambition

지혈 [止血] (止血) zhǐxuè <止血> しけつ {止血} chỉ huyết ◊ hemostasis

지혈법 [止血法] (止血法) zhǐxuè fǎ <止血法> しけつほう {止血法} chỉ huyết pháp ◊ haemostasis

지혈제 [止血劑] (止血剂) zhǐxuè jì <止血剤> しけつざい {質止血} chất chỉ huyết ◊ hemostat

지협 [地峽] (地峡) dì xiá <地峡> ちきょう {肰垽} eo đất ◊ isthmus

지엽 [枝葉] (枝叶) zhīyè <枝葉> えだは {枝葉} chi diệp ◊ branches and leaves

지형 [地形] (地形) dìxíng <地勢> ちせい {地形} địa hình ◊ geographical features

지형도 [地形圖] (地形图) dìxíngtú <地形図> ちけいず {版圖地形} bản đồ địa hình ◊ topographic map

지형요인 [地形要因] (地形因素) dìxíng yīnsù <地形要素> ちけいようそ {要素地形} yếu tố địa hình ◊ topographical factor

지형조건 [地形條件] (地形条件) dìxíng tiáojiàn <地形條件> ちけいじょうけん {條件地形} điều kiện địa hình ◊ topographic condition

지형측량 [地形測量] (地形测量) dìxíng cèliáng <地形測量> ちけいそくりょう {考察地形} khảo sát địa hình ◊ topographic survey

지형학 [地形學] (地形学) dìxíng xué <地形学> ちけいがく {地形學} địa hình học ◊ topography

지혜 [智慧] (智慧) zhìhuì <智慧> ちえ {智慧} trí tuệ ◊ wisdom

지황 [地黃] (地黄) dìhuáng <地黄> じおう {地黃} địa hoàng ◊ rehmannia

지효 [遲效] (迟效) chí xiào <遅効> ちこう {遲效} trì hiệu ◊ delayed effect

지휘 [指揮] (指挥) zhǐhuī <指揮> しき {指揮} chỉ huy ◊ command

지휘관 [指揮官] (指挥官) zhǐhuīguān <指揮官> しきかん {指揮官} chỉ huy quan ◊ commander

지휘봉 [指揮棒] (指挥棒) zhǐhuībàng <指揮棒> しきぼう {棝指揮} gậy chỉ huy ◊ baton

지휘자 [指揮者] (指挥家) zhǐhuījiā <指揮者> しきしゃ {𠊛指揮|得指揮} người chỉ huy ◊ commander

직각 [直角] (直角) zhíjiǎo <直角> ちょっかく {直角} trực giác ◊ right angle

직각 [直覺] (直觉) zhíjué <直覚> ちょっかく {直覺} trực giác ◊ gut feeling

직감 [直感] (直感) zhígǎn <直感> ちょっかん {直感} trực cảm ◊ intuition

직경 [直徑] (直径) zhíjìng <直径> ちょっけい {直徑} trực kính ◊ diameter

직계 [直系] (直系) zhíxì <直系> ちょっけい {直系} trực hệ ◊ direct line; lineal

직공 [職工] (职工) zhígōng <職工> しょっこう {職工} chức công ◊ employees

직관 [直觀] (直观) zhíguān <直観> ちょっかん {直觀} trực quan ◊ intuitive

직관 [職官] (职官) zhí guan <職官> しょくかん {職官} chức quan ◊ official

직권 [職權] (职权) zhíquán <職権> しょっけん {職權} chức quyền ◊ official power; authority

직녀 [織女] (织女) zhīnǚ <織女> しょくじょ {織女} Chức Nữ ◊ legendary Weaver Girl

직녀성 [織女星] (织女星) zhīnǚxīng <織女星> しょくじょせい {織女星} Chức Nữ Tinh ◊ Vega

직능 [職能] (职能) zhínéng <職能> しょくのう {職能} chức năng ◊ functions

직로 [直路] (直路) zhí lù <直路> ちょくろ {直路} trực lộ ◊ straight road

직류 [直流] (直流) zhíliú <直流> ちょくりゅう {洞電𠬠𨀈} dòng điện một chiều ◊ direct current

직립 [直立] (直立) zhílì <直立> ちょくりつ {直立} trực lập ◊ stand erect

직매 [直賣] (直卖) zhí mài <直売> ちょくばい {直賣} trực mại ◊ direct selling

직명 [職名] (职名) zhí míng <職名> しょくめい {職名} chức danh ◊ official title; name of one's job

직무 [職務] (职务) zhíwù <職務> しょくむ {職務} chức ◊ office

직물 [織物] (织物) zhīwù <織物> おりもの {織物} chức vật ◊ fabric

직물밀도 [織物密度] (织物密度) zhīwù mìdù <織物密度> しょくぶつみつど {密度麯} mật độ vải ◊ fabric density

직사 [直射] (直射) zhí shè <直射> ちょくしゃ {直射} trực xạ ◊ direct sunlight

직사각형 [直四角形] (矩形) jǔxíng <長方形> ちょうほうけい {形矜日} hình chữ nhật ◊ rectangle

직사광선 [直射光線] (直射光) zhí shè guāng <直射光> ちょくしゃこう {映燭直接} ánh sáng trực tiếp ◊ direct light

직사포 [直射砲] (直射炮) zhí shè pào <直射砲> ちょくしゃほう {直射砲} trực xạ pháo ◊ direct-fire guns

직선 [直線] (直线) zhíxiàn <直線> ちょくせん {直線} trực tuyến ◊ straight line

직선 [直選] (直选) zhí xuǎn <直選> じかせん {直舉} trực cử ◊ direct election

직선미 [直線美] (直线美) zhíxiàn měi <直線美> ちょくせんび {直線美} trực tuyến mỹ ◊ straight line beauty

직소 [職所] (职所) zhí suǒ <職所> しょくしょ {職所} chức sở ◊ workplace

직속 [直屬] (直属) zhíshǔ <直屬> ちょくぞく {直屬} trực thuộc ◊ immediate belonging

직심 [直心] (直心) zhí xīn <直心> ひたごころ {直心} trực tâm ◊ straight-hearted

직언 [直言] (直言) zhíyán <直言> ちょくげん {直言} trực ngôn ◊ all due respect

직업 [職業] (职业) zhíyè <職業> しょくぎょう {職業} chức nghiệp ◊ occupation

직업병 [職業病] (职业病) zhíyèbìng <職業病> しょくぎょうびょう {職業病} chức nghiệp bệnh ◊ occupational disease

직업선택 [職業選擇] (择业) zé yè <職業選擇> しょくぎょうせんたく {擇業} trạch nghiệp ◊ choose a job

직역 [直譯] (直译) zhíyì <直訳> ちょくやく {直譯} trực dịch ◊ literal translation

직원 [職員] (员工) yuángōng <職員; 從業員> しょくいん; じゅうぎょういん {人員多鞍} nhân viên làm việc ◊ employee; staff

직원명부 [職員名簿] (员工名录) yuángōng mínglù <從業員名簿> じゅうぎょういんめいぼ {名簿人員} danh bạ nhân viên ◊ payroll

직원주 [直圓柱] (直圆柱) zhí yuánzhù <直円柱> ちょくえんちゅう {直圓柱} trực viên trụ ◊ straight cylindrical

직원추 [直圓錐] (直锥体) zhí zhuī tǐ <直円錐> ちょくえんすい {直圓錐} trực viên chùy ◊ straight cone

직위 [職位] (职位) zhíwèi <職位> しょくい {職位} chức vị ◊ posts

직유법 [直喻法] (直喻法) zhí yù fǎ <直喻法> ちょくゆほう {淫隱喩直接} phép ẩn dụ trực tiếp ◊ metaphor

직장 [直腸] (直肠) zhícháng <直腸> ちょくちょう {直腸} trực trường ◊ rectum

직장 [職場|職塲] (职场) zhíchǎng <職場> しょくば {職場} chức trường ◊ workplace

직장암 [直腸癌] (直肠癌) zhícháng ái <直腸癌> ちょくちょうがん {直腸癌} trực trường nham ◊ rectal cancer

직절면 [直截面] (直截面) zhíjié miàn <直截面> ちょくせつめん {直截面} trực tiệt diện ◊ straight section

직접 [直接] (直接) zhíjiē <直接> ちょくせつ {直接} trực tiếp ◊ direct

직접가열 [直接加熱] (直接加热) zhíjiē jiārè <直接加熱> ちょくせつかねつ {灶熔直接} sưởi ấm trực tiếp ◊ direct heating

직접목적어 [直接目的語] (直接宾语) zhíjiē bīnyǔ <直接目的語> ちょくせつもくてきご {賓語直接} tân ngữ trực tiếp ◊ direct object

직접법 [直接法] (直接法) zhíjiē fǎ <直接方法> ちょくせつほうほう {方法直接} phương pháp trực tiếp ◊ direct method

직접선발 [直接選拔] (直接选拔) zhíjiē xuǎnbá <直接選拔> ちょくせつせんばつ {擷撰直接} lựa chọn trực tiếp ◊ direct selection

직접세 [直接稅] (直接税) zhíjiēshuì <直接税> ちょくせつぜい {税直接} thuế trực tiếp ◊ direct tax

직접접촉 [直接接觸] (直接接触) zhíjiē jiēchù <直接接触> ちょくせつせっしょく {聯繫直接} liên hệ trực tiếp ◊ immediate contact

직조기 [織造機] (织布机) zhībùjī <織機> しょっき {桎紋} khung cửi ◊ loom

직종 [職種] (职种) zhí zhǒng <職種> しょくしゅ {職種} chức chủng ◊ type of occupation; occupational category

직책 [職責] (职责) zhízé <職責> しょくせき {職責} chức trách ◊ responsibilities

직통 [直通] (直通) zhí tōng <直通> ちょくつう {直通} trực thông ◊ through; straight bore

직할 [直轄] (直辖) zhíxiá <直轄> ちょっかつ {檢率直接} kiểm soát trực tiếp ◊ direct control

직함 [職銜] (头衔) tóuxián <タイトル> title {名號} danh hiệu ◊ title

직항 [直航] (直航) zhíháng <直航> ちょっこう {直航} trực hàng ◊ direct flights

직후 [直後] (直后) zhí hòu <直後> ちょくご {直後} trực hậu ◊ straight back

진감 [震撼] (震撼) zhènhàn <震撼> しんかん {震撼} chấn hám ◊ shock

진개 [塵芥] (尘芥) chén gài <塵芥> ちりあくた {塵芥} trần giới ◊ rubbish

진개장 [塵芥場] (垃圾场) lājī cháng <塵置き場> ごみおきば {壙薈} bãi rác ◊ filth field

진객 [珍客] (稀客) xīkè <珍客> ちんきゃく {客觌} khách hiếm đến ◊ rare guest

진격 [進擊] (进击) jìnjī <進擊> しんげき {進擊} tiến kích ◊ advance towards; advance upon

진공 [進攻] (进攻) jìngōng <進攻> しんこう {進攻} tiến công|tấn công ◊ offensive

진공 [進貢] (进贡) jìngòng <進貢> しんこう {進貢} tiến cống ◊ paying tribute

진공 [眞空] (真空) zhēnkōng <真空> しんくう {眞空} chân không ◊ vacuum

진공여과기 [眞空濾過機] (真空过滤器) zhēnkōng guòlùqì <真空濾過器> しんくうろかき {部濂眞空} bộ lọc chân không ◊ vacuum filter

진공장치 [眞空裝置] (真空装置) zhēnkōng zhuāngzhì <真空裝置> しんくうそうち {設備眞空} thiết bị chân không ◊ vacuum equipment

진공청소기 [眞空淸掃器] (清扫器) qīngsǎo qì <掃除機> そうじき {檟唥培} máy hút bụi ◊ vacuum cleaner

진구 [塵垢] (尘垢) chén gòu <塵垢> じんこう {塵垢} trần cấu ◊ dirt

진군 [進軍] (进军) jìnjūn <進軍> しんぐん {進軍} tiến quân ◊ march

진귀 [珍貴] (珍贵) zhēnguì <珍貴> ちんき {貴價} quý giá ◊ precious

진균류 [眞菌類] (真菌类) zhēnjūn lèi <真菌類> しんきんるい {類檚} loài nấm ◊ eumycetes

진균학 [眞菌學] (真菌学) zhēnjūn xué <真菌学> しんきんがく {菌學} khuẩn học ◊ mycology

진급 [進級] (提升) tíshēng <進級> しんきゅう {升進} thăng tiến ◊ be promoted

진기 [珍奇] (珍奇) zhēnqí <珍奇> ちんき {觌} hiếm ◊ rare

진단 [診斷] (诊断) zhěnduàn <診斷> しんだん {診斷} chẩn đoạn ◊ diagnosis

진단서 [診斷書] (诊断书) zhěnduànshū <診斷書> しんだんしょ {診斷書} chẩn đoạn thư ◊ medical certificate

진도 [進度] (进度) jìndù <進度> しんど {進度} tiến độ ◊ progress

진도 [震度] (震度) zhèn dù <震度> しんど {震度} chấn độ ◊ seismic intensity

진도계급 [震度階級] (强度等级) qiángdù děngjí <強度レベル> きょうど level {級度㴑} cấp độ mạnh ◊ intensity scale

진동 [振動] (振动) zhèndòng <振動> しんどう {振動} chấn động ◊ vibration

진동 [震動] (震动) zhèndòng <震動> しんどう {震動} chấn động ◊ shake

진동주기 [振動週期] (振动周期) zhèndòng zhōuqī <振動週期> しんどうしゅうき {週期撌} chu kỳ rung ◊ vibration cycle

진동판 [振動板] (振动板) zhèndòng bǎn <振動板> しんどうばん {㤙撌} tấm rung ◊ vibrating plates

진력 [盡力] (尽力) jìnlì <尽力> じんりょく {努力; 馘動} nỗ lực; cố gắng ◊ exert oneself

진로 [進路] (进路) jìnlù <進路> しんろ {進路} tiến lộ ◊ approach

진료 [診療] (诊疗) zhěnliáo <診療> しんりょう {診斷} chẩn đoán ◊ diagnosis

진료소 [診療所] (诊疗所) zhěnliáo suǒ <診療所> しんりょうしょ {病院實行} bệnh viện thực hành ◊ clinic

진리 [眞理] (真理) zhēnlǐ <真理> しんり {眞理} chân lý ◊ truth

진리탐구 [眞理探究] (求是) qiú shì <真理探究> しんりたんきゅう {求是} cầu thị ◊ search for truth

진망 [陣亡] (阵亡) zhènwáng <陣亡> じんぼう {死陣} tử trận ◊ fall in battle

진면목 [眞面目] (认认真真) rèn rènzhēn zhēn <真面目> まじめ {醒瞈} tinh táo ◊ serious; earnest; sober; grave

진멸 [盡滅] (尽灭) jìn miè <盡滅> じんめつ {盡滅} tận diệt ◊ annihilation

진문 [珍聞] (珍闻) zhēnwén <珍聞> ちんぶん

{珍聞} trân văn ◊ tidbit

진물 [珍物] (珍物) zhēn wù <珍物> ちんぶつ {珍物} trân vật ◊ curiosities

진미 [珍味] (佳肴) jiāyáo <珍味> ちんみ {網晤} món ngon ◊ delicacies

진발 [進發] (进发) jìnfā <進発> しんぱつ {進發} tiến phát ◊ march forward

진보 [進步] (进步) jìnbù <進步> しんぽ {進步} tiến bộ ◊ progress

진보 [珍寶] (珍宝) zhēnbǎo <珍宝> ちんぽう {珍寶} trân bảo ◊ treasure

진보적 [進步的] (进步的) jìnbù de <進步的> しんぽてき {進步} tiến bộ ◊ progressive

진본 [珍本] (珍本) zhēn běn <珍本> ちんぽん {珍本} trân bản ◊ rare edition

진부 [陳腐] (陈腐) chénfǔ <陳腐> ちんぷ {陳腐} trần hủ ◊ stale; triteness

진분수 [眞分數] (真分数) zhēn fēnshù <真分数> しんぶんすう {分數實} phân số thật ◊ proper fraction

진사 [眞絲] (真丝) zhēnsī <真糸> しんいと {眞絲} chân ty ◊ true silk

진상 [眞相] (真相) zhēnxiàng <真相> しんそう {眞相} chân tương ◊ truth; true condition

진서 [珍書] (珍书) zhēn shū <珍書> ちんしょ {珍書} trân thư ◊ rare books

진선미 [眞善美] (真善美) zhēnshànměi <真善美> しんぜんび {眞善美} chân thiện mỹ ◊ true, good, and beautiful

진선진미 [盡善盡美] (尽善尽美) jìn shàn jìn měi <尽善尽美> じんぜんじんび {盡善盡美} tận thiện tận mỹ ◊ try best to be perfect

진성 [眞誠] (真诚) zhēnchéng <真誠> しんせい {眞誠} chân thành ◊ sincere

진소수 [眞小數] (真小数) zhēn xiǎoshù <真小数> しんしょうすう {小數實} tiểu số thật ◊ true decimals

진속 [塵俗] (尘俗) chénsú <塵俗> ごみぞく {塵俗} trần tục ◊ mortal world; mundane affairs

진수 [鎮守] (镇守) zhènshǒu <鎮守> ちんじゅ {鎮守} trấn thù ◊ quard

진술 [陳述] (陈述) chénshù <陳述> ちんじゅつ {喉誅爛} báo cho biết ◊ state; tell

진실 [眞實] (真实) zhēnshí <真実> しんじつ {眞實} chân thực ◊ authentic

진실감 [眞實感] (真实感) zhēnshí gǎn <真实感> しんじつかん {眞實感} chân thực cảm ◊ a sense of solidity

진실성 [眞實性] (真实性) zhēnshíxìng <真实性> しんじつせい {性眞實} tính chân thực ◊ solidity

진심 [眞心] (真心) zhēnxīn <真心> まごころ {歇悉} hết lòng ◊ wholehearted

진앙 [震央] (震央) zhèn yāng <震央> しんおう {震央} chấn ương ◊ epicenter

진애 [塵埃] (尘埃) chén āi <塵埃> じんあい {塵埃} trần ai ◊ dust; dirt

진언 [陳言] (陈言) chén yán <陳言> ひねごと {陳言} trần ngôn ◊ presentation

진언 [眞言] (真言) zhēnyán <真言> しんごん {眞言} chân ngôn ◊ mantra

진열 [陳列] (陈列) chénliè <陳列> ちんれつ {陳列} trần liệt ◊ display

진열관 [陳列館] (陈列馆) chénlièguǎn <陳列棟> ちんれつとう {陳列館} trần liệt quản ◊ gallery; exhibition hall

진영 [陣營] (阵营) zhènyíng <陣営> じんえい {陣營} trận dinh ◊ camp

진용 [陣容] (阵容) zhènróng <陣立て> じんだて {隊形} đội hình ◊ lineup

진원 [震源] (震源) zhènyuán <震源> しんげん {重心動塿} trọng tâm động đất ◊ earthquake focus

진위 [眞僞] (真伪) zhēnwěi <真偽> しんぎ {性確實} tính xác thực ◊ authenticity

진의 [眞意] (真意) zhēnyì <真意> しんい {眞意} chân ý ◊ true meaning

진입 [進入] (进入) jìnrù <進入> しんにゅう {歧} vào ◊ enter

진자 [振子] (振子) zhèn zǐ <振子> ふりこ {振子} chấn tử ◊ vibrator

진장 [珍藏] (珍藏) zhēncáng <珍藏> ちんぞう {珍藏} trân tàng ◊ rare treasure

진적 [珍籍] (珍籍) zhēn jí <珍籍> ちんせき {珍籍} trân tịch ◊ rare books

진전 [進展] (进展) jìnzhǎn <進展> しんてん {進展} tiến triển ◊ progress; make headway

진정 [陳情] (陈情) chénqíng <陳情> ちんじょう {陳情} trần tình ◊ petition

진정 [進呈] (进呈) jìn chéng <進呈> しんてい {進呈} tiến trình ◊ presentation

진정 [進程] (进程) jìnchéng <進程> しんてい {進程} tiến trình ◊ process; course

진정 [眞情] (真情) zhēnqíng <真情> しんじょう {眞情} chân tình ◊ true sentiment

진정 [眞正] (真正) zhēnzhèng <真正> しんしょう

{眞正} chân chính ◊ true

진정 [鎭定] (镇定) zhèndìng <鎭定> ちんてい {平靜} bình tĩnh ◊ calm

진정 [鎭靜] (镇静) zhènjìng <落ち着き> おちつき {平靜捗} bình tĩnh đi ◊ sedation

진정서 [陳情書] (陈情书) chénqíngshū <陳情書> ちんじょうしょ {陳情書} trần tình thư ◊ presentation of love letters

진주 [進駐] (进驻) jìnzhù <進駐> しんちゅう {進駐} tiến trú ◊ settled

진주 [眞珠|珍珠] (珍珠) zhēnzhū <真珠> しんじゅ {珍珠} trân châu ◊ pearl

진주목걸이 [眞珠목걸이] (珍珠项链) zhēnzhū xiàngliàn <真珠の首飾り> しんじゅのくびかざり {玟肮玉蟻} vòng cổ ngọc trai ◊ string of pearls

진주암 [眞珠巖] (珍珠岩) zhēnzhūyán <真珠岩> しんじゅがん {眞珠巖} chân châu nham ◊ pearl

진중 [珍重] (珍重) zhēnzhòng <珍重> ちんちょう {珍重} trân trọng ◊ treasure; take good care of

진지 [眞知] (真知) zhēnzhī <真知> しんち {眞知} chân tri ◊ truth

진지 [眞摯] (真挚) zhēnzhì <真摯> しんし {眞誠} chân thành ◊ sincere

진지 [陣地] (阵地) zhèndì <陣地> じんち {陣地} trận địa ◊ position

진지전 [陣地戰] (阵地战) zhèndì zhàn <陣地戰> じんちせん {陣地戰} trận địa chiến ◊ positional warfare

진짜 [眞짜] (真的) zhēn de <本当です> ほんとうです {實} thực ◊ true

진찰 [診察] (看医生) kàn yīshēng <診察> しんさつ {勘病} khám bệnh ◊ see a doctor

진천동지 [震天動地] (震天动地) zhèn tiān dòng dì <震天動地> しんてんどうち {震天動地} chấn thiên động địa ◊ shake the earth

진출로 [進出路] (进出路) jìnchūlù <出入道路> でいりどうろ {蹐包靶䡞} đường vào và ra ◊ access road

진취 [進取] (进取) jìnqǔ <進取> しんしゅ {進取} tiến thủ ◊ forge ahead

진취성 [進取性] (进取性) jìnqǔ xìng <進取性> しんしゅせい {性進取} tính tiến thủ ◊ aggressiveness

진토 [塵土] (尘土) chéntǔ <塵土> じんど {塵土} trần thổ ◊ dust

진통 [陣痛] (阵痛) zhèntòng <陣痛> じんつう {陣痛} trận thống ◊ throe; travail

진통 [鎭痛] (止痛) zhǐtòng <鎭痛> ちんつう {止痛} chỉ thống ◊ analgesic

진통 [鎭痛] (镇痛) zhèntòng <鎭痛> ちんつう {鎭痛} trấn thống ◊ analgesia

진통제 [鎭痛劑] (镇痛剂) zhèntòngjì <鎭痛剂> ちんつうざい {質鎭痛} chất trấn thống ◊ painkiller; analgesics

진퇴양난 [進退兩難] (进退两难) jìntùi liǎngnán <進退両難> しんたいりょうなん {進退兩難} tiến thoái lưỡng nan ◊ between two fires; in dilemma

진폐 [塵肺] (尘肺) chénfèi <塵肺> じんぱい {塵肺} trần phế ◊ pneumoconiosis

진폭 [振幅] (幅度) fúdù <幅> はば {度邊} độ biên ◊ amplitude

진폭 [震幅] (震幅) zhèn fú <震幅> しんぷく {震幅} chấn bức ◊ amplitude

진품 [珍品] (珍品) zhēnpǐn <珍品> ちんぴん {珍品} trân phẩm ◊ curiosa

진풍 [陣風] (阵风) zhènfēng <陣風> じんぷう {陣風} trận phong ◊ gust

진피 [陳皮] (陈皮) chénpí <陳皮> ちんぴ {陳皮} trần bì ◊ tangerine peel

진피 [眞皮] (真皮) zhēnpí <真皮> しんぴ {眞皮} chân bì ◊ dermis

진학 [進學] (进学) jìnxué <進学> しんがく {進學} tiến học ◊ go to school

진학 시험 [進學試驗] (升学考试) shēngxué kǎoshì <入学試験> にゅうがくしけん {試選} thí tuyển ◊ entrance exams

진항 [進航] (进航) jìn xíng <進航> しんこう {進航} tiến hàng ◊ sailing on

진행 [進行] (进行) jìnxíng <進行> しんこう {進行} tiến hành ◊ carry out

진혼곡 [鎭魂曲] (镇魂曲) zhèn hún qū <鎭魂曲> ちんこんきょく {鎭魂曲} trấn hồn khúc ◊ requiem

진홍 [眞紅] (深红) shēn hóng <深紅> しんく {鮏䡞} màu đỏ thẫm ◊ deep crimson

진화 [進化] (进化) jìnhuà <進化> しんか {進化} tiến hóa ◊ evolution

진화론 [進化論] (演化论) yǎnhuà lún <進化論> しんかろん {進化論} tiến hóa luận ◊ evolutionism

진화생태학 [進化生態學] (进化生态学) jìnhuà shēngtàixué <進化生態学> しんかせいたいがく {生態進化} sinh thái tiến hóa ◊ evolutionary ecology

진흥 [振興] (振兴) zhènxīng <振興> しんこう {振興} chấn hưng ◊ revitalize

진흥책 [振興策] (推广措施) tuīguǎng cuòshī <振興策> しんこうさく {振興策} chấn hưng sách ◊ revitalization policy

질고 [疾苦] (疾苦) jíkǔ <疾苦> しつく {疾苦} tật khổ ◊ suffering

질곡 [桎梏] (桎梏) zhìgù <桎梏> しっこく {桎梏} trất cốc ◊ shackles

질량 [質量] (质量) zhìliàng <質量> しつりょう {質量} chất lượng ◊ quality

질량일치 [質量一致] (质量相同) zhìliàng xiāngtóng <質量一致> しつりょういっち {質量同一} chất lượng đồng nhất ◊ mass consistent

질료 [質料] (质料) zhìliào <質料> しつりょう {質料} chất liệu ◊ material

질문 [質問] (质问) zhìwèn <質問> しつもん {質問} chất vấn ◊ questioning

질박 [質樸] (质朴) zhìpǔ <質樸> しつぼく {質樸} chất phác ◊ rustic

질병 [疾病] (疾病) jíbìng <疾病> しっぺい {疾病} tật bệnh ◊ illness; disease

질서 [秩序] (秩序) zhìxù <秩序> ちつじょ {秩序} trật tự ◊ order

질소원 [窒素源] (氮源) dàn yuán <窒素源> ちっそげん {橒源} nguồn nitơ ◊ nitrogen source

질소함유물질 [窒素含有物質] (含氮物质) hán dàn wùzhì <窒素含有物質> ちっそがんゆうぶっしつ {物質 醋 質氮} vật chất có chất đạm ◊ nitrogenous matter

질시 [嫉視] (嫉视) jí shì <嫉視> しっし {嫉視} tật thị ◊ jealous

질식 [窒息] (窒息) zhìxī <窒息> ちっそく {窒息} trất tức ◊ suffocate

질식사 [窒息死] (窒息死) zhìxī sǐ <窒息死> ちっそくし {窒息死} trất tức tử ◊ suffocation death

질양 [質量] (质量) zhìliàng <質> しつ {質量} chất lượng ◊ quality

질의 [質疑] (质疑) zhìyí <質疑> しつぎ {質疑} chất nghi ◊ question

질점 [質點] (质点) zhìdiǎn <質点> しつてん {質點} chất điểm ◊ mass point

질주 [疾走] (疾走) jízǒu <疾走> しっそう {疾走} tật tẩu ◊ scurry

질책 [叱責] (叱责) chìzé <叱責> しっせき {叱責}

질투 [嫉妒|嫉妬] (嫉妒) jídù <嫉妒> しつ妒 {嫉妒; 慳} tật đố; ghen ◊ heartburning; jealousy

질풍 [疾風] (疾风) jífēng <疾風> しっぷう {疾風} tật phong ◊ strong wind

질풍경초 [疾風勁草] (疾风劲草) jífēng jìngcǎo <疾風勁草> しっぷうけいそう {疾風勁草} tật phong kính thảo ◊ a good seaman is known by bad weather

질호 [疾呼] (疾呼) jí hū <疾呼> しっこ {疾呼} tật hô ◊ shout

질화물 [窒化物] (氮化物) dàn huā wù <窒化物> ちっかぶつ {窒化物} trất hóa vật ◊ asphyxiation

질환 [疾患] (疾患) jí huàn <疾患> しっかん {疾患} tật hoạn ◊ diseases

짐 [一] (行李) xíngli <荷物> にもつ {行李} hành lý ◊ luggage

짐수레 [一] (行李车) xíngli chē <荷物車> にもつしゃ {車挬行李} xe đẩy hành lý ◊ baggage cart

짐승 [一] (兽类) shòulèi <獸類> じゅうるい {動物齰貵} động vật có vú ◊ mammals

짐작 [斟酌] (斟酌) zhēnzhuó <斟酌> しんしゃく {斟酌} châm chước ◊ consider

집결 [集結] (集结) jíjié <集結> しゅうけつ {集結} tập kết ◊ concentration

집권 [集權] (集权) jíquán <集権> しゅうけん {集權} tập quyền ◊ centralization

집단 [集團] (集团) jítuán <集団> しゅうだん {集團} tập đoàn ◊ clique

집단농장 [集團農場] (合作农场) hézuò nóngchǎng <集団農場> しゅうだんのうじょう {農場合作} nông trường hợp tác ◊ cooperative farms

집단소송 [集團訴訟] (集团诉讼) jítuán sùsòng <集団訴訟> しゅうだんそしょう {行動集體} hành động tập thể ◊ group lawsuit; class action lawsuit

집대성 [集大成] (集大成) jí dà chéng <集大成> しゅうたいせい {集大成} tập đại thành ◊ comprehensive expression of

집배 [集配] (集配) jí pèi <集配> しゅうはい {集配} tập phối ◊ collection and delivery

집사 [執事] (执事) zhíshì <執事> しつじ {執事} chấp sự ◊ deacon

집산 [集散] (集散) jísàn <集散> しゅうさん {集散} tập tán ◊ distributed

집성 [集成] (集成) jíchéng <集成> しゅうせい

{集成} tập thành ◊ integration

집세 [집貰] (房租) fángzū <家賃> やちん {錢啲
如|錢啲茹} tiền thuê nhà ◊ rent

집약 [集約] (集约) jíyuē <集約> しゅうやく {集
約} tập ước ◊ aggregation

집어등어로 [集魚燈漁撈] (电光捞渔) diànguāng
lāo yú <集魚灯漁撈> しゅうぎょとうぎょろう
{抔魞凭鱉鮃} bắt cá bằng đèn cá ◊ fish by fish-
luring lights

집의 [執意] (执意) zhíyì <意地を張る> いじをは
る {嘰嘰} khăng khăng ◊ perseverance

집적 [集積] (集积) jí jī <集積> しゅうせき {集
積} tập tích ◊ accumulation

집정 [執政] (执政) zhízhèng <執政> しっせい
{執政} chấp chính ◊ ruling; be in power

집주인 [집主人] (房主) fángzhǔ <家主> やぬし
{主如|主茹} chù nhà ◊ house landlord

집중 [集中] (集中) jízhōng <集中> しゅうちゅう
{集中} tập trung ◊ concentrated

집진 [集塵] (集尘) jí chén <集塵> しゅうじん
{收攃潹} thu gom bụi ◊ dust collection

집진기 [集塵機] (吸尘器) xīchénqì <集塵機> し
ゅうじんき {欖唵墙} máy hút bụi ◊ dust collector

집착 [執着] (执着) zhízhuó <執着> しゅうちゃく
{執着} chấp trước ◊ persistent

집체 [集體] (集体) jítǐ <集体> しゅうたい {集體}
tập thể ◊ collective

집표 [集票] (集票) jí piào <集票> しゅうひょう
{集票} tập phiếu ◊ collect votes

집필 [執筆] (执笔) zhíbǐ <執筆> しっぴつ {執筆}
chấp bút ◊ writing

집합 [集合] (集合) jíhé <集合> しゅうごう {集
合} tập hợp ◊ gather

집합론 [集合論] (集合论) jíhélùn <集合論> しゅ
うごうろん {理說集合} lý thuyết tập hợp ◊ set
theory

집행 [執行] (执行) zhíxíng <執行> しっこう {執
行} chấp hành ◊ execute

집행관 [執行官] (执行官) zhíxíng guān <執行官>
しっこうかん {執行官} chấp hành quan ◊
executives

집행기관 [執行機關] (职能机关) zhínéng jīguān <
執行機関> しっこうきかん {機關職能} cơ
quan chức năng ◊ functional organ; executive organ

집행위원회 [執行委員會] (执行委员会) zhíxíng
wěiyuánhuì <執行委員会> しっこういいんかい
{執委} chấp ủy ◊ executive committee

집회 [集會] (集会) jíhuì <集会> しゅうかい {集
會} tập hội ◊ assembly

징계 [懲戒] (惩戒) chéngjiè <懲戒> ちょうかい
{懲戒} trừng giới ◊ discipline; reprimand

징모 [徵募] (征募) zhēngmù <徵募> ちょうぼ
{徵募} trưng mộ ◊ recruit

징벌 [懲罰] (惩罚) chéngfá <懲罰> ちょうばつ
{懲罰} trừng phạt ◊ punishment

징세 [徵稅] (征税) zhēngshuì <徵稅> ちょうぜい
{徵稅} trưng thuế ◊ tax collection

징수 [徵收] (征收) zhēngshōu <徵收> ちょうしゅ
う {徵收} chinh thu ◊ levy

징악 [懲惡] (惩恶) chéng è <懲惡> ちょうあく
{懲惡} trừng ác ◊ punish evil

징역 [懲役] (徒刑) túxíng <懲役> ちょうえき
{徒刑} đồ hình ◊ imprisonment

징용 [徵用] (征用) zhēngyòng <徵用> ちょうよう
{徵用} trưng dụng ◊ expropriation

징조 [徵兆] (征兆) zhēngzhào <徵兆> しるしちょ
う {徵兆} trưng triệu ◊ sign; omen

징집 [徵集] (征集) zhēngjí <徵集> ちょうしゅう
{徵集} trưng tập ◊ solicit

징청 [澄淸] (澄清) chéngqīng <澄淸> きよしきよ
し {澄淸} trừng thanh ◊ make understandable;
clarify

징치 [懲治] (惩治) chéngzhì <懲治> ちょうじ
{懲治} trừng trị ◊ punish

징후 [徵候] (苗头) miáotou <兆候> ちょうこう
{晒號} dấu hiệu ◊ signs

ㅉ Z

짜다 [－] (压榨) yāzhà <絞る> しぼる {搲} bóp ◊ squeeze

짜증을 내다 [－] (烦躁) fánzào <苛々させる> いらいらさせる {煩𪩘轄啜|煩𪩘譁𡁮} phiền mà khó chịu ◊ get irritated; get annoyed

쪽지 [쪽紙] (纸条) zhǐtiáo <手記> しゅき {喝𫄨注} tờ ghi chú ◊ a note of paper; memo

찌꺼기 [－] (渣) zhā <滓> かす {浘粏|浘粑} cặn bã ◊ dregs

찐빵 [찐 pão ㅍ] (馒头) mántou <蒸しパン> むし pão ㅍ {餅麳吸} bánh mì hấp ◊ steamed bread

찜질방 [찜질房] (桑拿房) sāngná fáng <サウナ間> sauna かん {房烑穌} phòng xông hơi ◊ sauna room

차 [茶] (茶) chá <茶> ちゃ {茶} trà ◊ tea

차 [車] (车) chē <車> くるま {車} xa ◊ car

차 마시다 [茶 마시다] (喝茶) hēchá <茶飲み> ちゃのみ {哎茶|旺茶} uống trà ◊ drink tea

차고 [車庫] (车库) chēkù <車庫> しゃこ {垃钟鵪鮇} chỗ chữa ô tô ◊ garage

차관 [次官] (副部长) fùbùzhǎng <次官> じかん {次長} thứ trưởng ◊ vice-minister

차관 [借款] (借款) jièkuǎn <借款> しゃっかん {借款} tá khoản ◊ loan

차금 [借金] (借金) jiè jīn <借金> しゃっきん {借金} tá kim ◊ debt

차기 [次期] (下期) xià qī <次期> じき {效接蹺} số tiếp theo ◊ next issue

차남 [次男] (次男) cì nán <次男> じなん {次男} thứ nam ◊ younger son

차녀 [次女] (次女) cìnǚ <次女> じじょ {次女} thứ nữ ◊ second daughter

차단 [遮斷] (阻拦) zǔlán <遮る> さえぎる {踯碯} tắc nghẽn ◊ block

차단밸브 [遮斷 valve] (截止阀) jiézhǐ fá <遮断弁> しゃだんべん {唄拗} van ngắt ◊ shutoff valve

차도 [車道] (车道) chēdào <車道> しゃどう {踌捏車} đường lái xe ◊ vehicle lane

차등 [次等] (次等) fùdài de <次等> ふくじ {次要} thứ yếu ◊ secondary

차량 [車輛] (车辆) chēliàng <車両|車輛|車輌> しゃりょう {車輯} xe cộ ◊ vehicle

차량검사관 [車輛檢查官] (检车员) jiǎn chē yuán <車両検査官> しゃりょうけんさかん {戜清査車} người thanh tra xe ◊ vehicle inspectors

차량관리 [車輛管理] (车辆管理) chēliàng guǎnlǐ <車両管理> しゃりょうかんり {方便管理} phương tiện quản lý ◊ vehicle management

차량연료 [車輛燃料] (汽车燃料) qìchē ránliào <車両燃料> しゃりょうねんりょう {燃料車穊} nhiên liệu xe hơi ◊ vehicle fuel

차량운송 [車輛運送] (车辆运输) chēliàng yùnshū <車両運送> しゃりょううんそう {方便運轉} phương tiện vận chuyển ◊ transportation by vehicle

차례 [次例] (次序) cìxù <順番> じゅんばん {膌蹨; 次序} lần lượt; thứ tự ◊ order; sequence

차례차례 [次例次例] (一个接一个) yī ge jiē yī ge <次々と> つぎつぎと {路蹨嚼忥爻} lần lượt từng cái một ◊ one after another

차륜 [車輪] (车轮) chēlún <車輪> しゃりん {車輪} xa luân ◊ wheel

차마 [車馬] (车马) chēmǎ <車馬> しゃば {車馬} xa mã ◊ carriage

차반 [茶盤] (茶盘) chá pán <茶盆> ちゃぼん {盁茶} khay trà ◊ tea tray; teaboard

차별 [差別] (差别) chābié <差別> さべつ {差別} sự khác nhau ◊ difference

차비 [車費] (车费) chēfèi <運賃> うんちん {錢搭車} tiền đáp xe ◊ fare

차비 [次妃] (次妃) cì fēi <次妃> じひ {次妃} thứ phi ◊ second concubine

차세대 [次世代] (下一代) xià yī dài <次世代> じせだい {傆接蹨|蒦接遶} đời tiếp theo ◊ next generation

차압 [差壓] (压差) yā chā <差圧> さあつ {壓率徖耀} áp suất chênh lệch ◊ differential pressure

차액 [差額] (差额) chā'é <差額> さがく {事佫饒} sự khác nhau ◊ difference

차양모자 [遮陽帽子] (太阳帽) tàiyang mào <日除け帽> ひよけぼう {諜操曬} mũ chống nắng ◊ sun hat

차용 [借用] (借用) jièyòng <借りる> かりる {鰡贘} vay ◊ borrow

차용어 [借用語] (借用语) jièyòng yǔ <借用語> しゃくようご {借用語} tá dụng ngữ ◊ loanword

차원 [次元] (维) wéi <次元> じげん {格挶} kích thước ◊ dimension

차음면화 [遮音綿花] (防声棉) fáng shēng mián <遮音綿花> しゃおんめんか {橀隔音} bông cách âm ◊ sound insulating cotton

차이 [差異] (差异) chāyì <差異> さい {差異} sai dị ◊ discrepancy

차이법 [差異法] (差异法) chāyì fǎ <差異法> さいほう {差異法} si dị pháp ◊ difference method

차이점 [差異點] (差异点) chāyì diǎn <差異点> さいてん {差異點} si dị điểm ◊ points of difference

차자 [次子] (次子) cìzǐ <次子> じし {次子} thứ tử ◊ second son

차잔 [茶盞] (茶杯) chá bēi <茶碗> ちゃわん {碴茶} tách trà ◊ tea cup

차장 [次長] (次长) cìzhǎng <次長> じちょう {次長} thứ trưởng ◊ deputy minister

차재배농가 [차栽培農家] (茶戶) chá hù <茶栽培農家> ちゃさいばいのうか {茶戶} trà hộ ◊ tea cropper

차전자 [車前子] (车前子) chē qián zǐ <車前子> しゃぜんし {車前子} xa tiền tử ◊ psyllium

차제구 [茶諸具] (茶具) chájù <茶器> ちゃき {部茶} bộ trà ◊ tea utensils

차종 [車種] (车型) chēxíng <車形> くるまがた {類車} loại xe ◊ car model

차지 [借地] (借地) jiè dì <借地> しゃくち {借地} tá địa ◊ leasehold

차체 [車體] (车身) chēshēn <車体> しゃたい {身車} thân xe ◊ bodywork

차축 [車軸] (车轴) chēzhóu <車軸> しゃじく {車軸} xa trục ◊ axle

차츰 [一] (逐渐) zhújiàn <段々と> だんだんと {躓躓|寅寅} dần dần ◊ gradually; little by little

차타 [蹉跎] (蹉跎) cuōtuó <蹉跎> さだ {蹉跎} sa đà ◊ waste time; slips by with no accomplishment

차탄 [嗟歎|嗟嘆] (嗟叹) jiē tàn <嗟歎> さたん {歌歎} ca thán ◊ sigh

차폐물 [遮蔽物] (遮蔽物) zhēbì wù <遮蔽物> しゃへいぶつ {樋遮} đồ che ◊ shield; obstruction; shelter

차폐층 [遮蔽層] (遮蔽层) zhēbì céng <遮蔽層> しゃへいそう {㹀遮} lớp che ◊ shielding layer

차표 [車票] (车票) chēpiào <乗車券> じょうしゃけん {脈搭車} vé đáp xe ◊ vehicle ticket

차형 [車形] (车形) chēxíng <車種> しゃしゅ {車形} xe hình ◊ motorcycle type; cab model

차회 [次回] (下次) xiàcì <次回> じかい {嗒儾} lần sau ◊ next time

착각 [錯覺] (错觉) cuòjué <錯覚> さっかく {幻覺} ảo giác ◊ hallucination

착공 [着工] (开工) kāigōng <着工> ちゃっこう {起工} khởi công ◊ breaking-in

착란 [錯亂] (错乱) cuòluàn <錯乱> さくらん {錯亂} rối loạn ◊ disorder

착륙 [着陸] (降落) jiàngluò <着陸> ちゃくりく {下翹} hạ cánh ◊ landing

착륙장치 [着陸裝置] (起落架) qǐluòjià <着陸装置> ちゃくりくそうち {設備下翹} thiết bị hạ cánh ◊ landing gear

착색 [着色] (着色) zhuósè <着色> ちゃくしょく {着色} trước sắc ◊ coloring

착색제 [着色劑] (着色剂) zhuósè jì <着色剂> ちゃくしょくざい {質着色} chất trước sắc ◊ colorants

착석 [着席] (就座) jiùzuò <着席> ちゃくせき {魃寬粲埊蚾狌} ngồi ◊ sit

착수 [着手] (着手) zhuóshǒu <着手> ちゃくしゅ {抔頭} bắt đầu ◊ commence

착시 [錯視] (错视) cuò shì <錯視> さくし {錯視} thác thị ◊ optical illusion

착암기 [鑿巖機] (凿岩机) záoyánjī <鑿岩機> さくがんき {鑿巖機} tạc nham cơ ◊ rock drill

착오 [錯誤] (错误) cuòwù <錯誤> さくご {差悷|差琳} sai lầm ◊ mistake

착취 [搾取] (剥削) bōxuē <搾取> さくしゅ {開拓} khai thác ◊ exploitation

착화점 [着火點] (着火点) zháohuǒdiǎn <着火点> ちゃっかてん {着火點} trước hỏa điểm ◊ ignition point

찬가 [讚歌] (赞歌) zàn gē <讚歌> さんか {讚歌} tán ca ◊ hymn

찬동 [贊同] (赞同) zàntóng <贊同> さんどう {贊同} tán đồng ◊ agree with

찬미 [讚美] (赞美) zànměi <讚美> さんび {讚美} tán mỹ ◊ praise; eulogize

찬미가 [讚美歌] (赞美歌) zànměi gē <讚美歌> さんびか {讚美歌} tán mỹ ca ◊ hymns

찬상 [讚賞] (赞赏) zànshǎng <賞贊> しょうさん {讚賞} tán thưởng ◊ admiration

찬성 [贊成] (赞成) zànchéng <贊成> さんせい {贊成} tán thành ◊ approve

찬성표 [贊成票] (赞成票) zànchéngpiào <贊成票> さんせいひょう {贊成票} tán thành phiếu ◊ yes vote

찬송 [讚頌] (赞颂) zànsòng <讚頌> さんしょう {讚頌} tán tụng ◊ praise

찬송가 [讚頌歌] (圣诗) shèng shī <贊美歌> さんびか {聖詩} thánh thi ◊ ong of praise; eulogy;

hymn

찬술 [撰述] (撰述) zhuànshù <撰述> せんじゅつ {撰述} soạn thuật ◊ write books

찬입 [竄入] (竄入) cuàn rù <竄入> ざんにゅう {竄入} thoán nhập ◊ scurry into

찬장 [饌欌] (碗柜) wǎnguì <食器棚> しょっきだな {榀烓} tủ bếp ◊ kitchen cabinet

찬조 [贊助] (赞助) zànzhù <贊助> さんじょ {贊助} tán trợ ◊ support

찬탄 [讚歎|贊嘆] (赞叹) zàntàn <讚歎> さんたん {讚歎} tán thán ◊ admire; praise

[篡奪] (篡夺) cuànduó <篡奪> さんだつ {篡奪} thoán đoạt ◊ usurp

찬태만상 [千態萬象] (千姿百态) qiān zī bǎi tài <千姿万態> せんしばんたい {千姿百態} thiên tư bách thái ◊ in different poses; with different expressions

찰나 [利那] (刹那) chànà <刹那> せつな {旪} lúc ◊ moment

찰지 [察知] (察觉) chájué <察知> さっち {發現} phát hiện ◊ sensing

참가 [參加] (参加) cānjiā <参加> さんか {參加} tham gia ◊ attend

참가국 [參加國] (参加国) cānjiāguó <参加国> さんかこく {國家參加} quốc gia tham gia ◊ participating nation

참가권 [參加權] (参与权) cānyù quán <参與権> さんともけん {權參加} quyền tham gia ◊ right of participation

참경 [慘景] (惨景) cǎnjǐng <慘景> むごけい {慘景} thảm cảnh ◊ miserable scene

참고 [參考] (参考) cānkǎo <参考> さんこう {參考} tham khảo ◊ reference

참고서 [參考書] (参考书) cānkǎoshū <参考書> さんこうしょ {參考書} tham khảo thư ◊ reference book

참관 [參觀] (参观) cānguān <参観> さんかん {參觀} tham quan ◊ tour visit

참괴하다 [慙愧하다] (羞愧) xiūkuì <恥じ入る> はじいる {慌憻} hổ thẹn ◊ shame

참극 [慘劇] (惨剧) cǎnjù <慘劇> さんげき {慘劇} thảm kịch ◊ tragedy

참기름 [一] (香油) xiāngyóu <胡麻油> ごまあぶら {油楣} dầu mè ◊ sesame oil

참다 [一] (忍耐) rěnnài <堪える> こたえる {翌撊|翌撜} chịu đựng ◊ endure

참모 [參謀] (参谋) cānmóu <参謀> さんぼう {參謀} tham mưu ◊ brain man; staff officer

참모총장 [參謀總長] (总参谋长) zǒng cānmóuzhǎng <参謀総長> さんぼうそうちょう {總參謀長} tổng tham mưu trưởng ◊ chief of general staff

참배 [參拜] (参拜) cānbài <参拜> さんぱい {瞻仰} chiêm ngưỡng ◊ pay tribute to

참사 [參事] (参事) shēn shì <参事> さんじ {參事} tam sự ◊ councilor

참사 [慘事] (惨案) cǎn'àn <慘事> さんじ {慘案} thảm án ◊ tragedy; disaster

참사 [慘死] (惨死) cǎnsǐ <慘死> ざんし {慘死} thảm tử ◊ violent death

참살 [慘殺] (惨杀) cǎnshā <慘殺> ざんさつ {慘殺} thảm sát ◊ slaughter

참상 [慘狀] (惨状) cǎnzhuàng <慘狀> さんじょう {慘狀} thảm trạng ◊ miserable condition

참석 [參席] (参席) shēn xí <参席> さんせき {參席} tham tịch ◊ attendance

참선 [參選] (参选) shēn xuǎn <立候補> りっこうほ {爭舉} tranh cử ◊ join candidacy; be a candidate

참수 [斬首] (斩首) zhǎnshǒu <斬首> ざんしゅ {斬首} trảm thủ ◊ behead; decollate

참수죄 [斬首罪] (斩首罪) zhǎnshǒu zuì <斬首罪> ざんしゅざい {斬罪} trảm tội ◊ decapitation; beheading

참신 [斬新] (崭新) zhǎnyǐng <斬新だ> ざんしんだ {黯渼|嬾嘆|潩渼} mới mẻ ◊ newness

참언 [讒言] (谗言) chán yán <讒言> ざんげん {讒言} sàm ngôn ◊ slander

참여 [參與] (参与) cānyù <参与> さんよ {參與} tham dự ◊ participation

참을성 [참을性] (忍耐性) rěnnài xìng <忍耐力> にんたいりょく {堅忍} kiên nhẫn ◊ endurance; patience

참의 [參議] (参议) cānyì <参議> さんぎ {參議} tham nghị ◊ councillor

참의원 [參議院] (参议院) cānyìyuàn <参議院> さんぎいん {上院} thượng viện ◊ senate

참전 [參戰] (参战) cānzhàn <参戦> さんせん {參戰} tham chiến ◊ join the war

참정 [參政] (参政) cānzhèng <参政> さんせい {參政} tham chính ◊ participate in government and political affairs

참조 [參照] (参照) cānzhào <参照> さんしょう {參照} tham chiếu ◊ reference

참찬 [參贊] (参赞) cānzàn <参赞> さんさん {參贊} tham tán ◊ counselor

참치 [參差] (参差) cēncī <参差> しんし {參差} sâm si ◊ uneven

참패 [慘敗] (惨败) cǎnbài <慘敗> ざんぱい {慘敗} thảm bại ◊ smashup

참해 [慘害] (惨害) cǎn hài <慘害> さんがい {慘害} thảm hại ◊ heavy damage; havoc; ravages

참형 [慘刑] (惨刑) cǎn xíng <慘刑> さんけい {慘刑} thảm hình ◊ cruel punishment

참화 [慘禍] (惨祸) cǎnhuò <慘禍> さんか {慘禍} thảm họa ◊ horrible disaster

참회 [懺悔] (忏悔) chànhuǐ <懺悔> ざんげ {感悔} cảm hối ◊ repent

참회록 [懺悔錄] (忏悔录) chànhuǐ lù <懺悔録> ざんげろく {懺悔錄} sám hối lục ◊ confessions

참회사 [懺悔師] (忏悔者) chànhuǐ zhě <悔悟者> かいごしゃ {懺悔師} sám hối sư ◊ penitent

찻길 [車길] (车路) chē lù <車線> しゃせん {蹧運載} đường vận tải ◊ car route

찻물 [茶물] (茶水) cháshuǐ <お茶> おちゃ {渃茶} nước trà ◊ tea infusion

찻잎 [茶잎] (茶树叶) cháshùyè <茶葉> ちゃば {蔉茶} lá trà ◊ tea-leaf

찻잔 [茶盞] (茶盏) chá zhǎn <茶碗> ちゃわん {磋茶; 礛咮茶} tách trà; chén uống trà ◊ tea cup

찻집 [茶집] (茶馆儿) cháguǎnr <茶屋> ちゃや {房茶} phòng trà ◊ teahouse

창가 [窓가] (窗边) chuāng biān <窓辺> まどべ {椸軋枂} bệ cửa sổ ◊ window sill

창간호 [創刊號] (创刊号) chuàngkānhào <創刊号> そうかんごう {創刊號} sáng san hiệu ◊ inaugural issue

창건 [創建] (创建) chuàngjiàn <創建> そうけん {創造} sáng thành ◊ create

창견 [創見] (创见) chuàngjiàn <創見> そうけん {創見} sáng kiến ◊ creation; invention

창고 [倉庫] (仓库) cāngkù <倉庫> そうこ {舗庮} kho ◊ warehouse

창구 [窓口] (窗口) chuāngkǒu <窓口> まどぐち {窗口} song khẩu ◊ ticket window

창궁 [蒼穹] (苍穹) cāngqióng <蒼穹> そうきゅう {蒼穹} thương khung ◊ blue sky

창기 [娼妓] (娼妓) chāngjì <娼妓> しょうぎ {娼妓} xướng kỹ ◊ prostitute

창도 [倡導] (倡导) chàngdǎo <唱導> しょうどう {倡導} xướng đạo ◊ advocacy

창립 [創立] (创立) chuànglì <創立> そうりつ {創立} sáng lập ◊ founded

창문 [窓門] (窗户) chuānghu <窓> まど {軉枂|屖枂|闌枂} cửa sổ ◊ window

창밖 [窓밖] (窗外) chuāng wài <窓の外> まどのそと {旅閄軉枂|邊外|屖枂} bên ngoài cửa sổ ◊ outside the window

창백 [蒼白] (苍白) cāngbái <蒼白> そうはく {蒼白} thương bạch ◊ pale

창부 [娼婦] (娼妇) chāngfù <娼婦> しょうふ {娼婦} xướng phụ ◊ whores

창사 [窓紗] (窗纱) chuāng shā <網戸> あみど {窗紗} song sa ◊ window screen

창상 [滄桑] (沧桑) cāngsāng <滄桑> そうそう {桑滄} tang thương ◊ vicissitudes of life

창상 [創傷] (创伤) chuāngshāng <創傷> そうしょう {創傷} sang thương ◊ wound

창설 [創設] (创设) chuàngshè <創設> そうせつ {創設} sáng thiết ◊ create set up

창세기 [創世記] (创世纪) chuàngshìjì <創世記> そうせいき {創世記} sáng thế ký ◊ genesis

창시 [創始] (首创) shǒuchuàng <創始> そうし {頭先} đầu tiên ◊ firstly established

창안 [創案] (创案) chuāng àn <創案> そうあん {創案} sáng án ◊ invention

창업 [創業] (创业) chuàngyè <創業> そうぎょう {起業} khởi nghiệp ◊ start a business

창의 [創意] (创意) chuàngyì <創意> そうい {創意} sáng ý ◊ originality

창의력 [創意力] (创造力) chuàngzàolì <創意力> そうぞうりょく {創意力} sáng ý lực ◊ creativity

창의성 [創意性] (创造性) chuàngzàoxìng <創意性> そういせい {性創意} tính sáng ý ◊ creative

창작 [創作] (创作) chuàngzuò <創作> そうさく {創作} sáng tác ◊ creation

창작물 [創作物] (创作物) chuàngzuò wù <創作物> そうさくぶつ {創作物} sáng tác vật ◊ creations

창작집 [創作集] (创作集) chuàngzuò jí <創作集> そうさくしゅう {創作集} sáng tác tập ◊ selected works

창작품 [創作品] (创作品) chuàngzuò pǐn <創作品> そうさくひん {創作品} sáng tác phẩm ◊ works

창제 [創製|創制] (创制) chuàngzhì <創製> そうせい {創製} sáng chế ◊ created

창조 [創造] (创造) chuàngzào <創造> そうぞう
{創造} sáng tạo ◊ create

창조물 [創造物] (创造物) chuàngzào wù
<創造物> そうぞうぶつ {創造物} sáng tạo vật
◊ creature

창포 [菖蒲] (菖蒲) chāngpú <菖蒲> しょうぶ
{菖蒲} xương bồ ◊ iris

창해 [滄海] (沧海) cāng hǎi <滄海> そうかい
{滄海} thương hải ◊ broad sea

창해일속 [滄海一粟] (沧海一粟) cāng hǎi yī sù
<滄海一粟> そうかいのいちぞく {滄海一粟}
thương hải nhất túc ◊ drop in the ocean; one grain
of millet in a vast ocean

창호지 [窓戶紙] (窗户纸) chuānghu zhǐ <障子紙>
しょうじがみ {綿摑屝杺|綿糊闥杺} giấy dán
cửa sổ ◊ window paper

찾다 [一] (寻找) xúnzhǎo <搜す> さがす
{埽檢|尋檢} tìm kiếm ◊ search; look for

찾아내다 [一] (找到) zhǎo dào <見付ける>
みつける {埽筧|欂筧|尋筧} tìm thấy ◊ find out

채결 [採決] (采决) cǎi jué <採決> さいけつ
{採決} thái quyết ◊ vote; ballot; division

채광 [採鑛] (采矿) cǎikuàng <採掘> さいくつ
{開拓鍱} khai thác mỏ ◊ mining

채광허가증 [採鑛許可證] (采矿许可证) cǎikuàng
xǔkězhèng <採鉱許可証>
さいこうきょかしょう {綿開拓鑛産} giấy khai
thác khoáng sản ◊ mining license

채굴 [採掘] (开采) kāicǎi <採掘> さいくつ
{開拓鍱} khai thác mỏ ◊ mining

채굴권 [採掘權] (采矿权) cǎikuàng quán
<採掘権> さいくつけん {採掘權} thái quật
quyền ◊ extractive rights

채굴순서 [採掘順序] (开采顺序) kāicǎi shùnxù
<採掘順序> さいくつじゅんじょ {次序開拓}
thứ tự khai thác ◊ mining sequence

채권 [債權] (债权) zhàiquán <債権> さいけん
{債權} trái quyền ◊ creditor's rights

채권 [債券] (债券) zhàiquàn <債券> さいけん
{債券} trái khoán ◊ bond

채납 [採納] (采纳) cǎinà <採納> さいのう {採納}
thái nạp ◊ harvesting

채도 [彩度] (彩度) cǎi dù <彩度> さいど {彩度}
thái độ ◊ chroma

채록 [採錄] (采录) cǎilù <採錄> さいろく {採錄}
thái lục ◊ recording

채무 [債務] (债务) zhàiwù <負債> ふさい {嬻敗}
nợ ◊ debt

채벌장 [採伐場] (采伐场) cǎifá cháng <伐採場>
ばっさいじょう {壏儸棧} sân thợ rừng ◊ logging
sites

채색 [彩色] (彩色) cǎisè <彩色> さいしょく {鮏
色} màu sắc ◊ coloring

채석장 [採石場] (采石场) cǎishíchǎng <採石場>
さいせきば {鍱砳} mỏ đá ◊ quarry

채소밭 [菜蔬밭] (菜园) cài yuán <菜園>
さいえん {壏蔓} vườn rau ◊ vegetable garden

채식 [菜食] (菜食) cài shí <菜食> さいしょく
{菜食} thái thực ◊ vegetarian diet

채식주의 [菜食主義] (素食主义) sùshí zhǔyì
<菜食主義> さいしょくしゅぎ
{說餕嚩|說唛齋} thuyết ăn chay ◊ vegetarianism

채용 [採用] (采取) cǎiqǔ <取り入れる>
とりいれる {夕邉} làm theo ◊ adopt

채주 [債主] (债主) zhàizhǔ <債主> さいしゅ
{債主} trái chủ ◊ creditor; debtee

채집 [採集] (采集) cǎijí <採集> さいしゅう
{收拾} thu thập ◊ gathering

채탄 [採炭] (采炭) cǎi tàn <採炭> さいたん
{開拓喋} khai thác than ◊ coal mining

채화 [採火] (采火) cǎi huǒ <採火> さいか {採火}
thái hỏa ◊ lighting a sacred flame by the light of the
Sun

책 [冊] (书) shū <本> ほん {冊} sách ◊ book

책가방 [冊가방] (书包) shūbāo <通学鞄>
つうがくかばん {襬択夡學} túi xách đi học ◊
schoolbag

책동 [策動] (策动) cèdòng <策動> さくどう
{策動} sách động ◊ machinations

책략 [策略] (策略) cèlüè <策略> さくりゃく
{策略} sách lược ◊ tactics

책망 [責望] (责怪) zéguài <咎める> とがめる
{指摘} chỉ trích ◊ blame

책방 [冊房] (书房) shūfáng <冊房> さつぼう {房
冊} phòng sách ◊ study for books

책비 [責備] (责备) zébèi <責備> せきび {責備}
trách bị ◊ blame; chide

책상 [冊牀] (书桌) shūzhuō <机> つくえ
{盤學生} bàn học sinh ◊ classroom desk

책임 [責任] (责任) zérèn <責任> せきにん {責任}
trách nhậm ◊ liability

책임감 [責任感] (责任心) zérènxīn <責任感>
せきにんかん {責任感} trách nhậm cảm ◊
responsibility

책임분담 [責任分擔] (责任分担) zérèn fēndān <責任分担> せきにんぶんたん {妲批責任} chia sẻ trách nhiệm ◊ burden sharing

책임자 [責任者] (负责人) fùzérén <係> かかり {孖負責} người phụ trách ◊ person in charge

책자 [冊子] (册子) cèzi <冊子> さっし {冊弛} sách nhỏ ◊ booklet

책장 [冊橛] (书橱) shūchú <本棚> ほんだな {楲冊|簹冊} tủ sách ◊ bookcase

처결 [處決] (处决) chǔ jué <処決> しょけつ {處決} xứ quyết ◊ execution

처녀 [處女] (处女) chǔnǔ <処女> しょじょ {處女} xứ nữ ◊ virgin

처녀림 [處女林] (处女林) chǔnǔ lín <処女林> しょじょりん {處女林} xứ nữ lâm ◊ virgin forest

처녀막 [處女膜] (处女膜) chǔnǔmó <処女膜> しょじょまく {貞膜} trinh mạc ◊ hymen

처녀작 [處女作] (处女作) chǔnǔzuò <処女作> しょじょさく {處女作} xứ nữ tác ◊ debut works

처녀좌 [處女座] (处女座) chǔnǔ zuò <処女座> しょじょざ {處女} Xử Nữ ◊ Virgo

처녀지 [處女地] (处女地) chǔnǔ dì <処女地> しょじょち {處女地} xứ nữ địa ◊ virgin land

처단 [處斷] (处断) chǔ duàn <処断> しょだん {處斷} xứ đoạn ◊ execution

처량 [凄涼] (凄涼) qīliáng <憂鬱> ゆううつ {凄涼} thê lương ◊ dreariness

처리 [處理] (处理) chǔlǐ <処理> しょり {處理} xứ lý ◊ dispose

처리계획 [處理計劃] (处理计划) chǔlǐ jìhuà <処理計画> しょりけいかく {處理計劃} xử lý kế hoạch ◊ treatment plan

처리능력 [處理能力] (处理能力) chǔlǐ nénglì <処理能力> しょりのうりょく {勻猛處理} sức mạnh xử lý ◊ capacity of treatment

처리장치 [處理裝置] (处理装置) chǔlǐ zhuāngzhì <処理装置> しょりそうち {設備處理} thiết bị xử lý ◊ disposal plant

처마 [一] (房檐) fángyán <軒先> のきさき {厬軒} mái hiên ◊ eaves

처방 [處方] (处方) chǔfāng <処方> しょほう {處方} xứ phương ◊ prescription

처방서 [處方書] (处方) chǔfāng <处方箋> しょほうせん {單檠} đơn thuốc ◊ prescription:

처방전 [處方箋] (处方签) chǔfāng qiān <処方箋> しょほうせん {處方箋} xứ phương tiên ◊ prescription note

처벌 [處罰] (处罚) chǔfá <處罰> しょばつ {處罰} xứ phạt ◊ punish

처분 [處分] (处分) chǔfèn <処分> しょぶん {處分} xứ phân ◊ punishment

처서 [處暑] (处暑) chùshǔ <処暑> しょしょ {處暑} xứ thử ◊ hot weather

처세 [處世] (处世) chǔshì <処世> しょせい {處世} xử thế ◊ conduct of one's life

처소 [處所] (处所) chùsuǒ <処所> しょしょ {處所} xứ sở ◊ location

처음 [一] (第一次) dìyīcì <初め> はじめ {嶺頭先} lần đầu tiên ◊ for the first time

처제 [妻弟] (小姨子) xiǎoyízi <義妹> ぎまい {姉姁} chị dâu ◊ sister-in-law

처참 [處斬] (处斩) chǔ zhǎn <斬首> ざんしゅ {處斬} xứ trảm ◊ beheading

처참 [悽慘] (凄惨) qīcǎn <凄惨だ> せいさんだ {悽慘} thê thảm ◊ miserable

처첩 [妻妾] (妻妾) qīqiè <妻妾> さいしょう {妻妾} thê thiếp ◊ wife concubine

처치 [處置] (处置) chǔzhì <処置> しょち {處置} xử lý ◊ disposal

처형 [處刑] (处刑) chǔxíng <処刑> しょけい {處刑} xứ hình ◊ execution

척골 [尺骨] (尺骨) chǐgǔ <尺骨> しゃっこつ {臂胃} xương trụ ◊ ulna

척도 [尺度] (尺度) chǐdù <尺度> しゃくど {尺度} xích độ ◊ scale

척삭 [脊索] (脊索) jǐsuǒ <脊索> せきさく {脊索} tích tác ◊ notochord

척수 [脊髓] (脊髓) jǐsuǐ <脊髄> せきずい {髓羘} tủy sống ◊ spinal cord

척수염 [脊髓炎] (脊髓炎) jǐsuǐyán <脊髄炎> せきずいえん {脊髓炎} tích tủy viêm ◊ myelitis

척촌 [尺寸] (尺寸) chǐcun <寸法> すんぽう {尺寸} xích thốn ◊ size; measurement

척추 [脊椎] (脊椎) jǐzhuī <脊椎> せきつい {臀羘|臀髒} xương sống ◊ spine

척추골 [脊椎骨] (脊椎骨) jǐzhuīgǔ <脊椎骨> せきついこつ {脊椎骨} tích trùy cốt ◊ vertebra

척추염 [脊椎炎] (脊椎炎) jǐzhuī yán <脊椎炎> せきついえん {脊椎炎} tích trùy viêm ◊ spondylitis

천 [千] (千) qiān <千> せん {釺} nghìn ◊ a thousand

천간 [天干] (天干) tiāngān <天干> てんかん {天干} thiên can ◊ heavenly stems

천갈궁 [天蠍宮] (天蝎座) tiānxiēzuò <天蠍宮> てんかつきゅう {虎蛤} Hổ Cáp ◊ Scorpio

천거 [薦擧] (荐举) jiànjǔ <薦擧> せんきょ {薦擧} tiến cử ◊ recommend

천견 [淺見] (浅见) qiǎnjiàn <浅見> せんけん {淺見} thiển kiến ◊ humble opinion

천계 [天界] (天界) tiān jiè <天界> てんかい {天界} thiên giới ◊ skyline

천고 [千古] (千古) qiāngǔ <千古> せんこ {千古} vĩnh cửu ◊ eternal

천고불역 [千古不易] (千古不易) qiāngǔ bù yì <千古不易> せんこふえき {千古不易} thiên cổ bất dị ◊ eternally unchanging

천공 [穿孔] (穿孔) chuānkǒng <穿孔> せんこう {穿孔} xuyên khổng ◊ perforation

천공 [天空] (天空) tiānkōng <天空> てんくう {天空} thiên không ◊ sky

천구 [天球] (天球) tiānqiú <天球> てんきゅう {天球} thiên cầu ◊ celestial sphere

천국 [天國] (天国) tiānguó <天国> てんごく {天國} thiên quốc ◊ heaven

천군만마 [千軍萬馬] (千军万马) qiān jūn wàn mǎ <千軍万馬> せんぐんばんば {千軍萬馬} thiên quân vạn mã ◊ having experienced in many battles

천궁 [天宮] (天宫) tiāngōng <天宮> てんぐう {天宮} thiên cung ◊ welkin; sky palace

천극 [天極] (天极) tiān jí <天極> てんきょく {天極} thiên cực ◊ celestial pole

천기 [天氣] (天气) tiānqì <天気> てんき {時節} thời tiết ◊ weather

천기불가로 [天機不可露] (天机不可露) tiānjī bùkě lù <天機不可露> てんきふかろ {天機不可露} thiên cơ bất khả lộ ◊ secret cannot be revealed

천년 [千年] (千年) qiān nián <千年> せんねん {千年} thiên niên ◊ thousand years; millennium

천년기 [千年紀] (千年纪) qiān niánjì <千年紀> せんねんき {千年紀} thiên niên kỷ ◊ millennial; millenary

천당 [天堂] (天堂) tiāntáng <天堂> てんどう {天堂} thiên đường ◊ paradise

천라지망 [天羅地網] (天罗地网) tiān luó dì wǎng <天地霞網> あめつちかすみあみ {天羅地網} thiên la địa võng ◊ dragnet

천랑성 [天狼星] (天狼星) tiānlángxīng <天狼星> てんろうせい {天狼星} Thiên Lang Tinh ◊ Sirius

천루 [淺陋] (浅陋) qiǎnlòu <浅陋> せんろう {淺陋} thiển lậu ◊ meager; mean

천리 [千里] (千里) qiān lǐ <千里> せんり {千里} thiên lý ◊ justice a thousand li; a long distance

천리 [天理] (天理) tiānlǐ <天理> てんり {天理} thiên lý ◊ justice of nature

천리난용 [天理難容] (天理难容) tiānlǐ nán róng <天理難容> てんりなんよう {天理難容} thiên lý nan dung ◊ intolerable by the course of nature

천리마 [千里馬] (千里龙马) qiān lǐ lóng mǎ <千里の馬> せんりのうま {千里馬} thiên lý mã ◊ swift horse

천리안 [千里眼] (千里眼) qiānlǐyǎn <千里眼> せんりがん {千里眼} thiên lý nhãn ◊ clairvoyance

천만 [千萬] (千万) qiān wàn <千万> せんばん {千萬} thiên vạn ◊ extremely

천만금 [千萬金] (千万黄金) qiān wàn huángjīn <千万金> せんまんきん {千萬金} thiên vạn kim ◊ tens of millions of gold

천만년 [千萬年] (千万年) qiān wànnián <千万年> せんまんねん {千萬年} thiên vạn niên ◊ tens of millions of years

천만다행 [千萬多幸] (万幸) wàn xìng <多幸> たこう {萬幸} vạn hạnh ◊ fortunately

천만대 [千萬代] (千万代) qiān wàndài <千万代> せんまんだい {千萬代} thiên vạn đại ◊ tens of millions of generations

천만층 [千萬層] (千万层) qiān wàn céng <千万層> せんまんそう {千萬層} thiên vạn tằng ◊ tens of millions of layers

천명 [闡明] (阐明) chǎnmíng <闡明> せんめい {闡明} xiển minh ◊ clarify; explain clearly; enunciation

천명 [天明] (天明) tiānmíng <天明> てんめい {天明} thiên minh ◊ daybreak

천명 [天命] (天命) tiānmìng <天命> てんめい {天命} thiên mệnh ◊ mandate of heaven

천문 [天文] (天文) tiānwén <天文> てんもん {天文} thiên văn ◊ astronomy

천문대 [天文臺] (天文台) tiānwéntái <天文台> てんもんだい {臺天文} đài thiên văn ◊ observatory

천문동 [天門冬] (天门冬) tiānméndōng <天門冬> てんもんどう {天門冬} thiên môn đông ◊ radix asparagi

천문조 [天文潮] (天文潮) tiānwén cháo <天文潮> てんもんしお {水潮天文} thủy triều thiên văn ◊ astronomical tide

천문학 [天文學] (天文学) tiānwénxué <天文学> てんもんがく {天文學} thiên văn học ◊ astronomy

천민 [賤民] (贱民) jiànmín <賤民> せんみん {賤民} tiện dân ◊ lowly people; humble people

천박 [淺薄] (浅薄) qiǎnbó <浅薄> せんぱく {淺薄} thiển bạc ◊ flimsiness; thin; shallow; superficiality

천방백계 [千方百計] (千方百计) qiān fāng bǎi jì <千方百計> せんぽうひゃっけい {千方百計} thiên phương bạch kế ◊ leave no stone unturned; use every conceivable means

천벌 [天罰] (天罚) tiān fá <天罰> てんばつ {天罰} thiên phạt ◊ divine punishment

천변 [天邊] (天边) tiānbiān <天边> てっぺん|てんぺん {天邊} thiên biên ◊ top; horizon; remotest places

천변만화 [千變萬化] (千变万化) qiān biàn wàn huā <千变万化> せんぺんばんか {千變萬化} thiên biến vạn hóa ◊ ever changing

천병만마 [千兵萬馬] (千兵万马) qiān bīng wàn mǎ <千兵万馬> せんぺいばんば {千兵萬馬} thiên binh vạn mã ◊ thousands of soldiers

천부 [天賦] (天赋) tiānfù <天賦> てんぷ {天賦} tài ◊ talent

천분비 [千分比] (千分比) qiān fēn bǐ <千分比> せんぶんひ {千分比} thiên phân tỷ ◊ thousandths

천사 [天使] (天使) tiānshǐ <天使> てんし {天使} thiên sử ◊ angel

천산갑 [穿山甲] (穿山甲) chuānshānjiǎ <穿山甲> せんざんこう {穿山甲} xuyên sơn giáp ◊ pangolin

천산만수 [千山萬水] (千山万水) qiān shān wàn shuǐ <千山万水> せんざんばんすい {千山萬水} thiên sơn vạn thủy ◊ many mountains and rivers

천상 [天象] (天象) tiānxiàng <天象> てんしょう {天象} thiên tượng ◊ astronomical phenomenon

천상인간 [天上人間] (天上人间) tiānshàng rénjiān <天上人間> てんじょうじんかん {天上人間} thiên thượng nhân gian ◊ heaven and earth

천선 [天仙] (天仙) tiānxiān <天仙> てんせん {天仙} thiên tiên ◊ fairy

천성 [天性] (天性) tiānxìng <天性> てんせい {天性} thiên tính ◊ nature

천세 [千歲] (千岁) qiān suì <千歲> ちとせ {千歲} Thiên Tuế ◊ Your Highness

천식 [喘息] (哮喘) xiàochuǎn <喘息> ぜんそく {喘} suyễn ◊ asthma

천식약 [喘息藥] (哮喘药) xiàochuǎnyào <喘息薬> ぜんそくくすり {蘇薜喘} thuốc hen suyễn ◊ asthma medicine

천신 [天神] (天神) tiānshén <天神> てんじん {天神} thần ◊ god

천신만고 [千辛萬苦] (千辛万苦) qiān xīn wàn kǔ <千辛万苦> せんしんばんく {磽轕癏|麿魖吶} nhiều khó khăn ◊ many hardships

천애 [天涯] (天涯) tiānyá <天涯> てんがい {天涯} thiên nhai ◊ end of the world

천애비린 [天涯比隣] (天涯比邻) tiānyá bǐlín <天涯比隣> てんがいひりん {天涯比隣} thiên nhai tỷ lân ◊ feeling as though a dear one faraway as in one's close neighborhood

천애지각 [天涯地角] (天涯地角) tiānyá dì jué <天涯地角> てんがいちかく {天涯地角} thiên nhai địa giác ◊ end of the earth

천언만어 [千言萬語] (千言万语) qiān yán wàn yǔ <千言万語> せんげんばんご {千言萬語} thiên ngôn vạn ngữ ◊ thousands and thousands of words

천연 [天然] (天然) tiānrán <天然> てんねん {天然} thiên nhiên ◊ natural

천연가스 [天然 gas] (天然气) tiānránqì <天然ガス> てんねん gas {氣天然} khí thiên nhiên ◊ natural gas

천연과실 [天然果實] (天然水果) tiānrán shuǐguǒ <天然果実> てんねんかじつ {鞭核自然} trái cây tự nhiên ◊ natural fruits

천연림 [天然林] (天然林) tiānrán lín <天然林> てんねんりん {天然林} thiên nhiên lâm ◊ natural forest

천연미 [天然美] (自然之美) zìrán zhī měi <天然美> てんねんび {天然美} thiên nhiên mỹ ◊ natural beauty

천연비료 [天然肥料] (天然肥料) tiānrán féiliào <天然肥料> てんねんひりょう {爌罘自然} phân bón tự nhiên ◊ natural fertilizers

천연산물 [天然産物] (天然产物) tiānrán chǎnwù <天然産物> てんねんさんぶつ {天産} thiên sản ◊ natural products

천연살충제 [天然殺蟲劑] (天然杀虫剂) tiānrán shāchóngjì <天然殺虫剂> てんねんさっちゅうざい {蘇除螻自然} thuốc trừ sâu tự nhiên ◊ natural insecticide

천연색 [天然色] (天然色) tiānrán sè <天然色> てんねんしょく {天然色} thiên nhiên sắc ◊

natural color

천연섬유 [天然纖維] (天然纤维) tiānrán xiānwéi <天然纖維> てんねんせんい {紕天然} sợi thiên nhiên ◊ natural fiber

천연수질 [天然水質] (天然水质) tiānrán shuǐzhì <天然水質> てんねんすいしつ {質渃自然} chất nước tự nhiên ◊ quality of the natural water

천연지차 [天淵之差] (天渊之差) tiānyuān zhī chā <雲泥の差> うんでいのさ {咯別欸} khác biệt lớn ◊ difference between the abyss

천연초원 [天然草原] (天然草原) tiānrán cǎoyuán <天然草原> てんねんそうげん {晌軲自然} đồng cỏ tự nhiên ◊ natural grassland

천왕 [天王] (天王) tiānwáng <天王> てんのう {天王} thiên vương ◊ king of the sky

천왕성 [天王星] (天王星) tiānwángxīng <天王星> てんのうせい {天王星} Thiên Vương Tinh ◊ Uranus

천은 [天恩] (天恩) tiān ēn <天恩> てんおん {天恩} thiên ân ◊ heavenly grace

천이 [遷移] (迁移) qiānyí <遷移> せんい {遷移} thiên di ◊ migrate

천자 [穿刺] (穿刺) chuāncì <穿刺> せんし {穿刺} xuyên thích ◊ puncture

천자 [天資] (天资) tiānzī <天資> てんし {天資} thiên tư ◊ talent

천자 [天子] (天子) tiānzǐ <天子> てんし {天子} thiên tử ◊ emperor

천자만홍 [千紫萬紅] (千紫万红) qiān zǐ wàn hóng <千紫万紅> せんしばんこう {千紫萬紅} thiên tử vạn hồng ◊ multitude of colors

천장 [天障] (顶棚) dǐngpéng <天井> てんじょう {坣座} trần ◊ ceiling

천장지구 [天長地久] (天长地久) tiāncháng dì jiǔ <天長地久> てんちょうちきゅう {永遠} vĩnh viễn ◊ everlasting

천재 [千載] (千载) qiān zǎi <千載> せんざい {千載} thiên tải ◊ millennium

천재 [天才] (天才) tiāncái <天才> てんさい {天才} thiên tài ◊ talented

천재일시 [千載一時] (千载一时) qiān zǎi yīshí <千載一時> せんざいいちじ {千載一時} thiên tải nhất thì ◊ once in a lifetime; chance of a lifetime

천재일우 [千載一遇] (千载难逢) qiān zǎi nánféng <千載一遇> せんざいいちぐう {千載一遇} thiên tải nhất ngộ ◊ once in a lifetime; golden opportunity; one-in-a-million

천적 [天敵] (天敌) tiāndí <天敵> てんてき {天敵} thiên địch ◊ natural enemy

천정 [天頂] (天顶) tiān dǐng <天頂> てんちょう {天頂} thiên đỉnh ◊ zenith

천정 [天定] (天定) tiān dìng <天定> てんてい {天定} thiên định ◊ be preordained; fix by heaven

천정 [天庭] (天庭) tiāntíng <天庭> てんてい {天庭} thiên đình ◊ heaven

천정각 [天頂角] (天顶角) tiāndǐng jué <天頂角> てんちょうかく {觡天頂} góc thiên đỉnh ◊ zenith angle

천제 [天帝] (天帝) tiāndì <天帝> てんてい {天帝} thiên đế ◊ emperor of heaven

천제 [天際] (天际) tiānjì <天際> てんさい {天際} thiên tế ◊ horizon

천주 [天主] (天主) tiānzhǔ <天主> てんしゅ {天主} Thiên chúa ◊ God; Heaven host

천주교도 [天主教徒] (天主教徒) tiānzhǔjiàotú <天主教徒> てんしゅきょうと {道天主} đạo Thiên chúa ◊ catholic

천주당 [天主堂] (天主堂) tiānzhǔ táng <天主堂> てんしゅどう {天主堂} thiên chủ đường ◊ catholic church

천지 [天地] (天地) tiāndì <天地> てんち {天地} thiên địa ◊ heaven and earth

천지장구 [天地長久] (天地长久) tiāndì chángjiǔ <天地長久> てんちちょうきゅう {天地長久} thiên địa trường cửu ◊ heaven and earth are eternal

천직 [天職] (天职) tiānzhí <天職> てんしょく {天職} thiên chức ◊ sacred task; mission in life

천진난만 [天眞爛漫] (天真烂漫) tiānzhēn lànmàn <天真爛漫> てんしんらんまん {天眞爛漫} thiên chân lạn mạn ◊ innocent; naive; artless

천차만별 [千差萬別] (千差万别) qiān chā wàn bié <千差万別> せんさばんべつ {咯別鐃} khác biệt nhiều ◊ a thousand different

천착 [穿鑿] (穿凿) chuānzáo <穿鑿> せんさく {穿鑿} xuyên tạc ◊ piercing

천창 [天窓] (天窗) tiānchuāng <天窓> てんまど {天窗} thiên song ◊ skylight

천천히 [－] (慢慢地) mànmàn de <ゆっくりと> ゆっくりと {䟢} chậm ◊ slowly

천체 [天體] (天体) tiāntǐ <天体> てんたい {天體} thiên thể ◊ celestial body

천체도 [天體圖] (天体图) tiāntǐ tú <天体図> てんたいず {天圖} thiên đồ ◊ celestial chart

천체망원경 [天體望遠鏡] (天文望远镜) tiānwén

wàngyuǎnjìng　＜天体望遠鏡＞ てんたいぼうえんきょう　{鏡天文}　kính thiên văn ◊ telescope

천추　[千秋]　(千秋)　qiānqiū　＜千秋＞　せんしゅう　{千秋}　thiên thu ◊ thousand years

천추만세　[千秋萬歲]　(千秋万岁)　qiānqiū wànsuì　＜千秋万歲＞　せんしゅうばんざい　{千秋萬歲}　thiên thu vạn tuế ◊ may you live a thousand years

천축　[天竺]　(天竺)　tiānzhú　＜天竺＞　てんじく　{天竺}　Thiên Trúc ◊ Ancient India

천칭좌　[天秤座]　(天秤座)　tiānpíngzuò　＜天秤座＞　てんびんざ　{天秤}　Thiên Bình ◊ Libra

천태만상　[千態萬象]　(千姿百态)　qiān zī bǎi tài ＜千姿万態＞　せんしばんたい　{千姿百態}　thiên tư bách thái ◊ in different poses; with different expressions

천편일률　[千篇一律]　(千篇一律)　qiān piān yīlù ＜千編一律＞　せんぺんいちりつ　{千篇一律}　thiên thiên nhất luật ◊ stereotyped, following the same pattern

천하　[天河]　(天河)　tiānhé　＜天河＞　てんが　{天河}　Thiên Hà ◊ Milky Way

천하　[天下]　(天下)　tiānxià　＜天下＞　てんか　{天下}　thế giới ◊ world

천하무쌍　[天下無雙]　(天下无双)　tiānxià wúshuāng ＜天下無双＞　てんかむそう　{天下無雙}　thiên hạ vô song ◊ unparalleled in the world

천학과문　[淺學寡聞]　(浅学寡闻)　jiān xué guǎ wén ＜浅学寡聞＞　せんがくかぶん　{淺學寡聞}　thiển học quả văn ◊ shallow learning and limited information; being ignorant and badly informed

천해　[淺海]　(浅海)　qiǎnhǎi　＜浅海＞　せんかい　{淺海}　thiển hải ◊ shallow sea

천화　[天花]　(天花)　tiānhuā　＜天花＞　てんげ　{天花}　thiên hoa ◊ smallpox

천황　[天皇]　(天皇)　tiānhuáng　＜天皇＞　てんのう　{天皇}　Thiên Hoàng ◊ Emperor of Japan

천후　[天后]　(天后)　tiān hòu　＜天后＞　てんこう　{天后}　Thiên Hậu ◊ Goddess of Heaven

철각　[凸角]　(凸角)　tū jué　＜凸角＞　とっかく　{凸角}　đột giác ◊ convex angle

철갑　[鐵甲]　(铁甲)　tiějiǎ　＜鉄甲＞　てっこう　{鐵甲}　thiết giáp ◊ armour

철갑모　[鐵甲帽]　(铁甲帽)　tiějiǎ mào　＜鉄帽＞　てつぼう　{㡌鐻}　mũ sắt ◊ iron cap

철강업　[鐵鋼業]　(钢铁业)　gāngtiě yè　＜鉄鋼業＞　てっこうぎょう　{鐵鋼業}　thiết cương nghiệp ◊

iron and steel industry

철거　[撤去]　(撤去)　chè qù　＜撤去＞　てっきょ　{撤去}　triệt khứ ◊ remove

철골　[鐵骨]　(铁骨)　tiě gǔ　＜鉄骨＞　てっこつ　{鐵骨}　thiết cốt ◊ iron bones

철골구조　[鐵骨構造]　(钢铁结构)　gāngtiě jiégòu　＜鉄骨構造＞　てっこつこうぞう　{結構鐻}　kết cấu thép ◊ steel structure

철광　[鐵鑛]　(铁矿)　tiěkuàng　＜鉄鉱＞　てっこう　{鑛鐻}　quặng sắt ◊ iron ore

철광석　[鐵鑛石]　(铁矿石)　tiěkuàngshí　＜鉄鉱石＞　てっこうせき　{鐵鑛石}　thiết khoáng thạch ◊ ironstone

철교　[鐵橋]　(铁桥)　tiě qiáo　＜鉄橋＞　てっきょう　{橋鐻|橋鉄}　cầu sắt ◊ railway bridge

철근　[鐵筋]　(铁筋)　tiě jīn　＜鉄筋＞　てっきん　{鐵筋}　thiết cân ◊ iron rebar

철기시대　[鐵器時代]　(铁器时代)　tiěqì shídài　＜鉄器時代＞　てっきじだい　{時代槌鐻}　thời đại đồ sắt ◊ iron age

철도　[鐵道]　(铁道)　tiědào　＜鉄道＞　てつどう　{蹈鐻|塘鉄}　đường sắt ◊ railroad; railway

철도교　[鐵道橋]　(铁路桥)　tiělù qiáo　＜鉄道橋＞　てつどうはし　{橋蹈鐻|塘鉄}　cầu đường sắt ◊ railway bridge

철도망　[鐵道網]　(铁道网)　tiědào wǎng　＜鉄道網＞　てつどうもう　{鐵道網}　thiết đạo võng ◊ rail network

철도운송　[鐵道運送]　(铁路运输)　tiělù yùnshū　＜鉄道運送＞　てつどううんそう　{運載蹈鐻}　vận tải đường sắt ◊ transportation by rail road

철두철미　[徹頭徹尾]　(彻头彻尾)　chè tóu chè wěi　＜徹頭徹尾＞　てっとうてつび　{徹頭徹尾}　triệt đầu triệt vĩ ◊ through and through; out and out; in every way

철로　[鐵路]　(铁路)　tiělù　＜鉄路＞　てつろ　{鐵路}　thiết lộ ◊ railway

철리　[哲理]　(哲理)　zhélǐ　＜哲理＞　てつり　{哲理}　triết lý ◊ philosophy theory

철면　[凸面]　(凸面)　tūmiàn　＜凸面＞　とつめん　{凸面}　đột diện ◊ convex

철물　[鐵物]　(五金)　wǔjīn　＜金物＞　かなもの　{份豐}　phần cứng ◊ hardware

철물점　[鐵物店]　(五金店)　wǔjīndiàn　＜金物屋＞　かなものや　{㽬㽬金類}　cửa hàng kim loại ◊ hardware store

철병　[撤兵]　(撤兵)　chèbīng　＜撤兵＞　てっぺい

{捽軍} rút quân ◊ withdrawal of troops

철봉 [鐵棒] (铁棒) tiěbàng <鉄棒> てつぼう {鐵棒} thiết bổng ◊ iron crowbar

철선 [鐵線] (铁线) tiě xiàn <鉄線> てっせん {絏鎈} dây thép ◊ iron wire

철수 [撤收] (撤收) chè shōu <撤収> てっしゅう {撤收} triệt thu ◊ withdrawal

철심석장 [鐵心石腸] (铁石心肠) tiě shí xīncháng <鉄心石腸> てっしんせきちょう {鐵心石腸} thiết tâm thạch trường ◊ cold hearted

철야 [徹夜] (彻夜) chèyè <徹夜> てつや {徹夜} triệt dạ ◊ all night

철의장막 [鐵의帳幕] (铁幕) tiěmù <鉄の帳幕> てつのちょうばく {鐵幕} thiết mạc ◊ iron curtain

철인 [哲人] (哲人) zhérén <哲人> てつじん {哲人} triết nhân ◊ philosopher

철자 [綴字] (拼写) pīnxiě <綴る> つづる {揥韻|打韻} đánh vần ◊ tone spelling

철저 [徹底] (彻底) chèdǐ <徹底> てってい {徹底} hoàn toàn ◊ thorough

철제 [鐵蹄] (铁蹄) tiětí <鉄蹄> てってい {鐵蹄} thiết đề ◊ iron hoof

철제 [鐵製] (铁制) tiě zhì <鉄製> てっせい {鐵製} thiết chế ◊ made of iron

철주 [鐵柱] (铁柱) tiě zhù <鉄柱> てっちゅう {鐵柱} thiết trụ ◊ iron pillar

철책 [鐵柵] (铁栅栏) tiě zhàlán <鉄柵> てっさく {行楼鏢} hàng rào sắt ◊ iron fence

철탑 [鐵塔] (铁塔) tiětǎ <鉄塔> てっとう {鐵塔} thiết tháp ◊ metal tower

철통 [鐵桶] (铁桶) tiě tǒng <鉄桶> てっとう {鐵桶} thiết dũng ◊ iron barrel

철퇴 [撤退] (撤退) chètùi <撤退> てったい {撤退} triệt thoái ◊ draw back

철퇴 [鐵槌] (铁槌) tiě chuí <鉄槌> てっつい {鐵槌} thiết chùy ◊ hammer

철판 [鐵板] (铁板) tiěbǎn <鉄板> てっぱん {㤙鏢} tấm sắt ◊ iron plate

철판 [凸版] (凸版) tūbǎn <凸版> とっぱん {凸版} đột bản ◊ letterpress; relief printing

철필판 [鐵筆板] (铁笔板) tiě bǐ bǎn <鉄筆板> てっぴつばん {鐵筆板} thiết bút bản ◊ pencil board

철학 [哲學] (哲学) zhéxué <哲学> てつがく {哲學} triết học ◊ philosophy

철학가 [哲學家] (哲学家) zhéxuéjiā <哲学家> てつがくか {哲學家} triết học gia ◊ philosopher

철학과 [哲學科] (哲学系) zhéxué jì <哲学科> てつがくか {哲學科} triết học khoa ◊ philosophy

철학사 [哲學史] (哲学史) zhéxué shǐ <哲学史> てつがくし {哲學史} triết học sử ◊ history of philosophy

철학자 [哲學者] (哲学家) zhéxuéjiā <哲学者> てつがくしゃ {馭 哲學} người triết học ◊ philosopher

철혈 [鐵血] (铁血) tiě xuè <鉄血> てっけつ {鐵血} thiết huyết ◊ iron-blooded

철회 [撤回] (撤回) chèhuí <撤回> てっかい {撤回} triệt hồi ◊ withdraw

첨가 [添加] (添加) tiānjiā <添加> てんか {顉匬|添匬} thêm vào ◊ add to

첨단 [尖端] (尖端) jiānduān <先端> せんたん {尖端} tiêm đoan ◊ tip

첨병 [尖兵] (尖兵) jiān bīng <先兵> せんぺい {尖兵} tiêm binh ◊ vanguard

첨부파일 [添附파일] (附件) fùjiàn <添付ファイル> てんぷ file {附件} phụ kiện ◊ annex; attachment

첨언밀어 [甜言蜜語] (甜言蜜语) tián yán mìyǔ <甘い言葉> あまいことば {甜言蜜語} điềm ngôn mật ngữ ◊ honeyed words; sweet word

첨예 [尖銳] (尖锐) jiānruì <鋭い> するどい {鉋黝} sắc nhọn ◊ sharp

첨예성 [尖銳性] (尖锐性) jiānruì xìng <尖鋭性> せんえいせい {銳性} nhuệ tính ◊ sharpness

첨채 [甜菜] (甜菜) tiáncài <甜菜> てんさい {甜菜} điềm thái ◊ sugar beet

첩경 [捷徑] (捷径) jiéjìn <捷径> しょうけい {捷徑} tiệp kính ◊ shortcut

첩로 [捷路] (近道) jìndào <近道> ちかみち {壎蹮} lối tắt ◊ shortcut

첩모 [睫毛] (睫毛) jiémáo <睫毛> まつげ {睫毛} tiết mao ◊ eyelash

첩보 [諜報] (谍报) diébào <諜報> ちょうほう {諜報} điệp báo ◊ espionage

첩보원 [諜報員] (谍报员) diébào yuán <諜報員> ちょうほういん {間諜} gián điệp ◊ spy

첩어 [疊語] (迭语) dié yǔ <疊語> じょうご {疊語} điệp ngữ ◊ word by syllable repetition

첩운 [疊韻] (叠韵) dié yùn <疊韻> じょういん {疊韻} điệp vận ◊ duplicating rhyme

첩음 [疊音] (叠音) dié yīn <疊音> じょうおん {疊音} điệp âm ◊ duplicating sound

첫눈 [-] (初雪) chū xuě <初雪> はつゆき

{彐頭先|雪頭先} tuyết đầu tiên ◊ first snow

첫서리 [ㅡ] (初霜) chū shuāng <初霜> はつしも {霜霻頭先} sương giá đầu tiên ◊ first frost

첫인사 [첫人事] (初次问候) chūcì wènhòu <初対面の挨拶> しょたいめんのあいさつ {唓嘲頭先} lời chào đầu tiên ◊ first greeting

첫인상 [첫印象] (第一印象) dì yī yìnxiàng <第一印象> だいいちいんしょう {印象頭先} ấn tượng đầu tiên ◊ first impression

첫째 [ㅡ] (第一) dì yī <第一> だいいち {頭先} đầu tiên ◊ first

첫차 [첫車] (早班车) zǎobān chē <始発> しはつ {車�народ頭先} xe buýt đầu tiên ◊ first departure; first train; first bus

청각 [聽覺] (听觉) tīngjué <聴覚> ちょうかく {聽覺} thính giác ◊ hearing; acoustic perception

청각기관 [聽覺器官] (听觉器官) tīngjué qìguān <聴覚器官> ちょうかくきかん {機關聽覺} cơ quan thính giác ◊ auditory organ

청결 [淸潔] (清洁) qīngjié <清潔> せいけつ {淸潔} thanh khiết ◊ cleanliness

청과물상점 [青果物商店] (蔬菜水果店) shūcài shuǐguǒ diàn <八百屋> やおや {粘鬪蔞果} tiệm bán rau quả ◊ greengrocer

청관 [淸官] (清官) qīngguān <清官> せいかん {淸官} thanh quan ◊ honest and upright official

청교 [淸教] (清教) qīngjiào <清教> せいきょう {淸教} thanh giáo ◊ Puritanism

청교도 [淸教徒] (清教徒) qīngjiàotú <清教徒> せいきょうと {淸教徒} thanh giáo đồ ◊ Puritan

청구 [請求] (请求) qǐngqiú <請求> せいきゅう {求請} cầu thỉnh ◊ petition

청구서 [請求書] (请求书) qǐngqiú shū <請求書> せいきゅうしょ {請求書} thỉnh cầu thư ◊ petition letter

청년 [青年] (青年) qīngnián <青年> せいねん {青年} thanh niên ◊ youth

청동 [青銅] (青铜) qīngtóng <青銅> せいどう {銅鏴} đồng thiếc ◊ bronze

청동기 [青銅器] (青铜器) qīngtóngqì <青銅器> せいどうき {青銅器} thanh đồng khí ◊ bronze

청람 [青藍] (青蓝) qīng lán <青藍> せいらん {青藍} thanh lam ◊ cyan

청량 [淸涼] (清凉) qīngliáng <清涼> せいりょう {淸涼} thanh lương ◊ cool

청력 [聽力] (听力) tīnglì <聴力> ちょうりょく {聽力} thính giác ◊ hearing

청력검사 [聽力檢查] (听力测试) tīnglì cèshì <聴力検査> ちょうりょくけんさ {檢查聽覺} kiểm tra thính giác ◊ hearing test

청력계 [聽力計] (听力计) tīnglì jì <聴力計> ちょうりょくけい {聽力計} thính lực kế ◊ audiometer

청력손실 [聽力損失] (听力损失) tīnglì sǔnshī <聴力損失> ちょうりょくそんしつ {𠅍聽力} mất thính lực ◊ loss of hearing ability

청렴 [淸廉] (清廉) qīnglián <清廉> せいれん {淸廉} thanh liêm ◊ incorruptness

청렴결백 [淸廉潔白] (清廉洁白) qīnglián jiébái <清廉潔白> せいれんけっぱく {淸廉潔白} thanh liêm khiết bạch ◊ rectitude

청록 [青綠] (青绿) qīnglǜ <青緑> あおみどり {青綠} xanh lục ◊ green plants

청루 [青樓] (青楼) qīnglóu <青楼> せいろう {青樓} thanh lâu ◊ whorehouse

청류 [淸流] (清流) qīng liú <清流> せいりゅう {淸流} thanh lưu ◊ clear stream

청문 [聽聞] (听证) tīng zhèng <聴聞> ちょうもん {聽覺} thính giác ◊ hearing

청바지 [青바지] (牛仔裤) niúzǎikù <ジーンズ> jeans {裙補} quần bò ◊ jeans

청백 [淸白] (清白) qīngbái <清白> せいはく {淸白} thanh bạch ◊ innocent

청빈 [淸貧] (清贫) qīngpín <清貧> せいひん {淸貧} thanh bần ◊ poor

청사 [青史] (青史) qīngshǐ <青史> せいし {青史} thanh sử ◊ annals of history

청사 [廳舍] (厅舍) tīng shě <庁舎> ちょうしゃ {廳舍} sảnh xá ◊ hall; house

청사진 [青寫眞] (蓝图) lántú <青写真> あおじゃしん {𥱬設計} tờ thiết kế ◊ blue print

청산 [青山] (青山) qīngshān <青山> あおやま {青山} đỉnh lâu đài ◊ castle peak

청산 [淸算] (清算) qīngsuàn <清算> せいさん {淸算} thanh lý ◊ liquidation

청산유수 [青山流水] (行云流水) háng yún liúshuǐ <行雲流水> こううんりゅうすい {行雲流水} hành vân lưu thủy ◊ flowing water

청색 [青色] (蓝色) lánsè <青色> あおいろ {𩚵𩇢藍} màu xanh lam ◊ blueness

청소 [淸掃] (清扫) qīngsǎo <清掃> せいそう {抉抉} quét ◊ cleaning; sweep

청소년 [青少年] (青少年) qīngshàonián <青少年> せいしょうねん {青少年} thanh thiếu niên ◊

juvenile; youth

청소도구 [淸掃道具] (清洁工具) qīngjiégōng jù <掃除用品> そうじようひん {用具夕疃} dụng cụ làm sạch ◊ cleaning utensils

청소부 [淸掃夫] (清扫工) qīngsǎo gōng <掃除人> そうじにん {臥抶覺} người quét rác ◊ janitor; cleaner

청소장치 [淸掃裝置] (清扫设备) qīngsǎo shèbèi <淸掃裝置> せいそうそうち {設備夕疃} thiết bị làm sạch ◊ cleaning equipment

청소차 [淸掃車] (清扫车) qīngsǎochē <淸掃車> せいそうしゃ {淸掃車} thanh tảo xa ◊ sweeper

청수 [淸水] (清水) qīngshuǐ <淸水> しみず {淸水} thanh thủy ◊ clean water

청수 [淸秀] (清秀) qīngxiù <淸秀> せいしゅう {淸秀} thanh tú ◊ comely

청순 [淸純] (清纯) qīng chún <淸純> せいじゅん {淸純} thanh thuần ◊ purity

청신 [淸新] (清新) qīngxīn <淸新> せいしん {淸新} thanh tân ◊ freshen

청심 [淸心] (清心) qīng xīn <淸心> せいしん {淸心} thanh tâm ◊ pure heart

청아 [淸雅] (清雅) qīngyǎ <淸雅> せいが {淸雅} thanh nhã ◊ elegant

청우계 [晴雨計] (晴雨计) qíng yǔ jì <晴雨計> せいうけい {晴雨計} tình vũ kế ◊ barometer

청운 [靑雲] (青云) qīngyún <靑雲> せいうん {靑雲} thanh vân ◊ high official position

청원 [請願] (请愿) qǐngyuàn <請願> せいがん {表情} biểu tình ◊ petition

청음 [淸音] (清音) qīngyīn <淸音> せいおん {淸音} thanh âm ◊ voiceless sound

청자 [靑磁] (青磁) qīng cí <靑磁> せいじ {靑磁} thanh từ ◊ celadon

청정 [淸淨] (清净) qīngjìng <淸淨> せいじょう {淸淨} sạch ◊ clean

청정공기 [淸淨空氣] (清洁空气) qīngjié kōngqì <清净空気> せいじょうくうき {夕疃空氣} làm sạch không khí ◊ clean air

청정기술 [淸淨技術] (清洁技术) qīngjié jìshù <淸淨技術> せいじょうぎじゅつ {工藝疃} công nghệ sạch ◊ clean technology

청정도 [淸淨度] (清洁度) qīngjié dù <淸淨度> せいじょうど {度疃} độ sạch ◊ cleanliness

청정도 등급 [淸淨度 等級] (洁净度等级) jiéjìng dù dēngjí <淸淨度等級> せいじょうどとうきゅう {欞度瀝汢} mức độ

sạch sẽ ◊ cleanliness class

청정발전소 [淸淨發電所] (清洁电站) qīngjié diànzhàn <清净発電所> せいじょうはつでんしょ {夼檟電疃} nhà máy điện sạch ◊ clean power station

청정생산 [淸淨生産] (清洁生产) qīngjié shēngchǎn <清净生产> せいじょうせいさん {産出疃} sản xuất sạch ◊ clean production

청정수 [淸淨水] (清洁水) qīngjié shuǐ <淸淨水> せいじょうすい {淸淨水} thanh tịnh thủy ◊ purify the water

청정에너지 [淸淨 energy] (清洁能源) qīngjié néngyuán <清净エネルギー> せいじょう energy {能量疃} năng lượng sạch ◊ pollution-free energy

청정유역 [淸淨流域] (清水流域) qīngshuǐ liúyù <清净流域> せいじょうりゅういき {流域瀧疃} lưu vực sông sạch ◊ clean water shed

청정작용 [淸淨作用] (净化作用) jìnghuà zuòyòng <清净作用> せいじょうさよう {作用淸潊} tác dụng thanh lọc ◊ cleaning action

청정지역 [淸淨地域] (清洁地区) qīngjié dìqū <淸淨地域> せいじょうちいき {夕疃區域} làm sạch khu vực ◊ blue belt

청조 [淸朝] (清朝) qīngcháo <淸朝> せいちょう {滿淸} Mãn Thanh ◊ Qing Dynasty

청중 [聽衆] (听众) tīngzhòng <聽取者> ちょうしゅしゃ {聽者} thính giả ◊ audience; radio listener

청진 [聽診] (听诊) tīng zhěn <聽診> ちょうしん {聽診} thính chẩn ◊ auscultate

청진기 [聽診器] (听诊器) tīngzhěnqì <聽診器> ちょうしんき {甕瞃} ống nghe ◊ stethoscope

청징 [淸澄] (清澄) qīngchéng <淸澄> せいちょう {淸澄} thanh trừng ◊ clear

청천 [靑天] (青天) qīngtiān <靑天> せいてん {靑天} bầu trời xanh ◊ blue sky

청천 [晴天] (晴天) qíngtiān <晴天> せいてん {盃曤} trời nắng ◊ fine weather

청초 [靑草] (青草) qīngcǎo <靑草> あおくさ {靑草} thanh thảo ◊ green grass

청초 [淸楚] (清楚) qīngchu <クリア> clear {触齣} trong ◊ clear

청춘 [靑春] (青春) qīngchūn <靑春> せいしゅん {靑春} thanh xuân ◊ youth

청춘기 [靑春期] (青春期) qīngchūnqī <靑春期> せいしゅんき {靑春期} thanh xuân kỳ ◊ puberty

청취 [聽取] (听取) tīngqǔ <聽取> ちょうしゅ

{聽取} thính thủ ◊ listen

청풍 [淸風] (清风) qīngfēng <淸風> せいふう {淸風} thanh phong ◊ breeze

청풍명월 [淸風明月] (清风明月) qīngfēng míngyuè <淸風明月> せいふうめいげつ {淸風明月} thanh phong minh nguyệt ◊ see the view and think of a friend

청하다 [請하다] (请) qǐng <乞う> こう {求吁} cầu xin ◊ beg

청한 [淸閑] (清闲) qīngxián <淸閑> せいかん {淸閑} thanh nhàn ◊ leisure

청향 [淸香] (清香) qīngxiāng <淸香> せいこう {淸香} thanh hương ◊ delicate fragrance

청혼 [請婚] (求婚) qiúhūn <プロポーズ> propose {求婚} cầu hôn ◊ marriage propose

체가 [遞加] (递加) dì jiā <添加> てんか {附加} phụ gia ◊ increase by degrees

체감 [遞減] (递减) dìjiǎn <遞減> ていげん {累減} lũy giảm ◊ degressive

체강 [體腔] (体腔) tǐqiāng <体腔> たいこう {體腔} thể khang ◊ body cavity

체격 [體格] (体格) tǐgé <体格> たいかく {體格} thể cách ◊ body physique

체결 [締結] (缔结) dìjié <締結> ていけつ {締結} đế kết ◊ concluded

체계 [體系] (体系) tǐxì <体系> たいけい {系統} hệ thống ◊ system

체내 [體內] (体内) tǐnèi <体内> たいない {體內} thể nội ◊ inside body

체득 [體得] (体会) tǐhuì <体得> たいとく {體會} thể hội ◊ experience

체력 [體力] (体力) tǐlì <体力> たいりょく {體力} thể lực ◊ physical strength

체력쇠약 [體力衰弱] (体力衰弱) tǐlì shuāiruò <体力衰弱> たいりょくすいじゃく {減力} giảm lực ◊ physical weakness

체류 [滯留] (滞留) zhìliú <滯留> たいりゅう {滯留} trệ lưu ◊ stranded

체류시간 [滯留時間] (停留时间) tíngliú shíjiān <滯留時間> たいりゅうじかん {時間留住} thời gian lưu trú ◊ residence time

체면 [體面] (体面) tǐmiàn <体面> たいめん {體面} thể diện ◊ decent

체면을 잃다 [體面을 잃다] (丢人) diūrén <面子を潰す> めんつをつぶす {秩稱} mất mặt ◊ lose face

체면을 차리다 [體面을 차리다] (爱面子) àimiànzi <体面を選ぶ> たいめんをえらぶ {造稱} tạo mặt ◊ be sensitive about one's reputation

체모 [體毛] (体毛) tǐ máo <体毛> たいもう {體毛} thể mao ◊ body hair

체모 [體貌] (体貌) tǐmào <体貌> たいぼう {體貌} thể mạo ◊ appearance

체벌 [體罰] (体罚) tǐfá <体罰> たいばつ {體罰} thể phạt ◊ corporal punishment

체액 [體液] (体液) tǐyè <体液> たいえき {液肌體} dịch cơ thể ◊ body fluid

체약 [締約] (缔约) dìyuē <締約> ていやく {結約} kết ước ◊ contract; sign a treaty

체약국 [締約國] (缔约国) dìyuēguó <締約国> ていやくこく {締約國} đế ước quốc ◊ contracting state

체온 [體溫] (体温) tǐwēn <体温> たいおん {體溫} thể ôn ◊ body temperature

체온계 [體溫計] (体温计) tǐwēnjì <体温計> たいおんけい {體溫計} thể ôn kế ◊ thermometer

체외 [體外] (体外) tǐ wài <体外> たいがい {體外} thể ngoại ◊ vitro

체육 [體育] (体育) tǐyù <体育> たいいく {體育} thể dục ◊ physical education

체육관 [體育館] (体育馆) tǐyùguǎn <体育館> たいいくかん {房習體育} phòng tập thể dục ◊ gymnasium

체육부 [體育部] (体育部) tǐyù bù <体育部> たいいくぶ {體育部} thể dục bộ ◊ ministry of sports

체육상 [體育賞] (体育奖) tǐyù jiǎng <体育賞> たいいくしょう {體育賞} thể dục thưởng ◊ sports awards

체육체조 [體育體操] (体育体操) tǐyù tǐcāo <体育体操> たいいくたいそう {體育體操} thể dục thể thao ◊ physical gymnastics

체장 [體長] (体长) tǐ cháng <体長> たいちょう {體長} thể trường ◊ length

체재 [體裁] (体裁) tǐcái <格式> かくしき {體裁} thể tài ◊ genre

체재시간 [滯在時間] (停留时间) tíngliú shíjiān <滯在時間> たいざいじかん {時間留住} thời gian lưu trú ◊ staying time

체적 [體積] (体积) tǐjī <体積> たいせき {體積} thể tích ◊ cubic volume

체제 [體制] (体制) tǐzhì <体制> たいせい {系統} hệ thống ◊ system

체조 [體操] (体操) tǐcāo <体操> たいそう {體操} thể thao ◊ gymnastics

체중 [體重] (体重) tǐzhòng <体重> たいじゅう {體重} thể trọng ◊ body weight

체중증가 [體重增加] (体重增加) tǐzhòng zēngjiā <体重增加> たいじゅうぞうか {增重} tăng trọng ◊ gain body weight

체증 [遞增] (递增) dìzēng <遞增> ていぞう {遞增} đệ tăng ◊ gradual increase

체질 [體質] (体质) tǐzhì <體質> たいしつ {體質} thể chất ◊ physique

체취 [體臭] (体臭) tǐ chòu <体臭> たいしゅう {體臭} thể xú ◊ body odor

체포 [逮捕] (逮捕) dàibǔ <逮捕> たいほ {扒抔} bắt ◊ arrest

체험 [體驗] (体验) tǐyàn <體驗> たいけん {體驗} thể nghiệm ◊ experience

체현 [體現] (体现) tǐxiàn <体現> たいげん {體現} thể hiện ◊ embodiment

체형 [體形] (体型) tǐxíng <体型> たいけい {體型} kiểu somatotype ◊ somatotype

체형 [體型] (身形) shēnxíng <身形> みなり {身形} thân hình ◊ outfit

초 [秒] (秒) miǎo <秒> びょう {晻} giây ◊ second

초가을 [初가을] (初秋) chūqiū <初秋> しょしゅう {頭齤秋|頭霧秋} đầu mùa thu ◊ early autumn

초가집 [草家집] (茅草屋) máocǎowū <茅葺き屋> かやぶきや {岮羜|岮荸|茹荸} nhà tranh ◊ thatched cottage

초간 [初刊] (初刊) chū kān <初刊> しょかん {初刊} sơ san ◊ first published

초감각 [超感覺] (超感觉) chāo gǎnjué <超感覚> ちょうかんかく {超感} siêu cảm ◊ super feeling

초견 [初見] (初见) chū jiàn <初見> しょけん {初見} sơ kiến ◊ first look

초고 [草稿] (草稿) cǎogǎo <草稿> そうこう {草稿} thảo cảo ◊ draft

초고 [初稿] (初稿) chūgǎo <初稿> しょこう {初稿} sơ cảo ◊ first draft; rough manuscript

초고온 [超高溫] (超高温) chāo gāowēn <超高温> ちょうこうおん {超高溫} siêu cao ôn ◊ ultra-high temperatures

초과 [超過] (超过) chāoguò <超過> ちょうか {躐過|越過} vượt qua ◊ excess; surplus; exceed

초과근무 [超過勤務] (加班) jiābān <残業> ざんぎょう {多閞除} làm ngoài giờ ◊ overtime

work

초과수하물 [超過手荷物] (超重行李) chāozhòng xíngli <超過荷物> ちょうかにもつ {行李過跼} hành lý quá cước ◊ excess baggage

초과인출 [超過引出] (超额提款) chāo'é tíkuǎn <超過引き出し> ちょうかひきだし {捽錢過欙} rút tiền quá mức ◊ overdraft

초과할당 [超過割當] (过度分配) guòdù fēnpèi <超過割当> ちょうかわりあて {分配過欙} phân phối quá mức ◊ over allocation

초군 [超群] (超群) chāoqún <超群> ちょうぐん {超群} siêu quần ◊ outstanding

초급 [初級] (初级) chūjí <初級> しょきゅう {初級} sơ cấp ◊ junior

초기 [初期] (初期) chūqī <初期> しょき {初期} sơ kỳ ◊ infancy

초기모델 [初期 model] (初始模型) chūshǐ móxíng <始作品> しさくひん {模型聶頭} mô hình ban đầu ◊ pilot model

초년 [初年] (初年) chūnián <初年> しょねん {初年} sơ niên ◊ first year

초단 [初段] (初段) chū duàn <初段> しょだん {初段} sơ đoạn ◊ first stage

초단파 [超短波] (超短波) chāoduǎnbō <超短波> ちょうたんぱ {超短波} siêu đoản ba ◊ ultrashort wave

초당 [草堂] (茅庐) máolú <草堂> そうどう {茅廬} mao lư ◊ thatched cottage

초대 [招待] (招待) zhāodài <招待> しょうたい {招待} chiêu đãi ◊ entertain; reception

초대장 [招待狀] (请帖) qǐngtiě <招待状> しょうたいじょう {罟呱} tờ mời ◊ invitations

초대형 [超大型] (巨型) jùxíng <超大型> ちょうおおがた {孔露} khổng lồ ◊ mega; extra-large

초도 [草圖] (草图) cǎotú <略図> りゃくず {略圖} lược đồ ◊ sketch map

초도 [超度] (超度) chāodù <超度> ちょうど {超度} siêu độ ◊ release souls from suffering

초동 [初冬] (初冬) chūdōng <初冬> しょとう {頭齤冬|頭霧冬} đầu mùa đông ◊ beginning of winter

초두 [初頭] (初头) chū tóu <初頭> しょとう {初頭} sơ đầu ◊ beginning

초등 [超等] (超等) chāoděng <超等> ちょうとう {超等} siêu đẳng ◊ superior; of superior grade; extra fine

초등 [初等] (初等) chūděng <初等> しょとう

{初等} 소 đẳng ◊ elementary

초등학교 [初等學校] (初等学校) chūděng xuéxiào
<初等学校> しょとう {塲學初等; 塲 小 學}
trường học sơ đẳng; trường tiểu học ◊ elementary
school

초려 [焦慮] (焦虑) jiāolù <焦慮> しょうりょ
{焦慮} tiêu lự ◊ anxiety

초련 [初戀] (初恋) chūliàn <初恋> はつこい
{初戀} sơ luyến ◊ first love

초로 [草露] (草露) cǎo lù <草露> そうろ {草露}
thảo lộ ◊ grass dew

초록 [抄錄] (抄录) chāolù <抄録> しょうろく
{抄錄} sao lục ◊ copy

초리 [草履] (草履) cǎo lǚ <草履> ぞうり {草履}
thảo lý ◊ sandals

초멸 [剿滅] (剿灭) jiǎomiè <剿滅> そうめつ
{剿滅} tiễu diệt ◊ annihilation

초목 [草木] (草木) cǎomù <草木> そうもく
{草木} thảo mộc ◊ vegetation

초미 [焦眉] (焦眉) jiāo méi <焦眉> しょうび
{急迫} cấp bách ◊ urgency

초밥 [醋밥] (寿司) shòusī <寿司> すし {鮨捲酥}
cơm cuộn chua ◊ sushi; dishes made with vinegared
rice

초범 [初犯] (初犯) chūfàn <初犯> しょはん
{初犯} sơ phạm ◊ first offender; committed for the
first time

초병 [哨兵] (哨兵) shàobīng <哨兵> しょうへい
{㪽擱} lính gác ◊ sentinel

초보 [初步] (初步) chūbù <初步> しょほ {初步}
sơ bộ ◊ preliminary

초보가공 [初步加工] (初步加工) chūbù jiāgōng
<初步加工> しょほかこう {初製} sơ chế ◊
subject something to preliminary treatment

초보결과 [初步結果] (初步结果) chūbù jiēguǒ
<初步結果> しょほけっか {初果} sơ quả ◊
preliminary result

초본 [草本] (草本) cǎoběn <草本> そうほん
{草本} thảo bản ◊ herbs

초본 [抄本] (抄本) chāoběn <抄本> しょうほん
{抄本} sao bản ◊ abridgement; book of selections

초본 [初本] (初本) chū běn <原本> げんぽん
{初本} sơ bản ◊ original version

초봄 [初봄] (初春) chū chūn <初春> しょしゅん
{頭蟄春|頭幕春} đầu mùa xuân ◊ early spring

초부 [樵夫] (樵夫) qiáofū <樵夫> しょうふ
{樵夫} tiều phu ◊ woodcutter

초빙 [招聘] (招聘) zhāopìn <招聘> しょうへい
{選募} tuyển mộ ◊ advertise job offers; wanted

초사 [抄寫] (抄写) chāoxiě <抄写> しょううつし
{抄寫} sao tả ◊ copy

초산 [醋酸] (醋酸) cùsuān <醋酸> さくさん
{醋酸} thố toan ◊ acetate

초산 [硝酸] (硝酸) xiāosuān <硝酸> しょうさん
{硝酸} tiêu toan ◊ nitric acid

초산염 [硝酸鹽] (硝酸盐) xiāosuānyán <硝酸盐>
しょうさんしお {硝酸鹽} tiêu toan diêm ◊
nitrate

초산은 [硝酸銀] (硝酸银) xiāosuān yín <硝酸银>
しょうさんぎん {硝酸銀} tiêu toan ngân ◊ silver
nitrate

초상 [肖像] (肖像) xiàoxiàng <肖像> しょうぞう
{眞容} chân dung ◊ portrait

초색 [草色] (草色) cǎo sè <草色> くさいろ
{草色} thảo sắc ◊ grass color

초생 [初生] (初生) chūshēng <初生> しょせい
{初生} sơ sinh ◊ newborn

초서 [草書] (草书) cǎoshū <草書> そうしょ
{草書} thảo thư ◊ cursive calligraphy

초석 [硝石] (硝石) xiāoshí <硝石> しょうせき
{硝石} tiêu thạch ◊ saltpeter

초선 [初選] (初选) chūxuǎn <初選> しょせん
{初選} sơ tuyển ◊ primary election

초성 [初聲] (初声) chū shēng <初声> うぶごえ
{初聲} sơ thanh ◊ initial consonant

초세 [超世] (超世) chāo shì <超世> ちょうせ
{超世} siêu thế ◊ super world

초속 [超俗] (超俗) chāo sú <超俗> ちょうぞく
{超俗} siêu tục ◊ ultra-profane

초속 [初速] (初速) chū sù <初速> しょそく
{初速} sơ tốc ◊ initial velocity

초속 [秒速] (秒速) miǎo sù <秒速> びょうそく
{每眰} mỗi giây ◊ per second

초승달 [初生달] (新月) xīnyuè <新月> しんげつ
{胺蟻鎌} trăng lưỡi liềm ◊ crescent moon

초식 [草食] (草食) cǎoshí <草食> そうしょく
{草食} thảo thực ◊ herbivorous

초식동물 [草食動物] (草食动物) cǎoshí dòngwù
<草食動物> そうしょくどうぶつ {動物草食}
động vật thảo thực ◊ herbivore

초심 [初審] (初审) chūshěn <初審> しょしん
{初審} sơ thẩm ◊ preliminary review

초심고려 [焦心苦慮] (焦心苦虑) jiāo xīn kǔ lù
<焦心苦慮> しょうしんくりょ {焦心苦慮}

tiêu tâm khổ lự ◊ anxious

초안 [草案] (草案) cǎo'àn <草案> そうあん {預草} dự thảo ◊ draft

초야 [初夜] (初夜) chūyè <初夜> しょや {初夜} sơ dạ ◊ first night

초약 [草藥] (草药) cǎoyào <草薬> そうやく {草藥} thảo dược ◊ herbal medicine

초여름 [初여름] (初夏) chūxià <初夏> はつなつ {頭𣈜𣌋} đầu mùa hè ◊ early summer

초연 [超然] (超然) chāo rán <超然> ちょうぜん {超然} siêu nhiên ◊ aloof

초연 [初演] (初演) chū yǎn <初演> しょえん {初演} sơ diễn ◊ premiere

초연 [悄然] (悄然) qiǎorán <悄然> しょうぜん {悄然} thiêu nhân ◊ quietly

초엽 [草葉] (草叶) cǎo yè <草葉> くさば {草葉} thảo diệp ◊ grass leaves

초원 [草原] (草原) cǎoyuán <草地> くさち {𣹕𦹵|垌𦹵} đồng cỏ ◊ meadow

초원계획 [草原計劃] (草原规划) cǎoyuán guīhuà <草原計画> そうげんけいかく {規劃𣹕𦹵} quy hoạch đồng cỏ ◊ planning of grassland

초원기후 [草原氣候] (草原气候) cǎoyuán qìhòu <草原気候> そうげんきこう {氣候草原} khí hậu thảo nguyên ◊ grassland climate

초원사막화 [草原沙漠化] (草地沙化) cǎodì shā huā <草原沙漠化> そうげんさばくか {𣹕𦹵𡋥化} đồng cỏ cát hóa ◊ grassland desertification

초원생태계 [草原生態系] (草地生态系统) cǎodì shēngtàixì tǒng <草原生態系> そうげんせいたいけい {系生態𣹕𦹵} hệ sinh thái đồng cỏ ◊ grassland ecosystem

초월 [超越] (超越) chāoyuè <超越> ちょうえつ {超越} siêu việt ◊ surpass; exceed; transcend

초음속 [超音速] (超音速) chāoyīnsù <超音速> ちょうおんそく {超音速} siêu âm tốc ◊ supersonic speed

초음파 [超音波] (超声波) chāoshēngbō <超音波> ちょうおんぱ {超音波} siêu âm ba ◊ ultrasound wave

초인 [超人] (超人) chāorén <超人> ちょうじん {超人} siêu nhân ◊ superman

초인종 [招人鐘] (门铃) ménlíng <ドアベル> doorbell {鐘𨷯} chuông cửa ◊ doorbell

초일 [初日] (初日) chū rì <初日> はつひ {初日} sơ nhật ◊ first day

초임 [初任] (初任) chū rén <初任> しょにん {初任} sơ nhậm ◊ initial appointment

초자아 [超自我] (超自我) chāo zìwǒ <超自我> ちょうじが {超我} siêu ngã ◊ superego

초자연 [超自然] (超自然) chāo zìrán <超自然> ちょうしぜん {超自然} siêu tự nhiên ◊ supernatural

초저녁 [初저녁] (入夜) rùyè <初夜> しょや {𠓨𣊿𣋁} vào chiều tối ◊ first watch of the night; bridal night; at nightfall

초저황 [超低黃] (低硫磺) dī liúhuáng <超低黄> ちょうていおう {硫磺𤲂} lưu huỳnh thấp ◊ ultra-low sulfur

초절 [超絕] (超绝) chāojué <超絶> ちょうぜつ {超絕} siêu tuyệt ◊ superb

초점 [焦點] (焦点) jiāodiǎn <焦点> しょうてん {焦點} tiêu điểm ◊ focus

초점거리 [焦點距離] (焦距) jiāojù <焦点距離> しょうてんきょり {焦距} tiêu cự ◊ focal length

초정 [哨艇] (哨艇) shào tǐng <哨艇> しょうてい {艚巡剿} tàu tuần tiễu ◊ vedette boat

초조 [初潮] (初潮) chūcháo <初潮> しょちょう {初潮} sơ triều ◊ first menstruation

초조 [焦燥] (焦躁) jiāozào <焦燥> しょうそう {少堅忍} thiếu kiên nhẫn ◊ impatience; irritation; frustration

초지 [草地] (草地) cǎodì <草地> くさち {𣹕𦹵𤞻} đồng cỏ dại ◊ forb rangeland

초집 [招集] (招集) zhāojí <招集> しょうしゅう {招集} chiêu tập ◊ recruitment

초청 [招請] (邀请) yāoqǐng <招く> まねく {𠸦𠶆𠽖} mời ◊ invite

초청장 [招請狀] (请柬) qǐngjiǎn <招待券> しょうたいけん {柬帖} giản thiếp ◊ invitation card

초체 [草體] (草体) cǎotǐ <草体> そうたい {草體} thảo thể ◊ cursive script

초출 [初出] (初出) chū chū <初出> しょしゅつ {初出} sơ xuất ◊ originally published

초침 [秒針] (秒针) miǎozhēn <秒針> びょうしん {秒針} miểu châm ◊ second hand

초탈 [超脫] (超脱) chāotuō <超脱> ちょうだつ {超脫} siêu thoát ◊ transcendency; detachment

초토 [焦土] (焦土) jiāotǔ <焦土> しょうど {焦土} tiêu thổ ◊ scorched earth

초판 [初版] (初版) chū bǎn <初版> しょはん {初版} sơ bản ◊ first edition

초학 [初學] (初学) chū xué <初学> しょがく
{初學} sơ học ◊ beginner

초학자 [初學者] (初学者) chūxuézhě <初学者>
しょがくしゃ {尳初學} người sơ học ◊ beginner

초현실 [超現實] (超现实) chāo xiànshí <超現実>
ちょうげんじつ {超實} siêu thực ◊ super real

초혜 [草鞋] (草鞋) cǎoxié <草鞋> わらじ {蹻秸}
dép rơm ◊ straw sandals

초혼 [初婚] (初婚) chū hūn <初婚> しょこん
{初婚} sơ hôn ◊ first marriage

초혼 [招魂] (招魂) zhāohún <招魂> しょうこん
{招魂} chiêu hồn ◊ necromancy

초회 [初回] (初回) chū huí <初回> しょかい
{初回} sơ hồi ◊ first time

촉각 [觸角] (触角) chùjiǎo <触角> しょっかく
{觸角} xúc giác ◊ antenna; tentacle

촉각 [觸覺] (触觉) chùjué <触覚> しょっかく
{觸覺} xúc giác ◊ sense of touch

촉각기관 [觸覺器官] (触觉器官) chùjué qìguān
<触覚器官> しょっかくきかん {機關觸覺} cơ
quan xúc giác ◊ tactile organ

촉감 [觸感] (触感) chù gǎn <触感> しょっかん
{觸感} xúc cảm ◊ tactile feel

촉경생정 [觸景生情] (触景生情) chù jǐng shēng
qíng <触景生情> ふれけいせいじょう {感景}
cảm cảnh ◊ a scene recalling memories

촉동 [觸動] (触动) chùdòng <触れる> ふれる
{觸動} xúc động ◊ touch

촉매가열기 [觸媒加熱器] (催化加热器) cuīhuà
jiārè qì <触媒加熱器> しょくばいかねつき
{槐炷觸作} máy sưởi xúc tác ◊ catalytic heater

촉매금속 [觸媒金屬] (催化金属) cuīhuà jīnshǔ
<触媒金属> しょくばいきんぞく {金類觸作}
kim loại xúc tác ◊ catalytic metal

촉매독 [觸媒毒] (催化毒物) cuīhuà dúwù
<触媒毒> しょくばいどく {質毒觸作} chất
độc xúc tác ◊ catalytic poison

촉매분해 [觸媒分解] (催化分解) cuīhuà fēnjiě
<触媒分解> しょくばいぶんかい {分離觸作}
phân ly xúc tác ◊ catalytic decomposition

촉매연소 [觸媒燃燒] (催化燃烧) cuīhuà ránshāo
<触媒燃焼> しょくばいねんしょう {熖炷觸作}
đốt cháy xúc tác ◊ catalyzed combustion

촉매연소기 [觸媒燃燒器] (催化燃烧炉) cuīhuà
ránshāo lú <触媒燃焼器>
しょくばいねんしょうき {爐熖觸作} lò đốt xúc
tác ◊ catalytic combustion burner

촉매재생기 [觸媒再生機] (催化剂再生器)
cuīhuàjì zàishēng qì <触媒再生機>
しょくばいさいせいき {再造質觸作} tái tạo
chất xúc tác ◊ catalyst regenerator

촉매전화 [觸媒轉化] (催化剂转换) cuīhuàjì
zhuǎnhuàn <触媒転化> しょくばいてんか
{轉㘺質觸作} chuyển đổi chất xúc tác ◊ catalyst
conversion

촉매제 [觸媒劑] (催化剂) cuīhuàjì <触媒>
しょくばい {質促作} chất xúc tác ◊ catalyst

촉매활성 [觸媒活性] (催化剂法) cuīhuàjì fǎ
<触媒活性> しょくばいかっせい {方法觸作}
phương pháp xúc tác ◊ catalyst act

촉발 [觸發] (触发) chùfā <触発> しょくはつ
{挑激} khiêu khích ◊ provocation

촉성 [促成] (促成) cùchéng <促成> そくせい
{促成} xúc thành ◊ urging

촉수 [觸手] (触手) chùshǒu <触手> しょくしゅ
{觸手} xúc thủ ◊ tentacle

촉수 [觸鬚] (触须) chùxū <触鬚> しょくしゅ
{觸鬚} xúc tu ◊ barbel; barb; palp; palpus

촉진 [觸診] (触诊) chù zhěn <触診> しょくしん
{觸診} xúc chẩn ◊ palpation

촉진 [促進] (促进) cùjin <促進> そくしん {促進}
xúc tiến ◊ facilitate

촌동 [村童] (村童) cūn tóng <村童> そんどう
{村童} thôn đồng ◊ village child

촌락 [村落] (村落) cūnluò <村落> そんらく
{村落} thôn lạc ◊ hamlet; dorp

촌리 [村里] (村里) cūnlǐ <村里> むらざと {村里}
thôn lý ◊ village

촌민 [村民] (村民) cūnmín <村民> そんみん
{村民} thôn dân ◊ villager

촌보난행 [寸步難行] (寸步难行) cùn bù nán xíng
<寸步難行> すんぼなんこう {寸步難行} thốn
bộ nan hành ◊ hard to move an inch

촌보불리 [寸步不離] (寸步不离) cùn bù bù lí
<寸步不離> すんぼふり {寸步不離} thốn bộ
bất ly ◊ tag after

촌사 [村舍] (村舍) cūnshè <村舍> そんしゃ
{村舍} thôn xá ◊ cottage

촌읍 [村邑] (村邑) cūn yì <村邑> そんゆう
{村邑} thôn áp ◊ village town

촌인 [村人] (村人) cūn rén <村人> むらびと
{村人} thôn nhân ◊ villager

촌장 [村長] (村长) cūnzhǎng <村長> そんちょう
{村長} thôn trưởng ◊ village chief

촌장 [村莊] (村庄) cūnzhuāng <村> むら {腐垢} xóm ◊ village

촌탁 [忖度] (忖度) cǔnduó <忖度> そんたく {忖度} thốn độ ◊ guess

촌토촌금 [寸土寸金] (寸土寸金) cùn tǔ cùn jīn <寸土寸金> すんどすんきん {寸土寸金} thốn thổ thốn kim ◊ valuable every inch of land

총 [銃] (枪) qiāng <銃> じゅう {銃} súng ◊ gun

총가치 [總價值] (总价值) zǒngjià zhí <総価値> そうかち {總價值} tổng giá trị ◊ total value

총감독 [總監督] (总监督) zǒngjiān dū <総監督> そうかんとく {總監督} tổng giám đốc ◊ general superintendent

총격 [銃擊] (枪击) qiāngjī <槍擊> やりげき {槍擊} thương kích ◊ gunshot

총계 [總計] (共计) gòngjì <総計> そうけい {誹共} tính cộng ◊ total

총공격 [總攻擊] (总攻击) zǒng gōngjī <総攻擊> そうこうげき {總攻擊} tổng công kích ◊ total attack

총괄 [總括] (总括) zǒngkuò <総括> そうかつ {總括} tổng quát ◊ summary

총구 [銃口] (枪口) qiāngkǒu <銃口> じゅうこう {銃口} súng khẩu ◊ rifle muzzle

총금액 [總金額] (总金额) zǒng jīn'é <総金額> そうきんがく {總金額} tổng kim ngạch ◊ total amount

총기 [銃器] (枪器) qiāng qì <銃器> じゅうき {銃器} súng khí ◊ firearms

총독 [總督] (总督) zǒngdū <総督> そうとく {總督} tổng đốc ◊ governor

총동원 [總動員] (总动员) zǒngdòngyuán <総動員> そうどういん {總動員} tổng động viên ◊ story

총략 [總略] (总略) zǒng lüè <総略> そうりゃく {總略} tổng lược ◊ compendium; summary

총량 [總量] (总量) zǒngliàng <総量> そうりょう {總量} tổng lượng ◊ total amount

총량관리 [總量管理] (总量管理) zǒngliàng guǎnlǐ <総量管理> そうりょうかんり {管理總塊量} quản lý tổng khối lượng ◊ total pollutant load management

총론 [總論] (总论) zǒnglùn <総論> そうろん {總論} tổng luận ◊ general theory

총리 [總理] (总理) zǒnglǐ <総理> そうり {總理} tổng lý ◊ prime minister

총림 [叢林] (丛林) cónglín <叢林> そうりん {叢林} tùng lâm ◊ dense wood; thick wood

총면적 [總面積] (总面积) zǒng miànjī <総面積> そうめんせき {總面積} tổng diện tích ◊ total area

총명 [聰明] (聪明) cōngming <聡明> そうめい {聰明} thông minh ◊ clever

총명예지 [聰明叡智] (聪明叡智) cōngming ruì zhì <聡明叡智> そうめいえいち {聰明叡智} thông minh duệ trí ◊ clever and wise

총목 [總目] (总目) zǒngmù <総目> そうめ {總目} tổng mục ◊ table of contents; catalogue; index

총목록 [總目錄] (总目录) zǒngmù lù <総目録> そうめ {總目} tổng mục ◊ comprehensive table of contents

총무 [總務] (总务) zǒngwù <総務> そうむ {總務} tổng vụ ◊ general affairs

총민 [聰敏] (聪敏) cōngmǐn <聡敏> そうびん {聰敏} thông mẫn ◊ sagacity; sagaciousness

총본부 [總本部] (总部) zǒngbù <本部> ほんぶ {總部} tổng bộ ◊ headquarters

총비용 [總費用] (总费用) zǒng fèiyòng <総費用> そうひよう {總費} tổng phí ◊ total cost

총사령 [總司令] (总司令) zǒngsīlìng <総司令> そうしれい {總司令} tổng ty lịnh ◊ commander-in-chief

총살 [銃殺] (枪杀) qiāngshā <銃殺> じゅうさつ {銃殺} súng sát ◊ shot by a rifle

총상 [銃傷] (枪伤) qiāngshāng <銃傷> じゅうしょう {銃傷} súng thương ◊ gunshot wound

총생 [叢生] (丛生) cóngshēng <叢生> そうせい {叢生} tùng sinh ◊ crowding

총생산량 [總生産量] (总产量) zǒngchǎnliàng <総生産量> そうせいさんりょう {總産量} tổng sản lượng ◊ output

총서 [叢書] (丛书) cóngshū <叢書> そうしょ {叢書} tùng thư ◊ series; library

총서기 [總書記] (总书记) zǒngshūji <総書記> そうしょき {總秘書} tổng bí thư ◊ general secretary

총선거 [總選擧] (总选举) zǒng xuǎnjǔ <総選挙> そうせんきょ {總選擧} tổng tuyển cử ◊ general elections

총성 [銃聲] (枪声) qiāngshēng <銃声> じゅうせい {嗒銃} tiếng súng ◊ gunshot

총수 [總數] (总数) zǒngshù <総数> そうすう {總數} tổng số ◊ total sum

총수 [總帥] (统将) tǒng jiāng <総帥> そうすい {統將} thống tướng ◊ commander-in-chief

총수입 [總收入] (总收入) zǒngshōurù <総収入> そうしゅうにゅう {總收入} tổng thu nhập ◊ gross income

총신 [銃身] (枪身) qiāng shēn <銃身> じゅうしん {銃身} súng thân ◊ rifle barrel

총안 [銃眼] (枪眼) qiāngyǎn <銃眼> じゅうがん {銃眼} súng nhãn ◊ rifle loophole

총애 [寵愛] (宠爱) chǒng'ài <寵愛> ちょうあい {寵愛} sùng ái ◊ dote on

총액 [總額] (总额) zǒng'é <総額> そうがく {總額} tổng ngạch ◊ gross sum

총영사 [總領事] (总领事) zǒnglǐngshì <総領事> そうりょうじ {總領事} tổng lãnh sự ◊ consul general

총영업수익 [總營業收益] (总营收) zǒng yíng shōu <総売上高> そううりあげだか {總營收} tổng dinh thu ◊ total revenue

총예산 [總豫算] (总豫算) zǒng yù suàn <総予算> そうよさん {總豫算} tổng dự toán ◊ total calculation

총이익 [総利益] (毛利) máolì <総利益> そうりえき {利潤爻} lợi nhuận gộp ◊ gross profit

총장 [總長] (总长) zǒngcháng <総長> そうちょう {總長} chiều dài tổng thể ◊ overall length

총재 [總裁] (总裁) zǒngcái <総裁> そうさい {總裁} tổng tài ◊ president

총좌 [銃座] (枪座) qiāng zuò <銃座> じゅうざ {銃座} súng tọa ◊ rifle turret

총중량 [總重量] (总重量) zǒng zhòngliàng <総重量> そうじゅうりょう {總重量} tổng trọng lượng ◊ total weight

총지출 [總支出] (总支出) zǒng zhīchū <総支出> そうししゅつ {總支出} tổng chi xuất ◊ total spending

총체 [總體] (总体) zǒngtǐ <総体> そうたい {總體} tổng thể ◊ overall

총체적으로 [總體的으로] (总的来说) zǒng de lái shuō <一般的に> いっぱんてきに {吶終} nói chung ◊ generally

총칙 [總則] (总则) zǒngzé <総則> そうそく {總則} tổng tắc ◊ general

총칭 [總稱] (总称) zǒng chèn <総称> そうしょう {總稱} tổng xưng ◊ general

총탄 [銃彈] (枪弹) qiāngdàn <銃弾> じゅうだん {坑彈} hòn đạn ◊ bullet

총포 [銃砲] (枪炮) qiāngpào <銃砲> じゅうほう {銃甕} súng ống ◊ guns; firearms

총화 [總和] (总和) zǒnghé <総和> そうわ {總和} tổng hòa ◊ sum

총환 [銃丸] (枪弹) qiāngdàn <銃丸> じゅうがん {銃丸} súng hoàn ◊ gun bullet

총회 [總會] (总会) zǒng huì <総会> そうかい {總會同} tổng hội đồng ◊ federation

총효율 [總效率] (总效率) zǒng xiàolù <総効率> そうこうりつ {總效果} tổng hiệu quả ◊ overall efficiency

총흡수량 [總吸收量] (总吸收量) zǒng xīshōu liáng <総吸収量> そうきゅうしゅうりょう {總吸收} tổng hấp thu ◊ gross absorption

촬영 [撮影] (摄影) shèyǐng <撮影> さつえい {攝影|傊影} chụp ảnh ◊ photographing

최고 [最高] (最高) zuìgāo <最高> さいこう {最高} cao nhất ◊ highest

최고 [最古] (最古老) zuì gǔlǎo <最古> さいこ {最古} tối cổ ◊ oldest; earliest

최고가 [最高價] (最高价) zuìgāo jià <最高価> さいこうか {最高價} tối cao giá ◊ highest price

최고급 [最高級] (最高级) zuìgāo jí <最高級> さいこうきゅう {最高級} tối cao cấp ◊ superlative

최고봉 [最高峯] (最高峰) zuìgāo fēng <最高峰> さいこうほう {最高峰} tối cao phong ◊ highest peak

최고압력 [最高壓力] (最高压) zuìgāo yā <最高圧力> さいこうあつりょく {壓率高一} áp suất cao nhất ◊ maximal pressure

최고온도 [最高溫度] (最高温度) zuìgāo wēndù <最高温度> さいこうおんど {熱度高一} nhiệt độ cao nhất ◊ peak temperature

최고점 [最高點] (最高点) zuìgāo diǎn <最高点> さいこうてん {點高一} điểm cao nhất ◊ maximum point

최고조 [最高潮] (最高潮) zuìgāo cháo <最高潮> さいこうちょう {最高潮} tối cao triều ◊ climax

최고효율 [最高效率] (最高效率) zuìgāo xiàolù <最高効率> さいこうこうりつ {效果高一} hiệu quả cao nhất ◊ maximum efficiency

최근 [最近] (最近) zuìjìn <最近> さいきん {最近} tối cận ◊ recently

최다 [最多] (最多) zuìduō <最多> さいた {最多} tối đa ◊ most

최다수위 [最多水位] (最常水位) zuì cháng

shuǐwèi <最多水位> さいたすいい {樫渃普遍一} mực nước phổ biến nhất ◊ most frequent water level

최단 [最短] (最短) zuì duǎn <最短> さいたん {𥐞一} ngắn nhất ◊ shortest

최대 [最大] (最大) zuì dà <最大> さいだい {猷一} lớn nhất ◊ utmost

최대강우량 [最大降雨量] (最大降雨量) zuì dà jiàngyǔliàng <最大降雨量> さいだいこううりょう {量霤猷一} lượng mưa lớn nhất ◊ maximum precipitation

최대농도 [最大濃度] (最大浓度) zuì dà nóngdù <最大濃度> さいだいのうど {濃度最多} nồng độ tối đa ◊ peak concentration

최대부하 [最大負荷] (最大负载) zuì dà fùzài <最大負荷> さいだいふか {載最多} tải tối đa ◊ peak load

최대오차 [最大誤差] (最大误差) zuì dà wùchā <最大誤差> さいだいごさ {度差最多} độ sai tối đa ◊ maximum error

최대치 [最大値] (最大值) zuì dà zhí <最大値> さいだいち {最大値} tối đại trị ◊ max value

최대파 [最大波] (极大波) jídà bō <最大波> さいだいは {涛極大} sóng cực đại ◊ maximum wave

최대풍속 [最大風速] (最大风速) zuì dàfēng sù <最大風速> さいだいふうそく {速度飈最多} tốc độ gió tối đa ◊ maximum wind velocity

최대하중 [最大荷重] (最大载荷) zuì dà zàihè <最大荷重> さいだいかじゅう {載最多} tải tối đa ◊ maximum load

최대흡수 [最大吸收] (最大吸收) zuì dà xīshōu <最大吸収> さいだいきゅうしゅう {吸收最多} hấp thu tối đa ◊ maximum absorption

최량 [最良] (最良) zuì liáng <最良> さいりょう {最良} tối lương ◊ best; ideal

최루탄 [催淚彈] (催泪弹) cuīlèidàn <催涙弾> さいるいだん {催涙彈} thôi lệ đạn ◊ tear gas

최말 [最末] (最末) zuì mò <最末> さいまつ {最末} tối mạt ◊ last one

최면 [催眠] (催眠) cuīmián <催眠> さいみん {催眠} thôi miên ◊ hypnosis

최면술 [催眠術] (催眠术) cuīmiánshù <催眠術> さいみんじゅつ {催眠術} thôi miên thuật ◊ hypnotism

최면제 [催眠劑] (催眠剂) cuīmián jì <催眠劑> さいみんざい {質催眠} chất thôi miên ◊ hypnotics

최상 [最上] (最上) zuì shàng <最上> さいじょう {最上} tối thượng ◊ on the top

최상급 [最上級] (最上级) zuì shàngjí <最上級> さいじょうきゅう {級達一} cấp trên nhất ◊ superlative

최상품 [最上品] (极品) jípǐn <最上品> さいじょうひん {極品} cực phẩm ◊ excellent thing; masterwork

최선 [最善] (最善) zuì shàn <最善> さいぜん {最善} tối thiện ◊ best; utmost

최성기 [最盛期] (最盛期) zuì shèng qī <最盛期> さいせいき {最盛期} tối thịnh kỳ ◊ at its peak

최소 [最少] (最少) zuìshǎo <最少> さいしょう {𥺦一} kém nhất ◊ least

최소검출량 [最小檢出量] (最小检出量) zuì xiǎo jiǎn chū liáng <最小檢出量> さいしょうけんしゅつりょう {数量發現最少} số lượng phát hiện tối thiểu ◊ minimum detectability amount

최소반경 [最小半徑] (最小半径) zuì xiǎobàn jìng <最小半径> さいしょうはんけい {半徑最少} bán kính tối thiểu ◊ minimum radius of curve

최소부하 [最小負荷] (最小载荷) zuì xiǎo zàihè <最小負荷> さいしょうふか {載最少} tải tối thiểu ◊ minimum load

최소압력 [最小壓力] (最小压) zuì xiǎo yā <最小圧力> さいしょうあつりょく {壓率最少} áp suất tối thiểu ◊ minimal pressure

최소요구 [最小要求] (最低要求) zuì dī yāoqiú <最小要求> さいしょうようきゅう {要求最少} yêu cầu tối thiểu ◊ minimum requirement

최소응력 [最小應力] (最小应力) zuì xiǎo yìnglì <最小応力> さいしょうおうりょく {應力最少} ứng lực tối thiểu ◊ minimum stress

최소치 [最少值] (最小值) zuìxiǎozhí <最少値> さいしょうち {最少値} tối thiểu trị ◊ minimally

최신 [最新] (最新) zuìxīn <最新> さいしん {最新} tối tân ◊ latest; newest

최신식 [最新式] (最新式) zuìxīn shì <最新式> さいしんしき {最新式} tối tân thức ◊ up-to-date

최신형 [最新型] (最新型) zuìxīn xíng <最新型> さいしんがた {最新型} tối tân hình ◊ latest type

최심 [最深] (最深) zuì shēn <最深> さいしん {最深} tối thâm ◊ deepest

최악 [最惡] (最恶) zuì ě <最悪> さいあく {最惡} tối ác ◊ worst

최우선 [最優先] (重中之重) chóng zhōng zhī chóng <最優先> さいゆうせん {優先行頭} ưu tiên hàng đầu ◊ top priority

최우수 [最優秀] (最优秀) zuì yōuxiù <最優秀> さいゆうしゅう {最優秀} tối ưu tú ◊ best

최장 [最長] (最长) zuì cháng <最長> さいちょう {賖一} dài nhất ◊ longest

최저 [最低] (最低) zuì dī <最低> さいてい {劄一} thấp nhất ◊ lowest

최저기온 [最低氣溫] (最低气温) zuì dī qìwēn <最低気温> さいていきおん {熱度劄一} nhiệt độ thấp nhất ◊ minimum temperature

최저수위 [最低水位] (最低水位) zuì dī shuǐwèi <最低水位> さいていすいい {櫟渃劄一} mực nước thấp nhất ◊ lowest low water level; LLWL

최저습도 [最低濕度] (最低湿度) zuì dī shīdù <最低湿度> さいていしつど {度澿劄一} độ ẩm thấp nhất ◊ minimum humidity

최저조건 [最低條件] (最低条件) zuì dī tiáojiàn <最低條件> さいていじょうけん {條件最少} điều kiện tối thiểu ◊ lowest term

최적 [最適] (最适) zuì shì <最適> さいてき {最適} tối thích ◊ optimum

최적기술 [最適技術] (最佳可行技术) zuìjiā kěxíng jìshù <最適技術> さいてきぎじゅつ {技術辭一現𣎏} kỹ thuật tốt nhất hiện có ◊ best available technology

최적기후 [最適氣候] (最佳气候) zuìjiā qìhòu <最適気候> さいてききこう {氣候最優} khí hậu tối ưu ◊ optimum climate

최적습도 [最適濕度] (最佳湿度) zuìjiā shīdù <最適湿度> さいてきしつど {度澿最優} độ ẩm tối ưu ◊ optimum humidity

최적온도 [最適溫度] (最适温度) zuì shì wēndù <最適温度> さいてきおんど {熱度最優} nhiệt độ tối ưu ◊ optimum temperature

최적제어 [最適制御] (最优控制) zuì yōu kòngzhì <最適制御> さいてきせいぎょ {檢率最優} kiểm soát tối ưu ◊ optimal control

최적화 [最適化] (最优化) zuìyōuhuà <最適化> さいてきか {最优化} tối ưu hóa ◊ optimize

최전방 [最前方] (最前方) zuì qiánfāng <最前方> さいぜんかた {最前方} tối tiền phương ◊ foremost

최전선 [最前線] (最前线) zuìqiánxiàn <最前方> さいぜんぽう {最前線} tối tiền tuyến ◊ at very frontier

최종 [最終] (最终) zuìzhōng <最終> さいしゅう {𡳶窮} cuối cùng ◊ final

최종제품 [最終製品] (最终产品) zuìzhōng chǎnpǐn <最終製品> さいしゅうせいひん {産品𡳶窮} sản phẩm cuối cùng ◊ final product

최종처리 [最終處理] (最终处理) zuìzhōng chǔlǐ <最終処理> さいしゅうしょり {處理𡳶窮} xử lý cuối cùng ◊ final treatment

최종처리장 [最終處理場] (最终处置场) zuìzhōng chǔzhì cháng <最終処理場> さいしゅうしょりじょう {地點處理𡳶窮} địa điểm xử lý cuối cùng ◊ final disposal site

최첨단 [最尖端] (最尖端) zuì jiānduān <最尖端> さいせんたん {最尖端} tối tiêm đoan ◊ most sophisticated

최초 [最初] (最初) zuìchū <最初> さいしょ {頭先} đầu tiên ◊ initially

최촉 [催促] (催促) cuīcù <催促> さいそく {催促} thôi thúc ◊ pressing; urging

최토제 [催吐劑] (催吐剂) cuī tǔ jì <催吐薬> さいとやく {㯲嗽嗎} thuốc nôn mửa ◊ emetic

최하급 [最下級] (最下级) zuì xiàjí <最下級> さいかきゅう {最下級} tối hạ cấp ◊ lowest level

최하층 [最下層] (最下层) zuì xiàcéng <最下層> さいかそう {最下層} tối hạ tầng ◊ bottommost level

최혜 [最惠] (最惠) zuì huì <最恵> さいけい {最惠} tối huệ ◊ most favored

최혜국 [最惠國] (最惠国) zuìhuìguó <最恵国> さいけいこく {最惠國} tối huệ quốc ◊ Most Favored Nation; MFN

최혜국대우 [最惠國待遇] (最惠国待遇) zuìhuìguó dàiyù <最恵国待遇> さいけいこくたいぐう {狀態最惠國} trạng thái tối huệ quốc ◊ most-favored nation treatment; MFN

최호 [最好] (最好) zuìhǎo <最好> さいこう {辭一} tốt nhất ◊ best

최후 [最後] (最后) zuìhòu <最後> さいご {最後} cuối cùng ◊ at last

최훼 [摧毀] (摧毁) cuīhuǐ <崩す> くずす {破毀} phá hủy ◊ destroy

추가 [追加] (追加) zhuījiā <追加> ついか {納𩟡} nối thêm ◊ add

추거 [推擧] (推举) tuījǔ <推挙> すいきょ {推擧} suy cử ◊ recommend

추격 [追擊] (追击) zhuījī <追撃> ついげき {蹺�st|蹺䟻} theo đuổi ◊ pursuit

추격전 [追擊戰] (追击战斗) zhuījī zhàndòu <追擊戰> ついげきせん {戰爭追擊} chiến tranh truy kích ◊ pursuit war

추계 [秋季] (秋季) qiūjì <秋季> しゅうき {秋季} thu quý ◊ autumn

추계작물 [秋季作物] (秋季作物) qiūjì zuòwù <秋作物> あきさくもつ {核種瞀秋} cây trồng mùa thu ◊ autumn crops

추고 [推敲] (推敲) tuīqiāo <推敲> すいこう {推敲} thôi xao ◊ improvement

추골 [椎骨] (椎骨) zhuīgǔ <椎骨> ついこつ {椎骨} trùy cốt ◊ vertebra

추구 [追究] (追究) zhuījiū <追究> ついきゅう {追究} truy cứu ◊ investigate

추구 [追求] (追求) zhuīqiú <追求> ついきゅう {蹺蹡|蹺遑} theo đuổi ◊ pursuit

추남 [醜男] (丑男) chǒu nán <醜男> ぶおとこ {醜男} xú nam ◊ ugly man

추녀 [醜女] (丑女) chǒu nǚ <醜女> ぶおんな {醜女} xú nữ ◊ ugly woman

추념 [追念] (追念) zhuīniàn <追念> ついねん {追念} truy niệm ◊ remembrance

추단 [推斷] (推断) tuīduàn <推斷> すいだん {推斷} suy đoán ◊ inference

추도회 [追悼會] (追悼会) zhuīdàohuì <追悼式> ついとうしき {禮想念} lễ tưởng niệm ◊ memorial service

추락 [墜落] (坠落) zhuìluò <墜落> ついらく {墜落} rớt ◊ fall

추력 [推力] (推力) tuīlì <推力> すいりょく {推力} thôi lực ◊ thrust

추론 [推論] (推论) tuīlùn <推論> すいろん {推論} thôi luận ◊ deduction

추리 [推理] (推理) tuīlǐ <推理> すいり {推理} thôi lý ◊ inference

추명 [醜名] (丑名) chǒu míng <醜名> しゅうめい {醜名} xú danh ◊ scandal; ugly name

추모 [追慕] (追悼) zhuīdào <追悼> ついとう {追悼} truy điệu ◊ mourn

추문 [醜聞] (丑闻) chǒuwén <醜聞> しゅうぶん {醜聞} xú văn ◊ scandal

추미 [追尾] (追尾) zhuīwěi <追尾> ついび {追尾} truy vĩ ◊ tracking

추밀원 [樞密院] (枢密院) shūmìyuàn <枢密院> すうみついん {樞密院} xu mật viện ◊ privy council

추방 [追放] (驱逐出去) qūzhú chūqù <追放> ついほう {驅避|跌避} xua đuổi ◊ banish

추부 [醜婦] (丑妇) chǒu fù <醜婦> しゅうふ {醜婦} xú phụ ◊ ugly woman

추분 [秋分] (秋分) qiūfēn <秋分> しゅうぶん {秋分} thu phân ◊ fall equinox

추산 [推算] (推算) tuīsuàn <推算> すいさん {推算} thôi toán ◊ estimation

추살 [追殺] (追杀) zhuīshā <追殺> ついさつ {追殺} truy sát ◊ chase to kill

추상 [抽象] (抽象) chōuxiàng <抽象> ちゅうしょう {抽象} trừu tượng ◊ abstract

추상 [秋霜] (秋霜) qiū shuāng <秋霜> しゅうそう {秋霜} thu sương ◊ autumn frosts

추상 [追想] (追想) zhuīxiǎng <追想> ついそう {追想} truy tưởng ◊ recall; reminisce

추상력 [抽象力] (抽象力) chōuxiànglì <抽象> ちゅうしょう {抽象力} trừu tượng lực ◊ abstract power; abstraction

추상론 [抽象論] (抽象论) chōuxiàng lún <抽象論> ちゅうしょうろん {抽象論} trừu tượng luận ◊ abstraction

추상미 [抽象美] (抽象美) chōuxiàng měi <抽象美> ちゅうしょうび {抽象美} trừu tượng mỹ ◊ abstract beauty

추상성 [抽象性] (抽象性) chōuxiàng xing <抽象性> ちゅうしょうせい {性抽象} tính trừu tượng ◊ abstraction

추색 [秋色] (秋色) qiūsè <秋色> しゅうしょく {秋色} thu sắc ◊ autumn colors

추석 [秋夕] (中秋) zhōngqiū <中秋節> ちゅうしゅうせつ {節中秋} tết Trung Thu ◊ Mid-Autumn Festival

추선 [推選] (推选) tuīxuǎn <推選> すいせん {推選} thôi tuyển ◊ recommendation

추세 [趨勢] (趋势) qūshì <趨勢> すうせい {趨勢} xu thế ◊ trend

추수 [追隨] (追随) zhuīsuí <追隨> ついずい {追隨} truy tùy ◊ follow

추수절 [秋收節] (秋收节) qiūshōu jiē <秋收穫祭> あきしゅうかくさい {禮會收獲瞀秋} lễ hội thu hoạch mùa thu ◊ autumn harvest festival

추악 [醜惡] (丑恶) chǒu'è <醜悪> しゅうあく {醜} xấu ◊ ugly

추억 [追憶] (追忆) zhuīyì <追憶> ついおく {追憶} truy ức ◊ recall; imagine

추우 [秋雨] (秋雨) qiū yǔ <秋雨> しゅうう {秋雨} thu vũ ◊ autumn rain

추월 [追越] (超车) chāochē <追い越す> おいこす {蹴過|越過} vượt qua ◊ pass; overtaking

추이 [推移] (推移) tuīyí <推移> すいい {推移} thôi di ◊ transition

추인 [追認] (追认) zhuīrèn <追認> ついにん {追認} truy nhận ◊ ratification

추잠 [秋蠶] (秋蚕) qiū cán <秋蚕> しゅうさん {秋蠶} thu tằm ◊ autumn silkworm

추장 [酋長] (酋长) qiúzhǎng <酋長> しゅうちょう {酋長} sheik ◊ sheik

추적 [追跡] (跟踪) gēnzōng <追跡> ついせき {蹳趐趷蹛趒} đuổi ◊ chase

추정 [推定] (推定) tuīdìng <推定> すいてい {推定} thôi định ◊ presumption

추종 [追從] (追从) zhuīcóng <従う> したがう {壏邎} đuôi theo ◊ follow

추증 [追贈] (追贈) zhuīzèng <追贈> ついぞう {追贈} truy tặng ◊ confer posthumously

추진 [推進] (推进) tuījìn <推進> すいしん {推進} thôi tiến ◊ impel; propel; push on; push ahead with

추진력 [推進力] (推进力) tuījìn lì <推進力> すいしんりょく {推進力} thôi tiến lực ◊ propulsion

추천 [推薦] (推荐) tuījiàn <おすすめ> おすすめ {勸} khuyên ◊ recommend

추천서 [推薦書] (推荐书) tuījiàn shū <推薦書> すいせんしょ {書介紹} thư giới thiệu ◊ recommendation; nomination

추첨 [抽籤] (抽签) chōuqiān <抽籤> ちゅうせん {捽籤} rút thăm ◊ lottery

추초 [秋草] (秋草) qiū cǎo <秋草> あきくさ {秋草} thu thảo ◊ autumn grass

추축 [樞軸] (枢轴) shūzhóu <枢軸> すうじく {遞揱} trục ◊ axis

추출 [抽出] (抽出) chōuchū <抽出> ちゅうしゅつ {抽出} trừu xuất ◊ draw out

추출관 [抽出管] (提取管) tíqǔ guǎn <抽出管> ちゅうしゅつかん {甕摘出} ống trích xuất ◊ extraction tube

추측 [推測] (推测) tuīcè <推測> すいそく {推究} suy cứu ◊ speculate

추태 [醜態] (丑态) chǒutài <醜態> しゅうたい {醜態} xú thái ◊ ugly performance

추풍 [秋風] (秋风) qiū fēng <秋風> あきかぜ {秋風} thu phong ◊ autumn breeze

추해당 [秋海棠] (秋海棠) qiūhǎitáng <秋海棠> しゅうかいどう {秋海棠} thu hải đường ◊ begonia

추행 [醜行] (丑行) chǒuxíng <醜行> しゅうこう {醜行} xú hành ◊ ugliness

추향 [趨向] (趋向) qūxiàng <趨向> すうこう {趨向} xu hướng ◊ direction; tendency

축 [軸] (軸) zhóu <軸> じく {軸} trục ◊ axis

축견 [畜犬] (畜犬) chù quǎn <畜犬> ちくけん {畜犬} súc khuyển ◊ pet dog; keeping a dog

축구 [蹴球] (足球) zúqiú <サッカー> soccer {瑋踍} bóng đá ◊ football

축구공 [蹴球공] (足球儿) zúqiúr <サッカーボール> soccer ball {果瑋踍} quả bóng đá ◊ a football

축년 [逐年] (逐年) zhúnián <逐年> ちくねん {逐年} trục niên ◊ year after year

축력 [畜力] (畜力) chùlì <畜力> ちくりょく {畜力} súc lực ◊ animal power

축류 [畜類] (畜类) chùlèi <畜類> ちくるい {畜類} súc loại ◊ livestock; domestic animals

축목 [畜牧] (畜牧) xùmù <畜牧> ちくぼく {畜牧} súc mục ◊ raise animals; pasturage

축방향 [軸方向] (沿轴) yánzhóu <軸方向> じくほうこう {遙軸} theo trục ◊ axial

축방향력 [軸方向力] (轴向力) zhóu xiàng lì <軸方向力> じくほうこうりょく {飭踤軸} sức dọc trục ◊ axial force

축배 [祝杯] (祝杯) zhù bēi <祝杯> しゅくはい {祝杯} chúc bôi ◊ toast

축복 [祝福] (祝福) zhùfú <祝福> しゅくふく {祝福} chúc phúc ◊ blessing

축사 [畜舍] (畜舍) chù shě <畜舍> ちくしゃ {畜舍} súc xá ◊ barn

축사 [祝辭] (祝词) zhù cí <祝詞> しゅくし {祝詞} chúc từ ◊ message

축산 [畜産] (畜产) chù chǎn <畜産> ちくさん {畜産} súc sản ◊ livestock

축산가 [畜産家] (畜牧业主) xùmù yèzhǔ <畜産飼い> ちくさんかい {趴餓鱗} người chăn nuôi ◊ animal husbandry

축산물 [畜産物] (畜产品) xùchǎnpǐn <畜産物> ちくさんぶつ {畜産物} súc sản vật ◊ livestock products

축산분뇨 [畜産糞尿] (畜产粪尿) chù chǎn fèn niào <畜産糞尿> ちくさんふんにょう {糞家畜} phân gia súc ◊ livestock excretion

축산업 [畜産業] (畜产业) xùchǎnyè <畜産業> ちくさんぎょう {哽餓鱗} ngành chăn nuôi ◊ livestock industry; animal husbandry

축산학 [畜産學] (畜牧学) xùmùxué <畜産学> ちくさんがく {畜産學} súc sản học ◊ zootechnical science; animal science

축선 [軸線] (轴线) zhóuxiàn <軸線> じくせん {軸線} trục tuyến ◊ axial line

축소 [縮小] (缩小) suōxiǎo <縮小> しゅくしょう {收狹} thu hẹp ◊ downsizing

축소판 [縮小版] (缩小版) suōxiǎo bǎn <縮小版> しゅくしょうばん {縮小版} súc tiểu bản ◊ scaled-down version

축심 [軸心] (轴心) zhóuxīn <軸心> じくしん {軸心} trục tâm ◊ shaft; axle center

축양 [畜養] (畜养) chù yǎng <畜養> ちくよう {畜養} súc dưỡng ◊ animal husbandry

축일 [逐一] (逐一) zhúyī <逐一> ちくいち {嚼忨爻} từng cái một ◊ one by one

축적 [蓄積] (积蓄) jīxù <蓄積> ちくせき {蓄積} súc tích ◊ accumulation

축전 [祝電] (贺电) hèdiàn <祝電> しゅくでん {祝電} chúc điện ◊ greeting message; congratulatory telegram

축전지 [蓄電池] (蓄电池) xùdiànchí <蓄電池> ちくでんち {蓄電池} súc điện trì ◊ accumulator

축전차 [蓄電車] (电瓶车) diànpíngchē <蓄電車> ちくでんしゃ {車鈝} xe pin ◊ battery vehicle

축제 [祝祭] (节日) jiérì <祭り> まつり {禮會} lễ hội ◊ festivals

축하 [祝賀] (祝贺) zhùhè <祝う> いわう {祝惘|祝愳} chúc mừng ◊ congratulate

축하 행사 [祝賀行事] (庆典) qìngdiǎn <祝賀行事> しゅくがぎょうじ {禮紀念} lễ kỷ niệm ◊ celebration

축하장 [祝賀狀] (贺信) hèxìn <祝賀手紙> しゅくがてがみ {書祝惘} thư chúc mừng ◊ congratulation letter

춘경 [春耕] (春耕) chūngēng <春耕> しゅんこう {春耕} xuân canh ◊ spring plowing

춘경 [春景] (春景) chūnjǐng <春景> しゅんけい {景春} cảnh xuân ◊ spring landscape

춘계 [春季] (春季) chūnji <春季> しゅんき {春季} xuân quý ◊ spring season

춘광 [春光] (春光) chūnguāng <春光> しゅんこう {春光} xuân quang ◊ spring scenery

춘난 [春暖] (春暖) chūn nuǎn <春暖> しゅんだん {春暖} xuân noãn ◊ spring warming

춘란 [春蘭] (春兰) chūn lán <春蘭> しゅんらん {春蘭} xuân lan ◊ Chinese orchid

춘뢰 [春雷] (春雷) chūn léi <春雷> しゅんらい {春雷} xuân lôi ◊ spring thunder

춘면 [春眠] (春眠) chūn mián <春眠> しゅんみん {春眠} xuân miên ◊ spring sleep

춘분 [春分] (春分) chūnfēn <春分> しゅんぶん {春分} xuân phân ◊ spring equinox

춘색 [春色] (春色) chūnsè <春色> しゅんしょく {春色} xuân sắc ◊ spring scenery

춘설 [春雪] (春雪) chūn xuě <春雪> しゅんせつ {春雪} xuân tuyết ◊ spring snow

춘수 [春愁] (春愁) chūn chóu <春愁> しゅんしゅう {春愁} xuân sầu ◊ spring depression

춘야 [春夜] (春夜) chūn yè <春夜> しゅんや {春夜} xuân dạ ◊ spring night

춘우 [春雨] (春雨) chūnyǔ <春雨> はるさめ {春雨} xuân vũ ◊ spring rain

춘잠 [春蠶] (春蚕) chūncán <春蚕> はるご {春蠶} xuân tằm ◊ spring silkworm

춘정 [春情] (春情) chūnqíng <春情> しゅんじょう {春情} xuân tình ◊ love

춘초 [春草] (春草) chūn cǎo <春草> しゅんそう {春草} xuân thảo ◊ spring grass

춘추 [春秋] (春秋) chūnqiū <春秋> しゅんじゅう {春秋} xuân thu ◊ spring and autumn

춘풍 [春風] (春风) chūn fēng <春風> しゅんぷう {春風} xuân phong ◊ spring breeze

춘하 [春霞] (春霞) chūn xiá <春霞> はるがすみ {春霞} xuân hà ◊ springtime haze

춘하추동 [春夏秋冬] (春夏秋冬) chūn xià qiū dōng <春夏秋冬> はるなつあきふゆ {春夏秋冬} xuân hạ thu đông ◊ four seasons

춘한 [春寒] (春寒) chūn hán <春寒> しゅんかん {春寒} xuân hàn ◊ spring cold

출가 [出家] (出家) chūjiā <家出> いえで {出家} xuất gia ◊ runaways

출가 [出嫁] (许配) xǔpèi <出嫁> しゅっか {出嫁} xuất giá ◊ get married

출가승 [出家僧] (出家人) chūjiārén <出家僧> しゅっけそう {出家僧} xuất gia tăng ◊ monk

출격 [出擊] (出击) chūjī <出擊> しゅつげき {出擊} xuất kích ◊ sortie; sally; attack

출구 [出口] (出口) chūkǒu <出口> でぐち {躃齫} lối ra ◊ exit

출국 [出國] (出国) chūguó <出国> しゅっこく {出國} xuất quốc ◊ leave a country

출근 [出勤] (出勤) chūqín <出勤> しゅっきん

{出勤} xuất cần ◊ attendance; turn out for work

출근길 [出勤길] (上班路上) shàngbān lùshang <通勤途中> つうきんとちゅう {運蹟移多} trên đường đi làm ◊ on the way to work

출동 [出動] (出动) chūdòng <出動> しゅつどう {出動} xuất động ◊ sortie; go all out

출두 [出頭] (出头) chūtóu <出頭> しゅっとう {出頭} xuất đầu ◊ in the beginning; appear in public

출력 [出力] (功率) gōnglù <出力> しゅつりょく {功率} sức mạnh ◊ power

출렵 [出獵] (出猎) chūliè <出猟> しゅつりょう {出獵} xuất liệp ◊ hunting

출몰 [出沒] (出没) chūmò <出没> しゅつぼつ {出沒} xuất một ◊ haunt

출발 [出發] (出发) chūfā <出発> しゅっぱつ {啓行} khởi hành ◊ set out

출발로비 [出發 lobby] (出发大厅) chūfā dàtīng <出発ロビー> しゅっぱつ lobby {廂起行|所起行} sành khởi hành ◊ departure lobby

출발역 [出發驛] (出发站) chūfā zhàn <始発駅> しはつえき {站起行} trạm khởi hành ◊ departure station

출발점 [出發點] (出发点) chūfādiǎn <出発点> しゅっぱつてん {起點} khởi điểm ◊ starting point

출범 [出帆] (出帆) chū fān <出帆> しゅっぱん {出帆} xuất phàm ◊ sailing

출병 [出兵] (出兵) chūbīng <出兵> しゅっぺい {出兵} xuất binh ◊ dispatch troops

출비 [出費] (差费) chā fèi <出費> しゅっぴ {支費役務} chi phí dịch vụ ◊ expenditure

출사 [出仕] (履行职务) lǚxíng zhíwù <出仕> しゅっし {實現任務} thực hiện nhiệm vụ ◊ presenting oneself for duty

출산 [出産] (出产) chūchǎn <出産> しゅっさん {出産} xuất sản ◊ produce; childbirth

출색 [出色] (出色) chūsè <出色> しゅっしょく {出色} xuất sắc ◊ excellent

출생 [出生] (出生) chūshēng <出生> しゅっしょう {出生} xuất sinh ◊ born; birth

출생등록 [出生登錄] (出生登记) chūshēng dēngjì <出生登録> しゅっしょうとうろく {開生} khai sinh ◊ register the birth

출생률 [出生率] (出生率) chūshēnglù <出生率> しゅっしょうりつ {比例生} tỷ lệ sinh ◊ natality

출생신고 [出生申告] (出生登记) chūshēng dēngjì <出生申告> しゅっしょうしんこく {開生} khai sinh ◊ register the birth

출생증명서 [出生證明書] (出生证) chūshēng zhèng <出生証明書> しゅっしょうしょうめいしょ {綿開生} giấy khai sinh ◊ birth certificate

출생지 [出生地] (出生地) chūshēngdì <出生地> しゅっしょうち {出生地} xuất sinh địa ◊ place of birth

출석 [出席] (出席) chūxí <出席> しゅっせき {參與} tham dự ◊ attendance

출세 [出世] (出世) chūshì <出世> しゅっせ {出世} xuất thế ◊ out to the world

출순 [出巡] (出巡) chūxún <出巡> でじゅん {出巡} xuất tuần ◊ tour of inspection; patrol

출신 [出身] (出身) chūshēn <出身> しゅっしん {出身} xuất sinh ◊ birth; one's origin

출아 [出芽] (发芽) fāyá <出芽> しゅつが {出芽} xuất nha ◊ germination

출어 [出漁] (外出打鱼) wàichū dǎyú ú <出漁> しゅつりょう {捎鮮} đánh cá ◊ fishing; going out to fish

출연 [出演] (演出) yǎnchū <出演> しゅつえん {出演} xuất diễn ◊ performance

출옥 [出獄] (出狱) chū yù <出獄> しゅつごく {出獄} xuất ngục ◊ out of prison

출원 [出願] (申请) shēnqǐng <出願> しゅつがん {請求} thỉnh cầu ◊ application

출입 [出入] (出入) chūrù <出入> でいり {出入} xuất nhập ◊ go in and out

출입구 [出入口] (出入口) chūrùkǒu <出入口> でいりぐち {出入口} xuất nhập khẩu ◊ entrance and exit

출입국 [出入國] (出入境) chūrù jìng <出入国> しゅつにゅうこく {出入境} xuất nhập cảnh ◊ emigration and immigration

출입금지구역 [出入禁止區域] (禁区) jìnqū <出入禁止区域> でいりきんしくいき {禁區} cấm khu ◊ restricted area

출자 [出資] (出资) chūzī <出資> しゅっし {出資} xuất tư ◊ contribution; financing

출장 [出張] (出差) chūchāi <出張> しゅっちょう {移工作} đi công tác ◊ business trip

출장비 [出張費] (差旅费) chāilǚfèi <出張費> しゅっちょうひ {旅費} lữ phí ◊ travel expenses

출정 [出廷] (出庭) chūtíng <法廷に出る> ほうていにでる {出庭} xuất đình ◊ appear in court

출정 [出征] (出征) chūzhēng <出征> しゅっせい {出征} xuất chinh ◊ campaign

출진 [出陣] (出阵) chū zhèn <出陣> しゅつじん {出陣} xuất trận ◊ come out; enter the arena; go into work

출처 [出處] (出处) chūchù <出处> しゅっしょ {垈引出} chỗ dẫn xuất ◊ derivation

출토 [出土] (出土) chūtǔ <発掘> はっくつ {開掘} khai quật ◊ unearthed

출판 [出版] (出版) chūbǎn <出版> しゅっぱん {出版} xuất bản ◊ publication

출판권 [出版權] (出版权) chūbǎn quán <出版権> しゅっぱんけん {出版權} xuất bản quyền ◊ publication rights

출판기념회 [出版紀念會] (出版发行仪式) chūbǎn fāxíng yíshì <出版発行式> しゅっぱんはっこうしき {禮出版發行} lễ xuất bản phát hành ◊ publishing ceremony

출판되다 [出版되다] (问世) wènshì <出て来た> でてきた {飜莄} ra đời ◊ came out

출판사 [出版社] (出版社) chūbǎnshè <出版社> しゅっぱんしゃ {姤出版} nhà xuất bản ◊ publishing house

출하 [出荷] (出厂) chūchǎng <出荷> しゅっか {出廠} xuất xưởng ◊ be released from the factory

출항 [出港] (出港) chūgǎng <出港> しゅっこう {出港} xuất cảng ◊ departure; set sail

출항 [出航] (出海) chūhǎi <出航> しゅっこう {出海} xuất hải ◊ shipping far on sea

출행 [出行] (出行) chūxíng <出行> しゅっこう {出行} xuất hành ◊ travel; go on a journey

출현 [出現] (出现) chūxiàn <出現> しゅつげん {出現} xuất hiện ◊ appear

출혈 [出血] (出血) chūxuè <出血> しゅっけつ {泟岬泟弚} chảy máu ◊ hemorrhage

충격 [衝擊] (冲击) chōngjī <衝擊> しょうげき {衝擊} xung kích ◊ impact

충격강도 [衝擊強度] (冲击强度) chōngjī qiángdù <衝擊強度> しょうげききょうど {冴猛作動} sức mạnh tác động ◊ impact strength

충격력 [衝擊力] (冲击力) chōngjīlì <衝擊力> しょうげきりょく {衝擊力} xung kích lực ◊ wallop

충격음 [衝擊音] (撞击声) zhuàngjī shēng <衝擊音> しょうげきおん {音聲撟撍} âm thanh va chạm ◊ impact sound

충격파 [衝擊波] (冲击波) chōngjībō <衝擊波> しょうげきは {衝擊波} xung kích ba ◊ shock wave

충격파쇄 [衝擊破碎] (冲击破碎) chōngjī pòsuì <衝擊破碎> しょうげきはさい {礑涅作動} nghiền nát tác động ◊ impact shredder; impact crushing

충고 [忠告] (忠告) zhōnggào <忠告> ちゅうこく {忠告} trung cáo ◊ advice

충곡 [衷曲] (衷曲) zhōng qū <衷曲> うちきょく {衷曲} trung khúc ◊ heartfelt melody; inner feelings

충당 [充當] (充当) chōngdāng <充当> じゅうとう {充當} sung đương ◊ appropriation

충돌 [衝突] (冲突) chōngtū <衝突> しょうとつ {衝突} xung đột ◊ conflict

충동 [衝動] (冲动) chōngdòng <衝動> しょうどう {衝動} xung động ◊ impulse

충량 [忠良] (忠良) zhōng liáng <忠良> ちゅうりょう {忠良} trung lương ◊ loyalty

충렬 [忠烈] (忠烈) zhōngliè <忠烈> ちゅうれつ {忠烈} trung liệt ◊ loyalty and heroic

충류 [蟲類] (虫类) chóng lèi <虫類> ちゅうるい {蟲類} trùng loại ◊ worms and insects

충만 [充滿] (充满) chōngmǎn <充満> じゅうまん {充滿} đày ◊ full

충봉 [衝鋒] (冲锋) chōngfēng <衝く> つく {衝鋒} xung phong ◊ assault

충분 [充分] (充分) chōngfèn <充分> じゅうぶん {蓬} đủ ◊ enough

충분히 [充分히] (充分地) chōngfèn de <十分に> じゅうぶんに {爻格蓋崕} một cách đầy đủ ◊ fully

충살 [衝殺] (冲杀) chōngshā <戦う> たたかう {衝殺} xung sát ◊ rush to kill

충성 [忠誠] (忠诚) zhōngchéng <忠誠> ちゅうせい {忠誠} trung thành ◊ loyal

충성심 [忠誠心] (忠诚心) zhōngchéng xīn <忠誠心> ちゅうせいしん {忠肝} trung can ◊ loyalty

충신 [忠臣] (忠臣) zhōngchén <忠臣> ちゅうしん {忠臣} trung thần ◊ loyal ministers

충신 [忠信] (忠信) zhōngxìn <忠信> ちゅうしん {忠信} trung tín ◊ faithful

충실 [充實] (充实) chōngshí <充実> じゅうじつ {充實} sung thực ◊ plenum

충실 [忠實] (忠实) zhōngshí <忠实> ちゅうじつ {忠實} trung thực ◊ faithful

충심 [衷心] (衷心) zhōngxīn <衷心> ちゅうしん {衷心} trung tâm ◊ heartfelt

충언 [忠言] (忠言) zhōngyán <忠言> ちゅうげん {忠言} trung ngôn ◊ sincere advice

충용 [忠勇] (忠勇) zhōngyǒng <忠勇> ちゅうゆう {忠勇} trung dũng ◊ gallant; loyal and brave

충의 [忠義] (忠义) zhōngyì <忠義> ちゅうぎ {忠義} trung nghĩa ◊ loyalty

충적 [沖積] (冲积) chōngjī <沖積> ちゅうせき {沖積} xung tích ◊ alluvial

충적기 [沖積期] (冲积期) chōngjī qī <沖積期> ちゅうせきき {沖積期} xung tích kỳ ◊ alluvial period

충적사 [沖積沙] (冲积沙) chōngjī shā <沖積沙> ちゅうせきさ {浮沙} phù sa ◊ alluvial sand

충적층 [沖積層] (冲积层) chōngjīcéng <沖積層> おきせきそう {沖積層} xung tích tầng ◊ alluvial earth

충적토 [沖積土] (冲积土) chōngjī tǔ <沖積土> ちゅうせきど {壩浮沙} đất phù sa ◊ alluvium

충적평야 [沖積平野] (冲积平原) chōngjī píngyuán <沖積平野> ちゅうせきへいや {瞳平浮沙} đồng bằng phù sa ◊ alluvial plain

충전 [充電] (充电) chōngdiàn <充電> じゅうでん {充電} sung điện ◊ charge by electricity

충전기 [充電器] (充电器) chōngdiànqì <充電器> じゅうでんき {部納電} bộ nạp điện ◊ charger

충족 [充足] (充足) chōngzú <充足> じゅうそく {充足} phong phú ◊ ample

충족감 [充足感] (充足感) chōngzú gǎn <充足感> じゅうそくかん {充足感} sung túc cảm ◊ sense of sufficiency; feeling of satisfaction

충치 [蟲齒] (虫牙) chóngyá <虫歯> むしば {蟠腦} sâu răng ◊ caries

충해 [蟲害] (虫害) chónghài <虫害> ちゅうがい {蟲害} trùng hại ◊ pest

충혈 [充血] (充血) chōngxuè <充血> じゅうけつ {充血} sung huyết ◊ hyperaemia

충혼 [忠魂] (忠魂) zhōng hún <忠魂> ちゅうこん {忠魂} trung hồn ◊ loyalty

충효 [忠孝] (忠孝) zhōng xiào <忠孝> ちゅうこう {忠孝} trung hiếu ◊ loyalty and filial piety

췌액 [膵液] (膵液) cuì yè <膵液> すいえき {膵液} tụy dịch ◊ pancreatic

췌장 [膵臟] (膵脏) cuì zàng <膵臟> すいぞう {膵臟} tụy tạng ◊ pancreas

췌장암 [膵臟癌] (胰腺癌) yíxiàn ái <膵臟癌> すいぞうがん {癱疽腺膵} ung thư tuyến tụy ◊ visceral cancer

췌장염 [膵臟炎] (胰腺炎) yíxiànyán <膵臟炎> すいぞうえん {炎膵臟} viêm tụy tạng ◊ entropic inflammation

취객 [醉客] (醉汉) zuìhàn <醉漢> すいかん {醛醅} say rượu ◊ drunkard

취거 [聚居] (聚居) jùjū <聚居> しゅうきょ {共居} cộng cư ◊ live together

취관 [吹管] (吹管) chuīguǎn <吹管> すいかん {吹管} xuy quản ◊ blowpipe

취급 [取扱] (办理) bànlǐ <取扱い> とりあつかい {處理} xử lý ◊ treatment; service; handling

취기 [臭氣] (臭气) chòuqì <臭気> しゅうき {臭氣} xú khí ◊ stench

취기 [醉氣] (醉意) zuì yì <酔い> よい {醛醅} say rượu ◊ drunkenness

취득 [取得] (取得) qǔdé <取る> とる {祉禰祉} lấy ◊ take

취미 [趣味] (趣味) qùwèi <趣味> しゅみ {趣味} thú vị ◊ interesting

취사 [炊事] (炊事) chuīshì <炊事> すいじ {炊事} xuy sự ◊ cooking

취사 [取捨] (取舍) qǔshě <取捨> しゅしゃ {擴撰} lựa chọn ◊ choice

취사병 [炊事兵] (炊事兵) chuīshì bīng <炊事兵> すいじへい {烃兵} bếp binh ◊ cook in army

취사장 [炊事場] (炊事场) chuīshì cháng <炊事場> すいじじょう {墶爛餕|墵爛咹} sân nấu ăn ◊ cooking ground

취색 [翠色] (翠色) cuì sè <翠色> すいしょく {翠色} thúy sắc ◊ green; verdure

취소 [臭素] (臭素) chòu sù <臭素> しゅうそ {臭素} xú tố ◊ bromine

취소 [取消] (取消) qǔxiāo <取消> とりけし {取消} thủ tiêu ◊ cancel

취수탑 [取水塔] (进水塔) jìnshuǐ tǎ <取水塔> しゅすいとう {塔祉渃} tháp lấy nước ◊ intake tower

취약 [脆弱] (脆弱) cuìruò <脆弱> ぜいじゃく {脆弱} thúy nhược ◊ frail; frigile

취약성 [脆弱性] (脆弱性) cuìruò xìng <脆弱性> ぜいじゃくせい {性脆弱} tính thúy nhược ◊ vulnerability

취연 [炊煙] (炊烟) chuīyān <炊煙> すいえん {炊煙} xuy yên ◊ cooking smoke

취옥 [翠玉] (翠玉) cuì yù <翠玉> すいぎょく

{翠玉} thúy ngọc ◊ jade

취임 [就任] (就任) jiùrèn <就任> しゅうにん {就任} tựu nhiệm ◊ take office

취재 [取材] (取材) qǔcái <取材> しゅざい {取材} thủ tài ◊ covering an event

취재하다 [取材하다] (采访) cǎifǎng <インタビュー> interview {訪問} phỏng vấn ◊ interview

취주 [吹奏] (吹奏) chuīzòu <吹奏> すいそう {吹奏} xuy tấu ◊ playing wind instruments

취주악 [吹奏樂] (吹奏乐) chuīzòu yuè <吹奏楽> すいそうがく {吹奏樂} xuy tấu nhạc ◊ wind music

취지 [趣旨] (意旨) yì zhǐ <旨> むね {目的} mục đích ◊ purpose

취직 [就職] (就职) jiùzhí <就職> しゅうしょく {就職} tựu chức ◊ inauguration

취집 [聚集] (聚集) jùjí <聚集> しゅうしゅう {聚集} tụ tập ◊ gather

취태 [醉態] (醉态) zuìtài <醉態> すいたい {醉態} túy thái ◊ drunkenness

취하다 [取하다] (取用) qǔ yòng <取り込み> とりこみ {祕粮使用} lấy lại sử dụng ◊ take; access

취학 [就學] (就学) jiùxué <就学> しゅうがく {入場} nhập trường ◊ entering school; school attendance

측거기 [測距器] (測距器) cè jù qì <測距器> そっきょく {測距器} trắc cự khí ◊ rangefinder

측광 [測光] (測光) cè guāng <測光> そっこう {測光} trắc quang ◊ photometry

측량 [測量] (測量) cèliáng <測量> そくりょう {測量} trắc lượng ◊ measurement

측량기 [測量器] (測量器) cèliáng qì <測量器> そくりょうき {測量器} trắc lượng khí ◊ measuring device

측량도 [測量圖] (測量图) cèliáng tú <測量図> そくりょうず {測量圖} trắc lượng đồ ◊ measurement charts

측면 [側面] (側面) cèmiàn <側面> そくめん {半面} bán diện ◊ lateral surface

측면도 [側面圖] (側面图) cèmiàn tú <側面図> そくめんず {側面圖} trắc diện đồ ◊ side view

측목 [側目] (側目) cèmù <側目> そくもく {側目} trắc mục ◊ outsider's perspective

측벽 [側壁] (側壁) cè bì <側壁> そくへき {㫛甋|邊炯|邊堋} bên hông ◊ sidewall

측변 [側邊] (側边) cè biān <側边> そくへん {㫛鯁|邊鯁} bên cạnh ◊ side edge

측성 [仄聲] (仄声) zèshēng <仄声> そくせい {聲仄} thanh trắc ◊ deflected tone; oblique tone

측실 [側室] (側室) cèshì <側室> そくしつ {側室} trắc thất ◊ concubine

측심 [測深] (測深) cè shēn <測深> そくしん {測深} trắc thâm ◊ sounding

측심의 [測深儀] (測深仪) cè shēn yí <測深儀> そくしんぎ {檜鷁度溁} máy đo độ sâu ◊ sounder

측와 [側臥] (側卧) cèwò <側臥> そくが {側臥} trắc ngọa ◊ side decubitus

측원 [測遠] (測远) cè yuǎn <測遠> そくえん {測遠} trắc viễn ◊ telemetry

측음기 [測音器] (測音器) cè yīn qì <測音器> そくおんき {音計} âm kế ◊ phonometer; sound detector

측접 [側接] (旁接) páng jiē <側頭接合> そくとうせつごう {旁接} bàng tiếp ◊ bypass

측정 [測定] (測定) cèdìng <測定> そくてい {㫛量} đo lường ◊ survey and evaluate; determination; mensuration

측정계통 [測定系統] (測量系统) cèliáng xìtǒng <測定系統> そくていけいとう {系統㫛量} hệ thống đo lường ◊ measurement system

측정기술 [測定技術] (測量技术) cèliáng jìshù <測定技術> そくていぎじゅつ {工藝㫛量} công nghệ đo lường ◊ measurement technique

측정범위 [測定範圍] (測定范围) cèdìng fànwéi <測定範囲> そくていはんい {範圍㫛量} phạm vi đo lường ◊ measurement range

측정설비 [測定設備] (測試设备) cèshì shèbèi <測定設備> そくていせつび {設備㫛量} thiết bị đo lường ◊ measuring equipment

측정장비 [測定裝備] (測量裝置) cèliáng zhuāngzhì <測定裝備> そくていそうび {設備㫛量} thiết bị đo lường ◊ measuring device

측지 [測地] (測地) cè dì <測地> そくち {測地} trắc địa ◊ geodetic

측지선 [測地線] (測地线) cè dìxiàn <測地線> そくちせん {測地線} trắc địa tuyến ◊ geodesic

측지학 [測地學] (測地学) cè dì xué <測地学> そくちがく {測地學} trắc địa học ◊ geodesy

층 [層] (层) céng <層> そう {㽦} lớp ◊ layer

층상 [層狀] (层状) céng zhuàng <層状> そうじょう {層狀} tầng trạng ◊ layered

층운 [層雲] (层云) céngyún <層雲> そううん

{層雲} tầng vân ◊ stratus

층적운 [層積雲] (层积云) céng jīyún <層積雲> そうせきうん {層積雲} tầng tích vân ◊ stratocumulus

치강 [齒腔] (牙腔) yáqiāng <口腔> こうくう {吼麱} khoang răng ◊ oral cavity; dental cavity

치경음 [齒莖音] (齿龈音) chǐyín yīn <歯茎音> はぐきおん {音臊麱|音齈麱} âm nướu răng ◊ alveolar sounds

치과 [齒科] (牙科) yákē <歯科> しか {牙科} nha khoa ◊ dentistry

치과검진 [齒科檢診] (牙科检查) yákē jiǎnchá <歯科検診> しかけんしん {勘麷} khám răng ◊ dental checkup

치과의사 [齒科醫師] (牙科医生) yákē yīshēng <歯科医者> しかいしゃ {牙士} nha sĩ ◊ dentist

치국 [治國] (治国) zhìguó <治国> ちこく {治國} trị quốc ◊ govern country; manage state affairs

치기 [稚氣] (稚气) zhìqì <稚気> ちき {稚氣} trĩ khí ◊ childishness

치력 [致力] (致力) zhìlì <力を尽くす> ちからをつくす {致力} trí lực ◊ dedicate

치렬 [熾烈] (激烈) jīliè <熾烈> しれつ {嚴疠|嚴扐} nghiêm ngặt ◊ hot; severe

치료 [治療] (治疗) zhìliáo <治療> ちりょう {治療} trị liệu ◊ treat

치료법 [治療法] (疗法) liáofǎ <治療法> ちりょうほう {方法調治} phương pháp điều trị ◊ method of treatment; cure; remedy

치루 [痔漏|痔瘻] (痔漏) zhì lòu <痔漏> じろう {痔漏} trĩ lậu ◊ anal fistula

치륜 [齒輪] (齿轮) chǐlún <歯車> はぐるま {輄麷} bánh răng ◊ gear; cogwheel

치매 [癡呆] (痴呆) chīdāi <痴呆> ちほう {跁踔智慧} sa sút trí tuệ ◊ dementia

치매증 [癡呆症] (痴呆症) chīdāi zhēng <痴呆症> ちほうしょう {癡呆症} si ngai chứng ◊ dementia

치명 [馳名] (驰名) chímíng <馳名> はせめい {馳名} trì danh ◊ resound; famous

치명 [致命] (致命) zhìmìng <致命> ちめい {致命} trí mệnh ◊ fatal

치명상 [致命傷] (致命伤) zhìmìngshāng <致命傷> ちめいしょう {致命傷} trí mệnh thương ◊ achilles heel

치미 [鴟尾] (屋脊端瓦) wūjǐ duān wǎ <鴟尾> しび {鴟頭裝飾} gạch đầu trang sức ◊ ornamental ridge-end tile

치밀 [緻密] (缜密) zhěnmì <緻密> ちみつ {攝紃} nén chặt ◊ minuteness; meticulous

치병 [治病] (治病) zhìbìng <病を治す> やまいをなおす {治病} trị bệnh ◊ cure

치부 [恥部] (耻部) chǐ bù <恥部> ちぶ {恥部} si bộ ◊ genitalia; partes pubica

치사 [致死] (致死) zhìsǐ <致死> ちし {致死} trí tử ◊ lethal

치사량 [致死量] (致死量) zhìsǐ liáng <致死量> ちしりょう {數量死亡} số lượng tử vong ◊ lethal dose

치사물질 [致死物質] (致死物) zhìsǐ wù <致死物質> ちしぶっしつ {物體搋莪馱} vật thể gây chết người ◊ lethal substance

치사율 [致死率] (致死率) zhìsǐ lǜ <致死率> ちしりつ {比例死亡} tỷ lệ tử vong ◊ lethal rate

치사작용제 [致死作用劑] (致死剂) zhìsǐ jì <致死作用劑> ちしさようざい {作因搋莪馱} tác nhân gây chết người ◊ lethal agent

치사지수 [致死指數] (致死指数) zhìsǐ zhǐshù <致死指数> ちししすう {指數搋莪馱} chi số gây chết người ◊ lethal index

치석 [齒石] (牙垢) yágòu <歯石> しせき {齒石} xi thạch ◊ dental calculus

치소 [恥笑] (耻笑) chǐxiào <恥笑> はじわらい {恥笑} si tiếu ◊ laugh at; make fun of; mock; sneer

치수 [齒髓] (牙髓) yásuǐ <歯髄> しずい {齒髓} xi tủy ◊ pulp

치수 [治水] (治水) zhì shuǐ <治水> ちすい {治水} trị thủy ◊ flood control

치수염 [齒髓炎] (牙髓炎) yásuǐ yán <歯髄炎> しずいえん {炎髓麱} viêm tủy răng ◊ pulpitis

치안 [治安] (治安) zhì'ān <治安> ちあん {治安} trị an ◊ public security

치안경찰 [治安警察] (治安警察) zhì'ān jǐngchá <治安警察> ちあんけいさつ {安警} an cảnh ◊ security police

치약 [齒藥] (牙膏) yágāo <歯磨き粉> はみがきこな {嗛捫麱|嗛打麱} kem đánh răng ◊ toothpaste

치어 [稚魚] (鱼苗) yúmiáo <稚魚> ちぎょ {魿䰶哰} cá mới nở ◊ fry

치외법권 [治外法權] (治外法权) zhì wài fǎ quán <治外法権> ちがいほうけん {治外法權} trị ngoại pháp quyền ◊ extraterritoriality

치욕 [恥辱] (耻辱) chǐrǔ <恥辱> ちじょく {恥辱} si nhục ◊ disgrace

치우 [癡愚] (痴愚) chī yú <痴愚> ちぐ {癡愚} si ngu ◊ stupidity

치우다 [－] (清理) qīnglǐ <片付ける> かたづける {清理} thanh lý ◊ clean up

치유 [治癒] (治愈) zhìyù <治る> なおる {揺瑰} chữa khỏi ◊ heal

치음 [齒音] (齿音) chǐyīn <歯音> しおん {齒音} xỉ âm ◊ sibilant

치인 [癡人] (痴人) chī rén <痴人> ちじん {癡人} si nhân ◊ fool

치장 [治粧] (妆点) zhuāng diǎn <化粧> けしょう {妝點} trang điểm ◊ cosmetic; make up

치정 [癡情] (痴情) chīqíng <痴情> ちじょう {癡情} si tình ◊ foolish passion; blind love

치조 [齒槽] (牙槽) yá cáo <歯槽> しそう {齒槽} xỉ tào ◊ alveolus

치졸하다 [稚拙하다] (稚拙) zhìzhuō <稚拙> ちせつ {幼稚} ấu trĩ ◊ childish

치죄 [治罪] (治罪) zhìzuì <治罪> ちざい {治罪} trị tội ◊ convict; punish somebody for one's crime

치중 [輜重] (辎重) zī chóng <輜重> しちょう {輜重} tri trọng ◊ supplies and gear of an army

치질 [痔疾] (痔疮) zhìchuāng <痔瘻> じろう {病痔} bệnh trĩ ◊ hemorrhoids

치태 [癡態] (癡态) chī tài <痴態> ちたい {癡態} si thái ◊ foolishness

치태 [齒苔] (牙斑) yá bān <歯垢> しこう {𠿃擝𪘵} mảng bám răng ◊ plaque

치통 [齒痛] (牙齿痛) yáchǐ tòng <歯痛> しつう {疠𪘵|疠𦟐} đau răng ◊ toothache

치한 [癡漢] (痴汉) chī hàn <痴漢> ちかん {癡漢} si hán ◊ fool; idiot

치화 [癡話] (痴话) chī huà <痴話> ちわ {癡話} si thoại ◊ idiot talk

치환 [置換] (置换) zhìhuàn <置換> ちかん {置換} trí hoán ◊ substitution

치환반응 [置換反應] (置换反应) zhìhuàn fǎnyìng <置換反応> ちかんはんのう {反應𢷮替} phản ứng thay thế ◊ replacement reaction

칙령 [勅令] (敕令) chì líng <勅令> ちょくれい {勅令} sắc linh ◊ edict

칙명 [勅命] (敕命) chì mìng <勅命> ちょくめい {勅命} sắc mệnh ◊ imperial decree

칙사 [勅使] (敕使) chì shǐ <勅使> ちょくし {勅使} sắc sử ◊ envoy

칙서 [勅書] (敕书) chì shū <勅書> ちょくしょ {勅書} sắc thư ◊ imperial letter

친고 [親故] (亲故) qīn gù <縁故> えんこ {關係親屬} quan hệ thân thuộc ◊ affinity

친구 [親舊] (好友) hǎoyǒu <仲間> なかま {同伴} đồng bạn ◊ comrade

친구를 사귀다 [親舊를 사귀다] (交朋友) jiāopéngyou <馴れ合う> なれあう {結伴} kết bạn ◊ make friends

친권 [親眷] (亲眷) qīnjuàn <親戚> しんせき {親眷} thân quyến ◊ relatives

친근 [親近] (亲近) qīnjìn <親近> しんきん {親近} thân cận ◊ intimate

친근 언어 [親近言語] (亲近语言) qīnjìn yǔyán <親近言語> しんきんごんご {言語親近} ngôn ngữ thân cần ◊ close language

친근감 [親近感] (亲近感) qīnjìn gǎn <親近感> しんきんかん {親近感} thân cận cảm ◊ closeness

친누이 [親누이] (亲妹) qīn mèi <実の妹> じつまい {𡛔肆䏾} em ruột thịt ◊ blood younger sister

친동생 [親동생] (胞弟妹) bāo dìmèi <実弟妹> じっていまい {俺腜|𡝖腜|𡛔腜} em ruột ◊ blood younger brother or sister; biological younger brother or sister

친딸 [親딸] (亲生女儿) qīnshēng nǚ'ér <実の娘> じつのむすめ {𡥵𡛔肆|𡥵𡛔腜} con gái ruột ◊ biological daughter

친목 [親睦] (联欢) liánhuān <交歓> こうかん {學俸} học bổng ◊ fellowship

친목회 [親睦會] (联欢会) liánhuānhuì <懇親会> こんしんかい {餚 遻達} tiệc gặp gỡ ◊ get-together

친민 [親民] (亲民) qīn mín <親民> しんみん {親民} thân dân ◊ close to the people

친밀 [親密] (亲密) qīnmì <親密> しんみつ {親密} thân mật ◊ intimacy

친밀감 [親密感] (友谊) yǒuyì <親密感> しんみつかん {親密感} thân mật cảm ◊ intimacy

친밀무간 [親密無間] (亲密无间) qīnmì wújiàn <無間> むげん {親密無間} thân mật vô gian ◊ be on very intimate terms with each other

친부모 [親父母] (亲生父母) qīnshēng fùmǔ <実父母> じつふぼ {𠊛媄肆䏾} bố mẹ ruột thịt ◊ one's own blood parents

친선 [親善] (亲善) qīnshàn <親善> しんぜん {善志} thiện chí ◊ goodwill

친손녀 [親孫女] (亲孙女) qīn sūnnǚ <内孫娘> うちまごむすめ {招𡛔腜} cháu gái ruột ◊ brood granddaughter

친수성 [親水性] (亲水性) qīnshuǐxìng <親水性> しんすいせい {性親水} tính thân thủy ◊ hydrophilicity

친숙하다 [親熟하다] (熟悉) shúxī <良く知っている> よくしっている {訓燴} biết rõ ◊ know well

친아들 [親아들] (亲生儿子) qīnshēng érzi <実の息子> じつのむすこ {嫡子} đích tử ◊ blood son

친아버지 [親아버지] (亲生父亲) qīnshēng fùqīn <実父> じっぷ {爺腆} bố ruột ◊ biological father

친애 [親愛] (亲爱) qīn'ài <親愛> しんあい {親愛} thân ái ◊ dear

친어머니 [親어머니] (亲生母亲) qīnshēng mǔqīn <実母> じつぼ {媄腆} mẹ ruột ◊ biological mother

친언니 [親언니] (亲姐姐) qīn jiějie <実姉> じっし {姉胖|姉腍} chị ruột ◊ older sister

친오빠 [親오빠] (亲哥哥) qīn gēge <実兄> じっけい {英腍} anh ruột ◊ older brother

친왕 [親王] (亲王) qīnwáng <親王> しんのう {親王} thân vương ◊ prince

친우 [親友] (亲友) qīnyǒu <親友> しんゆう {親友} thân hữu ◊ relatives

친위대 [親衛隊] (禁卫军) jīnwèijūn <禁衛軍> きんえいぐん {禁衛} cấm vệ ◊ lifeguard; janissary

친자 [親子] (亲子) qīn zǐ <親子> おやこ {親子} thân tử ◊ parent-child

친절 [親切] (亲切) qīnqiè <親切> しんせつ {親切} thân thiết ◊ cordial

친족 [親族] (亲族) qīnzú <親族> しんぞく {親族} gia đình ◊ kin

친족어 [親族語] (亲近语) qīnjìn yǔ <親近言葉> しんきんことば {言語親近} ngôn ngữ thân cận ◊ intimate language

친척 [親戚] (亲戚) qīnqi <親戚> しんせき {親戚} bà con ◊ relatives

친필 [親筆] (亲笔) qīnbǐ <直筆> じきひつ {苧記} chữ ký ◊ autograph

친형 [親兄] (亲兄) qīn xiōng <実の兄> じつのあに {英胖硆} anh ruột thịt ◊ blood elder brother

친형제 [親兄弟] (亲兄弟) qīn xiōngdì <血縁の兄弟> けつえんのきょうだい {英媄胖硆} anh em ruột thịt ◊ blood brother

친화 [親和] (亲和) qīnhé <親和> しんわ {親和} thân hòa ◊ compatible

친화력 [親和力] (亲和力) qīnhélì <親和力> しんわりょく {親和力} thân hòa lực ◊ affinity

칠기 [漆器] (漆器) qīqì <漆器> しっき {漆器} tất khí ◊ lacquerware

칠면조 [七面鳥] (火鸡) huǒjī <七面鳥> しちめんちょう {鵰西} gà tây ◊ turkey

칠색 [七色] (七色) qī sè <七色> なないろ {七色} thất sắc ◊ seven prismatic colors

칠야삼경 [漆夜三更] (半夜三更) bànyè sāngēng <真夜中> しんやちゅう {牧齙更匹} nửa đêm canh ba ◊ in the depth of night; late at night

칠언 [七言] (七言) qī yán <七言> しちごん {七言} thất ngôn ◊ seven words

칠언시 [七言詩] (七言律诗) qī yán lùshī <七言律詩> しちごんりっし {詩七言} thơ thất ngôn ◊ a type of ancient poetry

칠엽수 [七葉樹] (七叶树) qīyèshù <栃木> とちのき {核帍蒬} cây bảy lá ◊ horse chestnut; buckeye

칠요 [七曜] (七曜) qīyào <七曜> しちよう {七曜} thất diệu ◊ seven days

칠월 [七月] (七月) qīyuè <七月> なながつ {胸吧} tháng Bảy ◊ July

칠전팔도 [七顚八倒] (七颠八倒) qī diān bā dǎo <七転八倒> しちてんばっとう {七顚八倒} thất điên bát đảo ◊ be all at sevens and eights

칠칠암야 [漆漆暗夜] (漆黑夜间) qīhēi yèjiān <真っ暗> まっくら {曂矗如墨} tối đen như mực ◊ very dark night

칠판 [漆板] (黑板) hēibǎn <黑板> こくばん {榜驪|板矗} bảng đen ◊ blackboard

칠하다 [漆하다] (涂抹) túmǒ <塗る> ぬる {髹} sơn ◊ lacquer; varnish; smear

칠흑 [漆黑] (漆黑) qīhēi <漆黑> しっこく {锤矗} rất đen ◊ jet black

침강 [沈降] (沉降) chénjiàng <沈降> ちんこう {沈降} trầm giáng ◊ sedimentation

침강해안 [沈降海岸] (下沉海岸) xiàchén hǎi'àn <沈降海岸> ちんこうかいがん {坡灊沉} bờ biển chìm ◊ coast of submergence

침구 [寢具] (寢具) qǐnjù <寢具> しんぐ {楗株} đồ giường ◊ bedding

침구 [針灸|鍼灸] (针灸) zhēnjiǔ <鍼灸> しんきゅう {針灸} châm cứu ◊ acupuncture

침낭 [寢囊] (睡袋) shuìdài <寢袋> ねぶくろ

{襁眂} túi ngù ◊ sleeping bag

침대 [寢臺] (床铺) chuángpù <寢床> ねどこ {牀}
giường ◊ bed

침략 [侵略] (侵略) qīnlüè <侵略> しんりゃく
{侵略} xâm lược ◊ aggression

침략군 [侵略軍] (侵略军) qīnlüèjūn <侵略軍>
しんりゃくぐん {軍侵略} quân xâm lược ◊
invading army

침릉 [侵凌|侵陵] (侵凌) qīn líng <侵凌>
しんりょう {侵凌} xâm lăng ◊ abuse

침목 [枕木] (枕木) zhěnmù <枕木> まくらぎ
{鎁樾躇鏢} tà vẹt đường sắt ◊ railway sleeper

침몰 [沈沒] (沉没) chénmò <沈没> ちんぼつ
{沈沒} trầm một ◊ sinking

침묵 [沈默] (沉默) chénmò <沈黙> ちんもく
{沈默} trầm mặc ◊ silence

침묵과언 [沈默寡言] (沉默寡言) chénmò guǎyán
<沈黙寡言> ちんもくかげん {沈默寡言} trầm
mặc quả ngôn ◊ uncommunicative

침범 [侵犯] (侵犯) qīnfàn <侵犯> しんぱん
{侵犯} xâm phạm ◊ infringe

침변 [枕邊] (枕边) zhěn biān <枕元> まくらもと
{鯁㴱眂} cạnh giường ngủ ◊ bedside

침수 [浸水] (淹水) yānshuǐ <水浸し> みずびたし
{泼渃} ngập nước ◊ submersion

침수지 [浸水地] (水淹面积) shuǐ yān miànjī
<浸水地> しんすいち {區域汲緋} khu vực
ngập lụt ◊ flooded area

침술 [鍼術] (针刺) zhēncì <鍼療法>
しんりょうほう {針灸} châm cứu ◊ acupuncture

침식 [浸蝕] (浸蚀) jìn shí <浸蝕> しんしょく
{浸蝕} tầm thực ◊ erosion

침식강도 [浸蝕強度] (侵蚀强度) qīnshí qiángdù
<浸蝕強度> しんしょくきょうど {強度氺痀}
cường độ xói mòn ◊ erosion intensity

침식분지 [浸蝕盆地] (冲蚀盆地) chōng shí péndì
<浸蝕盆地> しんしょくぼんち {流域氺痀}
lưu vực xói mòn ◊ erosion basin

침식순환 [浸蝕循環] (侵蚀循环) qīnshí xúnhuán
<浸蝕循環> しんしょくじゅんかん {週期氺痀}
chu kỳ xói mòn ◊ erosion cycle

침식요소 [浸蝕要素] (侵蚀因素) qīnshí yīnsù
<浸蝕要素> しんしょくようそ {要素氺痀}
yếu tố xói mòn ◊ erosion factor

침식유실 [浸蝕流失] (侵蚀流失) qīnshí liúshī
<浸蝕流失> しんしょくりゅうしつ {佚氺痀}
mất xói mòn ◊ erosion loss

침식평원 [浸蝕平原] (浸蚀平原) jìnshí píngyuán
<浸蝕平原> しんしょくへいげん {疃平氺痀}
đồng bằng xói mòn ◊ erosion plain

침식효과 [浸蝕效果] (侵蚀效应) qīnshí xiàoyìng
<侵蝕效果> しんしょくこうか {效應氺痀}
hiệu ứng xói mòn ◊ erosion effect

침실 [寢室] (卧室) wòshì <寢室> しんしつ
{房眂|房眄} phòng ngủ ◊ bedroom

침염 [浸染] (浸染) jìnrǎn <浸染> しんぜん
{浸染} tầm nhiễm ◊ immersion dyeing

침엽수 [針葉樹] (针叶树) zhēnyèshù <針葉樹>
しんようじゅ {核蓈針} cây lá kim ◊ conifer

침윤 [浸潤] (浸润) jìnrùn <浸潤> しんじゅん
{浸潤} tầm nhuận ◊ infiltration

침입 [侵入] (侵入) qīnrù <侵入> しんにゅう
{侵入} xâm nhập ◊ invade

침착 [沈着] (沉稳) chénwěn <沈着> ちんちゃく
{平靜} bình tĩnh ◊ self-possession; presence of
mind

침잠 [沈潛] (沉潜) chénqián <沈潛> ちんせん
{泼渃} ngập nước ◊ submersion

침적암 [沈積巖] (沉积岩) chénjīyán <沈積岩>
ちんせきがん {沈積巖} trầm tích nham ◊ shen
jiyan

침전물 [沈澱物] (沉淀物) chéndiànwù <沈澱物>
ちんでんぶつ {沈澱 物} trầm điến vật ◊
precipitation

침점 [侵占] (侵占) qīnzhàn <占める> しめる
{侵佔} xâm chiếm ◊ invade and occupy

침정 [沈靜] (沉静) chénjìng <沈静> ちんせい
{沈靜} trầm tĩnh ◊ quiet

침착 [沈着] (沉着) chénzhuó <冷静> れいせい
{平靜} bình tĩnh ◊ composure

침체 [沈滯] (沉滞) chēn zhì <沈滯> ちんたい
{遲滯} trì trệ ◊ stagnation

침출량 [浸出量] (浸出量) jìn chū liáng <浸出量>
しんしゅつりょう {塊量濾} khối lượng lọc ◊
leaching amount

침취 [沈醉] (沉醉) chénzuì <沈醉> ちんすい
{沈醉} trầm túy ◊ drunkenness

침탈 [侵奪] (侵夺) qīn duó <侵奪> しんだつ
{侵奪} xâm đoạt ◊ invade and usurp

침통 [沈痛] (沉痛) chéntòng <沈痛> ちんつう
{沈痛} trầm thống ◊ grave

침투 [浸透] (浸透) jìntòu <浸透> しんとう
{浸透} tầm thấu ◊ osmosis

침투계 [浸透計] (渗透计) shèntòu jì <浸透計>

しんとうけい {槵𥥍度湛} máy đo độ thấm ◊ infiltrometer

침하 [沈下] (沉下) chēn xià <沈下> ちんか {沈下} trầm hạ ◊ subsidence

침해 [侵害] (侵害) qīnhài <侵害> しんがい {侵害} xâm hại ◊ violate

침향 [沈香] (沉香) chénxiāng <沈香> じんこう {沈香} trầm hương ◊ agarwood

칫솔 [齒솔] (牙刷) yáshuā <歯ブラシ> は brush {盤梳扴鬙} bàn chải đánh răng ◊ toothbrush

칭송 [稱頌] (称颂) chēngsòng <称賛する> しょうさんする {稱頌} xưng tụng ◊ praise; extol

칭찬 [稱贊|稱讚] (称赞) chēngzàn <称賛> しょうさん {稱贊} xưng tán ◊ praise

칭호 [稱號] (称号) chēnghào <称号> しょうごう {稱號} xưng hiệu ◊ title

ㅋ k

카드 [card] (卡) kǎ <カード> card {唭} thẻ ◊ card

칼 [－] (刀) dāo <刀> かたな {釖刂} dao ◊ sword

칼날 [－] (刀刃) dāorèn <刃> は {禠刂} lưỡi dao ◊ blade

칼라 [collar] (领子) lǐngzi <襟> えり {肵襖} cổ áo ◊ collar

칼자루 [－] (刀柄) dāo bǐng <刀柄> つかまい {桿刀} cán dao ◊ knife handle

캔 [can] (易拉罐) yìlāguàn <缶詰> かんづめ {盒易抝} hộp dễ kéo ◊ cans

캔버스 [canvas] (画布) huàbù <画布> がふ {畫布} họa bố ◊ paint canvas

커서 [cursor] (鼠标) shǔbiāo <カーソー> cursor {琨撚} con trỏ ◊ cursor

커튼 [curtain] (窗帘) chuānglián <カーテン> curtain {幅幪} bức màn ◊ curtain

컬트 [cult] (邪教) xiéjiào <カルト> cult {邪敎} tà giáo ◊ cult

코 [－] (鼻子) bízi <鼻> はな {髀齁} mũi ◊ nose

콜레라 [cholera] (霍乱) huòluàn <虎列刺|コレラ> cholera {病瀉} bệnh tả ◊ cholera

콧구멍 [－] (鼻孔) bíkǒng <鼻孔> びこう {犞齁} lỗ mũi ◊ nostril

쾌감 [快感] (快感) kuàigǎn <快感> かいかん {快感} khoái cảm ◊ pleasure; enjoying

쾌도난마 [快刀亂麻] (快刀乱麻) kuài dāo luànmá <快刀乱麻> かいとうらんま {快刀亂麻} khoái đao loạn ma ◊ cut the knot fast

쾌락 [快樂] (快乐) kuàilè <快楽> かいらく {快樂} khoái lạc ◊ happy

쾌보 [快報] (快讯) kuàixùn <快報> かいほう {快報} khoái báo ◊ news flash

쾌속 [快速] (快速) kuàisù <快速> かいそく {快速} khoái tốc ◊ fast

쾌승 [快勝] (大胜) dà shèng <快勝> かいしょう {勝欤} thắng lớn ◊ a great victory

쾌적 [快適] (舒畅) shūchàng <快適> かいてき {夕賒怵慣} làm cho thoải mái ◊ comfortable; entirely free from worry

쾌청 [快晴] (晴朗) qínglǎng <快晴> かいせい {觝糊} trong sáng ◊ bright

크리스마스 [Christmas] (圣诞) shèngdàn <クリスマス> Christmas {降生} Giáng sinh ◊ Christmas

키 [－] (身高) shēngāo <身長> しんちょう {軩高|朝高} chiều cao ◊ person's height

키보드 [keyboard] (键盘) jiànpán <キーボード> keyboard {盤柅} bàn phím ◊ keyboard

킬로리터 [kiloliter] (千升) qiānshēng <竏|キロリットル> kiloliter {其卢咧} ki lô lít ◊ kiloliter

킬로미터 [kilometer] (千米) qiānmǐ <粁|キロメートル> kilometer {核數} cây số ◊ kilometer

ㅌ t

타개 [打開] (打开) dǎkāi <打開> だかい {打開} đả khai ◊ defuse

타격 [打擊] (打击) dǎjī <打擊> だげき {打擊} đả kích ◊ blow

타계 [他界] (他界) tā jiè <他界> たかい {他界} tha giới ◊ other world

타교 [他校] (他校) tā jiào <他校> たこう {他校} tha hiệu ◊ other schools

타국 [他國] (他国) tāguó <他国> たこく {外國} ngoại quốc ◊ foreign country

타기 [惰氣] (惰气) duò qì <惰気> だき {惰氣} nọa khí ◊ indolence

타기 [唾棄] (唾弃) tuòqì <唾棄> だき {唾棄} thóa khí ◊ spurn

타다 [一] (乘坐) chéngzuò <乗る> のる {搭; 駙跂} đáp; cưỡi ◊ ride

타당 [妥當] (妥善) tuǒshàn <宜しく> よろしく {適合} thích hợp ◊ properly

타당성 [妥當性] (妥当性) tuǒdàngxìng <妥当性> だとうせい {性可施} tính khả thi ◊ feasibility; validity

타도 [打倒] (打倒) dǎdǎo <打倒> だとう {打倒} đả đảo ◊ overthrow

타동 [他動] (他动) tā dòng <他動> たどう {他動} tha động ◊ transitive

타동사 [他動詞] (及物动词) jí wù dòngcí <他動詞> たどうし {他動詞} tha động từ ◊ transitive verb

타락 [墮落] (堕落) duòluò <堕落> だらく {堕落} đọa lạc ◊ depraved

타력 [打力] (打力) dǎ lì <打力> だりょく {打力} đả lực ◊ striking power; batting power

타력 [惰力] (惰力) duò lì <惰力> だりょく {惰力} nọa lực ◊ inertia

타륜 [舵輪] (舵轮) duò lún <舵輪> だりん {舵輪} đả luân ◊ steering wheel

타방 [他方] (他方) tā fāng <他方> たほう {他方} tha phương ◊ another side

타사 [他社] (他社) tā shè <他社> たしゃ {他社} tha xã ◊ other societies

타산 [打算] (打算) dǎsuàn <打算> ださん {打算}

đả toán ◊ intend

타살 [他殺] (他杀) tā shā <他殺> たさつ {他殺} tha sát ◊ homicide

타수 [打手] (打手) duòshǒu <打手|擊手> うちて {打手} đả thủ ◊ shooter; drummer

타수 [舵手] (舵手) duòshǒu <舵手> だしゅ {舵手} đả thủ ◊ helmsman

타악기 [打樂器] (打击乐器) dǎjī yuèqì <打楽器> だがっき {樂具拮} nhạc cụ gõ ◊ percussion

타액 [唾液] (唾液) tuòyè <唾液> だえき {唾液} thóa dịch ◊ saliva

타액분비 [唾液分泌] (唾液分泌) tuòyè fēnmì <唾液分泌> だえきぶんぴつ {泄渃渟} tiết nước bọt ◊ salivation

타약 [惰弱] (惰弱) duò ruò <惰弱> だじゃく {惰弱} nọa nhược ◊ coasting

타언 [他言] (他言) tā yán <他言> たごん {他言} tha ngôn ◊ other languages

타용 [他用] (他用) tā yòng <他用> たよう {他用} tha dụng ◊ for others

타원 [楕圓] (椭圆) tuǒyuán <楕円> だえん {楕圓} thỏa viên ◊ ellipse

타원구 [楕圓球] (椭圆球) tuǒyuán qiú <楕円球> だえんだま {楕圓球} thỏa viên cầu ◊ oval balls

타원면 [楕圓面] (椭圆面) tuǒyuán miàn <楕円面> だえんめん {楕圓面} thỏa viên diện ◊ oval surface

타원형 [楕圓形] (椭圆形) tuǒyuánxíng <楕円形> だえんけい {形鞭睭} hình trái xoan ◊ oval

타의 [他意] (他意) tā yì <他意> たい {他意} tha ý ◊ ulterior motive

타인 [他人] (他人) tārén <他人> たにん {他人} tha nhân ◊ others

타일 [他日] (他日) tā rì <他日> たじつ {他日} tha nhật ◊ in the future

타조 [鴕鳥] (鸵鸟) tuóniǎo <駝鳥> だちょう {鴕鳥} đà điểu ◊ ostrich

타태 [墮胎] (堕胎) duòtāi <堕胎> だたい {堕胎} đọa thai ◊ abortion

타파 [打破] (打破) dǎpò <打破> だは {打破} đả

phá ◊ break

타향 [他郷] (他乡) tā xiāng <他郷> たきょう {他郷} tha hương ◊ elsewhere

타협 [妥協] (妥协) tuǒxié <妥協> だきょう {妥協} sự thỏa hiệp ◊ compromise

탁구 [卓球] (乒乓) pīngpāng <卓球> たっきゅう {琫盤} bóng bàn ◊ table tennis

탁류 [濁流] (浊流) zhuóliú <濁流> だくりゅう {洞電浊} dòng điện đục ◊ turbidity current

탁본 [拓本] (拓本) tàběn <拓本> たくほん {拓本} thác bản ◊ rubbing from stone inscription

탁상공론 [卓上空論] (纸上谈兵) zhǐ shàng tán bīng <卓上空論> たくじょうくうろん {紙上談兵} chỉ thượng đàm binh ◊ be an armchair strategist

탁세 [濁世] (浊世) zhuóshì <濁世> じょくせ {濁世} trọc thế ◊ turbidity

탁수 [濁水] (浊水) zhuó shuǐ <濁水> だくすい {濁水} trọc thủy ◊ turbid water

탁아소 [託兒所] (托儿所) tuō'érsuǒ <保育所> ほいくしょ {茹穉} nhà trẻ ◊ nursery

탁월 [卓越] (卓越) zhuóyuè <卓越> たくえつ {卓越} trác việt ◊ excellence

탁음 [濁音] (浊音) zhuóyīn <濁音> だくおん {濁音} trọc âm ◊ sonant; voiced sound

탁절 [卓絕] (卓绝) zhuójué <卓絶> たくぜつ {卓絕} trác tuyệt ◊ exceptional; transcendence

탄갱 [炭坑] (炭坑) tàn kēng <炭坑> たんこう {炭坑} thán khanh ◊ charcoal pits

탄광 [炭鑛] (煤矿) méikuàng <炭鉱> たんこう {鉄炭|堞碳} mỏ than ◊ colliery

탄광폐수 [炭鑛廢水] (煤矿废水) méikuàng fèishuǐ <炭鉱廃水> たんこうはいすい {渃汰堞碳} nước thải mỏ than ◊ coal mining and processing wastes

탄광폭발 [炭鑛爆發] (煤矿爆炸) méikuàng bàozhà <炭鉱爆発> たんこうばくはつ {務慈堞碳} vụ nổ mỏ than ◊ coal mine explosion

탄도 [彈道] (弹道) dàndào <弾道> だんどう {彈道} đạn đạo ◊ ballistics

탄도탄 [彈道彈] (弹道导弹) dàndào dǎodàn <弾道弾> だんどうだん {彈道彈} đạn đạo đàn ◊ ballistic projectiles

탄도학 [彈道學] (弹道学) dàndào xué <弾道学> だんどうがく {彈道學} đạn đạo học ◊ ballistics

탄력 [彈力] (弹力) tánlì <弾力> だんりょく {彈力} đàn lực ◊ elasticity

탄력성 [彈力性] (弹力性) tánlìxìng <弾力性> だんりょくせい {性彈力} tính đàn lực ◊ elasticity

탄복 [歎服|嘆服] (叹服) tànfú <感服> かんぷく {嘆服} thán phục ◊ admiration; being impressed

탄산 [炭酸] (炭酸) tàn suān <炭酸> たんさん {炭酸} thán toan ◊ carbonic acid

탄산지 [炭酸紙] (炭酸纸) tàn suān zhǐ <カーボン紙> carbon し {紼碳酸} giấy thán toan ◊ charcoal paper

탄산천 [炭酸泉] (碳酸泉) tànsuān quán <炭酸泉> たんさんせん {炭酸泉} thán toan tuyền ◊ carbonic acid springs

탄생 [誕生] (诞生) dànshēng <誕生> たんじょう {生黜} sinh ra ◊ birth

탄생일 [誕生日] (生日) shēngrì <誕生日> たんじょうび {生日} sinh nhật ◊ birthday

탄석 [歎惜] (叹惜) tànxī <嘆息> たんそく {嘆惜} than tiếc ◊ bewail; beweep

탄성 [彈性] (弹性) tánxìng <弾性> だんせい {彈性} đàn tính ◊ elasticity

탄성계수 [彈性係數] (弹性系数) tánxìng xìshù <弾性係数> だんせいけいすう {係數彈回} hệ số đàn hồi ◊ elastic coefficient

탄성곡선 [彈性曲線] (弹性曲线) tánxìng qūxiàn <弾性曲線> だんせいきょくせん {踳弛彈回} đường cong đàn hồi ◊ elastic curve

탄성물질 [彈性物質] (弹性物质) tánxìng wùzhì <弾性物質> だんせいぶっしつ {椗彈回} đồ đàn hồi ◊ elastic material

탄성변형 [彈性變形] (弹性变形) tánxìng biànxíng <弾性変形> だんせいへんけい {變樣彈回} biến dạng đàn hồi ◊ elastic deformation

탄성상수 [彈性常數] (弹性常数) tánxìng chángshù <弾性常数> だんせいじょうすう {恒數彈回} hằng số đàn hồi ◊ elastic constant

탄성충격 [彈性衝擊] (弹性冲击) tánxìng chōngjī <弾性衝撃> だんせいしょうげき {撝撍彈回} va chạm đàn hồi ◊ elastic impact

탄성충돌 [彈性衝突] (弹性碰撞) tánxìng pèngzhuàng <弾性衝突> だんせいしょうとつ {撝撍彈回} va chạm đàn hồi ◊ elastic collision

탄성파 [彈性波] (弹性波) tánxìng bō <弾性波> だんせいは {滝彈回} sóng đàn hồi ◊ elastic wave

탄성효과 [彈性效果] (弹性效应) tánxìng xiàoyìng <弾性効果> だんせいこうか {效應彈回} hiệu ứng đàn hồi ◊ elastic effect

탄소 [炭素] (碳) tàn <炭素> たんそ {炭} than ◊

carbon

탄소강 [炭素鋼] (碳钢) tàn gāng <炭素鋼> たんそこう {炭素鋼} thán tố cương ◊ carbon steel

탄소섬유 [炭素纖維] (碳纤维) tàn xiānwéi <炭素繊維> たんそせんい {紅炭素} sợi thán tố ◊ carbonized fiber

탄수화물 [炭水化物] (碳水化合物) tàn shuǐhuà hé wù <炭水化物> たんすいかぶつ {碳水化物} thán thủy hóa vật ◊ carbohydrate

탄식 [歎息|嘆息] (叹息) tànxī <嘆息> たんそく {歎䟦} thở dài ◊ sigh

탄신 [誕辰] (诞辰) dànchén <誕辰> たんしん {誕辰} đản thần ◊ birthday

탄알 [彈알] (子弹) zǐdàn <弾丸> だんがん {彈} đạn ◊ bullet

탄압 [彈壓] (镇压) zhènyā <弾圧> だんあつ {鎮壓} trấn áp ◊ repression

탄약 [彈藥] (弹药) dànyào <弾薬> だんやく {彈藥} đạn dược ◊ ammunition

탄우 [彈雨] (弹雨) dànyǔ <弾雨> だんう {霔彈} mưa đạn ◊ bullet rain

탄저균 [炭疽菌] (炭疽菌) tànjū jūn <炭疽菌> たんそきん {炭疽菌} thán thư khuẩn ◊ anthrax

탄저병 [炭疽病] (炭疽病) tànjūbìng <炭疽病> たんそびょう {病炭疽} bệnh thán thư ◊ anthrax

탄전예측 [炭田豫測] (煤田预测) méitián yùcè <炭田予測> たんでんよそく {預報堞碳} dự báo mỏ than ◊ coalfield prediction

탄전탐사 [炭田探查] (煤田普查) méitián pǔchá <炭田探査> たんでんたんさ {考察堞碳} khảo sát mỏ than ◊ coal field prospecting

탄전탐험 [炭田探險] (煤田勘探) méitián kāntàn <炭田探険> たんでんたんけん {嚛嗟堞碳} thăm dò mỏ than ◊ coal field exploration

탄진 [炭塵] (炭尘) tàn chén <炭塵> たんじん {炭塵} thán trần ◊ coal dust

탄층 [炭層] (炭层) tàn céng <炭層> たんそう {炭層} thán tầng ◊ seam

탄폐 [炭肺] (炭肺) tàn fèi <炭肺> たんはい {炭肺} thán phế ◊ charcoal lung

탄핵 [彈劾] (弹劾) tánhé <弾劾> だんがい {彈劾} đàn hặc ◊ impeach

탄화 [炭化] (炭化) tàn huā <炭化> たんか {炭化} thán hóa ◊ carbonization

탄화 [炭火] (炭火) tàn huǒ <炭火> すみび {炭火} thán hỏa ◊ charcoal fire

탄화물 [炭化物] (碳化物) tànhuàwù <炭化物> たんかぶつ {炭化物} thán hóa vật ◊ carbons

탄화법 [炭化法] (碳化法) tàn huā fǎ <炭化法> たんかほう {炭化法} thán hóa pháp ◊ carbonization method

탄환 [彈丸] (弹丸) dànwán <弾丸> だんがん {彈丸} đạn hoàn ◊ bullet; shot; shell

탈곡 [脫穀] (脱粒) tuōlì <脱穀> だっこく {摺穭|桴蘤} đập lúa ◊ threshing

탈곡기 [脫穀機] (脱粒机) tuōlìjī <脱穀機> だっこくき {脫穀機} thoát cốc cơ ◊ threshing machine

탈구 [脫臼] (脱臼) tuōjiù <脱臼> だっきゅう {肤骿} trật khớp ◊ disjointed

탈락 [脫落] (脱落) tuōluò <脱落> だつらく {脫落} thoát lạc ◊ abscission

탈루 [脫漏] (脱漏) tuōlòu <脱漏> だつろう {脫漏} thoát lậu ◊ leakage

탈류 [脫硫] (脱硫) tuō liú <脱硫> だつりゅう {脫硫} thoát lưu ◊ desulfurization

탈모 [脫毛] (脱毛) tuōmáo <脱毛> だつもう {挑𪅅} tẩy lông ◊ unhairing; unwooling

탈모제 [脫毛劑] (脱毛剂) tuōmáo jì <脱毛剤> だつもうざい {質挑𪅅} chất tẩy lông ◊ depilatories

탈모증 [脫毛症] (脱发症) tuōfà zhēng <脱毛症> だつもうしょう {症挑𪅅} chứng tẩy lông ◊ hair loss

탈산법 [脫酸法] (脱酸法) tuō suān fǎ <脱酸法> だっさんほう {𠾾去阿斷} phép khử a xít ◊ deacidification

탈색 [脫色] (脱色) tuōsè <脱色> だっしょく {脫色} thoát sắc ◊ decolorization

탈색제 [脫色劑] (脱色剂) tuōsè jì <脱色剤> だっしょくざい {質挑𩈘} chất tẩy màu ◊ color agent

탈세 [脫稅] (脱税) tuō shuì <脱税> だつぜい {脫稅} thoát thuế ◊ tax evasion

탈속 [脫俗] (脱俗) tuōsú <脱俗> だつぞく {脫俗} thoát tục ◊ unworldliness

탈수 [脫水] (脱水) tuōshuǐ <脱水> だっすい {脫水} thoát thủy ◊ dehydration

탈수기 [脫水機] (脱水机) tuōshuǐ jī <脱水機> だっすいき {檟去渃} máy khử nước ◊ spin dryer

탈수제 [脫水劑] (脱水剂) tuōshuǐ jì <脱水剤> だっすいざい {質去渃} chất khử nước ◊ dehydrant

탈신 [脫身] (脱身) tuōshēn <脱出> だっしゅつ {脫身} thoát thân ◊ get out of danger

탈염 [脫鹽] (脱盐) tuō yán <脱塩> だつえん {去𪉥} khử muối ◊ desalination

탈영 [脫營] (逃伍) táo wǔ <脫走> だっそう {逃伍} đào ngũ ◊ desertion

탈옥 [脫獄] (脫狱) tuō yù <脫獄> だつごく {脫獄} thoát ngục ◊ get out of jail

탈의 [脫衣] (脫衣) tuō yī <脫衣> だつい {脫衣} thoát y ◊ undress

탈의실 [脫衣室] (更衣室) gēngyīshì <更衣室> こういしつ {房觚樁} phòng thay đồ ◊ dressing room

탈장 [脫腸] (疝痛) shàn tòng <脫腸> だっちょう {脫位} thoát vị ◊ abdominal hernia

탈장대 [脫腸帶] (疝气带) shànqì dài <脫腸帶> だっちょうたい {脫腸帶} thoát trường đới ◊ hernia belt; truss

탈주 [脫走] (脫走) tuō zǒu <脫走> だっそう {脫走} thoát tẩu ◊ desertion

탈주병 [脫走兵] (逃兵) táobīng <脫走兵> だっそうへい {逃兵} đào binh ◊ fugitive soldier

탈지 [脫脂] (脫脂) tuōzhī <脫脂> だっし {脫脂} thoát chi ◊ degrease

탈지면 [脫脂棉] (脫脂棉) tuōzhīmián <脫脂綿> だっしめん {脫脂棉} thoát chi miên ◊ absorbent cotton

탈지유 [脫脂乳] (脫脂乳) tuōzhī rǔ <脫脂乳> だっしにゅう {脫脂乳} thoát chi nhũ ◊ skim milk

탈출 [脫出] (逃生) táoshēng <脫出> だっしゅつ {趨脫遁脫} trốn thoát ◊ escape; getting away from

탈취 [奪取] (夺取) duóqǔ <奪取> だっしゅ {奪取} đoạt thủ ◊ seizure

탈취 [脫臭] (脫臭) tuō chòu <脫臭> だっしゅう {脫臭} thoát xú ◊ deodorization

탈취제 [脫臭劑] (除臭劑) chúchòujì <脫臭劑> だっしゅうざい {質脫臭} chất thoát xú ◊ deodorant

탈피 [脫皮] (脫皮) tuōpí <脫皮> だっぴ {脫皮} thoát bì ◊ desquamate

탈피기 [脫皮機] (脫皮机) tuōpí jī <脫皮機> だっぴき {欄扑舖} máy bóc vỏ ◊ peeling machine

탈항 [脫肛] (脫肛) tuōgāng <脫肛> だっこう {泝後門} sa hậu môn ◊ prolapse of the anus

탈항증 [脫肛症] (肛下垂) gāng xiàchuí <脫肛症> だっこうしょう {脫肛症} thoát giang chứng ◊ prolapse

탈회 [奪回] (夺回) duóhuí <奪回> だっかい {奪回} đoạt hồi ◊ recapture

탐관 [貪官] (贪官) tānguān <貪官> どんかん {貪官} tham quan ◊ corrupt officials

탐관오리 [貪官汚吏] (贪官污吏) tānguān wūlì <貪官汚吏> たんかんおり {貪官汚吏} tham quan ô lại ◊ corrupt officials

탐광공정 [探鑛工程] (探矿工程) tànkuàng gōngchéng <探鑛工程> たんこうこうてい {工程探鑛} công trình thán khoáng ◊ exploration engineering

탐구 [探究] (探究) tànjiū <探究> たんきゅう {査究} tra cứu ◊ inquiry; study

탐구 [探求] (探求) tànqiú <探求> たんきゅう {探求} thám cầu ◊ explore

탐권 [貪權] (贪权) tān quán <貪権> どんけん {貪權} tham quyền ◊ greedy for power

탐리 [貪利] (贪利) tān lì <貪利> どんり {貪利} tham lợi ◊ greedy for interest

탐방 [探訪] (探访) tànfǎng <探訪> たんぼう {探訪} thám phỏng ◊ visit

탐사 [探査] (探查) tànchá <探査> たんさ {探査} thám tra ◊ burrow into

탐사작업 [探査作業] (勘探作业) kāntàn zuòyè <探査作業> たんささぎょう {活動喋嗤} hoạt động thăm dò ◊ exploration operation

탐색 [探索] (探索) tànsuǒ <探索> たんさく {探索} thám sách ◊ explore; search

탐식 [貪食] (贪食) tān shí <貪食> どんしょく {貪食} tham thực ◊ gluttony

탐오 [貪汚] (贪污) tānwū <貪汚> たんお {貪汚} tham ô ◊ corruption; embezzlement

탐욕 [貪慾] (贪欲) tānyù <貪欲> とんよく {貪欲} tham dục ◊ greed

탐재 [貪財] (贪财) tāncái <貪財> どんざい {貪財} tham tài ◊ avarice

탐정 [探偵] (侦探) zhēntàn <探偵> たんてい {偵察} trinh sát ◊ reconnaissance

탐조등 [探照燈] (探照灯) tànzhàodēng <探照灯> たんしょうとう {耭咙} đèn pha ◊ searchlight

탐지 [探知] (探知) tànzhī <探知> たんち {探知} thám tri ◊ detection

탐청 [探聽] (探听) tàntīng <探る> さぐる {探聽} thám thính ◊ poke one's nose into

탐측 [探測] (探测) tàncè <探測> たんそく {探測} thám trắc ◊ detection

탐침 [探針] (探针) tànzhēn <探針> たんしん {頭嗤} đầu dò ◊ probe

탐험 [探險] (探险) tànxiǎn <探險> たんけん {探險} thám hiểm ◊ explore

탐험가 [探險家] (探险家) tànxiǎn jiā <探險家>

たんけんか {探險家} thám hiểm gia ◊ explorer

탐험대 [探險隊] (探险队) tànxiǎn dùi <探険隊> たんけんたい {探險隊} thám hiểm đội ◊ expedition troup

탑 [塔] (塔) tǎ <塔> とう {塔} tháp ◊ tower

탑건물 [塔建物] (塔式建物) tǎ shì jiàn wù <塔建築物> とうけんちくぶつ {窒塔} tòa tháp ◊ tower building

탑돌이 [塔돌이] (绕塔活动) rào tǎ huódòng <パゴダサイクリング> pagoda circling {活動貳蹧塔} hoạt động vòng vèo tháp ◊ pagoda circling activity

탑상운 [塔狀雲] (塔状云) tǎ zhuàng yún <塔状雲> とうじょううん {籤形塔} mây hình tháp ◊ tower-like clouds

탑승 [搭乘] (搭乘) dāchéng <搭乘> とうじょう {搭} đáp ◊ take

탑승게이트 [搭乘 gate] (登机口) dēngjī kǒu <搭乘口> とうじょうぐち {軻蓮檟穟} cửa lên máy bay ◊ boarding gate

탑승권 [搭乘券] (登机牌) dēngjī pái <搭乘券> とうじょうけん {籤蓮檟穟} thẻ lên máy bay ◊ boarding pass

탑승원 [搭乘員] (乘务员) chéngwùyuán <搭乘員> とうじょういん {接員} tiếp viên ◊ crew member

탑신 [塔身] (塔身) tǎ shēn <塔身> とうしん {塔身} tháp thân ◊ tower body

탑재 [搭載] (搭载) dāzài <搭載> とうさい {搭載} đáp tải ◊ carrying

탑차 [塔車] (货柜车) huòguì chē <コンテナトラック> container truck {車載筩} xe tải thùng ◊ container truck

탑형 [塔形] (塔形) tǎ xíng <塔形> とうがた {形塔} hình tháp ◊ tower-shaped

탕면 [湯麵] (汤面) tāng miàn <湯麵> たんめん {湯麵} thang miến ◊ noodle soup

탕약 [湯藥] (汤药) tāngyào <煎じ薬> せんじぐすり {枒草藥} súp thảo dược ◊ medical herb soup

탕진 [蕩盡] (挥霍) huīhuò <蕩尽> とうじん {荒費} hoang phí ◊ profligate

태감 [太監] (太监) tàijiàn <太監> たいかん {太監} thái giám ◊ eunuch

태고 [太古] (太古) tàigǔ <太古> たいこ {時古代} thời cổ đại ◊ ancient times

태교 [胎教] (胎教) tāijiào <胎教> たいきょう {胎教} thai giáo ◊ prenatal training; foetus education

태국 [泰國] (泰国) tàiguó <泰国> たいこく {泰蘭} Thái Lan ◊ Thailand

태국어 [泰國語] (泰国语) tàiguó yǔ <泰国語> タイこくご {嗒泰蘭} tiếng Thái Lan ◊ Thai language

태국인 [泰國人] (泰国人) tàiguó rén <泰国人> タイこくじん {狁泰蘭} người Thái Lan ◊ Thai person

태국풍 [泰國風] (泰式风格) tài shì fēnggé <タイ風> Thai ふう {風格泰蘭} phong cách Thái Lan ◊ Thai style

태권도 [跆拳道] (跆拳道) táiquándào <跆拳道> てこんど {跆拳道} đài quyền đạo ◊ taekwondo

태극 [太極] (太极) tàijí <太極> たいきょく {太極} thái cực ◊ grand ultimate fist; *taichi*; national flag of South Korea

태극권 [太極拳] (太极拳) tàijíquán <太極拳> たいきょくけん {太極拳} thái cực quyền ◊ tai-chi

태극기 [太極旗] (太极旗) tàijí qí <太極旗> たいきょくき {太極旗} Thái Cực Kỳ ◊ national flag of ROK

태내 [胎內] (胎内) tāi nèi <胎内> たいない {胎內} thai nội ◊ intrafetal

태도 [態度] (态度) tàidu <態度> たいど {態度} thái độ ◊ attitude

태독 [胎毒] (胎毒) tāi dú <胎毒> たいどく {胎毒} thai độc ◊ congenital eczema

태동 [胎動] (胎动) tāidòng <胎動> たいどう {胎動} thai động ◊ fetal movements

태두 [泰斗] (泰斗) tàidǒu <泰斗> たいと {泰斗} thái đầu ◊ titan; authority

태만 [怠慢] (怠慢) dàimàn <怠慢> たいまん {怠慢} đãi mạn ◊ neglect

태묘 [太廟] (太庙) tài miào <太廟> たいびょう {太廟} thái miếu ◊ royal ancestral temple

태반 [胎盤] (胎盘) tāipán <胎盤> たいばん {臟膿} nhau ◊ placenta

태비 [太妃] (太妃) tài fēi <太妃> ふとしひ {太妃} thái phi ◊ imperial concubine

태산 [泰山] (泰山) tài shān <泰山> たいざん {泰山} Thái Sơn ◊ Taishan Mountain

태생 [胎生] (胎生) tāishēng <胎生> たいせい {胎生} thai sinh ◊ viviparous

태선 [苔癬] (苔癣) tāi xuǎn <苔癬> たいせん {苔癬} đài tiển ◊ lichen

태세 [態勢] (态势) tàishì <態勢> たいせい {姿勢} tư thế ◊ attitude

태수 [太守] (太守) tàishǒu <太守> たいしゅ {太

守} phó vương ◊ satrap

태아 [胎兒] (胎儿) tāi'ér <胎児> たいじ {胎兒} thai nhi ◊ fetus

태아 [胎芽] (胎芽) tāi yá <胎芽> たいが {胎芽} thai nha ◊ fetal buds

태양 [太陽] (太阳) tàiyang <太陽> たいよう {𩈘𡗶} mặt trời ◊ Sun

태양 [態樣] (态样) tài yàng <態様> たいよう {態樣} thái dạng ◊ aspect

태양경 [太陽鏡] (太阳镜) tàiyángjìng <太陽鏡> たいようきょう {太陽鏡} thái dương kính ◊ sunglasses

태양계 [太陽系] (太阳系) tàiyángxì <太陽系> たいようけい {太陽系} Thái Dương Hệ ◊ Solar System

태양고도 [太陽高度] (太阳高度) tàiyang gāodù <太陽高度> たいようこうど {度高𩈘𡗶} độ cao mặt trời ◊ solar altitude

태양곡선 [太陽曲線] (太阳曲线) tàiyang qūxiàn <太陽曲線> たいようきょくせん {踼弸𩈘𡗶} đường cong mặt trời ◊ solar curve

태양광 [太陽光] (太阳光) tàiyángguāng <太陽光> たいようひかり {映㶌𩈘𡗶} ánh sáng mặt trời ◊ solar ray; sunlight

태양력 [太陽曆] (阳历) yánglì <太陽暦> たいようれき {太陽曆} thái dương lịch ◊ solar calendar

태양복사 [太陽輻射] (太阳能辐射) tàiyángnéng fúshè <太陽エネルギー> たいよう energy {輻射𩈘𡗶} bức xạ mặt trời ◊ solar irradiation

태양시 [太陽時] (太阳时) tàiyang shí <太陽時> たいようじ {時間𩈘𡗶} thời gian mặt trời ◊ solar time; apparent time

태양신 [太陽神] (太阳神) tàiyángshén <太陽神> たいようしん {太陽神} Thái Dương Thần ◊ Apollo

태양열 [太陽熱] (太阳热) tàiyang rè <太陽熱> たいようねつ {燶𩈘𡗶} nóng mặt trời ◊ solar heat

태양열건축 [太陽熱建築] (太阳能建筑) tàiyángnéng jiànzhù <太陽熱建築> たいようねつけんちく {座家能量𩈘𡗶} tòa nhà năng lượng mặt trời ◊ solar heat architecture

태양열난방 [太陽熱暖房|太陽熱煖房] (太阳能取暖) tàiyángnéng qǔnuǎn <太陽熱暖房> たいようねつだんぼう {焻熗能量𩈘𡗶} sưởi ấm năng lượng mặt trời ◊ solar-powered heating

태양열농장 [太陽熱農場] (太阳能耕作) tàiyángnéng gēngzuò <太陽熱農場> たいようねつのうじょう {農業能量𩈘𡗶} nông nghiệp năng lượng mặt trời ◊ solar energy farming

태양열발전 [太陽熱發電] (太阳能发电) tàiyángnéng fādiàn <太陽熱発電> たいようねつはつでん {發電能量𩈘𡗶} phát điện năng lượng mặt trời ◊ solar-powered electricity generation

태양열주택 [太陽熱住宅] (日光玻璃暖房) rìguāng bōli nuǎnfáng <太陽熱住宅> たいようねつじゅうたく {家鏡能量𩈘𡗶} nhà kính năng lượng mặt trời ◊ solar-heated house

태양풍 [太陽風] (太阳风) tàiyángfēng <太陽風> たいようふう {太陽風} thái dương phong ◊ solar wind

태양혈 [太陽穴] (太阳穴) tàiyángxué <太陽穴> たいようあな {太陽穴} thái dương huyệt ◊ temple

태양활동 [太陽活動] (太阳活动) tàiyang huódòng <太陽活動> たいようかつどう {活動能量𩈘𡗶} hoạt động năng lượng mặt trời ◊ solar activity

태양효과 [太陽效果] (日光效应) rìguāng xiàoyìng <太陽効果> たいようこうか {效應𩈘𡗶} hiệu ứng mặt trời ◊ solar effect

태업 [怠業] (怠业) dài yè <サボる> sabotage {破窨} phá ngầm ◊ sabotage

태연 [泰然] (泰然) tàirán <泰然> たいぜん {泰然} thái nhiên ◊ calm

태연자약 [泰然自若] (泰然自若) tàirán zìruò <泰然自若> たいぜんじじゃく {平靜} bình tĩnh ◊ imperturbable; calm and self-possessed; take one's time easy

태엽 [胎葉] (时钟发条) shízhōng fātiáo <発条> はつじょう {鈩𠺺銅鍸|鑪𠰉銅鍸} lò xo đồng hồ ◊ clockwork spring

태워 버리다 [ㅡ] (烧掉) shāo diào <焼ける> やける {焠拸} đốt đi ◊ burn away

태위 [太尉] (太尉) tài wèi <太尉> たいい {太尉} thái úy ◊ official in charge of military affairs

태음 [太陰] (太阴) tàiyīn <太陰> たいいん {太陰} thái âm ◊ moon

태음년 [太陰年] (阴历年) yīnlì nián <太陰年> たいいんねん {太陰年} thái âm niên ◊ lunar year

태음력 [太陰曆] (阴历) yīnlì <太陰暦> たいいんれき {太陰曆} thái âm lịch ◊ lunar calendar

태자 [太子] (太子) tàizǐ <太子> たいし {皇子} hoàng tử ◊ prince

태조 [太祖] (太祖) tàizǔ <太祖> たいそ {太祖} thái tổ ◊ forefathers; forbears

태타 [怠惰] (怠惰) dàiduò <怠惰> たいだ {怠惰}
đãi nọa ◊ lazy

태평 [太平] (太平) tàipíng <太平> たいへい {太
平} taiping ◊ peace and security

태평성세 [太平盛世] (太平盛世) tàipíng shèngshì
<太平盛世> たいへいせいせい {太平盛世}
thái bình thịnh thế ◊ peace and prosperity

태평양 [太平洋] (太平洋) tàipíng yáng <太平洋>
たいへいよう {太平洋} Thái Bình Dương ◊
Pacific Ocean

태풍 [颱風] (台风) táifēng <台風> たいふう {飄
飄颸} bão ◊ typhoon

태환 [兌換] (兑换) duìhuàn <両替> りょうがえ
{轉蠿} chuyển đổi ◊ exchange

태후 [太后] (太后) tàihòu <太后> たいこう {太
后} thái hậu ◊ dowager

택일 [擇一] (择一) zé yī <择一> たくいつ {擇一}
trạch nhất ◊ choose one

택지 [宅地] (宅地) zhái dì <宅地> たくち {宅地}
trạch địa ◊ homestead

택호 [宅號] (宅号) zhái háo <宅号> たくごう {宅
號} trạch hiệu ◊ house number

터널 [tunnel] (隧道) suìdào <トンネル> tunnel
{塘培} đường hầm ◊ tunnel

터진 곳 [一] (垮塌) kuǎ tā <決壊> けっかい {蹬
撤|踤抸} sụp đổ ◊ collapse

턱 [一] (下巴) xiàba <顎> あご {肹胎} cằm ◊ jaw

턱수염 [턱鬚髥] (下胡须) xià húxū <顎鬚> あご
ひげ {髭鬜} râu dưới ◊ lower beard

테니스 [tennis] (网球) wǎngqiú <テニス> tennis
{網球} võng cầu ◊ tennis

테니스장 [tennis 場] (网球场) wǎngqiú cháng <テ
ニスコート> tennis court {墶捃繼|撛勦繼} sân
quần vợt ◊ tennis court

텍스트 [text] (文本) wénběn <テキスト> text {文
本} văn bản ◊ literature; text

텔레비전 [television] (电视) diànshì <テレビ>
television {傳形} truyền hình ◊ television

템플릿 [template] (模板) múbǎn <テンプレート>
template {版模} bản mẫu ◊ template

토건 [土建] (土建) tǔjiàn <土建> どけん {土建}
thổ kiến ◊ civil engineering and construction

토공 [土工] (土工) tǔ gōng <土工> どこう {土工}
thổ công ◊ construction worker

토괴 [土塊] (土块) tǔ kuài <土塊> どかい {土塊}
thổ khối ◊ clod

토기 [土氣] (土气) tǔqì <土気> つちけ {土氣}
thổ khí ◊ rustic

토끼 [一] (兔子) tùzi <兎> うさぎ {狣} thỏ ◊
rabbit

토네이도 [tornado] (龙卷风) lóngjuǎnfēng <竜卷>
たつまき {飄靂} bão táp ◊ tornado

토대 [土臺] (根基) gēnjī <土台> どだい {基礎}
cơ sở ◊ foundation

토로 [吐露] (吐露) tǔlù <吐露> とろ {泄露} tiết
lộ ◊ reveal

토론 [討論] (讨论) tǎolùn <討論> とうろん {討
論} thảo luận ◊ discuss

토마토케첩 [tomato ketchup] (番茄酱) fānqiéjiàng
<ケチャップ> ketchup {渚喵樮酴橤} nước xốt
cà chua nấm ◊ ketchup

토막 [一] (断片) duànpiàn <断片> だんぺん
{斷片} đoạn phiến ◊ fragment; scrap

토목 [土木] (土木) tǔmù <土木> どぼく {土木}
thổ mộc ◊ civil engineering; construction

토목공학 [土木工學] (土木工程) tǔmù gōngchéng
<土木工学> どぼくこうがく {工學土木} công
học thổ mộc ◊ civil engineering

토벌 [討伐] (讨伐) tǎofá <討伐> とうばつ {討伐}
thảo phạt ◊ crusade against; send forces to suppress

토벽 [土壁] (土壁) tǔ bì <土壁> つちかべ {土壁}
thổ bích ◊ earthen walls

토병 [土兵] (土兵) tǔ bīng <土兵> どへい {土兵}
thổ binh ◊ native soldiers

토분 [土墳] (土坟) tǔ fén <土墳> どふん {土墳}
thổ phần ◊ mound

토붕와해 [土崩瓦解] (土崩瓦解) tǔ bēng wǎjiě <
土崩瓦解> どほうがかい {土崩瓦解} thổ băng
ngõa giải ◊ fall apart

토사 [土砂] (土砂) tǔ shā <土砂> どしゃ {土砂}
thổ sa ◊ earth and sand

토사 [吐瀉] (吐泻) tǔ xiè <吐瀉> としゃ {吐瀉}
thổ tả ◊ spitting and diarrhea

토산품 [土産品] (土特产) tǔtèchǎn <土産品> み
やげひん {土産} thổ sản ◊ native products

토석 [土石] (土石) tǔ shí <土石> どせき {土石}
thổ thạch ◊ earth and stone

토성 [土星] (土星) tǔxīng <土星> どせい {土星}
Thổ Tinh ◊ Saturn

토압 [土壓] (土壤压力) tǔrǎng yālì <土壤压力>
どようあつりょく {壓力墶} áp lực đất ◊ soil
pressure; earth pressure

토양 [土壤] (土壤) tǔrǎng <土壤> どじょう {墶}
đất ◊ soil

토양개량 [土壤改良] (土壤改良) tǔrǎng gǎiliáng <土壤改良> どじょうかいりょう {改造堉} cải tạo đất ◊ soil improvement

토양단면 [土壤斷面] (土壤剖面) tǔrǎng pōumiàn <土壤断面> どじょうだんめん {弧疏堉} hồ sơ đất ◊ soil profile

토양미생물 [土壤微生物] (土壤微生物) tǔrǎng wēishēngwù <土壤微生物> どじょうびせいぶつ {微生物堉} vi sinh vật đất ◊ microorganism in soil

토양복원 [土壤復元|土壤復原] (土壤复原) tǔrǎng fùyuán <土壤復元> どじょうふくげん {復回堉} phục hồi đất ◊ soil remediation

토양분류 [土壤分類] (土壤分类) tǔrǎng fēnlèi <土壤分類> どじょうぶんるい {分類堉} phân loại đất ◊ soil classification

토양오염 [土壤汚染] (土壤污染) tǔrǎng wūrǎn <土壤汚染> どじょうおせん {污染堉} ô nhiễm đất ◊ soil pollution; soil contamination

토양온도 [土壤溫度] (土壤温度) tǔrǎng wēndù <土壤温度> どじょうおんど {熱度堉} nhiệt độ đất ◊ soil temperature

토양층 [土壤層] (土层) tǔ céng <土層> どそう {層堉} tầng đất ◊ soil layer

토양파괴 [土壤破壞] (土壤破坏) tǔrǎng de pòhuài <土壤破壞> どじょうはかい {破毀堉} phá hủy đất ◊ destruction of soil

토양학 [土壤學] (土壤学) tǔrǎngxué <土壤学> どじょうがく {土壤學} thổ nhưỡng học ◊ pedology

토양환경 [土壤環境] (土壤环境) tǔrǎng huánjìng <土壤環境> どじょうかんきょう {媒場堉} môi trường đất ◊ soil environment

토어 [土語] (土语) tǔyǔ <土語> どご {土語} thổ ngữ ◊ idiom; jargon

토옥 [土屋] (土屋) tǔ wū <土屋> つちや {土屋} thổ ốc ◊ earth house

토요일 [土曜日] (星期六) xīngqīliù <土曜日> どようび {次罡} thứ Bảy ◊ Saturday

토장 [土葬] (土葬) tǔzàng <土葬> どそう {土葬} thổ táng ◊ burial

토주 [土柱] (土柱) tǔ zhù <土柱> どちゅう {土柱} thổ trụ ◊ earthen columns

토지 [土地] (土地) tǔdì <土地> とち {堉} đất ◊ land

토지개발 [土地開發] (土地开发) tǔdì kāifā <土地開發> とちかいはつ {發展堉堛} phát triển đất đai ◊ development of land

토지거래 [土地去來] (土地交易) tǔdì jiāoyì <土地取引> とちとりひき {交易堉堛} giao dịch đất đai ◊ land transaction

토지계획 [土地計劃] (土地规划) tǔdì guīhuà <地区計画> ちくけいかく {規劃堉堛} quy hoạch đất đai ◊ land planning

토지관개 [土地灌漑] (土壤灌溉) tǔrǎng guàngài <土地灌溉> とちかんがい {挑沛} tưới đất ◊ land irrigation

토지구획 [土地區劃] (土地区划) tǔdì qūhuà <土地区画> とちくかく {規劃堉堛} quy hoạch đất đai ◊ land division

토지법 [土地法] (土地法) tǔdì fǎ <土地法> とちほう {律土地} luập thổ địa ◊ land law

토지보호 [土地保護] (土地保护) tǔdì bǎohù <土地保護> とちほご {保存堉堛} bảo tồn đất đai ◊ protection of land

토지복원 [土地復元|土地復原] (土地恢复) tǔdì huīfù <土地回復> とちかいふく {復回堉} phục hồi đất ◊ land restoration

토지사용 [土地使用] (土地使用) tǔdì shǐyòng <土地使用> とちしよう {使用堉} sử dụng đất ◊ land use

토지사용권 [土地使用權] (土地使用权) tǔdì shǐyòngquán <土地使用権> とちしようけん {權使用堉} quyền sử dụng đất ◊ land usufruct; right of using land

토지세 [土地稅] (土地税) tǔdì shuì <土地税> とちぜい {稅帨} thuế đất ◊ land tax

토지소유권 [土地所有權] (土地所有权) tǔdì suǒyǒuquán <土地所有権> とちしょゆうけん {權所有堉堛} quyền sở hữu đất đai ◊ ownership of land

토지수용 [土地收用] (土地收用) tǔdì shōu yòng <土地収用> とちしゅうよう {收回堉} thu hồi đất ◊ land expropriation

토지신 [土地神] (土地爷) tǔdì yé <土地の神> とちのかみ {土神} thổ thần ◊ land God

토지양도 [土地讓渡] (土地转让) tǔdì zhuǎnràng <土地讓渡> とちじょうと {轉讓堉} chuyển nhượng đất ◊ land transfer

토지오염 [土地汚染] (土地污染) tǔdì wūrǎn <土地汚染> とちおせん {污染堉} ô nhiễm đất ◊ land pollution

토지위치 [土地位置] (土地区位) tǔdì qū wèi <土地位置> とちいち {位置堉} vị trí đất ◊ land location

토지이용 [土地利用] (土地利用) tǔdì lìyòng <土

地利用> とちりよう {使用塣} sử dụng đất ◊ land use

토지자원 [土地資源] (土地资源) tǔdì zīyuán <土地資源> とちしげん {材源塳塴} tài nguyên đất đai ◊ land resource

토지자원학 [土地資源學] (土地资源学) tǔdì zīyuán xué <土地資源学> とちしげんがく {材源塣塴} tài nguyên đất đai ◊ land resources science

토지정리 [土地整理] (土地整理) tǔdì zhěnglǐ <土地整理> とちせいり {合一塣塴} hợp nhất đất đai ◊ rectification of land

토지제도 [土地制度] (土地制度) tǔdì zhìdù <土地制度> とちせいど {系統農業} hệ thống nông nghiệp ◊ land system

토지질량 [土地質量] (土地质量) tǔdì zhìliàng <土地質量> とちしつりょう {質量塣} chất lượng đất ◊ land quality

토지통계 [土地統計] (土地统计) tǔdì tǒngjì <土地統計> とちとうけい {統稽塣塴} thống kê đất đai ◊ land statistics

토질 [土質] (土质) tǔ zhì <土質> どしつ {土質} thổ chất ◊ earthiness; soil quality

토착 [土着] (土著) tǔzhù <土着> どちゃく {本處} bản xứ ◊ indigenous

토착민 [土着民] (土著人) tǔzhùrén <先住民> せんじゅうみん {土民} thổ dân ◊ original inhabitant

토출 [吐出] (吐出) tǔ chū <吐出> としゅつ {嘑器} mửa ra ◊ spit

토템 [totem] (图腾) túténg <トーテム> totem {物祖} vật tổ ◊ totem

토혈 [吐血] (吐血) tǔ xuè <吐血> とけつ {吐血} thổ huyết ◊ haematemesis

토호 [土豪] (土豪) tǔháo <土豪> どごう {土豪} thổ hào ◊ local tyrants

통각 [痛覺] (痛觉) tòngjué <痛覚> つうかく {痛覺} thống giác ◊ pain

통간 [通姦] (通奸) tōngjiān <通姦> とうりかん {通姦} thông gian ◊ adultery

통감 [通鑑] (通鉴) tōng jiàn <通鑑> つうかん {通鑒} thông giám ◊ general reflection; general mirror

통감 [痛感] (痛感) tònggǎn <痛感> つうかん {苦覺} khổ giác ◊ pain feeling

통격 [痛擊] (痛击) tòngjī <痛擊> つうげき {痛擊} thống kích ◊ crackdown

통경 [痛經] (痛经) tòngjīng <痛経> つうきょう {痛經} thống kinh ◊ dysmenorrhea

통계 [統計] (统计) tǒngjì <統計> とうけい {統稽} thống kê ◊ statistics

통계표 [統計表] (统计表) tǒngjìbiǎo <統計表> とうけいひょう {統稽表} thống kê biểu ◊ statistic list

통계학 [統計學] (统计学) tǒngjìxué <統計学> とうけいがく {統稽學} thống kê học ◊ statistics

통고 [通告] (通告) tōnggào <通告> つうこく {通告} thông cáo ◊ notify

통고 [痛苦] (痛苦) tòngkǔ <痛苦> つうく {痛苦} thống khổ ◊ suffering; great pain

통곡 [痛哭|慟哭] (痛哭) tòngkū <慟哭> かんきゅう {哭喫} khóc ◊ wailing; lamentation; grieve crying

통곡물 [통穀物] (全谷物) quán gǔwù <全粒穀物> ぜんりゅうこくもつ {五穀原稿} ngũ cốc nguyên hạt ◊ whole-grain

통과 [通過] (通过) tōngguò <通過> つうか {通過} thông qua ◊ pass

통관 [通關] (通关) tōngguān <通関> つうかん {通關} thông quan ◊ customs clearance

통교 [通教] (通教) tōng jiào <通教> とうりきょう {通教} thông giáo ◊ general education

통근 [通勤] (通勤) tōngqín <通勤> つうきん {通勤} thông cần ◊ commute to work

통근차 [通勤車] (通勤车) tōngqín chē <通勤車> つうきんしゃ {車移棘} xe đi lại ◊ commuter cars

통기 [通氣] (通气) tōngqì <通気> つうき {通氣} thông khí ◊ ventilation

통기력 [通氣力] (通气能力) tōngqì nénglì <通風能力> おけふうのうりょく {可能通盤} khả năng thông gió ◊ draft power

통기성 [通氣性] (透气) tòuqì <通気性> つうきせい {性滲氣} tính thấm khí ◊ breathable

통나무 [一] (圓木) yuán mù <丸太> まるた {柵棋} khúc gỗ ◊ log

통독 [統督] (统督) tǒng dū <統督> とうとく {統督} thống đốc ◊ governor

통령 [統領] (统领) tǒnglǐng <統領> とうりょう {統領} thống lĩnh ◊ command

통례 [通例] (通例) tōnglì <通例> つうれい {通例} thông lệ ◊ usual practice

통로 [通路] (过道) guòdào <通路> つうろ {蹓挼|堀挼} lối đi ◊ aisle

통론 [通論] (通论) tōnglùn <通論> つうろん {通論} thông luận ◊ general theory

통매 [痛罵] (痛骂) tòngmà <痛罵> つうば {痛罵}

통 마 ◊ scold strictly; inveigh

통명 [通明] (通明) tōngmíng <通明> つうめい {通明} thông minh ◊ bright

통모 [通謀] (通谋) tōng móu <通謀> つうぼう {通謀} thông mưu ◊ conspiracy

통밀가루 [－] (全麦面粉) quán mài miànfěn <全粒粉> ぜんりゅうふん {粆籾原糈} bột mì nguyên hạt ◊ whole-wheat flour

통밀빵 [통밀 pão ᅲ] (全麦面包) quán mài miànbāo <全粒粉パン> ぜんりゅうふん pão ᅲ {粡籾五穀原糈} bánh mì ngũ cốc nguyên hạt ◊ whole-wheat bread

통보 [通報] (通报) tōngbào <通報> つうほう {通報} thông báo ◊ notification

통사 [通史] (通史) tōngshǐ <通史> つうし {通史} thông sử ◊ general history

통사론 [統辭論] (句法) jùfǎ <統辞論> とうじろん {句法} cú pháp ◊ syntax

통상 [通常] (通常) tōngcháng <通常> つうじょう {通常} thông thường ◊ usually

통상 [通商] (通商) tōngshāng <通商> つうしょう {通商} thông thương ◊ have trade relations

통상복 [通常服] (普通衣服) pǔtōng yīfu <通常服> つうじょうふく {通常服} thông thường phục ◊ usually costumes

통속 [通俗] (通俗) tōngsú <通俗> つうぞく {通俗} thông tục ◊ popular

통솔 [統率] (统率) tǒngshuài <統率> とうそつ {統率} thống suất ◊ command; lead

통수 [統帥] (统帅) tǒngshuài <統帥> とうすい {統帥} thống súy ◊ commander

통신 [通信] (通信) tōngxìn <通信> つうしん {通信} thông tín ◊ correspondence; communication

통신망 [通信網] (通信网) tōngxìn wǎng <通信網> つうしんもう {網傳通} mạng truyền thông ◊ communications network

통신사 [通信社] (通讯社) tōngxùnshè <通信社> つうしんしゃ {通訊社} thông tấn xã ◊ news agency

통신소 [通信所] (电信站) diànxìn zhàn <通信所> つうしんしょ {通信所} thông tín sở ◊ correspondence office

통신원 [通信員] (通信员) tōngxìn yuán <通信員> つうしんいん {通信員} thông tín viên ◊ correspondent

통심 [痛心] (痛心) tòngxīn <痛心> つうしん {痛心} thống tâm ◊ distressed; worry

통역 [通譯] (口译) kǒuyì <通訳> つうやく {翻譯} phiên dịch ◊ interpretation; oral translation

통역관 [通譯官] (口译员) kǒuyì yuán <通訳官> つうやくかん {馭翻譯} người phiên dịch ◊ interpreter

통용 [通用] (通用) tōngyòng <通用> つうよう {通用} thông dụng ◊ general

통용어 [通用語] (通用语) tōngyòng yǔ <通用語> つうようご {通用語} thông dụng ngữ ◊ lingua franca

통운 [通運] (通运) tōng yùn <通運> つううん {通運} thông vận ◊ transportation

통일 [統一] (统一) tǒngyī <統一> とういつ {統一} thống nhất ◊ unification

통일부 [統一部] (统一部) tǒngyī bù <統一部> とういつぶ {部統一} Bộ Thống Nhất ◊ Ministry of Unification

통장 [通帳] (存折) cúnzhé <通帳> つうちょう {簸銀行} sổ ngân hàng ◊ bankbook

통전 [通電] (通电) tōngdiàn <通電> つうでん {通電} thông điện ◊ electrify; power turn-on

통제 [統制] (统制) tǒngzhì <統制> とうせい {統制} thống chế ◊ control

통제신호 [統制信號] (控制信号) kòngzhì xìnhào <統制信号> とうせいしんごう {信號調遣} tín hiệu điều khiển ◊ control signal

통조림 [桶조림] (罐头) guàntou <缶詰> かんずめ {食品揀盒} thực phẩm đóng hộp ◊ canned food

통조림 음료 [桶조림 飲料] (罐装饮料) guànzhuāng yǐnliào <缶飲料> かんいんりょう {醆吽揀盒} đồ uống đóng hộp ◊ canned drink

통증 [痛症] (疼痛) téngtòng <痛い> いたい {疔疽|疔癀} đau đớn ◊ painful

통지 [通知] (通知) tōngzhī <通知> つうち {通報} thông báo ◊ notice

통찰 [通察] (洞察) dòngchá <洞察> どうさつ {洞察} động sát ◊ insight into

통찰력 [洞察力] (洞察力) dòngchálì <洞察力> どうさつりょく {事曉㜹漊鈀} sự hiểu biết sâu sắc ◊ perception; perspicacity; acumen insight

통첩 [通牒] (通牒) tōngdié <通牒> つうちょう {通牒} thông điệp ◊ diplomatic note

통치 [統治] (统治) tǒngzhì <統治> とうち {統治} thống trị ◊ rule; govern

통칙 [通則] (通则) tōngzé <通則> つうそく {通則} thông tắc ◊ general clauses

통칭 [通稱] (通称) tōngchēng <通称> つうしょう

{通稱} thông xưng ◊ popular name

통쾌 [痛快] (痛快) tòngkuài <嬉しそう> うれしそう {礫瘂|慍慇|慯慇|慍瘂} vui vẻ ◊ joyfully

통쾌무비 [痛快無比] (痛快无比) tòngkuài wúbǐ <痛快無比> つうかいむひ {痛快無比} thống khoái vô tỷ ◊ very thrilling; extremely delightful; a lot of fun

통타 [痛打] (痛打) tòngdǎ <痛打> つうだ {痛打} thống đả ◊ whopping

통탄 [痛歎|痛嘆] (痛叹) tòng tàn <痛歎> つうたん {痛歎} thống thán ◊ ouch

통풍 [通風] (通风) tōngfēng <通風> つうふう {通風} thông phong ◊ airy

통풍 [痛風] (痛风) tòng fēng <痛風> つうふう {痛風} thống phong ◊ gout

통풍방식 [通風方式] (通风方式) tōngfēng fāngshì <通風方式> つうふうほうしき {方法通𩙋} phương pháp thông gió ◊ ventilation method

통풍설비 [通風設備] (通风设备) tōngfēng shèbèi <通風設備> つうふうせつび {設備通𩙋} thiết bị thông gió ◊ ventilation device

통풍장치 [通風裝置] (通风装置) tōngfēng zhuāngzhì <通風装置> つうふうそうち {設備通𩙋} thiết bị thông gió ◊ ventilation equipment

통학 [通學] (通学) tōngxué <通学> つうがく {通學} thông học ◊ school commute

통한 [痛恨] (痛恨) tònghèn <痛恨> つうこん {痛恨} thống hận ◊ painful

통할 [統轄] (统辖) tǒngxiá <統轄> とうかつ {統轄} thống hạt ◊ governance

통합관리 [統合管理] (统筹管理) tǒngchóu guǎnlǐ <統合管理> とうごうかんり {管理總體} quản lý tổng thể ◊ integrated management

통합처리 [統合處理] (联合处理) liánhé chǔlǐ <統合処理> とうごうしょり {處理衆} xử lý chung ◊ integrated treatment

통항 [通航] (通航) tōngháng <通航> つうこう {通航} thông hàng ◊ navigation

통행 [通行] (通行) tōngxíng <通行> つうこう {通行} thông hành ◊ transpass

통행증 [通行證] (通行证) tōngxíngzhèng <通行証> つうこうしょう {詈通行} tờ thông hành ◊ pass certificate

통화 [通話] (通话) tōnghuà <通話> つうわ {通話} thông thoại ◊ a phone call

통화 [通貨] (通货) tōnghuò <通貨> つうか {通貨} thông hóa ◊ currency

통화수축 [通貨收縮] (通货紧缩) tōnghuò jǐnsuō <通貨収縮> つうかしゅうしゅく {減發} giảm phát ◊ deflation

통화중 [通話中] (通话中) tōnghuà zhōng <通話中> つうわちゅう {䣳寫噲} trong cuộc gọi ◊ on the phone

통회 [痛悔] (痛悔) tòng huǐ <痛悔> つうかい {痛悔} thống hối ◊ contrition; extreme regret

통효 [通曉] (通晓) tōngxiǎo <通暁> つうぎょう {通曉} thông hiểu ◊ know-it-all

퇴각 [退却] (退却) tuìquè <退却> たいきゃく {捽翻|捽蹯} rút lui ◊ retreat

퇴교 [退校] (退校) tùi jiào <退校> たいこう {退校} thoái hiệu ◊ leaving school

퇴근 [退勤] (退勤) tùi qín <退勤> たいきん {退勤} thoái cần ◊ leaving work; clocking out

퇴로 [退老] (告老退休) gào lǎo tuìxiū <定年退職> ていねんたいしょく {術休} về hưu ◊ retired

퇴보 [退步] (退步) tuìbù <退歩> たいほ {退步} thoái bộ ◊ regress; retrogress; setback; step back

퇴비 [堆肥] (堆肥) duīféi <堆肥> たいひ {堆肥} đôi phì ◊ compost; manure

퇴비발효 [堆肥醱酵] (堆肥发酵) duīféi fājiào <堆肥発酵> たいひはっこう {蓮糒纊有機} lên men phân hữu cơ ◊ composting fermentation

퇴비화 [堆肥化] (堆肥化) duīféi huā <堆肥化> たいひか {𠾕糞} ủ phân ◊ composting

퇴사 [退社] (下班) xiàbān <退社> たいしゃ {散役} tan việc ◊ off duty; get off work

퇴색 [退色|褪色] (退色) tùi sè <退色> たいしょく {靠} phai ◊ fading

퇴석 [退席] (退席) tuìxí <退席> たいせき {退席} thoái tịch ◊ walk out

퇴양 [退讓] (退让) tuìràng <退譲> たいゆずる {退讓} thoái nhưỡng ◊ concession; give in

퇴역하다 [退役하다] (退伍) tuìwǔ <退役> たいえき {退伍} thoái ngũ ◊ retired from army

퇴원 [退院] (出院) chūyuàn <退院> たいいん {出院} xuất viện ◊ discharge; leave hospital

퇴원수속 [退院手續] (出院手续) chūyuàn shǒuxù <退院手続> たいいんてつづき {手續出院} thủ tục xuất viện ◊ discharge procedures

퇴위 [退位] (退位) tuìwèi <退位> たいい {退位} thoái vị ◊ abdication

퇴장 [退場] (退场) tuìchǎng <退場> たいじょう {退場} thoái trường ◊ leaving

퇴적 [堆積] (堆积) duījī <堆積> たいせき {擯埬}

chất đống ◊ piled up; accumulation; pile; heap

퇴적암 [堆積巖] (堆积岩) duījīyán <堆積岩> たいせきがん {砂沉積} đá đôi tích ◊ sedimentary rock

퇴적층 [堆積層] (沉积层) chénjī céng <堆積層> たいせきそう {堆積層} đôi tích tầng ◊ stacked layers

퇴정 [退廷] (退廷) tuì tíng <退廷> たいてい {退廷} thoái đình ◊ leaving the court

퇴조 [退潮] (退潮) tuìcháo <退潮> たいちょう {退潮} thoái triều ◊ ebb

퇴직 [退職] (退职) tùi zhí <退職> たいしょく {退職} thoái chức ◊ resign

퇴직금 [退職金] (退休金) tuìxiūjīn <退職金> たいしょくきん {糧休} lương hưu ◊ pension

퇴직자 [退職者] (退休人员) tuìxiū rényuán <退職者> たいしょくしゃ {歇休職} người hưu chức ◊ retiree

퇴출 [退出] (退出) tuìchū <退出> たいしゅつ {告退} cáo thối ◊ quit

퇴폐 [頹廢] (颓废) tuífèi <落ち込む> おちこむ {懺懶|懷懶} chán nản ◊ dispirited

퇴학 [退學] (退学) tuìxué <退学> たいがく {退學} thoái học ◊ quit school

퇴혼 [退婚] (退婚) tuì hūn <退婚> たいこん {退婚} thoái hôn ◊ break off an engagement; cancel an engagement

퇴화 [退化] (退化) tuìhuà <退化> たいか {退化} thoái hóa ◊ degenerate

퇴휴 [退休] (退休) tuìxiū <退休> たいきゅう {休智} hưu trí ◊ retirement

투견 [鬪犬] (鬪犬) dòu quǎn <鬪犬> とうけん {鬪犬} đấu khuyển ◊ dog fighting

투계 [鬪鷄] (斗鸡) dòujī <鬪鷄> とうけい {鬪鷄} đấu kê ◊ cockfighting

투과 [透過] (透过) tòuguò <透過> とうか {透過} thấu quá ◊ permeance

투과성 [透過性] (渗透性) shèntòu xìng <透過性> とうかせい {性透過} tính thấu quá ◊ permeability

투광 [透光] (透光) tòuguāng <透光> とうこう {透光} thấu quang ◊ light transmission

투기 [妬忌] (妒忌) dù jì <妬み; 嫉み> そねみ; ねたみ {慳慳; 妬忌} ghen ghét; đố kỵ ◊ jealousy; envy

투기 [投機] (投机) tóujī <投機> とうき {投機} đầu cơ ◊ be a speculator

투기꾼 [投機꾼] (投机分子) tóujī fēnzǐ <投機家>

とうきか {僱投機} thẳng đầu cơ ◊ opportunist; speculator

투기상 [投機商] (投机者) tóujīzhě <投機商> とうきしょう {投機商} đầu cơ thương ◊ speculator

투도 [偸盜] (偷盗) tōudào <盗み> ぬすみ {偸盜} thâu đạo ◊ stealing

투명 [透明] (透明) tòumíng <透明> とうめい {透明} thấu minh ◊ transparent

투명도 [透明度] (透明度) tòumíngdù <透明度> とうめいど {透明度} thấu minh độ ◊ transparency

투사 [鬪士] (斗士) dòushì <鬪士> とうし {鬪士} đấu sĩ ◊ fighter; militant; champion

투사 [投射] (投射) tóushè <投射> とうしゃ {投射} đầu xạ ◊ projection

투서 [投書] (投书) tóushū <投書> とうしょ {投書} đầu thư ◊ submission; send a letter to

투수 [透水] (透水) tòushuǐ <透水> とうすい {水滲} thủy thấm ◊ water permeable

투수성 [透水性] (透水性) tòushuǐxìng <透水性> とうすいせい {性滲渚} tính thấm nước ◊ permeable

투수층 [透水層] (透水层) tòushuǐ céng <透水層> とうすいそう {層滲渚} tầng thấm nước ◊ aqueous layer

투숙 [投宿] (投宿) tóusù <投宿> とうしゅく {投宿} đầu túc ◊ lodge

두시도법 [透視圖法] (透视投影法) tòushì tóuyǐng fǎ <透視術> とうしじゅつ {術熒光} thuật huỳnh quang ◊ fluoroscopy

투시술 [透視術] (透视术) tòushì shù <透視術> とうしじゅつ {肺景熒光} phối cảnh huỳnh quang ◊ fluoroscopy

투심 [妬心] (妒心) dù xīn <妬心> としん {妬心} đố tâm ◊ envy

투열성 [透熱性] (透热性) tòu rè xìng <透熱性> とうるねっせい {性透熱} tính thấu nhiệt ◊ diathermancy

투영 [投影] (投影) tóuyǐng <投影> とうえい {投影} đầu ảnh ◊ đầu projection

투영도 [投影圖] (投影图) tóuyǐng tú <投影図> とうえいず {投影圖} đầu ảnh đồ ◊ projection map

투영법 [投影法] (投影法) tóuyǐng fǎ <投影法> とうえいほう {投影法} đầu ảnh pháp ◊ projection method

투우 [鬪牛] (斗牛) dòuniú <鬪牛> とうぎゅう {鬪牛} đầu ngưu ◊ bullfight

투우사 [鬪牛士] (斗牛士) dòuniú shì <鬪牛士>
とうぎゅうし {鬪牛士} đấu ngưu sĩ ◊ bullfighters

투우장 [鬪牛場] (斗牛场) dòuniú cháng <鬪牛場>
とうぎゅうじょう {鬪牛場} đấu ngưu trường ◊
bullfighting groud

투입 [投入] (投入) tóurù <投入> とうにゅう {投
入} đầu nhập ◊ put into operation

투자 [投資] (投资) tóuzī <投資> とうし {投資}
đầu tư ◊ investment

투자자 [投資者] (投资人) tóuzīrén <投資者> と
うししゃ {主投資} chủ đầu tư ◊ investor

투쟁 [鬪爭] (斗争) dòuzhēng <鬪爭> とうそう
{鬪爭} đấu tranh ◊ struggle

투지 [鬪志] (斗志) dòuzhì <鬪志> とうし {鬪志}
đáng nhau ◊ fight

투척 [投擲] (投掷) tóuzhì <投擲> とうてき {投
擲} đầu trịch ◊ throw

투척병기 [投擲兵器] (手榴弹) shǒuliúdàn <手榴
弹> しゅりゅうだん {榴彈撰殩} lựu đạn cầm
tay ◊ hand grenade

투철 [透徹] (透彻) tòuchè <透徹> とうてつ {透
徹} thấu triệt ◊ thorough

투표 [投票] (投票) tóupiào <投票> とうひょう
{投票} đầu phiếu ◊ vote

투표권 [投票權] (投票权) tóupiàoquán <投票權>
とうひょうけん {投票權} đầu phiếu quyền ◊
suffrage

투표소 [投票所] (投票站) tóupiào zhàn <投票所>
とうひょうしょ {投票所} đầu phiếu sở ◊ polling
stations

투표용지 [投票用紙] (选举票) xuǎnjǔ piào <投票
用紙> とうひょうようし {票保} phiếu bầu ◊
voting paper

투표자 [投票者] (投票人) tóupiào rén <投票者>
とうひょうしゃ {臥投票} người đầu phiếu ◊
voter

투표지 [投票紙] (投票用纸) tóupiào yòng zhǐ <投
票紙> とうひょうし {投票紙} đầu phiếu chỉ ◊
voting paper

투표함 [投票函] (票箱) piàoxiāng <投票函> とう
ひょうばこ {桶票} thùng phiếu ◊ ballot box

투항 [投降] (投降) tóuxiáng <投降> とうこう
{投降} đầu giáng ◊ surrender

튀르크 어족 [Türk 뒬語族] (突厥语族) tūjué yǔzú
<チュルク語族> Turk ごぞく {語族土耳其}
ngữ tộc Thổ Nhĩ Kỳ ◊ Turkic Language Branch

튀르키에 [Türkiye 뒬] (土耳其) tǔ'ěrqí <トルコ>

Turkey {土耳其} Thổ Nhĩ Kỳ ◊ Turkey

트램 [tram] (有轨电车) yǒu guǐ diànchē <路面電車>
ろめんでんしゃ {輻電} tàu điện ◊ tram

특가 [特價] (特价) tèjià <特价> とっか {特價}
đặc giá ◊ bargain price

특가상품 [特價商品] (特价商品) tèjià shāngpǐn <
特売品> とくばいひん {商品價特別} thương
phẩm giá đặc biệt ◊ sales commodity

특공대 [特攻隊] (特攻队) tègōngduì <特攻隊> と
っこうたい {特攻隊} đặc công đội ◊ assault team

특구 [特區] (特区) tèqū <特区> とっく {特區}
đặc khu ◊ special zone; special area

특권 [特權] (特权) tèquán <特权> とっけん {特
權} đặc quyền ◊ privilege

특권층 [特權層] (特权阶层) tèquán jiēcéng <特權
グループ> とっけん group {㘑特權} lớp đặc
quyền ◊ privileged groups

특급 [特急] (特急) tè jí <特急> とっきゅう {特
急} đặc cấp ◊ urgent express

특급 [特級] (特级) tèjí <特級> とっきゅう {特
級} đặc cấp ◊ special grade

특급호텔 [特級 hotel] (五星级饭店) wǔxīngjí
fàndiàn <五つ星ホテル> いつつぼし hotel
{客棧齤軭} khách sạn năm sao ◊ five star hotel

특기 [特技] (特技) tèji <特技> とくぎ {技能特
別} kỹ năng đặc biệt ◊ special skill

특기 [特記] (特记) tè jì <特記> とっき {特記}
đặc ký ◊ special notes

특기생 [特技生] (特长生) tèchángshēng <スタン
ト学生> stunt がくせい {生員技能} sinh viên kỹ
năng ◊ stunt student

특대 [特大] (特大) tèdà <特大> とくだい {特大}
đặc đại ◊ very large

특등 [特等] (特等) tèděng <特等> とくとう {特
等} đặc đẳng ◊ top grade

특등사수 [特等射手] (特等射手) tèděng shèshǒu <
特等射手> とくとうしゃしゅ {專家觶銃}
chuyên gia bắn súng ◊ expert marksman

특례 [特例] (特例) tèlì <特例> とくれい {特例}
đặc lệ ◊ exception

특명 [特命] (特命) tè mìng <特命> とくめい {特
命} đặc mệnh ◊ special order

특무 [特務] (特务) tèwu <特務> とくむ {特務}
đặc vụ ◊ secret agent

특별 [特別] (特别) tèbié <特別> とくべつ {特別}
đặc biệt ◊ particularly; especially

특별구역 [特別區域] (特殊区域) tèshū qūyù <特

별区域> とくべつくいき {區域特別} khu vực đặc biệt ◊ special area

특별번호 [特別番號] (特別号码) tèbié hàomǎ <特別番号> とくべつばんごう {別數} biệt số ◊ special number

특별비 [特別費] (特殊费用) tèshū fèiyòng <特別費> とくべつひ {特別費} đặc biệt phí ◊ special fee

특별석 [特別席] (特殊座位) tèshū zuòwèi <特別席> とくべつせき {垃圾特別} chỗ ngồi đặc biệt ◊ special seats

특별운송 [特別運送] (特殊转运) tèshū zhuǎnyùn <特別運送> とくべつうんそう {中轉特別} trung chuyển đặc biệt ◊ special transportation

특별판매 [特別販賣] (特价促销) tèjià cùxiāo <特売> とくばい {減價特別} giảm giá đặc biệt ◊ sale

특사 [特赦] (特赦) tèshè <特赦> とくしゃ {特赦} đặc xá ◊ special amnesty

특사 [特使] (特使) tèshǐ <特使> とくし {特使} đặc sử ◊ envoy

특산 [特産] (特产) tèchǎn <特産> とくさん {特産} đặc sản ◊ specialty

특산물 [特産物] (名产) míngchǎn <特産物> とくさんぶつ {名産} danh sản ◊ famous product

특상 [特賞] (特赏) tè shǎng <特賞> とくしょう {特賞} đặc thưởng ◊ grand prize

특색 [特色] (特色) tèsè <特色> とくしょく {特色} đặc sắc ◊ characteristics

특설 [特設] (特设) tèshè <特設> とくせつ {特設} đặc thiết ◊ setting up specially

특성 [特性] (特性) tèxìng <特性> とくせい {特性} đặc tính ◊ characteristics

특성곡선 [特性曲線] (特性曲线) tèxìng qūxiàn <特性曲線> とくせいきょくせん {蹲弱特徵} đường cong đặc trưng ◊ characteristic curve

특성방법 [特性方法] (特征法) tèzhēng fǎ <特性方法> とくせいほうほう {方法特徵} phương pháp đặc trưng ◊ characteristic method

특성시간 [特性時間] (特征时间) tèzhēng shíjiān <特性時間> とくせいじかん {時間特徵} thời gian đặc trưng ◊ characteristic time

특성함수 [特性函數] (特征函数) tèzhēng hánshù <特性函数> とくせいかんすう {函數積} hàm số riêng ◊ characteristic function

특수 [特殊] (特殊) tèshū <特殊> とくしゅ {特殊} đặc biệt ◊ special

특수 [特需] (特需) tèxū <特需> とくじゅ {特需} đặc nhu ◊ special demand

특수강 [特殊鋼] (特种钢) tèzhǒng gāng <特殊鋼> とくしゅこう {特殊鋼} đặc thù cương ◊ special steel

특수권리 [特殊權利] (特殊权利) tèshū quánlì <特殊權利> とくしゅけんり {別權} biệt quyền ◊ special rights

특수부대 [特殊部隊] (特种部队) tèzhǒng bùduì <特殊部隊> とくしゅぶたい {特工} đặc công ◊ special forces; special agent

특수성 [特殊性] (特殊性) tèshū xìng <特殊性> とくしゅせい {性特殊} tính đặc thù ◊ particularity

특수화 [特殊化] (特殊化) tèshū huā <特殊化> とくしゅか {特殊化} đặc thù hóa ◊ specialization

특유 [特有] (特有) tèyǒu <特有> とくゆう {特有} đặc hữu ◊ unique

특이 [特異] (特异) tèyì <特異> とくい {特異} đặc dị ◊ peculiarity

특장 [特長] (特长) tècháng <特長> とくちょう {特長} đặc trường ◊ specialty

특정 [特定] (特定) tèdìng <特定> とくてい {特定} đặc định ◊ specific

특정공장 [特定工場] (特定工厂) tèdìng gōngchǎng <特定工場> とくていこうじょう {如檻具體} nhà máy cụ thể ◊ specified factory

특정물질 [特定物質] (特定材料) tèdìng cáiliào <特定物質> とくていぶっしつ {物料具體} vật liệu cụ thể ◊ specified material

특정소음 [特定騷音] (特定噪声) tèdìng zàoshēng <特定騷音> とくていそうおん {嗒嗡具體} tiếng ồn cụ thể ◊ specified noise

특제 [特製] (特制) tèzhì <特製> とくせい {特製} đặc chế ◊ made-to-measure

특종 [特種] (特种) tèzhǒng <特種> とくしゅ {特種} đặc chủng ◊ special type

특질 [特質] (特质) tèzhì <特性值> とくせいち {風格積} phong cách riêng ◊ special characteristics

특징 [特徵] (特征) tèzhēng <特徵> とくちょう {特徵} đặc chinh ◊ features

특출 [特出] (特出) tèchū <特出> とくしゅつ {特出} đặc xuất ◊ outstanding

특파 [特派] (特派) tèpài <特派> とくは {特派} đặc phái ◊ dispatch

특파원 [特派員] (特派员) tèpàiyuán <特派員> とくはいん {使命員} sứ mệnh viên ◊ special envoy

특품 [特品] (特品) tè pǐn <特品> とくひん {特品}

đặc phẩm ◊ special products

특허 [特許] (专利) zhuānlì <特許> とっきょ {創製} sáng chế ◊ license

특허권 [特許權] (专利权) zhuānlìquán <特許権> とっきょけん {權創製} quyền sáng chế ◊ patent rights

특허법 [特許法] (专利法) zhuānlìfǎ <特許法> とっきょほう {律創製} luật sáng chế ◊ patent law

특허증 [特許證] (专利证书) zhuānlì zhèngshū <特許証> とっきょしょう {憑創製} bằng sáng chế ◊ patent

특허청 [特許廳] (专利局) zhuānlì jú <特許庁> とっきょちょう {局創製} cục bằng sáng chế ◊ patent office

특허품 [特許品] (专利产品) zhuānlì chǎnpǐn <特許品> とっきょひん {創製品} sáng chế phẩm ◊ patented products

특혜 [特惠] (特惠) tèhuì <特恵> とっけい {特惠} đặc huệ ◊ ex gratia

특혜제도 [特惠制度] (特惠制度) tèhuì zhìdù <特惠制度> とっけいせいど {系統優待特別} hệ thống ưu đãi đặc biệt ◊ preferential system

특효 [特效] (特效) tèxiào <特効> とっこう {特效} đặc hiệu ◊ special effect

특효약 [特效藥] (特效药) tèxiàoyào <特效薬> とっこうやく {特效藥} đặc hiệu dược ◊ specific medicine

특히 [特히] (特别) tèbié <特に> とくに {特別} đặc biệt ◊ especially

튼튼하다 [一] (坚固耐用) jiāngù náiyòng <丈夫> じょうふ {強壯} cường tráng ◊ durable; sturdy

틀니 [一] (假牙) jiǎyá <義歯> ぎし {皻假} răng giả ◊ denture

틀린번호 [틀린番號] (错号) cuò háo <間違った番号> まちがったばんごう {數差} số sai ◊ wrong number

틈새 [一] (缝隙) fèngxì <隙間> すきま {啵僻|啵潏} kẽ hở ◊ crevice

틈입 [闖入] (闯入) chuǎngrù <闖入> ちんにゅう {闖入} sấm nhập ◊ intrude

티스푼 [teaspoon] (茶匙) cháchí <茶匙> ちゃさじ {鏒咖啡} muỗng cà phê ◊ teaspoon

팀장 [team 長] (组长) zǔzhǎng <チーム長> teamちょう {組長} tổ trưởng ◊ group leader

ㅍ p

파격 [破格] (破格) pògé <破格> はかく {破格} phá cách ◊ exceptional

파격적 [破格的] (破格的) pògéde はかくてき {破例} phá lệ pha lê ◊ extraordinary; exceptional

파견 [派遣] (派遣) pàiqiǎn <派遣> はけん {派遣} phái khiển ◊ dispatch

파견군 [派遣軍] (远征军) yuǎnzhēng jūn <派遣軍> はけんぐん {派遣軍} phái khiển quân ◊ dispatched troops

파경 [破鏡] (破镜) pò jìng <破鏡> はきょう {破鏡} phá kính ◊ broken mirror

파계 [派系] (派系) pàixì <派閥> はばつ {派系} phái hệ ◊ clique

파계 [破戒] (破戒) pòjiè <破戒> はかい {破戒} phá giới ◊ breaking a commandment

파괴 [破壞] (破坏) pòhuài <破壞> はかい {破毀} phá hủy ◊ destruction

파괴분석 [破壞分析] (破坏性分析) pòhuàixìng fēnxī <破壞分析> はかいぶんせき {分析破毀} phân tích phá hủy ◊ destructive analysis

파괴응력 [破壞應力] (破坏应力) pòhuài yìnglì <破壞应力> はかいおうりょく {蹴礎應力} phá vỡ ứng lực ◊ failure stress

파급 [波及] (波及) bōjí <波及> はきゅう {波及} ba cập ◊ spread

파단강도 [破斷強度] (破裂强度) pòliè qiángdù <破斷強度> はだんきょうど {歹猛分割} sức mạnh phân tách ◊ rupture strength

파도 [波濤] (波涛) bōtāo <波浪> はろう {涛} sóng ◊ waves

파도만리 [波濤萬里] (波涛万里) bōtāo wàn lǐ <波濤万里> はとうばんり {波濤萬里} ba đào vạn lý ◊ faraway lands; voyage to faraway lands

파동 [波動] (波动) bōdòng <波動> はどう {波動} ba động ◊ undulation

파동소음 [波動騷音] (波动噪声) bōdòng zàoshēng <波動騷音> はどうそうおん {嗜嗢搖動} tiếng ồn dao động ◊ fluctuation noise

파란 [波瀾] (波瀾) bōlán <波瀾> はらん {波瀾} ba lan ◊ waves

파란곡절 [波瀾曲折] (波瀾曲折) bōlán qūzhé <波瀾曲折> はらんきょくせつ {波瀾曲折} ba lan khúc chiết ◊ twists and turns

파랑 [波浪] (波浪) bōlàng <波浪> はろう {波浪} ba lãng ◊ wave

파렴치 [破廉恥] (无耻) wúchǐ <破廉恥> はれんち {空姗醜愧} không biết xấu hổ ◊ shameless

파례 [破例] (破例) pòlì <破例> はれい {破例} phá lệ ◊ make an exception

파리 [玻璃] (玻璃) bōli <玻璃> はり {玻璃} pha lê ◊ glass

파리 [Paris] (巴黎) bālí <巴黎> Paris {巴黎; 巴咮} Ba lê; Pa ri ◊ Paris

파리 [蒼蠅] (苍蝇) cāngying <蠅> はえ {琨蛛} con ruồi ◊ a fly

파면 [罷免] (罢免) bàmiǎn <罷免> ひめん {罷免} bãi miễn ◊ recall; dismissal

파멸 [破滅] (破灭) pòmiè <破滅> はめつ {破滅} phá diệt ◊ shattered; overturn; perdition

파문 [波紋] (波纹) bōwén <波紋> はもん {溅溅} gợn ◊ ripple

파벌 [派閥] (派阀) pài fá <派閥> はばつ {派閥} phái phiệt ◊ faction

파별 [派別] (派别) pàibié <派別> はべつ {派別} phái biệt ◊ faction

파병 [派兵] (派兵) pài bīng <派兵> はへい {派兵} phái binh ◊ sending troops

파산 [破産] (破产) pòchǎn <破産> はさん {破産} phá sản ◊ bankruptcy

파산자 [破産者] (破产者) pòchǎnzhě <破産者> はさんしゃ {臥破産} người phá sản ◊ bankrupt person; insolvent person

파상 [波狀] (波状) bō zhuàng <波状> はじょう {波狀} ba trạng ◊ wavelike

파상풍 [破傷風] (破伤风) pòshāngfēng <破傷風> はしょうふう {破傷風} phá thương phong ◊ tetanus

파생 [派生] (派生) pàishēng <派生> はせい {派生} phái sinh ◊ derive

파생법 [派生法] (派生词) pàishēngcí <派生法> はせいほう {派生法} phái sinh pháp ◊ derivation

파생어 [派生語] (派生词) pàishēngcí <派生語> はせいご {派生語} phái sinh ngữ ◊ derived words

파선 [破船] (破船) pò chuán <破船> はせん {破船} phá thuyền ◊ shipwreck

파손 [破損] (破损) pòsǔn <破損> はそん {破損} phá tổn ◊ dilapidation

파쇄 [破碎] (破碎) pòsuì <破砕> はさい {破碎} phá toái ◊ broken

파시 [罷市] (罢市) bàshì <罷市> まかりむかし {罷市} bãi thị ◊ shopkeeper's strike

파악 [把握] (把握) bǎwò <把握> はあく {把握} bả ác ◊ grasping

파업 [罷業] (罢业) bà yè <罷業> ひぎょう {罷業} bãi nghiệp ◊ business strike

파열 [破裂] (破裂) pòliè <破裂> はれつ {磈𥗐飇砠硯磂} vỡ ◊ rupture

파열음 [破裂音] (爆破音) bàopò yīn <破裂音> はれつおん {破裂音} phá liệt âm ◊ plosive sounds

파옥 [破屋] (破屋) pò wū <破屋> はおく {破屋} phá ốc ◊ tumbledown room; dilapidated house; broken house

파이프오르간 [pipe organ] (管风琴) guǎnfēngqín <パイプオルガン> pipe organ {風琴篛} phong cầm ống ◊ pipe organ

파장 [波長] (波长) bōcháng <波長> はちょう {瀾浰|瀾浰} làn sóng ◊ wavelength

파장계 [波長計] (波长计) bōcháng jì <波長計> なみちょうけい {波計} ba kế ◊ wavemeter; ondometer

파전 [罷戰] (罢战) bà zhàn <罷戦> まかりむかせん {罷戰} bãi chiến ◊ have a cease-fire

파종 [播種] (播种) bōzhǒng <播種> はしゅ {播種} bá chủng ◊ sow

파지 [把持] (把持) bǎchí <把持> はじ {把持} bả trì ◊ control

파지 [破紙] (破纸) pò zhǐ <破紙> やぶし {破紙} phá chỉ ◊ broken paper

파직 [罷職] (罢官) bàguān <罷免> ひめん {罷官} bãi quan ◊ dismissed from office

파찰음 [破擦音] (破擦音) pò cā yīn <破擦音> はさつおん {音塞擦} âm tắc xát ◊ affricate

파천황 [破天荒] (破天荒) pòtiānhuāng <破天荒> はてんこう {破天荒} phá thiên hoang ◊ for the first time; unprecedentedly

파초 [芭蕉] (芭蕉) bājiāo <芭蕉> ばしょう {芭蕉} ba tiêu ◊ plantain

파출소 [派出所] (派出所) pàichūsuǒ <派出所> はしゅつしょ {派出所} phái xuất sở ◊ police station

파트너 [partner] (合作伙伴) hézuò huǒbàn <パートナー> partner {對作} đối tác ◊ partner

파편 [破片] (破片) pò piān <破片> はへん {破片} phá phiến ◊ fragment

파피루스 [papyrus] (纸草) zhǐ cǎo <パピルス> papyrus {紙草} chỉ thảo ◊ papyrus

파행 [跛行] (跛行) bǒ xíng <跛行> はこう {跛行} bả hành ◊ limp

판결 [判決] (判处) pànchǔ <判決> はんけつ {判處} phán xử ◊ sentencing

판결서 [判決書] (判决书) pànjué shū <判決書> はんけつしょ {案文} án văn ◊ verdict

판결집행 [判決執行] (执行判决) zhíxíng pànjué <判決執行> はんけつしっこう {行案} hành án ◊ enforcement of judgment

판권 [版權] (版权) bǎnquán <版権> はんけん {版權} bản quyền ◊ copyright

판금 [板金] (板金) bǎn jīn <板金> ばんきん {板金} bản kim ◊ sheet metal

판단 [判斷] (判断) pànduàn <判断> はんだん {判斷} phán đoạn ◊ judgment

판도 [版圖] (版图) bǎntú <版図> はんと {版圖} bản đồ ◊ map; territory

판돈 [ㅡ] (赌注) dǔzhù <賭け金> かけきん {掮博|打博} đánh bạc ◊ gamble

판로 [販路] (销路) xiāolù <売れ行き> うれゆき {𧸝肮|䶞行} bán hàng ◊ sales

판막 [瓣膜] (瓣膜) bànmó <弁膜> べんまく {瓣膜} biện mạc ◊ valve

판매 [販賣] (贩卖) fànmài <販売> はんばい {販賣} phiến mại ◊ vend

판매가 [販賣價] (售价) shòujià <販売価> はんばいか {販賣價} phiến mại giá ◊ selling price

판매가격 [販賣價格] (出售价) chūshòujià <販売価格> はんばいかかく {價𧸝} giá bán ◊ selling price

판매량 [販賣量] (销量) xiāoliàng <販売量> はんばいりょう {販賣量} phiến mại lượng ◊ sales

판매소 [販賣所] (销事处) xiāo shì chǔ <販売所> はんばいしょ {販賣所} phiến mại sở ◊ sales office

판매액 [販賣額] (销售额) xiāoshòu'é <売上高> うりあげだか {數𧸝肮|數䶞行} số bán hàng ◊ sales

판매원 [販賣員] (售货员) shòuhuòyuán <販売員>
はんばいいん {趴㪚㫆|得胖行} người bán hàng
◊ salesperson

판면 [板面] (板面) bǎn miàn <板面> ばんめん
{板面} bản diện ◊ plate surface

판면 [版面] (版面) bǎnmiàn <版面> はんめん
{版面} bản diện ◊ layout

판명 [判明] (判明) pànmíng <判明> はんめい
{判明} phán minh ◊ ascertain

판문 [板門] (板门) bǎn mén <板門; 板戶> はんも
ん; いたど {板門; 鞠㲽} bản môn; cửa tấm ◊
wooden door; panel door

판벽 [板壁] (板壁) bǎnbì <板壁> いたかべ {板壁}
bản bích ◊ plate walls

판본 [版本|板本] (版本) bǎnběn <版本> はんぽん
{翻版} phiên bản ◊ version

판사 [判辭] (判词) pàn cí <判詞> はんし {判語}
phán ngữ ◊ judgment; court verdict

판사 [判事] (审判员) shěnpànyuán <裁判官> さい
ばんかん {審判} thẩm phán ◊ administrative law
judge; appeal examiner

판소리 [一] (敲板说唱) qiāo bǎn shuōchàng <板談
唱; パンソリ> いただんしょう; pansoli {喀吶
尒膠㴰} hát nói với tấm thả ◊ drop plate singing
talk

판이 [判異] (截然不同) jiérán bùtóng <全く異なる>
まったくことなる {略別} khác biệt ◊ totally
different

판정 [判定] (判定) pàndìng <判定> はんてい {判
定} phán định ◊ decide

판화 [版畫] (版画) bǎnhuà <版画> はんが {版畫}
bản họa ◊ engraved picture; print of etched plate

팔 [一] (胳膊) gēbo <腕> うで {腰㫰|翹㫰} cánh
tay ◊ arm

팔각 [八角] (八角) bājiǎo <八角> はっかく {八
角} bát giác ◊ aniseed; star aniseed

팔각정 [八角亭] (八角亭) bājiǎo tíng <八角亭>
はっかくてい {八角亭} bát giác đình ◊ octagonal
pavilion

팔각주 [八角柱] (八角柱) bājiǎo zhù <八角柱> は
っかくちゅう {八角柱} bát giác trụ ◊ octagonal
columns

팔각형 [八角形] (八角形) bājiǎo xíng <八角形>
はっかくけい {形八角} hình bát giác ◊ octagon

팔걸이 [一] (扶手) fúshǒu <手すり> てすり {㫰
抹|㫰援} tay vịn ◊ armrest

팔꿈치 [一] (肘部) zhǒu bù <肘> ひじ {臕㫰}

khuỷu tay ◊ elbow

팔면 [八面] (八面) bā miàn <八面> はちめん {八
面} bát diện ◊ eight-sided

팔면체 [八面體] (八面体) bāmiàntǐ <八面体> は
ちめんたい {八面體} bát diện thể ◊ octahedron

팔방 [八方] (八方) bāfāng <八方> はっぽう {八
方} bát phương ◊ all directions

팔분쉼표 [八分쉼標] (八分休止符) bā fēn
xiūzhǐfú <八分休止符> はちふんきゅうしふ
{晒休止八分} dấu hưu chi bát phân ◊ octant rest

팔순 [八旬] (八旬) bā xún <八旬> はちじゅん
{趴連㦖逛} người trên tám mươi ◊ in eighty-year-
old

팔십 [八十] (八十) bā shí <八十> やそ {八十}
bát thập ◊ eighty

팔월 [八月] (八月) bāyuè <八月> はちがつ {胸
㣣} tháng Tám ◊ August

팔일 [八日] (八日) bā rì <八日> ようか {㣣馹}
tám ngày ◊ eight days

패각 [貝殼] (贝壳) bèiké <貝殼> かいがら {貝殼}
bối xác ◊ shell

패거리 [一] (团伙) tuánhuǒ <連中> れんちゅう
{𣱆} bọn ◊ gang

패군 [敗軍] (败军) bài jūn <敗軍> はいぐん {敗
軍} bại quân ◊ defeated army

패권 [霸權] (霸权) bàquán <覇権> はけん {霸權}
bá quyền ◊ hegemony

패권자 [霸權者] (霸权者) bàquán zhě <覇権者>
はけんしゃ {偘霸權} thằng bá quyền ◊ hegemon

패권주의 [霸權主義] (霸权主义) bàquán zhǔyì <
覇權主義> はけんしゅぎ {主義霸權} chủ
nghĩa bá quyền ◊ hegemonism

패기 [霸氣] (霸气) bàqì <覇気> はき {霸氣} bá
khí ◊ ambition

패덕 [悖德] (悖德) bèi dé <悖徳> はいとく {悖
德} bội đức ◊ immorality

패도 [霸道] (霸道) bàdào <覇道> はどう {霸道}
bá đạo ◊ overbearing; arbitrariness

패례 [悖禮] (悖礼) bèi lǐ <悖礼> はいれい {悖禮}
bội lễ ◊ impolite

패류 [貝類] (贝类) bèilèi <貝類> かいるい {貝類}
bối loại ◊ shellfish

패리 [悖理] (悖理) bèi lǐ <背理> はいり {悖理}
bội lý ◊ absurdity; irrationality

패망 [敗亡] (败亡) bàiwáng <敗亡> はいぼう
{敗亡} bại vong ◊ defeat

패배 [敗北] (败北) bàiběi <敗北> はいぼく {敗

敗|打敗} đánh bại ◊ defeated

패병 [敗兵] (败兵) bài bīng <敗兵> はいへい {敗兵} bại binh ◊ defeated army

패복 [佩服] (佩服) pèifú <佩服> はいふく {感服} cảm phục ◊ admire

패세 [敗勢] (败势) bài shì <敗勢> はいせい {敗勢} bại thế ◊ trend of defeat; trend of loss

패소 [敗訴] (败诉) bàisù <敗訴> はいそ {敗訴} bại tố ◊ loss of a legal case

패속 [敗俗] (败俗) bài sú <敗俗> まけぞく {敗俗} bại tục ◊ decadent

패스트푸드 [fast food] (速成饮食) sùchéng yǐnshí <ファストフード> fast food {咊餕𨗜|式咹𨙝} thức ăn nhanh ◊ quick food

패역 [悖逆] (悖逆) bèinì <悖逆> はいぎゃく {悖逆} bội nghịch ◊ reverse

패왕 [霸王] (霸王) bàwáng <覇王> はおう {霸王} bá vương ◊ overlord; ruler

패인 [敗因] (败因) bài yīn <敗因> はいいん {敗因} bại nhân ◊ causes of defeat

패자 [霸者] (霸主) bàzhǔ <覇者> はしゃ {霸主} bá chủ ◊ supreme ruler; conqueror; overlord; hegemon

패자 [敗者] (失败者) shībàizhě <敗者> はいしゃ {𠊛𨊌} người thua ◊ loser

패장 [敗將] (败将) bài jiāng <敗将> はいしょう {敗將} bại tướng ◊ official loser

패전 [敗戰] (打败仗) dǎbài zhàng <敗戦> はいせん {輸陣} thua trận ◊ lose the battle

패주 [敗走] (败走) bài zǒu <敗走> はいそう {敗走} bại tẩu ◊ rout; debacle

패주 [貝柱] (贝柱) bèi zhù <貝柱> かいばしら {貝柱} bối trụ ◊ scallop

패진 [敗陣] (败阵) bàizhèn <敗陣> まけじん {敗陣} bại trận ◊ defeated

패키지 [package] (封包) fēng bāo <封包> ふうほう {封包} phong bao ◊ packet

패하다 [敗하다] (败) bài <負ける> まける {失敗} thất bại ◊ defeated

패혈 [敗血] (败血) bài xuè <敗血> はいけつ {敗血} bại huyết ◊ sepsis

패혈증 [敗血症] (败血症) bàixuèzhèng <敗血症> はいけつしょう {敗血症} bại huyết chứng ◊ septicemia

팽대 [膨大] (膨大) péng dà <膨大> ぼうだい {膨大} bành đại ◊ enormous

팽배 [澎湃] (澎湃) péngpài <澎湃> ほうはい {澎湃} bành vy ◊ surging

팽창 [膨脹] (膨胀) péngzhàng <膨脹> ぼうちょう {膨脹} bành trướng ◊ swell

팽창곡선 [膨脹曲線] (膨胀曲线) péngzhàng qūxiàn <膨脹曲線> ぼうちょうきょくせん {𨆟弛膨脹} đường cong bành trướng ◊ expansion curve

팽창효율 [膨脹效率] (膨胀效率) péngzhàng xiàolǜ <膨脹效率> ぼうちょうこうりつ {效果膨脹} hiệu quả bành trướng ◊ expansion efficiency

팽화 [膨化] (膨化) péng huā <膨化> ぼうか {膨化} bành hóa ◊ expansion; puffing; inflation

페이지 [page] (页面) yèmiàn <ページ> page {張冊} trương sách ◊ pages of book

펜싱경기 [fencing 競技] (击剑比赛) jījiàn bǐsài <撃剣比賽> げきけんひさい {鬥劍} đấu kiếm ◊ fencing competition

편견 [偏見] (偏见) piānjiàn <偏見> へんけん {偏見} thiên kiến ◊ bias opinion

편곡 [編曲] (编曲) biān qū <編曲> へんきょく {編曲} biên khúc ◊ arrangement

편광계 [偏光計] (偏光计) piān’guāng jì <偏光計> へんこうけい {㓒𨤼分極} cái đo phân cực ◊ polarimeter

편년 [編年] (编年) biān nián <編年> へんねん {編年} biên niên ◊ put historical events in chronological order

편년사 [編年史] (编年史) biānniánshǐ <編年史> へんねんし {編年史} biên niên sử ◊ chronicles

편년체 [編年體] (编年体) biānniántǐ <編年体> へんねんたい {編年體} biên niên thể ◊ chronological order

편단 [片段] (片段) piànduàn <断片> だんぺん {𦙫𣋂} mảnh ◊ fragment

편달 [鞭撻] (鞭挞) biāntà <鞭撻> べんたつ {鞭撻} tiên thát ◊ lashing

편대 [編隊] (编队) biānduì <編隊> へんたい {編隊} biên đội ◊ formation

편도 [片道] (单向) dānxiàng <片道> かたみち {𠬠𣋇|𠬠朝} một chiều ◊ one way

편도선 [扁桃腺] (扁桃体) biǎntáotǐ <扁桃腺> へんとうせん {扁桃腺} biển đào tuyến ◊ tonsil

편두통 [偏頭痛] (偏头痛) piāntóutòng <偏頭痛> へんずつう {疠𢫬頭} đau nửa đầu ◊ migraine

편람 [便覽] (便览) biànlǎn <便覧> べんらん {便覽} tiện lãm ◊ handbook

편리 [便利] (方便) fāngbiàn <便利> べんり {便

利} tiện lợi ◊ convenient

편린 [片鱗] (片鳞) piān lín <片鱗> へんりん {片鱗} phiến lân ◊ portion; glimpse； flakes and scales

편마암 [片麻巖] (片麻岩) piànmáyán <片麻岩> へんまがん {片麻巖} phiến ma nham ◊ gneiss

편면 [片面] (片面) piànmiàn <片面> かためん {片面} phiến diện ◊ one-sided

편모 [鞭毛] (鞭毛) biānmáo <鞭毛> べんもう {鞭毛} tiên mao ◊ flagellum

편모충 [鞭毛蟲] (鞭毛虫) biānmáo chóng <鞭毛虫> べんもうちゅう {鞭毛蟲} tiên mao trùng ◊ flagellates

편복 [蝙蝠] (蝙蝠) biānfú <蝙蝠> こうもり {蝙蝠} biển bức ◊ bat

편복 [便服] (便服) biànfú <便服> べんぷく {便服} tiện phục ◊ informal dress

편수 [編修] (编修) biānxiū <編修> へんしゅう {編修} biên tu ◊ edit; compile; draw up

편식 [偏食] (偏食) piānshí <偏食> へんしょく {偏食} thiên thực ◊ partial eclipse

편안 [便安] (舒适) shūshì <快適> かいてき {禠詔} dễ chịu ◊ comfortable

편암 [片巖] (片岩) piànyán <片岩> へんがん {片巖} phiến nham ◊ schist

편애 [偏愛] (偏爱) piān'ài <偏愛> へんあい {偏愛} thiên ái ◊ preference

편역 [編譯] (编译) biānyì <編訳> へんやく {編譯} biên dịch ◊ translate and compile

편위 [偏位] (偏位) piān wèi <偏位> へんい {偏位} thiên vị ◊ deviation

편의 [便衣] (便衣) biànyī <便衣> べんい {便衣} tiện y ◊ plainclothes

편의 [便宜] (便宜) biànyí <便宜> べんぎ {便宜} tiện nghi ◊ cheap

편의점 [便宜店] (便利店) biànlì diàn <コンビニ> convenience {䦨航便利|闌行便利} cửa hàng tiện lợi ◊ convenience stores

편익 [便益] (便益) biàn yì <便益> べんえき {便益} tiện ích ◊ benefits

편자 [編者] (编者) biānzhě <編者> へんしゃ {編者} biên giả ◊ editor

편저 [編著] (编著) biānzhù <編著> へんちょ {編著} biên trước ◊ edited by

편조 [編組] (编组) biānzǔ <編成> へんせい {編組} biên tổ ◊ grouping

편종 [編鐘] (编钟) biānzhōng <編鐘> へんしょう {編鐘} biên chung ◊ ancient Chinese musical instrument; bronze bells

편중 [偏重] (偏重) piānzhòng <偏重> へんちょう {偏重} thiên trọng ◊ preponderance

편지 [便紙|片紙] (书信) shūxìn <手紙> てがみ {書} thư ◊ missive letter; epistle

편지봉투 [便紙封套] (信封) xìnfēng <封筒> ふうとう {封皮} phong bì ◊ envelop

편지지 [便紙紙] (信纸) xìnzhǐ <便箋> びんせん {信紙} tín chỉ ◊ letter paper

편직물 [編織物] (编织物) biānzhī wù <織物> おりもの {𧝓紩} vải dệt ◊ braid

편집 [編輯] (编辑) biānjí <編集> へんしゅう {編輯} biên tập ◊ editing; compilation

편집광 [偏執狂] (偏执狂) piānzhíkuáng <偏執狂> へんしゅうきょう {偏執狂} thiên chấp cuồng ◊ paranoia; monomania; monomaniac

편집위원 [編輯委員] (编委) biān wěi <編集委員> へんしゅういいん {編委} biên ủy ◊ editorial board

편집인 [編輯人] (编辑人) biānjí rén <編集人> へんしゅういん {𠊛編輯} người biên tập ◊ editor

편집자 [編輯者] (编辑者) biānjí zhě <編集者> へんしゅうしゃ {編輯員} biên tập viên ◊ editorial staff

편집자주 [編輯者註|編輯者注] (编者注) biānzhě zhù <編集者注> へんしゅうしゃちゅう {編注} biên chú ◊ editor's note

편집장 [編輯長] (主编) zhǔbiān <編集長> へんしゅうちょう {主編} chủ biên ◊ editor-in-chief

편차 [偏差] (偏差) piānchā <偏差> へんさ {偏差} thiên si ◊ deviation

편차값 [偏差값] (偏差值) piānchā zhí <偏差値> へんさち {偏差值} thiên sai trị ◊ deviation

편차변수 [偏差變數] (偏差变量) piānchā biànliàng <偏差変数> へんさへんすう {數偏差} số thiên sai ◊ deviation variables

편찬 [編撰] (编撰) biānzhuàn <編撰> へんせん {編撰} biên soạn ◊ compile; write

편찬 [編纂] (编纂) biānzuǎn <編纂> へんさん {編纂} biên toản ◊ compilation

편찬목록 [編纂目錄] (编目) biānmù <目録> もくろく {書目化} thư mục hóa ◊ cataloging

편향 [偏向] (偏向) piānxiàng <偏向> へんこう {度䞶𨤼} độ chếch lệch ◊ deflection

편형 [扁形] (扁形) piān xíng <扁形> へんけい {扁形} biển hình ◊ oblate

평가 [評價] (评价) píngjià <評価> ひょうか {評

價} bình giá ◊ evaluation

평가비용 [評價費用] (评价费用) píngjià fèiyòng <評价費用> ひょうかひよう {支費評價} chi phí bình giá ◊ cost evaluation

평결 [評決] (裁決) cáijué <裁決> さいけつ {宣案} tuyên án ◊ verdict

평균 [平均] (平均) píngjūn <平均> へいきん {均平} quân bình ◊ average

평균가격 [平均價格] (均价) jūn jià <平均价格> へいきんかかく {價中平} giá trung bình ◊ equilibrium price

평균급수량 [平均給水量] (平均给水量) píngjūn jǐshuǐ liáng <平均給水量> へいきんきゅうすいりょう {給湉中平} cấp nước trung bình ◊ mean water supply

평균기온 [平均氣溫] (平均气温) píngjūn qìwēn <平均気温> へいきんきおん {熱度中平} nhiệt độ trung bình ◊ mean temperature

평균수 [平均數] (平均数) píngjūnshù <平均数> へいきんすう {數平均} số bình quân ◊ average value

평균수위 [平均水位] (平均水位) píngjūn shuǐwèi <平均水位> へいきんすいい {欄湉中平} mực nước trung bình ◊ mean water level

평균시간 [平均時間] (平均时间) píngjūn shíjiān <平均時間> へいきんじかん {時間中平} thời gian trung bình ◊ average time

평균온도 [平均溫度] (平均温度) píngjūn wēndù <平均温度> へいきんおんど {熱度中平} nhiệt độ trung bình ◊ average temperature

평균점 [平均點] (平均分) píngjūn fēn <平均点> へいきんてん {平均點} bình quân điểm ◊ average point

평균직경 [平均直徑] (平均直径) píngjūn zhíjìng <平均直径> へいきんちょっけい {蹯輕中平} đường kính trung bình ◊ mean diameter

평균특성 [平均特性] (平均特性) píngjūn tèxìng <平均特性> へいきんとくせい {特點中平} đặc điểm trung bình ◊ average property

평년 [平年] (平年) píngnián <平年> へいねん {平年} bình niên ◊ common year

평등 [平等] (平等) píngděng <平等> びょうどう {平等} bình đẳng ◊ equal

평등관 [平等觀] (平等观) píngděng guàn <平等観> びょうどうかん {平等觀} bình đẳng quan ◊ concept of equality

평등권 [平等權] (平等权) píngděng quán <平等権>

びょうどうけん {平權} bình quyền ◊ right to equality

평란 [平亂] (平乱) píng luàn <平乱> たいららん {平亂} bình loạn ◊ put down a rebellion

평로 [平爐] (平炉) píng lú <平炉> へいろ {平爐} bình lô ◊ open-hearth

평론 [評論] (评论) pínglùn <評論> ひょうろん {評論} bình luận ◊ comments

평론분석 [評論分析] (评析) píng xī <評論分析> ひょうろんぶんせき {評解} bình giải ◊ analysis

평면 [平面] (平面) píngmiàn <平面> へいめん {平面} bình diện ◊ plane

평면각 [平面角] (平面角) píngmiànjiǎo <平面角> へいめんかく {平面角} bình diện giác ◊ planar angles

평면경 [平面鏡] (平面镜) píngmiàn jìng <平面鏡> へいめんきょう {平面鏡} bình diện kính ◊ flat mirrors

평면미 [平面美] (平面美) píngmiàn měi <平面美> へいめんび {平面美} bình diện mỹ ◊ flat beauty

평면반사경 [平面反射鏡] (平面反射镜) píngmiàn fǎnshèjìng <平面反射鏡> へいめんはんしゃきょう {蓊皺} gương phẳng ◊ plane reflector

평면형 [平面形] (平面形) píngmiàn xíng <平面形> へいめんけい {平面形} bình diện hình ◊ planar shape

평민 [平民] (平民) píngmín <平民> へいみん {常民} thường dân ◊ civilian

평방 [平方] (平方) píngfāng <平方> へいほう {平方} bình phương ◊ square of a number

평방근 [平方根] (平方根) píngfānggēn <平方根> へいほうこん {根阯厷} căn bậc hai ◊ square root

평방미터 [平方meter] (平方米) píngfāngmǐ <平方メートル> へいほう meter {釈旌} mét vuông ◊ square meter

평방수 [平方數] (平方数) píngfāng shǔ <平方数> へいほうすう {平方數} bình phương số ◊ number of squares

평범 [平凡] (平凡) píngfán <平凡> へいぼん {平常} bình thường ◊ ordinary

평분 [平分] (平分) píngfēn <平分> へいぶん {平分} bình phân ◊ divide equally

평사포 [平射砲] (平射炮) píng shè pào <平射砲> へいしゃほう {平射砲} bình xạ pháo ◊ flat-firing guns

평상 [平常] (平常) píngcháng <平常> へいじょう

{平常} bình thường ◊ ordinary

평상시 [平常時] (平常时) píngchángshí <常> つね {平常} bình thường ◊ normal

평상심 [平常心] (平常心) píngcháng xīn <平常心> へいじょうしん {鞥肶平常|鞭心平常} trái tim bình thường ◊ everyday feelings; usual feelings

평생 [平生] (平生) píngshēng <平生> へいぜい {平生} bình sinh ◊ lifetime

평석 [評釋] (评释) píng shì <評釈> ひょうしゃく {評釋} bình thích ◊ commentary

평설 [評說] (评说) píngshuō <評説> ひょうせつ {評說} bình thuyết ◊ comments

평성 [平聲] (平声) píngshēng <平声> ひょうしょう {聲平} thanh bằng ◊ even tone; level tone

평소 [平素] (平素) píngsù <平素> へいそ {平常} bình thường ◊ ordinary; usual

평순모음 [平脣母音] (平唇元音) píng chún yuányīn <非円唇母音> ひえんしんぼいん {元音獤觓} nguyên âm môi phẳng ◊ flat lip vowel

평시 [平時] (平时) píngshí <平時> へいじ {平時} bình thì ◊ peacetime

평안 [平安] (平安) píng'ān <平安> へいあん {平安} bình an ◊ peaceful

평안무사 [平安無事] (平安无事) píng'ān wú shì <平安無事> へいあんぶじ {平安無事} bình an vô sự ◊ be home and peace

평야 [平野] (平原) píngyuán <平原> へいげん {曈平|峒平} đồng bằng ◊ plain

평어 [評語] (评语) píngyǔ <評語> ひょうご {評語} bình ngữ ◊ comments

평영 [平泳] (蛙泳) wāyǒng <平泳ぎ> ひらおよぎ {潒蟖} bơi ếch ◊ breaststroke

평온 [平穩] (平稳) píngwěn <平穏> へいおん {平穩} bình ổn ◊ smooth

평온한 [平穩한] (坦然) tǎnrán <坦然> たんぜん {柵洛潮} lặng ◊ calm

평원 [平原] (平原) píngyuán <平原> ひらはら {平原} bình nguyên ◊ plain

평의 [評議] (评议) píngyì <評議> ひょうぎ {評議} bình nghị ◊ review

평이 [平易] (平易) píngyì <平易> へいい {平易} bình dị ◊ plain

평일 [平日] (平日) píngrì <平日> へいじつ {平日} ngày thường ◊ weekday

평저 [平底] (平底) píngdǐ <平底> ひらぞこ {平底} bình để ◊ flat bottom

평정 [平定] (平定) píngdìng <平定> へいてい {平定} bình định ◊ pacify

평정 [平靜] (平静) píngjìng <平静> ひらしず {平靜} bình tĩnh ◊ calm

평정법 [評定法] (鉴定方法) jiàndìng fāngfǎ <評定法> ひょうじょうほう {評定法} bình định pháp ◊ assessment method

평지 [平地] (平地) píngdì <平地> へいち {平地} bình địa ◊ flat ground

평지림 [平地林] (平原森林) píngyuán sēnlín <平地林> へいちりん {平地林} bình địa lâm ◊ forests at plain

평지붕 [平지붕] (平屋顶) píng wūdǐng <平屋根> ひらやね {屓平} mái bằng ◊ flat roof

평측식 [平仄式] (平仄式) píngzè shì <平仄式> ひょうそくしき {平仄式} bình trắc thức ◊ meter of level and oblique tone in Chinese poetry

평탄 [平坦] (平坦) píngtǎn <平坦> へいたん {平坦} bình thản ◊ flat

평탄지 [平坦地] (平坦地) píngtǎn dì <平坦地> へいたんち {堨潹㙟} đất bằng phẳng ◊ flat ground

평토 [平土] (平土) píng tǔ <平土> ひらつち {平土} bình thổ ◊ flat soil

평판 [平版] (平版) píngbǎn <平版> へいはん {平版} bình bản ◊ lithography

평판 [評判] (评判) píngpàn <評判> ひょうばん {評判} bình phán ◊ evaluation

평평하다 [平平하다] (平整) píngzhěng <平坦化> へいたんか {平㼸潹㙟} bằng phẳng ◊ smooth

평행 [平行] (平行) píngxíng <平行> へいこう {平行} bình hành ◊ parallel

평행력 [平行力] (平行力) píngxíng lì <平行力> へいこうりょく {平行力} bình hành lực ◊ parallel force

평행면 [平行面] (平行面) píngxíng miàn <平行面> へいこうめん {平行面} bình hành diện ◊ parallel faces

평행봉 [平行棒] (双杠) shuānggàng <平行棒> へいこうぼう {榑翫权 } xà kép ◊ parallel rods

평행이동 [平行移動] (平行移动) píngxíng yídòng <平行移動> へいこういどう {移轉平行} di chuyển bình hành ◊ parallel movement

평형 [平衡] (平衡) pínghéng <平衡> へいこう {平衡} bình hành ◊ balance

평형군락 [平衡群落] (平衡群落) pínghéng qúnluò <平衡群落> へいこうぐんらく {斤平共同} cân bằng cộng đồng ◊ equilibrium population

평형기 [平衡器] (平衡器) pínghéng qì <平衡器>

へいこうき {桿斤} cán cân ◊ balancer

평형물질 [平衡物質] (平衡物质) pínghéng wùzhì <平衡物質> へいこうぶっしつ {物質斤平} vật chất cân bằng ◊ equilibrium material

평형방정식 [平衡方程式] (平衡方程式) pínghéng fāngchéngshì <平衡方程式> へいこうほうていしき {方程斤平} phương trình cân bằng ◊ equilibrium equation

평형분포 [平衡分布] (平衡分布) pínghéng fēnbù <平衡分布> へいこうぶんぷ {分配斤平} phân phối cân bằng ◊ equilibrium distribution

평형상수 [平衡常數] (平衡常数) pínghéng chángshù <平衡常数> へいこうじょうすう {恒數斤平} hằng số cân bằng ◊ equilibrium constant

평형상태 [平衡狀態] (平衡状态) pínghéng zhuàngtài <平衡状態> へいこうじょうたい {狀態斤平} trạng thái cân bằng ◊ equilibrium state

평형압력 [平衡壓力] (平衡压力) pínghéng yālì <平衡压力> へいこうあつりょく {壓力斤平} áp lực cân bằng ◊ equilibrium pressure

평형온도 [平衡溫度] (平衡温度) pínghéng wēndù <平衡温度> へいこうおんど {熱度斤平} nhiệt độ cân bằng ◊ equilibrium temperature

평화 [平和] (和平) hépíng <平和> へいわ {和平} hòa bình ◊ peace

평화공존 [平和共存] (和平共处) hépíng gòngchǔ <平和共存> へいわきょうぞん {衆群和平} chung sống hòa bình ◊ peaceful coexistence

평활 [平滑] (平滑) pínghuá <平滑> へいかつ {平滑} bình hoạt ◊ smooth

평활유창 [平滑流暢] (平滑流畅) pínghuá liúchàng <平滑流暢> へいかつりゅうちょう {平滑流暢} bình hoạt lưu sướng ◊ smooth

폐 [肺] (肺) fèi <肺> はい {腌膳} phổi ◊ lung

폐가 [廢家] (废家) fèi jiā <廢家> はいか {廢家} phế gia ◊ abandoned house

폐결핵 [肺結核] (肺结核) fèijiéhé <肺結核> はいけっかく {肺結核} phế kết hạch ◊ pulmonary tuberculosis

폐경 [閉經] (闭经) bì jīng <閉経> へいけい {閉經} bế kinh ◊ amenorrhoea

폐경기 [閉經期] (闭经期) bì jīngqī <閉経期> へいけいき {閉經期} bế kinh kỳ ◊ amenorrhea

폐곡면 [閉曲面] (闭曲面) bì qūmiàn <閉曲面> へいきょくめん {曲面挼} khúc diện đóng ◊ closed surfaces

폐곡선 [閉曲線] (闭曲线) bì qūxiàn <閉曲線> へ

いきょくせん {曲線挼} khúc tuyến đóng ◊ closed curves

폐관 [閉關|廢關] (闭关) bìguān <閉関> へいかん {閉關} bế quan ◊ close customs

폐관 [閉館] (闭馆) bì guǎn <閉館> へいかん {閉館} bế quán ◊ closing down of a library, museum, cinema, etc.

폐관 [肺管] (肺管) fèi guǎn <肺管> はいかん {肺管} phế quản ◊ pulmonary tubes

폐구음 [閉口音] (闭口音) bì kǒuyīn <閉口音> へいこうおん {音閉口} âm bế khẩu ◊ silence the accent

폐금속 [廢金屬] (废金属) fèi jīnshǔ <废金属> はいきんぞく {廢料金類} phế liệu kim loại ◊ metallic scrap

폐기 [廢氣] (废气) fèiqì <廃気> はいき {廢氣} phế khí ◊ exhaust; waste gas

폐기 [廢棄] (废弃) fèiqì <廃棄> はいき {廢汰} không sử dụng ◊ abandonment; scrapping; discarding; disuse

폐기물 [廢棄物] (废料) fèiliào <廃棄物> はいきぶつ {廢料} phế liệu ◊ scraps; spent material

폐기물관리 [廢棄物管理] (废物管理) fèiwù guǎnlǐ <廃棄物管理> はいきぶつかんり {管理質汰} quản lý chất thải ◊ waste control; waste management

폐기물문제 [廢棄物問題] (废弃物问题) fèiqì wù wèntí <廃棄物問題> はいきぶつもんだい {問題質汰} vấn đề chất thải ◊ waste problem

폐기물분류 [廢棄物分類] (废弃物分类) fèiqì wù fēnlèi <廃棄物分類> はいきぶつぶんるい {分類質汰} phân loại chất thải ◊ waste classification

폐기물분석 [廢棄物分析] (废弃物分析) fèiqì wù fēnxī <廃棄物分析> はいきぶつぶんせき {分析質汰} phân tích chất thải ◊ analysis of waste

폐기물성분 [廢棄物成分] (废弃物成分) fèiqì wù chéngfēn <廃棄物成分> はいきぶつせいぶん {成份質汰} thành phần chất thải ◊ waste component

폐기물저장 [廢棄物貯藏] (废弃物贮存) fèiqì wù zhùcún <廃棄物貯藏> はいきぶつちょぞう {留貯質汰} lưu trữ chất thải ◊ waste storage

폐기물제거 [廢棄物除去] (废物清除) fèiwù qīngchú <廃棄物除去> はいきぶつじょきょ {瀨捕質汰} loại bỏ chất thải ◊ waste scavenging

폐기물창고 [廢棄物倉庫] (废弃物仓库) fèiqì wù cāngkù <廃棄物倉庫> はいきぶつそうこ {舗賭

質汰} kho chứa chất thải ◊ waste storehouse

페기물특성 [廢棄物特性] (废料特征) fèiliào tèzhēng <废弃物特性> はいきぶつとくせい {特點廢料} đặc điểm phế liệu ◊ waste characteristic

페낭 [肺囊] (肺囊) fèi náng <肺囊> はいのう {肺囊} phế nang ◊ lung sac

페단 [弊端] (弊端) bìduān <弊端> へいたん {弊端} tệ đoan ◊ disadvantages

페렴 [肺炎] (肺炎) fèiyán <肺炎> はいえん {肺炎} phế viêm ◊ pneumonia

페로 [肺癆] (肺癆) fèiláo <肺癆> はいろう {肺癆} phế lao ◊ tuberculosis

페막 [閉幕] (闭幕) bìmù <閉幕> へいまく {閉幕} bế mạc ◊ closing an activity

페막 [肺膜] (肺膜) fèi mó <肺膜> はいまく {肺膜} phế mạc ◊ lung membrane

페막식 [閉幕式] (闭幕式) bìmùshì <閉幕式> へいまくしき {禮閉幕} lễ bế mạc ◊ closing ceremony

페모음 [閉母音] (闭元音) bì yuányīn <閉母音> へいぼいん {元音拶} nguyên âm đóng ◊ closed vowels

페문 [閉門] (闭门) bìmén <閉門> へいもん {閉門} bế môn ◊ gate closed

페물 [廢物] (废物) fèiwù <廢物> はいぶつ {廢物} phế vật ◊ rubbish

페병 [肺病] (肺病) fèibìng <肺病> はいびょう {肺病} phế bệnh ◊ lung disease

페부 [肺腑] (肺腑) fèifǔ <肺腑> はいふ {肺腑} phế phủ ◊ heart

페부지언 [肺腑之言] (肺腑之言) fèifǔ zhī yán <肺腑之言> はいふのげん {肺腑之言} phế phủ chi ngôn ◊ words from the bottom of one's heart

페사 [斃死] (毙死) bì sǐ <斃死> へいし {斃死} tễ tử ◊ falling dead; dying

페사 [廢寺] (废寺) fèi sì <廢寺> はいじ {廢寺} phế tự ◊ abandoned temple

페색 [閉塞] (闭塞) bìsè <閉塞> へいそく {閉塞} bế tắc ◊ occlusion

페색호 [閉塞湖] (阻塞湖) zǔsè hú <閉塞湖> へいそくこ {閉塞湖} bế tắc hồ ◊ occlusive lake

페석고 [廢石膏] (废石膏) fèi shígāo <廢石膏> はいせきこう {石膏質汰} thạch cao chất thải ◊ waste gypsum; waste plaster

페섬유 [廢纖維] (废纤维) fèi xiānwéi <廢纖維> はいせんい {紆汰|紅汰} sợi thải ◊ waste fiber

페쇄 [閉鎖] (闭锁) bìsuǒ <閉鎖> へいさ {閉鎖} bế tỏa ◊ atresia

페쇄경제 [閉鎖經濟] (闭锁经济) bìsuǒ jīngjì <閉鎖経済> へいさけいざい {經濟閉鎖} kinh tế bế tỏa ◊ closed economy

페쇄회로 [閉鎖回路] (闭合电路) bìhé diànlù <閉塞回路> へいそくかいろ {脈電觀} mạch điện kín ◊ closed circuit

페수 [廢水] (废水) fèishuǐ <廢水> はいすい {廢水} phế thùy ◊ wastewater

페수소독 [廢水消毒] (废水消毒) fèishuǐ xiāodú <廢水消毒> はいすいしょうどく {去蟲渃汰} khử trùng nước thải ◊ wastewater disinfection

페수재생 [廢水再生] (废水再生) fèishuǐ zàishēng <廢水再生> はいすいさいせい {再造渃汰} tái tạo nước thải ◊ wastewater reclamation

페수제어 [廢水制御|廢水制馭] (废水控制) fèishuǐ kòngzhì <廃水制御> はいすいせいぎょ {檢率渃汰} kiểm soát nước thải ◊ control of wastewater

페수처리 [廢水處理] (废水处理) fèishuǐ chǔlǐ <廢水處理> はいすいしょり {處理渃汰} xử lý nước thải ◊ wasted water handle; wastewater treatment

페순환 [肺循環] (肺循环) fèi xúnhuán <肺循環> はいじゅんかん {肺循環} phế tuần hoàn ◊ pulmonary circulation

페습 [弊習] (弊习) bì xí <弊習> へいしゅう {弊習} tệ tập ◊ corrupt practices; bad habit

페암 [肺癌] (肺癌) fèi'ái <肺癌> はいがん {肺癌} phế nham ◊ lung cancer

페액 [廢液] (废液) fèiyè <排出液體> はいしゅつえきたい {質汰} chất thải ◊ discharged liquid

페업 [廢業] (废业) fèi yè <廢業> はいぎょう {廢業} phế nghiệp ◊ business closed

페염 [肺炎] (肺炎) fèiyán <炎肺> ほのうはい {炎肺} viêm phổi ◊ pneumonia

페엽 [肺葉] (肺叶) fèi yè <肺葉> はいよう {肺葉} phế diệp ◊ lung lobes

페원유 [廢原油] (废原油) fèi yuányóu <廃原油> はいげんゆ {廢料油粗} phế liệu dầu thô ◊ waste crude oil

페위 [廢位] (废位) fèi wèi <廢位> はいい {廢位} phế vị ◊ dethronement

페유 [廢油] (废油) fèi yóu <廢油> はいゆ {廢油} phế du ◊ waste oil

페음절 [閉音節] (闭音节) bì yīnjié <閉音節> へ

いおんせつ {閉音節} bế âm tiết ◊ close syllable

폐인 [廢人] (废人) fèirén <废人> はいじん {廢人} phế nhân ◊ wreck

폐장 [閉場] (清场) qīngchǎng <閉場> へいじょう {清場} thanh trường ◊ clean the ground

폐장 [肺腸] (肺肠) fèi cháng <腹部器官> ふくぶきかん {機關膵} cơ quan bụng ◊ abodominal organs

폐장 [肺臟] (肺脏) fèi zàng <肺臟> はいぞう {腒膳} phổi ◊ lung

폐절 [廢絕] (废毁) fèi huǐ <廃絶> はいぜつ {廢毀} phế hủy ◊ abolish

폐점 [閉店] (闭店) bì diàn <閉店> へいてん {閉店} bế điếm ◊ close up shop; stop business

폐제 [幣制] (币制) bizhì <幣制> へいせい {幣制} tệ chế ◊ monetary system

폐제 [廢除] (废除) fèichú <廃除> はいじょ {廢除} phế trừ ◊ abrogate

폐제 [廢帝] (废帝) fèi dì <廃帝> はいてい {廢帝} phế đế ◊ deposed emperor

폐지 [廢止] (废止) fèizhǐ <廃止> はいし {廢汰} phế thải ◊ abolition

폐지령 [廢止令] (废止令) fèizhǐ líng <廃止令> はいしれい {令毀捕} lệnh hủy bỏ ◊ revocation order

폐차 [廢車] (废车) fèi chē <廃車> はいしゃ {廢車} phế xa ◊ scrap cars

폐포 [肺胞] (肺泡) fèipào <肺胞> はいほう {肺囊} phế nang ◊ alveoli

폐품 [廢品] (废品) fèipǐn <廃品> はいひん {廢品} phế phẩm ◊ waste materials

폐하 [陛下] (陛下) bìxià <陛下> へいか {陛下} Bệ Hạ ◊ Your Majesty

폐함 [廢艦] (废舰) fèi jiàn <廃艦> はいかん {廢艦} phế hạm ◊ scrapped ships

폐해 [弊害] (弊害) bì hài <弊害> へいがい {捘害} gây hại ◊ harms; harmful effects

폐허 [廢墟] (废墟) fèixū <廃墟> はいきょ {廢墟} phế khư ◊ ruin

폐호흡 [肺呼吸] (肺呼吸) fèi hūxī <肺呼吸> はいこきゅう {肺呼吸} phế hô hấp ◊ lung breathing

폐활량 [肺活量] (肺活量) fèihuóliàng <肺活量> はいかつりょう {肺活量} phế hoạt lượng ◊ vital capacity

폐회 [閉會] (闭会) bìhuì <闭会> へいかい {閉會} bế hội ◊ closing a meeting

폐회사 [閉會辭] (闭会词) bìmùcí <闭会の辞> へ
いかいのことば {唖閉幕} lời bế mạch ◊ meeting closing speech

폐회식 [閉會式] (闭幕式) bìmùshì <閉会式> へいかいしき {閉會式} bế hội thức ◊ meeting closing ceremony

폐흡충 [肺吸蟲] (肺吸虫) fèi xī chóng <肺吸虫> はいきゅうちゅう {肺吸蟲} phế hấp trùng ◊ lung fluke

포건 [布巾] (布巾) bù jīn <布巾> ふきん {布巾} bố cân ◊ cloth towels

포격 [砲擊] (炮击) pàojī <砲擊> ほうげき {炮擊} pháo kích ◊ bombardment

포경 [包莖] (包茎) bāo jīng <包莖> ほうけい {包莖} bao hành ◊ phimosis

포경 [捕鯨] (捕鲸) bǔ jīng <捕鯨> ほげい {銑扒鮃猇} săn bắt cá voi ◊ whaling

포경선 [捕鯨船] (捕鲸船) bǔ jīng chuán <捕鯨船> ほげいせん {捕鯨船} bộ kình thuyền ◊ whaler

포고 [布告|佈告] (布告) bùgào <布告> ふこく {佈告} bố cáo ◊ proclamation; notice

포공영 [蒲公英] (蒲公英) púgōngyīng <蒲公英> たんぽぽ {蒲公英} bồ công anh ◊ dandelion

포괄 [包括] (包括) bāokuò <包括> ほうかつ {包括} bao quát ◊ include

포기 [抛棄] (抛弃) pāoqì <捨てる> すてる {摋捕|攏捕|拥怖; 捕粎} ruồng bỏ; bỏ rơi ◊ abandon

포대 [砲臺] (炮台) pàotái <砲台> ほうだい {炮臺} pháo đài ◊ fort

포도 [鋪道] (铺道) pū dào <舖道> ほどう {鋪道} phô đạo ◊ road paving

포도 [葡萄] (葡萄) pútao <葡萄> ぶどう {薵} nho ◊ grapes

포도당 [葡萄糖] (葡萄糖) pútaotáng <葡萄糖> ぶどうとう {葡萄糖} bồ đào đường ◊ glucose

포도덩굴 [葡萄덩굴] (葡萄藤) pútaoténg <葡萄蔓> ぶどうつる {核薵|核橋} cây nho ◊ grapevine; vine shoot

포도밭 [葡萄밭] (葡萄地) pútáodì <葡萄畑> ぶどうはたけ {䒫薵} ruộng nho ◊ grapevine field

포도석 [葡萄石] (葡萄石) pútaoshí <葡萄石> ぶどうせき {葡萄石} bồ đào thạch ◊ prehnite

포도원 [葡萄園] (葡萄园) pútáoyuán <葡萄園> ぶどうえん {葡萄園} bồ đào viên ◊ vineyard

포도주 [葡萄酒] (葡萄酒) pútaojiǔ <葡萄酒; ワイン> ぶどうしゅ; wine {溜䐑|醴檪} rượu vang ◊ wine

포란 [抱卵] (孵卵) fūluǎn <抱卵> ほうらん {抱

卵} bão noãn ◊ incubation

포로 [捕虜] (俘虏) fúlǔ <捕虜> ほりょ {囚兵} tù binh ◊ capture

포로병 [捕虜兵] (战俘) zhànfú <捕虜兵> ほりょへい {捕虜兵} bộ lỗ binh ◊ captive; POW

포루 [砲樓] (炮垒) pào lěi <堡塁> ほうるい {炮壘} pháo lũy ◊ fortress

포르투갈 [Portugal] (葡萄牙) pútáoyá <ポルトガル> Portugal {葡萄牙} Bồ Đào Nha ◊ Portugal

포막 [包膜] (包膜) bāo mó <包膜> ほうまく {胚衲} màng bọc ◊ indusium; involucrum

포만 [飽滿] (饱满) bǎomǎn <飽満> ほうまん {飽滿} bão mãn ◊ full

포만 [暴慢] (暴慢) bào màn <暴慢> ぼうまん {暴慢} bạo mạn ◊ arrogance

포만감 [飽滿感] (饱腹感) bǎo fù gǎn <飽満感> ほうまんかん {飽滿感} bão mãn cảm ◊ fullness

포말 [泡沫] (泡沫) pàomò <泡沫> あわ {淳} bọt ◊ foam; foamed

포말자재 [泡沫資材] (泡沫材料) pàomò cáiliào <泡沫資材> ほうまつしざい {物料淳} vật liệu bọt ◊ foam material

포물선 [抛物線] (抛物线) pāo wù xiàn <抛物線> ほうぶつせん {抛物線} phao vật tuyến ◊ parabola line

포물체 [抛物體] (抛物体) pāo wùtǐ <抛物体> ほうぶつたい {抛物體} phao vật thể ◊ parabolic objects

포병 [砲兵] (炮兵) pàobīng <砲兵> ほうへい {炮兵} pháo binh ◊ artillery

포병대 [砲兵隊] (炮兵队) pàobīngduì <砲兵隊> ほうへいたい {砲兵隊} pháo binh đội ◊ artillery troop

포복 [匍匐] (匍匐) púfú <匍匐> ほふく {匍匐} bồ bặc ◊ prostrate

포복절도 [抱腹大笑] (抱腹大笑) bào fù dàxiào <抱腹絶倒> ほうふくぜっとう {抱腹大笑} bão phúc đại tiểu ◊ laughing oneself into convulsions; rolling with laughter

포부 [抱負] (抱负) bàofù <抱負> ほうふ {抱負} bão phụ ◊ ambition

포상 [褒賞] (嘉奖) jiājiǎng <褒める> ほめる {嗜嚛|嘻嚱|呵嚱} khen ngợi ◊ praise

포수 [捕手] (捕手) bǔshǒu <捕手> ほしゅ {捕手} bộ thủ ◊ catcher

포수 [砲手] (炮手) pàoshǒu <砲手> ほうしゅ {炮手} pháo thủ ◊ gunner

포스터 [poster] (海报) hǎibào <ポスター> poster {壁張} bích chương ◊ poster

포시 [布施] (布施) bùshī <布施> ふせ {佈施} bố thi ◊ give

포식 [飽食] (饱食) bǎo shí <飽食> ほうしょく {飽和} bão hòa ◊ satiation

포식 [捕食] (捕食) bǔshí <捕食> ほしょく {捕食} bộ thực ◊ predation

포식난의 [飽食暖衣] (饱食暖衣) bǎo shí nuǎn yī <飽食暖衣> ほうしょくだんい {飽食暖衣} bão thực noãn y ◊ warm food and clothing

포식자 [捕食者] (捕食者) bǔshí zhě <捕食者> ほしょくしゃ {臥捕食} người bộ thực ◊ predators

포신구화 [抱薪救火] (抱薪救火) bào xīn jiùhuǒ <抱薪救火> ほうしんきゅうか {抱薪救火} bão tân cứu hỏa ◊ do something to make the situation even worse

포영 [泡影] (泡影) pàoyǐng <泡影> ほうえい {泡影} bào ảnh ◊ bubble; visionary things

포옹 [抱擁] (拥抱) yōngbào <抱擁> ほうよう {攎攟} ôm ◊ embrace

포용 [包容] (包容) bāoróng <包容> ほうよう {包容} bao dung ◊ tolerance

포용력 [包容力] (包容力) bāoróng lì <包容力> ほうようりょく {寬容} khoan dung ◊ tolerance

포위 [包圍] (包围) bāowéi <包囲> ほうい {包圍} bao vy ◊ encircle

포유 [哺乳] (哺乳) bǔrǔ <哺乳> ほにゅう {哺乳} bô nhũ ◊ suckle

포유기 [哺乳期] (哺乳期) bǔrǔqī <哺乳期> ほにゅうき {哺乳期} bô nhũ kỳ ◊ lactation

포유동물 [哺乳動物] (哺乳动物) bǔrǔ dòngwù <哺乳動物> ほにゅうどうぶつ {動物齟胤} động vật có vú ◊ mammals

포유류 [哺乳類] (哺乳类) bǔrǔlèi <哺乳類> ほにゅうるい {類動物齟胤} loài động vật có vú ◊ mammalian animals

포육 [哺育] (哺育) bǔyù <哺育> ほいく {哺育} bô dục ◊ feeding

포의 [胞衣] (胞衣) bāoyī <胞衣> えな {胎衣} thai y ◊ afterbirth; placente; secundine

포자 [胞子] (孢子) bāozǐ <胞子> ほうし {孢子|胞子} bào tử ◊ spore

포자엽 [胞子葉] (孢子叶) bāozǐ yè <胞子葉> ほうしよう {胞子葉} bào tử diệp ◊ spinocotyledons

포자체 [胞子體] (孢子体) bāozǐ tǐ <胞子体> ほうしたい {胞子體} bào tử thể ◊ sporophytes

포장 [包裝] (包装) bāozhuāng <包装> ほうそう {箱皮} tương bì ◊ package

포장 [鋪裝] (铺装) pū zhuāng <舖裝> ほそう {鋪裝} phô trang ◊ pavement

포장재 [包裝材] (包装材料) bāozhuāng cáiliào <包裝材> ほうそうざい {物料揀襘} vật liệu đóng gói ◊ packaging material

포장지 [包裝紙] (包装纸) bāozhuāngzhǐ <包裝紙> ほうそうし {織襘} giấy gói ◊ wrapping paper

포장폐기물 [包裝廢棄物] (包装废弃物) bāozhuāng fèiqì wù <包裝廢棄物> ほうそうはいきぶつ {質汰包皮} chất thải bao bì ◊ packaging waste

포제 [布製] (布制) bù zhì <布製> ぬのせい {夕自黹} làm từ vải ◊ made of cloth

포주 [庖廚] (庖厨) páochú <庖廚> ほうちゅう {庖廚} bao trù ◊ kitchen

포진 [布陣] (布阵) bù zhèn <布陣> ふじん {佈陣} bố trận ◊ array

포집 [捕執] (采集) cǎijí <採集> さいしゅう {撝|蒳} hái ◊ collecting; gathering

포착 [捕捉] (捕捉) bǔzhuō <捕まえる> つかまえる {扒抔} bắt ◊ catch

포충망 [捕蟲網] (防虫网) fáng chóng wǎng <捕虫網> ほちゅうあみ {捕蟲網} bộ trùng võng ◊ insect nets

포충엽 [捕蟲葉] (捕虫叶) bǔ chóng yè <捕虫葉> ほちゅうば {捕蟲葉} bộ trùng diệp ◊ insect trapping leaves

포치 [布置|佈置|鋪置] (布置) bùzhì <布置> ふち {佈置} bố trí ◊ layout

포탄 [砲彈] (炮弹) pàodàn <砲弾> ほうだん {炮彈} pháo đạn ◊ cannonball

포탑 [砲塔] (炮塔) pàotǎ <砲塔> ほうとう {炮塔} pháo tháp ◊ turret

포폄 [褒貶] (褒贬) bāobiǎn <褒貶> ほうへん {褒貶} bao biếm ◊ appraise; positive and negative

포피 [包皮] (包皮) bāopí <包皮> ほうひ {包龜頭} bao quy đầu ◊ foreskin

포피염 [包皮炎] (包皮炎) bāopí yán <包皮炎> ほうひえん {包皮炎} bao bì viêm ◊ posthitis

포학 [暴虐] (暴虐) bàonüè <暴虐> ぼうぎゃく {暴虐} bạo ngược ◊ brutal

포함 [包含] (包含) bāohán <包含> ほうがん {包含} bao hàm ◊ contain

포함 [砲艦] (炮舰) pàojiàn <砲艦> ほうかん {炮艦} pháo hạm ◊ gunboat

포화 [飽和] (饱和) bǎohé <飽和> ほうわ {飽和} bão hòa ◊ saturate

포화 [砲火] (炮火) pàohuǒ <砲火> ほうか {炮火} pháo hòa ◊ gunfire

포화계수 [飽和係數] (饱和系数) bǎohé xìshù <飽和系数> ほうわけいすう {係數飽和} hệ số bão hòa ◊ saturation coefficient

포화곡선 [飽和曲線] (饱和曲线) bǎohé qūxiàn <飽和曲線> ほうわきょくせん {蹅弴飽和} đường cong bão hòa ◊ saturation curve

포화시간 [飽和時間] (饱和时间) bǎohé shíjiān <飽和時間> ほうわじかん {時間飽和} thời gian bão hòa ◊ saturation time

포화압력 [飽和壓力] (饱和压力) bǎohé yālì <飽和壓力> ほうわあつりょく {壓率飽和} áp suất bão hòa ◊ saturation pressure

포화온도 [飽和溫度] (饱和温度) bǎohé wēndù <飽和溫度> ほうわおんど {熱度飽和} nhiệt độ bão hòa ◊ saturation temperature

포화증기 [飽和蒸氣] (饱和蒸汽) bǎohé zhēngqì <飽和蒸気> ほうわじょうき {纚渃飽和} hơi nước bão hòa ◊ saturated steam

포화지수 [飽和指數] (饱和指数) bǎohé zhǐshù <飽和指数> ほうわしすう {指數飽和} chỉ số bão hòa ◊ saturation index

포환던지기 [砲丸던지기] (抛铅球) pāo qiānqiú <砲丸投げ> ほうがんなげ {持摅瑈} đẩy bóng ◊ shotput

포황 [蒲黃] (蒲黄) pú huáng <蒲黄> ほおう {蒲黃} bồ hoàng ◊ cattail pollen

포획 [捕獲] (捕获) bǔhuò <捕獲> ほかく {捕獲} bộ hoạch ◊ capture

포효 [咆哮] (咆哮) páoxiào <咆哮> ほうこう {咆哮} bào hao ◊ growl

폭격 [爆擊] (轰炸) hōngzhà <爆擊> ばくげき {撚呃|攤呃|摘吃} ném bom ◊ bombing

폭격기 [爆擊機] (轰炸机) hōngzhàjī <爆擊機> ばくげきき {檟醞撚呃} máy bay ném bom ◊ bomber

폭군 [暴君] (暴君) bàojūn <暴君> ぼうくん {暴主} bạo chúa ◊ tyrant

폭도 [暴徒] (暴徒) bàotú <暴徒> ぼうと {暴徒} bạo đồ ◊ insurgent; rioter; mob

폭동 [暴動] (暴动) bàodòng <暴動> ぼうどう {暴動} bạo động ◊ insurrection

폭등 [暴騰] (暴腾) bào téng <暴騰> ぼうとう {暴騰} bạo đằng ◊ sudden rise; sharp rise; boom

폭락 [暴落] (暴落) bào luò <暴落> ぼうらく {暴落} bạo lạc ◊ slump

폭란 [暴亂] (暴乱) bàoluàn <暴乱> ぼうらん {暴亂} bạo loạn ◊ riot

폭력 [暴力] (暴力) bàolì <暴力> ぼうりょく {暴力} bạo lực ◊ violence

폭력이론 [暴力理論] (暴力理论) bàolì lǐlùn <暴力理論> ぼうりょくりろん {暴說} bạo thuyết ◊ violence theory

폭력침해 [暴力侵害] (暴力侵害) bàolì qīnhài <暴力侵害> ぼうりょくしんがい {逆暴} ngược bạo ◊ violence

폭렬 [爆裂] (爆裂) bàoliè <爆裂> ばくれつ {爆裂} bạo liệt ◊ burst; crack

폭로 [暴露] (暴露) bàolù <暴露> ばくろ {暴露} bạo lộ ◊ exposure

폭리 [暴利] (暴利) bàolì <暴利> ぼうり {暴利} bạo lợi ◊ usury

폭발 [暴發] (暴发) bàofā <暴発> ぼうはつ {暴發} bạo phát ◊ outbursts

폭발탄 [爆發彈] (爆发弹) bàofādàn <爆発弾> ばくはつだん {鈠烌} bom nổ ◊ explosive bombs

폭사 [爆死] (爆死) bào sǐ <爆死> ばくし {爆死} bộc tử ◊ explosion to death

폭설 [暴雪] (暴雪) bào xuě <暴雪> ぼうゆき {暴雪} bạo tuyết ◊ snowstorm

폭식 [暴食] (暴食) bào shí <暴食> ぼうしょく {暴食} bạo thực ◊ gluttony

폭압 [暴壓] (暴压) bào yā <暴圧> ぼうあつ {暴壓} bạo áp ◊ repression

폭약 [爆藥] (爆药) bào yào <爆薬> ばくやく {爆藥} bộc dược ◊ explosives

폭언 [暴言] (暴言) bào yán <暴言> ぼうげん {暴言} bạo ngôn ◊ violent words

폭우 [暴雨] (暴雨) bàoyǔ <暴雨> ぼうう {暴雨} bạo vũ ◊ rainstorm

폭위 [暴威] (暴威) bào wēi <暴威> ぶおい {暴威} bạo uy ◊ tyranny

폭음 [暴飮] (酗酒) xùjiǔ <酔っ払い> よっぱらい {吼醞醂|咗溜醂} uống rượu say ◊ binge drinking

폭음 [爆音] (爆音) bào yīn <爆音> ばくおん {爆音} bộc âm ◊ roar

폭음폭식 [暴飮暴食] (暴饮暴食) bào yǐn bào shí <暴飮暴食> ぼういんぼうしょく {暴飮暴食} bạo ẩm bạo thực ◊ make a pig of oneself

폭정 [暴政] (暴政) bàozhèng <暴政> ぼうせい {暴政} bạo chính ◊ tyranny

폭주 [暴走] (暴走) bào zǒu <暴走> ぼうそう {暴走} bạo tẩu ◊ reckless driving; acting rashly; running wildly

폭죽 [爆竹] (爆竹) bàozhú <爆竹> ばくちく {爆竹} bộc trúc ◊ firecracker

폭탄 [爆彈] (爆弹) bàodàn <爆弾> ばくだん {鈠} bom ◊ bomb

폭파 [爆破] (爆破) bàopò <爆破> ばくは {爆破} bộc phá ◊ blow up

폭포 [瀑布] (瀑布) pùbù <滝> たき {泩渃} thác nước ◊ waterfall

폭풍 [暴風] (暴风) bàofēng <暴風> ぼうふう {暴風} bạo phong ◊ storm

폭풍 [爆風] (爆风) bào fēng <爆風> ばくふう {爆風} bộc phong ◊ burst of wind

폭풍설 [暴風雪] (暴风雪) bàofēngxuě <暴風雪> ぼうふうせつ {暴風雪} bạo phong tuyết ◊ snowstorm

폭풍우 [暴風雨] (暴风骤雨) bàofēng zhòuyǔ <暴風雨> ぼうふうう {飄飆腥} bão ◊ storm

폭한 [暴漢] (暴汉) bào hàn <暴漢> ぼうかん {暴漢} bạo hán ◊ thugs

폭행 [暴行] (暴行) bàoxíng <暴行> ぼうこう {暴行} bạo hành ◊ atrocity

폴란드 [Poland] (波兰) bōlán <ポーランド> Poland {波蘭} Ba Lan ◊ Poland

표 [票] (票) piào <切符> きっぷ {脈} vé ◊ ticket

표결 [表決] (表决) biǎojué <表決> ひょうけつ {表決} biểu quyết ◊ vote

표결 [票決] (票决) piào jué <票決> ひょうけつ {票決} phiếu quyết ◊ vote to decide

표결권 [表決權] (投票权) tóupiàoquán <表決権> ひょうけつけん {表決權} biểu quyết quyền ◊ voting right

표고 [標高] (标高) biāogāo <標高> ひょうこう {標高} tiêu cao ◊ altitude

표고점 [標高點] (标高点) biāogāo diǎn <標高点> ひょうこうてん {標高點} tiêu cao điểm ◊ elevation point

표기 [標記] (标记) biāojì <標記> ひょうき {標記} tiêu ký ◊ mark

표기 [表記] (表记) biǎo jì <表記> ひょうき {表記} biểu ký ◊ written representation; notation

표락 [飄落] (飘落) piāoluò <飄落> ひょうおち {飄落} phiêu lạc ◊ descend slowly and lightly

표로 [表露] (表露) biǎolù <表露> ひょうろ {表露} biểu lộ ◊ show out

표류 [漂流] (漂流) piāoliú <漂流> ひょうりゅう {漂流} nổi ◊ float

표리부동 [表裏不同] (表里不一) biǎolǐ bùyī <表裏不同> ひょうりふどう {表裏不同} biểu lý bất đồng ◊ think one way and act another

표리일체 [表裏一體] (表里一体) biǎolǐ yītǐ <表裏一体> ひょうりいったい {表裏一體} biểu lý nhất thể ◊ being inseparable like the two sides of an object

표면 [表面] (表面) biǎomiàn <表面> ひょうめん {表面} biểu diện ◊ surface

표면경화 [表面硬化] (表面硬化) biǎomiàn yìnghuà <表面硬化> ひょうめんこうか {夕豎放稝} làm cứng bề mặt ◊ surface hardening

표면력 [表面力] (表面力) biǎomiàn lì <表面力> ひょうめんりょく {飭放稝} sức bề mặt ◊ surface tension

표면분석 [表面分析] (表面分析) biǎomiàn fēnxī <表面分析> ひょうめんぶんせき {分析放稝} phân tích bề mặt ◊ surface analysis

표면장력 [表面張力] (表面张力) biǎomiàn zhānglì <表面張力> ひょうめんちょうりょく {飭抇放稝} sức căng bề mặt ◊ surface tension

표면화 [表面化] (表面化) biǎomiànhuà <表面化> ひょうめんか {表面化} biểu diện hóa ◊ become apparent

표명 [表明] (表明) biǎomíng <表明> ひょうめい {表明} biểu minh ◊ indicate

표박 [漂泊] (漂泊) piāobó <漂泊> ひょうはく {漂泊} phiêu bạc ◊ drift

표방 [標榜] (标榜) biāobǎng <標榜> ひょうぼう {標榜} tiêu bảng ◊ flaunt; excessively praise

표백 [表白] (表白) biǎobái <表白> ひょうはく {表白} biểu bạch ◊ confession; vindicate

표백 [漂白] (漂白) piǎobái <漂白> ひょうはく {挑皐} tẩy trắng ◊ bleach; bleaching

표백분 [漂白粉] (漂白粉) piǎobái fěn <漂白粉> ひょうはくこ {漂白粉} phiêu bạch phấn ◊ bleaching powder

표백제 [漂白劑] (漂白剂) piǎobáijì <漂白劑> ひょうはくざい {質漂白} chất phiêu bạch ◊ bleacher

표범 [豹범] (豹) bào <豹> ひょう {豹} beo ◊ leopard

표본 [標本] (标本) biāoběn <標本> ひょうほん {標本} tiêu bản ◊ specimen

표본분포 [標本分布] (样本分布) yàngběn fēnbù < 標本分布> ひょうほんぶんぷ {分配模} phân phối mẫu ◊ sample distribution

표본실 [標本室] (标本室) biāoběn shì <標本室> ひょうほんしつ {房標本} phòng tiêu bản ◊ herbarium

표본지 [標本紙] (标本纸) biāoběn zhǐ <標本紙> ひょうほんし {縛標本} giấy tiêu bản ◊ specimen paper

표상 [表象] (表象) biǎoxiàng <表象> ひょうしょう {表象} biểu tượng ◊ idea

표수 [票數] (票数) piào shǔ <票数> ひょうすう {票數} phiếu số ◊ votes

표시 [標示] (标示) biāoshì <標示> ひょうじ {標示} tiêu thị ◊ marking

표시 [表示] (表示) biǎoshì <表示> ひょうじ {表示} biểu thị ◊ indication

표양 [表揚] (表扬) biǎoyáng <表揚> ひょうあげ {表揚} biểu dương ◊ praise

표양 [飄颺] (飘扬) piāoyáng <旗めく> はためく {崭髿} tung bay ◊ flutter

표어 [標語] (标语) biāoyǔ <標語> ひょうご {標語} tiêu ngữ ◊ slogan

표음 [表音] (表音) biǎo yīn <表音> ひょうおん {表音} biểu âm ◊ phonetic writing; phonography

표의 [表意] (表意) biǎo yì <表意> ひょうい {表意} biểu ý ◊ ideogram

표일 [飄逸] (飘逸) piāoyì <飄逸> ひょういつ {飄逸} phiêu dật ◊ elegant

표적 [標的] (靶心) bǎxīn <標的> ひょうてき {標的} tiêu đích ◊ target

표절 [剽竊] (抄袭) chāoxí <剽竊> ひょうせつ {餒撖文本} ăn cắp văn bản ◊ plagiarize

표점 [標點] (目标点) mùbiāodiǎn <目標点> もく ひょうてん {目點標} điểm mục tiêu ◊ target point

표정 [表情] (表情) biǎoqíng <表情> ひょうじょう {表情} biểu tình ◊ expression

표제 [標題] (标题) biāotí <標題> ひょうだい {標題} tiêu đề ◊ title

표제어 [標題語] (标题词) biāotí cí <表題> ひょうだい {目詞} mục từ ◊ title text

표준 [標準] (标准) biāozhǔn <標準> ひょうじゅん {標準} tiêu chuẩn ◊ standard

표준마력 [標準馬力] (标称马力) biāo chèn mǎlì <公称馬力> こうしょうばりき {馬力標準} mã lực tiêu chuẩn ◊ nominal horsepower

표준시 [標準時] (标准时间) biāozhǔnshí jiān <標

準時> ひょうじゅんじ {標準時} tiêu chuẩn thì ◊ standard time

표준어 [標準語] (标准语言) biāozhǔnyǔ yán <標準語> ひょうじゅんご {標準語} tiêu chuẩn ngữ ◊ standard language

표준화 [標準化] (标准化) biāozhǔnhuà <標準化> ひょうじゅんか {標準化} tiêu chuẩn hóa ◊ standardization

표지 [標識] (标识) biāozhì <標識> ひょうしき {標識} tiêu thức ◊ logotype

표지사진 [表紙寫眞] (封面照片) fēngmiàn zhàopiàn <表紙写真> ひょうししゃしん {影皫} ảnh bìa ◊ cover picture

표징 [表徵] (表征) biǎozhēng <表徵> ひょうちょう {表徵} biểu trưng ◊ characterization

표찰 [標札] (标签) biāoqiān <荷札> にふだ {呋皫} thẻ tên ◊ name tag

표창 [鏢槍] (飞镖) fēibiāo <槍> やり {飛鏢} phi phiêu ◊ javelin

표창 [表彰] (表彰) biǎozhāng <表彰> ひょうしょう {表彰} biểu chương ◊ commend

표창장 [表彰狀] (奖状) jiǎngzhuàng <表彰状> ひょうしょうじょう {綿鏍賞} giấy giải thưởng ◊ testimonial; certificate of commendation

표층 [表層] (表层) biǎocéng <表層> ひょうそう {表層} biểu tầng ◊ surface

표층토 [表層土] (表土) biǎotǔ <表土> ひょうど {塀表層} đất biểu tầng ◊ topsoil

표피 [豹皮] (豹皮) bào pí <豹の皮> ひょうのがわ {豹皮} báo bì ◊ leopard skin

표피 [表皮] (表皮) biǎopí <表皮> ひょうひ {表皮} biểu bì ◊ epidermis

표피효과 [表皮效果] (表皮效果) biǎopí xiàoguǒ <表皮效果> ひょうひこうか {效應表皮} hiệu ứng biểu bì ◊ epidermal effect

표현 [表現] (表现) biǎoxiàn <表現> ひょうげん {表現} biểu hiện ◊ manifestation

표현주의 [表現主義] (表现主义) biǎoxiàn zhǔyì <表現主義> ひょうげんしゅぎ {主義表現} chủ nghĩa biểu hiện ◊ expressionism

표현파 [表現派] (表现派) biǎoxiàn pài <表現派> ひょうげんは {派表現} phái biểu hiện ◊ expressionism

표현형 [表現型] (表现型) biǎoxiànxíng <表現型> ひょうげんがた {表現型} biểu hiện hình ◊ phenotype

표현형식 [表現形式] (表现形式) biǎoxiàn xíngshì <表現形式> ひょうげんけいしき {表樣} biểu dạng ◊ manifestations

표호 [豹虎] (豹虎) bào hǔ <豹と虎> ひょうととら {豹吧虎} báo và hổ ◊ leopard and tiger

표호 [標號] (标号) biāohào <標号> ひょうごう {標號} biêu hiệu ◊ symbol; emblem; sign

푸른하늘 [－] (蓝天) lántiān <青空> あおぞら {霤丕離} bầu trời xanh ◊ blue sky

품격 [品格] (品格) pǐngé <品格> ひんかく {品格} phẩm cách ◊ character

품명 [品名] (品名) pǐnmíng <品名> ひんめい {品名} phẩm danh ◊ name of article

품목 [品目] (品目) pǐnmù <品目> ひんもく {品目} phẩm mục ◊ item of goods

품사 [品詞] (品词) pǐn cí <品詞> ひんし {品詞} phẩm từ ◊ part-of-speech

품삯 [－] (工钱) gōngqián <賃金> ちんきん {錢工} tiền công ◊ wages

품성 [稟性] (禀性) bǐngxìng <稟性> ひんせい {稟性} bẩm tính ◊ disposition

품성 [品性] (品性) pǐnxìng <品性> ひんせい {品性} phẩm tính ◊ moral; morality

품앗이꾼 [－] (雇农) gù nóng <百姓> ひゃくしょう {雇農} cố nông ◊ farm hand

품위 [品位] (品位) pǐnwèi <品位> ひんい {品位} phẩm vị ◊ grade

품종 [品種] (品种) pǐnzhǒng <品種> ひんしゅ {多樣} đa dạng ◊ variety

품질 [品質] (品质) pǐnzhì <品質> ひんしつ {品質} phẩm chất ◊ quality

품질보증 [品質保證] (质量保证) zhìliàng bǎozhèng <品質保証> ひんしつほしょう {擔保質量} đảm bảo chất lượng ◊ quality assurance

품평 [品評] (品评) pǐnpíng <品評> ひんぴょう {批評} phê bình ◊ criticism

품평회 [品評會] (评选会) píngxuǎnhuì <品評会> ひんぴょうかい {會議評撰} hội nghị bình chọn ◊ competitive show; fair

품행 [品行] (品行) pǐnxíng <品行> ひんこう {品行} phẩm hành ◊ behaviour

풍격 [風格] (风格) fēnggé <風格> ふうかく {風格} phong cách ◊ style

풍경 [風景] (风景) fēngjǐng <風景> ふうけい {風景} phong cảnh ◊ scenery

풍광 [風光] (风光) fēngguāng <風光> ふうこう {風光} phong quang ◊ scenery

풍광명미 [風光明媚] (风光明媚) fēngguāng

míngmèi <風光明媚> ふうこうめいび {風光明媚} phong quang minh mị ◊ scenic beauty; picturesque

풍금 [風琴] (风琴) fēngqín <風琴> ふうきん {風琴} phong cầm ◊ organ

풍기 [風紀] (风纪) fēngjì <風紀> ふうき {風紀} phong kỷ ◊ discipline

풍년 [豊年] (丰收) fēngshōu <豊年> ほうねん {收獲} thu hoạch ◊ abundant year; bumper year; harvest year; fruitful year

풍도 [風度] (风度) fēngdù <風度> ふうど {風度} phong độ ◊ demeanor

풍란 [風蘭] (风兰) fēng lán <風蘭> ふうらん {風蘭} phong lan ◊ Angraecum falcatum

풍랑 [風浪] (风浪) fēnglàng <風波> ふうは {風浪} phong lãng ◊ waves

풍력 [風力] (风力) fēnglì <風力> ふうりょく {能舅廳} năng sức gió ◊ wind power

풍력계 [風力計] (风力计) fēnglì jì <風力計> ふうりょくけい {風力計} phong lực kế ◊ anemometer

풍령 [風鈴] (风铃) fēng líng <風鈴> ふうりん {鐘廳} chuông gió ◊ wind bell

풍로 [風爐] (风炉) fēng lú <風炉> ふろ {風爐} phong lô ◊ wind furnace

풍류 [風流] (风流) fēngliú <風流> ふうりゅう {風流} phong lưu ◊ romantic

풍림 [楓林] (枫林) fēng lín <楓林> ふうりん {楓林} phong lâm ◊ maple grove

풍만 [豊滿] (丰满) fēngmǎn <豊滿> ほうまん {論墜|圇嗔} tròn trĩnh ◊ plump

풍모 [風貌] (风貌) fēngmào <風貌> ふうぼう {面貌} diện mạo ◊ appearance and style

풍문 [風聞] (风闻) fēngwén <風聞> ふうぶん {風聞} phong văn ◊ hearsay

풍물 [風物] (风物) fēngwù <風物> ふうぶつ {風物} phong vật ◊ scenery

풍미 [風味] (风味) fēngwèi <風味> ふうみ {風味} phong vị ◊ flavor

풍부 [豊富] (丰富) fēngfù <豊富> ほうふ {豐富} phong phú ◊ rich; abundant

풍사 [風沙|風砂] (风沙) fēngshā <砂嵐> すなあらし {風沙} phong sa ◊ sandstorm

풍산 [豊産] (丰产) fēngchǎn <豊産> ほうさん {豐産} phong sản ◊ harvest

풍상 [風霜] (风霜) fēngshuāng <風霜> ふうそう {風霜} phong sương ◊ frost

풍선 [風扇] (风扇) fēngshàn <扇風機> せんぷうき {撅搧} quạt ◊ fan

풍설 [風說] (风言风语) fēng yán fēng yǔ <風說> ふうせつ {風言風語} phong ngôn phong ngữ ◊ groundless gossip

풍설 [風雪] (风雪) fēng xuě <風雪> ふうせつ {風雪} phong tuyết ◊ snowstorm

풍성 [豐盛] (丰盛) fēngshèng <豊かだ> ゆたかだ {豐盛} phong thịnh ◊ rich; sumptious

풍성암 [風成巖] (风成岩) fēng chéng yán <風成岩> ふうせいがん {風成巖} phong thành nham ◊ aeolian rocks

풍성학려 [風聲鶴唳] (风声鹤唳) fēngshēng hè lì <風声鶴唳> ふうせいかくれい {風聲鶴唳} phong thanh hạc lệ ◊ afraid of one's own shadow

풍속 [風俗] (风俗) fēngsú <風俗> ふうぞく {風俗} phong tục ◊ custom

풍속 [風速] (风速) fēngsù <風速> ふうそく {風速} phong tốc ◊ wind velocity

풍속계 [風速計] (风速计) fēngsù jì <風速計> ふうそくけい {風速計} phong tốc kế ◊ anemometer

풍속화 [風俗畵] (风俗画) fēngsúhuà <風俗画> ふうぞくが {幁風俗} tranh phong tục ◊ genre picture; painting depicting customs

풍수 [風水] (风水) fēngshuǐ <風水> ふうすい {風水} phong thủy ◊ geomancy; feng shui

풍습 [風濕] (风湿) fēngshī <風湿> ふうしつ {風濕} phong thấp ◊ rheumatism

풍습 [風習] (风俗习惯) fēngsú xíguàn <風習> ふうしゅう {風俗習慣} phong tục tập quán ◊ customs

풍식 [風蝕] (风蚀) fēngshí <風蝕> ふうしょく {風蝕} phong thực ◊ wind erosion

풍아 [風雅] (风雅) fēngyǎ <風雅> ふうが {風雅} phong nhã ◊ elegance

풍아송 [風雅頌] (风雅颂) fēngyǎ sòng <風雅頌> ふうが {風雅頌} Phong Nhã Tụng ◊ Ballad, Court Hymn, and Eulogy

풍압 [風壓] (风压) fēng yā <風圧> ふうあつ {風壓} phong áp ◊ wind pressure

풍압계 [風壓計] (风压计) fēng yā jì <風圧計> ふうあつけい {風壓計} phong áp kế ◊ anemometer

풍요 [豐饒] (丰饶) fēng ráo <豊饒> ほうじょう {豐饒} phong nhiêu ◊ abundant

풍우 [風雨] (风雨) fēngyǔ <風雨> ふうう {風雨} phong vũ ◊ wind and rain

풍우동주 [風雨同舟] (风雨同舟) fēngyǔ tóng zhōu <風雨同舟> ふううどうしゅう {風雨同舟} phong vũ đồng chu ◊ stand together through storm and stress

풍우표 [風雨表] (风雨表) fēngyǔ biǎo <風雨計> ふううけい {風雨表} phong vũ biểu ◊ weatherwatch

풍운 [風雲] (风云) fēngyún <風雲> ふううん {風雲} phong vân ◊ winds and clouds; unstable situation

풍운 [風韻] (风韵) fēngyùn <風韻> ふういん {風韻} phong vận ◊ charm

풍운아 [風雲兒] (风云人物) fēngyún rénwù <風雲兒> ふううんじ {琨蟲鞦; 人物風雲} con may mắn; nhân vật phong vân ◊ lucky adventurer

풍월 [風月] (风月) fēngyuè <風月> ふうげつ {風月} phong nguyệt ◊ nature's beauty with cool breeze and bright moon

풍윤 [豐潤] (丰润) fēngrùn <豐潤> ほうじゅん {豐潤} phong nhuận ◊ plump; handsome

풍의 [風儀] (风仪) fēng yí <風儀> ふうぎ {風儀} phong nghi ◊ aemometer

풍자 [風姿] (风姿) fēngzī <風姿> ふうし {風姿} phong tư ◊ charm

풍자 [諷刺] (讽刺) fēngcì <諷刺> ふうし {嘲諷} trào phúng ◊ satirize

풍자만화 [諷刺漫畫] (讽刺漫画) fēngcì mànhuà <諷刺漫画> ふうしまんが {貶畫} biếm họa ◊ caricature

풍작 [豐作] (丰作) fēng zuō <豐作> ほうさく {豐作} phong tác ◊ harvest

풍장 [風葬] (风葬) fēng zàng <風葬> ふうそう {風葬} phong táng ◊ wind burial

풍재 [風災] (风灾) fēngzāi <風災> ふうさい {風災} phong tai ◊ storm damage

풍쟁 [風箏] (风筝) fēngzhēng <凧> たこ {鳶鷂} diều ◊ kite

풍전 [瘋癲] (疯癫) fēngdiān <瘋癲> ふうてん {瘋癲} phong điên ◊ crazy; insane

풍전등화 [風前燈火] (风中之烛) fēng zhōng zhī zhú <風前の灯火> ふうぜんのともしび {風前燈火} phong tiền đăng hỏa ◊ candle guttering in the wind; precarious situation; precarious state

풍정 [風情] (风情) fēngqíng <風情> ふぜい {風情} phong tình ◊ style and customs

풍조 [風潮] (风潮) fēngcháo <風潮> ふうちょう {風潮} phong trào ◊ champaign; movement

풍족 [豐足] (丰足) fēngzú <豐足> ゆたかあし {豐足} phong túc ◊ plenty

풍족하다 [豐足하다] (富足) fùzú <富める> とめる {覊酺|覊固} giàu có ◊ rich

풍진 [風塵] (风尘) fēngchén <風塵> ふうじん {風塵} phong trần ◊ wind and dust

풍진 [風疹] (风疹) fēngzhěn <風疹> ふうしん {風疹} phong chẩn ◊ rubella

풍차 [風車] (风车) fēngchē <風車> ふうしゃ {礑撝飈} cối xay gió ◊ windmill

풍찬노숙 [風餐露宿] (风餐露宿) fēng cān lùsù <風餐露宿> ふうさんろしゅく {餕盻開歪} ăn ngủ ngoài trời ◊ eat and sleep in the open; enduring a difficult journey

풍채 [風采] (风采) fēngcǎi <風采> ふうさい {風采} phong thái ◊ mien

풍취 [風趣] (风趣) fēngqù <風趣> ふうしゅ {風趣} phong thú ◊ funny things; wit

풍치 [風致] (风致) fēngzhì <風致> ふうち {景} cảnh ◊ scenic

풍치지구 [風致地區] (名胜古迹) míngshèng gǔjì <風致地区> ふうちちく {名嵐勝景} danh lam thắng cảnh ◊ famous scenic spots and places of historical interest

풍토 [風土] (风土) fēngtǔ <風土> ふうど {風土} phong thổ ◊ endemic

풍토병 [風土病] (地方病) dìfāng bìng <風土病> ふうどびょう {風土病} phong thổ bệnh ◊ endemic disease

풍파 [風波] (风波) fēngbō <風波> ふうは {風波} phong ba ◊ storm

풍해 [風害] (风害) fēng hài <風害> ふうがい {風害} phong hại ◊ wind damage

풍향 [風向] (风向) fēngxiàng <風向> ふうこう {向飈} hướng gió ◊ wind direction

풍향계 [風向計] (风向计) fēngxiàng jì <風向計> ふうこうけい {槻髚向飈} máy đo hướng gió ◊ wind vane

풍화 [風化] (风化) fēnghuà <風化> ふうか {風化} phong hóa ◊ weathering

프랑스 [France] (法国) fǎguó <仏蘭西|フランス> France {法} Pháp ◊ France

프랑스국적 [France 国籍] (法国籍) fǎguó jí <仏国籍> ふっこくせき {法籍} Pháp tịch ◊ French nationality

프레임 [frame] (框架) kuàngjià <枠> わく {椌}

khung ◊ frame

프로그래밍 [programming] (编程) biānchéng <プログラミング> programming {立程} lập trình ◊ programming

프로그램 [program] (节目) jiémù <番組> ばんぐみ {節目} tiết mục ◊ program

프로세스 [process] (过程) guòchéng <過程> かてい {過程} quá trình ◊ process

플라스틱 상자 [plastic 箱子] (胶盒子) jiāo hézi <プラスチックの箱> plastic のばこ {啤茹} hộp nhựa ◊ plastic box

플래시 [flash] (电光炮) diànguāng pào <電光砲> でんこうほう {炮電} pháo điện ◊ electric cracker

플랫폼 [platform] (月台) yuètái <プラットホーム> platform {燐軌} sân ga ◊ platform

플롯 [plot] (作图) zuō tú <作図> plot {作圖} tác đồ ◊ drawing

피 [一] (血) xuè <血> ち {卹弔洶} máu ◊ blood

피감수 [被減數] (被减数) bèi jiǎn shù <被減数> ひげんすう {數被減} số bị giảm ◊ minuend

피고 [被告] (被告) bèigào <被告> ひこく {被告} bị cáo ◊ defendant; accused

피고인 [被告人] (被告人) bèigàorén <被告人> ひこくにん {被告人} bị cáo nhân ◊ defendant

피곤 [疲困] (疲倦) píjuàn <疲労> ひろう {癆海} mệt mỏi ◊ tired

피난 [避難] (避难) bìnàn <避難> ひなん {避難} tỵ nạn ◊ refuge

피난처 [避難處] (避难处) bìnàn chǔ <避難所> ひなんじょ {坭住隱} nơi trú ẩn ◊ refuge

피난항 [避難港] (避风港) bìfēnggǎng <避難港> ひなんこう {港埠飄} cảng tránh bão ◊ sheltering harbor

피대전동 [皮帶傳動] (皮带传动) pídài chuándòng <皮帶伝動> かわおびでんどう {引動繃} dẫn động băng ◊ belt drive

피로 [披露] (披露) pīlù <披露> ひろう {披露} phi lộ ◊ disclose

피로 [疲勞] (疲劳) píláo <疲労> ひろう {疲勞} bì lao ◊ fatigue

피로강도 [疲勞強度] (疲劳强度) píláo qiángdù <疲勞強度> ひろうきょうど {勻猛癆摀} sức mạnh mệt mỏi ◊ fatigue strength

피로계수 [疲勞係數] (疲劳系数) píláo xìshù <疲勞系数> ひろうけいすう {係數癆摀} hệ số mệt mỏi ◊ fatigue factor

피로극한 [疲勞極限] (疲劳极限) píláo jíxiàn <疲

劳極限> ひろうきょくげん {界限癆摀} giới hạn mệt mỏi ◊ fatigue limit

피로성 [疲勞性] (疲劳性) píláo xìng <疲劳性> ひろうせい {性癆蘗} tính mệt mỏi ◊ fatigue performance

피로수명 [疲勞壽命] (疲劳寿命) píláo shòumìng <疲劳寿命> ひろうじゅみょう {窩秨癆摀} cuộc sống mệt mỏi ◊ fatigue life

피로연 [披露宴] (招待宴) zhāodài yàn <披露宴> ひろうえん {披露宴} phi lộ yến ◊ reception; banquet

피로회 [披露會] (招待会) zhāodàihuì <披露会> ひろうかい {披露會} phi lộ hội ◊ celebration; party

피뢰선 [避雷線] (避雷线) bì léi xiàn <避雷線> ひらいせん {繍瑓熬} dây chống sét ◊ lightning protection line

피뢰침 [避雷針] (避雷针) bìléizhēn <避雷針> ひらいしん {避雷針} tỵ lôi châm ◊ lightning rod

피리 [一] (笛子) dízi <笛> ふえ {簧簹} sáo ◊ flute

피막 [皮膜] (膜) mó <皮膜> ひまく {胅} màng ◊ membrance; membrana dermalis

피모 [皮毛] (皮毛) pímáo <皮毛> ひもう {皮毛} bì mao ◊ fur

피바다 [一] (血泊) xuèpō <血の海> ちのうみ {血泊} huyết phách ◊ pool of blood

피보험자 [被保險者] (被保险者) bèi bǎoxiǎn zhě <被保険者> ひほけんしゃ {馭被保險} người bị bảo hiểm ◊ insured person

피복 [被覆] (被覆) bèi fù <被覆> ひふく {被覆} bị phúc ◊ covering

피부 [皮膚] (皮肤) pífū <皮膚> ひふ {皵膠} da ◊ skin

피부과 [皮膚科] (皮肤科) pífū kē <皮膚科> ひふか {皮膚科} bì phu khoa ◊ dermatology

피부독성 [皮膚毒性] (皮肤毒性) pífū dúxìng <皮膚毒性> ひふどくせい {毒性迏摀} độc tính trên da ◊ dermal toxicity

피부병 [皮膚病] (皮肤病) pífūbìng <皮膚病> ひふびょう {皮膚病} bì phu bệnh ◊ dermatosis

피부색 [皮膚色] (肤色) fūsè <肌の色> はだのいろ {鮮摀} màu da ◊ complexion

피부암 [皮膚癌] (皮肤癌) pífū'ái <皮膚癌> ひふがん {皮膚癌} bì phu nham ◊ skin cancer

피부염 [皮膚炎] (皮肤炎) pífū yán <皮膚炎> ひふえん {皮膚炎} bì phu viêm ◊ dermatitis

피상 [皮相] (皮相) pí xiāng <皮相> ひそう {顯然}

hiển nhiên ◊ apparent

피서 [避暑] (避暑) bìshǔ <避暑> ひしょ {梋燥} tránh nóng ◊ summering

피서지 [避暑地] (避暑地) bìshǔ dì <避暑地> ひしょち {避暑地} tỵ thử địa ◊ summer resort

피선거권 [被選擧權] (被选举权) bèi xuǎnjǔquán <被選挙権> ひせんきょけん {被選擧權} bị tuyển cử quyền ◊ right to be elected

피승수 [被乘數] (被乘数) bèi chéngshù <被乘数> ひじょうすう {被乘數} bị thừa số ◊ multiplicand

피아노 [piano] (钢琴) gāngqín <ピアノ> piano {洋琴} dương cầm ◊ piano

피안 [彼岸] (彼岸) bǐ'àn <彼岸> ひがん {彼岸} bỉ ngạn ◊ other side of the river

피육 [皮肉] (皮肉) píròu <皮肉> ひにく {皮肉} bì nhục ◊ sarcasm; skin and bone; body

피임 [避妊|避姙] (避孕) bìyùn <避妊> ひにん {梋胎} tránh thai ◊ contraception

피자식물 [被子植物] (被子植物) bèizi zhíwù <被子植物> ひししょくぶつ {被子植物} bị tử thực vật ◊ angiosperm

피제수 [被除數] (被除数) bèichúshù <被除数> ひじょすう {被除數} bị trừ số ◊ dividend

피지배 [被支配] (被统治) bèi tǒngzhì <被支配> ひしはい {被治} bị trị ◊ be ruled

피지선 [皮脂腺] (皮脂腺) pízhīxiàn <皮脂腺> ひしせん {腺疳腸} tuyến bã nhờn ◊ sebaceous gland

피질 [皮質] (皮质) pízhì <皮質> ひしつ {皮質} bì chất ◊ cortex

피차 [彼此] (彼此) bǐcǐ <彼此> あれこれ|かれこれ|ひし {喀饒} lẫn nhau ◊ mutually

피편 [皮鞭] (皮鞭) píbiān <皮鞭> かわむち {皮鞭} bì tiên ◊ whip

피폐 [疲弊] (疲敝) pí bì <疲弊> ひへい {疲斃} bì tệ ◊ exhaustion; fatigue

피하 [皮下] (皮下) píxià <皮下> ひか {皮下} bì hạ ◊ subcutaneous

피하다 [避하다] (避开) bìkāi <避ける> よける {梋躚} tránh ra ◊ avoid

피한 [避寒] (避寒) bì hán <避寒> ひかん {避寒} tỵ hàn ◊ shelter from coldness

피해 [被害] (被害) bèi hài <被害> ひがい {被害} bị hại ◊ be murdered

피해결과 [被害結果] (损害结果) sǔnhài jiēguǒ <被害結果> ひがいけっか {結果賍害} kết quả thiệt hại ◊ damage consequence

피해자 [被害者] (被害者) bèihàizhě <被害者> ひがいしゃ {躭被害} người bị hại ◊ victim

피혁 [皮革] (皮革) pígé <革> かわ {䐊熟|腏熟} da thuộc ◊ leather

피화 [避禍] (避祸) bì huò <避禍> ひか {避禍} tỵ họa ◊ escape disaster; run away from calamity

필가 [筆架] (笔架) bǐjià <筆架> ふでか {筆架} bút giá ◊ penholder

필경 [畢竟] (毕竟) bìjìng <畢竟> ひっきょう {畢竟} tất cánh ◊ after all

필기 [筆記] (笔记) bǐjì <筆記> ひっき {筆記} bút ký ◊ note

필단 [筆端] (笔端) bǐ duān <筆端> ひったん {筆端} bút đoan ◊ tip of a brush or pen; force of a writing style

필담 [筆談] (笔谈) bǐtán <筆談> ひつだん {筆談} bút đàm ◊ communicating in writing; sketches and notes

필답 [筆答] (笔答) bǐ dā <筆答> ひっとう {筆答} bút đáp ◊ written answer

필독 [必讀] (必读) bì dòu <必読> ひつどく {必讀} tất độc ◊ must-read; required reading

필두 [筆頭] (笔头) bǐtóu <筆頭> ひっとう {筆頭} bút đầu ◊ brush tip

필력 [筆力] (笔力) bǐlì <筆力> ひつりょく {筆力} bút lực ◊ writing ability

필명 [筆名] (笔名) bǐmíng <筆名> ひつめい {筆名} bút danh ◊ pen name; pseudonym

필묵 [筆墨] (笔墨) bǐmò <筆墨> ひつぼく {筆墨} bút mặc ◊ pen and ink

필법 [筆法] (笔法) bǐfǎ <筆法> ひっぽう {筆法} bút pháp ◊ brushwork

필봉 [筆鋒] (笔锋) bǐfēng <筆鋒> ひっぽう {筆鋒} bút phong ◊ vigor of style in writing

필부 [匹夫] (匹夫) pǐfū <匹夫> ひっぷ {匹夫} thất phu ◊ ordinary man; humble man; coarse man; rustic

필사 [必死] (必死) bì sǐ <必死> ひっし {必死} tất tử ◊ frantic

필산 [筆算] (笔算) bǐsuàn <筆算> ひっさん {筆算} bút toán ◊ written arithmetic

필생 [畢生] (毕生) bìshēng <畢生> ひっせい {畢生} tất sinh ◊ lifetime

필세 [筆勢] (笔势) bǐ shì <筆勢> ひっせい {筆勢} bút thế ◊ force of brushwork

필수 [必修] (必修) bìxiū <必修> ひっしゅう {必修} tất tu ◊ required; necessary

필수 [必須] (必须) bìxū <必須> ひっす {必須} tất tu ◊ indispensability

필수 [必需] (必需) bìxū <必需> ひつじゅ {必需} tất nhu ◊ need

필수요소 [必須要素] (关键) guānjiàn <肝要> かんよう {佃條勤切} những điều cần thiết ◊ essential

필수원소 [必須元素] (必备条件) bìbèi tiáojiàn <必須元素> ひっすげんそ {條件先決} điều kiện tiên quyết ◊ essential element

필수품 [必需品] (必需品) bìxūpǐn <必需品> ひつじゅひん {椎需求} đồ nhu cầu ◊ necessities

필순 [筆順] (笔顺) bǐshùn <筆順> ひつじゅん {筆順} bút thuận ◊ stroke order

필승 [必勝] (必胜) bìshèng <必勝> ひっしょう {必勝} tất thắng ◊ certain victory

필연 [筆硯] (笔砚) bǐ yàn <筆硯> ひっけん {筆硯} bút nghiễn ◊ brush and inkstone

필연 [必然] (必然) bìrán <必然> ひつぜん {必然} tất nhiên ◊ inevitable

필연성 [必然性] (必要性) bìyàoxìng <必然性> ひつぜんせい {性必然} tính tất nhiên ◊ inevitability

필요 [必要] (必要) bìyào <必要> ひつよう {必要} tất yếu ◊ necessary

필자 [筆者] (笔者) bǐzhě <筆者> ひっしゃ {筆者} bút giả ◊ writer

필적 [筆跡] (笔迹) bǐjì <筆跡> ひっせき {筆跡} bút tích ◊ handwriting

필적 [匹敵] (匹敌) pǐdí <匹敵> ひってき {匹敵} thất địch ◊ match

필전 [筆戰] (笔战) bǐzhàn <筆戰> ひっせん {筆戰} bút chiến ◊ written polemics; war of words

필정 [必定] (必定) bìdìng <必定> ひってい {必定} tất định ◊ inevitably

필주 [筆誅] (笔诛) bǐ zhū <筆誅> ひっちゅう {筆誅} bút tru ◊ writing criticism

필지 [必至] (必至) bì zhì <必至> ひっし {必至} tất chí ◊ inevitable

필진 [筆陣] (笔阵) bǐ zhèn <筆陣> ひつじん {筆陣} bút trận ◊ war of words

핍박 [逼迫] (逼迫) bīpò <逼迫> ひっぱく {撲揱} buộc ◊ compel

핍색 [逼塞] (逼塞) bī sāi <逼塞> ひっそく {逼塞} bức tắc ◊ being trapped and having no way out

ㅎ h

하강 [下降] (下降) xiàjiàng <下降> かこう {衰殘} suy tàn ◊ decline

하거 [河渠] (河渠) héqú <河渠> かきょ {河渠} hà cừ ◊ waterway; canal; river

하계 [下界] (下界) xiàjiè <下界> かかい {下界} hạ giới ◊ lower bound

하계 [夏季] (夏季) xiàjì <夏季> かき {夏季} hạ quý ◊ summer season

하구 [河口] (河口) hékǒu <河口> かこう {鞨瀧} cửa sông ◊ estuary

하구개량 [河口改良] (河口改良) hékǒu gǎiliáng <河口改良> かこうかいりょう {改善鞨瀧} cải thiện cửa sông ◊ estuary improvement

하구생태학 [河口生態學] (河口生态学) hékǒu shēngtàixué <河口生態学> かわぐちせいたいがく {生態學鞨瀧} sinh thái học cửa sông ◊ estuarine ecology

하권 [下卷] (下卷) xià juǎn <下巻> げかん {下卷} hạ quyển ◊ volume II of a book with two volumes

하급 [下級] (下级) xiàjí <下級> かきゅう {下級} hạ ◊ lower

하기 [下記] (下记) xià jì <下記> かき {下記} hạ ký ◊ below mentioned

하녀 [下女] (女用人) nǚ yòngrén <下女> げじょ {下女} hạ nữ ◊ maidservant

하느님 [-] (上帝) shàngdì <神> かみ {主} Chúa ◊ God

하늘색 [하늘色] (天蓝色) tiānlánsè <空色> そらいろ {靜彩至} xanh da trời ◊ sky blue

하단 [下段] (下段) xià duàn <下段> げだん {下段} hạ đoạn ◊ lower paragraph

하달 [下達] (下达) xiàdá <下達> かたつ {下達} hạ đạt ◊ issuing notice; commanding a subordinate

하도 [河圖] (河图) hé tú <河図> かわず {河圖} hà đồ ◊ river chart

하돈 [河豚] (河豚) hétún <河豚> ふぐ {河豚} hà đồn ◊ puffer fish; blow fish; globefish; swellfish

하동 [夏冬] (夏冬) xià dōng <夏冬> かとう {夏冬} hạ đông ◊ summer and winter

하등 [何等] (何等) héděng <何等> なんとう {何等} hà đẳng ◊ how!

하등 [下等] (下等) xià děng <下等> かとう {下等} hạ đẳng ◊ inferior

하략 [下略] (下略) xià lüè <下略> げりゃく {下略} hạ lược ◊ bellow omitted

하루이틀 [-] (一两天) yī liǎng tiān <一両日> いちりょうじつ {一兩日} nhất lưỡng nhật ◊ a day or two

하류 [河流] (河流) héliú <河川> かせん {瀧鞨} sông ◊ river

하마 [河馬] (河马) hémǎ <河馬> かば {河馬} hà mã ◊ hippopotamus

하마 [下馬] (下马) xiàmǎ <下馬> げば {下馬} hạ mã ◊ dismount

하모니카 [harmonica] (口琴) kǒuqín <ハーモニカ> harmonica {口琴} khẩu cầm ◊ harmonica

하반 [河畔] (河畔) hépàn <河畔> かはん {河畔} hà bạn ◊ riverside

하반 [下半] (下半) xià bàn <下半> かはん {下半} hạ bán ◊ second half

하방 [下方] (下方) xiàfāng <下方> かほう {迚} dưới ◊ below

하변 [河邊] (河边) hébiān <河辺> かわべ {河邊} hà biên ◊ riverside

하변 [下邊] (下边) xiàbian <下辺> かへん {下邊} hạ biên ◊ down

하복 [夏服] (夏服) xià fú <夏服> なつふく {夏服} hạ phục ◊ summer clothes

하복부 [下腹部] (下腹) xiàfù <下腹部> かふくぶ {下腹部} hạ phúc bộ ◊ lower abdomen

하부 [下部] (下部) xià bù <下部> かぶ {下部} hạ bộ ◊ lower

하사 [賀詞] (贺词) hècí <賀詞> がし {賀詞} hạ từ ◊ greetings

하사 [下士] (下士) xiàshì <下士> かし {下士} hạ sĩ ◊ corporal

하사관 [下士官] (下士官) xiàshì guān <下士官> かしかん {下士官} hạ sĩ quan ◊ corporal

하산 [下山] (下山) xiàshān <下山> げざん {矼冹} xuống núi ◊ down

하선 [下船] (下船) xià chuán <下船> げせん {艒船} xuống thuyền ◊ disembarked

하선장 [下船場] (船运卸货场) chuányùn xièhuòchǎng <荷揚げ場> にあげば {瓅摸體} bãi dỡ tàu ◊ shipping unloading yard

하수 [河水] (河水) héshuǐ <河水> こうすい {河水} hà thủy ◊ river water

하수 [賀壽] (贺寿) hè shòu <賀寿> がじゅ {賀壽} hạ thọ ◊ congratulations on birthdays

하수 [下垂] (下垂) xiàchuí <下垂> かすい {摟艒|擔艒} rù xuống ◊ drooping; hanging down

하수 [下水] (下水道) xiàshuǐdào <下水道> げすいどう {甕潰} ống cống ◊ drain

하수관 [下水管] (下水管道) xiàshuǐ guǎndào <下水管> げすいかん {蹖甕潰} đường ống cống ◊ sewer pipe; sewage line

하수오 [何首烏] (何首乌) héshǒuwū <何首烏> かしゅう {何首烏} hà thủ ô ◊ Fallopia multiflora; radix-polygoni multiflora; fleece-flower root

하수처리 [河水處理] (河水处理) héshuǐ chǔlǐ <河水処理> かすいしょり {處理洰滝} xử lý nước sông ◊ river water treatment

하수처리장 [下水處理場] (污水处理厂) wūshuǐ chǔlǐ chǎng <下水処理場> げすいしょりじょう {如櫃處理洰汰} nhà máy xử lý nước thải ◊ private sewerage plant

하숙 [下宿] (寄宿) jìsù <寄宿> きしゅく {坭暫住} nơi tạm trú ◊ lodging

하숙생 [下宿生] (寄宿生) jìsùshēng <寮生> りょうせい {學生內住} học sinh nội trú ◊ boarder; boarding student

하순 [下旬] (下旬) xiàxún <下旬> げじゅん {下旬} hạ tuần ◊ last ten-day of a month

하시 [何時] (何时) héshí <何時> なんじ {何時} hà thì ◊ when?

하식 [河蝕] (河蚀) hé shí <河蝕> かしょく {河蝕} hà thực ◊ river erosion

하악 [下顎] (下颚) xià’è <下顎> したあご {下顎} hạ ngạc ◊ lower jaw

하악골 [下顎骨] (下颌骨) xiàhégǔ <下顎骨> かがくこつ {下顎骨} hạ ngạc cốt ◊ lower jawbone

하안 [河岸] (河岸) hé’àn <河岸> かわぎし {河岸} hà ngạn ◊ riverbank

하얗게 되다 [－] (发白) fābái <白く成る> しらくなる {皈铖皅} trở nên trắng ◊ become white

하여튼 [何如튼] (不管怎样) bùguǎn zěnyàng <何れにしても> いずれにしても {輖欵㝵} sao

cũng được ◊ anyhow

하연 [賀宴] (贺宴) hè yàn <賀宴> がえん {賀宴} hạ yến ◊ congratulatory feast

하옥 [下獄] (下狱) xiàyù <下獄> げごく {下獄} hạ ngục ◊ imprisonment

하원 [河源] (河源) héyuán <河源> かわげん {河源} hà nguyên ◊ riverhead

하원 [下院] (下议院) xiàyìyuàn <下院> かいん {下院} hạ viện ◊ lower house; lower legislative chamber

하원의원 [下院議員] (下议院议员) xiàyìyuàn yìyuán <下院議員> かいんぎいん {議員下院} nghị viên hạ viện ◊ member of parliament; member of the lower house

하의 [夏衣] (夏衣) xià yī <夏衣> なつごろも {夏衣} hạ y ◊ summer clothes

하이테크 [high tech] (高新技术) gāo xīnjìshù <ハイテク> high tech {技術先進} kỹ thuật tiên tiến ◊ high-tech

하인 [何人] (何人) hérén <何人> なんにん {何人} hà nhân ◊ who?

하일 [何日] (何日) hérì <何日> なんにち {何日} hà nhật ◊ when?

하잠 [夏蠶] (夏蚕) xià cán <夏蚕> なつご {夏蠶} hạ tằm ◊ summer silkworm

하저 [河底] (河底) hé de <河底> かわぞこ {河底} hà để ◊ bottom of the river

하제 [河堤] (河堤) hé dī <堤防> ていぼう {堤瀧} đê sông ◊ river embankment

하중 [荷重] (荷重) hèzhòng <荷重> におも {荷重} hà trọng ◊ load

하중계 [荷重計] (称重装置) chèn chóng zhuāngzhì <荷重計> かじゅうけい {設備斤} thiết bị cân ◊ load gauge

하지 [下肢] (下肢) xiàzhī <下肢> かし {�纄} chân ◊ legs; lower limbs

하지 [夏至] (夏至) xiàzhì <夏至> げし {夏至} hạ chí ◊ summer solstice

하천 [河川] (河流) héliú <河川> かせん {洰滝} nước sông ◊ river

하천밀도 [河川密度] (河流密度) héliú mìdù <河川密度> かせんみつど {密度洰滝} mật độ nước sông ◊ river density

하천수계 [河川水系] (河流水系) héliú shuǐxì <河川水系> かせんすいけい {系統洰瀧} hệ thống nước sông ◊ river system

하체 [下體] (下体) xiàtǐ <下体> かたい {下體}

hạ thể ◊ private parts; underpart
하측 [下側] (下侧) xià cè <下側> したがわ {下側} hạ trắc ◊ underside
하층 [下層] (下层) xiàcéng <下層> かそう {下層} hạ tầng ◊ lower
하키 [hockey] (曲棍球) qūgùnqiú <ホッケー> hockey {曲棍球} khúc côn cầu ◊ hockey
하편 [下篇] (下篇) xià piān <下篇> げへん {下篇} hạ thiên ◊ next
하품 [下品] (下品) xià pǐn <下品> げひん {下品} hạ phẩm ◊ inferior
하필 [何必] (何必) hébì <何故> なぜ {在鞠|在輞|在咩} tại sao ◊ why should
하한 [下限] (下限) xià xiàn <下限> かげん {下限} hạ hạn ◊ lower limit
하한선 [下限線] (最底线) zuì dǐxiàn <最低限度> さいていげんど {下限線} hạ hạn tuyến ◊ minimum limit
하해 [河海] (河海) hé hǎi <河海> かかい {河海} hà hải ◊ river and sea
학감 [學監] (学监) xuéjiān <学監> がっかん {監學} giám học ◊ proctor; dean
학계 [學界] (学界) xuéjiè <学界> がっかい {學界} học giới ◊ academia
학과 [學科] (学科) xuékē <学科> がっか {學科} học khoa ◊ subject; branch of learning; department
학과 [學課] (学课) xué kè <学課> がっか {學課} học khóa ◊ lessons
학과장 [學科長] (系主任) jì zhǔrèn <学科長> がっかちょう {主任科} chủ nhiệm khoa ◊ dean of faculty
학관 [學館] (学馆) xué guǎn <学館> がくかん {學館} học quán ◊ academy
학교 [學校] (学校) xuéxiào <学校> がっこう {場學|場學} trường học ◊ school
학교장 [學校長] (校长) xiàozhǎng <学校長> がっこうちょう {校長} hiệu trưởng ◊ headmaster
학구 [學區] (学区) xuéqū <学区> がっく {學區} học khu ◊ school districts
학기 [學期] (学期) xuéqī <学期> がっき {學期} học kỳ ◊ semester
학년 [學年] (学年) xuénián <学年> がくねん {年+學} năm học ◊ academic year
학당 [學堂] (学堂) xuétáng <学堂> がくどう {學堂} học đường ◊ school
학대 [虐待] (虐待) nüèdài <虐待> ぎゃくたい {虐待} ngược đãi ◊ mistreat
학덕 [學德] (学德) xué dé <学徳> がくとく {學德} học đức ◊ academic virtue
학도 [學徒] (学徒) xuétú <学徒> がくと {學徒} học đồ ◊ apprentice
학동 [學童] (学童) xuétóng <学童> がくどう {學童} học đồng ◊ students
학력 [學力] (学力) xué lì <学力> がくりょく {學力} khả năng học tập ◊ academic ability
학력 [學歷] (学历) xué lì <学歴> がくれき {學歷} học lịch ◊ academic background
학령 [學齡] (入学年龄) rùxué niánlíng <学齢> がくれい {轙趍學} tuổi đi học ◊ school age
학무 [鶴舞] (鹤舞) hè wǔ <鶴舞> つるまい {鶴舞} hạc vũ ◊ crane dance
학무 [學務] (学务) xué wù <学務> がくむ {學務} học vụ ◊ academic affairs
학문 [學問] (学问) xuéwèn <学問> がくもん {見識} kiến thức ◊ discipline; knowledge of learnin
학벌 [學閥] (学阀) xué fá <学閥> がくばつ {學閥} học phiệt ◊ scholar-tyrant
학보 [學報] (学报) xuébào <学報> がくほう {學報} học báo ◊ college journal; academic bulletin; school gazette
학부 [學部] (学系) xué jì <学部> がくぶ {科} khoa ◊ department; faculty; division
학비 [學費] (学费) xuéfèi <学費> がくひ {學費} học phí ◊ tuition
학사 [學舍] (学舍) xué shě <学舎> がくしゃ {學舍} học xá ◊ school house
학사 [學士] (学士) xuéshì <学士> がくし {學士} học sĩ ◊ bachelor
학살 [虐殺] (屠杀) túshā <殺戮> さつりく {慘殺} thảm sát ◊ slaughter
학생 [學生] (学生) xuésheng <学生> がくせい {學生} học sinh ◊ student
학생기숙사 [學生寄宿舍] (学生宿舍) xuésheng sùshè <学生寮> がくせいりょう {寄宿舍生員} ký túc xá sinh viên ◊ residence hall
학생모 [學生帽] (学生帽) xuésheng mào <学生帽> がくせいぼう {學生帽} học sinh mạo ◊ student caps
학생식당 [學生食堂] (学生食堂) xuésheng shítáng <学生食堂> がくせいしょくどう {茹餃生員} nhà ăn sinh viên ◊ refectory
학생증 [學生證] (学生证) xuéshengzhèng <学生証> がくせいしょう {學生證} học sinh chứng ◊ student id

학설 [學說] (学说) xuéshuō <学說> がくせつ {學說} học thuyết ◊ theory

학술 [學術] (学术) xuéshù <学術> がくじゅつ {學術} học thuật ◊ academic theory

학술계 [學術界] (学术界) xuéshù jiè <学界> がっかい {界學術} giới học thuật ◊ academic circles

학술지 [學術誌] (学术期刊) xuéshù qīkān <学術誌> がくじゅつし {學術誌} học thuật chí ◊ academic journals

학습 [學習] (学习) xuéxí <学習> がくしゅう {學習} học tập ◊ learn

학습서적 [學習書籍] (学习书籍) xuéxí shūjí <学習書籍> がくしゅうしょせき {冊學} sách học ◊ study books

학식 [學識] (学识) xuéshí <学識> がくしき {學識} học thức ◊ academic knowledge

학업 [學業] (功课) gōngkè <学業> がくぎょう {排習} bài tập ◊ schoolwork

학용품 [學用品] (学习用品) xuéxí yòngpǐn <学用品> がくようひん {學用品} học dụng phẩm ◊ school supplies

학우 [學友] (学友) xué yǒu <学友> がくゆう {學友} học hữu ◊ school friend

학우회 [學友會] (学友会) xuéyǒu huì <学友会> がくゆうかい {學友會} học hữu hội ◊ alumni association

학원 [學員] (学员) xuéyuán <学員> がくいん {學員} học viên ◊ trainee

학원 [學園] (学园) xuéyuán <学園> がくえん {學園} học viên ◊ campus; an educational institution

학위 [學位] (学位) xuéwèi <学位> がくい {學位} học vị ◊ degree

학인 [學人] (学人) xuérén <学人> がくじん {學人} học nhân ◊ scholars

학자 [學者] (学者) xuézhě <学者> がくしゃ {學者} học giả ◊ scholar

학자 [學資] (学资) xué zī <学資> がくし {學資} học tư ◊ scholarship

학적 [學籍] (学籍) xuéjí <学籍> がくせき {學籍} học tịch ◊ school status

학점제 [學點制] (学分制) xuéfēn zhì <学点制> がくてんせい {制度信旨} chế độ tín chỉ ◊ credit system; academic point system

학정 [虐政] (虐政) nüè zhèng <虐政> ぎゃくせい {虐政} ngược chính ◊ abusive government

학정 [學政] (学政) xué zhèng <学政> がくせい {學政} học chính ◊ academic politics

학제 [學制] (学制) xuézhì <学制> がくせい {學制} học chế ◊ school system

학질 [瘧疾] (疟疾) nüèjí <瘧疾> おこりしつ {虐疾} ngược tật ◊ malaria

학파 [學派] (学派) xuépài <学派> がくは {學派} học phái ◊ sect; school of thought

학풍 [學風] (学风) xuéfēng <学風> がくふう {學風} học phong ◊ academic culture

학행 [學行] (学行) xué xíng <学行> がくぎょう {學行} học hành ◊ scholarship and moral conduct

학회 [學會] (学会) xuéhuì <学会> がっかい {學會} học hội ◊ academic conference

한계 [限界] (限界) xiàn jiè <限界> げんかい {限制} hạn chế ◊ limit; bound

한공 [寒空] (寒空) hán tiān <寒空> さむぞら {霑旻澪|麭旻冷} bầu trời lạnh ◊ cold sky

한국 [韓國] (韩国) hánguó <韓国> かんこく {韓國} Hàn Quốc ◊ South Korea; ROK

한국어 [韓國語] (韩国语) hánguóyǔ <韓国語> かんこくご {啫韓國} tiếng Hàn Quốc ◊ Korean language by southern people of ROK

한국인 [韓國人] (韩国人) hánguó rén <韓国人> かんこくじん {趴韓國} người Hàn Quốc ◊ South Korean

한국최고 [韓國最高] (韩国第一) hánguó dì yī <韓国一> かんこくいち {韓國頭先} Hàn Quốc đầu tiên ◊ ROK's best; number one in ROK

한국화 [韓國畫] (韩国画) hánguó huà <韓国画> かんこくが {頼韓國} tranh Hàn Quốc ◊ Korean painting

한글자모표 [한글字母表] (韩文字母表) hánwén zimǔbiǎo <ハングル文字表> はんぐるもじひょう {榜字吗啫韓國} bảng chữ cái tiếng Hàn Quốc ◊ Korean alphabet

한기 [寒氣] (寒气) hánqì <寒気> さむけ {寒氣} hàn khí ◊ algidity

한기가 들다 [寒氣가 들다] (发冷) fālěng <寒けだつ> さむけだつ {感覺冷} cảm thấy lạnh ◊ feel chilly

한껏 [限껏] (尽情) jìnqíng <奮って> ふるって {盡情} tận tình ◊ heartily

한담 [閑談] (闲谈) xiántán <閑談> かんだん {閑談} nhàn đàm ◊ quiet chat; idle talk

한대 [寒帶] (寒带) hándài <寒帯> かんたい {寒帶} hàn đới ◊ frigid zone

한도 [限度] (限度) xiàndù <限度> げんど {限度}

한도 ◊ limit

한도액 [限度額] (限额) xiàn é <限度額> げんど
がく {限額} hạn ngạch ◊ limit amount

한량 [限量] (限量) xiàn liáng <限量> かぎりりょ
う {限量} hạn lượng ◊ set limit to; limited quantity

한로 [旱路] (旱路) hàn lù <旱路> ひでりろ {旱
路} hạn lộ ◊ overland route

한류 [韓流] (韩流) hánliú <韓流> かんりゅう
{韓流} Hàn lưu ◊ *hallyu*; Korean wave; rise in
global popularity of Korean pop culture; South Korea
fad

한림 [翰林] (翰林) hànlín <翰林> かんりん {翰
林} hàn lâm ◊ academician

한림원 [翰林院] (翰林院) hànlínyuàn <翰林院>
かんりんいん {翰林院} Hàn Lâm Viện ◊ Hallym
Academy, Hanlin Academy, former College of
Literature

한마디로 [一] (总之) zǒngzhī <詰り> つまり {摻
棘|繆徠} tóm lại ◊ in a word

한마음한뜻 [一] (一心) yīxīn <一心> いっしん
{爻心智} một tâm trí ◊ of one mind

한문 [漢文] (汉文) hànwén <漢文> かんぶん {漢
文} Hán văn ◊ Chinese text; Chinese characters

한미 [寒微] (寒微) hán wēi <貧しい> まずしい
{寒微} hàn vi ◊ low status; humble origin

한미 [韓美] (韩美) hán měi <韓米> かんべい {韓
美} Hàn Mỹ ◊ ROK and USA; South Korea and US;
Koreano-American

한민족 [韓民族] (韩族) hánzú <韓民族> かんみ
んぞく {民族韓} dân tộc Hàn ◊ Korean Han
nationality

한민족 [漢民族] (汉族) hànzú <漢民族> かんみ
んぞく {民族漢} dân tộc Hán ◊ Chinese Han
nationality

한반도 [韓半島] (朝鲜半岛) cháoxiǎn bàndǎo <朝
鮮半島> ちょうせんはんとう {半島朝鮮} Bán
đảo Triều Tiên ◊ Korean Peninsula

한밤중 [한밤中] (半夜) bànyè <夜中> やちゅう
{牧齔|牧腍|牪腍} nửa đêm ◊ midnight

한복 [韓服] (韩服) hán fú <韓服> はんふく {韓
服} Hàn phục ◊ *Hanbok*; traditional Korean dress

한사 [恨事] (恨事) hènshì <恨事> こんじ {恨事}
hận sự ◊ matter for regret

한사코 [限死코] (拼死) pīnsǐ <必死に> ひっしに
{駐毖} sống chết ◊ dead and alive

한산 [閑散] (闲散) xiánsǎn <閑散> かんさん {閑
散} nhàn tán ◊ idle; deserted; quie

한산한 [閑散한] (冷清的) lěngqīng de <ひっそり
閑> ひっそりかん {冷泠} lạnh lẽo ◊ desolate;
quietly

한설 [寒雪] (寒雪) hán xuě <寒雪> かんせつ {寒
雪} hàn tuyết ◊ cold snow

한손 [一] (一只手) yī zhī shǒu <片手> かたて {爻
殦} một tay ◊ one hand

한순간 [한瞬間] (一瞬间) yīshùnjiān <一瞬間>
いっしゅんかん {頃刻} khoảnh khắc ◊ in an
instant

한식 [韓食] (韩食) hán shí <韓国料理> かんこく
りょうり {吪餕韓國} thức ăn Hàn Quốc ◊
Korean food shop

한식 [韓式] (韩式) hán shì <韓式> かんしき {韓
式} Hàn thức ◊ Korean-style

한식집 [韓食집] (韩食店) hán shí diàn <韓国料理
店> かんこくりょうりてん {糙食品韓國} tiệm
thực phẩm Hàn Quốc ◊ Korean food shop

한심 [寒心] (寒心) hánxīn <寒心> かんしん {澟
漻|冷漻} lạnh lùng ◊ deplorable; alarming

한아 [寒鴉] (寒鸦) hányā <寒鴉> かんあ {寒鴉}
hàn nha ◊ jackdaw

한약 [韓藥] (韩药) hán yào <韓薬> かんやく {糱
韓國} thuốc Hàn Quốc ◊ Korean medicine

한약국 [韓藥局] (韩药局) hán yào jú <韓薬局> は
んやっきょく {薬局韓國} dược cục Hàn Quốc ◊
Korean medicine office

한약방 [韓藥房] (韩药房) hán yàofáng <韓薬房>
かんやくぼう {號糱韓國} hiệu thuốc Hàn Quốc
◊ Korean pharmacy

한약재 [韓藥材] (韩药材) hán yàocái <韓薬材>
はんやくざい {薬料韓國} dược liệu Hàn Quốc ◊
Korean medicinal herbs

한열 [寒熱] (寒热) hán rè <寒熱> かんねつ {寒
熱} hàn nhiệt ◊ heat and cold

한옥 [韓屋] (韩屋) hán wū <韓屋> かんおく {韓
屋} Hàn ốc ◊ *Hanok*; traditional Korean house

한우충동 [汗牛充棟] (汗牛充栋) hán niú chōng
dòng <汗牛充棟> かんぎゅうじゅうとう {汗
牛充棟} hãn ngưu sung đống ◊ an immense library;
a great number of books; a huge library

한월 [寒月] (寒月) hán yuè <寒月> かんげつ {寒
月} hàn nguyệt ◊ wintry moon; a winter month

한유 [閑遊] (闲游) xián yóu <閑遊> かんゆう
{閑遊} nhàn du ◊ wandering

한자 [漢字] (汉字) hànzì <漢字> かんじ {笒漢}
chữ Hán ◊ Chinese character

한자문화권 [漢字文化圈] (汉字文化圈) hànzì wénhuàquān <漢字文化圈> かんじぶんかけん {綵文化穻漢} Vòng Văn Hóa Chữ Hán ◊ Chinese Character Culture Circle

한자어 [漢字語] (汉字词) hànzì cí <漢字語> かんじご {漢字語} Từ Chữ Hán ◊ words in Chinese characters

한잔 [한盞] (一杯) yī bēi <一杯> いちばい {玟璃} một ly ◊ a cup

한적 [閑寂] (幽静) yōujìng <閑寂> かんじゃく {靜棚} tĩnh lặng ◊ peaceful; tranquil

한정 [限定] (限定) xiàndìng <限定> げんてい {限定} hạn định ◊ limit; restriction

한제 [限制] (限制) xiànzhì <限制> げんせい {限制} hạn chế ◊ restraint; limitation

한증막 [汗蒸幕] (汗蒸幕) hán zhēng mù <汗蒸幕> はんじゅんまく {汗蒸幕} hãn chưng mạch ◊ sweat vaporization; hanjeungmak; Korean dome-shaped sauna

한진 [汗疹] (汗疹) hán zhěn <汗疹> あせも {汗疹} hãn chẩn ◊ prickly heat

한천 [寒天] (寒天) hán tiān <寒天> かんてん {寒天} hàn thiên ◊ cold weather

한출첨배 [汗出沾背] (汗流浃背) hán liú jiā bēi <汗だくに成る> あせだくになる {沆沬如洛} mồ hôi như lợn ◊ sweating on the back

한층 [한層] (进一步) jìnyībù <更に> さらに {饞} thêm ◊ further

한탄 [恨嘆] (惋叹) wǎntàn <哀嘆> あいたん {哀歎} ai thán ◊ lament

한파 [寒波] (寒波) hán bō <寒波> かんぱ {寒波} hàn ba ◊ cold waves

한편 [한便] (一边) yībiān <傍ら> かたわら {玟邊} một bên ◊ one side

한혈 [汗血] (汗血) hán xuè <汗血> かんけつ {汗血} hãn huyết ◊ sweat and blood

할거 [割據] (割据) gējù <割拠> かっきょ {割據} cát cứ ◊ set up a separatist regime by force

할당 [割當] (分配) fēnpèi <配分> はいぶん {分配} phân phối ◊ distribution

할랄 [Islam 食品] (清真) qīngzhēn <ハラール> halal {呹餕清眞} thức ăn thanh chân ◊ halal

할례 [割禮] (割礼) gēlǐ <割礼> かつれい {割禮} cát lễ ◊ circumcision

할부 [割賦] (分期支付) fēnqīzhīfù <割賦> かっぷ {搭搗} trả góp ◊ allotment; quota; payment in installments

할선 [割線] (割线) gēxiàn <割線> かっせん {割線} cát tuyến ◊ secant

할양 [割讓] (割让) gēràng <割讓> かつじょう {割讓} cát nhượng ◊ cession

할인 [割引] (减价) jiǎnjià <割引> わりびき {減價} giảm giá ◊ discount; reduction; rebate

함거 [檻車] (罪囚车) zuìqiú chē <罪囚車> ざいしゅうしゃ {車囚} xe tù ◊ prisoners van

함구 [緘口] (缄口) jiān kǒu <緘口> かんこう {緘口} giam khẩu ◊ silence

함대 [艦隊] (舰队) jiànduì <艦隊> かんたい {艦隊} hạm đội ◊ fleet

함락 [陷落] (陷落) xiànluò <陷落> かんらく {踝} rót ◊ fall

함량 [含量] (含量) hánliàng <含量> がんりょう {含量} hàm lượng ◊ content

함몰 [陷没] (陷没) xiàn méi <陷没> かんぼつ {陷没} hãm một ◊ collapse

함미 [艦尾] (舰尾) jiàn wěi <艦尾> かんび {艦尾} hạm vĩ ◊ stern of a warship

함부로 [一] (随心所欲) suíxīn suǒ yù <濫用> らんよう {濫用} lạm dụng ◊ abuse

함상 [艦上] (舰上) jiàn shàng <艦上> かんじょう {艦上} hạm thượng ◊ on the ship

함상기 [艦上機] (舰载机) jiànzàijī <艦上機> かんじょうき {艦上機} hạm thượng cơ ◊ ship-on-board aircraft

함선 [艦船] (舰船) jiànchuán <艦船> かんせん {艚船} tàu thuyền ◊ warship

함성 [喊聲] (喊声) hǎnshēng <喊声> かんせい {喊聲} hàm thanh ◊ shouts

함소 [含笑] (含笑) hánxiào <微笑む> ほほえむ {含笑} hàm tiếu ◊ smile

함수 [含漱] (含漱) hán shù <含漱> がんそう {含漱} hàm sấu ◊ mouthwash

함수 [函數] (函数) hánshù <函数> かんすう {函數} hàm số ◊ function

함수 [艦首] (舰首) jiàn shǒu <艦首> かんしゅ {艦首} hạm thủ ◊ bow of the ship

함수성 [含水性] (含水性) hánshuǐ xìng <含水性> がんすいせい {性含浩} tính hàm nước ◊ aquosity

함수초 [含羞草] (含羞草) hánxiūcǎo <含羞草> おじぎそう {含羞草} hàm tu thảo ◊ mimosa

함양 [涵養] (涵养) hányǎng <涵養> かんよう {涵養} bảo tồn ◊ conservation

함유 [含油] (含油) hán yóu <含油> がんゆ {含油} hàm du ◊ oily

함유 [含有] (含有) hányǒu <含有> がんゆう {含有} hàm hữu ◊ contain

함유량 [含有量] (含有量) hányǒu liáng <含有量> がんゆうりょう {含有量} hàm hữu lượng ◊ contents

함유층 [含油層] (含油层) hán yóu céng <含油層> がんゆそう {含油層} hàm du tầng ◊ oil-bearing layer

함의 [含意] (含意) hányì <含意> がんい {含意} hàm ý ◊ implication

함장 [艦長] (舰长) jiànzhǎng <艦長> かんちょう {艦長} hạm trưởng ◊ warship captain

함재 [艦載] (舰载) jiàn zǎi <艦載> かんさい {艦載} hạm tải ◊ shipborne

함정 [艦艇] (舰艇) jiàntǐng <艦艇> かんてい {艦艇} hạm đĩnh ◊ naval vessels

함정 [陷穽] (陷阱) xiànjǐng <陥穽> かんせい {欏椤黐櫃匽䍐} bẫy ◊ pitfall

함축 [含蓄] (含蓄) hánxù <含蓄> がんちく {含蓄} hàm súc ◊ reserved; implict

함포 [艦砲] (舰炮) jiàn pào <艦砲> かんぽう {艦砲} hạm pháo ◊ naval gun

합격 [合格] (合格) hégé <合格> ごうかく {合格} hợp cách ◊ qualified

합계 [合計] (合计) héjì <合計> ごうけい {總共} tổng cộng ◊ total sum

합금 [合金] (合金) héjīn <合金> ごうきん {合金} hợp kim ◊ alloy

합금 주철 [合金鑄鐵] (铁合金) tiě héjīn <合金鉄> ごうきんてつ {合金鏍} hợp kim sắt ◊ alloy iron

합금강 [合金鋼] (合金钢) héjīn gāng <合金鋼> ごうきんこう {合金鋼} hợp kim cương ◊ alloy steel

합기도 [合氣道] (合气道) hé qì dào <合気道> あいきどう {合氣道} hợp khí đạo ◊ aikido

합당 [合當] (恰当) qiàdàng <適切> てきせつ {適合} thích hợp ◊ appropriate

합력 [合力] (合力) hélì <合力> ごうりょく {合力} hợp lực ◊ join forces

합류 [合流] (合流) héliú <合流> ごうりゅう {合流} hợp lưu ◊ confluence

합리 [合理] (合理) hélǐ <合理> ごうり {合理} hợp lý ◊ plausible

합리주의 [合理主義] (合理主义) hélǐ zhǔyì <合理主義> ごうりしゅぎ {主義合理} chủ nghĩa hợp lý ◊ rationalism

합법 [合法] (合法) héfǎ <合法> ごうほう {合法} hợp pháp ◊ legitimate

합법성 [合法性] (合法性) héfǎxìng <合法性> ごうほうせい {性合法} tính hợp pháp ◊ legality

합법화 [合法化] (合法化) héfǎhuà <合法化> ごうほうか {合法化} hợp pháp hóa ◊ legalization

합병 [合併] (合并) hébìng <合併> がっぺい {合一} hợp nhất ◊ merge

합병증 [合併症] (并发症) bìngfāzhèng <合併症> がっぺいしょう {變症} biến chứng ◊ complicating disease

합산 [合算] (合算) hésuàn <合算> がっさん {合算} hợp toán ◊ totaling

합석 [合席] (合席) hé xí <合席> ごうせき {合席} hợp tịch ◊ joint seat

합성 [合成] (合成) héchéng <合成> ごうせい {合成} hợp thành ◊ synthesis

합성력 [合成力] (合成力) héchéng lì <合成力> ごうせいりょく {力量合成} lực lượng hợp thành ◊ resultant force

합성법 [合成法] (合成法) héchéngfǎ <合成法> ごうせいほう {㳒總合} phép tổng hợp ◊ synthetic method

합성사료 [合成飼料] (合成饲料) héchéng sìliào <合成飼料> ごうせいしりょう {哧飰家畜總合} thức ăn gia súc tổng hợp ◊ synthetic feed

합성섬유 [合成纖維] (合成纤维) héchéng xiānwéi <合成繊維> ごうせいせんい {絍總合} sợi tổng hợp ◊ synthetic fiber

합성수지 [合成樹脂] (合成树脂) héchéng shùzhī <合成樹脂> ごうせいじゅし {茹總合} nhựa tổng hợp ◊ synthetic resin

합성어 [合成語] (合成词) héchéngcí <合成語> ごうせいご {詞拰} từ ghép ◊ composite words

합성지 [合成紙] (合成纸) héchéng zhǐ <合成紙> ごうせいし {紙總合} giấy tổng hợp ◊ synthetic paper

합성피혁 [合成皮革] (合成皮革) héchéng pígé <合成皮革> ごうせいひかく {䏧總合} da tổng hợp ◊ synthetic leather

합의 [合意] (合意) héyì <合意> ごうい {合意} mong muốn ◊ desirable

합일 [合一] (合一) héyī <合一> ごういつ {合一} đồng bộ ◊ syncretic

합자 [合資] (合资) hézī <合資> ごうし {合資} hợp tư ◊ joint investment

합자 [合字] (合字) hé zì <合字> ごうじ {合字} hợp tự ◊ ligature

합작 [合作] (合作) hézuò <合作> がっさく {合作} hợp tác ◊ cooperate

합작사 [合作社] (合作社) hézuòshè <協同組合> きょうどうくみあい {合作社} hợp tác xã ◊ cooperative

합장 [合葬] (合葬) hézàng <合葬> がっそう {合葬} hợp táng ◊ joint burial

합저 [合著] (合着) hézhù <合著> がっちょ {合著} hợp trước ◊ co-author; joint authorship

합주 [合奏] (合奏) hézòu <合奏> がっそう {合奏} hợp tấu ◊ concert

합중 [合衆] (合众) hé zhòng <合衆> がっしゅう {合衆} hiệp chúng ◊ united

합중국 [合衆國] (合众国) hézhòngguó <合衆国> がっしゅうこく {合衆國} Hợp Chúng Quốc ◊ United States

합집 [合集] (合集) hé jí <合集> がっしゅう {合集} hợp tập ◊ collection

합창 [合唱] (合唱) héchàng <合唱> がっしょう {合唱} hợp xướng ◊ chorus

합창곡 [合唱曲] (合唱曲) héchàng qū <合唱曲> がっしょうきょく {合唱曲} hợp xướng khúc ◊ chorus

합창단 [合唱團] (合唱团) héchàngtuán <合唱团> がっしょうだん {合唱團} hợp xướng đoàn ◊ chorus group

합창대 [合唱隊] (合唱队) héchàng duì <合唱隊> がっしょうたい {合唱隊} hợp xướng đội ◊ choir ensemble

합치 [合致] (合致) hé zhì <合致> がっち {合致} hợp trí ◊ agreement

합하다 [合하다] (合起来) hé qǐlai <合わせて> あわせて {總共} tổng cộng ◊ in all; in total

합환 [合歡] (合欢) hé huān <合歡> ごうかん {合歡} hợp hoan ◊ acacia

합환목 [合歡木] (合欢树) hé huān shù <合歡木> ごうかんぼく|ねむのき {合歡} hợp hoan ◊ silk tree

항거 [抗拒] (抗拒) kàngjù <抗拒> こうきょ {抗拒} chống lại ◊ resist

항공 [航空] (航空) hángkōng <航空> こうくう {航空} hàng không ◊ aviation

항공 발동기 [航空發動機] (航空发动机) hángkōng fādòngjī <航空エンジン> こうくう engine {動機航空} động cơ hàng không ◊ aircraft engines

항공권 [航空券] (机票) jīpiào <航空券> こうく うけん {脈檟攃} vé máy bay ◊ air ticket

항공기 [航空機] (航空机) hángkōngjī <航空機> こうくうき {檟攃} máy bay ◊ aircraft

항공기소음 [航空機騷音] (飞机噪音) fēijī zàoyīn <航空機騷音> こうくうきそうおん {嗒嘔檟攃} tiếng ồn máy bay ◊ aircraft noise

항공도 [航空圖] (航空图) hángkōng tú <航空图> こうくうず {航空圖} hàng không đồ ◊ aeronautical charts

항공등 [航空燈] (航空灯) hángkōng dēng <航空灯> こうくうとう {繐航空} đèn hàng không ◊ aviation lights

항공모함 [航空母艦] (航空母舰) hángkōng mǔ jiàn <航空母艦> こうくうぼかん {航空母艦; 艪璘攃} hàng không mẫu hạm; tàu sân bay ◊ aircraft carrier

항공소음 [航空騷音] (航空噪声) hángkōng zàoshēng <航空騷音> こうくうそうおん {嗒嘔航空} tiếng ồn hàng không ◊ aviation noise

항공연료 [航空燃料] (航空燃料) hángkōng ránliào <航空燃料> こうくうねんりょう {燃料航空} nhiên liệu hàng không ◊ aviation fuel

항공우편 [航空郵便] (航空信) hángkōng xìn <航空便> こうくうびん {蹧航空} đường hàng không ◊ by airmail

항공운송 [航空運送] (空运) kōngyùn <航空運送> こうくううんそう {空運} không vận ◊ air transport

항공전 [航空戰] (空中战争) kōng zhōng zhànzhēng <航空戰> こうくうせん {航空戰} hàng không chiến ◊ aviation war

항공편 [航空便] (航班) hángbān <航空便> こうくうびん {轉攃|轉彤} chuyến bay ◊ flight

항공편번호 [航空便番號] (航班号) hángbān háo <航空便便名> こうくうびんびんめい {數號轉攃} số hiệu chuyến bay ◊ flight number

항공학 [航空學] (航空学) hángkōng xué <航空学> こうくうがく {航空學} hàng không học ◊ aeronautics

항공항 [航空港] (飞机场) fēijīchǎng <空港> くうこう {航空港} hàng không cảng ◊ airports

항구 [港口] (港口) gǎngkǒu <港> みなと {港} cảng ◊ harbor

항구 [恒久] (恒久) héngjiǔ <恒久> こうきゅう {恒久} hằng cửu ◊ permanent

항구사용비 [港口使用費] (港口使用费) gǎngkǒu shǐyòng fèi <港口使用費> こうこうしようひ

{費使用港} phí sử dụng cảng ◊ port usage fees

항균 [抗菌] (抗菌) kàngjūn <抗菌> こうきん {抗菌} kháng khuẩn ◊ antibacterial

항균성 [抗菌性] (抗菌性) kàngjūn xìng <抗菌性> こうきんせい {性抗菌} tính kháng khuẩn ◊ bacterinertness

항내 [港內] (港內) gǎng nèi <港內> こうない {港內} cảng nội ◊ in harbor

항담 [巷談] (巷谈) xiàng tán <巷談> こうだん {巷談} hạng đàm ◊ gossip

항독 [抗毒] (抗毒) kàng dú <抗毒> こうどく {抗毒} kháng độc ◊ anti-drug

항독소 [抗毒素] (抗毒素) kàngdúsù <抗毒素> こうどくそ {抗毒素} kháng độc tố ◊ antitoxin

항등식 [恒等式] (恒等式) héngděngshì <恒等式> こうとうしき {恒等式} hằng đẳng thức ◊ identity in mathematics

항려 [伉儷] (伉俪) kànglì <伉儷> こうれい {伉儷} kháng lệ ◊ couple

항력 [抗力] (抗力) kàng lì <抗力> こうりょく {抗力} kháng lực ◊ resistance

항만 [港灣] (港湾) gǎngwān <港湾> こうわん {港} cảng ◊ harbor

항만관리 [港灣管理] (港务) gǎng wù <港湾管理> こうわんかんり {港務} cảng vụ ◊ port business

항만사용료 [港灣使用料] (港务税) gǎngwùshuì <港湾使用料> こうわんしようりょう {費使用港} phí sử dụng cảng ◊ harbor fee

항만수역 [港灣水域] (港口水域) gǎngkǒu shuǐyù <港湾水域> こうわんすいいき {壋洛港} vùng nước cảng ◊ harbor waters

항목 [項目] (項目) xiàngmù <項目> こうもく {項目} hạng mục ◊ item; heading; category; clause

항문 [肛門] (肛门) gāngmén <肛門> こうもん {後門} hậu môn ◊ anus

항변 [抗辯] (抗辩) kàngbiàn <抗辯> こうべん {抗辯} kháng biện ◊ protest; refutation; pleading

항복 [降伏|降服] (降伏) xiángfú <降伏> こうふく {降伏} hàng phục ◊ subdue

항상 [恒常] (恒常) héng cháng <恒常> こうじょう {恒常} hằng thường ◊ constant

항생 [抗生] (抗生) kàng shēng <抗生> こうせい {抗生} kháng sinh ◊ antibiotic

항생물질 [抗生物質] (抗生素) kàngshēngsù <抗生物質> こうせいぶっしつ {質抗生} chất kháng sinh ◊ antibiotic biomass

항성 [恒星] (恒星) héngxīng <恒星> こうせい {恒星} hằng tinh ◊ fixed star

항소 [抗訴] (上诉) shàngsù <抗訴> こうそ {抗訴} kháng tố ◊ accuse

항수 [恒數] (恒数) héng shǔ <恒数> こうすう {恒數} hằng số ◊ constant number

항심 [恒心] (恒心) héngxīn <恒心> こうしん {恒心} hằng tâm ◊ perseverance

항아리 [缸아리] (坛子) tánzi <甕> かめ {瓶埳} bình đất ◊ earthen jar

항암 [抗癌] (抗癌) kàng'ái <抗癌> こうがん {抗癌} kháng nham ◊ anticancer

항온 [恒溫] (恒温) héngwēn <恒温> こうおん {恒溫} hằng ôn ◊ constant temperature

항온대 [恒溫帶] (恒温带) héngwēn dài <恒温带> こうおんたい {恒溫帶} hằng ôn đới ◊ constant temperature zone

항온층 [恒溫層] (恒温层) héngwēn céng <恒温層> こうおんそう {恒溫層} hằng ôn tằng ◊ thermostatic layer

항운 [航運] (航运) hángyùn <航運> こううん {航運} hàng vận ◊ shipping

항원 [抗原] (抗原) kàngyuán <抗原> こうげん {抗原} kháng nguyên ◊ antigen

항의 [抗議] (抗议) kàngyì <抗議> こうぎ {抗議} kháng nghị ◊ protest

항일 [抗日] (抗日) kàng rì <抗日> こうにち {㩐日} chống Nhật ◊ anti-Japanese

항쟁 [抗爭] (抗争) kàngzhēng <抗争> こうそう {㩐拒} chống cự ◊ dispute; struggle; strife; resistance

항적 [航跡] (航迹) hángjì <航跡> こうせき {航跡} hàng tích ◊ flight path

항적 [抗敵] (抗敌) kàng dí <抗敵> こうてき {抗敵} kháng địch ◊ resist enemy

항전 [抗戰] (抗战) kàngzhàn <抗戰> こうせん {抗戰} kháng chiến ◊ war of resistance

항체 [抗體] (抗体) kàngtǐ <抗体> こうたい {抗體} kháng thể ◊ antibody

항하 [恒河] (恒河) héng hé <恒河> ごうが {恒河} Hằng Hà ◊ Ganges River

항해 [航海] (航海) hánghǎi <航海> こうかい {航海} hàng hải ◊ navigation

항행 [航行] (航行) hángxíng <航行> こうこう {航行} hàng hành ◊ voyage

항행도 [航行圖] (导航图) dǎoháng tú <航行图> こうこうず {航行圖} hàng hành đồ ◊ navigation charts

항행방향 [航行方向] (航向) hángxiàng <航路> こうろ {路程航海} lộ trình hàng hải ◊ navigation course

해각 [海角] (海角) hǎijiǎo <岬> みさき {髒塇} mũi đất ◊ cape

해갈 [解渴] (解渴) jiěkě <渴きを癒す> かわきをいやす {解渴} giải khát ◊ ease thirst

해결 [解決] (解决) jiějué <解決> かいけつ {解決} giải quyết ◊ settle

해경 [海警] (海警) hǎi jǐng <海警> かいけい {海警} hải cảnh ◊ coast guard

해고 [解雇] (解雇) jiěgù <除名> じょめい {開除} khai trừ ◊ dismissal of an employee; expelled

해골 [骸骨] (骸骨) háigǔ <骸骨> がいこつ {骸骨} hài cốt ◊ skeleton

해구 [海溝] (海沟) hǎigōu <海溝> かいこう {海溝} hải câu ◊ sea trench

해구 [海鷗] (海鸥) hǎi’ōu <海鸥> うみかもめ {海鷗} hải âu ◊ seagull

해국 [海國] (海国) hǎi guó <海国> かいこく {海國} hải quốc ◊ maritime nation

해군 [海軍] (海军) hǎijūn <海軍> かいぐん {海軍} hải quân ◊ navy

해군기 [海軍機] (海军飞机) hǎijūn fēijī <海軍機> かいぐんき {海軍機} hải quân cơ ◊ navy aircraft

해군력 [海軍力] (海军力量) hǎijūn lìliang <海軍力> かいぐんりょく {海軍力} hải quân lực ◊ naval power

해군함선 [海軍艦船] (海军舰船) hǎijūn jiànchuán <海軍艦船> かいぐんかんせん {船海軍} thuyền hải quân ◊ naval ships

해군함정 [海軍艦艇] (海军舰艇) hǎijūn jiàntǐng <海軍艦艇> かいぐんかんてい {艦海軍} tàu hải quân ◊ naval vessels

해금 [海禁] (海禁) hǎijìn <海禁> かいきん {海禁} hải cấm ◊ sea ban

해금 [解禁] (解禁) jiějìn <解禁> かいきん {解禁} giải cấm ◊ remove the ban

해녀 [海女] (海女) hǎi nǔ <海女> あま {海女} hải nữ ◊ *ama*; woman working in the sea

해달 [海獺] (海獭) hǎitǎ <海獺> らっこ {獙舭瀿} rái cá biển ◊ sea otter

해답 [解答] (解答) jiědá <解答> かいとう {解答} giải đáp ◊ answer

해당 [該當] (恰好) qiàhǎo <該当> がいとう {相當} tương đương ◊ corresponding to; being applicable to; equivalent

해당 [海棠] (海棠) hǎitáng <海棠> かいどう {海棠} hải đường ◊ begonia

해도 [海島] (海岛) hǎidǎo <海島> かいとう {海島} hải đảo ◊ sea island

해도 [海圖] (海图) hǎi tú <海図> かいず {海圖} hải đồ ◊ sea chart

해독 [害毒] (害毒) hài dú <害毒> がいどく {害毒} hại độc ◊ poisonous

해독 [解毒] (解毒) jiědú <解毒> げどく {解毒} giải độc ◊ detoxification

해독 [解讀] (解读) jiědú <解読> かいどく {解讀} giải độc ◊ unscramble; decipherment

해독기 [解讀器] (解读器) jiědú qì <デコーダ> decoder {椹讀程} đồ đọc trình ◊ interpreter

해독제 [解毒劑] (解毒药) jiědú yào <解毒剂> げどくざい {糵解毒} thuốc giải độc ◊ antidote

해량 [海量] (海量) hǎiliàng <大量> たいりょう {大量} đại lượng ◊ great capacity for liquor; magnanimity; massive

해령 [海嶺] (海岭) hǎilǐng <海嶺> かいれい {海嶺} hải lĩnh ◊ submarine ridge; ocean ridge

해로 [海路] (海路) hǎi lù <海路> かいろ {海路} hải lộ ◊ sea route; sea way

해록 [海鹿] (海鹿) hǎi lù <海鹿> うみしか {海鹿} hải lộc ◊ sea deer

해롭다 [害롭다] (有害) yǒuhài <有害> ゆうがい {睸害|固害} có hại ◊ harmful

해룡 [海龍] (海龙) hǎi lóng <海竜> かいりゅう {海龍} hải long ◊ sea dragon

해류도 [海流圖] (洋流图) yángliú tú <海流図> かいりゅうず {海流圖} hải lưu đồ ◊ sea current diagram

해륙풍 [海陸風] (海陆风) hǎilù fēng <海陸風> かいりくふう {蠤凌臥陸地} gió biển vào lục địa ◊ sea land wind

해리 [海里] (海里) hǎilǐ <海里> かいり {海里} hải lý ◊ nautical mile

해리 [解離] (解离) jiě lí <解離> かいり {解離} giải ly ◊ dissociation

해마 [海馬] (海马) hǎimǎ <海馬> かいば {海馬} hải mã ◊ sea horse

해면 [海綿] (海绵) hǎimián <海綿> かいめん {海綿} hải miên ◊ sponge

해면 [海面] (海面) hǎimiàn <海面> かいめん {海面} hải diện ◊ sea level; sea surface

해면간척 [海面干拓] (海面围垦) hǎimiàn wéikěn <海面干拓> かいめんかんたく {改造壧瀿} cải tạo bãi biển ◊ tidal land reclamation; land reclamation from sea

해면체 [海綿體] (海绵体) hǎimiántǐ <海綿体> かいめんたい {海綿體} hải miên thể ◊ corpora cavernosa

해명 [海鳴] (海鸣) hǎi míng <海鳴り> うみなり {音聲瀺} âm thanh biển ◊ sea sounds

해명 [解明] (澄清) chéngqīng <解明> かいめい {屬轍明白} trở nên minh bạch ◊ explication; explaining; unravelling; become transparent

해미 [海味] (海味) hǎiwèi <海味> うみあじ {海味} hải vị ◊ sea food

해박한 [該博한] (渊博的) yuānbó de <深い知恵> ふかいちえ {智識濠鉋} trí thức sâu sắc ◊ profound

해발 [海拔] (海拔) hǎibá <海拔> かいばつ {海拔} hải bạt ◊ sea level

해방 [海防] (海防) hǎifáng <海防> かいぼう {海防} hải phòng ◊ coast defence

해방 [解放] (解放) jiěfàng <解放> かいほう {解放} giải phóng ◊ liberate

해방구 [解放區] (解放区) jiěfàngqū <解放区> かいほうく {區解放} khu giải phóng ◊ liberated areas

해방군 [解放軍] (解放军) jiěfàngjūn <解放軍> かいほうぐん {軍解放} quân giải phóng ◊ People's Liberation Army; PLA

해법 [解法] (解法) jiěfǎ <解法> かいほう {解法} giải pháp ◊ solution

해변 [海邊] (海边) hǎibiān <海辺> うみべ {坡瀺|坡濙|坡漏} bờ biển ◊ beach

해병 [海兵] (海兵) hǎi bīng <海兵> かいへい {海兵} hải binh ◊ mariners

해병대 [海兵隊] (海军陆战队) hǎijūn lùzhànduì <海兵隊> かいへいたい {水軍陸戰} thủy quân lục chiến ◊ marine corps

해부 [解剖] (解剖) jiěpōu <解剖> かいぼう {解剖} giải phẫu ◊ dissect

해부도 [解剖刀] (解剖刀) jiěpōu dāo <解剖刀> かいぼうがたな {解剖刀} giải phẫu đao ◊ scalpel

해부학 [解剖學] (解剖学) jiěpōuxué <解剖学> かいぼうがく {解剖學} giải phẫu học ◊ anatomy

해분 [海盆] (海盆) hǎi pén <大洋盆地> たいようぼんち {盆瀺} bồn biển ◊ ocean basin

해빈 [海濱] (海滨) hǎibīn <海浜> かいひん {海濱} hải tân ◊ seashore

해빈채광 [海濱採鑛] (海滨采矿) hǎitān yūjī <海浜采鉱> かいひんさいこう {開拓鍒壙瀺} khai thác mỏ bãi biển ◊ beach mining

해산 [海山] (海山) hǎi shān <海山> うみやま {海山} hải sơn ◊ seamount

해산 [解散] (解散) jiěsàn <解散> かいさん {解散} giải tán ◊ disband

해산물 [海産物] (海产) hǎichǎn <海産物> かいさんぶつ {海産} hải sản ◊ seafood

해상 [海象] (海象) hǎixiàng <海象> せいうち {海象} hải tượng ◊ walrus

해상공원 [海上公園] (海上公园) hǎishàng gōngyuán <海上公園> かいじょうこうえん {公園海洋} công viên hải dương ◊ marine park; submarine park

해상도 [解像度] (分辨度) fēnbiàn dù <解像度> かいぞうど {解像度} giải tượng độ ◊ resolution

해상력 [解像力] (分辨率) fēnbiànlǜ <解像力> かいぞうりょく {解像力} giải tượng lực ◊ resolutions

해상법 [海商法] (海商法) hǎi shāng fǎ <海商法> かいしょうほう {海商法} hải thương pháp ◊ maritime law

해상법 [海上法] (海洋法) hǎiyáng fǎ <海上法> かいじょうほう {海洋法} hải dương pháp ◊ law of the sea

해상보험 [海上保險] (海上保险) hǎishàng bǎoxiǎn <海上保険> かいじょうほけん {保險航海} bảo hiểm hàng hải ◊ offshore insurance

해상소각 [海上燒却] (海上焚烧) hǎishàng fénshāo <海上燒却> かいじょうしょうきゃく {熗烴蓮渙} đốt cháy trên biển ◊ ocean incineration

해상운송 [海上運送] (海洋运输) hǎiyáng yùnshū <海上運送> かいじょううんそう {運載瀺} vận tải biển ◊ ocean transportation

해생물 [海生物] (海洋生物) hǎiyáng shēngwù <海生物> かいせいぶつ {海生物} hải sinh vật ◊ marine life

해서산맹 [海誓山盟] (海誓山盟) hǎi shì shān méng <海誓山盟> かいせいさんめい {海誓山盟} hải thệ sơn minh ◊ a solemn pledge of love

해석 [解釋] (解释) jiěshì <解釈> かいしゃく {解釋} giải thích ◊ interpretation

해석 [解析] (解析) jiěxī <解析> かいせき {解析} giải tích ◊ factor; analyze

해석기관 [解析機關] (分析机) fēnxī jī <分析器> ぶんせきき {橌分析} máy phân tích ◊ analyzer

해석역학 [解析力學] (分析力学) fēnxī lìxué <解

析力学> かいせきりきがく {機學分析} cơ học phân tích ◊ analytical dynamics

해석학 [解析學] (解析数学) jiěxī shùxué <解析学> かいせきがく {解析學} giải tích học ◊ analytics

해선 [海鮮] (海鲜) hǎixiān <海鮮> かいせん {海産} hải sản ◊ seafood

해설 [解說] (解说) jiěshuō <解説> かいせつ {解說} giải thuyết ◊ explanation

해설자 [解說者] (评论员) pínglùnyuán <評論家> ひょうろんか {評論員} bình luận viên ◊ commentator

해성 [海星] (海星) hǎixīng <海星> ひとで {海星} hải tinh ◊ starfish

해소 [解消] (解消) jiě xiāo <解消> かいしょう {解消} giải tán ◊ dissolution

해수 [海水] (海水) hǎishuǐ <海水> かいすい {渚浚} nước biển ◊ sea water

해수욕 [海水浴] (海水浴) hǎishuǐ yù <海水浴> かいすいよく {泚浚} tắm biển ◊ seawater baths; sea bathing

해수욕장 [海水浴場] (海水浴场) hǎishuǐ yùchǎng <海水浴場> かいすいよくじょう {壩泚浚} bãi tắm biển ◊ swimming beach

해시계 [해時計] (日晷) rìguǐ <日時計> にちとけい {銅鋪稫죠|銅鋪稫죠} đồng hồ mặt trời ◊ sundial

해아 [孩兒] (孩儿) háir <子供> こども {孩兒} hài nhi ◊ child

해악 [害惡] (害恶) hài è <害悪> がいあく {害惡} hại ác ◊ evil

해안경비대 [海岸警備隊] (海岸警卫队) hǎi'àn jǐngwèi duì <沿岸警備隊> えんがんけいびたい {警察浚} cảnh sát biển ◊ coastguard

해안단구 [海岸段丘] (海岸段丘) hǎi'àn duàn qiū <海岸段丘> かいがんだんきゅう {珊瑪垻浚} gò đất bờ biển ◊ coastal section hill

해안선 [海岸線] (海岸线) hǎi'ànxiàn <海岸線> かいがんせん {蹚垻浚} đường bờ biển ◊ coastline

해안지형 [海岸地形] (海岸地形) hǎi'àn dìxíng <海岸地形> かいがんちけい {地形貧浚} địa hình ven biển ◊ coastal topography

해안평야 [海岸平野] (海岸平原) hǎi'àn píngyuán <海岸平原> かいがんへいげん {瞳平邊漏|垌平貧浚} đồng bằng ven biển ◊ coastal plain

해양 [海洋] (海洋) hǎiyáng <海洋> かいよう {海洋} hải dương ◊ ocean

해양개발 [海洋開發] (海洋开发) hǎiyáng kāifā <海洋開発> かいようかいはつ {發展浚} phát triển biển ◊ marine development; ocean development

해양경제 [海洋經濟] (海洋经济) hǎiyáng jīngjì <海洋経济> かいようけいざい {經濟海洋} kinh tế hải dương ◊ marine economy

해양공간 [海洋空間] (海洋空间) hǎiyáng kōngjiān <海洋空間> かいようくうかん {空間浚} không gian biển ◊ marine space

해양과학 [海洋科學] (海洋科学) hǎiyáng kēxué <海洋科学> かいようかがく {科學浚} khoa học biển ◊ marine science

해양국 [海洋國] (海洋国) hǎiyáng guó <海洋国> かいようこく {醞海洋} nước hải dương ◊ ocean country

해양동물 [海洋動物] (海洋动物) hǎiyáng dòngwù <海洋動物> かいようどうぶつ {動物浚} động vật biển ◊ marine animal

해양목장 [海洋牧場] (海洋牧场) hǎiyáng mùchǎng <海洋牧場> かいようぼくじょう {饒鱗蓮浚} chăn nuôi trên biển ◊ marine farm; aquaculture marine ranching

해양미생물 [海洋微生物] (海洋微生物) hǎiyáng wēishēngwù <海洋微生物> かいようびせいぶつ {微生物浚} vi sinh vật biển ◊ marine microbes

해양보호 [海洋保護] (海洋保护) hǎiyáng bǎohù <海洋保護> かいようほご {保衛浚} bảo vệ biển ◊ marine conservation

해양산업 [海洋産業] (海洋产业) hǎiyáng chǎnyè <海洋産業> かいようさんぎょう {工業海洋} công nghiệp hải dương ◊ marine industry; ocean industry

해양생물 [海洋生物] (海洋生物) hǎiyáng shēngwù <海洋生物> かいようせいぶつ {生物浚} sinh vật biển ◊ marine organism

해양생물학 [海洋生物學] (海洋生物学) hǎiyáng shēngwùxué <海洋生物学> かいようせいぶつがく {生學浚} sinh học biển ◊ marine biology

해양생태 [海洋生態] (海洋生态) hǎiyáng shēngtài <海洋生態> かいようせいたい {生態浚} sinh thái biển ◊ marine ecosystem

해양성 [海洋性] (海洋性) hǎiyángxing <海洋性> かいようせい {性海洋} tính hải dương ◊ maritime

해양성기단 [海洋性氣團] (海洋气团) hǎiyáng qìtuán <海洋性気団> かいようせいきだん {塊

空氣大洋} khối không khí đại dương ◊ oceanic air mass

해양성기후 [海洋性氣候] (海洋性气候) hăiyángxìng qìhòu <海洋性気候> かいようせいきこう {氣候大洋} khí hậu đại dương ◊ maritime climate

해양식물 [海洋植物] (海洋植物) hăiyáng zhíwù <海洋植物> かいようしょくぶつ {實物灢} thực vật biển ◊ marine plant; oceanic plant

해양어업 [海洋漁業] (海洋渔业) hăiyáng yúyè <海洋漁業> かいようぎょぎょう {雲魟灢} nghề cá biển ◊ marine fishery; marine fishing

해양오염 [海洋汚染] (海洋污染) hăiyáng wūrăn <海洋汚染> かいようおせん {污染灢} ô nhiễm biển ◊ marine pollution; ocean pollution

해양자원 [海洋資源] (海洋资源) hăiyáng zīyuán <海洋資源> かいようしげん {材源灢} tài nguyên biển ◊ marine resources

해양지질학 [海洋地質學] (海洋地质学) hăiyáng dìzhìxué <海洋地質学> かいようちしつがく {地質學灢} địa chất học biển ◊ marine geology

해양처분 [海洋處分] (海洋处置) hăiyáng chǔzhì <海洋处分> かいようしょり {處理航海} xử lý hàng hải ◊ marine disposal

해양학 [海洋學] (海洋学) hăiyángxué <海洋学> うみようがく {海洋學} hải dương học ◊ oceanography

해양환경 [海洋環境] (海洋环境) hăiyáng huánjìng <海洋環境> かいようかんきょう {媒場灢} môi trường biển ◊ marine environment

해역 [海域] (海域) hăiyù <海域> かいいき {墥灢 |旌滠} vùng biển ◊ sea area

해연 [海燕] (海燕) hăi yàn <海燕> かいえん {海燕} hải yến ◊ storm petrels

해열 [解熱] (解热) jiěrè <解熱> げねつ {解熱} giải nhiệt ◊ antipyretic

해열제 [解熱劑] (退烧药) tuìshāo yào <解熱剂> げねつざい {藥下燁} thuốc hạ sốt ◊ antipyretic

해왕성 [海王星] (海王星) hăiwángxīng <海王星> かいおうせい {海王星; 軽海王} Hải Vương Tinh; Sao Hải Vương ◊ Neptune

해외 [海外] (海外) hăi wài <海外> かいがい {海外} hải ngoại ◊ overseas

해우 [海牛] (海牛) hăiniú <海牛> うみうし {海牛} hải ngưu ◊ manatee

해우소 [解憂所] (厕所) cèsuǒ <便所> べんじょ {宷衛生} nhà vệ sinh ◊ restroom; lavatory; washroom

해운 [海運] (海运) hăiyùn <海運> かいうん {海運} hải vận ◊ shipping by sea

해운업 [海運業] (海洋航运) hăiyáng hángyùn <海運業> かいうんぎょう {海運業} hải vận nghiệp ◊ maritime industry

해원 [解怨] (解怨) jiě yuàn <恨みを解く> うらみをとく {解怨} giải oán ◊ resolve grievances

해위 [解圍] (解围) jiěwéi <解囲> かいかこい {解圍} giải vây ◊ debarrass; breaking the enemy siege

해의 [解義] (释义) shìyì <解義> かいぎ {解義} giải nghĩa ◊ interpretation

해일 [海溢] (海啸) hăixiào <津波> つなみ {涍神} sóng thần ◊ tsunami

해임 [解任] (解任) xiè rén <解任> かいにん {免任} miễn nhậm ◊ dismissal

해저 [海底] (海底) hăidĭ <海底> かいてい {海底} hải đề ◊ seabed

해저곡 [海底谷] (海底峡谷) hăidĭ xiágǔ <海底谷> かいていこく {海底谷} hải để cốc ◊ submarine valley

해저유전 [海底油田] (海底油田) hăidĭ yóutián <海底油田> かいていゆでん {鎳油迋渡} mỏ dầu dưới biển ◊ off shore oil field

해적 [海賊] (海盗) hăidào <海賊> かいぞく {海盗} hải đao ◊ pirate; corsair; corsair

해적선 [海賊船] (海盗船) hăidào chuán <海賊船> かいぞくせん {軆海盗} tàu hải đạo ◊ pirate ship; corsair

해전 [海戰] (海战) hăizhàn <海戰> かいせん {海戰} hải chiến ◊ naval warfare

해제 [解除] (解除) jiěchú <解除> かいじょ {解除} giải trừ ◊ relieve

해제 [解題] (解题) jiětí <解題> かいだい {解題} giải đề ◊ solving

해조 [海鳥] (海鸟) hăi niăo <海鳥> うみどり {海鳥} hải điểu ◊ seabird

해조 [海藻] (海藻) hăizăo <海藻> かいそう {海藻} hải tảo ◊ seaweed

해조 [害鳥] (害鸟) hàiniăo <害鳥> がいちょう {害鳥} hại điểu ◊ vermin bird

해중 [海中] (海中) hăi zhōng <海中> かいちゅう {海中} hải trung ◊ in the sea

해직 [解職] (解职) jiězhí <解職> かいしょく {解職} giải chức ◊ sacked; discharge; dismissal

해체 [解體] (解体) jiětĭ <解体> かいたい {解體}

giải thể ◊ disintegrate

해초 [海草] (海草) hăicăo <海草> かいそう {海草} hải thảo ◊ seaweed

해충 [害蟲] (害虫) hàichóng <害虫> がいちゅう {害蟲} hại trùng ◊ vermin

해치다 [害치다] (弄伤) lòngshāng <傷付ける> きずつける {傷害} thương hại ◊ injure

해커 [hacker] (黑客) hēi kè <ハッカー> hacker {魁賊} tin tặc ◊ hacker

해탈 [解脫] (解脱) jiětuō <解脱> かい脱 {解脱} giải thoát ◊ extrication

해태 [懈怠] (懈怠) jiědài <懈怠> けたい {懈怠} giải đãi ◊ slack

해표 [海豹] (海豹) hăibào <海豹> かいひょう {海豹} hải báo ◊ seal

해풍 [海風] (海风) hăifēng <海風> うみかぜ {蠶洨} gió biển ◊ sea breeze

해학 [諧謔] (谐谑) xiéxuè <諧謔> かいぎゃく {嚹呃} trêu chọc ◊ joke; jest; humor; banter

해항 [海港] (海港) hăigăng <海港> かいこう {海港} hải cảng ◊ seaport

해혈 [咳血] (咳血) hāi xuè <喀血> かっけつ {疼岬} ho máu ◊ hemoptysis; coughing up blood; lung hemorrhage

해협 [海峽] (海峡) hăixiá <海峡> うみきょう {海峽} hải hạp ◊ strait channel

해화석 [海花石] (海花石) hăi huā shí <海花石> うみかせき {海花石} hải hoa thạch ◊ sea flower stone

핵 [核] (核) hé <核> かく {核仁; 穊} hạt nhân; hột ◊ nuclear; fruit stone; pit; pip

핵기술 [核技術] (核技术) hé jishù <核技術> かくぎじゅつ {工藝核仁} công nghệ hạt nhân ◊ nuclear technology

핵력 [核力] (核力) hé lì <核力> かくりょく {力量核仁} lực lượng hạt nhân ◊ nuclear force

핵막 [核膜] (核膜) hé mó <核膜> かくまく {腜核仁} màng hạch nhân ◊ nuclear membrane

핵무기 [核武器] (核武器) héwǔqì <核兵器> かくへいき {武器核仁} vũ khí hạt nhân ◊ nuclear weapon

핵물리학 [核物理學] (核物理学) héwùlǐ xué <核物理学> かくぶつりがく {物理核仁} vật lý hạt nhân ◊ nuclear physics

핵반응 [核反應] (核反应) héfănyìng <核反应> かくはんのう {反應核仁} phản ứng hạt nhân ◊ nuclear reaction

핵분열 [核分裂] (核分裂) héfēnliè <核分裂> かくぶんれつ {分核核仁} phân hạch hạt nhân ◊ nuclear fission

핵산 [核酸] (核酸) hésuān <核酸> かくさん {核酸} hạch toan ◊ nucleic acid

핵설계 [核設計] (核设计) hé shèjì <核設計> かくせっけい {設計核仁} thiết kế hạt nhân ◊ nuclear design

핵시설 [核施設] (核设施) héshèshī <核施設> かくしせつ {基礎核仁} cơ sở hạt nhân ◊ nuclear installation

핵실험 [核實驗] (核试验) héshìyàn <核実験> かくじっけん {試驗核仁} thử nghiệm hạt nhân ◊ nuclear test

핵심 [核心] (核心) héxīn <核心> かくしん {核心} hạch tâm ◊ core

핵안전 [核安全] (核安全) hé ānquán <核安全> かくあんぜん {安全核仁} an toàn hạt nhân ◊ nuclear safety

핵에너지 [核 energy] (核能) hénéng <核エネルギー> かく energy {核能} hạt năng ◊ nuclear energy

핵연료 [核燃料] (核燃料) héránliào <核燃料> かくねんりょう {燃料核仁} nhiên liệu hạt nhân ◊ nuclear fuel

핵자 [核子] (核子) hézǐ <核子> かくし {核子} hạch tử ◊ nucleon

핵전쟁 [核戰爭] (核战争) hé zhànzhēng <核戰争> かくせんそう {戰爭核仁} chiến tranh hạt nhân ◊ nuclear war

핵전하 [核電荷] (核电荷) hédiàn hé <核電荷> かくでんか {電積核仁} điện tích hạt nhân ◊ nuclear charge

핵충돌 [核衝突] (核碰撞) hé pèngzhuàng <核衝突> かくしょうとつ {搞撍核仁} va chạm hạt nhân ◊ nuclear collision

핵탄두 [核彈頭] (核弹头) hédàntóu <核弾頭> かくだんとう {頭核彈} đầu hạt đạn ◊ nuclear warhead

핵폭발 [核爆發] (核爆炸) hébàozhà <核爆発> かくばくはつ {務烞核仁} vụ nổ hạt nhân ◊ nuclear explosion

핵폭탄 [核爆彈] (核弹) hédàn <核爆弾> かくばくだん {鋀核彈} bom hạch đạn ◊ nuclear bomb

핸드백 [handbag] (手提包) shǒutíbāo <手提げ> てさげ {襬擦牁} túi xách tay ◊ handbag

핸드폰 [handphone] (手机) shǒu jī <携帯電話> けいたいでんわ {電話移動} điện thoại di động

◊ cell phone

햇곡식 [햇穀食] (新谷) xīn gǔ <新穀> しんこく {穭豔收獲} hạt mới thu hoạch ◊ new grain

행각 [行脚] (行脚) xíng jiǎo <行脚> あんぎゃ {行脚} hành cước ◊ walking tour; travelling

행객 [行客] (行客) xíng kè <行客> こうかく {行客} hành khách ◊ travelers

행군 [行軍] (行军) xíngjūn <行軍> こうぐん {行軍} hành quân ◊ march

행동 [行動] (行动) xíngdòng <行動> こうどう {行動} hành động ◊ action

행동거지 [行動擧止] (举止) jǔzhǐ <举措> きょそ {行爲} hành vi ◊ behavior

행락 [行樂] (行乐) xíng lè <行楽> こうらく {行樂} hành lạc ◊ have fun; outing; excursion; pleasure trip

행락객 [行樂客] (游客) yóukè <行楽客> こうらくきゃく {客遊歷} khách du lịch ◊ tourist; traveler; vacationist; holidaymaker

행랑 [行廊] (行廊) xíng láng <回廊> かいろう {行廊} hành lang ◊ corridor

행렬 [行列] (行列) hángliè <行列> ぎょうれつ {行列} hành liệt ◊ parade; ranks

행리 [行李] (行李) xíngli <荷物> にもつ {行李} hành lý ◊ luggage

행방 [行方] (下落) xiàluò <行方> ゆくえ {行蹤} hành tung ◊ whereabouts

행복 [幸福] (幸福) xìngfú <幸福> こうふく {幸福} hạnh phúc ◊ happiness

행복감 [幸福感] (幸福感) xìngfú gǎn <幸福感> こうふくかん {幸福感} hạnh phúc cảm ◊ sense of well-being

행사 [行使] (行使) xíngshǐ <行使> こうし {行使} hành sử ◊ use; apply

행사 [行事] (行事) xíngshì <行事> ぎょうじ {行動} hành động ◊ event; function

행상인 [行商人] (小贩) xiǎofàn <行商人> ぎょうしょうにん {趴齡跨} người bán rong ◊ peddler

행성 [行星] (行星) xíngxīng <惑星> こうせい {行星} hành tinh ◊ planet

행악 [行惡] (作恶) zuò'è <悪事を働く> あくじをはたらく {作惡} tác ác ◊ do evil

행영 [行營] (野营) yěyíng <野営> やえい {撺寨} cắm trại ◊ camping; making camp

행운 [幸運] (幸运) xìngyùn <幸運> こううん {幸運} hạnh vận ◊ fortunate

행운아 [幸運兒] (幸运儿) xìngyùn'ér <幸運児>

こううんじ {趴蘦轍} người may mắn ◊ lucky person; fortunate fellow

행위 [行爲] (行为) xíngwéi <行為> こうい {行爲} hành vi ◊ behavior; act; deed; conduct

행인 [行人] (行人) xíngrén <行人> こうじん {行人} bằng chân ◊ pedestrian

행인 [杏仁] (杏仁) xìngrén <杏仁> きょうにん {杏仁} hạnh nhân ◊ almond

행자 [行者] (行者) xíngzhě <行者> ぎょうじゃ {行者} hành giả ◊ walker

행장 [行裝] (行装) xíngzhuāng <行装> こうそう {行裝} hành trang ◊ luggage

행적 [行跡|行績|行蹟] (行迹) xíngjì <行跡> ぎょうせき {行跡} hành tích ◊ trackway

행정 [行程] (行程) xíngchéng <行程> こうてい {行程} hành trình ◊ itinerary

행정 [行政] (行政) xíngzhèng <行政> ぎょうせい {行政} hành chính ◊ administrative

행정개입 [行政介入] (行政干预) xíngzhèng gānyù <行政介入> ぎょうせいかいにゅう {干涉行政} can thiệp hành chính ◊ administrative intervention

행정개혁 [行政改革] (行政改革) xíngzhèng gǎigé <行政改革> ぎょうせいかいかく {改革行政} cải cách hành chính ◊ administrative reform

행정관 [行政官] (行政官员) xíngzhèng guānyuán <行政官> ぎょうせいかん {官員行政} quan viên hành chính ◊ executive officer; administrative official

행정관리 [行政管理] (行政管理) xíngzhèng guǎnlǐ <行政管理> ぎょうせいかんり {管理行政} quản lý hành chính ◊ administrative management

행정구역 [行政區域] (行政区) xíngzhèngqū <行政区域> ぎょうせいくいき {區行政} khu hành chính ◊ district

행정구획 [行政區劃] (行政区画) xíngzhèngqū huà <行政区画> ぎょうせいくかく {區劃行政} khu hoạch hành chính ◊ administrative district

행정권 [行政權] (行政权) xíngzhèngquán <行政権> ぎょうせいけん {行政權} hành chính quyền ◊ executive power; authority

행정기관 [行政機關] (行政机关) xíngzhèng jīguān <行政機関> ぎょうせいきかん {機關行政} cơ quan hành chính ◊ administrative organ; governmental body

행정법 [行政法] (行政法) xíngzhèngfǎ <行政法> ぎょうせいほう {律行政} luật hành chính ◊

administrative law

행정법원 [行政法院] (行政法院) xíngzhèngfǎ yuàn <行政法院> ぎょうせいほういん {座案如罷} tòa án nhà nước ◊ administrative court

행정사무 [行政事務] (行政事务) xíngzhèng shìwù <行政事務> ぎょうせいじむ {治事行政} trị sự hành chính ◊ administrative matters

행정소송 [行政訴訟] (行政诉讼) xíngzhèng sùsòng <行政訴訟> ぎょうせいそしょう {爭訟行政} tranh tụng hành chính ◊ administrative litigation

행정수속 [行政手續] (行政手续) xíngzhèng shǒuxù <行政手續> ぎょうせいてつづき {手續行政} thủ tục hành chính ◊ administrative procedure

행정조치 [行政措置] (行政措施) xíngzhèng cuòshī <行政措置> ぎょうせいそち {辦法行政} biện pháp hành chính ◊ administrative measures

행정지도 [行政指導] (行政指导) xíngzhèng zhǐdǎo <行政指導> ぎょうせいしどう {指導行政} chi đạo hành chính ◊ administrative guidance

행정처리 [行政處理] (行政处理) xíngzhèng chǔlǐ <行政处理> ぎょうせいしょり {處理行政} xử lý hành chính ◊ administrative handling

행정처분 [行政處分] (行政处分) xíngzhèng chǔfèn <行政处分> ぎょうせいしょぶん {處罰行政} xử phạt hành chính ◊ act of the administrative authorities

행정학 [行政學] (行政学) xíngzhèng xué <行政学> ぎょうせいがく {行政學} hành chính học ◊ public administration

행주 [一] (抹布) mābù <雜巾> ぞうきん {靳潴} vải bụi ◊ dust cloth

행진 [行進] (行进) xíngjìn <行進> こうしん {行進} hành tiến ◊ marching; parade

행진곡 [行進曲] (进行曲) jìnxíngqǔ <行進曲> こうしんきょく {曲行軍} khúc quân hành ◊ march

행초서 [行草書] (行草书) xíngcǎo shū <行草書> ぎょうそうしょ {行草書} hành thảo thư ◊ highly cursive style of *Hanja*

행형 [行刑] (行刑) xíngxíng <行刑> ぎょうけい {行刑} hành hình ◊ execute

행화 [杏花] (杏花) xìng huā <杏花> きょうか {杏花} hạnh hoa ◊ apricot

행흉 [行凶|行兇] (行凶) xíngxiōng <凶行> きょうこう {行兇} hành hung ◊ do violence

향광성 [向光性] (向光性) xiàng guāng xìng <向光性> こうこうせい {性向光} tính hướng quang ◊ phototropism

향기 [香氣] (香气) xiāngqì <香気> こうき {香氣} hương khí ◊ aroma

향기롭다 [香氣롭다] (芳香的) fāngxiāng de <香ばしい> こうばしい {毹馥} thơm ◊ fragrant

향남 [向南] (向南) xiàng nán <南へ> みなみへ {向南} hướng nam ◊ southward

향년 [享年] (享年) xiǎngnián <享年> きょうねん {享年} hưởng niên ◊ die at the age of

향도 [嚮導] (向导) xiàngdǎo <案内> あんない {向引} hướng dẫn ◊ guide

향동 [向東] (向东) xiàng dōng <東へ> ひがしへ {向東} hướng đông ◊ eastward

향락 [享樂] (享乐) xiànglè <享楽> きょうらく {享樂} hưởng lạc ◊ pleasure

향락추구 [享樂追求] (追欢) zhuīhuān <楽しみ追求> たのしみついきゅう {追歡} truy hoan ◊ chasing joy

향료 [香料] (香料) xiāngliào <香料> こうりょう {香料} hương liệu ◊ spices

향목 [香木] (香木) xiāng mù <香木> こうぼく {香木} hương mộc ◊ fragrant tree

향미 [香味] (香味) xiāngwèi <香味> こうみ {香味} hương vị ◊ fragrant smell

향미료 [香味料] (香味料) xiāngwèiliào <香味料> こうみりょう {香味料} hương vị liệu ◊ flavors

향배 [向背] (向背) xiàngbèi <向背> こうはい {向背} hướng bối ◊ one's attitude; state of affairs; tendency for or against

향북 [向北] (向北) xiàngběi <北へ> きたへ {向北} hướng bắc ◊ northward

향분 [香粉] (香粉) xiāngfěn <香粉> おしろい {香粉} hương phấn ◊ face powder

향상 [向上] (向上) xiàngshàng <向上> こうじょう {向上} hướng thượng ◊ going up

향서 [向西] (向西) xiàng xī <西へ> にしへ {向西} hướng tây ◊ westward

향수 [香水] (香水) xiāngshuǐ <香水> こうすい {渚花} nước hoa ◊ perfume

향수 [鄉愁] (乡愁) xiāngchóu <鄉愁> きょうしゅう {鄉愁} hương sầu ◊ homesickness; nostalgia

향수 [享受] (享受) xiǎngshòu <享受> きょうじゅ {享受} hưởng thụ ◊ enjoy

향신료 [香辛料] (香辛料) xiāng xīn liào <香辛料> こうしんりょう {加味} gia vị ◊ spices

향심 [向心] (向心) xiàng xīn <向心> こうしん

{向心} hướng tâm ◊ radial

향양 [向陽] (向阳) xiàngyáng <向陽> こうよう {向陽} hướng dương ◊ sunny

향연 [香煙] (熏香烟气) xūnxiāng yānqì <香煙> こうえん {塊香} khói hương ◊ incense smoke

향유 [享有] (享有) xiǎngyǒu <享有> きょうゆう {賞識} thưởng thức ◊ enjoyment

향응 [響應] (响应) xiǎngyìng <響応> きょうおう {響應} hưởng ứng ◊ response

향초 [香草] (香草) xiāngcǎo <香草> こうそう {香草} hương thảo ◊ fragrant grass; vanilla

향촉 [香燭] (香烛) xiāngzhú <香燭> かおり {香燭} hương chúc ◊ incense and candles

향촌 [鄉村] (乡村) xiāngcūn <鄉村> ごうそん {鄉村} hương thôn ◊ country village

향토 [鄉土] (乡土) xiāngtǔ <鄉土> きょうど {鄉土} hương thổ ◊ native place

향하다 [向하다] (向着) xiàng zhe <に向かう> にむかう {向踽} hướng tới ◊ toward

향학 [鄉學] (乡学) xiāng xué <鄉学> きょうがく {鄉學} hương học ◊ rural teaching; rural school

향합 [香盒] (香盒) xiāng hé <香盒> こうごう {香盒} hương hạp ◊ incense box

향화 [香花] (香花) xiānghuā <香花> こうばな {香花} hương hoa ◊ fragrant flowers

향후 [向後] (向后) xiànghòu <向後> こうご {向後} hướng hậu ◊ backward; hereafter

허가 [許可] (许可) xǔkě <許可> きょか {許可} hứa khả ◊ permission

허가없이 [許可없이] (擅自) shànzì <許可なく> きょかなく {空㝎㳘} không được phép ◊ without authorization

허공 [虛空] (虛空) xūkōng <虛空> こくう {空間㳘} không gian trống ◊ empty space

허구 [虛構] (虛构) xūgòu <虛構> きょこう {虛構} hư cấu ◊ fiction

허근 [虛根] (虛根) xū gēn <虛根> きょこん {虛根} hư căn ◊ imaginary roots

허니문 [honeymoon] (蜜月期) mìyuèqī <蜜月> みつげつ {旬朘蜜} tuần trăng mật ◊ honeymoon

허락 [許諾] (许诺) xǔnuò <許諾> きょだく {許諾} hứa nặc ◊ consent

허리띠 [一] (腰带) yāo dài <腰带> こしおび {撝脺} dầm bụng ◊ waist band; girdle; girth

허명 [虛名] (虛名) xūmíng <虛名> きょめい {虛名} hư danh ◊ false name

허무 [虛無] (虛无) xūwú <虛無> きょむ {虛無} hư vô ◊ nothingness

허무주의 [虛無主義] (虛无主义) xū wú zhǔyì <虛無主義> きょむしゅぎ {主義虛無} chủ nghĩa hư vô ◊ nihilism

허상 [虛像] (假影) jiǎ yǐng <虛像> きょぞう {影假} ảnh giả ◊ false image; virtual image

허실 [虛實] (虛实) xūshí <虛実> きょじつ {虛實} hư thực ◊ false or true; actual situation

허심 [虛心] (虛心) xūxīn <虛心> きょしん {虛心} hư tâm ◊ humbly

허약 [虛弱] (虛弱) xūruò <虛弱> きょじゃく {虛弱} yếu ◊ weak

허용 [許容] (容许) róngxǔ <容許> きょよう {容許} dung hứa ◊ allow

허용오차 [許容誤差] (容许误差) róngxǔ wùchā <許容誤差> きょようごさ {癌賥㳘} lỗi cho phép ◊ allowable error; permissible error

허용온도 [許容溫度] (容许温度) róngxǔ wēndù <許容溫度> きょようおんど {熱度賥㳘} nhiệt độ cho phép ◊ allowable temperature

허용응력 [許容應力] (容许应力) róngxǔ yìnglì <許容応力> きょようおうりょく {應力賥㳘} ứng lực cho phép ◊ allowable stress

허용한계 [許容限界] (容许极限) róngxǔ jíxiàn <許容限界> きょようげんかい {界限賥㳘} giới hạn cho phép ◊ acceptable tolerance; allowable limit

허위 [虛僞] (虛伪) xūwěi <虛僞> きょぎ {虛僞} hư ngụy ◊ hypocrisy

허전 [虛傳] (空虛) kōngxū <虛しい> むなしい {虩㝎} trống rỗng ◊ emptiness

허초점 [虛焦點] (虛焦点) xū jiāodiǎn <虛焦点> きょしょうてん {焦點幻} tiêu điểm ảo ◊ virtual focus; imaginary focus; apparent focus

허탈 [虛脫] (虛脱) xūtuō <虛脱> きょだつ {虛脫} hư thoát ◊ collapse

허풍 [虛風] (吹牛) chuīniú <法螺> ほら {波花} ba hoa ◊ boasting; bragging

허허실실 [虛虛實實] (虛虛实实) xū xūshí shí <虛虛実実> きょきょじつじつ {虛虛實實} hư hư thực thực ◊ fiction and reality

헌금 [獻金] (献金) xiàn jīn <獻金> けんきん {獻金} hiến kim ◊ donation

헌다 [獻茶] (献茶) xiàn chá <獻茶> けんちゃ {獻茶} hiến trà ◊ offering tea

헌법 [憲法] (宪法) xiànfǎ <憲法> けんぽう {憲法} hiến pháp ◊ constitution

헌병 [憲兵] (宪兵) xiànbīng <憲兵> けんぺい

{憲兵} hiến binh ◊ gendarme

헌병대 [憲兵隊] (宪兵队) xiànbīngduì <憲兵隊>
けんぺいたい {隊憲兵} đội hiến binh ◊ regiment
of military policemen

헌신 [獻身] (献身) xiànshēn <献身> けんしん
{盡瘁} tận tụy ◊ devoted; dedication; self-sacrifice

헌신보국 [獻身輔國] (献身为国) xiànshēn wèiguó
<国の為に献身> くにのためにけんしん {獻身
爲坤渚} hiến thân vì đất nước ◊ devote oneself to
the country

헌앙 [軒昂] (轩昂) xuān'áng <軒昂> けんこう
{軒昂} hiên ngang ◊ high-spirited; in high spirits

헌장 [憲章] (宪章) xiànzhāng <憲章> けんしょう
{憲章} hiến chương ◊ charter

헌정 [憲政] (宪政) xiànzhèng <憲政> けんせい
{憲政} hiến chính ◊ constitutional government

헌정 [獻呈] (献呈) xiàn chéng <献呈> けんてい
{獻呈} hiến trình ◊ dedication

헌책 [獻策] (献策) xiàncè <獻策> けんさく {獻
策} hiến sách ◊ advice

헌혈 [獻血] (献血) xiànxuè <献血> けんけつ {獻
弔|獻卹} hiến máu ◊ blood donation

헌혈차 [獻血車] (献血车) xiànxuè chē <献血車>
けんけつしゃ {車獻弔} xe hiến máu ◊ mobile
collected from donors; bloodmobile

헌화 [獻花] (献花) xiànhuā <献花> けんか {獻花}
hiến hoa ◊ floral offerings

험난하다 [險難하다] (艰难) jiānnán <困難> こん
なん {嶮癇|嶮岼} khó khăn ◊ difficulty and danger

험로 [險路] (险路) xiǎn lù <險路> けんろ {險路}
hiểm lộ ◊ steep road

험산 [險山] (险山) xiǎn shān <險山> けんさん
{險山} hiểm sơn ◊ steep mountains

험산 [驗算] (验算) yànsuàn <驗算> けんざん {驗
算} nghiệm toán ◊ trial calculation

험악 [險惡] (险恶) xiǎn'è <險惡> けんあく {險
惡} hiểm ác ◊ sinister

험요 [險要] (险要) xiǎnyào <險要> けんよう {險
要} hiểm yếu ◊ dangerous

험조 [險阻] (险阻) xiǎnzǔ <險阻> けんそ {險阻}
hiểm trở ◊ dangerous resistance

험지 [險地] (险地) xiǎn dì <險地> けんち {險地}
hiểm địa ◊ dangerous place

헛소문 [헛所聞] (蜚言) fēiyán <嘘> うそ {魁詫|
信詫} tin đồn ◊ rumor

헤드라인 [headline] (头条) tóutiáo <見出し> み
だし {信息行頭} tin tức hàng đầu ◊ headlines

헤로인 [heroin] (海洛因) hǎiluòyīn <ヘロイン>
heroin {白片} bạch phiến ◊ heroin

헤어드라이어 [hairdrier] (干发机) gān fà jī <ヘア
ドライヤー> hairdrier {欟炡蠶} máy sấy tóc ◊
hair dryer

헥타르 [hectare] (公顷) gōngqǐng <ヘクタール>
hectare {畝西} mẫu Tây ◊ hectare

헬리콥터 [helicopter] (直升飞机) zhí shēng fēijī <
ヘリコプター>helicopter {欟橻蓮酶; 飛機直昇}
máy bay lên thẳng; phi cơ trực thăng ◊ helicopter

혀 [一] (舌头) shétou <舌> した {蟸敼柵柵} lưỡi
◊ tongue

혀끝 [一] (舌端) jī duān <舌端> ぜったん {頭蟸}
đầu lưỡi ◊ tongue tip

혁명 [革命] (革命) gémìng <革命> かくめい {革
命} cách mệnh ◊ revolution

혁명가 [革命家] (革命家) gémìngjiā <革命家> か
くめいか {革命家} cách mệnh gia ◊ revolutionist

혁신 [革新] (革新) géxīn <革新> かくしん {革新}
cách tân ◊ innovation

혁직 [革職] (革职) gézhí <罷免> ひめん {革職}
cách chức ◊ dismissal

혁혁 [爀爀] (显赫) xiǎnhè <顕著> けんちょ {顯
赫} hiển hách ◊ prestigious; prominent

현 직할 [縣直轄] (县辖) xiàn xiá <県直轄> けん
ちょっかつ {縣轄} huyện hạt ◊ county jurisdiction

현관 [玄關] (入口) rùkǒu <玄関> げんかん {躋
䢇} lối vào ◊ hallway

현관매트 [玄關 mat] (门垫) mén diàn <玄関マッ
ト> げんかん mat {毯抹躓} thảm chùi chân ◊
doormat

현군 [賢君] (贤君) xián jūn <賢君> けんくん {賢
君} hiền quân ◊ virtuous gentleman

현금 [現今] (现今) xiànjīn <現今> げんこん {現
今} hiện kim ◊ nowadays

현금 [現金] (现金) xiànjīn <現金> げんきん {錢
楈} tiền mặt ◊ cash

현기 [玄機] (玄机) xuánjī <玄機> げんき {玄機}
huyền cơ ◊ arcane truth

현념 [懸念] (悬念) xuánniàn <懸念> けねん {懸
念} huyền niệm ◊ suspense

현능 [賢能] (贤能) xiánnéng <賢能> たかよし
{賢能} hiền năng ◊ meritocracy

현달 [顯達] (显达) xiǎndá <目だつ> めだつ {顯
達} hiển đạt ◊ illustrious and influential

현대 [現代] (现代) xiàndài <現代> げんだい {現
代} hiện đại ◊ nowadays

현대어 [現代語] (现代语) xiàndài yǔ <現代語> げんだいご {現代語} hiện đại ngữ ◊ modern language

현대화 [現代化] (现代化) xiàndàihuà <現代化> げんだいか {現代化} hiện đại hóa ◊ modernization

현덕 [賢德] (贤德) xián dé <賢德> けんとく {賢德} hiền đức ◊ virtuous

현량 [賢良] (贤良) xiánliáng <賢良> けんりょう {賢良} hiền lương ◊ able and virtuous

현령 [顯靈] (显灵) xiǎnlíng <顯靈> けんれい {顯靈} hiển linh ◊ ghost shows its presence; Epiphany

현령 [縣令] (县令) xiànlìng <県令> けんれい {縣令} huyện linh ◊ county magistrate

현명 [賢明] (贤明) xiánmíng <賢明> けんめい {賢明} hiền minh ◊ wise

현모 [賢母] (贤母) xián mǔ <賢母> けんぼ {賢母} hiền mẫu ◊ good mother

현묘 [玄妙] (玄妙) xuánmiào <玄妙> げんみょう {玄妙} huyền diệu ◊ mysterious

현무암 [玄武巖] (玄武岩) xuánwǔyán <玄武岩> げんぶがん {玄武巖} huyền vũ nham ◊ basalt

현문 [舷門] (舷门) xián mén <舷門> げんもん {舷門} huyền môn ◊ gangway

현미 [顯微] (显微) xiǎn wēi <顯微> けんび {顯微} hiển vi ◊ microscopy

현미 [玄米] (糙米) cāomǐ <玄米> げんまい {糙樏} gạo lứt ◊ brown rice

현미경 [顯微鏡] (显微镜) xiǎnwēijìng <顯微鏡> けんびきょう {鏡顯微} kính hiển vi ◊ microscope

현부 [賢婦] (贤妇) xián fù <賢婦> けんぷ {賢婦} hiền phụ ◊ virtuous woman

현상 [現象] (现象) xiànxiàng <現象> げんしょう {現象} hiện tượng ◊ phenomenon

현상 [現狀] (现状) xiànzhuàng <現状> げんじょう {現狀} hiện trạng ◊ status quo

현상금 [懸賞金] (悬赏金) xuánshǎng jīn <懸賞金> けんしょうきん {懸賞金} huyền thưởng kim ◊ bounty

현상액 [現像液] (现像液) xiàn xiàng yè <現像液> げんぞうえき {現像液} hiện tượng dịch ◊ phenomenological liquid

현세 [現世] (阳间) yángjiān <現世> げんぜ {陽間} dương gian ◊ this world

현손 [玄孫] (玄孙) xuánsūn <玄孫> やしゃご {玄孫} huyền tôn ◊ great-grandson

현수 [懸垂] (悬垂) xuánchuí <懸垂> けんすい {撩} treo ◊ suspension

현수막 [懸垂幕] (横幅) héngfú <バナー> banner {俵語} biểu ngữ ◊ streamer; banner

현시 [顯示] (显示) xiǎnshì <顯示> けんじ {顯示} hiển thị ◊ display

현시 [現時] (现时) xiànshí <現時> げんじ {現時} hiện thì ◊ present

현신 [賢臣] (贤臣) xián chén <賢臣> けんしん {賢臣} hiền thần ◊ virtuous minister

현실 [現實] (现实) xiànshí <現実> げんじつ {現實} hiện thực ◊ reality

현악기 [絃樂器] (弦乐器) xiányuèqì <弦楽器> げんがっき {樂具蘠練} nhạc cụ có dây ◊ stringed music instrument

현안 [懸案] (悬案) xuán'àn <懸案> けんあん {懸案} huyền án ◊ unsettled case

현애 [懸崖] (悬崖) xuányá <懸崖> けんがい {垉砑} vách đá ◊ cliff

현양 [顯揚] (显扬) xiǎnyáng <顯揚> けんよう {顯揚} hiển dương ◊ extolling; exalting; exaltation

현역군인 [現役軍人] (现役军人) xiànyì jūnrén <現役軍人> げんえきぐんじん {軍人現役} quân nhân tại dịch ◊ active duty soldier

현연 [顯然] (显然) xiǎnrán <顯然> けんぜん {顯然} hiển nhiên ◊ obviously

현우 [賢友] (贤友) xián yǒu <賢友> まさとも {賢友} hiền hữu ◊ virtuous friends

현월 [弦月] (弦月) xiányuè <弦月> げんげつ {弦月} huyền nguyệt ◊ crescent moon

현월형 [弦月形] (弦月形) xiányuèxíng <弦月形> げんげつけい {形蠡鎌} hình lưỡi liềm ◊ crescent-shaped

현유 [現有] (现有) xiànyǒu <現有> げんゆう {現有} hiện hữu ◊ existing

현인 [賢人] (贤人) xiánrén <賢人> けんじん {賢人} hiền nhân ◊ wise man

현임 [現任] (现任) xiànrèn <現任> げんにん {現任} hiện nhậm ◊ present

현자 [賢者] (贤者) xián zhě <賢者> けんじゃ {賢者} hiền giả ◊ sage

현장 [現場|現場] (现场) xiànchǎng <現場> げんば {現場} hiện trường ◊ actual spot; scene

현장연구 [現場研究] (现场研究) xiànchǎng yánjiū <現場研究> げんばけんきゅう {研究在坴} nghiên cứu tại chỗ ◊ field study

현재 [賢才] (贤才) xiáncái <賢才> けんさい {賢

才} hiền tài ◊ meritocracy

현재 [現在] (现在) xiànzài <現在> げんざい {現當} hiện đang ◊ right now

현저 [顯著] (显著) xiǎnzhù <重要な> じゅうような {啦呒} đáng kể ◊ significant

현전 [現前] (现前) xiàn qián <現前> げんぜん {現前} hiện tiền ◊ existing

현제 [賢弟] (贤弟) xiándì <賢弟> けんてい {賢弟} hiền đệ ◊ good younger brother

현존 [現存] (现存) xiàncún <現存> げんそん {現存} hiện tồn ◊ extant

현주 [現住] (现住) xiàn zhù <現住> げんじゅう {現住} hiện trú ◊ current residence

현지 [現地] (当地) dāngdì <地元> じもと {地方} địa phương ◊ local

현지내보전 [現地內保全] (现场保护) xiànchǎng bǎohù <フィールド保護> field ほご {保存在坫} bảo tồn tại chỗ ◊ protect on the spot

현지시간 [現地時間] (当地时间) dāngdì shíjiān <現地時間> げんちじかん {時間地方} thời gian địa phương ◊ local time

현지처 [現地妻] (包二奶) bāoèrnǎi <現地妻> げんちづま {情人在坫} tình nhân tại chỗ ◊ local woman treated as a spouse for a married man

현직 [現職] (现职) xiàn zhí <現職> げんしょく {現職} hiện chức ◊ current serving

현창 [舷窓] (舷窗) xiánchuāng <舷窓> げんそう {艣鿸枚艜} lỗ cửa sổ tàu ◊ porthole

현창 [顯彰] (显彰) xiǎn zhāng <顯彰> けんしょう {顯彰} hiển chương ◊ manifestation

현처 [賢妻] (贤妻) xián qī <賢妻> けんさい {賢妻} hiền thê ◊ good wife

현철 [賢哲] (贤哲) xián zhé <賢哲> けんてつ {賢哲} hiền triết ◊ sage

현출 [現出] (现出) xiàn chū <現出> げんしゅつ {現出} hiện xuất ◊ appearance

현품 [現品] (现品) xiàn pǐn <現品> げんぴん {現品} hiện phẩm ◊ ready-made

현행 [現行] (现行) xiànxíng <現行> げんこう {現行} hiện hành ◊ active; red-handed

현행범 [現行犯] (现行犯) xiànxíngfàn <現行犯> げんこうはん {現行犯} hiện hành phạm ◊ flagrant delict'

현현 [顯現] (显现) xiǎnxiàn <顯現> けんげん {出現} xuất hiện ◊ remarkable; appear

현형 [賢兄] (贤兄) xián xiōng <賢兄> けんけい {賢兄} hiền huynh ◊ good elder brother

현혹 [眩惑] (眩惑) xuànhuò <眩惑> げんわく {眩惑} huyễn hoặc ◊ vertigo

현황 [現況] (现况) xiànkuàng <現況> げんきょう {現況} hiện huống ◊ situation

현황판 [現況板] (情势图) qíng shì tú <現況板> げんきょうばん {榜現況} bảng hiện huống ◊ situation board; status board

혈관 [血管] (血管) xuèguǎn <血管> けっかん {血管} huyết quản ◊ blood vessels

혈관계 [血管系] (血管系统) xuèguǎn xìtǒng <血管系> けっかんけい {系統脈弸} hệ thống mạch máu ◊ blood circulatory system; vascular system

혈괴 [血塊] (血块) xuèkuài <血塊> けっかい {血塊} huyết khối ◊ blood clot

혈구 [血球] (血球) xuèqiú <血球> けっきゅう {血球} huyết cầu ◊ blood corpuscle

혈구응집 [血球凝集] (血凝) xuè níng <血球凝集> けっきゅうぎょうしゅう {血凝} huyết ngưng ◊ hemagglutination

혈기왕성 [血氣旺盛] (血气方刚) xuèqì fāng gāng <血気盛ん> けっきさかん {蒀勽弉} đầy sức sống ◊ vigor; ardor; high spirits

혈농 [血膿] (血脓) xuè nóng <血膿> ちうみ {血膿} huyết nùng ◊ blood pus

혈뇨 [血尿] (血尿) xuèniào <血尿> けつにょう {血尿} huyết niệu ◊ hematuria

혈담 [血痰] (血痰) xuè tán <血痰> けったん {血痰} huyết đàm ◊ bloody sputum

혈당 [血糖] (血糖) xuè táng <血糖> けっとう {血糖} huyết đường ◊ blood sugar

혈로 [血路] (血路) xuèlù <血路> けつろ {血路} huyết lộ ◊ blood tract

혈루 [血淚] (血泪) xuèlèi <血淚> けつるい {血淚} huyết lệ ◊ blood tears

혈류 [血流] (血流) xuè liú <血流> けつりゅう {血流} huyết lưu ◊ blood flow

혈림프 [血 lymph] (血淋巴) xuè línbā <血リンパ> けつ lymph {血白血} huyết bạch huyết ◊ hemolymph; bloodlymph

혈맥 [血脈] (血脉) xuèmài <血脈> けちみゃく {血脈} huyết mạch ◊ bloodline

혈반병 [血斑病] (血斑病) xuè bān bìng <血斑病> けっぱんびょう {血斑病} huyết ban bệnh ◊ blood spots

혈변 [血便] (血便) xuè biàn <血便> けつべん {血便} huyết tiện ◊ bloody stool

혈분 [血粉] (血粉) xuè fěn <血粉> けっぷん {血

粉} huyết phấn ◊ blood meal

혈서 [血書] (血书) xuèshū <血書> けっしょ {血書} huyết thư ◊ blood written letter; writing in blood

혈소판 [血小板] (血小板) xuèxiǎobǎn <血小板> ちしょうばん {血小板} huyết tiểu bản ◊ blood platelet; hemoblast

혈암 [頁巖] (页岩) yèyán <頁岩> けつがん {頁巖} hiệt nham ◊ shale type rock

혈압 [血壓] (血压) xuèyā <血圧> けつあつ {血壓} huyết áp ◊ blood pressure

혈압계 [血壓計] (血压计) xuèyājì <血圧計> けつあつけい {檻鑭血壓} máy đo huyết áp ◊ blood pressure gauge

혈액 [血液] (血液) xuèyè <血液> けつえき {血液} huyết dịch ◊ blood

혈액검사 [血液檢查] (验血) yàn xuè <血液檢查> けつえきけんさ {瞭驗岬} xét nghiệm máu ◊ blood test

혈액독 [血液毒] (血毒) xuè dú <血液毒> けつえきどく {血毒} huyết độc ◊ blood poison

혈액순환 [血液循環] (血液循环) xuèyè xúnhuán <血液循環> けつえきじゅんかん {流通岬} lưu thông máu ◊ blood circulation

혈액응고 [血液凝固] (血液凝固) xuèyè nínggù <血液凝固> けつえきぎょうこ {凍岬} đông máu ◊ blood clotting

혈액학 [血液學] (血液学) xuèyè xué <血液学> けつえきがく {血學} huyết học ◊ hematology

혈액형 [血液形] (血型) xuèxíng <血液型> けつえきがた {鼉岬够弨} nhóm máu ◊ blood type

혈연 [血緣] (血缘) xuèyuán <血緣> けつえん {關係血統} quan hệ huyết thống ◊ consanguinity

혈우병 [血友病] (血友病) xuèyǒubìng <血友病> けつゆうびょう {血友病} huyết hữu bệnh ◊ haemophilia

혈육 [血肉] (亲骨肉) qīn gǔròu <肉親> にくしん {親戚血統} thân thích huyết thống ◊ blood relative

혈장 [血漿] (血浆) xuèjiāng <血漿> けっしょう {血漿} huyết tương ◊ plasma

혈적 [血跡] (血迹) xuèjì <血跡> けっせき {血跡} huyết tích ◊ bloodstain

혈전 [血栓] (血栓) xuèshuān <血栓> けっせん {血塊} huyết khối ◊ thrombus

혈전 [血戰] (血战) xuèzhàn <血戰> けっせん {血戰} huyết chiến ◊ bloody battle

혈종 [血腫] (血肿) xuèzhǒng <血腫> けっしゅ {血腫} huyết thũng ◊ hematoma

혈청 [血淸] (血清) xuèqīng <血清> けっせい {血淸} huyết thanh ◊ serum

혈청병 [血淸病] (血清病) xuèqīng bìng <血清病> けっせいびょう {血淸病} huyết thanh bệnh ◊ bleeding disease

혈통 [血統] (血统) xuètǒng <血統> けっとう {血統} huyết thống ◊ lineage

혈한 [血汗] (血汗) xuèhàn <血汗> ちはん {血汗} huyết hãn ◊ blood and sweat

혈홍색 [血紅色] (血红色) xuè hóngsè <血紅色> けっこうしょく {血紅色} huyết hồng sắc ◊ sanguine

혈흔 [血痕] (血痕) xuè hén <血痕> けっこん {血痕} huyết ngân ◊ bloodstain

혐오 [嫌惡] (嫌弃) xiánqì <忌み嫌う> いみきらう {齲憷} căm ghét ◊ abhor

혐의 [嫌疑] (嫌疑) xiányí <嫌疑> けんぎ {嫌疑} hiềm nghi ◊ suspicion

협객 [俠客] (侠客) xiákè <俠客> きょうかく {俠客} hiệp khách ◊ chivalrous person; knight-errant

협곡 [峽谷] (峡谷) xiágǔ <峽谷> きょうこく {峽谷} hạp cốc ◊ gorge

협동 [協同] (协同) xiétóng <協同> きょうどう {協同} hiệp lực ◊ synergism

협력 [協力] (协作) xiézuò <協力> きょうりょく {協作} hiệp tác ◊ collaboration

협박 [脅迫] (胁迫) xiépò <脅迫> きょうはく {嚀唱嗝哩} dọa nạt ◊ intimidate; intimidation

협상 [協商] (协商) xiéshāng <交渉> こうしょう {談判} đàm phán ◊ negotiate

협소 [狹小] (狹小) xiáxiǎo <狹い> せまい {狹陋} hẹp ◊ narrow

협심증 [狹心症] (狹心症) xiá xīn zhēng <狹心症> きょうしんしょう {狹心症} hiệp tâm chứng ◊ angina pectoris

협약 [協約] (协约) xiéyuē <協約> きょうやく {協約} hiệp ước ◊ treaty

협업 [協業] (共事) gòngshì <協業> きょうぎょう {合作} hợp tác ◊ industry collaboration

협의 [狹義] (狹义) xiáyì <狹義> きょうぎ {狹義} hiệp nghĩa ◊ narrow sense

협의 [協議] (协议) xiéyì <協議> きょうぎ {協議} hiệp nghị ◊ agreement

협잡 [挾雜] (欺诈) qīzhà <欺詐> ぎさ {憷倒忭倒嘶倒蘮倒} lừa đảo ◊ fraudulence; dupery; hoax; cheat

협정 [協定] (协定) xiédìng <協定> きょうてい

{協定} hiệp định ◊ agreement

협조 [協調] (协调) xiétiáo <協調> きょうちょう {協調} hiệp điệu ◊ harmonize

협조 [協助] (协助) xiézhù <協助> きょうすけ {協助} hiệp trợ ◊ assist

협조문 [協助文] (推荐函) tuījiàn hán <推薦状> すいせんじょう {協助} thư giới thiệu ◊ letter of recommendation

협주 [協奏] (协奏) xiézòu <協奏> きょうそう {協奏} hiệp tấu ◊ concerto

협주곡 [協奏曲] (协奏曲) xiézòuqǔ <協奏曲> きょうそうきょく {協奏曲} hiệp tấu khúc ◊ concerto

협죽도 [夾竹桃] (夹竹桃) jiāzhútáo <夾竹桃> きょうちくとう {夾竹桃} giáp trúc đào ◊ oleander

협착 [狹窄] (狭窄) xiázhǎi <狭窄> きょうさく {狹窄} hiệp trách ◊ narrow

협찬 [協贊] (协赞) xiézàn <協贊> きょうさん {財助} tài trợ ◊ support; mutual aid

협회 [協會] (协会) xiéhuì <協会> きょうかい {協會} hiệp hội ◊ association

형 [兄] (兄长) xiōngzhǎng <兄> あに {兄長} huynh trưởng ◊ elder brother

형광 [螢光] (荧光) yíngguāng <蛍光> けいこう {螢光} huỳnh quang ◊ fluorescence

형광도료 [螢光塗料] (荧光涂料) yíngguāng túliào <蛍光塗料> けいこうとりょう {髟熒光} sơn huỳnh quang ◊ fluorescent paints

형광등 [螢光燈] (荧光灯) yíngguāngdēng <蛍光灯> けいこうとう {龤熒光} đèn huỳnh quang ◊ fluorescent lamp

형광분석 [螢光分析] (荧光分析) yíngguāng fēnxī <蛍光分析> けいこうぶんせき {分析熒光} phân tích huỳnh quang ◊ fluorescence analysis

형광증백 [螢光增白] (萤光漂白) yíng guāng piǎobái <蛍光増白> けいこうぞうはく {夕螶熒光} làm trắng huỳnh quang ◊ fluorescent whitening

형광판 [螢光板] (荧光板) yíngguāng bǎn <蛍光板> けいこうばん {胤螢光} tấm huỳnh quang ◊ fluorescent plate

형구 [刑具] (刑具) xíngjù <刑具> けいぐ {刑具} hình cụ ◊ prison instruments

형기 [衡器] (衡器) héng qì <衡器> こうき {衡器} hành khí ◊ weighing apparatus

형기 [刑期] (刑期) xíngqī <刑期> けいき {刑期} hình kỳ ◊ prison term

형도 [刑徒] (刑徒) xíng tú <刑徒> けいと {刑徒} hình đồ ◊ prisoners

형량 [刑量] (刑量) xíng liáng <刑量> けいりょう {刑量} hình lượng ◊ sentencing

형률 [刑律] (刑律) xínglǜ <刑律> けいりつ {刑律} hình luật ◊ criminal law

형무 [刑務] (刑务) xíng wù <刑務> けいむ {刑務} hình vụ ◊ penal affairs

형무소 [刑務所] (刑务所) xíng wù suǒ <刑務所> けいむしょ {刑務所} hình vụ sở ◊ prison

형벌 [刑罰] (刑罚) xíngfá <刑罰> けいばつ {刑罰} hình phạt ◊ punishment

형법 [刑法] (刑法) xíngfǎ <刑法> けいほう {刑法} hình pháp ◊ criminal law

형사 [刑事] (刑事) xíngshì <刑事> けいじ {刑事} hình sự ◊ criminal

형사범 [刑事犯] (刑事犯) xíngshìfàn <刑事犯> けいじはん {常犯} thường phạm ◊ criminal offense

형사처분 [刑事處分] (刑事处分) xíngshì chǔfèn <刑事处分> けいじしょぶん {刑罰刑事} hình phạt hình sự ◊ criminal sanctions

형상 [形像] (形象) xíngxiàng <形象> けいしょう {形映} hình ảnh ◊ image

형상 [形狀] (形状) xíngzhuàng <形状> けいじょう {形狀} hình trạng ◊ shape

형석 [螢石] (萤石) yíngshí <蛍石> ほたるいし {螢石} huỳnh thạch ◊ fluorite

형설 [螢雪] (囊萤映雪) náng yíng yìng xuě <蛍雪> けいせつ {螢雪} huỳnh tuyết ◊ study even in poor light offered by a firefly or reflected by snow; diligence in studying

형설지공 [螢雪之功] (萤雪之功) yíngxuě zhīgōng <蛍雪の功> けいせつこう {螢雪之功} huỳnh tuyết chi công ◊ fruit of diligent study

형성 [形成] (形成) xíngchéng <形成> けいせい {形成} hình thành ◊ formation

형성 [形聲] (形声) xíngshēng <形声> けいせい {形聲} hình thanh ◊ phono-semantic; pictophonetic; phono-semantic character, *Hanja* consisting of a semantic and a phonetic element

형세 [形勢] (形势) xíngshì <形勢> けいせい {形勢} hình thế ◊ situation

형수 [兄嫂] (嫂子) sǎozi <兄嫁> あによめ {姉嫂} chị dâu ◊ older brother's wife; sister-in-law

형식 [形式] (形式) xíngshì <形式> けいしき {形式} hình thức ◊ form

형식화 [形式化] (形式化) xíngshìhuà <形式化> けいしきか {形式化} hình thức hóa ◊ formalization

형안 [炯眼] (炯眼) jiǒng yǎn <炯眼> けいがん {炯眼} quýnh nhãn ◊ keen eyes; piercing gaze; penetrating eyes

형용 [形容] (形容) xíngróng <形容> けいよう {形容} hình dung ◊ describe

형용사 [形容詞] (形容词) xíngróngcí <形容詞> けいようし {性詞} tính từ ◊ adjective

형장 [刑場] (刑场) xíngchǎng <刑場> けいじょう {罰場} phạt trường ◊ execution ground

형적 [形跡|形迹] (形迹) xíngjì <形跡> けいせき {形跡} hình tích ◊ traces

형전 [刑典] (刑典) xíng diǎn <刑典> けいてん {刑典} hình điển ◊ penal code

형제 [兄弟] (兄弟) xiōngdì <兄弟> きょうだい {兄弟} huynh đệ ◊ brothers

형제애 [兄弟愛] (兄弟情) xiōngdì qíng <兄弟愛> きょうだいあい {情英㛪} tình anh em ◊ brotherly love; fraternal love; sibling affection

형제자매 [兄弟姉妹] (兄弟姐妹) xiōngdì jiěmèi <兄弟姉妹> きょうだいしまい {英姉㛪} anh chị em ◊ brother and sisters

형태 [形態] (形态) xíngtài <形態> けいたい {形態} hình thái ◊ form

형태학 [形態學] (形态学) xíngtàixué <形態学> けいたいがく {形態學} hình thái học ◊ morphology

형편없다 [形便없다] (差劲) chàjìn <悪い> わるい {醜侈|醜哆} xấu xí ◊ poor

형화 [螢火] (萤火) yínghuǒ <蛍火> ほたるび {螢火} huỳnh hỏa ◊ fireflies

혜성 [彗星] (彗星) huìxīng <彗星> すいせい {𨋢篙|𣋚笁} sao chổi ◊ comet

혜안 [慧眼] (慧眼) huìyǎn <慧眼> えこん {𤎎𨖲|𤎎䡹} sáng suốt ◊ wisdom

혜존 [惠存] (惠存) huì cún <恵存> けいそん {惠存} huệ tồn ◊ keep the gift at hand

혜증 [惠贈] (惠赠) huì zèng <恵贈> けいぞう {恩贈} ân tặng ◊ presenting a gift; bestowing

혜택 [惠澤] (惠泽) huì zé <恵沢> けいたく {惠澤} huệ trạch ◊ blessing

호 [弧] (弧) hú <円弧> えんこ {㺯弓} vòng cung ◊ arc

호가호위 [狐假虎威] (狐假虎威) hú jiǎ hǔ wēi <狐仮虎威> こかこい {狐假虎威} hồ giả hổ uy ◊ bully people by flaunting one's powerful connections

호각 [號角] (号角) hàojiǎo <号角> ごうかく {號角} hiệu giác ◊ bugle

호감 [好感] (好感) hǎogǎn <好感> こうかん {好感} hảo cảm ◊ favor

호감도 [好感度] (好感度) hǎogǎn dù <好感度> こうかんど {度好感} độ hảo cảm ◊ favorability; likability; popularity

호걸 [豪傑] (豪杰) háojié <豪傑> ごうけつ {豪傑} hào kiệt ◊ hero

호골 [虎骨] (虎骨) hǔgǔ <虎骨> とらほね {虎骨} hổ cốt ◊ tiger bone

호광 [弧光] (弧光) húguāng <弧光> ここう {弧光} hồ quang ◊ arc

호광로 [弧光爐] (电弧炉) diàn hú lú <弧光炉> ここうろ {弧光爐} hồ quang lô ◊ arc light furnace

호구여생 [虎口餘生] (虎口余生) hǔkǒu yú shēng <虎口を逃れる> ここうをのがれる {虎口餘生} hổ khẩu dư sinh ◊ a close escape; be snatched from the jaws of death

호기 [豪氣] (豪气) háoqì <豪気> ごうき {豪氣} hào khí ◊ heroism

호기 [好奇] (好奇) hàoqí <好奇> こうき {好奇} hảo kỳ ◊ curious

호기 [浩氣] (浩气) hàoqì <浩気> ひろき {浩氣} hạo khí ◊ noble spirit

호기 [呼氣] (呼气) hūqì <呼気> こき {呼氣} hô khí ◊ exhalation

호기심 [好奇心] (好奇心) hàoqíxīn <好奇心> こうきしん {事好奇} sự hiếu kỳ ◊ curiosity

호남 [好男] (好男) hǎo nán <好男> よしお {好男} hảo nam ◊ good man

호도 [弧度] (弧度) húdù <弧度> こど {弓度} cung độ ◊ radian

호도 [胡桃] (胡桃) hútáo <胡桃> くるみ {菓𪓟㹐} quả óc chó ◊ walnut

호도 [糊塗] (胡涂) hútu <糊塗> こと {糊塗} vô nghĩa ◊ nonsense

호도법 [弧度法] (弧度法) húdù fǎ <弧度法> こどほう {弧度法} hồ độ pháp ◊ radian method

호랑이 [ㅡ] (老虎) lǎohǔ <虎> とら {貉狢豰犱戯} cọp ◊ tiger

호령 [號令] (号令) hàolìng <号令> ごうれい {號令} hiệu linh ◊ order to people; command

호르몬 [hormone] (激素) jīsù <ホルモン> hormone {激素} kích tố ◊ hormone

호리 [毫釐] (毫厘) háo lí <毫釐> ごうり {毫厘}

호 ly ◊ very short

호마 [胡麻] (胡麻) húmá <胡麻> ごま {胡麻} hồ ma ◊ sesame

호면 [湖面] (湖面) hú miàn <湖面> こめん {湖面} hồ diện ◊ lake surface

호명 [好名] (好名) hǎo míng <好名> こうめい {好名} hảo danh ◊ good name

호박 [一] (南瓜) nánguā <南瓜> かぼちゃ {菰稬} bí ngô ◊ pumpkin

호박 [琥珀] (琥珀) hǔpò <琥珀> こはく {琥珀} hổ phách ◊ amber

호박산 [琥珀酸] (琥珀酸) hǔpò suān <琥珀酸> こはくさん {琥珀酸} hổ phách toan ◊ succinic acid

호박유 [琥珀油] (琥珀油) hǔpò yóu <琥珀油> こはくゆ {琥珀油} hổ phách du ◊ amber oil

호반 [湖畔] (湖畔) húpàn <湖畔> こはん {湖畔} hồ bạn ◊ lakefront

호방 [豪放] (豪放) háofàng <豪放> ごうほう {豪放} hào phóng ◊ bold and unconstrained

호법 [護法] (护法) hùfǎ <護法> ごほう {護法} hộ pháp ◊ Dharma protect

호별 [戶別] (户别) hù biè <戶別> こべつ {戶別} hộ biệt ◊ house-to-house

호부 [豪富] (豪富) háofù <豪富> ごうふ {豪富} hào phú ◊ rich

호부 [虎符] (虎符) hǔfú <虎符> とらふ {虎符} hổ phù ◊ tiger-shaped tally issued to generals as imperial authorization for loop movement; tiger talisman

호부 [護符] (护符) hù fú <護符> ごふ {符護} phù hộ ◊ talisman

호사 [豪奢] (豪奢) háoshē <豪奢> ごうしゃ {豪奢} hào xa ◊ luxury

호상 [豪商] (豪商) háo shāng <豪商> ごうしょう {豪商} hào thương ◊ wealthy merchants

호상 [弧狀] (弧状) hú zhuàng <弧狀> こじょう {弧狀} hồ trạng ◊ arc-shaped

호색 [好色] (好色) hàosè <好色> こうしょく {好色; 淫逸; 淫燈} hảo sắc; dâm dật; dâm đãng ◊ lascivious

호색한 [好色漢] (好色之徒) hàosè zhītú <好色漢> こうしょくかん|こうしょっかん {仇好色|仇淫蕩} kẻ háo sắc; kẻ dâm đãng ◊ lecher

호선 [弧線] (弧线) húxiàn <弧線> こせん {弧線} hồ tuyến ◊ arc

호선 [互先] (双数局) shuāngshù jú <互先> こせん {嗤逓雙數} trò chơi sương số ◊ even game

호선 [互選] (互选) hùxuǎn <互選> ごせん {互選; 捕票喀饒} hỗ tuyển; bỏ phiếu lẫn nhau ◊ election by mutual vote; internal vote

호설 [皓雪] (皓雪) hàoxuě <白い雪> しろいゆき {雪皐} tuyết trắng ◊ white snow

호소 [號召] (号召) hàozhào <号召> ごうめし {號召} hiệu triệu ◊ appeal; call

호소 [湖沼] (湖沼) hú zhǎo <湖沼> こしょう {湖沼} hồ chiểu ◊ lakes and marshes

호송 [護送] (护送) hùsòng <護送> ごそう {護送} hộ tống ◊ escort

호송원 [護送員] (护送员) hùsòng yuán <護送員> ごそういん {護送員} hộ tống viên ◊ escorts

호송차 [護送車] (囚犯运送警车) qiúfàn yùnsòng jǐngchē <護送車> ごそうしゃ {護送} hộ tống ◊ paddy wagon; prisoner transport vehicle

호수 [好手] (好手) hǎoshǒu <好手> こうしゅ {好手} hảo thủ ◊ expert

호수 [號數] (号数) hàoshù <号数> ごうすう {號數} hiệu số ◊ number

호수 [湖水] (湖) hú <湖> みずうみ {湖} hồ ◊ lake

호수 [戶數] (户数) hù shǔ <戶數> こすう {戶數} hộ số ◊ number of households

호수기후 [湖水氣候] (湖泊气候) húpō qìhòu <湖水气候> こすいきこう {氣候湖區} khí hậu hồ khu ◊ lake climate

호수분지 [湖水盆地] (湖盆) hú pén <湖水盆地> こすいぼんち {珆湖} chậu hồ ◊ lake basin

호수오염 [湖水汚染] (湖泊污染) húpō wūrǎn <湖水污染> こすいおせん {污染湖} ô nhiễm hồ ◊ lake pollution

호수환경 [湖水環境] (湖环境) hú huánjìng <湖水環境> こすいかんきょう {媒塲湖} môi trường hồ ◊ lacustrine environment

호시탐탐 [虎視眈眈] (虎视眈眈) hǔ shì dān dān <虎視眈眈> こしたんたん {虎視眈眈} hổ thị đam đam ◊ vigilantly watching for an opportunity

호신 [護身] (护身) hù shēn <護身> ごしん {護身} hộ thân ◊ protection

호신술 [護身術] (护身术) hù shēn shù <護身術> ごしんじゅつ {護身術} hộ thân thuật ◊ self-defense

호안 [護岸] (护岸) hù àn <護岸> ごがん {護岸} hộ ngạn ◊ revetment

호외 [號外] (号外) hàowài <號外> ごうがい {號外} hiệu ngoại ◊ extra

호외 [戶外] (户外) hùwài <戶外> こがい {戶外}

호 ngoại ◊ outdoors

호운 [好運] (好运) hǎoyùn <好運> こううん {好運} hǎo vận ◊ good luck

호위 [護衛] (护卫) hùwèi <護衛> ごえい {護衛} hộ vệ ◊ bodyguard

호읍 [號泣] (号泣) háo qì <号泣> ごうきゅう {號泣} hiệu khấp ◊ crying

호응 [呼應] (呼应) hūyìng <呼応> こおう {呼應} hô ứng ◊ echo

호의적 [好意的] (好意的) hǎoyì de <好意的> こういてき {好意} hǎo ý ◊ favorably

호장 [虎將] (虎将) hǔjiàng <梟将> きょうしょう {虎將} hổ tướng ◊ brave general

호저 [湖底] (湖底) hú de <湖底> こてい {湖底} hồ đề ◊ bottom of the lake

호적 [戶籍] (户籍) hùjí <戶籍> こせき {戶籍} hộ tịch ◊ household registration

호전 [好戰] (好战) hàozhàn <好戦> こうせん {好戰} hiếu chiến ◊ warlike

호전 [好轉] (好转) hǎozhuǎn <好転> こうてん {好轉} hảo chuyển ◊ improve

호전적 [好戰的] (好战的) hàozhàn de <好戦的> こうせんてき {好戰} hiếu chiến ◊ warlike

호정 [糊精] (糊精) hújīng <糊精> こせい {糊精} hồ tinh ◊ dextrin

호정 [戶庭] (户庭) hù tíng <戶庭> こてい {戶庭} hộ đình ◊ households

호조 [互助] (互助) hùzhù <互助> ごじょ {互助} hỗ trợ ◊ mutual aid

호족 [豪族] (豪门) háomén <豪族> ごうぞく {豪門} hào môn ◊ rich family

호주 [濠洲] (澳洲) àozhōu <豪州> ごうしゅう {澳} Úc ◊ Australia

호주 [戶主] (户主) hùzhǔ <戶主> こしゅ {戶主} hộ chủ ◊ householder

호주머니 [胡주머니] (口袋) kǒudài <ポケット> pocket {襁} túi ◊ pocket

호초 [胡椒] (胡椒) hújiāo <胡椒> こしょう {胡椒} hồ tiêu ◊ pepper

호출 [呼出] (呼出) hūchū <呼び出し> よびだし {寫噲} cuộc gọi ◊ calls

호취 [狐臭] (狐臭) húchòu <腋臭> わきが {狐臭} hồ xú ◊ armpit odor; hircismus; body odor

호칭 [呼稱] (称呼) chēnghu <呼称> こしょう {稱呼} xưng hô ◊ appellation

호평 [好評] (好评) hǎopíng <好評> こうひょう {好評} hảo bình ◊ positive acclaim

호한하다 [浩瀚하다] (浩瀚) hàohàn <浩瀚する> こうかんする {浩瀚} hạo hãn ◊ vast

호행 [護行] (护行) hù háng <護行> まもるいき {護行} hộ hành ◊ escort

호헌 [護憲] (护宪) hù xiàn <護憲> ごけん {護憲} hộ hiến ◊ protecting the constitution

호혈 [虎穴] (虎穴) hǔ xué <虎穴> こけつ {虎穴} hổ huyệt ◊ tiger's den

호형 [弧形] (弧形) húxíng <弧状> こじょう {形珧弓} hình vòng cung ◊ arc-shaped

호혜 [互惠] (互惠) hùhuì <互惠> ごけい {互惠} hỗ huệ ◊ mutual benefit

호혜평등 [互惠平等] (平等互利) píng děng hù lì <互惠平等> ごけいびょうどう {平等互惠} bình đẳng hỗ huệ ◊ equality and mutual benefit

호화 [豪華] (豪华) háohuá <豪華> ごうか {豪華} hào hoa ◊ luxury

호화판 [豪華版] (豪华版) háohuá bǎn <豪華版> ごうかばん {豪華版} hào hoa bản ◊ deluxe edition

호환 [互換] (互换) hùhuàn <互換> ごかん {互換} hỗ hoán ◊ interchange

호환성 [互換性] (互换性) hùhuàn xìng <互換性> ごかんせい {性觚饒} tính thay nhau ◊ interchangeability

호흡 [呼吸] (呼吸) hūxī <呼吸> こきゅう {呼吸} hô hấp ◊ breathe

호흡기 [呼吸器] (呼吸器官) hūxī qìguān <呼吸器> こきゅうき {呼吸器} hô hấp khí ◊ respirator

혹란 [惑亂] (惑乱) huò luàn <惑乱> わくらん {惑亂} hoặc loạn ◊ confusion

혹렬 [酷烈] (酷烈) kùliè <酷烈> こくれつ {酷烈} khốc liệt ◊ fierce

혹리 [酷吏] (酷吏) kù lì <酷吏> こくり {酷吏} khốc lại ◊ cruel officer

혹사 [酷似] (酷似) kùsì <酷似> こくじ {相似如} tương tự như ◊ resemble closely

혹서 [酷暑] (酷暑) kùshǔ <酷暑> こくしょ {酷暑} khốc thử ◊ intense heat

혹성 [惑星] (行星) xíng xīng <惑星> わくせい {惑星} hoặc tinh ◊ planet

혹술 [惑術] (惑术) huò shù <惑術> わくじゅつ {惑術} hoặc thuật ◊ witchcraft

혹시 [或是] (或许) huòxǔ <恐らく> おそらく {踰趼固鏵} có lẽ ◊ maybe; perhaps

혹열 [酷熱] (酷热) kùrè <酷熱> こくねつ {酷熱} khốc nhiệt ◊ extremely hot

혹평 [酷評] (酷评) kù píng <酷評> こくひょう {酷評} khốc bình ◊ damnation

혹한 [酷寒] (严寒) yánhán <厳寒> げんかん {刺醒} rét đậm ◊ intense cold; severe cold

혹형 [酷刑] (酷刑) kùxíng <酷刑> こっけい {酷刑} khốc hình ◊ torture

혼기 [婚期] (婚期) hūnqī <婚期> こんき {婚期} hôn kỳ ◊ marriageable age; wedding date

혼돈 [混沌|渾沌] (混沌) hùndùn <混沌> こんとん {混沌} hỗn loạn ◊ chaos

혼동 [混同] (混同) hùntóng <混同> こんどう {混同} hỗn đồng ◊ mix-up

혼란 [混亂] (混乱) hùnluàn <混乱> こんらん {混亂} hỗn loạn ◊ confusion

혼례 [婚禮] (婚礼) hūnlǐ <婚礼> こんれい {婚禮} hôn lễ ◊ wedding

혼례식 [婚禮式] (结婚典礼) jiéhūn diǎnlǐ <婚礼式> こんれいしき {婚禮式} hôn lễ thức ◊ wedding ceremony

혼미 [昏迷] (昏迷) hūnmí <昏迷> こんめい {昏迷} hôn mê ◊ coma

혼방 [混紡] (混纺) hùnfǎng <混紡> こんぼう {縱混合} dệt hỗn hợp ◊ mixed fabric; blended fabric

혼방사 [混紡絲] (混纺丝) hùnfǎng sī <混紡糸> こんぼうし {紖混合} sợi hỗn hợp ◊ blended yarn

혼배 [婚配] (婚配) hūnpèi <婚配> こんはい {婚配} hôn phối ◊ get married

혼백 [魂魄] (魂魄) húnpò <魂魄> こんぱく {魂魄} hồn phách ◊ soul; spirit; ghost

혼비백산 [魂飛魄散] (魂飞魄散) hún fēi pò sàn <度肝をも抜く> どぎをもぬく {魂飛魄散} hồn phi phách tán ◊ astound; stupefy; flabbergast;

혼사 [婚事] (婚事) hūnshì <婚事> こんじ {婚事} hôn sự ◊ marriage

혼성 [混聲] (混声) hún shēng <混声> こんせい {混聲} hỗn thanh ◊ mixed voice

혼수 [昏睡] (昏睡) hūnshuì <昏睡> こんすい {昏睡} hôn thụy ◊ coma

혼수 [婚需] (嫁妆) jiàzhuang <嫁入り道具> よめいりどうぐ {賵回門} của hồi môn ◊ trousseau

혼암 [昏暗] (昏暗) hūn'àn <昏暗> くらあん {昏暗} hôn ám ◊ dusky

혼약 [婚約] (婚约) hūnyuē <婚約> こんやく {婚約} hôn ước ◊ engagement

혼연일체 [混然一體] (混然一体) hún rán yītǐ <混然一体> こんぜんいったい {混然一體} hỗn nhiên nhất thể ◊ all in one

혼욕 [混浴] (混浴) hún yù <混浴> こんよく {混浴} hỗn dục ◊ mixed bathing

혼용 [混用] (混用) hún yòng <混用> こんよう {使用攬饒} sử dụng trộn nhau ◊ mixed use

혼인 [婚姻] (婚姻) hūnyīn <婚姻> こんいん {婚姻} hôn nhân ◊ marriage

혼입 [混入] (混入) hùnrù <混入> こんにゅう {混入} hỗn nhập ◊ mixing

혼작 [混作] (混作) hùnzuò <混作> こんさく {混作} hỗn tác ◊ mixed cropping

혼잡 [混雜] (混杂) hùnzá <混雑> こんざつ {混雜} hỗn tạp ◊ mixed

혼전 [婚前] (婚前) hūnqián <婚前> こんぜん {婚前} hôn tiền ◊ before marriage

혼전 [混戰] (混战) hùnzhàn <混戰> こんせん {混戰} hỗn chiến ◊ melee

혼전임신 [婚前妊娠] (未婚先孕) wèihūn xiān yùn <出来婚> できこん {荒胎} hoang thai ◊ unmarried pregnancy

혼탁 [混濁] (混浊) hùnzhuó <濁る> にごる {汚濁} ô trọc ◊ turbid

혼합 [混合] (混合) hùnhé <混合> こんごう {混合} hỗn hợp ◊ mix

혼합기 [混合機] (混合器) hùnhé qì <混合機> こんごうき {檟搯} máy trộn ◊ mixer

혼합물 [混合物] (混合物) hùnhéwù <混合物> こんごうぶつ {物混合} vật hỗn hợp ◊ mixture

혼합액 [混合液] (混合液) hùnhé yè <混合液> こんごうえき {質涛混合} chất lỏng hỗn hợp ◊ mixed liquor

혼합연료 [混合燃料] (混合燃料) hùnhé ránliào <混合燃料> こんごうねんりょう {燃料混合} nhiên liệu hỗn hợp ◊ blending fuel

혼혈 [混血] (混血) hún xuè <混血> こんけつ {混血} hỗn huyết ◊ hybrid

혼혈아 [混血兒] (混血儿) hùnxuè'ér <混血児> こんけつじ {混血兒} hỗn huyết nhi ◊ mixed-race child

혼화 [混和] (混和) hún hé <混和> こんわ {混和} hỗn hòa ◊ mixture

혼화성 [混和性] (混和性) hún hé xìng <混合性> こんごうせい {性攪} tính trộn ◊ hybridism

혼후 [渾厚] (浑厚) húnhòu <渾厚> こんあつし {渾厚} hồn hậu ◊ simple; honest and vigorous

홀대 [忽待] (薄待) hūshì <無礼に扱う> ぶれいにあつかう {薄待} bạc đãi ◊ treat ungenerously

홀수 [홀數] (奇数) jīshù <奇数> きすう {數禮}

số lẻ ◊ odd number

홀시 [忽視] (忽视) hūshì <見落とす> みおとす {捕過} bỏ qua ◊ ignore; neglect

홀연 [忽然] (忽然) hūrán <忽然> こつぜん {忽然} hốt nhiên ◊ suddenly

홍곡지지 [鴻鵠之志] (鸿鹄之志) hónghú zhī zhì <鴻鵠之志> こうこくのこころざし {鴻鵠之志} hồng hộc chi chí ◊ ambition of great person

홍루 [紅樓] (红楼) hóng lóu <紅楼> こうろう {紅樓} hồng lâu ◊ red pavilion; red mansion

홍루몽 [紅樓夢] (红楼梦) hónglóu mèng <紅楼夢> こうろうむ {紅樓夢} Hồng Lâu Mộng ◊ A Dream in Red Mansions; Dream of the Red Chamber

홍모 [紅毛] (红毛) hóng máo <紅毛> こうもう {紅毛} hồng mao ◊ red haired; Western invaders

홍모 [鴻毛] (鸿毛) hóng máo <鴻毛> こうもう {鴻毛} hồng mao ◊ goose feather; something very insignificant

홍법 [弘法] (弘法) hóng fǎ <弘法> ぐほう {弘法} hoằng pháp ◊ propagation of the Dharma

홍보 [弘報] (弘报) hóng bào <弘報> こうほう {弘報} hoằng báo ◊ PR; publicity; public information

홍보석 [紅寶石] (红宝石) hóngbǎoshí <紅宝石> くれないほうせき {紅玉} hồng ngọc ◊ ruby

홍색 [紅色] (红色) hóngsè <紅色> こうしょく {鮭籲} màu đỏ ◊ red

홍소 [哄笑] (哄笑) hōngxiào <哄笑> こうしょう {哄笑} hồng tiếu ◊ guffaw; raucous laughter

홍송 [紅松] (红松) hóng sōng <紅松> あかまつ {紅松} hồng tùng ◊ Korean pine

홍수 [洪水] (洪水) hóngshuǐ <洪水> こうずい {潦淶|渥淶} lũ lụt ◊ flood

홍수 [紅樹] (红树) hóngshù <紅樹> ひるぎ {紅樹} hồng thụ ◊ mangrove

홍수경보 [洪水警報] (洪水警报) hóngshuǐ jǐngbào <洪水警報> こうずいけいほう {警報潦淶} cảnh báo lũ lụt ◊ flood alarm

홍수량 [洪水量] (洪水量) hóngshuǐ liàng <水嵩> みずかさ {量潦淶} lượng lũ lụt ◊ flood volume

홍수예보 [洪水豫報] (洪水预报) hóngshuǐ yùbào <洪水予報> こうずいよほう {預報潦淶} dự báo lũ lụt ◊ flood forecast

홍수확률 [洪水確率] (洪水概率) hóngshuǐ gàilǜ <洪水確率> こうずいかくりつ {確率潦淶} xác suất lũ lụt ◊ flood probability

홍수흔적 [洪水痕跡] (洪痕) hóng hén <洪水痕跡> こうずいこんせき {踏跎潦淶} dấu vết lũ lụt ◊ flood marks

홍안 [紅顔] (红颜) hóngyán <紅顔> こうがん {紅顔} hồng nhan ◊ rosy cheeks; beauty

홍엽 [紅葉] (红叶) hóngyè <紅葉> こうよう {紅葉} hồng diệp ◊ red leaves

홍옥 [紅玉] (红玉) hóng yù <紅玉> こうぎょく {紅玉} hồng ngọc ◊ ruby

홍운 [紅雲] (红云) hóng yún <紅雲> こううん {紅雲} hồng vân ◊ red cloud

홍인종 [紅人種] (红种人) hóng zhǒng rén <紅人種> こうじんしゅ {釟紅種} người hồng chủng ◊ red people; Indian race

홍조 [紅潮] (红潮) hóngcháo <紅潮> こうちょう {紅潮} hồng triều ◊ red tide

홍조류 [紅藻類] (红藻) hóng zǎo <紅藻類> こうそうるい {藻籲} tảo đỏ ◊ red algae

홍차 [紅茶] (红茶) hóngchá <紅茶> こうちゃ {茶鼉} trà đen ◊ tea

홍채 [虹彩] (虹彩) hóngcǎi <虹色> にじいろ {霽虹} mống hồng ◊ rainbow

홍채 [虹膜] (虹膜) hóngmó <虹彩> こうさい {膡睱} mống mắt ◊ iris

홍토 [紅土] (红壤) hóng rǎng <赤土> あかつち {埒籲} đất đỏ ◊ red clay

홍피 [紅皮] (红皮) hóng pí <紅皮> べにがわ {紅皮} hồng bì ◊ redskin

홍학 [紅鶴] (火烈鸟) huǒlièniǎo <紅鶴; フラミンゴ> べにづる; flamingo {紅鶴} hồng hạc ◊ flamingo

홍해 [紅海] (红海) hóng hǎi <紅海> こうかい {瀅籲} Biển Đỏ ◊ Red Sea

홍화 [紅花] (红花) hónghuā <紅花> べにばな {紅花} hồng hoa ◊ safflower

화가 [畫家] (画家) huàjiā <画家> がか {畫士} họa sĩ ◊ painter

화가 [畫架] (画架) huàjià <画架> がか {畫架} họa giá ◊ easel

화갑자 [花甲子] (花甲) huājiǎ <花甲> かこう {花甲} hoa giáp ◊ age of sixty

화강석 [花崗石] (花岗石) huāgāngshí <花崗石> みかげせき {花崗石} hoa cương thạch ◊ granite

화강암 [花崗巖] (花岗岩) huāgāngyán <花崗岩> かこうがん {花崗巖} hoa cương nham ◊ granite

화곡 [禾穀] (禾谷) hé gǔ <禾穀> かこく {禾穀} hòa cốc ◊ grains

화공 [化工] (化工) huàgōng <化工> かこう {化

화공 [工} hóa công ◊ chemical industries

화공 [火攻] (火攻) huǒ gōng <火攻> かこう {火攻} hỏa công ◊ fire attack

화과 [花果] (花果) huā guǒ <花果> かか {花果} hoa quả ◊ flowers and fruits

화관 [花冠] (花冠) huāguān <花冠> かかん {花冠} hoa quan ◊ corolla

화교 [華僑] (华侨) huáqiáo <華僑> かきょう {華僑} hoa kiều ◊ overseas Chinese

화극 [話劇] (话剧) huàjù <新劇> しんげき {話劇} thoại kịch ◊ spoken drama; modern drama

화근 [禍根] (祸根) huògēn <禍根> かこん {禍根} họa căn ◊ bane

화급 [火急] (火速) huǒsù <火急> かきゅう {螯速度最高} ở tốc độ tối cao ◊ urgency; at top speed

화기 [和氣] (和气) héqi <和気> わき {親善} thân thiện ◊ friendly

화기 [火器] (火器) huǒqì <火器> かき {火器} hỏa khí ◊ firearm

화나다 [火나다] (生气) shēngqì <腹が立つ> はらがたつ {唨悴|嗯悙} tức giận ◊ get angry

화난 [禍難] (祸难) huò nán <禍難> わざわいなん {禍難} họa nạn ◊ woe

화농 [化膿] (化脓) huànóng <化膿> かのう {化膿} hóa nùng ◊ fester

화농균 [化膿菌] (化脓菌) huànóng jūn <化膿菌> かのうきん {化膿菌} hóa nùng khuẩn ◊ pyogenic bacteria

화단 [花壇] (花坛) huātán <花壇> かだん {盆花} bồn hoa ◊ flowerbed

화담 [和談] (和谈) hétán <和談> わだん {和談} hòa đàm ◊ peace talks

화랑 [畫廊] (画廊) huàláng <画廊> がろう {畫廊} họa lang ◊ gallery

화려 [華麗] (华丽) huálì <華麗> かれい {華麗} hoa lệ ◊ gorgeous

화력 [火力] (火力) huǒlì <火力> かりょく {火力} hỏa lực ◊ firepower

화뢰 [花蕾] (花蕾) huālěi <花蕾> からい {花蕾} hoa lôi ◊ flower bud

화룡점정 [畫龍點睛] (画龙点睛) huà lóng diǎnjīng <画竜点睛> がりょうてんせい {畫龍點睛} họa long điểm tình ◊ finishing touch

화륜선 [火輪船] (轮船) lúnchuán <火輪船> かりんせん {船礁} thuyền hơi ◊ steamers

화면 [畫面] (画面) huàmiàn <画面> がめん {畫面} họa diện ◊ picture

화목 [和睦] (和睦) hémù <和睦> わぼく {和解} hòa giải ◊ reconciliation

화문 [花紋] (花纹) huāwén <花紋> かもん {花紋} hoa văn ◊ pattern

화물 [貨物] (货物) huòwù <貨物> かもつ {貨物} hóa vật ◊ goods

화물선 [貨物船] (货船) huòchuán <貨物船> かもつせん {船捆貥} thuyền chở hàng ◊ freighter

화물열차 [貨物列車] (货运列车) huòyùn lièchē <貨物列車> かもつれっしゃ {轎捆貥} tàu chở hàng ◊ freight train

화물차 [貨物車] (货车) huòchē <貨物車> かもつしゃ {車載} xe tải ◊ truck

화물칸 [貨物칸] (行李车) xíngli chē <荷物車> にもつしゃ {車拼行李} xe đầy hành lý ◊ baggage cart

화물터미널 [貨物 terminal] (货运站) huòyùn zhàn <貨物ターミナル> かもつ terminal {站運轉貥貨} trạm vận chuyển hàng hóa ◊ freight station

화미 [華美] (华美) huáměi <華美> かび {華美} hoa mỹ ◊ gorgeous

화미 [畫眉] (画眉) huàméi <画眉> がび {畫眉} họa my ◊ penciling eyebrows

화밀 [花蜜] (花蜜) huāmì <花蜜> かみつ {蜜花} mật hoa ◊ nectar

화방 [畫舫] (画舫) huàfǎng <画舫> がぼう {畫舫} họa phảng ◊ painting boat

화병 [花瓶] (花瓶) huāpíng <花瓶> かびん {瓶蓺花} bình bông hoa ◊ vase

화보 [畫報] (画报) huàbào <画報> がほう {畫報} họa báo ◊ pictorials

화사 [畫師] (画师) huà shī <画師> えし {畫師} họa sư ◊ paiter

화사첨족 [畫蛇添足] (画蛇添足) huà shé tiān jù <蛇足> だそく {畫蛇添足} họa xà thiêm túc ◊ draw a snake then put legs on it

화산 [火山] (火山) huǒshān <火山> かざん {肖焰} núi lửa ◊ volcano

화산대 [火山帶] (火山带) huǒshāndài <火山带> かざんたい {火山帶} hỏa sơn đới ◊ volcanic belt

화산도 [火山島] (火山岛) huǒshāndǎo <火山島> かざんとう {火山島} hỏa sơn đảo ◊ volcanic island

화산력 [火山礫] (火山砾石) huǒshān lìshí <火山礫> かざんれき {火山礫} hỏa sơn lịch ◊ lapillus

화산맥 [火山脈] (火山脉) huǒshān mài <火山脈> ひさんみゃく {脈肖焰} mạch núi lửa ◊ volcanic chain

화산암 [火山巖] (火山岩) huǒshānyán <火山岩>
かざんがん {火山巖} hỏa sơn nham ◊ volcanic
rock

화산재 [火山滓] (火山灰) huǒshānhuī <火山灰>
かざんばい {粄肖焐} tro núi lửa ◊ volcanic ash

화산지진 [火山地震] (火山地震) huǒshān dìzhè <
火山地震> かざんじしん {動堺肖焐} động đất
núi lửa ◊ volcanic earthquake

화산진 [火山塵] (火山尘) huǒshānchén <火山塵>
かざんじん {滃肖焐|培肖焐} bụi núi lửa ◊
volcanic dust

화산호 [火山湖] (火山湖) huǒshān hú <火山湖>
かざんこ {火山湖} hỏa sơn hồ ◊ crater lake

화살 [一] (箭) jiàn <矢> や {箶} tên ◊ arrow

화살촉 [화살鏃] (箭头) jiàntóu <矢先> やさき
{鬵怓|鬵箭} mũi tên ◊ arrowhead

화상 [和尙] (和尚) héshang <和尚> おしょう {和
尙} hòa thượng ◊ Buddhist priest

화상 [畫像] (画像) huàxiàng <画像> がぞう {畫
像} họa tượng ◊ portrait

화상 [火傷] (火伤) huǒ shāng <火傷> やけど {火
傷} hỏa thương ◊ burn

화석 [化石] (化石) huàshí <化石> かせき {化石}
hóa thạch ◊ fossil

화석연료 [化石燃料] (化石燃料) huàshí ránliào <
化石燃料> かせきねんりょう {燃料化石}
nhiên liệu hóa thạch ◊ fossil fuel

화성 [和聲] (和声) héshēng <和声> かせい {和
聲} hòa thanh ◊ harmony

화성 [火星] (火星) huǒxīng <火星> かせい {軽
火星} Sao Hỏa Tinh ◊ Mars

화성법 [和聲法] (和声法) héshēng fǎ <和声法>
わせいほう {和聲法} hòa thanh pháp ◊ harmony
method

화성암 [火成巖] (火成岩) huǒchéngyán <火成岩>
かせいがん {火成巖} hỏa thành nham ◊ igneous
rock

화수 [花樹] (花树) huā shù <花樹> かじゅ {花樹}
hoa thụ ◊ flower trees

화순 [和順] (和顺) héshùn <和順> わじゅん {和
順} hòa thuận ◊ gentle

화식 [和食] (和食) hé shí <和食> わしょく {和
食} hòa thực ◊ Japanese cuisine

화신 [化身] (化身) huàshēn <化身> けしん {化
身} hóa thân ◊ incarnation; personification; avatar

화실 [畫室] (画室) huàshì <画室> がしつ {畫室}

họa thất ◊ painting studio

화약 [和約] (和约) héyuē <和約> わやく {和約}
hòa ước ◊ accord

화약 [火藥] (火药) huǒyào <火藥> かやく {火藥}
hỏa dược ◊ gunpowder

화약고 [火藥庫] (火药库) huǒyào kù <火藥庫>
かやくこ {火藥庫} hỏa dược khố ◊ powder
magazine

화엄경 [華嚴經] (华严经) huáyánjīng <華厳経>
けごんきょう {華嚴經} Hoa Nghiêm Kinh ◊
Avatamska Sutra

화엄종 [華嚴宗] (华严宗) huáyánzōng <華厳宗>
けごんしゅう {華嚴宗} Hoa Nghiêm Tông ◊
Avatamska Sect

화염 [火焰] (火焰) huǒyàn <炎> ほのう {炾焐}
ngọn lửa ◊ flame

화염 방사기 [火焰放射器] (火焰喷射器) huǒyàn
pēnshèqì <火炎放射器> かえんほうしゃき {部
放射炾焐} bộ phóng xạ ngọn lửa ◊ flamethrower

화예석 [花蕊石] (花蕊石) huāruǐ shí <花蕊石> か
ずいせき {花蕊石} hoa nhị thạch ◊ stamenite

화요일 [火曜日] (星期二) xīngqī'èr <火曜日> か
ようび {次呍} thứ Ba ◊ Tuesday

화원 [花園] (花园) huāyuán <花園> かえん {壜
花} vườn hoa ◊ garden

화음 [和音] (和音) hé yīn <和音> わおん {和音}
hòa âm ◊ chord

화인 [華人] (华人) huárén <華人> かじん {趴華}
người Hoa ◊ ethnic Chinese

화장 [化妝] (化妆) huàzhuāng <化粧> けしょう
{妝點} trang điểm ◊ makeup

화장 [火葬] (火葬) huǒzàng <火葬> かそう {火
葬} hỏa táng ◊ cremate

화장경 [化粧鏡] (梳妆镜) huàzhuāng jìng <化粧鏡>
けしょうかがみ {鋧妝點} gương trang điểm ◊
bathroom mirror; vanity mirror

화장대 [化粧臺] (梳妆台) shūzhuāngtái <化粧台>
けしょうだい {盤裝點} bàn trang điểm ◊
dressing table

화장로 [火葬爐] (火葬炉) huǒzàng lú <火葬炉>
かそうろ {爐燒} lò thiêu xác ◊ crematorium

화장료 [化粧料] (化妆费用) shūzhuāng fèiyòng <
化粧料> けしょうりょう {費用妝點} phí dụng
trang điểm ◊ lady's pin money

화장실 [化粧室] (卫生间) wèishēngjiān <化粧室>
けしょうしつ {㞐衛生} nhà vệ sinh ◊ toilet;
lavatory; powder room

화장장 [火葬場] (火葬场) huǒzàngchǎng <火葬場> かそうば {坭火葬} nơi hoả táng ◊ crematoria

화장지 [化粧紙] (手纸) shǒuzhǐ <トイレットペーパー> toilet paper {织衛生|紙衛生} giấy vệ sinh ◊ sanitary paper; toilet paper

화장함 [化粧函] (化妆盒) huàzhuāng hé <化粧函> けしょうはこ {盒粉} hộp phấn ◊ makeup box

화재 [火災] (火灾) huǒzāi <火災> かさい {火患} hỏa hoạn ◊ fire disaster; fire hazard

화재보험 [火災保險] (火灾保险) huǒzāi bǎoxiǎn <火災保険> かさいほけん {保火} bảo hỏa ◊ fire insurance

화제 [話題] (话题) huàtí <話題> わだい {主題對話} chủ đề đối thoại ◊ dialog topic

화질 [畫質] (画质) huà zhì <画質> がしつ {畫質} họa chất ◊ picture quality

화차 [花茶] (花茶) huāchá <ジャスミン茶> jasmine ちゃ {花茶} hoa trà ◊ jasmine tea

화창하다 [和暢하다] (和畅) hé chàng <安逸> あんいつ {和順} hòa thuận ◊ harmony and smoothness

화초 [花草] (花草) huācǎo <草花> くさばな {花鞊} hoa cỏ ◊ flowers and grass

화판 [花瓣] (花瓣儿) huābànr <花弁> かべん {𦟐花} cánh hoa ◊ flower petals

화폐 [貨幣] (货币) huòbì <貨幣> かへい {貨幣} hóa tệ ◊ currency

화폐가치 [貨幣價值] (货币价値) huòbì jià zhí <貨幣価値> かへいかち {價錢幣} giá tiền tệ ◊ monetary value

화포 [花砲] (花炮) huāpào <花砲> はなほう {花砲} hoa pháo ◊ fireworks

화포 [火砲] (火炮) huǒpào <火砲> かほう {火炮} hỏa pháo ◊ artillery

화풍 [和風] (和风) héfēng <和風> わふう {和風} hòa phong ◊ zephyr

화풍 [畫風] (画风) huà fēng <画風> がふう {畫風} họa phong ◊ painting style

화필 [畫筆] (画笔) huàbǐ <画筆> がひつ {畫筆} họa bút ◊ paintbrush

화학 [化學] (化学) huàxué <化学> かがく {化學} hóa học ◊ chemistry

화학결합 [化學結合] (化学键) huàxuéjiàn <化学結合> かがくけつごう {連結化學} liên kết hóa học ◊ chemical bond

화학공장 [化學工場] (化学工厂) huàxué gōngchǎng <化学工場> かがくこうじょう {妬櫃化質} nhà máy hóa chất ◊ chemical plant

화학공정 [化學工程] (化工工艺) huàgōng gōngyì <化学工程> かがくこうてい {過程化學} quá trình hóa học ◊ chemical process

화학공학 [化學工學] (化学工程) huàxué gōngchéng <化学工学> かがくこうがく {技術化學} kỹ thuật hóa học ◊ chemical engineering

화학과 [化學科] (化学系) huàxué jì <化学科> かがくか {科化學} khoa hóa học ◊ chemistry department

화학기호 [化學記號] (化学符号) huàxué fúhào <化学記号> かがくきごう {記號化學} ký hiệu hóa học ◊ chemical symbol

화학당량 [化學當量] (化学当量) huàxué dāngliàng <化学当量> かがくとうりょう {當量化學} đương lượng hóa học ◊ chemical equivalent

화학변화 [化學變化] (化学变化) huàxué biànhuà <化学変化> かがくへんか {變𢭂化學} biến đổi hóa học ◊ chemical changes

화학비료 [化學肥料] (化肥) huàféi <化学肥料> かがくひりょう {瀵罘化學} phân bón hóa học ◊ chemical fertilizer

화학상수 [化學常數] (化学常数) huàxué chángshù <化学常数> かがくじょうすう {恒數化學} hằng số hóa học ◊ chemical constant

화학생태학 [化學生態學] (生态化学) shēngtài huàxué <化学生態学> かがくせいたいがく {生態化學} sinh thái hóa học ◊ chemical ecology

화학섬유 [化學纖維] (化纤) huàxiān <化学纖維> かがくせんい {質紝化學} chất xợi hóa học ◊ chemical fiber

화학식 [化學式] (化学式) huàxuéshì <化学式> かがくしき {公式化學} công thức hóa học ◊ chemical formula

화학원리 [化學原理] (化学原理) huàxué yuánlǐ <化学原理> かがくげんり {原理化學} nguyên lý hóa học ◊ chemical principle

화학원소 [化學元素] (化学元素) huàxué yuánsù <化学元素> かがくげんそ {元素化學} nguyên tố hóa học ◊ chemical element

화학자 [化學者] (化学家) huàxuéjiā <化学者> かがくしゃ {𠊛化學} người hóa học ◊ chemist

화학전 [化學戰] (化学战) huàxuézhàn <化学戦> かがくせん {化學戰} hóa học chiến ◊ chemical warfare

화학처리 [化學處理] (化学处理) huàxué chǔlǐ <化学処理> かがくしょり {處理化質} xử lý hóa chất ◊ chemical treatment

화학평형 [化學平衡] (化学平衡) huàxué pínghéng <化学平衡> かがくへいこう {斤平化學} cân bằng hóa học ◊ chemical equilibrium

화학폐기물 [化學廢棄物] (化学废料) huàxué fèiliào <化学废弃物> かがくはいきぶつ {質汰化學} chất thải hóa học ◊ chemical waste

화합 [和合] (和合) hé hé <和合> わごう {和合} harmony ◊ harmony

화합 [化合] (化合) huàhé <化合> かごう {化合} hóa hợp ◊ chemical combination

화합물 [化合物] (化合物) huàhéwù <化合物> かごうぶつ {合質} hợp chất ◊ compound

화해 [和解] (和解) héjiě <和解> わかい {和解} hòa giải ◊ reconciliation

화해 [和諧] (和谐) héxié <和諧> わかい {諧和} hài hòa ◊ harmonious

화현 [和絃] (和弦) héxián <和絃> わげん {合音} hợp âm ◊ chord

화호 [和好] (和好) héhǎo <和解> わかい {和好} hòa hảo ◊ be friend

화화 [火化] (火化) huǒhuà <焼骨> しょうこつ {火化} hòa hóa ◊ cremation

화환 [花環] (花圈) huāquān <花輪> はなわ {瑶花} vòng hoa ◊ wreath

확고 [確固] (稳固) wěn'gù <確固> かっこ {堅固} kiên cố ◊ firm

확대 [擴大] (扩大) kuòdà <拡大> かくだい {擴大} khuếch đại ◊ enlarge

확률론 [確率論] (概率论) gàilùlùn <確率理論> かくりつりろん {理說確率} lý thuyết xác suất ◊ probability theory

확률밀도 [確率密度] (概率密度) gàilù mìdù <確率密度> かくりつみつど {密度確率} mật độ xác suất ◊ probability density

확률분포 [確率分布] (概率分布) gàilù fēnbù <確率分布> かくりつぶんぷ {分布確率} phân bố xác suất ◊ probability distribution

확립 [確立] (确立) quèlì <確立> かくりつ {確立} xác lập ◊ establish

확보 [確保] (确保) quèbǎo <確保> かくほ {確保} xác bảo ◊ ensure

확산 [擴散] (扩散) kuòsàn <拡散> かくさん {擴散} khuếch tán ◊ diffusion

확산계수 [擴散係數] (扩散系数) kuòsàn xìshù < 拡散係数> かくさんけいすう {係數擴散} hệ số khuếch tán ◊ diffusion coefficient

확산상수 [擴散常數] (扩散常数) kuòsàn chángshù <拡散常数> かくさんじょうすう {恒數擴散} hằng số khuếch tán ◊ diffusion constant

확산연소 [擴散燃燒] (扩散燃烧) kuòsàn ránshāo < 拡散燃烧> かくさんねんしょう {熖烴擴散} đốt cháy khuếch tán ◊ diffusion combustion

확성 [擴聲] (扩音) kuò yīn <拡声> かくせい {擴音} khuếch âm ◊ voice amplification

확성기 [擴聲器] (扬声器) yángshēngqì <拡声器> かくせいき {擴聲器} khuếch thanh khí ◊ megaphone; bullhorn; loudhailer

확신 [確信] (确信) quèxìn <確信> かくしん {確信} xác tín ◊ certitude

확실 [確實] (确实) quèshí <確实> かくじつ {實事} thực sự ◊ truly

확실하다 [確實하다] (确切) quèqiè <確实> かくじつ {確切} xác thiết ◊ precise; definite; exact

확약 [確約] (确约) què yāo <確約> かくやく {確約} xác ước ◊ affirmation

확언 [確言] (确言) què yán <確言> かくげん {確言} xác ngôn ◊ definitely

확인 [確認] (确认) quèrèn <確認> かくにん {確認} xác nhận ◊ confirm

확장 [擴張] (扩张) kuòzhāng <拡張> かくちょう {擴張} khuếch trương ◊ expand

확장성 [擴張性] (扩展性) kuòzhǎn xìng <拡張性> かくちょうせい {性擴張} tính khuếch trương ◊ expandability

확정 [確定] (确定) quèdìng <確定> かくてい {確定} xác định ◊ determine; sure

확정력 [確定力] (确定力) quèdìnglì <確定力> かくていりょく {勹確定} sức xác định ◊ power of finality; eterministic force

확증 [確證] (确证) quèzhèng <確証> かくしょう {確證} xác chứng ◊ confirmed

확충 [擴充] (扩充) kuòchōng <拡充> かくじゅう {擴充} khuếch sung ◊ expand

환각 [幻覺] (幻觉) huànjué <幻覚> げんかく {幻覺} ảo giác ◊ hallucination

환갑 [還甲] (花甲) huājiǎ <還暦> かんれき {曆졷挨觪} lịch sáu mươi năm ◊ calendar of sixty years

환경 [環境] (环境) huánjìng <環境> かんきょう {環境} hoàn cảnh ◊ environment

환경경제학 [環境經濟學] (环境经济学) huánjing jīngjìxué <環境経済学> かんきょうけいざいがく {經濟學媒場} kinh tế học môi trường ◊

environmental economics

환경공해 [環境公害] (环境公害) huánjìng gōnghài <環境公害> かんきょうこうがい {污染媒場} ô nhiễm môi trường ◊ environmental hazard; environmental nuisance

환경과학 [環境科學] (环境科学) huánjìng kēxué <環境科学> かんきょうかがく {科學媒場} khoa học môi trường ◊ environmental science

환경교육 [環境教育] (环境教育) huánjìng jiàoyù <環境教育> かんきょうきょういく {敎育媒場} giáo dục môi trường ◊ environmental education

환경기후 [環境氣候] (环境气候) huánjìng qìhòu <環境気候> かんきょうきこう {氣候媒場} khí hậu môi trường ◊ environmental climate

환경론 [環境論] (环境论) huánjìng lún <環境論> かんきょうろん {理說媒場} lý thuyết môi trường ◊ environmentalism

환경문제 [環境問題] (环境问题) huánjìng wèntí <環境問題> かんきょうもんだい {問題媒場} vấn đề môi trường ◊ environmental problem; environmental issues

환경물리학 [環境物理學] (环境物理学) huánjìng wùlǐxué <環境物理学> かんきょうぶつりがく {物理媒場} vật lý môi trường ◊ environmental physics

환경보고 [環境報告] (环境报告) huánjìng bàogào <環境報告> かんきょうほうこく {報告媒場} báo cáo môi trường ◊ environmental statement

환경보전 [環境保全] (环境保全) huánjìng bǎoquán <環境保全> かんきょうほぜん {保衛媒場} bảo vệ môi trường ◊ environment preservation

환경복귀 [環境復歸] (环境恢复) huánjìng huīfù <環境復旧> かんきょうふっきゅう {復回媒場} phục hồi môi trường ◊ environmental recovery

환경부 [環境部] (环境部) huánjìng bù <環境部> かんきょうぶ {部環境} bộ hoàn cảnh ◊ ministry of environment

환경분석 [環境分析] (环境分析) huánjìng fēnxī <環境分析> かんきょうぶんせき {分析媒場} phân tích môi trường ◊ environmental analysis

환경분쟁 [環境紛爭] (环境纠纷) huánjìng jiūfēn <環境紛爭> かんきょうふんそう {爭執媒場} tranh chấp môi trường ◊ environmental dispute

환경비용 [環境費用] (环境费用) huánjìng fèiyòng <環境費用> かんきょうひよう {支費媒場} chi phí môi trường ◊ environmental cost

환경생물학 [環境生物學] (环境生物学) huánjìng shēngwùxué <環境生物学> かんきょうせいぶつがく {生學媒場} sinh học môi trường ◊ environmental biology

환경생태학 [環境生態學] (环境生态学) huánjìng shēngtàixué <環境生態学> かんきょうせいたいがく {生態媒場} sinh thái môi trường ◊ environmental ecology

환경소송 [環境訴訟] (环境诉讼) huánjìng sùsòng <環境訴訟> かんきょうそしょう {爭訟媒場} tranh tụng môi trường ◊ environmental lawsuit; environmental suit

환경악화 [環境惡化] (环境恶化) huánjìng èhuà <環境悪化> かんきょうあっか {衰退媒場} suy thoái môi trường ◊ environmental deterioration

환경예측 [環境豫測] (环境预测) huánjìng yùcè <環境予測> かんきょうよそく {預報媒場} dự báo môi trường ◊ environmental forecasting

환경운동 [環境運動] (环境运动) huánjìng yùndòng <環境運動> かんきょううんどう {風潮媒場} phong trào môi trường ◊ environmental movement

환경위기 [環境危機] (环境危机) huánjìng wēijī <環境危機> かんきょうきき {恐慌媒場} khủng hoảng môi trường ◊ environmental crisis

환경유산 [環境遺産] (环境遗产) huánjìng yíchǎn <環境遺産> かんきょういさん {遺産媒場} di sản môi trường ◊ environmental heritage

환경의학 [環境醫學] (环境医学) huánjìng yīxué <環境医学> かんきょういがく {醫學媒場} y học môi trường ◊ environmental medicine

환경자원 [環境資源] (环境资源) huánjìng zīyuán <環境資源> かんきょうしげん {材源媒場} tài nguyên môi trường ◊ environmental resources

환경전문가 [環境專門家] (环境专家) huánjìng zhuānjiā <環境專門家> かんきょうせんもんか {專家媒場} chuyên gia môi trường ◊ environment adviser

환경정책 [環境政策] (环境政策) huánjìng zhèngcè <環境政策> かんきょうせいさく {政策媒場} chính sách môi trường ◊ environment policy

환경지도 [環境地圖] (环境地图) huánjìng dìtú <環境地図> かんきょうちず {版圖媒場} bản đồ môi trường ◊ environmental map

환경지수 [環境指數] (环境指数) huánjìng zhǐshù <環境指数> かんきょうしすう {指數媒場} chỉ số môi trường ◊ environmental index; EI

환경지표 [環境指標] (环境指标) huánjìng zhǐbiāo <環境指標> かんきょうしひょう {指標媒場} chỉ tiêu môi trường ◊ environmental indicator

환관 [宦官] (宦官) huànguān <宦官> かんがん {宦官} hoạn quan ◊ eunuch

환기 [換氣] (换气) huànqì <換気> かんき {通氣} thông gió ◊ ventilation

환기 [喚起] (唤起) huànqǐ <喚起> かんき {喚起} hoán khởi ◊ arouse

환기구 [換氣口] (换气口) huànqì kǒu <換気口> かんきこう {糟通氣} lỗ thông gió ◊ ventilation port; scavenge port

환기창 [換氣窓] (换气窗) huànqì chuāng <換気窓> かんきそう {軒梭通氣} cửa sổ thông gió ◊ ventilation window

환기탑 [換氣塔] (通风塔) tōngfēng tǎ <換気塔> かんきとう {換氣塔} hoán khí tháp ◊ ventilation towers

환기팬 [換氣 fan] (换气扇) huànqì shān <換気扇> かんきせん {撅通氣} quạt thông gió ◊ extractor fan

환난 [患難] (患难) huànnàn <患難> かんなん {患難} hoạn nạn ◊ trouble

환대 [歡待] (欢待) huāndài <款待> かんたい {悉恔客} lòng mến khách ◊ hospitality

환득환실 [患得患失] (患得患失) huàn dé huàn shī <患得患失> かんとくかんしつ {患得患失} hoạn đắc hoạn thất ◊ suffer from gains and losses

환등 [幻燈] (幻灯机) huàndēng jī <幻灯機> げんとうき {鐙魔術} đèn ma thuật ◊ magic lantern

환락 [歡樂] (欢乐) huānlè <歡楽> かんらく {歡樂} hoan lạc ◊ joyous

환락가 [歡樂街] (欢乐街) huānlè jiē <歡楽街> かんらくがい {歡樂街} hoan nhạc nhai ◊ red-light district

환멸 [幻滅] (幻灭) huànmiè <幻滅> げんめつ {幻滅} ảo diệt ◊ disillusionment

환몽 [幻夢] (幻梦) huànmèng <幻夢> げんむ {幻夢} ảo mộng ◊ dreams

환부 [鰥夫] (鳏夫) guānfū <鰥夫> やもお {鰥夫} quan phu ◊ widower

환부 [患部] (患部) huàn bù <患部> かんぶ {患部} hoạn bộ ◊ affected area

환산 [換算] (换算) huànsuàn <換算> かんさん {換算} hoán toán ◊ conversion

환산표 [換算表] (换算表) huànsuàn biǎo <換算表> かんさんひょう {榜換算} bảng hoán toán ◊ conversion table

환상 [環狀] (环状) huánzhuàng <環狀> かんじょう {環狀} hoàn trạng ◊ annular

환상 [幻想] (幻想) huànxiǎng <幻想> げんそう {幻想} ảo tưởng ◊ fantasy

환상 [幻像] (幻像) huàn xiàng <幻像> げんぞう {幻像} ảo tượng ◊ phantom

환상곡 [幻想曲] (幻想曲) huànxiǎng qū <幻想曲> げんそうきょく {幻想曲} ảo tưởng khúc ◊ fantasia

환성 [歡聲] (欢声) huānshēng <歡声> かんせい {嗜歡呼} tiếng hoan hô ◊ cheer

환송 [歡送] (欢送) huānsòng <歡送> かんそう {禮暫別} lễ tạm biệt ◊ farewell

환송연 [歡送宴] (欢送宴) huānsòng yàn <歡送宴> かんそうえん {錯暫別} tiệc tạm biệt ◊ farewell feast

환송회 [歡送會] (欢送会) huānsòng huì <歡送会> かんそうかい {暖暫別} buổi tạm biệt ◊ farewell party

환술 [幻術] (幻术) huàn shù <幻術> げんじゅつ {幻術} ảo thuật ◊ magic

환승 [換乘] (换乘) huànchéng <乗り換え> のりかえ {轉搭} chuyển đáp ◊ change vehicle; transfer

환시 [幻視] (幻视) huàn shì <幻視> げんし {幻視} ảo thị ◊ visual hallucination

환약 [丸藥] (丸药) wán yào <丸薬> がんやく {丸蘗} viên thuốc ◊ pill

환영 [歡迎] (欢迎) huānyíng <歡迎> かんげい {歡迎} hoan nghinh ◊ welcome

환영 [幻影] (幻影) huànyǐng <幻影> げんえい {幻影} ảo ảnh ◊ phantom

환영연 [歡迎宴] (欢迎宴) huānyíng yàn <歡迎宴> かんげいえん {錯嘲憫} tiệc chào mừng ◊ welcome banquet

환우 [寰宇] (寰宇) huányǔ <寰宇> かんう {寰宇} hoàn vũ ◊ cosmos; global

환위 [換位] (换位) huàn wèi <換位> かんい {換位} hoán vị ◊ logical conversion

환율 [換率] (汇率) huìlǜ <為替レート> かわせ rate {比價滙兌} tỷ giá hối đoái ◊ exchange rate

환자 [患者] (患者) huànzhě <患者> かんじゃ {患者} hoạn giả ◊ patient

환전 [換錢] (兑换) duìhuàn <両替> りょうがえ {摙錢; 匯兌} đổi tiền; hối đoái ◊ exchange money

환전상 [換錢商] (兑换商) duìhuànshāng <両替商> りょうがえしょう {號摙錢} hiệu đổi tiền ◊

money-exchange business; money changer

환전소 [換錢所] (外币兑换所) wàibì duìhuàn suǒ <両替所> りょうがえしょ {坭擲錢} nơi đổi tiền ◊ currency exchange

환제 [丸劑] (丸剂) wánjì <丸剤> がんざい {丸劑} hoàn tễ ◊ pills

환천희지 [歡天喜地] (欢天喜地) huān tiān xǐ dì <歡天喜地> かんてんきち {歡天喜地} hoan thiên hỷ địa ◊ walking on air

환청 [幻聽] (幻听) huàn tīng <幻聽> げんちょう {幻聽} ảo thính ◊ auditory hallucination

환초 [環礁] (环礁) huánjiāo <環礁> かんしょう {環礁} hoàn tiêu ◊ atoll

환해 [環海] (环海) huán hǎi <環海> かんかい {環海} hoàn hải ◊ around the sea

환호 [歡呼] (欢呼) huānhū <歡呼> かんこ {歡呼} hoan hô ◊ cheer

환호성 [歡呼聲] (欢呼声) huānhū shēng <歡呼声> かんここえ {歡呼聲} hoan hô thanh ◊ cheers

환혹 [幻惑] (幻惑) huàn huò <幻惑> げんわく {幻惑} ảo hoặc ◊ fascination

환희 [歡喜] (欢喜) huānxǐ <歡喜> かんき {歡喜} hoan hỷ ◊ joy

활강 [滑降] (滑降) huá jiàng <滑降> かっこう {鄙嶠|鄙墢} xuống dốc ◊ sliding down; skiing down

활경 [活景] (活景) huó jǐng <活景> かつけい {活景} hoạt cảnh ◊ living scene

활계 [活計] (生计) shēngjì <活計> かっけい {生計} sinh kế ◊ livelihood

활공하다 [滑空하다] (滑翔) huáxiáng <滑空する> かっくうする {滑翔} hoạt tường ◊ gliding through the air

활극 [活劇] (活剧) huó jù <活劇> かつげき {活劇} hoạt kịch ◊ live drama

활기 [活氣] (活气) huóqì <活気> かっき {活氣} hoạt khí ◊ lively

활동 [活動] (活动) huódòng <活動> かつどう {活動} hoạt động ◊ activity

활동가 [活動家] (活动家) huódòngjiā <活動家> かつどうか {活動家} hoạt động gia ◊ activist

활동률 [活動率] (活度比) huódù bǐ <活動率> かつどうりつ {比例活動} tỷ lệ hoạt động ◊ activity ratio

활두 [滑頭] (滑头) huátóu <瓢箪鯰> ひょうたんなまず {滑頭} hoạt đầu ◊ slippery fellow

활력 [活力] (活力) huólì <活力> かつりょく {活力} hoạt lực ◊ vitality; energy; dynamism

활발 [活潑] (活泼) huópo <活発> かっぱつ {活潑} hoạt bát ◊ lively; active

활배근 [闊背筋] (背阔肌) bèikuòjī <広背筋> こうはいきん {肌鞍麟} cơ lưng rộng ◊ latissimus dorsi

활불 [活佛] (活佛) huófó <活仏> かつぶつ {活佛} hoạt Phật ◊ living Buddha

활석 [滑石] (滑石) huáshí <滑石> かっせき {滑石} hoạt thạch ◊ talc

활성 [活性] (活性) huóxìng <活性> かっせい {活性} hoạt tính ◊ activity; active

활성제 [活性劑] (活化剂) huóhuàjì <活性剤> かっせいざい {質活性} chất hoạt tính ◊ activator

활성탄 [活性炭] (活性炭) huóxìngtàn <活性炭> かっせいたん {活性炭} hoạt tính thán ◊ activated carbon

활약 [活躍] (活跃) huóyuè <活躍> かつやく {活躍} hoạt dược ◊ activity

활연대오 [豁然大悟] (豁然大悟) huòrán dàwù <豁然大悟> かつぜんたいご {豁然大悟} khoát nhiên đại ngộ ◊ suddenly realized

활엽수림 [闊葉樹林] (阔叶林) kuò yè lín <闊葉樹林> かつようじゅりん {檆莋麟} rừng lá rộng ◊ broad-leaved forest

활자 [活字] (活字) huózì <活字> かつじ {活字} hoạt tự ◊ printing type; movable type

활자본 [活字本] (活字本) huózì běn <活字本> かつじぼん {活字本} hoạt tự bản ◊ printed book

활자체 [活字體] (活字体) huózì tǐ <活字体> かつじたい {活字體} hoạt tự thể ◊ printed fonts

활주 [滑走] (滑行) huáxíng <滑走> かっそう {逈躑躑捌} lướt ◊ glide

활주로 [滑走路] (跑道) pǎodào <滑走路> かっそうろ {蹧跡} đường băng ◊ runway

활판 [活版] (活字排版) huózì páibǎn <活版> かっぱん {活字版} hoạt tự bản ◊ moveable type printing

활화산 [活火山] (活火山) huóhuǒshān <活火山> いくほさん {活火山} hoạt hỏa sơn ◊ active volcano

황경 [黃經] (黄经) huáng jīng <黄経> こうけい {黃經} hoàng kinh ◊ ecliptic longitude

황국 [皇國] (皇国) huáng guó <皇国> こうこく {皇國} hoàng quốc ◊ imperial state

황궁 [皇宮] (皇宫) huánggōng <皇宮> こうぐう {皇宮} hoàng cung ◊ imperial palace

황금 [黃金] (金) jīn <黃金> おうごん {鑛} vàng ◊ gold

황금 [黃芩] (黃芩) huáng qín <黃芩> おうごん {黃芩} hoàng cầm ◊ skullcap

황금관 [黃金冠] (金冠) jīn'guàn <黃金冠> おうごんかんむり {王冕鑛} vương miện vàng ◊ golden crown

황금기 [黃金期] (黃金期) huángjīnqī <黃金期> おうごんき {時期鑛} thời kỳ vàng ◊ golden age; golden era

황급히 [遑急히] (慌忙地) huāngmáng de <慌てて> あわてて {乂格踏噴} một cách vội vàng ◊ hurry up

황기 [黃旗] (黃旗) huáng qí <黃旗> きはた {黃旗} hoàng kỳ ◊ yellow flag

황녀 [皇女] (皇女) huáng nǚ <皇女> おうじょ {皇女} hoàng nữ ◊ princess

황년 [荒年] (荒年) huāngnián <荒年> こうねん {荒年} hoang niên ◊ rough years

황달기 [黃疸氣] (黃疸气) huángdǎn <黃疸気> おうだんけ {病鑛朥} bệnh vàng da ◊ jaundice

황당 [荒唐] (荒唐) huāngtáng <荒唐> こうとう {荒唐} hoang đường ◊ ridiculous

황당무계 [荒唐無稽] (荒谬) huāngmiù <荒唐無稽> こうとうむけい {無理} vô lý ◊ absurd

황도 [皇都] (皇都) huáng dōu <皇都> こうと {皇都} hoàng đô ◊ imperial capital

황도 [黃桃] (黃桃) huáng táo <黃桃> おうとう {黃桃} hoàng đào ◊ yellow peach

황도광 [黃道光] (黃道光) huángdào guāng <黃道光> おうどうこう {映爌黃道} ánh sáng hoàng đạo ◊ zodiacal light

황도대 [黃道帶] (黃道带) huángdào dài <黃道带> おうどうたい {宮黃道} cung hoàng đạo ◊ zodiac

황동 [黃銅] (黃铜) huángtóng <黃銅> おうどう {黃銅} hoàng đồng ◊ brass

황량하다 [荒涼하다] (荒凉) huāngliáng <荒涼> こうりょう {荒崠} hoang vắng ◊ desolation

황련 [黃連] (黃连) huánglián <黃連> おうれん {黃連} hoàng liên ◊ coptis Chinensis

황록색 [黃綠色] (黃绿色) huáng lǜsè <黃綠色> おうりょくしょく {黃綠色} hoàng lục sắc ◊ yellow-green

황룡 [黃龍] (黃龙) huánglóng <黃竜> こうりゅう {黃龍} hoàng long ◊ yellow dragon

황린 [黃磷] (黃磷) huáng lín <黃燐> おうりん {黃磷} hoàng lân ◊ yellow phosphorus

황마 [黃麻] (黃麻) huángmá <黃麻> おうま {苴} đay ◊ jute

황막 [荒漠] (荒漠) huāngmò <荒漠> こうばく {荒漠} hoang mạc ◊ desert

황망하다 [慌忙하다] (慌忙) huāngmáng <慌てる> あわてる {緝繃} bối rối ◊ flurried

황무 [荒蕪] (荒芜) huāngwú <荒蕪> こうぶ {荒蕪} hoang vu ◊ barren

황무지 [荒蕪地] (荒芜地) huāngwúdì <荒蕪地> こうぶち {埆荒} đất hoang ◊ wild land; wasteland; uncultivated land

황비 [皇妃] (皇妃) huáng fēi <皇妃> こうひ {皇妃} hoàng phi ◊ empress

황사 [黃砂] (黃砂) huáng shā <黃砂> こうさ {黃砂} hoàng sa ◊ yellow sand

황색경보 [黃色警報] (黃色警报) huángsè jǐngbào <黃色警報> きいろけいほう {警報絓鑛} cảnh báo màu vàng ◊ yellow alarm

황성 [皇城] (皇城) huángchéng <皇城> こうじょう {皇城} hoàng thành ◊ imperial city

황손 [皇孫] (皇孙) huáng sūn <皇孫> こうそん {皇孫} hoàng tôn ◊ royal descendants

황실 [皇室] (皇室) huángshì <皇室> こうしつ {妬皇家} nhà hoàng gia ◊ royal house

황앵 [黃鶯] (黃莺) huángyīng <黃鶯> うぐいす {黃鶯} hoàng anh ◊ yellow oriole

황야 [荒野] (荒野) huāngyě <荒野> こうや {荒野} hoang dã ◊ wilderness

황연대오 [恍然大悟] (恍然大悟) huǎngrán dàwù <恍然大悟> こうぜんだいご {恍然大悟} hoảng nhiên đại ngộ ◊ achieving full enlightenment all of a sudden

황열 [黃熱] (黃热) huáng rè <黃熱> おうねつ {黃熱} hoàng nhiệt ◊ yellow fever

황열병 [黃熱病] (黃热病) huángrèbìng <黃熱病> おうねつびょう {病黃熱} bệnh hoàng nhiệt ◊ yellow fever

황옥 [黃玉] (黃玉) huángyù <黃玉> おうぎょく {黃玉} hoàng ngọc ◊ topaz

황원 [荒原] (荒原) huāngyuán <荒原> こうげん {荒原} hoang nguyên ◊ wilderness

황위 [皇位] (皇位) huángwèi <皇位> こうい {皇位} hoàng vị ◊ throne

황은 [皇恩] (皇恩) huáng'ēn <皇恩> こうおん {皇恩} hoàng ân ◊ imperial grace

황음 [荒淫] (荒淫) huāngyín <荒淫> こういん {荒淫} hoang dâm ◊ dissolute; sexual indulgence

황의 [黃衣] (黃衣) huáng yī <黃衣> おうえ {黃衣} hoàng y ◊ yellow coat

황인종 [黃人種] (黄种人) huángzhǒngrén <黃人種> おうじんしゅ {尅黃種} người hoàng chùng ◊ yellow race

황자 [皇子] (皇子) huángzǐ <皇子> おうじ {皇子} hoàng tử ◊ prince

황작 [黃雀] (黄雀) huángquè <黃鳥> こうちょう {鴿鐄} chim vàng ◊ black-naped oriole; yellowbird

황제 [皇帝] (皇帝) huángdì <皇帝> こうてい {皇帝} hoàng đế ◊ emperor

황조 [皇朝] (皇朝) huángcháo <皇朝> こうちょう {皇朝} hoàng triêu ◊ dynasty

황조 [皇祖] (皇祖) huáng zǔ <皇祖> こうそ {皇祖} hoàng tổ ◊ imperial ancestor

황족 [皇族] (皇族) huángzú <皇族> こうぞく {皇族} hoàng tộc ◊ royal family

황지 [荒地] (荒地) huāngdì <荒地> あれち {荒地} hoang địa ◊ wasteland

황진 [黃塵] (黄尘) huáng chén <黃塵> こうじん {黃塵} hoàng trần ◊ dust

황천 [皇天] (皇天) huáng tiān <皇天> こうてん {皇天} hoàng thiên ◊ providence; heaven

황천 [黃泉] (黄泉) huángquán <黃泉> よみ {黃泉} hoàng tuyền ◊ lower world

황천길 [黃泉길] (黄泉路) huángquán lù <黃泉路> よみじ {蹭乮黃泉} đường vào hoàng tuyền ◊ path to Hades; passage leading to the underworld

황철광 [黃鐵鑛] (黄铁矿) huángtiěkuàng <黃鉄鉱> おうてっこう {黃鐵鑛} hoàng thiết khoáng ◊ pyrite

황친 [皇親] (皇亲) huáng qīn <皇親> こうしん {皇親} hoàng thân ◊ imperial prince

황태자 [皇太子] (皇太子) huángtàizǐ <皇太子> こうたいし {皇太子} hoàng thái tử ◊ prince

황태후 [皇太后] (皇太后) huángtàihòu <皇太后> こうたいごう {皇太后} hoàng thái hậu ◊ empress dowager

황토고원 [黃土高原] (黄土高原) huángtǔ gāoyuán <黃土高原> おうど {高原黃土} cao nguyên hoàng thổ ◊ loess plateau

황토층 [黃土層] (黄土层) huángtǔ céng <黃土層> おうどそう {黃土層} hoàng thổ tầng ◊ loess layer

황통 [皇統] (皇统) huáng tǒng <皇統> こうとう {皇統} hoàng thống ◊ imperial reign

황폐 [荒廢] (荒废) huāngfèi <荒廃> こうはい {荒廢} hoang phế ◊ ruin; deserted

황하 [黃河] (黄河) huáng hé <黃河> こうが {黃河} Hoàng Hà ◊ Yellow River

황혼 [黃昏] (黄昏) huánghūn <黃昏> たそがれ {黃昏} hoàng hôn ◊ twilight

황홀 [恍惚|慌惚] (恍惚) huǎnghū <恍惚> こうこつ {恍惚} trance ◊ trance

황화 [黃花] (黄花) huánghuā <黃花> きばな {黃花} hoàng hoa ◊ chrysanthemum

황후 [皇后] (皇后) huánghòu <皇后> こうごう {皇后} hoàng hậu ◊ empress

회개 [悔改] (悔改) huǐgǎi <悔い改める> くいあらためる {悔改} hối cải ◊ repent

회견 [會見] (会见) huìjiàn <会見> かいけん {會見} đáp ứng ◊ meets

회계 [會計] (会计) kuàijì <会計> かいけい {會計} hội kế ◊ accounting

회계부 [會計部] (会计部) kuàijì bù <会計課> かいけいか {房計算} phòng kế toán ◊ accounts department; accounting section

회계사 [會計士] (会计师) kuàijìshī <会計士> かいけいし {計算師} kế toán sư ◊ accountant

회계학 [會計學] (会计学) kuàijixué <会計学> かいけいがく {會計學} hội kế học ◊ accounting

회고 [懷古] (怀古) huáigǔ <懷古> かいこ {懷古} hoài cổ ◊ meditate on the past

회고 [回顧] (回顾) huígù <顧みる> かえりみる {貼瞭|貼察} xem xét ◊ review

회고록 [回顧錄] (回顾录) huígù lù <回顧錄> かいころく {回顧錄} hồi cố lục ◊ memoirs; reminiscences

회과 [悔過] (悔过) huǐguò <懺悔> さんげ {悔過} hối quá ◊ penitence

회관 [會館] (会馆) huìguǎn <会館> かいかん {會館} hội quán ◊ meeting hall

회교 [回敎] (回教) huíjiào <回教> かいきょう {回敎} hồi giáo ◊ Islam

회귀 [回歸] (返回) fǎnhuí <回帰> かいき {返回} phản hồi ◊ return

회귀선 [回歸線] (回归线) huíguīxiàn <回帰線> かいきせん {至線} chí tuyến ◊ tropics of Cancer or Capricor

회기 [回記] (回记) huí jì <記録> きろく {回記} hồi ký ◊ remember

회담 [會談] (会谈) huìtán <会談> かいだん {會談} hội đàm ◊ negotiate

회답 [回答] (回答) huídá <回答> かいとう {回答} hồi đáp ◊ answer

회당 [會堂] (会堂) huìtáng <会堂> かいどう {會堂} hội đường ◊ hall

회도 [繪圖] (绘图) huìtú <絵図> えず {繪圖} hội đồ ◊ drawing

회랑 [回廊] (回廊) huíláng <回廊> かいろう {回廊} hồi lang ◊ cloister

회뢰 [賄賂] (贿赂) huìlù <賄賂> わいろ {賄賂} hối lộ ◊ bribe

회백색 [灰白色] (灰白色) huībái sè <灰白色> かいはくいろ {皚齷} trắng xám ◊ gray-white; grayish white; greyish white

회복 [恢復] (恢复) huīfù <恢復> かいふく {復回} phục hồi ◊ restore

회사 [會社] (会社) huìshè <会社> かいしゃ {公司} công ty ◊ company

회상 [回想] (回想) huíxiǎng <回想> かいそう {回想} hồi tưởng ◊ recollect

회상록 [回想錄] (回忆录) huíyìlù <伝記> でんき {回記} hồi ký ◊ memoir

회색 [灰色] (灰色) huīsè <灰色> はいいろ {齷} xám ◊ gray

회소 [會所] (会所) huìsuǒ <会所> かいしょ {會所} hội sở ◊ clubhouse

회수 [回收] (回收) huíshōu <回収> かいしゅう {回收} hồi thu ◊ recovery

회신 [回信] (回信) huíxìn <返事> へんじ {搭哂|躃哂|揣哂} trả lời ◊ answer

회심 [灰心] (灰心) huīxīn <灰心> はいしん {灰心} hôi tâm ◊ discouraged

회심 [回心] (回心) huí xīn <回心> えしん {回心} hồi tâm ◊ conversion

회억 [回憶] (回忆) huíyì <回想> かいそう {回憶} hồi ức ◊ memories

회원 [會員] (会员) huìyuán <会員> かいいん {會員} hội viên ◊ member

회원국 [會員國] (会员国) huìyuánguó <会員国> かいいんこく {成員國} thành viên quốc ◊ coalition nation; member state

회유어 [回游魚] (回游鱼) huíyóu yú <回遊魚> かいゆうぎょ {矴澉術} cá bơi về ◊ migratory fish

회음 [回音] (回音) huíyīn <回音> かいおん {回音} hồi âm ◊ echo

회음 [會陰] (会阴) huìyīn <会陰> えいん {會陰} hội âm ◊ perineum

회의 [懷疑] (怀疑) huáiyí <懷疑> かいぎ {懷疑} hoài nghi ◊ doubt

회의 [會意] (会意) huìyì <会意> かいい {會意} hội ý ◊ a *Hanzi, Hanja, Kanji* or *Chu Han* made up of meaningful parts

회의 [會議] (会议) huìyì <会議> かいぎ {會議} hội nghị ◊ meeting

회의론 [懷疑論] (怀疑论) huáiyí lún <懷疑論> かいぎろん {懷疑論} hoài nghi luận ◊ skepticism

회의실 [會議室] (会议室) huìyìshì <会議室> かいぎしつ {房會議} phòng hội nghị ◊ meeting room

회임 [懷妊] (怀孕) huáiyùn <身重> みおも {膈胎} có thai ◊ pregnant

회자 [膾炙] (脍炙) kuài zhì <膾炙> かいしゃ {膾炙} khoái chích ◊ popular

회장 [會長] (会长) huìzhǎng <会長> かいちょう {會長} hội trưởng ◊ president

회전 [回轉] (旋转) xuánzhuǎn <回る> まわる {捼擄} quay ◊ revolve

회전목마 [回轉木馬] (旋转木马) xuánzhuǎn mùmǎ <回転木馬> かいてんもくば {馭棋擄} ngựa gỗ quay ◊ carousel; merry-go-round

회전문 [回轉門] (旋转门) xuánzhuǎn mén <回転ドア> かいてん door {鞸抶} cửa xoay ◊ revolving door

회전원판 [回轉圓板] (旋转圆盘) xuánzhuǎn yuánpán <回転円板> かいてんえんばん {抶嵯} xoay đĩa ◊ rotating disk

회저의자 [回轉椅子] (转椅) zhuànyǐ <回転椅子> かいてんいす {靰抶} ghế xoay ◊ swivel chair

회전축 [回轉軸] (旋转轴) xuánzhuǎnzhóu <回転軸> かいてんじく {軸抶} trục quay ◊ rotating axis

회진 [灰塵] (灰尘) huīchén <灰塵> かいじん {陰塵} âm trần ◊ dust

회취 [會聚] (会聚) huì jù <集まる> あつまる {會聚} hội tụ ◊ convergence

회포 [懷抱] (怀抱) huáibào <懷抱> かいほう {懷抱} hoài bão ◊ bosom

회피 [回避] (回避) huíbì <回避する> かいひする {回避} hồi ty ◊ avoid

회한 [悔恨] (悔恨) huǐhèn <悔恨> かいこん {悔恨} hối hận ◊ remorse

회합 [會合] (会合) huìhé <会合> かいごう {會合} hội hợp ◊ rendezvous

회향 [茴香] (茴香) huíxiāng <茴香> ういきょう {茴香} hồi hương ◊ fennel

회화 [會話] (会话) huìhuà <会話> かいわ {會話} hội thoại ◊ conversation

회화 [繪畫] (绘画) huìhuà <絵画> かいが {繪畫} hội họa ◊ painting; drawing

회화문 [會話文] (会话文) huìhuàwén <会話文> かいわぶん {句會話} câu hội thoại ◊ conversation sentences

회화문자 [繪畫文字] (图画文字) túhuà wénzì <絵文字> えもじ {𡨸象形} chữ tượng hình ◊ hieroglyph; pictorial writing

획기적 [劃期的] (划时代) huàshídài <画期的> かっきてき {造紀元} tạo kỷ nguyên ◊ epoch-making

획득 [獲得] (获得) huòdé <獲得> かくとく {争𢶡|掙特} giành được ◊ obtain; acquisition; possession

획분 [劃分] (划分) huàfēn <区分> くぶん {𢺺𢶒} chia ◊ divide

획수 [畫數] (笔画数) bǐhuà shǔ <画数> かくすう {畫數} hoạch số ◊ strokes of a Chinese character

횟수 [回數] (回数) huí shǔ <回数> かいすう {回數} hồi số ◊ rounds

횡갱 [橫坑] (横坑) héng kēng <水平ピット> すいへい pit {𡓇昂} hố ngang ◊ horizontal pit

횡격막 [橫隔膜] (横隔膜) héng gémó <隔膜> かくまく {隔膜} cách mạc ◊ diaphragm

횡단 [橫斷] (横断) héng duàn <横断> おうだん {𢵋昂} cắt ngang ◊ transection

횡단면 [橫斷面] (横断面) héngduànmiàn <断面> だんめん {𩈘𢵋昂} mặt cắt ngang ◊ cross section

횡단보도 [橫斷步道] (人行横道) rén xíng héng dào <横断步道> おうだんほどう {𨀎𨁪過𨂼} lối băng qua đường ◊ pedestrian crossing; crosswalk

횡령 [橫領] (挪用) nuóyòng <横領> おうりょう {騙取} biển thủ ◊ embezzlement

횡문근 [橫紋筋] (横纹肌) héngwénjī <横紋筋> おうもんきん {肌紋} cơ vân ◊ striated muscle

횡사 [橫死] (横死) hèngsǐ <横死> おうし {橫死} hoạnh tử ◊ die in one's boots; violent death

횡재 [橫財] (横财) hèngcái <横財> よこざい {橫財} hoạnh tài ◊ ill-gotten wealth; unexpected wealth

횡축 [橫軸] (横轴) héng zhóu <横軸> よこじく {橫軸} hoành trục ◊ horizontal axis

횡포 [橫暴] (横暴) hèngbào <横暴> おうぼう {橫暴} hoành bạo ◊ rampage

횡행 [橫行] (横行) héngxíng <横行> おうこう {橫行} hoành hành ◊ rampant

효과 [效果] (效果) xiàoguǒ <効果> こうか {效果} hiệu quả ◊ effect

효녀 [孝女] (孝女) xiào nǚ <孝女> こうじょ {孝女} hiếu nữ ◊ filial daughter

효능 [效能] (效能) xiàonéng <効能> こうのう {效能} hiệu năng ◊ efficacy

효덕 [孝德] (孝德) xiào dé <孝徳> たかのり {孝德} hiếu đức ◊ filial piety

효도 [孝道] (孝道) xiàodao <孝道> こうどう {孝道} hiếu đạo ◊ filial duty

효력 [效力] (效力) xiào lì <効力> こうりょく {效力} hiệu lực ◊ effect

효모 [酵母] (酵母) jiàomǔ <酵母> こうぼ {𪌀𥻹} men ◊ yeast

효모균 [酵母菌] (酵母菌) jiàomǔjūn <酵母菌> こうぼきん {菍𪌀|稔𥻹} nấm men ◊ yeast fungus

효무 [曉霧] (晓雾) xiǎo wù <暁霧> ぎょうむ {曉霧} hiểu vụ ◊ dawn mist

효소 [酵素] (酵素) jiàosù <酵素> こうそ {酵素} hiếu tố ◊ enzyme

효순 [孝順] (孝顺) xiàoshùn <孝順> こうじゅん {孝順} hiếu thuận ◊ filial piety

효심 [孝心] (孝心) xiàoxīn <孝心> こうしん {悉孝討} lòng hiếu thảo ◊ filial devotion

효용 [驍勇|梟勇] (骁勇) xiāo yǒng <驍勇> ぎょうゆう {驍勇} kiêu dũng ◊ brave

효용 [效用] (效用) xiàoyòng <効用> こうよう {效用} hiệu dụng ◊ utility

효웅 [驍雄] (枭雄) xiāoxióng <梟雄> きょうゆう {驍雄} kiêu hùng ◊ fierce and powerful person

효율 [效率] (效率) xiàolǜ <効率> こうりつ {效率} hiệu suất ◊ efficiency

효율성 [效率性] (效率性) xiàolǜ xinh <効率性> こうりつせい {性效果} tính hiệu quả ◊ efficiency

효자 [孝慈] (孝慈) xiào cí <孝慈> こうじ {孝慈} hiếu từ ◊ filial piety

효자 [孝子] (孝子) xiàozǐ <孝子> こうし {孝子} hiếu tử ◊ filial son

효증 [哮症] (哮症) xiào zhēng <哮症> たけしょう {哮症} hao chứng ◊ asthma

효행 [孝行] (孝行) xiào xíng <孝行> こうこう {孝行} hiếu hành ◊ filial piety

효험 [效驗] (效验) xiàoyàn <効験> こうけん {效驗} hiệu nghiệm ◊ efficacy

후각 [嗅覺] (嗅觉) xiùjué <嗅覚> きゅうかく {嗅覺} khứu giác ◊ olfaction

후각기관 [嗅覺器官] (嗅觉器官) xiùjué qìguān <嗅覚器官> きゅうかくきかん {機關嗅覺} cơ quan khứu giác ◊ olfactory organ

후계자 [後繼者] (接班人) jiēbānrén <後継> こう
けい {繼承} kế thừa ◊ successor

후과 [後果] (后果) hòuguǒ <後果> ごか {後果}
hậu quả ◊ as a result of

후광 [後光] (晕环) yùnhuán <後光> ごこう {燻
霓} quầng ◊ halo

후궁 [後宮] (后宫) hòugōng <後宮> こうきゅう
{後宮} hậu cung ◊ inner palace; seraglio

후기 [後記] (后记) hòujì <後記> こうき {後記}
hậu ký ◊ postscript

후기 [後期] (后期) hòuqī <後期> こうき {後期}
hậu kỳ ◊ later period; anaphase

후난 [後難] (后难) hòu nán <後難> こうなん {後
難} hậu nạn ◊ aftermath

후년 [後年] (后年) hòunián <後年> こうねん {後
年} hậu niên ◊ year after

후당 [後唐] (后唐) hòu táng <後唐> こうとう
{後唐} Hậu Đường ◊ Later Tang Dynasty

후당 [後堂] (后堂) hòu táng <後堂> こうどう
{後堂} hậu đường ◊ back hall

후대 [厚待] (厚待) hòudài <厚遇> こうぐう {厚
待} hậu đãi ◊ favors

후대 [後代] (后代) hòudài <後代> こうだい {後
代} hậu đại ◊ descendant

후두 [喉頭] (喉头) hóutóu <喉頭> こうとう {聲
管} thanh quản ◊ larynx

후두개 [喉頭蓋] (会厌) huìyàn <喉頭蓋> のどず
がい {絅聲管} nắp thanh quản ◊ epiglottis

후래 [後來] (后来) hòulái <後来> こうらい {後
來} hậu lai ◊ later

후략 [後略] (后略) hòu lüè <後略> こうりゃく
{後略} hậu lược ◊ omitted here after

후륜 [後輪] (后轮) hòu lún <後輪> こうりん {後
輪} hậu luân ◊ rear wheels

후리 [厚利] (厚利) hòu lì <厚利> あつとし {厚利}
hậu lợi ◊ generous profits

후면 [後面] (后面) hòumiàn <後面> こうめん
{墻嵆|膅鏤} phía sau ◊ back; behind

후문 [後門] (后门) hòumén <後門> こうもん {後
門} hậu môn ◊ back gate

후미 [後尾] (后尾) hòu wěi <後尾> こうび {後尾}
hậu vĩ ◊ rear

후미 [後味] (后味) hòu wèi <後味> あとあじ {後
味} hậu vị ◊ aftertaste

후반 [後半] (后半) hòu bàn <後半> こうはん {後
半} hậu bán ◊ second half

후반생 [後半生] (后半生) hòu bànshēng <後半生>

こうはんせい {後半生} hậu bán sinh ◊ rest life

후반전 [後半戰] (下半场) xià bànchǎng <後半戰>
こうはんせん {合幷} hiệp hai ◊ second half

후방 [後方] (后方) hòufāng <後方> こうほう {後
方} hậu phương ◊ rear

후방 [後房] (后房) hòu fáng <後房> こうぼう
{後房} hậu phòng ◊ posterior chamber

후방근무 [後方勤務] (后勤) hòuqín <後方勤務>
こうほうきんむ {後勤} hậu cần ◊ logistics

후배 [後背] (后背) hòubèi <後背> こうはい {後
背} hậu bối ◊ at back

후배 [後輩] (后辈) hòubèi <後輩> こうはい {後
輩} hậu bối ◊ posterity; younger generation

후보 [後報] (后续消息) hòuxù xiāoxi <後報> こう
ほう {魗息斸} tin tức thêm ◊ later report; further
information; further news

후보 [候補] (候补) hòubǔ <候補> こうほ {候補}
hậu bổ ◊ candidate

후보자 [候補者] (候选人) hòuxuǎnrén <候補者>
こうほしゃ {應舉員} ứng cử viên ◊ candidate

후부 [後部] (后部) hòu bù <後部> こうぶ {後部}
hậu bộ ◊ rear

후비 [后妃] (后妃) hòufēi <后妃> こうひ {後妃}
hậu phi ◊ consorts

후사 [後事] (后事) hòushì <後事> こうじ {後事}
hậu sự ◊ funeral affairs

후산 [後山] (后山) hòu shān <裏山> うらやま
{肉幾} núi sau ◊ back mountain

후생 [厚生] (厚生) hòu shēng <厚生> こうせい
{利益民衆} lợi ích dân chúng ◊ people's benefits

후생 [後生] (后生) hòushēng <後生> こうせい
{後生} biểu sinh ◊ epigenetic

후설모음 [後舌母音] (后舌元音) hòu jī yuányīn <
舌根音> ぜっこんおん {元音菗鐷} nguyên âm
lưỡi sau ◊ retrolingual vowel

후세 [後世] (后世) hòushì <後世> ごせ {後世}
hậu thế ◊ posterity; post generations

후속 [後續] (后续) hòuxù <後続> こうぞく {接
踶|接邌} tiếp theo ◊ subsequent

후술 [後述] (后述) hòu shù <後述> こうじゅつ
{後述} hậu thuật ◊ later mentioned

후안무치 [厚顔無恥] (厚颜无耻) hòuyán wúchǐ <
厚顔無恥> こうがんむち {厚顔無恥} hậu nhan
vô sỉ ◊ shameless

후열 [後列] (后列) hòu liè <後列> こうれつ {後
列} hậu liệt ◊ rear

후예 [後裔] (后裔) hòuyì <後裔> こうえい {後

裔} hậu duệ ◊ descendent

후원 [後援] (后盾) hòudùn <後援> こうえん {擁護} ủng hộ ◊ supporter

후위 [後衛] (后卫) hòuwèi <後衛> こうえい {後衛} hậu vệ ◊ fullback; rear guard; back fielder

후유증 [後遺症] (后遗症) hòuyízhèng <後遺症> こういしょう {後遺症} hậu di chứng ◊ sequela

후은 [厚恩] (厚恩) hòu ēn <厚恩> こうおん {厚恩} hậu ân ◊ great favor; obligation

후음 [喉音] (喉音) hóu yīn <喉音> のどおん {喉音} hầu âm ◊ guttural

후의 [厚意] (厚意) hòu yì <厚意> こうい {厚意} hậu ý ◊ kindness

후인 [後人] (后人) hòurén <後人> こうじん {後人} hậu nhân ◊ posterity

후일 [後日] (后日) hòurì <後日> ごじつ {後日} hậu nhật ◊ day after tomorrow

후임 [後任] (后任) hòurèn <後任> こうにん {後任} hậu nhậm ◊ successor

후자 [後者] (后者) hòuzhě <後者> こうしゃ {後者} hậu giả ◊ latter

후작 [侯爵] (侯爵) hóujué <侯爵> こうしゃく {侯爵} hầu tước ◊ marquis

후장 [後場] (后场) hòu cháng <後場> ごば {後場} hậu trường ◊ backfield

후정 [厚情] (厚情) hòu qíng <厚情> こうじょう {厚情} hậu tình ◊ hospitality

후조 [候鳥] (候鸟) hòu niǎo <候鳥> こうちょう {候鳥} hậu điểu ◊ weather bird

후지 [厚紙] (厚纸) hòu zhǐ <厚紙> あつがみ {厚紙} hậu chỉ ◊ cardboard

후지 [後肢] (后肢) hòuzhī <後肢> あとあし {後肢} hậu chi ◊ hind leg

후진 [後進] (后进) hòujìn <後進> こうしん {後進} hậu tiến ◊ backward; junior

후진국 [後進國] (不发达国家) bù fādá guójiā <後進国> こうしんこく {後進國} hậu tiến quốc ◊ backward country

후처 [後妻] (后妻) hòu qī <後妻> ごさい {後妻} hậu thê ◊ stepwife; second wife

후처리 [後處理] (后处理) hòu chǔlǐ <後処理> あとしょり {後處理} hậu xử lý ◊ post-processing

후천적 [後天的] (后天的) hòutiān de <生後> せいご {後天} hậu thiên ◊ post-natal

후치사 [後置詞] (后置词) hòu zhì cí <後置詞> こうちし {後置詞} hậu trí từ ◊ postposition

후퇴 [後退] (后退) hòutùi <撤退> てったい {捽躛} rút lui ◊ retreat

후항 [後項] (后项) hòu xiàng <後項> こうこう {後項} hậu hạng ◊ later paragraph

후환 [後患] (后患) hòu huàn <後患> こうかん {後患} hậu hoạn ◊ aftermath

후회 [後悔] (后悔) hòuhuǐ <後悔> こうかい {後悔} hậu hối ◊ regret

훈계 [訓戒] (告诫) gàojiè <訓戒> くんかい {嚾保|勸保} khuyên bảo ◊ admonish

훈고 [訓詁] (训诂) xùngǔ <訓詁> くんこ {訓詁} huấn cổ ◊ exegesis

훈고학 [訓詁學] (训诂学) xùngǔ xué <訓詁学> くんこがく {訓詁學} huấn cổ học ◊ exegesis science

훈도 [熏陶] (熏陶) xūntáo <熏陶> くんどう {熏陶} huân đào ◊ edification; nurture

훈독 [訓讀] (训读) xùn dòu <訓読> くんどく {訓讀} huấn độc ◊ read Chinese characters in their Korean or Japanese or Vietnamese translation

훈련 [訓練] (训练) xùnliàn <訓練> くんれん {訓練} huấn luyện ◊ training

훈령 [訓令] (训令) xùnlìng <訓令> くんれい {訓令} huấn linh ◊ instructions

훈몽 [訓蒙] (训蒙) xùn mēng <訓蒙> くんもう {訓蒙} huấn mông ◊ educate children

훈민 [訓民] (训民) xùn mín <訓民> くんみん {訓民} huấn dân ◊ train people

훈민정음 [訓民正音] (训民正音) xùn mín zhèngyīn <訓民正音> くんみんせいおん {訓民正音} huấn dân chính âm ◊ Hunmin-jongum; ancient Korean alphabet teaching

훈시 [訓示] (训示) xùnshì <訓示> くんじ {訓示} huấn thị ◊ instruction

훈육 [燻肉] (熏肉) xūn ròu <燻肉> くんにく {燻肉} huân nhục ◊ smoked pork

훈작 [勳爵] (勋爵) xūnjué <勲爵> くんしゃく {勳爵} huân tước ◊ lord

훈장 [勳章] (勋章) xūnzhāng <勲章> くんしょう {勳章} huân chương ◊ medal

훈제 [薰製] (熏制) xūnzhì <薫製> くんせい {薰製} huân chế ◊ fumigate

훈증 [薰蒸] (熏蒸) xūnzhēng <薫蒸> くんじょう {薰蒸} huân chưng ◊ fumigation

훈향 [薰香] (熏香) xūn xiāng <薫り> かおり {香馠|香蕢} hương thơm ◊ incense fragrance

훈화 [訓話] (训话) xùnhuà <訓話> くんわ {訓話} huấn thoại ◊ admonitory lecture; instructive talk;

exemplum; apologue

훈훈하다 [薰薰하다] (暖烘烘) nuǎnhōnghōng <ぽ
かぽか> ぽかぽか {燥焐} nóng khô ◊ warm and
baking

훗날 [後날] (日后) rìhòu <後日> ごじつ {暒魮}
ngày sau ◊ in the future

훼괴 [毀壞] (毀坏) huǐhuài <毀壞> きかい {破毀}
phá hủy ◊ destruction

훼손 [毀損] (毀损) huǐsǔn <毀損> きそん {賍害|
折害} thiệt hại ◊ damage

휘도 [輝度] (光亮度) guāngliàngdù <輝度> きど
{映度} ánh độ ◊ brightness; luminance

휘동광 [輝銅鑛] (辉铜矿) huī tóngkuàng <輝銅鉱>
きどうこう {輝銅鑛} huy đồng khoáng ◊
cupetium

휘발 [揮發] (挥发) huīfā <揮発> きはつ {揮發}
huy phát ◊ volatilization

휘발성 [揮發性] (挥发性) huīfāxìng <揮発性> き
はつせい {性揮發} tính huy phát ◊ volatility

휘발유 [揮發油] (挥发油) huīfāyóu <揮発油> き
はつゆ {油飛騰氣} dầu dễ bay hơi ◊ volatile oil

휘석 [輝石] (辉石) huīshí <輝石> きせき {輝石}
huy thạch ◊ pyroxene

휘암 [輝巖] (辉岩) huī yán <輝岩> きがん {輝巖}
huy nham ◊ pyroxenite

휘장 [徽章] (徽章) huīzhāng <徽章> きしょう
{徽章} huy chương ◊ badge

휘집 [彙集] (汇集) huìjí <彙集> いしゅう {匯集}
hội tập ◊ collection

휘탄 [輝炭] (亮煤) liàng méi <輝炭> きたん {炭
燼} than sáng ◊ bright coal

휘파람 [一] (口哨) kǒushào <口笛> くちぶえ {醋
觸} còi ◊ whistle

휘황 [輝煌] (辉煌) huīhuáng <煌々> こうこう
{輝煌} huy hoàng ◊ brilliance; brilliant

휴가 [休暇] (休假) xiūjià <休暇> きゅうか {舡
禮} ngày lễ ◊ holiday

휴강 [休講] (停课) tíngkè <休講> きゅうこう
{停課} đình khóa ◊ suspension of classes

휴게소 [休憩所] (休憩所) xiūqì suǒ <休憩所> き
ゅうけいしょ {休憩所} hưu khế sở ◊ rest area

휴경 [休耕] (休耕) xiū gēng <休耕> きゅうこう
{休耕} hưu canh ◊ lying fallow; leaving a field
uncultivated

휴대 [携帶] (携带) xiédài <携帯> けいたい {搶
挩} mang ◊ carry

휴대전화 [攜帶電話] (移动电话) yídòng diànhuà <

携帯電話> けいたいでんわ {電話移動} điện
thoại di động ◊ mobile phone

휴대품 [携帶品] (携带品) xiédàipǐn <携帯品> け
いたいひん {樋撘邌坮輪} đồ mang theo bên
mình ◊ personal effects; hand baggage

휴면 [休眠] (休眠) xiūmián <休眠> きゅうみん
{休眠} hưu miên ◊ dormancy

휴식 [休息] (休息) xiūxi <休息> きゅうそく {休
息} hưu tức ◊ rest

휴식처 [休息處] (休息处) xiūxi chù <休憩所> き
ゅうけいしょ {坭攬齝} nơi nghỉ ngơi ◊
breathing place

휴양 [休養] (休养) xiūyǎng <休養> きゅうよう
{休養} hưu dưỡng ◊ recuperate

휴업 [休業] (停工) tínggōng <休業> きゅうぎょ
う {休業} hưu nghiệp ◊ business closed

휴일 [休日] (休息日) xiūxirì <休日> きゅうじつ
{暒嚥} ngày nghỉ ◊ holiday; day off

휴전 [休戰] (休战) xiūzhàn <休戦> きゅうせん
{休戰} hưu chiến ◊ truce

휴지 [休止] (休止) xiūzhǐ <休止> きゅうし {休
止} hưu chỉ ◊ repose

휴지 [休紙] (卫生纸) wèishēngzhǐ <トイレットペ
ーパー> toilet paper {織衛生|紙衛生} giấy vệ
sinh ◊ toilet paper

휴학 [休學] (休学) xiūxué <休学> きゅうがく
{齂學} nghỉ học ◊ suspend one's schooling

휴학생 [休學生] (休学学生) xiūxué xuésheng <休
学生> きゅうがくせい {學生齂學} học sinh
nghỉ học ◊ temporally leaving student

휴한 [休閑] (休闲) xiūxián <休閑> きゅうかん
{休閑} hưu nhàn ◊ leisure; fallowing

휴화산 [休火山] (休火山) xiū huǒshān <休火山>
きゅうかざん {岇焅空活動} núi lửa không hoạt
động ◊ dormant volcano

흉강 [胸腔] (胸腔) xiōngqiāng <胸腔> きょうく
う {胸腔} hung khang ◊ chest cavity

흉골 [胸骨] (胸骨) xiōnggǔ <胸骨> きょうこつ
{䯓臆} xương ức ◊ breast bone

흉금 [胸襟] (胸襟) xiōngjīn <胸襟> きょうきん
{胸襟} hung khâm ◊ bosom

흉기 [凶器|兇器] (凶器) xiōngqì <凶器> きょう
き {兇器} hung khí ◊ lethal weapon

흉년 [凶年] (凶年) xiōngnián <凶年> きょうねん
{凶年} hung niên ◊ non seed year; failyear

흉노 [匈奴] (匈奴) xiōngnú <匈奴> きょうど {匈
奴} Hung Nô ◊ Huns

흉도 [凶徒|兇徒] (凶徒) xiōng tú <凶徒> きょうと {兇徒} hung đồ ◊ murderers

흉막 [胸膜] (胸膜) xiōngmó <胸膜> きょうまく {胸膜} hung mạc ◊ pleura

흉막염 [胸膜炎] (胸膜炎) xiōngmóyán <胸膜炎> きょうまくえん {胸膜炎} hung mạc viêm ◊ pleurisy

흉맹 [凶猛|兇猛] (凶猛) xiōngměng <凶猛> きょうもう {兇猛} hung mãnh ◊ ferocious

흉몽 [凶夢] (凶梦) xiōng mèng <凶夢> きょうむ {凶夢} hung mộng ◊ murderous dreams

흉문 [凶聞] (凶闻) xiōng wén <凶聞> きょうぶん {凶聞} hung văn ◊ bad news

흉부 [胸部] (胸部) xiōngbù <胸郭> きょうかく {肜} ngực ◊ ribcage

흉상 [胸像] (胸像) xiōng xiàng <胸像> きょうぞう {胸像} hung tượng ◊ bust

흉수 [兇手] (凶手) xiōngshǒu <凶手> きょうしゅ {兇手} hung thủ ◊ murderer

흉신 [凶神|兇神] (凶神) xiōngshén <凶神> きょうじん {兇神} hung thần ◊ demon

흉악 [凶惡|兇惡] (凶恶) xiōng'è <凶悪> きょうあく {兇惡} hung ác ◊ atrocious; ferocious

흉악범 [凶惡犯|兇惡犯] (凶犯) xiōngfàn <凶惡犯> きょうあくはん {罪犯兇惡} tội phạm hung ác ◊ vicious criminal

흉위 [胸圍] (胸围) xiōngwéi <胸囲> きょうい {胸圍} hung vy ◊ chest measurement

흉작 [凶作] (歉收) qiànshōu <凶作> きょうさく {收獲慘} thu hoạch kém ◊ bad harvest

흉장 [胸章] (胸章) xiōngzhāng <胸章> きょうしょう {胸章} hung chương ◊ badge

흉조 [凶兆] (凶兆) xiōngzhào <凶兆> きょうちょう {凶兆} hung triệu ◊ bad omen

흉중성죽 [胸中成竹] (胸中成竹) xiōngzhōng chéng zhú <胸中成竹> きょうちゅうのせいちく {胸中成竹} hung trung thành trúc ◊ confident

흉추 [胸椎] (胸椎) xiōngzhuī <胸椎> きょうつい {胅骿肜} đốt sống ngực ◊ thoracic vertebrae

흉터 [一] (伤痕) shānghén <傷跡> きずあと {瘡} sẹo ◊ scar

흉통 [胸痛] (胸痛) xiōng tòng <胸痛> きょうつう {胸痛} hung thống ◊ chest pain

흉포 [凶暴|兇暴] (凶残) xiōngcán <凶残> きょうざん {兇殘} hung tàn ◊ murderous

흉험 [凶險|兇險] (凶险) xiōngxiǎn <危うい> あやうい {兇險} hung hiểm ◊ dangerous state

흐린날 [一] (阴天) yīntiān <曇天> どんてん {盃巽霜} trời nhiều mây ◊ become cloudy

흐릿한 [一] (朦胧) ménglóng <朦朧> もうろう {矇糊} mơ hồ ◊ hazy

흑기 [黑旗] (黑旗) hēi qí <黒旗> くろき {黑旗} hắc kỳ ◊ black flag

흑노 [黑奴] (黑奴) hēi nú <黒奴> こくど {黑奴} hắc nô ◊ black slave

흑단 [黑檀] (黑檀) hēi tán <黒檀> こくたん {黑檀} hắc đàn ◊ ebony

흑당 [黑糖] (黑糖) hēitáng <黒糖> こくとう {黑糖} hắc đường ◊ brown sugar

흑두 [黑豆] (黑豆) hēi dòu <黒豆> くろまめ {黑豆} hắc đậu ◊ black beans

흑룡 [黑龍] (黑龙) hēi lóng <黒竜> こくりゅう {黑龍} hắc long ◊ black dragon

흑마 [黑馬] (黑马) hēimǎ <黒馬> くろうま {黑馬} hắc mã ◊ dark horse

흑막 [黑幕] (黑幕) hēimù <黒幕> くろまく {黑幕} hắc mạc ◊ inside story of a plot

흑맥주 [黑麥酒] (黑啤酒) hēi píjiǔ <黒ビール> くろ beer {醉纚} bia đen ◊ dark beer

흑반 [黑斑] (黑斑) hēi bān <黒斑> こくはん {黑斑} hắc ban ◊ dark spots

흑반병 [黑斑病] (黑斑病) hēi bān bìng <黒斑病> こくはんびょう {黑斑病} hắc ban bệnh ◊ melanoma

흑발 [黑髮] (黑发) hēifà <黒髪> くろかみ {黑髮} hắc phát ◊ brunette

흑백 [黑白] (黑白) hēibái <白黒> しろくろ {黑白} hắc bạch ◊ black and white

흑색 [黑色] (黑色) hēisè <黒色> こくしょく {黑色} hắc sắc ◊ black

흑석 [黑石] (黑石) hēi shí <黒石> くろいし {黑石} hắc thạch ◊ black stone

흑송 [黑松] (黑松) hēi sōng <黒松> くろまつ {黑松} hắc tùng ◊ black pine

흑수 [黑穗] (黑穗) hēi suì <黒穂> くろほ|くろぼ {黑穗} hắc tuệ ◊ smut

흑암 [黑暗|黑闇] (黑暗) hēi'àn <暗黒> あんこく {黑暗} hắc ám ◊ dark

흑야 [黑夜] (黑夜) hēiyè <闇夜> やみよ {黬曀} đêm tối ◊ dark night

흑역사 [黑歷史] (黑历史) hēi lìshǐ <黒歴史> くろれきし {歷史曀} lịch sử tối ◊ dark history; seamy story

흑연 [黑煙] (黑烟) hēi yān <黒煙> こくえん {黑

煙} hắc yên ◊ black smoke

흑영 [黑影] (黑影) hēiyǐng <黒影> こくえい {黑影} hắc ảnh ◊ black shadow

흑우 [黑牛] (黑牛) hēiniú <黒牛> こくぎゅう|くろうし {犕黶} bò đen ◊ black cattle

흑운 [黑雲] (黑云) hēi yún <黒雲> くろくも {黑雲} hắc vân ◊ black clouds

흑운모 [黑雲母] (黑云母) hēi yúnmǔ <黒雲母> くろうんも {黑雲母} hắc vân mẫu ◊ biotite

흑의 [黑衣] (黑衣) hēi yī <黒衣> くろご {黑衣} hắc y ◊ dressed in black

흑인 [黑人] (黑人) hēirén <黒人> こくじん {黑人} hắc nhân ◊ black people

흑인종 [黑人種] (黑种人) hēi zhǒng rén <黒人種> こくじんしゅ {㝵黑種} người hắc chủng ◊ black race

흑자 [黑子] (黑子) hēi zǐ <黒子> くろこ {黑子} hắc tử ◊ sunspot

흑점 [黑點] (黑点) hēi diǎn <黒点> こくてん {黑點} hắc điểm ◊ black spots

흑칠 [黑漆] (黑漆) hēi qī <黒漆> こくしつ {髟黶} sơn đen ◊ black lacquer

흑탄 [黑炭] (黑炭) hēi tàn <黒炭> こくたん {黑炭} hắc thán ◊ bituminous coal

흑토 [黑土] (黑土) hēi tǔ <黒土> こくど {黑土} hắc thổ ◊ black earth

흑토대 [黑土帶] (黑土带) hēi tǔ dài <黒土帯> こくどたい {黑土帶} hắc thổ đới ◊ black soil belt

흑판 [黑板] (黑板) hēibǎn <黒板> こくばん {榜黰} bảng đen ◊ blackboard

흑해 [黑海] (黑海) hēi hǎi <黒海> こっかい {瀵黶} Biển Đen ◊ Black Sea

흔단 [釁端] (衅端) xìn duān <釁端> きんたん {原因技嚚争執} nguyên nhân gây ra tranh chấp ◊ cause for a quarrel or dispute

흔적 [痕跡] (痕迹) hénjì <痕跡> こんせき {痕跡} ngân tích ◊ vestige

흔희 [欣喜] (欣喜) xīnxǐ <欣喜> きんき {欣喜} hân hỷ ◊ happy

흘수선 [吃水線] (吃水线) chīshuǐ xiàn <吃水線> きっすいせん {吃水線} ngật thủy tuyến ◊ waterline

흠정 [欽定] (钦定) qīndìng <欽定> きんてい {欽定} khâm định ◊ make by imperial order

흡광도 [吸光度] (吸亮度) xīliàng dù <吸光度> きゅうこうど {度吸收度𤈿} độ hấp thu độ sáng ◊ absorbency

흡반 [吸盤] (吸盘) xīpán <吸盤> きゅうばん {吸盤} hấp bàn ◊ suction cup

흡사 [恰似] (恰似) qiàsì <酷似> こくじ {𫌠} giống ◊ resemblance

흡수 [吸收] (吸收) xīshōu <吸収> きゅうしゅう {吸收} hấp thu ◊ absorb

흡수계수 [吸收係數] (吸收系数) xīshōu xìshù <吸収指数> きゅうしゅうしすう {係數吸收} hệ số hấp thụ ◊ absorption index

흡수곡선 [吸收曲線] (吸收曲线) xīshōu qūxiàn <吸収曲線> きゅうしゅうきょくせん {踋弸吸收} đường cong hấp thụ ◊ absorption curve

흡수능력 [吸收能力] (吸收能力) xīshōu nénglì <吸収能力> きゅうしゅうのうりょく {可能吸收} khả năng hấp thụ ◊ absorbing power

흡수방법 [吸收方法] (吸收方法) xīshōu fāngfǎ <吸収方法> きゅうしゅうほうほう {方法吸收} phương pháp hấp thu ◊ absorption method

흡수성 [吸收性] (吸收性) xīshōu xìng <吸収性> きゅうしゅうせい {性吸收} tính hấp thu ◊ absorbance

흡수열 [吸收熱] (吸收热) xīshōu rè <吸収熱> きゅうしゅうねつ {吸收熱} hấp thụ nhiệt ◊ absorbed heat

흡수장치 [吸收裝置] (吸收装置) xīshōu zhuāngzhì <吸収装置> きゅうしゅうそうち {設備吸收} thiết bị hấp thụ ◊ absorption device

흡수제 [吸收劑] (吸收剂) xīshōu jì <吸収剤> きゅうしゅうざい {𧆄吻收} thuốc hút thu ◊ absorbent

흡수평형 [吸收平衡] (吸收平衡) xīshōu pínghéng <吸収平衡> きゅうしゅうへいこう {斤平吸收} cân bằng hấp thụ ◊ absorption equilibrium

흡수효율 [吸收效率] (吸收效率) xīshōu xiàolǜ <吸収効率> きゅうしゅうこうりつ {效果吸收} hiệu quả hấp thụ ◊ absorption efficiency

흡습 [吸濕] (吸湿) xīshī <吸湿> きゅうしつ {吸收度澄} hấp thu độ ẩm ◊ moisture absorption

흡습성 [吸濕性] (吸湿性) xīshīxìng <吸湿性> きゅうしつせい {吸濕性} hấp thấp tính ◊ hygroscopicity

흡연 [吸煙] (吸烟) xīyān <喫煙> きつえん {吻茦|吻𧆄|吻茦} hút thuốc ◊ smoke a cigarette

흡연석 [吸煙席] (吸烟座位) xīyān zuòwèi <喫煙席> きつえんせき {𣄒吻茦} ghế hút thuốc ◊ smoking section

흡연실 [吸煙室] (吸烟室) xīyānshì <喫煙室> き

つえんしつ {房唥菜} phòng hút thuốc ◊ smoke chamber

흡열 [吸熱] (吸热) xīrè <吸熱> きゅうねつ {吸熱} hấp nhiệt ◊ endothermic

흡음 [吸音] (吸声) xī shēng <吸音> きゅうおん {吸音} hấp âm ◊ sound absorption

흡인 [吸引] (吸引) xīyǐn <吸引> きゅういん {吸引} hấp dẫn ◊ absorption

흡입 [吸入] (吸入) xīrù <吸入> きゅうにゅう {吸辺} hấp vào ◊ inhalation

흡입기 [吸入器] (吸入器) xīrù qì <吸入器> きゅうにゅうき {甕臟} ống hít ◊ inhaler

흡착 [吸着] (吸着) xī zhe <吸着> きゅうちゃく {吸着} hấp trước ◊ sorption

흡착수 [吸着水] (吸收水) xīshōu shuǐ <吸着水> きゅうちゃくすい {吸收渚} hấp thu nước ◊ absorbed water; adsorption water

흡혈귀 [吸血鬼] (吸血鬼) xīxuèguǐ <吸血鬼> きゅうけつき {吸血鬼} hấp huyết quỷ ◊ bloodsucker

흡혈성 [吸血性] (吸血性) xī xuèxìng <吸血性> きゅうけつせい {性唥弲} tính hút máu ◊ blood sucking; vampirism

흥국 [興國] (兴国) xīngguó <興国> こうこく {興國} hưng quốc ◊ make the country prosperous

흥기 [興起] (兴起) xīngqǐ <興起> こうき {興起} hưng khởi ◊ rise; surge

흥륭 [興隆] (兴隆) xīnglóng <興隆> こうりゅう {興隆} hưng long ◊ boom; prosperity

흥망 [興亡] (兴亡) xīngwáng <興亡> こうぼう {興亡} hưng vong ◊ rise and fall

흥미 [興味] (兴味) xìngwèi <興味> きょうみ {趣味} thú vị ◊ enjoyable thing; interest

흥미진진 [興味津津] (津津有味) jīnjīn yǒuwèi <興味津々> きょうみしんしん {﨟適趣} có thích thú ◊ eat with appetite

흥병 [興兵] (兴兵) xīngbīng <興兵> きょうへい {興兵} hưng binh ◊ raise an army, send troops

흥분 [興奮] (兴奋) xīngfèn <興奮> こうふん {興奮} hưng phấn ◊ excited

흥성 [興盛] (兴隆) xīnglóng <繁栄> はんえい {盛旺} thịnh vượng ◊ thriving

흥업 [興業] (兴业) xīngyè <興業> こうぎょう {興業} hưng nghiệp ◊ industrial development

흥왕 [興旺] (兴旺) xīngwàng <興旺> きょうさかん {興旺} hưng vượng ◊ thriving

흥정 [興定] (讨价还价) tǎo jià huánjià <値段を掛合う> ねだんをかけあう {跐捌|鴛訐} cò kè ◊ drive a hard bargain

흥취 [興趣] (兴趣) xìngqù <興趣> きょうしゅ {興趣} hưng thú ◊ interest

흥치 [興致] (兴致) xìngzhì <興致> きょうまつむろ {興致} hứng chí ◊ interest to

흥폐 [興廢] (兴废) xīng fèi <興廃> こうはい {興廢} hưng phế ◊ rise and fall; ups and downs

희가극 [喜歌劇] (喜歌剧) xǐgējù <喜歌劇> きかげき {喜歌劇} hỷ ca kịch ◊ comic opera

희곡 [戲曲] (戏曲) xìqǔ <戲曲> ぎきょく {劇} kịch ◊ drama

희구 [希求] (希求) xī qiú <希求> ききゅう {希求} hy cầu ◊ hopefully

희귀 [稀貴] (稀贵) xī guì <貴重> きちょう {貴寶} quý báu ◊ precious; valuable

희귀동물 [稀貴動物] (珍稀动物) zhēnxī dòngwù <稀貴動物> ききどうぶつ {動物貴綯} động vật quý hiếm ◊ rare animal

희극 [喜劇] (喜剧) xǐjù <喜劇> きげき {喜劇} hỷ kịch ◊ comedy

희락 [喜樂] (喜乐) xǐlè <喜楽> きらく {喜樂} hỷ lạc ◊ gladness

희로애락 [喜怒哀樂] (喜怒哀乐) xǐ nù āiyuè <喜怒哀楽> きどあいらく {喜怒哀樂} hỷ nộ ái lạc ◊ happiness, anger, grief and joy; the gamut of human feeling

희망 [希望] (希望) xīwàng <希望> きぼう {希望} hy vọng ◊ wish

희망찬 [希望찬] (有希望的) rúyì <希望的> きぼうてき {忉懞} ước mong ◊ wishful

희박 [稀薄] (稀薄) xībó <希薄> きはく {疏嚏;蠔} thưa thớt; mỏng ◊ sparse; faint

희보 [喜報] (喜报) xǐbào <喜報> きほう {喜報} hỷ báo ◊ good news

희색 [喜色] (喜色) xǐsè <喜色> きしょく {喜色} hỷ sắc ◊ lighted; cheerful expression; pleased look; joyful look

희생 [犧牲] (牺牲) xīshēng <犧牲> ぎせい {犧牲} hy sinh ◊ sacrifice

희생물 [犧牲物] (牺牲) xīshēng <犧牲物> ぎせいぶつ {犧牲物} hy sinh vật ◊ sacrifice

희석 [稀釋] (稀释) xīshì <稀释> きしゃく {稀釋} hy thích ◊ dilute

희석도 [稀釋度] (稀释度) xīshì dù <稀释度> きしゃくど {度披潼} độ pha loãng ◊ degree of dilution

희석액 [稀釋液] (稀释液) xīshì yè <稀释液> きしゃくえき {質披潓} chất pha loãng ◊ diluent

희석제 [稀釋劑] (稀释剂) xīshì jì <稀释剂> きしゃくざい {質披潓} chất pha loãng ◊ thinning agent

희석하수 [稀釋下水] (稀释污水) xīshì wūshuǐ <稀释下水> きしゃくげすい {披潓淖汰} pha loãng nước thải ◊ diluted sewage

희소 [稀少] (稀少) xīshǎo <稀少> きしょう {劒賄} hiếm có ◊ rare

희소금속 [稀少金屬] (稀有金属) xīyǒu jīnshǔ <稀少金属> きしょうきんぞく {金類劒} kim loại hiếm ◊ noble metal

희소식 [喜消息] (喜讯) xǐxùn <吉報> きっぽう {䭓嶭} tin tốt ◊ good news

희소연료 [稀少燃料] (稀有燃料) xīyǒu ránliào <特異燃料> とくいねんりょう {燃料劒} nhiên liệu hiếm ◊ exotic fuel

희언 [戲言] (戏言) xìyán <戲言> ざれごと|たわこと {戲言} hý ngôn ◊ joke

희열 [喜悅] (喜悦) xǐyuè <嬉しい; 喜び> うれしい; よろこび {悕礫|念悕} niềm vui ◊ happy; glad; pleased; joy

희열감 [喜悅感] (喜悦感) xǐyuègǎn <嬉しい> うれしさ {悕憍惆|悕悋惆|悕礫惥} niềm vui mừng

◊ happiness

희염산 [稀鹽酸] (稀盐酸) xī yánsuān <稀塩酸> きえんさん {稀鹽酸} hy diêm toan ◊ dilute hydrochloric acid

희원 [希願] (希愿) xī yuàn <希願> まれねがい {希願} hy nguyện ◊ hopefully

희유 [稀有] (稀有) xīyǒu <希有> けう {稀有} hy hữu ◊ rare

희토 [稀土] (稀土) xītǔ <希土> きど {堺劒} đất hiếm ◊ rare earth

희토류금속 [稀土類金屬] (稀土金属) xītǔ jīnshǔ <希土類金属> きどるいきんぞく {金類堺劒} kim loại đất hiếm ◊ rare earth metal

희토류원소 [稀土類元素] (稀土类元素) xītǔ lèi yuánsù <希土類元素> きどるいげんそ {元素堺劒} nguyên tố đất hiếm ◊ rare earth element

희한 [稀罕] (稀罕) xīhan <希有> けう {劒賄|險固} hiếm có ◊ rare; uncommon

흰제비 [一] (白燕) bái yàn <白い燕> しろいつばめ {白燕} bạch yến ◊ white swallow

힌두교 [Hindu 敎] (印度教) yìndùjiào <ヒンドゥー教> Hindu きょう {印度敎} Ấn Độ Giáo ◊ Hinduism

힘 [一] (力气) lìqì <力> ちから {勺|飭} sức ◊ strength; power

03

부록

부록(附錄)

APPENDICES

[부록 1] 가나다순 및 한글 자모의 병음(가나다順及韓文字母拼寫, 가나다 Sorting and Korean Latin Transliteration)

○ 머리글 설명\表頭說明**Form-head Description**

ⅰ. 순서\順序\Order

ⅱ. 한글자모\韓文字母\Hangwl Letter

ⅲ. 국제음표\國際音標\IPC (International Phonetic Codes)

ⅳ. 통합주음\統一注音\UPA (Unified Phonetic Annotation)

ⅴ. 상용주음\常用注音\OPA (Often-used Phonetic Annotation)

ⅵ. 예자\例字\Examples

ⅶ. 통합주음한글음\統一注音韓文音\UPA Hangwl Annotation

ⅷ. 한자(－고유어)\漢字(－固有詞)\Chu Han Nom (－Inherent Word)

ⅸ. 영어 뜻풀이\英語釋義\English Paraphrasing

i	ii	iii	iv	v	vi	vii	viii	ix
1	ㄱ	k, -k	g, -g	g, -k	강	gang	江	river
2	ㄲ	k', -k	q, gg, -q	gg, -k	꽃	qoc	－	flower
3	ㄴ	n, -n	n, -n	n, -n	남	nam	南男	south; male
4	ㄷ	t, -t	d, -d	d, -t	도	do	島	island
5	ㄸ	t', -t	r, dd, -r	dd, -t	땀	ram	－	sweat
6	ㄹ	ļ, -ļ	l, -l	r, -l	-로	-lo	－	by; with
7	ㅁ	m, -m	m, -m	m, -m	미	mi	美	US; beauty
8	ㅂ	p, -p	b, -b	b, -p	북	bug	北	north
9	ㅃ	p', -p	v, bb, -v	bb, -p	뼈	vie	－	bone
10	ㅅ	s, -t	s, -s	s, -t	산	san	山	mountain
11	ㅆ	s', -t	x, ss, -x	ss, -t	씨	xi	氏	clan
12	ㅇ	-, -ŋ	f, -ng	-, -ng	은	wn	銀	silver
13	ㅈ	ʧ, -t	j, -t	j, -t	장	jang	章	chapter
14	ㅉ	ʧ', -t	z, jj, -z	jj, -t	찜	zim	－	steaming
15	ㅊ	ʧ', -t	c, -c	ch, -t	책	caeg	冊	book
16	ㅋ	k', -k	k, -k	k, -k	키	ki	－	human height
17	ㅌ	t', -t	t, -t	t, -t	탑	tab	塔	pagoda

18	ㅍ	p, -p	p, -p	p, -p	페	pye	肺	lungs
19	ㅎ	h, -h	h, -h	h, -h	한	han	韓	Korea
20	ㅏ	a	a, a	a	나	na	羅	a family name
21	ㅐ	æ	ae, ae	ae	애	ae	愛	love
22	ㅑ	ia, ja	ia, ia	ya	야	ia	耶	person's name
23	ㅒ	iæ, jæ	ya, yae	yae	얘	yae	—	child
24	ㅓ	ə	e, e	eo	어	e	語	language
25	ㅔ	e	y, ei	e	네	ny	—	yes
26	ㅕ	iə, jə	ie, ie	yeo	여	ie	女	female
27	ㅖ	ie, je	ye, ye	ye	예	ye	禮	etiquette
28	ㅗ	o	o, o	o	오	o	吳	a family name
29	ㅘ	wa	oa, oa	wa	화	hoa	華	China
30	ㅙ	wæ	wa, oae	wae	쾌	kwa	快	person's name
31	ㅚ	ø	oi, oi	oe	회	hoi	會	a family name
32	ㅛ	io, jo	io, io	yo	묘	mio	妙	nice
33	ㅜ	u	u, u	u	수	su	秀	handsome
34	ㅝ	wə	ue, ue	weo	원	uen	元	in place name
35	ㅞ	we	we, uei	we	궤	gwe	櫃	cupboard
36	ㅟ	y	ui, ui	wi	위	ui	魏	a family name
37	ㅠ	iu, ju	iu, iu	yu	규	giu	奎	person's name
38	ㅡ	ɯ	w, w	eu	그	gw	他	he
39	ㅢ	ɯi, i	wi, wi	eui	희	hwi	熙	person's name
40	ㅣ	i	i, i	i	이	i	李	a family name

○ 설명\說明**Description**

1. Enmun=Korean Letters; UPA=Unified Phonetic Annotation; OPA=Often-used Phonetic Annotation; IPC=International Phonetic Codes

2. 1~19는 자음자모, 20~40은 모음자모이다.

   1~19爲輔音字母, 20~40爲元音字母。

   From 1 to 19 are consonants, and from 20 to 40 are vowels.

3. 본 사전은 한국어 주음에 통일주음 UPA를 채택하였다. 다른 주음법과의 현저한 차이점은 다음과 같다. 'e'로 'ㅓ'를 표시하고, 'f'로 'ㅇ'을 표시하되 입력 시에는 'ㅇ'의 코드로 사용하고 철자표기 시에는 'f가 무음의 분리 기호를 나타낸다. 다섯 개의 경음(ㄲㄸㅃㅆㅉ)은 모두 단일 문자(qrvxz)로 표시한다. 표에서 쉼표(,) 앞의 문자는 자모 코드로서 한글 자모 컴퓨터 음성 입력법의 코드로도 사용할 수 있고, 한글 사전 부수의 코드로도 사용할 수 있다. 쉼표(,) 뒤의 중철 문자는 경음 자음의 코드이다. (-) 뒤의 자음 기호는 해당 자모가 받침으로 사용될 때의 코드이다. 통일주음 철자법으로 '경상남도(慶尙南道)'를 철자하면 'giengsang namdo'가 된다.

   本辭典采用統一注音UPA爲韓語注音。与其他注音法不同的顯著点是：用e表示字母ㅓ；用f表示字母ㅇ，輸入時作爲ㅇ的代碼，拼寫時f表示不發音的分隔符；五个緊音(ㄲㄸㅃㅆㅉ)全部用單个字母(qrvxz)表示。表中逗号(,)之前的字符爲字母代碼，可作爲韓文字母電腦語音輸入法的代碼，也可作爲韓文辭典部首的代碼。逗号(,)之后的双寫字母爲緊音輔音的代碼。(-)之后的輔音符号是字母作爲尾音時的代碼。用統一注音拼寫法"경상남도慶尙南道"拼寫成：giengsang namdo。

This dictionary adopts the Unified Phonetic Alphabet (UPA) for Korean pronunciation. The significant differences between it and other phonetic notation methods are: Using e to represent the letter ㅓ; Using f to represent the letter ㅇ and as the input code for ㅇ or as mute delimiter; All five tight double consonants (doinsoli ㄲㄸㅃㅆㅉ) are represented by a single letter (qrvxz). The characters before the comma (,) in the table are letter codes, which can be used as codes for Korean letters computer input or as a code for Korean dictionary radicals. The double consonants after comma (,) are the codes for doinsoli. The subsequent consonant after (-) are the codes when the letter serves as the final consonant. Using UPA, "경상남도Gyeongsang Namdo" is spelled as: giengsang namdo.

4. 라틴 문자로 한국어를 철자하는 방법에는 여러 가지가 있는데, 통일주음법 외에 여기서는 상용되는 OPA 시스템 하나를 더 선택하였는데, 한국인명과 지명의 철자에는 흔히 이 시스템을 사용한다.

拉丁字母拼寫韓語有各种方法，除了統一注音法以外，這里還選出一种常用的OPA系統，韓國人名地名的拼寫常用這种系統拼寫。

There are various ways to spell Korean into Latin alphabet. In addition to UPA, here is a commonly used OPA system, which is often used in the spelling of Korean person or geographical names.

5. IPC 모음과 자음 발음의 국제음성기호 철자법. - 뒤의 자음 기호는 해당 문자가 받침음으로 사용될 때의 발음이다.

IPC元音和輔音的發音的國際音標拼寫法。 -之后的輔音符号是字母作爲尾音時的發音。

i	ii	iii	iv	v	vi	vii
1	a	a	ㄚ	a	阿	ah; name prefix
2	ai	ai	ㄞ	ai	愛	love
3	an	an	ㄢ	an	安	peace
4	ang	ɑŋ	ㄤ	ang	昂	hold high
5	ao	au	ㄠ	ao	傲	proud
6	b	p	ㄅ	p	播	broadcast
7	c	ts'	ㄘ	ts'	擦	wipe
8	ch	tʂ'	ㄔ	ch'	叉	fork
9	chi	tʂ'ㄝ	ㄔ	ch'ih	吃	eat
10	ci	ts'ㄝ	ㄘ	tz'ɯ	次	order
11	d	t	ㄉ	t	大	big; large; great
12	e	ɣ, ə	ㄜ	o, ê	俄	Russia; very soon
13	ei	ei	ㄟ	ei	誒	hey
14	en	ən	ㄣ	ên	恩	grace
15	eng	əŋ	ㄥ	êng	正	straight; correct
16	er	ər	ㄦ	êrh	儿	child
17	f	f	ㄈ	f	扶	help; support
18	g	k	ㄍ	k	哥	elder brother
19	h	h	ㄏ	h	和	and
20	i	i	ㄧ	i	里	lining; inside
21	ia	ia	ㄧㄚ	ia	家	family; home
22	ian	iɛn	ㄧㄢ	ian	邊	side; rim
23	iang	iɑŋ	ㄧㄤ	iang	香	fragrant
24	iao	iau	ㄧㄠ	iao	小	small

25	ie	iɛ	一ㄝ	ieh	列	arrange
26	in	in	一ㄣ	in	您	you
27	ing	iŋ	一ㄥ	ing	平	flat
28	io	io	一ㄛ	io	唷	oh; hey
29	iong	iuŋ	ㄩㄥ	iung	胸	chest
30	iu	iu	一ㄡ	iu	六	six
31	j	tɕ	ㄐ	ch	几	how many
32	k	k'	ㄎ	k'	可	approve; may be
33	l	l	ㄌ	l	樂	happy
34	m	m	ㄇ	m	摸	feel
35	n	n	ㄋ	n	呢	wool; or not
36	o	o	ㄛ	o	哦	oh
37	ong	uŋ	ㄨㄥ	ung	動	move
38	ou	ou	ㄡ	ou	歐	short for Europe
39	p	p'	ㄆ	p'	坡	slope
40	q	tɕ'	ㄑ	ch'	七	seven
41	r	ʐ	ㄖ	j	染	dye
42	ri	ʐʅ	ㄖ	rih	日	sun; day
43	s	s	ㄙ	s	三	three
44	sh	ʃ	ㄕ	sh	山	mountain
45	shi	ʃʅ	ㄕ	shih	師	teacher; master
46	si	sʅ	ㄙ	ssɯ	四	four
47	t	t'	ㄊ	t'	特	particular
48	u	u	ㄨ	u	土	soil
49	ua	ua	ㄨㄚ	ua	瓜	melon
50	uai	uai	ㄨㄞ	uai	乖	well-behaved
51	uan	uan	ㄨㄢ	uan	關	close
52	uang	uɑŋ	ㄨㄤ	uang	光	light; bright
53	ui	uəi	ㄨㄟ	ui	歸	return
54	un	uən	ㄨㄣ	un	棍	stick
55	uo	uo	ㄨㄛ	uo	過	cross; past
56	ü	y	ㄩ	ü	呂	surname Lü
57	üan	yn	ㄩㄢ	üan	卷	roll up
58	üe	yɛ	ㄩㄝ	üe	決	decide
59	ün	yn	ㄩㄣ	ün	軍	army
60	wa	wa	ㄨㄚ	wa	挖	excavate
61	wai	wai	ㄨㄞ	wai	外	outside; foreign
62	wan	wan	ㄨㄢ	wan	万	ten thousand
63	wang	wɑŋ	ㄨㄤ	wang	王	king
64	wei	wəi	ㄨㄟ	wei	爲	do; for
65	wen	wən	ㄨㄣ	wên	文	character; culture
66	weng	wəŋ	ㄨㄥ	wêng	翁	old man
67	wo	wo	ㄨㄛ	wo	我	I; me
68	wu	wu	ㄨ	wu	无	not have; without
69	x	ʃ	ㄒ	hs	西	west
70	ya	ja	一ㄚ	ya	呀	ah
71	yan	jɛn	一ㄢ	yan	嚴	tight
72	yang	jɑŋ	一ㄤ	yang	羊	sheep; ewe; goat
73	yao	ja	一ㄠ	yao	咬	bite
74	ye	jɛ	一ㄝ	yeh	叶	leaf
75	yi	i	一	yi	一	one; a
76	yin	in	一ㄣ	yin	引	draw
77	ying	iŋ	一ㄥ	ying	應	answer; should

78	yo	jo	一ㄛ	yo	喲	oh; hey
79	yong	juŋ	ㄩㄥ	yung	用	use
80	you	jou	一ㄡ	yu	又	also
81	yu	y	ㄩ	yü	与	give
82	yuan	yn	ㄩㄢ	yüan	元	first
83	yue	yɛ	ㄩㄝ	yüe	月	moon; month
84	yun	yn	ㄩㄣ	yün	云	cloud
85	z	ts	ㄗ	ts	雜	miscellaneous
86	zh	tʂ	ㄓ	ch	扎	prick
87	zi	tsɿ	ㄗ	tzɯ	子	son
88	zhi	tʂʅ	ㄓ	chih	之	this; of; goto

[부록 2] 한어 병음(漢語拼音, Chinese Pinyin)

○ 머리글 설명\表頭說明**Form-head Description**

ⅰ. 순서\順序\Order

ⅱ. 한어 병음\漢語拼音\Chinese Pinyin

ⅲ. 국제음표\國際音標\IPC (International Phonetic Codes)

ⅳ. 주음자모\注音字母\NPA (National Phonetic Alphabet)

ⅴ. 웨이드식 병음\威妥瑪式拼音\Wade-Giles Spelling System

ⅵ. 예자\例字\Examples

ⅶ. 영어 뜻풀이\英語釋義\English Paraphrasing

○ 설명\說明**Description**

1. 백여 년 동안 중국 표준어 주음을 위해 공식적으로 사용된 주음 시스템은 세 가지가 있으니, 이는 다음과 같다. 1867년 영국 외교관 토마스 웨이드(Thomas Wade)가 제작한 병음 시스템, 1918년 북양정부 교육부가 공포한 주음자모, 1958년 중국 정부가 공포한 한어병음방안이다. 표에서는 한어병음 순서에 따라 세 가지 주음 방식의 성모와 운모를 나열하였다.

一百多年來，爲中國標准語注音官方使用過三套注音系統，它們是：1867年英國外交官托馬斯·威妥瑪制作的拼音系統；1918年由北洋政府教育部公布的注音字母；1958年中國官方公布的漢語拼音方案。表中按照漢語拼音順序列出了三种注音方式的的聲母和韻母。

For over a hundred years, there have been three official phonetic systems used for Chinese Mandarin. They are: the Wade's Pinyin system created by British diplomat Thomas Wade in 1867; The Phonetic Alphabet published by the Ministry of Education of the Beiyang Government in 1918; The Chinese Pinyin Scheme officially announced by the Chinese government in 1958. The table lists the initial consonants and vowel finals of three phonetic annotation methods according to the Chinese Pinyin sequence.

2. 웨이드 주음 시스템의 단점은 발음 기호를 제거하면 중국어의 유기음과 무기음을 구별할 수 없고, 성조 기호가 없다는 것이다.

威妥瑪注音系統的缺点是去掉讀音符号不能區分漢語的送气音和不送气音，沒有聲調符号。

The disadvantage of the Wade Giles phonetic system is that removing pronunciation symbols one cannot distinguish between aspirated and unaspirated sounds in Chinese, and there are no tone symbols.

3. 주음자모는 중국 표준어의 특징을 완전히 표현하여 보통화 발음을 잘 표기할 수 있다. 성조 표시는 다음과 같다. 음평은 성조 기호가 없고, 양평, 상성, 거성, 경성의 성조 기호(ˇˇˋ)는 각각 음절 뒤

에 놓는다. 예를 들어, '〈一尢(槍)', '〈一尢′(强)', '〈一尢˘(搶)', '〈一尢̀(嗆)'이 그렇다. 이것은 한자의 편방부수와 유사한 자모를 채택하였으며, 현재 대만에서 여전히 사용하고 있다.

注音字母完整地表現了中國標准語的特点，能很好的把普通話發音標注出來。聲調表示：陰平无調符，陽平、上聲、去聲和輕聲的聲調符号(̌̀)分別放在音節之后，例如：〈一尢(槍)、〈一尢′(强)、〈一尢˘(搶)、〈一尢̀(嗆)。它采用類似漢字偏旁部首的字母，現在台湾還在使用。

NPA fully expresses the characteristics of Chinese standard language, it can effectively annotate the pronunciation of Mandarin. Tones expression: the first tone yinping has no symbol, while the symbols of second yinping, third yanping, forth shangsheng and light qingsheng tones (̌̀) are placed after the syllable, for example: 〈一尢(槍gun)、〈一尢′(强strong)、〈一尢˘(搶grab)、〈一尢̀(嗆choke). It uses letters similar to Hanzi radicals and is still used in Taiwan today.

4. 1958년에 공포된 한어병음은 라틴 문자로 중국어 보통화의 발음을 철자하는 것으로, 이미 국제 사회에서 광범위하게 받아들여지고 있다. 본 사전도 이 시스템을 사용하여 중국어에 주음을 표기한다. 음평, 양평, 상성, 거성의 성조 기호(̌̀)는 각각 음절의 주요 모음 위에 놓는다. 예를 들어, 'qiāng(槍)', 'qiáng(强)', 'qiǎng(搶)', 'qiàng(嗆)' 등이 그렇다. 경성은 성조 기호가 없다.

1958年公布的漢語拼音，是用拉丁字母拼寫中文普通話的發音，已經被國際社會广泛接受。本辭典也是用這套系統來給中文注音。陰平，陽平、上聲、去聲的聲調符号(̌̀)分別放在音節的主要元音上面，例如：qiāng(槍)、qiáng(强)、qiǎng(搶)、qiàng(嗆)。輕聲无調符。

The Chinese Pinyin, released in 1958, is the pronunciation of Mandarin Chinese spelled with Latin letters and has been widely accepted by the international community. This dictionary also uses this system to annotate Chinese Characters. The tone symbols (̌̀) for yinping, yinping, yanping, shangsheng, qingsheng placed above the main vowels of syllables respectively, such as qiāng (槍gun), qiáng (强strong), qiǎng (搶grab), and qiàng (嗆choke). Gentle tone without any key.

순서 順序 Order	가나(假名)자모 假名字母 Kana Letters	국제음표 國際音標 IPC	통합주음 統一注音 UPA	상용주음 常用注音 OPA
1	あ/ア	a	a	a
2	い/イ	i	i	i
3	う/ウ	ɯ	u	u
4	え/エ	e	e	e
5	お/オ	o	o	o
6	か/カ	ka	ka	ka
7	き/キ	ki	ki	ki
8	く/ク	kɯ	ku	ku
9	け/ケ	ke	ke	ke
10	こ/コ	ko	ko	ko
11	が/ガ	ga	ga	ga
12	ぎ/ギ	gi	gi	gi
13	ぐ/グ	gɯ	gu	gu
14	げ/ゲ	ge	ge	ge

15	ご/ゴ	go	go	go
16	さ/サ	sa	sa	sa
17	し/シ	ʃi	xi	si
18	す/ス	sɯ	su	su
19	せ/セ	se	se	se
20	そ/ソ	so	so	so
21	ざ/ザ	dza	za	za
22	じ/ジ	dʒi	ji	zi
23	ず/ズ	dzɯ	zu	zu
24	ぜ/ゼ	dze	ze	ze
25	ぞ/ゾ	dzo	zo	zo
26	た/タ	ta	ta	ta
27	ち/チ	tʃi	ci	ti
28	つ/ツ	tsɯ	cu	tu
29	て/テ	te	te	te
30	と/ト	to	to	to
31	だ/ダ	da	da	da
32	ぢ/ヂ	dʒi	dzi	di
33	づ/ヅ	dʒɯ	dzu	du
34	で/デ	de	de	de
35	ど/ド	do	do	do
36	な/ナ	na	na	na
37	に/ニ	ni	ni	ni
38	ぬ/ヌ	nɯ	nu	nu
39	ね/ネ	ne	ne	ne
40	の/ノ	no	no	no
41	は/ハ	ha	ha	ha
42	ひ/ヒ	çi	hi	hi
43	ふ/フ	kɯ	fu	hu
44	へ/ヘ	he	he	he
45	ほ/ホ	ho	ho	ho
46	ば/バ	ba	ba	ha
47	び/ビ	bi	bi	bi
48	ぶ/ブ	bɯ	bu	bu
49	べ/ベ	be	be	be
50	ぼ/ボ	bo	bo	bo
51	ぱ/パ	pa	pa	pa
52	ぴ/ピ	pi	pi	pi
53	ぷ/プ	pɯ	pu	pu
54	ぺ/ペ	pe	pe	pe
55	ぽ/ポ	po	po	po
56	ま/マ	ma	ma	ma
57	み/ミ	mi	mi	mi
58	む/ム	mɯ	mu	mu
59	め/メ	me	me	me
60	も/モ	mo	mo	mo
61	や/ヤ	ja	ya	ya
62	ゆ/ユ	jɯ	yu	yu
63	よ/ヨ	jo	yo	yo
64	ら/ラ	ɾa	ra	ra
65	り/リ	ɾi	ri	ri
66	る/ル	ɾɯ	ru	ru
67	れ/レ	ɾe	re	re

68	ろ/ロ	ɾo	ro	ro
69	わ/ワ	wa	wa	wa
70	ゐ/ヰ	i	wi	wi
71	ゑ/ヱ	e	we	we
72	を/ヲ	o	wo	wo
73	ん/ン	n	n	n
74	ら/ヴ	v	v	v
75	きゃ/キャ	kja	kya	kya
76	きゅ/キュ	kjɯ	kyu	kyu
77	きょ/キョ	kjo	kyo	kyo
78	ぎゃ/ギャ	gja	gya	gya
79	ぎゅ/ギュ	gjɯ	gyu	gyu
80	ぎょ/ギョ	gjo	gyo	gyo
81	しゃ/シャ	ʃa	xa	sya
82	しゅ/シュ	ʃɯ	xu	syu
83	しょ/ショ	ʃo	xo	syo
84	じゃ/ジャ	ʥa	ja	zya
85	じゅ/ジュ	ʥɯ	ju	zyu
86	じょ/ジョ	ʥo	jo	zyo
87	ちゃ/チャ	ʧja	cya	tya
88	ちゅ/チュ	ʧjɯ	cyu	tyu
89	ちょ/チョ	ʧjo	cyo	tyo
90	ぢゃ/ヂャ	ʥa	dzya	dya
91	ぢゅ/ヂュ	ʥɯ	dzyu	dyu
92	ぢょ/ヂョ	ʥo	dzyo	dyo
93	にゃ/ニャ	ɲa	nya	nya
94	にゅ/ニュ	ɲɯ	nyu	nyu
95	にょ/ニョ	ɲo	nyo	nyo
96	ひゃ/ヒャ	çja	hya	hya
97	ひゅ/ヒュ	çjɯ	hyu	hyu
98	ひょ/ヒョ	çjo	hyo	hyo
99	びゃ/ビャ	bja	bya	bya
100	びゅ/ビュ	bjɯ	byu	byu
101	びょ/ビョ	bjo	byo	byo
102	ぴゃ/ピャ	pja	pya	pya
103	ぴゅ/ピュ	pjɯ	pyu	pyu
104	ぴょ/ピョ	pjo	pyo	pyo
105	みゃ/ミャ	mja	mya	mya
106	みゅ/ミュ	mjɯ	myu	myu
107	みょ/ミョ	mjo	myo	myo
108	りゃ/リャ	ɾja	rya	rya
109	りゅ/リュ	ɾjɯ	ryu	ryu
110	りょ/リョ	ɾjo	ryo	ryo

[부록 3] 오십음도(五十音圖) 및 일본 로마자(羅馬字) 표기(五十音圖及日文拉丁拼寫, Japanese Syllabary Table and Romaji)

○ 설명\說明**Description**

1. 가나에는 히라가나/가타카나가 있으며, 음절문자로서 장단 음절의 구분이 있다. 본 사전이 채택한 UPA식 로마자는 음절 중 주요 모음 위에 ‾를 붙여 장음절을 표시한다. 예를 들어 다음과 같다. りゃう=ryā, りゅう=ryū, りょう=ryō

假名有平假名/片假名，是音節文字，有長短音節之分。本辭典采用的UPA式羅馬字在是在音節中主要元音上面加‾表示長音節，例如：りゃう=ryā、りゅう=ryū、りょう=ryō。

Kana includes hiragana/katakana, which are syllabic scripts with long and short syllables. The UPA style Roman characters used in this dictionary set the long syllables by adding short horizontal line ‾ above the main vowels, such as: りゃう=ryā、りゅう=ryū、りょう=ryō.

2. UPA식은 가나 발음을 정확하게 표현하며, UPA식은 굵은 글씨체로 OPA식과 다른 철자를 나타낸다.

UPA式准确表達假名讀音，UPA式用粗体字表示与OPA式不同的拼寫。

UPA accurately expresses the pronunciation of kana, and uses bold font to indicate different spellings from OPA.

i	ii	iii	iv	v	vi	vii	viii
1	A/a	ɑ, a:	아 :	phát	밭 :	(發발)	send; increase
2	Ă/ă	a	아	căn	깐	(根근)	root
3	Â/â	ɐ	아	tân	딴	(新신)	new
4	B/b[%]	b	ㅂ	bình	빈뉴	(平평)	flat; peace
5	C/c[&]	k	ㄲ	cáo	까 : 오	(告고)	inform
6	CH/ch[&]	ʧ	ㅉ	chỉ	찌	(指지)	finger
7	D/d[%]	z	ㅈ	dã	즈야	(野야)	open field
8	Đ/đ[%]	d	ㄷ	đế	데	(帝제)	emperor
9	E/e	e	애	heo	해오	獬猂	pig; boar
10	Ê/ê	e	에	tế	떼	(濟제)	assist
11	G/g[%]	g	ㄱ	gà	가	鵑鵨羯	chicken
12	Gh/gh[%]	g	ㄱ	ghi	끼	簏讜	write down
13	Gi/gi[%]	z	지	gia	지야	(家가)	family
14	H/h[$]	h	ㅎ	hương	흐옹	(香향)	fragrant
15	I/i	i	이 :	sĩ	슈이 :	(士사)	scholar; soldier
16	K/k[&]	k	ㄲ	kiến	끼엔	(見견)	see; look
17	Kh/kh[$]	χ	ㅋ	khô	코	(枯고)	withered
18	L/l[%]	l	ㄹ[@]	lộ	로	(路노)	road; path
19	M/m[%]	m	ㅁ	Mỹ; mỹ	미 :	(美미)	US; beautiful
20	N/n[%]	n	ㄴ	nữ	느 :	(女여)	female
21	Ngh/ngh[%]	ŋ	응ㄱ	nghĩa	응갸	(義의)	will; spirit

22	Ng/ng[%]	ŋ	응ㄱ	Nga; nga	응가 :	(俄아)	Russia; soon
23	Nh/nh[%]	ɳ	뉴	Nho	뉴오	(儒유)	Confucianism
24	O/o	ɔ	오	to	또	鼺䴪蘇	big; large
25	Ô/ô	o	오 :	mô	모 :	(模모)	model
26	Ơ/ơ	ə	외	sơn	쇤	(山산)	mountain
27	P/p[&]	p	ㅃ	tập	땁	(集집)	gather
28	Ph/ph[$]	p', f	ㅍ	phủ	푸	(府부)	government
29	Qu/qu[&]	kw	꾸	quốc	꾸옥	(國국)	state; country
30	R/r[%]	r, ʐ	ㄹ	răng	랑	腦齒麟	tooth; teeth
31	S/s[&]	ʃ	슈	sinh	시뉴	(生생)	birth; produce
32	T/t[&]	t	ㄸ	tuyết	뚜이엔	(雪설)	snow
33	Th/th[$]	t'	ㅌ	thọ	터	(壽수)	longevity
34	Tr/tr[&]	ʨ, tr, ʈ	쯔[@]	trúc	쯔욱	(竹죽)	bamboo
35	U/u	u	우	hữu	흐우	(友우)	friend
36	Ư/ư	ɯ	으	tư	뜨	(私사)	personal; private
37	V/v[%]	v,j	ㅂ[@]	văn	반	(文문)	character; text
38	X/x[&]	s	스	xã	사	(社사)	society
39	Y/y	i, j	이	ý	이	(意의)	meaning

[부록 4] 베트남어 자모표(越南語字母表, Vietnamese Alphabet)

○ 머리글 설명\表頭說明\Form-head Description

ⅰ. 순서\順序\Order

ⅱ. 대/소문자\大/小寫\U/LCase

ⅲ. 국제음표\國際音標\IPC (International Phonetic Codes)

ⅳ. 한글음\韓文音\Hangwl Annotation

ⅴ. 예자\例字\Examples

ⅵ. 한글음\韓文音\Hangwl Annotation, ː 장음\長音\long sound

ⅶ 한자＋한한음/쯔놈\漢字/韓漢音＋喃字\Chu Han＋Sino-Korean Character or Chu Nom

ⅷ. 영어 뜻풀이\英語釋義\English Paraphrasing

○ 설명\說明\Description

1. 베트남어는 원래 모두 한자 쯔놈(漢喃字)으로 쓰여졌다. 1945년 베트남 정부는 공식적으로 라틴 문자 국어자(國語字) 사용을 선포하였다. 베트남어 발음 특징에 따라 Ff Jj Ww Zz 네 글자는 사용할 필요가 없다.

越南文原本全部用漢喃字寫成。1945年越南官方宣布使用拉丁字母國語字。按照越南語發音特点，不需要使用Ff Jj Ww Zz四个字母。

Vietnamese was originally written entirely in Chu Han or Chu Nom script. In 1945, Vietnam announced the use of Latin alphabet as National Characters. According to the pronunciation characteristics of Vietnamese, there is no need to use the four letters Ff Jj ZW Zz.

2. 베트남어 모음 자모는 한 글자에 한 개의 음(일자일음)으로, 서로 다른 모음과 성모가 서로 다른 부(部)로 나뉜다. 위의 표와 같이 베트남어는 총 39개 부가 있다.

越南語元音字母一字一音，不同的元音和聲母分成不同的部。如上表越南語一共有39个部。

Vietnamese vowels have one sound per letter, with different vowels and initial consonants divided into different indexing components. As shown in the table above, Vietnamese has a total of 39 indexing components.

3. 표에서는 국제음성기호로 각 부의 표준 발음을 표기하고, 한글로 그에 상응하는 음을 표기하였다.

表中用國際音標注出各个部的標准拼讀音，用韓語字母注出其等同音。

Use IPC to annotate the standard pronunciation of each part in the table, and use Hangwl to annotate their equivalent ones.

4. 베트남어 자음의 특징은 유기음[$], 무기음[&] 및 탁화음[%]의 구분이 있다.

越南語輔音的特点是有送气音[$]、不送气音[&]和濁化音[%]之分。

The characteristics of Vietnamese consonants are divided into aspirated[$], unaspirated[&], and voiced[%].

5. 각 부마다 해당 발음을 포함하는 베트남어 단어를 제시하고, 한국어로 음절의 근사 발음을 표기하였다.

每个部還舉出包含該發音的越南字，并用韓語注出音節的近似發音。

Each indexing component also provides examples of Vietnamese words that contain the pronunciation, and uses Korean to annotate the approximate pronunciation of the syllables.

6. [@]: 한국어의 대체음.\韓語的替代音。\Alternative Sounds in Korean.